திருஞானசம்பந்தர் தேவாரம்

மூலமும் - உரையும்
வரலாற்று முறை

மூன்றாம் பகுதி

சொல்லரசு புலவர்
வீ.சிவஞானம் எம்.ஏ., பி.எட்.,

விஜயா பதிப்பகம்
20, ராஜ வீதி,
கோயம்புத்தூர் - 641 001.
www.vijayapathippagam.org

© விஜயா பதிப்பகம்

திருஞானசம்பந்தர் தேவாரம் - மூன்றாம் பகுதி
Thirugnanasambandar Devaram - III Part

உரையாசிரியர் : புலவர் வீ. சிவஞானம்

முதல் பதிப்பு : ஏப்ரல் 2016

விஜயா பதிப்பகம்

20, ராஜ வீதி, கோயம்புத்தூர் - 641 001.

☏ 0422 - 2382614 / 2385614

vijayapathippagam2007@gmail.com

ஒளியச்சு / புத்தக வடிவமைப்பு : ஐரிஸ் கிராபிக்ஸ், கோவை.

அட்டை வடிவமைப்பு : ஆர்.சி. மதிராஜ், சென்னை.

அச்சாக்கம் : ஜோதி எண்டர்பிரைசஸ், சென்னை - 5.

ISBN - 81-8446-716-8 / பக்கம் : 856 / விலை : ரூ. 600/-

பொருளடக்கம்

பதிக வரிசை எண்	தலம்	பதிகத் தொடக்கம்	திருமுறை எண்	பதிக எண்
263.	திருஆலவாய்	ஆலநீழல்	3	373
264.	திருக்கழுமலம்	மண்ணில்	3	282
265.	திருப்பரங்குன்றம்	நீடுஅலர்	1	100
266.	திருஆப்பனூர்	முற்றும்	1	88
267.	திருப்புத்தூர்	வெங்கள்	1	26
268.	திருப்பூவணம்	அறையார்	1	64
269.	,,	மாதர்	3	278
270.	திருக்கானப்பேர்	பிடிஎலாம்	3	284
271.	திருக்குற்றாலம்	வம்பார்	1	99
272.	திருக்குறும்பலா	திருந்த	2	207
273.	திருநெல்வேலி	மருந்துஅவை	3	350
274.	திருஇராமேச்சுரம்	அலைவளர்	3	268
275.	,,	திரிதரு	3	359
276.	திருக்கோணமலை	நிரைகழல்	3	381
277.	திருக்கேதீச்சரம்	விருது	2	243
278.	திருவாடானை	மாதுஓர்	2	248
279.	திருப்புனவாயில்	மின்இயல்	3	269
280.	திருச்சிற்றேமம்	நிறைவெண்	3	300
281.	திருப்பாதாளீச்சரம்	மின்இயல்	1	108

பதிக வரிசை எண்	தலம்	பதிகத் தொடக்கம்	திருமுறை எண்	பதிக எண்
282.	திருக்கொள்ளம்புதூர்	கொட்டமே	3	264
283.	திருநள்ளாறு	பாடக	1	7
284.	திருத்தெளிச்சேரி	பூஅலர்ந்தன	2	139
285.	திருஐயாறு	கலைஆர்	1	36
286.	,,	பணிந்தவர்	1	120
287.	,,	திருத்திகழ்	2	168
288.	திருக்கழுமலம்	உற்றுமை	3	371
289.	திருச்சோபுரம்	வெங்கண்	1	51
290.	திருமாணிகுழி	பொன்இயல்	3	335
291.	திருப்பாதிரிப்புலியூர்	முன்னம்	2	257
292.	திருவடுகூர்	சுடுகூர்	1	87
293.	திருவக்கரை	கறைஅணி	3	318
294.	திருஇரும்பை மாகாளம்	மண்டு	2	254
295.	திருஅதிகை வீரட்டம்	குண்டைக்	1	46
296.	திருஆமாத்தூர்	குன்றவார்	2	186
297.	,,	துன்னம்	2	180
298.	திருக்கோவலூர்	படைகொள்	2	236
299.	திருஅறையணிநல்லூர்	பீடினால்	2	213
300.	திருஅண்ணாமலை	உண்ணாமுலை	1	10
301.	,,	பூவார்	1	69
302.	திருஓத்தூர்	பூத்தேர்ந்து	1	54
303.	திருமாகறல்	விங்குவிளை	3	330
304.	திருக்குரங்கணில்முட்டம்	விழுநீர்	1	31
305.	திருஏகம்பம்	மறையானை	2	148
306.	,,	பாயும் மால்	3	372

பதிக வரிசை எண்	தலம்	பதிகத் தொடக்கம்	திருமுறை எண்	பதிக எண்
307.	திருஏகம்பம்	கருவார்	3	299
308.	,,	வெந்தவெண்	1	133
309.	திருக்கச்சிக்கரைக்காடு	வார்அணவு	3	323
310.	திருமாற்பேறு	ஊறி	1	55
311.	,,	குருந்தவன்	1	114
312.	திருவல்லம்	எரித்தவன்	1	113
313.	திருஇலம்பையங்கோட்டூர்	மலையினார்	1	76
314.	திருவிற்கோலம்	உருவினார்	3	281
315.	திருஊறல்	மாறுஇல்	1	106
316.	திருக்கள்ளில்	முள்ளின்மேல்	1	119
317.	திருஆலங்காடு	துஞ்சவரு	1	45
318.	திருப்பாசூர்	சிந்தை	2	196
319.	திருக்காளத்தி	வானவர்கள்	3	327
320.	திருக்கயிலாயம்	பொடிகொள்	1	68
321.	,,	வாளவரி	3	326
322.	திருக்கேதாரம்	தொண்டர்	2	250
323.	திருக்கோகரணம்	என்றும்	3	337
324.	திருப்பருப்பதம்	சுடுமணி	1	118
325.	திருஇந்திரநீலப்பருப்பதம்	குலவு	2	163
326.	திருஅநேகதங்காவதம்	நீடல்	2	141
327.	திருக்காளத்தி	சந்தம்ஆர்	3	294
328.	திருவேற்காடு	ஒள்ளிது	1	57
329.	திருவலிதாயம்	பத்தரோடு	1	3
330.	திருஒற்றியூர்	விடையவன்	3	315
331.	திருமயிலை	மட்டிட்ட	2	183

பதிக வரிசை எண்	தலம்	பதிகத் தொடக்கம்	திருமுறை எண்	பதிக எண்
332.	திருவான்மியூர்	கரைஉலாம்	2	140
333.	,,	விரைஆர்	3	313
334.	திருஇடைச்சுரம்	வரிவளர்	1	78
335.	திருக்கழுக்குன்றம்	தோடுஉடையான்	1	103
336.	திருஅச்சிறுபாக்கம்	பொன்திரண்ட	1	77
337.	திருஅரசிலி	பாடல்	2	231
338.	திருப்புறவார் பனங்காட்டூர்	விண்ணமர்	2	189
339.	திருவேணுபுரம்	வண்டுஆர்	1	9
340.	திருப்பூந்தராய்	பந்துசேர்	3	260
341.	சீகாழி	நம்பொருள்	2	233
342.	திருப்புகலி	விதியாய்	1	30
343.	சீகாழி	அடல்ஏறு	1	34
344.	திருச்சிரபுரம்	பல்அடைந்த	1	47
345.	திருத்தோணிபுரம்	வண்தரங்க	1	60
346.	திருச்சண்பைநகர்	பங்கம்	1	66
347.	திருவெங்குரு	காலைநன்	1	75
348.	திருக்கழுமலம்	அயில்உறு	1	79
349.	சீகாழி	நல்லார்	1	81
350.	திருப்புறவம்	எய்யா	1	97
351.	சீகாழி	உரவார்	1	102
352.	திருப்புகலி	ஆடல்	1	104
353.	திருச்சிரபுரம்	வார்உறு	1	109
354.	திருக்கழுமலம்	பந்தத்தால்	1	126
355.	,,	சேஉயரும்	1	129
356.	திருப்பூந்தராய்	செந்நெல்	2	137

பதிக வரிசை எண்	தலம்	பதிகத் தொடக்கம்	திருமுறை எண்	பதிக எண்
357.	சீகாழி	நல்லானை	2	147
358.	திருவேணுபுரம்	நிலவும்	2	153
359.	திருப்புகலி	உகலியாழ்	2	161
360.	திருத்தலக்கோவை	ஆரூர்	2	175
361.	திருப்பிரமபுரம்	எம்பிரான்	2	176
362.	சீகாழி	பண்ணின்	2	185
363.	திருப்புகலி	உருஆர்ந்த	2	190
364.	சீகாழி	நலம்கொள்	2	195
365.	திருப்பிரமபுரம்	கறைஅணி	2	201
366.	சீகாழி	விண்இயங்கு	2	211
367.	திருவேணுபுரம்	பூதத்தின்	2	217
368.	திருகொச்சைவயம்	நீலநன்	2	219
369.	,,	அறையும்	2	225
370.	சீகாழி	பொங்கு	2	232
371.	திருச்சிவபுரம்	அன்னமென்	2	238
372.	சீகாழி	பொடிஇலங்கு	2	249
373.	திருப்புகலி	விடைஅது	2	258
374.	,,	கண்ணுத	3	265
375.	திருப்பூந்தராய்	மின்அன	3	271
376.	திருப்பிரமபுரம்	கரமுனம்	3	295
377.	சீகாழி	சந்தம்ஆர்	3	301
378.	திருப்பிரமபுரம்	இறையவன்	3	314
379.	திருக்கொச்சைவயம்	திருந்துமா	3	347
380.	திருத்தோணிபுரம்	கரும்பு	3	358
381.	திருக்கழுமலம்	மடல்மலி	3	376

பதிக வரிசை எண்	தலம்	பதிகத் தொடக்கம்	திருமுறை எண்	பதிக எண்
382.	திருநல்லூர்ப்பெருமணம்	கல்லூர்ப்	3	383
383.	பொது	காதலாகி	3	307

பிற்சேர்க்கை

1.	திருஇடைவாய்	மறிஆர்	-	-
2.	திருக்கிளியன்னவூர்	தார்சிறக்கும்	-	-

திருச்சிற்றம்பலம்

சிவமயம்

திருத்தலம் – அகரவரிசை

பதிக வரிசை எண்	திருத்தலம்	திருப்பதிகத் தொடக்கம்	பாடல் எண்
336.	அச்சிறுபாக்கம்	பொன்திரண்ட	3640 - 3650
300.	அண்ணாமலை	உண்ணாமுலை	3255 - 3265
301.	,,	பூவார்	3266 - 3276
295.	அதிகை வீரட்டம்	குண்டைக்	3200 - 3210
326.	அநேகதங்காவதம்	நீடல்	3534 - 3544
337.	அரசிலி	பாடல்	3651 - 3660
299.	அறையணிநல்லூர்	பீடினால்	3244 - 3254
266.	ஆப்பனூர்	முற்றும்	2882 - 2892
296.	ஆமாத்தூர்	குன்றவார்	3211 - 3221
297.	,,	துன்னம்	3222 - 3232
317.	ஆலங்காடு	துஞ்சவரு	3435 - 3446
263.	ஆலவாய்	ஆலநீழல்	2849 - 2859
334.	இடைச்சுரம்	வரிவளர்	3619 - 3629
325.	இந்திரநீலப்பருப்பதம்	சுடுமணி	3523 - 3533
274.	இராமேச்சுரம்	அலைவளர்	2970 - 2979
275.	,,	திரிதரு	2980 - 2990
294.	இரும்பை மாகாளம்	மண்டு	3189 - 3199
313.	இலம்பயங்கோட்டூர்	மலையினார்	3394 - 3404
315.	ஊறல்	மாறில்	3415 - 3423

பதிக வரிசை எண்	திருத்தலம்	திருப்பதிகத் தொடக்கம்	பாடல் எண்
305.	ஏகம்பம்	மறையானை	3310 - 3320
306.	,,	பாயும்மால்	3321 - 3331
307.	,,	கருவார்	3332 - 3342
308.	,,	வெந்தவெண்	3343 - 3352
285.	ஐயாறு	கலைஆர்	3089 - 3099
286.	,,	பணிந்தவர்	3100 - 3110
287.	,,	திருத்திகழ்	3111 - 3121
330.	ஒற்றியூர்	விடைய	3576 - 3586
302.	ஓத்தூர்	பூத்தேர்ந்து	3277 - 3287
309.	கச்சிக்கரைக்காடு	வார்அணவு	3353 - 3363
320.	கயிலாயம்	பொடிகொள்	3469 - 3478
321.	,,	வாளவரி	3479 - 3489
335.	கழுக்குன்றம்	தோடுஉடையான்	3630 - 3639
264.	கழுமலம்	மண்ணில்	2860 - 2870
288.	,,	உற்றுமை	3122 - 3132
348.	,,	அயில்உறு	3768 - 3778
354.	,,	பந்தத்தால்	3829 - 3839
355.	,,	சேஉயரும்	3840 - 3850
381.	,,	மடல்மலி	4114 - 4124
316.	கள்ளில்	முள்ளின்மேல்	3424 - 3434
319.	காளத்தி	வானவர்கள்	3458 - 3468
327.	,,	சந்தம்ஆர்	3545 - 3553
270.	கானப்பேர்	பிடிஎலாம்	2926 - 2936
304.	குரங்கணில்முட்டம்	விழுநீர்	3299 - 3309

பதிக வரிசை எண்	திருத்தலம்	திருப்பதிகத் தொடக்கம்	பாடல் எண்
272.	குறும்பலா	திருந்த	2948 - 2958
271.	குற்றாலம்	வம்பார்	2937 - 2947
322.	கேதாரம்	தொண்டர்	3490 - 3500
277.	கேதீச்சரம்	விருது	3001 - 3011
368.	கொச்சைவயம்	நீலநன்	3979 - 3988
369.	,,	அறையும்	3989 - 3998
379.	,,	திருந்துமா	4096 - 4106
282.	கொள்ளம்புதூர்	கொட்டமே	3056 - 3066
323.	கோகரணம்	என்றும்	3501 - 3511
276.	கோணமலை	நிரைகழல்	2991 - 3000
298.	கோவலூர்	படைகொள்	3233 - 3243
346.	சண்பை நகர்	பங்கம்	3747 - 3756
344.	சிரபுரம்	பல்அடைந்த	3725 - 3735
353.	,,	வார்உறு	3818 - 3828
371.	,,	அன்னமென்	4010 - 4020
280.	சிற்றேமம்	நிறைவெண்	3034 - 3044
341.	சீகாழி	நம்பொருள்	3693 - 3702
343.	,,	அடல்ஏறு	3714 - 3724
349.	,,	நல்லார்	3779 - 3785
351.	,,	உரவார்	3797 - 3806
357.	,,	நல்லானை	3861 - 3870
362.	,,	பண்ணின்	3914 - 3924
364.	,,	நலம்கொள்	3936 - 3946
366.	,,	விண்இயங்கு	3958 - 3968

பதிக வரிசை எண்	திருத்தலம்	திருப்பதிகத் தொடக்கம்	பாடல் எண்
370.	சீகாழி	பொங்கு	3999 - 4009
372.	,,	பொடிஇலங்கு	4021 - 4031
377.	,,	சந்தம்ஆர்	4074 - 4084
289.	சோபுரம்	வெங்கண்	3134 - 3144
360.	திருத்தலக்கோவை	ஆரூர்	3892 - 3902
284.	தெளிச்சேரி	பூஅலர்ந்தன	3078 - 3088
345.	தோணிபுரம்	வண்தரங்கம்	3736 - 3746
380.	,,	கரும்பு	4107 - 4113
382.	நல்லூர்ப்பெருமணம்	கல்லூர்ப்	4125 - 4135
283.	நள்ளாறு	பாடக	3067 - 3077
273.	நெல்வேலி	மருந்துஅவை	2959 - 2969
265.	பரங்குன்றம்	நீடுஅலர்	2871 - 2881
324.	பருப்பதம்	சுடுமணி	3512 - 3522
318.	பாசூர்	சிந்தை	3447 - 3457
281.	பாதாளீச்சரம்	மின்இயல்	3045 - 3055
291.	பாதிரிப்புலியூர்	முன்னம்	3156 - 3166
361.	பிரமபுரம்	எம்பிரான்	3903 - 3913
365.	,,	கறைஅணி	3947 - 3957
376.	,,	கரமுனம்	4064 - 4073
378.	,,	இறையவன்	4085 - 4095
342.	புகலி	விதியாய்	3703 - 3713
352.	,,	ஆடல்	3807 - 3817
359.	,,	உகலியாழ்	3881 - 3891
363.	,,	உருஆர்ந்த	3925 - 3935

பதிக வரிசை எண்	திருத்தலம்	திருப்பதிகத் தொடக்கம்	பாடல் எண்
373.	புகலி	விடைஅது	4032 - 4041
374.	''	கண்ணுத	4042 - 4052
267.	புத்தூர்	வெங்கள்	2893 - 2903
350.	புறவம்	எய்யா	3786 - 3796
338.	புறவார்பனங்காட்டூர்	விண்அமர்ந்	3661 - 3671
279.	புனவாயில்	மின்இயல்	3023 - 3033
340.	பூந்தராய்	பந்துசேர்	3682 - 3692
356.	''	செந்நெல்	3851 - 3860
375.	''	மின்அன	4053 - 4063
268.	பூவணம்	அறையார்	2904 - 2914
269.	''	மாதுஅமர்	2915 - 2925
331.	மயிலை	மட்டிட்ட	3587 - 3597
303.	மாகறல்	விங்குவிளை	3288 - 3298
290.	மாணிகுழி	பொன்இயல்	3145 - 3155
310.	மாற்பேறு	ஊறி	3364 - 3373
311.	''	குருந்தவன்	3374 - 3383
293.	வக்கரை	கறைஅணி	3178 - 3188
292.	வடுகூர்	சுடுகூர்	3167 - 3177
312.	வல்லம்	எரித்தவன்	3384 - 3393
329.	வலிதாயம்	பத்தரோடு	3565 - 3575
278.	வாடானை	மாதுஓர்	3012 - 3022
332.	வான்மியூர்	கரைஉலாம்	3598 - 3608
333.	''	விரைஆர்	3609 - 3618
314.	விற்கோலம்	உருவினார்	3405 - 3414

பதிக வரிசை எண்	திருத்தலம்	திருப்பதிகத் தொடக்கம்	பாடல் எண்
347.	வெங்குரு	காலைநன்	3757 - 3767
339.	வேணுபுரம்	வண்டுஆர்	3672 - 3681
358.	,,	நிலவும்	3871 - 3880
367.	,,	பூதத்தின்	3969 - 3978
328.	வேற்காடு	ஒள்ளிது	3554 - 3564

பிற்சேர்க்கை

1.	இடைவாய்	மறியார்	
2.	கிளியன்னவூர்	தார்சிறக்கும்	

திருச்சிற்றம்பலம்

263

திருஆலவாய்

பதிக வரலாறு:

பாண்டிய மன்னனுக்கு உண்டான வெப்பு நோயும் கூனும் நீங்கியது. அதனால் ஞானப்பிள்ளையார் வழி தனக்கு அருள்செய்த இறைவனது கருணையை வியந்து மன்னனும் மங்கையர்க்கரசியாரும் தமது திருமாளிகைக்குச் செல்ல, திருமடத்தில் தங்கி இருந்த பிள்ளையார், ஆலவாய் அண்ணலின் பெருமைகளையும், திருநீலகண்ட யாழ்ப்பாணருக்கு அருளிய திறமும், பொருந்த இப்பதிகத்தைப் பாடி அருளுகின்றார்.

திருமுறை 3 - 373   திருஞான - 870

திருவியமகம்
பண்: பழஞ்பஞ்சுரம்

2849. ஆலநீழல் உகந்தது இருக்கையே
    ஆனபாடல் உகந்தது இருக்கையே
    பாலின்நேர்மொழி யாள்ஒரு பங்கனே
    பாதம்ஓதலர் சேர்புர பங்கனே
    கோலநீறுஅணி மேதகு பூதனே
    கோதிலார்மனம் மேவிய பூதனே
    ஆலநஞ்சுஅமுது உண்ட களத்தனே
    ஆலவாய்உறை அண்டர் கள்அத்தனே   (1)

அருஞ்சொற்பொருள்:

இருக்கை - வசிப்பிடம். இருக்கு - வேதம். பங்கன் - பாகன். புரபங்கன் - முப்புரத்தை பங்கம் செய்தவன் (அழித்தவன்). பூதன் - திருமேனி உடையவன். பூதன் - பூதப்படை உடையவன். களத்தன் - கழுத்து உடையவன் (களம் - கண்டம்). அண்டர்கள் அத்தனே - தேவர்கள் தலைவனே.

பொழிப்புரை:

திருஆலவாய் என்னும் தலத்தில் எழுந்தருளி இருக்கும் தேவர்கள் தலைவனாகிய சிவபெருமான், கல்லால மரநிழலின்கீழ் தங்கி இருப்பவன்; இருக்கு வேதப் பாடல்களை விரும்பிக் கேட்பவன்; உமாதேவியை உடம்பின் ஒரு பாகமாகக் கொண்டவன்; தனது திருவடிகளை வணங்காத அசுரர் மூவரது முப்புரத்தை அழித்தவன்; திருநீறு அணிந்த அழகிய திருமேனி உடையவன்; குற்றமற்றவர் மனங்களில் எழுந்தருளும் பூதகணத் தலைவன்; ஆலகால விடத்தை அமுதமாக்கி உண்டு தேக்கிய கண்டம் உடையவன்.

2850.பாதியாஉடன் கொண்டது மாலையே
பாம்புதார்மலர்க் கொன்றைநன் மாலையே
கோதுஇல்நீறுஅது பூசிடும் ஆகனே
கொண்டநற்கையின் மான்இடம் ஆகனே
நாதன்நாள்தொறும் ஆடுவது ஆனையே
நாடிஅன்றுஉரி செய்ததும் ஆனையே
வேதநூல்பயில் கின்றது வாயிலே
விகிர்தன்ஊர்திரு ஆலநல் வாயிலே (2)

அருஞ்சொற்பொருள்:

மாலை - திருமாலை. நன்மாலை - (அணிகின்ற) நல்ல மாலை. ஆகன் - திருமார்பு உடையவன் (ஆகம் - மார்பு). ஆகன் - ஆகியவன். ஆனையே - (ஆன்+ஐ+ஏ) பசுவிடமிருந்து கிடைக்கும் ஐந்து பொருள்களையே (ஆன் - பசு). ஆனை - யானை. வாயிலே - திருவாயினாலே. ஆலநல்வாயில் - நல் ஆலவாயில் என மாற்றுக.

பொழிப்புரை:

திரு ஆலவாய் என்னும் நல்ல தலத்தில் எழுந்தருளி இருக்கும் பல மாறுபாடுகள் உடைய சிவபெருமான், உடம்பின் பாதியாகத் திருமாலை உடன் வைத்துக் கொண்டவன்; பாம்பு, கொத்தாக மலர்ந்து மாலைபோல் தொங்கும் கொன்றைமலர், ஆகியவற்றை மாலையாக அணிந்தவன்; குற்றமற்ற திருமேனியில் திருநீற்றைப் பூசி இருப்பவன்; தனது அழகிய நல்ல இடக்கையில் மான்கன்று ஒன்றினை ஏந்தி இருப்பவன்; தலைவனாகிய அப்பெருமான் நாள்தோறும் பசுவிடமிருந்து கிடைக்கும் ஐந்து பொருள்கள் கொண்டு திருமஞ்சனம் ஆடுபவன்; முன்பு யானையின் தோலை விரும்பி உரிந்தவன்; வேதங்களைத் தம்முடைய வாயினால் ஓதியவன்.

2851.காடுநீடுஅது உறப்பல கத்தனே
காதலால்நினை வார்தம் அகத்தனே
பாடுபேயொடு பூதம் மசிக்கவே
பல்பிணத்தசை நாடி அசிக்கவே
நீடும்மாநடம் ஆட விருப்பனே
நின்அடித்தொழ நாளும் இருப்பனே
ஆடல்நீள்சடை மேவிய அப்பனே
ஆலவாயிலினின் மேவிய அப்பனே (3)

அருஞ்சொற்பொருள்:

பலகத்தன் - (பல கர்த்தன்) எல்லாவற்றுக்கும் கர்த்தாவாய் இருப்பவன். அகத்தன் - மனத்தில் இருப்பவன். மசிக்க - குழைவிக்க. அசிக்க - உண்ண. விருப்பன் - விருப்பம் உடையவன். இருப்பன் - இருப்பவன். அப்பன் - கங்கையை உடையவன் (அப்பு - தண்ணீர்). அப்பன் - அனைத்து உயிர்களுக்கும் முதல் உடம்பு கூட்டுவித்த தந்தை.

பொழிப்புரை:

ஆலவாயில் என்னும் தலத்தில் எழுந்தருளி இருக்கும் அனைத்து உயிர்களுக்கும் தந்தையாய் விளங்கும் சிவபெருமான், சுடுகாட்டை இடமாகக் கொண்டு வாழும் கர்த்தாவாக விளங்குபவன்; அன்பால் நினைபவரது உள்ளத்தில் எழுந்தருளுபவன்; இசைப் பாடல்களைப் பூதகணங்கள் பாட உள்ளம் குழைந்து, பல பிணங்களின் தசைகளை அவை உண்ண அனுமதி அளிப்பவன்; நெடுநேரம் நடனம் ஆடுவதில் விருப்பம் உடையவன்; தன் திருவடிகளை நாளும் வழிபடும் அடியார்களுக்கு அருளுபவன்; அசைகின்ற நீண்ட சடையில் கங்கை என்னும் நீர்ப்பெருக்கினைத் தாங்கி இருப்பவன்.

2852.பண்டுஅயன்தலை ஒன்றும் அறுத்தியே
பாதம்ஓதினர் பாவம் அறுத்தியே
துண்டவெண்பிறை சென்னி இருத்தியே
தூயவெள்ளருது ஏறி இருத்தியே
கண்டுகாமனை வேவ விழித்தியே
காதல்இல்லவர் தம்மை இழித்தியே
அண்டநாயக னேமிகு கண்டனே
ஆலவாயிலின் மேவிய அகண்டனே (4)

அருஞ்சொற்பொருள்:

அறுத்தியே - (ஒரு தலையைக்) கிள்ளி எறிந்தனையே. அறுத்தியே - அறுத்தாயே. இருத்தியே - இருக்கச் செய்தாயே. இருத்தியே - இருந்தாயே. விழித்தியே - கண் விழித்தாயே. இழித்தியே - இழிவு செய்தாயே. மிகு கண்டன் - குற்றம் களைபவன். அகண்டன் - வியாபகன்.

பொழிப்புரை:

திருஆலவாய் என்னும் தலத்தில் எழுந்தருளி எங்கும் வியாபித் திருக்கும் சிவபெருமான், முன்பு பிரமனின் ஐந்து தலைகளில் ஒன்றைக் கொய்தவன்; திருவடிப் பெருமை குறித்துப் பேசுவோரின் பாவங்களை அறுத்து எறிபவன்; சந்திரத் துண்டை (பிறையை) சடையில் சூடி இருப்பவன்; தூய வெள்ளை நிற எருது ஒன்றின்மீது (அதனை ஊர்வதற்காக) ஏறி அமர்பவன்; மன்மதனை நெற்றிக்கண்ணால் நோக்கி வெந்து அழியுமாறு செய்தவன்; தம்மீது அன்பு செய்யாதவரை இழிவுக்கு உள்ளாக்குபவன்; அண்டங்களுக்குத் தலைவன்; குற்றங்களைக் களைபவன்.

2853. சென்றுதாதை உகுத்தனன் பாலையே
சீறிஅன்பு செகுத்தனன் பாலையே
வென்றிசேர்மழுக் கொண்டுமுன் காலையே
வீழவெட்டிடக் கண்டுமுன் காலையே
நின்றமாணியை ஓடின கங்கையால்
நிலவமல்கி உதித்துஅன கம்கையால்
அன்றுநின்றுஉரு ஆகத் தடவியே
ஆலவாய்அரன் அகத்து அடுஅவியே (5)

அருஞ்சொற்பொருள்:

பாலையே - (பால்+ஐ+ஏ) பசுவின் பாலை. பாலையே - பால் - பக்கம் (அருகில்). முன்கால் - முன்னங்கால். முன்காலை - முற்காலத்தில். கங்கை - கங்கை ஆறு. உதித்து - இடபத்தின் மீது எழுந்தருளி. அனகம் - பாவம் புண்ணியமானபடியால். உரு - சாரூபம். ஆகத்து - உடம்பின் கண் (சாத்தப்பட்ட மாலை, ஆடை முதலியன). அடுஅவி - சமைத்த நைவேத்தியம் (திருஅமுது).

பொழிப்புரை:

தந்தை அருகில் வந்து, திருமஞ்சனம் ஆட்ட வைத்திருந்த பாலைக் கீழே கொட்ட, விசாரசன்மன் இறைவன்மீது அன்பும், தந்தையின் மீது

கோபமும் கொண்டு அருகில் கிடந்த கோலை எடுத்து வீச அது வெற்றி பொருந்திய மழுப்படையாக மாறி, தந்தையின் முன்னங்கால்களைத் துணிக்க, அப்பொழுது பிரமச்சாரியாகிய விசாரசன்மனுக்கு கங்கையைச் சூடிய சடாமுடியுடன் காட்சி நல்கி கால்களைத் துணித்தது பாவம் ஆயினும் சிவபூசையின் பொருட்டு செய்யப்பட்டமையின், அதனைப் புண்ணியமாக்கித், தனது கைகளால் தடவிக் கொடுத்து, சண்டீசப் பதவி அருளித் தான் சூடியது உடுத்தது உண்டது முதலிய அனைத்துக்கும் உரிமை உடையவன் ஆக்கிய பெருமைக்குரிய அரன் திருஆலவாய் என்னும் தலத்தில் இருக்கிறான்.

2854.**நக்கம்ஏகுவர் நாடும்ஓர் ஊருமே**
நாதன்மேனியின் மாசுணம் ஊருமே
தக்கபூமனைச் சுற்றக்கு அருளொடே
தாரம்உய்த்தது பாணற்கு அருளொடே
மிக்கதென்னவன் தேவிக்கு அணியையே
மெல்லநல்கிய தொண்டர்க்கு அணியையே
அக்கினார்அமுது உண்கலன் ஓடுமே
ஆலவாய்அர னார்உமை யோடுமே (6)

அருஞ்சொற்பொருள்:

நக்கம் ஏகுவர் - பிறர் எள்ளி நகையாடும்படி உடையின்றிச் செல்பவர். மாசுணம் - பாம்பு. சுற்றக்கு - அடியார்களாகிய சுற்றத்தார்க்கு. தாரம் - பொற்பலகை. பாணற்கு - திருநீலகண்ட யாழ்ப்பாணருக்கு. அணி - திருமாங்கல்யம் உட்பட்ட அணிகலன்கள். அணியை - அண்மையில் இருப்பவன். ஓடு - மண்டை ஓடு.

பொழிப்புரை:

எலும்பை மாலையாக அணிந்து கொண்டு, பிரமகபாலத்தை உணவு ஏற்கும் பாத்திரமாகக் கொண்டு, ஆலவாய் என்னும் தலத்தில் உமாதேவியோடு எழுந்தருளி இருக்கும் சிவபெருமான், நாடுகளில் உள்ள ஊர்கள்தோறும் பிச்சை ஏற்க உடையின்றிச் செல்பவர்; அவர் திருமேனியில் பாம்புகள் ஊர்ந்து கொண்டிருக்கும்; திருநீலகண்ட யாழ்ப்பாணரை கோயிலுக்கு அழைத்து வருமாறு, அடியார்கள் கனவில் சென்று சொல்ல, அதன்படி பாணர் வந்து பாடும்போது பொற்பலகை தந்து அதில் அமரச் செய்தவர்; பாண்டிய மன்னன் மனைவி மங்கையர்க் கரசியாரது திருமாங்கல்யத்தைக் காப்பாற்றி அருள் செய்தவர்; மென்மை உடைய அடியார்களுக்கு எப்பொழுதும் அருகில் இருப்பவர்.

2855. வெய்யவன்பல் உகுத்தது குட்டியே
வெங்கண்மாசுணம் கையது குட்டியே
ஐயனேஅனல் ஆடிய மெய்யனே
அன்பினால்நினை வார்க்குஅருள் மெய்யனே
வையம்உய்யஅன்று உண்டது காளமே
வள்ளல்கையது மேவுகங் காளமே
ஐயம்ஏற்பது உரைப்பது வீணையே
ஆலவாய்அரன் கையது வீணையே (7)

அருஞ்சொற்பொருள்:

வெய்யவன் - சூரியன். குட்டி - கையால் குட்டி. குட்டி - பாம்புக்குட்டி. மெய்யன் - திருமேனி உடையவன். மெய்யன் - மெய்ப்பொருளாய் விளங்குபவன். காளம் - விடம். கங்காளம் - எலும்புக்கூடு. வீணை - (வீண்+ஐ) வீண். வீணை - வீணை என்னும் இசைக்கருவி.

பொழிப்புரை:

திருஆலவாய் என்னும் தலத்தில் எழுந்தருளி கையில் வீணை ஏந்தி இருக்கும் சிவபெருமான், சூரியனின் பல்லைக் கையால் குட்டி உடைத்தவர்; முன் கையில் கங்கணமாக பாம்புக்குட்டியை அணிந்திருப்பவர்; தலைவர்; நெருப்பின் நடுவில் நின்று நடனம் ஆடும் திருமேனி உடையவர்; அன்பினால் நினைந்து வழிபடுபவர்க்கு மெய்ப்பொருள்; உலகம் உய்யவேண்டும் என்பதற்காக, அன்று ஆலகால விடத்தை உண்டவர்; இறந்த பிரம்ம விட்ணுகளின் முழு எலும்புக் கூடுகளைத் தோளில் சுமப்பவர்; பிச்சை ஏற்று உண்பவர்.

2856. தோள்கள்பத்தொடு பத்து மயக்கியே
தொக்கதேவர் செருக்கை மயக்கியே
வாள்அரக்கன் நிலத்துக் களித்துமே
வந்தமால்வரை கண்டு களித்துமே
நீள்பொருப்பை எடுத்தஉன் மத்தனே
நின்விரல்தலை யால்மதம் அத்தனே
ஆளும்ஆதி முறித்தது மெய்கொலோ
ஆலவாய்அரன் உய்த்தது மெய்கொலோ (8)

அருஞ்சொற்பொருள்:

பத்தொடு பத்து மயக்கி - பத்தொடு பத்து கூட்டி (10+10=20). மயக்கி - மயங்கச் செய்து. களித்து - மிக மகிழ்ந்து. களித்து - செருக்கு அடைந்து.

உன்மத்தன் - பித்தன். மதம் - செருக்கு. அத்தன் - அழித்தவன். ஆதி - முதற்பொருள். மெய்கொலோ - (இரண்டிடத்தும்) உண்மைதானோ?

பொழிப்புரை:

வாளைக் கையில் ஏந்திய அரக்கனாகிய இராவணன், தேவகூட்டத்தாரின் செருக்கினை அடக்கி, நிலவுலகம் முழுவதையும் கைப்பற்றி, மகிழ்ச்சி மிக உடையவனாய், ஆகாய வழியில் புட்பக விமானத்தில் பயணிக்கும் போது, எதிரில் நின்ற பெரிய கயிலை மலையைக் கண்டு, செருக்கு கொண்டு, அம்மலையைப் பெயர்க்க முற்பட, அவனது இருபது தோள்களும் நெரியுமாறு விரல்நுனியால் ஊன்றி நசுக்கி, அவனது செருக்கை அடக்கி, அவனைப் பித்தன் ஆக்கியவர்; இவ்வாறு அவ்வரக்கனை ஆலவாய் அரன் முதலில் முறித்ததும் உண்மைதானோ? பின்னர் அவனுக்கு அருளியதும் உண்மைதானோ?

2857. பங்கயத்துஉள நான்முகன் மாலொடே
    பாதநீள்முடி நேடிட மாலொடே
    துங்கநல்தழ லின்உரு ஆயுமே
    தூயபாடல் பயின்றது வாயுமே
    செங்கயல்கணி னார்இடு பிச்சையே
    சென்றுகொண்டு உரைசெய்வது பிச்சையே
    அங்கியைத்திகழ் விப்பது இடக்கையே
    ஆலவாய்அர னார்அது இடக்கையே   (9)

அருஞ்சொற்பொருள்:

மால் - திருமால். நேடிட - தேடிட. மால் - மயக்கம். துங்கம் - உயர்ச்சி. கணினார் - (கண்ணினார்) கண்ணை உடையவர். பிச்சை - பிச்சை உணவு. பிச்சை - பித்து. அங்கி - நெருப்பு. இடக்கை - இடப்பக்கத்துக் கை. இடக்கை - இடம் ஆவது.

பொழிப்புரை:

ஆலவாய் என்னும் தலத்தைத் தமது இருப்பிடமாகக் கொண்ட இறைவர், தாமரை மலர்மீது வீற்றிருக்கும் பிரமன் திருமாலோடு கூடி, திருமுடியையும் திருவடியையும் தேடிக்காணப் புறப்பட்டு, முடியாது மயங்குமாறு, உயர்ந்த நல்ல நெருப்பு உருவத் தூணாக நின்றவர்; தேடிய இருவரும் அப்பொழுதும் தங்கள் வாயினால் தோத்திரம் பாடியவாறே இருக்குமாறு செய்தவர்; சிவந்த கயல்மீன் போன்ற அழகிய கண்உடைய மகளிர் இடும் பிச்சை உணவை ஏற்பவர்; ஆயினும் அம்மகளிரைப் பித்தர் ஆக்கும் இயல்பினர்; இடக்கையில் அனலை ஏந்தி இருப்பவர்;

2858.தேரரோடுஅம ணர்க்குநல் கானையே
தேவர்நாள்தொறும் சேர்வது கானையே
கோரம்அட்டது புண்டரி கத்தையே
கொண்டநீள்கழல் புண்டரி கத்தையே
நேரில்ஊர்கள் அழித்தது நாகமே
நீள்சடைத்திகழ் கின்றது நாகமே
ஆரமாக உகந்தது என்புஅதே
ஆலவாய்அர னார்இடம் என்பதே (10)

அருஞ்சொற்பொருள்:

நல்கான் -அருளாதவன். கான் - காடு (கடம்பவனம்). கோரம் - கொடுமை. அட்டது - கொன்றது. புண்டரிகம் - புலி. புண்டரிகம் - தாமரை மலர். நேரில் - நேர்மை இல்லாத (பகைவர்களது). நாகம் - (மேரு) மலை. நாகம் - பாம்பு. என்பு - எலும்பு.

பொழிப்புரை:

திருஆலவாய் என்னும் தலத்தை இடமாகக் கொண்ட அரன் (சிவபெருமான்), சமணர்களுக்கும் பௌத்தர்களுக்கும் அருளாதவன்; தேவர்கள் நாள்தோறும் வந்து வழிபடுமாறு கடம்பவனத்தில் எழுந்தருளி இருப்பவன்; எதிர்த்து வந்த புலியைக் கொடுமைபடக் கொன்றவன்; தாமரைமலர் போன்றதும், நீண்டதும், ஆகிய திருவடி உடையவன்; மேருமலை என்னும் வில் கொண்டு, எதிர்த்துவந்த அசுரர்களது முப்புரத்தை அழித்தவன்; சடையில் பாம்பை ஆபரணமாக அணிந்திருப்பவன்; எலும்புகளைக் கோத்து மாலையாக அணிந்திருப்பவன்.

2859.ஈனஞானிகள் தம்மொடு விரகனே
ஏறுபல்பொருள் முத்தமிழ் விரகனே
ஆனகாழியுள் ஞானசம் பந்தனே
ஆலவாயினில் மேயசம் பந்தனே
ஆனவானவர் வாயினுள் அத்தனே
அன்பர்ஆனவர் வாய்இன் உளத்தனே
நான்உரைத்தன செந்தமிழ் பத்துமே
வல்லவர்க்குஇவை நற்றமிழ் பத்துமே (11)

அருஞ்சொற்பொருள்:

ஈன ஞானிகள் - அறிவிலிகள். விரகன் - சூழ்ச்சி உடையவன். விரகன் - வல்லவன். சம்பந்தன் - தொடர்பு உடையவன். அத்தன் - தலைவன். உளத்தன் - உள்ளத்தில் எழுந்தருளி இருப்பவன்.

பொழிப்புரை:

நல்லறிவு இல்லாதவர்களிடம் பொருந்தாதவரும், ஆலவாய் என்னும் தலத்துக்குத் தொடர்பு உடையவரும், தேவர்கள் தங்கள் வாயினால் புகழ்ந்து போற்றும் தலைவரும், அன்பர்களது உள்ளத்தில் எழுந்தருளுபவரும், ஆகிய சிவபெருமான்மீது; பலபொருள்களை உள்ளடக்கிய முத்தமிழ் மொழியில் வல்லமை உடையவனும், சீர்காழி நகரத்தைச் சேர்ந்தவனும், ஆகிய ஞானசம்பந்தன்; சொன்ன செந்தமிழ்ப் பாடல்கள், இப்பத்தும் கொண்டு, போற்றி வழிபட வல்லவர்க்கு, இவை நன்மைகளையே செய்யும்.

திருச்சிற்றம்பலம்

264

திருக்கழுமலம்

பதிக வரலாறு:

சிவபாத இருதயர், தம் பிள்ளையாரைக் காணும் பொருட்டு, மதுரைக்கு வந்து, ஆலவாய் அண்ணலை வணங்கி, வெளியில் வந்து, திருமடம் இருக்கும் இடம் வினவிச் சென்று சேர்ந்தார். தந்தையார் வரவு அறிந்த பிள்ளையார், 'எப்பொழுது வந்தீர்?' என வினவி, பவபாசம் அறுத்து அருளிய திருத்தோணிபுரத்தார் நினைவு மேலிட, இங்கு இருந்த படியே, தன்னை அறியாத பருவத்தே எடுத்து ஆண்ட பெருந்தகை தன் பெருமாட்டியோடு இருந்த தன்மையை வியந்து இப்பதிகத்தை அருளுகின்றனர்.

திருமுறை 3 - 282   திருஞான - 881

பண்: கொல்லி

2860. மண்ணில்நல் லவண்ணம் வாழலாம் வைகலும்
எண்ணில்நல் லகதிக்கி யாதும்ஓர் குறைவுஇலை
கண்ணில்நல் அஃதுஉறும் கழுமல வளநகர்ப்
பெண்ணின்நல் லாளொடும் பெருந்தகை இருந்ததே   (1)

அருஞ்சொற்பொருள்:

வைகலும் - நாள்தோறும். நல்லகதி - மேலான வீடுபேறு. இலை - இல்லை. அஃது - அது. உறும் - வந்து பொருந்தும்.

பொழிப்புரை:

கண்ணுக்கு இனிய காட்சி நல்கும் வளம் உடைய கழுமல நகரில் எமது பெருந்தகையாளன் சிவபெருமான், பெண்ணில் நல்லவளாகிய உமாதேவியோடு எழுந்தருளி இருக்கிறான்; நாள்தோறும் அப்பெருமானை நினைத்து வழிபட்டு வர, இம்மண்ணுலகில் நல்ல வளமான வாழ்வைப் பெறலாம்; மறுமையில் வீடுபேறும் அடையலாம்; இதற்கு எந்தக் குறையும் வராது.

2861. **போதைஆர் பொற்கிண்ணத்து அடிசில்பொல் லாதுஎனத்**
தாதையார் முனிவுறத் தான்எனை ஆண்டவன்
காதைஆர் குழையினன் கழுமல வளநகர்ப்
பேதையாள் அவளொடும் பெருந்தகை இருந்ததே (2)

அருஞ்சொற்பொருள்:

போதை - (போது+ஐ). போது - மலரும் பருவத்து தாமரை (மலர்) முகை. அடிசில் - உணவு. இங்கு பால் உணவைக் குறித்தது. தாதை - தந்தை. காதை (காது+ஐ).

பொழிப்புரை:

பாதி அளவு மலர்ந்துள்ள தாமரை மலர் போன்ற தோற்றம் உடைய பொன்கிண்ணத்தில் வாங்கி அருந்திய பால் அமுது தீமை உடையது என்று என் தந்தையார் கோபம் கொண்டபோது, என்னைத் தடுத்து ஆட்கொண்டவன்; குழை அணிந்த காது உடையவன்; அவன் கழுமலவள நகரில் பேதையாகிய உமாதேவியோடு எழுந்தருளி இருக்கும் பெருந்தகையாளன்.

2862. **தொண்டுஅணை செய்தொழில் துயர்அறுத்து உய்யலாம்**
வண்டுஅணை கொன்றையான் மதுமலர்ச் சடைமுடிக்
கண்துணை நெற்றியான் கழுமல வளநகர்ப்
பெண்துணை ஆகஓர் பெருந்தகை இருந்ததே (3)

அருஞ்சொற்பொருள்:

தொண்டு அணை - தொண்டோடு கூடிய. செய்தொழில் - செய்கின்ற தொழில். துயர் - துன்பம். மது - தேன்.

பொழிப்புரை:

வண்டுகள் மொய்க்கும் தேன்பொருந்திய கொன்றை மலர் மாலை அணிந்துள்ள சடாமுடி உடையவன்; நெற்றியில் விளங்கும் கண் உடையவன்; கழுமலவள நகரில் உமாதேவி என்னும் பெண்ணோடு கூடி பெருந்தகையாளன் எழுந்தருளி இருக்கிறான்; தொண்டையே தொழிலாகச் செய்து, அப்பெருமானை வழிபட்டுவர, பிறவியாகிய துன்பத்திலிருந்து விடுபடலாம்.

2863. அயர்வுஉளோம் என்றுநீ அசைவுஒழி நெஞ்சமே
நியர்வளை முன்கையாள் நேரிழை அவளொடும்
கயல்வயல் குதிகொளும் கழுமல வளநகர்ப்
பெயர்பல துதிசெயப் பெருந்தகை இருந்ததே. (4)

அருஞ்சொற்பொருள்:

அயர்வு - தளர்ச்சி. அசைவு - சோம்பல். நியர் - ஒளி. நேர்இழை - நேரிய அணிகலன்கள். குதிகொளும் - (குதிகொள்ளும்) குதிக்கும். பெயர் பல - கழுமல வளநகருக்கு உள்ள பல பெயர்கள்.

பொழிப்புரை:

ஒளிபொருந்திய (பளபளக்கும்) வளையல் அணிந்துள்ள முன்கையும், நேரிய பல அணிகலன்கள் அணிந்துள்ள திருமேனியும் உடைய உமாதேவியோடு கூடி, கயல்மீன்கள் துள்ளிக்குதிக்கும் வயல்வளம் உடைய கழுமல நகரில் பல பெயர்கள் கொண்டு போற்றி வணங்குமாறு பெருந்தகையாளன் எழுந்தருளி இருக்கிறான். எனவே, மனமே! நீ தளர்ச்சியால் சோம்பி இருப்பதைக் கைவிடுவாயாக!

2864. அடைவுஇலோம் என்றுநீ அயர்வுஒழி நெஞ்சமே
விடைஅமர் கொடியினான் விண்ணவர் தொழுதுஎழும்
கடைஉயர் மாடம்ஆர் கழுமல வளநகர்ப்
பெடைநடை அவளொடும் பெருந்தகை இருந்ததே (5)

அருஞ்சொற்பொருள்:

அடைவு - அடைக்கலம். அயர்வு - தளர்ச்சி. விடை - இடபம். கடை - கடைவாயில்கள். பெடை - பெண் அன்னம்.

பொழிப்புரை:

கடைவாயில்களுடன் கூடிய மாளிகைகள் நிறைந்து விளங்கும் கழுமலம் என்னும் வளநகரில் பெண் அன்னம் போன்ற நடை உடைய உமாதேவியோடு கூடி, பெருந்தகையாளன் எழுந்தருளி இருக்கிறான்; அவன் இடபம் எழுதிய கொடி உடையவன்; தேவர்கள் தொழுது எழ வீற்றிருப்பவன்; எனவே, மனமே! அடைக்கலம் புக ஓர்இடம் இல்லை என்ற சோர்வினைக் கைவிடுவாயாக!

2865. மற்றுஒரு பற்றுஇலை நெஞ்சமே மறைபல
கற்றநல் வேதியர் கழுமல வளநகர்ச்
சிற்றிடைப் பேர்அல்குல் திருந்துஇழை அவளொடும்
பெற்றுஎனை ஆளுடைப் பெருந்தகை இருந்ததே (6)

அருஞ்சொற்பொருள்:

இலை - இல்லை. திருந்து இழை - திருத்தமாகச் செய்யப்பட்ட அணிகலன்.

பொழிப்புரை:

மறை பலவும் கற்ற நல்ல வேதியர்கள் கூடிவாழும் கழுமலம் என்னும் வளநகரில் சிறிய இடையும் பெரிய அல்குலும் திருந்திய அணிகலன்களும் உடைய உமாதேவியோடு கூடி, என்னை அடிமை கொண்ட பெருந் தகையாளன் எழுந்தருளி இருக்கிறான்; எனவே, மனமே! உனக்கு பற்றுவதற்கு அவனைத் தவிர, வேறொரு பற்று இல்லை என்பதை உணர்வாயாக!

2866. குறைவளை வதுமொழி குறைஒழி நெஞ்சமே
நிறைவளை முன்கையாள் நேரிழை அவளொடும்
கறைவளர் பொழில்அணி கழுமல வளநகர்ப்
பிறைவளர் சடைமுடிப் பெருந்தகை இருந்ததே (7)

அருஞ்சொற்பொருள்:

குறை வளைவது - குறைகளால் வளைக்கப்பட்ட. மொழி - சொல். கறை - நிழல்.

பொழிப்புரை:

நிழல் நிரம்பிய சோலை அழகு உடைய கழுமல வளநகரில் நிறைய வளையல் அணிந்துள்ள முன்கையுடன் விளங்கும் உமாதேவியோடு கூடி, பிறைச் சந்திரனைச் சூடிய சடாமுடி உடைய பெருந்தகையாளன் எழுந்தருளி இருக்கிறான்; எனவே, மனமே! நீ வளைத்து வளைத்து குறைகள் பற்றி எடுத்துரைக்கும் சொற்களைக் கைவிடுவாயாக!

2867. அரக்கனார் அருவரை எடுத்தவன் அலறிட
நெருக்கினார் விரலால் நீடியாழ் பாடவே
கருக்குவாள் அருள்செய்தான் கழுமல வளநகர்ப்
பெருக்குநீர் அவளொடும் பெருந்தகை இருந்ததே (8)

அருஞ்சொற்பொருள்:

அருவரை - அரிய (கயிலை) மலை. நீடியாழ் - நீண்ட யாழ். கருக்குவாள் - கூர்மை உடைய வாள். பெருக்குநீர் அவள் - கங்கை.

பொழிப்புரை:

கழுமல வளநகரில் கங்கையாளோடும் கூடி எழுந்தருளி இருக்கும் பெருந்தகையாளன், இராவணன் கயிலை மலையைப் பெயர்த்தபோது, கால்விரல் ஒன்று கொண்டு நெருக்கி, அலறுமாறு செய்தவன்; அவன் நீண்ட யாழில் வைத்து சாமகானம் வாசிக்க, அதுகேட்டு கருக்குடைய வாள் ஒன்றைப் பரிசாக ஈந்தவன் (மனமே! நீயும் அவன் புகழைப் பாடினால் பயன் அடையலாம்)

2868. **நெடியவன் பிரமனும் நினைப்புஅரி தாய்அவர்**
அடியொடு முடிஅறி யாஅழல் உருவினன்
கடிகமழ் பொழில்அணி கழுமல வளநகர்ப்
பிடிநடை அவளொடும் பெருந்தகை இருந்ததே (9)

அருஞ்சொற்பொருள்:

நெடியவன் - திருமால். அழல் - நெருப்பு. கடி - மணம். பிடி - பெண் யானை.

பொழிப்புரை:

மணம் கமழும் சோலை சூழ்ந்த அழகிய கழுமல வளநகரில் பெண் யானை போன்ற நடை உடைய உமாதேவியோடும் பெருந்தகையாளன் எழுந்தருளி இருக்கிறான்; அவன் திருமாலும் பிரமனும் அடியையும் முடியையும் தேடிக் காண முடியாதவாறு, நெருப்பு உருவாய் நின்றவன் (மனமே! இதனை நீ அறிவாயாக!)

2869. **தார்உறு தட்டுஉடைச் சமணர்சாக் கியர்கள்தம்**
ஆர்உறு சொல்களைந்து அடிஇணை அடைந்துஉய்ம்மின்
கார்உறு பொழில்வளர் கழுமல வளநகர்ப்
பேர்அறத் தாளொடும் பெருந்தகை யிருந்ததே (10)

அருஞ்சொற்பொருள்:

தார் உறு - ஒழுங்கு அமைந்த. தட்டு - தடுக்கு (பாய்). ஆர்உறு சொல் - மேலழகு உடைய சொற்கள். கார் - மேகம். பேரறத்தாள் - பெரிய அறம் உடையவள் (அறம் வளர்த்த நாயகி)

பொழிப்புரை:

மேகம் தங்கும் சோலை சூழ்ந்த கழுமல வளநகரில் அறம் வளர்த்த நாயகியோடு கூடி, பெருந்தகையாளன் எழுந்தருளி இருக்கிறான்.

எனவே, ஒழுங்கு அமைந்த பாயினை உடுத்தும் சமணர், பௌத்தர், ஆகியோர் கூறும் (பொருள்ஆழம் இல்லாத) மேலழகு உடைய உபதேசங்களைக் கேளாது, மேற்கூறிய பெருமானின் இணைஅடிகளைத் தொழுது உய்வு பெறுவோமாக!

2870. **கருந்தடம் தேன்மல்கு கழுமல வளநகர்ப்**
பெருந்தடங் கொங்கையோடு இருந்தஎம் பிரான்தனை
அருந்தமிழ் ஞானசம் பந்தன செந்தமிழ்
விரும்புவார் அவர்கள்போய் விண்உலகு ஆள்வரே (11)

அருஞ்சொற்பொருள்:

கருந்தடம் - கரிய நிற உடல் உடைய. தேன்-வண்டு. பெருந்தடம் - இடமகன்ற (பெரிய)

பொழிப்புரை:

கரிய நிறமுடைய வண்டுகள் நிரம்ப வாழும் கழுமலம் என்னும் பெயருடைய வளநகரில் பெரிய முலைகளுடன் கூடிய உமாதேவியோடு எழுந்தருளி இருக்கும் எமது பெருமானை, அரிய தமிழ்வல்ல ஞான சம்பந்தன் பாடிய பாடல்களை விரும்பிப் பாடுகின்றவர், இவ்வுலகை விட்டு நீங்கி, விண்ணுலகம் சென்று, அதனை ஆளும் பேற்றினைப் பெறுவர்.

திருச்சிற்றம்பலம்

265

திருப்பரங்குன்றம்

பதிக வரலாறு:

பாண்டி நாட்டிலுள்ள பிற பதிகளையும் வழிபடும் ஆர்வம் மிக உடையவராய்ப் பிள்ளையார் புறப்பட, மன்னரும், அரசியாரும் அமைச்சரும் பிரிவுக்கு வருந்த, அவர்களையும் உடன் அழைத்துக் கொண்டு, திருப்பரங்குன்றம் வந்து, இப்பதிகத்தைப் பாடி வழிபட்டனர்.

தல வரலாறு:

மதுரையிலிருந்து தென்மேற்கில் 6 கி.மீ. தொலைவில் உள்ளது. முருகப்பெருமானது படை வீடுகள் ஆறனுள் முதலாவது படைவீடு இது. அப்பெருமான் சூரபன்மனை வதம் செய்து, பின் இத்தலத்துக்கு எழுந்தருளித் தெய்வயானை அம்மையாரைத் திருமணம் செய்துகொண்டார். அத்திருமணத்தில் கலந்துகொள்ள சிவபெருமான் உமாதேவியோடும் வந்து, தேவர்களுக்கும் வெளிப்படக் காட்சி காட்டிய தலம். இது குடவரைக் கோயில். முருகப்பெருமானது திருமண விழா ஆண்டு தோறும் இன்றளவும் வெகுசிறப்புடன் நடைபெற்று வருகிறது.

இத்தலத்து இறைவரது திருவுருவம், முருகப்பெருமான் தெய்வ யானைத் திருவுருவங்கள் என அத்தனையும் அழகு வாய்ந்தவை. இங்கு முருகப்பெருமான் மணக்கோலத்தில் எழுந்தருளி இருந்து, தன்னை வழிபட வரும் அடியார்களுக்கு இகபர நலன்களை இன்றளவும் வாரி வழங்கி வருவது கண்கூடு.

சுவாமி : பரங்கிரி நாதர்

அம்மை : ஆவுடைநாயகி

தீர்த்தம் : சரவணப் பொய்கை (மலைமேல்) காசி தீர்த்தம்

பண்: குறிஞ்சி

2871. நீடுஅலர் சோதி வெண்பிறை யோடு நிரைகொன்றை
சூடலன் அந்திச் சுடர்எரி ஏந்திச் சுடுகானில்
ஆடலன் அம்சொல் அணிஇழை யாளை ஒருபாகம்
பாடலன் மேய நன்னகர் போலும் பரங்குன்றே (1)

அருஞ்சொற்பொருள்:

சூடலன் - சூடுதலை உடையவன். சுடுகான் - சுடுகாடு. அம்சொல் - அழகிய சொல். பாகம் பாடலன் - பாகமாக வைத்துப் பாடுதல் உடையவன்.

பொழிப்புரை:

நீண்டு ஒளிரும் வெண்பிறைச் சந்திரன், வரிசைபட மலர்ந்திருக்கும் கொன்றையின் மலர் ஆகியவற்றைச் சூடி இருப்பவன்; மாலை நேரத்துச் செவ்வானம் போன்ற நெருப்பைக் கையில் ஏந்திச் சுடுகாட்டில் நின்று நடனம் ஆடுபவன்; அழகிய சொல் பேசும் உமாதேவியை உடம்பில் பாகமாகக் கொண்டு வேதம் பாடுபவன்; அவன் எழுந்தருளி இருக்கும் நல்ல நகரம், பரங்குன்றமே ஆகும்.

2872. அங்கம் ஓர்ஆறும் அருமறை நான்கும்(ம்) அருள்செய்து
பொங்கு வெண்நூலும் பொடிஅணி மார்பில் பொலிவித்துத்
திங்களும் பாம்பும் திகழ்சடை வைத்துஓர் தேன்மொழி
பங்கினன் மேய நன்னகர் போலும் பரம்குன்றே (2)

அருஞ்சொற்பொருள்:

பொடி - திருநீற்றுப்பொடி. தேன்மொழி - தேன் போல் இன்மொழி பேசும் உமாதேவி.

பொழிப்புரை:

நான்கு வேதங்களை, அதன் ஆறு அங்கங்களோடு அருளிச் செய்தவன்; வெண்மை விளங்கும் பூணூலும் திருநீறும் அழகு செய்கின்ற திருமார்பு உடையவன்; பிறைச்சந்திரனையும் பாம்பையும் விளங்குகின்ற சடைமீது வைத்திருப்பவன்; தேன் போன்ற இனிய மொழி பேசும் உமாதேவியைப் பாகமாகக் கொண்டவன்; அவன் எழுந்தருளி இருக்கும் நல்ல நகரம், பரங்குன்றமே ஆகும்.

2873. நீர்இடம் கொண்ட நிமிர்சடை தன்மேல் நிரைகொன்றை
சீரிடம் கொண்ட எம்இறை போலும் சேய்தாய
ஓர்உடம்பு உள்ளே உமைஒரு பாகம் உடன்ஆகிப்
பாரிடம் பாட இனிதுஉறை கோயில் பரங்குன்றே (3)

அருஞ்சொற்பொருள்:

சேய் - தூரம். பாரிடம் - பூதகணம்.

பொழிப்புரை:

நிமிர்ந்த சடைமீது நீர்ப்பெருக்காகிய கங்கையையும் வரிசைபடப் பூத்திருக்கும் கொன்றை மலரையும் சிறப்புற அணிந்திருக்கும் எம்இறைவன், நீண்டு வளர்ந்த தன் திருமேனியில் உமாதேவியை ஒரு பாகமாக வைத்திருப்பவன்; பூதகணங்கள் சுற்றிநின்று பாடி வழிபடுமாறு, அவர் எழுந்தருளி இருக்கும் கோயில் இருப்பது, பரங்குன்றமே ஆகும்.

2874. வளர்பூங் கோங்கம் மாதவி யோடு மல்லிகைக்
குளிர்பூஞ் சாரல் வண்டுஅறை சோலைப் பரங்குன்றம்
தளிர்போல் மேனித் தையல்நல் லாளோடு ஒருபாகம்
நளிர்பூங் கொன்றை சூடினன் மேய நகர்தானே (4)

அருஞ்சொற்பொருள்:

வண்டு அறை - வண்டு முரலும். தையல் நல்லாள் - நல்ல பெண்மணி (உமாதேவி). நளிர் - குளிர்ச்சி.

பொழிப்புரை:

கோங்கு, மாதவி, மல்லிகை ஆகியவை வளர்ந்து பூக்கள் நல்கும் குளிர்ந்த மலைச்சாரலை உடையதும், வண்டுகள் ஒலிசெய்யும் சோலைவனம் உடையதும், ஆகிய திருப்பரங்குன்றில் குளிர்ந்த கொன்றை மலர் மாலை சூடிய எமது பெருமான், தளிர் போன்ற மேனி நிறம் உடைய உமாதேவியை உடன்கொண்டு எழுந்தருளி இருக்கிறான்.

2875. பொன்இயல் கொன்றை பொறிகிளர் நாகம் புரிசடைத்
துன்னிய சோதி ஆகிய ஈசன் தொல்மறை
பன்னிய பாடல் ஆடலன் மேய பரங்குன்றை
உன்னிய சிந்தை உடையவர்க்கு இல்லை உறுநோயே (5)

அருஞ்சொற்பொருள்:

பொன் இயல் - பொன் போன்ற. பொறி - படப்புள்ளி. துன்னிய - நெருங்கிய. ஆடலன் - ஆடுதல் உடையவன்.

பொழிப்புரை:

பொன் போன்ற நிறம் உடைய கொன்றை மலரால் ஆன மாலையும், புள்ளி பொருந்திய படம் உடைய பாம்பும், ஆகிய இவற்றை முறுக்கேறிய சடையில் சூடி உள்ள, அடர்ந்த சோதி வடிவம் உடைய இறைவன், பழமை உடைய வேதப் பாடல்களைப் பாடுதலும் அதற்கேற்ப ஆடுதலும் உடையவன்; அவன் எழுந்தருளி இருக்கும் பரங்குன்றை நினைப்பவர்க்கு, வர உள்ள துன்ப நோய்கள் இல்லையாகும்.

2876. கடைநெடு மாடக் கடிஅரண் மூன்றும் கனல்மூழ்கத்
    தொடைநவில் கின்ற வில்லினன் அந்திச் சுடுகானில்
    புடைநவில் பூதம் பாடநின்று ஆடும் பொருசூலப்
    படைநவில் வான்தன் நன்னகர் போலும் பரங்குன்றே   (6)

அருஞ்சொற்பொருள்:

கடிஅரண் - காவல் அமைந்த மதில். தொடை - அம்பு. சுடுகான் - சுடுகாடு. புடை - பக்கம்.

பொழிப்புரை:

வாயிலும் காவல் அமைந்த மதிலும் உடைய மூன்று கோட்டைகள் நெருப்பில் மூழ்குமாறு அம்பு எய்த வில்லினை உடையவன்; மாலை நேரத்துச் செவ்வானம் போன்று தீ எரியும் சுடுகாட்டில் பூதங்கள் சுற்றிநின்று பாட, நடனம் ஆடுபவன்; சூலப்படையை ஏந்தி இருப்பவன்; அவன் விரும்பி எழுந்தருளி இருக்கும் நல்ல நகரம், திருப்பரங்குன்றமே ஆகும்.

2877. அயில்உடை வேல்ஓர் அனல்புல்கு கையின் அம்புஒன்றால்
    எயில்பட எய்த எம்இறை மேய இடம்போலும்
    மயில்பெடை புல்கி மாநடம் ஆடும் வளர்சோலைப்
    பயில்பெடை வண்டு பாடல் அறாத பரங்குன்றே   (7)

அருஞ்சொற்பொருள்:

அயில் - கூர்மை. பட - அழிய. மயில்பெடை - பெண்மயில். புல்கி - தழுவி. பெடைவண்டு - பெண்வண்டு. அறாத - இடைவிடாத.

பொழிப்புரை:

கூரிய நெருப்புமுனை உடைய ஓர் அம்பு கொண்டு, மூன்று மதில்களால் சூழப்பட்ட மூன்று கோட்டைகளை, எரித்து அழித்த எம் இறைவன் விரும்பி எழுந்தருளி இருக்கும் இடம்; பெண்மயிலையும் உடன் கொண்டு ஆண்மயில் நடனம் ஆடுவதும், பெண் வண்டு இசை பாடுவதும், ஆகிய இவை, இடையறாது நிகழும் சோலைவளம் உடைய திருப்பரங்குன்றமே ஆகும்.

2878. மைத்தகு மேனி வாள்அரக் கன்தன் மகுடங்கள்
    பத்தின திண்தோள் இருபதும் செற்றான் பரங்குன்றைச்
    சித்தம் அதுஒன்றிச் செய்கழல் உன்னிச் சிவன்என்று
    நித்தலும் ஏத்தத் தொல்வினை நம்மேல் நில்லாவே   (8)

அருஞ்சொற்பொருள்:

மைத்தகு மேனி - மை போன்ற கரிய நிறம் உடைய உடம்பு. மகுடம் - மகுடம் சூடிய தலை. செற்றான் - அழித்தான். சித்தம் - அகக்கருவிகளுள் ஒன்று. உன்னி - நினைத்து. நித்தலும் - நாள்தோறும். தொல்வினை - சஞ்சித கன்மம்.

பொழிப்புரை:

மை போன்ற கரியநிறம் கொண்ட உடம்புடன் கூடிய வாள் ஏந்திய அரக்கனாகிய இராவணனது பத்து தலைகளையும் வலிய இருபது தோள்களையும் நசுக்கியவன், எழுந்தருளி இருக்கும் திருப்பரங்குன்றைச் சிந்தையில் நிறுத்தித் தியானம் செய்து நாள்தோறும் 'சிவன்' என்று போற்றிவர, அவர்மேல் சஞ்சித கன்மம் நில்லாது.

2879. முந்திஇவ் வையம் தாவிய மாலும் மொய்ஒளி
    உந்தியில் வந்துஇங்கு அருமறை ஈந்த உரவோனும்
    சிந்தையி னாலும் தெரிவரி தாகித் திகழ்சோதி
    பந்துஇயல் அம்கை மங்கைஓர் பங்கன் பரங்குன்றே   (9)

அருஞ்சொற்பொருள்:

உந்தி - கொப்பூழ். உரவோன் - வலிமை உடையவன் (பிரமன்). பந்துஇயல் - பந்து பழகுகின்ற. அம் - அழகு.

பொழிப்புரை:

முன்பு இவ்வுலகை ஓர் அடியால் அளந்த திருமாலும், ஒளிபொருந்திய அவனது உந்தியில் முளைத்த தாமரை மலரில் வந்து தோன்றி, அரிய

வேதம் சொன்ன பிரமனும், தேடியும், தங்களது சிந்தனைக்கும் எட்டாத தன்மையில் சோதி வடிவில் எழுந்து நின்றவன்; பந்து பழகுகின்ற அழகிய கை உடைய உமாதேவியை உடம்பில் பாகமாகக் கொண்டவன்; அவன் எழுந்தருளி இருப்பது பரங்குன்று என்னும் தலத்திலே ஆகும்.

2880. **குண்டாய் முற்றும் திரிவார் கூறை மெய்போர்த்து**
மிண்டாய் மிண்டர் பேசிய பேச்சு மெய்அல்ல
பண்டுஆல் நீழல் மேவிய ஈசன் பரங்குன்றைத்
தொண்டால் ஏத்தத் தொல்வினை நம்மேல் நில்லாவே (10)

அருஞ்சொற்பொருள்:

கூறை - ஆடை. மிண்டு - முரடு. மிண்டர் - முரடர்.

பொழிப்புரை:

உடல் பருத்த குண்டர்களாய் துவராடையால் உடலைப் போர்த்துத் திரியும் பௌத்தர்களும், முரட்டுத்தனம் உடைய சமணர்களும் பேசும் பேச்சு மெய்யானவை அல்ல; மாறாக, முன்பு கல்லால மரநிழலில் எழுந்தருளிய ஈசன் குடிகொண்டிருக்கும் திருப்பரங்குன்றம் என்னும் தலத்துக்குச் சென்று, தொண்டு செய்து, போற்றி வழிபட, தொல்வினை யானவை நில்லாது, நம்மை விட்டு நீங்கும்.

2881. **தடமலி பொய்கைச் சண்பைமன் ஞானசம் பந்தன்**
படமலி நாகம் அரைக்கு அசைத்தான்தன் பரங்குன்றைத்
தொடைமலி பாடல் பத்தும் வல்லார்தம் துயர்போகி
விடமலி கண்டன் அருள்பெறும் தன்மை மிக்கோரே (11)

அருஞ்சொற்பொருள்:

தடமலி - இடம் அகன்ற. படம் மலி நாகம் - படம் உடைய பாம்பு. அரை - இடை. அசைத்தான் - கட்டினான். தொடை - எதுகை மோனை முதலிய தொடை. துயர் - துன்பம். போகி - நீங்கி.

பொழிப்புரை:

இடம் அகன்ற பொய்கை உடைய சண்பை நகரத்து ஞானசம்பந்தன்; படமுடைய பாம்பை இடையில் கச்சாகக் கட்டி இருப்பவனும், பரங்குன்றில் எழுந்தருளி இருப்பவனும், ஆகிய இறைவன்மீது பாடி அருளிய சந்த நயம் உடைய பாடல் பத்தும் கொண்டு, பாடி வழிபட வல்லவரது துயர் நீங்கும்; மேலும் அவர், விடம் தங்கிய கண்டம் உடைய அப்பெருமானின் அருளைப் பெறும் தன்மையில் சிறந்து விளங்குவர்.

266

ஆப்பனூர்

பதிக வரலாறு:

பரங்குன்றைப் பாடிப் பரவிய பிள்ளையார், ஆப்பனூர் வந்து இப்பதிகம் பாடி வழிபடுகின்றார்.

தல வரலாறு:

'திருஆப்புடையார் கோயில்' என்று தற்காலம் வழங்கப்படுகின்றது. மதுரை இரயில் நிலையத்தில் இருந்து வடகிழக்கில் 1.5 கி.மீ. தொலைவில் உள்ளது. ஒரு பாண்டிய மன்னனுக்காக இறைவர் ஆப்பில் வெளிப்பட்டு அருளிய தலம் ஆதலின், இப்பெயர் பெற்றது. இங்கு நடராசரும் சிவகாமியும் சிலையாகக் (கல் திருமேனியில்) இருக்கின்றனர்.

சுவாமி : திருஆப்புடையார்
அம்மை : குரவம்கமழ் குழலம்மை
தீர்த்தம் : வைகை

திருமுறை 1 - 88　　　　　　　　　　திருஞான - 885

பண்: குறிஞ்சி

2882. முற்றும் சடைமுடிமேல் முதிரா இளம்பிறையன்
ஒற்றைப் படஅரவம் அதுகொண்டு அரைக்குஅணிந்தான்
செற்றம்இல் சீரானைத் திருஆப்ப னூரானைப்
பற்றும் மனம்உடையார் வினைபற்று அறுப்பாரே　(1)

அருஞ்சொற்பொருள்:

¹ அரை - இடை. செற்றம் - சினம்.

பொழிப்புரை:

முடித்துக் கட்டிய சடாமுடி மீது முதிராத இளம்பிறைச் சந்திரனைச் சூடி இருப்பவன்; ஒரு படம் உடைய பாம்பை அரையில் கச்சாகக் கட்டி

இருப்பவன்; சினம் இல்லாதவன்; சிறந்த புகழ் உடையவன்; திருஆப்பனூரில் எழுந்தருளி இருப்பவன்; அவனைப் பற்றும் மனம் உடையவர், உலகப் பற்றை அறுப்பவர் ஆவர்.

2883. **குரவம் கமழ்குழலாள் குடிகொண்டு நின்றுவிண்ணோர்**
விரவும் திருமேனி விளங்கும் வளைஎயிற்றின்
அரவம் அணிந்தானை அணிஆப்ப னூரானைப்
பரவும் மனம்உடையார் வினைபற்று அறுப்பாரே (2)

அருஞ்சொற்பொருள்:

குரவம் - குராமலர். வளைஎயிறு - வளைந்த பல். அரவம் - பாம்பு.

பொழிப்புரை:

குராமலர் மணம் கமழும் கூந்தல் உடைய உமாதேவியை உடம்பில் பாகமாகக் கொண்டு விளங்கும் திருமேனி உடையவர்; தேவர்கள் தொழுது போற்ற இருந்தவர்; வளைந்த பல் உடைய பாம்பை அணிகலனாக அணிந்திருப்பவர்; அழகிய ஆப்பனூர் என்னும் தலத்தில் எழுந்தருளி இருப்பவர்; அவரைப் போற்றி வழிபடும் மனம் உடையவரை, வினைகள் பற்றுவது இல்லை.

2884. **முருகு விரிகுழலார் மனம்கொள் அனங்கனைமுன்**
பெரிதும் முனிந்துஉகந்தான் பெருமான் பெருங்காட்டின்
அரவம் அணிந்தானை அணிஆப்ப னூரானைப்
பரவும் மனம்உடையார் வினைபற்று அறுப்பாரே (3)

அருஞ்சொற்பொருள்:

முருகு - மணம். அனங்கன் - மன்மதன்.

பொழிப்புரை:

மணம் வீசும் கூந்தல் உடைய மகளிர் பெரிதும் விரும்பும் மன்மதனை முன்பு பெரிதும் சினந்து அருள் செய்தவன்; பெருமான்; பெரிய காட்டை இடமாகக் கொண்டவன்; பாம்பைப் பலவித அணிகளாக அணிந்திருப்பவன்; ஆப்பனூர் என்னும் தலத்தில் எழுந்தருளி இருப்பவன்; அவனை வணங்குகின்ற மனம் உடையவரது, வினைப்பற்றானது அறுபடும்.

2885. **பிணியும் பிறப்புஅறுப்பான் பெருமான் பெருங்காட்டில்**
துணியின் உடைதாழச் சுடர்ஏந்தி ஆடுவான்
அணியும் புனலானை அணிஆப்ப னூரானைப்
பணியும் மனம்உடையார் வினைப்பற்று அறுப்பாரே (4)

அருஞ்சொற்பொருள்:

பிணியும் பிறப்பு - மேலும் மேலும் வந்து பொருந்தும் பிறப்பு. துணி உடை - கோவண உடை. புனலான் - கங்கையைத் தங்க வைத்திருப்பவன்.

பொழிப்புரை:

மேலும் மேலும் வந்து பொருந்துகின்ற பிறப்பை அறுக்கவல்ல பெருமான்; பெரிய காட்டில் கோவண உடை தாழ, அனலைக் கையில் ஏந்தி நடனம் ஆடுபவன்; சடாமுடியில் கங்கையைத் தங்க வைத்திருப்பவன்; அழகிய ஆப்பனூரில் எழுந்தருளி இருப்பவன்; அவனைப் பணிந்து வழிபடும் மனம் உடையவரை, வினைகள் வந்து பொருந்துவது இல்லை.

2886. தகரம் மணிஅருவித் தடமால் வரைசிலையா
நகரம் ஒருமூன்றும் நலம்குன்ற வென்றுஉகந்தான்
அகர முதலானை அணிஆப்ப னூரானைப்
பகரும் மனம்உடையார் வினைபற்று அறுப்பாரே (5)

அருஞ்சொற்பொருள்:

தகரம் - மணப்பொருட்கள். தடமால் வரை - இடமகன்ற பெரிய மேருமலை. சிலை - வில். அகர முதலான் - அ என்னும் எழுத்து எல்லா எழுத்துகளிலும் கலந்திருப்பது போல எல்லாப் பொருள்களிலும் கலந்திருக்கும் மூல முதல்வன்.

பொழிப்புரை:

மணமுள்ள பொருள்கள், மணி வகைகள், ஆகியவற்றை வாரிக் கொண்டு அருவிகள் வந்து இழியும் இடமகன்ற பெரிய மேருமலையை வில்லாக வளைத்து, முப்புரம் தன்நலன் அழியுமாறு வென்று அருளியவன்; 'அ' என்னும் எழுத்தைப் போல அனைத்துப் பொருள்களிலும் விரவி நிற்பவன்; அழகிய ஆப்பனூர் என்னும் தலத்தில் எழுந்தருளி இருப்பவன்; அவனது பெருமை பேசும் மனம் உடைய அடியார்கள், வினையாகிய பற்றினை அறுப்பவரே ஆவர்.

2887. ஓடும் திரிபுரங்கள் உடனே உலந்துஅவியக்
காடுஅது இடமாகக் கனல்கொண்டு நின்றுஇரவில்
ஆடும் தொழிலானை அணிஆப்ப னூரானைப்
பாடும் மனம்உடையார் வினைபற்று அறுப்பாரே (6)

அருஞ்சொற்பொருள்:

உலந்து - வற்றி. திரிபுரம் - முப்புரம்.

பொழிப்புரை:

ஆகாயத்தில் சுற்றித் திரிந்த முப்புரங்களைத் தான் நினைத்த மாத்திரத்தில் வெந்து சாம்பல் பொடி ஆகுமாறு அழித்தவனை; சுடுகாட்டை இடமாகக் கொண்டு, நெருப்பைக் கையில் ஏந்தி, இரவு நேரத்தில் நடனம் ஆடுவதைத் தொழிலாகக் கொண்டவனை; அழகிய ஆப்பனூர் என்னும் தலத்தில் எழுந்தருளி இருப்பவனை; பாடி வழிபடும் மனம் உடையவர், வினைபற்றை அறுப்பவரே ஆவர்.

2888. **இயலும் விடைஏறி எரிகொள் மழுவீசிக்**
கயலின் இணைக்கண்ணாள் ஒருபால் கலந்துஆட
இயலும் இசையானை எழில்ஆப்ப னூரானைப்
பயிலும் மனம்உடையார் வினைபற்று அறுப்பாரே (7)

அருஞ்சொற்பொருள்:

இயலும் - மனம்போல் இயங்கும். விடை - இடபம். ஒருபால் - உடம்பின் ஒரு பகுதியில்.

பொழிப்புரை:

விருப்பம் போல இயங்கும் இடப ஊர்தியில் ஏறி, நெருப்பு போல் கனலும் மழுப்படையை வீசி, கயல்மீன் போன்ற இணையான (இரண்டு) கண்களுடன் கூடிய உமாதேவி உடம்பின் பாதியாக இருந்து ஆட, இசைப்பாடல்களைப் பாடும் இயல்பு உடையவனை; அழகிய ஆப்பனூர் என்னும் தலத்தில் எழுந்தருளி இருப்பவனை; பலமுறையும் நினைக்கும் மனம் உடையவரை, வினையானது பற்றாது.

2889. **கருக்கும் மணிமிடறன் கதநாகக் கச்சையினான்**
உருக்கும் அடியவரை ஒளிவெண் பிறைசூடி
அரக்கன் திறல்அழித்தான் அணிஆப்ப னூரானைப்
பருக்கும் மனம்உடையார் வினைபற்று அறுப்பாரே (8)

அருஞ்சொற்பொருள்:

கருக்கும் மணி - கரிய நிறம் உடைய நீலமணி. கதநாகம் - சினம் உடைய பாம்பு. திறல் - வலிமை. பருக்கும் - (பருகும்) குடிக்கும்.

பொழிப்புரை:

கரிய நிற நீலமணி போன்ற கண்டம் உடையவன்; சினமுள்ள பாம்பை இடையில் கச்சாகக் கட்டி இருப்பவன்; ஒளிவீசும் வெள்ளை நிறப் பிறைச் சந்திரனைச் சடையில் சூடி இருப்பவன்; நினைக்கும் அடியாரது உள்ளத்தை உருக்குபவன்; இராவணனது வலிமையை அழித்தவன்; அழகிய ஆப்பனூர் என்னும் தலத்தில் எழுந்தருளி இருப்பவன்; அவன் தன்னைப் பருகும் மனம் உடைய அடியாரது வினைபற்றை அறுப்பவன்.

2890. **கண்ணன் கடிக்கமல மலர்மேல் இனிதுஉறையும்**
அண்ணற்கு அளப்பரிதாய் நின்றுஅங்கு அடியார்மேல்
எண்ணில் வினைகளைவான் எழில்ஆப்ப னூரானைப்
பண்ணின் இசைபகர்வார் வினைபற்று அறுப்பாரே (9)

அருஞ்சொற்பொருள்:

கடிக்கமலம் - மணமுள்ள தாமரை மலர். அண்ணல் - பிரமன். கண்ணன் - இங்கு திருமாலைக் குறித்தது.

பொழிப்புரை:

திருமால், மணமுள்ள தாமரை மலர்மேல் இனிதே வீற்றிருக்கும் பிரமன், ஆகிய இருவருக்கும், அளந்து அறிய முடியாதவனாய், அப்பொழுது அங்கு, உயர்ந்து நின்றவன்; அடியார்கள் மேல் உள்ள எண்ணற்ற வினைகளைப் போக்கி அருளுபவன்; அழகிய ஆப்பனூரில் எழுந்தருளி இருப்பவன்; பண்ணொடு கூடிய இசைப்பாடல்களைப் பாடி வழிபட, அவரது வினைபற்றை அறுத்து எறிபவன்.

2891. **செய்ய கலிங்கத்தார் சிறுதட்டு உடையார்கள்**
பொய்யர் புறம்கூறப் புரிந்த அடியாரை
ஐயம் அகற்றுவான் அணிஆப்ப னூரானைப்
பைய நினைந்துஎழுவார் வினைபற்று அறுப்பாரே (10)

அருஞ்சொற்பொருள்:

செய்ய கலிங்கம் - துவர் ஆடை. சிறுதட்டு - சிறிய பாய். ஐயம் - மயக்கம். பைய - சிறிது சிறிதாக. புரிந்த - விரும்பிய.

பொழிப்புரை:

துவராடை உடுத்தி இருக்கும் பௌத்தர்களும், சிறிய தடுக்கினை ஆடையாகக் கொண்டிருக்கும் சமணர்களும், பொய்யர்கள்; அவர்கள்

பேசுவன உண்மைக்குப் புறம்பானவை; எனவே தன்னை விரும்பும் அடியார்க்கு எழும் மயக்க அறிவினைப் போக்கி அருளுபவனும், அழகிய ஆப்பனூர் என்னும் தலத்தில் எழுந்தருளி இருப்பவனும், ஆகிய பெருமானைச் சிறுகச் சிறுக நினைந்து எழுவீராயின், உமது வினைப் பற்றானது அறுபடும்.

2892. அந்தண் புனல்வைகை அணிஆப்ப னூர்மேய
சந்த மலர்க்கொன்றை சடைமேல் உடையானை
நந்தி அடிபரவு நலஞான சம்பந்தன்
சந்தம் இவைவல்லார் தடுமாற்று அறுப்பாரே   (11)

அருஞ்சொற்பொருள்:

அம் - அழகு. தண் - குளிர்ச்சி. சந்தம் - அழகு. நந்தி - சிவபெருமான். சந்தம் - இசைநயம்.

பொழிப்புரை:

அழகிய குளிர்ந்த நீர்ப்பெருக்கு உடைய வைகை ஆற்றின் கரையில் உள்ள அழகிய ஆப்பனூர் என்னும் தலத்தில் எழுந்தருளி இருக்கும் அழகிய கொன்றை மலர் மாலையைச் சடையில் சூடி உள்ள சிவபெருமானது திருவடியை வணங்கி, நலமுடைய ஞானசம்பந்தன், இசையோடு பாடிய பாடல் இவை கொண்டு, பாடி வழிபட வல்லவர், தடுமாற்றம் நீங்கி, நிலையான ஞானம் பெறுவர்.

திருச்சிற்றம்பலம்

267

திருப்புத்தூர்

பதிக வரலாறு:

சிரபுரத்துச் செல்வர், ஆப்பனூரைப் பாடி வழிபட்டு, திருப்புத்தூர் வந்தனர். அத்தலத்தில் சிலநாள் தங்கி வழிபட்டு, இப்பதிகத்தை அருளுகின்றார்.

தல வரலாறு:

திருப்புத்தூர் என்பது தலத்தின் பெயர்; கோயிலின் பெயர் திருத்தளி என்பது. தஞ்சாவூர் - மதுரை பேருந்து வழித்தடத்தில் உள்ளது. உமாதேவியும் இலக்குமியும் பூசித்துப் பேறு பெற்ற தலம். சுவாமி, அம்மை சந்நிதிகளுக்கு இடையே பைரவர் சந்நிதி உள்ளது. பைரவர் இத்தலத்தில் சிறப்பு உடையவர்; ஆனந்தக் கூத்தர், சிவகாமியம்மை திருவுருவங்கள் கற்சிலையால் ஆனவை; அழகு உடையவை.

சுவாமி : புத்தூர் ஈசர், திருத்தனி நாதர்

அம்மை : சிவகாமி

தலமரம் : கொன்றை

தீர்த்தம் : திருத்தனி தீர்த்தம், சிவகங்கை

திருமுறை 1 - 26 திருஞான - 885

பண்: தக்கராகம்

2893. **வெங்கள் விம்மு வெறிஆர் பொழில்சோலை**
திங்க ளோடு திளைக்கும் திருப்புத்தூர்க்
கங்கை தங்கு முடியார் அவர்போலும்
எங்கள் உச்சி உறையும் இறையாரே (1)

அருஞ்சொற்பொருள்:

வெங்கள் - விரும்பத்தக்க தேன். வெறி - மணம். உச்சி - நிராதாரம் (சகசிரதளம்)

பொழிப்புரை:

விரும்பத் தகுந்த தேன்மணம் கமழும் சோலையானது சந்திரனோடு கூடி மகிழ்கின்ற (வானளாவிய சோலை என்னும் பொருள்பட நின்றது) திருப்புத்தூர் என்னும் தலத்தில் எழுந்தருளி இருக்கும் இறைவர், கங்கை தங்கிய சடாமுடி உடையவர்; அவர் எங்களது (யோகிகளது) உச்சியில் (தலைக்கு மேல் 12 அங்குல உயரத்தில் உள்ள சகசிரதளத்தில்) எழுந்தருளி இருப்பவர்.

2894. **வேனல் விம்மு வெறிஆர் பொழில்சோலைத்**
தேனும் வண்டும் திளைக்கும் திருப்புத்தூர்
ஊனம் இன்றி உறைவார் அவர்போலும்
ஏன முள்ளும் எயிறும் புனைவாரே (2)

அருஞ்சொற்பொருள்:

வேனில் - கோடை காலம். விம்மு - மிகுகின்ற. வெறிஆர் - மணம் பொருந்திய. தேன் - ஒரு வகை வண்டு. ஊனம் - குறைபாடு. ஏனம் - பன்றி (வராக அவதாரத் திருமால்). முள் - கொம்பு.

பொழிப்புரை:

கோடை காலத்திலும் பூக்கள் பூத்துக் குலுங்கி மணம் பரப்புகின்ற சோலையில் தேன்வண்டும் ஏனைய வண்டுகளும் வந்து தேனினை உண்டு திளைக்கின்ற திருப்புத்தூர் என்னும் தலத்தில் எழுந்தருளி இருக்கும் இறைவர், வராக அவதாரத் திருமாலின் கொம்பு, பல் ஆகியவற்றை மார்பில் அணிபவர்; அவர் அத்தலத்தில் குறை ஒன்றும் இன்றி உறைகின்றார்.

2895. **பாங்கு நல்ல வரிவண்டு இசைபாடத்**
தேங்கொள் கொன்றை திளைக்கும் திருப்புத்தூர்
ஓங்கு கோயில் உறைவார் அவர்போலும்
தாங்கு திங்கள் தவழ்புன் சடையாரே (3)

அருஞ்சொற்பொருள்:

பாங்கு - பக்கங்களில். தேங்கொள் - தேன் உடைய. புன்சடை - மெல்லிய சடை. திங்கள் - பிறைச்சந்திரன்.

பொழிப்புரை:

ஊர்ப்புறத்தில் நல்ல வரிஉடைய வண்டுகள் இசை எழுப்பி, தேன் உள்ள கொன்றை மலர்களில் அமரும் திருப்புத்தூர் என்னும் தலத்தில்

எழுந்தருளி இருக்கும் இறைவர், திங்களைத் தாங்கிய தவழ்கின்ற மெல்லிய சடை உடையவர்; அவர் அங்குள்ள வானளாவிய கோபுரங்களுடன் கூடிய கோயிலில் எழுந்தருளி இருப்பவர்.

2896. **நாற விண்ட நறுமா மலர்கவ்வித்**
தேறல் வண்டு திளைக்கும் திருப்புத்தூர்
ஊறல் வாழ்க்கை உடையார் அவர்போலும்
ஏறு கொண்ட கொடிஎம்(ம்) இறையாரே (4)

அருஞ்சொற்பொருள்:

நாற - மணம் வீச. விண்ட - மலர்ந்த. தேறல்வண்டு - தேன்வண்டு. ஊறல் வாழ்க்கை - கருணை சுரக்கும் வாழ்க்கை. ஏறு - இடபம்.

பொழிப்புரை:

நறுமணமுள்ள மலர்கள் மலர்ந்து மணம் பரப்ப, தேன் வண்டுகள் வந்து தேனினை உண்டு திளைக்கும் திருப்புத்தூரில் எழுந்தருளி இருக்கும் இறைவர், இடபம் எழுதிய கொடி உடையவர்; கருணையை மட்டுமே பொழியும் ஒருவித வாழ்க்கை உடையவர்.

2897. **இசைவி ளங்கும் எழில்சூழ்ந்து இயல்பாகத்**
திசைவி ளங்கும் பொழில்சூழ் திருப்புத்தூர்
பசைவி ளங்கப் படித்தார் அவர்போலும்
வசைவி ளங்கும் வடிசேர் நுதலாரே (5)

அருஞ்சொற்பொருள்:

இசை - புகழ். பசை - அன்பு. படித்தார் - பழகுவார். வசை - பெண் (கங்கை). வடி - அழகு. நுதல் - நெற்றி (தலை).

பொழிப்புரை:

புகழை எல்லா திசைகளிலும் பரவ விட்டதும், அழகு மிகுந்ததும், சோலையால் சூழப்பட்டதும், ஆகிய திருப்புத்தூரில் எழுந்தருளி இருக்கும் இறைவர், அடியார்களிடம் அன்பை வெளிப்படுத்திப் பழகுபவர்; கங்கை என்னும் பெண்ணை அழகிய தலையில் சூடி இருப்பவர்.

2898. **வெண்நி றத்த விரையோடு அலர்உந்தித்**
தெண்நி றத்த புனல்பாய் திருப்புத்தூர்
ஒண்நி றத்த ஒளியார் அவர்போலும்
வெண்நி றத்த விடைசேர் கொடியாரே (6)

அருஞ்சொற்பொருள்:

விரை - மணம். அலர் - மலர். தெண்நிறத்த - தெளிந்த.

பொழிப்புரை:

வெண்மை நிறமும் மணமும் உள்ள மலர்களைத் தள்ளிக் கொண்டு, தெளிந்த நீரானது பாய்ந்து வரும் வளமுடைய திருப்புத்தூர் என்னும் தலத்தில் எழுந்தருளி இருக்கும் இறைவர், வெண்மை நிறம் உடைய இடபம் எழுதிய கொடி உடையவர்; ஒளி பொருந்திய பேரொளிப் பிழம்பாய் விளங்குபவர்.

2899. **நெய்தல் ஆம்பல் கழுநீர் மலர்ந்துஎங்கும்**
செய்கள் மல்கு சிவனார் திருப்புத்தூர்த்
தையல் பாகம் மகிழ்ந்தார் அவர்போலும்
மைஉண் நஞ்சம் மருவு மிடற்றாரே (7)

அருஞ்சொற்பொருள்:

செய்கள் - வயல்கள். மை உண் நஞ்சம் - மை போலும் கரிய நிறம் உடைய விடம். மருவு - பொருந்து.

பொழிப்புரை:

நெய்தல், ஆம்பல், செங்கழுநீர், ஆகிய மலர்கள் எங்கும் மலர்ந்துள்ள வயல்வளம் உடைய திருப்புத்தூரில் எழுந்தருளி இருக்கும் சிவபெருமான், உமாதேவியை உடம்பின் பாகமாகக் கொண்டவர்; மை போன்ற கரிய நிற விடம் தங்கிய கண்டம் உடையவர்.

2900. **கருக்கம் எல்லாம் கமழும் பொழில்சோலைத்**
திருக்கொள் செம்மை விழவார் திருப்புத்தூர்
இருக்க வல்ல இறைவர் அவர்போலும்
அரக்கன் ஒல்க விரலால் அடர்த்தாரே (8)

அருஞ்சொற்பொருள்:

கருக்கம் - மழைமேகம். கமழும் - பரவும். திரு - முத்தி ஆகிய திரு. விழவார் - (விழவு + ஆர்) விழாக்கள் நடைபெறுகின்ற. ஒல்க - வருந்த.

பொழிப்புரை:

மழைமேகங்கள் வந்து தங்கும் சோலை வளம் உடையதும், முத்தித் திருவை நல்கவல்ல செம்மை நலம் பொருந்திய திருவிழாக்கள்

இடையறாது நடைபெறுவதும், ஆகிய திருப்புத்தூரில் பெருமைபட எழுந்தருளி இருக்கும் இறைவர், இராவணன் வருந்துமாறு தன் கால் பெருவிரல் ஒன்று கொண்டு நசுக்கியவர்.

2901. **மருவி எங்கும் வளரும் மடமஞ்ஞை**
தெருவு தோறும் திளைக்கும் திருப்புத்தூர்ப்
பெருகி வாழும் பெருமான் அவன்போலும்
பிரமன் மாலும் அறியாப் பெரியோனே (9)

அருஞ்சொற்பொருள்:

மடமஞ்ஞை - இளம் மயில். பெருகி - கருணை பெருகி.

பொழிப்புரை:

வளர்தலை உடைய இளம் மயில்கள் தெருவெங்கும் பொருந்தி வாழ்கின்ற சிறப்பினை உடைய திருப்புத்தூர் என்னும் தலத்தில் கருணை மேன்மேலும் பெருக வாழும் சிவபெருமான் எழுந்தருளி இருக்கிறான்; அவன் பிரமனும் திருமாலும் அடிமுடி தேடியும் காணக் கிடைக்காத பெரியவன்.

2902. **கூறை போர்க்கும் தொழிலார் அமண்கூறல்**
தேறல் வேண்டா தெளிமின் திருப்புத்தூர்
ஆறு நான்கும் அமர்ந்தார் அவர்போலும்
ஏறு கொண்ட கொடிஎம்(ம்) இறையாரே (10)

அருஞ்சொற்பொருள்:

கூறை - ஆடை. தேறல் வேண்டா - தெளிதல் வேண்டா. ஆறு - ஆறு அங்கம். நான்கு - நான்கு வேதம். ஏறு கொண்ட கொடி - இடபக் கொடி.

பொழிப்புரை:

மேலாடை போர்க்கும் பௌத்தர்களும், சமணர்களும் கூறும் உபதேசங்களைக் கேட்டுத் தெளிவு பெற வேண்டா (தெளிவு பிறக்காது); மாறாக, திருப்புத்தூரில் எழுந்தருளி இருக்கும் இடபம் எழுதிய கொடி உடைய இறைவரைப் பற்றிக் கேட்டுத் தெளியுங்கள்! அவர் வேதம் நான்காகவும் அதன் அங்கம் ஆறாகவும் விளங்குபவர்.

2903. **நல்ல கேள்வி ஞான சம்பந்தன்**
செல்வர் சேடர் உறையும் திருப்புத்தூர்ச்
சொல்லல் பாடல் வல்லார் தமக்குஎன்றும்
அல்லல் தீரும் அவலம் அடையாவே (11)

அருஞ்சொற்பொருள்:

சேடர் செல்வர் - அறிவாகிய செல்வம் உடையவர். அல்லல் - துன்பம். அவலம் - வறுமை.

பொழிப்புரை:

நல்ல கேள்வி ஞானம் உடைய ஞானசம்பந்தன், அறிவாகிய செல்வம் உடையவர் நிறைந்து வாழும் திருப்புத்தூரில் எழுந்தருளி இருக்கும் இறைவர் மீது, சொல்லிய பாடல்களாகிய இவற்றில் ஈடுபாடு கொள்ளும் வல்லமை உடையார்க்கு, வரஉள்ள துன்பம் தீரும்; வறுமையும் அடையார்.

திருச்சிற்றம்பலம்

268

திருப்பூவணம்

பதிக வரலாறு:

திருப்புத்தூர் வழிபட்ட திருஞானசம்பந்தர், திருப்பூவணம் வந்து, இப்பதிகம் பாடி வழிபடுகின்றார்.

தல வரலாறு:

மதுரைக்குக் கிழக்கில் 18கி.மீ. தொலைவில், மதுரை - இராமேசுவரம் பேருந்து வழித்தடத்தில் உள்ளது. இத்தலத்தை புட்பவனக் காசி என்று கூறுவர். (காசிக்கு நிகரான தலம்) பொன்னனையாள் என்னும் அம்மையாருக்காக சொக்கநாதர் இரசவாதம் செய்து அருளிய வரலாறு திருவிளையாடல் புராணத்தில் பேசப்பட்டுள்ளது. சேர, சோழ, பாண்டிய மன்னர் மூவரும் வழிப்பட்ட தலம். மூவர் தேவாரமும் திருவிசைப் பாவும் இத்தலத்துக்கு உண்டு.

சுவாமி : பூவணநாதர்
அம்மை : மின்னம்மை
தலமரம் : பலா
தீர்த்தம் : வைகை ஆறு

திருமுறை 1 - 64 திருஞான - 886

பண்: தக்கேசி

2904. அறைஆர் புனலும் ஆமலரும்
ஆடு அரவுஆர் சடைமேல்
குறைஆர் மதியும் சூடிமாது
ஓர்கூறு உடையான் இடமாம்
முறைஆர் முடிசேர் தென்னர்
சேரர் சோழர்கள் தாம்வணங்கும்
திறைஆர் ஒளிசேர் செம்மை
ஓங்கும் தென்திருப் பூவணமே (1)

அருஞ்சொற்பொருள்:

ஆ - ஆத்தி மலர். ஆடுஅரவு - படம் எடுத்து ஆடுகின்ற பாம்பு. முறைஆர் - நீதி வழுவாத. தென்னர் - பாண்டியர். தென் - அழகு. திறை - (திரை) அலை.

பொழிப்புரை:

ஆரவாரம் செய்யும் கங்கை, ஆத்தி மலர், படம் எடுத்து ஆடுகின்ற பாம்பு, கலை குறைந்த பிறைச் சந்திரன், ஆகிய இவற்றைச் சடையில் சூடி, உமாதேவி என்னும் பெண்ணை உடம்பின் ஒரு பகுதியாகக் கொண்ட பெருமான் எழுந்தருளி இருக்கும் இடம்; நீதி வழுவாத பாண்டியர், சேரர், சோழர் ஆகிய முடிஉடை மூவேந்தர்களும் வந்து வணங்குவதும், வைகை அலைவீசிப் பாய்ந்து வளம் சேர்ப்பதும், அழகியதும், ஆகிய திருப்பூவணம் என்னும் தலமே ஆகும்.

2905. மருவார் மதில்மூன்று ஒன்ற
    எய்துமா மலையான் மடந்தை
    ஒருபால் பாகமாகச் செய்த
    உம்பர் பிரான் அவன்ஊர்
    கருவார் சாலிஆலை மல்கிக்
    கழல்மன்னர் காத்து அளித்த
    திருவால் மலிந்த சேடர்
    வாழும் தென்திருப் பூவணமே   (2)

அருஞ்சொற்பொருள்:

மருவார் - பகைவர். கருஆர் சாலி - கருக்கொள்ளும் சாலி என்னும் நெல் வகை. ஆலை - கரும்பு காய்ச்சும் ஆலை. சேடர் - அறிவுடையோர்.

பொழிப்புரை:

பகைவரது மும்மதிலை ஒருநேர் கோட்டில் வரவழைத்து, அம்பு எய்து அழித்தவனும், பெரிய இமயமலை அரசனது மகளாகிய பார்வதியை உடம்பின் ஒரு பகுதியில் பாகமாகக் கொண்டவனும், தேவர்கள் தலைவனும், ஆகிய சிவபெருமான் எழுந்தருளி இருக்கும் ஊர்; கருக்கொண்ட சாலி நெற்பயிரும், கரும்பு ஆலைகளும், பெருகி இருப்பதும், அதனால் வீரக்கழல் அணிந்த மன்னர்கள் காப்பாற்றப்படுவதும், செல்வச் செழிப்பு உடையதும், அறிவுடையோர் நிறைந்து வாழ்வதும், அழகியதும், ஆகிய திருப்பூவணமே ஆகும்.

2906. போர்ஆர் மதமா உரிவை
     போர்த்துப் பொடிஅணி மேனியனாய்க்
     கார்ஆர் கடலின் நஞ்சம்
     உண்ட கண்நுதல் விண்ணவன்ஊர்
     பார்ஆர் வைகைப் புனல்வாய்ப்
     பரப்பிப் பன்மணி பொன்கொழித்துச்
     சீர்ஆர் வாரி சேர
     நின்ற தென்திருப் பூவணமே   (3)

அருஞ்சொற்பொருள்:

போர் ஆர் மதமா - போர் செய்யும் ஆற்றல் உடைய மதயானை. உரிவை - தோல். பொடி - திருநீற்றுப் பொடி. கார்ஆர் கடல் - கருமை நிறம் உடைய கடல். பார்ஆர் வைகை - நிலத்தில் பிறந்து நிலத்திலே ஓடி முடிந்து விடும் வைகை (வைகை கடலில் சென்று கலப்பதில்லை) வாரி - நீர்.

பொழிப்புரை:

போர் செய்யும் ஆற்றலுடைய மதயானையின் தோலை உரித்துப் போர்த்துக் கொண்டவரும், திருநீறு பூசிய திருமேனி உடையவரும், கரியநிறம் உடைய, கடலில் இருந்து வெளிப்பட்ட ஆலகால விடத்தை எடுத்து உண்டவரும், நெற்றியில் கண் உடையவரும், ஆகிய சிவபெருமான் எழுந்தருளி இருக்கும் ஊர்; நிலத்தில் தோன்றி நிலத்தில் முடியும் (கடலில் கலக்காத) வைகை ஆற்றின் நீரானது மணி வகைகள், பொன்துகள்கள் ஆகியவற்றைத் தள்ளிக் கொண்டு வந்து, கரை ஒதுக்கி, வளமை சேர்க்கும் அழகிய திருப்பூவணம் என்னும் தலமே ஆகும்.

2907. கடிஆர் அலங்கல் கொன்றை
     சூடிக் காதில்ஓர் வார்குழையன்
     கொடிஆர் வெள்ளை ஏறு
     உகந்த கோவணன் இடமாம்
     படியார் கூடி நீடி
     ஓங்கும் பல்புகழால் பரவச்
     செடிஆர் வைகை சூழ
     நின்ற தென்திருப் பூவணமே   (4)

அருஞ்சொற்பொருள்:

கடி - மணம். அலங்கல் - மாலை. வார்குழை - நீண்டு தொங்கும் குழை. படியார் - உலகர். செடிஆர் - புதர் மண்டிய.

பொழிப்புரை:

மணமுள்ள கொன்றை மலரால் ஆன மாலையைச் சூடி இருப்பவரும், காதில் ஒரு நீண்ட குழை அணிந்திருப்பவரும், வெள்ளை நிற இடபம் எழுதிய கொடி ஏந்தி இருப்பவரும், கோவண உடை உடையவரும், ஆகிய சிவபெருமான் எழுந்தருளி இருக்கும் இடம்; உலக மக்கள் கூடி நின்று வணங்க உள்ளதும், புகழைப் பரவ விடுவதும், புதர்கள் மண்டி இருப்பதும், வைகை ஆற்றின் கரையில் இருப்பதும், அழகியதும், ஆகிய பூவணம் என்னும் தலமே ஆகும்.

2908. கூர்ஆர் வாளி சிலையில்
    கோத்துக் கொடிமதில் கூட்டுஅழித்த
    போர்ஆர் வில்லி மெல்லியலாள்
    ஓர்பால் மகிழ்ந்தான் இடமாம்
    ஆரா அன்பில் தென்னர்
    சேரர் சோழர்கள் போற்றிஇசைப்பத்
    தேர்ஆர் வீதி மாடம்
    நீடும் தென்திருப் பூவணமே   (5)

அருஞ்சொற்பொருள்:

கூர் ஆர் வாளி - கூர்மை பொருந்திய அம்பு. சிலை - மலை வில். கொடி மதில் - கொடிகள் கட்டப்பட்ட மதில். கூட்டு - ஒருசேர. போர்ஆர் வில்லி - போர் செய்யும் வில்லை ஏந்தியவன். ஆராஅன்பு - தெவிட்டாத இன்ப அன்பு. தேர்ஆர் வீதி - தேரோடும் வீதி.

பொழிப்புரை:

கூர்மை உடைய அம்பினை வில்லில் கோத்து, கொடிகள் பறக்கும் மும்மதிலை ஒருசேர அழித்த போர் செய்யும் வில்லினை ஏந்தியவனும், மென்மையான இயல்புடைய உமாதேவியைப் பாகமாகக் கொண்டவனும், ஆகிய சிவபெருமான் மகிழ்ந்து எழுந்தருளி இருக்கும் இடம்; தெவிட்டாத இன்ப அன்பினை உடைய பாண்டியன், சேரன், சோழன் என முடிவேந்தர் மூவரும் போற்றி வழிபட விளங்குவதும், தேரோடும் வீதியை உடையதும், மாடங்கள் நிறைந்ததும், அழகியதும், ஆகிய திருப்பூவணம் என்னும் தலமே ஆகும்.

2909. நன்று தீதுஎன்று ஒன்று
    இலாத நான்மறை யோன்கழலே
    சென்று பேணி ஏத்த
    நின்றதேவர் பிரான் இடமாம்

      குன்றில் ஒன்றி ஓங்க
      மல்கு குளிர்பொழில் சூழ்மலர்மேல்
      தென்றல் ஒன்றி முன்றில்
      ஆரும் தென்திருப் பூவணமே   (6)

அருஞ்சொற்பொருள்:

குன்றில் ஒன்றி - மலைகளில் பொருந்தி. முன்றில் - வீட்டு முற்றம்.

பொழிப்புரை:

'நன்மை தீமை' என்ற ஒன்றுக்கும் உட்படாதவனும், நான்கு வேதங்களை உலகுக்குச் சொன்னவனும், ஆகிய சிவபெருமானின் வீரக்கழல் அணிந்த திருவடியைத் தேவர்கள் சென்று போற்றி வணங்கும் இடம் ; பொதிய மலையில் இருந்து புறப்பட்ட தென்றல் உயர்ந்த குளிர்ந்த சோலைகளில் நுழைந்து, அங்குள்ள மலர்களை வருடிக் கொண்டு வந்து, வீசும் வீட்டு முற்றங்களை உடையதும், அழகியதும், ஆகிய திருப்பூவணம் ஆகும்.

2910. பைவாய் அரவம் அரையில்
      சாத்திப் பாரிடம் போற்றிஇசைப்ப
      மெய்வாய் மேனி நீறுபூசி
      ஏறு உகந்தான் இடமாம்
      கைவாழ் வளையார் மைந்த
      ரோடும் கலவியி னால்நெருங்கிச்
      செய்வார் தொழிலின் பாடல்
      ஓவாத் தென்திருப் பூவணமே   (7)

அருஞ்சொற்பொருள்:

பை - படம். பாரிடம் - பூதகணம். கைவாழ் வளையார் - கைகளில் வளையல் அணிந்துள்ள இளம் மகளிர். மைந்தர் - வலிமை உடையவர் (ஆடவர்).

பொழிப்புரை:

படமுடைய பாம்பை அரையில் கச்சாக அணிந்து, பூதகணங்கள் போற்றிப் பாட, திருமேனி முழுவதும் மெய்மை விளங்கும் திருநீற்றைப் பூசி, இடபத்தில் ஏறிவரும் சிவபெருமான் எழுந்தருளி இருக்கும் இடம் ; கையில் விளங்கும் வளையல் அணிந்த இளம் மகளிர், தமது கணவன் மார்களோடு கூடி மகிழும்போது, பாடும் இசைப் பாடல்களின் ஒலி இடையறாது கேட்கும் அழகிய திருப்பூவணம் என்னும் தலமே ஆகும்.

2911. மாட வீதிமன் இலங்கை
    மன்னனை மாண்பு அழித்துக்
    கூட வென்றிவாள் கொடுத்துஆள்
    கொள்கை யினார்க்கு இடமாம்
    பாட லோடும் ஆடல்
    ஓங்கிப் பன்மணி பொன்கொழித்து
    ஓடி நீரால் வைகை
    சூழும் உயர்திருப் பூவணமே   (8)

அருஞ்சொற்பொருள்:

மாண்பு - பெருமை. ஆள் - அடிமை.

பொழிப்புரை:

மாடங்கள் நிறைந்த வீதிகளுடன் கூடிய இலங்கை நாட்டு மன்னன் இராவணனது பெருமையை அழித்து, பிறகு வெற்றி பொருந்திய வாளைப் பரிசாக அளித்து, அவனை அடிமைகொண்ட கொள்கை உடைய சிவபெருமான் எழுந்தருளி இருக்கும் இடம்; பாடலும் ஆடலும் இடைவிடாது நடைபெறுவதும், பல மணி வகைகளையும் பொன் துகள்களையும் தள்ளிக் கொண்டு ஓடி வரும் வைகை ஆற்றின் கரையில் அமைந்துள்ளதும், செல்வச் செழிப்பு மிக்கதும், ஆகிய திருப்பூவணம் என்னும் தலமே ஆகும்.

2912. பொய்யா வேத நாவி
    னானும் பூமகள் காதலனும்
    கையால் தொழுது கழல்கள்
    போற்றக் கனல்எரி ஆனவன்ஊர்
    மைஆர் பொழிலின் வண்டு
    பாட வைகை மணிகொழித்துச்
    செய்ஆர் கமலம் தேன்அரும்
    பும்தென் திருப்பூ வணமே   (9)

அருஞ்சொற்பொருள்:

பொய்யா வேதம் - எக்காலத்தும் பொய்த்தல் இல்லாத வேதம். பூமகள் - திருமகள். கழல்கள் - திருவடிகள். மைஆர் பொழில் - நிழல் நிரம்பிய சோலை. செய்ஆர் கமலம் - வயலில் பூத்துள்ள தாமரை மலர்.

பொழிப்புரை:

எக்காலத்தும் பொய்த்தல் இல்லாத வேதம் ஓதும் நாவினை உடைய பிரமனும், திருமகளின் காதலனாகிய திருமாலும், கைகூப்பி வணங்கித் திருவடிகளைப் போற்ற முற்பட்டபோது, நெருப்பு உருவாய் உயர்ந்து நின்ற சிவபெருமான் எழுந்தருளி இருக்கும் ஊர்; நிழல் நிரம்பிய சோலையில் வண்டுகள் பாடுவதும், வைகை ஆறு மணி வகைகளைக் கொண்டு வந்து கரை ஒதுக்குவதும், வயல்களில் பூத்துள்ள தாமரை மலர்களில் இருந்து தேன் துளிப்பதும், அழகியதும், ஆகிய திருப்பூவணம் என்னும் தலமே ஆகும்.

2913. அலைஆர் புனலை நீத்தவரும்
தேரரும் அன்பு செய்யா
நிலையா வண்ணம் மாயம்
வைத்த நிமலன் தன்இடமாம்
மலைபோல் துன்னி வென்றி
ஓங்கு மாளிகை சூழ்ந்துஅயலே
சிலைஆர் புரிசை பரிசு
பண்ணும் தென்திருப் பூவணமே (10)

அருஞ்சொற்பொருள்:

புனலை நீத்தவர் - நீராடாதவர். துன்னி - நெருங்கி. சிலைஆர் புரிசை - மலை போன்ற மதில்: பரிசு - அழகு.

பொழிப்புரை:

அலைவீசும் இயல்புடைய நீரைப் பறந்தள்ளிய (குளிக்காத) சமணர்களும், பௌத்தர்களும் அன்பு செய்ய முடியாதபடி, அவரிடம் மாயையைப் பொருந்த வைத்துள்ள மலமற்ற சிவபெருமான் எழுந்தருளி இருக்கும் இடம்; மலைபோல் நெருங்கி இருப்பதும், வெற்றி உடையதும், ஆகிய மாளிகைகளைச் சூழ்ந்து, புறத்தே மலை போல் உயர்ந்த மதில்கள் உடையதும், அழகு பொருந்த விளங்குவதும், ஆகிய திருப்பூவணம் என்னும் தலமே ஆகும்.

2914. திண்ஆர் புரிசை மாடம்
ஓங்கும் தென்திருப் பூவணத்துப்
பெண்ஆர் மேனி எம்இறையைப்
பேரி யல்இன் தமிழால்

நண்ணார் உட்கக் காழி
மல்குஞான சம்பந்தன் சொன்ன
பண்ஆர் பாடல் பத்தும்
வல்லார் பயில்வது வான்இடையே   (11)

அருஞ்சொற்பொருள்:

திண் - வலிமை. புரிசை - மதில். பேரியல் - பெருமை பொருந்திய. நண்ணார் - பகைவர். உட்க - அஞ்ச.

பொழிப்புரை:

வலிமை மிக உடைய மதிலால் சூழப்பட்ட மாளிகைகள் உயர்ந்து நிற்கும் அழகிய திருப்பூவணம் என்னும் தலத்தில் உமாதேவியை உடன் கொண்டு எழுந்தருளி இருக்கும் எமது இறைவனாகிய சிவபெருமான் மீது, பெருமை உடைய இனிய தமிழ்மொழி கொண்டு, பகைவர் அஞ்சுமாறு, காழி நகரத்தில் அவதரித்த ஞானசம்பந்தன் பாடிய, இசையோடு கூடிய இப்பாடல் பத்தினையும், பாடி வழிபட வல்லவர், மறுமையில் வான உலகில் வாழும் வாழ்வினைப் பெறுவர்.

திருச்சிற்றம்பலம்

269

திருப்பூவணம்

பதிக வரலாறு:

திருப்பூவணத்தில் பாடிய மற்றும் ஒரு பதிகம் இது.

திருமுறை 3 - 278   திருஞான - 886

பண்: காந்தார பஞ்சமம்

2915. மாதுஅமர் மேனியன் ஆகி வண்டொடு
       போதுஅமர் பொழில்அணி பூவ ணத்துஉறை
       வேதனை விரவலர் அரணம் மூன்றுஎய்த
       நாதனை அடிதொழ நன்மை ஆகுமே   (1)

அருஞ்சொற்பொருள்:

மாது - பெண் (உமை). போது - மலரும் பருவத்து மொக்கு. வேதன் - வேதம் சொன்னவன். விரவலர் - பகைவர். அரணம் - மதில்.

பொழிப்புரை:

உமாதேவியை உடன்கொண்டுள்ள திருமேனி உடையவனை, வண்டுகள் மொய்க்கும் மலர்கள் நிரம்பிய சோலையால் அழகு செய்யப்பட்ட திருப்பூவணம் என்னும் தலத்தில் எழுந்தருளி இருப்பவனை, வேதங்களை உலகுக்குச் சொன்னவனை, பகைவரது மும்மதிலை அழித்தவனை, தலைவனை, திருவடி தொழுது வழிபட, நன்மைகள் உண்டாகும்.

2916. வான்அணி மதிபுல்கு சென்னி வண்டொடு
       தேன்அணி பொழில்திருப் பூவ ணத்துஉறை
       ஆனநல் அருமறை அங்கம் ஓதிய
       ஞானனை அடிதொழ நன்மை ஆகுமே   (2)

அருஞ்சொற்பொருள்:

மதிபுல்கு - சந்திரன் தங்கிய. அணி பொழில் - அழகிய சோலை. ஞானன் - ஞானம் உடையவன்.

பொழிப்புரை:

வானில் உலவும் அழகிய சந்திரனைச் சடையில் சூடியவனும், வண்டுகள் மொய்க்கும் தேன் நிரம்பிய சோலைவளம் உடைய திருப்பூவணம் என்னும் தலத்தில் எழுந்தருளி இருப்பவனும், நான்கு வேதம், ஆறு அங்கம், ஆகியவற்றை உலகுக்கு அருளியவனும், ஞானமயமானவனும், ஆகிய இறைவனது திருவடியை வணங்க, நன்மைகள் கைகூடும்.

2917. வெந்துயர் உறுபிணி வினைகள் தீர்வதுஓர்
புந்தியர் தொழுதுஎழு பூவ ணத்துஉறை
அந்திவெண் பிறையினோடு ஆறு சூடிய
நந்தியை அடிதொழ நன்மை ஆகுமே (3)

அருஞ்சொற்பொருள்:

வெந்துயர் - கொடிய துன்பம். உறுபிணி - வந்து பொருந்திய நோய். புந்தி - புத்தி. அந்தி - மாலை நேரம். ஆறு - கங்கை. நந்தி - சிவபெருமான்.

பொழிப்புரை:

கொடிய துன்பத்துக்குக் காரணமாக விளங்கும் பிறவியாகிய நோயும், அந்நோய்க்குக் காரணமாக விளங்கும் வினைகளும் ஆகியவை, (சிவபெருமானது) திருவருளால் மட்டுமே நீங்கும் என்பதை உறுதி செய்துகொண்ட நல்லறிவு உடையோர் வணங்கி எழுமாறு திருப்பூவணம் என்னும் தலத்தில் எழுந்தருளி இருக்கும் இறைவர், மாலை நேரத்துச் சந்திரப் பிறையையும் கங்கை ஆற்றையும் சூடிய சடாமுடி உடைய சிவபெருமானே ஆவர்; அவரது திருவடியை வணங்க, நன்மைகள் நிகழும்.

2918. வாசநல் மலர்மலி மார்பில் வெண்பொடிப்
பூசனைப் பொழில்திகழ் பூவ ணத்துஉறை
ஈசனை மலர்புனைந்து ஏத்து வார்வினை
நாசனை அடிதொழ நன்மை ஆகுமே (4)

அருஞ்சொற்பொருள்:

பூசன் - பூசி இருப்பவன். நாசன் - நாசம் செய்பவன்.

பொழிப்புரை:

மணமுள்ள நல்ல மலர்மாலைகள் அணிந்துள்ள மார்பில் வெண்திருநீற்றுப் பொடியைப் பூசி இருப்பவனை, சோலை சூழ்ந்த திருப்பூவணம் என்னும் தலத்தில் எழுந்தருளி இருக்கும் ஈசனை, மலர்தூவி வழிபடுவாரது வினைகளை அழிப்பவனை, அவனது திருவடியில் விழுந்து வணங்க, நன்மைகள் உண்டாகும்.

2919. குருந்தொடு மாதவி கோங்கு மல்லிகை
பொருந்திய பொழில்திருப் பூவ ணத்துஉறை
அருந்திறல் அவுணர்தம் அரணம் மூன்றுஎய்த
பெருந்தகை அடிதொழப் பீடை இல்லையே (5)

அருஞ்சொற்பொருள்:

அவுணர் - அசுரர். அரணம் - மதில். பெருந்தகை - சிவபெருமான். பீடை - பீடித்திருக்கும் துன்பம்.

பொழிப்புரை:

குருந்து, மாதவி, கோங்கம், மல்லிகை ஆகியவை மலர்ந்துள்ள சோலை வளமுடைய திருப்பூவணம் என்னும் தலத்தில் எழுந்தருளி இருக்கும் சிவபெருமான், அரிய ஆற்றல் உடைய பகை அசுரர் மூவரது மும்மதிலை அழித்த பெருந்தகையாளன்; அவனது திருவடியை வணங்கத் துன்பம் நீங்கும்.

2920. வெறிகமழ் புன்னைபொன் ஞாழல் விம்மிய
பொறிஅரவு அணிபொழில் பூவ ணத்துஉறை
கிறிபடும் உடையினன் கேடுஇல் கொள்கையன்
நறுமலர் அடிதொழ நன்மை ஆகுமே (6)

அருஞ்சொற்பொருள்:

வெறி - மணம். பொன் - அழகு. ஞாழல் - புலிநகக்கொன்றை. பொறி அரவு - படப்புள்ளியுடன் கூடிய பாம்பு. கிறிபடும் உடை - பரிகசிக்க ஏதுவாக உள்ள கோவண உடை. கேடுஇல் - கெடுக்க முடியாத. நறுமலர் அடி - நறுமணமுள்ள செந்தாமரை மலர் போன்ற திருவடி.

பொழிப்புரை:

மணமுள்ள புன்னை, அழகிய புலிநகக்கொன்றை, ஆகிய மலர்கள் மலர்ந்துள்ள சோலை வளம் உடைய திருப்பூவணம் என்னும் தலத்தில்

எழுந்தருளி இருக்கும் இறைவர், கோவணமும் அதன்மேல் பட்புள்ளிகளுடன் கூடிய பாம்பும் அணிந்திருப்பவர்; கெடுதல் இல்லாத கொள்கை உடையவர்; அவரது மணமுள்ள தாமரை மலர் போன்ற திருவடியைத் தொழ, நன்மைகள் உண்டாகும்.

2921. பறைமல்கு முழவொடு பாடல் ஆடலன்
       பொறைமல்கு பொழில்அணி பூவ ணத்துஉறை
       மறைமல்கு பாடலன் மாதுஓர் கூறினான்
       அறைமல்கு கழல்தொழ அல்லல் இல்லையே   (7)

அருஞ்சொற்பொருள்:

ஆடலன் - ஆடல் உடையவன். பொறை மல்கு - அமைதி தவழும். அறை மல்கு கழல் - ஒலிக்கும் வீரக்கழல். அல்லல் - துன்பம்.

பொழிப்புரை:

பறையும் முழவமும் ஒலிக்கப் பாடுபவனும் ஆடுபவனுமாய் விளங்குபவன்; அமைதி தவழும் அழகிய சோலை சூழ்ந்த திருப்பூவணம் என்னும் தலத்தில் எழுந்தருளி இருப்பவன்; வேதத்தைப் பாடிக் கொண்டிருப்பவன்; உமாதேவியை ஒரு பங்காக உடையவன்; ஒலிக்கும் வீரக்கழல் அணிந்த அவனது திருவடியை வணங்கத் துன்பம் இல்லையாகும்.

2922. வரைதனை எடுத்தவல் அரக்கன் நீள்முடி
       விரல்தனில் அடர்த்தவன் வெள்ளை நீற்றினன்
       பொருபுனல் புடைஅணி பூவ ணம்தனைப்
       பரவிய அடியவர்க்கு இல்லை பாவமே   (8)

அருஞ்சொற்பொருள்:

வரை - (கயிலை) மலை. பொரு புனல் - அலை மோதுகின்ற நீர். புடை - பக்கம்.

பொழிப்புரை:

கயிலை மலையைப் பெயர்த்த வலிமை உடைய அரக்கனாகிய இராவணனின் நீண்ட கிரீடம் அணிந்த தலைகளை கால்பெருவிரல் ஒன்று கொண்டு ஊன்றி நசுக்கியவன்; வெண்மை நிறத் திருநீற்றைப் பூசி இருப்பவன்; வைகை ஆற்று நீரானது வந்து மோதும், அதன் கரையில் உள்ள அழகிய திருப்பூவணம் என்னும் தலத்தில் எழுந்தருளி இருக்கும் அவனைப் போற்றி வழிபடும் அடியவர்க்கு, வரஉள்ள பாவங்கள் இல்லையாகும்.

வீ.சிவஞானம்

2923. நீர்மல்கு மலர்உறை வானும் மாலுமாய்ச்
சீர்மல்கு திருந்தடி சேர கிற்கிலர்
போர்மல்கு மழுவினன் மேய பூவணம்
ஏர்மல்கு மலர்புனைந்து ஏத்தல் இன்பமே (9)

அருஞ்சொற்பொருள்:

நீர்மல்கும் மலர் - தாமரை மலர். சீர்மல்கு - சிறப்பு பொருந்திய. சேரகிற்கிலர் - சேர முடியாதவர். 'போர்மல்கு மழு - போர்செய்ய உதவும் மழுப்படை. ஏர்மல்கு - அழகு விளங்கும். புனைந்து - தூவி.

பொழிப்புரை:

தாமரை மலரில் வீற்றிருக்கும் பிரமனும், திருமாலும், தேடியும் (சிவபெருமானது) சிறப்பு மிகுந்த திருந்திய திருவடிகளைச் சேர முடியாதவர் ஆயினர்; போர்செய்ய உதவும் மழுப்படையைக் கையில் ஏந்தித் திருப்பூவணம் என்னும் தலத்தில் எழுந்தருளி இருக்கும் பெருமானது திருவடிகளில் அழகிய நல்ல மலர்களைத் தூவி வழிபட, இன்பம் மிகும்.

2924. மண்டைகொண் டுஉழிதரு மதியில் தேரரும்
குண்டரும் குணம்அல பேசும் கோலத்தர்
வண்டுஅமர் வளர்பொழில் மல்கு பூவணம்
கண்டவர் அடிதொழுது ஏத்தல் கன்மமே (10)

அருஞ்சொற்பொருள்:

மண்டை - ஒருவகை உண்கலம். உழிதரு - சுற்றித் திரிகின்ற. மதிஇல் - அறிவு இல்லாத. தேரர் - பௌத்தர். குண்டர் - சமணர்களாகிய குண்டர்கள். கன்மம் - கடமை.

பொழிப்புரை:

மண்டை என்னும் உண்கலனில் உணவு ஏற்று சுற்றித் திரியும் அறிவில்லாத பௌத்தர்களும், உடல்பருத்த (அறிவில்லாத) சமணர்களும், குணங்கெட்ட சொற்களைப் பேசித் திரியும் பொய்க்கோலம் பூண்பவர்; (எனவே அவர் பேச்சைக் கேட்க வேண்டா) மாறாக, வண்டுகள் மொய்க்கும் வளரும் சோலை சூழ்ந்த பூவணம் என்னும் தலத்தில் எழுந்தருளி இருக்கும் இறைவரைக் கண்டு, அவரை வழிபடுவதைக் கடமையாகக் கொள்ளுங்கள்.

2925. புண்ணியர் தொழுதுஎழு பூவ ணத்துஉறை
அண்ணலை அடிதொழுது அம்தண் காழியுள்
நண்ணிய அருமறை ஞானசம் பந்தன்
பண்ணிய தமிழ்சொலப் பறையும் பாவமே (11)

அருஞ்சொற்பொருள்:

அம் - அழகு. தண் - குளிர்ச்சி. காழி - சீர்காழி. சொல - சொல்ல. பறையும் - அழியும்.

பொழிப்புரை:

புண்ணியம் உடையவர்கள் வணங்கி எழுகின்ற பூவணம் என்னும் தலத்தில் எழுந்தருளி இருக்கும் தலைவராகிய இறைவரை, அவரது திருவடியை வணங்கி, அழகிய குளிர்ந்த சீர்காழி நகரத்து ஞானசம்பந்தன் பாடிய, தமிழ்ப்பாமாலை கொண்டு பாடி வழிபட, வழிபட்டவரது பாவம் தொலையும்.

திருச்சிற்றம்பலம்

270

திருக்கானப்பேர்

பதிக வரலாறு:

பூவணம் வழிபட்ட பிள்ளையார் கானப்பேர் வந்து காளையாம் இறைவரை வழிபட்டுப் பாடிய பதிகம் இது.

தல வரலாறு:

தற்பொழுது 'காளையார் கோயில்' என்று வழங்கப்படுகின்றது. சிவகங்கையிலிருந்து பேருந்தில் செல்லலாம். மானாமதுரை - திருச்சி இரயில் தடத்தில் சிவகங்கையிலிருந்து 18 கி.மீ. தொலைவில் உள்ளது.

சுந்தரமூர்த்தி சுவாமிகளும் சேரமான் பெருமாள் நாயனாரும் திருச்சுழியில் தங்கி இருந்தபோது, கானப்பேர் இறைவர், சுந்தரர் கனவில் காளை (இளைஞர்) வடிவில் சென்று காட்சி காட்டியதால் காளையார் கோயில் என்ற பெயரே நிலைப்பதாயிற்று.

காட்டு யானை ஆகும்படி சாபம் பெற்ற ஐராவதம், விதிப்படி பூசித்து, சாபம் நீங்கிய தலம். இன்றளவும் யானை, தீர்த்தத்தில் நீராடி வருகிறது. அதனால் தீர்த்தத்தின் பெயர் 'யானைமடு' என்று அழைக்கப்படுகிறது.

இங்கு மூன்று சந்நிதிகள் இருக்கின்றன. அவை வருமாறு:

1. சோமேசுவரர் - சௌந்தரநாயகி
2. காளீசுவரர் - சொர்ணவல்லி
3. சுந்தரேசுவர் - மீனாட்சி

பண்: கொல்லி

2926. பிடிஎலாம் பின்செலப் பெருங்கைமா மலர்தழீஇ
விடியலே தடம்மூழ்கி விதியினால் வழிபடும்
கடிஉலாம் பூம்பொழில் கானப்பேர் அண்ணல்நின்
அடிஅலால் அடைசரண் உடையரோ அடியரே (1)

அருஞ்சொற்பொருள்:

பிடி - பெண் யானை. பெருங்கைமா - பெரிய கையுடைய விலங்கு (யானை). மலர்தழீஇ - மலர்களை ஏந்தி. விதியினால் - முறைப்படி. கடி - மணம்.

பொழிப்புரை:

பெண் யானைகள் பின்தொடர, ஆண் யானையானது விடியற்காலையில் குளத்தில் நீராடி, மலர்களை ஏந்திக்கொண்டு வந்து, முறைப்படி வழிபாடு செய்கின்றதும், மணமுள்ள மலர்கள் நிறைந்த சோலை சூழ்ந்ததும், ஆகிய திருக்கானப்பேர் என்னும் தலத்தில் எழுந்தருளி இருக்கும் தலைவனாகிய இறைவனின் திருவடி தவிர, அடியார்கள் புகலடைய வேறு என்ன இருக்கிறது?

2927. நுண்இடைப் பேரல்குல் நூபுர மெல்லடிப்
பெண்ணின்நல் லாளைஓர் பாகமாப் பேணினான்
கண்உடை நெற்றியான் கருதிய கானப்பேர்
விண்இடை வேட்கையர் விரும்புதல் கருமமே (2)

அருஞ்சொற்பொருள்:

நுண்இடை - சிறிய இடுப்பு. நூபுரம் - சிலம்பு. கருமமே - கடமையே.

பொழிப்புரை:

நுண்ணிய இடையும், பெரிய அல்குலும், சிலம்பு அணிந்த மெல்லிய திருவடியும், உடைய உமாதேவியை உடம்பில் ஒரு பாகமாகக் கொண்டு போற்றியவன்; நெற்றிமீது ஒரு கண் உடையவன்; அவன் எழுந்தருளி இருக்கும் கானப்பேர் என்னும் தலத்தை நினைந்து வழிபடுபவர், மேலான உலகங்களில் வாழும் விருப்பம் உடையவர்; அவ்வாறு மேம்பட்ட பிறப்பை வேண்டுவது அவரது கடமையும் ஆகும்.

2928. வாவிவாய்த் தங்கிய நுண்சிறை வண்டுஇனம்
காவிவாய்ப் பண்செயும் கானப்பேர் அண்ணலை
நாவிவாய்ச் சாந்துஉளும் பூஉளும் ஞானநீர்
தூவிவாய்ப் பெய்துநின்று ஆட்டுவார் தொண்டரே (3)

அருஞ்சொற்பொருள்:

வாவி - குளம். சிறை - இறகு. காவி - நீலமலர். நாவி - கத்தூரி. உளும் - உள்ளும். ஞானநீர் - உரிய மந்திரம் கிரியை ஞான பாவனைகளால் தூய்மை செய்யப்பட்ட நீர் (அபிமந்திரித்த நீர்). சாந்து - சந்தனச் சாந்து. பூ - மலர்.

பொழிப்புரை:

குளத்தில் தங்கி இருக்கும் மெல்லிய இறகுகள் உடைய வண்டு கூட்டம் (பகலில் தாமரை மலரிலும்) இரவில் நீலோற்பல மலரிலும் தேனினை உண்டு, இசை எழுப்பும் கானப்பேர் என்னும் தலத்தில் எழுந்தருளி இருக்கும் தலைவராகிய இறைவரை நினைந்து, கத்தூரி, சந்தனம், புனித நீர், ஆகியவை கொண்டு, அடியவர்கள் திருமஞ்சனம் ஆட்டி, மலர்தூவி, வாயினால் அர்ச்சித்து, வழிபாடு இயற்றுவர்.

2929. நிறைஉடை நெஞ்சுஉளும் நீர்உளும் பூஉளும்
பறைஉடை முழவுஉளும் பலிஉளும் பாட்டுஉளும்
கறைஉடை மிடற்றுஅண்ணல் கருதிய கானப்பேர்
குறைஉடை அவர்க்குஅலால் களைகிலார் குற்றமே (4)

அருஞ்சொற்பொருள்:

நிறை உடை நெஞ்சு - வேறு எதற்கும் இடம் தராத அன்பினால் நிறைந்த மனம். உளும் - உள்ளும். கறை - விடக்கறை. பலி - நைவேத்தியம்.

பொழிப்புரை:

திருக்கானப்பேர் என்னும் தலத்தில் எழுந்தருளி இருக்கும் விடக்கறை பொருந்திய கண்டம் உடைய தலைவராகிய இறைவரை, மனம் நிறைய அன்பு உடையவராய், நீர் கொண்டு திருமுழுக்கு ஆட்டி, மலர்கள் தூவி, பறை முழவு முதலிய வாத்திய முழக்கங்களுடன் நைவேத்தியம் வைத்து, தோத்திரம் செய்து பாடி வழிபடும் அடியவர் அல்லாத ஏனையோர், தங்களது குற்றங்களை போக்கிக் கொள்ளும் வல்லமை உடையவரோ?

2930. ஏனப்பூண் மார்பின்மேல் என்புபூண்டு ஈறுஇலா
ஞானப்பேர் ஆயிரம் பேரினான் நண்ணிய
கானப்பேர் ஊர்தொழும் காதலார் தீதுஇலர்
வானப்பேர் ஊர்புகும் வண்ணமும் வல்லரே (5)

அருஞ்சொற்பொருள்:

ஏனப்பூண் - பன்றியின் கொம்பாகிய அணிகலன். என்பு - எலும்பு. ஞானப்பேர் - சிவஞானம் தருவதாகிய அப்பெருமானுக்குரிய பெயர். ஆயிரம் பேரினார் - ஆயிரம் திருப்பெயர்களைக் கொண்டவர். காதலார் - அன்பு உடையவர். தீது இலர் - குற்றம் அற்றவர். வானப் பேர் ஊர் - தேவர்களின் அமராவதி நகரம்.

பொழிப்புரை:

வராக (பன்றி) அவதாரத் திருமாலின் கொம்பையும், எலும்புகளையும், மாலையாகக் கோத்து மார்பில் அணிந்திருப்பவரும், முதலும் முடிவும் இல்லாதவரும், சிவஞானம் கைவருவதற்குரிய ஆயிரம் திருப்பெயர்கள் உடையவரும், ஆகிய இறைவர் எழுந்தருளி இருக்கும் கானப்பேர் என்னும் தலத்தை அன்பினால் வழிபடுபவர் குற்றம் அற்றவர் ஆவர்; அவர்கள் அமராவதி நகரம் சென்று சேரும் வல்லமை உடையவரும் ஆவர்.

2931. பள்ளமே படர்சடைப் பாற்படப் பாய்ந்தநீர்
வெள்ளமே தாங்கினான் வெண்மதி கூடினான்
கள்ளமே செய்கிலார் கருதிய கானப்பேர்
உள்ளமே கோயிலா உள்கும்என் உள்ளமே (6)

அருஞ்சொற்பொருள்:

'படர்சடைப்பால் பள்ளமே பட பாய்ந்த நீர்' - எனக்கூட்டி உரைக்க. கள்ளமே செய்கிலார் - வஞ்சனை இல்லாத மனமும் செயலும் உடையவர். உள்ளும் - நினைக்கும்.

பொழிப்புரை:

படர்ந்த சடையின் இடையே பள்ளம் உண்டாகுமாறு பாய்ந்த கங்கை வெள்ளத்தைத் தாங்கியவன்; வெண்பிறைச் சந்திரனைச் சூடி இருப்பவன்; அவன் எழுந்தருளி இருக்கும் கானப்பேர் என்னும் தலத்தை வஞ்சனை இன்றி வழிபடுபவர் மனமே கோயிலாகிறது; அக்கோயிலை என் உள்ளம் நினைந்து வழிபடுகின்றது.

2932. மானமா மடப்பிடி வன்கையால் அலகிடக்
கானம்ஆர் கடகரி வழிபடும் கானப்பேர்
ஊனமாம் உடம்பினில் உறுபிணி கெடஎண்ணில்
ஞானமா மலர்கொடு நணுகுதல் நன்மையே (7)

அருஞ்சொற்பொருள்:

மடப்பிடி - இளம் பெண் யானை. அலகிட - கூட்டிக் கோயிலைத் தூய்மை செய்ய. கடகரி - மதயானை (ஆண் யானை).

பொழிப்புரை:

ஊனால் ஆகிய உடம்பில் வந்து பொருந்துவதாகிய, உயிருக்கு வர இருக்கும் பிறவி நோய் கெட வேண்டுமாயின், மானம் உள்ள பெண் யானை திருஅலகு கொண்டு, தனது வலிமை உடைய கையால், கோயிலைக் கூட்டித் தூய்மை செய்ய, காட்டில் வாழும் மதமுள்ள ஆண் யானை வந்து வழிபாடு செய்யும் திருக்கானப்பேர் என்னும் தலத்தில் எழுந்தருளி இருக்கும் இறைவரை, ஞானமாகிய மலர்கொண்டு நெருங்குவது நன்மையைத் தரும் (யானை வழிபட்ட செய்தி - தலவரலாறு பார்க்க).

2933. வாளினான் வேலினான் மால்வரை எடுத்ததிண்
தோளினான் நெடுமுடி தொலையவே ஊன்றிய
தாளினான் கானப்பேர் தலையினால் வணங்குவார்
நாளும்நாள் உயர்வதுஓர் நன்மையைப் பெறுவரே (8)

அருஞ்சொற்பொருள்:

மால்வரை - பெரிய (கயிலை) மலை. திண்தோள் - வலிய தோள். தாள் - திருவடி.

பொழிப்புரை:

வாள் வலிமை உடையவனும், வேல் வலிமை உடையவனும், பெரிய கயிலை மலையைப் பெயர்த்த தோள் வலிமை உடையவனும், ஆகிய இராவணனது நீண்ட முடி புனைந்த தலைகள் பத்தும் நெரிபடுமாறு ஊன்றிய திருவடி உடையவன்; அவன் எழுந்தருளி இருக்கும் திருக்கானப்பேர் என்னும் தலத்தைத் தலைதாழ்த்தி வணங்குபவர், நாளும் மேன்மேலும் உயர்வதாகிய நன்மையைப் பெறுவர்.

2934. சிலையினால் முப்புரம் தீஎழச் செற்றவன்
நிலைஇலா இருவரை நிலைமைகண்டு ஓங்கினான்
கலையினார் புறவில்தேன் கமழ்தரு கானப்பேர்
தலையினால் வணங்குவார் தவம்உடை யார்களே (9)

அருஞ்சொற்பொருள்:

சிலை - மலையாகிய வில். நிலைஇலா இருவர் - பிரமனும் திருமாலும். கலையின் ஆர் - நூல்களால் பேசப்படும். புறவு - முல்லை நிலம்.

பொழிப்புரை:

மேரு மலையை வில்லாக வளைத்து, முப்புரம் தீப்பற்றி எரியுமாறு செய்து அழித்தவன்; நிலையா வாழ்க்கை உடைய பிரமன் திருமால் ஆகிய இருவரது செருக்கினைக் கண்டு, அவரால் காணமுடியாதபடி உயர்ந்து நின்றவன்; நூல்களில் பேசப்படும் பெருமை உடைய முல்லை நிலத்தில் தேன் மணம் கமழும் திருக்கானப்பேரில் எழுந்தருளி இருப்பவன்; அவனைத் தலையார வணங்குபவர், தவம் உடையவரே ஆவர்.

2935. உறித்தலைச் சுரையொடு குண்டிகை பிடித்துஉச்சி
பறித்தலும் போர்த்தலும் பயன்இலை பாவிகாள்
மறித்தலை மடப்பிடி வளர்இனம் கொழுங்கொடி
கறித்துஎழு கானப்பேர் கைதொழல் கருமமே (10)

அருஞ்சொற்பொருள்:

சுரை - சுரைக்குடுக்கை. குண்டிகை - கமண்டலம். உச்சி - தலை. மடப்பிடி - இளம் பெண் யானை. 'மடப்பிடி வளர்இளம் கொழுங்கொடி மறித்தலைக் கறித்து' - எனக்கூட்டி உரைக்க. கறித்தல் - உண்ணுதல்.

பொழிப்புரை:

உறியில் சுரைக்குடுக்கை, கமண்டலம் ஆகியவற்றைச் சுமந்து, தலைமுடியைப் பறித்துக் கொள்ளும் சமணர்கள், மேலாடை போர்த்தும் பௌத்தர்கள், ஆகிய இவர்கள் பாவிகள். இவர்களது செயலால் ஒரு பயனும் விளையப் போவது இல்லை. இளமை உடைய பெண் யானை செல்லும் வழியில், வளரும் கொழுத்த இளம் கொடியானது வழிமறிக்க, அதனை உண்டு செல்லும் திருக்கானப்பேரில் எழுந்தருளி இருக்கும் இறைவரைக் கைகூப்பி வணங்குவது கடமையாகும்.

2936. காட்டகத்து ஆடலான் கருதிய கானப்பேர்
கோட்டகத்து இளவரால் குதிகொளும் காழியான்
நாட்டகத்து ஓங்குசீர் ஞானசம் பந்தன்
பாட்டகத்து இவைவல்லார்க்கு இல்லையாம் பாவமே   (11)

அருஞ்சொற்பொருள்:

கோட்டகம் - கரை உடைய நீர்நிலை. குதிகொளும் - (குதிகொள்ளும்) துள்ளும். பாட்டகம் - பாட்டுகள். வரால் - மீன்வகை.

பொழிப்புரை:

சுடுகாட்டில் நடனம் ஆடுபவன் விரும்பி எழுந்தருளி இருக்கும் திருக்கானப்பேரை; கரை உடைய நீர்நிலைகளில் இளம் வரால் மீன்கள் துள்ளிக் குதிக்கும் சீர்காழி நாட்டுக்கு உரியவனும், உயர்ந்த புகழ் உடையவனும், ஆகிய ஞானசம்பந்தன்; பாடிய பாடல்கள் இவை கொண்டு பாட வல்லவர்க்குப் பாவம் இல்லையாகும்.

திருச்சிற்றம்பலம்

271

திருக்குற்றாலம்

பதிக வரலாறு:

கானப்பேர் வழிபட்ட காழிப்பிள்ளையார், திருச்சுழியல் வணங்கி (பதிகம் இல்லை) குற்றாலம் வந்து பதிகம் பாடி வழிபடுகின்றார்.

தல வரலாறு:

தென்காசிக்கு மேற்கில் 6 கி.மீ. தொலைவில் உள்ளது. குற்றாலம் என்னும் ஒருவகை ஆலமரம் தலவிருட்சமாக இருத்தலின், இப்பெயர் பெற்றது. இதனைக் கூத்தர்கோயில் என்றும் வழங்குவர்.

சுவாமி : கூத்தர்

அம்மை : சிவகாமி

தல மரம் : குற்றாலம்

தீர்த்தம் : சித்ரா நதி

திருமுறை 1 - 99 திருஞான - 886

பண்: குறிஞ்சி

2937. **வம்புஆர் குன்றம் நீடுஉயர் சாரல் வளர்வேங்கைக்**
கொம்புஆர் சோலைக் கோலவண் டுயாழ்செய் குற்றாலம்
அம்பரல் நெய்யோடு ஆடல் அமர்ந்தான் அலர்கொன்றை
நம்பான் மேய நன்னகர் போலும் நமரங்காள் (1)

அருஞ்சொற்பொருள்:

வம்பு - மணம். யாழ்செய் - யாழ் போலப் பாடும். அம்பால் - அழகிய பால். நம்பான் - இறைவன். நமரங்காள் - நம்மவர்களே (அடியார்களே).

பொழிப்புரை:

அடியார்களால் விரும்பப்படும் இறைவன், பாலும் நெய்யும் கொண்டு திருமஞ்சனம் ஆடி, அழகிய கொன்றை மலர் மாலையைச்

சூடி, எழுந்தருளி இருக்கும் நல்ல நகரம்; நம்மவர்களே! உயர்ந்த மலையின் சாரலில் அமைந்துள்ள நன்கு வளர்ந்துள்ள பல கிளைகளுடன் கூடிய வேங்கையின் பூக்கள் மணம் பரப்ப அழகிய வண்டுகள் யாழ்போல் முரலுகின்ற குற்றாலமே ஆகும்.

2938. **பொடிகள் பூசித் தொண்டர்கள் பின்செல்லப் புகழ்விம்மக்**
கொடிக ளோடும் நாள்விழ மல்கு குற்றாலம்
கடிகொள் கொன்றை கூவிள மாலை காதல்செய்
அடிகள் மேய நன்னகர் போலும்(ம்) அடியீர்கள் (2)

அருஞ்சொற்பொருள்:

புகழ் விம்ம - புகழ் பரவ. நாள்விழ - (நாள் விழா) நாள்தோறும் நடைபெறும் விழாக்கள். கடி - மணம். கூவிளம் - வில்வம். காதல்செய் - விரும்புகின்ற. அடிகள் - இறைவர்.

பொழிப்புரை:

அடியார்களே! மணமுள்ள கொன்றை மலர் மாலை, வில்வந்தளிர், ஆகிய இவற்றால் ஆன மாலைகளை விரும்பி அணியும் நமது இறைவர் விரும்பி எழுந்தருளி இருக்கும் நல்ல நகரம்; அடியார்கள் திருநீற்றை உடல்முழுதும் பூசிக்கொண்டு பின்வரவும், புகழ் விளங்கவும், கொடிகள் அழகு செய்யவும், ஆக நாள் விழாக்கள் நடைபெறும் குற்றாலமே ஆகும்.

2939. **செல்வம் மல்கு செண்பகம் வேங்கை சென்றுஏறிக்**
கொல்லை முல்லை மெல்அரும்பு ஈனும் குற்றாலம்
வில்லின் ஒல்க மும்மதில் எய்து வினைபோக
நல்கும் நம்பான் நன்னகர் போலும் நமரங்காள் (3)

அருஞ்சொற்பொருள்:

கொல்லை முல்லை - காட்டு முல்லை. ஒல்க - அழிய. வினைபோக நல்கும் - அடியார்களது வினையினைப் போக்கி அருளும். நம்பான் - இறைவன்.

பொழிப்புரை:

நம்மவர்களே! வில்லினால் முப்புரம் அழியுமாறு அம்பு எய்து, அடியார்களது வினைகளைப் போக்கி அருளும் இறைவன் எழுந்தருளி இருக்கும் தலம்; செல்வம் பெருகுவதும், செண்பகம் வேங்கை முதலிய மரங்களில் காட்டு முல்லைக்கொடி ஏறிப் படர்ந்து, மெல்லிய அரும்புகளை ஈனுவதும், ஆகிய குற்றாலம் என்னும் நல்ல நகரமே ஆகும்.

2940. பக்கம் வாழைப் பாய்கனி யோடு பலவின்தேன்
கொக்கின் கோட்டுப் பைங்கனி தூங்கும் குற்றாலம்
அக்கும் பாம்பும் ஆமையும் பூண்டுஓர் அனல்ஏந்தும்
நக்கன் மேய நன்னகர் போலும் நமரங்காள் (4)

அருஞ்சொற்பொருள்:

பல - பலா. கொக்கு - மா. தூங்கும் - தொங்கும். அக்கு - எலும்பு. ஆமை - ஆமை ஓடு. நக்கன் - திகம்பரன் (உடை இல்லாதவன்). நமரங்காள் - நம்மவர்களே!.

பொழிப்புரை:

நம்மவர்களே! எலும்பு, பாம்பு, ஆமை ஓடு, ஆகியவற்றை அணிகலன்களாக அணிந்து, கையில் நெருப்பினை ஏந்தி இருக்கும் உடை உடுத்தாத இறைவன் எழுந்தருளி இருக்கும் தலம்; வாழையின் கனி, பலாவின் பழம், மாமரத்தின் கிளைகளில் பழுத்துள்ள தேன் போல் இனிக்கும் மாங்கனி, என மூவகைக் கனிகளும், ஊரின் பக்கங்களில் பழுத்துத் தொங்கும் வளமுடைய குற்றாலம் என்னும் நன்னகரமே ஆகும்.

2941. மலைஆர் சாரல் மகவுடன் வந்த மடமந்தி
குலைஆர் வாழைத் தீங்கனி மாந்தும் குற்றாலம்
இலைஆர் சூலம் ஏந்திய கையான் எயில்எய்த
சிலையான் மேய நன்னகர் போலும் சிறுதொண்டீர் (5)

அருஞ்சொற்பொருள்:

மடமந்தி - இளம் பெண்குரங்கு. மாந்தும் - உண்ணும். இலைஆர் சூலம் - இலை போன்ற சூலம். எயில் - மதில். சிலையான் - வில் ஏந்தியவன். சிறுதொண்டர் - கைத்தொண்டு செய்யும் அடியார்.

பொழிப்புரை:

கைத்தொண்டு செய்யும் அடியார்களே! இலை போன்ற உருவ ஒப்புமை உடைய வேல் ஏந்திய கை உடையவனும், முப்புரத்தை அம்பு எய்து அழித்த வில் ஏந்தியவனும், ஆகிய இறைவன் எழுந்தருளி இருக்கும் தலம்; மலைச்சாரலில் பெண்குரங்கு தன் குட்டியுடன் சேர்ந்து வாழைத்தாரில் உள்ள இனிய கனிகளை உண்ணும் குற்றாலம் என்னும் நல்ல நகரமே ஆகும்.

2942. மைம்மா நீலக் கண்ணியர் சாரல் மணிவாரிக்
கொய்ம்மா ஏனல் உண்கிளி ஓப்பும் குற்றாலம்
கைம்மா வேழத்து ஈர்உரி போர்த்த கடவுள்எம்
பெம்மான் மேய நன்னகர் போலும் பெரியீர்காள் (6)

அருஞ்சொற்பொருள்:

மை மா நீலம் - மை போன்ற மிகவும் கரிய. கொய்மா ஏனல் - கொய்யும் பருவத்துத் தினை. ஓப்பும் - ஓட்டும். கைம்மா வேழம் - கை உடைய விலங்காகிய யானை. ஈர்உரி - உரித்த ஈரம் உலராத தோல்.

பொழிப்புரை:

பெரியோர்களே! கை உடைய விலங்காகிய யானையின் தோலை உரித்து, உரித்த ஈரம் உலரும் முன்னே, போர்த்துக் கொண்ட கடவுளும், எமது பெருமானும், ஆகிய இறைவன், எழுந்தருளி இருக்கும் தலம்; மை போன்ற மிகவும் கரிய நிறம் உடைய கண்களுடன் கூடிய மகளிர், மலையின் சாரலில் கதிர்முற்றிக் கொய்யும் பருவத்துத் தினையினைக் கிளிகள் தின்ன, அங்கு சிதறிக் கிடக்கும் மணி வகைகளை (கல் போல) எடுத்து வீசி ஓட்டுகின்ற குற்றாலம் என்னும் நல்ல நகரமே ஆகும்.

2943. நீலம் நெய்தல் தண்சுனை சூழ்ந்த நீள்சோலைக்
கோல மஞ்ஞை பேடையொடு ஆடும் குற்றாலம்
காலன் தன்னைக் காலால் காய்ந்த கடவுள்எம்
சூல பாணி நன்னகர் போலும் தொழுவீர்கள் (7)

அருஞ்சொற்பொருள்:

கோல மஞ்ஞை - அழகிய மயில். பேடை - பெண் (மயில்). சூல பாணி - சூலம் ஏந்திய கை உடையவன்.

பொழிப்புரை:

இறைவனை வணங்குகின்ற அடியார்களே! நீல மலரும் நெய்தல் மலரும் மலர்ந்திருக்கும் குளிர்ந்த சுனைகளால் சூழப்பட்ட நீண்ட சோலைகளில், அழகிய ஆண்மயில் தன் பெண் மயிலோடு கூடி ஆடும் குற்றாலம் என்னும் நல்ல நகரமே; இயமனைக் காலால் உதைத்தவனும், சூலம் ஏந்திய கை உடையவனும், எமது கடவுளும், ஆகிய இறைவன் எழுந்தருளி இருக்கும் தலம் ஆகும்.

2944. போதும் பொன்னும் உந்திய அருவி புடைசூழக்
கூதல் மாரி நுண்துளி தூங்கும் குற்றாலம்
மூதூர் இலங்கை முட்டிய கோனை மிறைசெய்த
நாதன் மேய நன்னகர் போலும் நமரங்காள் (8)

அருஞ்சொற்பொருள்:

போது - மலர். கூதல் மாரி - சாரல் மழை. நுண்துளி தூங்கும் - மிக நுண்ணிய துளிகளாகச் சிந்தும். மிறை - தண்டனை.

பொழிப்புரை:

நம்மவர்களே! பழம்பெருமை உடைய இலங்கை நாட்டின் பெருமையை மிகைப்படுத்திக் காட்டிய இராவணனைத் தண்டித்த தலைவனாகிய இறைவன் எழுந்தருளி இருக்கும் தலம்; மலர்களையும் பொன் துகள்களையும் உந்தித் தள்ளிக் கொண்டு வருகின்ற அருவிகளால் சூழப்பட்டதும், சாரல் மழை மிக மெல்லிய துளிகளாய்ச் சிந்துவதும், ஆகிய சிறப்புகள் உடைய குற்றாலம் என்னும் நல்ல நகரமே ஆகும்.

2945. அரவின் வாயின் முள்எயிறு ஏய்ப்ப அரும்புஈன்று
குரவம் பாவை முருகுஅமர் சோலைக் குற்றாலம்
பிரமன் னோடு மால்அறி யாத பெருமைஎம்
பரமன் மேய நன்னகர் போலும் பணிவீர்காள் (9)

அருஞ்சொற்பொருள்:

அரவு - பாம்பு. முள் எயிறு - முள்போல கூரிய பல். ஏய்ப்ப - ஒப்ப. 'குரவம் அரும்பு ஈன்று' - என்று கூட்டி உரைக்க. குரவம் பாவை - (உருவகம்) குரா மலர் மலரும்போது, பாவை போலக் காணப்படும் ஆதலின், இவ்வாறு உருவகம் செய்வது வழக்கம். முருகு - மணம்.

பொழிப்புரை:

இறைவனைப் பணிந்து போற்றும் அடியார்களே! பிரமனும் திருமாலும் தேடிக்காண முடியாத பெருமை உடைய எமது மேலோனாகிய இறைவன் எழுந்தருளி இருக்கும் தலம்; பாம்பின் வாயிலுள்ள கூரிய துளை உடைய பல் போன்ற அரும்பை குரா மரங்கள் ஈனும் மணமுள்ள சோலை சூழ்ந்த குற்றாலம் என்னும் நல்ல நகரமே ஆகும்.

2946. பெருந்தண் சாரல் வாழ்சிறை வண்டு பெடைபுல்கிக்
குருந்தம் ஏறிச் செவ்வழி பாடும் குற்றாலம்
இருந்துஉண் தேரும் நின்றுஉண் சமணும் எடுத்துஆர்ப்ப
அருந்தண் மேய நன்னகர் போலும் அடியீர்காள் (10)

அருஞ்சொற்பொருள்:

பெடை - பெண் (வண்டு). புல்கி - தழுவி. செவ்வழி - ஒரு பண். அருந்தண் - அரிய தண்ணளி உடையவன்.

பொழிப்புரை:

அடியார்களே! தரையில் அமர்ந்து உண்ணும் பௌத்தர்களும், நின்றுகொண்டே உணவினை உண்ணும் சமணர்களும், பலவகையாலும் சைவ நெறிக்குப் புறம்பானவற்றை எடுத்துக்கூற, அவர்களால் அறிந்து கொள்ள முடியாத தண்ணளி உடைய இறைவன் எழுந்தருளி இருக்கும் தலம்; பெரிய குளிர்ந்த மலைச்சாரலில் வாழும் இறகுகளுடன் கூடிய ஆண்வண்டு தன் பெண் வண்டைத் தழுவி மகிழ்ந்து, குருந்த மரத்தில் ஏறி செவ்வழிப் பண்ணில் இசை முரலும் சிறப்புடைய குற்றாலம் என்னும் நல்ல நகரே ஆகும்.

2947. மாட வீதி வருபுனல் காழி யார்மன்னன்
கோடல் ஈன்று கொழுமுனை கூம்பும் குற்றாலம்
நாட வல்ல நற்றமிழ் ஞான சம்பந்தன்
பாடல் பத்தும் பாடநம் பாவம் பறையுமே (11)

அருஞ்சொற்பொருள்:

கோடல் - வெண்காந்தள். கூம்புதல் - குவிதல்.

பொழிப்புரை:

வெண்காந்தள் மலரானது மலர்ந்து, பின்னர் அதன் கொழுவிய முனைகள் குவிதலை உடைய குற்றாலத்தை; மாடி வீடுகள் உடைய வீதிகளைக் கொண்டதும், நீர்வரத்து உடையதும், ஆகிய சீர்காழி நகரத்துக்கு ஞானத்தலைவனாக விளங்கும் ஞானசம்பந்தன்; விரும்பத் தகுதி உடைய நல்ல தமிழ்மொழி கொண்டு பாடிய, பாடல்கள் பத்தினையும், பாடி வழிபட வல்லவரது பாவமானது அழியும்.

திருச்சிற்றம்பலம்

272

திருக்குறும்பலா

பதிக வரலாறு:

குற்றாலம் பாடி வழிபட்ட கவுணியர் தலைவர், குறும்பலா என்னும் திருக்கோயிலில் இப்பதிகம் பாடி வழிபடுகின்றார்.

தல வரலாறு:

குற்றால அருவிக்கு வடக்கில் இருக்கின்றது. குறும்பலா என்னும் ஒருவகைப் பலா மரம் தலவிருட்சம் ஆதலின் இப்பெயர் பெற்றது.

இது முதலில் வைணவத் தலமாக இருந்துள்ளது. இத்தலத்தை வழிபட வரும் வைணவ அடியார்கள், சிவநிந்தையும் அடியார் நிந்தையும் செய்ததோடு, அகத்தியரையும் அத்தலத்துக்கு வரஒட்டாமல் தடுத்து வந்தனர். அதுகண்டு அகத்தியர், ஒரு வைணவ அடியராய் உருக்கொண்டு, அக்கோயிலினுள் நுழைந்து, விட்ணுவின் தலைமேல் கைவைத்துச் சிவலிங்க வடிவம் ஆக்கினார்; இச்செய்தி கந்தபுராணம் - திருக்குற்றாலப் படலத்தில் பேசப்பட்டுள்ளது.

சுவாமி : குறும்பலாநாதர்
அம்மை : குழல்வாய்மொழி அம்மை
தல மரம் : குறும்பலா

திருமுறை 2 - 207 திருஞான - 886

பண்: காந்தாரம்

2948. திருந்த மதிசூடித் தெண்ணீர்
  சடைக்கரந்து தேவி பாகம்
  பொருந்திப் பொருந்தாத வேடத்தால்
  காடுஉறைதல் புரிந்த செல்வர்

இருந்த இடம்வினவில் ஏலம்
கமழ்சோலை இனவண்டு யாழ்செய்
குருந்தம் மணம்நாறும் குன்றுஇடம்சூழ்
தண்சாரல் குறும்ப லாவே   (1)

அருஞ்சொற்பொருள்:

தெண்ணீர் - தெளிந்த நீர் (கங்கை). யாழ்செய் - இசை எழுப்புகின்ற.

பொழிப்புரை:

பிறைச் சந்திரனை அழகுபடச் சடையில் சூடிஇருப்பவரும், தெளிந்த நீர்ப்பெருக்கு உடைய கங்கையைச் சடையில் மறைத்து வைத்திருப்பவரும், உமாதேவியை உடம்பின் பாகமாகக் கொண்டவரும், பொருந்தா வேடம் ஏற்றவரும், சுடுகாட்டில் உறைபவரும், ஆகிய செல்வனார் எழுந்தருளி இருக்கும் இடம் எது என வினவில்; அது ஏலக்காய் மணம் கமழ்வதும், ஆண்வண்டும் பெண்வண்டும் கூடி யாழ்போல் இசை எழுப்புவதும், குருந்த மரம் மலர்ந்து மணம் வீசுவதும், மலையின் குளிர்ந்த சாரலில் உள்ளதும், ஆகிய குறும்பலா என்னும் கோயிலே ஆகும்.

2949. நாள்பலவும் சேர்மதியம் சூடிப்
பொடிஅணிந்த நம்பான் நம்மை
ஆள்பலவும் தான்உடைய அம்மான்
இடம்போலும் அம்தண் சாரல்
கீள்பலவும் கீண்டு கிளைக்கிளையன்
மந்திபாய்ந்து உண்டு விண்ட
கோள்பலவின் தீங்கனியை மாக்கடுவன்
உண்டுஉகளும் குறும்ப லாவே   (2)

அருஞ்சொற்பொருள்:

நம்பான் - இறைவன். அம் - அழகு. தண் - குளிர்ச்சி. கீள் பல - பிளத்தலுக்குரிய பலா. கீண்டு - பிளந்து. மந்தி - பெண் குரங்கு. கடுவன் - ஆண் குரங்கு. உண்டு விண்ட - உண்டு பார்த்து சுவை உடையவற்றை மிச்சம் வைக்க.

பொழிப்புரை:

நாளும் வளர்தற்குரிய சந்திரனைப் பிறை அளவில் சூடி இருப்பவனும், திருநீற்றுப் பொடியை உடல் முழுதும் பூசி இருப்பவனும், இறைவனும், நம்மை அடிமை கொள்ளும் தலைவனும், ஆகிய பெருமான் எழுந்தருளி

இருக்கும் இடம்; அழகிய குளிர்ந்த மலையின் சாரலில், பெண் குரங்குகள் கிளைகள்தோறும் தாவி, பலாப்பழத்தைப் பிளந்து, சுவையுடைய சுளைகளைத் தாமும் உண்டு, தமது ஆண்குரங்குகளுக்குக் கொடுக்க, அதனை உண்ட ஆண்குரங்கு மகிழ்ச்சியில் திளைக்கும் குறும்பலா என்னும் தலமே ஆகும்.

2950. வாடல் தலைமாலை சூடிப்
புலித்தோல் வலித்து வீக்கி
ஆடல் அரவுஅசைத்த அம்மான்
இடம்போலும் அம்தண் சாரல்
பாடல் பெடைவண்டு போதுஅலர்த்தத்
தாதுஅவிழ்ந்து பசும்பொன் உந்திக்
கோடல் மணம்கமழும் குன்றுஇடம்சூழ்
தண்சாரல் குறும்ப லாவே (3)

அருஞ்சொற்பொருள்:

வாடல் - வற்றுதல். வலித்து வீக்கி - இறுகக் கட்டி. அசைத்த - கட்டிய. தாது - மகரந்தம். அலர்த்த - மலரச் செய்த. கோடல் - வெண்காந்தள்.

பொழிப்புரை:

தசை வற்றிய மண்டை ஓட்டு மாலையைச் சூடி இருப்பவரும், புலியின் தோலை இறுக்கமாக இடையில் கட்டி இருப்பவரும், படம் எடுத்து ஆடுகின்ற பாம்பை அதன்மேல் கச்சாகக் கட்டி இருப்பவரும், ஆகிய பெருமான் எழுந்தருளி இருக்கும் இடம்; அழகிய குளிர்ந்த மலையின் சாரலில் இசைபாடும் பெண்வண்டு, வெண்காந்தளின் மொக்கினை மலரச் செய்ய, அது பொன் போன்ற மகரந்தப் பொடியை உதிர்த்து, மணத்தினைப் பரவவிடும் குறும்பலா என்னும் தலமாகும்.

2951. பால்வெண் மதிசூடிப் பாகத்துஓர்
பெண்கலந்து பாடி ஆடிக்
காலன் உடல்கிழியக் காய்ந்தார்
இடம்போலும் கல்சூழ் வெற்பில்
நீல மலர்க்குவளை கண்திறக்க
வண்டுஅரற்றும் நெடும்தண் சாரல்
கோல மடமஞ்ஞை பேடையோடு
ஆட்டுஅயரும் குறும்ப லாவே (4)

அருஞ்சொற்பொருள்:

கோல மட மஞ்ஞை - அழகிய இளம் மயில்.

பொழிப்புரை:

பால் போன்ற வெண்மை நிறப் பிறைச்சந்திரனைச் சூடி இருப்பவரும், உடம்பின் ஒரு பாகத்தில் பெண்ணை உடன்வைத்து இருப்பவரும், வேதம் பாடுபவரும், நடனம் ஆடுபவரும், இயமன் உடல் கிழியுமாறு சினந்தவரும், ஆகிய இறைவர் எழுந்தருளி இருக்கும் இடம்; பாறைகளால் சூழப்பட்ட மலையில் நீலமலரானது மலர, வண்டு வந்து இசை எழுப்பும், நெடிய குளிர்ந்த மலையின் சாரலில் இருப்பதும், அழகிய ஆண்மயில் தன் பெண் மயிலோடு கூடி ஆடி மகிழ்வதும், ஆகிய குறும்பலா என்னும் தலமே ஆகும்.

2952. தலைவாள் மதியம் கதிர்விரியத்
  தண்புனலைத் தாங்கித் தேவி
முலைபாகம் காதலித்த மூர்த்தி
  இடம்போலும் முதுவேய் சூழ்ந்த
மலைவாய் அசும்பு பசும்பொன்
  கொழித்து இழியும் மல்குசாரல்
குலைவாழைத் தீங்கனியும் மாங்கனியும்
  தேன்பிலிற்றும் குறும்ப லாவே   (5)

அருஞ்சொற்பொருள்:

வாள்மதியம் - ஒளி உடைய சந்திரன். கதிர் விரிய - கிரணங்களைப் பரவ விடும். தண்புனல் - குளிர்ந்த நீர் (கங்கை). தேவி - உமாதேவி. முதுவேய் - முதிர்ந்த மூங்கில். அசும்பு - ஊற்று. பிலிற்றும் - துளிக்கும்.

பொழிப்புரை:

தலையில் ஒளி விளங்கும் சந்திரப்பிறையையும் கங்கையையும் சூடி இருப்பவரும், உமாதேவியின் முலையிடத்து விருப்பம் கொண்டு, அப்பெண்ணை பாகமாகக் கொண்ட திருமேனி உடையவரும், ஆகிய இறைவர் எழுந்தருளி இருக்கும் இடம்; முதிர்ந்த மூங்கில் மரங்கள் சூழ இருப்பதும், ஊற்று நீர் பெருகி அருவியாக பொன்துகள்களை உடன் கொண்டு இழிகின்ற சாரலை உடையதும், வாழையின் குலையில் உள்ள கனிகளும், மாவின் கனிகளும், பழுத்துச் சாற்றினைத் தேன்போல் ஒழுக விடுவதும், ஆகிய வளம் உடைய குறும்பலா என்னும் தலமே ஆகும்.

2953. நீற்றே துதைந்துஇலங்கு வெண்நூலர்
தண்மதியர் நெற்றிக் கண்ணர்
கூற்றுஏர் சிதையக் கடிந்தார்
இடம்போலும் குளிர்சூழ் வெற்பில்
ஏற்றேனம் ஏனம் இவையோடு
அவைவிரவி இழிபூஞ் சாரல்
கோல்தேன் இசைமுரலக் கேளாக்
குயில்பயிலும் குறும்ப லாவே   (6)

அருஞ்சொற்பொருள்:

நீற்றே - திருநீற்றிலே. துதைந்து இலங்கு - புதைந்து விளங்குகின்ற. வெண்நூல் - பூணூல். ஏர் - அழகு. கூற்று - இயமன். கடிந்தார் - சினந்தார். ஏற்றேனம் - ஆண் பன்றி. ஏனம் - பெண் பன்றி. கோல் தேன் - கொம்புத்தேன் உண்ணும் வண்டு. கேளா - கேட்டு.

பொழிப்புரை:

திருநீற்றுப் பூச்சில் புரளும் வெண்மை நிறப் பூணூல் அணிந்திருப்பவரும், குளிர்ந்த சந்திரனைச் சடையில் சூடி இருப்பவரும், நெற்றியில் கண் உடையவரும், இயமனது அழகு கெடுமாறு கோபம் கொண்டு உதைத்தவரும், ஆகிய இறைவர் எழுந்தருளி இருக்கும் இடம்; குளிர்ச்சி பொருந்திய மலையில் ஆண் பன்றியும், பெண் பன்றியும் ஆகிய இவை கூடி, மேலிருந்து கீழே இறங்கி வருவதும், கொம்புத் தேனை உண்ணும் வண்டு இசைபாட, அதுகேட்டு குயில் கூவுவதும், ஆகிய சிறப்புகள் உடைய குறும்பலா என்னும் தலமே ஆகும்.

2954. பொன்தொத்த கொன்றையும் பிள்ளை
மதியும் புனலும் சூடிப்
பின்தொத்த வார்சடைஎம் பெம்மான்
இடம்போலும் பிலயம் தாங்கி
மன்றத்து மண்முழவம் ஓங்கி
மணிகொழித்து வயிரம் உந்திக்
குன்றத்து அருவி அயலே
புனல்ததும்பும் குறும்ப லாவே   (7)

அருஞ்சொற்பொருள்:

தொத்து - கொத்து. பின்தொத்த - பின்புறம் நீண்டு தொங்க. பிலயம் - நீர்ப்பெருக்கு. மண்முழவம் - மார்ச்சனை உடைய முழவம்.

பொழிப்புரை:

பொன்போன்ற நிறமுடைய கொன்றைப் பூங்கொத்து, பிறைச் சந்திரன், கங்கை, ஆகியவற்றைச் சடையில் சூடி, அச்சடை பின்பக்கம் நீண்டு தொங்க விளங்கும் எமது பெருமான் எழுந்தருளி இருக்கும் இடம்; பிரளய நீரிலும் மூழ்காததும், மன்றத்தில் கொட்டும் மார்ச்சனை உடைய முழவம் முழங்குவதும், மாணிக்க மணி, வயிரம் முதலிய மணி வகைகளை அருவியானது உந்தித் தள்ளிக் கொண்டு வந்து இழிவதும், அதனால் நீர்வளம் மிக்கதாய் விளங்குவதும், ஆகிய குறும்பலா என்னும் தலமே ஆகும்.

2955. ஏந்து திணிதிண்தோள் இராவணனை
மால்வரைக்கீழ் அடர ஊன்றிச்
சாந்தம்என நீறுஅணிந்த சைவர்
இடம்போலும் சாரல் சாரல்
பூந்தண் நறுவேங்கைக் கொத்துஇறுத்து
மத்தகத்தில் பொலிய ஏந்திக்
கூந்தல் பிடியும் களிறும்
உடன்வணங்கும் குறும்ப லாவே (4)

அருஞ்சொற்பொருள்:

திணி திண் - மிகவும் வலிமை உடைய. மால்வரை - பெரிய (கயிலை) மலை. சைவர் - சிவன். சாரல் சாரல் - மழைச் சாரல் உடைய மலைச்சாரல். இறுத்து - ஒடித்து. கூந்தல் பிடி - கூந்தல் உடைய பெண் யானை.

பொழிப்புரை:

உயர்ந்ததும், மிக வலிமையுடையதும், ஆகிய தோள்கள் உடைய இராவணனைப் பெரிய கயிலை மலையின் கீழ் இட்டு நசுக்கிச் சந்தனம் போலத் திருநீற்றை உடல் முழுதும் பூசிய சிவபெருமான் எழுந்தருளி இருக்கும் இடம்; குளிர்ந்த மணமுள்ள வேங்கை மரத்தின் பூங்கொத்தினை ஒடித்து மத்தகத்தில் ஏந்தி, கூந்தல் உடைய பெண் யானையோடு (பெண் யானைக்கு கூந்தல் இருப்பதாகக் கூறுவது இலக்கிய வழக்கு) ஆண் யானை வந்து வழிபடும் குறும்பலா என்னும் தலமே ஆகும்.

2956. அரவின் அணையானும் நான்முகனும்
காண்புஅரிய அண்ணல் சென்னி
விரவி மதிஅணிந்த விகிர்தர்க்கு
இடம்போலும் விரிபூஞ் சாரல்

மரவம் இருகரையும் மல்லிகையும்
சண்பகமும் மலர்ந்து மாந்தக்
குரவம் முறுவல்செய்யும் குன்றுஇடம்சூழ்
தண்சாரல் குறும்ப லாவே   (9)

அருஞ்சொற்பொருள்:

விகிர்தர் - பல மாறுபாடுகள் உடையவர். மரவம் - குங்கும மரம். குரவம் - குரா மரம்.

பொழிப்புரை:

பாம்பின்மீது பள்ளி கொண்டிருக்கும் திருமாலும், நான்முகனும் தேடியும் காணமுடியாத தலைவனாகிய தன்மை உடையவனும், சடையில் பிறையை அணிந்திருப்பவனும், ஆகிய பல மாறுபாடுகள் உடையவன் எழுந்தருளி இருக்கும் இடம்; பூக்கள் மலர்ந்துள்ள மலையின் சாரலில் குங்கும மரம், மல்லிகை, சண்பகம் முதலியன பூக்கள் பூத்திருக்க அவற்றை எடுத்து விழுங்கும் விதமாக குராமரம் பூத்துச் சிரிப்பது போல் காட்டும், குன்றின் அருகில் உள்ள குறும்பலா என்னும் தலமே ஆகும்.

2957. மூடிய சீவரத்தர் முன்கூறுஉண்டு
       ஏறுதலும் பின்கூறு உண்டு
       காடி தொடுசமணைக் காய்ந்தார்
       இடம்போலும் கல்சூழ் வெற்பில்
       நீடுஉயர் வேய்குனியப் பாய்கடுவன்
       நீள்கழைமேல் நிருத்தம் செய்யக்
       கூடிய வேடுவர்கள் குய்விளியாக்
       கைமறிக்கும் குறும்ப லாவே   (10)

அருஞ்சொற்பொருள்:

சீவரத்தர் - துவர் ஆடை உடையவர். முன்கூறு - முற்பகல் பொழுது. பின்கூறு - பிற்பகல் பொழுது. ஏறுதல் - பலபடக் கூறிப் பிதற்றித் திரிதல். காடி - புளித்த கஞ்சி. தொடுதல் - உண்ணுதல். வேய் - மூங்கில். குனிய - வளைய. கடுவன் - ஆண் குரங்கு. நிருத்தம் - நடனம். குய் - ஒலிக் குறிப்பு. கை மறிக்கும் - கை கொட்டி மகிழும்.

பொழிப்புரை:

காவி உடையால் உடலை மூடிய பௌத்தர்களும், முற்பகலில் அறுசுவை உணவும், பிற்பகலில் புளித்த கஞ்சி உணவும் உட்கொள்ளும்

சமணர்களும் கண்டபடி பேசித் திரிபவர்; அவர்கள்மீது கோபம் கொண்டவர் (சிவபெருமான்) எழுந்தருளி இருக்கும் இடம்; கற்களால் ஆன மலையில் நீண்டு உயர்ந்து வளர்ந்திருக்கும் மூங்கில் மரம் வளையுமாறு, அதன்மீது பாயும் ஆண்குரங்கு நீண்ட அம்மூங்கிலின் மேல் இருந்து குதித்து ஆடுவதும், அது கண்டு கூடி நிற்கும் வேடுவர்கள் 'குய்' என ஒலி எழுப்பிக் கூவி அழைத்து, கைகொட்டிச் சிரித்து மகிழ்வதும், ஆகிய குறும்பலா என்னும் தலமே ஆகும்.

2958. **கொம்பார் பூஞ்சோலைக் குறும்பலா**
மேவிய கொல்ஏற்று அண்ணல்
நம்பான் அடிபரவும் நான்மறையான்
ஞான சம்பந்தன் சொன்ன
இன்பாய பாடல் இவைபத்தும்
பல்லார் விரும்பிக் கேட்பார்
தம்பால தீவினைகள் போய்அகல
நல்வினைகள் தளரா அன்றே (11)

அருஞ்சொற்பொருள்:

கொம்பு - பூங்கொம்பு. கொல் ஏறு - கொல்லும் தன்மை உடைய எருது. நம்பான் - இறைவன் (உயிர்களால் விரும்பப்படுபவன்). தளரா - தளராது (வளரும்).

பொழிப்புரை:

பூங்கொம்புகள் உடைய சோலை சூழ்ந்த குறும்பலா என்னும் தலத்தில் எழுந்தருளி இருக்கும் கொல்லும் தன்மை உடைய எருதின்மீது ஏறிவரும் தலைவனாகிய இறைவனது திருவடியைப் போற்றி, நான்கு மறைகளில் புலமை உடைய ஞானசம்பந்தன் பாடிய இனிய பாடல்கள் இவை பத்தினையும், பாடி வழிபட வல்லவர், கேட்பவர் என எல்லோரும் தம்மிடம் உள்ள தீயவினைகள் நீங்கவும், நல்வினைகள் தளராது வளரவும் காண்பர்.

திருச்சிற்றம்பலம்

273

திருநெல்வேலி

பதிக வரலாறு:

குற்றாலம், குறும்பலா கும்பிட்ட பிள்ளையார், நெல்வேலி வந்து வணங்கி, இப்பதிகத்தை அருளுகின்றார்.

தல வரலாறு:

இது மாவட்டத் தலைநகராக விளங்குவது. வேதசருமர் என்ற அன்பர் திருஅமுதுக்கு வைத்திருந்த நெல்லை வெள்ளம் கொண்டு செல்லாதபடி வேலியிட்டுக் காத்த இறைவர் இங்கு எழுந்தருளி இருக்கிறார். ஆதலின் ஊரின் பெயர் நெல்வேலி என்றும், சுவாமி பெயர் நெல்லையப்பர் என்றும் வழங்குவதாயிற்று.

மூங்கிலின் அடியில் முளைத்தெழுந்த இறைவரும் இத்தலத்தில் மற்றுமொரு சந்நிதி கொண்டு எழுந்தருளி இருக்கிறார். ஆதலின் ஊருக்கு வேணுவனம் என்ற பெயரும், சுவாமிக்கு வேணுநாதர் என்ற பெயரும் வழங்குவதாயிற்று (வேணு - மூங்கில்)

நெல்லையப்பர் கருப்ப அறையை (கர்ப்பக்கிரகத்தை) அடுத்து உள்ள அறையில் அரங்கநாதர் நெல்லையப்பரை வழிபட்ட வண்ணம் பள்ளி கொண்டுள்ளார்.

தாருகாவனத்துக்கு இறைவர் பிச்சைக்குச் சென்ற வரலாறு நடந்த தலம் என்று கூறுவர். இத்தலத்தைத் திருமால், பிரமன், அகத்திய முனிவர் ஆகியோர் வழிபட்டுள்ளனர். ஐம்பெரும் அம்பலங்களுள் இது தாமிர அம்பலம்.

சுவாமி	:	நெல்லையப்பர் - வேணுநாதர்
அம்மை	:	காந்திமதி
தல மரம்	:	மூங்கில்
தீர்த்தம்	:	தாமிரவருணி

பண்: சாதாரி

2959. மருந்துஅவை மந்திரம் மறுமைநன்
நெறிஅவை மற்றும்எல்லாம்
அருந்துயர் கெடும்அவர் நாமமே
சிந்தைசெய் நல்நெஞ்சமே
பொருந்துதண் புறவினில் கொன்றைபொன்
சொரிதரத் துன்றுபைம்பூம்
செருந்திசெம் பொன்மலர் திருநெல்வேலி
உறைசெல்வர் தாமே (1)

அருஞ்சொற்பொருள்:

அருந்துயர் - அரிய பிறவியாகிய துன்பம். நாமம் - திருப்பெயர். புறவு - முல்லை நிலம். செருந்தி - இதன் மலர் செம்பொன் போன்ற நிறம் உடையது. கொன்றை - பொன் நிறம் உடையது.

பொழிப்புரை:

நல்ல மனமே! நீ குளிர்ச்சி பொருந்திய முல்லை நிலத்தில் கொன்றை மலர் பொன் போல் உதிர்வதும், செருந்தி மலர் செம்பொன் போல் உதிர்வதும், ஆகிய அழகுடைய திருநெல்வேலி நகரில் எழுந்தருளி இருக்கும் முத்தியாகிய செல்வமுடைய இறைவரது திருப்பெயரைச் சிந்தையில் வைத்துத் தியானிப்பாயாக! அவ்வாறு தியானிக்க, அது நோய்க்கு மருந்து; அச்சத்தைப் போக்கும் மந்திரம்; அரிய துன்பமாகிய பிறவி கெடும்; மற்றுமுள்ள எல்லாமுமாய் விளங்கும்.

2960. என்றும்ஓர் இயல்பினர் எனநினைவு
அரியவர் ஏறுஅதுஏறிச்
சென்றுதாம் செடிச்சியர் மனைதொறும்
பலிகொளும் இயல்புஅதுவே
துன்றுதண் பொழில்நுழைந்து எழுவிய
கேதகைப் போதுஅளைந்து
தென்றல் வந்துஉலவிய திருநெல்வேலி
உறைசெல்வர் தாமே (2)

அருஞ்சொற்பொருள்:

செடிச்சியர் -ஆணவ மல மறைப்பு உடையவர். பலிகொளும் - பிச்சை ஏற்கும். கேதகை - தாழை. போது - மலர்.

பொழிப்புரை:

நெருங்கிக் குளிர்ந்த சோலையில் எழுந்து நிற்கும் தாழையின் மடலில் பட்டுத் தென்றல் வந்து உலாவுகின்ற திருநெல்வேலி என்னும் தலத்தில் எழுந்தருளி இருக்கும் முத்தியாகிய செல்வம் உடைய இறைவர், எப்பொழுதும் ஒருதன்மையில் விளங்குபவர் என்று சொல்ல அரியவர்; ஓர் எருதில் ஏறி ஆணவமல மறைப்பு உடைய அடியார் அல்லாதார் வீடுகளிலும் சென்று பிச்சை ஏற்பவர்.

2961. **பொறிகிளர் அரவமும் போழ்இள**
மதியமும்கங் கைஎன்னும்
நெறிபடு குழலியைச் சடைமிசைச்
சுலவிவெண் நீறுபூசிக்
கிறிபட நடந்துநல் கிளிமொழி
அவர்மனம் கவர்வர்போலும்
செறிபொழில் தழுவிய திருநெல்வேலி
உறைசெல்வர் தாமே (3)

அருஞ்சொற்பொருள்:

பொறி - படப்புள்ளி. நெறிபடு குழல் - நெளி உடைய கூந்தல். சுலவி - கலந்து அணிந்து. கிறி - விளையாட்டு.

பொழிப்புரை:

அடர்ந்த சோலை சூழ்ந்த திருநெல்வேலி என்னும் தலத்தில் எழுந்தருளி இருக்கும் இறைவர், முத்தியாகிய செல்வம் உடையவர்; படப்புள்ளி பொருந்திய பாம்பு, பிளந்த இளம் பிறைச் சந்திரன், நெளி (சுருள்) உடைய கூந்தலுடன் கூடிய கங்கை என்னும் பெண், ஆகிய இவற்றைச் சடையின்மீது கலந்து அணிந்திருப்பவர்; உடல் முழுதும் வெண் திருநீற்றைப் பூசி இருப்பவர்; விளையாட்டாக நடந்து கொள்பவர்; நல்ல கிளி போலப் பேசும் மகளிரது மனத்தைக் கவர்வதில் வல்லவர்.

2962. **காண்தகு மலைமகள் கதிர்நிலா**
முறுவல்செய்து அருளவேயும்
பூண்டநா கம்புறங் காடுஅரங்
காநடம் ஆடல்பேணி

ஈண்டுமா மாடங்கள் மாளிகை
மீதுஎழு கொடிமதியம்
தீண்டிவந்து உலவிய திருநெல்வேலி
உறைசெல்வர் தாமே (4)

அருஞ்சொற்பொருள்:

கதிர்நிலா முறுவல் - ஒளி உமிழும் பற்கள் தெரியச் செய்யும் புன்சிரிப்பு. மதியம் - சந்திரன். புறங்காடு - சுடுகாடு.

பொழிப்புரை:

நெருங்கி வரிசைபடக் கட்டப்பட்டுள்ள மாட மாளிகைகளின் மீது பறக்கும் கொடியானது, சந்திரனைத் தடவும் அளவு உயர்ந்து விளங்கும் திருநெல்வேலி என்னும் தலத்தில் எழுந்தருளி இருக்கும் முத்தியாகிய செல்வம் உடைய இறைவர், காண அழகிய மலை அரசனது மகள் பார்வதி அருகில் இருந்து, ஒளிரும் பற்கள் வெளியில் தெரியுமாறு புன்னகை புரியவும், அதனை மதியாது, பாம்பை அணிகலனாக அணிந்து கொண்டு, சுடுகாட்டை நடன அரங்கமாக்கி, அங்கு நின்று நடனம் ஆடிக் கொண்டிருக்கிறான் (இது எதனால் நிகழ்வது ஆயினும், நீவிர் அத்தலத்து இறைவரை வழிபட்டு உய்வீராக!)

2963. ஏனவெண் கொம்பொடும் எழில்திகழ்
மத்தமும் இளஅரவும்
கூனல்வெண் பிறைதவழ் சடையினர்
கொல்புலித் தோல்உடையார்
ஆனின்நல் ஐந்துஉகந்து ஆடுவர்
பாடுவர் அருமறைகள்
தேனில்வண்டு அமர்பொழில் திருநெல்வேலி
உறைசெல்வர் தாமே (5)

அருஞ்சொற்பொருள்:

ஏனம் - பன்றி. மத்தம் - ஊமத்தம் பூ. இளஅரவு - இளம்பாம்பு. கூனல் - வளைந்த. ஆனின் நல் ஐந்து - ஆன் ஐந்து (பஞ்ச கவ்வியம்)

பொழிப்புரை:

தேன் உண்ணும் வண்டுகள் வந்து மலரில் அமரும் சோலை வளமுள்ள திருநெல்வேலி நகரில் எழுந்தருளி இருக்கும் முத்தியாகிய செல்வம் உடைய இறைவர், பன்றியின் வெண்மை நிறக்கொம்பு, அழகு விளங்கும்

ஊமத்தம்பூ, இளம் பாம்பு, வளைந்த வெண் பிறைச் சந்திரன், ஆகிய இவற்றைச் சூடியுள்ள சடை உடையவர்; கொல்லும் தொழில் உடைய புலியின் தோலை உடையாக உடுத்தியவர்; ஆன் ஐந்து கொண்டு திருமஞ்சனம் ஆடுபவர்; அரிய மறைகளைப் பாடுபவர் (அவரை வழிபட்டு உய்வீராக!)

2964. **வெடிதரு தலையினர் வேனல்வெள்**
ஏற்றினர் விரிசடையர்
பொடிஅணி மார்பினர் புலிஅதள்
ஆடையர் பொங்குஅரவர்
வடிவுஉடை மங்கைஓர் பங்கினர்
மாதரை மையல்செய்வார்
செடிபடு பொழில்அணி திருநெல்வேலி
உறைசெல்வர் தாமே (6)

அருஞ்சொற்பொருள்:

வெடிதரு தலை - எரியும் பிணத்தின் வெடித்த தலை ஓடு. வேனல் - வெப்பம் (சினம்). அதள் - தோல். பொங்கு அரவு - சினம் உடைய பாம்பு. வடிவு - உருவ அழகு. மையல் - மயக்கம். செடி - புதர்.

பொழிப்புரை:

புதர்கள் மண்டிய சோலை அழகுடைய திருநெல்வேலி நகரில் எழுந்தருளி இருக்கும் முத்தியாகிய செல்வம் உடைய இறைவர், வெடித்த மண்டைஓட்டு மாலை அணிபவர்; சினமுடைய வெள்ளை நிற இடபம் உடையவர்; விரிந்த சடை உடையவர்; திருநீறு பூசிய மார்பு உடையவர்; புலித்தோலை ஆடையாக உடையவர்; உமாதேவியைப் பாகமாக உடையவர்; பெண்களை மயக்கும் அழகு உடையவர் (அவரை வழிபட்டு உய்வீராக!)

2965. **அக்குஉலாம் அரையினர் திரைஉலாம்**
முடியினர் அடிகள்அன்று
தக்கனார் வேள்வியைச் சாடிய
சதுரனார் கதிர்கொள்செம்மை
புக்கதோர் புரிவினர் வரிதரு
வண்டுபண் முரலும்சோலைத்
திக்குஎலாம் புகழ்உறும் திருநெல்வேலி
உறை செல்வர்தாமே (7)

அருஞ்சொற்பொருள்:

அக்கு - சங்குமணி. திரை - அலை. சாடிய - அழித்த. புரி - முறுக்கு (இங்கு முறுக்கிய சடையைக் குறித்தது.) திக்கு - திசை.

பொழிப்புரை:

வரிஉடைய வண்டு இசை எழுப்பும் சோலை சூழ்ந்ததும், எல்லாத் திசைகளிலும் தன் புகழை பரவ விட்டதும், ஆகிய திருநெல்வேலி என்னும் நகரில் எழுந்தருளி இருக்கும் முத்தியாகிய செல்வம் உடைய இறைவர், சங்குமணி கட்டிய இடை உடையவர்; அலைவீசும் கங்கையைச் சடையில் தாங்கியவர்; அடிகளாகிய அவர், முன்பு தக்கன் தன்னை மதியாது செய்த வேள்வியை அழித்த சமர்த்தர்; ஒளி வீசும் செம்மை நிற முறுக்குண்ட சடை உடையவர்; (அவரை வழிபட்டு உய்வீராக!)

2966. **முந்திமா விலங்கல்அன்று எடுத்தவன்**
முடிகள்தோள் நெரிதரவே
உந்திமா மலர்அடி ஒருவிரல்
உகிர்நுதி யால்அடர்த்தார்
கந்தம்ஆர் தருபொழில் மந்திகள்
பாய்தர மதுத்திவலை
சிந்துபூந் துறைகமழ் திருநெல்வேலி
உறைசெல்வர் தாமே (8)

அருஞ்சொற்பொருள்:

விலங்கல் - மலை. உகிர்நுதி - நுனிநகம். கந்தம் - மணம். மந்தி - பெண் குரங்கு. மது - தேன். திவலை - துளி. சிந்து பூந்துறை - தாமிரவருணி ஆற்றில் உள்ள நீர்த்துறை (இங்கு சிந்திய எலும்புகள் மலர்கள் ஆயின என்பது ஐதீகம்.)

பொழிப்புரை:

மணமுள்ள சோலையில் பெண்குரங்கு மரம் விட்டு மரம் தாவுவதால் தேன்துளிகள் சிந்துவதும், சிந்து பூந்துறையைத் தன்னகத்தே கொண்டதும், ஆகிய வளமான திருநெல்வேலி நகரில் எழுந்தருளி இருக்கும் முத்தியாகிய செல்வம் உடைய இறைவர், முந்திச் சென்று, அன்று கயிலை என்னும் பெரிய மலையைப் பெயர்த்த இராவணனது தலைகளும், தோள்களும் நெரிபடுமாறு, ஒரு விரலின் நுனிநகம் கொண்டு ஊன்றி நசுக்கியவர் (அவரை வழிபட்டு உய்வீராக!)

2967. பைங்கண்வாள் அரவுஅணை அவனொடு
பனிமல ரோனும்காணாத
அங்கணா அருள்என அவர்அவர்
முறைமுறை இறைஞ்ச நின்றார்
சங்கநான் மறையவர் நிறைதர
அரிவையர் ஆடல் பேணத்
திங்கள்நாள் விழமல்கு திருநெல்வேலி
உறைசெல்வம் தாமே (9)

அருஞ்சொற்பொருள்:

பைங்கண் - பசிய கண். வாள்அரவு - பளபளக்கும் பாம்பு. பனிமலர் - குளிர்ந்த (தாமரை மலர்). அங்கணா - அழகிய கண்ணை உடையவனே. சங்க் நான்மறையவர் - நான்மறை ஓதும் அந்தணர் கூட்டம். அரிவையர் - பெண்கள். திங்கள் நாள் விழா - திங்கள் (மாதம்) விழாவும் நாள் விழாவும்.

பொழிப்புரை:

நான்கு வேதங்களையும் கற்றுத் தேர்ந்த அந்தணர் கூட்டம் நிறைந்து வாழ்வதும், பெண்கள் நடனம் ஆடுவதும், மாதவிழாக்களும், நாள் விழாக்களும் தொடர்ந்து நடைபெறுவதும், ஆகிய திருநெல்வேலி என்னும் தலத்தில் எழுந்தருளி இருக்கும் முத்தியாகிய செல்வம் உடைய இறைவர், பசிய கண்களுடன் கூடிய ஒளிபொருந்திய பாம்பின் மீது அறிதுயில் கொள்ளும் திருமாலும், குளிர்ந்த தாமரை மலர்மேல் எழுந்தருளி இருக்கும் பிரமனும், காணமுடியாது, 'அழகிய கண்கள் உடையவரே! அருளுவாயாக!' என அவர்கள் தனித்தனியே முறைப்படி கெஞ்ச, நின்றவர் (அவரை வழிபட்டு உய்வீராக!)

2968. துவர்உறு விரிதுகில் ஆடையர்
வேடம்இல் சமணர்என்னும்
அவர்உறு சிறுசொலை அவம்என
நினையும்எம் அண்ணலார்தாம்
கவர்உறு கொடிமல்கு மாளிகைச்
சூளிகை மயில்கள்ஆலத்
திவர்உறு மதிதிகழ் திருநெல்வேலி
உறைசெல்வர் தாமே (10)

அருஞ்சொற்பொருள்:

சிறுசொலை - சிறுசொல்லை. அவம் - வீண். கவர்உறு - கண்டாரது மனங்களைக் கவர்கின்ற. சூளிகை - நிலாமுற்றம். ஆல - ஆட. திவர் - ஒளி.

பொழிப்புரை:

துவராடையால் உடம்பை மூடும் பௌத்தர்களும், பொய்வேடம் பூண்டுள்ள சமணர்களும், ஆகிய இவர்கள் சொல்லும் சிறுமைக்கு இலக்கணமாக விளங்கும் உபதேசங்கள் பயனற்றவை என நினைக்கும் எமது தலைவராகிய இறைவர், காண்பாரைக் கவரும் அழகிய கொடி கட்டப்பட்டுள்ள மாளிகையின் மேல் உள்ள நிலாமுற்றத்தில் மயில்கள் ஆடவும், நிலவு ஒளி பரவவும், ஆக விளங்கும் திருநெல்வேலி என்னும் தலத்தில் எழுந்தருளி இருக்கிறார்.

2969. பெருந்தண்மா மலர்மிசை அயன்அவன்
அனையவர் பேணுகல்வித்
திருந்துமா மறையவர் திருநெல்வேலி
உறைசெல்வர் தம்மைப்
பொருந்துநீர்த் தடம்மல்கு புகலியுள்
ஞானசம் பந்தன்சொன்ன
அருந்தமிழ் மாலைகள் பாடிஆடக்
கெடும் அருவினையே (11)

அருஞ்சொற்பொருள்:

பெருந்தண் மாமலர் - பெரிய குளிர்ந்த தாமரை மலர். பேணுகல்வி - போற்றும் வேதக் கல்வி. நீர்த்தடம் - நீர்நிலை.

பொழிப்புரை:

பெரிய குளிர்ந்த தாமரை மலர்மேல் உறையும் பிரமன் போன்றவரும், வேதம் ஓதுபவரும், திருந்திய வாழ்க்கை உடையவரும், ஆகிய அந்தணர்கள் நிறைந்து வாழும் திருநெல்வேலி என்னும் தலத்தில் எழுந்தருளி இருக்கும் ஞானமாகிய செல்வம் நல்கும் இறைவரை; நீர்நிலைகள் நிரம்பஉள்ள புகலிநகர் ஞானசம்பந்தன் பாடிய; அருந்தமிழ் மாலையாகிய இப்பாமாலையைப் பாடியும் ஆடியும் வழிபட; அரிய வினைகள் ஆனவை அழியும்.

திருச்சிற்றம்பலம்

274

திரு இராமேச்சுரம்

பதிக வரலாறு:

திருநெல்வேலி வழிபட்ட ஆளுடைய பிள்ளையார், பாண்டியர், மங்கையர்க்கரசியார், அமைச்சர், முதலானோரை உடன்கொண்டு, இராமேச்சுரம் கோயிலை வலமாக வந்து உள்ளே சென்று வணங்கிப் பாடிய பதிகம் இது.

தல வரலாறு:

இராமேச்சுரம் இரயில் நிலையத்தில் இருந்து 1.5 கி.மீ. தொலைவில் கோயில் உள்ளது. இராவணனைக் கொன்ற பாவம் நீங்க இராமன் இலிங்கப் பிரதிட்டை செய்து வழிபட்ட தலம். இலிங்கம் கொண்டுவர அனுமன் காசிக்குச் சென்று திரும்பி வரக் காலம் தாழ்த்தமை கண்ட சீதை மணலால் அமைத்த இலிங்கத்தை இராமர் பூசித்தனர். அவர் பெயர்தான் இராமநாதர் என்பது. அனுமன் கொண்டுவந்த இலிங்கத்தை மூலவருக்கு வடக்குப்பக்கம் எழுந்தருளச் செய்தனர். அவர் விசுவஇலிங்கம் எனப் பெயர் பெற்றனர்.

சோதி இலிங்கத் தலங்கள் 12-இல் ஒன்று. விட்ணு தம்மைப் பிரிந்து குணநிதி என்னும் பெயருடைய பாண்டியனிடம் வளர்ந்த இலக்குமியை மறையவராய் வந்து மணந்து, சேதுமாதவர் என்ற பெயருடன் எழுந்தருளி இருக்கிறார். இந்தத் தலத்தின் பெருமைகள் குறித்து அறிய சேதுபுராணம் படிக்கலாம். பல்வேறு தீர்த்தச் சிறப்புகள் உடைய தலம்.

சுவாமி	:	இராமநாதர்
அம்மை	:	மலைவளர் காதலி
தீர்த்தம்	:	இராம தீர்த்தம் முதலிய 22 தீர்த்தங்கள்

பண்: காந்தார பஞ்சமம்

2970. **அலைவளர் தண்மதியோடு அயலே அடக்கிஉமை**
முலைவளர் பாகம் முயங்க வல்லமுதல் வன்முனி
இலைவளர் தாழைகள் விம்முகா னல்இரா மேச்சுரம்
தலைவளர் கோலநல் மாலையன் தான்இருந்து ஆட்சியே (1)

அருஞ்சொற்பொருள்:

அயலே - அருகிலே. உமை - உமாதேவி. முயங்க - தழுவ. கானல் - கடற்கரைச் சோலை. ஆட்சி - ஆட்சி செய்யும் இடம்.

பொழிப்புரை:

அலைவீசும் கங்கை, குளிர்ந்த சந்திரப்பிறை, மண்டை ஓடுகளைக் கோத்துக் கட்டிய மாலை, ஆகியவற்றை அணிந்துகொண்டு, பக்கத்தில் வைத்துள்ள உமாதேவியின் முலைகளைத் தழுவும் முதல்வன்; முனிவன்; அவன் எழுந்தருளி இருந்து ஆட்சி செய்யும் தலம், இலைகள் மட்டுமே வளர்கின்ற (கிளை விளார் முதலியன இல்லாத) தாழை மரங்கள் செழித்து வளரும் கடற்கரைச் சோலை உடைய இராமேச்சுரம் என்னும் தல்மே ஆகும்.

2971. **தேவியை வவ்விய தென்இலங் கைத்தச மாமுகன்**
பூஇய லும்முடி பொன்றுவித் தபழி போய்அற
ஏஇய லும்சிலை அண்ணல்செய் தஇரா மேச்சுரம்
மேவிய சிந்தையி னார்கள்தம் மேல்வினை வீடுமே (2)

அருஞ்சொற்பொருள்:

தேவி - சீதை. வவ்விய - கவர்ந்த. தசமாமுகன் - பத்து முகங்கள் உடையவன் (இராவணன்). பூ இயலும் முடி - வெற்றி மாலை அணிந்த முடி. பொன்றுவித்த - கொன்ற. போய்அற - கழிந்து நீங்க. ஏ - அம்பு. சிலை - வில். வீடும் - அழியும்.

பொழிப்புரை:

சீதையைக் கவர்ந்து சென்ற இராவணனது மாலை அணிந்த தலையைக் கொய்த பழி விலகுமாறு, அம்பு பொருந்திய வில்லினை ஏந்திய இராமன் தாபித்து வழிபட்ட இறைவன் எழுந்தருளி இருக்கும் இராமேச்சரம் என்னும் தலத்தை மனத்தால் நினைப்பவரது மேல்வினைகள் அழியும்.

2972. மான்அன நோக்கிவை தேகிதன் னைஒரு மாயையால்
கான்அதில் வவ்விய கார்அரக் கன்உயிர் செற்றவன்
ஈனம்இ லாப்புகழ் அண்ணல்செய் தஇரா மேச்சுரம்
ஞானமும் நன்பொருள் ஆகிநின்ற துஒரு நன்மையே   (3)

அருஞ்சொற்பொருள்:

மான் அன நோக்கி வேதகி - மான் போன்ற மருண்ட பார்வை உடைய சீதை. மாயை - மாயம். கான் - காடு. வவ்விய - கவர்ந்த. ஈனம் - குறை. அண்ணல் - தலைவன் (இராமன்).

பொழிப்புரை:

மான் போன்ற மருண்ட பார்வை உடைய சீதையை, ஒரு மாயத்தால் காட்டிலிருந்து கவர்ந்து சென்ற, கரியநிற அரக்கனாகிய இராவணன், உயிரைப் பறித்தவன்; குறை ஒன்றும் இல்லாத பெரும்புகழ் உடைய தலைவன்; அவன் பெயர் இராமன்; அவனால் தாபித்து வழிபடப்பட்ட இராமேச்சுரத்தை வழிபட, ஞானமும், அதன் பயனாகிய வீடுபேறும் எளிதில் கிடைக்கும்.

2973. உரைஉண ராதவன் காமம்என் னும்(ம்)உறு வேட்கையான்
வரைபொரு தோள்இறச் செற்றவில்லி மகிழ்ந்து ஏத்திய
விரைமரு வும்கடல் ஓதம்மல் கும்இரா மேச்சுரத்து
அரைஅரவு ஆடநின்று ஆடல் பேணும்அம் மான்நல்லனே   (4)

அருஞ்சொற்பொருள்:

உரை - நீதி. இற - முறிய. செற்றவில்லி - அழித்த வில் ஏந்திய இராமன். விரை - மணம். ஓதம் - அலை. அரை - இடை. நல்லன் - சிவபெருமான்.

பொழிப்புரை:

நீதி வசனங்களை உணராதவனும், பிறன் மனைவியை விரும்பிய காமுகனும், ஆகிய இராவணனது, மலை போன்ற பெரிய தோள்கள் முறிந்து விழுமாறு அழித்த வில்லினை ஏந்திய இராமனால் மகிழ்ந்து போற்றப்பட்டவனும்; புலால் நாற்றம் வீசும் அலை வந்து செல்லும் இராமேச்சுரத்தில் எழுந்தருளி இருப்பவனும்; இடையில் பாம்பினைக் கச்சாகக் கட்டி இருப்பவனும்; அப்பாம்பு படமெடுத்து ஆடத் தானும் நடனம் ஆடுகின்றவனும்; ஆகிய சிவபெருமான் நல்லவனே ஆவன்.

2974. ஊறுஉடை வெண்தலை கையில்ஏந் திப்பல ஊர்தொறும்
வீறுஉடை மங்கையர் ஐயம் பெய்யவிறல் ஆர்ந்ததோர்
ஏறுஉடை வெல்கொடி எந்தை மேயஇரா மேச்சுரம்
பேறுஉடை யான்பெயர் ஏத்தமாந் தர்பிணி பேருமே (5)

அருஞ்சொற்பொருள்:

ஊறு - துன்பம். வீறு - அழகு. ஐயம் பெய்ய - பிச்சை இட. விறல் - வெற்றி. ஏறு - இடபம். பேரும் - பெயரும் (நீங்கும்)

பொழிப்புரை:

துன்பத்துக்கு ஆளான வெள்ளை நிற மண்டை ஓட்டைக் (சிவபெருமான் நகம் கொண்டு கிள்ளிய பிரமனது ஐந்தாவது தலையின் ஓடு) கையில் ஏந்தி இருப்பவனும், பல ஊர்கள்தோறும் சுற்றித் திரிபவனும், அழகிய மகளிர் இடும் பிச்சை உணவை ஏற்பவனும், வெற்றி பொருந்திய இடபக் கொடி ஏந்தியவனும், எனது தந்தையும், ஆகிய இறைவன், இராமேச்சுரத்தில் எழுந்தருளி இருக்கிறான்; வீடுபேறு அருளவல்ல அவனது திருப்பெயரை உச்சரித்துப் போற்றி வழிபடுபவரது பிறவியாகிய பிணி நீங்கும்.

2975. அணைஅலை சூழ்கடல் அன்றுஅடைத் துவழி செய்தவன்
பணைஇலங் கும்முடி பத்துஇறுத் தபழி போக்கிய
இணைஇலி என்றும் இருந்தகோ யில்இரா மேச்சுரம்
துணைஇலி தூமலர்ப் பாதம்ஏத் தத்துயர் நீங்குமே (6)

அருஞ்சொற்பொருள்:

பணை - பருமை. இறுத்த - முறித்த. இணையிலி - ஒப்புமை கூற வேறொருவர் இல்லாதவன். துணையிலி - தனக்குத் துணையாக வேறொருவர் இல்லாதவன்.

பொழிப்புரை:

அலைவீசும் கடலில் அன்று அணை கட்டி வழி உண்டாக்கியவனாகிய இராமன், இராவணனது பருத்த பத்துத் தலைகளையும் முறித்த பழி தீரும் பொருட்டு, எழுந்தருளுவித்து வழிபாடு செய்த ஒப்பற்ற இராமேச்சுரத்து இறைவனது திருவடிகளில் தூயமலர் கொண்டு தூவி வழிபட, வழிபட்டவரது பிறவியாகிய துன்பம் நீங்கும்.

2976. சனிபுதன் ஞாயிறு வெள்ளிதிங் கள்பல தீயன
முனிவுஅது செய்துஉகந் தானைவென்ற அவ்வினை மூடிட
இனிஅருள் நல்கிடுஎன்று அண்ணல்செய் தஇரா மேச்சுரம்
பனிமதி சூடிநின்று ஆடவல் லபர மேட்டியே (7)

அருஞ்சொற்பொருள்:

முனிவு செய்து - கோபித்து. உகந்தான் - மகிழ்ந்தவன். மூடிட - மறைய. பரமேட்டி - முழுமுதற் பொருள்.

பொழிப்புரை:

சனி புதன் ஞாயிறு வெள்ளி திங்கள் எனப் பல கோள்களையும், தன் விருப்பப்படி இயங்குமாறு கோபித்து ஆணையிட்டு மகிழ்ந்தவன் இராவணன். அவனை வென்ற (கொன்ற) பழி நீங்கும் பொருட்டு, இராமன் தாபித்து, 'இனி அருள் செய்!' என்று வழிபட்ட இறைவர் இராமேச்சுரத்தில் எழுந்தருளி இருக்கிறார். அவர் குளிர்ந்த சந்திரனைச் சடையில் சூடி இருப்பவர்; நடனம் ஆடுவதில் வல்லவர்; மேலானவரும் ஆவர்.

2977. **பெருவரை அன்றுஎடுத்து ஏந்தினான் தன்பெயர் சாய்கெட**
அருவரை யால்அடர்த்து அன்றுநல் கிஅயன் மால்எனும்
இருவரும் நாடிநின்று ஏத்துகோ யில்இரா மேச்சுரத்து
ஒருவனு மேபல வாகிநின் றதொரு வண்ணமே (8)

அருஞ்சொற்பொருள்:

பெருவரை - பெரிய (கயிலை) மலை. சாய்கெட - சாய்ந்து கெட. அருவரை - அரிய மலை. நல்கி - அருள்செய்து. அயன் - பிரமன். மால் - திருமால். ஒருவன் - சிவன் எனும் ஒருவன்.

பொழிப்புரை:

இராவணன் முன்பு பெரிய கயிலை மலையைப் பெயர்த்துத் தன்பெயரைக் கெடுத்துக் கொண்டு, அரிய கயிலை மலையின்கீழ் சிக்கிக் கொள்ள, அவனுக்கு அன்று அருள் செய்தவனும்; பிரமனும் திருமாலும் தேடியபோது காட்டாது, பின் இலிங்க வடிவில் காட்சி நல்கியவனும்; ஆகிய பெருமான் ஒருவனே; அவன் சிவன் என்னும் பெயர் தாங்கிப் பலவுமாய் விளங்குபவன்; அவனை இராமேச்சுரம் என்னும் தலத்துக்குச் சென்று காணலாம்.

★ **(இப்பதிகத்தின் 9-ஆம் பாடல் கிடைக்கவில்லை).**

2978. **சாக்கியர் வன்சமண் கையர்மெய் யில்தடு மாற்றத்தார்**
வாக்குஇய லும்உரை பற்றுவிட் டுமதி ஒண்மையால்
ஏக்குஇய லும்சிலை அண்ணல்செய் தஇரா மேச்சுரம்
ஆக்கிய செல்வனை ஏத்திவாழ் மின்(ன்)அரு ளாகவே (9)

அருஞ்சொற்பொருள்:

மெய்யில் - மெய் இல்லை. மதிஒண்மையால் - அறிவாகிய ஒளி கொண்டு. ஏ - அம்பு. சிலை - வில். ஏத்தி - போற்றி. அருள் ஆகவே - அருள் கைகூடும்.

பொழிப்புரை:

பௌத்தர்களும் சமணர்களும் கூறும் உபதேசங்களில் உண்மை இல்லை; அவை தடுமாற்றம் உடையன; எனவே அவரது பேச்சினைப் பற்றுவதை விட்டு, அறிவாகிய ஒளி கொண்டு, அம்பு பூட்டிய வில் ஏந்திய தலைவனாகிய இராமன் எழுந்தருளுவித்த இராமேச்சுரத்துச் செல்வமாய் விளங்கும் சிவபெருமானை, புகழ்ந்து வாழுங்கள்; அவன் அருள் உங்களுக்குக் கைகூடும்; அதனால் நன்மையே நிகழும் என்பதை அறிவீராக!

2979. பகலவன் மீதுஇயங் காமைக்காத் தபதி யோன்தனை
இகல்அழி வித்தவன் ஏத்துகோ யில்இரா மேச்சுரம்
புகலியுள் ஞானசம் பந்தன்சொன் னதமிழ் புந்தியால்
அகலிடம் எங்கும்நின்று ஏத்தவல் லார்க்குஇல்லை அல்லலே (10)

அருஞ்சொற்பொருள்:

பகலவன் - சூரியன். பதியோன் - இலங்கைக்கு உரியவன். இகல் - பகை. புந்தி - புத்தி. அகலிடம் - நிலவுலகம். அல்லல் இல்லை - துன்பம் இல்லை.

பொழிப்புரை:

தான் பெற்ற வரத்தின் வலிமையால், 'சூரியனைத் தன் நகருக்கு மேல் செல்லக்கூடாது' என்று தடுத்த இராவணனது பகையை அழித்த இராமன் தாபித்த கோயில் இருக்கும் இராமேச்சுரத்தை; புகலி நகர் ஞானசம்பந்தன்; புகழ்ந்து பாடிய தமிழ்ப் பாடல்களாகிய இவற்றை; அறிவுக் கூர்மையோடு இந்நிலவுலகம் முழுவதும் பரப்ப வல்லவர்க்கு, வரஉள்ள துன்பங்கள் இல்லையாகும்.

திருச்சிற்றம்பலம்

275

திருஇராமேச்சுரம் [சேது]

பதிக வரலாறு:

சேதுவின் கரையில் இராமர் பூசித்த பெருமானைப் பாடியதாகத் தெரியவருகிறது.

திருமுறை 3 - 359 திருஞான - 449

பண்: பழம்பஞ்சுரம்

2980. திரிதரு மாமணி நாகம்ஆடத்
திளைத்துஒரு தீயழல்வாய்
நரிகதிக்க எரிஏந்தி ஆடு
நலமே தெரிந்துஉணர்வார்
எரிகதிர் முத்தம் இலங்குகானல்
இராமேச் சுரம்மேய
விரிகதிர் வெண்பிறை மல்குசென்னி
விமலர் செயும்செயலே (1)

அருஞ்சொற்பொருள்:

திரிதரு - திரிகின்ற. நரி கதிக்க - நரி ஊளையிட. கதிர் முத்தம் - ஒளி உடைய முத்து. கானல் - கடற்கரைச் சோலை. விமலர் - இயல்பாகவே மலமற்றவர்.

பொழிப்புரை:

ஒளிவிடும் முத்தானது கரைஒதுங்கும் கடற்கரைச் சோலையால் சூழப்பட்ட இராமேச்சுரம் என்னும் தலத்தில் எழுந்தருளி இருக்கும் இறைவர், ஒளிவிடும் பிறைச் சந்திரனைச் சடையில் சூடி இருப்பவர்; இயல்பாகவே மலமற்றவர்; அவர், மாணிக்க மணிஉடைய பாம்பு படம் எடுத்து ஆடத் தானும் தீயின் நடுவில் நின்று, சுடுகாட்டில் நரி ஊளையிட, கையில் நெருப்பினை ஏந்திச் சங்கார நடனம் ஆடுபவர். உயிர்கள் இளைப்பாறும் பொருட்டே அவர் அழித்தலைச் செய்கிறார் என்பதை மெய்ஞ்ஞானிகள் அறிவர்.

2981. பொறிகிளர் பாம்புஅரை ஆர்த்துஅயலே
புரிவோடு உமைபாடத்
தெறிகிள ரப்பெயர்ந்து எல்லிஆடும்
திறமே தெரிந்துஉணர்வார்
எறிகிளர் வெண்திரை வந்துபேரும்
இராமேச் சுரம்மேய
மறிகிளர் மான்மழுப் புல்குகைஎம்
மணாளர் செயும்செயலே (2)

அருஞ்சொற்பொருள்:

பொறி - படப்புள்ளி. அரை - இடை. ஆர்த்து - கட்டி. அயலே - பக்கத்தில். உமை - உமாதேவி. தெறி - பாட்டுப்பாடி அதற்கேற்ப வீணை மீட்டுதல். எல்லி - இரவு. எறிகிளர் - வீசுகின்ற. வெண்திரை - வெள்ளை நிற அலை. வந்து பேரும் -(வந்து பெயரும்) வந்து மீளும். மறி - மான் கன்று.

பொழிப்புரை:

அலையானது வெண்மை நிறமுடன் வந்து மீளும், கடலின் கரையில் உள்ள இராமேச்சுரத்தில் எழுந்தருளி இருக்கும் இறைவர்; மான் கன்று, மழுப்படை, ஆகியவற்றை ஏந்திய கை உடையவர்; எமது மணவாளர்; படப்புள்ளி உடைய பாம்பை இடையில் கச்சாகக் கட்டி இருப்பவர்; அருகில் உமாதேவி நின்று பாட, வீணையை வாசித்துக் கொண்டு, இரவு நேரத்தில் சங்கார நடனம் ஆடுபவர்; இவ்வாறு அவர் அழித்தல் செய்வது உயிர்கள் இளைப்பாறும் பொருட்டே என்பதை ஞானிகள் அறிவர்.

2982. அலைவளர் தண்புனல் வார்சடைமேல்
அடக்கி ஒருபாகம்
மலைவளர் காதலி பாடஆடி
மயக்கா வருகாட்சி
இலைவளர் தாழை முகிழ்விரியும்
இராமேச் சுரம்மேயார்
தலைவளர் கோலநன் மாலைசூடும்
தலைவர் செயும்செயலே (3)

அருஞ்சொற்பொருள்:

மயக்கா - மயக்கி. வருமாட்சி - வரும் சிறப்பு. முகிழ் விரியும் - மடல் விரியும் (மலரும்).

பொழிப்புரை:

(கிளை, விளார் முதலியன இன்றி) தழை மட்டுமே வளரும் தாழை மரம் மடல் விரியும் இராமேச்சுரம் என்னும் தலத்தில் எழுந்தருளி இருக்கும் இறைவர், தலைமாலை (மண்டை ஓட்டு மாலை) சூடுகின்ற அழகிய தலைவர்; அவர் அலைவீசும் குளிர்ந்த கங்கையை நீண்ட சடைமீது அடைத்து வைத்துக் கொண்டு, உடம்பின் ஒரு பகுதியில் மலையில் வளர்ந்த அன்புடையவளாகிய உமாதேவியை உடன் கொண்டு, அவள் பாட, இவர் நடனம் ஆடி உயிர்களை மயக்கும் ஒரு செயல் உடையவர்; இச்செயலின் பெருமையை மெய்ஞ்ஞானிகள் மட்டுமே அறிவர்.

2983. மாதன நேரிழை ஏர்தடம்கண்
    மலையான் மகள்பாடத்
    தேதுளரி அங்கையில் ஏந்திஆடும்
    திறமே தெரிந்துஉணர்வார்
    ஏதம் இலார்தொழுது ஏத்திவாழ்த்தும்
    இராமேச் சுரமேயார்
    போதுவெண் திங்கள்பைங் கொன்றைசூடும்
    புனிதர் செயும்செயலே   (4)

அருஞ்சொற்பொருள்:

மாதனம் - பெரிய முலைகள். நேரிழை - நேரிய அணிகள். ஏர் - அழகு. தடம் - இடமகன்ற. தேது - தேசு (ஒளி). ஏதம்இலார் - குற்றமற்றவர். போது - மாலைப்பொழுது.

பொழிப்புரை:

குற்றமற்றவர் வந்து போற்றி வணங்கும் இராமேச்சுரம் என்னும் தலத்தில் எழுந்தருளி இருக்கும் இறைவர், மாலை நேரத்துப் பிறைச் சந்திரனையும், கொன்றை மலர் மாலையையும், சடையில் சூடும் புனிதர்; பெரிய முலையும், நேரிய அணிகலனும், அழகிய பெரிய கண்ணும், உடைய மலைமகள் பாட, ஒளி உடைய நெருப்பைக் கையில் ஏந்திச் சங்கார நடனம் ஆடும் இயல்பு உடையவர்; அவ்வாறு அவர் அழித்தலைச் செய்வது உயிர்கள் இளைப்பாறும் பொருட்டே என்பதை ஞானிகள் அறிவர்.

2984. சூலமோடு ஒண்மழு நின்றுஇலங்கச்
    சுடுகாடு இடமாகக்
    கோலநன் மாதுடன் பாடஆடும்
    குணமே குறித்துஉணர்வார்

ஏல நறும்பொழில் வண்டுபாடும்
இராமேச் சுரமேய
நீலம்ஆர் கண்டம் உடையஎங்கள்
நிமலர் செயும்செயலே (5)

அருஞ்சொற்பொருள்:

கோலம் - அழகு. ஏல - பொருந்த. நறும்பொழில் - நறுமணமுள்ள சோலை.

பொழிப்புரை:

மணமுள்ள சோலையில் வண்டு இசைபாடும் இராமேச்சுரம் என்னும் தலத்தில் எழுந்தருளி இருக்கும் இறைவர், நீல நிறம் பொருந்திய கண்டம் உடையவர்; இயல்பாகவே மலமற்றவர்; சூலமும் மழுவும் கையில் விளங்க, சுடுகாட்டை இடமாகக் கொண்டு, அழகிய உமாதேவி அருகில் நின்று பாட, அதற்கேற்ப சங்கார நடனம் ஆடும் நற்குணம் உடையவர்; அவ்வாறு அவர் ஆடி, உயிர்களை ஒடுங்கச் செய்வது, அவை இளைப்பாறும் பொருட்டே என்பதை மெய்ஞ்ஞானிகள் மட்டுமே அறிவர்.

2985. கணைபிணை வெஞ்சிலை கையில்ஏந்திக்
காமனைக் காய்ந்தவர்தாம்
இணைபிணை நோக்கிநல் லாளோடுஆடும்
இயல்பினர் ஆகிநல்ல
இணைமலர் மேல்அன்னம் வைகுகானல்
இராமேச் சுரமேயார்
அணைபிணை புல்கு கரந்தைசூடும்
அடிகள் செயும்செயலே (6)

அருஞ்சொற்பொருள்:

கணை - அம்பு. வெஞ்சிலை - கொடிய வில். காமன் - மன்மதன். பிணை - பெண் மான். நோக்கி - பார்வை உடையவள். இணைமலர் - தாமரை மலர். வைகும் - தங்கும். கானல் - கடற்கரைச் சோலை. அணை பிணை - அணைத்தும் பிணைத்தும் (நெருங்கக் கட்டிய). கரந்தை - கரந்தைப் பூமாலை.

பொழிப்புரை:

அடுக்குகள் உடைய இதழ்களோடு கூடிய தாமரை மலர்மேல் அன்னப் பறவை வந்து தங்கும் கடற்கரைச் சோலை சூழ்ந்த இராமேச்சுரம்

என்னும் தலத்தில் எழுந்தருளி இருக்கும் இறைவர், நெருக்கமாக கட்டப்பட்ட கரந்தை மலர்மாலை சூடும் அடிகள்; அவர் அம்பு கோத்த கொடிய வில்லினைக் கையில் ஏந்தும் மன்மதனைச் சினந்து அழித்தவர்; மான் போன்ற மருண்ட பார்வையும் உடைய இரண்டு கண்களும் கொண்ட உமாதேவியை உடன்கொண்டு சுடுகாட்டில் நடனம் ஆடும் இயல்பு உடையவர்; அவ்வாறு அவர் செய்வது உயிர்கள் இளைப்பாறும் பொருட்டே என்பதை ஞானியர் அறிவர்.

2986. நீரின்ஆர் புன்சடை பின்புதாழ
     நெடுவெண் மதிசூடி
     ஊரினார் துஞ்சுஇருள் பாடிஆடும்
     உவகை தெரிந்துஉணர்வார்
     ஏரின்ஆர் பைம்பொழில் வண்டுபாடும்
     இராமேச் சுரம்மேவ
     காரின்ஆர் கொன்றைவெண் திங்கள்சூடும்
     கடவுள் செயும்செயலே   (7)

அருஞ்சொற்பொருள்:

ஊரினார் - ஊரிலுள்ளவர். துஞ்சுஇருள் - உறங்குகின்ற இரவுப் பொழுது. ஏர் - அழகு. பைம்பொழில் - பசிய சோலை. கார் - கார்காலம்.

பொழிப்புரை:

அழகு விளங்கும் பசிய சோலையில் வண்டுகள் பாடும் அழகுடைய திருஇராமேச்சுரம் என்னும் தலத்தில் எழுந்தருளி இருக்கும் இறைவர், கார்காலத்துக் கொன்றை மலர், சந்திரன் ஆகியவற்றைச் சடையில் சூடும் இறைவர்; அவர் கங்கை தங்கிய மெல்லிய சடை பின்புறம் நீண்டு தொங்குமாறு, ஊரார் உறங்கும் இரவில் சுடுகாட்டில் பாட்டுப் பாடி சங்கார (அழித்தல்) நடனம் ஆடுபவர்; அவ்வாறு நடனம் ஆடி உலகை அழிப்பது உயிர்கள் இளைப்பாறும் பொருட்டு என்பதை மெய்ஞ்ஞானிகள் நன்கு அறிவர்.

2987. பொன்திகழ் சுண்ணவெண் நீறுபூசிப்
     புலித்தோல் உடையாக
     மின்திகழ் சோதியர் பாடல்ஆடல்
     மிக்கார் வருமாட்சி

என்றுநல் லோர்கள் பரவிஏத்தும்
இராமேச் சுரம்மேயார்
குன்றினால் அன்றுஅரக் கன்தடம்தோள்
அடர்த்தார்கொளும் கொள்கையே (8)

அருஞ்சொற்பொருள்:

பொன் - அழகு. மின் - மின்னல். தடந்தோள் - இடமகன்ற தோள். கொளும் - கொள்ளும்.

பொழிப்புரை:

எப்பொழுதும் நல்லவர்கள் பணிந்து போற்றும் இராமேச்சுரம் என்னும் தலத்தில் எழுந்தருளி இருக்கும் இறைவர், கயிலை மலையை ஊன்றி, அன்று அரக்கனாகிய இராவணனது பெரிய தோள்களை நசுக்கியவர்; அவர் அழகிய திருநீற்றைத் திருமேனியில் சுண்ணப் பொடி போல பூசி, புலித்தோலை இடையில் உடையாக அணிந்து, மின்னல் போல் ஒளிரும் தன்மையில் விளங்குபவர்; அவர் பாடலும் ஆடலும் உடையர்; அவ்வாறு அவர் பாடி, சங்கார நடனம் ஆடுவது, உயிர்களை இளைப்பாற்றும் பொருட்டே என்பதை ஞானிகள் அறிவர்.

2988. கோவலன் நான்முகன் நோக்குஒணாத
குழகன் அழகுஆய
மேவலன் ஒள்ளரி ஏந்திஆடும்
இமையோர் இறைமெய்ம்மை
ஏவலனார் புகழ்ந்து ஏத்திவாழ்த்தும்
இராமேச் சுரம்மேய
சேவல வெல்கொடி ஏந்துகொள்கை
எம்இறைவர் செயும்செயலே (9)

அருஞ்சொற்பொருள்:

கோவலன் - திருமால். நோக்கு ஒணாத - பார்க்க முடியாத. மேவலன் - பொருந்த வல்லவன். ஏவலனார் - அம்பு எய்வதில் சிறந்து விளங்கும் இராமன். சேவல - (சே+வல்ல). சே - காளை. வல்ல - செலுத்துவதில் வல்ல. வெல்கொடி - வெற்றிக் கொடி.

பொழிப்புரை:

அம்பு எய்வதில் வல்லமை உடைய இராமன் போற்றி வணங்கும் இராமேச்சுரம் என்னும் தலத்தில் எழுந்தருளி இருக்கும் இறைவர்,

வலிமையும் வெற்றியும் பொருந்திய காளை எழுதிய கொடியினை ஏந்தி வரும் கொள்கை உடையவர்; எமது இறைவர்; திருமாலும் பிரமனும் தேடியும் காணமுடியாத அடிமுடி உடையவர்; எப்பொழுதும் இளமை மாறாத தன்மையில் விளங்குபவர்; அழகில் சிறந்து விளங்குபவர்; தேவர்களுக்கு இறைவராய் விளங்குபவர்; அவர் ஒளியுடன் கூடிய நெருப்பைக் கையில் ஏந்தி நடனம் ஆடுவது, உயிர்களை இளைப்பாற்றும் பொருட்டே என்பதை மெய்ஞ்ஞானியர் அறிவர்.

2989. பின்னொடு முன்இடு தட்டைச்சாத்திப்
பிரட்டே திரிவாரும்
பொன்நெடும் சீவரப் போர்வையார்கள்
புறங்கூறல் கேளாதே
இன்நெடும் சோலைவண்டு யாழ்முரலும்
இராமேச் சுரம்மேய
பல்நெடு வெண்தலை கொண்டுஉழலும்
பரமர் செயும்செயலே   (10)

அருஞ்சொற்பொருள்:

தட்டு - தடுக்கு (பாய்). பிரட்டு - பொய். சீவரம் - பௌத்தர் உடுத்தும் மஞ்சள் காவி உடை. புறங்கூறுதல் - சைவநெறிக்குப் புறம்பாகப் பேசுதல். பல்நெடு வெண்தலை - பல்லொடு பொருந்திய நீண்ட வெள்ளைநிற மண்டை ஓடு. உழலுதல் - திரிதல்.

பொழிப்புரை:

இனிய நெடிய சோலையில் வண்டு யாழ் போல் இசை எழுப்பும் இராமேச்சுரம் என்னும் தலத்தில் எழுந்தருளி இருக்கும் இறைவர், பல்லொடு கூடிய பெரிய மண்டை ஓட்டைக் கையில் ஏந்தி, பிச்சை உணவு பெறுவதற்காகச் சுற்றித் திரிபவர்; மேலானவர் (பரமர்); முதுகுப்புறமும் மார்புப்புறமும் ஆக உடலை மறைக்கப் பாயினை உடையாகச் சுற்றிப் பிடித்துக் கொண்டு பொய்பேசித் திரியும் சமணர், மஞ்சள் கலந்த காவிநிற உடையால் உடலைப் போர்த்து மறைக்கும் பௌத்தர், ஆகியோர் தமது நெறிக்குப் புறம்பாகக் கூறும் சொற்களைக் கேட்காதவர்; அவர் உயிர்கள் இளைப்பாறும் பொருட்டு உலகை அழிக்கச் சங்கார நடனம் ஆடுகிறார் என்பதை ஞானிகள் அறிவர்.

2990. தேவியை வவ்விய தென்இலங்கை
அரையன் திறல்வாட்டி
ஏஇயல் வெஞ்சிலை அண்ணல்நண்ணும்
இராமேச் சுரத்தாரை
நாஇயல் ஞானசம் பந்தன்நல்ல
மொழியால் நவின்றுஏத்தும்
பாஇயல் மாலைவல்லார் அவர்தம்வினை
ஆயின பற்றுஅறுமே (11)

அருஞ்சொற்பொருள்:

தேவி - சீதை. வவ்விய - கவர்ந்த. அரையன் - அரசன். திறல் - வலிமை. வாட்டி - சிதைத்து. ஏ - அம்பு. நவின்று - சொல்லி.

பொழிப்புரை:

சீதா தேவியைக் கவர்ந்து சென்ற தென்இலங்கைக்கு அரசனாகிய இராவணனது வலிமையை அழித்த, அம்பொடு கூடிய வில் வலிமை உடைய இராமன் என்னும் தலைவன் நெருங்கி இருந்து வழிபட்ட இராமேச்சுரத்து இறைவரை; நாவன்மை உடைய ஞானசம்பந்தன் நல்ல தமிழ்ச் சொற்களால் புகழ்ந்து போற்றும் பாவால் ஆகிய மாலையை; சாத்தி வழிபடும் வல்லமை உடையவரது, வினைப்பற்று நீங்கும்.

திருச்சிற்றம்பலம்

276

திருக்கோணமலை

பதிக வரலாறு:

சம்பந்தர், சேதுவின் கரையில் இருந்தபடியே, ஈழநாட்டுத் திருக்கோணமலை மீது பாடிய பதிகம் இது.

தல வரலாறு:

இலங்கைத் தீவின் வடகிழக்கு மாகாணத் தலைநகரம். வாயுவுக்கும் ஆதிசேடனுக்கும் இடையே யார் வல்லவர் என்னும் வாக்குவாதம் எழுந்தபோது, ஆதிசேடன் தன் உடம்பினால் மேரு மலையைப் பிணித்து நிற்க, வாயு தன் வலிமையால் மேருவின் சிகரங்களைப் பெயர்த்து எறிய, அவை திருக்காளத்தி, திருச்சிராப்பள்ளி, திருக்கோணமலை என வீழ்ந்தன. எனவே இவை மூன்று தலங்களுமே 'தென்கயிலை' என்னும் சிறப்பினைப் பெறுகின்றன. இச்செய்தி செவ்வந்திப் புராணத்தில் பேசப்பட்டுள்ளது. இந்திரன் பூசித்த தலம்.

இக்கோயில் டச்சுக்காரர்கள் ஆட்சியில் தரைமட்டம் ஆக்கப்பட்டது. இத்தலத்து சோமாஸ்கந்தர், சந்திரசேகரர் முதலிய மூர்த்திகளை அன்பர்கள் கையகப்படுத்தி தம்பலகம் என்னும் ஊரில் வைத்துப் போற்றி வருகின்றனர். உலக அதிசயங்களுள் ஒன்றாகிய "வெந்நீர்க்கிணறு ஏழு" இதற்கு அருகில் உள்ளன. ஒரே இடத்தில் இருந்தாலும் இக்கிணறுகள் வேறுவேறு வெப்பநிலை உடையவை இவை தாய்க்கு ஈமக்கடன் ஆற்றும்போது, குளிக்கும் பொருட்டு இராவணனால் உருவாக்கப்பட்டவை என்று கூறுவர்.

சுவாமி : கோணேசுரர்
அம்மை : மாதுமையாள்

பண்: புறநீர்மை

2991. நிரைகழல் அரவம் சிலம்புஒலி அலம்பு
நிமலர்நீறு அணிதிரு மேனி
வரைகெழு மகள்ஓர் பாகமாகப் புணர்ந்த
வடிவினர் கொடிஅணி விடையர்
கரைகெழு சந்தும் கார்அகில் பிளவும்
அளப்பரும் கனகமணி வரன்றிக்
குரைகடல் ஓத நித்திலம் கொழிக்கும்
கோணமா மலைஅமர் தாரே (1)

அருஞ்சொற்பொருள்:

அரவம் - ஒலி. நிரை - வரிசை. அலம்பும் - ஒலிக்கும். வரை - மலை. சந்து - சந்தனம். கார்அகில் பிளவு - கரிய அகில் கட்டையின் பிளந்த பாகம். வரன்றி - வாரி. ஓதம் - அலை. நித்திலம் - முத்து.

பொழிப்புரை:

சந்தனம், அகிலின் துண்டு, அளவிட முடியாத மணிகள், பொன் துகள்கள், முத்துகள் என மலைவளமும் கடல்வளமும் கலந்து பொருந்திய கோணமாமலை என்னும் தலத்தில் எழுந்தருளி இருக்கும் இறைவர், ஒரு திருவடியில் அணிந்துள்ள வீரக்கழலும், மறு திருவடியில் அணிந்துள்ள சிலம்பும், வரிசைபட முறையே ஒலி செய்ய விளங்குபவர்; இயல்பாகவே மலமற்றவர்; திருநீறு பூசிய திருமேனி உடையவர்; மலைமகளை உடம்பின் ஒரு பாகத்தில் வைத்து, அவளோடு கூடி இருப்பவர்; இடபம் எழுதிய அழகிய கொடி உடையவர்.

2992. கடிதுஎன வந்த கரிதனை உரித்து
அவ்வுரி மேனிமேல் போர்ப்பர்
பிடியன நடையாள் பெய்வளை மடந்தை
பிறைநுதல் அவளொடும் உடனாய்க்
கொடிதுஎனக் கதறும் குரைகடல் சூழ்ந்து
கொள்ளமுன் நித்திலம் சுமந்து
குடிதனை நெருங்கிப் பெருக்கமாய்த் தோன்றும்
கோணமா மலைஅமர் தாரே (2)

அருஞ்சொற்பொருள்:

கரி - யானை. உரி - தோல். பிடி - பெண் யானை. அன - (அன்ன) போன்ற. கதறும் குரை கடல் - கண்டார் கதறுமாறு ஆரவாரம் செய்யும் கடல். நித்திலம் - முத்து. குடி - மக்கள்.

பொழிப்புரை:

'கொடியது' என்று கூறிக் கண்டார் கதறும் அளவு ஆரவாரம் செய்யும் கடலால் சூழப்பட்டதும், அக்கடல் கரைஒதுக்கும் முத்துக்களைச் சுமப்பதும், குடிகள் நெருங்கிப் பெருகி வாழ்வதும், ஆகிய பல சிறப்புகள் உடைய திருக்கோணமலை என்னும் தலத்தில் எழுந்தருளி இருக்கும் இறைவர், விரைந்து எதிர்த்து வந்த யானையின் தோலை உரித்து, உரித்த தோலை மேலாடையாக மேனிமேல் போர்ப்பவர்; பெண் யானை போன்ற நடையும், வளையல் அணிந்த முன்னங்கைகளும், பிறை போன்ற நெற்றியும், உடைய உமாதேவியோடு உடன்கூடி இருப்பவர்.

2993. **பனித்துஇளம் திங்கள் பைந்தலை நாகம்**
படர்சடை முடிஇடை வைத்தார்
கனித்துஇளம் துவர்வாய்க் காரிகை பாகம்
ஆகமுன் கலந்தவர் மதில்மேல்
தனித்த பேருருவ விழித்துஅழல் நாகம்
தாங்கிய மேருவெஞ் சிலையாக்
குனித்ததுஓர் வில்லார் குரைகடல் சூழ்ந்த
கோணமா மலைஅமர்ந் தாரே (3)

அருஞ்சொற்பொருள்:

பனித்துஇளம் - (பனித்தஇளம்) குளிர்ந்ததும் இளமை உடையதும். கனித்து இளம் துவர்வாய் - (கனித்த) கனிபோன்ற இளமையும் சிவந்த நிறமும் உடைய வாய். நாகம் - வாசுகி என்னும் பாம்பு. மேரு வெஞ்சிலை - மேரு மலையாகிய கொடிய வில். குனித்தல் - வளைத்தல். குரைகடல் - அலைவீசி ஆரவாரம் செய்யும் கடல்.

பொழிப்புரை:

ஒலிக்கின்ற கடலின் கரையில் உள்ள கோணமாமலை என்னும் தலத்தில் எழுந்தருளி இருக்கும் இறைவர், குளிர்ச்சியும் இளமையும் உடைய பசுந்தலைப் பாம்பைப் படர்ந்த சடாமுடியில் அணிந்திருப்பவர்; கொவ்வைக் கனிபோல் சிவந்த இளம் வாயினை உடைய உமாதேவியைப்

பாகமாக முன்னே கலந்து இருந்தவர்; மேரு மலையை வில்லாக வளைத்து, தனித்த பெரிய உருவமும் கோபத்தால் நெருப்புஎழ விழித்த பார்வையும் உடைய வாசுகி என்னும் பாம்பினை நாணாக்கி, அசுரர் மூவரது முப்புரத்தை எரித்து அழித்தவர்.

2994. பழித்துஇளம் கங்கை சடைஇடை வைத்துப்
பாங்குஉடை மதனனைப் பொடியா
விழித்தவன் தேவி வேண்டமுன் கொடுத்த
விமலனார் கமலம்ஆர் பாதர்
தெழித்துமுன் அரற்றும் செழுங்கடல் தரளம்
செம்பொனும் இப்பியும் சுமந்து
கொழித்துவன் திரைகள் கரையிடைச் சேர்க்கும்
கோணமா மலைஅமர்ந் தாரே (4)

அருஞ்சொற்பொருள்:

பழித்து - இதனை மன்மதனுக்குக் கூட்டுக. பாங்கு - அழகு. மதனன் - மன்மதன். பொடி - சாம்பல் பொடி. தேவி - இரதி. கமலம் ஆர் பாதர் - தாமரை மலர் போன்ற திருவடி உடையவர். தெழித்து - ஒலிசெய்து. அரற்றும் - ஒலி செய்யும் (தெழித்து அரத்தும் - மிகவும் ஒலி செய்யும் என்று பொருள்படும்). தரளம் - முத்து. வன்திரை - வலிமை உடைய அலை.

பொழிப்புரை:

மிகுந்த ஆரவாரம் செய்யும் வளமான கடல், முத்து, செம்பொன் துகள், இப்பி, ஆகியவற்றைச் சுமந்து வந்து, வலிமை உடைய அலைகளின் வழி கரை ஒதுக்கும் கோணமாமலையில் எழுந்தருளி இருக்கும் இறைவர், கங்கை என்னும் இளம்பெண்ணைச் சடையில் வைத்திருப்பவர்; அழகிய மன்மதனைப் பழித்து, அவனது உடல் சாம்பல்பொடி ஆகுமாறு நெற்றிக்கண்ணால் விழித்து நோக்கியவர்; பின்னர் அவனது மனைவி இரதி வேண்ட, அவளுக்கு மட்டும் அவன் உருவம் தெரியுமாறு அருளியவர்; இயல்பாகவே மலமற்றவர்; தாமரை மலர் போன்ற சிவந்த மெல்லிய திருவடி உடையவர்.

2995. தாயினும் நல்ல தலைவர்என்று அடியார்
தம்அடி போற்றிஇசைப் பார்கள்
வாயினும் மனத்தும் மருவிநின்று அகலா
மாண்பினர் காண்பல வேடர்

நோயிலும் பிணியும் தொழிலர்பால் நீக்கி
நுழைதரு நூலினர் ஞாலம்
கோயிலும் சுனையும் கடலுடன் சூழ்ந்த
கோணமா மலைஅமர்ந் தாரே (5)

அருஞ்சொற்பொருள்:

மருவி - பொருந்தி. அகலா - விட்டு நீங்காத. மாண்பினர் காண் - மாட்சிமை உடையவர் என்பதைக் காண்பீராக. தொழிலர் - அடிமை பூணும் தொழில் உடைய அடியார். நோயிலும் - நுகர்வினையாய் அனுபவித்துக் கழிக்க வேண்டிய உடல் நோயிலும். பிணி - பிறவிப்பிணி. நுழைதரு நூல் - நுழைக்கும் நூலாகிய வேதம். ஞாலம் - உலகம்.

பொழிப்புரை:

இந்நிலவுலகில் கோயிலும் சுனையும் கடலும் சூழ விளங்கும் கோணமாமலையில் எழுந்தருளி இருக்கும் இறைவர், 'தாயைவிட மேலான இரக்கமுடையவர், எம் தலைவர்' என்று அடியார்கள் அவர் தமது அடியினைப் போற்றிப் புகழ நின்றவர்; அவ்வடியார்களது வாய், மனம் ஆகியவற்றில் பொருந்தி, அவ்விடம் விட்டு அகலாத பெருமை உடையவர்; மேலும் அவர் பலப்பல வேடம் ஏற்பவர்; அடியாராய் விளங்குவதையே தொழிலாகக் கொண்டவர்க்கு, வரும் உடல் நோயை அனுபவித்துக் கழிக்கவும், பிறவி நோயைத் தாம் முன்னின்று நீக்கவும் வல்லவர்; இந்த கருத்துக்களைத் தாம் ஓதிய வேதநூலின் வழி உலகுக்கு உணர்த்துபவர்.

2996. பரிந்துநன் மனத்தால் வழிபடு மாணி
தன்உயிர் மேல்வரும் கூற்றைத்
திரிந்திடா வண்ணம் உதைத்துஅவர்க்கு அருளும்
செம்மையார் நம்மை ஆளுடையார்
விரிந்துஉயர் மௌவல் மாதவி புன்னை
வேங்கை வண்செருந்தி செண்பகத்தின்
குருந்தொடு முல்லை கொடிவிடும் பொழில்சூழ்
கோணமா மலைஅமர்ந் தாரே (6)

அருஞ்சொற்பொருள்:

மாணி - பிரமச்சாரி (மார்க்கண்டேயன்). மௌவல் - காட்டு முல்லை. திரிந்திடா வண்ணம் - வரம்பு மீறாத வகையில்.

பொழிப்புரை:

படர்ந்து உயர்ந்து வளரும் காட்டு முல்லை, மாதவி, புன்னை, வேங்கை, செருந்தி, செண்பகம், குருந்து, முல்லை முதலியவற்றுள் சில கொடியாகப் படர்ந்தும், சில மரமாக நின்றும், அழகுசெய்யும் சோலை சூழ்ந்த கோண மாமலை என்னும் தலத்தில் எழுந்தருளி இருக்கும் இறைவர் , தன் மனத்தினால் அன்பு செய்து வழிபாடு செய்யும் பிரமச்சாரி மார்க் கண்டேயனிடம் உயிரைப் பறிக்க வந்த இயமனை, உயிர் பறிபடா வண்ணம் உதைத்து, பிரமச்சாரிக்கு அருள்செய்த செம்மைநலம் உடையவர்; அவர்தான் நம்மை அடிமை கொண்டுள்ளார்.

★ (இப்பதிகத்தின் 7-ஆம் பாடல் கிடைக்கவில்லை).

2997. எடுத்தவன் தருக்கை இழித்துஅவர் விரலால்
ஏத்திட ஆத்தமாம் பேறு
கொடுத்தவர் செல்வம் தோன்றிய பிறப்பு
இறப்புஅறி யாதவர் வேள்வி
தடுத்தவர் வனப்பால் வைத்ததோர் கருணை
தன்அருள் பெருமையும் வாழ்வும்
கொடுத்தவர் விரும்பும் பெரும்புக ழாளர்
கோணமா மலைஅமர்ந் தாரே (7)

அருஞ்சொற்பொருள்:

தருக்கு - செருக்கு. ஆத்தம் - ஆப்தம் (அன்பு). பேறு - வாள், வாழ்நாள் முதலிய பேறு. வேள்வி தடுத்தவர் - தக்கனது வேள்வியைத் தடுத்தவர். வனப்பு - அழகு.

பொழிப்புரை:

கோணமாமலை என்னும் தலத்தில் எழுந்தருளி இருக்கும் இறைவர், கயிலை மலையைப் பெயர்த்த இராவணனின் செருக்கை ஒரு விரல் நுனியால் அழித்தவர்; உண்மை உணர்ந்து அவன் அன்புமிக உடையவனாய் போற்றிப்பாட, அவனுக்கு வாளும் வாழ்நாளும் கொடுத்தவர்; செல்வம், கருவில் வந்து தோன்றும் பிறப்பு, இறப்பு, ஆகியவற்றை அறியாதவர் (இல்லாதவர்); தன்னை மதியாது தக்கன் செய்த வேள்வியைத் தடுத்தவர்; அழகிய உமாதேவியை (கருணையை) இடப்பாகத்தில் வைத்தவர்; அடியார்களுக்கு அருளையும் பெருமையையும் இறப்பு இல்லாத வாழ்வையும் கொடுத்தவர்; அவர் பெரும் புகழுக்கு உரிமை உடையவர்.

2998. அருவராது ஒருகை வெண்தலை ஏந்தி
அகம்தொறும் பலியுடன் புக்க
பெருவராய் உறையும் நீர்மையர் சீர்மைப்
பெருங்கடல் வண்ணனும் பிரமனும்
இருவரும் அறியா வண்ணம்ஒள் எரியா
உயர்ந்தவர் பெயர்ந்தநன் மாற்கும்
குருவராய் நின்றார் குரைகழல் வணங்கக்
கோணமா மலைஅமர்ந் தாரே (8)

அருஞ்சொற்பொருள்:

அருவராது - அருவருப்பு கொள்ளாது. வெண்தலை - வெண்மை நிறத் தலைஓடு. அகம்தொறும் - வீடுதோறும். பலி - பிச்சை. பெருவர் - பெருமை உடையவர். சீர்மை - சிறப்பு. மாற்கு - மாலுக்கு. குருவராய் - குருவாய். குரைகழல் - ஒலிக்கின்ற வீரக்கழல். பெயர்ந்தும் - மீண்டும் (ஒரு நிகழ்வில்).

பொழிப்புரை:

ஒலிக்கின்ற வீரக்கழல் அணிந்த தம் திருவடிகளை அடியார்கள் வணங்குமாறு, கோணமாமலையில் எழுந்தருளி இருக்கும் இறைவர், அருவருப்பு கொள்ளாது, வெண்மைநிற மண்டை ஓட்டை ஒரு கையில் ஏந்தி, வீடுதோறும் பிச்சை ஏற்கச் செல்பவர்; பெருந்தகையாளர்; சிறந்த கடல்வண்ணனாகிய திருமாலும், பிரமனும், ஆகிய இருவரும் தேடிக் காணமுடியாத அடிமுடி உடையவராய், ஒளிரும் நெருப்பு உருக் கொண்டு உயர்ந்து நிற்பவர்; திருமாலுக்கு மீண்டும் ஒருமுறை (ஆயிரம் மலரில் ஒரு மலர் குறைய, கண் இடந்து சாத்தி வழிபட்டபோது) குருவாக இருந்து அருள்செய்தவர்.

2999. நின்றுஉணும் சமணும் இருந்துஉணும் தேரும்
நெறிஅலா தனபுறம் கூற
வென்றுநஞ்சு உண்ணும் பரிசினர் ஒருபால்
மெல்லிய லொடும்உடன் ஆகித்
துன்றும்ஒண் பவ்வம் மவ்வலும் சூழ்ந்து
தாழ்ந்துஉறு திரைபல மோதிக்
குன்றும்ஒண் கானல் வாசம்வந்து உலவும்
கோணமா மலைஅமர்ந் தாரே (9)

அருஞ்சொற்பொருள்:

தேரும் - (தேரரும்) பௌத்தர்களும். ஒருபால் - உடம்பின் ஒரு பகுதியில். பவ்வம் - கடல். மவ்வல் - மல்லிகை. கானல் - கடற்கரைச் சோலை. வாசம் - மணம்.

பொழிப்புரை:

கடல் அலை வந்து மோதுமாறும், மல்லிகை மலர்ந்து மணம் வீசுமாறும், கடல் வளமும் சோலை வளமும் ஒருங்கே அமைந்துள்ள கோணமாமலை என்னும் தலத்தில் எழுந்தருளி இருக்கும் இறைவர், நின்றுகொண்டே உணவு உண்ணும் சமணர்களும், அமர்ந்து இருந்து உணவு உண்ணும் பௌத்தர்களும், நெறியல்லாத நெறியில் (சைவத்துக்குப் புறம்பான நெறியில்) நின்று, வேண்டாதவற்றை உபதேசம் போல் கூற, அதனைப் புறந்தள்ளிவிட்டு, வெற்றி உடையவராய் ஆலகால விடத்தினை உண்டும், உமாதேவியை உடம்பின் ஒரு பகுதியில் வைத்தும், மகிழ்பவராய் விளங்குகிறார் (அவரை வழிபட்டு உய்வீராக!).

3000. குற்றம் இலாதார் குரைகடல் சூழ்ந்த
கோணமா மலைஅமர் தாரைக்
கற்றுஉணர் கேள்விக் காழியர் பெருமான்
கருத்துஉடை ஞானசம் பந்தன்
உற்றசெந் தமிழார் மாலை ஈர்ஐந்தும்
உரைப்பவர் கேட்பவர் உயர்ந்தோர்
சுற்றமும் ஆகித் தொல்வினை அடையார்
தோன்றுவர் வான்இடைப் பொலிந்தே   (10)

அருஞ்சொற்பொருள்:

குரைகடல் - ஒலிக்கின்ற கடல். ஈர்ஐந்து - (2X5=10) பத்து. வான் - வான் உலகம்.

பொழிப்புரை:

இயல்பாகவே மலக்குற்றம் இல்லாதவரும், ஒலிக்கின்ற கடலின் கரையில் உள்ள கோணமாமலையில் எழுந்தருளி இருப்பவரும், ஆகிய இறைவரை; கற்றதனாலும் கேட்டதனாலும் அறிவு விளங்கப்பட்ட காழி நகரத்து ஞானசம்பந்தன்; பாடிய செந்தமிழ் மாலையாகிய பத்துப் பாடல் களையும், வாயால் சொல்பவர், காதால் கேட்பவர், எனப் பலரும்; உயர்ந்த நிலையில் இருப்பவருக்கு (தேவர் முனிவர் முதலியோருக்கு) உறவாகி, தொல்வினை அடையப்பெறாது, வீட்டுலம் சென்று சேர்வர்.

277

திருக்கேதீச்சுரம்

பதிக வரலாறு:

சேதுவின் கரையிலிருந்து திருக்கோணமலையைப் பாடிய பிள்ளையார், மாதோட்டம் நகரிலுள்ள கேதீச்சுரத்தைப் பணிந்து பாடிய பதிகம் இது.

தல வரலாறு:

இதுவும் ஈழநாட்டுத் தலம். தலைமன்னார் இரயில் நிலையத்திலிருந்து 8 கி.மீ. தொலைவில் பாலாவி நதியின் கரையில் உள்ள மாதோட்டம் என்ற ஊரில் உள்ளது. துவட்டா என்னும் முனிவர் தவம்செய்து பேறு பெற்ற தலம். அதனால் இது மாதுவட்டாபுரம் எனப் பெயர் பெற்று, பின்னாளில் மருவி மாதோட்டம் என்றாயிற்று.

சுவாமி : கேதீசுவரர்
அம்மை : கௌரியம்மை
தல மரம் : வன்னி
தீர்த்தம் : பாலாவி

திருமுறை 2 - 243 திருஞான - 890

பண்: நட்டராகம்

3001. விருது குன்றமா மேருவில்
நாண்அர வாஅனல் எரிஅம்பாய்
பொருது மூஎயில் செற்றவன்
பற்றிநின்று உறைபதி எந்நாளும்
கருது கின்றஊர் கனைகடல்
கடிகமழ் பொழில்அணி மாதோட்டம்
கருத நின்றகே தீச்சரம்
கைதொழக் கடுவினை அடையாவே (1)

அருஞ்சொற்பொருள்:

விருது - வெற்றிச்சின்னம். செற்றவன் - அழித்தவன். கடி - மணம். அணி - அழகு. கடுவினை - கொடிய வினைகள்.

பொழிப்புரை:

வெற்றியின் சின்னமாக விளங்கும் மேருமலையை வில்லாகவும், வாசுகி என்ற பாம்பை நாணாகவும், அக்கினி தேவனை அம்பின் நுனியாகவும் கொண்டு, போர்செய்து முப்புரத்தை அழித்தவன்; அவன் விருப்பம் கொண்டு எழுந்தருளி இருக்கும் பதி எதுஎனில்; அடியார்கள் எந்நாளும் மறவாது நினைக்கின்றதும், கடல் ஆரவாரம் செய்வதும், மணமுள்ள சோலை சூழ இருப்பதும், அழகியதும், ஆகிய மாதோட்டம் என்னும் ஊரும்; அவ்வூரில் அமைந்துள்ள கேதீச்சரம் என்னும் கோயிலுமே ஆகும்; அத்தலத்து இறைவரைக் கைகூப்பி வணங்க, வணங்குவாரது கடுமையான வினைகள் அகலும்.

3002. **பாடல் வீணையர் பலபல**
சரிதையர் எருதுஉகைத்து அருநட்டம்
ஆடல் பேணுவர் அமரர்கள்
வேண்டநஞ்சு உண்டுஇருள் கண்டத்தர்
ஈடம் ஆவது இருங்கடல்
கரையினில் எழில்திகழ் மாதோட்டம்
கேடு இலாதகே தீச்சரம்
தொழுதுஎழக் கெடும்இடர் வினைதானே (2)

அருஞ்சொற்பொருள்:

சரிதையர் - ஒழுக்கம் உடையவர். எருது உகைத்து - இடபத்தினைச் செலுத்தி. அருநட்டம் - அரிய நடனம். அமரர் - தேவர். ஈடம் - இடம். இருங்கடல் - பெரிய கடல். எழில் - அழகு. இடர் - துன்பம்.

பொழிப்புரை:

பாட்டுப் பாடுபவர்; வீணை வாசிப்பவர்; பலபல ஒழுக்கம் உடையவர்; எருதின் மீது ஏறி, அதனைச் செலுத்துபவர்; அரிய நடனம் ஆடுபவர்; தேவர்களின் வேண்டுகோளை ஏற்று விடத்தை உண்டு கண்டத்தில் தேக்கிக் கண்டம் கறுத்தவர்; அவர் எழுந்தருளி இருக்கும் இடம் எதுஎனில்; அது, பெரிய கடலின் கரையில் அழகுவிளங்கும் மாதோட்டம் என்னும் ஊரிலுள்ள எக்காலத்தும் அழிதல் இல்லாத கேதீச்சரம் என்னும் கோயிலே ஆகும்; அத்தலத்து இறைவரை வணங்கி எழ, துன்பம் தரும் வினைகளானவை கெடும்.

3003. பெண்ஒர் பாகத்தர் பிறைதவழ்
சடையினர் அறைகழல் சிலம்புஆர்க்கச்
சுண்ணம் ஆதரித்து ஆடுவர்
பாடுவர் அகம்தொறும் இடுபிச்சைக்கு
உண்ணல் ஆவதுஒர் இச்சையின்
உழல்பவர் உயர்தரு மாதோட்டத்து
அண்ணல் நண்ணுகே தீச்சரம்
அடைபவர்க்கு அருவினை அடையாவே (3)

அருஞ்சொற்பொருள்:

சுண்ணம் - திருநீற்றுப் பொடி. ஆதரித்து - பூசி. அகம்தொறும் - வீடுதோறும். இச்சை - விருப்பம். உழல்பவர் - சுற்றித் திரிபவர். அருவினை - அரிய வினை.

பொழிப்புரை:

பெண்ணாகிய உமாதேவியை ஒரு பாகத்தில் வைத்திருப்பவர்; பிறைச் சந்திரன் தவழும் சடை உடையவர்; ஒரு காலில் வீரக்கழலும் மறு காலில் சிலம்பும் ஒலிக்க இருப்பவர்; திருநீற்றை விரும்பி உடல் முழுதும் பூசுபவர்; நடனம் ஆடுபவர்; பாட்டுப் பாடுபவர்; பிச்சை உணவின்மீது விருப்பம் கொண்டு, வீடுதோறும் சுற்றித் திரிபவர்; அவர் மாதோட்டம் என்னும் ஊரில் உள்ள கேதீச்சரம் திருக்கோயிலில் எழுந்தருளி இருக்கும் தலைவர்; அவரைச் சென்று வழிபடுபவரை, அருவினைகள் அடையாது.

3004. பொடிகொள் மேனியர் புலிஅதள்
அரையினர் விரிதரு கரத்துஏந்தும்
வடிகொள் மூவிலை வேலினர்
நூலினர் மறிகடல் மாதோட்டத்து
அடிகள் ஆதரித்து இருந்தகே
தீச்சரம் பரிந்தசிந் தையராகி
முடிகள் சாய்த்துஅடி கள்பேணவல்
லார்தம்மேல் மொய்த்துஎழும் வினைபோமே (4)

அருஞ்சொற்பொருள்:

அதள் - தோல். பொடி - திருநீறு. மறிகடல் - அலை மடங்கி விழும் கடல். மொய்த்து - சூழ்ந்து.

பொழிப்புரை:

திருநீற்றுப் பொடி பூசிய திருமேனி உடையவர்; புலித்தோலை உடையாகக் கட்டிய இடை உடையவர்; கையில் வடித்த ஒளிவீசும் முத்தலைச் சூலம் ஏந்தி இருப்பவர்; பூணூல் புரளும் மார்பு உடையவர்; அவர் அலை மடிந்து விழும் கடலின் கரையில் உள்ள மாதோட்டம் என்னும் ஊரில் உள்ள கேதீச்சரம் என்னும் திருக்கோயிலில் விரும்பி எழுந்தருளி இருக்கும் இறைவர்; சிந்தையில் அன்பு உடையவராய், முடி சாய்த்து அவரது அடியை வணங்க வல்லவர் யாவராயினும், அவரைச் சூழ்ந்துள்ள வினைகள் கலைந்து போய்ப் பின்னர் அவை கழியும்.

3005. நல்லர் ஆற்றவும் ஞானம்நன்கு
உடையர்தம் அடைந்தவர்க்கு அருள்ஈய
வல்லர் பார்மிசை வான்பிறப்பு
இறப்புஇலர் மலிகடல் மாதோட்டத்து
எல்லை இல்புகழ் எந்தைகே
தீச்சரம் இராப்பகல் நினைந்துஏத்தி
அல்லல் ஆசுஅறுத்து அரன்அடி
இணைதொழும் அன்பராம் அடியாரே (5)

அருஞ்சொற்பொருள்:

ஆற்றவும் - மிகவும். பார் - நிலஉலகம். வான் - வான உலகம். ஆசு - குற்றம்.

பொழிப்புரை:

மிகவும் நல்லவர்; ஞானம் மிக உடையவர்; தம்மை வந்து அடைந்தார்க்கு அருளை ஈவதில் வல்லவர்; நிலவுலகம் வானஉலகம் என எவ்விடத்தும் (எக்காலத்தும்) பிறப்பு இறப்பு இல்லாதவர்; கடலின் கரையில் உள்ள மாதோட்டம் என்னும் ஊரில் கேதீச்சரம் கோயிலில் எழுந்தருளி இருக்கும் எல்லையற்ற புகழுடைய எமது தந்தை; பிறப்பு அறுக்கும் பெருமான்; இரவு பகல் என எந்நேரமும் அவரது திருவடியை நினைந்து போற்றி, குற்றத்தால் வரும் துன்பத்திலிருந்து விடுபட்டு, அன்பராகி அடியராகலாம்.

3006. பேழை வார்சடைப் பெருந்திரு
மகள்தனை பொருந்தவைத்து ஒருபாகம்
மாழை அம்கயல் கண்ணிபால்
அருளிய பொருளினர் குடிவாழ்க்கை

வாழை அம்பொழில் மந்திகள்
களிப்புஉற மருவிய மாதோட்டக்
கேழல் வெண்மருப்பு அணிந்தநீள்
மார்பர்கே தீச்சரம் பிரியாரே (6)

அருஞ்சொற்பொருள்:

பேழை - பெருமை. பெருந்திருமகள் - கங்கை. மாழை - மாவடு. அம் - அழகு. கயல் - மீன் வகை. மந்தி - பெண் குரங்கு. களிப்பு - மகிழ்ச்சி. கேழல் - பன்றி. மருப்பு - கொம்பு.

பொழிப்புரை:

பெருமை பொருந்திய நீண்ட சடையில் கங்கையைத் தங்க வைத்திருப்பவர்; உடம்பின் ஒரு பாகத்தில் மாவடுவும் கயல் மீனும் போன்ற அழகிய கண் உடைய உமாதேவியை வைத்திருப்பவர்; பன்றியின் கொம்பு அணிந்த அகன்ற திருமார்பு உடையவர்; அவர் வாழை மரங்கள் நிறைந்த அழகிய சோலையில் பெண் குரங்குகள் மகிழ்ச்சியுடன் இருக்கும் மாதோட்டம் என்னும் ஊரில் கேதீச்சரம் திருக்கோயிலில் எழுந்தருளி இருப்பவர் (குடிவாழ்க்கை உடையவர்); மேலும் அத்தலத்தைவிட்டுப் பிரிந்து செல்லாத இயல்பு உடையவர்.

3007. பண்டு நால்வருக்கு அறம்உரைத்து
அருளிப்பல் உலகினில் உயிர்வாழ்க்கை
கண்ட நாதனார் கடல்இடம்
கைதொழக் காதலித்து உறைகோயில்
வண்டு பண்செயும்மா மலர்ப்பொழில்
மஞ்ஞை நடமிடும் மாதோட்டம்
தொண்டர் நாடொறும் துதிசெய
அருள்செய்கே தீச்சரம் அதுதானே (7)

அருஞ்சொற்பொருள்:

பண்டு - முன்பு. நால்வர் - சனகன், சனந்தனன், சனாதனன், சனற்குமாரன் என்னும் முனிவர் நால்வர். அறம் உரைத்து - அறம் பொருள் இன்பம் வீடு என்னும் நாற்பொருளை உரைத்து. மஞ்ஞை - மயில்.

பொழிப்புரை:

முன்பு சனகன் முதலிய முனிவர் நால்வர்க்கு அறம் முதலிய உறுதிப் பொருள்கள் நான்கினையும் எடுத்துச் சொல்லிஅருளிப் பல உலகங்களிலும்

வாழும் வாழ்வினை உடைய தலைவர்; அன்பர்கள் அன்புமீதூரக் கைதொழுது வணங்குமாறு அவர் கோயில் கொண்டு எழுந்தருளி இருப்பது; வண்டுகள் இசை பாடுவதும், மயில்கள் நடனம் ஆடுவதும், நிரம்பிய மலர்கள் மலர்ந்திருப்பதும், ஆகிய சோலைவளம் உடைய மாதோட்டம் என்னும் கடலின் கரையில் உள்ள ஊராகும்; அங்கு உள்ள கேதீச்சரம் திருக்கோயிலுக்குத் தொண்டர்கள் நாளும் வந்து வழிபாடு செய்து, அப்பெருமானது அருளைப் பெற்றுச் செல்கின்றனர்.

3008. தென்இலங் கையர் குலபதி
மலைநலிந்து எடுத்தவன் முடிதிண்தோள்
தன்நலம் கெடஅடர்த்து அவர்க்கு
அருள்செய்த தலைவனார் கடல்வாய்ப்
பொன்இ லங்கிய முத்துமா
மணிகளும் பொருந்திய மாதோட்டத்து
உன்னி அன்பொடும் அடியவர்
இறைஞ்சுகே தீச்சரத்து உளாரே (8)

அருஞ்சொற்பொருள்:

குலபதி - குடிகளுக்குத் தலைவன். உன்னி - நினைந்து. உளாரே - (உள்ளாரே) இருக்கின்றாரே!

பொழிப்புரை:

தெற்கில் உள்ள இலங்கை நாட்டில் வாழும் குடிகளுக்கு அரசனும், கயிலை மலை அசையுமாறு, அதனைப் பெயர்த்தவனும், ஆகிய இராவணனது முடிகள், வலிய தோள்கள், என அவற்றின் அழகு கெடுமாறு, நசுக்கிப் பின் அவனுக்கு அருள் செய்த தலைவர்; அவர் அடியார்கள் மனதால் தியானித்து வழிபடுமாறு, பொன்னும் முத்தும் ஏனைய மணிவகைகளும் வளம்செய்யும் மாதோட்டம் என்னும் ஊரில், கேதீச்சரம் என்னும் திருக்கோயிலில், எழுந்தருளி இருக்கிறார்.

3009. பூஉளா னும்அப் பொருகடல்
வண்ணனும் புவிஇடந்து எழுந்துஓடி
மேவி நாடிநுன் அடிஇணை
காண்கிலா வித்தகம் என்ஆகும்
மாவும் பூகமும் கதலியும்
நெருங்குமா தோட்டநன் னகர்மன்னித்
தேவி தன்னொடும் திருந்துகே
தீச்சரத்து இருந்தஎம் பெருமானே (9)

அருஞ்சொற்பொருள்:

பூஉளான் - பிரமன். புவி - பூமி. இடந்து - தோண்டி. எழுந்துஓடி - மேலே பறந்து. அடிஇணை - இணையான (இரண்டு) திருவடிகள். வித்தகம் - சாதுரியம். பூகம் - பாக்கு. கதலி - வாழை.

பொழிப்புரை:

தாமரை மலர்மேல் இருக்கை கொண்ட பிரமனும், ஆரவாரம் செய்யும் கடலின் நிறம் உடைய திருமாலும், முறையே ஆகாயத்தில் பறந்தும், பூமியைத் தோண்டியும், நினது முடியையும் அடியையும் காண முடியாதவர் ஆயினர்; அவர்களது சாமர்த்தியம் என்னவாயிற்று? மா, பாக்கு, வாழை முதலிய மரங்கள் நெருங்கிக் காணப்படும் மாதோட்டம் என்னும் நல்ல நகரில் கேதீச்சரம் என்னும் திருக்கோயிலில் எமது பெருமான், தமது தேவியோடு நிலைத்து எழுந்தருளி இருக்கிறான்; அவனைச் சென்று தொழுவீராக!

3010. **புத்த ராய்ச்சில புனைதுகில்**
உடையவர் புறன்உரைச் சமண்ஆதர்
எத்த ராகிநின்று உண்பவர்
இயம்பிய ஏழைமை கேளேன்மின்
மத்த யானையை மறுகிட
உரிசெய்து போர்த்தவர் மாதோட்டத்து
அத்தர் மன்னும்பா லாவியின்
கரையில்கே தீச்சரம் அடைமின்னே (10)

அருஞ்சொற்பொருள்:

ஆதர் - அறிவிலார். எத்தர் - ஏமாற்றுவோர். ஏழைமை - அறியாமை. கேளன்மின் - கேட்க வேண்டா. மறுகிட - கலங்க. அத்தர் - தந்தை. பாலாவி -தீர்த்தம்.

பொழிப்புரை:

பௌத்தத் துறவி வேடம் பூண்டு காவி உடையால் உடலை மூடுபவரும், சைவநெறிக்குப் புறம்பான சொற்களைப் பேசுபவரும், அறிவிலிகளும், ஏமாற்றுக்காரர்களும், நின்று கொண்டே உணவினை உண்பவர்களும், ஆகிய சமணர்களும், பௌத்தர்களும் கூறும் அறியாமை நிறைந்த உபதேசங்களைக் கேட்க வேண்டா; மாறாக, மதமுள்ள ஆண் யானை

கலங்குமாறு அதன் தோலை உரித்துப் போர்த்தவனும்; மாதோட்டம் நகரில் பாலாவி ஆற்றின் கரையில் கேதீச்சரம் கோயிலில் எழுந்தருளி இருப்பவனும், ஆகிய எமது தந்தையைச் சென்று அடைவீர்களாக!

3011. மாடுஎலாம் மணமுரசு எனக்கட
 லினது ஒலிகவர் மாதோட்டத்து
 ஆடல் ஏறுஉடை அண்ணல்கே
 தீச்சரத்து அடிகளை அணிகாழி
 நாடுஉ ளார்க்குஇறை ஞானசம்
 பந்தன்சொல் நவின்றுஎழு பாமாலைப்
 பாடல் ஆயின பாடுமின்
 பத்தர்காள் பரகதி பெறலாமே (11)

அருஞ்சொற்பொருள்:

ஆடல் - வெற்றி. நவின்று - சொல்லி. பரகதி - மேலான வீட்டின்பம்.

பொழிப்புரை:

அருகில் மணமுரசு போல் கடல்ஒலி இடைவிடாது ஒலிக்கும் மாதோட்டம் என்னும் ஊரில் கேதீச்சரம் திருக்கோயிலில் எழுந்தருளி இருக்கும் வெற்றி பொருந்திய இடப ஊர்தி உடையவனும், தலைவனும், இறைவனும், ஆகிய பெருமானை; அழகிய சீர்காழி நாட்டுக்கு அரசனாக விளங்கும் ஞானசம்பந்தன்; பாமாலை கொண்டு போற்றிப் பாடிய பாடல்கள் ஆயினவற்றைப் பத்தர்களே! பாடி வழிபடுங்கள்! அவ்வாறு பாடி வழிபட, மேலான வீடுபேறு அடையலாம்.

திருச்சிற்றம்பலம்

278

திருவாடானை

பதிக வரலாறு:

சேதுவின் கரையில் இருந்து ஈழநாட்டுத் தலங்கள் இரண்டினையும் பாடிப் பரவிய கழுமலவள நகரார், வழியில் பல தலங்களை வணங்கி, திருவாடானை வந்து பணிந்து பாடிய பதிகம் இது.

தல வரலாறு:

காளையார் கோயிலுக்குக் கிழக்கில் 35 கி.மீ. தொலைவிலும் தேவகோட்டையிலிருந்து தென்கிழக்கில் 40 கி.மீ. தொலைவிலும் உள்ளது. இது பாண்டி நாட்டுத்தலம். ஆட்டுத் தலையும் யானை உடலுமாக சபிக்கப்பட்ட பிருகு முனிவர், அவ்வுருவில் வந்து வழிபட்டுச் சாபம் நீங்கப்பெற்ற தலம். ஆதலின் தலத்தின் பெயர் ஆடுஆனை எனப்பெயர் பெற்றது. துர்வாச முனிவர் தம்மிடம் வந்தபோது வணங்காமையால், பிருகு முனிவருக்கு இச்சாபம் நேர்ந்தது என்பது வரலாறு.

நீலமணியைச் சிவலிங்கமாகத் தாபித்து சூரியன் வழிபட்ட தலம். ஆதலின் இறைவருக்கு ஆதி ரத்தினேசுவரர் என்ற பெயரும் உண்டு. கோயிலைச் சுற்றி நான்கு மாடவீதிகள் உள்ளன.

சுவாமி : ஆடானை நாதர்

அம்மை : அம்பாயிரவல்லி

தல மரம் : வில்வம்

தீர்த்தம் : சூரிய தீர்த்தம்

திருமுறை 2 - 248 திருஞான - 891

பண்: நட்டராகம்

3012. **மாதுஓர் கூறுஉகந்து ஏறுஅது ஏறிய**
ஆதி யான்உறை ஆடானை
போதி னால்புனைந்து ஏத்து வார்தமை
வாதி யாவினை மாயுமே (1)

அருஞ்சொற்பொருள்:

ஆதியான் - முதல்வன். போது - மலர். வாதியா - துன்புறுத்தாது.

பொழிப்புரை:

உமாதேவியை உடம்பின் ஒரு பகுதியாகக் கொண்டு, இடபத்தின் மீது ஏறிவரும் முதல்வன் எழுந்தருளி இருக்கும் ஆடானை என்னும் தலத்தை மலர்கள் தூவிப் போற்றி வழிபடுங்கள்; அவ்வாறு வழிபடுவாரை, வினைகள் ஒருபோதும் துன்புறுத்தாது; மேலும் அவ்வினை அவரை விட்டு விலகிவிடும்.

3013. வாடல் வெண்தலை அங்கைஏந் திநின்று
 ஆட லான்உறை ஆடானை
 தோடு உலாமலர் தூவிக் கைதொழ
 வீடும் நுங்கள் வினைகளே (2)

அருஞ்சொற்பொருள்:

வாடல் வெண்தலை - மண்டை ஓடு. அங்கை - உள்ளங்கை. தோடு - இதழ். வீடும் - அழியும்.

பொழிப்புரை:

தோல் வற்றிய மண்டை ஓட்டை (பிரம கபாலத்தை) கையில் ஏந்தி நின்று நடனம் ஆடும் ஆடானை என்னும் தலத்தில் எழுந்தருளி இருக்கும் இறைவனை, இதழ்களோடு கூடிய மலர்கள் தூவி, கைகூப்பி வணங்க, வணங்குவாரது வினைகள் அழிந்துபோகும்.

3014. மங்கை கூறினன் மான்ம றிவுடை
 அங்கை யான்உறை ஆடானை
 தங்கை யால்தொழுது ஏத்த வல்லவர்
 மங்கு நோய்பிணி மாயுமே (3)

அருஞ்சொற்பொருள்:

மான்மறி - மான் கன்று. மங்கு நோய் - உடல் வலிமையை குன்றச் செய்யும் நோய்.

பொழிப்புரை:

உமாதேவி பாகனும், மான்கன்றினை அழகிய கையில் ஏந்தி இருப்பவனும், ஆகிய இறைவன் எழுந்தருளி இருக்கும் ஆடானையைத் தங்களது கைகளைக் கூப்பி வழிபட வல்லவர்க்கு, அவரது வலிமை குன்றக் காரணமாக உள்ள உடல் நோயும் பிறவி நோயும் தீரும்.

3015. சுண்ண நீறுஅணி மார்பில் தோல்புனை
அண்ண லான்உறை ஆடானை
வண்ண மாமலர் தூவிக் கைதொழ
எண்ணு வார்இடர் ஏகுமே   (4)

அருஞ்சொற்பொருள்:

சுண்ணம் - திருநீற்றுப்பொடி. தோல் - மான் தோல் (பூணூலோடு சேர்த்து மார்பில் அணிவது). வண்ண - பல வண்ண. மாமலர் - மேலான (சிறந்த) மலர். இடர் - துன்பம். ஏகும் - வெளியேறிச் செல்லும்.

பொழிப்புரை:

திருநீற்றுப் பொடி பூசியுள்ள மார்பில் மான்தோலை அணியும் அண்ணலார் எழுந்தருளி இருக்கும் ஆடானை என்னும் தலத்தைப் பல வண்ணச் சிறந்த மலர்கள் தூவிக் கைகூப்பி வழிபட, வழிபட்டவரது (தியானித்தவரது) துன்பம் தூர விலகும்.

3016. கொய்அ ணிம்மலர்க் கொன்றை சூடிய
ஐயன் மேவிய ஆடானை
கைஅ ணிம்மல ரால்வ ணங்கிட
வெய்ய வல்வினை வீடுமே   (5)

அருஞ்சொற்பொருள்:

கொய் - கொய்த (பறித்த). அணிமலர் - அழகிய மலர். ஐயன் - தலைவன் (தந்தை). வீடும் - அழியும்.

பொழிப்புரை:

பறித்த அழகிய கொன்றை மலரைச் சூடிய தலைவன் எழுந்தருளி இருக்கும் ஆடானை என்னும் தலத்தை, மலர்தூவிக் கைகூப்பி வழிபட, வழிபட்டவரது கொடிய வினைகளானவை அழியும்.

3017. வான்இ ளம்மதி மல்கு வார்சடை
ஆன்அஞ்சு ஆடல் ஆடானை
தேன்அ ணிம்மலர் சேர்த்தமுன் செய்த
ஊனம் உள்ள ஒழியுமே (6)

அருஞ்சொற்பொருள்:

ஆன் அஞ்சு - பால், தயிர், நெய், கோசலம், கோசாணம் முதலிய ஐந்து. ஊனம் - குறை.

பொழிப்புரை:

வானில் உலவும் இளம்பிறைச் சந்திரனைச் சடையில் சூடி, ஆன்ஐந்து (பஞ்சகவ்வியம்) கொண்டு திருமஞ்சனம் ஆடும் ஆடானை என்னும் தலத்தில் எழுந்தருளி இருக்கும் இறைவனை, தேன்பொருந்திய மலர்கள் சாத்தி வழிபட, வழிபட்டவரது குறைகளானவை நீங்கும்.

3018. துலங்கு வெண்மழு ஏந்திச் சூழ்சடை
அலங்க லான்உறை ஆடானை
நலங்கொள் மாமலர் தூவி நாள்தொறும்
வலங்கொள் வார்வினை மாயுமே (7)

அருஞ்சொற்பொருள்:

துலங்கு - விளங்கு. அலங்கல் - மாலை. மாயும் - அழியும்.

பொழிப்புரை:

ஒளிவிளங்கும் வெண்மழுவைக் கையில் ஏந்தி, மாலை சூடிய சடை உடையவன் எழுந்தருளி இருக்கும் ஆடானை என்னும் தலத்தில் உள்ள கோயிலை, நாள்தோறும் வலமாக வந்து, நன்மை பொருந்திய சிறந்த மலர்கள் கொண்டு தூவி வழிபட, வழிபடுவாரது வினைகளானவை அழியும்.

3019. வெந்த நீறுஅணி மார்பில் தோல்புனை
அந்தம் இல்லவன் ஆடானை
கந்த மாமலர் தூவிக் கைதொழும்
சிந்தை யார்வினை தேயுமே (8)

அருஞ்சொற்பொருள்:

தோல் - மான்தோல். அந்தம் - முடிவு. கந்தம் - மணம். தேயும் - படிப்படியாகக் கரையும்.

பொழிப்புரை:

வெந்த திருநீற்றையும் மான்தோலையும் அழகிய திருமார்பில் புனையும், (தொடக்கமும்) முடிவும் இல்லாதவன் எழுந்தருளி இருக்கும் ஆடானை என்னும் தலத்தை, மணமுள்ள நல்ல மலர் கொண்டு தூவிக் கைகூப்பி வழிபடும் சிந்தை உடையவராய் நீவிர் இருப்பின், உமது வினைகளானவை படிப்படியாகத் தேயும்.

3020. **மறைவ லாரொடு வான வர்தொழுது**
அறையும் தண்புனல் ஆடானை
உறையும் ஈசனை ஏத்தத் தீவினை
பறையும் நல்வினை பற்றுமே (9)

அருஞ்சொற்பொருள்:

வலார் -வல்லார். அறையும் தண்புனல் - அலைவீசி ஆரவாரம் செய்யும் குளிர்ந்த நீர். பறையும் - அழியும். பற்றும் - வந்து பொருந்தும்.

பொழிப்புரை:

வேதம் வல்ல வேதியர்களும், தேவர்களும் வந்து வணங்கும் ஒலிக்கின்ற குளிர்ந்த நீர்வளம் உடைய ஆடானை என்னும் தலத்தில் எழுந்தருளி இருக்கும் சிவபெருமானைப் போற்றி வழிபட, வழிபடுவாரது தீவினை அழியும்; நல்வினை கூடும்.

3021. **மாய னும்பல ரானும் கைதொழ**
ஆய அந்தணன் ஆடானை
தூய மாமலர் தூவிக் கைதொழத்
தீய வல்வினை தீருமே (10)

அருஞ்சொற்பொருள்:

மாயன் - திருமால். மலரான் - பிரமன்.

பொழிப்புரை:

மாயனாகிய திருமாலும் மலர்மிசை அமரும் பிரமனும் வணங்க ஆடானை என்னும் தலத்தில் எழுந்தருளி இருக்கும் அந்தணனைத் தூய சிறந்த மலர் கொண்டு தூவிக் கைகூப்பி வணங்க, தீமை உடைய வலிய வினைகள் நீங்கும்.

3022. வீடி னார்மலி வேங்க டத்துநின்று
ஆட லான்உறை ஆடானை
நாடி ஞானசம் பந்தன செந்தமிழ்
பாட நோய்பிணி பாறுமே (11)

அருஞ்சொற்பொருள்:

வீடினார் - இறந்தவர். வேங்கடம் - (வேம் + கடம்) பிணம் வெந்து கொண்டிருக்கும் சுடுகாடு. பாறும் - அழியும்.

பொழிப்புரை:

இறந்தவரது பிணம் எரியும் சுடுகாட்டில் நின்று நடனம் ஆடுபவன் எழுந்தருளி இருக்கும் ஆடானை என்னும் தலத்தின்மீது; விரும்பி ஞானசம்பந்தன் பாடிய செந்தமிழ்ப் பாமாலை பத்தும் கொண்டு, பாடி வழிபட வல்லவரது, உடல் நோயும், பிறவிப் பிணியும் அழியும்.

திருச்சிற்றம்பலம்

279

திருப்புனவாயில்

பதிக வரலாறு:

திருவாடானை பணிந்து பாடிய சம்பந்தர் திருப்புனவாயில் வந்து வணங்கிப் பாடிய பதிகம் இது.

தல வரலாறு:

அறந்தாங்கி இரயில் நிலையத்திற்குத் தென்கிழக்கில் 11 கி.மீ. தொலைவில் உள்ளது. வேதங்கள் வழிபட்டுப் பேறு பெற்ற தலம். நந்தியும் மூல இலிங்கமும் ஆவுடையாரும் மிகப் பெரியன. இலிங்கத் திருமேனிக்கு மூன்று முழமும், ஆவுடையாருக்கு முப்பது முழமும் பரிவட்டம் தேவைப்படும். 'மூன்று முழமும் ஒரு சுற்று முப்பது முழமும் ஒரு சுற்று' என்று ஒரு பழமொழியும் உண்டு. மிகவும் பழமை வாய்ந்த தலம். பாண்டி நாட்டிலுள்ள 14 தலங்களின் மூர்த்திகளும் இக்கோயிலில் எழுந்தருளி இருக்கின்றனர்.

சுவாமி : பழம்பதி நாதர்
அம்மை : கருணை நாயகி
தல மரம் : புன்னை
தீர்த்தம் : பிரம தீர்த்தம்

திருமுறை 3 - 269　　　　　　　　திருஞான - 891

பண்: காந்தார பஞ்சமம்

3023. மின்இயல் செஞ்சடை வெண்பிறை
　　　யன்விரி நூலினன்
　　　பன்னிய நான்மறை பாடிஆ
　　　டிப்பல ஊர்கள்போய்

அன்னம்அன் னந்நடை யாளொ
டும்(ம்)அம ரும்இடம்
புன்னைநன் மாமலர் பொன்உதிர்க்
கும்புன வாயிலே (1)

அருஞ்சொற்பொருள்:

மின் - மின்னல். பொன் உதிர்க்கும் - பொன் போன்ற மகரந்தப் பொடியை உதிர்க்கும்.

பொழிப்புரை:

மின்னல் போல் ஒளிரும் சிவந்த சடையும், சடையில் வெண்பிறைச் சந்திரனும், மார்பில் முப்புரி நூலும் உடையவனாய்; நான்கு வேதங் களைத் தன் வாயால் இசையுடன் பாடி, அதற்கேற்ப நடனமும் ஆடி, பல ஊர்களுக்கும் செல்பவனாய்; அன்னம் போன்ற நடை அழகு உடைய உமாதேவியை உடன் கொண்டு விளங்குபவனாய்ச் சிவபெருமான் எழுந்தருளி இருக்கும் இடம்; புன்னையின் நல்ல மலரானது பொன்போல் மகரந்தப்பொடிகளை உதிர்க்கும் புனவாயில் என்னும் தலமே ஆகும்.

3024. விண்டவர் தம்புரம் மூன்றுஎரித்
துவிடை ஏறிப்போய்
வண்டுஅம ரும்குழல் மங்கையொ
டும்மகிழ்ந் தான்இடம்
கண்டலும் ஞாழலும் நின்றுபெ
ருங்கடல் கானல்வாய்ப்
புண்டரீ கம்மலர்ப் பொய்கைசூழ்ந்
தபுன வாயிலே (2)

அருஞ்சொற்பொருள்:

விண்டவர் - பகைவர். கானல் - கடற்கரைச் சோலை. புண்டரீகம் - தாமரை.

பொழிப்புரை:

பகைவரது முப்புரத்தை எரித்து அழித்து விட்டு, இடபத்தின் மீது ஏறிச் சென்று, வண்டு மொய்க்கும் கூந்தல் உடைய உமாதேவியோடு கூடி மகிழும் சிவபெருமான் எழுந்தருளி இருக்கும் இடம்; தாழையும் புலிநகக் கொன்றையும் தழைத்து வளரும் கடற்கரைச் சோலையும், தாமரை பூத்த குளங்களும் சூழ்ந்த திருப்புனவாயில் என்னும் தலமே ஆகும்.

3025. விடைஉடை வெல்கொடி ஏந்தினா
னும்விறல் பாரிடம்
புடைபடை ஆடிய வேடத்தா
னும்புன வாயிலில்
தொடைநவில் கொன்றைஅம் தாரினா
னும்சுடர் வெண்மழுப்
படைவலன் ஏந்திய பால்நெய்ஆ
டும்பர மன்அன்றே (3)

அருஞ்சொற்பொருள்:

விறல் பாரிடம் - வீரம் மிக்க பூதகணம். புடைபட - பக்கங்களில் சூழ. தொடை - மாலை. தார் - மாலை. வலன் - வலப்பக்கம்.

பொழிப்புரை:

இடபம் எழுதிய கொடியை ஏந்தி இருப்பவரும், வீரம் மிக்க பூதகணங்கள் சூழ்ந்து நின்று பாட, அதற்கேற்ப நடனம் ஆடுகின்றவரும், புனவாயில் என்னும் தலத்தில் எழுந்தருளி இருக்கின்றவரும், மாலை போல் பூத்துத் தொங்கும் சரக்கொன்றை மலர் கொண்டு தொடுக்கப்பட்ட மாலை அணிந்திருப்பவரும், ஒளிவிட்டுப் பிரகாசிக்கும் மழுப்படையை வலக்கையில் ஏந்தி இருப்பவரும், பால் நெய் கொண்டு திருமஞ்சனம் ஆடுபவரும், ஆகிய பரமன் அல்லனோ இவன்?

3026. சங்கவெண் தோடுஅணி காதினா
னும்சடை தாழவே
அங்கைஇ லங்குஅழல் ஏந்தினா
னும்(ம்)அழ காகவே
பொங்குஅர வம்(ம்)அணி மார்பினா
னும்புன வாயிலே
பைங்கண்வெள் ஏற்றுஅண்ணல் ஆகிநின்
றபர மேட்டியே (4)

அருஞ்சொற்பொருள்:

அங்கை - (அகம்கை) உள்ளங்கை. இலங்குஅழல் - விளங்கும் நெருப்பு. பொங்கு அரவம் - சினம் உடைய பாம்பு. வெள்ஏறு - வெள்விடை. பரமேட்டி - மேலானவன்.

பொழிப்புரை:

சங்கு கொண்டு செய்யப்பட்ட வெண்மை நிறத் தோடு அணிந்த காது உடையவனும், சடை தாழ்ந்து (நீண்டு) தொங்க, உள்ளங்கையில் விளங்குகின்ற நெருப்பை ஏந்தி இருப்பவனும், சினம் உடைய பாம்பை அழகுபட மார்பில் அணிந்திருப்பவனும், புனவாயில் என்னும் தலத்தில் எழுந்தருளி இருப்பவனும், பசிய கண்ணும் வெள்ளை நிற உடலும் உடைய எருதின்மீது ஏறிவருபவனும், ஆகியவன் யார் எனில், அவன் மேலான பொருளாய் விளங்கும் சிவபெருமானே ஆவன்.

3027. **கலிபடு தண்கடல் நஞ்சம்உண்**
டகறைக் கண்டனும்
புலிஅதள் பாம்புஅரைச் சுற்றினா
னும்புன வாயிலில்
ஒலிதரு தண்புன லோடுஎருக்
கும்மத மத்தமும்
மெலிதரு வெண்பிறை சூடிநின்
றவிடை ஊர்தியே (5)

அருஞ்சொற்பொருள்:

கலி - ஒலி. கறை - விடக்கறை. அதள் - தோல். அரை - இடுப்பு. ஒலி தரு வெண் புனல் - ஒலிக்கும் குளிர்ந்த நீர்ப்பெருக்கு (கங்கை). மத்தம் - ஊமத்த மலர். விடை - இடபம்.

பொழிப்புரை:

அலைவீசி ஆரவாரம் செய்யும் குளிர்ந்த கடலிலிருந்து வெளிப்பட்ட விடத்தை உண்டு தேக்கிய கறையுடன் கூடிய கண்டம் உடையவனும், புலியின் தோலை உடையாகவும் பாம்பைக் கச்சாகவும் கட்டி இருப்பவனும், திருப்புனவாயில் என்னும் தலத்தில் எழுந்தருளி இருப்பவனும், கங்கை, எருக்க மலர், ஊமத்தம்பூ, தேய்ந்த பிறைச்சந்திரன் ஆகியவற்றைச் சூடி இருப்பவனும், இடபத்தை ஊர்தியாக்கி அதில் ஏறி வருபவனும், ஆகியவன் சிவபெருமானே ஆவன்.

3028. **வார்உறு மென்முலை மங்கைபா**
டநடம் ஆடிப்போய்க்
கார்உறு கொன்றைவெண் திங்களா
னும்கனல் வாயதோர்

       போர்உறு வெண்மழு ஏந்தினா
       னும்புன வாயிலில்
       சீர்உறு செல்வம்மல் கவ்விருந்
       தசிவ லோகனே   (6)

அருஞ்சொற்பொருள்:

வார் - கச்சு. கார்உறு கொன்றை - கார்காலத்துக் கொன்றை மலர். கனல்வாயது - ஒளிவீசுவது. போர்உறு - போர் செய்யும். சீர்உறு - சிறப்பு உடைய. மல்க - பெருக. சிவலோகன் - சிவலோகத்து உரிமை உடையவன்.

பொழிப்புரை:

கச்சு அணிந்த மென்மையான முலை உடைய உமாதேவி பாட, அதற்கேற்ப நடனம் ஆடுபவனும், கார்காலத்துக் கொன்றை மலர் மாலையும் சந்திரனும் சூடி இருப்பவனும், ஒளிவீசுவதும் போர் செய்ய உதவுவதும், ஆகிய வெண்மை நிற மழுப்படையை ஏந்தி இருப்பவனும், புனவாயில் என்னும் தலத்தில், எழுந்தருளி இருப்பவனும், சிறப்பு பொருந்திய முத்தியாகிய செல்வம் வழங்கும் சிவலோக நாயகனும், ஆகியவன் சிவபெருமானே ஆவன்.

3029. பெருங்கடல் நஞ்சுஅமுது உண்டுஉகந்
       துபெரும் காட்டிடைத்
       திருந்துஇள மென்முலைத் தேவிபா
       டந்நடம் ஆடிப்போய்ப்
       பொருந்தலர் தம்புரம் மூன்றும்எய்
       துபுன வாயிலில்
       இருந்தவன் தன்கழல் ஏத்துவார்
       கட்குஇடர் இல்லையே   (7)

அருஞ்சொற்பொருள்:

பொருந்தலர் - பகைவர். இடர் - துன்பம்.

பொழிப்புரை:

பெரிய திருப்பாற்கடலில் வெளிப்பட்ட விடத்தை அமுதம் ஆக்கி உண்டு மகிழ்ந்தவனும், பெரிய சுடுகாட்டின் நடுவில் திருத்தமான இளம் முலை உடைய உமாதேவி பாட, நடனம் ஆடுபவனும், பகைவரது

முப்புரத்தைத் தீயிட்டு அழித்தவனும், புனவாயில் என்னும் தலத்தில் எழுந்தருளி இருப்பவனும், ஆகிய சிவபெருமானது திருவடிப் பெருமை குறித்துப் பேசிப் போற்றுவார்க்குத் துன்பம் இல்லையாகும்.

3030. மனமிகு வேலன்அவ் வாள்அரக்
கன்வலி ஒல்கிட
வனமிகு மால்வரை யால்அடர்த்
தான்இடம் மன்னிய
இனம்மிகு தொல்புகழ் பாடல்ஆ
டல்எழில் மல்கிய
புனம்மிகு கொன்றைஅம் தென்றல்ஆர்ந்
தபுன வாயிலே (8)

அருஞ்சொற்பொருள்:

மனம் - ஊக்கம் (செருக்கு). வேலன் - வேல்படை உடையவன். ஒல்கிட - அழிந்திட. வனம் - சோலைவனம். மால்வரை - பெரிய (கயிலை) மலை. இனம் மிகு புகழ் - பலவகைப்பட்ட புகழ். மல்கிய - பெருகிய. புனம் - காடு (முல்லை நிலம்).

பொழிப்புரை:

செருக்கு மிக உடையவனும், வேல், வாள் முதலிய ஆயுதங்கள் ஏந்தியவனும், ஆகிய அரக்கன் இராவணனது வலிமை அழியுமாறு, சோலைவளம் உடைய பெரிய கயிலை மலை கொண்டு நசுக்கியவன் எழுந்தருளி இருக்கும் இடம்; நிலைத்த பலவகைப்பட்ட பழம்பெருமை உடையதும், பாடலும் ஆடலும் இடைவிடாது நிகழ்வதும், காடுகளில் கொன்றை மலர்கள் மலர்ந்திருக்க அவற்றில் பட்டுத் தென்றல் வீசுவதும், ஆகிய சிறப்புகள் உடைய திருப்புனவாயிலே ஆகும்.

3031. திருவளர் தாமரை மேவினா
னும்திகழ் பாற்கடல்
கருநிற வண்ணனும் காண்புஅரி
யகட வுள்(ள்)இடம்
நரல்சுரி சங்கொடும் இப்பிஉந்
திந்நல மல்கிய
பொருகடல் வெண்திரை வந்துஎறி
யும்புன வாயிலே (9)

அருஞ்சொற்பொருள்:

திரு - அழகு. நரல் - ஒலி.சுரி - சுருண்ட. நலம் மல்கிய - நன்மைகள் பெருகிய. பொருகடல் - அலை வந்து கரையை மோதும் கடல்.

பொழிப்புரை:

அழகிய தாமரை மலர்மேல் இருக்கை கொண்டுள்ள பிரமனும், திருப்பாற்கடலில் பள்ளி கொண்டிருக்கும் கரிய நிறத் திருமேனி உடைய திருமாலும், தேடியும் காணமுடியாத அரிய கடவுள் எழுந்தருளி இருக்கும் இடம்; ஒலியைத் தன்னகத்தே கொண்டதும், சுருண்டு இருப்பதும், ஆகிய சங்கும், இப்பியும் ஆகியவற்றை வெண்மைநிறக் கடல் அலையானது கரை ஒதுக்கும் திருப்புனவாயில் என்னும் தலமே ஆகும்.

3032. **போதிள னப்பெயர் ஆயினா**
ரும்பொறி யில்சமண்
சாதிஉ ரைப்பன கொண்டுஅயர்ந்
துதளர்வு எய்தன்மின்
போதுஅவிழ் தண்பொழில் மல்கும்அம்
தண்புன வாயிலில்
வேதனை நாள்தொறும் ஏத்துவார்
மேல்வினை வீடுமே (10)

அருஞ்சொற்பொருள்:

போதி - அரசமரம் (புத்தர் ஞானம் பெற்றது அரசமரத்தின் கீழ் என்பதால் போதி என்ற சொல்லே பௌத்த மதத்தைக் குறிப்பதாயிற்று). பொறிஇல் -அறிவில்லாத. வேதன் - வேதமாய் விளங்குபவன் (சிவபெருமான்).

பொழிப்புரை:

போதி என்ற பெயர் உடைய பௌத்தர்களும், அறிவு சிறிதும் இல்லாத சமணர்களும், சாதிப்பது போலக் கூறும் உபதேசங்களைக் கேட்டு, அயர்வும் தளர்வும் அடைய வேண்டா; மாறாக, மலர்கள் மலர்ந்துள்ள குளிர்ந்த சோலை வளம் உடைய புனவாயில் என்னும் தலத்தில் எழுந்தருளி இருக்கும், வேதத்தின் பொருளாய் விளங்கும், சிவபெருமானைப் போற்றி வழிபடுங்கள்; அவ்வாறு வழிபடுவாரது ஏறுவினை (ஆகாமிய கன்மம்) அழியும்.

3033. பொற்றொடி யாள்உமை பங்கன்மே
வும்புன வாயிலைக்
கற்றவர் தாம்தொழுது ஏத்தநின்
றகடல் காழியான்
நற்றமிழ் ஞானசம் பந்தன்சொன்
னதமிழ் நன்மையால்
அற்றம்இல் பாடல்பத்து ஏத்தவல்
லார்அருள் சேர்வரே (11)

அருஞ்சொற்பொருள்:

பொற்றொடி - (பொன்+தொடி) பொன்னால் ஆன தோள்வளையல். கடல் காழி - கடலின் கரையில் உள்ள சீர்காழி. நற்றமிழ் - வீட்டு நெறியை காட்டிக் கொடுக்கும் நல்ல தமிழ். அற்றம் - சொல் குற்றமும் பொருள் குற்றமும். அருள் சேர்வர் - இறைவனது திருவருளைப் பெறுவர்.

பொழிப்புரை:

பொன்னால் செய்யப்பட்ட தோள்வளையல் அணிந்துள்ள உமாதேவியின் பாகன் எழுந்தருளி இருக்கும் திருப்புனவாயில் என்னும் தலத்தை; ஞானம் கற்றவர் தொழுது போற்றும் சீர்காழி நகரத்துக்குரியவனும், வீடுஅருள வல்ல தமிழ்மொழியில் புலமை மிக உடையவனும், ஆகிய ஞானசம்பந்தன் பாடிய தமிழ்ப்பாமாலையாகிய நன்மை மிக உடையதும், குற்றமற்றதும் ஆகிய பாடல் பத்தும் கொண்டு, போற்றி வழிபட வல்லவர்; இறைவனது திருவருளைப் பெறுவர்.

திருச்சிற்றம்பலம்

280

திருச்சிற்றேமம்

பதிக வரலாறு:

இப்பதிகம் எப்பொழுது பாடப்பட்டது என்ற குறிப்பு பெரிய புராணத்தில் இல்லை. இருப்பினும் பாண்டி நாட்டுத் தலங்களைக் கும்பிட்டு, மந்திரியார் பிறந்த மணமேற்குடி வழிபட்டு, மன்னவன், மங்கையர்க்கரசியார், குலச்சிறையார் ஆகிய மூவரிடமும் பிரியாவிடை பெற்று, மீண்டும் சோழநாட்டுக்குத் திரும்பி வரும் வழியில் இத்தலம் இருத்தலின், இப்பதிகம் இந்தச் சூழலில்தான் பாடப்பட்டிருக்க வேண்டும்.

தல வரலாறு:

அறந்தாங்கியிலிருந்து பட்டுக்கோட்டை செல்லும் வழியில் உள்ள திருச்சிற்றம்பலம் என்னும் ஊரே திருச்சிற்றேமம் என்பது. இத்தலத்துக் கோயில் கல்வெட்டுக்களில் சிற்றேமம் என்றே குறிப்பிடப்பட்டுள்ளது (இது தருமை ஆதீனப் பதிப்பில் கண்ட செய்தி) வேறு சிலர் வேறு விதமாகக் கூறுவர்.

சுவாமி : சிற்றேமம் உடைய மகாதேவர்

அம்மை : மானார்விழி நன்மாது

திருமுறை 3 - 300 திருஞான - 899

பண்: கொல்லிக்கௌவாணம்

3034. **நிறைவெண் திங்கள் வாள்முக**
மாதர் பாட நீள்சடைக்
குறைவெண் திங்கள் சூடிஓர்
ஆடல் மேய கொள்கையான்
சிறைவண்டு யாழ்செய் பைம்பொழில்
பழனம் சூழ்சிற் றேமத்தான்
இறைவன் என்றே உலகுஎலாம்
ஏத்த நின்ற பெருமானே (1)

அருஞ்சொற்பொருள்:

வாள்முகம் - ஒளி உடைய முகம். மாதர் - பெண் (உமாதேவி). சிறை வண்டு - இறகுகள் உடைய வண்டு. பழனம் - வயல்.

பொழிப்புரை:

முழுமதி போல ஒளிஉடைய முகத்துடன் கூடிய உமாதேவி இசைப் பாடல்களைப் பாட, நீண்ட சடையில் பிறைச்சந்திரனைச் சூடி நடனம் ஆடும் கொள்கை உடையவன்; இறகுகளுடன் கூடிய வண்டு யாழ்போல் முரலும் பசிய சோலையும் வயல்களும் சூழ்ந்த சிற்றேமம் என்னும் தலத்தில் எழுந்தருளி இருப்பவன்; அவனை இறைவன் என்றே உலகம் புகழ்கிறது; அவன் சிவபெருமானே ஆவன்.

3035. **மாகத் திங்கள் வாள்முக**
மாதர் பாட வார்சடைப்
பாகத் திங்கள் சூடிஓர்
ஆடல் மேய பண்டங்கன்
மேகத்து ஆடு சோலைசூழ்
மிடைசிற் றேமம் மேவினான்
ஆகத்து ஏர்கொள் ஆமையைப்
பூண்ட அண்ணல் அல்லனே (2)

அருஞ்சொற்பொருள்:

மாகம் - ஆகாயம். பாகத்திங்கள் - பிறைச்சந்திரன். பண்டங்கன் - பண்டரங்கம் என்னும் கூத்து நிகழ்த்துபவன். மேகத்து ஆடு சோலை - மேகம் வந்து தங்கித் தவழும் சோலை. மிடை - வளம் மிகுந்த. ஆகம் - மார்பு. ஏர்கொள் ஆமை - அழகிய ஆமை ஓடு.

பொழிப்புரை:

ஆகாயத்தில் உலவும் சந்திரன் போன்ற ஒளிபொருந்திய முகம் உடைய உமாதேவி பாட, நீண்ட சடையில் பிறைச்சந்திரனைச் சூடிப் பண்டரங்கம் என்னும் கூத்து நிகழ்த்துபவன்; மேகம் தவழும் சோலை வளமுடைய சிற்றேமம் என்னும் தலத்தில் எழுந்தருளி இருப்பவன்; அவன் மார்பில் அழகிய ஆமைஓட்டை அணிகலனாக அணிந்துள்ள தலைவனாகிய சிவபெருமான் அல்லனோ?

3036. நெடுவெண் திங்கள் வாள்முக
மாதர் பாட நீள்சடைக்
கொடுவெண் திங்கள் சூடிஓர்
ஆடல் மேய கொள்கையான்
படுவண்டு யாழ்செய் பைம்பொழில்
பழனம் சூழ்சிற் றேமத்தான்
கடுவெங் கூற்றைக் காலினால்
காய்ந்த கடவுள் அல்லனே (3)

அருஞ்சொற்பொருள்:

கொடு - வளைந்த. கடுவெம்கூற்று - மிகவும் கொடியவனாகிய இயமன். காய்ந்த - தண்டித்த.

பொழிப்புரை:

முழுநிலவு போன்ற ஒளியுடன் கூடிய முகமுடைய உமாதேவி பாட, நீண்ட சடையில் வளைந்த பிறைச்சந்திரனைச் சூடி, நடனம் ஆடுகின்ற ஒரு கொள்கை உடையவன்; சோலையில் தங்கியுள்ள வண்டுகள் யாழ்போல முரல, வயல்களால் சூழப்பட்ட சிற்றேமம் என்னும் தலத்தில் எழுந்தருளி இருப்பவன்; அவன் மிகவும் கொடியவனான இயமனைக் காலால் உதைத்துத் தண்டித்த கடவுளாகிய சிவபெருமான் அல்லனோ?

3037. கதிர்ஆர் திங்கள் வாள்முக
மாதர் பாடக் கண்ணுதல்
முதிரார் திங்கள் சூடிஓர்
ஆடல் மேய முக்கணன்
எதிர்ஆர் புனல்அம் புன்சடை
எழில்ஆரும் சிற்றே மத்தான்
அதிரார் பைங்கண் ஏறுஉடை
ஆதி மூர்த்தி அல்லனே (4)

அருஞ்சொற்பொருள்:

கதிர் - ஒளிக்கதிர். கண்ணுதல் - நெற்றிக்கண். முதிரார் - முதிராத (இளம்). முக்கணன் - மூன்று கண்கள் உடையவன். எதிரார் புனல் - ஆகாயத்திலிருந்து இறங்க எதிர் ஏற்கப்பட்ட நீர்ப்பெருக்கு (கங்கை). அம்புன்சடை - அழகிய மெல்லிய சடை. எழில்ஆரும் - அழகு பொருந்திய. அதிரார் - அதிரும் நடை உடைய. ஏறு - காளை.

பொழிப்புரை:

ஒளிவீசும் முழுமதி போன்ற முகமுடைய உமாதேவி பாட, நடனம் ஆடுபவன்; நெற்றியில் கண் உடையவன்; முதிராத இளம்பிறைச் சந்திரனைச் சூடி இருப்பவன்; மூன்று கண் உடையவன்; கங்கையை எதிர்கொண்டு ஏற்ற அழகிய மெல்லிய சடை உடையவன்; அழகிய சிற்றேமம் என்னும் தலத்தில் எழுந்தருளி இருப்பவன்; பூமி அதிரும்படியான கடுநடை உடைய இடப ஊர்தி உடையவன்; உலக முதல்வன்; அவன் சிவபெருமானே ஆவன்.

3038. வான்ஆர் திங்கள் வாள்முக
மாதர் பாட வார்சடைக்
கூன்ஆர் திங்கள் சூடிஓர்
ஆடல் மேய கொள்கையான்
தேன்ஆர் வண்டு பண்செயும்
திருஆரும் சிற்றே மத்தான்
மான்ஆர் விழிநன் மாதொடும்
மகிழ்ந்த மைந்தன் அல்லனே (5)

அருஞ்சொற்பொருள்:

வான்ஆர் திங்கள் - வானில் உலவும் சந்திரன். கூன் ஆர் திங்கள் - வளைந்த பிறைச்சந்திரன். பண்செயும் - இசை எழுப்பும். திரு - அழகு. மான்ஆர் விழி - மான் போன்ற மருண்ட பார்வை உடைய கண். மைந்தன் - வலிமை உடையவன்.

பொழிப்புரை:

வானில் உலவும் சந்திரன் போல ஒளியும் வட்ட வடிவமும் கொண்ட அழகிய முகம் உடைய உமாதேவி பாட, நீண்ட சடையில் வளைந்த பிறைச்சந்திரனைச் சூடிக்கொண்டு, நடனம் ஆடும் ஒரு கொள்கை உடையவன்; தேன் உண்ணும் வண்டு இன்இசை எழுப்பும் அழகிய சிற்றேமம் என்னும் தலத்தில் எழுந்தருளி இருப்பவன்; மான் போன்ற மருண்ட பார்வை உடைய நல்ல பெண்ணாகிய உமாதேவியோடும் கூடி மகிழும் வலிமை உடையவன்; அவன் சிவபெருமான் அல்லனோ?

3039. பனிவெண் திங்கள் வாள்முக
மாதர் பாடப் பல்சடைக்
குனிவெண் திங்கள் சூடிஓர்
ஆடல் மேய கொள்கையான்

தனிவெள் விடையன் புள்இனத்

தாமம் சூழ்சிற் றேமத்தான்

முனிவு மூப்பு நீங்கிய

முக்கண் மூர்த்தி அல்லனே. (6)

அருஞ்சொற்பொருள்:

பனி - குளிர்ச்சி. பல்சடை - பலவாகப் பிரிந்து முறுக்கேறிக் கிடக்கும் சடை. குனிதல் - வளைதல். தனி - ஒப்பற்ற. புள்ளினத் தாமம் - பறவைகள் மாலைபோல பறந்து செல்லும். முனிவு - வெறுப்பு. மூப்பு - முதுமை.

பொழிப்புரை:

குளிர்ந்த சந்திரன் போன்ற முகம் உடைய உமாதேவி பாட, பலவாகப் பிரிந்து தொங்கும் சடையில் வளைந்த வெண்பிறைச் சந்திரனைச் சூடி, நடனம் ஆடுகின்ற ஒரு கொள்கை உடையவன்; ஒப்பற்ற வெள்ளைநிற இடப ஊர்தி உடையவன்; பறவைகள் வானில் ஒரு மாலை போல் கூட்டாகப் பறந்து செல்லும் சிற்றேமம் என்னும் தலத்தில் எழுந்தருளி இருப்பவன்; (விருப்பு) வெறுப்பு இல்லாதவன்; முதுமை இல்லாதவன்; மூன்று கண் உடைய மூர்த்தி; அவன் சிவபெருமான் அல்லனோ?

3040. கிளரும் திங்கள் வாள்முக

மாதர் பாடக் கேடுஇலா

வளரும் திங்கள் சூடிஓர்

ஆடல் மேய மாதவன்

தளிரும் கொம்பும் மதுவும்ஆர்

தாமம் சூழ்சிற் றேமத்தான்

ஒளிரும் வெண்நூல் மார்பன்என்

உள்ளத்து உள்ளான் அல்லனே (7)

அருஞ்சொற்பொருள்:

கிளரும் - ஒளி கிளரும். வளரும் திங்கள் - பிறை. மாதவன் - தவம் கைகூடச் செய்பவன். தளிர் - இளம் இலை. கொம்பு - கிளை. மது - தேன். தாமம் - மாலை. ஒளிரும்வெண்நூல் - வெள்ளை வெளேர் என விளங்கும் பூணூல்.

பொழிப்புரை:

ஒளிவிளங்கும் சந்திரன் போன்ற முகம் உடைய உமாதேவி பாட, கெடுதல் இல்லாத, மேலும் வளர்தலை உடைய பிறைச் சந்திரனைச் சூடி,

நடனம் ஆடுபவன்; தவசிகளுக்குத் தவம் கைகூட உதவும் மாதவசி; தளிர்கள், கிளைகள் (மரங்கள்), தேன் பொருந்திய மலர், அம்மலர்கள் கொண்டு தொடுக்கப்பட்ட மாலைகள், என இவற்றால் சூழப்பட்ட சிற்றேமம் என்னும் தலத்தில் எழுந்தருளி இருப்பவன்; ஒளிர்கின்ற வெள்ளை நிறத்தில் பூணூல் அணிந்திருப்பவன்; அவன் என் உள்ளத்தில் எழுந்தருளி இருக்கும் சிவபெருமானே ஆவன்.

3041. **சூழ்ந்த திங்கள் வாள்முக**
மாதர் பாடச் சூழ்சடைப்
போழ்ந்த திங்கள் சூடிஓர்
ஆடல் மேய புண்ணியன்
தாழ்ந்த வயல்சிற் றேமத்தான்
தடவரை யைத்தன் தாளினால்
ஆழ்ந்த அரக்கன் ஒல்கஅன்று
அடர்த்த அண்ணல் அல்லனே (8)

அருஞ்சொற்பொருள்:

சூழ்ந்த திங்கள் - உலகைச் சூழ உள்ள திங்கள். போழ்ந்த - பிளந்த (சந்திரனைப் பிளந்தால் பிறை என்க). தாழ்ந்த வயல் - பள்ளமான வயல். தடவரை - இடமகன்ற (கயிலை) மலை. தாளினால் - திருவடியால். ஒல்க - நெருக்குண்ண. அடர்த்தவன் - நசுக்கியவன். அண்ணல் - தலைவன்.

பொழிப்புரை:

சந்திரன் போன்ற ஒளிபொருந்திய முகமுடைய உமாதேவி பாட, பிறைச்சந்திரனைச் சூடி நடனம் ஆடுகின்ற புண்ணியப் பொருளாய் விளங்குபவன்; பள்ளமான வயல்களால் சூழப்பட்ட சிற்றேமம் என்னும் தலத்தில் எழுந்தருளி இருப்பவன்; பெரிய கயிலை மலையைப் பெயர்த்த இராவணனை நசுங்குமாறு, மலையின்கீழ் இட்டு நெருக்கிய தலைவன்; அவன் சிவபெருமான் அல்லனோ?

3042. **தனிவெண் திங்கள் வாள்முக**
மாதர் பாடத் தாழ்சடைத்
துணிவெண் திங்கள் சூடிஓர்
ஆடல் மேய தொன்மையான்
அணிவண் ணச்சிற் றேமத்தான்
அலர்மேல் அந்த ணாளனும்
மணிவண் ணனும்முன் காண்கிலா
மழுவான் செல்வன் அல்லனே (9)

அருஞ்சொற்பொருள்:

தனி - ஒப்பற்ற (வேறு இல்லாத தனி எனலுமாம்). துணி - வெட்டப் பட்ட (பிறை). அணி - அழகு. அலர்மேல் அந்தணாளன் - பிரமன். மணிவண்ணன் - திருமால்.

பொழிப்புரை:

தனிஒரு சந்திரன் போன்ற ஒளிபொருந்திய முகம் உடைய உமாதேவி பாட, தாழ்ந்து (நீண்டு) தொங்கும் சடையில் துணிக்கப்பட்ட (பிறை) சந்திரனைச் சூடி, நடனம் ஆடுகின்றவன்; பழம்பெருமை உடையவன்; அழகு விளங்கும் சிற்றேமம் என்னும் தலத்தில் எழுந்தருளி இருப்பவன்; மலர்மேல் உறையும் அந்தணனாகிய பிரமனும், நீலமணி போன்ற மேனிநிறம் உடைய திருமாலும், முன்பு தேடியும் காணக் கிடைக்காதவன்; மழுப்படையை ஏந்தி இருப்பவன்; எல்லாச் செல்வமும் உடையவன்; அவன் சிவபெருமான் அல்லனோ?

3043. **வெள்ளைத் திங்கள் வாள்முக**
மாதர் பாட வீழ்சடைப்
பிள்ளைத் திங்கள் சூடிஓர்
ஆடல் மேய பிஞ்ஞகன்
உள்ளத்து ஆர்சிற் றேமத்தான்
உருஆர் புத்தர் ஒப்பிலாக்
கள்ளத் தாரைத்தான் ஆக்கிஉள்
கரந்து வைத்தான் அல்லனே (10)

அருஞ்சொற்பொருள்:

பிள்ளை - பிறை. பிஞ்ஞகன் - கொக்கு இறகு கொண்டு செய்யப் பட்ட தலைக்கோலம் அணிபவன். உருஆர் - உருவம் பொருந்திய. ஆக்கி - படைத்து. கரந்து - மறைந்து.

பொழிப்புரை:

வெள்ளை நிறச் சந்திரன் போன்ற ஒளியுடன் கூடிய முகம் கொண்ட உமாதேவி பாட, வீழ்ந்து கிடக்கும் சடையில் பிறைச்சந்திரனைச் சூடி, நடனம் ஆடுகின்ற தலைக்கோலம் அணிந்தவன்; அடியார்கள் உள்ளத்திலும் சிற்றேமம் என்னும் தலத்திலும் எழுந்தருளி இருப்பவன்; உருவம் எடுத்துப் பிறந்துள்ள பௌத்தர், ஒப்பற்ற வஞ்சனை உடைய சமணர், ஆகியோரைப் படைத்து, அவர்களுக்கு ஒருபோதும் அருளாது, மறைந்து இருப்பவன்; அவன் சிவபெருமான் அல்லனோ?

3044. கல்லில் ஓதம் மல்குதண்
 கானல் சூழ்ந்த காழியான்
 நல்ல வாய இன்தமிழ்
 நவிலும் ஞானசம் பந்தன்
 செல்வன் ஊர்சிற் றேமத்தைப்
 பாடல் சீர்ஆர் நாவினால்
 வல்லர் ஆகி வாழ்த்துவார்
 அல்லல் இன்றி வாழ்வரே (11)

அருஞ்சொற்பொருள்:

ஓதம் - கடல் அலை. கானல் - கடற்கரைச் சோலை. நல்லவாய - நன்மை பயக்கும். சீர்ஆர்நா - சிறப்பு பொருந்திய நாக்கு. அல்லல் - துன்பம்.

பொழிப்புரை:

கரையில் உள்ள கற்களில் கடல் அலையானது வந்து மோதும் குளிர்ந்த சோலைவளம் உடைய சீர்காழியைச் சேர்ந்தவனாகிய ஞானசம்பந்தன்; எல்லாச் செல்வமும் உடைய சிற்றேமத்தில் எழுந்தருளி இருக்கும் சிவபெருமான்மீது; நன்மையே செய்யவல்ல இனிய இசைத் தமிழ் கொண்டு பாடிய பாடல்களை; சிறப்பு பொருந்திய தங்கள் நாவினால் பாட வல்லவர் ஆகிப் பாடி வாழ்த்துபவர்; துன்பம் இன்றி வாழும் வாழ்வினைப் பெறுவர்.

திருச்சிற்றம்பலம்

281

திருப்பாதாளீச்சரம்

பதிக வரலாறு:

சோழ நாடு அடைந்த ஞானசம்பந்தர், திருக்களர், திருப்பாதாளீச்சரம் ஆகிய தலங்களை வழிபட்டுப் பதிகம் பாடினார்.

தல வரலாறு:

மன்னார்குடியிலிருந்து 2 கி.மீ. தொலைவில் உள்ளது. தற்காலம் பாமணி என்றும் பாம்பணி என்றும் வழங்கப்படுகின்றது. பாதாள உலகத்தில் இருந்து ஆதிசேடன் தம்பியாகிய தனஞ்செயன் என்னும் பாம்பு வந்து வழிபட்ட தலம். அதனால் இது இப்பெயர் பெற்றது.

சுவாமி	:	நாகநாதர்
அம்மை	:	அமிர்த நாயகி
தல மரம்	:	மாமரம்
தீர்த்தம்	:	நாக தீர்த்தம்

திருமுறை 1 - 108   திருஞான - 896

பண்: வியாழக் குறிஞ்சி

3045. மின்இயல் செஞ்சடைமேல் விளங்கும்மதி
  மத்தமொடு நல்ல
பொன்இயல் கொன்றையினான் புனல்சூடிப்
  பொற்புஅமரும்
அன்னம் அனநடையாள் ஒருபாகத்து
  அமர்ந்துஅருளி நாளும்
பன்னிய பாடலினான்
  உறைகோயில் பாதாளே   (1)

அருஞ்சொற்பொருள்:

பொற்பு - அழகு. அன - (அன்ன) போல. பாதாள் - பாதாளீச்சரம் என்னும் கோயில்.

பொழிப்புரை:

மின்னல் போல் ஒளிரும் சிவந்த சடையின் மீது, விளங்குகின்ற பிறைச்சந்திரன், ஊமத்தம்பூ, நல்ல பொன்போன்ற நிறமுடைய கொன்றை மலர் கங்கை ஆகியவற்றைச் சூடி இருப்பவன்; அழகிய அன்னம் போன்ற நடைஉடைய உமாதேவியை ஒரு பாகத்தில் வைத்திருப்பவன்; நாளும் இசையோடு கூடிய பாடல்களைப் (வேதத்தைப்) பாடுபவன்; அவன் எழுந்தருளி இருக்கும் கோயில் பாதாளீச்சரம் எனப்படும்.

3046. **நீடுஅலர் கொன்றையொடு நிரம்பா**
மதிசூடி வெள்ளைத்
தோடுஅமர் காதின்நல்ல குழையான்
சுடுநீற்றான்
ஆடுஅர வம்பெருக அனல்ஏந்திக்
கைவீசி வேதம்
பாடலி னால்இனியான் உறைகோயில்
பாதாளே (2)

அருஞ்சொற்பொருள்:

நிரம்பாமதி - பிறைமதி. தோடு - காதணி. குழை - காதணி. சுடுநீறு - வெந்த திருநீறு.

பொழிப்புரை:

கொத்தாக மலர்ந்து நீண்டு தொங்கும் கொன்றை மலர்மாலையும் பிறைச்சந்திரனும் ஆகியவற்றைச் சடையில் சூடி, ஒரு காதில் தோடும் மறுகாதில் குழையும் அணிந்து, வெந்த திருநீற்றுப் பொடியைத் திருமேனியில் பூசி இருப்பவன்; படம் எடுத்து ஆடுகின்ற பாம்பை உடம்பின் பல பாகங்களிலும் பலவித அணிகலனாகப் பூண்டவன்; அனலைக் கையில் ஏந்தி இருப்பவன்; வேதத்தைப் பாடுபவன்; அப்படிப்பட்ட இன்பம் செய்யும் இறைவன் எழுந்தருளி இருக்கும் கோயில் பாதாளீச்சரமே ஆகும்.

3047. **நாகமும் வான்மதியும் நலம்மல்கு**
செஞ்சடையான் சாமம்
போகநல் வில்வரையால் புரம்மூன்று
எரித்துஉகந்தான்

தோகைநல் மாமயில்போல் வளர்சாயல்
தூமொழியைக் கூடப்
பாகமும் வைத்துஉகந்தான் உறைகோயில்
பாதாளே (3)

அருஞ்சொற்பொருள்:

சாமம் போக - உரிய காலம் கழிய. வில்வரை - மலையாகிய வில்.

பொழிப்புரை:

பாம்பும், வானில் உலவும் பிறையும் ஆகியவற்றை நன்மை உண்டாகுமாறு சிவந்த சடையில் வைத்தவன்; நல்ல காலம் கழியும்வரை காத்திருந்து, மேருமலையை வில்லாக்கி, முப்புரத்தை எரித்து அழித்து மகிழ்ந்தவன்; தோகையுடன் கூடிய அழகிய மயில் போன்ற சாயலும் தூயசொல்லும் உடைய உமாதேவியை உடம்பில் பாகமாக வைத்து மகிழ்ந்தவன்; அவன் எழுந்தருளி இருக்கும் கோயில் பாதாளீச்சரமே ஆகும்.

3048. அங்கமும் நான்மறையும்(ம்) அருள்செய்து
அழகுஆர்த்த அஞ்சொல்
மங்கைஓர் கூறுஉடையான் மாமறையோன்
உறைகோயில்
செங்கயல் நின்றுஉகளும் செறுவில்
திகழ்கின்ற சோதிப்
பங்கயம் நின்றுஅலரும் வயல்சூழ்ந்த
பாதாளே (4)

அருஞ்சொற்பொருள்:

அஞ்சொல் - அழகிய சொல். கயல் - மீன் வகை. உகளும் - புரளும். செறு - வயல். சோதி - ஒளி.

பொழிப்புரை:

நான்கு மறைகளையும் ஆறு அங்கங்களுடன் ஓதி அருளியவன்; அழகு விளங்கும் திருமேனியும், அழகு விளங்கும் நன்மொழியும், உடைய உமாதேவியை உடம்பில் ஒரு பாகமாகக் கொண்டவன்; வேதமாக விளங்கும் பெருமான்; அவன் எழுந்தருளி இருக்கும் கோயில்; சிவந்த கயல் மீன்கள் புரள்கின்ற வயலில் செந்தாமரை மலர்கள், சுடர்விட்டுப் பிரகாசிக்கும் நெருப்பின் நாக்குப் போல இதழ் விரிந்து பூத்திருக்கும் வளமான வயல்களால் சூழப்பட்ட பாதாளீச்சரம் திருக்கோயிலே ஆகும்.

3049. பேய்பல வும்நிலவப் பெருங்காடு
	அரங்காக உன்னிநின்று
	தீயொடு மான்மறியும் மழுவும்
	திகழ்வித்துத்
	தேய்பிறை யும்(ம்)அரவும் பொலிகொன்றைச்
	சடைதன்மேல் சேரப்
	பாய்புன லும்(ம்)உடையான் உறைகோயில்
	பாதாளே (5)

அருஞ்சொற்பொருள்:

பெருங்காடு - சுடுகாடு. உன்னி - நினைத்து. மான்மறி - மான்கன்று.

பொழிப்புரை:

பேய்கள் பல உலவும் சுடுகாட்டை ஆடுகின்ற அம்பலமாக நினைப்பவனும், ஒரு கையில் தீ, மறு கையில் மான் கன்று, மழுப்படை, என இவற்றை ஏந்தி இருப்பவனும், பிறைச்சந்திரன், பாம்பு, கொன்றை மலர் ஆகியவற்றைச் சடையில் சூடி, அவற்றுடன் பாய்ந்துவரும் கங்கை யையும் அடக்கி வைத்திருப்பவனும், ஆகிய சிவபெருமான் எழுந்தருளி இருக்கும் கோயில், பாதாளீச்சரமே ஆகும்.

3050. கண்அமர் நெற்றியினான் கமழ்கொன்றைச்
	சடைதன்மேல் நன்று
	விண்இயல் மாமதியும்(ம்) உடன்வைத்
	தவன்விரும்பும்
	பெண்அமர் மேனியினான் பெருங்காடு
	அரங்காக ஆடும்
	பண்இயல் பாடலினான் உறைகோயில்
	பாதாளே (6)

அருஞ்சொற்பொருள்:

கண் அமர் - கண் பொருந்திய. நன்று விண் இயல் - நல்ல முறையில் விண்ணில் உலவுகின்ற.

பொழிப்புரை:

கண் பொருந்திய நெற்றி உடையவன்; மணம் கமழும் கொன்றை மலர்மாலை சூடிய சடையின் மீது, விண்ணில் நல்ல முறையில் உலவும் மேலான பிறைச் சந்திரனை உடன் வைத்திருப்பவன்; பெண்ணை

உடம்பில் பாதியாகக் கொள்வதில் விருப்பம் உடையவன்; பெரிய சுடுகாட்டை ஆடுகின்ற அம்பலமாக்கி இசையோடு வேதத்தைப் பாடுபவன்; அவன் எழுந்தருளி இருக்கும் கோயில் பாதாளீச்சரமே ஆகும்.

3051. **விண்டுஅலர் மத்தமொடு மிளிரும்(ம்)இள**
நாகம்வன் னிதிகழ்
வண்டுஅலர் கொன்றை .மதிபுல்கு
வார்சடையான்
விண்டவர் தம்புரம்மூன்று எரிசெய்துஉரை
வேதம்நான் ·கும்(ம்)அவை
பண்டுஇசை பாடலினான் உறைகோயில்
பாதாளே (7)

அருஞ்சொற்பொருள்:

விண்டு - அவிழ்ந்து. வன்னி - வன்னியின் தளிர். புல்கு - பொருந்து. விண்டலர் - பகைவர். பண்டு - முன்பு.

பொழிப்புரை:

இதழ் விரியும் ஊமத்தமலர், விளங்குகின்ற இளம் பாம்பு, வன்னியின் தளிர், வண்டு மொய்க்கும் மலர்ந்த கொன்றை மலர், சந்திரன், ஆகியவை பொருந்திய நீண்ட சடை உடையவன்; பகைவரது முப்புரத்தைத் தீயிட்டுப் பொசுக்கியவன்; வேதம் நான்கினையும் முன்னமே உலகுக்கு எடுத்துரைத்தவன்; அவன் எழுந்தருளி இருக்கும் கோயில் பாதாளீச்சரமே ஆகும்.

3052. **மல்கிய நுண்இடையாள் உமைநங்கை**
மறுகஅன்று கையால்
தொல்லை மலைஎடுத்த அரக்கன்தலை
தோள்நெரித்தான்
கொல்லை விடைஉகந்தான் குளிர்திங்கள்
சடைக்கு அணிந்தோன்
பல்இசை பாடலினான் உறைகோயில்
பாதாளே (8)

அருஞ்சொற்பொருள்:

மறுக - அஞ்ச. தொல்லை மலை - பழம் பெருமை உடைய கயிலை மலை. கொல்லை விடை - முல்லை நிலத்து இடபம். பல் இசை - பலவகை இசை.

பொழிப்புரை:

மெல்லிய இடை உடைய உமாதேவி அஞ்ச, அன்று அரக்கன் தன்கையால் தொன்மை உடைய கயிலை மலையைப் பெயர்ப்பது கண்டு, அவனது தலைகளையும் தோள்களையும் நெரித்தவன்; முல்லை நில இடபம் ஒன்றின்மீது விரும்பி ஏறி வருபவன்; குளிர்ந்த பிறைச்சந்திரனைச் சடையில் அணிந்திருப்பவன்; வேதத்தை பலவகை இசையோடு பொருந்தப் பாடி மகிழ்பவன்; அவன் எழுந்தருளி இருக்கும் கோயில் பாதாளீச்சரமே ஆகும்.

3053. **தாமரை மேல்அயனும்(ம்) அரியும்தமது**
ஆள்வினையால் தேடிக்
காமனை வீடுவித்தான் கழல்காண்பில
ராய்அகன்றார்
பூமரு வும்குழலாள் உமைநங்கை
பொருந்திஇட்ட நல்ல
பாமரு அம்குணத்தான் உறைகோயில்
பாதாளே (9)

அருஞ்சொற்பொருள்:

ஆள்வினை - முயற்சி. காமனை வீடுவித்தான் கழல் - மன்மதனை அழித்த திருவடி. பூமருவும் - பூப் பொருந்திய. பா மருவும் - பாட்டொடு பொருந்தும்.

பொழிப்புரை:

தாமரை மலர் மேல் அமரும் பிரமனும், திருமாலும், தமது முயற்சியால் மன்மதனை அழித்த திருவடி (திருமுடி)யைத் தேட முயன்று, காண முடியாதவராய் அகன்று போயினர்; அது ஒருபுறம் இருக்க பூச்சூடிய கூந்தல் உடைய உமாதேவி உடன் பொருந்தி இருக்க, நல்ல வேதத்தின் பாடல்களைப் பாடும் நற்குணம் உடைய சிவபெருமான் எழுந்தருளி இருக்கும் கோயில் பாதாளீச்சரமே ஆகும்.

3054. **காலையில் உண்பவரும் சமண்கையரும்**
கட்டுரை விட்டுஅன்று
ஆல விடம்நுகர்ந்தான் அவன்தன்அடி
யேபரவி
மாலையில் வண்டுஇனங்கள் மதுஉண்டு
இசைமுரல வாய்த்த
பாலையாழ்ப் பாட்டுஉகந்தான் உறைகோயில்
பாதாளே (10)

அருஞ்சொற்பொருள்:

சமண்கையர் - சமணக்கீழ்கள். கட்டுரை - கட்டி உரைத்த சொற்கள். ஆலவிடம் - ஆலகால விடம். மது - தேன். பாலையாழ் - பாலைப்பண்ணில்.

பொழிப்புரை:

காலை நேரத்தில் உணவு உண்ணும் சமணர்களாகிய கீழ்மக்கள் கட்டி உரைக்கும் சொல்லைக் கேளாது விட்டு, அன்று ஆலகால விடம் உண்டவனது திருவடியைப் போற்றி இருங்கள்; மாலையில் வண்டுகள் தேன் உண்டு பாட, பாலைப் பண்ணில் விருப்பம் உடையவன் எழுந்தருளி இருக்கும் கோயில் பாதாளீச்சரமே ஆகும்.

3055. **பன்மலர் வைகுபொழில் புடைசூழ்ந்த**
பாதாளைச் சேரப்
பொன்இயல் மாடம்மல்கு புகலிந்நகர்
மன்னன்
தன்ஒளி மிக்குஉயர்ந்த தமிழ்ஞான
சம்பந்தன் சொன்ன
இன்னிசை பத்தும்வல்லார் எழில்வானத்து
இருப்பாரே (11)

அருஞ்சொற்பொருள்:

வைகும் - தங்கும். பொன்இயல் - பொன்னால் ஆன. மல்கு - பொருந்து.

பொழிப்புரை:

பலவிதமான மலர்கள் பூத்திருக்கும் சோலை சூழ இருக்கும் பாதாளீச்சரம் திருக்கோயிலை; பொன்னால் ஆன மாடங்கள் நிரம்பிய புகலி நகரத்து மன்னன், புகழால் சிறந்து விளங்கும் தமிழ் ஞானசம்பந்தன்; பாடிய இனிய இசையோடு கூடிய இப்பாடல்கள் பத்தினையும் பாடி வழிபட வல்லவர்; அழகிய வானஉலகம் சென்று சேர்வர்.

திருச்சிற்றம்பலம்

282

திருக்கொள்ளம்பூதூர்

பதிக வரலாறு:

பாதாளீச்சரம் கும்பிட்ட பிள்ளையார், பிற தலங்களையும் வணங்க வேண்டும் என விருப்பம் கொண்டு, முள்ளியாற்றின் தென்கரையில் சென்று கொண்டிருந்தபோது, வடகரையில் கொள்ளம்பூதூர் கோயில் தெரிய, ஆற்றைக் கடக்க எண்ணம் கொண்டார். ஆனால், ஆற்றில் வெள்ளம் பெருக்கெடுத்து ஓடிக் கொண்டிருந்தது. ஓடக்காரர்கள் எவரும் அங்கு இல்லை. அதுகண்ட கவுணியர் தலைவர் ஓடத்தைக் கட்டு அவிழ்த்து, அதன்மீது ஏறி நின்று, அடியார்களையும் ஏறச்செய்து, ''கொட்டமே கமழும்'' என்றெடுத்துப் பதிகம் பாட, ஓடம் அக்கரைக்குச் சென்றது.

தல வரலாறு:

கும்பகோணம் - குடவாசல் பேருந்து வழித்தடத்தில் உள்ளது. நீடாமங்கலம் இரயில் நிலையத்திற்கு வடகிழக்கில் 9 கி.மீ. தொலைவில் உள்ளது. ஒவ்வொரு ஆண்டும் ஐப்பசித் திங்களில் ஓடம் செலுத்திய விழா நடைபெறுகிறது.

சுவாமி : வில்வ வனநாதர்

அம்மை : சௌந்தரநாயகி

தல மரம் : வில்வம்

தீர்த்தம் : முள்ளி ஆறு

திருமுறை 3 - 264 திருஞான - 898

ஈரடி மேல்வைப்பு

பண்: காந்தார பஞ்சமம்

3056. கொட்டமே கமழும் கொள்ளம் பூதூர்
நட்டம் ஆடிய நம்பனை உள்கச்
செல்ல உந்துக சிந்தை யார்தொழ
நல்கு மாறுஅருள் நம்பனே (1)

அருஞ்சொற்பொருள்:

கொட்டம் - நறுமணம். உள்க - நினைக்க. செல்ல உந்துக - ஓடம் செல்ல உந்துவாயாக.

பொழிப்புரை:

நறுமணம் கமழும் கொள்ளம்பூதூர் என்னும் தலத்தில் எழுந்தருளி நடனம் ஆடுகின்ற, கண்டாரால் விரும்பப்படும் இறைவரே! உம்மை மனத்தில் வைத்துத் தியானிக்கும் அடியார்கள், புறத்திலும் கண்டு வணங்க விரும்புகிறார்கள். எனவே ஓடம் செல்ல உந்துவாயாக!

3057. கோட்ட கக்கழ னிக்கொள்ளம் பூதூர்
நாட்ட கத்துஉறை நம்பனை உள்கச்
செல்ல உந்துக சிந்தை யார்தொழ
நல்கு மாறுஅருள் நம்பனே   (2)

அருஞ்சொற்பொருள்:

கோட்டகம் - வயலின் புறத்தே நீர் தேங்கி நிற்கும் இடம். நம்பன் - காண்பவரால் விரும்பப்படுபவன்.

பொழிப்புரை:

வயல்களின் அருகே நீர் தேங்கி நிற்கும் கொள்ளம்பூதூர் நாட்டில் கொள்ளம்பூதூர் என்னும் தலத்தில் எழுந்தருளி இருக்கும் இறைவரே! உம்மை அகத்தே வைத்து வழிபடும் அடியார்கள், புறத்திலும் கண்டு வணங்க விரும்புகிறார்கள். எனவே ஓடம் செல்ல உந்துவாயாக!

3058. குலையின் ஆர்தெங்கு சூழ்கொள்ளம் பூதூர்
விலையில் ஆட்கொண்ட விகிர்தனை உள்கச்
செல்ல உந்துக சிந்தை யார்தொழ
நல்கு மாறுஅருள் நம்பனே   (3)

அருஞ்சொற்பொருள்:

தெங்கு - தென்னை. விலையில் - விலைகொடுத்து. விகிர்தன் - பல மாறுபாடுகள் உடையவன்.

பொழிப்புரை:

குலைதள்ளி உள்ள தென்னந்தோப்புகளால் சூழப்பட்ட கொள்ளம் பூதூரில் எழுந்தருளி இருக்கும் இறைவரே! விலைகொடுத்து பொருள்

பெறுவதுபோல எம்மை ஆட்கொண்ட விகிர்தரே! அடியார்கள் உம்மை மனத்தில் வைத்து தியானிப்பது போலப் புறத்திலும் காண விரும்புகிறார்கள்! எனவே ஓடம் செல்ல உந்துவாயாக!

3059. குவளை கண்மல ரும்கொள்ளம் பூதூர்த்
தவள நீறுஅணி தலைவனை உள்கச்
செல்ல உந்துக சிந்தை யார்தொழ
நல்கு மாறுஅருள் நம்பனே (4)

அருஞ்சொற்பொருள்:

கண்மலரும் - பூக்கும். தவளநீறு - வெண்திருநீறு. உள்க - தியானிக்க.

பொழிப்புரை:

குவளை மலர்ந்திருக்கும் கொள்ளம்பூதூர் என்னும் தலத்தில் எழுந்தருளி இருக்கும் வெண்மை நிறத் திருநீற்றைப் பூசி இருக்கும் தலைவரே! உம்மை அகத்தே வைத்துத் தியானிக்கும் அடியார்கள் புறத்திலும் கண்டு வழிபட விரும்புகின்றார்கள். எனவே ஓடம் செல்ல உந்துவாயாக!

3060. கொன்றை பொன்சொரி யும்கொள்ளம் பூதூர்
நின்ற புன்சடை நிமலனை உள்கச்
செல்ல உந்துக சிந்தை யார்தொழ
நல்கு மாறுஅருள் நம்பனே (5)

அருஞ்சொற்பொருள்:

பொன் சொரியும் - பொன் போன்ற நிறம் உடைய மலர்களை உதிரவிடும். புன்சடை - மெல்லிய சடை. நிமலன் - இயல்பாகவே மலமற்றவன்.

பொழிப்புரை:

கொன்றையின் மலர் பொன்போன்ற நிறத்தில் பூத்து, அப்பூவினைச் சொரியவிடும் கொள்ளம்பூதூர் என்னும் தலத்தில் எழுந்தருளி இருக்கும் மெல்லிய சடை உடைய மலமற்றவரே! உம்மை அகத்தே வைத்துப் பூசிக்கும் அடியார்கள், புறத்திலும் கண்டு பூசிக்க விரும்புகின்றார்கள். எனவே ஓடம் செல்ல உந்துவாயாக!

3061. ஓடம் வந்துஅணை யும்கொள்ளம் பூதூர்
ஆடல் பேணிய அடிகளை உள்கச்
செல்ல உந்துக சிந்தை யார்தொழ
நல்கு மாறுஅருள் நம்பனே (6)

அருஞ்சொற்பொருள்:

அணையும் - சேரும். ஆடல் பேணிய - நடனமாடுவதில் விருப்பம் உடைய. அடிகள் - இறைவர்.

பொழிப்புரை:

நடனம் ஆடுவதில் விருப்பம் உடையவராய் ஓடம் வந்துசேரும் கொள்ளம்பூதூரில் எழுந்தருளி இருக்கும் இறைவரே! அடியார்கள் உம்மை அகத்தில் வைத்து தியானிப்பது போலப் புறத்திலும் கண்டு வழிபட விரும்புகின்றார்கள். எனவே ஓடம் செல்ல உந்துவாயாக!

3062. ஆறு வந்துஅணை யும்கொள்ளம் பூதூர்
ஏறு தாங்கிய இறைவனை உள்கச்
செல்ல உந்துக சிந்தை யார்தொழ
நல்கு மாறுஅருள் நம்பனே   (7)

அருஞ்சொற்பொருள்:

ஏறு தாங்கிய - இடபத்தில் ஏறி வரும்.

பொழிப்புரை:

ஆறு வந்து சேர்கின்ற கொள்ளம்பூதூரில் இடபத்தில் ஏறி, அதனை ஊர்ந்து வரும் இறைவரே! உம்மை அடியார்கள் மனதில் வைத்து தியானிப்பது போலப் புறத்திலும் கண்டு வழிபட விரும்புகின்றார்கள். எனவே ஓடம் செல்ல உந்துவாயாக!

3063. குரக்கி னம்பயி லும்கொள்ளம் பூதூர்
அரக்க னைச்செற்ற ஆதியை உள்கச்
செல்ல உந்துக சிந்தை யார்தொழ
நல்கு மாறுஅருள் நம்பனே   (8)

அருஞ்சொற்பொருள்:

குரக்கு - குரங்கு. அரக்கன் - இராவணன். செற்ற - அழித்த. ஆதி - முதல்வன்.

பொழிப்புரை:

இராவணனை அழித்த முதல்வனாய் குரங்குகள் கூட்டமாக வாழும் கொள்ளம்பூதூரில் எழுந்தருளி இருக்கும் இறைவரே! அடியார்கள் உம்மை அகத்தே வைத்து பூசிப்பது போலப் புறத்திலும் கண்டு பூசிக்க விரும்புகின்றார்கள். எனவே ஓடம் செல்ல உந்துவாயாக!

வீ.சிவஞானம்

3064. பருவ ரால்உக ளும்கொள்ளம் பூதூர்
    இருவர் காண்புஅரி யான்கழல் உள்கச்
    செல்ல உந்துக சிந்தை யார்தொழ
    நல்கு மாறுஅருள் நம்பனே   (9)

அருஞ்சொற்பொருள்:

பரு வரால் - பருத்த (பெரிய) வரால் மீன்கள். உகளும் - புரளும். இருவர் - திருமாலும் பிரமனும். கழல் - திருவடி.

பொழிப்புரை:

பெரிய வரால் மீன்கள் புரளும் நீர்வளம் உடைய கொள்ளம்பூதூரில் எழுந்தருளி இருக்கும் இறைவரே! திருமாலுக்கும் பிரமனுக்கும் காண அருமை உடைய திருவடி உடையவரே! அடியார்கள் உம்மை மனத்தில் வைத்து தியானித்து வழிபடுவதுபோலப் புறத்திலும் கண்டு வழிபட நினைக்கிறார்கள். எனவே ஓடம் செல்ல உந்துவாயாக!

3065. நீர்அ கக்கழ னிக்கொள்ளம் பூதூர்த்
    தேர்அ மண்செற்ற செல்வனை உள்கச்
    செல்ல உந்துக சிந்தை யார்தொழ
    நல்கு மாறுஅருள் நம்பனே   (10)

அருஞ்சொற்பொருள்:

நீர் அகக்கழனி - அகத்தே நீர் உடைய வயல். தேர் - தேரர் (பௌத்தர்) அமண் - சமணர். செற்ற - அழித்த.

பொழிப்புரை:

வயல்களில் நீர் நிரம்பியுள்ள கொள்ளம்பூதூர் என்னும் தலத்தில் எழுந்தருளி இருப்பவரே! பௌத்தர்களையும் சமணர்களையும் அழிவுக்கு உள்ளாக்கிய செல்வனாரே! அடியார்கள் அகத்தே வைத்து தியானித்து வழிபடுவதுபோல உம்மைப் புறத்திலும் வைத்து வழிபட விரும்புகின்றார்கள். எனவே ஓடம் செல்ல உந்துவாயாக!

3066. கொன்றை சேர்சடை யான்கொள்ளம் பூதூர்
    நன்று காழியுள் ஞானசம் பந்தன்
    இன்றுசொல் மாலைகொண்டு ஏத்த வல்லார்போய்
    என்றும் வானவ ரோடுஇருப் பாரே   (11)

அருஞ்சொற்பொருள்:

வானவர் - தேவர்.

பொழிப்புரை:

கொன்றை மலர்மாலை அணிந்திருப்பவனும், கொள்ளம்பூதூரில் எழுந்தருளி இருப்பவனும், ஆகிய இறைவனை; நன்மைமிகு காழி நகரத்து ஞானசம்பந்தன், இன்று சொன்ன, இந்த சொல்மாலை கொண்டு, போற்றி வழிபட வல்லவர்கள்; வானஉலகம் சென்று, தேவர்களோடு இருக்கும் வாய்ப்பினைப் பெறுவர்.

திருச்சிற்றம்பலம்

283

திருநள்ளாறும் திருஆலவாயும்

பதிக வரலாறு:

ஓடம் கரைசேர்ந்த பிறகு, ஞானம் உண்ட பிள்ளையார், கொள்ளம் பூதூர் இறைவரைக் கண்டு, கும்பிட்டுக் கோயிலுக்கு வெளியே வந்து, மதுரையில் பாண்டிய மன்னனது அவையில் அனல்வாதத்தில் வெற்றி பெற்ற பச்சைப் பதிகத்துக்கு உரிய தலமாகிய நள்ளாறு செல்ல விருப்பம் கொண்டு, நள்ளாறு சென்று, இறைவரைக் கண்டு, 'ஆலவாயிலில் வெல்லத் துணைநின்ற அதிசயம் என்னே' என்று வினவி, வினாவுரைப் பதிகமாக இதனை அருளுகின்றார்.

திருமுறை 1 - 7 திருஞான - 902

பண்: நட்டபாடை

3067. பாடக மெல்லடிப் பாவை யோடும்
படுபிணக் காட்டிடம் பற்றி நின்று
நாடகம் ஆடு நள்ளாறு உடைய
நம்பெரு மான்இது என்கொல் சொல்லாய்
சூடக முன்கை மடந்தை மார்கள்
துணைவ ரொடும்தொழுது ஏத்தி வாழ்த்த
ஆடக மாடம் நெருங்கு கூடல்
ஆல வாயின்கண் அமர்ந்த வாறே (1)

அருஞ்சொற்பொருள்:

பாடகம் - பெண்கள் காலில் அணியும் அணிவகைகளுள் ஒன்று. சூடகம் - கை வளையயல். துணைவர் - கணவர். ஆடக மாடம் - பொன்னால் ஆன மாளிகை.

பொழிப்புரை:

பாடகம் அணிந்துள்ள மெல்லிய திருவடி உடைய உமாதேவியோடும் கூடிப் பிணம் எரியும் சுடுகாட்டை நடனம் ஆடுகின்ற அம்பலமாக்கி,

நடனம் ஆடுகின்ற எமது பெருமானே! வளையல் அணிந்த முன்னங் கைகள் உடைய மகளிர் பலரும் தத்தம் கணவன்மார்களுடன் வந்து வணங்கிப் போற்றுமாறு, பொன்னால் ஆன மாளிகைகள் நிறைந்துள்ள கூடல் என்றும் ஆலவாய் என்றும் அழைக்கப்படும் மதுரை நகரில் விரும்பி எழுந்தருளி இருப்பது, என்ன காரணம் பற்றியோ? கூறுவாயாக!

3068. திங்கள் அம்போ தும்செழும் புனலும்
    செஞ்சடை மாட்டுஅயல் வைத்து உகந்து
நங்கள் மகிழும் நள்ளாறு உடைய
    நம்பெரு மான்இது என்கொல் சொல்லாய்
பொங்கு இளமென் முலையார் களோடும்
    புனமயில் ஆட நிலாமு ளைக்கும்
அம்கழ கச்சுதை மாடக் கூடல்
    ஆல வாயின்கண் அமர்ந்த வாறே   (2)

அருஞ்சொற்பொருள்:

அம்போது - அழகிய மலர். செழும் புனல் - கங்கை. அயல் - அருகில். நங்கள் - நாங்கள். பொங்குதல் - பூரித்தல். புனமயில் - கானமயில். அம்கழகம் - அழகிய தமிழ்ச்சங்கம். சுதைமாடம் - சுதையால் ஆன மாளிகை.

பொழிப்புரை:

பிறைச்சந்திரன், அழகிய மலர்கள், நீர்ப்பெருக்கு உடைய கங்கை, ஆகியவற்றைச் சிவந்த சடையில் அருகருகே வைத்து மகிழும் நள்ளாற்றில் எழுந்தருளி இருக்கும் நமது பெருமானே! பூரித்து வளர்ந்துள்ள மென்மையான முலை உடைய மகளிரும் கானகத்தில் வாழும் மயில்களும் நடனம் ஆடுவதும், நிலா முளைத்து எழுந்து மேல் வருவதும், அழகிய தமிழ்ச்சங்கம் இருந்ததும், சுதையால் ஆன மாடங்கள் நிறைந்ததும், ஆகிய கூடல் என்றும், ஆலவாய் என்றும், பெயர் பெற்ற மதுரை நகரில் எழுந்தருளி இருப்பது, என்ன காரணம் பற்றியோ? விடை கூறுவாயாக!

3069. தண்நறு மத்தமும் கூவிளமும் வெண்தலை
    மாலையும் தாங்கி யார்க்கும்
நண்ணல் அரிய நள்ளாறு உடைய
    நம்பெரு மான்இது என்கொல் சொல்லாய்

புண்ணிய வாண ரும்மா தவரும் புகுந்து
 உடன்ஏத் தப்புனை இழையார்
 அண்ணலின் பாடல் எடுக்கும் கூடல்
 ஆல வாயின்கண் அமர்ந்த வாறே (3)

அருஞ்சொற்பொருள்:

தண் - குளிர்ச்சி. நறு - நறுமணம். மத்தம் - ஊமத்தம்பூ. கூவிளம் - வில்வம். நண்ணல் அரிய - நெருங்க அருமை உடைய. புனை இழையார் - ஆபரணம் அணிந்துள்ள மகளிர். அண்ணல் - தலைவன்.

பொழிப்புரை:

குளிர்ந்த நறுமணமுள்ள ஊமத்தம்பூ, வில்வந்தளிர், வெள்ளை நிற மண்டை ஓட்டு மாலை, ஆகியவற்றைத் தாங்கி, யாவர்க்கும் அறிந்து கொள்ள அருமை உடையவராய் விளங்கும் நள்ளாறு என்னும் தலத்து எம்பெருமானே! புண்ணியம் மிக உடையவரும், அரிய தவம் மேற் கொள்பவரும், வந்து வணங்கிப் போற்றுவதும், ஆபரணம் அணிந்து அழகுடன் விளங்கும் மகளிர் வந்து இசையோடு கூடிய பாடல்களைப் பாடி வழிபடுவதும், ஆகிய கூடல் என்றும், ஆலவாய் என்றும், பெயர் பெற்றுள்ள மதுரை நகரில் எழுந்தருளி இருப்பது, என்ன காரணம் பற்றியோ? அறிவிப்பாயாக!

3070. பூவினில் வாசம் புனலில் பொற்புப்
 புதுவிரைச் சாந்தினில் நாற்றத் தோடு
 நாவினில் பாடல் நள்ளாறு உடைய
 நம்பெரு மான்இது என்கொல் சொல்லாய்
 தேவர்கள் தானவர் சித்தர் விச்சா
 தரர்கணத் தோடும் சிறந்து பொங்கி
 ஆவினில் ஐந்து உகந்துஆட் டும்கூடல்
 ஆல வாயின்கண் அமர்ந்த வாறே (4)

அருஞ்சொற்பொருள்:

புனல் - நீர். பொற்பு - அழகு. புதுவிரை - புதுமணம். சாந்து - சந்தனச் சாந்து. நாற்றம் - நறுமணம். தானவர் - அசுரர். கணம் - கூட்டம். ஆவினில் ஐந்து - பால், தயிர், நெய், கோநீர், கோமயம்.

பொழிப்புரை:

பூவில் வாசம் போலவும், நீரில் குளிர்ச்சி போலவும், அரைக்க அரைக்க சந்தனத்தில் புதுமணம் மிகுவது போலவும், நாவில் பாடல்

போலவும் விளங்கும் நள்ளாற்றை விட்டுப் பிரியாது எழுந்தருளி இருக்கும் நமது பெருமானே! தேவர்கள், அசுரர்கள், சித்தர்கள், வித்தியாதரர்கள் என இவர்கள் கூட்டம் கூட்டமாக வந்து வழிபட்டும், ஆன்ஐந்து கொண்டு திருமஞ்சனம் ஆட்டியும் மகிழுமாறு ஆலவாய் என்றும், கூடல் என்றும் பெயர் பெற்ற மதுரை நகரில் எழுந்தருளி இருப்பது, என்ன காரணம் பற்றியோ? கூறுவீராக!

3071. செம்பொன் செய்மாலை யும்வாசி கையும்
         திருந்து புகையும் அவியும் பாட்டும்
     நம்பும் பெருமை நள்ளாறு உடைய
         நம்பெரு மான்இது என்கொல் சொல்லாய்
     உம்பரும் நாகர் உலகந் தானும்
         ஒலிகடல் சூழ்ந்த உலகத் தோரும்
     அம்புத நால்களால் நீடும் கூடல்
         ஆல வாயின்கண் அமர்ந்த வாறே   (5)

அருஞ்சொற்பொருள்:

வாசிகை - திருவாசி. அவி - நைவேத்தியம். பாட்டு - தோத்திரம். அம்புதம் - மேகம். நால்கள் - நான்கு.

பொழிப்புரை:

செம்பொன்னால் செய்யப்பட்ட மாலையும், திருவாசியும், மணப் புகையும், நைவேத்தியமும், தோத்திரப் பாடல்களும், ஆகியவற்றை ஏற்கும், அடியார்கள் நம்பும்படியான நள்ளாறு என்னும் தலத்தில் உறையும் நமது பெருமானே! வானஉலகில் உள்ளவரும், நாகர் உலகில் உள்ளவரும், ஒலிக்கின்ற கடலால் சூழப்பட்ட நிலவுலகில் இருப்பவர்களும், போற்றுமாறு, நான்கு மேகங்கள் கூடி நின்று, மழைபெய்த நான் மாடக்கூடல் என்றும், ஆலவாய் என்றும், பெயர்பெற்ற மதுரை நகரில் எழுந்தருளி இருப்பது, என்ன காரணம் பற்றியோ? விடை கூறுவாயாக!

3072. பாகமும் தேவியை வைத்துக் கொண்டு
         பைவிரி துத்திப் பரிய பேழ்வாய்
     நாகமும் பூண்ட நள்ளாறு உடைய
         நம்பெரு மான்இது என்கொல் சொல்வாய்
     போகமும் நின்னை மனத்து வைத்துப்
         புண்ணியர் நண்ணும் புணர்வு பூண்ட
     ஆகம் உடையவர் சேரும் கூடல்
         ஆல வாயின் கண்அமர்ந்த வாறே   (6)

அருஞ்சொற்பொருள்:

பை - படம். துத்தி - புள்ளி. பரிய - பெரிய. பேழ்வாய் - பிளந்தவாய். போகம் - சிவபோகம். நண்ணும் - நெருங்கும். புணர்வு - சம்பந்தம். ஆகம் - திருமேனி.

பொழிப்புரை:

உடம்பில் ஒரு பாகமாக உமாதேவியை வைத்துக் கொண்டு, புள்ளிகள் உடைய படம் விரித்து ஆடுகின்ற பெரிய பிளந்த வாயினை உடைய பாம்பையும் அணிந்திருக்கும் நள்ளாறு என்னும் தலத்தில் உறையும் நமது பெருமானே! உன்னை மனத்தில் இருத்தி சிவபோகம் நுகரும் புண்ணியம் உடையவர்கள், நெருங்கி வந்து கூடிஇருந்து வழிபடுமாறு திருமேனி உடையவராய், கூடல் என்றும், ஆலவாய் என்றும், பெயர் பெற்ற மதுரை நகரில் எழுந்தருளி இருப்பது, என்ன காரணம் பற்றியோ? இதுகுறித்துக் கூறுவாயாக!

3073. **கோவண ஆடையும் நீறுப் பூச்சும்**
கொடுமழு ஏந்த லும்செஞ் சடையும்
நாவணப் பாட்டு நள்ளாறு உடைய
நம்பெரு மான்இது என்கொல் சொல்லாய்
பூவண மேனி இளைய மாதர்
பொன்னும் மணியும் கொழித்து எடுத்து
ஆவண வீதியில் ஆடும் கூடல்
ஆல வாயின்கண் அமர்ந்த வாறே (7)

அருஞ்சொற்பொருள்:

நா வணப் பாட்டு - நாவினால் பாடும் பலவகைப் பாடல்கள். பூ வண மேனி - பூப்போன்ற மெல்லிய திருமேனி. இரண்டிடத்தும் வண்ணம் என்பது வணம் என இடைகுறைந்து நின்றது. ஆவண வீதி - கடை வீதி.

பொழிப்புரை:

கோவண உடையும், திருநீற்றுப் பூச்சும், வளைந்த மழுப்படையும், சிவந்த சடையும், என இவை உடையவராய், நாவால் பாடும் பல வகையான இசையில் அமைந்த பாடல்களை அடியார்கள் பாட, விரும்பிக் கேட்கும் நள்ளாறு என்னும் தலத்தில் உறையும் நமது பெருமானே! பூப்போன்ற மெல்லிய உடல் உடைய இளம் மகளிர் பொன், மணி வகைகள், ஆகியவற்றை முறத்தில் இட்டுப் புடைத்து எடுத்துக் கொள்வதும்,

கடைவீதிகளில் மக்கள் நடமாட்டம் உடையதும், ஆகிய கூடல் என்றும், ஆலவாய் என்றும், பெயர் பெற்ற மதுரை நகரில் எழுந்தருளி இருப்பது, என்ன காரணம் பற்றியோ? விடை கூறுவாயாக!

3074. இலங்கை இராவணன் வெற்பு எடுக்க
  எழில்விரல் ஊன்றி இசை விரும்பி
  நலம்கொளச் சேர்ந்த நள்ளாறு உடைய
  நம்பெரு மான்இது என்கொல் சொல்லாய்
  புலன்களைச் செற்று பொறியை நீக்கிப்
  புந்தியி லும்நினைச் சிந்தை செய்யும்
  அலங்கல் நல்லார்கள் அமரும் கூடல்
  ஆல வாயின்கண் அமர்ந்த வாறே   (8)

அருஞ்சொற்பொருள்:

வெற்பு - (கயிலை) மலை. எழில் - அழகு. இசை - சாமகானம். செற்று - அழித்து. அலங்கல் நல்லார் - பூச்சூடிய மகளிர். புலன்கள் - சுவை, ஒளி, ஊறு, ஓசை, நாற்றம். பொறிகள் - மெய், வாய், கண், மூக்கு, செவி.

பொழிப்புரை:

இலங்கை அரசன் இராவணன் கயிலை மலையைப் பெயர்க்க, அழகிய விரலால் ஊன்றி நசுக்கிப் பின் அவன் பாடிய சாமகானம் கேட்டு, அவன் ஏற்குமாறு அருளும் செய்த நள்ளாற்றில் உறையும் நமது பெருமானே! பொறிகளின் வழி புலன்கள் சென்று பற்றாவகை அவற்றை நீக்கி, உன்னையே சிந்தையில் வைத்து தியானிக்கும் ஞானிகளும், மலர்சூடிய கூந்தல் உடைய மங்கைநல்லார்களும் (மங்கையர்க்கரசியார் போன்றோர்) வாழும், கூடல் என்றும், ஆலவாய் என்றும், பெயர் பெற்ற மதுரை நகரில் எழுந்தருளி இருப்பது, என்ன காரணம் பற்றியோ? விடை கூறுவாயாக!

3075. பணிஉடை மாலும் மலரி னோனும்
  பன்றியும் வென்றிப் பறவை யாயும்
  நணுகல் அரிய நள்ளாறு உடைய
  நம்பெரு மான்இது என்கொல் சொல்லாய்
  மணியொலி சங்கொலி யோடு மற்றை
  மாமுர சின்ஒலி என்றும் ஓவா
  தணிகிளர் வேந்தர் புகுதும் கூடல்
  ஆல வாயின்கண் அமர்ந்த வாறே   (9)

அருஞ்சொற்பொருள்:

பணி - பாம்பு (ஆதிசேடன்). மலரினோன் - பிரமன். பறவை - அன்னப் பறவை. வென்றி - வெற்றி (அன்னத்துக்கு வெற்றி அடைமொழியானது இகழ்ச்சிக் குறிப்பு). ஓவா - இடைவிடாத. தணி - பேரரசனுக்கு முன்னிலையில் தணிகின்ற. கிளர் - தன் குடிகளிடம் கிளர்ச்சி உடைய. வேந்தர் - குறுநில மன்னர்கள். புகுதும் - வந்து சேரும்.

பொழிப்புரை:

ஆதிசேடன் என்ற பாம்பின்மீது பள்ளி கொண்டிருக்கும் திருமாலும், தாமரை மலரில் இருக்கை கொள்ளும் பிரமனும், ஆகிய இருவரும் முறையே பன்றியாகவும், அன்னப் பறவையாகவும் உருக்கொண்டு அடிமுடி தேடி நெருங்க முடியாத தன்மையில் விளங்கிய நள்ளாற்றில் உறையும் நமது பெருமானே! மணி ஒலி, சங்குஒலி, முரசின் ஒலி எனப் பலவகை ஒலிகள் இடைவிடாது கேட்குமாறு பணிவும் கிளர்ச்சியும் ஒருசேர உடைய குறுநில மன்னர்கள் கப்பம் கட்டுவதற்கு வருகின்ற கூடல் என்றும், ஆலவாய் என்றும், பெயர் பெற்ற மதுரை நகரில் எழுந்தருளி இருப்பது, என்ன காரணம் பற்றியோ? கூறுவாயாக!

3076. **தடுக்கு உடைக்கை யரும்சாக் கியரும்**
சாதியின் நீங்கிய அவத்த வத்தர்
நடுக்கு உறநின்ற நள்ளாறு உடைய
நம்பெரு மான்இது என்கொல் சொல்லாய்
எடுக்கும் விழவும் நன்னாள் விழவும்
இரும்பலி இன்பி னோடுஎத் திசையும்
அடுக்கும் பெருமைசேர் மாடக் கூடல்
ஆல வாயின்கண் அமர்ந்த வாறே (10)

அருஞ்சொற்பொருள்:

தடுக்கு - சிறிய ஓலைப்பாய். சாதி - உயர்ச்சி. அவம் - வீண். தவத்தர் - தவம் உடையவர். நடுக்குஉற - அச்சம் கொள்ள. விழ - விழா. நாள்விழா - நித்திய விழா. எடுக்கும் விழா - பெருந்திருவிழா. இரும்பலி - பெரிய அளவிலான சோறு (விருந்து).

பொழிப்புரை:

தடுக்கினைக் கையில் ஏந்தித் திரியும் சமணர்களும், பௌத்தர்களும், ஆகிய இவர்கள், பெருமை இல்லாத வீணான தவத்தை மேற்கொள் பவர்கள்; மதுரையில் அவர்களை நடுங்குமாறு செய்த நள்ளாற்றில்

உறையும் நமது பெருமானே! நாள்விழாவும், ஆண்டுப் பெருந் திருவிழாவும், என நடைபெறும் விழாக்களில் விருந்து படைத்து இன்பம் உறுவதும், எல்லாத் திசைகளிலும் தன்புகழை நிலைநிறுத்தி இருப்பதும், ஆகிய நான்மாடக்கூடல் என்றும், ஆலவாய் என்றும், பெயர் பெற்ற மதுரை நகரில் எழுந்தருளி இருப்பது, என்ன காரணம் பற்றியோ? விடை கூறுவாயாக!

3077. அன்புடை யானை அரனைக் கூடல்
  ஆலவாய் மேவியது என்கொல் என்று
 நன்பொனை நாதனை நள்ளாற் றானை
  நயம்பெறப் போற்றி நலம் குலாவும்
 பொன்புடை சூழ்தரு மாடக் காழிப்
  பூசுரன் ஞானசம் பந்தன் சொன்ன
 இன்புடைப் பாடல்கள் பத்தும் வல்லார்
  இமையவர் ஏத்த இருப்பர் தாமே   (11)

அருஞ்சொற்பொருள்:

பொனை - பொன்னை. நயம் பெற - நயந்து. நலம் குலாவும் - நன்மை விளங்கும். பூசுரன் - பூ உலகத் தேவன் (அந்தணன்). இன்பு - இன்பம்.

பொழிப்புரை:

அடியார்களிடம் அன்பு உடையவனை, பிறப்பை அறுக்க வல்லவனை, நல்ல பொன் போன்றவனை, தலைவனை, நள்ளாற்றில் உறைபவனை, நயந்து போற்றி நன்மை விளங்குமாறு, 'கூடல் ஆலவாயில் எழுந்தருளி இருப்பது எதனால்?' என வினவி, பக்கங்களில் பொன்னால் சூழப்பட்ட மாளிகைகள் உடைய சீர்காழி நகரத்துப் பூலோகத் தேவன் ஞான சம்பந்தன் பாடிய, பாடல்கள் பத்தும் கொண்டு, பாடி வழிபட வல்லவர், தேவர்கள் புகழ்ந்து போற்றுமாறு, அவ்வுலகங்களில் சென்று வாழும் வாழ்வினைப் பெறுவர்.

திருச்சிற்றம்பலம்

284

திருத்தெளிச்சேரி

பதிக வரலாறு:

திருநள்ளாறு பாடிப் பரவிய பிள்ளையார், அருகிலிருந்த திருத்தெளிச்சேரி வந்து, இப்பதிகத்தைப் பாடி வழிபடுகின்றார்.

தல வரலாறு:

இது காரைக்கால் பேருந்து நிலையத்துக்கு அருகில் உள்ளது. தற்பொழுது 'கோயில் பத்து' என்பது ஊரின் பெயராக வழங்கப்படுகிறது. பங்குனி மாதம் 13 ஆம் தேதி முதல் 10 நாட்களுக்கு சூரிய கிரணங்கள் மூலவர்மீது படுகின்றது (அதாவது சூரியன் வழிபடுகிறான் என்பது கருத்து).

சுவாமி	:	பார்ப்பதீச்சுரர்
அம்மை	:	சத்தியம்மை
தல மரம்	:	வில்வம், வன்னி
தீர்த்தம்	:	சத்தி தீர்த்தம்

திருமுறை 2 - 139   திருஞான - 904

வினாவுரை

பண்: இந்தளம்

3078. பூஅ லர்ந்தன கொண்டுமுப் போதும்உம் பொற்கழல்
      தேவர் வந்து வணங்கு மிகுதெளிச் சேரியீர்
      மேவ ரும்தொழி லாளொடு கேழல்பின் வேடனாம்
      பாவ கம்கொடு நின்றது போலும்நும் பான்மையே   (1)

அருஞ்சொற்பொருள்:

முப்போது - காலை, நண்பகல், மாலை. மேவரும் தொழில் - திருவருட் சத்தியாக இருந்து உயிர்களுக்கு உதவும் அரிய தொழில். கேழல் - பன்றி. பாவகம் - வேடம்.

பொழிப்புரை:

மலர்ந்த நல்ல மலர்கள் கொண்டு, தேவர்கள் காலை நண்பகல் மாலை என்று மூன்று பொழுதுகளிலும் வந்து வணங்குமாறு, எழுந்தருளி இருக்கும் தெளிச்சேரி என்னும் தலத்தில் எழுந்தருளி இருக்கும் இறைவரே! பிறரால் செய்ய முடியாத உயிர்களை உய்விக்கும் தொழிலைச் செய்யும் உமாதேவியோடு, நீவிர் வேடர் வேடம் ஏற்று, ஒரு பன்றியின் பின் சென்றது, என்ன பெருந்தன்மையோ?

3079. **விளைக்கும் பத்திக்கு விண்ணவர் மண்ணவர் ஏத்தவே**
திளைக்கும் தீர்த்தம் அறாத திகழ்தெளிச் சேரியீர்
வளைக்கும் திண்சிலை மேல்ஐந்து பாணமும் தான்எய்து
களிக்கும் காமனை எங்ஙனம் நீர்கண்ணில் காய்ந்ததே (2)

அருஞ்சொற்பொருள்:

திண்சிலை - வலிய வில். ஐந்து பாணம் - ஐந்துவகை மலர் அம்புகள் (வனசம், சூதம், அசோகு, முல்லை, நீலம்). காமன் - மன்மதன்.

பொழிப்புரை:

விண்ணுலகத் தேவர்களும், மண்ணுலக மாந்தர்களும், உம்மிடம் அன்பு செய்து, தீர்த்தமாடி வழிபட வகை செய்யும் தெளிச்சேரியில் எழுந்தருளி இருக்கும் இறைவரே! வலிய வில்லினை வளைத்து, ஐந்துவகை மலர் அம்புகள் கொண்டு, மக்களை மயக்குவித்து மகிழும் மன்மதனை, நீவிர் எப்படிக் கண்கொண்டு தீக்கு (நெருப்புக்கு) இரை ஆக்கினீர்?

3080. **வம்பு அடுத்த மலர்ப்பொழில் சூழ மதிதவழ்**
செம்பு அடுத்த செழும்புரி சைத்தெளிச் சேரியீர்
கொம்பு அடுத்ததுஓர் கோல விடைமிசைக் கூர்மையோடு
அம்பு அடுத்தகண் ணாளொடு மேவல் அழகிதே (3)

அருஞ்சொற்பொருள்:

வம்பு - மணம். செம்பு - உலோகம். புரிசை - மதில். கோல விடை - அழகிய எருது. அம்பு அடுத்த கண் - அம்பு போன்ற கூரிய பார்வை உடைய கண். மேவல் - எழுந்தருளல்.

பொழிப்புரை:

மணமுள்ள மலர்கள் நிறைந்த சோலையும், சந்திரன் வந்து தங்குமளவு வானளாவிய செம்பினால் செய்யப்பட்ட மதிலும், கொண்டு விளங்கும் தெளிச்சேரி என்னும் தலத்தில் எழுந்தருளி இருக்கும் இறைவரே! நீவிர் கொம்பு உடைய அழகிய ஒரு காளையின்மீது அம்பு போன்ற கூரிய கண் (பார்வை) உடைய உமாதேவியோடு எழுந்தருளிக் காட்சி நல்குவது எவ்வளவு அழகு உடைய செயல்?

3081. **கார்உ லாம்கடல் இப்பிகள் முத்தம் கரைப்பெயும்**
தேர்உ லாம்நெடு வீதிஅது ஆர்தெளிச் சேரியீர்
ஏர்உ லாம்பலிக்கு ஏகிட வைப்பிடம் இன்றியே
வார்உ லாம்முலை யாளைஓர் பாகத்து வைத்ததே (4)

அருஞ்சொற்பொருள்:

கார் - மேகம். பெயும் - (பெய்யும்) ஒதுக்கும். ஏர் - அழகு. ஏகிட - சென்றிட. வைப்பிடம் - பாதுகாப்பாக வைக்கும் இடம். வார் - கச்சு.

பொழிப்புரை:

மேகம் தவழ்கின்ற கடலின் கரையில் இப்பி, முத்து, ஆகியவை கரை ஒதுங்குவதும், தேர்ஓடும் நீண்ட வீதிகளை உடையதும், ஆகிய தெளிச்சேரி என்னும் தலத்தில் எழுந்தருளி இருக்கும் இறைவரே! எழுச்சியுடன் பிச்சைக்குச் செல்லும்போது, பாதுகாப்பாக தங்க வைத்து விட்டுப் போக, ஓர்இடம் இல்லாமையால், கச்சு அணிந்த முலை உடைய உமையாளை, உடம்பில் ஒரு பாகமாக வைத்துக் கொண்டு செல்கிறீரோ?

3082. **பக்க நும்தமைப் பார்ப்பதி ஏத்திமுன் பாவிக்கும்**
செக்கர் மாமதி சேர்மதில் சூழ்தெளிச் சேரியீர்
மைக்கொள் கண்ணியர் கைவளை மால்செய்து வெளவவே
நக்க ராய்உலகு எங்கும் பலிக்கு நடப்பதே (5)

அருஞ்சொற்பொருள்:

பார்ப்பதி - பர்வதராசன் மகள் (ஆதலின் பார்வதி என்க; கேகய தேசத்து மன்னன் மகள் கைகேயி, காந்தார தேசத்து மன்னன் மகள் காந்தாரி என்பது போல). செக்கர் - செவ்வானம். மாமதி - நிறைமதி. மைக்கொள் கண்ணியர் - மை பூசிய கண்ணை உடைய தாருகாவனத்து

முனிவர்களது மனைவியர். மால் - மயக்கம். கைவளை வெளவ - கை வளையல்களைக் கவர (காம மயக்கம் கொண்டு, உடல் இளைக்க, கைவளையல் தானே கழன்று விழும் என்பது கருத்து). நக்கர் - உடையின்றி இருப்பவர்.

பொழிப்புரை:

உடம்பில் ஒரு பாதியாக விளங்கும் பார்வதி உம்மைப் போற்றி வழிபட, செவ்வானத்தில் உலாவரும் மாலை நேரத்து நிறைமதி, மதிலில் வந்து தங்கும் தெளிச்சேரி என்னும் தலத்தில் எழுந்தருளி இருக்கும் இறைவரே! மைபூசிய கண்களுடன் கூடிய தாருகாவனத்து முனிவர்களது மனைவிமார்களை, உடையின்றிச் சென்று மயக்கி, அவர்களது உடல் இளைக்க, கைவளையல் கழன்று விழச் செய்த நீவிர், இதற்காகத்தான் உலகம் முழுதும் பிச்சைக்குச் செல்கின்றீரோ?

3083. தவள வெண்பிறை தோய்தரு தாழ்பொழில் சூழநல்
திவள மாமணி மாடம் திகழ்தெளிச் சேரியீர்
குவளை போல்கண்ணி துண்என வந்து குறுகிய
கவள மால்கரி எங்ஙனம் நீர்கையில் காய்ந்ததே (6)

அருஞ்சொற்பொருள்:

தவளம் - வெண்மை. திவளல் - அசைதல். 'துண்' - விரைவுக்குறிப்பு. கவள மால்கரி - கவளமாய் உணவினை உண்ணும் பெரிய மத யானை.

பொழிப்புரை:

வெள்ளை வெளேர் என ஒளிரும் பிறைச்சந்திரன் வந்து தங்கும் சோலையால் சூழப்பட்டதும், மணிகள் பதித்துக் கட்டப்பட்ட மாடி வீடுகள் உடையதும், ஆகிய தெளிச்சேரியில் எழுந்தருளி இருக்கும் இறைவரே! குவளை மலர்போன்ற கண்உடைய உமாதேவி அஞ்சுமாறு, விரைந்து வந்த பெரிய யானையை, ஆயுதம் எதுவுமின்றிக் கையினால் எவ்வாறு தண்டித்தீர்? (யானையின் தோலை உரித்த வரலாறு பேசப்பட்டது)

3084. கோடு அடுத்த பொழிலின் மிசைக்குயில் கூவிடும்
சேடு அடுத்த தொழிலின் மிகுதெளிச் சேரியீர்
மாடு அடுத்தமலர்க் கண்ணினாள் கங்கை நங்கையைத்
தோடு அடுத்த மலர்ச்சடை என்கொல்நீர் சூடிற்றே (7)

அருஞ்சொற்பொருள்:

கோடு - கிளை. சேடு - பெருமை. மாடு - செல்வம். தோடு - பூ இதழ்.

பொழிப்புரை:

கிளைகள் பொருந்திய மரங்கள் அடர்ந்த சோலையில் குயில்கள் அமர்ந்து கூவுவதும், பெருமை தரும் பல தொழில்கள் செய்பவர் கூடி வாழ்வதும், ஆகிய தெளிச்சேரியில் எழுந்தருளி இருக்கின்ற இறைவரே! செல்வு வளம் உடையவளும், நீலமலர் போன்ற கண் உடையவளும், ஆகிய கங்கை என்னும் பெண்ணை, இதழ்களோடு கூடிய கொன்றையின் மலர்களைச் சூடிய சடையில் சூடியது எதற்காக ?

3085. **கொத்து இரைத்த மலர்க்குழ லாள்குயில் கோலம்சேர்**
சித்தி ரக்கொடி மாளிகை சூழ்தெளிச் சேரியீர்
வித்த கப்படை வல்ல அரக்கன் விறல்தலை
பத்து இரட்டிக் கரம்நெரித்து இட்டதும் பாதமே (8)

அருஞ்சொற்பொருள்:

கொத்து இரைத்த மலர் - கொத்தாக மலர்ந்த மலர். குழல் - கூந்தல். குயில் கோலம் - இத்தலத்தில் அம்மை குயில் உருக்கொண்டு இறைவரை வழிபட்டிருத்தல் வேண்டும். சித்திரக் கொடி மாளிகை - ஓவியத்தில் கொடி எழுதிய மாளிகை. வித்தகப்படை - மந்திரப் படைகள். விறல் - வலிமை. தலை பத்து இரட்டிக்கரம் - தலை பத்தும் கை இருபதும். பாதம் - திருவடி.

பொழிப்புரை:

கொத்தாக மலர்ந்த மலரைக் கூந்தலில் சூடி உள்ள உமாதேவி குயில் உருக்கொண்டு வழிபாடு செய்ததும், கொடியை ஓவியமாக எழுதிய மாளிகைகள் நிறைய இருப்பதும், ஆகிய தெளிச்சேரியில் எழுந்தருளி இருக்கும் இறைவரே! மந்திரப் படைகளை உடைய அரக்கனாகிய இராவணனது வலிமை மிக்க தலை பத்தும், கை இருபதும் நெரிபடுமாறு ஊன்றி நசுக்கியது, உமது திருவடியில் உள்ள திருவிரல் ஒன்று கொண்டு அல்லவா?

3086. **கால்எ டுத்த திரைக்கை கரைக்குஎறி கானல்சூழ்**
சேல்அ டுத்த வயல்பழ னத்தெளிச் சேரியீர்
மால்அ டித்தலம் மாமல ரான்முடி தேடியே
ஓலம் இட்டிட எங்ஙனம் ஓர்உருக் கொண்டதே (9)

அருஞ்சொற்பொருள்:

கால் - காற்று. திரைக்கை - அலையாகிய கை. கானல் - கடற்கரைச் சோலை. சேல் - மீன் வகை. பழனம் - வயல். மால் - திருமால். அடித்தலம் - திருவடி. மாமலரோன் - பிரமன். ஓலம் இட்டிட - கூவி அழைக்க.

பொழிப்புரை:

காற்றானது அலையாகிய கைகளைக் கரையின்கண் கொண்டு வந்து சேர்ப்பதும், கடற்கரைச் சோலைகளை உடையதும், சேல்மீன்கள் வாழும் வயல் வளம் உடையதும், ஆகிய தெளிச்சேரியில் எழுந்தருளி இருக்கும் இறைவரே! திருமால் திருஅடியையும் பிரமன் திருமுடியையும் தேடிக் காணாது ஓலமிட, நீவிர் எப்படி ஓர்உருவம் கொண்டு உயர்ந்து நின்றீர்?

3087. **மந்தி ரம்தரு மாமறை யோர்கள் தவத்தவர்**
செந்து இலங்கு மொழியவர் சேர்தெளிச் சேரியீர்
வெந்தல் ஆகிய சாக்கிய ரோடு சமணர்கள்
தந்தி றத்தன நீக்குவித் தீர்ஓர் சதிரரே (10)

அருஞ்சொற்பொருள்:

மந்திரம் - வேத மந்திரம். செந்து - ஒருவகைப் பண். வெந்தல் - மனந்தீமை உடையோர். சதிரர் - சதுரர் (சமர்த்தர்).

பொழிப்புரை:

வேத மந்திரங்களை ஓதும் வேதியர்களும், தவம் செய்யவல்ல தவசிகளும், செந்து என்னும் பண் போல் இன்மொழி பேசும் மகளிரும் வாழும் தெளிச்சேரி என்னும் தலத்தில் எழுந்தருளி இருக்கும் இறைவரே! நீவிர், புழுங்கிய மனம் உடைய பௌத்தர்களும் சமணர்களும் ஆக, இவர்களது தன்மையினை அழிவித்த ஒரு சாமர்த்தியம் உடையவர் ஆனது எங்ஙனம்?

3088. **திக்குஉ லாம்பொழில் சூழ்தெளிச் சேரிஎம் செல்வனை**
மிக்க காழிஉள் ஞானசம் பந்தன் விளம்பிய
தக்க பாடல்கள் பத்தும்வல் லார்கள் தடமுடித்
தொக்க வானவர் சூழ இருப்பவர் சொல்லிலே (11)

அருஞ்சொற்பொருள்:

திக்கு - திசை. மிக்க - மேம்பட்ட. தக்க - தகுதி உடைய. தடமுடி - பெரிய கிரீடம். தொக்க வானவர் - வானவர் கூட்டம். சொல்லில் - இதுகுறித்துச் சொல்லப்புகின்.

பொழிப்புரை:

எட்டு திசைகளிலும் சோலையால் சூழப்பட்ட தெளிச்சேரி என்னும் தலத்தில் எழுந்தருளி இருக்கும் செல்வனாகிய சிவபெருமானை, எல்லா ஊர்களிலும் மேம்பட்ட சிறப்பு உடையதாய் விளங்கும் சீர்காழி நகரில் அவதரித்த ஞானசம்பந்தன் ப்பாடிய, தகுதி உடைய பாடல்கள் இப்பத்தும் கொண்டு, பாடி வழிபட வல்லவர்கள் குறித்து சொல்லப்புகின், வானவர் கூட்டத்தின் நடுவே, அவர்கள் சூழ இருக்கும் பேறு பெறுவர்.

திருச்சிற்றம்பலம்

285

திருஜயாறு

பதிக வரலாறு:

பிள்ளையார் தெளிச்சேரி வணங்கிப் புறப்பட்டுச் செல்லும்போது, வழியில் புத்தர்கள் கூடி வாழும் போதிமங்கை என்னும் தலம் வந்தது. 'பரசமயக் கோளரி வந்தான்' என்பதாக தாரைகள் ஊத, அதுகேட்டு மனம் பொறுக்காத புத்தர்கள், புத்தநந்தி என்பவனைத் தலைவனாகக் கொண்டு, திரண்டு வந்து, 'எம்மை வென்ற பிறகுதான் இந்த வெற்றிச் சின்னங்களைப் பிடிக்க வேண்டும்' என்று தடுத்தனர். அடியார்கள் பல்லக்கில் வரும் பிள்ளையாரிடம் இதுபற்றிக் கூறினர். ''வழிஇடை அன்றி வாது செய்யும் இடத்தில் அவர்களது பொய்நெறி அறிவோம்'' என்றார் பிள்ளையார்.

இதற்கிடையில் புத்தர்களது அடாத செயல்கண்டு மனம் பொறாத திருமுறை எழுதும் அன்பர், "நீறுஅணிவார் வினைப்பகைக்கு அத்திரமாவன அஞ்செழுத்துமே'' என்ற திருவாக்கினைக் கூறி, ''இப்புத்தனது தலை வீழ்க'' என்றார். அப்பொழுது புத்தநந்தியின் தலையில் இடி வீழ்ந்தது; தலையும் உடலும் வேறாயின; அதுகண்ட புத்தர்கள் அஞ்சி ஓடினர்.

அதன்பின்னர் சாரிப்புத்தன் என்பவனைத் தலைவனாகக் கொண்டு, மீண்டும் வந்து, 'மந்திர வாதம் இன்றி சாத்திரவாதம் பேச வேண்டும்' என்றனர். அதன்படிப் பிள்ளையார் சந்திர மண்டபத்தில் எழுந்தருளி வாதம் புரிந்தார். முத்தி இலக்கணம் குறித்து வேத சிவ ஆகமங்களிலிருந்து மேற்கோள் காட்டிப் பேசி வென்றார்; அவர்களும் தோல்வியை ஒப்புக்கொண்டு சைவம் சார்ந்தனர்.

பின்னர் பிள்ளையார் திருக்கடவூர் சென்று வணங்கி, நாவரசர் திருப்பூந்துருத்தியில் இருப்பது கேட்டு, அங்குச் சென்றார். அரசுகளும் ஊர் எல்லைக்கு வந்தார்; கூட்டத்தாருடன் சேர்ந்து பல்லக்கைச் சுமந்தார். பிள்ளையாரது உள்ளத்தில் ஒரு குறிப்புத் தோன்ற ''அப்பர் எங்குற்றார்?'' என வினவ, ''அடியேன் நும் அடிகள் தாங்கும் பேறு பெற்று இங்குற்றேன்''

என்றார். ''ஏன் இவ்வாறு செய்தீர்?'' என்று பிள்ளையார் வினவ, ''வேறு என்ன செய்வது?'' என அரசுகள், எதிர் வினாவினை வினவினார். இருவரும் திருக்கோயிலுக்குச் சென்று இறைவரை வணங்கி, மதுரை செய்தி எல்லாம் பிள்ளையார் கூற, நாவரசர் கேட்டு, மகிழ்ந்து மதுரை செல்ல விருப்பம் கொண்டார்.

பிள்ளையார் திருநெய்த்தானம் வணங்கி, ஐயாறு வந்து சேர்ந்தார். அங்கு சிலநாள் தங்கிப் பதிகம் சில பாடி வழிபடுகின்றார். அதனில் ஒரு பதிகம் இது.

திருமுறை 1 - 36 **திருஞான - 949**

பண்: தக்கராகம்

3089. **கலைஆர் மதியோடு உரநீரும்**
நிலைஆர் சடையார் இடமாகும்
மலைஆ ரமும்மா மணிசந்தோடு
அலைஆர் புனல்சே ரும்ஐயாறே (1)

அருஞ்சொற்பொருள்:

கலை ஆர் மதி - ஒரு கலை மட்டும் பொருந்திய பிறை. உரநீர் - வலிமை மிக்க நீர் (கங்கை). நிலை ஆர் - நிலையாகப் பொருந்திய. மலைஆரம் - மலையில் கிடைக்கும் முத்து. மணி - ஏனைய மணி வகைகளும். சந்து - சந்தனம். அலை ஆர் புனல் - அலை வீசிப்பாயும் நீர்ப்பெருக்கு உடைய காவிரி.

பொழிப்புரை:

ஒரு கலை மட்டுமே உள்ள பிறைச்சந்திரன், பிரவாகமாக வந்து இறங்கிய ஆகாய கங்கை, ஆகியவற்றை நிலையாகச் சடையில் சூடி இருப்பவர், எழுந்தருளி இருக்கும் இடம்; மலையில் கிடைக்கும் முத்து, ஏனைய மணி வகைகள், சந்தனம் ஆகியவற்றைத் தனது அலையாகிய கைகளால் தள்ளிக் கொண்டு வரும் காவிரியின் கரையில் உள்ள ஐயாறு என்னும் தலமே ஆகும்.

3090. **மதிஒன் றியகொன் றைவடத்தான்**
மதிஒன் றஉதைத்து அவர்வாழ்வு
மதியின் னொடுசேர் கொடிமாடம்
மதியம் பயில்கின்ற ஐயாறே (2)

அருஞ்சொற்பொருள்:

வடம் - மாலை. மதி - (நான்கு முறையும்) சந்திரன் என்ற பொருளில் வந்தது.

பொழிப்புரை:

சந்திரனும் கொன்றை மலர் மாலையும் சூடிய சடை உடையவன்; தக்கன் யாகத்தில் கலந்துகொண்ட சந்திரனைக் காலில் இட்டுத் தேய்த்தவன்; அவன் வாழும் இடம்; சந்திரன் வந்து தங்குவதும் கொடிகள் பறப்பது மாகிய உயரமான மாடிவீடுகள் நிறைந்த ஐயாறு என்னும் தலமே ஆகும்.

3091. **கொக்கின்(ன்) இறகின் னொடுவன்னி**
புக்க சடையார்க்கு இடமாகும்
திக்கின்(ன்) இசைதே வர்வணங்கும்
அக்கின் அரையார் அதுஐயாறே (3)

அருஞ்சொற்பொருள்:

கொக்கின் இறகு - கொக்கு வடிவில் எதிர்த்த அசுரனைக் கொன்று அதன் அடையாளமாகத் தலையில் சூடியுள்ள அதன் இறகு; இதனைப் பிஞ்ஞகம் என்பர். திக்கின் இசை தேவர் - எட்டு திசைகளிலும் பொருந்தி வாழும் தேவர். அக்கு - சங்குமணி.

பொழிப்புரை:

கொக்கு இறகு, வன்னியின் தளிர், ஆகிய இவற்றைச் சூடியுள்ளவரும், சங்குமணியை இடையில் கட்டி இருப்பவரும், ஆகிய சிவபெருமான் எழுந்தருளி இருக்கும் இடம்; எல்லா திசைகளிலும் பொருந்தி வாழும் தேவர்கள் வணங்கும் ஐயாறே ஆகும்.

3092. **சிறைகொண் டபுரம் அவைசிந்தக்**
கறைகொண் டவர்கா தல்செய்கோயில்
மறைகொண் டநல்வா னவர்தம்மில்
அறையும் ஒலிசே ரும்ஐயாறே (4)

அருஞ்சொற்பொருள்:

சிறை - இறகு. புரம் - முப்புரம். சிந்த - அழிய. கறை - கோபம். காதல் - விருப்பம். மறைகொண்டவர் - மறைந்து வாழுமவர். அறையும் ஒலி - பேசும் ஒலி.

பொழிப்புரை:

இறகுகளுடன் கூடிய முப்புரத்தைச் சினந்து அழித்தவர் விரும்பி எழுந்தருளி இருக்கும் கோயில் அமைந்துள்ள இடம்; தேவர்கள் மறைந்து வாழ்வதும், தம்முள் பேசிக் கொள்வதும், அதனால் ஒலி எழுவதும், ஆகிய ஐயாறு என்னும் தலமே ஆகும்.

3093. **உமையாள் ஒருபா கம்அதுஆகச்**
சமைவார் அவர்சார்வு இடமாகும்
அமையார் உடல்சோர் தரமுத்தம்
அமையா வரும்அந் தண்ஐயாறே (5)

அருஞ்சொற்பொருள்:

சமைவார் - பொருந்தியவர். அமை - மூங்கில். உடல்சோர் தர - உடல் வெடிக்க (மூங்கில் பிளக்க). முத்தம் - முத்து. அம் - அழகு. தண் - குளிர்ச்சி.

பொழிப்புரை:

உமாதேவியை உடம்பின் ஒரு பாகமாகப் பொருந்த வைத்திருப்பவர் எழுந்தருளி இருக்கும் இடம்; மூங்கில் முற்றிப் பிளக்க, அது சொரியும் முத்தினை தள்ளிக் கொண்டு வரும் காவிரியின் கரையில் உள்ள அழகிய குளிர்ந்த ஐயாறு என்னும் தலமே ஆகும்.

3094. **தலையின் தொடைமா லைஅணிந்து**
கலைகொண் டதுஓர்கை யினர்சேர்வாம்
நிலைகொண் டமனத் தவர்நித்தம்
மலர்கொண் டுவணங் கும்ஐயாறே (6)

அருஞ்சொற்பொருள்:

கலை - மான் கன்று. நிலைகொண்ட மனம் - இறைவன் திருவடியில் நிலைத்துத் தங்கும் மனம். நித்தம் - நாள்தோறும்.

பொழிப்புரை:

மண்டைஓடு கொண்டு தொடுக்கப்பட்ட மாலை அணிந்து, மான்கன்று ஒன்றினைக் கையில் ஏந்தி இருப்பவர், சேர்ந்து இருக்கும் இடம்; திருவடிக்கீழ் நிலைத்த சிந்தை வைத்த ஞானியர் நாள்தோறும் மலர்கொண்டு வழிபாடு செய்யும் ஐயாறு என்னும் தலமே ஆகும்.

3095. வரம்ஒன் றியமா மலரோன்தன்
சிரம்ஒன் றைஅறுத் தவர்சேர்வாம்
வரைநின் றுஇழிவார் தருபொன்னி
அரவம் கொடுசே ரும்ஐயாறே (7)

அருஞ்சொற்பொருள்:

வரம் ஒன்றிய - வரம் பல பெற்ற. மாமலரோன் - பிரமன். சிரம் - தலை. வார்தரு - ஒழுகுகின்ற. அரவம் - ஒலி. பொன்னி - காவிரி.

பொழிப்புரை:

வரபலம் பெற்றவனும், தாமரை மலரில் வீற்றிருப்பவனும், ஆகிய பிரமனது ஐந்து தலைகளில் ஒன்றைக் கிள்ளி எறிந்தவன் சேர்ந்திருக்கும் இடம்; மலையிலிருந்து இறங்கி வரும் காவிரி ஆற்றின் ஆரவாரம் மிக்க ஐயாறே ஆகும்.

3096. வரைஒன்று அதுஎடுத் தஅரக்கன்
சிரம்மங் கநெரித் தவர்சேர்வாம்
விரையின் மலர்மே தகுபொன்னித்
திரைதன் னொடுசே ரும்ஐயாறே (8)

அருஞ்சொற்பொருள்:

சிரம் - தலை. மங்க - பொலிவு இழக்க. விரை - மணம்.

பொழிப்புரை:

கயிலை என்னும் ஒப்பற்ற மலையைப் பெயர்த்த அரக்கனாகிய இராவணனது தலைகள் பத்தும் பொலிவு இழக்குமாறு நெரித்தவர் சேர்ந்திருக்கும் இடம்; மணமுள்ள மலர்களைத் தன் அலைகளால் தள்ளிக் கொண்டு வரும் காவிரியின் கரையில் உள்ள ஐயாறு என்னும் தலமே ஆகும்.

3097. சங்கக் கயனும் அறியாமைப்
பொங்கும் சுடர்ஆ னவர்கோயில்
கொங்கில் பொலியும் புனல்கொண்டு
அங்கிக்கு எதிர்காட் டும்ஐயாறே (9)

அருஞ்சொற்பொருள்:

சங்கக் கயன் - சங்கைக் கையில் ஏந்தி இருப்பவன் (திருமால்). 'புனலில் பொலியும் கொங்கு கொண்டு' - எனக் கூட்டி உரைக்க. கொங்கு - தேன். அங்கி - நெருப்பு (வேள்வித்தீ).

பொழிப்புரை:

சங்கு ஏந்திய கைஉடைய திருமால் தேடியும் தம் திருவடியைக் காட்டாத வரும், பொங்கி எரியும் நெருப்பு உருக்கொண்டு நின்றவரும், ஆகிய இறைவர் எழுந்தருளி இருக்கும் கோயில் இருப்பது ; காவிரியின் கரையில் கிடைக்கும் தேனைச் சொரிந்து, வேள்வி வேட்கும் ஐயாறு என்னும் தலத்திலே ஆகும்.

3098. **துவர்ஆ டையர்தோல் உடையார்கள்**
கவர்வாய் மொழிகா தல்செய்யாதே
தவரா சர்கள்தா மரையானோடு
அவர்தாம் அணைஅம் தண்ஐயாறே (10)

அருஞ்சொற்பொருள்:

துவர் ஆடையர் - பௌத்தர். தோல் உடையார் - உடலின் தோலையே உடையாகக் கொள்ளும் சமணர். கவர் வாய் மொழி - ஒருநிலைப்படாத சொற்கள் (கவர் - பிளவு) தவராசர் - தவத்தில் சிறந்தவர். தாமரையான் - பிரமன்.

பொழிப்புரை:

துவர்நிற ஆடை உடுத்தும் பௌத்தர்களும், உடலின் தோலையே உடையாக நினைத்து (உடை உடுத்தாத) சமணர்களும், ஆகியோர் கூறும் ஒருவழிப்படாத (பிளவுபட்ட) வாய்மொழியைக் கேட்க வேண்டா; மாறாக, மேம்பட்ட தவம் உடையவரும், பிரமனும், வந்து வழிபடும், அழகிய குளிர்ந்த ஐயாற்று இறைவரை வழிபட்டு உய்வீராக!

3099. **கலைஆர் கலிக்கா ழியர்மன்னன்**
நலம்ஆர் தருஞா னசம்பந்தன்
அலைஆர் புனல்சூ ழும்ஐயாற்றைச்
சொலும்மா லைவல்லார் துயர்வீடே (11)

அருஞ்சொற்பொருள்:

கலை - கலை ஞானங்கள். கலி - ஒலி. சொலும் - சொல்லும். துயர் - துன்பம். வீடு - விடுதலை.

பொழிப்புரை:

கலைஞானம் உடையவர் கூடி வாழ்வதும், அதனால் ஆரவாரம் எழுவதும், ஆகிய காழி நகரத்துக்குத் தலைவன் ஆகிய நன்மை மிக உடைய ஞானசம்பந்தன், அலைவீசும் காவிரி முதலிய ஐந்து ஆறுகளால் சூழப்பட்ட ஐயாற்றைப் பற்றிப் பாடிய பாமாலையாகிய இது கொண்டு, பாடி வழிபடும் வல்லமை உடையவர், துன்பத்திலிருந்து விடுபடுவர்.

286

திருஐயாறு

பதிக வரலாறு:

ஆளுடைய பிள்ளையார், ஐயாற்றில் பாடிய மற்றுமொரு பதிகம் இது.

திருமுறை 1 - 120   திருஞான - 949

திருவிராகம்
பண்: வியாழக்குறிஞ்சி

3100. பணிந்தவர் அருவினைப் பற்றுஅறுத்து அருள்செயத்
துணிந்தவன் தோலொடு நூல்துதை மார்பினில்
பிணிந்தவன் அரவொடு பேரெழில் ஆமைகொண்டு
அணிந்தவன் வளநகர் அந்தண்ஐ யாறே   (1)

அருஞ்சொற்பொருள்:

அருவினை - நீக்குதற்கு அரிய வினை. தோல் - மான்தோல். நூல் - பூணூல். துதை - நெருங்கிய. பிணிந்தவன் - (பிணித்தவன்) கட்டி இருப்பவன். அரவு - பாம்பு. எழில் ஆமை - அழகிய ஆமையின் ஓடு.

பொழிப்புரை:

தம்மை வந்து பணிந்தவரது அரிய வினைகளை நீக்கி, அருள்செய்யும் துணிவு உடையவனும்; மான் தோலும், பூணூலும், நெருங்கி இருக்குமாறு மார்பில் அணிந்திருப்பவனும்; பாம்பு, அழகிய ஆமை ஓடு, ஆகிய வற்றைக் கட்டி இருப்பவனும்; ஆகிய சிவபெருமான் விரும்பி எழுந்தருளி இருக்கும் வளநகரம்; அழகும் குளிர்ச்சியும் உடைய ஐயாறே ஆகும்.

3101. கீர்த்திமிக் கவன்நகர் கிளர்ஒளி உடன்அடப்
பார்த்தவன் பனிமதி படர்சடை வைத்துப்
போர்த்தவன் கரிஉரி புலிஅதள் அரவுஅரை
ஆர்த்தவன் வளநகர் அம்தண் ஐயாறே   (2)

அருஞ்சொற்பொருள்:

கீர்த்தி - புகழ். அட - அழிய. பார்த்தவன் - நோக்கியவன். பனி - குளிர்ச்சி. கரிஉரி -யானையின் தோல். அதள் - தோல்.

பொழிப்புரை:

புகழ்மிக்க அசுரர் மூவரது முப்புரத்தை ஒளிவிளங்கும் நெருப்பு கொண்டு எரித்து அழித்தவனும், குளிர்ந்த சந்திரனைப் படர்ந்த சடையில் வைத்தவனும், யானையின் தோலை மேலாடையாகப் போர்த்தவனும், புலியின் தோலை உடையாக இடையில் உடுத்து, அதன்மேல் பாம்பைக் கச்சாகக் கட்டியவனும், ஆகிய சிவபெருமான் எழுந்தருளி இருக்கும் வளநகரம், அழகிய குளிர்ந்த ஐயாறே ஆகும்.

3102. **வரிவெம் சிலைபிடித் தஅவுணர்தம் வளநகர்**
எரிந்துஅற எய்தவன் எழில்திகழ் மலர்மேல்
இருந்தவன் சிரம்அது இமையவர் குறைகொள
அரிந்தவன் வளநகர் அம்தண்ஐ யாறே (3)

அருஞ்சொற்பொருள்:

வரி - வரிந்து கட்டப்பட்ட. வெம்சிலை - கொடிய வில். அவுணர் - அசுரர் (மூவர்). எழில்திகழ் - அழகு விளங்கும். மலர் - தாமரை மலர். இமையவர் - தேவர்.

பொழிப்புரை:

வரிந்து கட்டப்பட்ட கொடிய வில்லினைக் கையில் ஏந்தி, அசுரர் மூவரது முப்புரத்தை எரித்து அழித்தவனும்; அழகுவிளங்கும் தாமரை மலர்மீது வீற்றிருக்கும் பிரமனது தலைகளில் ஒன்றைத் தேவர்களின் வேண்டுகோளுக்கு இணங்க அரிந்தவனும்; ஆகிய சிவபெருமான் எழுந்தருளி இருக்கும் வளமான நகரம், அழகிய குளிர்ந்த ஐயாறே ஆகும்.

3103. **வாய்ந்தவல்(ல்) அவுணர்தம் வளநகர் எரிஇடை**
மாய்ந்துஅற எய்தவன் வளர்பிறை விரிபுனல்
தோய்ந்துஎழு சடையினன் தொன்மறை ஆறுஅங்கம்
ஆய்ந்தவன் வளநகர் அம்தண்ஐ யாறே (4)

அருஞ்சொற்பொருள்:

வாய்ந்த - வரபலம் வாய்ந்த. வல்அவுணர் - வலிய அசுரர். மாய்ந்து அற - அழிந்துபோக. விரிபுனல் - பெருகுகின்ற நீர் (கங்கை). தொன்மறை - பழம் பெருமை உடைய வேதம்.

பொழிப்புரை:

வரம்பலம் பெற்ற அசுரர் மூவரது வளமான முப்புரத்தைத் தீயிட்டுப் பொசுக்கி அழித்தவனும், வளரும் தன்மை உடைய பிறைச்சந்திரனை நீர்ப்பெருக்கு உடைய கங்கையில் மூழ்கி இருக்கச் செய்தவனும், சடாமுடி உடையவனும், பழம்பெருமை உடைய நான்கு வேதங்களை அதன் ஆறு அங்கங்களோடு ஆராய்ந்து உலகுக்குச் சொன்னவனும், ஆகிய சிவபெருமான் எழுந்தருளி இருக்கும் வளமான நகரம், அழகும் குளிர்ச்சியும் உடைய ஐயாறே ஆகும்.

3104. **வான்அமர் மதிபுல்கு சடைஇடை அரவொடு**
தேன்அமர் கொன்றையன் திகழ்தரு மார்பினன்
மான்அன மென்விழி மங்கைஓர் பாகமும்
ஆனவன் வளநகர் அம்தண்ஐ யாறே (5)

அருஞ்சொற்பொருள்:

புல்குதல் - பொருந்துதல். மான் அன - (மான் அன்ன) மான் போன்ற.

பொழிப்புரை:

வானில் உலவும் பிறைச்சந்திரனைச் சடையில் பாம்பொடும் கூடச் சூடியவன்; தேன்பொருந்திய கொன்றைமலர் மாலை அணிந்தவன்; மான் போன்ற மருண்ட பார்வை உடைய உமாதேவியை உடம்பில் ஒரு பாகமாகக் கொண்டவன்; அழகிய திருமார்பு உடையவன்; அவன் எழுந்தருளி இருக்கும் வளமான நகரம், அழகும் குளிர்ச்சியும் உடைய ஐயாறு என்னும் தலமே ஆகும்.

3105. **முன்பனை முனிவரோடு அமரர்கள் தொழுதுஎழும்**
இன்பனை இணைஇல இறைவனை எழில்திகழ்
என்பொனை ஏதம்இல் வேதியர் தாம்தொழும்
அன்பன வளநகர் அம்தண்ஐ யாறே (6)

அருஞ்சொற்பொருள்:

முன்பன் - முன்னமே இருப்பவன். இன்பன் - உயிர்களுக்கு இன்பம் செய்பவன். என்பொனை - (என் பொன்னை) எனது பொன் போன்றவனை. ஏதம் இல் - குற்றமற்ற. அன்பன - அன்பனது.

பொழிப்புரை:

முன்னமே முளைத்து எழுந்து இருப்பவன்; முனிவர்களும் தேவர்களும் வந்து திருவடியைப் போற்றி வழிபட, அவர்க்கு இன்பம் செய்பவன்; ஒப்பற்ற இறைவன்; அழகு விளங்கும் எனது பொன் போன்றவன்; குற்றமற்ற வேதியர் தொழுது வணங்க நின்றவன்; அன்பன்; அவனது வளமான நகரம், ஐயாறு என்னும் தலமே ஆகும்.

3106. வன்திறல் அவுணர்தம் வளநகர் எரிஇடை
வெந்துஅற எய்தவன் விளங்கிய மார்பினில்
பந்துஅமர் மெல்விரல் பாகம்அது ஆகிதன்
அந்தம்இல் வளநகர் அம்தண்ஐ யாறே (7)

அருஞ்சொற்பொருள்:

வன்திறல் - வலிய வீரம். வெந்துஅற - வெந்து ஒழிய. பந்து அமர் - பந்து பொருந்திய. அந்தம் - முடிவு.

பொழிப்புரை:

வலிய வீரம் உடைய அசுரர் மூவரது வளமான முப்புரத்தைத் தீயிட்டுப் பொசுக்கியவன்; விளங்குகின்ற திருமார்பில் பந்து பொருந்திய விரல்கள் உடைய உமாதேவியைப் பாகமாக வைத்திருப்பவன்; அவனது முடிவில்லாத வளமான நகரம் எதுஎனில், அது அழகிய குளிர்ந்த ஐயாறு என்னும் தலமே ஆகும்.

3107. விடைத்தவல்(ல்) அரக்கன்நல் வெற்பினை எடுத்தலும்
அடித்தலத் தால்இறை ஊன்றிமற்று அவனது
முடித்தலை தோள்அவை நெரிதர முறைமுறை
அடர்த்தவன் வளநகர் அம்தண்ஐ யாறே (8)

அருஞ்சொற்பொருள்:

விடைத்த - செருக்கு கொண்ட. நல்வெற்பு - நல்ல (கயிலை) மலை. அடித்தலம் - திருவடி. இறை - சிறிதளவு. அடர்த்தவன் - நசுக்கியவன்.

பொழிப்புரை:

செருக்குக்கொண்ட உடல்வலிமை உடைய அரக்கனாகிய இராவணன் நல்ல கயிலை மலையைப் பெயர்க்கத் தனது கால் பெருவிரல் கொண்டு சிறிதே ஊன்றி, அவனது முடிஉடைய பத்துத் தலைகள், இருபது தோள்கள், என இவை நெரிய, முறையே நசுக்கியவன் எழுந்தருளி இருக்கும் வளமான நகரம், அழகும் குளிர்ச்சியும் உடைய ஐயாறே ஆகும்.

3108. **விண்ணவர் தம்மொடு வெங்கதி ரோன்நல்**
எண்இலி தேவர்கள் இந்திரன் வழிபடக்
கண்ணனும் பிரமனும் காண்புஅரி தாகிய
அண்ணல்தன் வளநகர் அம்தண்ஐ யாறே (9)

அருஞ்சொற்பொருள்:

வெங்கதிரோன் - சூரியன். எண்இலி - எண்ணற்ற. அண்ணல் - பெருமையில் சிறந்தவன் (தலைவன்).

பொழிப்புரை:

விண்உலகில் உள்ளவர்களும், சூரியனும், எண்ணற்ற தேவர்களும், இந்திரனும், வழிபட விளங்குபவன்; திருமாலும் பிரமனும் தேடியும் காணமுடியாத அடிமுடி உடையவன்; பெருமையில் சிறந்து விளங்கும் தலைவன்; அவன் எழுந்தருளி இருக்கும் நகரம் எதுஎனில்; அது அழகும் குளிர்ச்சியும் உடைய ஐயாறு என்னும் தலமே ஆகும்.

3109. **மருள்உடை மனத்துவன் சமணர்கள் மாசுஅறா**
இருள்உடை இணைத்துவர் போர்வையி னார்களும்
தெருள்உடை மனத்தவர் தேறுமின் திண்ணமா
அருள்உடை அடிகள்தம் அம்தண்ஐ யாறே (10)

அருஞ்சொற்பொருள்:

மருள் - மயக்கம். மாசுஅறா - குற்றம் நீங்காத. இருள் - அறியாமை இருள். இணை - இரண்டு. திண்ணமா - உறுதிபட. தேறுமின் - தெளிவு பெறுங்கள்.

பொழிப்புரை:

மயக்கம் உடைய மனத்தவர்களாகிய சமணர்களும், குற்றம் நீங்காத அறியாமை இருள் நிரம்பிய இரண்டு காவி உடை கொண்டு (இடையில் ஒன்றும் மேலாடையாக ஒன்றும் ஆக இரண்டு என்க) உடலை மூடும் பௌத்தர்களும், கூறும் அறிவுரைகளைக் கேட்க வேண்டா; மாறாக, அருள்உடைய இறைவர் உறுதிபட எழுந்தருளி இருக்கும் தலம், அழகிய குளிர்ந்த ஐயாறு என்பதைத் தெருளும் மனம் உடையோரே! தெளிவாகத் தெரிந்து கொள்ளுங்கள் (இருள் என்பது கேவல அவத்தை; மருள் என்பது சகல அவத்தை; அருள் என்பது சுத்த அவத்தை; மருளுக்கும் அருளுக்கும் இடைப்பட்டது தெருள் என அறிக).

3110. நலம்மலி ஞானசம் பந்தனது இன்தமிழ்
அலைமலி புனல்மல்கும் அம்தண் ஐயாற்றினைக்
கலைமலி தமிழ்இவை கற்றுவல் லார்மிக
நலம்மலி புகழ்மிகு நன்மையர் தாமே (11)

அருஞ்சொற்பொருள்:

கலைமலி தமிழ் - கலைநயம் மிக்க தமிழ்ப்பாடல்.

பொழிப்புரை:

நன்மை பெருக வாழும் ஞானசம்பந்தன், இனிய தமிழில், அலைவீசும் நீரால் சூழப்பட்ட அழகிய குளிர்ந்த ஐயாறு என்னும் தலத்தினை, கலைநயம் வெளிப்படுமாறு பாடிய, பாடல்களாகிய இவற்றைக் கற்று, இதனில் தெளிவு பெறுவோர், நன்மையும் புகழும் மிக உடையவராய், உயர் நிலையை அடைவர்.

திருச்சிற்றம்பலம்

287

திருஐயாறு

பதிக வரலாறு:

ஐயாற்றில், ஞானம் உண்டவர் பாடிய, மற்றுமொரு பதிகம் இது.

திருமுறை 2 - 168   திருஞான - 949

திருவிராகம்
பண்: இந்தளம்

3111. திருத்திகழ் மலைச்சிறுமி யோடுமிகு தேசர்
உருத்திகழ் எழில்கயிலை வெற்பில்உறை தற்கே
விருப்புடைய அற்புதர் இருக்கும்இடம் ஏர்ஆர்
மருத்திகழ் பொழில்குலவு வண்திருஐ யாறே   (1)

அருஞ்சொற்பொருள்:

திரு - அழகு. மலைச்சிறுமி - மலையரசனது மகள். தேசர் - ஒளி வடிவினர். உரு - வெண்மை உருவம். எழில் - அழகு. வெற்பு - மலை. ஏர்ஆர் - அழகுபொருந்திய. மரு - மணம். வண் - வள்ளன்மை உடைய.

பொழிப்புரை:

அழகிய மலைமகளாகிய உமாதேவியோடு கூடி இருக்கும் மிகுந்த ஒளி வடிவினர்; வெண்மை நிறமுடன் விளங்கும் அழகிய கயிலை மலையில் வசிப்பதற்கே மிகவும் விருப்பம் கொள்பவர்; எனினும் அந்த அற்புதர், இருக்கும் இடம் எது எனில்; அது, அழகு பொருந்திய மணமுள்ள சோலை சூழ்ந்த, கொடையாளர் நிறைந்து வாழும் திருஐயாறே ஆகும்.

3112. கந்துஅமர உந்துபுகை உந்தல்இல் விளக்குஏர்
இந்திரன் உணர்ந்துபணி எந்தைஇடம் எங்கும்
சந்தம்மலி யும்தரு மிடைந்தபொழில் சார
வந்தவளி நந்துஅணவு வண்திருஐ யாறே   (2)

அருஞ்சொற்பொருள்:

கந்து - பற்றுக்கோடு. அமர - பொருந்த. உந்தல்இல் விளக்கு - தூண்டுதல் இல்லாத விளக்கு. ஏர் - எரியும் அழகு. சந்தம் - அழகு. தரு - மரங்கள். வளி - காற்று. நந்துஅணவு -நகர்ந்து வந்து தடவிச் செல்லும்.

பொழிப்புரை:

நறுமணப் பொருள்கள் புகையினைப் பரவ விடுவதும், தூண்டாமலே எரியும் விளக்கு போல இந்திரன் தானாக முன்வந்து பணிவிடை செய்வதும், எங்கும் அழகு மிகுந்த மரங்கள் அடர்ந்து படர்ந்த சோலைகளை உடையதும், அதனருகே வந்த காற்று அவற்றைத் தொட்டுத் தடவிச் செல்வதும், வள்ளல் குணம் உடையோர் கூடி வாழ்வதும், ஆகிய சிறப்புகள் உடைய ஐயாறு என்னும் தலமே, எமது தந்தை விரும்பி உறையும் அழகிய தலமாகும்.

3113. **கட்டுவடம் எட்டும்உறு வட்டமுழ வத்தில்**
கொட்டுகரம் இட்டஒலி தட்டும்வகை நந்திக்கு
இட்டமிக நட்டம்அவை இட்டவர் இடம்சீர்
வட்டமதில் உள்திகழும் வண்திருஐ யாறே (3)

அருஞ்சொற்பொருள்:

கட்டுவடம் எட்டும் உறு வட்ட முழவம் - எட்டு வார்களால் பிணித்துக் கட்டப்பட்ட வட்ட வடிவ முழவம். கரம் - கை. நந்தி - நந்தி தேவர். இட்டம் - விருப்பம். நட்டம் - நடனம். இட்டவர் - ஆடியவர். வட்டமதில் - வளைத்துக் கட்டப்பட்ட மதில்.

பொழிப்புரை:

எட்டு வார்களால் இழுத்துக் கட்டப்பட்ட வட்ட வடிவ முழவத்தை நந்திதேவர் தமது கைகள் கொண்டு கொட்ட (வாசிக்க), அதனிலிருந்து எழுகின்ற ஒலியின்மீது விருப்பம் கொண்டு, அதற்கேற்ப நடனம் ஆடுகின்ற சிவபெருமான் எழுந்தருளி இருக்கும் சிறந்த இடம் எதுஎனில், அது வட்டமான மதில்களை உடையதாய் இருப்பதும், வள்ளல்தன்மை உடையவர் நிறைந்து வாழ்வதும், ஆகிய திருஐயாறே ஆகும்.

3114. **நண்ணிஓர் வடத்தின்நிழல் நால்வர்முனி வர்க்குஅன்று**
எண்ணிலி மறைப்பொருள் விரித்தவர் இடம்சீர்த்
தண்ணின்மலி சந்துஅகிலொடு உந்திவரு பொன்னி
மண்ணின்மிசை வந்துஅணவு வண்திருஐ யாறே (4)

அருஞ்சொற்பொருள்:

வடம் - கல்லால மரம். நால்வர் - சனகன் முதலிய முனிவர் நால்வர். எண்ணிலி - எண்ணற்ற. விரித்தவர் - விரித்துச் சொன்னவர். தண் - குளிர்ச்சி. அணவும் - பொருந்தும்.

பொழிப்புரை:

கல்லால மரத்தின்கீழ் எழுந்தருளி, முனிவர் நால்வர்க்கு அன்று எண்ணற்ற வேதப்பொருளை விரித்து உரை செய்த சிவபெருமான், இப்பொழுது விரும்பி எழுந்தருளி இருக்கும் தலம் எதுஎனில், அது குளிர்ச்சி மிகுந்ததும், சந்தனம் அகில் ஆகிய மரத் துண்டுகளைத் தள்ளிக் கொண்டு வருவதும், ஆகிய காவிரி பாய்ந்து வளம் செய்யும் நிலப்பரப்பில் உள்ள, வள்ளல்கள் நிறைந்து வாழும் ஐயாறு என்னும் தலமே ஆகும்.

3115. **வென்றிமிகு தாரகனது ஆருயிர் மடங்கக்**
கன்றிவரு கோபம்மிகு காளிகதம் ஓவ
நின்றுநடம் ஆடிஇட நீடுமலர் மேலால்
மன்றல்மலி யும்பொழில்கொள் வண்திருஐ யாறே (5)

அருஞ்சொற்பொருள்:

வென்றி - வெற்றி. தாரகன் - ஓர் அசுரன். மடங்க - மடிய. கன்றி - மனம் கன்றி. கதம் - கோபம். ஓவ - நீங்க. மன்றல் - மணம்.

பொழிப்புரை:

வெற்றிபல உடைய தாரகன் என்னும் அசுரன் மீது கோபம் கொண்டு, காளி அவனது அரிய உயிரைப் பறித்தபோது அவளது சினம் அடங்குமாறு நின்று, நடனம் ஆடிய சிவபெருமான் விரும்பி எழுந்தருளி இருக்கும் இடம்; மணமுள்ள மலர்கள் நிரம்பிய சோலைவனம் உடையதும், வள்ளல்கள் நிறைந்து வாழ்வதும், ஆகிய திருஐயாறு என்னும் தலமே ஆகும்.

3116. **பூதமொடு பேய்கள்பல பாடநடம் ஆடிப்**
பாதம்முதல் பைஅரவு கொண்டுஅணி பெறுத்திக்
கோதையர் இடும்பலி கொளும்பரன் இடம்பூ
மாதவி மணம்கமழும் வண்திருஐ யாறே (6)

அருஞ்சொற்பொருள்:

பூதம் - சிவபூதம். பை - படம். அரவு - பாம்பு. அணிபெறுத்தி - அணிகலனாகப் பூண்டு. கோதையர் - தாருகாவனத்து முனிவர்களது மனைவியர்கள். இடும்பலி - தரும் பிச்சை. கொளும் - (கொள்ளும்) ஏற்கும். பரன் - மேன்மை உடையவன்.

பொழிப்புரை:

பூதங்களும் பேய்களும் சுற்றி நின்று பாட, அதற்கேற்ப நடனம் ஆடுபவன்; திருவடி முதல் திருமுடி வரை (பாதாதிகேசம்) படமுடைய பாம்பைப் பலவித அணிகலன்களாக உடலின் பல பகுதிகளிலும் அணிந்து கொண்டு, தாருகாவனத்து முனிவர்களது மனைவிமார்கள் இட்ட பிச்சையை ஏற்கச் சென்ற மேலானவன்; அவன் எழுந்தருளி இருக்கும் இடம்; மாதவிமலர் மணம்கமழ்வதும், வள்ளன்மை உடையோர் நிரம்பி வாழ்வதும், ஆகிய திருஐயாறு என்னும் தலமே ஆகும்.

3117. **துன்னுகுழல் மங்கைஉமை நங்கைசுளிவு எய்தப்**
பின்ஒரு தவம்செய்துஉழல் பிஞ்ஞகனும் அங்கே
என்னசதி என்றுஉரைசெய் அங்கணன் இடம்சீர்
மன்னுகொடை யாளர்பயில் வண்திருஐ யாறே (7)

அருஞ்சொற்பொருள்:

துன்னுகுழல் - அடர்ந்த கூந்தல். சுளிவு எய்த - கோபம் கொள்ள. பிஞ்ஞகன் - தலைக்கோலம் அணிந்தவன். அங்கணன் - (அம்+கண்ணன்) அழகிய கண்ணை உடையவன்.

பொழிப்புரை:

அடர்ந்த கூந்தல் உடைய உமாதேவி என்னும் பெண் கோபம் கொண்டு சென்றுவிட, பின்னர் இமயமலைச் சாரலில், ஒரு தவம் செய்து உழன்று, ''என்ன சதி?' என்று கேட்டு, மீண்டும் பார்வதியைத் திருமணம் செய்துகொண்ட அழகிய கண்ணை உடைய சிவபெருமான் எழுந்தருளி இருக்கும் இடம்; நிலைத்த கொடைத்தன்மை உடையவர் கூடிவாழும் திருஐயாறு என்னும் தலமே ஆகும் (தட்சன் மகள் தாட்சாயணி தன் உடலை விட்டு, பர்வதராசனுக்கு மீண்டும் மகளாகச் சென்று வளர்ந்து, சிவபெருமானை மணம் முடித்த வரலாறு பேசப்பட்டது).

3118. **இரக்கம்இல் குணத்தொடுஉலகு எங்கும்நலி வெம்போர்**
அரக்கன்முடி யத்தலை புயத்தொடும் அடங்கத்
துரக்கவிர லில்சிறிது வைத்தவர் இடம்சீர்
வரக்கருணை யாளர்பயில் வண்திருஐ யாறே (8)

அருஞ்சொற்பொருள்:

நலி - துன்பம். வெம்போர் - கொடிய போர். புயம் - தோள். அடங்க - வலி அடங்க. துரக்க - அழுந்த. வரக்கருணை - வரமும் கருணையும்.

பொழிப்புரை:

இரக்கம் இல்லாத அரக்கனாகிய இராவணன் உலகம் முழுதும் துன்பமுறுமாறு கொடிய போரினைச் செய்து, வெற்றி பெற்றவனே ஆயினும், அவனது தலைகளும் தோள்களும் நசுங்குமாறு, சிறிதளவே விரல் ஊன்றியவர் எழுந்தருளி இருக்கும் இடம்; வரமும் கருணையும் உடையவரும், கொடையாளரும், நிரம்ப வாழும் ஐயாறு என்னும் தலமே ஆகும்.

3119. **பருத்துஉருஅது ஆகிவிண் அடைந்தவன்ஓர் பன்றிப்**
பெருத்துஉருஅ தாய்உலகு இடந்தவனும் என்றும்
கருத்துஉரு ஒணாவகை நிமர்ந்தவன் இடம்கார்
வருத்துவகை தீர்கொள்பொழில் வண்திருஐ யாறே (9)

அருஞ்சொற்பொருள்:

பருத்து - (பருந்து) இங்கு அன்னத்தைக் குறித்தது. பெருத்து உரு - பெரிய உருவம். இடந்தவன் - தோண்டியவன். வருத்துவகை - வருவிக்கும் வகை.

பொழிப்புரை:

அன்னப்பறவை உருவம் கொண்டு ஆகாயத்தில் பறந்து சென்ற பிரமனும், பெரிய பன்றி உருவம் கொண்டு பூமியைத் தோண்டிச் சென்ற திருமாலும், ஆகிய இருவரும், எப்பொழுதும் காண முடியா வகையில் நெருப்பு உருவம் கொண்டு உயர்ந்து நின்றவன் எழுந்தருளி இருக்கும் இடம்; மேகத்தை வரவழைக்கும் சோலை வளம் உடையதும், வள்ளல்கள் நிறைந்து வாழ்வதும், ஆகிய திருஐயாறே ஆகும்.

3120. பாக்கியம்அது ஒன்றும்இல் சமண்பதகர் புத்தர்
சாக்கியர்கள் என்றுஉடல் பொதிந்துதிரி வார்தம்
நோக்கஅரிய தத்துவன் இடம்படியின் மேலால்
மாக்கம்உற நீடுபொழில் வண்திருஐ யாறே (10)

அருஞ்சொற்பொருள்:

பாக்கியம் - நல்வினை. இல் - இல்லாத. பதகர் - பாதகர். பொதிந்து - மறைந்து. தத்துவன் - மெய்ப்பொருளானவன். படி - நில உலகம். மாக்கம் - மாகம் (ஆகாயம்).

பொழிப்புரை:

நற்பேறு ஒருசிறிதும் இல்லாத சமணர்களாகிய பாதகர்களும், உடலைத் துவராடையால் மூடித் திரியும் சாக்கியர்களாகிய பௌத்தர்களும், ஆகிய இவர்களால் ஆராய்ந்து அறியமுடியாத மெய்ப்பொருளாய் விளங்குபவன், எழுந்தருளி இருக்கும் இடம், இந்நிலவுலகின் மேல் உள்ளதும், வானளாவிய உயரிய சோலையால் சூழப்பட்டதும், வள்ளல்தன்மை உடையோர் நிறைந்து வாழ்வதும், ஆகிய ஐயாறு என்னும் தலமே ஆகும்.

3121. வாசமலி யும்பொழில்காள் வண்திருஐ யாற்றுள்
ஈசனை எழில்புகலி மன்னவன்மெய்ஞ் ஞானப்
பூசுரன் உரைத்ததமிழ் பத்தும்இவை வல்லார்
நேசம்பலி பத்தர்அவர் நின்மலன் அடிக்கே (11)

அருஞ்சொற்பொருள்:

வாசம் - மணம். ஈசன் - ஆளுபவன். பூசுரன் - அந்தணன். நேசம் - அன்பு. நின்மலன் - மலமற்றவன்.

பொழிப்புரை:

மணம் மிகுந்த சோலையால் சூழப்பட்ட வள்ளன்மை உடையோர் நிறைந்து வாழும் ஐயாற்றில் எழுந்தருளி இருக்கும் இறைவனை, அழகிய புகலி நகரத்து மன்னவனும், மெய்ஞ்ஞானம் பெற்ற அந்தணனும், ஆகிய ஞானசம்பந்தன், பாடிய தமிழ்ப் பாமாலை பத்தும் கொண்டு, பாடி வழிபட வல்லவர், அன்புமிக உடையவராய்ப் பத்தராகி, மலமற்ற சிவபெருமானது திருவடியைச் சென்று சேர்வர்.

திருச்சிற்றம்பலம்

288

திருக்கழுமலம்

பதிக வரலாறு:

ஐயாறு போற்றிப் பாடிய சம்பந்தர் திருப்பழனம் கும்பிட்டு தமது பதியாகிய சீர்காழி வந்து சேர்ந்தார். 'தென்னாடு சென்று சமணம் என்னும் குற்ற நெறியை அறுத்து, திருநீற்று நெறியில் அந்நாடு திகழ வழிசெய்தவர் வருகிறார்' என்று சீர்காழி அந்தணர்கள் எதிரில் வந்து, வேதமுழக்கம் செய்து அழைத்துச் சென்றார்கள். அடியார்கள் புடைசூழ திருக்கோயிலுக்குச் சென்று, கோயிலை வலமாக வந்து, இறைவர்முன் சென்று வணங்கி, இப்பதிகத்தைப் பாடி அருளுகின்றார்.

திருமுறை 3 - 371 திருஞான - 954

திருவியமகம்

பண்: பழம்பஞ்சுரம்

3122. **உற்றுஉமை சேர்வது மெய்யினையே**
உணர்வது நின்அருள் மெய்யினையே
கற்றவர் காய்வது காமனையே
கனல்விழி காய்வது காமனையே
அற்றம் மறைப்பது முன்பணியே
அமரர்கள் செய்வதும் உன்பணியே
பெற்று முகந்தது கந்தனையே
பிரம புரத்தைஉ கந்தனையே (1)

அருஞ்சொற்பொருள்:

உற்று - பிரியாது பொருந்தி. உமை - உமாதேவி. மெய்யினை - உடம்பினை. உணர்வது - சிவஞானியர் உணர்வது. அருள் மெய்யினை - மெய்யான திருவருளை. கற்றவர் - ஞானநூல்களைக் கற்றவர். காய்வது - வெறுப்பது. காமனையே - (கா+மனையே) கா- பசுத்துவம். மனை - உடல் (முதலிய பிரபஞ்சம்). கனல் விழி - நெருப்பை உமிழும்

நெற்றிக்கண். காமன் - மன்மதன். அற்றம் - நிர்வாணம். பணியே - பாம்பே (பாம்பின் ஐந்து தலையின் படம்). பணியே - குற்றேவலே. கந்தனையே - முருகனையே. உகந்தனை - மகிழ்ந்தனை.

பொழிப்புரை:

உமாதேவி பொருந்தி இருப்பது உமது உடம்பில்; ஞானியர் உணர்வது உமது மெய்யான திருவருளை; ஞானநூல்களைக் கற்றவர் வெறுப்பது பசுத்துவம் பொருந்திய உடல் முதலான இப்பிரபஞ்சத்தை; நினது நெருப்பு உமிழும் நெற்றிக்கண் எரித்தது மன்மதனை; நிர்வாணத்தை மறைப்பது இடையில் கச்சாகக் கட்டி இருக்கும் ஐந்தலைப் பாம்பின் படம்; அமரர்கள் செய்வது உமக்கான பணிவிடைகள்; பெற்று உச்சி மோந்தது முருகப் பெருமானை; அப்படி நீ பிரமபுரம் என்னும் தலத்தை விரும்பி, அங்கு மகிழ்ச்சியுடன் எழுந்தருளி இருக்கிறாய்!

3123. **சதிமிக வந்த சலந்தரனே**
தடிசிர நேர்கொள் சலந்தரனே
அதிர்ஒளி சேர்திகி ரிப்படையால்
அமர்ந்தனர் உம்பர்து திப்படையால்
மதிதவழ் வெற்புஅது கைச்சிலையே
மருவிடம் ஏற்பது கைச்சிலையே
விதியினில் இட்டம் இரும்பரனே
வேணு புரத்தை விரும்பரனே (2)

அருஞ்சொற்பொருள்:

சதி - வஞ்சனை. சலந்தரன் - ஓர் அசுரன். தடிசிரம் - தலையைக் கொய்ய. சலந்தரன் - (சலம்+தரன்) நீரைச் சடையில் சூடி இருப்பவன். அதிர் - கண்டார் நடுங்கும். ஒளிசேர் - ஒளி உடைய. திகிரிப்படை - சக்கரப்படை. உம்பர் - தேவர். 'துதிப்பு அடையால் அமர்ந்தனர்' - என்று கூட்டி உரைக்க. மதி தவழ் வெற்பு அது கைச்சிலை - சந்திரன் தவழும் மேருமலை கையில் ஏந்திய வில். மருவிடம் - (மரு(வு)+இடம்). கைச்சிலை - (கைச்சு+இலை) வெறுக்கவில்லை. விதி - விதித்த முறை. இட்டம் - விருப்பம். இரும்பரன் - மிகவும் மேலானவன். விரும்பரன் - (விரும்பு + அரன்) விரும்புகின்ற சிவபெருமான்.

பொழிப்புரை:

சலந்தரன் என்னும் அசுரன் சூழ்ச்சி மிக உடையவனாய்ப் போருக்கு வந்தான்; கங்கையைச் சடையில் சூடியவன் அவனது தலையைக்

கொய்தான்; அவ்வாறு தலையைக் கொய்யப் பயன்படுத்திய சக்கரப் படை, கண்டாரை அதிர வைப்பதும், ஒளி உடையதும் ஆகும்; அதனைக் கண்ட தேவர்கள், அப்பெருமானைத் துதித்து அமைதி அடைந்தனர். கையில் வில்லாக ஏந்தியது சந்திரன் தவழும் மேருமலையை; விடத்தை விரும்பி ஏற்பது தவிர, அதனை நீ வெறுக்கவில்லை; விதியின்படி உலகர் இயங்க, நீ மேலானவனாய் இருக்கிறாய்; வேணுபுரம் என்னும் தலத்தை விரும்புகின்ற அரனாக (சிவபெருமானாக)வும் இருந்து வருகிறாய்.

3124. **காதுஅ மரத்திகழ் தோடினனே**
கானவ னாய்க்கடிது ஓடினனே
பாதம்அ தால்கூற்று உதைத்தனனே
பார்த்தன் உடல்அம்பு தைத்தனனே
தாதுஅவிழ் கொன்றை தரித்தனனே
சார்ந்த வினைஅது அரித்தனனே
போதம் அமரும் உரைப்பொருளே
புகலி அமர்ந்த பரம்பொருளே (3)

அருஞ்சொற்பொருள்:

தோடு - காதணி. கானவன் - வேடன். கடிது - விரைந்து. பாதம் - திருவடி. கூற்று - இயமன். பார்த்தன் - அர்ச்சுனன். தாது - மகரந்தம். வினை அரித்தனன் - வினையை அரிந்தவன். புகலி - சீர்காழி.

பொழிப்புரை:

காதில் தோடு அணிந்திருப்பவன்; வேடனாக வேடம் ஏற்று விரைந்து ஓடியவன்; திருவடி கொண்டு இயமனை எட்டி உதைத்தவன்; அர்ச்சுனனது உடலில் தைக்குமாறு, அம்பு எய்தவன்; மகரந்தப் பொடிகளைச் சிந்தவிடும் கொன்றை மலரால் ஆன மாலை அணிந்தவன்; அடியார்கள் மேல்வந்து சேரஇருக்கும் பாவவினைகளை அரிந்தவன்; வேதமாகவும் வேதத்தின் பொருளாகவும் விளங்குபவன்; அவன் புகலி (சீர்காழி)யில் எழுந்தருளி இருக்கும் பரம்பொருளே ஆவன்.

3125. **மைத்திகழ் நஞ்சுஉமிழ் மாசுணமே**
மகிழ்ந்துஅரை சேர்வது மாசுணமே
மெய்த்துஉடல் பூசுவர் மேன்மதியே
வேதம்அது ஓதுவர் மேன்மதியே

பொய்த்தலை யோடுஉறு மத்தம்அதே
புரிசடை வைத்தது மத்தம்அதே
வித்தக ராகிய எம்குருவே
விரும்பி அமர்ந்தனர் வெங்குருவே (4)

அருஞ்சொற்பொருள்:

மை - கருமை. மாசுணம் - பாம்பு. அரை - இடுப்பு. மாசு(ண்)ணம் - மேலான பொடி (திருநீறு). மேல் மதி - சடைமேல் சூடுவது சந்திரன். மதி - அறிவு. பொய்த்தலை - மண்டை ஓடு. உறுமத்தம் -அணிவது ஊமத்தம்பூ. மத்தம் - உன்மத்தம். எம்குருவே - எமது குரு. வெங்குரு - சீர்காழிக்கு உரிய 12 பெயர்களுள் ஒன்று.

பொழிப்புரை:

மை போன்ற கரியநிற விடம்உடைய பாம்பை இடையில் கச்சாக மகிழ்ந்து அணிபவர்; உடலில் சந்தனம்போல் மேன்மை உடைய திருநீற்றுப் பொடியைப் பூசி இருப்பவர்; உயிர்களுக்கு மேலான அறிவு விளங்கும் பொருட்டு வேதம் ஓதியவர்; முறுக்குண்ட சடையில் சந்திரன், மண்டை ஓட்டுமாலை, ஊமத்தமலர் ஆகியவற்றை அணிந்திருப்பவர்; அடியார்களை உன்மத்தர் (பித்தர்) ஆக்கும் வித்தகர்; எமது குரு; அவர் விரும்பி எழுந்தருளி இருப்பது வெங்குரு என்னும் தலத்திலே ஆகும்.

3126. உடன்பயில் கின்றனன் மாதவனே
உறுபொறி காய்ந்துஇசை மாதவனே
திடம்பட மாமறை கண்டனனே
திரிகுணம் மேவிய கண்டனனே
படம்கொள் அரவுஅரை செய்தனனே
பகடுஉரி கொண்டுஅரை செய்தனனே
தொடர்ந்த துயருக்குஒரு நஞ்சுஇவனே
தோணி புரத்துஉறை நம்சிவனே (5)

அருஞ்சொற்பொருள்:

மாதவன் - திருமால். மாதவன் - பெரிய மேலான தவம் உடையவன். திடம்பட - உறுதிபட. மாமறை - வேதம். கண்டனன் - கண்டு கூறியவன். கண்டனன் - கண்டனம் செய்பவன். பகடு உரி - யானையின் தோல். அரை செய்தனன் - அழித்தனன். நஞ்சு - விடம்.

பொழிப்புரை:

தன் உடம்பில் பாதியில் மாதவனாகிய திருமாலை வைத்திருப்பவன்; பொறி வழி புலன்களைச் செல்லாமல் தடுக்கும் தவமுடையோர்க்கு, மேலான தவமாய் விளங்குபவன்; உறுதிபட நான்கு வேதங்களைக் கண்டு உலகுக்குச் சொன்னவன்; படமுடைய பாம்பை இடையில் கச்சாகக் கட்டி இருப்பவன்; யானையை அதன் தோலை உரித்து அழித்தவன்; தொடர்ந்து வரும் துன்பங்களை அழிப்பதில், அத்துன்பத்துக்கு விடம் போல் விளங்குபவன்; அவன் தோணிபுரத்தில் எழுந்தருளி இருக்கும் நமது சிவபெருமான்.

3127. **திகழ்கை யதும்புகை தங்குஅழலே**
தேவர் தொழுவதும் தங்கழலே
இகழ்பவர் தாம்ஒரு மான்இடமே
இரும்தனு வோடுஎழில் மானிடமே
மிகுவரும் நீர்கொளும் அம்சடையே
மின்நிகர் கின்றதும் அம்சடையே
தகவிர தம்கொள்வர் சுந்தரரே
தக்க தராய்உறை சுந்தரரே (6)

அருஞ்சொற்பொருள்:

புகை தங்கு அழல் - புகை உடைய நெருப்பு. தம்கழல் - தமது திருவடி. மான் இடமே - மானை இடக்கையில் ஏந்தியவர். தனு - உடல். மானிடம் - மனித உரு. அம் சடை - அழகிய சடை (இரண்டிடத்தும்). மின் - மின்னல். தகவிரதம் - தகுந்த விரதம். சுந்தரர் - அழகியர் (இரண்டிடத்தும்).

பொழிப்புரை:

விளங்குகின்ற கையில் புகையொடு கூடிய நெருப்பை ஏந்தி இருப்பவர்; தேவர்கள் வணங்குவது அவரது திருவடியையே ஆகும்; தம்மை இகழ்ந்து தாருகாவனத்து முனிவர்கள் அனுப்பிய மானை இடக்கையில் ஏந்தி இருப்பவர்; பக்குவ ஆன்மாக்களுக்கு தாமே மானுட சட்டை தாங்கி குருவாக எழுந்தருளுபவர்; பெருக்கெடுத்து வரும் கங்கையைத் தமது அழகிய சடையில் ஏற்றவர்; மின்னல் போல் ஒளிவிடும் சடாமுடி உடையவர்; தகுதி உடைய விரதத்தை மெச்சி ஏற்கும் அழகியர்; அவர் பூந்தராய் என்னும் நகரில் எழுந்தருளி இருக்கும் அழகிய சிவபெருமானே ஆவர்.

3128. ஓர்வுஅரு கண்கள் இணைக்குஅயலே
உமையவள் கண்கள் இணைக்கயலே
ஏர்மரு அம்கழல் நாகம்அதே
எழில்கொள் உதாசனன் ஆகம்அதே
நீர்வரு கொந்தள கம்கையதே
நெடுஞ்சடை மேவிய கங்கைஅதே
சேர்வரு யோக தியம்பகனே
சிரபுரம் மேய திஅம்புஅகனே (7)

அருஞ்சொற்பொருள்:

ஓர்வு அரு கண்கள் - அடியார் வேடத்தை அரன்என நினைக்காத கண்கள். இணைக்க - பொருத்திப் பார்க்க. அயலே - புறம்பானவையே. இணைக்கயலே - இரண்டு கயல்மீன்களே. ஏர்மருவும் - அழகு பொருந்தும். கழல் - வீரக்கழல். நாகம் - பாம்பு. உதாசனன் - அக்கினி. ஆகம் - உடம்பு. கொந்து அளகம் - கொத்தாக விளங்கும் கூந்தல். கையது - ஒழுங்கானது. தியம்பகன் - (திரியம்பகன்) மூன்று கண்கள் உடையவன். சிரபுரம் - சீர்காழி. தி அம்பு அகன் - (தீ அம்பு அகன்) நெருப்பு முனை உடைய அம்பு ஏந்தியவன்.

பொழிப்புரை:

அடியார் வேடத்தை அரனாக நினைக்காத கண்கள் உடையவர், சைவநெறிக்குப் புறம்பானவரே; உமாதேவியின் கண்கள் இரண்டும் கயல்மீன்கள் போன்ற தோற்றம் உடையவை; அழகிய வீரக்கழலாக விளங்குவது ஒரு பாம்பு; இறைவரது திருமேனி நெருப்பு போல சிவந்த நிறமுடையது; நீர்ஒழுகும் கூந்தலும் ஒழுங்குபட விளங்குவதே (இடப்பாகம் - கூந்தலும்; வலப்பாகம் - சடையும் என்க); நீண்ட சடையில் வைத்திருப்பது கங்கையை; யோகம் கைகூடப் பெற்றவர்க்கு மூன்றாவது கண்ணாக விளங்குபவன்; அவன் தீ அம்பினை கையில் ஏந்தி சிரபுரம் என்னும் சீர்காழி நகரில் எழுந்தருளி இருக்கும் சிவபெருமான் ஆவன்.

3129. ஈண்டு துயில்அமர் அப்பினனே
இருங்கண் இடந்துஅடி அப்பினனே
தீண்டல் அரும்பரிசு அக்கரமே
திகழ்ந்துஒளி சேர்வது சக்கரமே
வேண்டி வருந்த நகைத்தலையே
மிகைத்துஅவ ரோடு நகைத்தலையே
பூண்டனர் சேரலும் மாபதியே
புறவம் அமர்ந்த உமாபதியே (8)

அருஞ்சொற்பொருள்:

அப்பினன் - நீர்மேலான். அப்பினன் - அப்பினான். அக்கரமே - அக்கையிலே. சக்கரம் - சக்கரப் படை. நகைத்தலை - சிரிப்பதுபோல் பல் வெளியில் தெரியும் மண்டை ஓடு. நகைத்தல் - ஏளனம் செய்து சிரித்தல். மாபதி - மேலான தங்கும் இடம். உமாபதி - உமாதேவியின் கணவன்.

பொழிப்புரை:

பாற்கடலில் அறிதுயில் கொள்ளும் திருமால் தனது கண்ணைத் தோண்டி திருவடியில் ஒரு மலராகச் சாத்தி வழிபட அதனை ஏற்றவர்; ஏனையோர் தீண்டுவதற்கு அருமை உடைய சக்கரப் படையைத் திருமாலுக்குப் பரிசாகத் தந்தவர்; மிகவும் வருந்தி வேள்வி வேட்டு நகைப்பது போன்ற தோற்றம் உடைய மண்டை ஓட்டைத் தாருகாவனத்து முனிவர்கள் ஏவ, அதனைச் சிரித்தவாறே ஏற்றுமாலையாக அணிந்து கொண்டவர் சிவபெருமான்; அடியார்களது உள்ளமாகிய ஆசனத்தில் சென்று தங்குபவர்; புறவம் நகரில் எழுந்தருளி இருக்கும் உமாதேவியின் கணவர் அவரே ஆவார்.

3130. **நின்மணி வாய்அது நீழலையே**
நேசம் அதுஆனவர் நீழலையே
உன்னி மனத்துஎழு சங்கம்அதே
ஒளிஅத னோடுஉறு சங்கம்அதே
கன்னிய ரைக்கவ ரும்களனே
கடல்விடம் உண்டக ரும்களனே
மன்னிய வரைப்பதி சண்பைஅதே
வாரி வயல்மலி சண்பைஅதே (9)

அருஞ்சொற்பொருள்:

நின் மணி வாய் நீழல் - நினது ஆராய்ச்சி மணி கட்டப்பட்ட கோயிலின் வாசல் நிழல். நேசம் - அன்பு. நீழலை - (நீளலை) மீள்வதில்லை. உன்னி மனத்து - (மனத்து உன்னி என மாற்றுக) மனத்தால் நினைத்து. சங்கம் - (சங்கமம்) கலத்தல். ஒளி - சைவ ஒளி. சங்கம் (சங்கமம்) திருக்கூட்டம் (குருலிங்க சங்கமம் என்பதில் உள்ள சங்கமம்) கன்னியர் - முனிபத்தினிகள். களன் - (கள்ளன்) உள்ளத்தைத் திருடுபவன். கருங்களன் - கரிய கண்டம் உடையவன். சண்பை - சண்பைப் புல். வாரி - கடல். வயல்மலி - வயல்கள் நிறைந்த. சண்பை - சீர்காழி.

பொழிப்புரை:

ஆராய்ச்சி மணி கட்டப்பட்ட கோயில் வாயிலில் கூடும் அடியார்கள் மனத்தில் எழுந்தருளியவன் பின்னர் அவ்விடம் விட்டு நீங்காதவன்; மனதால் நினைத்து எழுகின்ற அவ்வடியாரோடு கலந்து, சைவஒளி பெருகும் அத்திருக்கூட்டத்தோடு கலந்து விடுபவன்; தாருகாவனத்து முனிவரது மனைவிமார்களின் உள்ளம் கவர்ந்தவன்; கடல் விடத்தை உண்டதால் கருமை நிறக் கண்டம் கொண்டவன்; அவன் எழுந்தருளி இருப்பது சண்பைப் புல் நிறைந்துள்ள வயல்வளமும் கடல்வளமும் கலந்து நிறைந்துள்ள சண்பை நகரிலே ஆகும்.

3131. இலங்கை அரக்கர் தமக்குஇறையே
    இடந்து கயிலை எடுக்கஇறையே
    புலன்கள் கெடஉடன் பாடினனே
    பொறிகள் கெடஉடன் பாடினனே
    இலங்கிய மேனி இராவணனே
    எய்து பெயரும் இராவணனே
    கலந்துஅருள் பெற்றது மாவசியே
    காழி அரன்அடி மாவசியே   (10)

அருஞ்சொற்பொருள்:

இறை - அரசன். இறை - சிறிதளவு. புலன்கள் கெட - அறிவு அழிய. பொறிகள் - மெய் வாய் கண் மூக்கு செவி என்னும் ஐம்பொறிகள். கெட - நசுங்கி அழிய. உடன் பாடினன் - உடனே சாமகானம் பாடினன் (இரண்டிடத்தும்). எய்து பெயரும் - புதிதாகப் பெற்ற பெயரும். இராவணன் - அழுபவன். வசி - வாள் (கூர்மை). மாவசி - சிறந்த வசீகரம்.

பொழிப்புரை:

இலங்கை நாட்டுக்கும் அசுரர்களுக்கும் தலைவனாகியவன், கயிலை மலையை பெயர்க்க முற்பட்டுச் சிறிதளவு அசைக்க, அவனது ஐம்பொறிகளையும் நசுக்க, அதனால் அவன் அறிவழிந்து, உடனே சாமகானம் பாட, இராவணன் என்று முன்னமே பெயர் கொண்டிருந்தவனுக்கு, மீண்டும் 'அழுபவன்' (இராவணன்) என்று பெயர் சூட்டியவர்; மேலும் அவனுக்கு கூரிய சந்திகாசம் என்னும் வாளைத் தந்தவர்; அவர் சீர்காழியில் எழுந்தருளி இருக்கும் வசீகரம் உடைய திருவடி உடைய அரனே ஆவர்.

3132. கண்நிகழ் புண்டரி கத்தினனே
கலந்துஇரி புண்டரி கத்தினனே
மண்நிக மும்பரிசு ஏனம்அதே
வானகம் ஏய்வகை சேனம்அதே
நண்ணி அடிமுடி எய்தலரே
நளிர்மலி சோலையின் எய்துஅலரே
பண்இயல் கொச்சை பசுபதியே
பசுமிக ஊர்வர் பசுபதியே (11)

அருஞ்சொற்பொருள்:

புண்டரிகம் - தாமரை (இரண்டிடத்தும்). கண்நிகழ் - கண்ணானது. கலந்துஇரி - சேர்ந்து திரிகின்ற. மண் நிகழும் பரிசு - மண்ணைத் தோண்டும் தன்மை உடைய. ஏனம் - பன்றி. வானகம் ஏய்வகை - வானில் பறந்து செல்லும். சேனம் - பருந்து (இங்கு அன்னப் பறவையைக் குறித்தது). நண்ணி - நெருங்கி. எய்தலர் - சென்று சேர முடியாதவர். நளிர் - குளிர். எய்து அலர் - பொருந்துகின்ற பூ. கொச்சை - கொச்சைவயம் (சீர்காழி). பசுபதி - உயிர்களுக்குத் தலைவன். பசு - எருது. பதி - எருது ஊரும் தலைவன்.

பொழிப்புரை:

தாமரை மலர் போன்ற கண்உடைய திருமாலும், அவனோடு சேர்ந்து திரிந்த தாமரை மலர் மேல் இருக்கை கொண்ட பிரமனும், முறையே மண்ணைத் தோண்டிப் பன்றியாகவும், வானில் பறந்து அன்னமாகவும், அடி முடியைத் தேடியும், காண முடியாத தன்மை உடையவர் ஆயினர்; அவர் குளிர்ந்த சோலைகளில் பூத்திருக்கும் மலர்கள் கொண்ட கொச்சைவயம் என்னும் தலத்தில் எழுந்தருளி இருக்கும் உயிர்களுக்குத் தலைவராக விளங்குபவர்; எருதின் மீது ஏறி, அதனை ஊர்ந்து செல்லும் தலைவராகவும் அவர் விளங்குகிறார்.

3133. பருமதில் மதுரைமன் அவைஎதிரே
பதிகம் அதுஎழுதுஇலை அவைஎதிரே
வருநதி இடைமிசை வருகரனே
வசையொடும் அலர்கெட அருகுஅரனே
கருதல்இல் இசைமுரல் தரும்மருளே
கழுமலம் அமர்இறை தரும்அருளே
மருவிய தமிழ்விர கனமொழியே
வல்லவர் தம்இடர் திடம்ஒழியே (12)

அருஞ்சொற்பொருள்:

பருமதில் - பெரிய மதில். மன் - மன்னன். எதிரே - முன்னிலையில். எழுதுஇலை - எழுதிய ஏடு. எதிரேவரு - எதிர்த்து வருகின்ற. கரன் - கை உடையவன். வசையொடும் - பழியோடும் கூடிய. அலர் - பழி பரவுதலாகிய தன்மை. கெட - கெடுமாறு. அருகு - அருகர் (சமணர்). அரன் - அழித்தவன். கருதல்இல் இசை - எண்ண அருமை உடைய புகழ். முரல்தரும் - ஒலிக்கும். மருள் - வியப்பு. கழுமலம் - சீர்காழி. இறை - இறைவன் (சிவபெருமான்). அருள் - திருவருள். விரகன - விரகனது. இடர் - துன்பம். திடம் - உறுதி. ஒழி - ஒழியும்.

பொழிப்புரை:

பெரிய மதில்களால் சூழப்பட்ட மதுரை நகரத்து மன்னனது முன்னிலையில், பதிகம் எழுதிய பனை ஓலை (இலை)யானது, வைகை நதியில் எதிர்த்துச் செல்ல உதவிய கைகள் உடையவனே! சைவ சமயத்தின் மீது பழி தூற்றும் அருகர்கள் எனப்படும் சமணர்களை அழித்து, பரவும் அப்பழியைத் தடுத்தவனே! நினைத்துப் பார்க்கவும் வியப்பு தோன்றுமாறு, சைவ சமயத்தின் புகழைப் பரப்பியவனே! கழுமல வளநகரில் எழுந்தருளி இருக்கும் இறையே! இது உமது திருவருளே! தமிழ்மீது மீளாத காதல் கொண்ட ஞானசம்பந்தன் பாடிய இப்பதிகத்தைப் பாடி வழிபட வல்லவர்க்குத் துன்பம் இல்லை; இது உறுதியான மொழியாகும்.

திருச்சிற்றம்பலம்

289

திருச்சோபுரம்

பதிக வரலாறு:

சீர்காழி விட்டுப் புறப்பட்ட சிரபுரத்துச் செல்வர், தில்லை சென்று வழிபட்டுத் திருத்தினை நகர் வரும்பொழுது, இத்தலத்தைக் கண்டு, பாடியிருத்தல் வேண்டும் (பெரியபுராணத்தில் குறிப்பு இல்லை).

தல வரலாறு:

இப்பொழுது 'தியாகவல்லி' என்று வழங்கப்படுகின்றது. ஆலப் பாக்கம் இரயில் நிலையத்தில் இருந்து கிழக்கே 2.5 கி.மீ. தொலைவில் உள்ளது. முதற்குலோத்துங்கன் மனைவி தியாகவல்லி திருப்பணி செய்ததால், இப்பெயர் பெற்றது. அகத்தியர் பூசித்த தலம். கடற்கரை மணலில் புதையுண்டு கிடந்த ஆலயம், ஒரு துறவியால் அடையாளம் காட்டப்பட்டது.

சுவாமி	:	சோபுரநாதர்
அம்மை	:	சோபுரநாயகி
தல மரம்	:	கொன்றை
தீர்த்தம்	:	பரம தீர்த்தம்

திருமுறை 1 - 51

பண்: பழந்தக்கராகம்

3134. வெங்கண்ஆனை ஈஉரிவை போர்த்துவிளங் குமொழி
மங்கைபாகம் வைத்துஉகந்த மாண்புஅதுஎன் னைகொலாம்
கங்கையோடு திங்கள்சூடிக் கடிகமழும் கொன்றைத்
தொங்கலானே தூயநீற்றாய் சோபுரம்மே யவனே (1)

அருஞ்சொற்பொருள்:

வெங்கண் - கொடுமை. ஆனை - யானை. ஈர்உரி - உரித்த ஈரம் உலராத தோல். கடி - மணம். தொங்கல் - மாலை.

பொழிப்புரை:

கங்கை, சந்திரன், ஆகியவற்றைச் சடையில் சூடி, மணம் கமழும் கொன்றைமலர் மாலை அணிந்து, தூய திருநீற்றை உடல்முழுதும் பூசிச் சோபுரம் என்னும் தலத்தில் எழுந்தருளி இருக்கும் பெருமானே! கொடிய யானையின் தோலை உரித்து, உரித்த ஈரம் உலரும் முன்னே, அதனை மேலாடையாகப் போர்த்தியதும், தெளிவான சொற்கள் பேசும் உமாதேவியை உடம்பின் ஒரு பாகமாக வைத்து மகிழ்ந்ததும், ஆகிய இவை என்ன காரணம் பற்றி நிகழ்த்தப்பட்டன? கூறுவாயாக!

3135. **விடைஅமர்ந்து வெண்மழுஒன்று ஏந்திவிரித்து இலங்கு**
சடைஒடுங்கத் தண்புனலைத் தாங்கியதுஎன் னைகொலாம்
கடைஉயர்ந்த மும்மதிலும் காய்ந்துஅனலுள் அழுந்தத்
தொடைநெகிழ்ந்த வெஞ்சிலையாய் சோபுரம் மேயவனே (2)

அருஞ்சொற்பொருள்:

விடை - இடபம். தண்புனல் - குளிர்ந்த நீர் (கங்கை). என்னை - ஏன்? மும்மதில் - முப்புரம். தொடை - அம்பு. நெகிழ்ந்த - எய்த.

பொழிப்புரை:

அசுரர் மூவர்மீது சினம் கொண்டு, உயர்த்திக் கட்டப்பட்ட முகப்புடன் கூடிய அவர்களது முப்புரத்தின்மீது அம்பு எய்த வில்லினைக் கையில் ஏந்தி இருக்கும் சோபுரத்து இறைவரே! நீவிர், இடபத்தின் மீது ஏறி அமர்வதும், வெண்மழுப்படை ஒன்றைக் கையில் ஏந்தி இருப்பதும், விரிந்து கிடக்கும் சடையில் கங்கையை ஒடுங்குமாறு தங்க வைத்திருப்பதும், ஆகிய இவை என்ன காரணம் பற்றி நிகழ்த்தப்பட்டன? அறிவிப்பாயாக!

3136. **தீயர்ஆய வல்அரக்கர் செந்தழலுள் அழுந்தச்**
சாயஎய்து வானவரைத் தாங்கியதுஎன் னைகொலாம்
பாயும்வெள்ளை ஏற்றைஏறிப் பாய்புலித்தோல் உடுத்த
தூயவெள்ளை நீற்றினானே சோபுரம்மே யவனே (3)

அருஞ்சொற்பொருள்:

'அரக்கர் சாய வானவரைத் தாங்கியது என்னை?' - எனக் கூட்டி உரைக்க.

பொழிப்புரை:

பாய்ந்து செல்லும் எருதின்மீது ஏறிக் கொண்டும், பாயும் தொழில் உடைய புலியின் தோலை உடுத்துக் கொண்டும், தூய வெள்ளை நிறத்

திருநீற்றைப் பூசிக் கொண்டும், சோபுரம் என்னும் தலத்தில் எழுந்தருளி இருக்கும் பெருமானே! தீமை உடைய வலிய முப்புரத்து அசுரரது முப்புரம் தீயில் அழுந்தவும், தேவர்கள் வாழ்வு பெறவும் அருளியது, என்ன காரணம் பற்றி நிகழ்ந்தன?

3137. பல்இல்ஓடு கையில்ஏந்திப் பல்கடையும் பலிதேர்ந்து
அல்லல்வாழ்க்கை மேலதுஆன ஆதரவுஎன் னைகொலாம்
வில்லைவென்ற நுண்புருவ வேல்நெடும்கண் ணியோடும்
தொல்லைஊழி ஆகிநின்றாய் சோபுரம்மே யவனே (4)

அருஞ்சொற்பொருள்:

பல்இல்ஓடு - பல் இல்லாத தலைஓடு. கடை - வீட்டுவாயில். பலி - பிச்சை. அல்லல் வாழ்க்கை - துன்ப வாழ்க்கை. தொல்லை ஊழி - பல ஊழிக்காலங்கள்.

பொழிப்புரை:

வில்லைப் போன்ற வெற்றி உடைய வளைந்த நுண்ணிய புருவமும், வேல் போன்ற நீண்ட கண்களும், கொண்ட உமாதேவியோடு கூடிப் பல ஊழிகளைக் கடந்து, சோபுரம் என்னும் தலத்தில் எழுந்தருளி இருக்கும் பெருமானே! பல் இல்லாத மண்டை ஓட்டைக் கையில் ஏந்தி, பல வீட்டு முற்றம்தோறும் சென்று, பிச்சை ஏற்கும் துன்ப வாழ்க்கையை விரும்புவது, என்ன காரணம் பற்றியோ? இதற்கு விடை கூறுவாயாக!

3138. நாற்றம்மிக்க கொன்றைதுன்று செஞ்சடைமேல் மதியம்
ஏற்றமாக வைத்துஉகந்த காரணம்என் னைகொலாம்
ஊற்றம்மிக்க காலன்தன்னை ஒல்கஉதைத் துஅருளி
தோற்றம்ஈறும் ஆகிநின்றாய் சோபுரம்மே யவனே (5)

அருஞ்சொற்பொருள்:

நாற்றம் - நறுமணம். துன்று - நெருங்கு. ஊற்றம் - வலிமை. ஒல்க - தளர.

பொழிப்புரை:

வலிமை மிக்க இயமனை, அவனது வலிமை தளருமாறு, உதைத்து அருள்செய்து, தொடக்கமும் முடிவுமாய் சோபுரம் என்ற தலத்தில் எழுந்தருளி இருக்கும் பெருமானே! மணமுள்ள கொன்றை மலர்மாலை சூடிய சடைமீது, சந்திரனுக்கு உயர்வு உண்டாகும்படி வைத்து மகிழ்ந்தது, என்ன காரணம் பற்றியோ? இதற்கு விடை கூறுவாயாக!

3139. **கொன்நவின்ற மூவிலைவேல் கூர்மழுவாள் படையன்**
பொன்னைவென்ற கொன்றைமாலை சூடும்பொற்புஎன்
னைகொலாம்
அன்னம்அன்ன மென்நடையாள் பாகம்அமர்ந்து அரைசேர்
துன்னவண்ண ஆடையினாய் சோபுரம்மே யவனே (6)

அருஞ்சொற்பொருள்:

கொன் - பெருமை. பொற்பு - அழகு. துன்ன ஆடை - கீளொடு தைக்கப்பட்ட கோவண ஆடை. வண்ண ஆடை - (உமாதேவி பாகத்தது) பலநிற அழகிய ஆடை.

பொழிப்புரை:

அன்னம் போன்ற மெல்லிய நடைஉடைய உமாதேவியைப் பாகமாகக் கொண்டு, இடையில் கீளோடு சேர்த்துத் தைக்கப்பட்ட கோவண உடை உடுத்தி இருக்கும் சோபுரத்துப் பெருமானே! பெருமை உடைய முத்தலைச்சூலம், கூரிய மழுப்படை, பொன்னைத் தோற்கச் செய்யும் அழகிய நிறம் உடைய கொன்றை மலர்மாலை, என இவற்றைச் சூடி, அழகுற விளங்குவது என்ன காரணம் பற்றியோ?

3140. **குற்றம்இன்மை உண்மைநீஎன்று உன்அடியார் பணிவார்**
கற்றகேள்வி ஞானம்ஆன காரணம்என் னைகொலாம்
வற்றல்ஆமை வாள்அரவம் பூண்டுஅயன்வெண் தலையில்
துற்றல்ஆன கொள்கையானே சோபுரம்மே யவனே (7)

அருஞ்சொற்பொருள்:

வற்றல் ஆமை - ஆமைஓடு. வாள் அரவம் - ஒளி உடைய பாம்பு. அயன் - பிரமன். துற்றல் - உண்ணுதல்.

பொழிப்புரை:

ஆமைஓடு, பளபளக்கும் பாம்பு ஆகியவற்றை அணிந்து கொண்டு, பிரமகபாலத்தில் உணவு பெற்று, உண்ணும் ஒரு கொள்கை உடைய சோபுரத்து இறைவரே! குற்றமற்றவன் நீ என்றும், உண்மை உடையவன் நீ என்றும், உனது அடியார்கள் வந்து உன்னைப் பணிகிறார்கள்; அவர்களுக்கு கல்வியாகவும், கேள்வியாகவும், இந்த இரண்டினால் பெறும் ஞானமாகவும், நீ விளங்குவது என்ன காரணம் பற்றியோ?

3141. **விலங்கல்ஒன்று வெஞ்சிலையாக் கொண்டுவிறல் அரக்கர்**
குலங்கள்வாழும் ஊர்எரித்த கொள்கைஇதுஎன் னைகொலாம்
இலங்கைமன்னும் வாள்அவுணர் கோனைஎழில் விரலால்
துலங்கஊன்றி வைத்துஉகந்தாய் சோபுரம்மே யவனே (8)

அருஞ்சொற்பொருள்:

விலங்கல் - (மேரு) மலை. சிலை - வில். விறல் அரக்கர் - வலிமை உடைய அரக்கர். ஊர் - முப்புரம். அவுணர்கோன் - அரக்கர் தலைவன் (இராவணன்). எழில்விரல் - அழகிய விரல்.

பொழிப்புரை:

இலங்கை மன்னனும், வாள் ஏந்தியவனும், அசுரர் குலத் தலைவனும், ஆகிய இராவணனை அழகிய திருவடி விரல் கொண்டு ஊன்றி நசுக்கிப் பின் அவனுக்கு அருள்செய்த சோபுரம் என்ற தலத்தில் எழுந்தருளி இருக்கும் பெருமானே! மேருமலையைக் கொடிய வில்லாக வளைத்து, வலிமை உடைய அரக்கர் இனத்தவர் கூடி வாழும் முப்புரம் எனப்படும் மூன்று ஊர்களை எரித்து அழித்தது, என்ன காரணம் பற்றியோ? அறிவிப்பாயாக!

3142. **விடம்கொள்நாகம் மால்வரையைச் சுற்றிவிரி திரைநீர்**
கடைந்தநஞ்சை உண்டுஉகந்த காரணம்என் னைகொலாம்
இடந்துமண்ணை உண்டமாலும் இன்மலர்மேல் அயனும்
தொடர்ந்துமுன்னம் காணமாட்டாச் சோபுரம்மே யவனே (9)

அருஞ்சொற்பொருள்:

விடம் கொள் நாகம் - விடம் உடைய பாம்பு (வாசுகி). மால்வரை - பெரிய (மந்த்ர) மலை. திரை - அலை. இடந்து - தோண்டி. இன்மலர் - இனிய தாமரை மலர். அயன் - பிரமன்.

பொழிப்புரை:

மண்உலகைத் தோண்டியவனும் உண்டவனும் ஆகிய திருமாலும், இனிய தாமரை மலர்மேல் அமரும் பிரமனும் தேடிக் காணமுடியாதபடி, உயர்ந்து நின்ற சோபுரத்தில் எழுந்தருளி இருக்கும் பெருமானே! விடமுடைய வாசுகி என்னும் பாம்பு கொண்டு, மந்திரமலையைச் சுற்றி, அலைவீசும் பாற்கடலைக் கடைய, வெளிப்பட்ட விடத்தை உண்டு, தேவர்களைக் காத்து மகிழ்ந்தது, என்ன காரணம் பற்றியோ? கூறுவாயாக!

3143. புத்தரோடு புன்சமணர் பொய்உரையே உரைத்துப்
பித்தராகக் கண்டுஉகந்த பெற்றிமைஎன் னைகொலாம்
மத்தயானை ஈர்உரிவை போர்த்துவளர் சடைமேல்
துத்திநாகம் சூடினானே சோபுரம்மே யவனே (10)

அருஞ்சொற்பொருள்:

புன் - இழிவு. பெற்றிமை - தன்மை. மத்தம் - மதம். ஈர்உரிவை - ஈரமான தோல். துத்தி - படப்புள்ளி.

பொழிப்புரை:

மதம் உடைய யானையின் தோலை உரித்து, அதன் தோலை, உரித்த ஈரம் உலரும் முன்னே மேலாடையாகப் போர்த்துக் கொண்டவனும், வளர்கின்ற சடைமீது படப்புள்ளிகளுடன் கூடிய பாம்பை அணிந்து கொண்டவனும், ஆகிய சோபுரத்து இறைவனே! பௌத்தர்களும், கீழானவர்களாகிய சமணர்களும், பொய்யே பேசிப் பித்தர் போல் திரிவதைக் கண்டும், அவர்களைத் திருத்தாமல், அப்படியே கண்டு மகிழ்வது, என்ன காரணத்தினாலோ?

3144. சோலைமிக்க தண்வயல்சூழ் சோபுரம் மேயவனைச்
சீலம்மிக்க தொல்புகழார் சிரபுரக்கோன் நலத்தான்
ஞாலம்மிக்க தண்தமிழால் ஞானசம்பந்தன் சொன்ன
கோலம்மிக்க மாலைவல்லார் கூடுவர்வான் உலகே (11)

அருஞ்சொற்பொருள்:

சீலம் - ஒழுக்கம். தொல்புகழ் - பழம்புகழ். சிரபுரக்கோன் - சிரபுரத்துத் தலவைன். கோலம் - அழகு. கூடுவார் - சென்று சேர்வர்.

பொழிப்புரை:

சோலையால் சூழப்பட்டதும், குளிர்ந்த வயல்வளம் உடையதும், ஆகிய சோபுரம் என்னும் தலத்தில் எழுந்தருளி இருப்பவனை; ஒழுக்கமும் பழம்பெருமையும் உடைய சிரபுரம் (சீர்காழி) நகரத்துத் தலைவனும், நன்மை செய்பவனும், உலகில் மேம்பட்ட தண்தமிழ் மீது விருப்பம் உடையவனும், ஆகிய ஞானசம்பந்தன்; பாடிய அழகுமிக்க இத்தமிழ்ப் பாமாலையைப் பாடிச் சாத்தி வழிபட வல்லவர்; வான்உலகம் சென்று சேர்வர்.

திருச்சிற்றம்பலம்

290

திருமாணிகுழி

பதிக வரலாறு:

சம்பந்தர் திருத்தினைநகர் கண்டு பாடி (பதிகம் கிடைக்கவில்லை) திருமாணிகுழி வந்து, இப்பதிகம் பாடி வழிபடுகின்றார்.

தல வரலாறு:

திருப்பாதிரிப்புலியூர் இரயில் நிலையத்திற்கு மேற்கில் 5 கி.மீ. தொலைவில் உள்ளது. திருமால் பிராமண பிரமச்சாரியாய் குள்ளவடிவம் கொண்டு மாவலிச் சக்கரவர்த்தியிடம் மூன்றடி மண் கேட்டார்; அவ்வாறு கேட்ட மாணி (மாணி - பிரமச்சாரி) வழிபட்ட தலம் ஆதலின், இப்பெயர் பெற்றது.

சுவாமி : மாணிக்கவரதர்

அம்மை : மாணிக்கவல்லி

தல மரம் : கொன்றை

தீர்த்தம் : கெடில நதி

திருமுறை 3 - 335 திருஞான - 962

திருவிராகம்

பண்: சாதாரி

3145. பொன்இயல் பொருப்புஅரையன் மங்கைஒரு
பங்கர்புனல் தங்குசடைமேல்
வன்னியொடு மத்தமலர் வைத்தவிறல்
வித்தகர் மகிழ்ந்துஉறைவிடம்
கன்னிஇள வாளைகுதி கொள்ளஇள
வள்ளைபடர் அள்ளல்வயல்வாய்
மன்னிஇள மேதிகள் படிந்துமனை
சேர்உதவி மாணிகுழியே (1)

அருஞ்சொற்பொருள்:

பொன் இயல் பொருப்பு - பொன்மயமான இமயமலை. அரையன் - அரசன். புனல் - (கங்கை) நீர். மத்தமலர் - ஊமத்தமலர். விறல்வித்தகர் - வலிமையும் சாதுரியமும் உடையவர். வாளை - மீன்வகை. வள்ளை - வள்ளை என்னும் கொடி. அள்ளல் - சேறு. மேதி - எருமை.

பொழிப்புரை:

பொன்போல் ஒளிரும் இமயமலை அரசனது மகள் பார்வதியை உடம்பில் பாகமாகக் கொண்டவர்; கங்கை தங்கிய சடையில் வன்னியின் தளிர், ஊமத்தமலர் ஆகியவற்றைச் சூடிஇருக்கும் வலிமையும் சாமர்த்தியமும் உடையவர்; அவர் மகிழ்ந்து எழுந்தருளி இருக்கும் இடம்; கன்னித் தன்மையும் இளமையும் உடைய மீன்கள் துள்ளிக் குதிப்பதும், இளம் வள்ளைக்கொடி படர்ந்திருப்பதும், சேற்று வயல்கள் நிரம்ப இருப்பதும், எருமைகள் நீர்நிலைகளில் குளித்துவிட்டு வீடு திரும்புவதும், ஆகிய நீர்வளமும் நிலவளமும் உடைய மாணிகுழி என்னும் தலமே ஆகும்.

3146. **சோதிமிகு நீறுஅதுமெய் பூசிஒரு**
தோல்உடை புனைந்துதெருவே
மாதர்மனை தோறும்இசை பாடிவசி
பேசும்அர னார்மகிழ்விடம்
தாதுமலி தாமரை மணம்கமழ
வண்டுமுரல் தண்பழனம்மிக்கு
ஓதம்மலி வேலைபுடை சூழ்உலகில்
நீடுஉதவி மாணிகுழியே (2)

அருஞ்சொற்பொருள்:

சோதி - ஒளி. தோல் - புலித்தோல். வசிபேசும் - வசீகரமாகப் பேசும். தாது - மகரந்தம். பழனம் - வயல். ஓதம் - கடல்அலை. வேலை - கடல். புடை - பக்கம்.

பொழிப்புரை:

ஒளிமிகுந்த திருநீற்றை உடல்முழுவதும் பூசிக்கொண்டு, புலியின் தோலை இடையில் உடையாக உடுத்துக்கொண்டு, தெருவில் உள்ள மகளிர் வாழும் வீடுகள்தோறும் சென்று, இசைப் பாடலைப் பாடுவதும், வசீகரம் செய்யும் வகையில் பேசுவதும், ஆகியன செய்யும் சிவபெருமான், மகிழ்ந்து எழுந்தருளி இருக்கும் இடம்; மகரந்தம் நிரம்பிய தாமரை

மலர்ந்து மணம் பரப்புவதும், வண்டுகள் இசை எழுப்புவதும், ஆகிய வயல்கள் மிகுந்ததும் அலையால் சூழப்பட்ட இந்நிலவுலகில் இருப்பதும், ஆகிய மாணிகுழி என்னும் தலமே ஆகும்.

3147. அம்புஅனைய கண்உமை மடந்தைஅவள்
அஞ்சிவெரு வச்சினம்உடைக்
கம்பமத யானைஉரி செய்தஅர
னார்கருதி மேயஇடமாம்
வம்புமலி சோலைஉடை சூழமணி
மாடம்அது நீடிஅழகுஆர்
உம்பர்அவர் கோன்நகரம் என்னமிக
மன்(ன்)உதவி மாணிகுழியே   (3)

அருஞ்சொற்பொருள்:

அனைய - போன்ற. வெருவ - அஞ்ச. அஞ்சி வெருவ - மிகவும் அஞ்ச. கம்பம் - அசைதல் உடைய. வம்பு - மணம். மணிமாடம் - மணிகள் பதித்துக் கட்டப்பட்ட அழகிய மாளிகை. உம்பர்கோன் - தேவர் தலைவன் (இந்திரன்). என்ன - என்று சொல்லும் அளவு.

பொழிப்புரை:

அம்பு போன்ற கூரிய பார்வை உடைய கண் கொண்டு விளங்கும் உமாதேவி என்னும் பெண் ஆனவள், மிகவும் அஞ்சுமாறு, சினம் உடையதும், அசைந்து கொண்டே இருப்பதும், மதம் உடையதும், ஆகிய ஒரு யானையின் தோலை உரித்த சிவபெருமான், விரும்பி எழுந்தருளி இருக்கும் இடம்; மணமுள்ள சோலைகளால் சூழப்பட்டதும், மணிகள் பதித்துக் கட்டப்பட்ட மாளிகைகள் உடையதும், இந்திரனது அமராவதி நகரமோ என்று ஐயுறும் அளவு சிறந்து விளங்குவதும், ஆகிய மாணிகுழியே ஆகும்.

3148. நித்தநிய மத்தொழிலன் ஆகிநெடு
மால்குறளன் ஆகி மிகவும்
சித்தம்அது ஒருக்கிவழி பாடுசெய
நின்றசிவ லோகன்இடமாம்
கொத்துஅலர் மலர்ப்பொழிலில் நீடுகுல
மஞ்ஞைநடம் ஆடல்அதுகண்டு
ஒத்தவர் வண்டுகள் உலாவிஇசை
பாடுஉதவி மாணிகுழியே   (4)

அருஞ்சொற்பொருள்:

நித்தநியமம் - நாள்தோறும் செய்யும் அநுட்டானம். குறளன் ஆகி - வாமனனாகி. சித்தம் ஒருக்கி - சித்தத்தை ஒருமுகப்படுத்தி. குலமஞ்ஞை - சிறந்த மயில்கள். வரிவண்டு - கோடுகள் உடைய வண்டு.

பொழிப்புரை:

நாள்தோறும் செய்யும் வழிபாடுகளை முறையாகச் செய்துவரும் திருமால், வாமன அவதாரம் எடுத்து (குட்டையான உருவம் தாங்கி), மனம் ஒருவழிப்படுமாறு தியானம் செய்ய நின்ற, சிவலோகத்துக்கு உரிமைஉடைய சிவபெருமான் எழுந்தருளி இருக்கும் இடம்; கொத்தாக மலர்கள் மலர்ந்திருப்பதும், நல்ல இளமயில்கள் நடனம் ஆடுவதும், அதுகண்டு வரி உடைய வண்டுகள் இசை பாடுவதும், ஆகிய சோலையால் சூழப்பட்ட திருமாணிகுழி என்னும் தலமே ஆகும்.

3149. **மாசுஇல்மதி சூடுசடை மாமுடியர்**
வல்அசுரர் தொன்நகரம்முன்
நாசம்அது செய்துநல வானவர்க
ளுக்குஅருள்செய் நம்பன்இடமாம்
வாசமலி மென்குழல் மடந்தையர்கள்
மாளிகையின் மன்னிஅழகுஆர்
ஊசல்மிசை ஏறிஇனி தாகஇசை
பாடுஉதவி மாணிகுழியே (5)

அருஞ்சொற்பொருள்:

மாசு - களங்கம். இல்மதி - இல்லாத சந்திரன். தொன்நகரம் - பழைய நகரம் (முப்புரம்). நாசம் - அழிவு. வானவர் - தேவர். நம்பன் - விரும்பப் படுபவன். வாசம் மலி - மணம் மிகுந்த. ஊசல் - ஊஞ்சல்.

பொழிப்புரை:

குற்றமற்ற சந்திரப் பிறையை சடையில் சூடியவர்; வலிய அசுரர் மூவரது பழைமையான நகரம் மூன்றினை, முன்காலத்தில் அழித்து, தேவர்களுக்கு அருள்பாலித்தவர்; கண்டவரால் விரும்பப்படும் தன்மை உடைய அவர் விரும்பி எழுந்தருளி இருக்கும் இடம்; மணம் மிகுந்த மெல்லிய கூந்தல் உடைய பெண்கள் மாளிகைகளில் தங்கி, அழகிய ஊஞ்சலின்மீது ஏறிஅமர்ந்து, இசையோடு கூடிய பாடல்களைப் பாடி மகிழும் திருமாணிகுழி என்னும் தலமே ஆகும்.

3150. மந்தமலர் கொண்டுவழி பாடுசெயும்
மாணிஉயிர் வவ்வமனமாய்
வந்தஒரு காலன்உயிர் மாளஉதை
செய்தமணி கண்டன்இடமாம்
சந்திினொடு கார்அகில் சுமந்துதட
மாமலர்கள் கொண்டுகெடிலம்
உந்துபுனல் வந்துவயல் பாயுமணம்
ஆர்உதவி மாணிகுழியே (6)

அருஞ்சொற்பொருள்:

மந்தமலர் - மென்மையான மலர். செயும் - செய்யும். மாணி - பிரமச்சாரி (மார்க்கண்டேயன்). மனமாய் - கருத்துடன். மாள - பிரிய. உதைசெய்த - உதைத்த. சந்து - சந்தனம். தட மா மலர் - பெரிய மேலான மலர்.

பொழிப்புரை:

மென்மையான மலர்கள் கொண்டு பிரமச்சாரியாகிய மார்க்கண்டேயன் வழிபாடு செய்து கொண்டிருக்கும்போது, அவனது உயிரைக் கவரும் எண்ணத்துடன் வந்த இயமனை, அவனது உயிர் உடலை விட்டுப் பிரியுமாறு உதைத்த நீலமணி போன்ற கண்டம் உடையவன் எழுந்தருளி இருக்கும் இடம்; சந்தனம், கரிய அகில், பெரிய மேன்மை உடைய மலர்கள், ஆகிய இவற்றைத் தள்ளிக் கொண்டு, மணமுடன் பாய்ந்து வரும் கெடில நதியின் நீர், வயல்களில் பாய்ந்து வளம் செய்யும் மாணிகுழியே ஆகும்.

3151. எண்பெரிய வானவர்கள் நின்றுதுதி
செய்யஇறை யேகருணையாய்
உண்புஅரிய நஞ்சுதனை உண்டுஉலகம்
உய்யஅருள் உத்தமன்இடம்
பண்பயிலும் வண்டுபல கெண்டிமது
உண்டுநிறை பைம்பொழிலின்வாய்
ஒண்பலவின் இன்கனி சொரிந்துமணம்
நாறும்உதவி மாணிகுழியே (7)

அருஞ்சொற்பொருள்:

எண்பெரிய - பெரிய் எண்ணிக்கையில் ஆன. பண்பயிலும் - இசை செய்யும். கெண்டி - கிளறி. மது - தேன். பைம்பொழில் - பசிய சோலை. ஒண்பல - சிறந்த பலா.

பொழிப்புரை:

பெரிய எண்ணிக்கையில் ஆன தேவர்கள் நின்று வழிபாடு செய்ய, சிவபெருமானே கருணை வடிவினனாய் முன்வந்து, ஏனையாரால் உண்ணமுடியாத ஆலகால விடத்தைத் தாம்உண்டு, உலகம் உய்யுமாறு அருள் செய்தான்; உத்தம குணங்கள் உடைய அவன் எழுந்தருளி இருக்கும் இடம்; இசை எழுப்பும் வண்டு பலவும் மலர்களைக் கிளறித் தேனினை உண்டு மகிழ்வதும், பசிய சோலைகளில் இனிய சுவை உடைய பலாப்பழம் வெடித்துச் சாற்றினை ஒழுகவிடும் மணம் உடையதும், ஆகிய மாணிகுழி என்னும் தலமே ஆகும்.

3152. **எண்ணம்அது இன்றிஎழி லார்கலை**
மாமலை எடுத்த திறலார்
திண்ணிய அரக்கனை நெரித்துஅருள்
புரிந்தசிவ லோகன்இடமாம்
பண்அமரும் மென்மொழியி னார்பணை
முலைப்பவள வாய்அழகுஅதுஆர்
ஒண்நுதல் மடந்தையர் குடைந்துபுனல்
ஆடுஉதவி மாணிகுழியே (4)

அருஞ்சொற்பொருள்:

எண்ணம் - முன்யோசனை. எழில்ஆர் - அழகு பொருந்திய. கலை மாமலை - கயிலை மாமலை. திறல்ஆர் - வீரம் பொருந்திய. பண்அமரும் - இசையோடு பொருந்தும். பணைமுலை - பருத்த முலை. பவளவாய் - பவளம் போன்ற சிவந்த வாய். அழகுஅது ஆர் ஒண் நுதல் -அழகும் ஒளியும் உடைய நெற்றி. புனலாடுதல் - நீராடுதல் (குளித்தல்).

பொழிப்புரை:

முன்யோசனை இன்றி அழகு பொருந்திய கயிலை என்னும் மேன்மை பொருந்திய மலையைப் பெயர்த்த வீரமும் வலிமையும் உடைய அரக்கனாகிய இராவணனை நெரித்துப் பின் அவனுக்கு அருளியவன் சிவலோகநாதன்; அவன் எழுந்தருளி இருக்கும் இடம்; இசையோடு கூடிய மென்மையான மொழிபேசும் பருத்த முலைகளும் பவளம் போன்ற சிவந்த வாயும் ஒளி பொருந்திய நெற்றியும் உடைய மகளிர் குடைந்து நீராடும் மாணிகுழி என்னும் தலமே ஆகும்.

3153. நேடும்அய னோடுதிரு மாலும்உண
ராவகை நிமிர்ந்துமுடிமேல்
ஏடுஉலவு திங்கள்மத மத்தம்இத
ழிச்சடைஎம் ஈசன்இடமாம்
மாடுஉலவு மல்லிகை குருந்துகொடி
மாதவி செருந்திகுரவின்
ஊடுஉலவு புன்னைவிரை தாதுமலி
சேர்உதவி மாணிகுழியே (9)

அருஞ்சொற்பொருள்:

நேடும் - தேடும். உணராவகை - உணரமுடியாத வகையில். ஏடு உலவு திங்கள் - வெண் தாமரையின் இதழ்போன்ற வெள்ளிய சந்திரன். மதமத்தம் - ஊமத்தம். இதழி - கொன்றை. ஈசன் - எல்லா உலகங்களையும் ஆள்பவன். விரை - மணம். தாது - மகரந்தம்.

பொழிப்புரை:

முடியையும் அடியையும் தேடிய பிரமனும் திருமாலும் உணர முடியாதபடி நிமிர்ந்து நின்றவன்; முடிமீது வெண் தாமரையின் இதழ் போன்ற சந்திரன், ஊமத்தமலர், கொன்றைமலர், ஆகியவற்றைச் சூடி இருப்பவன்; ஈசன்; அவன் எழுந்தருளி இருக்கும் இடம்; அருகில் மல்லிகை, குருந்து, கொடிமாதவி, செருந்தி, குரா, புன்னை ஆகியவற்றின் மலர்மணம் வீசுவதும், மகரந்தம் உதிர்வதும், ஆகிய திருமாணிகுழி என்னும் தலமே ஆகும்.

3154. மொட்டைஅமண் ஆதர்முது தேரர்மதி
இல்லிகள் முயன்றனபடும்
முட்டைகள் மொழிந்தமொழி கொண்டுஅருள்செய்
யாதமுதல் வன்தன்இடமாம்
மட்டைமலி தாழைஇள நீர்முதிய
வாழையில் விழுந்தஅதரில்
ஒட்டமலி பூகம்நிரை தாறுஉதிர
ஏறுஉதவி மாணிகுழியே (10)

அருஞ்சொற்பொருள்:

மொட்டை அமண் - மொட்டைத்தலை உடைய சமணர். ஆதர் - கீழ்கள். தேரர் - பௌத்தர். மதிஇல்லிகள் - அறிவில்லாதவர்கள். முயன்றன படும் - முயன்ற செயல்களே வெற்றியைத் தரும் (அதனைத் தரும்

கருத்தா ஒருவன் இல்லை என்ற கொள்கை). முட்டைகள் - உருட்டிய வழி உருளும் முட்டை போன்றவர்கள். மட்டை - மடல். அதர் - வழி. ஒட்டமலி - வரிசையாக உள்ள. பூகம் - பாக்குமரம். தாறு - குலை. ஏறு - எற்றித் தாக்கும்.

பொழிப்புரை:

தலையை மொட்டையாக வைத்திருக்கும் சமணர்களும், கீழ்களாகிய அறிவற்ற வயது முதிர்ந்த பௌத்தர்களும் 'முயற்சியே வெற்றி பெறும்' என்னும் கொள்கை வழிநிற்கும் உருட்ட உருளும் முட்டை போன்றவர்; அவர்கள் கூறும் அறிவுரைகளை ஒரு பொருட்டாக மதிக்காத அடியார்களைத் தன்பால் கொண்டுள்ள உலகமுதல்வன் எழுந்தருளி இருக்கும் இடம்; மடல்கள் நிறைந்த தாழை மரங்களை உடையதும், தென்னையின் இளநீர், வாழையின் குலைமீது விழும் வழியில் பாக்குக் குலையில் பட்டு, பாக்குப் பழம் சிதறுவதும், ஆகிய வளமுடைய மாணிகுழி என்னும் தலமே ஆகும்.

3155. **உந்திவரு தண்கெடிலம் ஓடுபுனல்**
சூழ்உதவி மாணிகுழிமேல்
அந்திமதி சூடியஎம் மானைஅடி
சேரும்அணி காழிநகரான்
சந்தம்நிறை தண்தமிழ் தெரிந்துஉணரும்
ஞானசம் பந்தனதுசொல்
முந்திஇசை செய்துமொழி வார்கள்உடை
யார்கள்நெடு வானநிலனே (11)

அருஞ்சொற்பொருள்:

உந்திவரு - தள்ளிக் கொண்டுவரும். தண்கெடிலம் - குளிர்ந்த கெடில நதி. அந்திமதி - மாலை நேரத்துப் பிறை. இசை செய்து - இசை அமைய. வானநிலன் - வான உலகம்.

பொழிப்புரை:

பல பொருட்களைத் தள்ளிக்கொண்டு வரும் குளிர்ந்த நீர்ப்பெருக்கு உடைய கெடிலநதியின் கரையில் உள்ள, மாணிகுழி என்னும் தலத்தின்மீது; மாலை நேரத்துப் பிறைச்சந்திரனைச் சடையில் சூடி இருக்கும் எமது தலைவனது திருவடியை அடையும் சீர்காழி நகருக்கு உரியவனாகிய சந்த நயத்தோடு கூடிய தமிழில் புலமை பெற்றுப் பாடும் ஞானசம்பந்தன்; சொன்ன பாடல்களை, இசைஅமைத்துக் கொண்டு பாடுபவர்கள்; உயர்ந்த வானஉலகில் சென்று வாழும் பேற்றினைப் பெறுவார்கள்.

291

திருப்பாதிரிப்புலியூர்

பதிக வரலாறு:

மாணிகுழி வழிபட்டுப் பாடிய மறையவர் தலைவர், பாதிரிப்புலியூர் வந்து வணங்கிப் பாடிய பதிகம் இது.

தல வரலாறு:

இது கடலூரின் ஒருபகுதியாக விளங்குவது. பாதிரி தலமரம் என்பதாலும், புலிக்கால் முனிவர் வழிபட்டதாலும், பாதிரிப்புலியூர் என்பது தலத்தின் பெயர் ஆயிற்று. திரு - அடைமொழி. பாதிரி என்பது வடமொழியில் பாடலம் என வழங்கப்படும். அதனால் சமணர் இந்நகருக்குப் பாடலிபுத்திரம் எனப் பெயர் வைத்திருந்தனர். நாவுக்கரசர் கரை ஏறிய இடம், 'கரையேறவிட்டகுப்பம்' என்ற பெயரால் இப்பொழுதும் வழங்கப்படுகிறது. இச்சம்பவம் ஆண்டுதோறும் திருவிழாவாகக் கொண்டாடப்பட்டு வருகிறது.

திருமுறை 2 - 257 **திருஞான - 963**

பண்: செவ்வழி

3156. **முன்னநின்ற முடக்கால் முயற்குஅருள் செய்துநீள்**
புன்னைநின்று கமழ்பா திரிப்புலி யூருளான்
தன்னைநின்று வணங்கும் தனைத்தவம் இல்லிகாள்
பின்னைநின்ற பிணியாக் கையைப் பெறுவார்களே (1)

அருஞ்சொற்பொருள்:

முடக்கால் முயல் - முற்காலத்தில் முடங்கிய காலொடு முயலாகும் சாபம் பெற்ற மங்கண முனிவர் சாபம் நீங்கப்பட்ட வரலாறு குறித்தது. தவம் இல்லிகாள் - தவம் இல்லாதவர்களே. பிணியாக்கை - நோயுடன் கூடிய உடம்பு.

பொழிப்புரை:

முன்பு முடங்கிய காலுடன் முயலாய் இருந்த மங்கண முனிவர்க்கு அருள்செய்து, உயர்ந்த புன்னை மரங்கள் பூத்து மணம் கமழும் பாதிரிப் புலியூரில் எழுந்தருளி இருக்கும் பெருமானே! உன்னை வணங்குகின்ற தவத்தினைச் செய்யாதவர்கள், பிற்காலத்தில் நோயொடு பொருந்திய உடம்பினைப் பெற்றுத் துன்பம் அடைவார்கள்.

3157. **கொள்ளிநக்கப் பகுவாய்ப் பேய்கள் குழைந்துஆடவே**
முள்இலவம் முதுகாட்டு உறையும் முதல்வன்(ன்)இடம்
புள்இனங்கள் பயிலும் பாதிரிப் புலியூர்தனை
உள்ள நம்மேல் வினைஆயின ஒழியுங்களே (2)

அருஞ்சொற்பொருள்:

நக்க - சிரிக்க. பகுவாய் - பிளந்த வாய். முள்இலவம் - ஒருவகை மரம். முதுகாடு - சுடுகாடு.

பொழிப்புரை:

பிளந்த வாயினை உடைய பேய்கள் சிரிக்க, அதன் வாயிலிருந்து நெருப்பு எழவும் (கொள்ளிவாய்ப் பேய் என்பர்) அதனோடு கூடி, முள்இலவ மரங்கள் நிறைந்த சுடுகாட்டில் நடனம் ஆடும் உலக முதல்வனாகிய சிவபெருமானுக்கு உரிய இடம்; பறவைக் கூட்டம் நிறைந்து வாழும் பாதிரிப்புலியூர் ஆகும்; அத்தலத்து இறைவனை வழிபட, நம்மீது உள்ள வினைகளானவை ஒழிந்துபோகும்.

3158. **மருள்இல் நல்லார் வழிபாடு செய்யும் மழுவாளர்மேல்**
பொருள்இல் நல்லார் பயில் பாதிரிப் புலியூருளான்
வெருளின் மானின்பிணை நோக்கல் செய்து வெறிசெய்தபின்
அருளி ஆகத்து இடைவைத்து அதுஅம் அழகாகவே (3)

அருஞ்சொற்பொருள்:

மருள் - மயக்கம். மேல்பொருள் இல் நல்லார் - தனக்கு மேல் ஒரு பொருள் இல்லை என்னும்படி நல்லவராகிய சிவபெருமான். வெருளின் மான் - மருண்ட பார்வை உடைய மான். பிணை - பெண் மான். நோக்கல் செய்து - நோக்கி. வெறி - காதல் வெறி. ஆகம் - உடம்பு.

பொழிப்புரை:

மயக்க அறிவு இல்லாத ஞானியர் வந்து வழிபாடு செய்யும் மழுஏந்திய இறைவர், தனக்கு மேல் ஒருபொருள் இல்லை என்னும்படி

நன்மை மிக உடையவராய் பாதிரிப்புலியூரில் எழுந்தருளி இருக்கிறார்; மருண்ட பார்வை உடைய பெண்மான் போன்ற உமாதேவியைக் கண்டு, தம்மேல் காதல் கொள்ளச் செய்து, அவளைத் தன் உடம்பில் ஒரு பாகமாக வைத்ததும், ஒரு அழகு உடைய செயலே ஆகும்.

3159. **போதினாலும் புகையினாலும் உய்த்தே அடியார் கள்தாம்**
போதினாலே வழிபாடு செய்யப் புலியூர் தனுள்
ஆதிநாலும்(ம்) அவலம் இலாத அடிகள் மறை
ஓதி நாளும் இடும்பிச்சை ஏற்றுஉண்டு உணப்பாலதே (4)

அருஞ்சொற்பொருள்:

போது - மலர். போது - பொழுது. ஆதி - முதல்வன். நாலும் அவலம் - தொங்கும் துன்பம் (தலைக்குமேல் தொங்கும் துன்பம்; அது எப்பொழுது வேண்டுமானாலும் அறுந்து விழுந்து தாக்கும்). உண - உண்ண. பாலது - முறைமை அது.

பொழிப்புரை:

மலர்கள், மணப்புகைகள், என இவை கொண்டு, அடியார்கள் காலம் தப்பாது வழிபாடு செய்துவர, பாதிரிப்புலியூர் என்னும் தலத்தில் முதல்வனாகிய பெருமான் எழுந்தருளி இருக்கிறான்; தொங்குகின்ற துன்பங்கள் அடியார்களை வருத்தாவகை, இறைவரே வேதங்களை ஓதிக்கொண்டு நாள்தோறும் பிச்சை உணவைப் பெறுவதற்குச் சென்றுவிடுகிறார்; அவர் உணவு உண்ணும் முறைமை இதுவேயாகும்.

3160. **ஆகம் நல்லார் அமுதுஆக்க உண்டான் அழல்ஐந்தலை**
நாகம் நல்லார் பரவந்நயந்து அங்குஅரை ஆர்த்தவன்
போகம் நல்லார் பயிலும் பாதிரிப் புலியூர்தனுள்
பாகம் நல்லா ளொடுநின்ற எம்பர மேட்டியே (5)

அருஞ்சொற்பொருள்:

ஆகம் நல்லார் - உடம்பின் பாதியாகப் பொருந்தி இருக்கும் நல்லவளாகிய உமாதேவி. அழல் - நெருப்பு போல் கனலும் நஞ்சு. நல்லார் பரவ - நல்லவர் வணங்க. 'ஐந்தலை நாகம் அரை ஆர்த்தவன்' - எனக் கூட்டி உரைக்க. போகம் நல்லார் - இன்பம் பயக்கும் இளமகளிர். பரமேட்டி - மேலானவன்.

பொழிப்புரை:

நுகர்ச்சிக்கு உரிய இளம்மகளிர் நிறைந்து வாழும் பாதிரிப்புலியூர் என்னும் தலத்தில், நல்லவளாகிய உமாதேவியை உடம்பின் பாகமாகக்

கொண்ட எமது மேலான இறைவன், உடம்பில் பொருந்தி இருக்கும் அவள் திருஅமுது அமைத்துக் கொடுத்தும், அதனை உண்ணாது, விடத்தினை உண்கிறான்; நல்லவர்கள் போற்றுமாறு ஐந்தலை நாகத்தை இடையில் கச்சாகக் கட்டுகிறான்.

3161. **மதியம் மொய்த்த கதிர்போல் ஒளிம்மணல் கானல்வாய்ப்**
புதிய முத்தம் திகழ்பா திரிப்புலி யூர்எனும்
பதியில் வைக்கப் படும்எந்தை தன்பழம் தொண்டர்கள்
குதியும் கொள்வர் விதியும் செய்வர் குழகாகவே (6)

அருஞ்சொற்பொருள்:

மதியம் - சந்திரன். கானல் - கடற்கரைச் சோலை. குதியும் கொள்வர் - ஆடுதலை உடையவர். விதியும் செய்வர் - விதிப்படி பூசையும் செய்வர். குழகு - அழகு.

பொழிப்புரை:

சந்திரனின் ஒளிபோல் விளங்கும் வெண்மணல் பரவியுள்ள கடற்கரைச் சோலையில், புதிய முத்துக்கள் வந்து கரை ஒதுங்கும், பாதிரிப்புலியூர் என்னும் தலத்தில், எழுந்தருளி இருக்கும் எமது தந்தையாகிய பெருமானின், பழைய அடியார்கள், ஆகம விதிப்படி பூசையும் செய்வர்; அன்பு மேலீட்டால் நடனமும் ஆடுவர்.

3162. **கொங்கு அரவப் படுவண்டு அறைகுளிர் கானல்வாய்ச்**
சங்கு அரவப் பறையின் ஒலிஅவை சார்ந்துஎழப்
பொங்கு அரவம் உயர்பா திரிப்புலி யூர்தனுள்
அங்கு அரவம் அரையில் அசைத்தானை அடைமினே (7)

அருஞ்சொற்பொருள்:

கொங்கு - தேன். கானல் - கடற்கரைச்சோலை. 'அரவம் பொங்கு' - என மாற்றி உரைக்க. அரவம் - ஆரவாரம். அரையின் அரவம் - இடையில் பாம்பு.

பொழிப்புரை:

குளிர்ச்சிமிகு கடற்கரைச் சோலையில், தேன்வண்டு பாடி ஒலி செய்யவும், சங்கின் ஒலியும் பறையின் ஒலியும் அதனோடு சேரவும், ஆக ஆரவாரம் மிகுந்து விளங்கும் பாதிரிப்புலியூர் என்னும் தலத்தில், பாம்பை இடையில் கட்டிய பெருமான் எழுந்தருளி இருக்கிறான்; அவனைச் சென்று அடையுங்கள்.

3163. **வீக்கம் எழும்இலங் கைக்குஇறை விலங்கல்இடை**
ஊக்கம் ஒழிந்து அலறவ் விரல்இறை ஊன்றினான்
பூக்கம ழும்புனல் பாதிரிப் புலியூர்தனை
நோக்க மெலிந்து அணுகா வினைநு ணுகுங்களே (8)

அருஞ்சொற்பொருள்:

வீக்கம் - பெருமை. விலங்கல் - (கயிலை) மலை. இறை - சிறிதளவு. அணுகா - நெருங்கா.

பொழிப்புரை:

பெருமை உடைய இலங்கை அரசன் இராவணன், கயிலை மலையைப் பெயர்க்க, அவனது முயற்சி குன்றி, அலறுமாறு, சிறிதளவு விரல் ஊன்றிய இறைவன், பூமணம் கமழும் நீர்வளம் உடைய பாதிரிப்புலியூரில் எழுந்தருளி இருக்கிறான்; அவனைச் சென்று கண்டு கும்பிட, வினை மெலிந்து, நம்மை வந்து நெருங்காது; நீங்கும் என்றவாறு.

3164. **அன்னம் தாவும் அணிஆர் பொழில் மணிஆர்புன்னை**
பொன்அம் தாது சொரிபா திரிப்புலி யூர்தனுள்
முன்னம் தாவி அடிமூன்று அளந்தவன் நான்முகன்
தன்அம் தாள்உற்று உணராதது ஓர்தவ நீதியே (9)

அருஞ்சொற்பொருள்:

மணிஆர் புன்னை - முத்துப்போல் பூக்கும் புன்னை. பொன் அம் தாது - பொன்துகள் போன்ற அழகிய மகரந்தம். அளந்தவன் - திருமால். தன்அம் தாள் - தமது அழகிய திருவடி (திருமுடி). உணராதது - உணர முடியாதவாறு செய்தது. ஓர் தவநீதியே - ஒரு தவத்தின் இலக்கணமே ஆகும்.

பொழிப்புரை:

அன்னப் பறவைகள் தாவி விளையாடுவதும், கரை ஒதுங்கிய மணி வகைகள் நிரம்ப இருப்பதும், முத்து போல பூக்கும் புன்னைமரம் பொன்துகள் போல் மகரந்தப் பொடிகளைச் சொரிவதும், ஆகிய சோலை சூழ்ந்த திருப்பாதிரிப்புலியூர் என்னும் தலத்தில் எழுந்தருளி இருக்கும் இறைவர், முன்பு தாவி மூன்று அடியால் அனைத்தும் அளந்த திருமாலும் நான்முகனும் தேடியும், தன் அழகிய திருவடியையும் (திருமுடியையும்) காட்டாது நின்றதும் ஒரு தவத்தின் இலக்கணமே ஆகும் என்க.

3165. உரிந்த கூறை உருவத் தொடுதெரு வந்துஇடைத்
திரிந்து தின்னும் சிறுநோன் பரும்பெருந் தேரரும்
எரிந்து சொன்ன அவ்வுரை கொள்ளாதே எடுத்துஎத்துமின்
புரிந்த வெண்நீற்று அண்ணல் பாதிரிப் புலியூரையே (10)

அருஞ்சொற்பொருள்:

உரிந்த கூறை - உடையின்றி. தெருவம் - தெரு. தின்னும் - உணவினை வாங்கித் தின்னுகின்ற. சிறுநோன்பு - சிறுமை உடைய விரதியர். பெருந்தேரர் - உடல் பருத்த பௌத்தர். எரிந்து சொன்ன - (மனதில் நிம்மதியின்றி) எரிந்து சொன்ன.

பொழிப்புரை:

உடையின்றி, வெற்று இடை உடையவராய், தெருவில் சுற்றித் திரிந்து, பிச்சை ஏற்றுத் தின்னும், பழக்கம் உடைய சிறுமை உடைய விரதியர்களாகிய சமணர்கள், உடல் பருத்த (அறிவு சிறுத்த) பௌத்தர்கள், என இவர்கள் மனம் வெறுத்து மொழியும் உபதேசங்களை ஏற்றுக் கொள்ளாதீர்கள்; மாறாக, வெண்மை நிறத் திருநீறு பூசி இருக்கும் தலைவனாகிய பாதிரிப்புலியூரில் எழுந்தருளி இருக்கும் இறைவனைப் போற்றி வணங்குங்கள்.

3166. அம்தண் நல்லார் அகல் காழியுள் ஞானசம்
பந்தன் நல்லார் பயில் பாதிரிப் புலியூர்தனுள்
சந்த மாலைத் தமிழ்ப்பத்து இவைதரித் தார்கள்மேல்
வந்து தீயவ் அடையாமை யால்வினை மாயுமே (11)

அருஞ்சொற்பொருள்:

அந்தண் நல்லார் - அந்தணர்களாகிய அறவோர். அகல் - இடமகன்ற. நல்லார் - மகளிர். சந்தம் - இசை. தரித்தார் - சூட்டியவர். தீய - தீமை தருவன. அடையாமையால் - வந்து பொருந்தாமையால். வினை மாயும் - பிறவிக்கு ஏதுவாகிய வினை அழியும்.

பொழிப்புரை:

அந்தணர்களாகிய அறவோர்கள் நிறைந்து வாழும் இடமகன்ற சீர்காழி நகரத்து ஞானசம்பந்தன், மகளிர் நிறைந்து வாழும் பாதிரிப்புலியூரில் எழுந்தருளி இருக்கும் இறைவன்மீது, பாடிய இசையோடு கூடிய தமிழ்மாலை பத்தும் கொண்டு, சாத்தி வழிபட வல்லவர் தம்மை, தீமை வந்து பொருந்தாது; அதனால் பிறவிக்கு ஏதுவாய் விளங்கும் வினைகள் அழியும்.

292

திருவடுகூர்

பதிக வரலாறு:

பாதிரிப்புலியூர் பாடிப் பரவிய பாலறா வாயர், வடுகூர் வந்து இப்பதிகம் பாடி வழிபடுகின்றனர்.

தல வரலாறு:

இப்பொழுது 'ஆண்டார் கோயில்' என்று அழைக்கப்படுகின்றது. பாண்டிச்சேரிக்கு மேற்கில் 16 கி.மீ. தொலைவில் உள்ளது. வடுகனாகிய வைரவர் பூசித்துப் பேறு பெற்ற தலமாதலின், இப்பெயர் பெற்றது.

சுவாமி	:	வடுகூர் நாதர்
அம்மை	:	வடுவகிர்க்கண்ணி
தல மரம்	:	வன்னி
தீர்த்தம்	:	பெண்ணை ஆறு

திருமுறை 1 - 87   திருஞான - 963

பண்: குறிஞ்சி

3167. சுடுகூர் எரிமாலை அணிவர் சுடர்வேலர்
கொடுகூர் மழுவாள்ஒன்று உடையார் விடைஊர்வர்
கடுகூர் பசிகாமம் கவலை பிணிஇல்லார்
வடுகூர் புனல்சூழ்ந்த வடுகூர் அடிகளே   (1)

அருஞ்சொற்பொருள்:

சுடுகூர் - சுடுகின்ற கூரிய. எரிமாலை - நெருப்பு மாலை. கொடு கூர் - கொடிய கூர்மை உடைய. கடுகூர் - கொடிய கூர்மை உடைய. வடுகூர் - (கூர்வடு) கூர்மையான வடுவினை உண்டுபண்ணி. புனல் - பாயும் நீர்.

பொழிப்புரை:

நுண்ணிய சுவட்டினைப் பதிவு செய்து பாயும் நீரினால் சூழப்பட்ட வடுகூர் என்னும் தலத்தில் எழுந்தருளி இருக்கும் இறைவர், கூரிய நெருப்பில் வெந்த எலும்பை மாலையாக அணிபவர்; ஒளிமிகும் வேல்படை உடையவர்; கொடிய கூரிய மழுவாள் ஒன்றினை ஏந்தி இருப்பவர்; இடபம் ஊர்ந்து வருபவர்; கொடிய கூரிய பசி, காமம், கவலை, பிணி முதலியன இல்லாதவர்.

3168. **பாலும் நறுநெய்யும் தயிரும் பயின்றுஆடி**
ஏலும் சுடுநீறும் என்பும் ஒலிமல்கக்
கோலம் பொழில்சோலைக் கூடி மடஅன்னம்
ஆலும் வடுகூரில் ஆடும் அடிகளே (2)

அருஞ்சொற்பொருள்:

பயன்று - பலமுறையும் பொருந்தி. ஏலும் - பொருந்தும். என்பு - எலும்பு. கோலம் - அழகு. ஆலும் - ஒலிக்கும்.

பொழிப்புரை:

பால், மணமுள்ள நெய், தயிர், ஆகியவை கொண்டு பலமுறையும் திருமஞ்சனம் ஆடுபவரும்; சுட்ட திருநீறு, எலும்பு, ஆகியவற்றை அணிபவரும்; ஆகிய இறைவர்; அழகிய சோலையும், பொழிலும் சூழ்ந்த இடங்களில் இளம் அன்னப் பறவைகள் கூடி இருந்து ஒலி எழுப்பும் வடுகூர் என்னும் தலத்தில் நடனம் ஆடுபவர்.

3169. **சூடும் இளம்திங்கள் சுடர்பொன் சடைதன்மேல்**
ஓடும் களியானை உரிபோர்த்து உமைஅஞ்ச
ஏடு மலர்மோந்துஅங்கு எழில்ஆர் வரிவண்டு
பாடும் வடுகூரில் ஆடும் அடிகளே (3)

அருஞ்சொற்பொருள்:

பொன்சடை - பொன்போல் ஒளிரும் சடை. களியானை - மதயானை. உரி - தோல். ஏடு - பூஇதழ். மோந்து - முகர்ந்து.

பொழிப்புரை:

இளம்பிறைச் சந்திரனைப் பொன்போல் ஒளிரும் சடைமேல் சூடி இருப்பவரும், மதமுள்ள யானையின் தோலை உமாதேவி அஞ்சுமாறு, அவள் முன்னிலையில் உரித்து மேலாலடையாகப் போர்த்துக் கொண்டவரும்,

அழகிய வரிஉடைய வண்டுகள் பூவின் இதழை முகர்ந்து பார்த்து இசை எழுப்பும் வடுகூரில் எழுந்தருளி இருப்பவரும், ஆகிய இறைவர், அங்கு நடனமாடிக் கொண்டிருக்கிறார்.

3170. **துவரும் புரிசையும் துதைந்த மணிமாடம்**
கவர எரிஓட்டிக் கடிய மதில்எய்தார்
கவரும் அணிகொல்லைக் கடிய முலைநல்லார்
பவரும் வடுகூரில் ஆடும் அடிகளே (4)

அருஞ்சொற்பொருள்:

துவரும் புரிசை - பவள நிறமுடைய மும்மதில். துதைந்த - நெருங்கிய. மணிமாடம் - அழகிய மாளிகைகள். எரிஓட்டி - நெருப்பினைப் பரவச் செய்து. கடிய மதில் - காவல் உடைய மதில். கவரும் - தன் அழகால் கவரும். அணிகொல்லை - அழகிய முல்லை நிலம். கடிய முலை - (கடிய முல்லை) மணமுள்ள முல்லை மலர். பவரும் - விளங்கும்.

பொழிப்புரை:

பவள நிறமுடைய காவல் அமைந்த மதில்களால் சூழப்பட்ட அழகிய மாளிகைகள் நெருங்கிய முப்புரத்தைத் தீயை ஏவி அழித்தவரும், அழகிய முல்லை நிலத்து மணமுள்ள முல்லைப்பூவைச் சூடி காண்பவரைத் தன் அழகால் கவரும் மகளிர் கூடி வாழ விளங்கும் வடுகூரில் எழுந்தருளி இருப்பவரும், ஆகிய இறைவர், அவ்வூரில் நடனம் ஆடுகின்றார்.

3171. **துணிஆர் உடைஆடை துன்னி அரைதன்மேல்**
தணியா அழல்நாகம் தரியா வகைவைத்தார்
பணிஆர் அடியார்கள் பலரும் பயின்றுஏத்த
அணிஆர் வடுகூரில் ஆடும் அடிகளே (5)

அருஞ்சொற்பொருள்:

துணிஆர் - கிழித்த. துன்னி - பொருந்தி. உடை - கோவணம். தணியா - கோபம் தணியாத. அழல் நாகம் - நெருப்பை உமிழ்வது போன்ற கோபம் உடைய பாம்பு. பணிஆர் - பணியும் அடியார்கள்.

பொழிப்புரை:

கீளோடு தைக்கப்பட்ட கிழித்த துணியால் ஆகிய கோவண உடையை இடையில் அணிபவரும், அதன் மேல் நெருப்பினை உமிழ்வதுபோல் சினத்தை வெளிப்படுத்தும் பாம்பினைக் கச்சாகக் கட்டுபவரும்,

அடியார்கள் பலரும் பலமுறையும் வந்து பணிந்து போற்ற எழுந்தருளி இருப்பவரும், ஆகிய வடுகூர் இறைவர், எப்பொழுதும் (ஐந்தொழில் நடனம்) ஆடுகின்ற இயல்பு உடையவர்.

3172. **தளரும் கொடிஅன்னாள் தன்னோடு உடன்ஆகிக்**
கிளரும் அரவுஆர்த்துக் கிளரும் முடிமேலார்
வளரும் பிறைசூடி வரிவண்டு இசைபாட
ஒளிரும் வடுகூரில் ஆடும் அடிகளே (6)

அருஞ்சொற்பொருள்:

தளரும் கொடி - சுமை பொறுக்காது தள்ளாடும் கொடி போன்றவள் (உமாதேவி). கிளரும் - விளங்கும். அரவு ஆர்த்து - பாம்பினைக் கட்டி.

பொழிப்புரை:

சுமையைத் தாங்க முடியாது தள்ளாடும் கொடி போன்ற மெல்லிய உடல்வாகு உடைய உமாதேவியை உடன்கொண்டு இருப்பவரும், விளங்கும்படி பாம்பினை இடையில் கச்சாகக் கட்டி இருப்பவரும், விளங்குகின்ற சடாமுடி மீது வளரும் பிறைச் சந்திரனைச் சூடிஇருப்பவரும், வரிவண்டுகள் இசைபாடும் வடுகூரில் எழுந்தருளி இருப்பவரும், ஆகிய அடிகள் நடனம் ஆடும் இயல்பு உடையவர்.

3173. **நெடியர் சிறிதாய நிரம்பா மதிசூடும்**
முடியர் விடைஊர்வர் கொடியர் மொழிகொள்ளார்
கடிய தொழில்காலன் மடிய உதைகொண்ட
அடியர் வடுகூரில் ஆடும் அடிகளே (7)

அருஞ்சொற்பொருள்:

நிரம்பா மதி - பிறைச்சந்திரன். கடிய தொழில் - உயிரைப் பறிக்கும் கொடிய தொழில். மடிய - இறக்க.

பொழிப்புரை:

உயர்ந்து நின்றவரும், சிறிய பிறைச்சந்திரனைச் சூடிஇருக்கும் சடை உடையவரும், இடப ஊர்தி உடையவரும், இடபக் கொடி ஏந்துபவரும், புறச்சமயத்தார் கூறும் மொழிகளைக் கேளாதவரும், கொடிய தொழில் செய்யும் இயமனது உயிரைப் பறிக்க உதைத்தவரும், அடியார்கள் கூடி வழிபடும் வடுகூரில் எழுந்தருளி இருப்பவரும், ஆகிய இறைவர் நடனம் ஆடும் இயல்பு உடையவர்.

3174. **பிறையும் நெடுநீரும் பிரியா முடியினார்**
மறையும் பலபாடி மயானத்து உறைவாரும்
பறையும் அதிர்குழலும் போலப் பலவண்டுஆங்கு
அறையும் வடுகூரில் ஆடும் அடிகளே (8)

அருஞ்சொற்பொருள்:

நெடுநீர் - கங்கை. மயானம் - சுடுகாடு. அறையும் - ஒலிக்கும்.

பொழிப்புரை:

பிறைச்சந்திரனும் கங்கையும் விட்டு நீங்காத சடை உடையவரும், வேதங்கள் பலவும் பாடிக்கொண்டு சுடுகாட்டில் வாழ்பவரும், பறையும் குழலும் போல பலவித வண்டுகள் இசைமுரலும் வடுகூரில் எழுந்தருளி இருப்பவரும், ஆகிய இறைவர் எப்பொழுதும் நடனம் ஆடும் இயல்புடையவராகவே இருந்து வருகிறார் (ஐந்தொழிலையும் நடனத்தின் மூலம் நிறைவேற்றுபவர் என்பது கருத்து).

3175. **சந்தம் மலர்வேய்ந்த சடையின் இடைவிட்டு**
கந்தம் மிகுதிங்கள் சிந்து கதிர்மாலை
வந்து நயந்துஎம்மை நன்று மருள்செய்வார்
அந்தண் வடுகூரில் ஆடும் அடிகளே (9)

அருஞ்சொற்பொருள்:

சந்தம் - அழகு. கந்தம் - ஒளி. மருள் செய்வார் - மயக்குவார்.

பொழிப்புரை:

அழகிய மலர்கள் சூடிய சடையின் இடையே வெளிப்பட்டுத் தோன்றும் ஒளிக்கதிர்களை மாலைபோல் சிந்தவிடும் சந்திரனைச் சூடி இருப்பவரும், அழகிய குளிர்ந்த வடுகூரில் நடனம் ஆடுபவரும், ஆகிய இறைவர், எம்மிடம் வந்து இனிக்கப் பேசி, எம்மை நன்றாக மயக்கி விடுவார்.

3176. **திருமால் அடிவீழத் திசைநான் முகனாய**
பெருமான் உணர்கில்லாப் பெருமான் நெடுமுடிசேர்
செருமால் விடைஊரும் செம்மான் திசைவில்லா
அருமா வடுகூரில் ஆடும் அடிகளே (10)

அருஞ்சொற்பொருள்:

நெடுமுடிசேர் செரு மால்விடை - நீண்ட கிரீடம் அணிந்த திருமால் போர்க்குணம் உடைய இடபமாக. செம்மான் - செம்மை நிறத் திருமேனி உடையவன். வில் - ஒளி.

பொழிப்புரை:

திருமால் திருவடியைத் தேடவும், திசைக்கு ஒரு முகம் என நான்கு முகங்கொண்ட பெருமானாகிய பிரமன் முடியைத் தேடவும், ஆக இருவராலும் காணமுடியாத சிவபெருமான், நீண்ட முடி புனைந்துள்ள திருமாலை போர்க்குணம் உள்ள இடபமாக்கி ஊர்ந்து வருபவர்; சிவந்த திருமேனி உடையவர்; தனது ஒளியை (புகழை) எல்லா திசைகளிலும் பரவவிட்டுள்ள அரிய பெரிய வடுகூர் என்னும் தலத்தில் எழுந்தருளி இருப்பவர்; அவர் நடனம் ஆடும் இயல்பு உடையவர்.

3177. படிநோன்பு அவைஆவர் பழிஇல் புகழான
     கடிநாள் நிகழ்சோலை கமழும் வடுகூரைப்
     படியா னசிந்தை மொழியார் சம்பந்தன்
     அடிஞா னம்வல்லார் அடிசேர் வார்களே   (11)

அருஞ்சொற்பொருள்:

படிநோன்பு - உலகில் நடைபெறும் நோன்புகள். பழிஇல் - பழிஇல்லாத. கடிநாள் நிகழ் சோலை - நாளும் மணம் கமழும் சோலை. படியான சிந்தை - படிந்த மனம். மொழி ஆர் சம்பந்தன் - சொல்லொடு பொருந்திய சம்பந்தன். அடிஞானம் - திருவடி ஞானம். அடிசேர்வர் - இறைவனது திருவடியைச் சென்று சேர்வர்.

பொழிப்புரை:

உலகில் நடைபெறும் நோன்புகள் அனைத்துக்கும் உரிமை உடையவனும், பழி இல்லாத புகழ் உடையவனும், நாளும் நறுமணம் கமழும் சோலை சூழ்ந்த வடுகூர் என்னும் தலத்தில் எழுந்தருளி இருப்பவனும், ஆகிய இறைவன்மீது; படிந்த மனம் உடையவனும், தமிழ்மொழி கொண்டு பாடுபவனும், ஆகிய ஞானசம்பந்தன் பாடிய பாடல்களைப் பாடிச் சிவஞானம் கைவரப் பெற்றவர், அப்பெருமானது திருவடியைச் சென்று சேர்வர்.

        திருச்சிற்றம்பலம்

293

திருவக்கரை

பதிக வரலாறு:

திருவடுகூர் பாடிப் பரவிய சண்பை வள்ளல், வக்கரை வந்து இப்பதிகம் பாடி வழிபடுகின்றார்.

தல வரலாறு:

பாண்டிச்சேரி இரயில் நிலையத்திலிருந்து 20 கி.மீ. தொலைவில் உள்ள வானூர் சென்று, மேற்கே திண்டிவனம் செல்லும் பெருவழியில் 5 கி.மீ. செல்ல இவ்வூரை அடையலாம். திண்டிவனம், பாண்டிச்சேரி ஆகிய ஊர்களிலிருந்து பேருந்து வசதி உண்டு. வக்கராசுரன் வழிபட்ட தலம் ஆதலின், இப்பெயர் பெற்றது; மூலலிங்கம் மூன்று முகங்கள் உடையதாய், சந்திரசேகரக் கோலம் கொண்டுள்ளது. வக்கரனை வதைத்த பழிநீங்கக் காளி பூசித்த தலம். ஆதலின் காளிகோயில் தனியே சிறப்புடன் விளங்கி வருகிறது.

சுவாமி : சந்திரசேகரர்

அம்மை : வடிவாம்பிகை

தல மரம் : வில்லம்

தீர்த்தம் : சூரிய தீர்த்தம், சந்திர தீர்த்தம்

திருமுறை 3 - 318 திருஞான - 964

பண்: பஞ்சமம்

3178. கறைஅணி மாமிடற்றான் கரி காடுஅரங் காஉடையான்
பிறைஅணி கொன்றையினான் ஒரு பாகமும் பெண்அமர்ந்தான்
மறையவன் தன்தலையில் பலி கொள்பவன் வக்கரையில்
உறைபவன் எங்கள்பிரான் ஒலி யார்கழல் உள்குதுமே (1)

அருஞ்சொற்பொருள்:

கறை - விடக்கறை. கரிகாடு - சுடுகாடு. மறையவன் - பிரமன். பலி - பிச்சை.

பொழிப்புரை:

விடக்கறை பொருந்திய மேன்மைஉடைய கண்டம் கொண்டவன்; சுடுகாட்டை ஆடுகின்ற அம்பலமாக ஏற்றவன்; பிறைச் சந்திரனும் கொன்றை மலர் மாலையும் அணிந்த சடை உடையவன்; உடம்பில் ஒருபாகம் பெண்ணை வைத்திருப்பவன்; பிரமனது மண்டை ஓட்டில் பிச்சை ஏற்பவன்; திருவக்கரை என்னும் தலத்தில் எழுந்தருளி இருப்பவன்; எமது பெருமான்; அவனது வீரக்கழல் அணிந்த திருவடியைத் தியானிப்போமாக!

3179. பாய்ந்தவன் காலனைமுன் பணைத் தோளிஓர் பாகம்அதா
ஏய்ந்தவன் எண்இறந்தஅவ் இமை யோர்கள் தொழுதுஇறைஞ்ச
வாய்ந்தவன் முப்புரங்கள் எரி செய்தவன் வக்கரையில்
தேய்ந்துஇள வெண்பிறைசேர் சடை யான்அடி செப்புதுமே (2)

அருஞ்சொற்பொருள்:

பணைத் தோளி - பருத்த தோள்களை உடையவள். ஏய்ந்தவன் - பொருந்தியவன். செப்புதும் - சொல்வோம்.

பொழிப்புரை:

முன்பு இயமன்மீது பாய்ந்தவன்; பருத்த தோள்கள் உடைய உமாதேவியைப் பாகமாகக் கொண்டவன்; எண்ணற்ற தேவர்கள் வந்து தொழுது போற்ற இருந்தவன்; வலிமை மிகுந்த முப்புரத்தை நெருப்புப் பற்றி எரியுமாறு செய்தவன்; தேய்ந்துபோன இளம்வெண்பிறைச் சந்திரனை சூடி இருப்பவன்; வக்கரை என்னும் தலத்தில் எழுந்தருளி இருப்பவன்; அவனது திருவடிப் பெருமை குறித்துப் பேசுவோமாக!

3180. சந்திர சேகரனே அரு ளாய்என்று தண்விசும்பில்
இந்திர னும்முதலா இமை யோர்கள் தொழுதுஇறைஞ்ச
அந்தர மூஎயிலும் அன லாய்விழ ஓர்அம்பினால்
மந்தர மேருவில்லா வளைத் தான்இடம் வக்கரையே (3)

அருஞ்சொற்பொருள்:

சந்திர சேகரன் - பிறை சூடிய சடாமுடி உடையவன் (தலத்து இறைவன் பெயர்). தண்விசும்பு - குளிர்ந்த விண்உலகம். அந்தரம் - ஆகாயம். மந்தர மேரு - மந்தர மேரு மலை.

பொழிப்புரை:

'சந்திரசேகரனே! அருளுவாயாக!' என்று குளிர்ந்த தேவர் உலகில் வாழும் இந்திரன் முதலிய தேவர்கள் போற்றி வழிபட, ஆகாயத்தில்

சுற்றித் திரிந்த மூன்று மதில்களை, மந்திர மேரு மலையை வில்லாக வளைத்து, ஓர் அம்பு கொண்டு தீப்பற்றி எரிந்து சாம்பலாகும்படி அழித்த இறைவன் எழுந்தருளி இருக்கும் இடம் திருவக்கரை ஆகும்.

3181. **நெய்அணி சூலமொடு நிறை வெண்மழு அம்(ம்)அரவும்**
கைஅணி கொள்கையினான் கனல் மேவிய ஆடலினான்
மெய்அணி வெண்பொடியான் விரி கோவண ஆடையின்மேல்
மைஅணி மாமிடற்றான் உறை யும்(ம்)இடம் வக்கரையே (4)

அருஞ்சொற்பொருள்:

நெய்அணி சூலம் -நெய் பூசிய சூலம். கைஅணி - கையில் ஏற்கும். கனல் - நெருப்பு. வெண்பொடி - திருநீறு. மை - கருமை.

பொழிப்புரை:

நெய் தடவிய சூலப்படையும் வெண்மை நிற மழுப்படையும் பாம்பும் ஆகியவற்றைக் கையில் கொண்டிருப்பவன்; நெருப்பு ஏந்தி நடனம் ஆடுபவன்; உடம்பில் வெண் திருநீறு பூசி இருப்பவன்; கோவண ஆடை உடையவன்; கரிய நிற அழகிய கண்டம் உடையவன்; அவன் விரும்பி எழுந்தருளி இருக்கும் தலம் வக்கரையே ஆகும்.

3182. **ஏனவெண் கொம்பினொடும் இள ஆமையும் பூண்டுஉகந்து**
கூன்இள வெண்பிறையும் குளிர் மத்தமும் சூடிநல்ல
மான்அன மென்விழியா ளொடும் வக்கரை மேவியவன்
தானவர் முப்புரங்கள் எரி செய்த தலைமகனே (5)

அருஞ்சொற்பொருள்:

ஏனம் - பன்றி. ஆமை - ஆமை ஓடு. கூன் இள வெண்பிறை - வளைந்த இளமை உடைய வெள்ளை நிறப் பிறை. மத்தம் - ஊமத்தம்பூ. மான் அன - (மான் அன்ன) மான் போன்ற. தானவர் - அசுரர்.

பொழிப்புரை:

பன்றியின் வெண்கொம்பு (வராக அவதாரத் திருமாலுடையது) இளம் ஆமையின் ஓடு (கூர்மாவதாரத் திருமாலுடையது) வளைந்த இளமை உடைய வெள்ளை நிறப் பிறைச்சந்திரன், குளிர்ச்சி உடைய ஊமத்தம்பூ ஆகியவற்றைச் சூடிக்கொண்டு மான் போன்ற மருண்ட பார்வை உடைய மென்மையான விழிகள் உடைய உமாதேவியை பாகமாகக் கொண்டு, திருவக்கரை என்னும் தலத்தில் எழுந்தருளி இருக்கும் சிவபெருமான், அசுரர் மூவரது முப்புரத்தை எரித்து அழித்த முதல்வன் ஆவன்.

3183. கார்கலி கொன்றையொடும் கதிர் மத்தமும் வாள்அரவும்

நீர்மலி யும்சடைமேல் நிரம் பாமதி சூடிநல்ல

வார்மலி மென்முலையா ளொடும் வக்கரை மேவியவன்

பார்மலி வெண்தலையில் பலி கொண்டுஉழல் பான்மையனே (6)

அருஞ்சொற்பொருள்:

கார்மலி - கார்காலத்தில் பூக்கும். கதிர் மத்தம் - ஒளிரும் ஊமத்தை. வாள்அரவு - பளபளக்கும் பாம்பு. நீர் - கங்கை. நிரம்பாமதி - பிறை. வார் - கச்சு. பார் - உலகம். வெண்தலை - வெள்ளை நிறத் தலை ஓடு. பலி - பிச்சை. உழல் - திரி. பான்மை - தன்மை.

பொழிப்புரை:

கார்காலத்தில் பூக்கும் கொன்றைமலர், ஒளிரும் ஊமத்தம்பூ, பளபளக்கும் பாம்பு, கங்கை, பிறைச்சந்திரன், ஆகிய இவற்றைச் சடையில் சூடி, கச்சு அணிந்த மெல்லிய முலை உடைய உமாதேவியோடு வக்கரை என்னும் தலத்தில் எழுந்தருளி இருப்பவன், உலகில் சுற்றித்திரிந்து பிரமனது மண்டைஓட்டில் பிச்சை ஏற்கும் தன்மை உடையவன்.

3184. கான்அண வும்மறிமான் ஒரு கையதுஓர் கைமழுவாள்

தேன்அண வும்குழலாள் உமை சேர்திரு மேனியினான்

வான்அண வும்பொழில்சூழ் திரு வக்கரை மேவியவன்

ஊன்அண வும்தலையில் பலி கொண்டுஉழல் உத்தமனே (7)

அருஞ்சொற்பொருள்:

கான் அணவும் - காட்டில் பொருந்திய. மறிமான் - மான்கன்று. தேன் - வண்டு. குழல் - கூந்தல். ஊன்அணவும் - ஊன் பொருந்திய. தலை - மண்டைஓடு.

பொழிப்புரை:

காட்டில் வாழும் மான்கன்றினை ஒரு கையிலும், மழுப்படையை மற்றொரு கையிலும் ஏந்தி இருப்பவன்; வண்டு மொய்க்கும் கூந்தல் உடைய உமாதேவியை உடம்பில் பாகமாகக் கொண்டவன்; வானளாவிய சோலை சூழ்ந்த வக்கரை என்னும் தலத்தில் எழுந்தருளி இருப்பவன்; அவன் ஊனொடு பொருந்திய பிரமனது மண்டை ஓட்டில் பிச்சை ஏற்று, ஊர் முழுதும் சுற்றித் திரிகின்ற உத்தம குணங்கள் கொண்டவன்.

3185. **இலங்கையர் மன்னன்ஆகி எழில் பெற்ற இராவணனைக்**
கலங்கஓர் கால்விரலால் கதிர் பொன்முடி பத்துஅலற
நலம்கெழு சிந்தையனாய் அருள் பெற்றலும் நன்குஅளித்த
வலம்கெழு மூஇலைவேல் உடை யான்இடம் வக்கரையே (8)

அருஞ்சொற்பொருள்:

எழில் - அழகு. கதிர் பொன்முடி - ஒளிரும் பொன்னால் ஆன முடி (கிரீடம்). நலம்கெழு சிந்தை - நன்மை பொருந்திய சிந்தை. வலம் - வலப்பக்கம். மூஇலைவேல் - முத்தலைச் சூலம்.

பொழிப்புரை:

இலங்கை நாட்டுக்கு அரசன் ஆகி அழகுற விளங்கிய இராவணனை, அவனது பொன்முடி பத்தும் நசுங்குமாறும், வாய்விட்டு அலறுமாறும் கால்விரல் ஒன்றுகொண்டு ஊன்றியவனும், அவன் மனம் திருந்தியபோது, அவனுக்கு வாளும் வாழ்நாளும் தந்து அருளியவனும், வலக்கையில் முத்தலைச் சூலம் ஏந்தி இருப்பவனும், ஆகிய சிவபெருமான் எழுந்தருளி இருக்கும் இடம் வக்கரை என்னும் தலமே ஆகும்.

3186. **காமனை ஈடுஅழித்திட் டவன் காதலி சென்றுஇரப்பச்**
சேமமே உன்தனக்குஎன்று அருள் செய்வதன் தேவர்பிரான்
சாமவெண் தாமரைமேல் அய னும்தர ணிஅளந்த
வாமன னும்அறியா வகை யான்இடம் வக்கரையே (9)

அருஞ்சொற்பொருள்:

காமன் - மன்மதன். ஈடு - இடம் (உடம்பு). அவன் காதலி - இரதி. இரப்ப - யாசிக்க. உன்தனக்கு - உனக்கு மட்டும். சாம வெண்தாமரை மேல் அயன் - சாமவேதம் பாடுகின்றவனும் வெண்தாமரைமேல் அமர்பவனும் ஆகிய பிரமன். தரணி - உலகம். வாமனன் - வாமனாவதாரத் திருமால்.

பொழிப்புரை:

மன்மதனது உடலை அழித்தவன்; அவன் மனைவி இரதி வேண்ட அவளுக்கு மட்டும் தெரியுமாறு அருள் செய்தவன்; தேவர்களுக்குப் பெருமான்; சாமவேதம் ஓதுகின்றவனும், வெண்தாமரை மலர்மேல் இருக்கை கொண்டவனும், ஆகிய பிரமனும், உலகை ஓர் அடியால் அளந்த திருமாலும் தேடி அடிமுடி காணாவகையில் நின்றவன்; அவன் எழுந்தருளி இருக்கும் தலம் திருவக்கரை ஆகும்.

3187. மூடிய சீவரத்தர் முதிர் பிண்டியர் என்றுஇவர்கள்
 தேடிய தேவர்தம்மால் இறைஞ் சப்படும் தேவர்பிரான்
 பாடிய நான்மறையன் பலிக் கென்றுபல் வீதிதொறும்
 வாடிய வெண்தலைகொண்டு உழல் வான்இடம் வக்கரையே (10)

அருஞ்சொற்பொருள்:

சீவரம் - பௌத்தர் அணியும் ஆடை. பிண்டியர் - அசோக மரத்தை வணங்குபவர் (சமணர்). இறைஞ்சப்படும் - வணங்கப்படும். பலி - பிச்சை. வாடிய வெண்தலை - மண்டை ஓடு.

பொழிப்புரை:

சீவரம் என்ற மஞ்சள் கலந்த காவிநிற உடையால் உடலை மூடும் பௌத்தர்கள், அசோக மரத்தை வழிபடும் சமணர்கள் என்று இவர்களால் தேடப்படும் தேவர்களுக்கும், அத்தேவர்களால் வணங்கப்படும் தலைவனாய் விளங்குபவன் சிவபெருமான்; நான்கு மறைகளைப் பாடியவன்; பிச்சை ஏற்பதற்காக, பிரமனது மண்டை ஓட்டைக் கையில் ஏந்தி வீதிதோறும் சுற்றித் திரிபவன்; அவன் எழுந்தருளி இருக்கும் இடம் வக்கரை என்னும் தலமே ஆகும்.

3188. தண்புன லும்அரவும் சடை மேல்உடை யான்பிறைதோய்
 வண்பொழில் சூழ்ந்துஅழகார் இறை வன்உறை வக்கரையைச்
 சண்பையர் தம்தலைவன் தமிழ் ஞானசம் பந்தன்சொன்ன
 பண்புனை பாடல்வல்லார் அவர் தம்வினை பற்றுஅறுமே (11)

அருஞ்சொற்பொருள்:

தண்புனல் - குளிர்ந்த நீர் (கங்கை). அரவு - பாம்பு. வண்பொழில் - வளமான சோலை. பண்புனை பாடல் - இசை பொருந்திய பாடல். வினைபற்று - வினையாகிய பற்று (இது பிறவிக்குக் காரணமாவது)

பொழிப்புரை:

கங்கையும் பாம்பும் ஆகிய இவற்றைச் சடைமேல் சூடி இருப்பவன், சந்திரப்பிறை வந்து தங்கும் உயர்ந்த வளமான சோலையால் சூழப்பட்ட திருவக்கரையில் எழுந்தருளி இருக்கும் இறைவன்; அவ்விறைவனை சண்பையர் தலைவனும் ஞானசம்பந்தனும் ஆகியவன் பாடிய, இசையோடு கூடிய பாடல்களைக் கொண்டு, பாடி வழிபட வல்லவர், தம் வினை பற்று அறுபட, மேலும் பிறவி இலராவர்.

திருச்சிற்றம்பலம்

294

திருஇரும்பை மாகாளம்

பதிக வரலாறு:

வக்கரை வழிபட்ட, சீர்காழி ஞான வள்ளலார், இரும்பை மாகாளம் கண்டு வணங்கிப் பாடிய பதிகம் இது.

தல வரலாறு:

பாண்டிச்சேரி இரயில் நிலையத்திற்கு வடமேற்கில் 8 கி.மீ. தொலைவில் உள்ளது. மாகாளர் பூசித்துப் பேறு பெற்ற தலம். மாகாளம் என்பது கோயிலின் பெயர்; இரும்பை என்பது ஊரின் பெயர்.

சுவாமி	:	மாகாளேசுவரர்
அம்மை	:	குயில்மொழி நாயகி
தல மரம்	:	புன்னை
தீர்த்தம்	:	மாகாள தீர்த்தம்

திருமுறை 2 - 253   திருஞான - 964

பண்: செவ்வழி

3189. மண்டுகங்கை சடையில் கரந்தும் மதிசூடிமான்
கொண்டகையால் புரம்மூன்று எரித்த குழகன்(ன்)இடம்
எண்திசையும் புகழ்போய் விளங்கும் இரும்பைதனுள்
வண்டுகீதம் முரல்பொழில் சுலாய்நின்ற மாகாளமே   (1)

அருஞ்சொற்பொருள்:

மண்டுகங்கை - பெருகிவரும் கங்கை. கரந்தும் - மறைத்து வைத்தும். மான் கொண்ட கை - மான் ஏந்திய கை. குழகன் - இளமை உடையவன். இரும்பை - ஊரின் பெயர். சுலாய் - சுற்றி. மாகாளம் - கோயிலின் பெயர்.

பொழிப்புரை:

பெருகி வரும் கங்கையைச் சடையில் மறைத்து வைத்தும், பிறைச் சந்திரனைச் சூடியும், மான்கன்று ஒன்று ஏந்திய கையுடன், முப்புரத்தை எரித்த, என்றும் இளமை மாறாதிருக்கும் இறைவன் எழுந்தருளி இருக்கும் இடம்; எட்டு திசைகளுக்கும் தன் புகழைப் பரவவிடும் இரும்பை என்னும் தலத்தில் வண்டுகள் முரலும் சோலையால் சூழப்பட்ட மாகாளம் என்னும் திருக்கோயிலே ஆகும்.

3190. வேதவித்தாய் வெள்ளைநீறு பூசி வினைஆயின
கோதுவித்தாய் நீறுஎழக் கொடிமா மதிலாயின
ஏதவித்தா யினதீர்க் கும்இடம் இரும்பைதனுள்
மாதவத்தோர் மறையோர் தொழநின்ற மாகாளமே (2)

அருஞ்சொற்பொருள்:

வேதவித்து - வேதத்துக்கு வித்தாகவும். கோதுவித்தாய் - குற்றம் நீக்கினாய். நீறு - சாம்பல். ஏத வித்து - ஏதங்களுக்கு காரணம். மாதவத்தோர் - ஆகம விதிப்படி சிவனைப் பூசிப்பவர்.

பொழிப்புரை:

வேதத்துக்குக் காரணமானவனும், வெள்ளை நிறத் திருநீற்றைப் பூசி இருப்பவனும், வினைகள் ஆனவற்றின் குற்றம் களைந்தவனும், கொடிகள் பறக்கும் மும்மதில்களைச் சாம்பலாகுமாறு அழித்தவனும், ஏதங்களுக்கு உரிய காரணங்களைக் களைபவனும் ஆகிய இறைவன் எழுந்தருளி இருக்கும் இடம்; இரும்பை என்னும் தலத்தில் ஆகம விதிப்படி பூசை செய்யும் தவம் உடையவரும் அந்தணர்களும் வணங்க விளங்கும் மாகாளம் என்னும் திருக்கோயிலே ஆகும்.

3191. வெந்தநீறும்(ம்) எலும்பும்(ம்) அணிந்த விடைஊர்தியான்
எந்தைபெம்மான் இடம்எழில் கொள்சோலை இரும்பைதனுள்
கந்தமாய பலவின் கனிகள் கமழும்பொழில்
மந்திஏறிக் கொணர்ந்துஉண்டு உகள்கின்ற மாகாளமே (3)

அருஞ்சொற்பொருள்:

கந்தம் - மணம். பலவின் கனி - பலாப்பழம். மந்தி - பெண் குரங்கு. உகள்கின்ற - புரள்கின்ற.

பொழிப்புரை:

வெந்த சாம்பலாகிய திருநீறும் எலும்பும் அணிந்த இடப ஊர்தி உடையவன்; எம் தந்தையாகிய பெருமான்; அவன் எழுந்தருளி இருக்கும் இடம்; அழகிய சோலையால் சூழப்பட்ட இரும்பை என்னும் தலத்தில் மணமுள்ள பலாப்பழங்கள் பழுத்து மணம் கமழ, சோலைகளில் பெண் குரங்குகள் மரத்தில் ஏறிப் பறித்துக் கொண்டு, கீழே இறங்கி வந்து உண்டு, புரளுகின்ற மாகாளம் என்னும் திருக்கோயிலே ஆகும்.

3192. **நஞ்சு கண்டத்து அடக்கிந் நடுங்கும் மலையான்மகள்**
அஞ்சவேழம் உரித்த பெருமான்(ன்) அமரும்(ம்)இடம்
எஞ்சல்இல்லாப் புகழ்போய் விளங்கும் இரும்பைதனுள்
மஞ்சில்ஓங்கும் பொழில்சூழ்ந்து அழகாய மாகாளமே (4)

அருஞ்சொற்பொருள்:

வேழம் - யானை. எஞ்சல் இல்லா - குறையில்லாத. மஞ்சு - மேகம்.

பொழிப்புரை:

விடத்தைக் கண்டத்தில் அடக்கிக் கொண்டு, மலை அரசனது மகள் பார்வதி அஞ்சி நடுங்குமாறு, யானையின் தோலை உரித்த பெருமான் எழுந்தருளி இருக்கும் இடம்; குறை ஒன்றும் இல்லாத புகழானது பரவ விளங்கும் இரும்பை என்னும் தலத்தில் உள்ள, மேகம் தங்கும் உயரிய சோலை சூழ்ந்து, அழகுபட விளங்கும் மாகாளம் என்னும் கோயிலே ஆகும்.

3193. **பூசுமாசில் பொடியான் விடையான் பொருப்பான்மகள்**
கூசஆனை உரித்தபெரு மான்குறை வெண்மதி
ஈசன்எங்கள் இறைவன்(ன்) இடம்போல் இரும்பைதனுள்
மாசிலோர்கள் மலர்கொண்டு அணிகின்ற மாகாளமே (5)

அருஞ்சொற்பொருள்:

பொடி - திருநீறு. மாசுஇல் - குற்றம் இல்லாத. கூச - அஞ்ச. ஆனை - யானை. மாசுஇலோர் - குற்றம் இல்லாதவர்.

பொழிப்புரை:

குற்றமற்ற தூய திருநீற்றைப் பூசி இருப்பவன்; இடபக்கொடி உடையவன்; மலையரசனது மகள் அஞ்சுமாறு யானையின் தோலை உரித்தவன்; வெண்பிறைச் சந்திரனைச் சூடி இருப்பவன்; எல்லா

உலகங்களையும் ஆளுபவன்; எங்கள் இறைவன்; அவன் எழுந்தருளி இருக்கும் இடம்; இரும்பை என்னும் தலத்தில் உள்ள குற்றமற்றவர்கள் மலர்கொண்டு போற்றுகின்ற மாகாளம் என்னும் திருக்கோயிலே ஆகும்.

3194. குறைவதாய குளிர்திங்கள் சூடிக் குனித்தான்வினை
பறைவதாக்கும் பரமன் பகவன் பரந்தசடை
இறைவன்எங்கள் பெருமான் இடம்போல் இரும்பைதனுள்
மறைகள்வல்லார் வணங்கித் தொழுகின்ற மாகாளமே (6)

அருஞ்சொற்பொருள்:

குனித்தான் - நடனம் ஆடியவன். பறைவது - அழிவது. பகவன் - ஆறு குணங்கள் உடையவன் (ஐசுவரியம், வீரியம், புகழ், திரு, ஞானம், வைராக்கியம்).

பொழிப்புரை:

குளிர்ந்த கலைகுறைந்த பிறைச்சந்திரனைச் சடையில் சூடி, நடனம் ஆடுபவன்; வினைகளை அழிக்கும் மேலானவன்; ஆறுகுணங்கள் கொண்டவன்; பரந்த சடாமுடி உடைய இறைவன்; எங்கள் பெருமான்; அவன் எழுந்தருளி இருக்கும் இடம்; இரும்பை என்னும் தலத்தில் உள்ள வேதம்வல்ல வேதியர்கள் வணங்கி எழுகின்ற மாகாளம் என்னும் திருக்கோயிலே ஆகும்.

3195. பொங்குசெங்கண் அரவும் மதியும் புரிபுன்சடைத்
தங்கவைத்த பெருமான்என நின்றவர் தாழ்விடம்
எங்கும்இச்சை அமர்ந்தான் இடம்போல் இரும்பைதனுள்
மங்குல்தோயும் பொழில்சூழ்ந்து அழகாய மாகாளமே (7)

அருஞ்சொற்பொருள்:

செங்கண் அரவு - சிவந்த கண் உடைய பாம்பு. புரிபுன்சடை - முறுக்கு ஏறிய மெல்லிய சடை. தாழ்விடம் - எழுந்தருளும் இடம். இச்சை - விருப்பம். மங்குல் - மேகம்.

பொழிப்புரை:

சினமுடைய சிவந்த கண்களுடன் கூடிய பாம்பு, சந்திரன், என இவற்றை முறுக்குண்ட மெல்லிய சடையில் தங்க வைத்துள்ள பெருமான் என்று சொல்லக்கூடியவர் எழுந்தருளி இருக்கும் இடம்; (எல்லாத் தலத்தின்மீதும் விருப்பம் வைத்தவர்போல் காட்டிக் கொண்டாலும்) இரும்பை என்னும் தலத்தில் மேகம் தங்கும் வானளாவிய சோலை சூழ்ந்த அழகிய மாகாளம் என்னும் திருக்கோயிலே, அவர் விரும்பி எழுந்தருளும் கோயில் ஆகும்.

3196. நட்டத்தோடு நரிஆடு கானத்து எரிஆடுவான்
அட்டமூர்த்தி அழல்போல் உருவன் அழகாகவே
இட்டமாக இருக்கும் இடம்போலும் இரும்பைதனுள்
வட்டம்சூழ்ந்து பணிவார் பிணிதீர்க்கும் மாகாளமே   (8)

அருஞ்சொற்பொருள்:

நரி ஆடும் கானம் - நரிகள் நடமாடும் சுடுகாடு. அட்டமூர்த்தி - நிலம் நீர் நெருப்பு காற்று ஆகாயம் சூரியன் சந்திரன் உயிர் என எட்டு உருக்கொண்டவன். இட்டம் - விருப்பம். வட்டம் சூழ்தல் - வலம் வருதல்.

பொழிப்புரை:

நரிகள் திரிகின்ற சுடுகாட்டில் கையில் அனலை ஏந்தி நடனம் ஆடுபவன்; எட்டு உருவமாய் விளங்குபவன்; நெருப்பு போல் சிவந்த திருமேனி உடையவன்; அவன் விரும்பி அழகாக எழுந்தருளி இருக்கும் இடம்; இரும்பை என்னும் தலத்தில் வலமாக வந்து வழிபடுபவரது நோய் களைப் போக்கி அருளும் மாகாளம் என்னும் திருக்கோயிலே ஆகும்.

3197. அட்டகாலன் தனைவவ் வினான்அவ் அரக்கன்முடி
எட்டுமற்றும் இருபத்து இரண்டும்இற ஊன்றினான்
இட்டமாக இருப்பான் அவன்போல் இரும்பைதனுள்
மட்டுவார்ந்த பொழில்சூழ்ந்து எழில்ஆரும் மாகாளமே   (9)

அருஞ்சொற்பொருள்:

அட்ட - மார்க்கண்டேய முனிவனின் உயிரைக் கவரவந்த. காலன்தனை வவ்வினான் - காலனது உயிரைக் கவர்ந்தான். எட்டு மற்றும் இரு - (8+2=10) பத்து. பத்து இரண்டு - (10X2=20) இருபது. இற - முறிய. இட்டம் - விருப்பம். மட்டு - தேன்.

பொழிப்புரை:

மார்க்கண்டேயனின் உயிரைப் பறிக்க வந்த இயமனது உயிரைப் பறித்தவன்; அரக்கனாகிய இராவணனது தலை பத்து, தோள் இருபதை, முறியுமாறு மலைகொண்டு ஊன்றியவன்; விருப்பமுடன் அவன் எழுந்தருளி இருக்கும் இடம்; இரும்பை என்னும் தலத்தில் தேன்ஒழுகும் சோலை சூழ்ந்த அழகிய மாகாளம் திருக்கோயிலே ஆகும்.

3198. அரவம்ஆர்த்து அன்றுஅனல்அங் கைஏந்தி அடியும்முடி
பிரமன்மாலும்(ம்) அறியாமை நின்ற பெரியோன்இடம்
குரவம்ஆரும் பொழில்குயில்கள் சேரும் இரும்பைதனுள்
மருவிவானோர் மறையோர் தொழுகின்ற மாகாளமே   (10)

அருஞ்சொற்பொருள்:

அரவம் ஆர்த்து - பாம்பைக் கட்டி. குரவம் - குராமரம்.

பொழிப்புரை:

பாம்பை இடையில் கச்சாகக் கட்டி, அன்று அனலை உள்ளங்கையில் ஏந்தி, அடியையும் முடியையும் திருமாலும் பிரமனும் தேடியும் காட்டாத பெரியவன் எழுந்தருளி இருக்கும் இடம்; குராமரங்கள் நிறைந்த சோலையில் குயில்கள் கூடி இருக்கும் இரும்பை என்னும் தலத்தில் உள்ள, வானவர்களும் அந்தணர்களும் வந்து வணங்குகின்ற மாகாளம் என்னும் திருக்கோயிலே ஆகும்.

3199. எந்தைஎம்மான் இடம்எழில் கொள்சோலை இரும்பைதனுள்
மந்தமாய பொழில்சூழ்ந்து அழகாரும் மாகாளத்தில்
அந்தம்இல்லா அனல்ஆடு வானைஅணி ஞானசம்
பந்தன்சொன்ன தமிழ்பாட வல்லார் பழிபோகுமே   (11)

அருஞ்சொற்பொருள்:

மந்தம் - தென்றல். அந்தம் இல்லா - முடிவில்லா. அணி - அழகு.

பொழிப்புரை:

எமது தந்தையும் பெருமானும் ஆகியவன் எழுந்தருளி இருக்கும் இடமாக விளங்கும் சோலைசூழ்ந்த இரும்பை என்னும் தலத்தில் உள்ள தென்றல் உலாவும் சோலை சூழ்ந்த அழகிய மாகாளம் திருக்கோயிலையும், அனலைக் கையில் ஏந்தி முடிவில்லாத நடனம் ஆடும் அப்பெருமானின் இயல்புகளையும், புகழ்ந்து ஞானசம்பந்தன் பாடிய, அழகிய தமிழ்ப் பாடல் கொண்டு, பாடி வழிபட வல்லவரது பழியானது போகும்.

திருச்சிற்றம்பலம்

295

திருஅதிகை வீரட்டானம்

பதிக வரலாறு:

இரும்பை மாகாளம் கும்பிட்டு இன்தமிழ்ப் பதிகம் பாடிப் பிள்ளையார் அதிகை வர, சிவபெருமான் தன் திருநடனம் புலப்படக் காட்டக் கண்டு இப்பதிகம் அருளுகின்றார்.

தல வரலாறு:

பண்ணுருட்டி நகரிலிருந்து தென்கிழக்கு திசையில் 1.5கி.மீ. தொலைவில் இத்தலம் உள்ளது. அதிகை என்பது தலத்தின் பெயர். வீரட்டானம் என்பது கோயிலின் பெயர். கெடில நதியின் வடகரையில் இத்தலம் அமைந்துள்ளது. இறைவன் செய்த எட்டு வீரச் செயல்களுள் திரிபுரம் எரித்த வீரம் நிகழ்ந்த தலம் இது. கருடன், பிரமன், திருமால், பஞ்சபாண்டவர் ஆகியோர் வழிபட்டுப் பேறு பெற்ற தலம். ஊர் எல்லையில் உள்ள சித்தவட மடத்தில் சுந்தரமூர்த்தி நாயனாருக்கு இறைவன் திருவடி தீட்சை அருளியுள்ளார்.

சுவாமி : திரிபுராந்தகேசுவரர்

அம்மை : திரிபுரசுந்தரி

தல மரம் : சரக்கொன்றை

தீர்த்தம் : கெடில நதி

திருமுறை 1 - 46 திருஞான - 965

பண்: தக்கராகம்

3200. குண்டை குறள்பூதம் குழும அனல்ஏந்திக்
கெண்டைப் பிறழ்தெண்ணீர்க் கெடில வடபக்கம்
வண்டு மருள்பாட வளர்பொன் விரிகொன்றை
விண்ட தொடையலான் ஆடும்வீரட் டானத்தே (1)

அருஞ்சொற்பொருள்:

குழும - சூழ. கெண்டை - மீன் வகை. தெண்ணீர் - தெளிந்த நீர். கெடிலம் - கெடில நதி. வடபக்கம் - வடக்குக் கரை. விண்ட - விரிந்த (மலர்ந்த). வீரட்டம் - (திருவதிகை) அட்டவீரட்டத் தலங்களுள் ஒன்று.

பொழிப்புரை:

கெண்டை மீன்கள் துள்ளும் தெளிந்த நீர்ப்பெருக்கு உடைய கெடிலநதியின் வடகரையில் உள்ள திருவதிகை என்னும் தலத்தில் வீரட்டானம் என்னும் திருக்கோயிலில் எழுந்தருளி இருக்கும், வண்டு தேனினை உண்டு பாடி மயங்கும் பொன்போன்ற நிறமுடைய கொன்றையின் விரிந்த மலர்களால் ஆன மாலை சூடிஇருக்கும் பெருமான், குண்டாகவும் குள்ளமாகவும் இருக்கும் பூதகணங்கள் சூழ்ந்துநின்று பாடக் கையில் அனல்ஏந்தி நடனம் ஆடுகின்றான்.

3201. அரும்பும் குரும்பையும் அலைத்த மென்கொங்கைக்
கரும்பின் மொழியாளோடு உடன்கை அனல்வீசிச்
சுரும்புஉண் விரிகொன்றைச் சுடர்பொற் சடைதாழ
விரும்பும் அதிகையுள் ஆடும்வீரட் டானத்தே (2)

அருஞ்சொற்பொருள்:

அலைத்த - கீழ்ப்படுத்திய (போல என்னும் பொருளில் வந்தது). சுரும்பு - வண்டு.

பொழிப்புரை:

அதிகை என்னும் தலத்தில் வீரட்டானம் என்னும் திருக்கோயிலில் விரும்பி எழுந்தருளி இருக்கும் பெருமான், அரும்பும் குரும்பையும் போன்ற மெல்லிய முலைகளும், கரும்பு போன்ற இன்சொல்லும் பேசும் உமாதேவியோடு கூடி, கையில் நெருப்பினை ஏந்தி, வண்டு மொய்க்கும் விரிந்த கொன்றை மலர்மாலை சூடிய, ஒளிரும் பொன்போன்ற சடை நீண்டு தொங்க, நடனம் ஆடுகின்றார்.

3202. ஆடல் அழல்நாகம் அரைக்குஇட்டு அசைத்துஆடப்
பாடல் மறைவல்லான் படுதம் பலிபெயர்வான்
மாட முகட்டின்மேல் மதிதோய் அதிகையுள்
வேடம் பலவல்லான் ஆடும்வீரட் டானத்தே (3)

அருஞ்சொற்பொருள்:

அழல் நாகம் - கோபம் ஆகிய நெருப்பை உமிழும் பாம்பு. அசைத்து - கட்டி. படுதம் - ஒருவகை நடனம். பலி - பிச்சை. வேடம் பல வல்லார் - நினைத்த நேரத்தில் நினைத்த வேடம் ஏற்கும் வல்லமை உடையவர்.

பொழிப்புரை:

மாளிகைகளின் உச்சியில் சந்திரன் தங்கும் திருவதிகை என்னும் தலத்தில் வீரட்டம் என்னும் திருக்கோயிலில் எழுந்தருளி இருக்கும் இறைவர், பலப்பல வேடம் ஏற்பவர்; படமெடுத்து ஆடுகின்ற பாம்பை இடையில் கச்சாகக் கட்டி இருப்பவர்; வேதம் பாடுவதில் வல்லவர்; அவர் படுதம் என்னும் ஒருவகை நடனம் ஆடுகின்றார்.

3203. **எண்ணார் எயில்எய்தான் இறைவன் அனல்ஏந்தி**
மண்ஆர் முழவுஅதிர முதிரா மதிசூடிப்
பண்ஆர் மறைபாடப் பரமன் அதிகையுள்
விண்ணோர் பரவநின்று ஆடும்வீரட் டானத்தே (4)

அருஞ்சொற்பொருள்:

எண்ணார் - பகைவர். மண் - மார்ச்சனை. முதிராமதி - பிறை. பண்ஆர் மறை - இசையோடு கூடிய வேதம்.

பொழிப்புரை:

அதிகை என்னும் தலத்தில் வீரட்டம் என்னும் திருக்கோயிலில் எழுந்தருளி இருக்கும் இறைவன், பகைவரது மும்மதிலை அழித்தவன்; இளம்பிறைச் சந்திரனைச் சூடி இருப்பவன்; பண்ணோடு கூடிய வேதங்களைப் பாடும் வலிமை உடையவன்; மேலானவன்; அவன் தேவர்கள் வணங்கி நிற்க, மார்ச்சனையுடன் கூடிய முழவு ஒலிக்க, அனலைக் கையில் ஏந்தி நடனம் ஆடுகின்றான்.

3204. **கரிபுன் புறமாய கழிந்தார் இடுகாட்டில்**
திருநின்று ஒருகையால் திருவாம் அதிகையுள்
எரிஏந்திய பெருமான் எரிபுன் சடைதாழ
விரியும் புனல்சூடி ஆடும்வீரட் டானத்தே (5)

அருஞ்சொற்பொருள்:

கரிபுன் புறம் ஆய - கரிந்த இழிந்த ஊரின் புறத்தே உள்ள. கழிந்தார் - இறந்தார். இடுகாடு - பிணம் புதைக்கும் காடு. திரு - திருமகள். எரிபுன்சடை - நெருப்பு போல் சிவந்த மெல்லிய சடை. விரியும் புனல் - கங்கை.

பொழிப்புரை:

திருமகள் தங்கும் திருவதிகை என்னும் தலத்தில் வீரட்டானம் என்னும் திருக்கோயிலில் எழுந்தருளி இருக்கும் பெருமான், பெருகுகின்ற நீர்ப் பெருக்கு உடைய கங்கையைச் சூடிய சடை உடையவர்; ஒரு கையில் அனலை ஏந்தி இருப்பவர்; நெருப்பு போன்ற சிவந்த மெல்லிய சடை நீண்டு தொங்குமாறு விளங்குபவர்; அவர் கரிந்த இழிந்த ஊர்ப்புறத்தே உள்ள இறந்தாரைப் புதைக்கும் இடுகாட்டில் நின்று நடனம் ஆடுகின்றார்.

3205. **துளங்கும் சுடர்அங்கைத் துதைய விளையாடி**
இளம்கொம்பு அனசாயல் உமையோடு இசைபாடி
வளம்கொள் புனல்சூழ்ந்த வயல்ஆர் அதிகையுள்
விளங்கும் பிறைசூடி ஆடும்வீரட் டானத்தே (6)

அருஞ்சொற்பொருள்:

துளங்கும் சுடர் - அசைந்து எரிகின்ற சுடர். துதைய - நெருங்க. அன - (அன்ன) போன்ற.

பொழிப்புரை:

நீரால் சூழப்பட்ட வளமான வயல்களை உடைய அதிகை என்னும் தலத்தில் உள்ள வீரட்டானம் என்னும் கோயிலில் எழுந்தருளி இருக்கும் இறைவர். விளங்கும் பிறைச்சந்திரனைச் சடையில் சூடி இருப்பவர்; இளம் பூங்கொம்பு போன்ற மெல்லிய அழகிய சாயல் உடைய உமாதேவி இசைப் பாடல்களைப் பாட, அசைந்து எரியும் நெருப்பைக் கையில் ஏந்தி, நெருங்கி நின்று விளையாடி நடனம் ஆடுகின்றார்.

3206. **பாதம் பலர்ஏத்தப் பரமன் பரமேட்டி**
பூதம் புடைசூழப் புலித்தோல் உடையாகக்
கீதம் உமைபாடக் கெடில வடபக்கம்
வேத முதல்வன்நின்று ஆடும்வீரட் டானத்தே (7)

அருஞ்சொற்பொருள்:

பாதம் - திருவடி. பரமன் - மேலானவன். பரமேட்டி - பரம்பொருள். கீதம் - இசைப்பாடல்.

பொழிப்புரை:

கெடில நதியின் வடக்குக் கரையில் உள்ள வீரட்டானம் திருக் கோயிலில் எழுந்தருளி இருக்கும் இறைவர்; தமது திருவடியைப் பலரும்

போற்றி வணங்கும் மேலானவராய பரம்பொருள்; வேத முதல்வர்; அவர் பூதகணங்கள் சூழ்ந்து நிற்க, புலித்தோலை இடையில் உடுத்து, உமாதேவி இசையோடு கூடிய பாடல்களைப் பாட, அதற்கேற்ப நடனம் ஆடிக்கொண்டு இருக்கிறார்.

3207. கல்ஆர் வரைஅரக்கன் தடந்தோள் கவின்வாட
ஒல்லை அடர்த்தவனுக்கு அருள்செய்து அதிகையுள்
பல்ஆர் பகுவாய நகுவெண் தலைசூடி
வில்லால் எயில்எய்தான் ஆடும்வீரட் டானத்தே (8)

அருஞ்சொற்பொருள்:

கல்ஆர் வரை - கயிலை மலை. கவின் வாட -அழகு கெட. ஒல்லை - விரைந்து. பல்ஆர் - பல்லொடு கூடிய. பகுவாய - பிளந்த வாயினை உடைய. நகு வெண்தலை - சிரிப்பது போல் தோன்றும் மண்டை ஓடு. எயில் - மும்மதில்.

பொழிப்புரை:

அதிகை வீரட்டானத்தில் எழுந்தருளி இருக்கும் இறைவன். கயிலை மலையைப் பெயர்த்த இராவணனது பெரிய தோள்களின் அழகு கெடுமாறு, விரைந்து ஊன்றி நசுக்கியவன்; பின்னர் அவனுக்கு அருளும் செய்தவன்; பல்லொடு பொருந்திய பிளந்த வாயினை உடைய சிரிப்பதுபோல் தோற்றம் கொண்ட வெள்ளைநிற மண்டை ஓட்டை மாலையாகக் கோத்து அணிந்திருப்பவன்; மேரு மலையை வில்லாக வளைத்து மும்மதிலை அழித்தவன்; அவன் இப்பொழுது நடனம் ஆடிக் கொண்டிருக்கிறான்.

3208. நெடியான் நான்முகனும் நிமிர்ந்தானைக் காண்கிலார்
பொடிஆடு மார்பானைப் புரிநூல் உடையானைக்
கடிஆர் கழுநீலம் மலரும் அதிகையுள்
வெடிஆர் தலைஏந்தி ஆடும்வீரட் டானத்தே (9)

அருஞ்சொற்பொருள்:

நெடியான் - திருமால். பொடி - திருநீறு. புரிநூல் - முப்புரிநூல் (பூணூல்). கடி - மணம். கழுநீலம் - நீலமலர். வெடிஆர் தலை - தீயில் எரியும்போது வெடித்த மண்டை ஓடு.

பொழிப்புரை:

மணமுள்ள நீலமலர்கள் மலரும் திருஅதிகை என்னும் தலத்தில் உள்ள வீரட்டானம் என்னும் திருக்கோயிலில் எழுந்தருளி இருக்கும் இறைவர்,

நெடியவனாகிய திருமாலும், பிரமனும் அடிமுடி தேடியபோது, காண முடியாதபடி உயர்ந்து நின்றவர்; திருநீறு பூசிய மார்பில் பூணூலும் அணிந்திருப்பவர்; வெடித்த மண்டை ஓட்டைக் கையில் ஏந்தி, அவர் இப்பொழுது நடனம் ஆடுகிறார்.

3209. **அரையோடு அலர்பிண்டி மருவிக் குண்டிகை**
சுரையோடு உடன்ஏந்தி உடைவிட்டு உழல்வார்கள்
உரையோடு உரைஒவ்வாது உமையோடு உடனாகி
விரைதோய் அலர்தாரான் ஆடும்வீரட் டானத்தே (10)

அருஞ்சொற்பொருள்:

அரை - அரசமரம். அலர்பிண்டி - தழைத்த அசோகமரம். குண்டிகை சுரை - குண்டிகையாகச் சுரைக்குடுக்கை. விரை - மணம். தார் - மாலை.

பொழிப்புரை:

அரசமரம், நன்கு தழைத்த அசோகமரம் ஆகியவற்றை வணங்கியும், சுரைக்குடுக்கையைக் குண்டிகையாக ஏந்தியும், உடை உடுத்தாதும், திரியும் சமண பௌத்தர்கள் முன்னுக்குப் பின் பொருந்தாத சொற்கள் பேசித்திரிவர். அதனைக் கேட்க வேண்டா; மாறாக, திருவதிகை வீரட்டானம் திருக்கோயிலில் சிவபெருமான் உமாதேவியோடு கூடி மணம் பொருந்திய மலர்களால் ஆன மாலை அணிந்து கொண்டு நடனம் ஆடுகிறான்; அதனைக் காண்பீராக!

3210. **ஞாழல் கமழ்காழி யுள்ஞான சம்பந்தன்**
வேழம் பொருதெண்ணீர் அதிகைவீரட் டானத்துச்
சூழும் கழலானைச் சொன்ன தமிழ்மாலை
வாழும் துணையாக நினைவார் வினைஇலரே (11)

அருஞ்சொற்பொருள்:

ஞாழல் - புலிநகக் கொன்றை. வேழம் - நாணல்.

பொழிப்புரை:

புலிநகக் கொன்றை பூத்து மணம் கமழும் சீர்காழி நகரத்து ஞான சம்பந்தன் கரை அரிபடாது இருக்க நாணல்களை உடையதாய் விளங்கும், தெளிந்த நீர்வளம் மிகுந்த திருவதிகை வீரட்டானத்தில் எழுந்தருளி இருக்கும் வீரக்கழல் அணிந்த திருவடி உடைய இறைவன்மீது, பாடிய தமிழ்ப் பாமாலையைப் பாடிச் சாத்தி வழிபடுபவர், அதனை வாழ்க்கைக்குத் துணையாகக் கொள்வர்; வினையும் இல்லையாகும்.

திருச்சிற்றம்பலம்

296

திருஆமாத்தூர்

பதிக வரலாறு:

அதிகை வீரட்டம் பாடிய சண்பை அரசர், ஆமாத்தூர் பணிந்து சில பதிகங்கள் பாடுகின்றார். அதனில் இது ஒன்று.

தல வரலாறு:

விழுப்புரம் இரயில் நிலையத்திற்கு வடமேற்கில் 6கி.மீ. தொலைவில் பம்பை ஆற்றின் வடகரையில் உள்ளது. விழுப்புரத்திலிருந்து சூரப்பட்டு செல்லும் நகரப்பேருந்தில் செல்லலாம்.

சிவபெருமானை மட்டுமே வழிபடுவேன் என்று கூறி, வண்டு உருவம் கொண்டு இலிங்கத் திருமேனியில் துளையிட்டு, வலப்பக்கத்தை மட்டுமே வழிபட்டு வந்தார் பிருங்கி முனிவர். இது கண்ட அம்மை, அவரை சத்தியற்றுப் போகுமாறு சபித்தார். அப்பொழுது சிவபெருமான் தந்த மூன்றாவது கால்கொண்டு நடந்தார் முனிவர். அதற்கு மேலும் அம்மை, அவரை வன்னி மரமாகுமாறு சபித்தார். அந்த வன்னி மரமே இத்தலத்தின் தலமரமாக விளங்குகிறது. பின்னர் பிருங்கி முனிவர் இத்தலத்து அம்மையை வணங்கிச் சாபம் நீங்கப் பெற்றார்.

சுவாமி சந்நிதி கிழக்கு நோக்கியும், அம்மன் சந்நிதி மேற்கு நோக்கியும் இடையில் வழிவிட்டு அமைந்து உள்ளன. இது இராமர் வழிபட்ட தலம். புலவர் புராணம் பாடிய வண்ணச்சரபம் தண்டபாணி சுவாமிகளின் சமாதி, ஊருக்கு வெளியே இருக்கிறது. மூவர் தேவாரமும் பெற்ற தலம்.

சுவாமி	:	அழகிய நாதர்
அம்மை	:	அழகிய நாயகி
தல மரம்	:	வன்னி
தீர்த்தம்	:	பம்பை ஆறு

பண்: சீகாமரம்

3211. குன்ற வார்சிலை நாண்அ ராவரி
    வாளி கூர்எரி காற்றின் மும்மதில்
    வென்றவாறு எங்ஙனே விடைஏறும் வேதியனே
    தென்றல் ஆர்மணி மாட மாளிகை
    சூளி கைக்குஎதிர் நீண்ட பெண்ணைமேல்
    அன்றில் வந்துஅணையும் ஆமாத்தூர் அம்மானே (1)

அருஞ்சொற்பொருள்:

குன்றம் - மேருமலை. வார்சிலை - நீண்ட வில். அரா - பாம்பு. வாளி - அம்பு. கூர் - நுனி. எரி - அக்கினி. காற்று - ஈர்க்கு ஆகிய வாயுதேவன். சூளிகை - மாளிகையின் உச்சி. பெண்ணை - பனை மரம். அன்றில் - ஒரு பறவை.

பொழிப்புரை:

தென்றல் உலவுகின்றதும், மணிகள் பதித்துக் கட்டப்பட்டதும், ஆகிய மாடமாளிகைகளைவிட உயர்ந்து நிற்கும் பனை மரங்களின் மீது அன்றில் பறவை வந்து தங்கும் ஆமாத்தூர் என்னும் தலத்தில் எழுந்தருளி இருக்கும் இறைவரே! இடபத்தின் மீது ஏறி வருகின்ற வேதியரே! நீவிர், மேருமலையை நீண்ட வில்லாக வளைத்து, பாம்பினை நாணாகப் பூட்டி, அக்கினி தேவனை கூரிய அம்பின் நுனியாக்கி, காற்றினை இறகுகளாக்கி மும்மதிலை வெற்றி பெற்றது எவ்வாறு?

3212. பரவி வானவர் தான வர்பல
    ருங்க லங்கிட வந்த கார்விடம்
    வெருவ உண்டுஉகந்த அருள்என்கொல் விண்ணவனே
    கரவில் மாமணி பொன்கொ ழித்துஇழி
    சந்து கார்அகில் தந்து பம்பைநீர்
    அருவி வந்து அலைக்கும் ஆமாத்தூர் அம்மானே (2)

அருஞ்சொற்பொருள்:

தானவர் - அசுரர். வெருவ - அஞ்ச. 'வெருவ விடம் உண்டு உகந்த அருள் என்?' எனக் கூட்டி உரைக்க. கரவுஇல் - குற்றம் இல்லாத. சந்து - சந்தனம். கார்அகில் - கரிய அகில் மரம். பம்பை - பெண்ணை ஆற்றிலிருந்து பிரியும் ஓர் ஆறு.

பொழிப்புரை:

குற்றமில்லாத மேன்மை உடைய மணிவகைகள், பொன்துகள்கள், சந்தனம், கரிய நிற அகில், ஆகியவற்றை பம்பை ஆற்றின் நீரானது கரை ஒதுக்கிப் பாயும் ஆமாத்தூர் என்னும் தலத்தில் எழுந்தருளி இருக்கும் அம்மானே! விண்ணவனே! தேவர்களும் அசுரர்களும் எனப் பலரும் பரவலாக மனம் கலங்குமாறு வந்த கரியநிற ஆலகால விடத்தை அனைவரும் அஞ்ச, உண்டு மகிழ்ந்தது எவ்வாறு? அருளுவாயாக!

3213. **நீண்ட வார்சடை தாழ நேரிழை**
பாட நீறுமெய் பூசி மால்அயன்
மாண்ட வார்சுடலை நடம்ஆடும் மாண்புஅதுஎன்
பூண்ட கேழல் மருப்பு அராவிரி
கொன்றை வாள்வரி ஆமை பூண்என
ஆண்ட நாயகனே ஆமாத்தூர் அம்மானே (3)

அருஞ்சொற்பொருள்:

நேரிழை - நேரிய அணிகலன்கள் அணிந்துள்ள உமாதேவி. மால் - திருமால். அயன் - பிரமன். மாண்ட - இறந்துபட்ட. சுடலை - சுடுகாடு. கேழல் - பன்றி.· அரா - பாம்பு.

பொழிப்புரை:

பன்றியின் கொம்பு, பாம்பு, விரிந்த கொன்றை மலர், வரியும் ஒளியும் உடைய ஆமை ஓடு ஆகியவையே அணியும் ஆபரணம் என அணிந்து கொண்டு, எம்மை அடிமை கொண்ட தலைவனே! தந்தையே! சடையானது மிகவும் நீண்டு தொங்க, நேரிய அணிகலன்கள் அணிந்திருக்கும் உமாதேவி பாட, திருநீற்றை உடல் முழுதும் பூசிக்கொண்டு, திருமால், பிரமன் ஆகியோரது உடல்கள் எரிக்கப்பட்ட சுடுகாட்டில் நின்று, நடனமாடுவதன் சிறப்பு என்ன? கூறுவாயாக!

3214. **சேலின் நேர்அன கண்ணி வெண்நகை**
மான்விழித் திருமாதைப் பாகம் வைத்து
ஏல மாதவம்நீ முயல்கின்ற வேடம்இதுஎன்
பாலின் நேர்மொழி மங்கை மார்நடம்
ஆடி இன்னிசை பாட நீள்பதி
ஆலை சூழ்கழனி ஆமாத்தூர் அம்மானே (4)

அருஞ்சொற்பொருள்:

சேல் - ஒருவகை மீன். நேர்அன - ஒத்த. திருமாது - அழகிய உமாதேவி. ஏல - பொருந்த. ஆலை - கரும்பு ஆலை.

பொழிப்புரை:

பால் போன்ற இனியமொழி பேசும் மகளிர் நடனம் ஆடி இனிய இசைப் பாடல்களைப் பாடும், நீண்ட தெருக்களை உடையதும், கரும்பு ஆலைகள் நிறைந்த வயல்களை உடையதும், ஆகிய ஆமாத்தூர் என்னும் தலத்தில் எழுந்தருளி இருக்கும் தந்தையே! சேல்மீன் போன்ற வடிவ அழகும், மான்போன்ற மருண்ட பார்வையும் கொண்ட கண்களும், வெண்மைநிறப் பற்களும் கொண்ட அழகிய பெண்ணாகிய உமாதேவியை உடம்பின் ஒரு பாகத்தில் வைத்திருந்தும், தவத்தினைப் பொருந்துவதாகிய ஒரு முயற்சியில் இறங்குவது எந்த வகையில் பொருந்தும்? விடை கூறுவாயாக!

3215. **தொண்டர் வந்து வணங்கி மாமலர்**
தூவி நின்கழல் ஏத்து வார்அவர்
உண்டியால் வருந்த இரங்காதது என்னைகொலாம்
வண்டல் ஆர்க ழனிக்க லந்து
மலர்ந்த தாமரை மாதர் வாள்முகம்
அண்டவாணர் தொழும் ஆமாத்தூர் அம்மானே (5)

அருஞ்சொற்பொருள்:

உண்டியால் - உணவால் (உணவின்றி). என்னை - ஏன்?. வண்டல் - வண்டல்மண். கழனி - வயல். அண்டவாணர் - மேல் உலகங்களில் வாழ்பவர் (தேவர்).

பொழிப்புரை:

வண்டல்மண்ணால் வளம் பெறும் வயல்களில் மலர்ந்துள்ள தாமரை மலர்கள் மகளிரது ஒளிபொருந்திய முகத்துக்கு ஒப்பாக விளங்குவதும், தேவர்கள் வந்து வணங்கிச் செல்வதும், ஆகிய ஆமாத்தூரில் எழுந்தருளி இருக்கும் தந்தையே! அடியார்கள் வந்து வணங்கி, மேலான மலர்களைத் தூவி, நினது திருவடியைப் போற்றி வணங்கவும், விரதம் மேற்கொண்டு உணவு உண்ணாது, அடியார்கள் வருந்தும்போது, அவர்களுக்காக நீ வருந்தாது இருப்பது எதனால்? கூறுவாயாக!

3216. ஓதி ஆரணம் ஆய நுண்பொருள்
அன்று நால்வர் முன்கேட்க நன்நெறி
நீதி ஆலநீழல் உரைக்கின்ற நீர்மைஅதுஎன்
சோதி யேசுட ரேசுரும் புஅமர்
கொன்றை யாய்திரு நின்றி ஊர்உறை
ஆதியே அரனே ஆமாத்தூர் அம்மானே (6)

அருஞ்சொற்பொருள்:

ஆரணம் - வேதம். நால்வர் - சனகன் முதலிய முனிவர் நால்வர். நன்னெறி - ஞானநெறி. ஆலநீழல் - கல்லால மர நிழல். நீர்மை - தன்மை. சுரும்பு - வண்டு. ஆதி - முதல்வன். அரன் - பிறப்பை அறுப்பவன்.

பொழிப்புரை:

சோதியே! சுடரே! வண்டு அமரும் கொன்றை மலர் மாலை சூடியவனே! திருநின்ற ஊரில் உறைகின்ற முதல்வனே! பிறப்பை அறுக்கவல்ல பெருமானே! ஆமாத்தூர் என்னும் தலத்தில் எழுந்தருளி இருக்கும் தந்தையே! வேதம் ஓதி, அதன் நுண்பொருளை, அன்று சனகன் முதலிய முனிவர் நால்வர் கேட்குமாறு, நன்னெறியாகிய ஞான நெறியை, கல்லால மரத்தின்கீழ் இருந்து, எடுத்துரைத்தது என்ன தன்மையினால்? கூறுவாயாக!

3217. மங்கை வாள்நுதல் மான்ம னத்திடை
வாடி ஊட மணம்க மழ்சடைக்
கங்கையாள் இருந்த கருத்தாவது என்னைகொலாம்
பங்க யமது உண்டு வண்டிசை
பாட மாமயில் ஆட விண்முழவு
அங்கையால் அதிர்க்கும் ஆமாத்தூர் அம்மானே (7)

அருஞ்சொற்பொருள்:

வாள்நுதல் - ஒளி உடைய நெற்றி. மான் - மான் போன்ற பார்வதி. மனம் வாடி - மனத்தில் வாட்டமுற்று. ஊடல் - ஊடல் கொள்ள. பங்கயம் - தாமரை. 'அங்கையால் அதிர்க்கும் முழவு போல் விண் (இடி) முழங்கும்' - என்று பொருள் உரைக்க.

பொழிப்புரை:

விண்ணில் இடியானது கையினால் வாசிக்கும் முழவுபோல் ஒலிசெய்ய, தாமரையில் தேன் உண்டு வண்டுகள் இசைபாட, மேன்மை

பொருந்திய மயில்கள் ஆடும் ஆமாத்தூர் என்னும் தலத்தில் எழுந்தருளி இருக்கும் தந்தையே! ஒளி பொருந்திய நெற்றியுடன் கூடியவளும், மான் போன்ற மருண்ட பார்வை உடையவளும், ஆகிய உமாதேவி மனம் வாடி ஊடுமாறு, மணம் கமழும் சடையில் கங்கை என்னும் பெண்ணை ஒளித்து வைத்திருக்கக் காரணம் என்ன?

3218. நின்று அடர்த்தி டும்ஐம் புலன்நிலை
 யாத வண்ணம் நினைத்து உளத்துஇடை
 வென்றுஅடர்த்து ஒருபால் மடமாதை விரும்புதல்என்
 குன்று எடுத்த நிசாச ரன்திரள்
 தோள்இ ருபது தான்நெ ரிதர
 அன்றுஅடர்த்து உகந்தார் ஆமாத்தூர் அம்மானே (8)

அருஞ்சொற்பொருள்:

அடர்த்திடும் - வருத்தியிடும். நிசா சரன் - இரவில் சஞ்சரிப்பவன் (இராவணன்).

பொழிப்புரை:

கயிலை மலையைப் பெயர்த்த இராவணனது இருபது தோள்களும் நெரிபடுமாறு, அன்று நெருக்கி மகிழ்ந்த ஆமாத்தூர் என்னும் தலத்தில் எழுந்தருளி இருக்கும் எமது தந்தையே! நின்று துன்புறுத்தும் ஐம்புலன்களின் இன்பம் நிலையில்லாதவை என்று மனத்தால் நினைத்து, அவற்றை வெற்றி கொண்டு அழித்த பின்னும், உடம்பின் ஒரு பாதியில் பெண்ணை வைத்திருப்பதில் விருப்பம் கொள்வது என்ன காரணம் பற்றியோ? அறிவிப்பாயாக!

3219. செய்ய தாமரை மேல்இ ருந்தவ
 னோடு மால்அடி தேடி நீள்முடி
 வெய்ய வார்அழலாய் நிமிர்கின்ற வெற்றிமைஎன்
 தைய லாளொடு பிச்சைக்கு இச்சை
 தயங்கு தோல்அரை ஆர்த்த வேடம்கொண்டு
 ஐயம் ஏற்றுஉகந்தாய் ஆமாத்தூர் அம்மானே (9)

அருஞ்சொற்பொருள்:

வெற்றிமை - வென்ற தன்மை. தையலாள் - உமாதேவி. இச்சை - விருப்பம். தயங்குதோல் - அசைகின்ற தோல். அரை - இடையில். ஆர்த்த - கட்டிய. ஐயம் - பிச்சை உணவு.

பொழிப்புரை:

உமாதேவியோடு பிச்சை உணவின்மீது விருப்பம் கொண்டு, அசைகின்ற புலியின் தோலை இடையில் உடையாக உடுத்து, வேடம் பூண்டு, பிச்சை ஏற்று மகிழ்ந்த ஆமாத்தூரில் எழுந்தருளி இருக்கும் தந்தையே! சிவந்த தாமரைமேல் இருக்கின்ற பிரமனும், திருமாலும், முடியையும் அடியையும் தேடவும், நெருப்பு உருவாய் உயர்ந்து நின்ற வெற்றியின் தன்மை என்ன தன்மையோ? கூறுவீராக!

3220. **புத்தர் புன்சமண் ஆதர் பொய்ம்மொழி**
நூல்பி டித்துஅலர் தூற்ற நின்அடி
பத்தர் பேணநின்ற பரமாய பான்மைஅதுஎன்
முத்தை வென்ற முறுவ லாள்உமை
பங்கன் என்று இமையோர் பரவிடும்
அத்தனே அரியாய் ஆமாத்தூர் அம்மானே (10)

அருஞ்சொற்பொருள்:

ஆதர் - அறிவிலி. நூல் - பிடக நூல். அலர் - பழி. பத்தர் - அன்பர். பேண - விரும்ப. பரம் ஆய பான்மை -மேலானவர்க்கும் மேலாய தன்மை. முறுவல் - பல். இமையோர் - தேவர்.

பொழிப்புரை:

முத்தையும் வெல்லும் பல்வரிசை உடைய உமாதேவியின் பாகனாய், தேவர்கள் தொழநின்ற தலைவனே! அரியவனே! தந்தையே! புத்தர்கள், இழிந்த சமணர்களாகிய அறிவிலிகள் ஆகியோர், பொய்யான கருத்துக் களைத் தன்னகத்தே கொண்ட பிடகநூலை உயர்த்திப் பிடித்து, உம்மைப் பழி தூற்றவும், மாறாக உமது அன்பர்கள் விரும்ப நிற்கும் மேலானவர்க்கும் மேலான பொருளாய், நீ விளங்குவது எவ்வாறு?

3221. **வாடல் வெண்தலை மாலை ஆர்த்து**
மயங்கி ருள்எரி ஏந்தி மாநடம்
ஆடல் மேயதுஎன்என்று ஆமாத்தூர் அம்மானைக்
கோடல் நாகம் அரும்பு பைம்பொழில்
கொச்சை ஆர்இறை ஞான சம்பந்தன்
பாடல் பத்தும்வல்லார் பரலோகம் சேர்வாரே (11)

அருஞ்சொற்பொருள்:

வாடல்தலை - மண்டைஓடு. ஆர்த்து - கோத்து. ஆடல் - கூத்து. மேயது - விரும்பியது. கோடல் - வெண்காந்தள். நாகம் அரும்பு - பாம்புபோல் அரும்புகின்ற. கொச்சை - கொச்சைவயம் (சீர்காழி). பரலோகம் - மேலான வீட்டு உலகம்.

பொழிப்புரை:

செங்காந்தள் மலர் பாம்பு போல் அரும்பும் பசிய சோலை சூழ்ந்த கொச்சைவயம் (சீர்காழி) நகரத்து ஞானசம்பந்தன் ஆமாத்தூரில் எழுந்தருளி இருக்கும் இறைவன்மீது, மண்டைஓட்டைக் கையில் ஏந்தியும், மண்டை ஓட்டு மாலை அணிந்தும், மயக்கம் செய்கின்ற இரவு வேளையில் நெருப்பைக் கையில் ஏந்தியும், மேலான நடனம் ஆடுவதை விரும்புவது ஏன்? என்று வினவிப் பாடிய பாடல் பத்தும் பாடி வழிபட வல்லவர், மேலான வானஉலகம் சென்று சேர்வர்.

திருச்சிற்றம்பலம்

297

திருஆமாத்தூர்

பதிக வரலாறு:

ஆளுடை பிள்ளையார், ஆமாத்தூரில் பாடிய மற்றும் ஒரு பதிகம் இது.

திருமுறை 2 - 180 திருஞான - 967

பண்: சீகாமரம்

3222. **துன்னம்பெய் கோவணமும் தோலும் உடைஆடை**
பின்னம்சடை மேல்ஓர் பிள்ளை மதிசூடி
அன்னம்சேர் தண்கானல் ஆமாத்தூர் அம்மான்தன்
பொன்னம் கழல்பரவாய் பொக்கமும் பொக்கமே (1)

அருஞ்சொற்பொருள்:

துன்னம் - தைத்தல். பின் - பின்னிய. அம்சடை - அழகிய சடை. பொக்கம் - (அழகு) பொலிவு.

பொழிப்புரை:

கீளோடு இணைத்துத் தைத்த கோவணத்தையும், புலி, மான், யானை ஆகியவற்றின் தோல்களை இடையில் உடுத்தும் உடையாகவும் மேலே போர்த்தும் ஆடையாகவும்; பின்னிய அழகிய சடையில் பிறைச் சந்திரனை அணிகலனாகவும்; அணிந்துள்ள அன்னப் பறவைகள் வந்து தங்கும் அழகிய குளிர்ந்த சோலைகள் உடைய ஆமாத்தூரில் எழுந்தருளி இருக்கும் எமது தந்தையின் பொன்போன்ற அழகிய திருவடிகளை வணங்காமல் வரும் பொலிவும், ஒரு பொலிவு ஆகுமோ?

3223. **கைம்மாவின் தோல்போர்த்த காபாலி வான்உலகில்**
மும்மா மதில்எய்தான் முக்கணான் பேர்பாடி
அம்மா மலர்ச்சோலை ஆமாத்தூர் அம்மான்எம்
பெம்மான்என்று ஏத்தாதார் பேயரில் பேயரே (2)

அருஞ்சொற்பொருள்:

கைம்மா - கை உடைய விலங்கு (யானை). காபாலி - பிரமகபாலம் ஏந்துபவன். முக்கணான் - (முக்கண்ணன்) மூன்று கண்கள் உடையவன். அம் - அழகிய. மா - பெரிய. அம்மான் - அருமகன். பெம்மான் - பெருமகன். ஏத்தாதார் - போற்றாதவர். பேயர் - பேய் போன்றவர்.

பொழிப்புரை:

யானையின் தோலை உரித்து மேலாடையாகப் போர்த்துக் கொண்ட பிரமகபாலம் ஏந்தி இருப்பவன், வானில் சுற்றித் திரிந்த மூன்று பெரிய மதில்களை எரித்து அழித்தவன்; மூன்று கண்கள் உடைய அவனது புகழ்மொழிகளைப் பாடி, அழகிய பெரிய மலர்ச் சோலைகளால் சூழப்பட்ட ஆமாத்தூரில் எழுந்தருளி இருக்கும் அருமகன் என்றும், பெருமகன் என்றும், போற்றிப் புகழாதவர், பேயரிலும் கொடிய பேயர் ஆவர்.

3224. **பாம்புஅரைச் சாத்திஓர் பண்டரங்கன் விண்டதுஓர்**
தேம்ப இளமதியம் சூடிய சென்னியான்
ஆம்பல்அம் பூம்பொய்கை ஆமாத்தூர் அம்மான்தன்
சாம்பல் அகலத்தார் சார்புஅல்லால் சார்புஇலமே (3)

அருஞ்சொற்பொருள்:

அரை - இடுப்பு. பண்டரங்கன் - பண்டரங்கம் என்னும் ஒருவகைக் கூத்து நிகழ்த்துபவன். விண்டது - விரிந்தது (மலர்ந்தது). தேம்பல் - மெலிதல். சாம்பல் - திருநீறு. அகலம் - திருமார்பு.

பொழிப்புரை:

பாம்பினை இடையில் கச்சாகக் கட்டி, மெலிந்த இளம்பிறைச் சந்திரனைச் சூடிய தலைஉடையவனாய், பண்டரங்கம் என்னும் கூத்து நிகழ்த்துபவனாய், ஆம்பலின் அழகிய மலர் மலர்ந்திருக்கும் பொய்கை உடைய ஆமாத்தூரில் எழுந்தருளி இருக்கும் திருநீறு பூசிய மார்பு உடைய அம்மானைச் சாரும் சார்பு அல்லாது, வேறு சார்பு இல்லாதவர் ஆயினோம்.

3225. **கோல்நாகப் பேரல்குல் கோல்வளைக்கை மாதராள்**
பூண்நாகம் பாகமாப் புல்கி அவளோடும்
ஆண்ஆகம் காதல்செய் ஆமாத்தூர் அம்மானைக்
காணாத கண்எல்லாம் காணாத கண்களே (4)

அருஞ்சொற்பொருள்:

கோல் நாகம் - (கோள் நாகம்) கொல்லும் தன்மை உடைய பாம்பு. கோல் வளை - திரண்ட வளையல். ஆகம் - உடம்பு.

பொழிப்புரை:

கொல்லும் தன்மை உடைய பாம்பின் படம் போன்ற பெரிய அல்குல் பரப்பும், திரண்ட வளையல் அணிந்த கையும் உடைய உமாதேவியைத் தனது உடம்பில் ஒரு பாகமாகப் பூண்டு, தழுவி அவளோடும் ஆண் உடம்பு கொண்டு எழுந்தருளி இருக்கும் ஆமாத்தூர் என்னும் தலத்து இறைவனைக் காணாத கண் உடையவர், கண் இருந்தும் பார்வை இழந்தவரே ஆவர்.

3226. **பாடல் நெறிநின்றான் பைங்கொன்றைத் தண்டாரே**
சூடல் நெறிநின்றான் சூலம்சேர் கையினான்
ஆடல் நெறிநின்றான் ஆமாத்தூர் அம்மான்தன்
வேட நெறிநில்லா வேடமும் வேடமே (5)

அருஞ்சொற்பொருள்:

தண் தார் - குளிர்ந்த மாலை. சூடல் - (சூடுதல்) அணிதல். வேடநெறி - மெய்த்தவ வேடநெறி.

பொழிப்புரை:

பாடல்களை விரும்பிக் கேட்பவன்; பசிய கொன்றையின் மலரால் ஆன குளிர்ந்த மாலை அணிந்திருப்பவன்; சூலம் ஏந்திய கை உடையவன்; ஐந்தொழில் நடனம் ஆடுபவன்; ஆமாத்தூரில் எழுந்தருளி இருக்கும் அப்பெருமானது உண்மை அடியார் வேடத்தில் நில்லாது, வேறு எந்த நெறிக்கு உரிய வேடம் ஏற்றாலும் அது பயன் தராது.

3227. **சாமவரை வில்லாகச் சந்தித்த வெங்கணையால்**
காவல்மதில் எய்தான் கண்ணுடை நெற்றியான்
யாவரும் சென்றுஏத்தும் ஆமாத்தூர் அம்மானைத்
தேவர் தலைவணங்கும் தேவர்க்கும் தேவனே (6)

அருஞ்சொற்பொருள்:

சாமவரை - பொன்மலை (மேரு). காவல் மதில் - காவல் அமைந்த மும்மதில்.

பொழிப்புரை:

மேருமலையை வில்லாக வளைத்து, கொடிய ஓர் அனல்அம்பு கொண்டு, காவல் அமைந்த மும்மதிலை எரித்து அழித்தவன்; நெற்றியில் கண் உடையவன்; யாவரும் சென்று பணிந்து போற்றும் ஆமாத்தூரில் எழுந்தருளி இருக்கும் அம்மான்; அவன் தேவர்கள் எல்லாம் வந்து தலைவணங்கி நிற்க, தேவதேவனாய் விளங்குகின்றான்.

3228. **மாறாத வெங்கூற்றை மாற்றி மலைமகளை**
வேறாக நில்லாத வேடமே காட்டினான்
ஆறாத தீயாடி ஆமாத்தூர் அம்மானைக்
கூறாத நாஎல்லாம் கூறாத நாக்களே (7)

அருஞ்சொற்பொருள்:

மாறாத - அழிவில்லாத. கூற்று - இயமன். மாற்றி - அழித்து. ஆறாத - தணியாத.

பொழிப்புரை:

அழிவில்லாத கொடிய இயமனை அழித்தவன்; மலையரசன் மகளை வேறாக வைத்துக் காட்டாது, தம்முடனே வைத்துக் காட்டிய வேடம் உடையவன்; தணியாத நெருப்பை ஏந்தி நடனம் ஆடியவன்; ஆமாத்தூர் என்னும் தலத்தில் எழுந்தருளி இருக்கும் அம்மான்; அவன் புகழைப் பேசாத நா எல்லாம் பேசும் ஆற்றல் பெற்றிருப்பினும், பேசும் தன்மை இழந்த நாவாகவே கருதப்படும்.

3229. **தாளால் அரக்கன்தோள் சாய்த்த தலைமகன்தன்**
நாள்ஆ திரைஎன்றே நம்பன்தன் நாமத்தால்
ஆள்ஆனார் சென்றுஏத்தும் ஆமாத்தூர் அம்மானைக்
கேளாச் செவிஎல்லாம் கேளாச் செவிகளே (8)

அருஞ்சொற்பொருள்:

தாள் - திருவடி. சாய்த்த - வீழ்த்திய. நம்பன் -விரும்பப்படுபவன். நாமம் - திருஐந்தெழுத்துத் திருப்பெயர். ஆள் - அடிமை.

பொழிப்புரை:

இராவணனது தோள்களைத் தமது திருவடியால் வீழ்த்திய தலைமகனும், திருவாதிரை நாளை விரும்புகின்றவனும், தனக்கு அடியரானவர் வந்து

திருப்பெயர்களை உச்சரித்துத் தொழுது வணங்க நின்றவனும், திருவாமாத்தூர் என்னும் தலத்தில் எழுந்தருளி இருப்பவனும், ஆகிய பெருமானது பெருமை குறித்துக் கேளாத காதுகள், பயனற்ற காதுகளே ஆகும்.

3230. புள்ளும் கமலமும் கைக்கொண்டார் தாம்இருவர்
உள்ளும் அவன்பெருமை ஒப்புஅளக்கும் தன்மையதே
அள்ளல் விளைகழனி ஆமாத்தூர் அம்மான்எம்
வள்ளல் கழல்பரவா வாழ்க்கையும் வாழ்க்கையே (9)

அருஞ்சொற்பொருள்:

புள் - பறவை (கருடன்). கமலம் - தாமரை மலர். ஒப்பளக்கும் தன்மை - ஒப்பிட்டு அளக்கும் தன்மை. அள்ளல் - சேறு.

பொழிப்புரை:

கருடனை ஊர்தியாகக் கொண்ட திருமாலும், தாமரைமலர் மேல் அமர்ந்திருக்கும் பிரமனும், ஆகிய இருவரும் தியானித்து வழிபடும் சிவபெருமானது பெருமை ஒப்பிட்டுச் சொல்லும் அளவினதோ? இல்லை, சேறு நிறைந்த விளைச்சல் குறையாத வயல்வளம் உடைய ஆமாத்தூரில் எழுந்தருளி இருக்கும் எம் வள்ளலாகிய அப்பெருமானது திருவடியைப் போற்றாத வாழ்வும் ஒரு வாழ்வாகுமோ?

3231. பிச்சை பிறர்பெய்யப் பின்சாரக் கோசாரக்
கொச்சை புலால்நாற ஈர்உரிவை போர்த்துஉகந்தான்
அச்சம்தன் மாதேவிக்கு ஈந்தான்தன் ஆமாத்தூர்
நிச்சல் நினையாதார் நெஞ்சமும் நெஞ்சமே (10)

அருஞ்சொற்பொருள்:

பின்சார - பின்னே வர. கோசார - தலைமை கெடாதபடி. கொச்சை - இழிவு. புலால்நாற - புலால் நாற்றம் வீச. ஈர்உரிவை - ஈரம் உலராத தோல். நிச்சல் - (நித்தல்) நாள்தோறும்.

பொழிப்புரை:

பெண்கள் பிச்சை இடுவதுடன் நில்லாமல், அழகில் மயங்கிப் பின் தொடரவும், தன் தலைமை மாறாத பண்புடன், இழிந்த புலால் நாறுமாறு, யானையின் தோலை உரித்து, உரித்த ஈரம் உலரும் முன்னே போர்த்து மகிழ்ந்தவன்; அதுகண்டு அவனது தேவியானவள் அச்சம் கொண்டாள்; அவ்வாறாக ஆமாத்தூரில் எழுந்தருளி இருக்கும் பெருமானை நாளும் நினையாதாரது மனமும் ஒரு மனம் ஆகுமோ? ஆகாது.

3232. ஆடல்அரவு அசைத்த ஆமாத்தூர் அம்மானைக்
கோடல் இரும்புறவில் கொச்சைவயத் தலைவன்
நாடல் அரியசீர் ஞானசம் பந்தன்தன்
பாடல் இவைவல்லார்க்கு இல்லையாம் பாவமே (11)

அருஞ்சொற்பொருள்:

ஆடல் அரவம் - படம் எடுத்து ஆடுகின்ற பாம்பு. கோடல் - வெண் காந்தள். இரும்புறவு - பெரிய காடு (முல்லை நிலம்). கொச்சைவயம் - சீர்காழிக்கு உரிய பெயர்களுள் ஒன்று. நாடல் - நாடுதல். அரிய சீர் - அரிய சிறப்பு.

பொழிப்புரை:

படம் எடுத்து ஆடுகின்ற பாம்பைப் பிடித்து ஆடுகின்ற ஆமாத்தூரில் எழுந்தருளி இருக்கும் அம்மானை; வெண்காந்தள் மலரும் பெரிய காட்டின் இடமாக உள்ள கொச்சைவயம் என்னும் சீர்காழியில் அவதரித்த தலைவனும், நாட அருமை உடைய புகழுடன் விளங்குபவனும், ஆகிய ஞானசம்பந்தன், பாடிய பாடல்களாகிய இவை கொண்டு, பாடி வழிபடும் வல்லமை உடையவர்க்கு, வர இருக்கும் பாவம் இல்லையாகும்.

திருச்சிற்றம்பலம்

298

திருக்கோவலூர்

பதிக வரலாறு:

கோவலூர் வீரட்டம் கும்பிட்டு கவுணியர்கோன் இப்பதிகத்தை அருளுகின்றார்.

தல வரலாறு:

இத்தலம் பெண்ணை ஆற்றின் தென்கரையில் உள்ளது. திருக் கோவலூர் என்பது ஊரின் பெயர்; வீரட்டம் என்பது திருக்கோயிலின் பெயர். அந்தகாசுரனை அழித்த வீரம் வெளிப்பட்ட தலம். மெய்ப்பொருள் நாயனார் ஆட்சி செய்த தலம். இப்பொழுது திருக்கோயிலூர் என்று வழங்கப்படுகிறது.

சுவாமி	:	வீரட்ட நாதர்
அம்மை	:	சிவாநந்தவல்லி
தல மரம்	:	வில்வம்
தீர்த்தம்	:	பெண்ணை ஆறு

திருமுறை 2 - 236   திருஞான - 968

திருவிராகம்
பண்: நட்டராகம்

3233. படைகொள் கூற்றம் வந்துமெய்ப்
   பாசம் விட்ட போதின்கண்
   இடைகொள் வார்எமக் குஇலை
   எழுக போது நெஞ்சமே
   குடைகொள் வேந்தன் மூதாதை
   குழகன் கோவ லூர்தனுள்
   விடைஅது ஏறும் கொடியினான்
   வீரட் டானம் சேர்துமே   (1)

அருஞ்சொற்பொருள்:

பாசம் - கயிறு. போது - பொழுது. இடைகொள்வார் - இடையில் வருவார். இலை - இல்லை. 'நெஞ்சமே, எழுக, போதுக!' - என்று கூட்டி உரைக்க. மூதாதை - மூத்தப்பன். குழகன் - எப்பொழுதும் இளமையாய் இருக்கும் சிவபெருமான்.

பொழிப்புரை:

பல படைகளைக் கொண்ட இயமன் வந்து உடம்பிலிருந்து உயிரைப் பிரிக்கக் கயிறு வீசும்போது, இயமனுக்கும் எனக்கும் இடையே வந்து தடுப்பவர் யாரும் இல்லை. எனவே மனமே! இப்பொழுதே எழுந்து புறப்படுவாயாக! வெண்கொற்றக் குடையின்கீழ் இந்நாட்டை ஆட்சி செய்துவரும் மலையமானுக்கு மூத்தப்பனும், எப்பொழுதும் இளமையோடு இருப்பனும், ஏறும் இடபம் எழுதிய கொடி உடையவனும், ஆகிய இறைவன் சிவபெருமான் எழுந்தருளி இருக்கும் கோவலூரில் உள்ள வீரட்டானம் திருக்கோயிலைச் சென்று சேர்வோமாக!

3234. **கரவ லாளர் தம்மனைக்**
கடைகள் தோறும் கால்நிமிர்த்து
இரவல் ஆழி நெஞ்சமே
இனியது எய்த வேண்டில்நீ
குரவம் ஏறி வண்டுஇனம்
குழலொடு யாழ்செய் கோவலூர்
விரவி நாறு கொன்றையான்
வீரட் டானம் சேர்துமே (2)

அருஞ்சொற்பொருள்:

கரவலாளர் - செல்வம் இருந்தும் கொடுக்க மனமின்றி மறைத்து வைப்பவர். இரவல் - இரத்தலைச் செய்யாதே!. ஆழி - இது 'வாழி' என்று இருந்திருக்க வேண்டும் என்பது சி.கே.எஸ். அவர்கள் தரும் குறிப்பு.

பொழிப்புரை:

மனமே! நீ வாழ்வாயாக! செல்வத்தை மறைத்து வைத்துக் கொண்டு 'இல்லை' என்று கூறிக் கொடுக்க மறுக்கும் உலோபிகளின் வீட்டு வாசலில் சென்று கால்நிமிர்ந்து இரத்தல் செய்வதைக் கை விடுவாயாக! நல்லது நடைபெற வேண்டுமாயின், நீ வண்டுகள் குராமரத்தில் ஏறி குழல் போலும் யாழ் போலும் இசைஎழுப்பும் கோவலூரில் வீரட்டானம் திருக்கோயிலில் எழுந்தருளி இருக்கும் மணம் வீசும் கொன்றை மலர் மாலை சூடி இருக்கும் சிவபெருமானைச் சென்று சேர்வாயாக!

3235. உள்ளத் தீரே போதுமின்
உறுதி யாவது அறிதிரேல்
அள்ளல் சேற்றில் காலிட்டு
அங்கு அவலத்துள் அழுந்தாதே
கொள்ளப் பாடு கீதத்தான்
குழகன் கோவ லூர்தனில்
வெள்ளம் தாங்கு சடையினான்
வீரட் டானம் சேர்துமே (3)

அருஞ்சொற்பொருள்:

அள்ளல் சேறு - நரகமாகிய சேறு. அவலம் - துன்பம். கொள்ள - மனம் ஏற்கும் வகையில். கீதத்தான் - வேதமாகிய கீதம் உடையவன் (வேதத்தை கீதத்தோடு பாடுபவன்).

பொழிப்புரை:

நல்ல மனம் உடையவர்களே! வாருங்கள்! 'உயிர்க்கு உறுதி தருவது எது?' என அறிய விரும்புவீராயின், நரகமாகிய சேற்றில் கால்வைத்து துன்பத்துள் மூழ்கி விடாதிருக்க,கேட்பவர் உள்ளம் ஏற்கும் வண்ணம் வேதத்தை இசையோடு பாடுபவனும், குழகனும், கங்கை வெள்ளம் தங்கிய சடை உடையவனும், ஆகிய இறைவன் எழுந்தருளி இருக்கும் கோவலூர் என்னும் தலத்தில் உள்ள வீரட்டானம் திருக்கோயிலைச் சென்று சேர்வீராக!

3236. கனைகொள் இருமல் சூலைநோய்
கம்ப தாளி குன்மமும்
இனைய பலவும் மூப்பினோடு
எய்தி வந்து நலியாமுன்
பனைகள் உலவு பைம்பொழில்
பழனம் சூழ்ந்த கோவலூர்
வினையை வென்ற வேடத்தான்
வீரட் டானம் சேர்துமே (4)

அருஞ்சொற்பொருள்:

சூலை - வயிற்றுவலி. கம்ப தாளி - கால் நடுங்குவது. குன்மம் - ஒருவகை வயிற்றுநோய். நலியாமுன் - துன்புறுத்தும் முன்பாக.

பொழிப்புரை:

கனைத்தலைச் செய்யும் இருமல், சூலை, கால் நடுக்கம், குன்மம் என்று இன்னும் பல நோய்களும் முதுமையும் வந்து துன்பம் செய்வதற்கு முன்னே, பனைமரங்கள் நிறைந்துள்ள சோலையும் வயல் வளமும் உடைய கோவலூரில் வினையை வென்ற வேடம் உடைய சிவபெருமான் எழுந்தருளி இருக்கும் வீரட்டானம் திருக்கோயிலைச் சென்று சேர்வோமாக!

3237. உளம்கொள் போகம் உய்த்திடார்
    உடம்பு இழந்த போதின்கண்
    துளங்கி நின்று நாள்தொறும்
    துயரல் ஆழி நெஞ்சமே
    வளங்கொள் பெண்ணை வந்துலா
    வயல்கள் சூழ்ந்த கோவலூர்
    விளங்கு கோவ ணத்தினான்
    வீரட் டானம் சேர்துமே   (5)

அருஞ்சொற்பொருள்:

உளம்கொள் போகம் - உள்ளம் கொள்ள நினைக்கும் சிவபோகம். அல் ஆழி - ஆழ வேண்டா. பெண்ணை - பெண்ணை ஆறு.

பொழிப்புரை:

உடம்பை இழந்த பின்பு சிவபோகத்தில் திளைக்க முடியாது; எனவே, நாள்தோறும் கலங்கி நின்று துன்பத்தில் மூழ்குவதை மனமே! நீ கைவிடு! வளமான பெண்ணை ஆறு பாய்கின்ற வயல்வளம் உடைய கோவலூர் என்னும் தலத்தில் விளங்குகின்ற கோவண உடை உடைய சிவபெருமான் எழுந்தருளி இருக்கும் வீரட்டானம் திருக்கோயிலை வந்து சேர்வாயாக!

3238. கேடு மூப்புச் சாக்காடு
    கெழுமி வந்து நாள்தொறும்
    ஆடு போல நரைகளா
    யாக்கை போக்கஅது அன்றியும்
    கூடி நின்று பைம்பொழில்
    குழகன் கோவ லூர்தனுள்
    வீடு காட்டு நெறியினான்
    வீரட் டானம் சேர்துமே   (6)

அருஞ்சொற்பொருள்:

கேடு - துன்பம். மூப்பு - முதுமை. சாக்காடு - இறப்பு. ஆடு - செம்மறி ஆடு. யாக்கை - உடம்பு. வீடு - வீடுபேறு.

பொழிப்புரை:

செம்மறி ஆடுபோல தலைமயிர் நரைக்கும், துன்பமும் முதுமையும் சாவும் வந்து சூழ்ந்து, நாள்தோறும் உடம்பின் வாழ்நாளைக் குறைக்கும். எனவே மனமே! பசிய சோலையால் சூழப்பட்ட குழகனும், வீட்டுநெறியைக் காட்டிக் கொடுப்பவனும், ஆகிய சிவபெருமான் எழுந்தருளி இருக்கும் கோவலூரில் உள்ள வீரட்டானம் திருக்கோயிலைச் சென்று சேர்வாயாக!

3239. உரையும் பாட்டும் தளர்வுஎய்தி
 உடம்பு மூத்த போதின்கண்
 நரையும் திரையும் கண்டுஎள்கி
 நகுவர் நமர்கள் ஆதலால்
 வரைகொள் பெண்ணை வந்துஉலாம்
 வயல்கள் சூழ்ந்த கோவலூர்
 விரைகொள் சீர்வெண் நீற்றினான்
 வீரட் டானம் சேர்துமே (7)

அருஞ்சொற்பொருள்:

உரை - பேச்சு. திரை - சுருக்கம். எள்கி - எள்ளி. நகுவர் - சிரிப்பர். நமர் - நம்மவர். வரை - மலை. விரை - மணம்.

பொழிப்புரை:

பேச்சும் பாட்டும் தளர்வு எய்தி உடம்பில் முதுமை வந்து பொருந்தும் போது, உண்டாகும் நரை திரை கண்டு, நமது உறவினர்கள் எள்ளி நகையாடுவர். ஆகையால், மனமே! நீ மலையில் இருந்து இழிந்து பாய்ந்துவரும் பெண்ணை ஆற்றின் கரையில் உள்ள வயல்வளம் சூழ்ந்த கோவலூரில் உள்ள மணமுள்ள திருநீற்றைப் பூசி இருக்கும் சிவபெருமான் எழுந்தருளி இருக்கும் வீரட்டானம் திருக்கோயிலைச் சென்று சேர்வாயாக!

3240. ஏதம் மிக்க மூப்பினோடு
 இருமல் ஈளை என்றுஇவை
 ஊதல் ஆக்கை ஓம்புவீர்
 உறுதி ஆவது அறிதிரேல்

போதில் வண்டு பண்செயும்
பூந்தண் கோவ லூர்தனுள்
வேதம் ஓதும் நெறியினான்
வீரட் டானம் சேர்துமே (௪)

அருஞ்சொற்பொருள்:

ஏதம் - துன்பம். ஈளை - 'இளைப்பு' என்று கூறுவர். ஊதல் - பருத்தல். போது - மலர். செயும் - செய்யும். பூந்தண் - அழகிய குளிர்ந்த.

பொழிப்புரை:

துன்பம் மிகுதியும் தரும் முதுமை, இருமல், ஈளை என்று மற்றுமுள்ள நோய்கள் தங்கும் பரு உடலைப் போற்றிப் பாதுகாப்போரே! 'உயிர்க்கு உறுதியாவது எது?' என அறிய விரும்புவீராயின், மலரில் வண்டு அமர்ந்து இசை எழுப்பும் கோவலூரில் வேதத்தை உலகுக்குச் சொன்னவன் எழுந்தருளி இருக்கும் வீரட்டானம் என்னும் திருக்கோயிலைச் சென்று சேர்வீராக!

3241. **ஆறு பட்ட புன்சடை**
அழகன் ஆயி ழைக்குஒரு
கூறு பட்ட மேனியான்
குழகன் கோவ லூர்தனில்
நீறு பட்ட கோலத்தான்
நீல கண்டன் இருவர்க்கும்
வேறு பட்ட சிந்தையான்
வீரட் டானம் சேர்துமே (௯)

அருஞ்சொற்பொருள்:

ஆறுபட்ட - கங்கை தங்கிய. புன்சடை - மெல்லிய சடை. ஆயிழை - ஆராய்ந்து தேர்ந்த அணிகலன் அணியும் உமாதேவி. கூறுபட்ட - பங்கு கொடுத்த. நீறுபட்ட - திருநீறு பூசிய. இருவர் - திருமாலும் பிரமனும். வேறுபட்ட சிந்தையான் - அவர்களது சிந்தையில் பிடிபடாது வேறாய் நின்றவன்.

பொழிப்புரை:

கங்கை தங்கிய சடை உடையவன்; ஆராய்ந்து தேர்ந்த அணிகலன்கள் அணிந்த உமாதேவிக்குப் பங்கு கொடுத்த திருமேனி உடையவன்;

எப்பொழுதும் இளமையாய் இருப்பவன்; திருநீறு பூசிய திருமேனி உடையவன்; நீலநிறக் கண்டம் கொண்டவன்; திருமாலுக்கும் பிரமனுக்கும் அவர்களது சிந்தைக்கு எட்டாதவன்; அவன் எழுந்தருளி இருக்கும் கோவலூரில் உள்ள வீரட்டானம் திருக்கோயிலைச் சென்று சேர்வோமாக!

3242. **குறிகொள் ஆழி நெஞ்சமே**
கூறை துவர்இட் டார்களும்
அறிவி லாத அமணர்சொல்
அவத்தம் ஆவது அறிதிரேல்
பொறிகொள் வண்டு பண்செயும்
பூந்தண் கோவ லூர்தனில்
வெறிகொள் கங்கை தாங்கினான்
வீரட் டானம் சேர்துமே (10)

அருஞ்சொற்பொருள்:

ஆழி - ஆழமாக. குறிகொள் - பலவற்றையும் குறிவைத்துச் சிந்திக்கும். நெஞ்சமே - மனமே. கூறை - உடை. துவர் - காவி. அவத்தம் - (அபத்தம்) பிழை. பொறி - புள்ளி. செயும் - செய்யும். வெறி - மணம்.

பொழிப்புரை:

பலவற்றைக் குறித்து ஆழமாகச் சிந்திக்கும் மனமே! ஆடைக்குத் துவர் ஏற்றும் பௌத்தர்களும், அறிவில்லாத சமணர்களும், சொல்லுகின்றவை பிழையானவை என்று அறிவீரேயாயின், புள்ளி பொருந்திய வண்டுகள் இசை எழுப்பும் அழகிய குளிர்ந்த கோவலூரில் உள்ள மணமுள்ள கங்கை தங்கிய சடை உடைய சிவபெருமான் எழுந்தருளி இருக்கும் வீரட்டானம் திருக்கோயிலைச் சென்று சேர்வாயாக!

3243. **கழியொடு உலவு கானல்சூழ்**
காழி ஞான சம்பந்தன்
பழிகள் தீரச் சொன்னசொல்
பாவ நாசம் ஆதலால்
அழிவிலீர் கொண்டு ஏத்துமின்
அம்தண் கோவ லூர்தனில்
விழிகொள் பூதப் படையினான்
வீரட் டானம் சேர்துமே (11)

அருஞ்சொற்பொருள்:

கழி - உப்பங்கழி. கானல் - கடற்கரைச் சோலை. பாவ நாசம் - பாவம் போக்குபவை. அழிவிலீர் - அழிவை ஏற்காதவரே!. விழி கொள் - பெரிய கண்கள் கொண்ட.

பொழிப்புரை:

அழிவை விரும்பாதவர்களே! உப்பங்கழியும் கடற்கரைச் சோலையும் உடைய சீர்காழி ஞானசம்பந்தன், சொன்ன இந்த சொற்கள் பாவங்களைப் போக்க வல்லவை; எனவே இந்தச் சொற்களைக் கொண்டு போற்றி வழிபடுங்கள்; அழகிய குளிர்ந்த கோவலூரில் பெரிய கண்கள் உடைய பூதப்படையோடு சிவபெருமான், வீரட்டம் திருக்கோயிலில் எழுந்தருளி இருக்கிறான்; அவனைச் சென்று சேர்வீராக!

திருச்சிற்றம்பலம்

299

திருஅறையணி நல்லூர்

பதிக வரலாறு:

கோவலூர் வீரட்டம் கும்பிட்ட கவுணியர், அறையணி நல்லூர் வணங்கிப் பாடிய பதிகம் இது.

தல வரலாறு:

திருக்கோவலூருக்கு மிக அருகில் உள்ளது. பாண்டவர் வனவாசம் செய்த காலத்துக் கண்ட. ஐந்து அறைகள் அந்த நல்லூருக்கு அழகு செய்வதால் இப்பெயர் பெற்றது. கோயில் பாறையின்மீது உள்ளது. இப்பொழுது 'அறகண்டநல்லூர்' என்று அழைக்கின்றனர்.

சுவாமி : அறையணிநாதர்

அம்மை : அருள் நாயகி

தீர்த்தம் : பெண்ணை ஆறு

திருமுறை 2 - 213 **திருஞான - 968**

பண்: காந்தாரம்

3244. பீடி னால்பெரி யோர்களும்
பேதைமை கெடத் தீதுஇலா
வீடி னால்உயர்ந் தார்களும்
வீடி லார்இள வெண்மதி
சூடி னார்மறை பாடினார்
சுடலைநீறு அணிந்து ஆர்அழல்
ஆடி னார்அறை யணிநல்லூர்
அங்கை யால்தொழு வார்களே (1)

அருஞ்சொற்பொருள்:

பீடு - பெருமை. பேதைமை - அறியாமை. தீதுஇலா - குற்றமற்ற வீடுபேறு. வீடிலார் - அழிவில்லாதவர் (நித்தியர்). சுடலை நீறு - சுடுகாட்டுச் சாம்பல்.

பொழிப்புரை:

அழிவில்லாதவரும், இளம் பிறைச் சந்திரனைச் சூடி இருப்பவரும், வேதங்களைப் பாடியவரும், சுடுகாட்டுச் சாம்பலைப் பூசி இருப்பவரும், நெருப்பின் நடுவே நின்று நடனம் ஆடுபவரும், ஆகிய அறையணி நல்லூர் என்னும் தலத்தில் எழுந்தருளி இருக்கும் இறைவரைக் கையினால் தொழுபவர்கள் பெருமைச் செயல்களினால் பெரியோரும்; அறியாமை ஆகிய ஆணவமல இருள் நீங்கி, குற்றமற்ற வீடுபேற்றினை அடைவோரும் ஆவர்.

3245. இலையின் ஆர்சூலம் ஏறு
    உகந்து ஏறியே இமையோர்தொழ
    நிலையி னால்ஒரு கால்உறச்
    சிலையி னால்மதில் எய்தவன்
    அலையின் ஆர்புனல் சூடிய
    அண்ணலார் அறையணி நல்லூர்
    தலையி னால்தொழுது ஓங்குவார்
    நீங்கு வார்தடு மாற்றமே   (2)

அருஞ்சொற்பொருள்:

இலையின் ஆர் சூலம் - இலை போன்ற வடிவம் உடைய சூலம். ஏறு - இடபம். சிலை - வில். மதில் - மும்மதில். அலையின் ஆர் புனல் - அலை உடைய நீர் (கங்கை). தடுமாற்றம் - இறப்பு பிறப்புகளில் செல்லுதலாகிய தடுமாற்றம்.

பொழிப்புரை:

இலை போன்ற வடிவம் உடைய சூலப்படையை ஏந்தியவன்; இடப ஊர்தியில் ஏறி வருபவன்; தேவர்கள் வணங்குமாறு, மேரு மலையின் மீது ஒரு காலை ஊன்றி, அதனை வில்லாக வளைத்து மும்மதிலை அழித்தவன்; அலை வீசும் கங்கையைச் சடையில் சூடியவன்; தலைவன்; அவன் எழுந்தருளி இருக்கும் அறையணிநல்லூரைத் தலையினால் வழிபடுபவர், தன்நிலையில் உயர்வைப் பெற்று, தடுமாற்றம் இலராவர்.

3246. என்பி னார்கனல் சூலத்தார்

இலங்கு மாமதி உச்சியான்

பின்பி னால்பிறங் கும்சடைப்

பிஞ்ஞகன் பிறப்பிலி என்று

முன்பி னார்மூவர் தாம்தொழு

முக்கண் மூர்த்திதம் தாள்களுக்கு

அன்பி னார்அறை அணிநல்லூர்

அங்கை யால்தொழு வார்களே (3)

அருஞ்சொற்பொருள்:

பின்பினால் - பின்புறம் (முதுகுப்புறம்). பிஞ்ஞகன் - தலைக்கோலம் அணிபவன். மூவர் - அயன், அரி, அரன்.

பொழிப்புரை:

எலும்பு மாலை அணிந்திருப்பவர்; கனலுகின்ற சூலப்படை ஏந்தி இருப்பவர்; விளங்குகின்ற மேன்மை உடைய பிறைச்சந்திரனை உச்சியில் சூடி இருப்பவர்; பின்புறம் நீண்டு தொங்கும் சடாமுடி உடையவர்; பிஞ்ஞகம் என்னும் தலைக்கோலம் அணிந்திருப்பவர்; பிறப்பு (இறப்பு) இல்லாதவர்; பிரமனும் திருமாலும் உருத்திரனும் ஆகிய மும்மூர்த்திகளும் தொழுது வணங்கும் மூன்று கண்கள் கொண்ட மூர்த்தி; அறையணி நல்லூர் என்னும் தலத்தில் எழுந்தருளி இருப்பவர்; அவரது திருவடியின் மீது அன்பு கொண்டு, கை கூப்பி உலகர் வணங்குவர்.

3247. விரவு நீறுபொன் மார்பினில்

விளங்கப் பூசிய வேதியன்

உரவு நஞ்சுஅமு தாகஉண்டு

உறுதி பேணுவது அன்றியும்

அரவு நீள்சடைக் கண்ணியார்

அண்ணலார் அறையணி நல்லூர்

பரவு வார்பழி நீங்கிடப்

பறையும் தாம்செய்த பாவமே (4)

அருஞ்சொற்பொருள்:

உரவு - கடல். அரவு - பாம்பு. பரவுவார் - போற்றி வணங்குபவர். பறையும் - நீங்கும்.

பொழிப்புரை:

பொன் போன்ற அழகிய மார்பில் பொருந்துமாறு, திருநீற்றை விளக்கமாகப் பூசி இருக்கும் வேதியன்; பாற்கடலிலிருந்து வெளிப்பட்ட ஆலகால விடத்தை அமுதமாக உண்டு உறுதியை நிலைநாட்டியதோடு, பாம்பை நீண்ட சடையில் கண்ணியாகச் (தலைக்கு அணியும் மாலையாக) சூடி இருப்பவன்; தலைவன்; அவன் எழுந்தருளி இருக்கும் அறையணிநல்லூரைப் போற்றி வழிபடுபவரது பழி நீங்கிட, அவர் செய்த பாவமும் அழிந்து இல்லையாகும்.

3248. தீயின் ஆர்திகழ் மேனியாய்
 தேவர் தாம்தொழு தேவன்நீ
 ஆயி னாய்கொன்றை யாய்அனல்
 அங்கையாய் அறையணி நல்லூர்
 மேயி னார்தம் தொல்வினை
 வீட்டினாய் வெய்ய காலனைப்
 பாயி னாய்அதிர் கழலினாய்
 பரம னேஅடி பணிவனே (5)

அருஞ்சொற்பொருள்:

தம - தம்முடைய. தொல்வினை - பழைய வினை (சஞ்சித கன்மம்). வீட்டினாய் - அழித்தாய். பாயினாய் - பாய்ந்து உதைத்தாய். அதிர்கழல் - ஒலிக்கும் வீரக்கழல்.

பொழிப்புரை:

நெருப்பு போல் ஒளிரும் சிவந்த திருமேனி உடையவர்; தேவர்களால் வணங்கப்படும் தேவதேவன்; கொன்றை மாலை சூடி, அனலை அங்கையில் ஏந்தியவன்; அறையணிநல்லூரில் எழுந்தருளி இருப்பவன்; கொடிய இயமனைப் பாய்ந்து உதைத்தவன்; அதிரும் வீரக்கழல் அணிந்திருப்பவன்; மேலானவன்; அவனது திருவடிகளை யான் பணிந்து வணங்குவேன்.

3249. விரையின் ஆர்கொன்றை சூடியும்
 வேக நாகமும் வீக்கிய
 அரையி னார்அறை யணிநல்லூர்
 அண்ண லார்அழ காயதோர்
 நரையின் ஆர்விடை ஊர்தியார்
 நக்க னார்நறும் போதுசேர்
 உரையி னால்உயர்ந் தார்களும்
 உரையி னால்உயர்ந் தார்களே (6)

அருஞ்சொற்பொருள்:

விரை - மணம். வேக நாகம் - விட வேகம் உடைய பாம்பு. வீக்கிய - கட்டிய. அரை - இடுப்பு. நரைவிடை - வெள்விடை. நக்கனார் - திகம்பரர். நறும்போது - மணமலர். உரையினால் - பாராட்டிப் பேசுதலும் பாடுதலும். உரை - புகழ்.

பொழிப்புரை:

மணம் பொருந்திய கொன்றை மலர் மாலை சூடி இருப்பவர்; விரைந்து கொல்லும் விடம் உடைய பாம்பை இடையில் கச்சாகக் கட்டி இருப்பவர்; அறையணிநல்லூர் என்னும் தலத்தில் எழுந்தருளி இருக்கும் தலைவர்; வெள்ளை நிற இடபம் ஒன்றை ஊர்தியாக உடையவர்; உடையின்றி இருப்பவர்; அவரை நறுமண மலர் கொண்டு, தோத்திரம் பாடி வழிபடுபவர், புகழால் சிறந்து விளங்குவர்.

3250. **வீரம் ஆகிய வேதியர்**
வேக மாகளி யானையின்
ஈரம் ஆகிய உரிவைபோர்த்து
அரிவைமேல் சென்ற எம்இறை
ஆரம் ஆகிய பாம்பினார்
அண்ணலார் அறையணி நல்லூர்
வார மாய்நினைப் பார்கள்
தம்வல் வினைஅவை மாயுமே (7)

அருஞ்சொற்பொருள்:

வீரம் - ஞானவீரம். வேகமாக - விரைந்து. களியானை - மதயானை. உரிவை - தோல். அரிவை - பெண் (உமாதேவி). ஆரம் - மணிஆரம் (மாலை). வாரம் - அன்பு. மாயும் - அழியும்.

பொழிப்புரை:

ஞானவீரம் உடைய வேதியர்; விரைந்து செயல்பட்டு மதயானையின் தோலை உரித்து, உரித்த ஈரம் உலரும் முன்னே மேலாடையாய் போர்த்து, உமாதேவியோடு சேர்ந்து கொண்டவர்; எமது இறைவர்; பாம்பினை ஆரமாக அணிந்திருப்பவர்; தலைவர்; அறையணிநல்லூரில் எழுந்தருளி இருப்பவர்; அவரை அன்பினால் வழிபடுவாரது, வினைகள் ஆனவை அழியும்.

3251. தக்க னார்பெரு வேள்வியைத்
தகர்த்து உகந்தவன் தாழ்சடை
முக்க ணான்மறை பாடிய
முறைமை யால்முனி வர்தொழ
அக்கி னோடுஎழில் ஆமைபூண்
அண்ணலார் அறையணி நல்லூர்
நக்க னார்அவர் சார்வுஅலால்
நல்கு சார்வுஇலோம் நாங்களே (8)

அருஞ்சொற்பொருள்:

முக்கணான் - (முக்கண்ணான்) மூன்று கண்கள் கொண்டவன். அக்கு - எலும்பு. ஆமை - கூர்ம அவதாரத் திருமாலின் ஆமை ஓடு. நக்கனார் - உடை இல்லாதவர். நல்கு சார்வு - நல்ல சார்பு. அலால் - அல்லால். இலோம் - இல்லோம்.

பொழிப்புரை:

தக்கன் தன்னை மதியாது செய்த வேள்வியை அழித்து மகிழ்ந்தவன்; நீண்டு தொங்கும் சடை உடையவன்; மூன்று கண்கள் கொண்டவன்; வேதத்தை உலகுக்குச் சொன்னவன்; முனிவர்களால் தொழப்படுபவன்; எலும்பு, ஆமை ஓடு ஆகிய இவற்றை மார்பில் அணிந்திருக்கும் தலைவன்; அறையணிநல்லூர் என்னும் தலத்தில் எழுந்தருளி இருக்கும் திகம்பரன்; அவனது சார்பு தவிர, வேறு நல்ல சார்பு இல்லாதவர்களாக நாங்கள் இருக்கிறோம்.

3252. வெய்ய நோய்இலர் தீதுஇலர்
வெறிய ராய்ப்பிறர் பின்செலார்
செய்வ தேஅலங் காரமாம்
இவைஇவை தேறி இன்புறில்
ஐயம் ஏற்றுஉணும் தொழிலராம்
அண்ணலார் அறையணி நல்லூர்ச்
சைவ னார்அவர் சார்வுஅலால்
யாதும் சார்விலோம் நாங்களே (9)

அருஞ்சொற்பொருள்:

செலார் - செல்லார். ஐயம் - பிச்சை. உணும் - உண்ணும். சார்வு இலோம் - (சார்வு இல்லோம்) வேறு சார்வு இலர் ஆவோம்.

பொழிப்புரை:

கொடிய நோய் இல்லாதவர்; குற்றம் இல்லாதவர்; வெறி பிடித்தவர் போல எவர்பின்னும் செல்ல மாட்டார்; அவர் செய்து கொள்வதுதான் அவர்க்கு அலங்காரம் (பிறர் ஏற்க மாட்டார்); இவை குறித்து நன்கு ஆராய்ந்து இன்பம் உறுவோமாயின், அவர் பிச்சை ஏற்று உண்பதையே தொழிலாகக் கொண்டவர்; தலைவர்; அறையணிநல்லூரில் எழுந்தருளி இருக்கும் சைவர்; அவரைச் சார்ந்து வாழ்வதைத் தவிர, வேறு சார்பு இல்லாதவராக நாங்கள் இருக்கிறோம்.

3253. **வாக்கி யம்சொல்லி யாரொடும்**
வகையலா வகைசெய் யன்மின்
சாக்கி யம்சமண் என்றுஇவை
சாரே லும்(ம்)அர ணம்பொடி
ஆக்கி அம்மழு வாள்படை
அண்ணலார் அறையணி நல்லூர்ப்
பாக்கி யம்குறை உடையீரேல்
பறையுமாம் செய்த பாவமே (10)

அருஞ்சொற்பொருள்:

வாக்கியம் சொல்லி - பேசி. வகையலா வகை செய்யன்மின் - பொருந்தாதவற்றைத் திணிக்காதீர். சாரேலும் - சார வேண்டா. அரணம் - மதில். பொடி - சாம்பல். பாக்கியம் - பேறு. குறைஉடையீர் - புண்ணியக் குறை உடையீர். பறையும் - அழியும்.

பொழிப்புரை:

வகை தொகை இன்றி, பயனற்ற சொற்களை, யாருடனும் விரித்துப் பேசிக் காலம் கடத்த வேண்டா; பௌத்தர், சமணர், ஆகியோருடனும் சேர வேண்டா; மும்மதிலை எரித்துச் சாம்பலாக்கியவரும், அழகிய மழுப்படையை ஏந்தி இருப்பவரும், தலைவரும், அறையணிநல்லூர் என்னும் தலத்தில் எழுந்தருளி இருப்பவரும், ஆகிய சிவபெருமானை, புண்ணியக் குறை உடையவர்களே! சென்று சேருங்கள்; சேர, உங்களது பாவங்கள் ஆனவை அழியும்.

3254. **கழிஉ லாம்கடல் கானல்சூழ்**
கழும லம்அமர் தொல்பதிப்
பழிஇ லாமறை ஞானசம்
பந்தன் நல்லதுஓர் பண்பினார்

மொழியி னால்அறை அணிநல்லூர்
முக்கண் மூர்த்திதன் தாள்தொழக்
கெழுவி னார்அவர் தம்மொடும்
கேடில் வாழ்பதி பெறுவரே   (11)

அருஞ்சொற்பொருள்:

கழி - உப்பங்கழி. கானல் - கடற்கரைச் சோலை. கெழுவினார் - பொருந்தியவர். கேடுஇல்வாழ்பதி - கெடுதல் இல்லாத வாழ்வு உடைய இடம் (சிவலோகம்).

பொழிப்புரை:

உப்பங்கழியும் கடற்கரைச் சோலையும் சூழ்ந்த கழுமலம் என்னும் சீர்காழியாகிய பழைய நகருக்கு உரிமை உடைய பழிஇல்லாத வேதம்வல்ல ஞானசம்பந்தன், நல்ல பண்பு வழுவாத சொற்கள் கொண்டு, அறையணிநல்லூரில் எழுந்தருளி இருக்கும் மூன்று கண்கள் கொண்ட சிவமூர்த்தியின் திருவடிகளைத் தொழுது சொன்ன, இவை கொண்டு தொழுது சொல்பவர், நிரந்தரமாகத் தங்கி இருக்கும் கெடுதல் இல்லாத பதியாகிய சிவலோகம் சென்று சேர்வர்.

திருச்சிற்றம்பலம்

300

திருஅண்ணாமலை

பதிக வரலாறு:

அறையணிநல்லூர் வழிபட்ட ஆளுடைய பிள்ளையாருக்கு அன்பர்கள் அண்ணாமலையைக் காட்ட, மலையே சிவலிங்கம் எனக் கண்டு, இப்பதிகத்தைப் பாடியவாறே செல்கின்றனர்.

தல வரலாறு:

மிகவும் புகழ்பெற்ற தலம். இத்தலத்து இருப்பிடம் குறித்து அறியாதவர் இரார். ஐம்பூதத் தலங்களுள் அக்கினிக்கு உரிய தலம். சாதனத்துள் நினைக்க முத்திதரும் தலம். திருமாலும் பிரமனும் தற்போதம் கொண்டு அடிமுடி தேட அக்கினித் தம்பமாய் நின்ற பெருமான், முடிவில் மலைஉரு ஆனார். எனவே இங்கு மலையே சிவலிங்கமாக விளங்குகிறது.

பிரமன், திருமால், சூரியன், சந்திரன், அட்டவசுக்கள், புளகாதிபன், பிரதத்தராசன் முதலியோர் பூசித்துப் பேறுபெற்ற தலம். உமாதேவி இத்தலத்துக்கு வந்து தவம் செய்து இறைவரின் இடப்பாகத்தைப் பெற்றதாகத் தலபுராணம் கூறுகிறது. அப்பொழுது அம்மை மலையை வலமாக வர, சுவாமியும் உடன் மலைவலம் வந்தார் என்பது புராணம். தற்காலம் முழுமதி நாளில் பல நூறாயிரம் பேர் மலைவலம் வருகின்றனர். மலைவலப்பாதை 14கி.மீ. நீளம் கொண்டது.

கோயில், உற்சவர்கள், வாகனங்கள் என அனைத்தும் மிகப் பெரியவை. ''விழவுஅறா மூதூர்'' என்று இலக்கியங்கள் பேசுகின்றதை மெய்ப்பிக்கும் வகையில் இத்தலத்தில் பல்வேறு திருவிழாக்கள் தொடர்ந்து நடைபெற்றுக் கொண்டே இருக்கின்றன. கார்த்திகைத் திங்கள் கார்த்திகை நாளில் நடைபெறும் தீபத்திருவிழா மிகுந்த புகழுடையது. சித்திரை மாதம் சித்திரை நட்சத்திரத்தை தீர்த்த நாளாகக் கொண்டு நடைபெறும் பிரமோற்சவம், பங்குனி உத்திரநாளில் திருக்கல்யாணம், மாசி மகம் நாளில்

வல்லாளன் திருவிழா, தை மாதம் ஊடல் திருவிழா, ஆனியில் நடைபெறும் அயனவிழா, நவராத்திரி விழா, கந்தர் சஷ்டி விழா, திருவெம்பாவை உற்சவம், மார்கழித் திருவாதிரை விழா எனப் பல உண்டு.

திருஞானசம்பந்தர், திருநாவுக்கரசர் ஆகிய இருவரும் தேவாரம் பாடியுள்ளனர். மாணிக்கவாசகர் இத்தலத்தில் தங்கி திருவெம்பாவையும் திருஅம்மானையும் பாடி உள்ளார். நக்கீரர், கபிலர், பரணர், பட்டினத்தார் ஆகிய நால்வரும் அண்ணாமலை குறித்துப் பாடி உள்ளனர். இவை 11ஆம் திருமுறையில் இடம்பெற்றுள்ளன. வச்சிராங்கதன் என்னும் பாண்டிய மன்னன் இத்தலத்தில் பல திருப்பணிகள் செய்துள்ளான். வல்லாள மகாராஜன் அண்ணாமலையை ஆண்டுவந்துள்ளான். இம் மன்னனுக்கு பிள்ளை இல்லாத குறையைப் போக்கி, அண்ணாமலையாரே பிள்ளையாய் வந்து, இன்றளவும் தன் தந்தைக்கு திதி கொடுத்து வருகிறார். குகைநமச்சிவாயர், குருநமச்சிவாயர் முதலியவர் சித்திபல செய்துள்ளனர். அருணகிரிநாதரை இத்தலத்து முருகப்பெருமான் ஆட்கொண்டார்.

கோயிலுக்கு உள்ளும் வெளியிலும் மலையிலுமாக 360 தீர்த்தங்கள் இருப்பதாகக் கூறப்படுகின்றது. கோயிலின் உள்ளே சிவகங்கை தீர்த்தமும் பிரமதீர்த்தமும் இப்பொழுதும் இருக்கின்றன. மலைப்பகுதியில் அக்கினி தீர்த்தமும் இந்திர தீர்த்தமும் இருக்கின்றன. இந்திர தீர்த்தத்தில்தான் தெப்ப உற்சவம் நடைபெறும்.

திருமுறை 1 - 10   திருஞான - 970

பண்: நட்டபாடை

3255. உண்ணாமுலை உமையாளொடும் உடனாகிய ஒருவன்
பெண்ஆகிய பெருமான்மலை திருமாமணி திகழ
மண்ஆர்ந்தன அருவித்திரள் மழலைம்முழவு அதிரும்
அண்ணாமலை தொழுவார்வினை வழுவாவணம் அறுமே (1)

அருஞ்சொற்பொருள்:

பெண்ணாகிய பெருமான் - பெண்ணுக்கு (உமாதேவிக்கு) இடப்பக்கம் ஈந்தவன். மழலை முழவு - குழந்தை மழலை மொழி பேசுவது போல மழலை ஒலி உடைய முழவம் (மத்தளம்) (சொல் சுத்தம் இல்லை ஆயினும் இன்பம் இருக்கும் என்பது கருத்து). வணம் - வண்ணம். வழுவாவணம் - தப்பாமல். அறும் - அறுபடும்.

பொழிப்புரை:

உண்ணாமுலை என்னும் பெயருடைய உமாதேவியை உடன் கொண்டு விளங்கும் ஒருவனும்; இடப்பாகத்தைப்பெண்ணாகவே

காட்டிய பெருமானும்; மலையில் மாணிக்க மணிகள் விளங்கவும், அருவிகளின் தொகுதியானது மழலை முழவு போல ஒலிசெய்து இழிந்து வந்து நிலத்தைப் பொருந்துவதும், ஆகிய திருவண்ணாமலையில் எழுந்தருளி இருப்பவரும் ஆகிய பெருமானை வணங்குவாரது வினைகள் தப்பாமல் அறுபட்டுப் போகும்.

3256. **தேமாங்கனி கடுவன்கொள விடுகொம்பொடு தீண்டித்**
தூமாமழை துறுகன்மிசை சிறுநுண்டுளி சிதற
ஆமாம்பிணை அணையும்பொழில் அண்ணாமலை அண்ணல்
பூமாங்கழல் புனைசேவடி நினைவார்வினை இலரே (2)

அருஞ்சொற்பொருள்:

கடுவன் - ஆண்குரங்கு. விடுகொம்பு - பழம் பறித்தபின் விட்ட கிளை. தூ மாமழை - தூய கரிய மேகம். துறுகல் - பாறை. ஆ மா பிணை - காட்டுப் பசு. பூ - தாமரை மலர்.

பொழிப்புரை:

ஆண்குரங்குகள் கிளைகளை வளைத்து மாம்பழங்களைப் பறித்துக் கொண்டு விட்ட, அக்கொம்புகளால் தீண்டப்பட்ட மேகங்களில் இருந்து சிறிய நுண்ணிய துளிகள், பாறை மீது சிந்த, அங்கிருந்த காட்டுப் பசுக்கள், 'மழை வந்து விட்டது' என நினைத்து, மரத்தின்கீழ் ஒதுங்கும் சோலைகளால் சூழப்பட்ட திருவண்ணாமலையில் எழுந்தருளி இருக்கும் எம் தலைவனின்; அழகிய தாமரை மலர் போன்றதும், வீரக் கழல் அணிந்ததும், சிவந்த நிறம் உடையதும், ஆகிய திருவடிகளை நினைப்பவர், வினைகள் இல்லாதவர் ஆவார்.

3257. **பீலிம்மயில் பெடையோடுறை பொழில்சூழ்கழை முத்தம்**
சூலிம்மணி தரைமேல்நிறை சொரியும்விரி சாரல்
ஆலிம்மழை தவழும்பொழில் அண்ணாமலை அண்ணல்
காலன்வலி தொலைசேவடி தொழுவாரன புகழே (3)

அருஞ்சொற்பொருள்:

பீலிம் மயில் - பீலி உடைய ஆண்மயில். பெடை - பெண்மயில். கழை - மூங்கில். முத்தம் - முத்து. சூலிம்மணி - இப்பி கருவுற்றுப் பெற்ற முத்து. ஆலி - நீர்த்துளி. காலன் - இயமன். வலிதொலை - வலிமையைப் போக்கும்.

பொழிப்புரை:

தோகைகளுடன் கூடிய ஆண்மயில்கள் பெண்மயில்களோடு தங்கி இருப்பதும், மூங்கிலில் விளைந்த முத்தானது நிறைந்து சிதறிக் கிடக்கும் (மலைச்) சாரலை உடையதும், நீர்த்துளிகளோடு கூடிய மழை மேகமானது வந்து தவழ்வதும், ஆகிய சோலைகளால் சூழப்பட்ட திருவண்ணாமலையில் எழுந்தருளி இருக்கும் எம் தலைவனது; இயமனது வலிமையை அழித்ததும், சிவந்த நிறம் உடையதும், ஆகிய திருவடிகளைத் தொழுபவர்கள் (இந்நிலவுலகில்) புகழ் அடைவார்கள்.

3258. **உதிரும்மயிர் இடுவெண்தலை கலனாஉலகு எல்லாம்**
எதிரும்பலி யுணலாகவு மெருதேறுவ தல்லால்
முதிருஞ்சடை இளவெண்பிறை முடிமேல்கொள வடிமேல்
அதிருங்கழல் அடிகட்குஇடம் அண்ணாமலை அதுவே (4)

அருஞ்சொற்பொருள்:

உதிரும் மயிர் இடு வெண்தலை - மயிர் உதிர்ந்த இறந்தவரது வெள்ளை நிற மண்டை ஓடு. எதிரும் பலி - எதிர் ஏற்கும் பிச்சை.

பொழிப்புரை:

முடி உதிர்ந்த வெள்ளை நிற மண்டை ஓட்டை உண்கலனாகக் கொண்டு, உலகம் முழுவதும் சுற்றித் திரிந்து, எடுத்த பிச்சையை உணவாக உண்பவரும், எருதில் ஏறிச் சுற்றி வருபவரும்; முதிர்ந்த சடையில் இளமையும் வெண்மையும் பொருந்திய பிறைச்சந்திரனையும், திருவடியில் ஒலிக்கின்ற வீரக்கழலையும் அணிந்திருப்பவரும்; ஆகிய சிவபெருமான் விரும்பி எழுந்தருளி இருக்கும் தலம் திருவண்ணாமலை ஆகும்.

3259. **மரவஞ்சிலை தரளம்மிகு மணியுந்துவெள் ளருவி**
அரவஞ்செய முரவம்படும் அண்ணாமலை அண்ணல்
உரவஞ்சடை உலவும்புனல் உடனாவதும் ஓரார்
குரவங்கமழ் நறுமென்குழல் உமைபுல்குதல் குணமே (5)

அருஞ்சொற்பொருள்:

சிலை - ஒருவகை மரம். தரளம் - முத்து. மணி - மாணிக்க மணி. அரவம் - ஒலி. முரவம் - முழக்கம். உரவம் - (உரகம்) பாம்பு. குரவம் - குராமலர்.

பொழிப்புரை:

வெண்கடம்பு, சிலை (வாகையில் ஒரு வகை) ஆகிய மரங்களையும்; முத்து, மாணிக்கம் முதலிய மணிவகைகளையும்; தள்ளிக் கொண்டு வரும் அருவி ஒலி செய்கின்ற திருவண்ணாமலையில் எழுந்தருளி இருக்கும் எம் தலைவன்; தம் சடையில் பாம்பும் கங்கையும் உடன் இருந்து, உலாவுவது கண்டு ஆராய்ந்து தெளியாமல், குராமலரின் மணம் கமழும் மென்மையான கூந்தலை உடைய உமாதேவியை உடம்பின் பாதியில் கொண்டது நற்குணம் ஆகுமோ?

3260. **பெருகும்புனல் அண்ணாமலை பிறைசேர்கடல் நஞ்சைப்**
பருகுந்தனை துணிவார்பொடி அணிவார்அது பருகிக்
கருகும்மிடறு உடையார்கமழ் சடையார்கழல் பரவி
உருகும்மனம் உடையார்தமக்கு உறுநோய்அடை யாவே (6)

அருஞ்சொற்பொருள்:

பிறை - ஒரு கலை மட்டுமே உடைய சந்திரன். பிறை சேர் கடல் - தான் (பிறை) வெளிப்பட்ட இடமாகிய பாற்கடல். பருகும்தனை - உண்ணும் அளவுக்கு. பொடி - திருநீறு. கருகும் மிடறு - நீல கண்டம்.

பொழிப்புரை:

மேலும் மேலும் பெருகுகின்ற நீர்வளம் உடைய திருவண்ணா மலையில் எழுந்தருளி இருக்கும் சந்திரப் பிறையைத் தலையில் சூடி இருப்பவரும், பாற்கடலில் தோன்றிய விடத்தினை எடுத்துப் பருகும் அளவு துணிவு உடையவரும், அதனைப் பருகியதால் கறுத்த கண்டம் உடையவரும், திருநீற்றை உடல் முழுவதும் பூசி இருப்பவரும், மணம் கமழும் சடை உடையவரும், ஆகிய பெருமானது திருவடியைப் புகழ்ந்து, உருகும் மனம் உடையவர்க்கு, எவ்வகைப்பட்ட நோயும் அணுகாது.

3261. **கரிகாலன குடர்கொள்வன கழுதுஆடிய காட்டில்**
நரியாடிய நகுவெண்தலை உதையுண்டவை உருள
எரிஆடிய இறைவர்க்குஇடம் இனவண்டுஇசை முரல
அரிஆடிய கண்ணாளொடும் அண்ணாமலை அதுவே (7)

அருஞ்சொற்பொருள்:

கரிகால் - கரிந்த கால். கழுது - பேய். நரி ஆடிய - நரிகள் உருட்டி விளையாடிய. நகுவெண்தலை - சிரிப்பது போல் தோற்றம் உடைய வெள்ளை நிறத் தலைஓடு. அரி ஆடிய - செவ்வரி கருவரி படர்ந்த.

பொழிப்புரை:

கரிந்த கால்களை உடையனவும், குடரைப் பிடுங்கி உண்பனவும், ஆகிய பேய்கள் ஆடுகின்றதும், சிரிப்பது போல் தோன்றும் (பற்கள் வெளியே தெரியும்) மண்டை ஓடுகளை நரிகள் உருட்டி விளையாடுவதும்; சிவபெருமான் அனலைக் கையில் ஏந்தி ஆடுவதும்; ஆகிய சுடுகாட்டை உடையது திருவண்ணாமலை; அது, வண்டுக் கூட்டங்கள் இசைபாடும் சோலைகளையும் உடையது; அங்கு, செவ்வரி கருவரி படர்ந்த கண்களுடன் கூடிய உமாதேவியுடன் சிவபெருமான் எழுந்தருளி இருக்கிறார்.

3262. ஒளிறூபுலி அதள்ஆடையன் உமைஅஞ்சுதல் பொருட்டால்
    பிளிறூகுரல் மதவாரண வதனம்பிடித்து உரித்து
    வெளிறூபட விளையாடிய விகிர்தன்இரா வணனை
    அளறூபட வடர்த்தான்இடம் அண்ணாமலை அதுவே   (8)

அருஞ்சொற்பொருள்:

ஒளிறூ புலி அதள் - ஒளிரும் புலித்தோல். பிளிறூ குரல் மத வாரணம் - பிளிறும் குரலும் மதமும் உடைய யானை. வதனம் - முகம். வெளிறூ - வெள்ளை (கபடம் இன்மை). அளறூ - சேறு.

பொழிப்புரை:

ஒளி பொருந்திய புலியின் தோலை ஆடையாக உடுத்தவனும்; உமாதேவி அஞ்சுமாறு, பிளிறும் மதயானையின் தலையைப் பிடித்து, அதன் தோலை உரித்து, எளிதில் விளையாடிய மாறுபட்ட தன்மைகள் உடையவனும் (விகிர்தனும்), இராவணனை மலையின் கீழ் அகப்படுத்தி, இரத்தச் சேற்றில் அழுத்தியவனும், ஆகிய பெருமான் எழுந்தருளி இருக்கும் இடம், திருவண்ணாமலையே ஆகும். (அளறு - சேறு).

3263. விளவார்கனி படநூறிய கடல்வண்ணனும் வேதக்
    கிளர்தாமரை மலர்மேலுறை கேடில்புக ழோனும்
    அளவாவணம் அழலாகிய அண்ணாமலை அண்ணல்
    தளராமுலை முறுவல்லுமை தலைவன்னடி சரணே   (9)

அருஞ்சொற்பொருள்:

விளவு - விளாமரம். நூறிய - அழித்த. அளவா வணம் -(அளவா வண்ணம்) அளந்து அறிய முடியாதபடி. தளரா முலை - யாரும் பாலுண்ணாமையின் சற்றும் தளராத முலை.

பொழிப்புரை:

விளாமரத்தின் கனியை வீழ்த்துவது போல அம்மர வடிவாய் நின்ற கபித்தன் என்னும் அரக்கனைக் கொன்ற கடல்நிறமுறைய திருமாலும், தாமரை மலர்மீது எழுந்தருளி இருக்கும் வேதம் அறிந்த நான்முகனும், நெருங்க முடியாதபடி நெருப்பு உருவாய் நின்ற அண்ணாமலையில் எழுந்தருளி இருக்கும் எமது தலைவனும், தளராத முலையும், புன்சிரிப்பும் மாறாத உமாதேவியின் தலைவனும், ஆகிய பெருமானது திருவடிகளே நமக்குப் புகலிடம் ஆகும்.

3264. **வேர்வந்துற மாசூர்தர வெயில்நின்றுஉழல் வாரும்**
மார்பம்புதை மலிசீவர மறையாவரு வாரும்
ஆரம்பர்தம் உரைகொள்ளன்மின் அண்ணாமலை அண்ணல்
கூர்வெண்மழுப் படையான்நல்ல கழல்சேர்வது குணமே (10)

அருஞ்சொற்பொருள்:

வேர் - வியர்வை. மாசு - அழுக்கு. உழல்வார் - சுற்றித் திரிபவர். சீவரம் - காவி உடை. ஆரம்பர் - ஆரம்ப நிலையில் இருப்பவர். நல்ல கழல் - நன்மை செய்யும் திருவடி.

பொழிப்புரை:

வியர்வை வந்து சேரவும், அழுக்கு ஏறி நிற்கவும், ஆக வெயிலில் நின்று துன்புறும் சமணர்களும்; மரப்பட்டையை மேலாடையாகக் கொண்டு மார்பை மறைத்து வரும் பௌத்தர்களும்; (குறையுடைய தத்துவம் உடையவர் ஆதலினால்) அவர்கள் தொடக்க நிலையில் இருப்பவர்கள். எனவே, திருவண்ணாமலையில் எழுந்தருளி இருக்கும் நமது தலைவனும், கூரிய வெள்ளை நிற மழு ஆயுதத்தைக் கொண்டவனும், ஆகிய பெருமானது நன்மை செய்யும் திருவடிகளைச் சேர்வதே மேலான குணமாகும்.

3265. **வெம்புஉந்திய கதிரோன்ஒளி விலகும்விரி சாரல்**
அம்புஉந்திமூ எயிலெய்தவன் அண்ணாமலை அதனைக்
கொம்புஉந்துவ குயில்ஆலுவ குளிர்காழியுண் ஞான
சம்பந்தன தமிழ்வல்லவர் அடிபேணுதல் தவமே (11)

அருஞ்சொற்பொருள்:

வெம்பு உந்திய - வெப்பம் மிகுந்த. கதிரோன் - சூரியன். அம்பு - (அப்பு) நீர். கொம்பு - ஊதுகொம்பு (இசைக்கருவி). ஆலுவ - ஒலிக்கும்.

பொழிப்புரை:

வெப்பம் மிகுந்த சூரியனது ஒளியைத் தன்னுள் வராது தடுக்கும் அடர்ந்த சோலைகளுடன் கூடிய (மலைச்) சாரலை உடையதும், முப்புரத்து அசுரர்களின் கோட்டைகள் மீது அம்பு எய்தவன் எழுந்தருளி இருப்பதும், ஆகிய திருவண்ணாமலை என்னும் தலத்தின் மீது; ஊதுகொம்பு என்னும் வாத்தியம் முழங்கக் கேட்டு, எதிர்த்துக் குரல் கொடுக்கும் குயில்களுடைய, குளிர்ந்த சீர்காழியில் தோன்றிய ஞானசம்பந்தன் பாடிய பதிகத் தமிழினைப் பாடும் புலமை உடையோரது திருவடியைப் போற்றுதலே சிறப்பு உடையதாகும்.

திருச்சிற்றம்பலம்

301

திருஅண்ணாமலை

பதிக வரலாறு:

திருஅண்ணாமலை என்னும் தலத்தை அடைந்த ஆளுடைய பிள்ளையார், அத்தலத்து இறைவரைக் கண்டு வணங்கி இப்பதிகம் பாடி, சிலநாள் அத்தலத்தில் தங்கி இருந்தனர்.

திருமுறை 1 - 69 திருஞான - 970

பண்: தக்கேசி

3266. **பூவார்மலர்கொண்டு அடியார்தொழுவார் புகழ்வார் வானோர்கள்**
மூவார்புரங்கள் எரித்தஅன்று மூவர்க்கு அருள்செய்தார்
தூமாமழைநின்று அதிரவெருவித் தொறுவின் னிரையோடும்
ஆமாம்பிணைவந் தணையுஞ்சாரல் அண்ணா மலையாரே (1)

அருஞ்சொற்பொருள்:

மூவார் - மூப்பு இல்லாத முப்புரத்து அசுரர். தொறுவின் நிரை -மந்தையின் வரிசை. ஆமாம்பிணை - காட்டுப் பசுக்கள்.

பொழிப்புரை:

மழைநீரைத் துளியாகச் சிந்தும் மேகங்கள் இடிமுழக்கம் செய்ய, அதுகேட்டு அஞ்சி, ஆடுகளும் காட்டுப்பசுக்களும், மந்தையாய் வந்து ஒதுங்கும் சாரலை உடைய திருவண்ணாமலையில் எழுந்தருளி இருக்கும் இறைவரே; மலர்கொண்டு அடியார்கள் வந்து வணங்கவும், தேவர்கள் புகழ்ந்து போற்றவும், மூவரது முப்புரங்களை எரித்து அழித்து, அப்பொழுதே அவ்வசுரர் மூவர்க்கும் அருள்செய்த பெருமைக்கும் உரியவர்.

3267. **மஞ்சைப்போழ்ந்த மதியஞ்சூடும் வானோர் பெருமானார்**
நஞ்சைக்கண்டத்து அடக்கும்அதுவும் நன்மைப் பொருள்போலும்
வெஞ்சொற்பேசும் வேடர்மடவார் இதணம் அதுஏறி
அஞ்சொற்கிளிகள் ஆயோவென்னும் அண்ணா மலையாரே (2)

அருஞ்சொற்பொருள்:

மஞ்சு - மேகம். வெஞ்சொல் - கொடும் சொல். இதணம் - பரண். ஆயோ - கிளிகளை ஓட்டும் ஒலிக்குறிப்பு.

பொழிப்புரை:

(வெட்டு, குத்து என்று) கொடிய சொற்களைப் பேசும் வேடர்குலத்துப் பெண்கள், (தினைப்புனத்தில் உள்ள) பரண்மீது ஏறி, (தினைகளைத் தின்ன வந்த) அழகிய சொல் பேசும் கிளிகளை, 'ஆயோ!' என்று கூறி ஓட்டும் திருவண்ணாமலையில் எழுந்தருளி இருக்கும் இறைவரே; மேகத்தைப் பிளந்து செல்லும் சந்திரனைச் சடையில் சூடி இருக்கும் தேவர் தலைவன்; அவன் விடத்தைக் கழுத்தில் அடக்கி வைத்திருப்பதும் (உலகைக் காக்கும்) ஒரு நன்மை கருதியே போலும்.

3268. ஞானத்திரளாய் நின்றபெருமான் நல்ல அடியார்மேல்
ஊனத்திரளை நீக்கும்அதுவு முண்மைப் பொருள்போலும்
ஏனத்திரளோடு இனமான்கரடி இழியும் இரவின்கண்
ஆனைத்திரள்வந்து அதணையுஞ்சாரல் அண்ணா மலையாரே (3)

அருஞ்சொற்பொருள்:

திரள் - பிழம்பு. ஊனத்திரள் - குறைகளின் திரட்சி. ஏனம் - பன்றி. ஆனை - யானை.

பொழிப்புரை:

பன்றிக்கூட்டங்கள், மான்இனங்கள், கரடி முதலியவற்றோடும் கூட, இரவு நேரங்களில் யானைக்கூட்டங்களும் வந்து சேரும் சாரலை உடைய திருவண்ணாமலையில் எழுந்தருளி இருக்கும் இறைவரே; ஞானப் பிழம்பாய் நிற்கின்ற மலையாய் விளங்கும் பெருமான், நல்ல அடியார்களது ஊனொடு கூடி உடல் கொண்டு பிறக்கும் நிலையை நீக்கி, அருளுவார் என்பது வேத ஆகமங்களில் சொல்லப்பட்டுள்ள உண்மைப் பொருள் போலும்.

3269. இழைத்தவிடையாள் உமையாள்பங்கர் இமையோர் பெருமானார்
தழைத்தசடையார் விடையொன்றுஏறித் தரியார் புரமெய்தார்
பிழைத்தபிடியைக் காணாதோடிப் பெருங்கை மதவேழம்
அழைத்துத்திரிந்துஅங்கு உறங்குஞ்சாரல் அண்ணா மலையாரே (4)

அருஞ்சொற்பொருள்:

இழைத்த இடை - நூல் இழை போன்ற நுண் இடை. தரியார் - பகைவர். பிழைத்த - தவறிய. மதவேழம் - ஆண்யானை.

பொழிப்புரை:

கூட்டத்தை விட்டுப் பிரிந்து சென்ற பெண்யானையைத் தேடிஓடி, பெரிய கையினை உடைய ஆண்யானை, (அதனைக் கண்டுபிடித்து) உடன் அழைத்துக் கொண்டு அலைந்து திரிந்து, பின்னர் ஒன்று கூடி உறங்கும் சாரலை உடைய திருவண்ணாமலையில் எழுந்தருளி இருக்கும் இறைவரே; இழை போன்ற மெல்லிய இடையுடன் விளங்கும் உமாதேவியைத் தன் உடம்பின் பாதியில் வைத்திருப்பவர்; தேவர்களுக்குத் தலைவராக விளங்குபவர்; தழைத்து வளர்ந்த நீண்ட சடாமுடி உடையவர்; இடபத்தின் மீது ஏறிவருபவர்; முப்புரத்தை எரித்தவரும் ஆவார்.

3270. **உருவில்திகழு முமையாள்பங்கர் இமையோர் பெருமானார்**
செருவில்லொருகால் வளையவூன்றிச் செந்தீ யெழுவித்தார்
பருவில்குறவர் புனத்திற்குவித்த பருமா மணிமுத்தம்
அருவித்திரளோடு இழியுஞ்சாரல் அண்ணா மலையாரே (5)

அருஞ்சொற்பொருள்:

செரு - போர். வில் ஒரு கால் வளைய ஊன்றி - ஒரு காலினை ஊன்றி மறுமுனையைப் பிடித்து வளைத்து வில் ஆக்கி. பரு வில் - பெரிய வில். புனம் - தினை முதலியன விளையும் காடு.

பொழிப்புரை:

பெரிய வில்லைக் கையில் ஏந்தியுள்ள குறவர்கள், தங்களது விளைநிலத்தில் குவித்து வைத்துள்ள பெரிய மாணிக்க மணிகளும், முத்துகளும் ஆகிய இவற்றை, அருவிக் கூட்டமானது இழுத்துக் கொண்டு வந்து, கரை ஒதுக்கும் சாரலை உடைய திருவண்ணாமலையில் எழுந்தருளி இருக்கும் இறைவரே; உருவ அழகில் சிறந்து விளங்கும் உமாதேவியை உடம்பின் பாதியில் கொண்டிருப்பவர்; தேவர்களுக்குத் தலைவனாக விளங்குபவர்; போர் செய்யும் வில்லினை ஒரு காலில் ஊன்றி, வளைத்து, நெருப்புக் கணையைத் தொடுத்து, முப்புரத்தை எரித்து அழித்தவர் ஆவார்.

3271. **எனைத்தோர்ஊழி அடியார்ஏத்த இமையோர் பெருமானார்**
நினைத்துத்தொழுவார் பாவந்தீர்க்கும் நிமலர் உறைகோயில்
கனைத்தமேதி காணாதுஆயன் கைம்மேற் குழலூத
அனைத்துஞ்சென்று திரளுஞ்சாரல் அண்ணா மலையாரே (6)

அருஞ்சொற்பொருள்:

எனைத்து ஓர் ஊழி - எத்தகைய ஓர் ஊழியிலும். கனைத்த மேதி - ஒலித்த எருமை. ஆயன் - மாடு மேய்ப்பவன்.

பொழிப்புரை:

கனைத்துத் திரிந்த எருமை, இப்பொழுது அதன் குரல் எட்டாத தூரத்தில் மேய, அதனைக் காணாத இடையன், தன் கையில் இருந்த புல்லாங்குழலை ஊத, அவ்வெருமைகள் ஒன்று திரளும் சாரலை உடைய திருவண்ணாமலையில் எழுந்தருளி இருக்கும் இறைவரே; பல யுகங்களாக அடியார்களால் புகழ்ந்து துதிக்கப்படுபவர்; தேவர்களுக்குத் தலைவனாக விளங்குபவர்; நெஞ்சால் நினைத்து கையால் வணங்கும் அடியார்களது தீவினைகளைப் போக்குபவர்; மலமற்றவர் (தூயவர்); அத்தலத்தில் கோயில் கொண்டு உறைபவரும் அவரே ஆவர்.

3272. வந்தித்திருக்கும் அடியார்தங்கள் வருமேல் வினையோடு
பந்தித்திருந்த பாவந்தீர்க்கும் பரமன் உறைகோயில்
முந்தியெழுந்த முழவினோசை முதுகல் வரைகண்மேல்
அந்திப்பிறைவந்து அணையுஞ்சாரல் அண்ணா மலையாரே (7)

அருஞ்சொற்பொருள்:

வந்தித்து - வழிபட்டு. பந்தித்து - கட்டுண்டு. முது கல் - பழம் கல். வரை - மலை.

பொழிப்புரை:

விழாவின் வரவை முன்னமே அறிவிக்க அடிக்கப்படும் பறை ஒலி கேட்பதும், பழைய பாறைகளின் மேல் மாலை நேரத்துப் பிறைச் சந்திரனின் கிரணங்கள் படிவதும், ஆகிய சாரலை உடைய திருவண்ணா மலையில் எழுந்தருளி இருக்கும் இறைவரே; வாழ்த்தி வணங்கும் அடியார்களின் ஏறுவினையோடு தொல்வினையையும் (ஆகாமியத்துடன் சஞ்சிதம்) போக்கி அருளுபவர்; எல்லாவற்றுக்கும் மேலாய் விளங்குபவர்; அத்தலத்தில் கோயில் கொண்டு உறைபவரும் அவரே ஆவர்.

3273. மறந்தான்கருதி வலியைநினைந்து மாறாய் எடுத்தான்தோள்
நிறந்தான்முரிய நெரியவூன்றி நிறைய அருள்செய்தார்
திறந்தான்காட்டி யருளாய்என்று தேவர் அவர்வேண்ட
அறந்தான்காட்டி யருளிச்செய்தார் அண்ணா மலையாரே (8)

அருஞ்சொற்பொருள்:

மறம் - வீரம். நிறம் - மார்பு. அறந்தான் காட்டி - இரக்கம் காட்டி.

பொழிப்புரை:

'தேவரீர்! நுமது வலிமை கொண்டு எங்களுக்கு அருள வேண்டும்!' என்று தேவர்கள் வேண்டிக் கொண்ட போதெல்லாம், 'அறம்தான் வெல்ல வேண்டும்' என்பதை நிலைநிறுத்த அருள் செய்த திருவண்ணாமலையில் எழுந்தருளி இருக்கும் இறைவரே; தனது வலிமையைப் பெரிதாக நினைத்து, அறத்துக்குப் புறம்பாக கயிலைமலையைப் பெயர்த்தெடுத்த இராவணனின் தோள்களின் அழகு கெடுமாறு, அழுத்தி நெரித்துப் பின்னர் அருளும் செய்தவர் ஆவார்.

3274. தேடிக்காணார் திருமால்பிரமன் தேவர் பெருமானை
மூடிஓங்கி முதுவேய்உகுத்த முத்தம் பலகொண்டு
கூடிக்குறவர் மடவார்குவித்துக் கொள்ள வம்மின்என்று
ஆடிப்பாடி அளக்குஞ்சாரல் அண்ணா மலையாரே (9)

அருஞ்சொற்பொருள்:

முதுவேய் - மூத்த மூங்கில் மரம். உகுத்த முத்தம் - சிந்திய முத்து.

பொழிப்புரை:

(மலையை) மூடியும், உயர்ந்தும், வளர்ந்தும், முதிர்ந்தும், இருந்த மூங்கில் மரங்கள், உதிர்த்த முத்துக்களைக் குறவர் குலப்பெண்கள், குவித்து வைத்துக் கொண்டு, 'வாங்குவதற்கு வாருங்கள்!' என்று கூவி அழைத்து, ஆடியும் பாடியும், படியால் அளந்து விற்கும் சாரலை உடைய திருவண்ணாமலையில் எழுந்தருளி இருக்கும் இறைவரே! தேவர்களுக்குத் தலைவனாய் விளங்குபவர்; திருமாலும், பிரமனும் தேடியும் காணமுடியாதவர் ஆவார்.

3275. தட்டைஇடுக்கித் தலையைப்பறித்துச் சமணே நின்றுண்ணும்
பிட்டர்சொல்லுக் கொள்ளவேண்டா பேணித் தொழுமின்கள்
வட்டமுலையாள் உமையாள்பங்கர் மன்னி உறைகோயில்
அட்டம்ஆளித் திரள்வந்தணையும் அண்ணா மலையாரே (10)

அருஞ்சொற்பொருள்:

தட்டு - தடுக்கு (சிறிய பாய்). பிட்டர் - பித்தர். அட்டம் - பக்கம். ஆளித்திரள் - சிங்கக் கூட்டம்.

பொழிப்புரை:

வீ.சிவஞானம்

பாயினைக் கக்கத்தில் இடுக்கிக் கொண்டும், தலைமயிரைப் பறித்துக் கொண்டும், நின்றபடியே உணவு உண்டு கொண்டும், விலக்க வேண்டியவராய் உள்ள சமணர்களின் உபதேசங்களைக் கேட்காதீர்கள்.

பக்கங்களில் சிங்கக்கூட்டங்கள் வந்து தங்கும் அண்ணாமலையில் எழுந்தருளி இருக்கும் இறைவரே; வட்டவடிவ முலை உடைய உமாதேவியை இடப்பாகத்தில் கொண்டவர்; அத்தலத்தில் கோயில் கொண்டு நிலைத்துத் தங்கியிருப்பவர்; அவரைப் போற்றி வணங்குங்கள்!

3276. அல்ஆடுஅரவம் இயங்குஞ்சாரல் அண்ணா மலையாரை
நல்லார்பரவப் படுவான்காழி ஞான சம்பந்தன்
சொல்லான்மலிந்த பாடலான பத்தும் இவைகற்று
வல்லார்எல்லாம் வானோர்வணங்க மன்னி வாழ்வாரே   (11)

அருஞ்சொற்பொருள்:

அல் - இரவு. ஆடு அரவம் - படம் எடுத்து ஆடும் பாம்பு. மன்னி - நிலைபெற்று.

பொழிப்புரை:

இரவு நேரத்தில் படம் எடுத்து ஆடும் பாம்புகள் நடமாடும் சாரலை உடைய அண்ணாமலை இறைவரை; நல்லவர்கள் புகழும் சீர்காழி ஞானசம்பந்தன்; தமிழ்ச்சொற்கள் கொண்டு பாடிய பாடல் பத்தினையும், கற்றுத் தேர்ச்சி பெறும் அனைவரும் தேவர்கள் வணங்குமாறு, நிலைத்த வாழ்வைப் பெறுவர்.

திருச்சிற்றம்பலம்

302

திருஓத்தூர்

பதிக வரலாறு:

திருஅண்ணாமலை வழிபட்ட பிள்ளையார், பிற பதிகளையும் வழிபடும் விருப்பம் உடையவராய்த் தொண்டை நாட்டுத் திருஓத்தூர் வந்து வணங்கி, அத்தலத்தில் தங்கி இருந்தார். அப்பொழுது ஒரு தொண்டர் வந்து, 'அடியேன் இறைவருக்குப் பயன்படுமாறு பனைமரம் வைத்தேன்; அவை ஆண்பனைகளாய்க் காய்க்காமல் நிற்கின்றன; சமணரும் கேலி செய்கின்றனர்' என்றார். அதுகேட்டுத் திருக்கோயிலுக்குச் சென்று இப்பதிகம் பாடி வழிபட ஆண்பனைகள், பெண் பனைகளாய் மாறி, காய்க்கத் தொடங்கின; (பின்னர் அம்மரங்கள் முத்தி அடைந்தன என்பது வரலாறு).

தல வரலாறு:

இறைவன் தேவர்களுக்கும் முனிவர்களுக்கும் வேதத்தை அருளிச் செய்தமையால் இப்பெயர் பெற்றது (ஓத்து - வேதம்). இது இப்பொழுது திருவத்தூர் என்று மருவி வழங்குகின்றது. காஞ்சிபுரத்தி லிருந்து மேற்கே 29 கி.மீ. தொலைவில் உள்ளது. கோயிலில் பனை உருவம் பிரதிட்டை செய்து வழிபடப்படுகிறது.

சுவாமி : வேதநாதர்

அம்மை : இயமுலை நாயகி

தல மரம் : பனை

தீர்த்தம் : சேயாறு (வேத தீர்த்தம்)

திருமுறை 1 - 54 திருஞான - 980

பண்: பழந்தக்க ராகம்

3277. **பூத்தேர்ந்து ஆயன கொண்டுநின் பொன்அடி**
ஏத்தாதார் இல்லை எண்ணுங்கால்
ஓத்தூர் மேய ஒளிமழு வாள்அங்கைக்
கூத்தீர் உம்ம குணங்களே (1)

அருஞ்சொற்பொருள்:

பூ தேர்ந்து - நல்ல பூக்களை மட்டும் தேர்ந்தெடுத்து. ஆயன - பூசைக்கு வேண்டுவன. கூத்தீர் - கூத்து நிகழ்த்துபவரே. 'உம்ம குணங்கள் ஏத்தாதார் இல்லை' - என்று கூட்டி உரைக்க.

பொழிப்புரை:

ஒத்தூரில் எழுந்தருளி, ஒளி உமிழும் மழுப்படையைக் கையில் ஏந்தி, கூத்து நிகழ்த்தும் இறைவரே! தரமான பூக்களையும், பூசைக்கு வேண்டிய ஏனைய பொருள்களையும், திரட்டிக் கொண்டுவந்து, உமது நல்ல குணங்களைச் சொல்லி, திருவடியைப் புகழ்ந்து பேசாதவர், யாரும் இல்லை; ஆராய்ந்து பார்க்க இவ்வுண்மை புலப்படும்.

3278. **இடையீர் போகா இளமுலை யாளைஓர்**
புடையீரே புள்ளி மான்உரி
உடையீரே உம்மை ஏத்துதும் ஓத்தூர்ச்
சடையீரே உம தாளே (2)

அருஞ்சொற்பொருள்:

ஈர் - ஈர்க்கு. புடையீர் - பக்கத்து உடையீர். ஏத்துதும் - போற்றுதும். உம - உமது. தாள் - திருவடி. மான்உரி - மான்தோல்.

பொழிப்புரை:

ஈர்க்கு இடையில் நுழைய முடியாதபடி பணைத்த இரண்டு முலைகளை உடைய உமாதேவியைப் பாகமாகக் கொண்டவரே! புள்ளிமான் தோலை உடையாக உடுத்தி இருப்பவரே! ஓத்தூரில் எழுந்தருளி இருப்பவரே! சடாமுடி உடையவரே! உமது திருவடிகளையே நாங்கள் போற்றி வணங்குகின்றோம்.

3279. **உள்வேர் போல நொடிமையி னார்திறம்**
கொள்வீர் அல்குல்ஓர் கோவணம்
ஒள்வா ழைக்கனி தேன்சொரி ஓத்தூர்க்
கள்வீ ரேஉம காதலே (3)

அருஞ்சொற்பொருள்:

உள்வேர் - நினைப்பவர். நொடிமையினார் - பொய் பேசுபவர். அல்குல் - இரண்டு தொடைகளுக்கும் மேலே அடிவயிற்றுக்குக் கீழே

இருக்கும் பகுதி (ஆணுக்காயினும் பெண்ணுக்காயினும் இந்தப் பகுதியை அல்குல் என்பது வழக்கம்). கள்வீரே - கள்ளம் உடையவரே. உம - உம்முடைய.

பொழிப்புரை:

ஒளி விளங்கும் நல்ல வாழையின் பழம் பழுத்துப் பறிப்பாரின்றிச் சாறாக ஒழுகுகின்ற ஓத்தூர் என்னும் தலத்தில் அல்குல் பரப்பை மறைக்கக் கோவணம் உடுத்தி, கள்ளம் உடையவராய் விளங்குபவரே! உம்முடைய அன்பு மிக நன்று; பொய் பேசும் இயல்புடையவராய் அடியார்களை நினைப்பது போலக் காட்டி, அவரை ஏற்கும் திறம் மிக நன்றாய் இருக்கிறது.

3280. **தோட்ட ரேதுத்தி ஐந்தலை நாகத்தை**
ஆட்ட ரேஅடி யார்வினை
ஓட்ட ரேஉம்மை ஏத்துதும் ஓத்தூர்
நாட்ட ரேஅருள் நல்குமே (4)

அருஞ்சொற்பொருள்:

தோட்டீர் - தோடு உடையீர். துத்தி - படப்பள்ளி. ஆட்டீரே - ஆட்டுகின்றீரே. ஓட்டீரே - ஓட்டுகின்றீரே.

பொழிப்புரை:

ஓத்தூர் நாட்டில் எழுந்தருளி இருப்பவரே! தோடு அணிந்திருப்பவரே! புள்ளிகளுடன் கூடிய ஐந்து தலைப் பாம்பைப் பிடித்து ஆட்டுகின்றவரே! உம்மையே போற்றி வணங்குகின்றோம். எனவே அடியார்களது வினைகளை ஓட்டுவீராக! மேலும் எங்கள்பால் அருள் செய்வீராக!

3281. **குழைஆர் காதீர் கொடுமழு வாள்படை**
உழைஆள் வீர்திரு ஓத்தூர்
பிழையா வண்ணங்கள் பாடிநின்று ஆடுவார்
அழையா மேஅருள் நல்குமே (5)

அருஞ்சொற்பொருள்:

உழை - பக்கம். பிழையா வண்ணங்கள் - பிழை ஏற்படாதபடி. அழையாமே - அழைக்காமலே.

பொழிப்புரை:

குழை அணிந்த காது உடையவரே! வளைந்த மழுப்படையை உடன்கொண்டு இருப்பவரே! திருஓத்தூர் என்னும் தலத்தில் பிழை

நேராதபடி இருக்க, பாடியும் ஆடியும் அடியார்கள் வழிபாடு இயற்றியபடி இருக்கிறார்கள். அவர்கள் அழைக்காமலே அருள் வழங்குவீராக!

3282. மிக்கார் வந்து விரும்பிப் பலியிடத்

தக்கார் தம்மக்க ளீர்என்று

உட்கா தார்உள ரோதிரு ஓத்தூர்

நக்கீ ரேஅருள் நல்குமே (6)

அருஞ்சொற்பொருள்:

மிக்கார் - அன்பு மிக உடையவர். பலிஇட - பிச்சை கொடுக்க. 'தம்மக்களில் தக்கார் யார் என்று உள்காதவர் உளரோ' - எனத் திருத்தியும் கூட்டியும் உரைக்க. நக்கீரே - நகும்படியான தோற்றம் உடையவரே (உடையின்றி தாருகாவனத்துக்கு வந்த குறிப்பு).

பொழிப்புரை:

திருஓத்தூர் என்னும் தலத்தில் எழுந்தருளி, கண்டவர் எள்ளி நகைக்கும்படி, உடையின்றிப் பிச்சை ஏற்க வருபவரே! உம்மீது அன்பு மிக உடைய அடியாரே ஆயினும், நீவிர் பிச்சைக்கு வரும்போது, 'தன் பெண்மக்களில் பிச்சை இடத் தகுதி உடையவர் யார்?' என்று நினைத்துப் பார்க்காத அடியாரும் இருப்பாரோ? எனவே அருளுவீராக!

3283. **தாதுஆர் கொன்றை தயங்கு முடிஉடை**

நாதா என்று நலம்புகழ்ந்து

ஓதாது ஆர்உள ரோதிரு ஓத்தூர்

ஆதீ ரே அருள் நல்குமே (7)

அருஞ்சொற்பொருள்:

தாது - மகரந்தம். நாதா - தலைவா. ஆதீரே - (ஆதியீரே) முதற் பொருள் ஆனவரே.

பொழிப்புரை:

'திருஓத்தூரில் எழுந்தருளி இருக்கும் முதற்பொருளாய் விளங்குபவரே! மகரந்தம் பொருந்திய கொன்றை மலர் சூடிய சடை உடைய தலைவரே!' என்று உனது நலன்களைப் புகழ்ந்து பேசாதவர் எவர் உளர்? எனவே அனைவருக்கும் அருளுவீராக!

3284. என்தான் இம்மலை என்ற அரக்கனை
வென்றார் போலும் விரலினால்
ஒன்றார் மும்மதில் எய்தவன் ஓத்தூர்
என்றார் மேல்வினை ஏகுமே (8)

அருஞ்சொற்பொருள்:

இம்மலை என்தான் - இம்மலை எம்மாத்திரம்? அரக்கன் - இராவணன். ஒன்றார் - பகைவர். மேல்வினை - ஏறுவினை (ஆகாமியம்).

பொழிப்புரை:

'இம்மலை எம்மாத்திரம்?' என்று செருக்கிய அரக்கனாகிய இராவணனைக் கால்விரல் ஒன்று கொண்டு வென்றவர்; பகைவரது மும்மதிலைத் தீயிட்டு அழித்தவர்; அவர் ஓத்தூரில் எழுந்தருளி இருக்கிறார் என்று சொன்னவர்க்கு மேல்வினை இல்லையாகும்.

3285. நன்றா நான்மறை யானொடு மாலுமாய்ச்
சென்றார் போலும் திசைஎலாம்
ஒன்றா ஒள்ளரி யாய்மிக ஓத்தூர்
நின்றீ ரேஉமை நேடியே (9)

அருஞ்சொற்பொருள்:

நான்மறையான் - பிரமன். ஒள்ளரி - ஒளி உடைய நெருப்பு. உமை - உம்மை. நேடி - தேடி.

பொழிப்புரை:

திருஓத்தூர் என்னும் தலத்தில் எழுந்தருளி இருப்பவரே! பிரமனும் திருமாலும் மேலும் கீழுமாகிய திசைகளில் தேடிச் செல்லவும், நீவிர் ஒளி பொருந்திய நெருப்பு உருக்கொண்டு மிகவும் உயர்ந்து நின்றீர்! (இவ்வாறு நின்றதால் அவர்களால் உம் அடிமுடியைக் காண முடியவில்லை).

3286. கார்அ மண்கலிங் கத்துவர் ஆடையர்
தேரர் சொல்அவை தேறன்மின்
ஓர்அம் பால்எயில் எய்தவன் ஓத்தூர்ச்
சீர்அ வன்கழல் சேர்மினே (10)

அருஞ்சொற்பொருள்:

கார் - கருமை. கலிங்கம் - உடை. தேரர் - பௌத்தர். தேறல்மின் - தெளிய வேண்டா. சீர் - சிறப்பு.

பொழிப்புரை:

கரிய நிறமுடைய (குளிக்காமையால் அழுக்கு ஏறிய) சமணர்களும், துவராடையால் உடம்பை மூடும் பௌத்தர்களும் கூறும் அறிவுரைகளைக் கேட்கவேண்டா; ஓர் அம்பு கொண்டு முப்புரத்தை எரித்து அழித்தவன், திருஓத்தூரில் எழுந்தருளி இருக்கிறான்; அவனது சிறப்புமிக்க திருவடியைச் சென்று சேருங்கள்!

3287. **குரும்பை ஆண்பனை ஈன்குலை ஓத்தூர்**
அரும்பு கொன்றை அடிகளைப்
பெரும்பு கலியுள் ஞானசம்பந் தன்சொல்
விரும்பு வார்வினை வீடே (11)

அருஞ்சொற்பொருள்:

'ஆண்பனை குரும்பைக் குலை ஈன் ஓத்தூர்' - எனக் கூட்டி உரைக்க. வீடு - அழிவு.

பொழிப்புரை:

ஆண்பனைகளைக் குரும்பைக் குலை ஈனுமாறு செய்தவனும், கொன்றை மலரைச் சூடி இருக்கும் இறைவனும், ஆகியவன் எழுந்தருளி இருக்கும் ஓத்தூரை; பெரும் புகலி நகரத்து ஞானசம்பந்தன் புகழ்ந்து பாடிய சொற்களாகிய இவற்றை விரும்ப; விரும்புவாரது வினைகள் அழியும்.

திருச்சிற்றம்பலம்

303

திருமாகறல்

பதிக வரலாறு:

ஓத்தூரில் சிலநாள் தங்கிப் பின் புறப்பட்ட சம்பந்தர், வழியில் பல தலங்களைக் கும்பிட்டு, மாகறல் வந்து பதிகம் பாடி வழிபடுகின்றார்.

தல வரலாறு:

காஞ்சிபுரத்திற்குத் தெற்கில் 20 கி.மீ. தொலைவில் இருக்கிறது. இந்திரன் வழிபட்ட தலம். சிவலிங்கத் திருமேனி உடும்பு வடிவில் சுயம்பு. இராசேந்திர சோழனுக்கு இறைவர் பொன் உடும்பாகக் காட்சி தந்து, அவன் துரத்தியபோது ஓடிப்போய் புற்றில் ஒளிந்து, பின் வெளிப் பட்டனர் என்பது வரலாறு. மக்கட்பேறு வேண்டுவோர் இத்தலத்தில் உடலால்.வலம் வருதல் (அங்கப் பிரதட்சணம்) செய்து வழிபடுவது சிறப்பு. இத்தலத்துப் பிள்ளையார் பொய்யாப் பிள்ளையார்.

சுவாமி	:	அடைக்கலம் காத்த நாதர், அகத்தீசுவரர்
அம்மை	:	புவன நாயகி
தல மரம்	:	எலுமிச்சை
தீர்த்தம்	:	அக்கினி தீர்த்தம்

திருமுறை 3 - 330   திருஞான - 984

திருவிராகம்
பண்: சாதாரி

3288. வீங்குவிளை கழனிமிகு கடைசியர்கள்
         பாடல்விளை யாடல்அரவம்
         மங்குலொடு நீள்கொடிகள் மாடமலி
         நீடுபொழில் மாகறல்உளான்

கொங்குவிரி கொன்றையொடு கங்கைவளர்
திங்கள்அணி செஞ்சடையினான்
செங்கண்விடை அண்ணல்அடி சேர்பவர்கள்
தீவினைகள் தீரும்உடனே						(1)

அருஞ்சொற்பொருள்:

வீங்கு - இஞ்சி (மஞ்சள் என்றும் கூறுவர்). அரவம் - ஒலி. மங்குல் - மேகம். கொங்கு - தேன் (மணம்).

பொழிப்புரை:

இஞ்சி மஞ்சள் முதலியன விளையும் வளமான வயலில் உழத்தியர் பாடி விளையாடல் செய்வதும், அதனால் எழுகின்ற ஓசை உடையதும்; மாடங்களின்மீது கொடிகள் பறக்க, அவை மேகத்தின் ஊடே தவழ்வதும்; நீண்ட சோலைகளை உடையதும்; ஆகிய இவ்வாறான சிறப்புகள் பொருந்திய மாகறல் என்னும் தலத்தில் எழுந்தருளி இருக்கும் இறைவன், மணம் கமழும் கொன்றை மலர் மாலை, கங்கை, பிறைச் சந்திரன் ஆகியவற்றை அணிந்துள்ள சிவந்த சடை உடையவன்; சிவந்த கண் உடைய காளையின் மீது ஏறிவரும் தலைவன்; அவனது அடி அடைந்தார், தீவினையிலிருந்து விடுபடுவர்.

3289. கலையின்ஒலி மங்கையர்கள் பாடல்ஒலி
ஆடல்கவின் எய்திஅழகுஆர்
மலையின்நிகர் மாடம்உயர் நீள்கொடிகள்
வீசுமலி மாகறல்உளான்
இலையின்மலி வேல்நுனைய சூலம்வலன்
ஏந்திஎரி புன்சடையினுள்
அலைகொள்புனல் ஏந்துபெரு மான்அடியை
ஏத்தவினை அகலும்மிகவே					(2)

அருஞ்சொற்பொருள்:

கவின் - அழகு. மலையின் நிகர் மாடம் - மலை போன்ற உயரிய பெரிய மாடிவீடுகள். மலி - வளம் மலி. இலையின் மலி வேல்நுனை - இலையின் நுனிபோல் கூரிய வேல். வலன் - வலப்பக்கம். புன்சடை - மெல்லிய சடை. எரிசடை - தீப்போல சிவந்த சடை. அலைகொள் புனல் - அலை உடைய நீர்ப்பெருக்கு (கங்கை). ஏத்த - போற்றி வணங்க.

பொழிப்புரை:

கலைகள் பலவும் பயில்வதால் எழுகின்ற ஒலியும், பெண்கள் பாடுவதால் எழுகின்ற ஒலியும், ஆடுவதால் உண்டாகும் அழகும், என இவை எல்லாம் பொருந்துவதும், நீண்ட கொடிகள் பறப்பதும், செல்வ வளத்தால் சிறந்து விளங்குவதும், ஆகிய மலைபோன்ற பெரிய உயரிய மாடி வீடுகள் நிரம்பிய மாகறல் என்னும் தலத்தில் எழுந்தருளி இருக்கும் இறைவன், இலையின் நுனி போன்ற கூரிய முனைகள் உடைய முத்தலைச் சூலத்தை வலக்கையில் ஏந்தி, நெருப்புப் போல் சிவந்ததும் மெல்லியதும் ஆகிய சடையினுள் அலைவீசும் கங்கை என்னும் நீர்ப்பெருக்கினைத் தாங்கி இருப்பவன்; அப்பெருமானது திருவடியைப் போற்றி வழிபட, வினைகள் மிகுதியும் விலகும்.

3290. காலையொடு துந்துபிகள் சங்குகுழல்
    யாழ்முழவு காமருவுசீர்
மாலைவழி பாடுசெய்து மாதவர்கள்
    ஏத்திமகிழ் மாகறல்உளான்
தோலைஉடை பேணிஅதன் மேல்ஓர்சுடர்
    நாகம்அசை யாஅழகிதாப்
பாலைஅன நீறுபுனை வான்அடியை
    ஏத்தவினை பறையும்உடனே (3)

அருஞ்சொற்பொருள்:

காலை, மாலை - பொழுதுகள். துந்துபி, சங்கு, குழல், யாழ், முழவு - வாத்திய வகைகள். சுடர் நாகம் - பளபளக்கும் பாம்பு. அசையா - அசைத்து (கட்டி). பாலை அன நீறு - பால் போன்ற வெண் திருநீறு. வினை பறையும் - வினை அழியும்.

பொழிப்புரை:

துந்துபி, சங்கு, குழல், யாழ், முழவு முதலிய விரும்பத்தகுந்த வாத்தியங்கள் முழங்க, காலை, மாலை என இரண்டு வேளையும் வழிபாடு செய்து, பெரிய தவமுடைய முனிவர்கள் போற்றி மகிழ்கிறார்கள்; அவ்வாறாக மாகறல் என்னும் தலத்தில் எழுந்தருளி இருக்கும் இறைவன் புலியின் தோலை உடையாக உடுத்தி, அதன் மேல் ஒரு ஒளி உடைய பாம்பைக் கச்சாக அழகுபடக் கட்டி, பால் போன்ற வெண்மை நிறம் உடைய திருநீற்றைப் பூசி இருக்கிறான்; அவனது திருவடியைப் போற்றி வழிபட, வினைகள் ஆனவை அழியும்.

3291. இங்குகதிர் முத்தினொடு பொன்மணிகள்
உந்திஎழில் மெய்உள்உடனே
மங்கையரும் மைந்தர்களும் மன்னுபுனல்
ஆடிமகிழ் மாகறல்உளான்
கொங்குவளர் கொன்றைகுளிர் திங்கள்அணி
செஞ்சடையி னான்அடியையே
நுங்கள்வினை தீரமிக ஏத்திவழி
பாடுநுகரா எழுமினே   (4)

அருஞ்சொற்பொருள்:

இங்கு - இவ்விடத்து. கதிர்முத்து - ஒளிமுத்து. எழில் - அழகு. மெய் - உடம்பு. உள் உடன் - தோற்றப் பொலிவுடன். மன்னு புனல் - நிலைபெற்ற நீர்வளம். கொங்கு - மணம். குளிர்திங்கள் - குளிர்ச்சி உடைய சந்திரப்பிறை. நுகரா - நுகர்ந்து.

பொழிப்புரை:

ஒளிவிடும் முத்து, ஏனைய மணிவகைகள், பொன் முதலியவை கொண்டு செய்யப்பட்ட அழகிய அணிகலன்கள் அணிந்த தோற்றப் பொலிவு உடைய உடலுடன் கூடிய மகளிரும் மைந்தர்களும் நீராடி மகிழும் மாகறல் என்னும் தலத்தில் எழுந்தருளி இருக்கும் இறைவன், மணம் கமழும் கொன்றை மலர்மாலை, குளிர்ந்த பிறைச்சந்திரன், ஆகியவை அழகு செய்யும் சிவந்த சடை உடையவன்; அவனது திருவடியை மிகவும் போற்றி வழிபட, உங்களது வினைகள் ஆனவை தீரும்; எனவே உடனே புறப்படுவீராக!

3292. துஞ்சுநறு நீலம்இருள் நீங்கஒளி
தோன்றும்அது வார்கழனிவாய்
மஞ்சுமலி பூம்பொழிலின் மயில்கள்நடம்
ஆடமலி மாகறல்உளான்
வஞ்சமத யானைஉரி போர்த்துமகிழ்
வான்ஓர்மழு வாளன்வளரும்
நஞ்சம்இருள் கண்டம்உடை நாதன்அடி
யாரைநலி யாவினைகளே   (5)

அருஞ்சொற்பொருள்:

நறு நீலம் - மணமுள்ள நீலமலர். துஞ்சும் - வாய் குவியும். வார்கழனி - நீளமான வயல். மஞ்சு - மேகம். வஞ்ச மதயானை - வஞ்சனையால் ஏவப்பட்ட மதயானை. உரி - தோல். மழுவாளன் - மழு உடையவன். நஞ்சம் - விடம். நலியா - துன்புறுத்தா.

பொழிப்புரை:

நீண்ட வயல்களில் இருள் நீங்கி ஒளி பிறக்க மணமுள்ள நீலமலர் குவிவதும், மேகம் தங்கும் உயர்ந்த பூஞ்சோலைகளில் மயில்கள் நடனம் ஆடுவதும், ஆகிய சிறப்புகள் உடைய மாகறல் என்னும் தலத்தில் எழுந்தருளி இருக்கும் இறைவன், வஞ்சனையால் ஏவப்பட்ட மதம் ஒழுகும் ஆண்யானை ஒன்றின் தோலை உரித்துப் போர்த்தவன்; அதனால் மகிழ்வு எய்தியவன்; ஒரு மழுப்படை உடையவன்; விடத்தை உண்டு அதனால் மிகவும் இருண்ட கண்டம் உடையவன்; அவன் தலைவன்; அவனது அடியார்களை வினைகள் துன்புறுத்தாது.

3293. மன்னுமறை யோர்களொடு பல்படிம
 மாதவர்கள் கூடிஉடனாய்
இன்னவகை யால்இனிது இறைஞ்சிஇமை
 யோரில்எழு மாகறல்உளான்
மின்னைவிரி புன்சடையின் மேல்மலர்கள்
 கங்கையொடு திங்கள்எனவே
உன்னும்அவர் தொல்வினைகள் ஒல்கஉயர்
 வான்உலகம் ஏறல்எளிதே (6)

அருஞ்சொற்பொருள்:

பல்படிம - பல தவம் உடைய. இமையோரில் - தேவரில். எழு - மிக்கு எழுகின்ற. மின் - மின்னல். ஒல்க - ஒழிய. ஏறல் - ஏறுதல்.

பொழிப்புரை:

நிலைத்த வேதத்தை ஓதுகின்றவர்களோடு பல தவம் உடைய முனிவர் முதலியோர் கூடி உடன் இருக்க, (இறைவனை) வணங்க வேண்டிய முறையில் தேவர்கள் எல்லாம் வந்து விழுந்து வணங்கி எழுகின்ற மாகறல் என்னும் தலத்தில் இருப்பவன்; மின்னல் போல் ஒளிரும் விரிந்த மெல்லிய சடை உடையவன்; அச்சடையின்மீது மலர்கள், கங்கை, சந்திரன் ஆகியவற்றைச் சூடி இருப்பவன்; இவனை நினைந்து வழிபடுவாரது தொல்வினைகள் ஒழியும்; உயர்ந்த வானஉலகில் ஏறுவது எளிதாகும்.

3294. வெய்யவினை நெறிகள்செல வந்துஅணையும்
 மேல்வினைகள் வீட்டல் உறுவீர்
மைகொள்விரி கானல்மது ஆர்கழனி
 மாகறல்உ ளான்எழில்அதுஆர்

கையகரி கால்வரையின் மேல்அதுஉரி
தோல்உடைய மேனிஅழகார்
ஐயன்அடி சேர்பவரை அஞ்சிஅடை
யாவினைகள் அகலும்மிகவே (7)

அருஞ்சொற்பொருள்:

வெய்யவினை - கொடிய வினைகள். நெறி - வழி. செல - செல்ல. மேல்வினை - ஏறுவினை (ஆகாமிய கன்மம்). வீட்டல் உறுவீர் - அழிக்கத் தொடங்குகின்றவர்களே! மை - மேகம். கானல் - ஆற்றங்கரைச் சோலை. மது - தேன். கழனி - வயல். எழில் - அழகு. கைய கரி - யானை. உரி - தோல். கால்வரை - நடக்கும் மலை.

பொழிப்புரை:

கொடிய வினைகள் வந்த வழியே திரும்பிச் செல்லவும், வந்து சேரஇருக்கும் ஏறுவினைகளைச் சேர ஒட்டாது தடுக்கவும், விரும்பு கின்றவர்களே! மேகம் தங்கும் அழகிய ஆற்றங்கரையில் சோலைகள் விரிந்து காணப்படுவதும், வயல்களில் களையாக முளைத்துள்ள தாமரை முதலிய நீர்ப்பூக்களில் இருந்து தேன் ஒழுகுவதும், ஆகிய சிறப்புகள் உடைய மாகறல் என்னும் தலத்தில் எழுந்தருளி இருக்கும் கைஉடைய விலங்காகிய நடக்கும் மலை போன்ற யானையின் தோலை உரித்து மேலாடையாகப் போர்த்திக் கொண்ட அழகிய திருமேனி உடையவரும், தலைவரும், ஆகிய சிவபெருமானது திருவடியை வந்து சேர்பவரை, அடைவதற்கு வினைகள் அஞ்சும்; அதனால் அவர்க்கு ஏறுவினை (ஆகாமியம்) இல்லையாகும்.

3295. தூசுதுகில் நீள்கொடிகள் மேகமொடு
தோய்வனபொன் மாடமிசையே
மாசுபடு செய்கைமிக மாதவர்கள்
ஓதிமலி மாகறல்உளான்
பாசுபத இச்சைவரி நச்சுஅரவு
கச்சைஉடை பேணிஅழகுஆர்
பூசுபொடி ஈசன்என ஏத்தவினை
நிற்றல்இல போகும்உடனே (8)

அருஞ்சொற்பொருள்:

தூசு துகில் - தூய துணி. மிசை - மேல். மாசுபடு செய்கை - குற்றம் உடைய செயல். ஓதி - வேதம் ஓதி. பாசுபதம் - பாசுபத வேடம்

(அகப்புறச் சமயங்கள் ஆறனுள் ஒன்று). இச்சை - விருப்பம். வரி - கோடு. நச்சரவு - விடப்பாம்பு. பொடி - திருநீற்றுப்பொடி. இல - இல்லை.

பொழிப்புரை:

தூய நீண்ட துணிக் கொடிகள் மேகத்தின் இடையே ஊடுருவிப் பறக்கும் பொன்மயமான மாளிகைகள் உடையதும், தூய கொடி கரிய மேகத்தின் நடுவே பறக்கும் குற்றம் தவிர வேறு குற்றச்செயல் எதுவும் இல்லாததும், பெரிய தவம் உடையவர் வேதம் ஓதுவதும், ஆகிய சிறப்புகள் உடைய மாகறல் என்னும் தலத்தில் எழுந்தருளி இருக்கும் பாசுபத வேடத்தை விரும்புபவனும், கோடுகளுடன் கூடிய விடப்பாம்பினை இடையில் கச்சாகக் கட்டும் அழகுடையவனும், திருநீற்றுப் பொடியை உடல் முழுதும் பூசி இருப்பவனும், ஆகிய ஈசனைப் போற்றி வழிபடுபவர்க்கு, வினை நிற்பதில்லை; அது அவரை விட்டு உடனே விலகும்.

3296. **தூயவிரி தாமரைகள் நெய்தல்கழு**
நீர்க்குவளை தோன்றமதுஉண்
பாயவரி வண்டுபல பண்முரலும்(ம்)
ஓசைபயில் மாகறல்உளான்
சாயவிரல் ஊன்றியஇ ராவணன்
தன்மைகெட நின்றபெருமான்
ஆயபுகழ் ஏத்தும்அடி யார்கள்வினை
ஆயினவும் அகல்வதுஎளிதே (9)

அருஞ்சொற்பொருள்:

மது உண்பாய - தேன் உண்ணுகின்ற. ஓசை பயில் - ஓசை மிகுகின்ற. சாய - சரிய. தன்மை கெட - நிலைகுலைய. ஏத்தும் - போற்றிப் புகழும். அகல்வது - நீங்குவது.

பொழிப்புரை:

தூய தாமரை, நெய்தல், செங்கழுநீர், குவளை முதலியவற்றின் மலர்கள் விரிய, அவற்றின் தேனை உண்ணவரும் கோடுகள் உடைய வண்டு இசை எழுப்புவதால் மிகும் ஓசை உடைய மாகறல் என்னும் தலத்தில் எழுந்தருளிய இராவணன் சரியும்படி விரல் ஊன்றி அவனை நிலை குலையச் செய்த பெருமானின் புகழ்மொழிகளை, எடுத்துப் பேசியும் பாடியும் வழிபடும் அடியார்களது வினைகள் ஆனவை, அவரை விட்டு அகல்வது, மிகவும் எளிதான செயலே ஆகும்.

3297. காலின்நல பைங்கழல்கள் நீள்முடியின்
மேல்உணர்வு காமுறவினார்
மாலும்மல ரானும்அறி யாமைஎரி
யாகிஉயர் மாகறல்உளான்
நாலும்எரி தோலும்உரி மாமணிய
நாகமொடு கூடிஉடனாய்
ஆலும்விடை ஊர்தியுடை அடிகள்அடி
யாரைஅடை யாவினைகளே (10)

அருஞ்சொற்பொருள்:

காலின் நல பைங்கழல் - திருவடியில் அணிந்திருக்கும் நன்மை மிக உடைய பசிய வீரக்கழல். நீள்முடி - நீண்ட முடி. உணர்வு - அறிவு. காமுறவினார் - விருப்பம் உடையவர். மலரான் - பிரமன். எரி - நெருப்பு. நாலும் எரி - நான்கிடத்தில் நெருப்பு (அவை : சிரிப்பு, நெற்றிக்கண், கை, உடம்பு). தோலும்உரி - தோல் (சட்டை) உரிக்கின்ற. மாமணிய நாகம் - மாணிக்க மணி உடைய பாம்பு. ஆலும் விடை - அசைந்து நடக்கும் இடபம். அடிகள் - இறைவர்.

பொழிப்புரை:

திருவடியில் அணிந்துள்ள பசிய நல்ல வீரக்கழலையும், சிரசின்மீது அணிந்துள்ள நீண்ட திருமுடியையும், காண வேண்டும் என்னும் விருப்பமும் அறிவும் உடைய திருமாலும் பிரமனும் முறையே அவற்றைக் காண முடியாது நெருப்பு உருக்கொண்டு உயர்ந்து நின்றவனும், திருமாகறல் என்னும் தலத்தில் எழுந்தருளி இருப்பவனும், சிரிப்பிலும், நெற்றிக்கண்ணிலும், உள்ளங்கையிலும், நெருப்பை உடையவனும், நெருப்பு போன்ற சிவந்த திருமேனி உடையவனும் (ஆக நான்கு வகையால் நெருப்பு உடையவன்) யானையின் தோல், புலியின் தோல் ஆகியவற்றை ஆடையாகவும் உடையாகவும் உடையவனும், தோல் (சட்டை) உரிக்கும் மாணிக்க மணி உடைய பாம்பினை அணிந்திருப்பவனும், அசைகின்ற இடப ஊர்தி உடையவனும், ஆகிய இறைவனது அடியார்களை வினைகள் வந்து அடையாது.

3298. கடைகொள்நெடு மாடம்மிக ஓங்குகமழ்
வீதிமலி காழியவர்கோன்
அடையும்வகை யால்பரவி அரனைஅடி
கூடுசம் பந்தன்உரையால்

மடைகொள்புன லோடுவயல் கூடுபொழில்
மாகறல்உளான் அடியையே
உடையதமிழ் பத்தும்உணர் வார்அவர்கள்
தொல்வினைகள் ஒல்கும்உடனே   (11)

அருஞ்சொற்பொருள்:

கடை - வாயில். கமழ் வீதி - மணம் கமழும் வீதி. கோன் - தலைவன். அடிகூடு - திருவடிப்பற்று உடைய. தொல்வினை - சஞ்சித கன்மம். ஒல்கும் - வலிமை குறைந்து நீங்கும்.

பொழிப்புரை:

வாயில்களுடன் கூடிய மாடிவீடுகள் நிறைந்த மணமுள்ள வீதிகள் உடைய சீர்காழி நகரத்துக்குத் தலைவனும், அடையும் வகையால் அடைந்து பிறப்பை அறுக்கவல்ல பெருமானது திருவடியை அடையும் வல்லமை உடையவனும், ஆகிய ஞானசம்பந்தன், நீர்தேங்கி நிற்கும் மடைகளை உடைய வயல்களும் சோலைகளும் சூழ்ந்த மாகறல் என்னும் தலத்தில் எழுந்தருளி இருக்கும் இறைவனது திருவடிப் பெருமை பேசும் தமிழ்ப்பாடல் பத்தும் கொண்டு, பாடி வழிபட வல்லவர்களது தொல்வினைகள், சுருங்கிப் பின்னர் இல்லையாகக் கழியும்.

திருச்சிற்றம்பலம்

304

திருக்குரங்கணில்முட்டம்

பதிக வரலாறு:

மாகறல் கும்பிட்ட கவுணியர்கோன், குரங்கணில்முட்டம் வந்து இப்பதிகம் பாடி வழிபடுகின்றார்.

தல வரலாறு:

காஞ்சிபுரம் ஏகாம்பரநாதர் கோயிலில் இருந்து தெற்கில் 10 கி.மீ. தொலைவில் பாலாற்றின் தென்கரையில் உள்ளது. குரங்கு (வாலி), அணில், முட்டம் (காக்கை) ஆகிய மூன்றும் வழிபட்ட தலம் ஆதலின், இப்பெயர் பெற்றது. வாலி பூசித்த தலம் ஆதலின் சுவாமி பெயர் வாலீசுவரர் என்பது. கோயிலைச் சுற்றியுள்ள பொய்கையின் பெயர் 'காக்கை மடு' என்பது. காக்கை வழிபட்டதை இது காட்டுகிறது. இம்மூன்று உருவங்களும் கோயிலின் வாயிலில் உள்ளன.

சுவாமி	:	வாலீசுவரர்
அம்மை	:	இறையார் வளையம்மை
தல மரம்	:	இலந்தை
தீர்த்தம்	:	வாலி தீர்த்தம்

திருமுறை 1 - 31   திருஞான - 985

பண்: தக்கராகம்

3299. விழுநீர் மழுவாள் படைஅண் ணல்விளங்கும்
     கழுநீர் குவளைம் மலரக் கயல்பாயும்
     கொழுநீர் வயல்சூழ்ந் தகுரங்கு அணில்முட்டம்
     தொழுநீர் மையர்தீது உறுதுன்பம் இலரே   (1)

அருஞ்சொற்பொருள்:

விழுநீர் - ஆகாயத்தில் இருந்து விழும் நீர் (கங்கை). கழுநீர் - செங்கழுநீர். கொழுநீர் - வளமான நீர். தீதுஅறு - குற்றம் அறுகின்ற.

பொழிப்புரை:

கங்கையும் மழுப்படையும் கொண்டு விளங்கும் தலைவன் எழுந்தருளி இருக்கும், செங்கழுநீரும் குவளையும் மலரவும், கயல் மீன் பாயவும், ஆகிய வளமான நீர் பெருகியுள்ள வயல்களால் சூழப்பட்ட குரங்கணில்முட்டத்தை வணங்குகின்ற தன்மை உடையவர்க்கு, தீமையால் வரும் துன்பம் இல்லையாகும்.

3300. விடைசேர் கொடிஅண் ணல்விளங்கு உயர்மாடக்
     கடைசேர் கருமென் குளத்துஓங் கியகாட்டில்
     குடைஆர் புனல்மல் குகுரங்கு அணில்முட்டம்
     உடையான் எனைஆ ளுடைஎந் தைபிரானே   (2)

அருஞ்சொற்பொருள்:

விடைசேர்கொடி - இடபக்கொடி. கருமென்குளம் - கரிய மெல்லிய நீர் நிரம்பிய குளம். ஓங்கிய காடு - குளம் உடைய காடு. குடை ஆர்புனல் - குடைந்து நீராடத் தகுதிஉடைய தூய நீர். எனை - என்னை. ஆளுடை - அடிமையாக உடைய.

பொழிப்புரை:

இடபம் எழுதிய கொடிஉடைய தலைவன் எழுந்தருளி இருப்பது, முன்றிலுடன் கூடிய மாளிகைகளும், கரிய மெல்லிய நீரால் நிரம்பிய குளம் உடைய காட்டின் இடமாகக் குடைந்து நீராடத் தகுதி உடைய நீர்வளம் உடையதும், ஆகிய குரங்கணில்முட்டம் என்னும் தலமாகும். அத்தலத்து இறைவன் என்னை அடிமை கொண்ட தலைவனும் எனது தந்தையும் ஆவன்.

3301. சூலப் படையான் விடையான் சுடுநீற்றான்
     காலன் தனைஆ ருயிர்வவ் வியகாலன்
     கோலப் பொழில்சூழ்ந் தகுரங் கணில்முட்டத்து
     ஏலம் கமழ்புன் சடைஎந் தைபிரானே   (3)

அருஞ்சொற்பொருள்:

வவ்விய - கவர்ந்த. கோலம் - அழகு. ஏலம் - மயிர்ச்சாந்து. புன்சடை - மெல்லிய சடை.

பொழிப்புரை:

சூலப்படை உடையவனும், இடப ஊர்தி உடையவனும், வெந்த சாம்பலைப் (திருநீற்றைப்) பூசி இருப்பவனும், இயமனது அரிய

உயிரைக் கவர்ந்தவனும், மயிர்ச்சாந்து பூசிய மணமுள்ள மெல்லிய சடை உடையவனும், எமது தந்தையும், பெருமானும், ஆகியவன் எழுந்தருளி இருப்பது, அழகிய சோலையால் சூழப்பட்ட குரங்கணில்முட்டம் என்னும் தலத்திலே ஆகும்.

3302. **வாடா விரிகொன் றைவலத்து ஒருகாதில்**
தோடார் குழையான் நலபா லனம்நோக்கிக்
கூடா தனசெய் தகுரங் கணில்முட்டம்
ஆடா வருவார் அவர்அன்பு உடையாரே (4)

அருஞ்சொற்பொருள்:

வாடா - வாடுதல் இல்லாத. விரி - மலர்ந்த. நல பாலனம் - நல்ல முறையில் காத்தல். கூடாதன - ஏனையோர்க்குச் செய்ய முடியாத. ஆடாவருவார் - ஆடி வருவார்.

பொழிப்புரை:

வாடாத விரிந்த கொன்றை மலர் மாலை அணிந்திருப்பவனும், ஒரு காதில் தோடும் மறுகாதில் குழையும் அணிந்திருப்பவனும், உயிர்களை நல்லமுறையில் காப்பாற்றுபவனும், ஏனைய தேவர்களால் செய்ய முடியாத செயல்களை எல்லாம் செய்து முடிப்பவனும், குரங்கணில் முட்டம் என்னும் தலத்தில் எழுந்தருளி இருப்பவனும், நடனம் ஆடி வருபவனும், ஆகிய இறைவன், தன் அடியார்களிடத்து எப்பொழுதும் அன்பு உடையவனே ஆவன்.

3303. **இறைஆர் வளையா ளைஓர்பா கத்துஅடக்கிக்**
கறைஆர் மிடற்றான் கரிகீ றியபகையான்
குறைஆர் மதிசூ டிகுரங் கணில்முட்டத்து
உறைவான் எமைஆ ளுடைஒண் சுடரானே (5)

அருஞ்சொற்பொருள்:

இறைஆர் வளையாள் - தலத்து இறைவி பெயர். இறை - முன்னங்கை. கறை - விடக்கறை. கரி - யானை. கீறிய - கிழித்த. குறைமதி - பிறை.

பொழிப்புரை:

முன்கையில் வளையல் அணிந்த உமாதேவியை உடம்பின் ஒரு பாகத்தில் அடக்கிக் கொண்டவனும், விடக்கறையுடன் கூடிய கண்டம் உடையவனும், யானையை உரித்த பகை உடையவனும், பிறைமதியைச்

சூடி இருப்பவனும், குரங்கணில்முட்டம் என்னும் தலத்தில் எழுந்தருளி இருப்பவனும், ஆகிய இறைவன், என்னை அடிமை கொண்ட ஒள்ளிய சுடராய் விளங்குபவன்.

3304. **பலவும் பயன்உள் ளனபற் றும்ஒழிந்தோம்**
கலவம் மயில்கா முறுபே டையொடுஆடிக்
குலவும் பொழில்சூழ்ந் தகுரங் கணில்முட்டம்
நிலவும் பெருமான் அடிநித்தம் நினைந்தே (6)

அருஞ்சொற்பொருள்:

கலவம் மயில் - தோகை உடைய மயில் (ஆண்மயில்). காமுறு - விருப்பம் உறுகின்ற. பேடை - பெண்மயில். ஆடி - நடனம் ஆடி. நித்தம் - நாள்தோறும்.

பொழிப்புரை:

தோகை உடைய ஆண்மயில் தனக்கு விருப்பமுடைய பெண் மயிலோடு கூடி ஆடும் சோலை சூழ்ந்த குரங்கணில்முட்டம் என்னும் தலத்தில் எழுந்தருளி இருக்கும் பெருமானது திருவடியை நாள்தோறும் நினைப்பதால், ஐந்து பொறிகளுக்குப் பயன்தரும் உலகத்துப் பொருள்கள்மீது வைத்த பற்றை விட்டு நீங்கி இருக்கிறோம்.

3305. **மாடுஆர் மலர்க்கொன் றைவளர் சடைவைத்துத்**
தோடுஆர் குழைதான் ஒருகாது இலங்கக்
கூடார் மதில்எய் துகுரங் கணில்முட்டத்து
ஆடார் அரவம் அரைஆர்த்து அமர்வானே (7)

அருஞ்சொற்பொருள்:

மாடு - பொன். இலங்க - விளங்க. கூடார் - பகைவர். ஆடுஆர் அரவம் - படம் எடுத்து ஆடுகின்ற பாம்பு. அரை - இடை. ஆர்த்தவன் - கட்டியவன்.

பொழிப்புரை:

பொன் போன்ற நிறமுடைய கொன்றை மலரை வளர்கின்ற சடையில் சூடியவனும், தோடும் குழையும் அணிந்த காதுகள் உடையவனும், பகைவரது மும்மதிலை அழித்தவனும், குரங்கணில்முட்டம் என்னும் தலத்தில் எழுந்தருளி இருப்பவனும், படம் எடுத்து ஆடுகின்ற பாம்பை இடையில் கட்டி இருப்பவனும், ஆகியவன் நமது பெருமான் ஆவன்.

3306. மைஆர் நிறமே னிஅரக் கர்தம்கோனை
உய்யா வகையால் அடர்த்துஇன் அருள்செய்த
கொய்ஆர் மலர்சூ டிகுரங் கணில்முட்டம்
கையால் தொழுவார் வினைகாண் டல்அரிதே (8)

அருஞ்சொற்பொருள்:

மை - கருமை. கோன் - தலைவன். உய்யா வகை - தப்பிக்கா வகை. அடர்த்து - நெரித்து. கொய் ஆர் மலர் - பறித்தல் உடைய மலர். காண்டல் - காணுதல்.

பொழிப்புரை:

கரிய நிறமுடைய அரக்கர் தலைவனாகிய இராவணனைத் தப்பிக்க முடியாதபடி நெரித்துப் பின் அவனுக்கு இன்னருள் செய்தவனும், குரங்கணில்முட்டம் என்னும் தலத்தில் எழுந்தருளி இருப்பவனும், பறித்த மலர்களைச் சூடி இருப்பவனும், ஆகிய இறைவனைக் கையால் தொழுபவர், வினை காண்பது அரிது (வினை இல்லை என்பது கருத்து).

3307. வெறிஆர் மலர்த்தா மரையா னொடுமாலும்
அறியாது அசைந்து ஏத்தஓரார் அழலாகும்
குறியால் நிமர்ந்தான் தன்குரங் கணில்முட்டம்
நெறியால் தொழுவார் வினைநிற் ககிலாவே (9)

அருஞ்சொற்பொருள்:

வெறி - மணம். ஏத்த - துதிக்க. ஓரார் அழல் - ஆராய்ந்து அறிய முடியாத நெருப்பு. நெறி - முறை. நிற்ககிலாவே - நில்லாது.

பொழிப்புரை:

மணமுள்ள தாமரை மலர்மேல் உறையும் பிரமனும் திருமாலும் தேடியும் காணமுடியாத நெருப்பு உருவம் கொண்டு நின்றவனும், குரங்கணில்முட்டம் என்னும் தலத்தில் எழுந்தருளி இருப்பவனும், ஆகிய இறைவனைத் தொழவேண்டிய முறையால் தொழத் தொழுவாரது வினையானது நில்லாது நீங்கும்.

3308. கழுவார் துவரா டைகலந் துமெய்போர்க்கும்
வழுவாச் சமண்சாக் கியர்வாக்கு அவைகொள்ளேல்
குழுமின் சடைஅண் ணல்குரங் கணில்முட்டத்து
எழில்வெண் பிறையான் அடிசேர் வதுஇயல்பே (10)

அருஞ்சொற்பொருள்:

கழுவார் - உடல் கழுவார் (குளிக்காதவர் - சமணர்). வழுவா - தம் கொள்கையில் வழுவாத. கொள்ளேல் - கொள்ள வேண்டா. குழு மின் சடை - மின்னல் போல் ஒளிரும் கற்றைச் சடை.

பொழிப்புரை:

உடல் கழுவாதவரும், தம் கொள்கையில் வழுவாதவரும், ஆகிய சமணர்கள்; துவராடை கொண்டு உடலைப் போர்த்துத் திரியும் பௌத்தர்கள்; என இவர்கள் கூறும் சொற்களைக் கேட்க வேண்டா; மின்னல் போல் ஒளிரும் கற்றைச் சடை உடைய தலைவனும், குரங்கணில்முட்டம் என்னும் தலத்தில் எழுந்தருளி இருப்பவனும், அழகிய வெண்பிறைச் சந்திரனைச் சூடி இருப்பவனும், ஆகிய சிவபெருமானது திருவடியைச் சென்று சேர்வதே இயல்பான செயல் ஆகும்.

3309. கல்ஆர் மதில்கா ழியுள்ஞான சம்பந்தன்
கொல்ஆர் மழுஏந் திகுரங் கணில்முட்டம்
சொல்ஆர் தமிழ்மா லைசெவிக்கு இனிதாக
வல்லார்க்கு எளிதாம் பிறவா வகைவீடே   (11)

அருஞ்சொற்பொருள்:

கல் - மலை. வீடு - வீடுபேறு.

பொழிப்புரை:

மலை போன்ற மதிலால் சூழப்பட்ட காழி நகரத்து ஞானசம்பந்தன், கொல்லும் தொழில் உடைய மழுப்படையைக் கையில் ஏந்திய இறைவன் எழுந்தருளி இருக்கும் குரங்கணில்முட்டம் மீது, பாடிய சொல்லோடு பொருந்திய தமிழ்மாலையாக விளங்கும் இப்பதிகத்தைச் செவிக்கு இனிமை பயக்குமாறு கற்றவர் கேட்டவர் ஆகிய அனைவரும், மீண்டும் பிறவியில் செல்லா நிலையாகிய வீடுபேற்றை எளிதில் பெறுவர்.

திருச்சிற்றம்பலம்

305

திருக்கச்சி ஏகம்பம்

பதிக வரலாறு:

கவுணியர்கோன் கச்சி நோக்கி வருவது கேட்டு, அடியார்கள் ஊரை அலங்கரித்து, அழைத்துச் செல்ல, தொண்டர்கள் பொற்சுண்ணமும் பூவும் தூவி வரவேற்கக் கச்சி ஏகம்பம் சென்று, கோயிலை வலமாக வந்து, திருமுன் சென்று, வீழ்ந்து வணங்கி எழுந்து, இப்பதிகம் அருளுகின்றார்.

தல வரலாறு:

தற்பொழுது காஞ்சிபுரம் என வழங்கப்படுகிறது. உலகம் உய்யும் பொருட்டு இறைவி ஆகம விதியின்படி பூசிக்க கயிலையிலிருந்து காஞ்சிபுரத்துக்கு எழுந்தருளினார். அங்கு கம்பை ஆற்றின் கரையில் தாமே முளைத்து வளர்ந்த சிவலிங்கத் திருவுருவைக் கண்டார். மணலால் ஆன அந்த இலிங்கத்தை முறைப்படி பூசித்தார். அப்பொழுது கம்பை நதியில் வெள்ளம் பெருக்கெடுத்தது. அதுகண்டு அச்சம் கொண்ட அம்மையார், இலிங்கத்திருமேனியை இறுகத் தழுவிக் கொண்டார். அப்பொழுது இறைவர் தம் திருமேனி குழைந்து, அம்மையாரது முலைத்தழும்பும் வளைச்சுவடும் ஏற்று அருளினார். ஆகையால் அப்பெருமானுக்குத் தழுவக் குழைந்த நாதர் என்ற பெயர் உண்டாயிற்று. இவர் ஒரு மாமரத்தின்கீழ் எழுந்தருளி இருந்தார் என்பதால் ஏகாம்பரம் ஆனார் (ஏகம், ஆம்பரம் - வடசொற்கள்; ஏகம் - ஒன்று, ஆம்பரம் - மாமரம்; ஏகஆம்பரம் - ஏகாம்பரம்; இது மருவி ஏகம்பம் ஆயிற்று).

முத்தித்தலங்களுள் முதன்மை உடையது. சுந்தரமூர்த்தி நாயனார் இடக்கண் பார்வை பெற்ற தலம். ஐயடிகள் காடவர்கோன், திருக் குறிப்புத் தொண்டர், சாக்கியர் என மூன்று நாயன்மார்கள் அருள் அடைந்த தலம். இங்கு பிரமன், திருமால், உருத்திரன் ஆகிய மும்மூர்த்திகளும் பூசித்த இலிங்கங்கள் இருக்கின்றன. அவை முறையே வெள்ளக் கம்பம், கள்ளக் கம்பம், நல்ல கம்பம் என்னும் பெயர்களுடன் உள்ளன. மூவர் முதலிகள் பாடிய 12 பதிகங்கள் இத்தலத்துக்கு உண்டு.

சுவாமி : தழுவக்குழந்தை நாதர், ஏகாம்பர நாதர்

அம்மை : காமாட்சி, ஏலவார்குழலி

தல மரம் : மாமரம்

தீர்த்தம் : கம்பா நதி, சிவகங்கை

திருமுறை 2 - 148 திருஞான - 995

பண்: இந்தளம்

3310. **மறையானை மாசிலாப் புன்சடை மல்குவெண்**
பிறையானை பெண்ணொடு ஆண்ஆகிய பெம்மானை
இறையானை ஏர்கொள்கச் சித்திரு ஏகம்பத்து
உறைவானை அல்லதுஉள் காதுஎனது உள்ளமே (1)

அருஞ்சொற்பொருள்:

மாசிலா - குற்றமற்ற. புன்சடை - மெல்லிய சடை. ஏர் - அழகு. ஏகம்பம் - ஏகாம்பரம் (ஏகம் - ஒன்று; ஆம்பரம் - மாமரம்). உள்காது - நினைக்காது. கச்சி - காஞ்சிபுரம் (தலத்தின் பெயர்). ஏகம்பம் - கோயிலின் பெயர்.

பொழிப்புரை:

வேதமாக விளங்குபவனை, குற்றமற்ற மெல்லிய சடையில் வெண் பிறைச் சந்திரனைச் சூடி இருப்பவனை, பெண்ணாகவும் ஆணாகவும் விளங்குகின்ற பெருமானை, இறைவனை, அழகிய காஞ்சிபுர நகரில் ஏகம்பம் திருக்கோயிலில் எழுந்தருளி இருப்பவனை அல்லாது, எனது உள்ளம் வேறு எவரையும் நினையாது.

3311. **நொச்சியே வன்னிகொன் றைமதி கூவிளம்**
உச்சியே புனைதல்வே டம்விடை ஊர்தியான்
கச்சிஏ கம்பம்மே யகறைக் கண்டனை
நச்சியே தொழும்இனும் மேல்வினை நையுமே (2)

அருஞ்சொற்பொருள்:

கூவிளம் - வில்வம். நச்சி - விரும்பி. இனும் - இன்னும். நையும் - தேயும்.

பொழிப்புரை:

நொச்சி, வன்னி, வில்வம் ஆகிய இவற்றின் தளிரும்; கொன்றை மலரும்; பிறைச் சந்திரனும்; ஆகிய இவற்றை தலையில் சூடி இருக்கும்

வேடம் உடையவன்; இடப ஊர்தி உடையவன்; காஞ்சிபுர நகரில் ஏகம்பம் திருக்கோயிலில் எழுந்தருளி இருப்பவன்; விடக்கறை பொருந்திய கண்டம் உடையவன்; அவனை விரும்பித் தொழ, இனிமேல் ஏறஉள்ள வினை (ஆகாமிய கன்மம்) இல்லையாகும்.

3312. பார்ஆரும் முழவம்மொந் தைகுழல் யாழ்ஒலி
சீராலே பாடல்ஆ டல்சிதைவு இல்லதோர்
ஏர்ஆர்பூங் கச்சிஏ கம்பனை எம்மானைச்
சேராதார் இன்பமா யந்நெறி சேராரே (3)

அருஞ்சொற்பொருள்:

முழவம், மொந்தை, குழல், யாழ் - இசைக்கருவிகள். சீர் - சிறப்பு. சிதைவு - கேடு. ஏர் - அழகு. சேரார் - சேராதவர்.

பொழிப்புரை:

உலகில் நிறைந்து முழவம் மொந்தை குழல் யாழ் முதலிய இசைக்கருவிகள் முழங்கவும், சிறந்த பாடலும் ஆடலும் குற்றமின்றி நடக்கவும், ஆக அழகு விளங்கும் காஞ்சிபுர நகரில் ஏகம்பம் திருக் கோயிலில் எழுந்தருளி இருக்கும் எமது தலைவனை வந்து சேராதவர், இன்பநெறி (வீட்டு நெறி)யைச் சேராதவரே ஆவர்.

3313. குன்றுஏய்க்கும் நெடுவெண்மா டக்கொடி கூடிப்போய்
மின்தேய்க்கும் முகில்கள்தோ யும்வியன் கச்சியுள்
மன்றுஏய்க்கும் மல்குசீ ரான்மலி ஏகம்பம்
சென்றுஏய்க்கும் சிந்தையார் மேல்வினை சேராவே (4)

அருஞ்சொற்பொருள்:

ஏய்க்கும் - ஒக்கும். முகில் - மேகம். தோயும் - உரசும். வியன் - இடம்அகன்ற. மன்று - அம்பலம். ஏய்க்கும் - பொருந்தச் செய்யும்.

பொழிப்புரை:

குன்றுபோல் உயர்ந்த வெண்மையான மாடி வீடுகளின் மேல் பறக்கும் கொடியானது, மின்னலைத் தன்னகத்தே கொண்ட மேகத்தைச் சென்று உரசும், இடம் அகன்ற காஞ்சி நகரில் உள்ள, அம்பலத்துடன் கூடிய அழகு விளங்கும் ஏகம்பம் திருக்கோயிலுக்குச் சென்று, வழிபடும் சிந்தை உடையவரை, மேல்வினை (ஆகாமியம்) பொருந்தாது.

3314. **கடையானைத் தலைகைஏந் திப்பலி தருவார்தம்**
கடையேபோய் மூன்றும்கொண் டான்கலிக் கச்சியுள்
புடையேபொன் மலரும்கம் பைக்கரை ஏகம்பம்
உடையானை அல்லதுஉள் காதுஎனது உள்ளமே (5)

அருஞ்சொற்பொருள்:

தலை - தலைஓடு. பலி - பிச்சை. கடை - வீட்டு வாயில். மூன்றும் - உடல் பொருள் ஆவி ஆகிய மூன்றும். கலி - ஆரவாரம். பொன் மலரும் - பொன் போல் கொன்றை மலரும். கம்பை - கம்பா நதி. உள்காது - நினைக்காது.

பொழிப்புரை:

சடாமுடி உடையவனை; மண்டை ஓட்டைக் கையில் ஏந்திப் பிச்சை தருவாரது வீட்டு வாயிலில் நின்று, பிச்சையிட வரும் பெண்களின் உடல், பொருள், ஆவி (உயிர்) என்னும் மூன்றையும் பிச்சை கொள்ளும் தன்மை உடையவனை; ஆரவாரம் மிகுந்த காஞ்சிபுர நகரில் கொன்றை மலர் பொன்போல் பூக்க, கம்பா நதியின் கரையில், ஏகம்பம் திருக் கோயிலில், எழுந்தருளி இருப்பவனை அல்லாது, எனது உள்ளம் வேறு எவரையும் நினையாது.

3315. **மழுவாளோடு எழில்கொள்சூ லப்படைவல் லார்தம்**
கெழுவாளோ இமையர்உச் சிஉமையாள் கங்கை
வழுவாமே மல்குசீ ரால்வளர் ஏகம்பம்
தொழுவாரே விழுமியார் மேல்வினை துன்னாவே (6)

அருஞ்சொற்பொருள்:

தம் கெழுவாளோர் இமையர் - வந்து பொருந்தி வழிபடும் தேவர்கள். உச்சி கங்கை - சடையில் கங்கை. வழுவாமே - தப்பாமே. துன்னா - நெருங்கா.

பொழிப்புரை:

மழுப்படையும், அழகிய சூலப் படையும், ஏந்துவதில் வல்லவரும்; தேவர்கள் சூழ நின்று வணங்க விளங்குபவரும்; உமாதேவியை உடன் கொண்டவரும்; கங்கையைச் சடையில் கொண்டவரும்; தப்பாமல் புகழ்விளங்க ஏகம்பம் திருக்கோயிலில் எழுந்தருளி இருப்பவரும்; ஆகிய சிவபெருமானைத் தொழுபவர் மேலானவர்; அவரை ஏறுவினை நெருங்காது.

3316. விண்உளார் மறைகள்வே தம்விரித்து ஓதுவார்
கண்உளார் கழலின்வெல் வார்கரி காலனை
நண்ணுவார் எழில்கொள் கச்சிநகர் ஏகம்பத்து
அண்ணலார் ஆடுகின்ற அலங்கா ரம்மே (7)

அருஞ்சொற்பொருள்:

கழல் - திருவடி. கரி காலன் - கரிய நிற இயமன். எழில் - அழகு. அலங்காரம் - அதிசயம்.

பொழிப்புரை:

விண்ணில் இருப்பவர்; மறைகளையும் (அறம், பொருள், இன்பம், வீடு) வேதங்களையும் (ரிக், யசூர், சாமம், அதர்வணம்) விரித்து ஓதுபவரது கண்களில் இருப்பவர்; கரியநிற இயமனைத் தமது திருவடி கொண்டு உதைத்து வெற்றி பெற்றவர்; அழகிய காஞ்சிபுர நகரில் ஏகம்பம் திருக் கோயிலில் எழுந்தருளி இருப்பவர்; தலைவர்; அவர் ஆடுகின்ற கூத்து அதிசயம் நிறைந்தது.

3317. தூயானைத் தூயவாய் அம்மறை ஓதிய
வாயானை வாள்அரக் கன்வலி வாட்டிய
தீயானைத் தீதில்கச் சித்திரு ஏகம்பம்
மேயானை மேவுவார் என்தலை மேலாரே (8)

அருஞ்சொற்பொருள்:

வாட்டிய - அழித்த. மேயான் - எழுந்தருளி இருப்பவன்.

பொழிப்புரை:

மலக்குற்றங்கள் அற்ற தூய்மை உடையவனை; அழகிய வேதத்தைத் தமது தூய வாய் கொண்டு ஓதியவனை; வாள் ஏந்திய அரக்கன் இராவணனது வலிமையை அழித்தவனை; தீப்போல மேனிநிறம் சிவந்து காணப்படுபவனை; குற்றமற்ற காஞ்சிபுர நகரில் ஏகம்பம் திருக் கோயிலில் எழுந்தருளி இருப்பவனை; சென்று சேர்பவர்; என்தலைமேல் வைத்து போற்றப்படும் தகுதி உடையவரே ஆவர்.

3318. நாகம்பூண் ஏறுஅதுஏறல் நறுங்கொன் றைதார்
பாகம்பெண் பலியும்ஏற் பர்மறை பாடுவர்
ஏகம்பம் மேவிஆடும் இறைஇ ருவர்க்கு
மாகம்பம் அறியும்வண் ணத்தவன் அல்லனே (9)

அருஞ்சொற்பொருள்:

பூண் - ஆபரணம். ஏறு - காளை. தார் - மாலை. பலி - பிச்சை. இருவர் - திருமாலும் பிரமனும். மாகம்பம் - பெரிய நெருப்புத் தூண்.

பொழிப்புரை:

பாம்பு அணிகலன்; எருது ஏறி வரும் ஊர்தி; மணமுள்ள கொன்றை மலரால் ஆனது மாலை; உடம்பின் ஒரு பாகத்தில் உமாதேவி; ஏற்பது பிச்சை; பாடுவது மறை; நடனம் ஆடுவது ஏகம்பம் திருக்கோயில் அம்பலத்தில்; திருமாலுக்கும் பிரமனுக்கும் பெரிய நெருப்புத் தூண், எனவே இவ்விறைவன், அறிந்துகொள்ளும் தன்மை உடையவன் அல்லன்.

3319. போதியார் பிண்டியார் என்றுஇவர் பொய்ந்நூலை
வாதியா வம்மின்அம் மாஎனும் கச்சியுள்
ஆதியார் மேவிஆ டும்திரு ஏகம்பம்
நீதியால் தொழும்இனும் மேல்வினை நில்லாவே   (10)

அருஞ்சொற்பொருள்:

போதி - அரசமரம். பிண்டி - அசோகமரம். வாதியா - வாதிடாமல். வம்மின் - வாருங்கள். அம் மா - அழகிய மாமரம். இனும் - இன்னும்.

பொழிப்புரை:

அரசமரத்தின் கீழ் உள்ள புத்தரை வழிபடுவோரும், அசோக மரத்தின் கீழ் உள்ள அருகனை வழிபடுவோரும், என்று இவர்கள் ஓதும் பொய்நூற் கருத்துகளை வாதிக்க வேண்டாம். அவரிடமிருந்து விடுபட்டு வாருங்கள். காஞ்சிபுர நகரில் அழகிய மாமரத்தின்கீழ் எழுந்தருளி நமது முதல்வனார் நடனம் ஆடுகின்றார். முறையாக அவரை வழிபடுவீராக! அவ்வாறு வழிபட ஏறுவினை சேராது.

3320. அந்தண்பூங் கச்சிஏ கம்பனை அம்மானைக்
கந்தண்பூங் காழிஊ ரன்கலிக் கோவையால்
சந்தமே பாட வல்லதமிழ் ஞானசம்
பந்தன்சொல் பாடிஆ டக்கெடும் பாவமே   (11)

அருஞ்சொற்பொருள்:

அம்தண் - அழகிய குளிர்ந்த. கம் தண் - குளிர்ந்த மேகம். கலிக் கோவை - வறுமையைப் போக்கும் பாமாலையாகிய கோவை. சந்தம் - இசை.

பொழிப்புரை:

அழகிய குளிர்ந்த பொலிவு உடைய காஞ்சிபுர நகரத்து ஏகம்பனை, அம்மானை; குளிர்ந்த மேகம் தவழும் பொலிவு உடைய சீர்காழி நகரத்துத் தமிழ் ஞானசம்பந்தன்; பாடிய வறுமை தீர்க்கும் இக்கோவையை, (பதிகத்தை) இசையோடு பாடி ஆடி வழிபட வல்லீரேல்; உமது பாவங்கள் கெடும்.

திருச்சிற்றம்பலம்

306

திருக்கச்சி ஏகம்பம்

பதிக வரலாறு:

மேலும் ஒரு யமகம் பாடிப் பிள்ளையார் வழிபடுகின்றார்.

திருமுறை 3 - 372   திருஞான - 995

திருவியமகம்
பண்: பழம்பஞ்சுரம்

3321. பாயும் மால்விடை மேல்ஒரு பாகனே
      பாவை தன்உரு மேல்ஒரு பாகனே
      தூய வானவர் வேதத் துவனியே
      சோதி மால்எரி வேதத்து வனியே
      ஆயும் நன்பொருள் நுண்பொருள் ஆதியே
      ஆல நீழல் அரும்பொருள் ஆதியே
      காய வில்மதன் பட்டது கம்பமே
      கண்ணுதல் பரமற் குஇடம் கம்பமே   (1)

அருஞ்சொற்பொருள்:

பாகன் - செலுத்துபவன். பாகன் - பாகமாக உடையவன். துவனி - தொனி (ஒலி). வனி - வன்னி (நெருப்பு). ஆதியே - ஆவாய். ஆதியே - முதலே. கம்பம் - நடுக்கம். கம்பம் - ஏகம்பம் திருக்கோயில்.

பொழிப்புரை:

பாய்ந்து செல்லும் பெரிய காளையைச் செலுத்துபவன்; பாவை போன்ற அழகிய உமாதேவியை பாகமாகக் கொண்டவன்; தூய தேவர்கள் போற்றும் வேதத்தின் தொனியாக (ஒலியாக) விளங்குபவன்; சுடர்விட்டு எரியும் வெம்மை உடைய வேள்வித் தீயாய் விளங்குபவன்; ஆராயத்தக்க நல்ல கருத்துக்கள் அனைத்திலும் நுண்ணிய கருத்தாக விளங்குபவன்; கல்லால மர நிழலில் அமர்ந்து வேதம் முதலியவற்றை விளக்கிய

முதல்வன்; போர்புரிய வில்லுடன் வந்த மன்மதனுக்கு முதலில் நடுக்கத்தை உண்டாக்கியவன்; நெற்றியில் கண்உடைய அச்சிவபெருமான் எழுந்தருளும் இடம் ஏகம்பம் திருக்கோயிலே ஆகும்.

3322. சடைஅ ணிந்ததும் வெண்தலை மாலையே
தம்உ டம்பிலும் வெண்தலை மாலை
படைஇலங்கு கையில் சூல்அம்அது என்பதே
பரந்துஇலங்கு கையில் சூலம்அது என்பதே
புடைப ரப்பன பூத கணங்களே
போற்றி இசைப்பன பூத கணங்களே
கடைகள் தோறும் இரப்பது மிச்சையே
கம்பம் மேவி இருப்பதும் இச்சையே (2)

அருஞ்சொற்பொருள்:

வெண்தலைமாலை - வெள்ளைநிற மண்டை ஓட்டு மாலை (இரண்டிடத்தும் ஒரே பொருளில் வந்தது). சூல் அம் அது - கருவில் தங்கிப் பிறந்த அழகியது (மான்கன்று என்க). சூலம் - சூலப்படை. பூதகணங்கள் - (இரண்டிடத்தும் ஒரே பொருளில் வந்தது) பொருள் வெளிப்படை. மிச்சை - மிகை (உணவு). இச்சை - விருப்பம்.

பொழிப்புரை:

சடையிலும் உடம்பிலும் ஆக வெண்மைநிற மண்டை ஓட்டு மாலைகளை அணிந்திருப்பவன்; மழுப்படை, கருவில் தங்கிப் பிறந்த மான்கன்று ஆகியவற்றைக் கைகளில் ஏந்தி இருப்பவன்; பூதகணங்கள் சூழ வருபவன்; பூதகணங்கள் போற்றிப் பாட விளங்குபவன்; வீட்டு முற்றம் தோறும் சென்று பிச்சை உணவை ஏற்பவன்; அவன் விரும்பி எழுந்தருளி இருப்பது காஞ்சிபுர நகரில் உள்ள ஏகம்பம் திருக்கோயிலே ஆகும்.

3323. வெள்ள ருக்கொடு தும்பை மிலைச்சியே
ஏறு முன்செலத் தும்பை மிலைச்சியே
அள்ளி நீறுஅது பூசுவது ஆகமே
ஆன மாசுணம் மூசுவது ஆகமே
புள்ளி ஆடை உடுப்பது உகத்துமே
போன ஊழி உடுப்பது உகத்துமே
கள்உ லாம்மலர்க் கம்பம் இருப்பதே
காஞ்சி மாநகர்க் கம்பம் இருப்பதே (3)

அருஞ்சொற்பொருள்:

தும்பை - தும்பை மலர். தும்பு - கயிறு. ஆகம் - உடம்பு (இரண்டிடத்தும்). மாசுணம் - பாம்பு. மூசுவது - மூடுவது. புள்ளி ஆடை - புள்ளிமான் தோலால் ஆன ஆடை. உகத்துமே - (உகந்துமே) மகிழ்ந்து. உகம் - பாம்பு. கம்பம் - தூண். கம்பம் - ஏகம்பம்.

பொழிப்புரை:

சிவபெருமான் வெள்ளெருக்கு, தும்பை ஆகிய மலர்களை அணிந்திருப்பவர்; எருது முன்நோக்கிச் செல்ல, அதன் கயிற்றைக் கையில் பிடித்து, அதன் மேல் இருந்து, ஊர்ந்து செல்பவர்; திருநீற்றை அள்ளி உடம்பு முழுவதும் பூசிக் கொள்பவர்; பாம்பைப் பலவகை அணிகளாக உடல் முழுவதும் அணிந்து, (ஏறத்தாழ பாம்பு கொண்டு) உடலை மூடுபவர்; மான்தோலை ஆடையாக மகிழ்ந்து அணிபவர்; கடந்த ஊழியிலும் அவர் அணிந்திருந்தது பாம்பே ஆகும். தேன் ஒழுகும் மலர்களைச் சூடி இருக்கும் அவர், 'தூணாக இருந்து உலகைத் தாங்குகிறார்' என்று கூறுவது மரபு; அவர் காஞ்சிபுர நகரில் உள்ள ஏகம்பம் திருக்கோயிலில் எழுந்தருளி இருக்கிறார்.

3324. **முற்றல் ஆமை அணிந்த முதல்வரே**
மூரிஆம்ஐ அணிந்த முதல்வரே
பற்றி வாள்அரவு ஆட்டும் பரிசரே
பாலும் நெய்உகந்து ஆட்டும் பரிசரே
வற்றல் ஓடு கலம்பலி தேர்வதே
வானி னோடு கலம்பலி தேர்வதே
கற்றி லாமனம் கம்பம் இருப்பதே
காஞ்சி மாநகர்க் கம்பம் இருப்பதே (4)

அருஞ்சொற்பொருள்:

முற்றல் ஆமை - முதிர்ந்த ஆமையின் ஓடு. மூரியாம் ஐ - எருது என்னும் அழகிய (ஊர்தியை). வாள் அரா - பளபளக்கும் பாம்பு. பரிசர் - தன்மை உடையவர் (இரண்டிடத்தும்). ஆட்டும் - ஆட்ட ஆடும். வற்றல் ஓடு - மண்டை ஓடு. கலம் - உண்கலன். பலி - பிச்சை. வானினோடு - வான உலகில் உள்ள தேவர்களோடு. கலம் - நல்ல சற்பாத்திரமாய் விளங்கும் அடியார்கள். பலி - பூசை. கற்றிலா மனம் - ஞான நூல்களைக் கல்லாத மனம். கம்பம் - தூண். கம்பம் - ஏகம்பம்.

பொழிப்புரை:

சிவபெருமான் முதிர்ந்த ஆமையின் ஓட்டை அணிந்திருக்கும் முதல்வர்; எருதுக்கு ஊர்தி என்னும் அழகு சேர்த்த முதல்வர்; பளபளக்கும் பாம்பைக் கைகளால் பற்றி ஆட்டும் இயல்பு உடையவர்; பால், நெய் முதலியன கொண்டு திருமஞ்சனம் ஆட்ட ஆடும் இயல்பு உடையவர்; தசை வற்றிய மண்டை ஓட்டை உண்கலமாக ஏந்தி, அதனில் பிச்சை உணவைப் பெறுபவர்; வான உலகில் உள்ள தேவர்களும் பூவுலகில் உள்ள அடியார்களும் செய்யும் பூசையை ஏற்பவர்; ஞானநூல்களைக் கல்லாதவர் மனம் (கசிவின்றித்) தூண்போல் இருக்கும்; காஞ்சிபுர நகரில் உள்ள ஏகம்பம் திருக்கோயிலில் அவர் எழுந்தருளி இருக்கிறார்.

3325. **வேட னாகி விசயற்கு அருளியே**
வேலை நஞ்சம் மிசையல் கருளியே
ஆடு பாம்புஅரை ஆர்த்தது உடைஅதே
அஞ்சு பூதமும் ஆர்த்த துடைஅதே
கோடு வான்மதிக் கண்ணி அழகிதே
குற்றமில் மதிக்கு அண்ணி அழகிதே
காடு வாழ்பதி ஆவதும் உம்மதே
கம்ப மாவதி ஆவதும் உம்மதே (5)

அருஞ்சொற்பொருள்:

விசயன் - அர்ச்சுனன். மிசையல் - உண்ணுதல். கருளி - கரு நிறம் கொண்டு. துடை - துடைத்தல் (அழித்தல்). கோடு - வளைவு. மதி - அறிவு. அண்ணி - நெருங்கி. வதி - வதிதல் (வசித்தல்).

பொழிப்புரை:

சிவபெருமான் வேடர் வடிவில் வந்து அர்ச்சுனனுக்கு அருள் செய்தவன்; பாற்கடலில் வெளிப்பட்ட நஞ்சை உண்டு தேக்கிய கண்டம் கருக்க நின்றவன்; படம் எடுத்து ஆடுகின்ற பாம்பை இடுப்பில் உடையின் மேல் கச்சாகக் கட்டியவன்; ஐம்பூதக் கலப்பால் ஆன உடலும் உலகமும் அழிவுக்கு உள்ளாகும் பொருட்டே (படைக்கப்பட்டவை); வானில் உலவும் வளைந்த பிறைச்சந்திரன் தலையில் அணியும் மாலையாக அவர்க்கு அழகு சேர்க்கின்றது; மும்மலக் குற்றமற்ற தூய அறிவுடைய ஞானியரிடம் நெருங்கும் அழகியர்; சுடுகாட்டைத் தான் வாழும் இடமாகத் தேர்வு செய்ததும், ஏகம்பம் என்னும் கோயிலைத் தான் வாழும் இடமாகத் தேர்வது செய்ததும், அவரது விருப்பமே ஆகும்.

3326. இரும்பு கைக்கொடி தங்குஅழல் கையதே
இயம மாமகள் தம்கழல் கையதே
அரும்பு மொய்த்த மலர்ப்பொறை தாங்கியே
ஆழி யான்தன் மலர்ப்பொறை தாங்கியே
பெருப்ப கல்நடம் ஆடுதல் செய்துமே
பேதை மார்மனம் வாடுதல் செய்துமே
கரும்பு மொய்த்துஎழு கம்பம் இருப்பதே
காஞ்சி மாநகர்க் கம்பம் இருப்பதே (6)

அருஞ்சொற்பொருள்:

இரும் புகை -பெரிய அளவிலான புகை. அழல் - நெருப்பு. இமயமாமகள் - இமயமலை அரசனது மகள். பொறை - சுமை. ஆழியான் - திருமால் (ஆழி - கடல், சக்கரம்). பேதைமார் -மகளிர். கரும்பு மொய்த்து எழு கம்பம் - பல கரும்புகளை ஒன்றாக்கிக் கட்டிய தூண் போல. கம்பம் - ஏகம்பம்.

பொழிப்புரை:

பெரிய அளவிலான புகை, கொடி போல் எழ, அந்நெருப்பைக் கையில் ஏந்தி இருப்பவன்; இமயமலை அரசனது மகள் பார்வதியின் கைகள் வருடும் திருவடி உடையவன்; அடியார்கள் தூவி வழிபடும் அரும்பு, மலர் ஆகியவற்றின் சுமையைத் தாங்குபவன்; சக்கரப்படை உடைய திருமால் சாத்தி வழிபடும் மலர்களைத் தாங்குபவன்; பெரும் பகல் பொழுதில் நடனம் ஆடுபவன்; பிச்சை தர வந்த மகளிரின் மனத்தில் வாட்டத்தை உண்டாக்கியவன்; கரும்புக் கட்டு போல (தூண் போல) பாணம் உடையவன்; அவன் எழுந்தருளி இருப்பது காஞ்சிபுரம் நகரில் உள்ள ஏகம்பம் திருக்கோயிலில் ஆகும்.

3327. முதிரம் மங்கை தவம்செய்த காலமே
முன்புஅம் கைதவம் செய்த காலமே
வெதிர்க ளோடுஅகில் சந்தம் உருட்டியே
வேழ மோடுஓட கில்சந்தம் உருட்டியே
அதிர ஆற வரத்து அழுவத்தொடே
ஆன்ஐ ஆடு வரத்தழு வத்தோடே
கதிர்கொள் பூண்முலைக் கம்பம் இருப்பதே
காஞ்சி மாநகர்க் கம்பம் இருப்பதே (7)

அருஞ்சொற்பொருள்:

முதிரம் - மேகம். அம் - அழகிய. கைதவம் - வஞ்சனை. வெதிர் - மூங்கில். வேழம் - யானை. ஓடகில் - ஓடமுடியாத. அதிர - ஆரவாரம் செய்ய. ஆறு - கம்பை ஆறு. அழுவம் - மிகுதி. ஆன் - பசு. ஐ - ஐந்து. தழுவம் - தழுவிக் கொள்ளல். கம்பம் - கம்பம் போன்ற தழும்பு. கம்பம் - ஏகம்பம்.

பொழிப்புரை:

மேகம் போன்ற நிறம் உடைய பார்வதி முன் ஒரு காலத்தில் இமய மலையிலும் பின் ஒரு காலத்தில் கம்பாநதிக் கரையிலும் தவம் செய்ய, இறைவர் வஞ்சனையாய் வெள்ளம் வரச் செய்ய தானாக நீந்திச் செல்ல முடியாத மூங்கில், அகில், சந்தனம் முதலிய மரங்களின் துண்டுகளை அடித்துக் கொண்டு பெரும் ஆரவாரம் செய்து நீர் மிகுதியும் பரந்து (கரைகளைக் கடந்தும்) பாய்ந்து வரும் அந்நதியின் கரையில் எழுந்தருளிய பெருமான் ஆன் ஐந்து கொண்டு திருமஞ்சனம் ஆடுபவர்; வெள்ளம் பெருக்கெடுத்த போது, அச்சத்தால் அம்பிகை தழுவ, அவளது முலையின் சுவட்டை (தடி கொண்டு அடித்தது போல) ஏற்றுக் கொண்டவர்; அவர் எழுந்தருளி இருப்பது காஞ்சிபுரம் நகரில் உள்ள ஏகம்பம் திருக்கோயிலில் ஆகும்.

3328. **பண்டு அரக்கன் எடுத்த பலத்தையே**
பாய்ந்து அரக்கல் நெடுத்தஅ பலத்தையே
கொண்டு அரக்கிய தும்கால் விரலையே
கோள்அரக் கியதும் கால்வு இரலையே
உண்டு உழன்றது முண்டத் தலையிலே
உடுபதிக்கு இடம்உண்டு அத்தலையிலே
கண்டம் நஞ்சம் அடக்கினை கம்பமே
கடவுள் நீஇடம் கொண்டது கம்பமே (8)

அருஞ்சொற்பொருள்:

பண்டு - முன்பு. அரக்கன் - இராவணன். பலம் - வலிமை. அரக்கல் - நெரித்தல். அபலம் - பலமின்மை. கோள் - கொல்லும் தன்மை. கால்வு - கக்கியது (நீக்கியது). இரலை - மான். உண்டு உழன்றது - பிச்சை ஏற்று உணவு உண்டு திரிந்தது. முண்டத்தலை - மண்டை ஓடு. உடுபதி - சந்திரன். கம்பம் - தூண். கம்பம் - ஏகம்பம்.

பொழிப்புரை:

முன்பு இராவணன் தன் உடல்வலிமையைக் கொண்டு, கயிலை மலையைப் பெயர்க்க முற்பட, அவன் வலிமையற்றவன் என்று

உணர்த்தும் பொருட்டுத் தன் கால்விரல் கொண்டு ஊன்றி நசுக்கியவர்; தாருகாவனத்து முனிவர்களது ஏவலால் வேள்வியில் வெளிப்பட்ட, கொல்லும் தன்மை உடைய மான்கன்றினைக் கையில் ஏந்தியவர்; பிச்சை உணவு பெறுவதற்கு உண்கலமாக மண்டை ஓட்டைப் பயன்படுத்தியவர்; சந்திரன் தங்குவதற்குரிய இடத்தை தம் சடையில் தந்துள்ளவர்; ஆலகால விடத்தை தமது கண்டத்தில் அடக்கியவர்; கடவுளாகிய அவர் எழுந்தருளி இருக்கும் இடம் ஏகம்பம் திருக்கோயில் ஆகும்.

3329. **தூணி ஆன சுடர்விடு சோதியே**
சுத்த மான சுடர்விடு சோதியே
பேணி ஒரு பிரமப் பறவையே
பித்த னான பிரமப் பறவையே
சேணி னோடு கீழ்ஊழி திரிந்துமே
சித்த மோடு கீழ்ஊழி திரிந்துமே
காண நின்றனர் உற்றது கம்பமே
கடவுள் நீஇடம் உற்றது கம்பமே (9)

அருஞ்சொற்பொருள்:

தூணி - அம்பறாத் தூணி. சுடர்விடு சோதி - ஒளிவிடும் நெருப்பு (இரண்டிடத்தும்). பேணி ஓடு - போற்றுகின்ற மண்டை ஓடு. பிரமப் பறவை - அன்னமாகப் பறந்த பிரமன் (இரண்டிடத்தும்). சேண் - ஆகாயம். கீழ் - பாதாளம். ஊழி - பல ஊழிக் காலம். கம்பம் - தம்பம் (நெருப்புத் தூண்). கம்பம் - கச்சி ஏகம்பம்.

பொழிப்புரை:

நெற்றிக் கண்ணில் இருந்து புறப்பட்ட ஒளி உடைய நெருப்பு மன்மதனை எரித்தபோது அம்பறாத் தூணியிலிருந்து புறப்பட்ட அம்புபோல் செயல்பட்டு, அவன் உடலை அழித்தது; அதே நெற்றிக்கண்ணில் இருந்து புறப்பட்ட குற்றமற்ற தூய ஒளிவிடும் சுடரானது ஆறுமுகங்கள் உடைய முருகப் பெருமானைத் தந்தது; அன்னப் பறவை உருக்கொண்டு திருமுடியைத் தேடிய பிரமனது கபாலம் உண்கலம் ஆனது; அன்னப் பறவையாகப் பிரமன் மேலும் பன்றியாகத் திருமால் கீழும் ஆக முறையே முடியையும் அடியையும் தேட, அவர் இருவரும் கண்டது நெருப்புத் தூணினை மட்டுமே; இவ்வாறு கடவுளாகிய நீவிர் எழுந்தருளி இருப்பது கச்சி ஏகம்பம் திருக்கோயிலே ஆகும்.

3330. ஓர்உ டம்பினை ஈர்உரு வாகவே
 உன்பொ ருள்திறம் ஈர்உரு வாகவே
 ஆரும் எய்தற்கு அரிது பெரிதுமே
 ஆற்ற எய்தல் கரிது பெரிதுமே
 தேர ரும்(ம்)அறி யாது திகைப்பரே
 சித்த மும்மறி யாது திகைப்பரே
 கார்நி றத்துஅம ணர்க்குஒரு கம்பமே
 கடவுள் நீஇடம் கொண்டது கம்பமே (10)

அருஞ்சொற்பொருள்:

ஓர் உடம்பு - யானையின் உடம்பு. ஈர்உரு - ஈரம் உலராத உருவம் உடைய தோல். ஈர்உரு - சிவம் சத்தி (பொருள், ஆற்றல்). ஆரும் - யாரும். அரிது பெரிது - அரியதும் பெரியதும். கரிது - கரிய நிறம் உடையது. பெரிது - பெரிய ஆற்றல். தேரர் - பௌத்தர். மறியாது - மடங்காது. துதிகைப்பர் - துதிப்பதை வெறுப்பர். கம்பம் - நடுக்கம். கம்பம் - ஏகம்பம்.

பொழிப்புரை:

(சிவபெருமான்) ஒரு யானையின் தோலை உரித்து, ஈரம் உலரும் முன்னே மேலாடையாகப் போர்த்தவர்; பொருளும் ஆற்றலும் (சிவமும் சத்தியுமாக இரண்டு உருவம் (நிலை) உடையவர்; யாரும் சென்றடைய முடியாத அரிய பெரிய பொருளாய் விளங்குபவர்; ஆற்றலாய் வெளிப் படும்போது கரியநிறம் உடைய அம்பிகை என்னும் பெருமை உடையவராய் விளங்குபவர்; பௌத்தர்கள் தேடிக் காண முடியாது திகைக்க நிற்பர்; தம் அறிவில் மாற்றம் ஏற்படாமையால் அவர்கள் துதி செய்வதை விரும்பாதவர்; குளிக்காமையால் அழுக்கு ஏறிய உடல் உடைய சமணர் களுக்கு நடுக்கத்தை உண்டு பண்ணுபவர்; கடவுளாகிய நீவிர் விரும்பி எழுந்தருளி இருக்கும் இடம் காஞ்சி ஏகம்பம் திருக்கோயிலே ஆகும்.

3331. கந்தம் ஆர்பொழில் சூழ்தரு கம்பமே
 காதல் செய்பவர் தீர்த்திடு கம்பமே
 புந்தி செய்வது விரும்பிப் புகலியே
 பூசு ரன்தன் விரும்பிப் புகலியே
 அந்தம் இல்பொருள் ஆயின கொண்டுமே
 அண்ண லின்பொருள் ஆயின கொண்டுமே
 பந்தன் இன்இயல் பாடிய பத்துமே
 பாட வல்லவர் ஆயின பத்துமே (11)

அருஞ்சொற்பொருள்:

கந்தம் - மணம். கம்பம் - ஏகம்பம். கம்பம் - நடுக்கம் (அச்சம்). புகலி - சீர்காழி. பூசுரன் - அந்தணன். புகலியே - விரும்பிப் புகல் அடைய. அந்தமில் - அழிவில்லாத. இன்இயல் - இனிய இசை. பத்து - பத்துப் பாடல்கள். பத்துமே - பத்தியில் மேம்படுவர்.

பொழிப்புரை:

மணம் மிகுந்த சோலையால் சூழப்பட்ட கச்சி ஏகம்பத்தில் எழுந்தருளி இருக்கும் ஏகாம்பரன் மீது, அன்புகொண்டு வழிபட, அச்சத்தால் வரும் நடுக்கம் வாழ்வில் இல்லையாகும். புகலி நகரில் அவதரித்த அந்தணன் ஞானசம்பந்தன், சரண்அடைந்து, அழிவில்லாத அப்பெருமானை வழிபடு பொருளாக ஏற்று, அவரது புகழுக்குரிய விடயங்களை உள்ளடக்கி, இசையோடு பாடிய பாடல்கள் பத்தினையும், பாடி வழிபட வல்லவர், பத்தியில் மேம்பட்டு, எல்லா நன்மைகளும் பெறுவர்.

திருச்சிற்றம்பலம்

307

திருக்கச்சி ஏகம்பம்

பதிக வரலாறு:

யமகத்தைத் தொடர்ந்து இருக்குக்குறள் பாடிப் பிள்ளையார் வழிபடுகின்றார்.

திருமுறை 3 - 299   திருஞான - 995

திருவிருக்குக்குறள்
பண்: கொல்லி

3332. கருவார் கச்சித்
      திருஏ கம்பத்து
      ஒருவா என்ன
      மருவா வினையே   (1)

அருஞ்சொற்பொருள்:

கரு - கருவாக விளங்கும். ஒருவா - ஒப்பற்றவனே. மருவா - பொருந்தா.

பொழிப்புரை:

எல்லாவற்றுக்கும் கருவாய் விளங்கும் காஞ்சிபுர நகரில் திருஏகம்பம் திருக்கோயிலில் எழுந்தருளி இருக்கும் ஒப்பற்றவனே! என்று சொல்ல, வினைகள் வந்து பொருந்தாது.

3333. மதியார் கச்சி
      நதிஏ கம்பம்
      விதியால் ஏத்தப்
      பதிஆ வாரே   (2)

அருஞ்சொற்பொருள்:

மதி - சந்திரன். நதி - கம்பை. விதி - ஆகம விதி. பதி - தலைவர்.

பொழிப்புரை:

சந்திரன் தங்கும் மாடி வீடுகள் உடைய காஞ்சிபுர நகரில் கம்பா நதியின் கரையில் உள்ள ஏகம்பம் திருக்கோயிலை ஆகம விதியின்படி வழிபட, சிவகணத் தலைவர் ஆகலாம்.

3334. கலிஆர் கச்சி
 மலிஏ கம்பம்
 பலியால் போற்ற
 நலியா வினையே   (3)

அருஞ்சொற்பொருள்:

கலி - ஆரவாரம். பலி - பூசை. வினை நலியா - வினை துன்புறுத்தாது.

பொழிப்புரை:

ஆரவாரம் மிகுந்த காஞ்சிபுர நகரில் உள்ள ஏகம்பம் திருக் கோயிலைப் பூசித்துப் போற்றி வழிபட, வினையால் வரும் துன்பங்கள் இல்லையாகும்.

3335. வரம்ஆர் கச்சிப்
 புரம்ஏ கம்பம்
 பரவா ஏத்த
 விரவா வினையே   (4)

அருஞ்சொற்பொருள்:

கச்சிப்புரம் - காஞ்சிபுரம். பரவா ஏத்த - (பரவி ஏத்த) போற்றி வழிபட. விரவா - பொருந்தா.

பொழிப்புரை:

அடியார்கள் வேண்டும் வரங்களை அருளும் காஞ்சிபுரம் ஏகம்பத்தைப் போற்றி வழிபட, வினைகள் ஆனவை வந்து பொருந்தாது.

3336. படம்ஆர் கச்சி
 இடம்ஏ கம்பத்து
 உடையாய் என்ன
 அடையா வினையே   (5)

அருஞ்சொற்பொருள்:

படம் - துணி (துணிக் கொடி). உடையாய் - தலைவனே. என்ன - என்று சொல்ல

பொழிப்புரை:

துணியால் ஆன கொடிகள் பறக்கும் மாடங்கள் உடைய காஞ்சி புரத்தில் ஏகம்பம் திருக்கோயிலில் எழுந்தருளி இருக்கும் தலைவனே! என்று அழைத்து வழிபடுபவரை, வினை சென்று அடையாது.

3337. நலம்ஆர் கச்சி
நிலவுஏ கம்பம்
குலவா ஏத்தக்
கலவா வினையே (6)

அருஞ்சொற்பொருள்:

நலம் - நன்மை. நிலவு - விளங்குகின்ற. குலவா - குலவி.

பொழிப்புரை:

நன்மை தரும் காஞ்சிபுர நகரில் விளங்கும் ஏகம்பம் திருக்கோயிலைப் போற்றி வழிபட, வழிபடுவாரை வினைகள் நெருங்காது.

3338. கரியின் உரியன்
திருஏ கம்பன்
பெரிய புரம்மூன்று
எரிசெய் தானே (7)

அருஞ்சொற்பொருள்:

கரி - யானை. உரி - தோல்.

பொழிப்புரை:

கச்சித் திருஏகம்பத்தில் எழுந்தருளி இருக்கும் இறைவன் யானையின் தோலை உரித்தவன்; பெரிய மூன்று ஊர்களை (முப்புரத்தை) எரித்து அழித்தவன்.

3339. இலங்கை அரசைத்
துலங்க ஊன்றும்
நலம்கொள் கம்பன்
இலங்கு சரணே (8)

அருஞ்சொற்பொருள்:

துலங்க - விளங்க. கம்பன் - ஏகம்பன்.

பொழிப்புரை:

இலங்கை அரசன் இராவணனது வலிமை இவ்வளவுதான் என்று விளங்குமாறு, கால் பெருவிரலை ஊன்றியவன், நன்மை மிக உடைய ஏகம்பன்; அவனது திருவடியே சரண்புகத் தகுதி உடையது.

3340. மறையோன் அரியும்
அறியா அனலன்
நெறிஏ கம்பம்
குறியால் தொழுமே   (9)

அருஞ்சொற்பொருள்:

மறையோன் - பிரமன். அரி - திருமால். அனலன் - நெருப்பு உரு உடையவன். நெறி - வழி. குறி - அடையாளம்.

பொழிப்புரை:

பிரமனும் திருமாலும் தேடும்போது நெருப்பு உருவாய் நின்ற ஏகம்பன் காட்டும் நெறியே நெறி ஆவது; தொழ வேண்டிய அடையாளம் அவனே ஆவன்.

3341. பறியாத் தேரர்
நெறியில் கச்சிச்
செறிகொள் கம்பம்
குறுகு வோமே   (10)

அருஞ்சொற்பொருள்:

பறியா - தலைமயிரைப் பறித்துக் கொள்ளாத. தேரர் - பௌத்தர்.

பொழிப்புரை:

தலைமயிரைப் பறித்துக் கொள்ளாத பௌத்தர்களும், பறித்துக் கொள்ளும் சமணர்களும் கூறும் நெறியில் செல்லாது, காஞ்சிபுர நகரில் உள்ள ஏகம்பனது ஞானம் மிகுந்த நெறியில் சென்று, பயன் அடைவோமாக!

3342. கொச்சை வேந்தன்
கச்சிக் கம்பம்
மெச்சும் சொல்லை
நச்சும் புகழே   (11)

அருஞ்சொற்பொருள்:

கொச்சை - கொச்சைவயம். மெச்சும் சொல் - புகழும் சொல். நச்சும் புகழ் - புகழ் விரும்பும்.

பொழிப்புரை:

கொச்சைவயம் என்னும் தலத்துக்குரிய ஞானசம்பந்தன், கச்சி ஏகம்பனைப் போற்றிப் பாடிய சொல்கொண்டு, போற்றிப்பாட, புகழ் விரும்பி வந்து சேரும்.

திருச்சிற்றம்பலம்

308

திருக்கச்சி ஏகம்பம்

பதிக வரலாறு:

இருக்குக்குறள் பாடி இனிதே வழிபட்ட பிள்ளையார், பெருகும் இசைத் திருப்பதிகமாக இதனை அருளுகின்றார்.

திருமுறை 1 - 133 திருஞான - 995

பண்: மேகராகக் குறிஞ்சி

3343. வெந்தவெண் பொடிப்பூசு மார்பில்விரி
நூல்ஒருபால் பொருந்தக்
கந்தம்மல்கு குழலியோடும் கடிபொழில்
கச்சி தன்னுள்
அந்தம்இல் குணத்தார் அவர்போற்ற
அணங்கினொடு ஆடல்புரி
எந்தை மேவிய ஏகம்பம்
தொழுதுஏத்த இடர்கெடுமே (1)

அருஞ்சொற்பொருள்:

கந்தம் - மணம். குழல் - கூந்தல். கடி - மணம். அந்தமில் குணம் - எல்லையற்ற நற்குணம். அணங்கு - தெய்வப்பெண் (உமாதேவி). இடர்கெடும் - துன்பம் அழியும்.

பொழிப்புரை:

வெந்த வெண்திருநீற்றை உடம்பில் பூசி, மார்பில் முப்புரிநூல் ஒருபக்கம் விளங்க, மணமுள்ள கூந்தல் உடைய உமாதேவி உடன் இருக்க, எல்லையற்ற நல்லகுணம் உடைய அடியார்கள் போற்றி வணங்க, தெய்வப் பெண்ணாகிய உமாதேவியோடு கூடி திருநடனம் செய்கின்ற எமது தந்தை எழுந்தருளி இருக்கும், மணமுள்ள சோலையால் சூழப்பட்ட காஞ்சிபுர நகரில் உள்ள ஏகம்பம் திருக்கோயிலைப் போற்றி வணங்கத் துன்பமானது கெடும்.

3344. வரம்திகழும் அவுணர் மாநகர்மூன்

றுடன்மாய்ந்து அவியச்

சரம்துரந்து எரிசெய்த தாழ்சடைச்

சங்கரன் மேயஇடம்

குருந்தம் மல்லிகை கோங்குமா

தவிநல்ல குராமரவம்

திருந்துபைம் பொழில்கச்சி ஏகம்பம்

சேர இடர்கெடுமே (2)

அருஞ்சொற்பொருள்:

அவுணர் - அசுரர். அவிய - அழிய. சரம் - அம்பு. துரந்து - எய்து.

பொழிப்புரை:

வரம் பலவும் பெற்ற அசுரர் மூவரது முப்புரம் தீப்பற்றி எரிந்து அழியுமாறு அம்பு எய்தவனும், நீண்ட சடை உடையவனும், சங்கரனும், ஆகிய இறைவன் எழுந்தருளி இருக்கும் இடம்; குருந்தம், மல்லிகை, கோங்கு, மாதவி, குரா, மரவம் ஆகிய பல நல்ல மரங்களும் கொடிகளும் நிறைந்து விளங்கும் பசிய சோலையால் சூழப்பட்ட காஞ்சிபுர நகரில் உள்ள ஏகம்பம் திருக்கோயிலே ஆகும்; அத்தலத்தைச் சென்று சேரத் துன்பமானது நீங்கும்.

3345. வண்ணவெண் பொடிப்பூசு மார்பில்

வரிஅர வம்புனைந்து

பெண்அமர்ந்து எரிஆடல் பேணிய

பிஞ்ஞகன் மேயஇடம்

விண்அமர் நெடுமாடம் ஓங்கி

விளங்கிய கச்சிதன்னுள்

திண்ணமாம் பொழில்சூழ்ந்த ஏகம்பம்

சேர இடர்கெடுமே (3)

அருஞ்சொற்பொருள்:

வண்ணம் - அழகு 'வண்ணமார்பு' - எனக் கூட்டி உரைக்க. எரிஆடல் - நெருப்பை ஏந்தி ஆடுதல் (நெருப்பின் நடுவில் நின்று ஆடுதல் எனலும் ஆம்). பிஞ்ஞகன் - தலைக்கோலம் அணிந்தவன். திண்ணமாம் பொழில் - அடர்ந்த சோலை.

பொழிப்புரை:

வெண் திருநீற்றுப் பொடியை அழகிய திருமார்பில் பூசி, கோடுகள் உடைய பாம்பினை அணிந்து, பெண் ஆகிய உமாதேவியோடு கூடி, நெருப்பைக் கையில் ஏந்தி ஆடும், கொக்கு இறகைத் தலைக்கோலமாக அணிந்திருப்பவன், எழுந்தருளி இருக்கும் இடம்; வானளாவிய உயரிய மாளிகைகள் நிறைந்து விளங்குவதும், அடர்ந்த சோலையால் சூழப்பட்டதும், ஆகிய காஞ்சிபுர நகரில் உள்ள ஏகம்பம் என்னும் திருக்கோயிலே ஆகும். அத்தலத்தை வந்து சேரத் துன்பமானது நீங்கும்.

3346. தோலும்நூ லும்துதைந்த வரைமார்பில்
சுடலைவெண் ணீறுஅணிந்து
காலன்மாள் வுறக்காலால் காய்ந்த
கடவுள் கருதும்இடம்
மாலைவெண் மதிதோயும் மாமதில்
கச்சி மாநகருள்
ஏலம்நாறிய சோலைசூழ் ஏகம்பம்
ஏத்த இடர்கெடுமே   (4)

அருஞ்சொற்பொருள்:

வரை மார்பு - மலை போன்ற மார்பு. சுடலை - சுடுகாடு. மாள்வுற - இறக்க. நாறிய - மணம் வீசிய. ஏத்த - போற்றி வழிபட.

பொழிப்புரை:

மான்தோலும் பூணூலும் பொருந்திய மலை போன்ற இடமகன்ற மார்பில் சுடுகாட்டுச் சாம்பலைப் பூசி, இயமன் இறக்குமாறு காலால் உதைத்த கடவுள் எழுந்தருளி இருக்கும் இடம்; மாலை நேரத்து வெண்மை நிறச் சந்திரன் வந்து தங்கும் பெரிய மதில்களை உடையதும், ஏலம் மணம் கமழும் சோலையால் சூழப்பட்டதும், ஆகிய காஞ்சிபுர நகரில் உள்ள ஏகம்பம் திருக்கோயிலே ஆகும்; அத்தலத்து இறைவரைப் போற்றி வழிபடத் துன்பமானது தீரும்.

3347. தோடுஅணிம் மலர்க்கொன்றை சேர்சடைத்
தூமதி யம்புனைந்து
பாடல்நான் மறையாகப் பல்கணப்
பேய்கள் அவைசூழ

வாடல்வெண் தலையோடு அனல்ஏந்திம
கிழ்ந்துடன் ஆடல்புரி
சேடர்சேர் கலிக்கச்சி ஏகம்பம்
சேர இடர்கெடுமே (5)

அருஞ்சொற்பொருள்:

தோடு - இதழ். அணி - அழகு. வாடல் வெண்தலை - தசை வற்றிய வெண்மை நிற மண்டை ஓடு. சேடர் - உலகம் அழிந்த பின்னும் எஞ்சி நிற்பவர். கலி - ஆரவாரம்.

பொழிப்புரை:

இதழ்களுடன் கூடிய அழகிய கொன்றைமலர் மாலை சூடிய சடையில் தூய பிறைச் சந்திரனை அணிந்து, நான்கு வேதங்களைப் பல கணத்தவர் சூழ்ந்து நின்று பாட, தசை வற்றிய வெள்ளை நிற மண்டை ஓட்டைக் கையில் ஏந்தி, மற்றொரு கையில் நெருப்பினை ஏந்தி, மகிழ்ந்து நடனம் ஆடுகின்ற, உலகம் அழிந்த பின்னும் எஞ்சி நிற்கும் இறைவர் எழுந்தருளி இருக்கும் ஆரவாரம் மிக்க காஞ்சிபுர நகரில் உள்ள ஏகம்பம் திருக் கோயிலைச் சென்று சேரத் துன்பம் விலகும்.

3348. சாகம்பொன் வரையாகத் தானவர்
மும்மதில் சாயஎய்து
ஆகம்பெண் ஒருபாகம் ஆக
அரவொடு நூல்அணிந்து
மாகம்தோய் மணிமாட மாமதில்
கச்சி மாநகருள்
ஏகம்பத்து உறைஈசன் சேவடி
ஏத்த இடர்கெடுமே (6)

அருஞ்சொற்பொருள்:

சாகம் - (சாபம்) வில். தானவர் - அசுரர். சாய - அழிய. ஆகம் - உடம்பு. அரவு - பாம்பு. நூல் - பூணூல். மாகம் - ஆகாயம். சேவடி - சிவந்த திருவடி.

பொழிப்புரை:

பொன்மலையாகிய மேருமலையை வில்லாக வளைத்து, அசுரர் மூவரது முப்புரத்தை அழித்து, உடம்பில் உமாதேவியாகிய பெண்ணை பாகமாகக் கொண்டு, பாம்பும் பூணூலும் அணிந்து, வானளாவிய

மணிகள் பதித்துக் கட்டப்பட்ட மாளிகைகள் உடையதும், பெரிய மதில்களால் சூழப்பட்டதும், ஆகிய காஞ்சிபுர நகரில் உள்ள ஏகம்பம் திருக்கோயிலில் எழுந்தருளி இருக்கும் ஈசன் (எல்லா உலகங்களையும் ஆள்பவன்) தன் சிவந்த திருவடிகளைப் போற்றி வழிபடத் துன்பம் இல்லையாகும்.

★ (இப்பதிகத்தின் 7-ஆம் பாடல் கிடைக்கவில்லை).

3349. வாள்நிலா மதிபுல்கு செஞ்சடை
வாள்அர வம்(ம்)அணிந்து
நாணிஇடத் தினில்வாழ்க்கை பேணி
நகுதலையில் பலிதேர்ந்து
ஏணிலா அரக்கன்தன் நீள்முடி
பத்தும் இறுத்தவன்ஊர்
சேண்உலாம் பொழில்கச்சி ஏகம்பம்
சேர இடர்கெடுமே (8)

அருஞ்சொற்பொருள்:

வாள் நிலா மதி - ஒளி உடைய சந்திரன். புல்கு - தழுவு. வாள் அரவம் - பளபளக்கும் பாம்பு. நாணி - வெட்கி. இடத்தினில் - இடப் பாகத்தில். நகுதலை - சிரிப்பது போல் பல் வெளியில் தெரியும் மண்டை ஓடு. பலிதேர்ந்து - பிச்சை ஏற்று. ஏண் - வலிமை. சேண் - ஆகாயம்.

பொழிப்புரை:

ஒளி உடைய சந்திரன் பொருந்தி இருக்கும் சடையில் (அதற்குப் பகையாகிய) பாம்பினை அணிந்து, நாணம் உடைய உமாதேவியை இடப்பாகத்தில் வைத்துக் காக்கின்ற ஒரு வாழ்க்கை உடையவனாய், சிரிப்பதுபோல் தோற்றம் உடைய மண்டை ஓட்டில் பிச்சை ஏற்று, மனவலிமை மிக உடைய அரக்கனாகிய இராவணனது நீண்ட முடி அணிந்த தலைகள் பத்தையும் நெரித்தவன் எழுந்தருளி இருக்கும் இடம்; வானளாவிய சோலை சூழ்ந்த காஞ்சிபுர நகரில் உள்ள ஏகம்பம் திருக்கோயிலே ஆகும். அங்கு சென்று வழிபடத் துன்பமானது தீரும்.

3350. பிரமனும் திருமாலும் கைதொழப்
பேரழ லாயபெம்மான்
அரவம் சேர்சடை அந்தணன்
அணங்கினொடு அமரும்இடம்

கரவில்வண் கையினார்கள் வாழ்கலிக்
கச்சி மாநகருள்
மரவம்சூழ் பொழில்ஏகம் பந்தொழ
வல்வினை மாய்ந்துஅறுமே   (9)

அருஞ்சொற்பொருள்:

பேரழல் - பெருநெருப்பு. அரவம் - பாம்பு. கரவில் - மறைத்தல் இல்லாத. வண்கை - வள்ளன்மை உடைய கை. கலி - ஆரவாரம். மரவம் - குங்கும மரம். மாய்ந்து அறும் - அழிந்து ஒழியும்.

பொழிப்புரை:

பிரமனும் திருமாலும் வணங்கி நிற்க, பெரிய நெருப்பு உருக்கொடு நின்ற பெருமான், பாம்பை அணிந்த சடை உடைய அந்தணன், தெய்வப் பெண்ணாகிய உமாதேவியோடு கூடி, அவன் எழுந்தருளி இருக்கும் இடம்; மறைத்தல் இல்லாத வள்ளன்மை உடைய கை உடையவர் நிறைந்து வாழ்வதும், குங்குலிய மரங்கள் நிறைந்த சோலையால் சூழப் பட்டதும், ஆகிய காஞ்சிபுரம் மாநகரில் உள்ள ஏகம்பம் திருக்கோயிலே ஆகும். அங்கு சென்று அத்தலத்து இறைவரை வழிபட, வலிய வினைகள் ஆனவை அழிந்து, பின் இல்லையாகும்.

3351. குண்டுபட்டு அமணாய் அவரொடும்
        கூறைதம் மெய்போர்க்கும்
        மிண்டர் கட்டிய கட்டுரை
        அவைகொண்டு விரும்பேன்மின்
        விண்டவர் புரம்மூன்றும் வெங்கணை
        ஒன்றினால் அவியக்
        கண்டவன் கலிக்கச்சி ஏகம்பம்
        காண இடர்கெடுமே   (10)

அருஞ்சொற்பொருள்:

குண்டுபட்டு - உடல் பருத்து. கூறை - ஆடை. மிண்டர் - முரடர். கட்டுரை - இட்டும் கட்டியும் உரைக்கும் சொல். விரும்பேன்மின் - விரும்ப வேண்டா. விண்டவர் - பகைவர். அவிய - அழிய. கலி - ஆரவாரம்.

பொழிப்புரை:

உடல் பருத்த உடை உடுத்தாத சமணரும், ஆடையால் உடலை மூடும் பௌத்தரும் ஆகிய முரடர்கள் கூறும் உபதேசங்களைக் கேட்க வேண்டா;

பகைவரது முப்புரத்தை ஓர் அம்பு கொண்டு அழித்தவன் எழுந்தருளி இருக்கும் ஆரவாரம் மிக்கக் காஞ்சி மாநகரத்து ஏகம்பம் திருக் கோயிலைக் கண்டு வணங்க, துன்பமானது இல்லையாகும்.

3352. **ஏரின்ஆர் பொழில்சூழ்ந்த கச்சி**
ஏகம்பம் மேயவனைக்
காரின்ஆர் மணிமாடம் ஓங்கும்
கழுமல நன்நகருள்
பாரின்ஆர் தமிழ்ஞான சம்பந்தன்
பரவிய பத்தும்வல்லார்
சீரின்ஆர் புகழ்ஓங்கி விண்ணவ
ரோடும் சேர்பவரே (11)

அருஞ்சொற்பொருள்:

ஏர் - அழகு. கார் - மேகம். பார் - உலகம். சீர் - சிறப்பு. விண்ணவர் - தேவர்.

பொழிப்புரை:

அழகிய சோலை சூழ்ந்த காஞ்சிபுர நகரத்து ஏகம்பம் திருக்கோயிலில் எழுந்தருளி இருக்கும் இறைவனை; மேகம் தங்கும் உயரிய மாடிவீடுகள் நிறைந்த கழுமல நன்னகரைச் சேர்ந்த இவ்வுலகில் பெயர் விளங்க வாழும் தமிழ்மீது விருப்பம் கொண்ட ஞானசம்பந்தன்; பாடிய பாடல் பத்தும் கொண்டு பாடி வழிபட வல்லவர்; சிறந்த புகழ்பெற்று, மேன்மை அடைந்து, தேவர்கள் வாழும் உலகம் சென்று சேர்வர்.

திருச்சிற்றம்பலம்

309

திருக்கச்சிநெறிக் காரைக்காடு

பதிக வரலாறு:

கச்சி ஏகம்பம் கும்பிட்டுப் பதிகம் பல பாடிய சம்பந்தர், அருகில் உள்ள காரைக்காடு வந்து இப்பதிகம் பாடி வழிபடுகின்றார்.,

தல வரலாறு:

இது கச்சியில் (காஞ்சிபுரத்தில்) காரைவனத்தில் அமைந்துள்ளது ஆதலின் இப்பெயர் பெற்றது. காஞ்சிபுரத்துக்கு வடகிழக்கில் கொல்லை வெளியில் இது இருக்கின்றது. இந்திரன், புதன் ஆகியோர் பூசித்த தலம்.

சுவாமி	:	காரைத் திருநாதர்
அம்மை	:	காமாட்சியம்மை
தல மரம்	:	காரை
தீர்த்தம்	:	இந்திர தீர்த்தம்

திருமுறை 3 - 323   திருஞான - 1000

பண்: பஞ்சமம்

3353. வார்அணவும் முலைமங்கை பங்கினராய் அங்கையினில்
       போர்அணவும் மழுஒன்றுஅங்கு ஏந்திவெண் பொடிஅணிவர்
       கார்அணவும் மணிமாடம் கடைநவின்ற கலிக்கச்சி
       நீர்அணவும் மலர்ப்பொய்கை நெறிக்காரைக் காட்டாரே   (1)

அருஞ்சொற்பொருள்:

வார் - கச்சு. அணவும் - அணிந்த. போர் அணவும் - போருக்குரிய. கார் அணவும் - மேகத்தை அளாவிய. நீர் அணவும் - நீர் நிரம்பிய.

பொழிப்புரை:

மேகத்தைத் தடவும் உயரியதும், மணிகள் பதித்துக் கட்டப்பட்டதும், முற்றங்களை உடையதும், ஆகிய மாளிகைகள் நிறைந்ததும்; ஆரவாரம்

உடையதும், நீரால் நிரம்பியதும் நீர்ப்பூக்கள் மலர்ந்திருப்பதும், ஆகிய குளங்களை உடையதும்; ஆகிய கச்சிநெறிக் காரைக்காடு என்னும் தலத்தில் எழுந்தருளி இருக்கும் இறைவர்; கச்சு அணிந்த முலை உடைய உமாதேவி பாகர்; போர் செய்வதற்குரிய மழுப்படையைக் கையில் ஏந்தி இருப்பவர்; வெண்திருநீற்றுப் பொடியைப் பூசி இருப்பவர்.

3354. கார்ஊரும் மணிமிடற்றார் கரிகாடர் உடைதலைகொள்
ஊர்ஊரன் பலிக்குஉழல்வார் உழைமானின் உரிஅதளர்
தேர்ஊரும் நெடுவீதிச் செழுங்கச்சி மாநகர்வாய்
நீர்ஊரும் மலர்ப்பொய்கை நெறிக்காரைக் காட்டாரே (2)

அருஞ்சொற்பொருள்:

கார் ஊரும் - மேகம் போன்ற. கரிகாடு - சுடுகாடு. ஊர் ஊரன் - ஊர் ஊராகச் செல்பவன். உழை மான் - உழை என்னும் ஒருவகை மான். உரிஅதள் - உரித்த தோல். தேர் ஊரும் - தேர் ஓடும்.

பொழிப்புரை:

தேர் ஓடும் நீண்ட வீதிகளை உடைய காஞ்சிபுர நகரில், நீரால் நிரம்பியதும், நீர்ப்பூக்கள் உடையதும், ஆகிய குளங்கள் நிறைந்துள்ள நெறிக் காரைக்காடு என்னும் தலத்தில் எழுந்தருளி இருக்கும் இறைவர்; கரியநிற நீலமணி போன்ற கண்டம் உடையவர்; சுடுகாட்டை இடமாகக் கொண்டு வாழ்பவர்; உடைந்த மண்டை ஓட்டை ஏந்தி, ஊர்கள்தொறும் சுற்றித் திரிந்து பிச்சை ஏற்பவர்; உழை என்னும் ஒருவகை மானை உரித்து, அதன் தோலை உடுத்துபவர்.

3355. கூறுஅணிந்தார் கொடிஇடையைக் குளிர்சடைமேல் இளமதியோடு
ஆறுஅணிந்தார் ஆடுஅரவம் பூண்டுஉகந்தார் ஆன்வெள்ளை
ஏறுஅணிந்தார் கொடிஅதன்மேல் என்புஅணிந்தார் வரைமார்பில்
நீறுஅணிந்தார் கலிக்கச்சி நெறிக்காரைக் காட்டாரே (3)

அருஞ்சொற்பொருள்:

கூறு - பாகம். கொடிஇடை - கொடி போன்ற மெல்லிய இடை. ஆறு - கங்கை. ஆன்வெள்ளை ஏறு - வெள்ளை நிறக் காளை. என்பு - எலும்பு. வரை - மலை.

பொழிப்புரை:

ஆரவாரம் மிகுந்த கச்சிநெறிக் காரைக்காடு என்னும் தலத்தில் எழுந்தருளி இருக்கும் இறைவர்; பூங்கொடி போன்ற இடைஉடைய உமாதேவியைப் பாகமாக உடையவர்; குளிர்ந்த சடைமீது இளம்பிறை, கங்கை

ஆகியவற்றைச் சூடி இருப்பவர்; படம் எடுத்து ஆடுகின்ற பாம்பை அணிந்து மகிழ்ந்தவர்; வெள்ளை நிற இடபம் எழுதிய கொடியை ஏந்தி இருப்பவர்; மலை போன்ற இடமகன்ற மார்பில் எலும்பு மாலை அணிந்திருப்பவர்.

3356. **பிறைநவின்ற செஞ்சடைகள் பின்தாழப் பூதங்கள்**
மறைநவின்ற பாடலொடு ஆடலராய் மழுஏந்திச்
சிறைநவின்ற வண்டுஇனங்கள் தீங்கனிவாய்த் தேன்கதுவும்
நிறைநவின்ற கலிக்கச்சி நெறிக்காரைக் காட்டாரே (4)

அருஞ்சொற்பொருள்:

பிறை நவின்ற - பிறை தங்கிய. மறை நவின்ற - மறை ஓதிய. சிறைநவின்ற - இறகுகளுடன் கூடிய. கதுவும் - பற்றி உண்ணும். நிறை நவின்ற - நிறைந்து உண்டான. கலி - ஆரவாரம்.

பொழிப்புரை:

பிறைச்சந்திரனைச் சூடிய சிவந்த சடைக் கற்றைகள் பின்புறம் (முதுகுப்புறம்) நீண்டு தொங்க, பூதங்கள் சூழ்ந்து நின்று வேதங்களைப் பாட, அதற்கேற்ப ஆடுபவராய், மழுப்படையைக் கையில் ஏந்தி இருக்கும் இறைவர்; இறகுகளுடன் கூடிய வண்டுக்கூட்டம் இனிய பழங்களின் சாற்றினை உறிஞ்சிக் குடிப்பதும், மிகுந்த ஆரவாரம் உடையதும், ஆகிய கச்சிநெறிக் காரைக் காடு என்னும் தலத்தைச் சேர்ந்தவரே ஆவர்.

3357. **அன்றுஆலின் கீழ்இருந்துஅங்கு அறம்புரிந்த அருளாளர்**
குன்றாத வெஞ்சிலையில் கோள்அரவம் நாண்கொளுவி
ஒன்றாதார் புரம்மூன்றும் ஓங்குஎரியில் வெந்துஅவிய
நின்றாரும் கலிக்கச்சி நெறிக்காரைக் காட்டாரே (5)

அருஞ்சொற்பொருள்:

ஆல் - கல்லால மரம். அறம் புரிந்த - அறம் பொருள் இன்பம் வீடு குறித்துச் சொன்ன. குன்றாத - வலிமையில் குறையாத. சிலை - வில். கோள் அரவம் - கொல்லும் பாம்பு. நாண்கொளுவி - நாணாகப் பூட்டி. ஒன்றாதார் - பகைவர். அவிய - அழிய.

பொழிப்புரை:

ஆரவாரம் மிக்க கச்சிநெறிக் காரைக்காட்டு இறைவர், முன்பு கல்லால மரத்தின்கீழ் எழுந்தருளி அறம் முதலிய நான்கு மறைகளையும் சனகன் முதலிய முனிவர் நால்வர்க்கு அருளிய அருளாளர்; வலிமையில் குறை இல்லாத கொடிய வில்லில் கொல்லும் தன்மை உடைய பாம்பை நாணாகப் பூட்டி, பகைவரது முப்புரம் தீப்பற்றி எரிந்து அழியுமாறு செய்தவர்.

3358. பன்மலர்கள் கொண்டுஅடிக்கீழ் வானோர்கள் பணிந்துஇறைஞ்ச
நன்மைஇலா வல்அவுணர் நகர்மூன்றும் ஒருநொடியில்
வின்மலையின் நாண்கொளுவி வெங்கணையால் எய்துஅழித்த
நின்மலனார் கலிக்கச்சி நெறிக்காரைக் காட்டாரே   (6)

அருஞ்சொற்பொருள்:

பன்மலர் - பலவகை மலர். வல் அவுணர் - வலிமை உடைய அசுரர். வின்மலை - (வில் மலை) மேரு மலையாகிய வில். நாண் கொளுவி - நாண் பூட்டி. வெங்கணை - கொடிய நெருப்பு அம்பு. நின்மலன் - இயல்பாகவே மலமற்றவன்.

பொழிப்புரை:

ஆரவாரம் மிக்க கச்சிநெறிக் காரைக்காட்டு இறைவர், பலவித மலர்கள் கொண்டு திருவடியில் தூவி தேவர்கள் பணிந்து வழிபட இருந்தவர்; நன்மை சிறிதும் இல்லாத (தீமை உடைய) உடல்வலிமை உடைய அசுரர்களது முப்புரத்தை ஒருநொடிப் பொழுதில் மேருமலை வில்லாகவும், வாசுகி என்ற பாம்பு நாணாகவும், கொண்டு தீஅம்பு எய்து அழித்தவர்; இயல்பாகவே மலக்குற்றங்கள் இல்லாதவர்.

3359. புற்றுஇடை வாள்அரவினொடு புனைகொன்றை மதமத்தம்
எற்றுஒழியா அலைபுனலோடு இளமதியம் ஏந்துசடைப்
பெற்றுஉடையார் ஒருபாகம் பெண்உடையார் கண்அமரும்
நெற்றியினார் கலிக்கச்சி நெறிக்காரைக் காட்டாரே   (7)

அருஞ்சொற்பொருள்:

புற்றுஇடை வாள் அரவு - புற்றை இடமாகக் கொண்டு வாழும் பளபளக்கும் பாம்பு. மதமத்தம் - மணமுள்ள பொன் ஊமத்தம்பூ. எற்று ஒழியா - மோதுதல் தவிராத. பெற்று - (பெற்றம்) காளை.

பொழிப்புரை:

ஆரவாரம் மிகுந்த கச்சி நெறிக் காரைக்காடு என்னும் தலத்தில் எழுந்தருளி இருக்கும் இறைவர்; புற்றில் வாழும் பளபளப்புடைய பாம்பு, கொன்றை மலர், ஊமத்த மலர், மோதுதல் ஒழியாத அலைவீசும் கங்கை, இளம்பிறைச் சந்திரன், ஆகியவற்றைச் சடையில் சூடி இருப்பவர்; இடப ஊர்தி உடையவர்; உடம்பின் ஒருபாகத்தில் உமாதேவி என்னும் பெண்ணை உடையவர்; நெற்றியில் பொருந்திய ஒரு கண் உடையவர்.

3360. **ஏழ்கடல்சூழ் தென்இலங்கைக் கோமானை எழில்வரைவாய்த்**
தாழ்விரலால் ஊன்றியதுஓர் தன்மையினார் நன்மையினார்
ஆழ்கிடங்கும் சூழ்வயலும் மதில்புல்கி அழகுஅமரும்
நீள்மறுகில் கலிக்கச்சி நெறிக்காரைக் காட்டாரே (8)

அருஞ்சொற்பொருள்:

எழில்வரை - அழகிய (கயிலை) மலை. தாழ்விரல் - சற்றே நுனியைத் தாழ்த்திய விரல். ஆழ்கிடங்கு - ஆழமான அகழி. புல்கி - பொருந்தி. மறுகு - வீதி.

பொழிப்புரை:

ஆழமான அகழியும், சூழ்ந்துள்ள வயல்களும், பொருந்திய மதில்களும், நீளமான வீதிகளும், ஆகிய இவற்றால் அழகுவிளங்கும் ஆரவாரம் மிக்க கச்சி நெறிக் காரைக்காடு என்னும் தலத்தில் எழுந்தருளி இருக்கும் இறைவர்; ஏழு கடலும் சூழ விளங்கும் அழகிய இலங்கை நாட்டுக்கு அரசனாகிய இராவணனை அழகிய கயிலை மலையின்கீழ் இட்டுத் தனது கால் பெருவிரல் நுனியைச் சற்றே வளைத்து ஊன்றிய ஒரு தன்மை உடையவர்; ஆயினும் அவனுக்கு நன்மையே செய்தவர்.

3361. **ஊண்தானும் ஒலிகடல்நஞ்சு உடைதலையில் பலிகொள்வர்**
மாண்டார்தம்(ம்) எலும்புஅணிவர் வரிஅரவோடு எழில்ஆமை
பூண்டாரும் ஓர்இருவர் அறியாமைப் பொங்குஎரியாய்
நீண்டாரும் கலிக்கச்சி நெறிக்காரைக் காட்டாரே (9)

அருஞ்சொற்பொருள்:

ஊண் - உணவு. உடைதலை - உடைந்த மண்டை ஓடு. மாண்டார் - இறந்த தேவர்கள். இருவர் - திருமாலும் பிரமனும்.

பொழிப்புரை:

ஆரவாரம் மிக்க கச்சிநெறிக் காரைக்காடு என்னும் தலத்தில் எழுந்தருளி இருக்கும் இறைவர், அலைவீசி ஆரவாரம் செய்யும் கடலிலிருந்து வெளிப்பட்ட ஆலகால விடத்தை உணவாக உண்பவர்; உடைந்த மண்டை ஓட்டில் (பிரமகபாலத்தில்) பிச்சை ஏற்பவர்; இறந்த தேவர்களது எலும்புகளை அணிபவர்; கோடுகள் உடைய பாம்பு, அழகிய ஆமை ஓடு (கூர்ம அவதாரத் திருமாலின் ஓடு) ஆகியவற்றை மார்பில் அணிபவர்; பிரமன் திருமால் என்னும் இரண்டு பேர் தேடும் போது எரிஉருவாய் உயர்ந்து நின்றவர்.

3362. **குண்டாடிச் சமண்படுவார் கூறைதனை மெய்போர்த்து**
பிண்டாடித் திரிதருவார் உரைப்பனகள் மெய்யல்ல
வண்டாரும் குழலாளை வரைஆகத்து ஒருபாகம்
கண்டாரும் கலிக்கச்சி நெறிக்காரைக் காட்டாரே (10)

அருஞ்சொற்பொருள்:

குண்டாடி - விதண்டாவாதம் பேசி. சமண்படுவார் - சமணம் தழுவி இருப்பவர். கூறை - இங்கு துவராடையைக் குறித்தது. மிண்டு ஆடி - வன்சொற்கள் பேசி. உரைப்பனகள் - சொல்லுவன. வண்டுஆரும் - வண்டு மொய்க்கும். குழலாள் - கூந்தல் உடைய உமாதேவி. வரை ஆகம் - மலை போன்ற இடமகன்ற மார்பு.

பொழிப்புரை:

ஆரவாரம் மிக்க கச்சிநெறிக் காரைக்காடு என்னும் தலத்தில் எழுந்தருளி இருக்கும் இறைவர், வண்டு மொய்க்கும் கூந்தல் உடைய உமாதேவியை மலைபோன்ற இடமகன்ற மார்பில் ஒரு பாகமாகக் கொண்டவர்; எனவே, விதண்டாவாதம் பேசும் சமணர், துவராடையால் உடம்பை மறைத்து வன்சொல் பேசும் பௌத்தர், ஆகியோர் கூறும் சொற்களை (உபதேசங்களை) மெய் என்று ஏற்க வேண்டா.

3363. **கண்ஆரும் கலிக்கச்சி நெறிக்காரைக் காட்டுஉறையும்**
பெண்ஆரும் திருமேனிப் பெருமானது அடிவாழ்த்தித்
தண்ஆரும் பொழில்காழித் தமிழ்ஞான சம்பந்தன்
பண்ஆரும் தமிழ்வல்லார் பரலோகத்து இருப்பாரே (11)

அருஞ்சொற்பொருள்:

கண் ஆரும் - கண்ணுக்கு இனிமை நிறைந்த. அடி - திருவடி. தண் ஆரும் - குளிர்ச்சி பொருந்திய. பண் ஆரும் தமிழ் - இசையோடு கூடிய தமிழ்ப்பாடல்.

பொழிப்புரை:

கண்ணுக்கு இனிமை சேர்க்கும் ஆரவாரம் உள்ள கச்சிநெறிக் காரைக்காட்டில் எழுந்தருளி, பெண்ணாகிய உமாதேவியை உடன்கொண்டு விளங்கும் சிவபெருமானது திருவடியை வாழ்த்தி; குளிர்ந்த சோலையால் சூழப்பட்ட சீர்காழி நகரத்து ஞானசம்பந்தன்; பாடிய இசையோடு கூடிய தமிழ்ப்பாடல்கள், இவை பத்தும் கொண்டு, பாடி வழிபடவல்லவர், மேலான வீட்டுலகம் சென்று சேர்வர்.

திருச்சிற்றம்பலம்

310

திருமாற்பேறு

பதிக வரலாறு:

கச்சி நெறிக் காரைக்காடு வழிபட்ட கவுணியர் கோன், திருஅனேகதம் காவதம், கச்சி மேற்றளி ஆகிய கோயில்களைக் கும்பிட்டுப் பதிகம் பாடி (பதிகங்கள் கிடைத்தில) பாலாற்றின் தென்கரையில் உள்ள திருமாற்பேறு கண்டு மகிழ்ந்து பாடிய பதிகம் இது.

தல வரலாறு:

இப்பொழுது 'திருமால்பூர்' என்று வழங்கப்படுகின்றது. காஞ்சி - அரக்கோணம் வழியில் காஞ்சியிலிருந்து 11கி.மீ. தொலைவில் உள்ளது. காஞ்சிபுரத்திலிருந்து பேருந்தில் செல்லலாம். இத்தலத்துக்கு ஹரிசக்கரபுரம் என்ற பெயரும் உண்டு. திருமால் ததீசி முனிவருடன் போர் செய்யும் போது, திருமாலின் சக்கரப்படை அம்முனிவர் உடம்பில் பட்டு வளைந்து போனது. சலந்தரனைக் கொன்ற சக்கரம், சிவபெருமானிடத்து இருப்பது அறிந்த திருமால், இத்தலத்துக்கு வந்து, ஆயிரம் தாமரைமலர் கொண்டு அர்ச்சிக்க, ஒருநாள் ஒருமலரை இறைவர் மறைக்க, மலருக்கு மாற்றாகத் தன் கண்ணைப் பறித்து அர்ச்சிக்க, அதனை மெச்சிய இறைவர், சக்கரப் படையை ஈந்தார். சோமனும் பூசித்துப் பேறு பெற்ற தலம்.

சுவாமி : மால் வணங்கீசர், மணிகண்டேசர்

அம்மை : கருணை நாயகி, அஞ்சனாட்சி

தல மரம் : வில்வம்

தீர்த்தம் : பாலாறு, சக்கர தீர்த்தம்

பண்: பழந்தக்கராகம்

3364. ஊறி ஆர்தரு நஞ்சினை உண்டுஉமை
    நீறு சேர்திரு மேனியர்
    சேறு சேர்வயல் தென்திரு மாற்பேற்றின்
    மாறி லாமணி கண்டரே   (1)

அருஞ்சொற்பொருள்:

ஊறி ஆர்தரு நஞ்சு - கடலில் ஊறி வெளிப்பட்ட ஆலகால விடம். உமை - உமாதேவி. தென் - அழகு (பாலி ஆற்றின் தென்கரையில் உள்ள என்றும் பொருள் கொள்ளலாம்). மாறிலா - தீது அறியா. மணிகண்டர் - தலத்து இறைவர் பெயர்.

பொழிப்புரை:

சேற்று வயல்களால் சூழப்பட்ட அழகிய திருமாற்பேறு என்னும் தலத்தில் எழுந்தருளி இருக்கும் மணிகண்டர், தீமை சிறிதும் அறியாதவர்; கடலில் ஊறி வெளிப்பட்ட ஆலகால விடத்தினை உண்டு, கண்டத்தில் தேக்கியவர்; உமாதேவியை உடம்பில் பாகமாகக் கொண்டவர்; திருநீறு பூசிய திருமேனி உடையவர்.

3365. தொடைஆர் மாமலர் கொண்டுஇரு போதுஉம்மை
    அடைவா ராம்அடி கள்(ள்)என
    மடைஆர் நீர்மல்கு மன்னிய மாற்பேறு
    உடையீ ரேஉமை உள்கியே   (2)

அருஞ்சொற்பொருள்:

தொடை - மாலை. இருபோது - காலையும் மாலையும். உள்கி - நினைத்து. உமை - உம்மை.

பொழிப்புரை:

'மடைகளில் நிரந்தரமாக நீர் இருக்கும் மாற்பேறு என்னும் தலத்தில் எழுந்தருளி இருப்பவரே!' என்று உம்மையே நினைத்து, மலர்கள் கொண்டு தொடுக்கப்பட்ட மாலை சூடுவித்து, காலை மாலை என இரண்டு பொழுதுகளிலும், 'எம் அடிகளே!' என அழைத்து, அடியார்கள் வழிபாடு செய்வாராம்.

3366. பைஆ ரும்(ம்)அர வம்கொடு ஆட்டிய
கையான் என்று வணங்குவர்
மைஆர் நஞ்சுஉண்டு மாறபேற்று இருக்கின்ற
ஐயா நின்அடி யார்களே (3)

அருஞ்சொற்பொருள்:

பை - படம். மை - கருமை. 'ஐயா என்று வணங்குவர்' - எனக் கூட்டி உரைக்க.

பொழிப்புரை:

கருமை நிறமுடைய விடத்தினை உண்டு, திருமாற்பேறு என்னும் தலத்தில் எழுந்தருளி இருக்கின்றவரே! உமது அடியார்கள் 'படமுடைய பாம்பினைப் பிடித்து ஆட்டுகின்ற கை உடையவனே!' என்றும், 'தலைவனே!' என்றும் கூறி வழிபடுவர்.

3367. சால மாமலர் கொண்டு சரண்என்று
மேலை யார்கள் விரும்புவர்
மாலி னார்வழி பாடுசெய் மாற்பேறு
நீலம் ஆர்கண்ட நின்னையே (4)

அருஞ்சொற்பொருள்:

சால - மிகுதியும். சரண் - அடைக்கலம். மேலையார் - மேலோர். மாலினார் - திருமால். நீலம் - நீலமணி.

பொழிப்புரை:

திருமால் சக்கரம் வேண்டி வழிபாடு செய்ய, மாற்பேறு என்னும் தலத்தில் எழுந்தருளிய, நீலமணி போன்ற கண்டம் உடையவரே! உம்மை பெரும்அளவிலான மலர்கள் கொண்டு, வந்து திருவடிகளில் சரண் அடைந்து, மேலோர் விரும்பி வழிபாடு செய்வர்.

3368. மாறி லாமணி யேஎன்று வானவர்
ஏற வேமிக ஏத்துவர்
கூற னேகுல வும்திரு மாற்பேற்றின்
நீற னேஎன்று நின்னையே (5)

அருஞ்சொற்பொருள்:

மாறிலா மணி - நன்மை மட்டுமே செய்யும் மணி. ஏற - முன்னேற.

பொழிப்புரை:

தேவர்கள் உம்மை, நன்மை மட்டுமே விளைவிக்கும் மணியே என்றும், உமாதேவி பாகனே என்றும், திருமாற்பேற்றில் விளக்கமாக எழுந்தருளி இருப்பவனே என்றும், திருநீறு பூசிய திருமேனி உடையவனே என்றும், தாம் மேலும் முன்னேறும் பொருட்டுப் போற்றுவர்.

3369. **உரையா தார்இல்லை ஒன்றுநின் தன்மையைப்**
பரவா தார்இல்லை நாள்களும்
திரைஆர் பாலியின் தென்கரை மாற்பேற்று
அரையா னேஅருள் நல்கிடே (6)

அருஞ்சொற்பொருள்:

பரவாதார் - புகழாதவர். திரைஆர் பாலி - அலைவீசும் பாலி ஆறு. அரையான் - அரசன்.

பொழிப்புரை:

அலைவீசிப் பாயும் பாலிஆற்றின் தென்கரையில் உள்ள திருமாற்பேறு என்னும் தலத்துக்கு அரசனே! நாள்தோறும் உனது தன்மைகள் குறித்துப் பேசாதவர் எவரும் இலர்; போற்றி வழிபடாதவரும் எவரும் இலர்; எனவே எனக்கும் அருள் செய்வாயாக!

★ (இப்பதிகத்தின் 7-ஆம் பாடல் கிடைக்கவில்லை).

3370. **அரசுஅ ளிக்கும் அரக்கன் அவன்தனை**
உரைகெ டுத்தவன் ஒல்கிட
வரம்மி குத்தஎம் மாற்பேற்று அடிகளைப்
பரவி டக்கெடும் பாவமே (8)

அருஞ்சொற்பொருள்:

உரை - புகழ். ஒல்கிட - பணிய. பரவிட - போற்றி வழிபட.

பொழிப்புரை:

இலங்கை நாட்டை ஆளும் அரசனாகிய இராவணன், கயிலை மலையைப் பெயர்த்துத் தனது புகழுக்குக் களங்கம் உண்டுபண்ண எண்ணியபோது, அவன் பணியுமாறு செய்தவனும், பின்னர் அவனுக்கு வரம் அருளியவனும், ஆகிய மாற்பேற்று எம் இறைவரைப் போற்றி வழிபடப் பாவமானது அழியும்.

3371. இருவர் தேவரும் தேடித் திரிந்துஇனி
     ஒருவ ரால்அறி ஒண்ணிலன்
     மருவு நீள்கழல் மாற்பேற்று அடிகளைப்
     பரவு வார்வினை பாறுமே   (9)

அருஞ்சொற்பொருள்:

இருவர் - திருமாலும் பிரமனும். அறி ஒண்ணிலன் - அறிய முடியாதவன். நீள் கழல் மருவு - நீண்ட வீரக்கழல் அணிந்த. பரவுவார் - போற்றி வழிபடுபவர்.

பொழிப்புரை:

திருமால், பிரமன், ஆகிய தேவர் இருவரும் தேடித்திரிந்தும், ஒருவராலும் காணமுடியாதவனும், திருமாற்பேறு என்னும் தலத்தில் எழுந்தருளிய நீண்ட திருவடி உடையவனும் ஆகிய இறைவனைப் போற்றி வழிபடு பவரது வினைகள் அழியும்.

3372. தூசு போர்த்துஉழல் வார்கையில் துற்றுஉணும்
     நீசர் தம்உரை கொள்ளெலும்
     தேசம் மல்கிய தென்திரு மாற்பேற்றின்
     ஈசன் என்றுஎடுத்து ஏத்துமே   (10)

அருஞ்சொற்பொருள்:

தூசு - ஆடை. துற்று - உணவு. உணும் - உண்ணும். நீசர் - இழிந்தவர். கொள்ளெலும் - கொள்ள வேண்டா. தேசம் - ஒளி. ஈசன் - ஆள்பவன்.

பொழிப்புரை:

மேலாடை போர்த்துத் திரியும் பௌத்தர்களும், உணவினைக் கையில் வாங்கி உண்ணும் சமணர்களும், ஆகிய இழிந்தவர் சொல்லும் சொல்லைக் கேட்க வேண்டா; மாறாக, திருமாற்பேற்றில் எழுந்தருளி இருக்கும் ஒளிமயமாய் விளங்கும் இறைவன் எல்லா உலகங்களையும் ஆள்பவன் என்று போற்றிப் புகழ்ந்து, அப்பெருமானை வழிபடுவீராக!

3373. மன்னி மாலொடு சோமன் பணிசெயும்
     மன்னு மாற்பேற்று அடிகளை
     மன்னு காழியுள் ஞானசம் பந்தன்சொல்
     பன்ன வேவினை பாறுமே   (11)

அருஞ்சொற்பொருள்:

சோமன் - சந்திரன். மன்னுதல் - நிலைத்துத் தங்குதல். பன்ன - சொல்ல.

பொழிப்புரை:

திருமாலும் சந்திரனும் வந்து தங்கிப் பணிசெய்து வழிபட்ட மாற்பேற்று இறைவரை; நிலைத்த காழிநகர் ஞானசம்பந்தன்; போற்றிப் பாடிய சொல் இவை கொண்டு, சொல்லி வழிபட, வினைகள் ஆனவை அழியும்.

திருச்சிற்றம்பலம்

311

திருமாற்பேறு

திருமுறை 1 - 114   திருஞான - 1002

பண்: வியாழக்குறிஞ்சி

3374. குருந்துஅவன் குருகுஅவன் கூர்மைஅவன்
பெருந்தகை பெண்அவன் ஆணும்அவன்
கருந்தட மலர்க்கண்ணி காதல்செய்யும்
மருந்துஅவன் வளநகர் மாற்பேறே   (1)

அருஞ்சொற்பொருள்:

குருந்து - குருத்து. குருகு - இளமை. கூர்மை - உள்ளீடாகிய உயிர். கருந்தட மலர்க்கண்ணி - கரிய இடமகன்ற நீலமலர் போன்ற கண்ணை உடைய உமாதேவி. மருந்து - பிறவி நோய்க்கு மருந்து.

பொழிப்புரை:

குருத்தும், அதன் இளமையும், அதற்கு உள்ளீடாய் விளங்கும் உயிர்ச் சத்தும் ஆக விளங்குபவனும், அதனைத் தோற்றுவிக்கக் காரணமான பெண்ணாகவும் ஆணாகவும் விளங்குபவனும், கரிய பெரிய நீலமலர் போன்ற கண் உடைய உமாதேவி காதல் செய்யும் மருந்தாக விளங்கு பவனும், ஆகிய இறைவன் எழுந்தருளி இருப்பது, மாற்பேறு என்னும் வளநகரிலே ஆகும்.

3375. பாறுஅணி வெண்தலை கையில்ஏந்தி
வேறுஅணி பலிகொளும் வேட்கையனாய்
நீறுஅணிந்து உமைஒரு பாகம்வைத்த
மாறுஇலி வளநகர் மாற்பேறே   (2)

அருஞ்சொற்பொருள்:

பாறு - பருந்து. வெண்தலை - வெள்ளை மண்டை ஓடு. வேறு அணி - உலகியலுக்கு வேறுபட்ட அழகிய. பலி - பிச்சை. கொளும் - கொள்ளும். மாறிலி - தனக்கு ஒப்புமை இல்லாதவன்.

பொழிப்புரை:

பருந்து தின்று கழித்த தசை நீங்கிய வெண்மை நிற மண்டை ஓட்டைக் கையில் ஏந்தி, உலக இயல்புக்கு மாறுபட்டு, பிச்சை ஏற்கும் விருப்பம் உடையவனாய், திருநீறு பூசி, உமாதேவியை உடம்பில் பாகமாகக் கொண்டு, தனக்கு ஒப்புமை கூற வேறொருவர் இலர் எனும்படி சிறந்து விளங்கும் இறைவர் எழுந்தருளி இருப்பது, திருமாற்பேறு என்னும் வளநகரில் ஆகும்.

3376. கருஉடை யார்உல கங்கள்வேவச்
செருவிடை ஏறியும் சென்றுநின்று
உருஇடை யாள்உமை யாளும்தானும்
மருவிய வளநகர் மாற்பேறே (3)

அருஞ்சொற்பொருள்:

கரு உடையார் உலகம் - கருவில் தங்கி உயிர்கள் பிறக்கும் உலகம். வேவ - அழிய. உரு இடை - அழகிய இடை.

பொழிப்புரை:

கருவில் சென்று தங்கி உயிர்கள் பிறக்கும் உலகங்களை ஊழிக் காலத்தில் அழிப்பவரும், போர் செய்யும் குணம் உடைய காளையின்மீது ஏறி வருபவரும், ஆகிய இறைவர், அழகிய இடை உடைய உமையாளும் தானுமாய் சென்று பொருந்திய வளநகரம் திருமாற்பேறே ஆகும்.

3377. தலையவன் தலைஅணி மாலைபூண்டு
கொலைநவில் கூற்றினைக் கொன்றுஉகந்தான்
கலைநவின் றான்கயி லாயம்என்னும்
மலையவன் வளநகர் மாற்பேறே (4)

அருஞ்சொற்பொருள்:

தலையணி மாலை - மண்டை ஓட்டு மாலை. கொலை நவில் - கொல்லுதலை விரும்பும். உகந்தான் - மகிழ்ந்தான். கலை நவின்றான் - 64 கலைகளை உலகுக்கு அருளியவன்.

பொழிப்புரை:

தலைமை உடையவனும், மண்டை ஓட்டு மாலை அணிந்திருப் பவனும், கொல்லுதலை விரும்பும் இயமனைக் கொன்று மகிழ்ந்தவனும், 64 கலைகளையும் உலகுக்குத் தந்தவனும், கயிலாய மலையில் உறைபவனும், ஆகிய இறைவனது வளநகரம் மாற்பேறே ஆகும்.

3378. துறையவன் தொழிலவன் தொல்உயிர்க்கும்
பிறைஅணி சடைமுடிப் பெண்ணோர்பாகன்
கறைஅணி மிடற்றுஅண்ணல் காலன்செற்ற
மறையவன் வளநகர் மாற்பேறே (5)

அருஞ்சொற்பொருள்:

துறை - நெறி. தொழில் - ஐந்தொழில். கறை - விடக்கறை. காலன் - இயமன். செற்ற - அழித்த. மறையவன் - வேதம் சொன்னவன்.

பொழிப்புரை:

பல நெறிகளை வகுத்து வைத்துள்ளவனும், பழைய உயிர்களுக்கு வினை கழிக்க ஏதுவாக ஐந்தொழில் இயற்றுபவனும், பிறைச்சந்திரனைச் சூடிய சடை உடையவனும், உமாதேவியைப் பாகமாகக் கொண்டவனும், விடக்கறை பொருந்திய கண்டம் உடையவனும், தலைவனும், இயமனைக் கொன்றவனும், வேதம் சொன்னவனும், ஆகிய இறைவன் இருப்பது மாற்பேறு என்னும் வளநகரிலே ஆகும்.

3379. பெண்ணின்நல் லாளைஓர் பாகம்வைத்துக்
கண்ணினால் காமனைக் காய்ந்தவன்தன்
விண்ணவர் தானவர் முனிவரொடு
மண்ணவர் வணங்கும்நன் மாற்பேறே (6)

அருஞ்சொற்பொருள்:

காமன் - மன்மதன். தானவர் - அசுரர்.

பொழிப்புரை:

பெண்களில் நல்லவளாகிய உமாதேவியை உடம்பில் பாகமாகக் கொண்டு விளங்குபவனும்; நெற்றிக்கண் நெருப்பு கொண்டு மன்மதனை எரித்தவனும்; தேவர், அசுரர், முனிவர், உலகவர் என அனைவரும் வணங்க நின்றவனும்; ஆகிய பெருமான் எழுந்தருளி இருப்பது நல்ல மாற்பேறு என்னும் தலத்திலே ஆகும்.

★ (இப்பதிகத்தின் 7-ஆம் பாடல் கிடைக்கவில்லை).

3380. தீதுஇலா மலைஎடுத் தவ்வரக்கன்
நீதியால் வேதகீ தங்கள்பாட
ஆதியா னாகிய அண்ணல்எங்கள்
மாதிதன் வளநகர் மாற்பேறே (8)

அருஞ்சொற்பொருள்:

நீதி - நியதி (முறைப்படி). வேத கீதம் - வேத இசை (சாமகானம்). மாதி - மாதினை (அழகினை) உடையவள்.

பொழிப்புரை:

குற்றமற்ற கயிலை மலையைப் பெயர்த்த அரக்கனை முதலில் நெரித்துப் பின் அவன் முறைப்படி சாமகானம் பாட, அவனுக்கு அருள் செய்த எங்கள் முதல்வனும் தலைவனும் ஆகிய பெருமான், அழகிய உமாதேவியை உடன்கொண்டு, எழுந்தருளி இருப்பது மாற்பேறு என்னும் வளநகரிலே ஆகும்.

3381. செய்யதண் தாமரைக் கண்ணனொடும்
 கொய்அணி நறுமலர் மேல்அயனும்
 ஐயன்நன் சேவடி அதனைஉள்க
 மையல்செய் வளநகர் மாற்பேறே (9)

அருஞ்சொற்பொருள்:

ஐயன் - தலைவன். நல்சேவடி - நல்ல சிவந்த திருவடி. உள்க - நினைக்க. மையல் - விருப்பம்.

பொழிப்புரை:

சிவந்த குளிர்ந்த தாமரை மலர் போன்ற கண்உடைய திருமாலும், கொய்த அழகிய மணமுள்ள தாமரை மலர் மேல் இருக்கை கொண்டுள்ள பிரமனும், தேடிக் காண முடியாதவனது, நல்ல சிவந்த திருவடியை, நினைந்து வழிபட, அது நமக்கு விருப்பத்தை உண்டுபண்ணும். அவ்வாறு அருளும் இறைவன் எழுந்தருளி இருப்பது மாற்பேறு என்னும் வளநகரிலே ஆகும்.

3382. குளித்துஉணா அமணர்குண் டாக்கர்என்றும்
 களித்துநன் கழலடி காணல்உறார்
 முளைத்தவெண் மதியினோடு அரவம்சென்னி
 வளைத்தவன் வளநகர் மாற்பேறே (10)

அருஞ்சொற்பொருள்:

குளித்து உணா - குளிக்காமல் உண்ணும். குண்டாக்கர் - உடல் பருத்தவர் (எனவே அறிவில் சிறுத்தவர்). களித்து - உள்ளம் பூரித்து. காணல்உறார் - காணமாட்டார்.

பொழிப்புரை:

குளிக்காமல் உணவு உண்ணும் சமணர்களும், உடல் மட்டும் பருத்த குண்டர்களாகிய பௌத்தர்களும், மனம் களிக்க, சிவபெருமானது நல்ல திருவடியை காணப்பெறாதவர் ஆயினர்; ஆயினும் அவன், அப்பொழுது முளைத்த (ஒரு கலை மட்டும் கொண்ட) வெண்பிறைச் சந்திரன், பாம்பு ஆகிய இரண்டையும் (தம்முள் பகை உடையன என்று அறிந்திருந்தும்) ஒருசேர சடையில் தாங்கி மாற்பேறு என்னும் வளநகரிலே அவன் எழுந்தருளி இருக்கிறான்.

3383. **அந்தம்இல் ஞானசம் பந்தன்சொன்ன**
செந்துஇசை பாடல்செய் மாற்பேற்றை
சந்தம்இன் தமிழ்கள்கொண் டுஏத்தவல்லார்
எந்தைதன் கழலடி எய்துவரே (11)

அருஞ்சொற்பொருள்:

அந்தம்இல் - முடிவில்லாத. சந்தம் இன் தமிழ் - இசையோடு கூடிய இனிய தமிழ். செந்து - இசைவகைகளுள் ஒன்று.

பொழிப்புரை:

அழிவற்ற வாழ்வினைப் பெற்றுள்ள ஞானசம்பந்தன், திருமாற்பேறு என்னும் தலத்து இறைவன்மீது, செந்து என்னும் இனிய இசையோடு கூடிய தமிழ்மொழி வழிப் பாடிய பாடல்களைப் பாடி வழிபட வல்லவர், எமது தந்தையின் திருவடியை அடையும் பேற்றினைப் பெறுவர்.

திருச்சிற்றம்பலம்

312

திருவல்லம்

பதிக வரலாறு:

மாற்பேறு வழிபட்ட திருமகனார், வல்லம் வந்து இப்பதிகம் பாடிப் போற்றுகின்றார்.

தல வரலாறு:

தற்பொழுது 'திருவலம்' என்று வழங்கப்படுகின்றது. காட்பாடி அரக்கோணம் இரயில் தடத்தில் திருவலம் இரயில் நிலையத்திற்கு வடகிழக்கில் 1 கி.மீ. தொலைவில் கோயில் உள்ளது. தீர்க்காலி என்பவன் பூசித்துப் பேறு பெற்ற தலம். நவகோள்கள் பூசித்த தலம்.

சுவாமி	:	வல்லநாதர்
அம்மை	:	வல்லாம்பிகை
தல மரம்	:	வில்வம்
தீர்த்தம்	:	பாலாறு

திருமுறை 1 - 113   திருஞான - 1003

பண்: வியாழக்குறிஞ்சி

3384. எரித்தவன் முப்புரம் எரியின் மூழ்கத்
     தரித்தவன் கங்கை யைத்தாழ் சடைமேல்
     விரித்தவன் வேதங்கள் வேறு வேறு
     தெரித்தவன் உறைவிடம் திருவல் லமே   (1)

அருஞ்சொற்பொருள்:

விரித்தவன் - விரித்துச் சொன்னவன். தெரித்தவன் - பொருள் உணர்த்தியவன்.

பொழிப்புரை:

முப்புரம் தீப்பட்டு அழியுமாறு எரித்தவனும், நீண்டு தொங்கும் சடையில் கங்கையைத் தரித்தவனும், வேதங்களை விரித்துக் கூறியவனும், அவ்வேதம் கொண்டே பலப்பல நெறிகளுக்கு வழிவைத்தவனும், ஆகிய சிவபெருமான் உறையும் இடம் திருவல்லமே ஆகும்.

3385. தாய்அவன் உலகுக்குத் தன்ஒப்பு இலாத்
     தூயவன் தூமதி சூடி எல்லாம்
     ஆயவன் அமரர்க்கும் முனிவர் கட்கும்
     சேயவன் உறைவிடம் திருவல் லமே (2)

அருஞ்சொற்பொருள்:

சேயவன் - தூரத்தில் இருப்பவன்.

பொழிப்புரை:

உலகுக்குத் தாயாக விளங்குபவனும், தனக்கு ஒப்புமை கூற முடியாத தூய்மை உடையவனும், தூய பிறைச் சந்திரனைச் சூடி இருப்பவனும், எல்லாமுமாய் விளங்குபவனும், தேவர் முனிவர்களுக்குத் தூரத்தில் இருப்பவனும் (தன் அடியார்களுக்கு அருகில் இருப்பவனும்) ஆகிய பெருமானது உறைவிடம் திருவல்லமே ஆகும்.

3386. பார்த்தவன் காமனைப் பண்பு அழியப்
     போர்த்தவன் போத கத்தின் உரிவை
     ஆர்த்தவன் நான்முகன் தலையை அன்று
     சேர்த்தவன் உறைவிடம் திருவல் லமே (3)

அருஞ்சொற்பொருள்:

காமன் - மன்மதன். போதகம் - யானை. உரிவை - தோல். ஆர்த்தவன் - ஆரவாரம் செய்தவன். சேர்த்தவன் - (கிள்ளி) தன்னிடம் வைத்துக் கொண்டவன்.

பொழிப்புரை:

மன்மதனின் அழகிய உடல் அழியுமாறு நெற்றிக்கண் கொண்டு பார்த்தவனும், யானையின் தோலை உரித்துப் போர்த்தவனும், ஆரவாரம் செய்த பிரமனது தலை ஒன்றினைக் கிள்ளித் தன்பக்கம் வைத்துக் கொண்டவனும், ஆகிய பெருமானது உறைவிடம் திருவல்லமே ஆகும்.

3387. **கொய்தஅம் மலர்அடி கூடு வார்தம்**
மைதவழ் திருமகள் வணங்க வைத்துப்
பெய்தவன் பெருமழை உலகம் உய்யச்
செய்தவன் உறைவிடம் திருவல் லமே (4)

அருஞ்சொற்பொருள்:

அம் - அழகு. தவழ் திருமகள் - தகுதி உடையவரைத் தேடிச் செல்லும் திருமகள் (செல்வம்).

பொழிப்புரை:

பறித்த அழகிய மலர்கள் கொண்டு திருவடியில் தூவி வழிபடும் அடியார்களை, திருமகள் வந்து வணங்கி அவரிடம் தங்குமாறு செய்தவனும், உலகம் உய்யும் பொருட்டு (வருணனை ஏவிப்) பெருமழையைப் பெய்ய வைத்தவனும், ஆகிய பெருமான் உறையும் இடம் திருவல்லமே ஆகும்.

3388. **சார்ந்தவர்க்கு இன்பங்கள் தழைக்கும் வண்ணம்**
நேர்ந்தவன் நேரிழை யோடும் கூடித்
தேர்ந்தவர் தேடுவார் தேடச் செய்தே
சேர்ந்தவன் உறைவிடம் திருவல் லமே (5)

அருஞ்சொற்பொருள்:

சார்ந்தவர் - சரண் அடைந்தவர். நேரிழை - நேரிய அணிகலன்கள் அணிந்துள்ள உமையம்மை.

பொழிப்புரை:

தன்னைச் சரண் அடைந்தவர்க்கு இன்பம் பெருகுமாறு அருள் செய்தவனும், உமையம்மையோடு கூடி இருப்பவனும், ஆராய்ந்து தேட நினைப்பவரைத் தேடுமாறு செய்பவனும், ஆகிய பெருமான் உறையும் இடம் திருவல்லமே ஆகும்.

3389. **பதைத்துஎழு காலனைப் பாதம் ஒன்றால்**
உதைத்துஎழு மாமுனிக்கு உண்மை நின்று
விதிர்த்துஎழு தக்கன்தன் வேள்வி அன்று
சிதைத்தவன் உறைவிடம் திருவல் லமே (6)

அருஞ்சொற்பொருள்:

பாதம் - திருவடி. மாமுனி - மார்க்கண்டேய முனிவர். விதிர்த்து - நடுங்கி. சிதைத்தவன் - அழித்தவன்.

பொழிப்புரை:

மார்க்கண்டேய முனிவனிடம் இருந்த உண்மை அன்பின் பக்கம் நின்று, சினந்து வந்த இயமனை உதைத்தவனும்; தன்னை மதியாது தக்கன் செய்த வேள்வியை, அவன் நடுங்குமாறு அழித்தவனும்; ஆகிய இறைவனது உறைவிடம் திருவல்லமே ஆகும்.

* (இப்பதிகத்தின் 7-ஆம் பாடல் கிடைக்கவில்லை).

3390. இகழ்ந்துஅரு வரையினை எடுக்கல் உற்றுஆங்கு
அகழ்ந்தவல் அரக்கனை அடர்த்த பாதம்
நிகழ்ந்தவர் நேடுவார் நேடச் செய்தே
திகழ்ந்தவன் உறைவிடம் திருவல் லமே (8)

அருஞ்சொற்பொருள்:

அருவரை - அரிய (கயிலை) மலை. அடர்த்த - நசுக்கிய. பாதம் - திருவடி. நேடுவார் - தேடுவார். நேட - தேட.

பொழிப்புரை:

அரக்கனாகிய இராவணன் (சிவபெருமான் எழுந்தருளும் மலை என்று தெரிந்த பிறகும் மதியாதவனாய்) இகழ்ந்து, கயிலை மலையை நெருங்கித் தோண்டியபோது, அவனை அம்மலையின்கீழ் இட்டு நசுக்கிய திருவடி உடையவனும்; தேடுபவர் தேடட்டும் என்று எளிதில் தம்மைக் காட்டிக் கொள்ளாது இருப்பவனும்; ஆகிய பெருமான் உறையும் இடம் திருவல்லமே ஆகும்.

3391. பெரியவன் சிறியவர் சிந்தை செய்ய
அரியவன் அருமறை அங்கம் ஆனான்
கரியவன் நான்முகன் காண ஒண்ணாத்
தெரியவன் வளநகர் திருவல் லமே (9)

அருஞ்சொற்பொருள்:

அங்கம் - வேதத்தின் ஆறு அங்கம். கரியவன் - திருமால். தெரியவன் - தற்போதம் (தன் அறிவு) ஒழிந்துபட்ட ஆன்மாக்களுக்கு தெரியவன்.

பொழிப்புரை:

எல்லாவற்றையும்விட எல்லாரையும் விடப் பெரியவனும், சிறுமைக் குணம் உடையவர்க்குக் காண அருமை உடையவனும், தன்னறிவு கொண்டு தேட முயன்ற திருமாலுக்கும் பிரமனுக்கும் தன்னைக் காட்டிக்

கொள்ளாதவனும், தன்னறிவு (தற்போதம்) ஒழிந்துபட்ட ஆன்மாக்களுக்குத் தன்னைக் காட்டி அருளுபவனும், ஆகிய இறைவன் உறையும் இடம் திருவல்லமே ஆகும்.

3392. **அன்றிய அமணர்கள் சாக்கி யர்கள்**
குன்றிய அறவுரை கூறா வண்ணம்
வென்றவன் புலன்ஐந்தும் விளங்க எங்கும்
சென்றவன் உறைவிடம் திருவல் லமே (10)

அருஞ்சொற்பொருள்:

அன்றிய - பகை கொண்ட. குன்றிய அறிவுரை - குறைந்த தத்துவம் கொண்ட அறிவுரை.

பொழிப்புரை:

பகை கொண்ட சமணர் பௌத்தர் ஆகியோரது குறைந்த தத்துவங்கள் கொண்ட அறிவுரையை அவர்கள் நம்மவர்க்கு எடுத்து உரைக்க முடியாதபடி தடுத்தவனும்; ஐம்புலன்களை வென்ற ஞானியர்பால் சென்றவனும்; ஆகிய இறைவன் உறையும் இடம் திருவல்லமே ஆகும்.

3393. **கற்றவர் திருவல்லம் கண்டு சென்று**
நற்றமிழ் ஞானசம் பந்தன் சொன்ன
குற்றம்இல் செந்தமிழ் கூற வல்லார்
பற்றுவர் ஈசன் பொற்பா தங்களே (11)

அருஞ்சொற்பொருள்:

பொற்பாதம் - பொன் போன்ற திருவடி (அழகிய திருவடி என்றும் கொள்ளலாம்).

பொழிப்புரை:

ஞான நூல்களைக் கற்றவர்கள் நிறைந்து வாழும் வல்லம் நகரைச் சென்று கண்டு, ஞானசம்பந்தன் சொன்ன குற்றம் இல்லாத நல்ல செந்தமிழ்ப் பாக்களைக் கூறும் வல்லமை உடையவர், எல்லா உலகங்களையும் ஆளுகின்ற சிவபெருமானது பொன்போன்ற திருவடிகளைப் பற்றும் பேற்றினைப் பெறுவர்.

திருச்சிற்றம்பலம்

313

திருஇலம்பையங்கோட்டூர்

பதிக வரலாறு:

வல்லம் பாடிய வள்ளல் ஞானசம்பந்தர், அருகிலுள்ள இலம்பையங்கோட்டூர் வந்து இப்பதிகம் பாடி வழிபடுகின்றனர்.

தல வரலாறு:

காஞ்சிபுரத்திலிருந்து நகரப் பேருந்தில் செல்லலாம். அரம்பையர்கள் பூசித்துப் பேறு பெற்ற தலம், ஆதலின், அரம்பையம் கோட்டூர் என்று பெயர்பெற்று, அது மருவி இவ்வாறு வழங்குகின்றது.

சுவாமி : சந்திரசேகரர்

அம்மை : கோடேந்து முலையம்மை

தல மரம் : மல்லிகை

தீர்த்தம் : சந்திர தீர்த்தம்

திருமுறை 1 - 76 திருஞான - 1004

பண்: குறிஞ்சி

3394. **மலையினார் பருப்பதம் துருத்தி மாற்பேறு**
மாசிலா சீர்மறைக் காடுநெய்த் தானம்
நிலையினான் எனதுஉரை தனதுஉரை யாக
நீறுஅணிந்து ஏறுஉகந்து ஏறிய நிமலன்
கலையினார் மடப்பிணை துணையொடும் துயிலக்
கானல்அம் பெடைபுல்கிக் கணமயில் ஆலும்
இலையினார் பைம்பொழில் இலம்பையம் கோட்டூர்
இருக்கையாப் பேணிஎன் எழில்கொள்வது இயல்பே (1)

அருஞ்சொற்பொருள்:

பருப்பதம், துருத்தி, மாற்பேறு, மறைக்காடு, நெய்த்தானம் - தலப் பெயர்கள். எனது உரை தனது உரையாக - தற்போதம் (தன்னறிவு) அழிந்த நிலையில் (சிவபோத நிலையில்) இருந்து, பாடிய பதிகம் இது

என்பதால், தனது உரை இறைவனது உரை ஆகின்றது. ஏறு - இடபம். நிமலன் - மலமற்றவன். கலையின் ஆர் மடப்பிணை - கலைமானொடு கூடி இருக்கும் இளைய பெண் மான். கானல் - சோலை. பெடை - பெண் மயில். கணமயில் - ஆண் மயில்களின் கூட்டம். ஆலும் - ஆடும். என் எழில் கொள்வது - தலைவன் கூடிப் பின் பிரிந்தால் தலைவியின் அழகு கெடும். உயிராகிய காதலி இறைவனாகிய காதலனைக் கூடிப் பின் பிரிந்து, வருந்திப் பாடியது இது (பதிகம் முழுமைக்கும் இது பொருந்தும்).

பொழிப்புரை:

மலையொடு கூடிய திருப்பருப்பதம், திருத்துருத்தி, திருப்பூந்துருத்தி, திருமாற்பேறு, குற்றமற்ற சிறப்புடைய திருமறைக்காடு, திருநெய்த்தானம், ஆகிய தலங்களில் நிலைத்து எழுந்தருளி இருக்கும் இறைவர், எனது உரையைத் தனது உரையாக வெளிப்படுத்தி அருள் செய்பவர்; திருநீறு அணிந்து, இடபத்தில் ஏறிச் செல்லும் மலமற்றவர்; இளம் பெண்மான் தனது துணையாகிய ஆண்மானுடன் உறங்குவதும், பெண் மயில்களைத் தழுவி, ஆண்மயில்கள் தோகை விரித்து ஆடுவதும், ஆகியன நிகழும், இலைகள் மண்டிய அழகிய சோலையால் சூழப்பட்ட இலம்பையம் கோட்டூர் என்னும் தலத்தைத் தமது இருப்பிடமாகக் கொண்டவர்; அவர், என் அழகைக் கவர்ந்து செல்வது முறையோ?

3395. திருமலர்க் கொன்றையான் நின்றியூர் மேயான்
 தேவர்கள் தலைமகன் திருக்கழிப் பாலை
 நிருமலன் எனதுஉரை தனதுஉரை யாக
 நீறுஅணிந்து ஏறுஉகந்து ஏறிய நிமலன்
 கருமலர்க் கமழ்சுனை நீள்மலர்க் குவளை
 கதிர்முலை இளையவர் மதிமுகத்து உலவும்
 இருமலர்த் தண்பொய்கை இலம்பயங் கோட்டூர்
 இருக்கையாப் பேணிஎன் எழில்கொள்வது இயல்பே (2)

அருஞ்சொற்பொருள்:

நிருமலன் - மலமற்றவன். கருமலர் - கருநெய்தல் மலர். இருமலர் - பெரிய (தாமரை) மலர். தண் - குளிர்ச்சி.

பொழிப்புரை:

அழகிய கொன்றை மலர்மாலை சூடி இருப்பவன்; திருநின்றியூர் என்னும் தலத்தில் உறைபவன்; தேவர்களுக்குத் தலைவன்; திருக்கழிப்பாலை என்னும் தலத்தில் எழுந்தருளி இருக்கும் மலமற்றவன்; எனது உரையாக

தனது உரையைப் பாடலாகப் பதிபவன்; திருநீறு அணிந்து இடபத்தில் ஏறிவரும் மலமற்றவன்; நீலமலர் மணம் கமழும் நீர்நிலைகள் உடைய இலம்பையம் கோட்டூரில் தாமரையும் குவளையும் மலர்ந்து, ஒளிரும் முலைஉடைய இளமகளிரது முகத்தில் கண்கள் இருப்பது போல காட்சி நல்கும் (தாமரை முகத்துக்கும் குவளை கண்ணுக்கும் உவமை) அத்தலத்தை இருப்பிடமாகக் கொண்டு, என் அழகினைக் கவர்வது பொருந்துமோ?

3396. **பாலனாம் விருத்தனாம் பசுபதி தானாம்**
பண்டுவெம் கூற்றுஉதைத்து அடியவர்க்கு அருளும்
காவலனாம் எனதுஉரை தனதுஉரை யாகக்
கனல்எரி அங்கையில் ஏந்திய கடவுள்
நீலமா மலர்ச்சுனை வண்டுபண் செய்ய
நீர்மலர்க் குவளைகள் தாதுவிண்டு ஓங்கும்
ஏலம்நா றும்பொழில் இலம்பையங் கோட்டூர்
இருக்கையாப் பேணிஎன் எழில்கொள்வது இயல்பே (3)

அருஞ்சொற்பொருள்:

பாலன் - ஏழு வயதுக்கு உட்பட்ட சிறுவன். விருத்தன் - வயோதிகன். பசுபதி - உயிர்களுக்குத் தலைவன். பண்டு - முன்பு. அங்கை - உள்ளங்கை. தாது - மகரந்தம். விண்டு - சிதறி.

பொழிப்புரை:

பாலனாகவும் விருத்தனாகவும் பசுபதியாகவும் முன்பு கொடிய இயமனை உதைத்து அடியவர்க்குக் காவலனாகவும் விளங்கியவன்; எனது உரையைத் தனது உரையாக வெளிப்படுத்துபவன்; எரியும் நெருப்பை உள்ளங்கையில் ஏந்திய கடவுள்; நீல மலர்கள் மலர்ந்திருக்கும் சுனையில் வண்டுகள் பாட ஏலம் மணம் கமழும் இலம்பையங் கோட்டூரில் இருக்கை கொண்டுள்ளவன்; அவன் என் அழகைக் கவர்வது முறையோ?

3397. **உளம்கொள்வார் உச்சியார் கச்சி ஏகம்பம்**
ஒற்றியூர் உறையும்அண் ணாமலை அண்ணல்
விளம்புவான் எனதுஉரை தனதுஉரை யாக
வெள்ளநீர் விரிசடை தாங்கிய விமலன்
குளம்புறக் கலைதுள மலைகளும் சிலம்பக்
கொழுங்கொடி எழுந்துஎங்கும் கூவிளம் கொள்ள
இளம்பிறை தவழ்பொழில் இலம்பையங் கோட்டூர்
இருக்கையாப் பேணிஎன் எழில்கொள்வது இயல்பே (4)

அருஞ்சொற்பொருள்:

கலை குளம்பு உறத் துள (துள்ள) - கலைமானின் குளம்பு பதியுமாறு துள்ள. சிலம்ப - ஒலிக்க. கூவிளம் -வில்வம்.

பொழிப்புரை:

உள்ளத்தில் வைத்துத் தியானிப்பவரது உச்சியில் (சகசிரதளத்தில்) எழுந்தருளுபவர்; கச்சி ஏகம்பம், திருஒற்றியூர், திருஅண்ணாமலை ஆகிய தலங்களில் உறையும் தலைவர்; அவர் தனது உரையை எனது உரையாக விளம்புபவர்; கங்கையாகிய வெள்ள நீரைத் தாங்கிய சடை உடைய மலமற்றவர்; கலைமான்கள் குளம்பு பதியுமாறு துள்ளுவதும், மலைகள் ஒலியை எதிரொலிப்பதும், கொடி வகைகள் வில்வ மரத்தில் படர்வதும் ஆகிய சோலையால் சூழப்பட்ட இலம்பையங்கோட்டூரில் உறைபவர்; அவர் எனது அழகைக் கவர்வது பொருந்துமோ?

3398. **தேனுமாய் அமுதமாய்த் தெய்வமும் தானாய்த்**
தீயொடு நீருடன் வாயுவாம் தெரியில்
வானுமாம் எனதுஉரை தனதுஉரை யாக
வரிஅரா அரைக்குஅசைத்து உழிதரு மைந்தன்
கானமான் வெருவுறக் கருவிரல் ஊகம்
கடுவனோடு உகளும்ஊர் கல்கடும் சாரல்
ஏனமான் உழிதரும் இலம்பையங் கோட்டூர்
இருக்கையாய் பேணிஎன் எழில்கொள்வது இயல்பே (5)

அருஞ்சொற்பொருள்:

வரிஅரா - வரி உடைய பாம்பு. கான மான் - காட்டு மான். வெருவுற - அஞ்ச. கருவிரல் ஊகம் -கரிய விரல்கள் உடைய பெண் குரங்கு. கடுவன் - ஆண் குரங்கு. உகளும் - மாறுபடும். ஏனமான் - காட்டுப் பன்றி. உழிதரும் - திரியும்.

பொழிப்புரை:

தேனாகவும் அமுதமாகவும் தெய்வமாகவும் நிலம் நீர் நெருப்பு காற்று ஆகாயம் என்னும் ஐம்பூதங்களாகவும் விளங்குபவன்; எனது உரையாய்த் தனது உரையை இந்நிலவுலகுக்கு வழங்குபவன்; வரி உடைய பாம்பை இடையில் கச்சாகக் கட்டிக் கொண்டு, திரியும் வலிமை உடையவன்; காட்டுமான் அச்சம் கொள்ளவும், கரிய விரல்கள் உடைய பெண் குரங்குகள் ஆண் குரங்கோடு சேர்ந்து திரிவதும், காட்டுப் பன்றிகளும் திரிவதும், ஆகிய மலைச்சாரலை உடைய இலம்பையங்கோட்டூரில் எழுந்தருளி இருப்பவன்; அவன் என் அழகினைக் கவர்வது முறையாகுமோ?

3399. மனம்உலாம் அடியவர்க்கு அருள்புரி கின்ற
வகைஅலால் பலிதிரிந்து உண்பிலான் மற்றோர்
தனம்இலான் எனதுஉரை தனதுஉரை யாகத்
தாழ்சடை இளமதி தாங்கிய தலைவன்
புனம்எலாம் அருவிகள் இருவிசேர் முத்தம்
பொன்னொடு மணிகொழித்து ஈண்டிவந்து எங்கும்
இனம்எலாம் அடைகரை இலம்பையம் கோட்டூர்
இருக்கையாப் பேணிஎன் எழில்கொள்வது இயல்பே (6)

அருஞ்சொற்பொருள்:

உலாம் - உலாவச் செய்கின்ற. அலால் - அல்லால். பலி - பிச்சை. உண்பிலான் - உண்ணாதவன். தனம் - செல்வம். புனம் - தினைப்புனம். இருவி - தினை அரிந்த பின் உள்ள தாள். முத்தம் - முத்து. இனம் எலாம் - இடங்களில் எல்லாம். அடை கரை - கரைகளை (வரப்புகளை) உடைய வயல்.

பொழிப்புரை:

தம் மனத்தில் உலவ விடுகின்ற அடியார்களுக்கு அருள்புரிவதற்கு அன்றி, தான் உணவுக்காகப் பிச்சை ஏற்றுத் திரிபவன் அல்லன்; வீடு பேற்றுச் செல்வம் தவிர, வேறு செல்வம் இல்லாதவன்; தனது உரையினை எனது உரையாக உலகுக்கு வெளிப்படுத்துபவன்; நீண்ட சடையில் இளம்பிறைச் சந்திரனைச் சூடியுள்ள தலைவன்; தினைப்புனங்களில் (கொல்லைகளில்) அருவி கொண்டுவந்து சேர்த்த முத்து, பொன், ஏனைய மணிவகைகள் என இவை தினை அரிந்தபின் உள்ள தாள்களின் இடையே வந்து தங்கும் வயல்வளம் உடைய இலம்பையங்கோட்டூரில் இருக்கை கொண்டு எழுந்தருளி இருப்பவன்; அவன் என் அழகினைக் கவர்ந்து செல்வது எந்த வகையில் நியாயம்?

3400. நீர்உளான் தீஉளான் அந்தரத்து உள்ளான்
நினைப்பவர் மனத்துஉளான் நித்தமா ஏத்தும்
ஊர்உளான் எனதுஉரை தனதுஉரை யாக
ஒற்றைவெள் ஏறுஉகந்து ஏறிய ஒருவன்
பார்உளார் பாடலோடு ஆடல் அறாத
பண்முரன்று அம்சிறை வண்டினம் பாடும்
ஏர்உளார் பைம்பொழில் இலம்பையம் கோட்டூர்
இருக்கையாய் பேணிஎன் எழில்கொள்வது இயல்பே (7)

அருஞ்சொற்பொருள்:

உளான் - உள்ளான். அந்தரம் - ஆகாயம். நித்தமா - நாள்தோறும். பார்உளார் - உலகர். அம்சிறை - அழகிய இறகு. ஏர் - அழகு.

பொழிப்புரை:

நீரில் இருப்பவன், நெருப்பில் இருப்பவன், ஆகாயத்தில் இருப்பவன், தன்னை நினைவாரது மனத்தில் எழுந்தருளியிருப்பவன், நாள்தோறும் அடியார்கள் வந்து வழிபடும் திருக்கோயில்கள் உடைய ஊர்களில் உறைபவன்; தனது உரையை எனது உரையாக வெளிப்படுத்துபவன்; ஒரு வெள்ளை நிற இடபத்தின் மீது விரும்பி ஏறி வருபவன்; உலகர் பாடும் பாடலும் ஆடும் ஆடலும் இடையறாததும், அழகிய இறகுகளை உடைய வண்டுகள் இசை செய்வதும், அழகியதும், ஆகிய சோலை சூழ்ந்த இலம்பையங்கோட்டூரில் இருக்கை கொண்டு நிலைத்துத் தங்கி இருப்பவன்; அவன் எனது அழகினைக் கவர்ந்து செல்வது முறையான செயல் ஆகுமோ?

3401. **வேர்உலகம் ஆழ்கடல் வருதிரை இலங்கை**
வேந்தன் தடக்கைகள் அடர்த்தவன் உலகில்
ஆர்உலாம் எனதுஉரை தனதுஉரை யாக
ஆகம்ஓர் அரவுஅணிந்து உழிதரும் அண்ணல்
வார்உலா நல்லன மாக்களும் சார
வாரணம் உழிதரும் மல்லல்அம் கானல்
ஏர்உலாம் பொழில்அணி இலம்பையம் கோட்டூர்
இருக்கையாப் பேணிஎன் எழில்கொள்வது இயல்பே (௪)

அருஞ்சொற்பொருள்:

வேர்உலாம் ஆழ்கடல் - ஆழமான கடல் என்பது இவ்வாறு சித்தரிக்கப்பட்டது (வேர் விட்டு வளர்ந்து பரந்த கடல் என்பது பொருள்). தடக்கை - பெரிய கை. ஆர்உலாம் - நிறைந்து மலியும். ஆகம் - மார்பு. ஓர்அரவு - ஒரு பாம்பு. உழிதரும் - திரியும். வார் உலாம் - வார்கொண்டு கட்டப்பட்ட. நல்லன மாக்கள் - நல்ல வீட்டு விலங்குகள். வாரணம் - யானை. மல்லல் - வளம். கானல் - சோலை. ஏர் - அழகு.

பொழிப்புரை:

வேர்விட்டு முளைத்து எழுந்து பரந்து விளங்கும், அலைவீசும் கடலால் சூழப்பட்ட இலங்கை நாட்டு அரசன் இராவணனது இருபது

கைகளையும் நசுக்கியவன்; உலகில் நிறைந்து விளங்கும் எனது உரையைத் தனது உரையாக வெளிப்படுத்தியவன்; ஒரு பாம்பை தனது மார்பில் அணிந்து திரியும் தலைவன்; வாரால் பிணிக்கப்பட்ட நல்ல வீட்டு விலங்குகளும் யானை முதலிய காட்டு விலங்குகளும் நிறைந்துள்ள வளமான அழகிய சோலை சூழ்ந்த இலம்பையங்கோட்டூரில் இருக்கை கொண்டு நிலைத்துத் தங்கி இருப்பவன்; அவன் எனது அழகினைக் கவர்ந்து செல்வது பொருத்தமான செயல்தானா?

3402. **கிளர்மழை தாங்கினான் நான்முகம் உடையோன்**
கீழ்அடி மேல்முடி தேர்ந்துஅளக் கில்லா
உளமழை எனதுஉரை தனதுஉரை யாக
ஒள்அழல் அங்கையில் ஏந்திய ஒருவன்
வளமழை எனக்கழை வளர்துளி சோர
மாசுணம் உழிதரும் மணிஅணி மாலை
இளமழை தவழ்பொழில் இலம்பையம் கோட்டூர்
இருக்கையாப் பேணிஎன் எழில்கொள்வது இயல்பே (9)

அருஞ்சொற்பொருள்:

கிளர்மழை - இந்திரனால் ஏவப்பட்ட மழை. தாங்கினான் - கோவர்த்தன மலையைக் குடையாகப் பிடித்துத் தாங்கியவன் (திருமால்). அளக்கில்லா - அளக்க முடியாத. உளம் மழை - உள்ளத்திலிருந்து பொழியும் மழை (போல). ஒள்அழல் - ஒளி உடைய நெருப்பு. கழை - மூங்கில். வளமழை - வளம் பெருக உதவும் மழை. மாசுணம் - பாம்பு. உழிதரும் - திரியும். இளமழை - சாரல் மழை.

பொழிப்புரை:

கிளர்ந்து பெய்த பெருமழையைத் தடுத்த திருமாலும், நான்முகனும், முறையே கீழேஉள்ள திருவடி, மேலே உள்ள திருமுடி, ஆகிய இவற்றைத் தேடியும் காண முடியாதவாறு உயர்ந்து நின்றவன்; என் உள்ளத்திலிருந்து மழைபோல் வெளிப்படும் பாடல் உரையைத் தனது உரையாக வெளிப் படுத்துபவன்; ஒளிபொருந்திய நெருப்பைக் கையில் ஏந்தி இருக்கும் ஒருவன் (ஒப்பற்றவன்); மூங்கிலில் தேங்கி உள்ள நீர் வளமான மழைத்துளி போலச் சிதறவும், பலவகை மணிகள் கொண்டு கோத்துக் கட்டப்பட்ட மாலை போல மலைப்பாம்பு மரங்களில் தொங்கவும், சாரல்மழை விசிறுவதும், ஆகிய சோலையால் சூழப்பட்ட இலம்பையங்கோட்டூர் என்னும் தலத்தில் இருக்கை கொண்டு தங்கி இருப்பவன்; அவன் என் அழகினைக் கவர்ந்து செல்வது பொருத்தமான செயலா?

3403. உரிஞ்சன கூறைகள் உடம்பின ராகி
உழிதரு சமணரும் சாக்கியப் பேய்கள்
பெருஞ்செல்வன் எனதுஉரை தனதுஉரை யாகப்
பெய்பலிக்கு என்றுஉழல் பெரியவர் பெருமான்
கருஞ்சுனை முல்லைநல் பொன்அடை வேங்கை
களிமுக வண்டொடு தேனினம் முரலும்
இருஞ்சுனை மல்கிய இலம்பையங் கோட்டூர்
இருக்கையாய் பேணிஎன் எழில்கொள்வது இயல்பே (10)

அருஞ்சொற்பொருள்:

'கூறை உரிஞ்ச உடம்பினர்' - எனக் கூட்டி உரைக்க. கருஞ்சுனை - கரிய நீர் நிரம்பிய சுனை (நல்ல நீர் பார்ப்பதற்கு கருமை நிறம் உடையதாய் இருக்கும்). பொன் அடை - பொன் போல் ஒளிரும் இலை. களிமுக வண்டு - மகிழ்ச்சி மிக உடைய வண்டு. தேன் - வண்டு வகை. இரும்சுனை - பெரிய சுனை.

பொழிப்புரை:

உடையை யாரோ உருவிக் கொண்டதுபோல உடையின்றித் திரியும் உடம்பு உடைய சமணரும், பௌத்தப் பேய்களும் சொல்வனவற்றைக் கேட்க வேண்டா என்று கூறுபவன்; வைப்பு நிதியாக விளங்குபவன்; எனது உரையைத் தனது உரையாக வெளிக் கொணர்பவன்; ஊரார் இடும் பிச்சையை ஏற்பதற்காகச் சுற்றித் திரியும் பெரியவன்; அனைவர்க்கும் பெருமான்; நல்ல நீரால் நிரம்பிய சுனை, முல்லை, பொன் போல் ஒளிரும் இலை உடைய வேங்கை, மகிழும் முகம் உடைய வண்டு, தேன்வண்டு, பெரிய நீர்நிலைகள், என இவை மிகுந்துள்ள இலம்பையங்கோட்டூர் என்னும் தலத்தில் இருக்கை கொண்டு தங்கி இருப்பவன்; அவன் எனது அழகினைக் கவர்ந்து கொண்டது முறையாகுமோ?

3404. கந்தனை மலிகனை கடல்ஒலி ஓதம்
கானல்அம் கழிவளர் கழுமலம் என்னும்
நந்தியார் உறைபதி நான்மறை நாவன்
நற்றமிழ்க்கு இன்துணை ஞானசம் பந்தன்
எந்தையார் வளநகர் இலம்பையங் கோட்டூர்
இசையொடு கூடியபத் தும்வல் லார்போய்
வெந்துயர் கெடுகிட விண்ணவ ரோடும்
வீடுபெற்று இம்மையின் வீடுஎளி தாமே (11)

அருஞ்சொற்பொருள்:

கந்தனை - மணம். கனைகடல் - ஒலிக்கின்ற கடல். நந்தியார் - சிவபெரு மானார். கெடுகிட - கெட. விண்ணவர் வீடு - தேவர் உலகம். வீடு - வீடுபேறு.

பொழிப்புரை:

மணம் மிகுந்ததும், ஒலிசெய்யும் கடலின் அலை வந்து செல்வதும், சோலைகளை உடையதும், உப்பங்கழியாக விளங்குவதும், சிவபெருமான் உறைவதும் ஆகிய கழுமலம் என்னும் தலத்தில் அவதரித்த நான்கு மறைகளை ஓதிய நாவன்மை உடையவனும், நல்ல தமிழ் மொழிக்கு இனிய துணையாக விளங்குபவனும், ஆகிய ஞானசம்பந்தன்; எம்தந்தையார் உறையும் இலம்பையங்கோட்டூரை; இசையோடு கூடிய பாடல் பத்துகொண்டு போற்றி வழிபட்டான்; அப்பாடல் பத்தும் கொண்டு நீவிரும் போற்றி வழிபட வல்லீரேல், முதலில் தேவர்உலக வாழ்வும், (சொர்க்கமும்) பின்னர் வீடுபேறும் (சிவலோகமும்) கிடைக்கும்.

திருச்சிற்றம்பலம்

314

திருவிற்கோலம்

பதிக வரலாறு:

இலம்பையங்கோட்டூர் பாடி வழிபட்ட அருள்புகலி ஆண்தகையார், விற்கோலம் பணிந்து பாடிய பதிகம் இது.

தல வரலாறு:

இப்பொழுது 'கூவம்' என வழங்கப்படுகின்றது. திரிபுரம் எரித்த காலத்தில் இறைவன் வில்ஏந்திய திருக்கோலத்தோடு எழுந்தருளி இருந்தமையின் விற்கோலம் எனப் பெயர் பெற்றது. சென்னைக்கு மேற்கில் உள்ள கடம்பத்தூர் இரயில் நிலையத்துக்குத் தெற்கில் 10 கி.மீ. தொலைவில் உள்ளது. அதிகம் மழை பெய்யப் போவதாக இருந்தால் இறைவர் திருமேனி வெளுத்தும், யுத்தம் ஏற்படுவதாய் இருந்தால் திருமேனி சிவந்தும், காணப்படும் அதிசயம் நிகழும் தலம்.

சுவாமி : திரிபுராந்தகர்

அம்மை : திரிபுராந்த நாயகி

திருமுறை 3 - 281 **திருஞான** - 1005

பண்: காந்தார பஞ்சமம்

3405. **உருவினார் உமையொடும் ஒன்றி நின்றதுஓர்**
திருவினான் வளர்சடைத் திங்கள் கங்கையான்
வெருவிவா னவர்தொழ வெகுண்டு நோக்கிய
செருவினான் உறைவிடம் திருவிற் கோலமே (1)

அருஞ்சொற்பொருள்:

உரு - அழகு. திரு - செல்வம். வெருவி - அஞ்சி. செரு - போர். விற்கோலம் - (வில்+கோலம்) வில் ஏந்திய கோலம்.

பொழிப்புரை:

உருவ அழகுடைய உமாதேவியோடு ஒன்றுபட்டு நின்றதாகிய செல்வம் உடையவன்; வளர்கின்ற சடையில் சந்திரனையும் கங்கையையும் சூடியவன்; தேவர்கள் அஞ்சி, வந்து வணங்க, சினம் கொண்டு போர்க் கோலம் பூண்டவன்; அவன் எழுந்தருளி இருப்பது விற்கோலம் என்னும் தலமே ஆகும்.

3406. **சிற்றிடை உமைஒரு பங்கன் அங்கையில்**
உற்றதுஓர் எரியினன் ஒருச ரத்தினால்
வெற்றிகொள் அவுணர்கள் புரங்கள் வெந்துஅறச்
செற்றவன் உறைவிடம் திருவிற் கோலமே (2)

அருஞ்சொற்பொருள்:

சரம் - அம்பு. அவுணர் - அசுரர். செற்றவன் - அழித்தவன்.

பொழிப்புரை:

சிறிய இடைஉடைய உமாதேவியை ஒரு பாகமாகக் கொண்டவன்; உள்ளங்கையில் நெருப்பை ஏந்தி இருப்பவன்; ஓர் அம்பு கொண்டு அசுரர் மூவரது முப்புரத்தைத் தீப்பற்றி முழுதும் எரிந்து சாம்பலாகுமாறு அழித்தவன்; அவன் எழுந்தருளி இருக்கும் இடம், திருவிற்கோலம் என்னும் தலமே ஆகும்.

3407. **ஐயன்நல் அதிசயன் அயன்விண் ணோர்தொழும்**
மைஅணி கண்டனார் வண்ண வண்ணம்வான்
பைஅரவு அல்குலாள் பாகம் ஆகவும்
செய்யவன் உறைவிடம் திருவிற் கோலமே (3)

அருஞ்சொற்பொருள்:

ஐயன் - தலைவன். அதிசயம் - பலப்பல அதிசயங்கள் நிகழ்த்துபவன். அயன் - பிரமன். மை - கருமை. வண்ண வண்ணம் - அழகிய மேனிநிறம் (சிவப்பு). பைஅரவு - பாம்பின் படம்.

பொழிப்புரை:

தலைவன்; பலப்பல அதிசயங்கள் நிகழ்த்துபவன்; பிரமனும் ஏனைய தேவர்களும் வந்து வணங்கும் நீலநிறக் கண்டம் உடையவன்; சிவந்த நிறத்தால் ஆன அழகிய திருமேனி உடையவன்; பாம்பின் படம் போன்ற அல்குல் உடைய உமாதேவியை பாகமாகக் கொண்டவன்; அவன் எழுந்தருளி இருக்கும் இடம் திருவிற்கோலமே ஆகும்.

3408. விதைத்தவன் முனிவருக்கு அறம்முன் காலனை
உதைத்தவன் உயிர்இழந்து உருண்டு வீழ்தரப்
புதைத்தவன் நெடுநகர்ப் புரங்கள் மூன்றையும்
சிதைத்தவன் உறைவிடம் திருவிற் கோலமே (4)

அருஞ்சொற்பொருள்:

வீழ்தர - வீழ. சிதைத்தவன் - அழித்தவன்.

பொழிப்புரை:

முனிவர் நால்வர்க்கு முன்பு அறம் முதலிய நான்கினை, அவர் மனதில் நன்கு பதியுமாறு விதைத்தவன்; இயமனது உயிர் பிரியுமாறு உதைத்து உருட்டி, மண்ணில் புதையுமாறு அழுத்தியவன்; நீண்ட மூன்று நகரங்களை (முப்புரத்தை) அழித்தவன்; அவனது உறைவிடம் திருவிற்கோலம் என்னும் தலமே ஆகும்.

3409. முந்தினான் மூவருள் முதல்வன் ஆயினான்
கொந்துஉலா மலர்ப்பொழில் கூகம் மேவினான்
அந்திவான் பிறையினான் அடியர் மேல்வினை
சிந்துவான் உறைவிடம் திருவிற் கோலமே (5)

அருஞ்சொற்பொருள்:

கொந்து - கொத்து. கூகம் - ஊர்ப்பெயர். விற்கோலம் - கோயிலின் பெயர்.

பொழிப்புரை:

எல்லாவற்றுக்கும் முன்னே தோன்றியவன்; பிரமன் திருமால் உருத்திரன் ஆகிய மும்மூர்த்திகளுக்கும் மேலாய் விளங்குபவன்; கொத்தாக மலர்கள் மலர்ந்திருக்கும் சோலை சூழ்ந்த கூகம் என்னும் ஊருக்கு உரியவன்; மாலை நேரத்துப் பிறைச்சந்திரனைச் சூடி இருப்பவன்; அடியார்கள்மேல் வரும் வினைகளை நீக்குபவன்; அவனது உறைவிடம் திருவிற்கோலம் என்னும் தலமே ஆகும்.

3410. தொகுத்தவன் அருமறை அங்கம் ஆகமம்
வகுத்தவன் வளர்பொழில் கூகம் மேவினான்
மிகுத்தவன் மிகுத்தவர் புரங்கள் வெந்துஅறச்
செகுத்தவன் உறைவிடம் திருவிற் கோலமே (6)

அருஞ்சொற்பொருள்:

தொகுத்தவன் - பலபடக் கிடந்தவற்றை ஒன்று திரட்டியவன். மிகுத்தவர் - செருக்கு உடையவர். செகுத்தவன் - அழித்தவன்.

பொழிப்புரை:

நான்கு வேதம், ஆறு அங்கம், இருபத்தெட்டு ஆகமம் என இவற்றைத் தொகுத்துப் பின் வகுத்தவன். வளரும் சோலை சூழ்ந்த கூகம் என்னும் ஊரில் இருப்பவன்; செருக்கு மிக உடைய அசுரர் மூவரது முப்புரங்கள் வெந்து சாம்பலாகுமாறு அழித்தவன்; அவன் எழுந்தருளி இருப்பது விற்கோலம் என்னும் திருக்கோயிலிலே ஆகும்.

3411. விரித்தவன் அருமறை விரிசடை வெள்ளம்
தரித்தவன் தரியலர் புரங்கள் ஆசுஅற
எரித்தவன் இலங்கை யர்கோன் இடர்படச்
சிரித்தவன் உறைவிடம் திருவிற் கோலமே   (7)

அருஞ்சொற்பொருள்:

ஆசு அற - குற்றம் நீங்க. இடர்பட - துன்பப்பட.

பொழிப்புரை:

அரிய நான்கு வேதங்களை விரித்து உரைத்தவன்; விரிந்த சடையில் கங்கை வெள்ளத்தைத் தாங்கியவன்; பகைவர்களது முப்புரங்களைக் குற்றமற எரித்தவன்; இலங்கை அரசன் இராவணன் துன்பமுறும்படி சிரித்தவன்; அவனது உறைவிடம் திருவிற்கோலம் என்னும் திருக்கோயிலே ஆகும்.

★ (இப்பதிகத்தின் 8-ஆம் பாடல் கிடைக்கவில்லை).

3412. திரிதரு புரம்எரி செய்த சேவகன்
வரிஅர வொடுமதி சடையில் வைத்தவன்
அரியொடு பிரமனது ஆற்ற லால்உருத்
தெரியலன் உறைவிடம் திருவிற் கோலமே   (9)

அருஞ்சொற்பொருள்:

சேவகன் - வீரன். அரி - திருமால்.

பொழிப்புரை:

ஆகாயத்தில் சுற்றித் திரிந்த முப்புரத்தைத் தீயிட்டு அழித்த வீரன்; வரி உடைய பாம்பு, சந்திரன், ஆகிய இரண்டையும் ஒருசேர சடையில் வைத்திருப்பவன்; திருமாலும் பிரமனும் தங்களது ஆற்றலால் தேட முற்பட்டபோது, காட்டிக் கொள்ளாதவன்; அவன் எழுந்தருளி இருக்கும் இடம் திருவிற்கோலம் திருக்கோயிலே ஆகும்.

3413. **சீர்மைஇல் சமணொடு சீவ ரக்கையர்**
நீர்மைஇல் உரைகள் கொள்ளாத நேசர்க்குப்
பார்மலி பெருஞ்செல்வம் பரிந்து நல்கிடும்
சீர்மை யினான்இடம் திருவிற் கோலமே (10)

அருஞ்சொற்பொருள்:

சீர்மை - ஒழுங்கு. சீவரம் - பௌத்தத் துறவிகள் போர்த்தும் ஆடை. கையர் - கீழோர். நேசர் - அன்பர்.

பொழிப்புரை:

ஒழுங்கில்லாத சமணர், சீவரம் உடுத்தும் கீழோராகிய பௌத்தர், ஆகிய இவர்கள் கூறும் தன்மை இல்லாத சொற்களைக் கேளாதவரும், தம்மீது அன்பு உடையவரும், ஆகிய அடியார்களுக்கு; இந்நிலவுலகில் பெருஞ்செல்வத்தைப் பரிவோடு தந்துஅருளும் சிறப்புடையவன் எழுந்தருளி இருக்கும் இடம் திருவிற்கோலம் திருக்கோயிலே ஆகும்.

3414. **கோடல்வெண் பிறையனைக் கூகம் மேவிய**
சேடன செழுமதில் திருவிற் கோலத்தை
நாடவல் லதமிழ் ஞானசம் பந்தன்
பாடவல் லார்களுக்கு இல்லை பாவமே (11)

அருஞ்சொற்பொருள்:

கோடல் - வளைந்திருத்தல். சேடன் - சிவபெருமான்.

பொழிப்புரை:

வளைந்த பிறைச்சந்திரனைச் சடையில் சூடிய சிவபெருமான் எழுந்தருளி இருக்கும் செழித்த மதிலோடு கூடிய திருவிற்கோலத்தை, தமிழை விரும்பும் வல்லமை உடைய ஞானசம்பந்தன், பாடிய பாடல் கொண்டு, பாடி வழிபட வல்லவர்க்குப் பாவம் இல்லையாகும்.

திருச்சிற்றம்பலம்

315

திருஊறல்

பதிக வரலாறு:

விற்கோலம் வழிபட்ட முத்தமிழ் விரகர், திருஊறல் கண்டு கும்பிட்டுப் பாடிய பதிகம் இது.

தல வரலாறு:

தற்போது 'தக்கோலம்' என்று வழங்கப்படுகின்றது. தக்கோலம் இரயில் நிலையத்திலிருந்து கிழக்கில் 1.5 கி.மீ. தொலைவில் உள்ளது. சுவாமியின் திருவடியிலிருந்து நீர் ஊறுவதால், ஊறல் ஆயிற்று. தேவகுரு வியாழபகவானின் தம்பி சம்வர்த்த முனிவர் தவம் செய்து வழிபட்ட தலம். பழைய பாலாற்றின் கரையில் கோயில் அமைந்துள்ளது. கங்காதரர் சந்நிதியின் மேற்குப் பிரகாரத்தில் உள்ள நந்தியின் வாயிலிருந்து நீர் வருகிறது.

சுவாமி : உமாபதீசுவரர்

அம்மை : உமையம்மை

தீர்த்தம் : பார்வதி தீர்த்தம்

திருமுறை 1 - 106 திருஞான - 1006

பண்: வியாழக்குறிஞ்சி

3415. **மாறில் அவுணர் அரணம் அவைமாய**
ஓர்வெங் கணையால் அன்று
நீறுஎழ எய்தஎங்கள் நிமலன் இடம்வினவில்
தேறல் இரும்பொழி லும்திகழ் செங்கயல்
பாய்வய லும்சூழ்ந்த
ஊறல் அமர்ந்தபிரான் ஒலிஆர்கழல் உள்குதுமே (1)

அருஞ்சொற்பொருள்:

மாறில் அவுணர் - செருக்கு குறையாத அசுரர். அரணம் - மதில். கணை - அம்பு. நீறு - சாம்பல். தேறல் - தேன். ஒலிஆர் கழல் - ஒலிக்கும் வீரக்கழல். உள்குதும் - நினைப்போம்.

பொழிப்புரை:

செருக்கு மாறுபடாத அசுரர் மூவரது மும்மதில்களை, ஒரு நெருப்பு அம்பு கொண்டு, அன்று சாம்பலாகுமாறு, அழித்த எங்களது மலமற்ற இறைவன் இடம் எது என்பீராயின், அது தேன் நிரம்பிய பெரிய சோலை வளமும் கயல்மீன்கள் துள்ளும் வயல்வளமும் உடைய ஊறல் என்னும் தலத்தில் உள்ள திருக்கோயிலே ஆகும். அங்கு எழுந்தருளி இருக்கும் இறைவனது வீரக்கழல் ஒலிக்கும் திருவடியைத் தியானித்து உய்வோமாக!

3416. **மத்த மதக்கரியை மலையான் மகள்அஞ்ச**
அன்று கையால்
மெத்த உரித்தஎங்கள் விமலன் விரும்பும்இடம்
தொத்துஅல ரும்பொழில் சூழ்வயல் சேர்ந்து
ஒளிர்நீலம் நாணும் நயனம்
ஒத்துஅல ரும்கழனித் திருஊறலை உள்குதுமே (2)

அருஞ்சொற்பொருள்:

மதக்கரி - மதயானை. மெத்த - மிக. தொத்து - கொத்து. நயனம் - கண்.

பொழிப்புரை:

மலைஅரசனது மகள் பார்வதி அஞ்ச, அன்று மதயானையின் தோலை கையால் உரித்த எங்களது மலமற்ற இறைவன் விரும்பி எழுந்தருளும் இடம்; கொத்தாக மலர்கள் மலரும் சோலை வளமும், மகளிரின் கண்கள் நாணுமாறு நீலமலர் பூத்திருக்கும் வயல்வளமும் உடைய திருஊறல் என்னும் திருக்கோயிலே ஆகும்; அங்கு எழுந்தருளி இருக்கும் இறைவனைத் தியானித்து உய்வீராக!

3417. **ஏன மருப்பி னொடுஎழில் ஆமையும்**
பூண்டு அழகார் நன்றும்
கான்அமர் மான்மறிக்கைக் கடவுள் கருதும்இடம்
வான மதிதட வும்வளர் சோலை
கள்சூழ்ந்து அழகார் நம்மை
ஊனம் அறுத்தபிரான் திருஊறலை உள்குதுமே (3)

அருஞ்சொற்பொருள்:

ஏனமருப்பு - பன்றியின் கொம்பு. எழில் ஆமை - அழகிய ஆமைஓடு. கான் - காடு. மான் மறி - மான் கன்று. ஊனம் - குறை.

பொழிப்புரை:

பன்றியின் கொம்பு, ஆமை ஓடு, ஆகிய இவற்றை மார்பில் அணிகளாகப் பூண்டு, ஒரு கையில் காட்டில் வாழும் மான்கன்று ஒன்று ஏந்திய கடவுள் விரும்பும் இடம்; வானில் உலவும் சந்திரன் தடவும் உயர்ந்த சோலை வளமும், அழகும் பொருந்திய திருஊறல் என்னும் திருக்கோயிலே ஆகும். நம்முடைய குறைகளைப் போக்கும் அத்தலத்து இறைவனை மனதால் தியானித்து உய்வோமாக!

3418. **நெய்அணி மூவிலை வேல்நிறை வெண்மழு**
வும்அனலும் அன்று
கைஅணி கொள்கையினான் கடவுள்இடம் வினவில்
மைஅணி கண்மட வார்பலர் வந்துஇறைஞ்ச
மன்னி நம்மை
உய்யும் வகைபுரிந்தான் திருஊறலை உள்குதுமே (4)

அருஞ்சொற்பொருள்:

நெய்அணி மூவிலை வேல் - நெய் தடவப்பட்ட முத்தலைச் சூலம். மை அணி - மை பூசிய.

பொழிப்புரை:

(துரு பிடிக்காமல் இருக்க) நெய் பூசப்பட்ட முத்தலைச் சூலம், வெண்மை நிற மழுப்படை, நெருப்பு, ஆகிய இம்மூன்றையும் அன்றே கையில் ஏந்திய கொள்கை உடையவன்; அவன் எழுந்தருளி இருக்கும் இடம் எது? எனக் கேட்பீராயின், மை பூசிய கண் உடைய மகளிர் பலரும் வந்து வணங்க, நமக்கு உய்யும் வகை அருளியவன் உறையும் திருஊறல் என்னும் திருக்கோயிலே ஆகும். அத்தலத்தில் எழுந்தருளி இருக்கும் அந்தப் பெருமானைத் தியானிக்க நாமும் உய்யலாம் என்பதை அறிவீராக!

3419. **எண்திசை யோர்மகிழ எழில்மாலையும்**
போனகமும் பண்டு
சண்டி தொழஅளித்தான் அவன்தாழும் இடம்வினவில்
கொண்டல் கள்தங் கும்பொழில் குளிர்பொய்
கைகள் சூழ்ந்து நஞ்சை
உண்டபி ரான்அமரும் திருஊறலை உள்குதுமே (5)

அருஞ்சொற்பொருள்:

போனகம் - உணவு. சண்டி - சண்டிகேசுவரர். தாழும்இடம் - தங்கும் இடம். கொண்டல் - மேகம். நஞ்சை - விடத்தை.

பொழிப்புரை:

எட்டு திசைகளில் இருப்போரும் மகிழுமாறு தான் சூடிய அழகிய மாலை, தான் உண்டு மிஞ்சிய உணவு ஆகியவற்றை முன்பு சண்டிகே சுவரருக்கு அளித்தவன்; அவன் விரும்பித் தங்கும் இடம் எது? என வினவில், அது மேகம் தங்கும் சோலையும், குளிர்ந்த நீர்நிலைகள் சூழ்ந்தும், விளங்கும் திருஊறல் என்னும் திருக்கோயிலே ஆகும். அங்கு எழுந்தருளி இருக்கும் விடத்தை உண்ட பெருமானைத் தியானித்து உய்வீராக!

★ (இப்பதிகத்தின் 6, 7-ஆம் பாடல்கள் கிடைக்கவில்லை).

3420. கறுத்த மனத்தி னொடும்கடுங் காலன்
    வந்து எய்தலும் கலங்கி
  மறுக்கும் மாணிக்குஅருள் மகிழ்ந்தான் இடம்வினவில்
  செறுத்துஎழு வாள்அரக்கன் சிரம்தோளும் மெய்யும்
    நெரிய அன்று
  ஒறுத்துஅருள் செய்தபிரான் திருஊறலை உள்குதுமே   (8)

அருஞ்சொற்பொருள்:

கறுத்த - கோபித்த. மறுக்கஉறு - மயக்கம் கொள்ளும். மாணி - பிரமச்சாரி (மார்க்கண்டேயன்). செறுத்து - சினந்து. ஒறுத்து - தண்டித்து.

பொழிப்புரை:

கோபம் கொண்ட மனம் உடையவனாய் கொடிய இயமன், தன்னை நெருங்கியபோது மனம் கலங்கிய பிரமச்சாரியாகிய மார்க்கண்டேயனுக்கு அருளிய இறைவன் எழுந்தருளி இருக்கும் இடம் எது? என வினவில், அது திருஊறல் என்னும் திருக்கோயிலே ஆகும். கோபம் கொண்டு மலையைப் பெயர்க்க முயன்ற வாள்ஏந்திய அரக்கன் இராவணனது தலைகள், தோள்கள், உடம்பு என அனைத்தும் நெரிபடுமாறு அன்று விரல் ஊன்றியவன்; அவன் எழுந்தருளி இருக்கும் அத்தலத்தை நினைத்து உய்வோமாக!

3421. நீரின் மிசைத்துயின் றோன்நிறை நான்முகனும்
 அறியாது அன்று
 தேரும்வகை நிமிர்ந்தான் அவன்சேரும் இடம்வினவில்
 பாரின் மிசைஅடி யார்பலர் வந்துஇ
 றைஞ்ச மகிழ்ந்து ஆகம்
 ஊரும் அரவுஅசைத்தான் திருஊறலை உள்குதுமே   (9)

அருஞ்சொற்பொருள்:

நீரின் மிசைத் துயின்றோன் - திருமால். பாரின்மிசை - உலகின்மீது. ஆகம் - மார்பு. ஊரும் அரவு - ஊர்கின்ற பாம்பு. அசைத்தான் - கட்டியவன்.

பொழிப்புரை:

நீரின்மேல் படுத்து உறங்கும் திருமாலும், நான்முகனும், அன்று தேட, அவர் இருவரும் காணமுடியாதபடி நிமிர்ந்து நின்றவன் தங்கும் இடம் எது? என வினவுவீராயின், அது இவ்வுலகின் மீது அடியார் பலரும் வந்து வழிபட, மகிழ்ந்து ஊர்கின்ற பாம்பை இடையில் கச்சாகக் கட்டியவனின் திருஊறல் என்னும் திருக்கோயிலே ஆகும். அத்தலத்தைத் தியானித்து உய்வீராக!

3422. பொன்இயல் சீவரத் தார்புளித் தட்டையர்
 மோட்டு அமணர் குண்டர்
 என்னும் இவர்க்குஅருளா ஈசன்இடம் வினவில்
 தென்என வண்டு இனங்கள் செறியார்
 பொழில்சூழ்ந்து அழகார் தன்னை
 உன்ன வினைகெடுப்பான் திருஊறலை உள்குதுமே   (10)

அருஞ்சொற்பொருள்:

பொன் இயல் சீவரம் - மஞ்சள் நிறம் கலந்த காவி உடை. புளித் தட்டையர் - புளித்த நீர்கலந்த பழஞ்சோற்றை உடைய தட்டு வைத்திருப்பவர். மோட்டு - முரட்டு. குண்டர் - உடல் பருத்தவர். அருளா - அருளாத. தென் - ஒலிக்குறிப்பு.

பொழிப்புரை:

மஞ்சள் நிறம் சற்றே கலந்த காவி உடை உடுத்தும் உடல் பருத்த பௌத்தர்களும், புளித்துப்போன பழைய சோற்றில் நீர்வார்த்து தட்டில் வைத்து உண்ணும் முரட்டு சமணர்களும், ஆகிய இவர்களுக்கு அருள் புரியாத இறைவன் இருக்கும் இடம் எது?எனக் கேட்பீராயின், 'தென்'

என்று வண்டுகள் இசைபாடும் அடர்ந்த சோலை சூழ்ந்த திருஊறல் என்னும் திருக்கோயிலே ஆகும். தன்னை நினைவாரது வினையை அழிக்கும் அந்த இறைவனை தியானித்து உய்வோமாக!

3423. கோடல் இரும்புற வில்கொடி மாடக்
        கொச்சை யர்மன் மெச்ச
    ஓடு புனல்சடைமேல் கரந்தான் திருஊறல்
    நாடல் அரும்புக ழான்மிகு ஞான
        சம்பந்தன் சொன்ன
    பாடல்கள் பத்தும்வல்லார் பரலோகத்து இருப்பாரே   (11)

அருஞ்சொற்பொருள்:

கோடல் - செங்காந்தள். புறவு - முல்லை நிலம். கொச்சையர்மன் - சீர்காழிக்குத் தலைவன். மெச்ச - புகழ. ஓடுபுனல் - பாய்கின்ற நீர் (கங்கை). கரந்தான் - மறைத்து வைத்திருப்பவன். நாடல் அரும் - தேட அரிய.

பொழிப்புரை:

செங்காந்தள் மலர்ந்திருக்கும் நீர்வளம் உடையதும், கொடிகள் பறக்கும் மாடங்களை உடையதும், ஆகிய சீர்காழித் தலைவன் ஞானசம்பந்தன் தேட அருமை உடையவனும், புகழ் பொருந்தியவனும், பாய்கின்ற கங்கை வெள்ளத்தைச் சடையில் மறைத்து வைத்துள்ளவனும், ஆகிய சிவ பெருமான் எழுந்தருளி இருக்கும் திருஊறல் என்னும் தலத்தின்மீது பாடிய, பாடல்கள் பத்தினையும் பாடி வழிபட வல்லவர், மேலான வீட்டுலகில் இருப்பர்.

திருச்சிற்றம்பலம்

316

திருக்கள்ளில்

பதிக வரலாறு:

திருஊறல் பணிந்து பாடிய ஆளுடைய பிள்ளையார், திருஆலங்காடு செல்லும் வழியில் சில தலங்களை வழிபட்டுச் செல்கின்றார். அதில் ஒன்றாக இத்தலம் இருத்தல் வேண்டும்.

தல வரலாறு:

'திருக்கள்ளம்' என்று இப்பொழுது வழங்கப்படுகின்றது. சென்னை புழலேரியிலிருந்து வடக்கில் 1.5 கி.மீ. சென்று, அங்கிருந்து 5 கி.மீ. தொலைவில் உள்ள அத்திப்பேட்டு சத்திரம் சேர்ந்து, பழைய பாலாறு (குசஸ்தல) ஆற்றைக் கடந்து வடகரையில் 10 கி.மீ. தொலைவில் உள்ளது. பிருகு முனிவர் பூசித்துப் பேறு பெற்ற தலம்.

சுவாமி : சிவாநந்தர்

அம்மை : ஆனந்தவல்லி

தீர்த்தம் : சிவாநந்த தீர்த்தம்

திருமுறை 1 - 119 திருஞான - 1007

பண்: வியாழக்குறிஞ்சி

3424. **முள்ளின்மேல் முதுகூகை முரலும் சோலை**
வெள்ளின்மேல் வீடுகூறைக் கொடி விளைந்த
கள்ளின்மேய அண்ணல் கழல்கள் நாளும்
உள்ளுமேல் உயர்வுஎய் தல்ஒரு தலையே (1)

அருஞ்சொற்பொருள்:

முள் - முள்மரம். முதுகூகை - வயது முதிர்ந்த கோட்டான். முரலும் - ஒலிக்கும். வெள்ளில் - விளா மரம். கூறைக்கொடி - கூறை என்னும் பெயருடைய கொடி. உள்ளுமேல் - தியானிக்குமாயின். ஒருதலை - துணிவு.

பொழிப்புரை:

முள்மரத்தின் மீது அமர்ந்து வயதான கூகை ஒலிப்பதும், விளாமரத்தின் மீது கூறைக்கொடி படர்ந்திருப்பதும், ஆகிய சோலை சூழ்ந்த திருக்கள்ளில் என்னும் தலத்தில் எழுந்தருளி இருக்கும் தலைவனாகிய சிவபெருமானின் திருவடிகளை நாள்தோறும் தியானிப்பீராயின், மேலான நிலை அடைதல் உறுதியாகும்.

3425. **ஆடலான் பாடலான் அரவங்கள் பூண்டான்**
ஓடுஅலால் கலன்இல் லான்உறை பதியால்
காடுஅலால் கருதாத கள்ளில் மேயான்
பாடுஎலாம் பெரியார்கள் பரசு வாரே (2)

அருஞ்சொற்பொருள்:

அரவம் - பாம்பு. ஓடு - மண்டை ஓடு. கலன் - உண்கலன். பதி - ஊர் (இடம்). பாடு - பெருமை. பரசுதல் - புகழ்ந்து பேசுதல்.

பொழிப்புரை:

ஆடுதல் உடையவன்; பாடுதல் உடையவன்; பாம்புகளை அணிந்திருப் பவன்; மண்டைஓடு தவிர வேறு உண்கலம் இல்லாதவன்; சுடுகாட்டைத் தவிர வேறு வாழும் இடம் இல்லாதவன்; கள்ளில் என்னும் தலத்தில் எழுந்தருளி இருப்பவன்; அவனது பெருமை குறித்துப் பெரியோர்கள் (ஞானிகள்) புகழ்ந்து பேசுவர்.

3426. **எண்ணார்மும் மதில்எய்த இமையா முக்கண்**
பண்ஆர்நான் மறைபாடும் பரம யோகி
கண்ஆர்நீறு அணிமார்பன் கள்ளில் மேயான்
பெண்ஆணாம் பெருமான் எம்பிஞ் ஞகனே (3)

அருஞ்சொற்பொருள்:

எண்ணார் - பகைவர். கண் - அழகு. பிஞ்ஞகன் - கொக்கு இறகு கொண்டு செய்யப்பட்ட தலைக்கோலம் அணிபவன். ,

பொழிப்புரை:

பகைவரது மும்மதிலை அழித்தவன்; இமைக்காத மூன்று கண்கள் கொண்டவன்; பண்ணோடு கூடிய நான்கு வேதங்களைப் பாடுபவன்; மேலான யோகி; திருநீற்றை அழகுபட மார்பில் அணிந்திருப்பவன்; கள்ளில் என்னும் தலத்தில் எழுந்தருளி இருப்பவன்; பெண்ணாகவும் ஆணாகவும் விளங்கும் பெருமான்; அவன் பிஞ்ஞகம் அணிந்திருப்பவனும் ஆவன்.

3427. பிறைபெற்ற சடைஅண்ணல் பெடைவண்டு ஆலும்
நறைபெற்ற விரிகொன் றைத்தார் நயந்த
கறைபெற்ற மிடற்று அண்ணல் கள்ளில் மேயான்
நிறைபெற்ற அடியார்கள் நெஞ்சுஉ ளானே   (4)

அருஞ்சொற்பொருள்:

பெடை வண்டு - பெண்வண்டு. ஆலும் - ஒலிக்கும். நறை - தேன். தார் - மாலை. நயந்த - விரும்பிய. கறை - விடக்கறை. மிடறு - கண்டம் (கழுத்து). நிறை - கற்பு (ஒரு தெய்வ வழிபாடு).

பொழிப்புரை:

பிறை சூடிய சடை உடைய தலைவன்; பெண்வண்டு (ஆண் வண்டுகளோடு கூடி) ஆரவாரம் செய்யும் தேன் நிறைந்த விரிந்த கொன்றைமலர் மாலையை விரும்பி அணிபவன்; விடக்கறை பொருந்திய கண்டம் கொண்ட தலைவன்; திருக்கள்ளில் என்னும் தலத்தில் எழுந்தருளி இருப்பவன்; அவன் வழிபாட்டில் கற்பொழுக்கம் உடைய அடியார்கள் மனதில் வீற்றிருப்பவன்.

3428. விரையாலும் மலராலும் விழுமை குன்றா
உரையாலும் எதிர்கொள்ள ஊரார் அம்மாக்
கரைஆர்பொன் புனல்வேலிக் கள்ளில் மேயான்
அரைஆர்வெண் கோவணத்த அண்ணல் தானே   (5)

அருஞ்சொற்பொருள்:

விரையால் - மணப் பொருள்களால். விழுமை - பெருமை. அம் மாக்கரை - அழகிய பெரிய கரை. பொன்புனல் - அழகிய நீர்.

பொழிப்புரை:

மணப்பொருள்களும் மலர் வகைகளும் குறைவுபடாத புகழ் மொழிகளும் என இவற்றை எதிர்கொள்பவன் (ஏற்பவன்); ஊரின் இடமாகப் பொருந்திய அழகிய பெரிய கரை உடைய ஆற்றுநீர் வேலிபோல் சூழ விளங்கும் கள்ளில் என்னும் தலத்தில் எழுந்தருளி இருப்பவன்; அவன் இடையில் வெண்கோவணம் அணிந்துள்ள அழகிய இறைவன் ஆவன்.

3429. நலன்ஆய பலிகொள்கை நம்பான் நல்ல
வலன்ஆய மழுவாளும் வேலும் வல்லான்

கலன்ஆய தலைஓட்டான் கள்ளில் மேயான்
மலன்ஆய தீர்த்துஎய்து மாதவத் தோர்க்கே (6)

அருஞ்சொற்பொருள்:

நலன் ஆய பலி - இடுபவர்க்கு நன்மை செய்யும் பிச்சை. வலன் - வெற்றி. மலன் - மலம் (மும்மலம்).

பொழிப்புரை:

இடுபவர்க்கு நன்மை உண்டாவதால் பிச்சை ஏற்பவன்; கண்டாரால் விரும்பப்படுபவன்; நல்ல வெற்றி உடைய மழு வாள், வேல் ஆகிய படை களைக் கையாள்வதில் வல்லவன்; உண்கலனாக மண்டை ஓட்டை ஏந்து பவன்; கள்ளில் என்னும் தலத்தில் எழுந்தருளி இருப்பவன்; அவன் மேலான தவம் உடையவரது மும்மலக் குற்றங்களைப் போக்கி அருளுபவன்.

3430. **பொடியார்மெய் பூசினும் புறவின் நறவம்**
குடியாஊர் திரியினும் கூப்பி டினும்
கடிஆர்பூம் பொழில்சோலைக் கள்ளில் மேயான்
அடியார்பண்பு இகழ்வார்கள் ஆதர் களே (7)

அருஞ்சொற்பொருள்:

பொடியார் - திருநீறு (மரியாதைப் பன்மை தந்து உயர்திணையில் கூறப்பட்டது). புறவின் நறவம் - முல்லை நிலத்துத் தேன். குடியா - குடித்து. கூப்பிடினும் - பிறரால் அழைக்கப்பட்டாலும். கடி - மணம். ஆதர் - அறிவில்லாதவர் (கீழ்மக்கள்).

பொழிப்புரை:

மணமுள்ள பூக்கள் நிறைந்த சோலையால் சூழப்பட்ட கள்ளில் என்னும் தலத்தில் எழுந்தருளி இருக்கும் இறைவனது அடியார்கள், திருநீற்றுப் பொடியை உடல் முழுதும் பூசி இருந்தாலும், முல்லை நிலத்துத் தேனைக் குடித்து இருந்தாலும், ஊர்சுற்றித் திரிந்தாலும், யாரேனும் அவர்களை அழைத்தாலும், அவ்வடியார்களின் பண்பை உலகர் இகழ்வர்; அவ்வாறு இகழ்ந்து பேசும் அவர்கள் அறிவிலிகளே ஆவர்.

3431. **திருநீல மலர்ஒண்கண் தேவி பாகம்**
புரிநூலும் திருநீறும் புல்கு மார்பில்
கருநீல மலர்விம்மு கள்ளில் என்றும்
பெருநீல மிடற்றுஅண்ணல் பேணு வதே (8)

அருஞ்சொற்பொருள்:

ஒண்கண் - ஒளி உடைய கண். புரிநூல் - முப்புரி நூல் (பூணூல்). புல்கு - தழுவு. விம்மும் - மிகும்.

பொழிப்புரை:

நீலமலர் போன்றதும், ஒளி உடையதும், ஆகிய கண் உடைய உமாதேவியைப் பாகமாகக் கொண்டவர்; முப்புரிநூலும் திருநீறும் பொருந்திய திருமார்பு உடையவர்; பெரிய நீலமணி போன்ற கரிய கண்டம் உடைய தலைவர்; அவர் எப்பொழுதும் விரும்புவது, கருநீல மலர்கள் நிறையப் பூத்திருக்கும் கள்ளில் என்னும் தலத்தையே ஆகும்.

3432. வரிஆய மலரானும் வையம் தன்னை
 உரிதுஆய அளந்தானும் உள்ளு தற்குஅங்கு
 அரியானும் அரிதாய கள்ளில் மேயான்
 பெரியான்என்று இவர்கள் பேசு வாரே   (9)

அருஞ்சொற்பொருள்:

வரி ஆய மலர் - உயர்ச்சி உடையதாகிய மலர் (தாமரை மலர்). வையம் - உலகம். உள்ளுதற்கு - நினைத்தற்கு.

பொழிப்புரை:

உயரிய தாமரை மலர்மீது அமரும் பிரமனும், உலகை ஓரடியால் அளந்த திருமாலும், நினைத்துப் பார்க்க அருமை உடையவன்; அரிய கள்ளில் என்னும் தலத்தில் எழுந்தருளி இருப்பவன்; இவனைப் பெரியவன் என்று எல்லோரும் பேசுவர்.

3433. ஆச்சியப் பேய்களோடு அமணர் குண்டர்
 பேச்சுஇவை நெறிஅல்ல பேணு மின்கள்
 மாச்செய்த வளவயல் மல்கு கள்ளில்
 தீச்செய்த சடைஅண்ணல் திருந்து அடியே   (10)

அருஞ்சொற்பொருள்:

ஆச்சிய - பரிகசிக்கத்தக்க. மா - பெருமை. மல்கு - பெருகு. தீச்செய்த சடை - தீயினைப் போல சிவந்த சடை.

பொழிப்புரை:

பரிகசிக்கத்தக்க பேய் போன்ற சமணர், குண்டர்களாகிய பௌத்தர், என இவர்கள் பேசும் பேச்சு நெறியுடைய பேச்சு அல்ல; எனவே அதனை விட்டுத் தள்ளுங்கள்; பெருமை உடையதும், வளமான வயல்களால் சூழப்பட்டதும், ஆகிய கள்ளில் என்னும் தலத்தில் எழுந்தருளி இருக்கும் தீப்போன்ற சிவந்த சடை உடைய தலைவனின் திருந்திய திருவடியைச் சென்று சேர்வீராக!

3434. திகைநான்கும் புகழ்காழிச் செல்வம் மல்கு
பகல்போலும் பேரொளியான் பந்தன் நல்ல
முகைமேவு முதிர்சடையான் கள்ளில் ஏத்தப்
புகழோடும் பேரின்பம் புகுதும் அன்றே (11)

அருஞ்சொற்பொருள்:

திகை - திசை. முகை - மலர். பகல் - சூரியன்.

பொழிப்புரை:

நான்கு திசைகளிலும் தன்புகழைப் பரவ விட்டுள்ளவனும், சீர்காழியைச் சேர்ந்தவனும், செல்வ வளம் உடையவனும், சூரியன் போன்ற பிரகாசம் உடையவனும், ஆகிய சம்பந்தன்; நல்ல மலர்கள் பொருந்திய முதிர்ந்த சடை உடையவனும், கள்ளில் என்னும் தலத்தில் எழுந்தருளி இருப்பவனும், ஆகிய சிவபெருமானைப் போற்றிப் பாடிய பாடல்களாகிய இவை கொண்டு பாடி வழிபடுபவர்; புகழும் பேரின்ப வாழ்வும் பெறுவர்.

திருச்சிற்றம்பலம்

317

திருஆலங்காடு

பதிக வரலாறு:

ஆலங்காடு வந்த ஆளுடைய பிள்ளையார், காரைக்கால் அம்மையார் தலையால் நடந்த பதி ஆதலின், தலத்தினுள் செல்ல அஞ்சி, ஊரின் புறத்தே தங்கி, இரவு கண்துயின்றனர்; அப்பொழுது கனவில் வந்த ஆலங்காட்டு அடிகள், 'எம்மைப் பாட மறந்தனையோ?' என வினவ, அப்பொழுதே கனவு நீங்கிப் பாடிய பதிகம் இது.

தல வரலாறு:

திருவள்ளூர் -அரக்கோணம் பேருந்து வழியில் உள்ளது. திருவாலங்காடு இரயில் நிலையத்திலிருந்து வடக்கே 5கி.மீ. தொலைவில் கோயில் அமைந்துள்ளது. நடராசப் பெருமான் நடனம் செய்யும் ஐந்து சபைகளுள் இது இரத்தின சபையாகும். காளியுடன் நடனமாடி ஊர்த்துவத் தாண்டவத்தால் காளியைத் தோற்கடித்த தலம். பதஞ்சலியும் வியாக்கிர பாதரும் முறையே கார்க்கோடகன், முஞ்சிகேசர் என்ற பெயரில் எப்பொழுதும் இத்தலத்தில் நடனதரிசனம் செய்துகொண்டு இருக்கின்றனர். தலையால் நடந்து கயிலை சென்ற காரைக்கால் அம்மையார் இத்தலத்தில் எப்பொழுதும் நடன தரிசனம் காணும் பேறு பெற்றுள்ளார்.

அம்மையார் தலையால் நடந்த தலம் என்பதால் ஞானசம்பந்தர் இத்தலத்தை மிதிக்க அஞ்சி, வெளியே தங்கியபோது, இறைவன் கனவில் வந்து, 'எம்மைப் பாட மறைந்தனையோ?' எனக் கேட்டுப் பதிகம் பெற்றுக் கொண்ட தலம். சுந்தரமூர்த்தி சுவாமிகளும் இத்தலத்தை தூரத்தில் இருந்தே வணங்குகின்றார்.

ஆலங்காட்டில் எழுந்தருளி இறைவன் நடனம் செய்தலின், ஆலங்காடு என்பது பெயராயிற்று. இருப்பினும் ஊரின் பெயர் பழையனூர் என்பது. எனவே பழையனூர் திருஆலங்காடு என்று சேர்த்து வழங்குவர். நீலி என்னும் பேயின் வஞ்சனையால் வணிகனுக்குத் தந்த வாக்கு பொய்த்ததால் பஞ்சாயத்துக்காரர் வேளாளர் 70பேர் தீயில் மூழ்கி

உயிர்விட்ட தலம். நீலி, 'பழையனூர் நீலி' என்றே அழைக்கப்படுகிறார். பொய்யாகக் கண்ணீர் வடிப்பவரைப் பார்த்து, 'நீலிக் கண்ணீர் வடிக்க வேண்டாம்' என்று கூறும் வழக்கு இதனால் வந்ததே.

சுவாமி : ஊர்த்துவ தாண்டவர்

அம்மை : வண்டார் குழலியம்மை

தல மரம் : பலா, ஆல்

தீர்த்தம் : முத்தி தீர்த்தம்

திருமுறை 1 - 45 திருஞான - 1010

பண்: தக்கராகம்

3435. **துஞ்ச வருவாரும் தொழுவிப் பாரும் வழுவிப்போய்**
நெஞ்சம் புகுந்துஎன்னை நினைவிப் பாரும் முனைநட்பாய்
வஞ்சப் படுத்துஒருத்தி வாழ்நாள் கொள்ளும் வகைகேட்டு
அஞ்சும் பழையனூர் ஆலங் காட்டுஎம் அடிகளே (1)

அருஞ்சொற்பொருள்:

முனை - முன்னைப் பிறவியில். ஒருத்தி - நீலி. வாழ்நாள் கொள்ளும் - உயிரைப் பறிக்கும்.

பொழிப்புரை:

உறங்கும்போது கனவில் வருபவரும், தன்னை வணங்குமாறு நம்மைத் தூண்டுபவரும், நினைக்கத் தவறிய காலத்து என்மனதில் புகுந்து தன்னை நினையுமாறு செய்பவரும், ஆகியவர் யார்எனின், அவர், முற்பிறவியின் தொடர்பினால் இப்பிறவியில் பழிவாங்க நீலி என்னும் பெண்ணாய் வந்து ஒரு வணிகனின் வாழ்நாளை முடித்த வரலாறு கேட்டு அஞ்சும் பழையனூர் திருஆலங்காட்டில் எழுந்தருளி இருக்கும் இறைவரே ஆவர்.

3436. **கேடும் பிறவியும் ஆக்கி னாரும் கேடுஇலா**
வீடு மாநெறி விளம்பினார்எம் விகிர்தனார்
காடும் சுடலையும் கைக்கொண்டு எல்லிக் கணப்பேயோடு
ஆடும் பழையனூர் ஆலங் காட்டுஎம் அடிகளே (2)

அருஞ்சொற்பொருள்:

கேடு - இறப்பு. விகிர்தனார் - பல மாறுபாடுகள் உடையவர். காடு - இடுகாடு. சுடலை - சுடுகாடு. எல்லி - இரவு.

பொழிப்புரை:

இறப்பும் பிறப்பும் தருபவரும்; கெடுதல் இல்லா வீட்டுநெறியை அடைவதற்குரிய வழிமுறைகளை வகுத்துச் சொன்னவரும்; எமது விகிர்தரும்; இடுகாடு சுடுகாடு என இரண்டையும் ஆடும் அரங்கமாக்கி இரவு நேரத்தில் பேய்களுடன் கூடி நடனம் ஆடுபவரும்; யார் எனில்; அவர் பழையனூர் ஆலங்காட்டில் எழுந்தருளி இருக்கும் இறைவரே ஆவர்.

3437. **கந்தம் கமழ்கொன்றைக் கண்ணி சூடிக் கனல்ஆடி**
வெந்தப் பொடிநீற்றை விளங்கப் பூசும் விகிர்தனார்
கொந்தண் பொழில்சோலை அரவில் தோன்றிக் கோடல்பூத்த
அந்தண் பழையனூர் ஆலம் காட்டுஎம் அடிகளே (3)

அருஞ்சொற்பொருள்:

கந்தம் - மணம். கொந்தன் - (கொந்துவன்) கொத்துகளுடன் கூடிய. பொழில் - இயற்கையாக வளர்ந்த காடு. சோலை - வைத்து வளர்க்கப் பட்ட பூங்கா. கோடல் - செங்காந்தள். கோடல் அரவில் பூத்து - செங்காந்தள் மலர் பாம்பின் படம் போலப் பூத்துள்ள. அந்தண் - (அம்+தண்). அம் - அழகு. தண் - குளிர்ச்சி.

பொழிப்புரை:

மணமுள்ள கொன்றை மலரால் ஆன மாலையைக் கண்ணியாகச் (தலைக்கு அணியும் மாலையாகச்) சூடி இருப்பவன்; நெருப்பைக் கையில் ஏந்தி ஆடுபவன்; வெந்த திருநீற்றுப் பொடியை உடல் முழுதும் விளக்கமாகப் பூசி இருக்கும் விகிர்தன்; அவன் கொத்தாக மலர்கள் மலரும் பொழிலும், செங்காந்தள் பாம்பின் படம் போல் மலரும் சோலையும், உடைய அழகிய குளிர்ந்த பழையனூர் ஆலங்காட்டில் எழுந்தருளி இருக்கும் இறைவன்.

3438. **பால மதிசென்னி படரச் சூடி பழிஓராக்**
காலன் உயிர்செற்ற காலன் ஆய கருத்தனார்
கோலம் பொழில்சோலைப் பெடையோடு ஆடி மடமஞ்ஞை
ஆலும் பழையனூர் ஆலங் காட்டுஎம் அடிகளே (4)

அருஞ்சொற்பொருள்:

பாலமதி - இளம்பிறை. பழிஓராக் காலன் - பழியை வரும் என்று ஆராயாத இயமன். கருத்தனார் - கர்த்தாவாக விளங்குபவர். பெடை - பெண்மயில். ஆலும் - கத்தும். காலன் - திருவடி உடையவன்.

பொழிப்புரை:

இளம்பிறைச் சந்திரனைச் சடையில் ஒளி படருமாறு சூடியவர்; வரஇருக்கும் பழியை ஆராயாத இயமனைத் தண்டித்த திருவடி உடையவர்; கருத்தாவாய் விளங்குபவர்; அவர், அழகிய பொழில்களிலும் சோலை களிலும் பெண்மயிலோடு ஆண்மயில் சேர்ந்து ஆடி ஆரவாரம் செய்யும் பழையனூர் ஆலங்காடு என்னும் தலத்தில் எழுந்தருளி இருக்கும் எமது இறைவர் ஆவர்.

3439. **ஈர்க்கும் புனல்சூடி இளவெண் திங்கள் முதிரவே**
பார்க்கும் அரவம் பூண்டுஆடி வேடம் பயின்றாரும்
கார்க்கொள் கொடிமுல்லை குருந்தம் ஏறிக் கருந்தேன்மொய்த்து
ஆர்க்கும் பழையனூர் ஆலம் காட்டுஎம் அடிகளே (5)

அருஞ்சொற்பொருள்:

ஈர்க்கும் புனல் - இழுத்துச் செல்லும் நீர்ப்பெருக்கு. முதிர - முதிர்ச்சி அடைய. அரவம் - பாம்பு. கருந்தேன் - கரிய வண்டு.

பொழிப்புரை:

இழுத்துச் செல்லும் ஆற்றல் உடைய நீர்ப்பெருக்கை (கங்கையை) சடையில் சூடி இருப்பவன்; இளைய வெள்ளை நிற சந்திரப் பிறை, முதிரட்டும் விழுங்கலாம் எனப் பார்க்கும் பாம்பு, ஆகியவற்றையும் உடன் சூடி இருப்பவன், நடனம் ஆடுபவன்; பல்வேறு வேடம் ஏற்பவன்; அவன், கார் காலத்தில் கொடிமுல்லையானது குருந்த மரத்தில் ஏறிப் படர்வதும், கரிய வண்டுகள் மொய்த்து தேன் உண்டு ஆரவாரம் செய்வதும், ஆகிய பழையனூர் ஆலங்காட்டில் எழுந்தருளி இருக்கும் எமது இறைவன் ஆவன்.

3440. **பறையும் சிறுகுழலும் யாழும் பூதம் பயிற்றவே**
மறையும் பலபாடி மயானத்து உறையும் மைந்தனார்
பிறையும் பெரும்புனல் சேர்சடை யினாரும் பேடைவண்டு
அறையும் பழையனூர் ஆலங் காட்டுஎம் அடிகளே (6)

அருஞ்சொற்பொருள்:

பயிற்ற - வாசிக்க. மயானம் - சுடுகாடு. பெரும்புனல் - கங்கை. பேடைவண்டு - பெண்வண்டு. அறையும் - ஒலிக்கும்.

பொழிப்புரை:

பறை, சிறிய புல்லாங்குழல், யாழ், ஆகிய இசைக் கருவிகளைப் பூதங்கள் வாசிக்க, வேத மந்திரங்கள் பலவற்றைப் பாடி, சுடுகாட்டில்

வாழும் மைந்தனார் (மைந்து - வலிமை); பிறைச் சந்திரனும் கங்கையும் தங்கிய சடை உடையவர்; அவர் எழுந்தருளி இருப்பது, பெண்வண்டு ஒலிசெய்யும் பழையனூர் ஆலங்காடு என்னும் தலத்திலே ஆகும்.

3441. **நுணங்கு மறைபாடி ஆடி வேடம் பயின்றாரும்**
இணங்கு மலைமக ளோடுஇரு கூறுஒன்றாய் இசைந்தாரும்
வணங்கும் சிறுத்தொண்டர் வைகல்ஏத்தும் வாழ்த்தும்கேட்டு
அணங்கும் பழையனூர் ஆலங் காட்டுஎம் அடிகளே (7)

அருஞ்சொற்பொருள்:

நுணுங்கு - நுட்பமான. வைகல் - நாள்தோறும். அணங்கு - தெய்வத் தன்மை.

பொழிப்புரை:

நுட்பமான ஒலிக்கூறுகளை உடைய வேதங்களைப் பாடுபவர்; அதற்கேற்ப நடனம் ஆடுபவர்; பலப்பல வேடம் ஏற்பவர்; தம்மோடு இணைந்த பார்வதியோடு இரண்டு பகுதி உடையவர்; ஆயினும், ஒன்றாகப் பொருந்தி ஓர் உடம்பில் இருந்தவர்; அவர், வந்து வணங்கு கின்றவரும் சிறுசிறு தொண்டுகள் செய்பவரும், ஆகிய அடியார்கள், நாள்தோறும் வந்து போற்றிப்பாட, அதுகேட்கும், தெய்வத்தன்மை உடைய பழையனூர் ஆலங்காட்டில் எழுந்தருளி இருக்கும் எமது இறைவரே ஆவர்.

3442. **கணையும் வரிசிலையும் எரியும் கூடிக் கவர்ந்துஉண்ண**
இணைஇல் எயில்மூன்றும் எரித்திட் டார்எம் இறைவனார்
பிணையும் சிறுமறியும் கலையும் எல்லாம் கங்குல்சேர்ந்து
அணையும் பழையனூர் ஆலங் காட்டுஎம் அடிகளே (8)

அருஞ்சொற்பொருள்:

கணை - அம்பு. வரிசிலை - வரிந்து கட்டப்பட்ட வில். எரி - நெருப்பு. எயில் - மதில். பிணை - பெண்மான். சிறுமறி - சிறு மான்கன்று. கலை - ஆண்மான். கங்குல் - இரவு. அணையும் - வந்து சேரும்.

பொழிப்புரை:

வரிந்து நாண் ஏற்றப்பட்ட வில், நெருப்பு முனை உடைய அம்பு, ஆகிய இவைகொண்டு, ஒப்புமை கூற முடியாத மும்மதில்களையும்

எரி (நெருப்பு) கவர்ந்து உண்ணுமாறு செய்தவர்; எமது இறைவனார்; அவர், பெண்மான், ஆண்மான், கன்றுகள், என இவை இரவில் வந்து ஒன்றுகூடும் பழையனூர் ஆலங்காடு என்னும் தலத்தில் எழுந்தருளி இருக்கும் எமது அடிகளே ஆவர்.

3443. **கவிழ மலைதளரக் கடகக் கையால் எடுத்தான்தோள்**
பவழ நுனைவிரலால் பைய ஊன்றிப் பரிந்தாரும்
தவழும் கொடிமுல்லை புறவம் சேர நறவம்பூத்து
அவிழும் பழையனூர் ஆலங் காட்டுளெம் அடிகளே (9)

அருஞ்சொற்பொருள்:

மலை தளர - (கயிலை) மலை அசைய. கடகக் கை - வளையல் அணிந்த கை. பவழ நுனை விரல் - பவழம் போன்ற சிவந்த விரலின் நுனி. பைய - சிறிதளவு (மெல்ல). பரிந்தார் - (பின்) அன்பு காட்டியவர். புறவம் - முல்லை நிலம். நறவம் - குங்கும மரம்.

பொழிப்புரை:

கயிலை மலையானது அசையுமாறு, வளையம் அணிந்த கைகளால் பெயர்த்த இராவணனது தோள்கள் நெரியுமாறு, பவழம் போன்ற சிவந்த நிறம் உடைய விரல் நுனியால் மெல்ல ஊன்றிப் பின் அவனுக்கு இரக்கம் காட்டியவர்; அவர், முல்லை நிலத்தில் முல்லைக் கொடி படர்வதும், குங்கும மரம் பூப்பதும், ஆகிய பழையனூர் ஆலங்காட்டில் எழுந்தருளி இருக்கும் எமது இறைவரே ஆவர்.

3444. **பகலும் இரவும்சேர் பண்ப னாரும் நண்புஓராது**
இகலும் இருவர்க்கு எரியாய்த் தோன்றி நிமிர்ந்தாரும்
புகலும் வழிபாடு வல்லார்க்கு என்றும் தீயபோய்
அகலும் பழையனூர் ஆலம் காட்டுளெம் அடிகளே (10)

அருஞ்சொற்பொருள்:

பகலும் இரவும் சேர் பண்பினார் - பகல் போலப் பிரமன் (பொன்நிறம்) இரவு போலத் திருமால் (கருமை நிறம்). நண்பு - நட்பு (தந்தை மகன் உறவு). இகலும் - பகைக்கும். புகலும் - ஆகமங்களில் சொல்லப்பட்ட.

பொழிப்புரை:

பகல் நிறம் உடைய பிரமனும், இரவு நிறம் உடைய திருமாலும், தங்கள் (மகன் தந்தை) உறவு முறைமை குறித்தும் ஆராயாது, தம்முள்

மாறுபாடு கொள்ள, இருவர்க்கும் நடுவில் எரிஉருவாய்த் தோன்றி உயர்ந்து நின்றவன்; அவன், ஆகமங்களில் சொல்லப்பட்ட முறையிலே நின்று, வழிபாடு செய்யும் அடியார்களது துன்பங்களைப் போக்கி அருளும் பழையனூர் ஆலங்காட்டில் எழுந்தருளி இருக்கும் எமது இறைவனே ஆவன்.

3445. **போழம் பலபேசிப் போது சாற்றித் திரிவாரும்**
வேழம் வருமளவும் வெயிலே துற்றித் திரிவாரும்
கேழல் வினைபோகக் கேட்பிப் பாரும் கேடிலா
ஆழ்வர் பழையனூர் ஆலம் காட்டுஎம் அடிகளே (11)

அருஞ்சொற்பொருள்:

போழம் - உண்டு இல்லை என்னும் மாறுபட்ட (அத்திநாத்தி என்பது பௌத்தர்களது கொள்கை). வேழம் - பீர்க்கு. வேழம் வருமளவும் - பீர்க்கு பூக்கும் மாலைக்காலம் வரும்வரை. வெயிலே துற்றி - வெயிலில் நின்று (இது சமணர் கொள்கை). கேழல் - (கேழ்+அல்) ஒப்பற்ற. ஆழ்வர் - ஆழச் செய்பவர்.

பொழிப்புரை:

(கடவுள்) உண்டு என்றும் இல்லை என்றும் மாறுபட்ட சொற்களைச் சமயத்திற்கேற்ப மாற்றிப் பேசித் திரியும் பௌத்தர்களும், பீர்க்கு பூக்கும் மாலை நேரம் வரும்வரை வெயிலில் திரிந்து உணவு தேடும் சமணர்களும், ஆகிய இவர்கள் கூறும் உபதேசங்களைக் கேட்காதபடி, ஒப்பற்ற வினை கழியும் அளவும் உயிருக்கு ஞானத்தை உபதேசிப்பவர், அவர் பழையனூர் திருவாலங்காடு என்னும் தலத்தில் எழுந்தருளி இருக்கும் எமது அடிகளே ஆவர்.

3446. **சாந்தம் கமழ்மறுகில் சண்பை ஞான சம்பந்தன்**
அந்தண் பழையனூர் ஆலங் காட்டுஎம் அடிகளை
வேந்தன் அருளாலே விரித்த பாடல் இவைவல்லார்
சேர்ந்த இடம்எல்லாம் தீர்த்த மாகச் சேர்வாரே (12)

அருஞ்சொற்பொருள்:

சாந்தம் கமழ் மறுகு - சந்தனம் மணக்கும் வீதி. ஆம்தண் - (அம்தண்) அழகிய குளிர்ந்த. வேந்தன் - தன்னைப் பாடுமாறு பணித்த அரசன் (இறைவன்). தீர்த்தமாக - தூயதாக.

பொழிப்புரை:

சந்தனம் மணம் கமழும் வீதிகளை உடைய சீர்காழி நகரத்து ஞானசம்பந்தன், அழகிய குளிர்ந்த 'திருஆலங்காட்டில் எழுந்தருளி இருக்கும் எமது அடிகள்' என்று குறிப்பிட்டு, அப்பெருமானது அருளினால் விரித்துப் பாடிய பாடல்களாகிய இவற்றை, விரித்துப் பாடும் வல்லமை உடையவர், தாம் சேரும் இடமெல்லாம் தூயதாகுமாறு, சென்று சேர்வர்.

திருச்சிற்றம்பலம்

318

திருப்பாசூர்

பதிக வரலாறு:

ஆலங்காட்டில் இரவில் பதிகம் பாடி வழிபட்டப் பிள்ளையார், பொழுது விடிந்தபின், அத்தலத்தை வணங்கிப் புறப்பட்டுப் பாசூர் வந்தார். அங்குக் கோயிலை வலமாக வந்து, பரமர் முன் சென்று, வீழ்ந்து வணங்கி, எழுந்து நின்று, பாடிய பதிகம் இது.

தல வரலாறு:

திருவள்ளூருக்கு வடக்கில் 5கி.மீ. தொலைவில் உள்ளது. (பாசு - மூங்கில்) இறைவர் மூங்கில் மரத்தின் அடியில் முளைத்து எழுந்தனர் ஆதலின், பாசூர் என்பது தலத்தின் பெயராயிற்று. சந்திரனுக்கு அருள் புரிந்த தலம். ஒரு குறும்பர் குல அரசனுக்கு உதவும் பொருட்டு, அவன் சார்பாக சமணர்கள் கரிகால்சோழன் மீது ஏவிய பாம்பை எடுத்து ஆட்டியவர் இத்தலத்து இறைவர். இங்கு அம்மை வலப்பாகத்தில் எழுந்தருளி இருக்கிறார். சோடச கணபதி சிறப்புடன் திகழ்கிறார்.

சுவாமி : பாசூர் நாதர்

அம்மை : பசுபதி நாயகி

தல மரம் : மூங்கில்

தீர்த்தம் : சோம தீர்த்தம்

திருமுறை 2 - 196 திருஞான - 1012

பண்: காந்தாரம்

3447. **சிந்தை இடையார் தலையின் மிசையார் செஞ்சொல்லார்**
வந்து மாலை வைகும் போழ்துஎன் மனத்துஉள்ளார்
மைந்தா மணாளா என்ன மகிழ்வார் ஊர்போலும்
பைந்தண் மாதவி சோலை சூழ்ந்த பாசூரே (1)

அருஞ்சொற்பொருள்:

மாலை வந்து வைகும் போழ்து - மாலைக்காலம் வந்து தங்கும் பொழுது. பைந்தண் - (பசுமை+தண்) பசுமையும் குளிர்ச்சியும் உடைய. பாசூர் - (பசுமை + ஊர்) பசுமை உடைய ஊர்.

பொழிப்புரை:

சிந்தையிலும் தலைக்கு மேலும் நல்ல சொல்லிலும் (மனம், வாக்கு, காயம் என்ற மூன்றிடத்தும்) வந்து தங்குபவர்; மாலைப் பொழுது வந்து தங்கும்போது மனத்தில் எழுந்தருளுபவர்; 'மைந்தா' என்றும், 'மணவாளா!' என்றும் அழைக்க, அதுகேட்டு மகிழ்பவர்; அவர் எழுந்தருளி இருக்கும் ஊர், பசுமையும் குளிர்ச்சியும் உடைய மாதவி மலர்ந்து மணம் வீசும் சோலை சூழ்ந்த பாசூரே ஆகும்.

3448. **பேரும் பொழுதும் பெயரும் பொழுதும் பெம்மான்என்று**
ஆரும் தனையும் அடியார் ஏத்த அருள்செய்வார்
ஊரும் அரவம் உடையார் வாழும் ஊர்போலும்
பாரின் மிசைஆர் பாடல் ஓவாப் பாசூரே (2)

அருஞ்சொற்பொருள்:

பேரும் பொழுது - உள்ளம் கிளறும் பொழுது. பெயரும் பொழுது - பின்னர் அந்நிலை மாறுபடும் பொழுது. ஆரும் தனையும் - மனம் அமைதி உறும் அளவும். ஊரும் அரவம் - ஊர்கின்ற பாம்பு. பாரின்மிசை - நிலவுலகில். ஓவா - இடையறாத.

பொழிப்புரை:

மனம் கிளர்ச்சி அடையும் பொழுதும், பின்னர் அந்நிலையிலிருந்து மனம் மாறுபடும் பொழுதும், 'பெம்மான்' என்று, மனம் அமைதி உறும் அளவும், அடியார் போற்ற, அவர்க்கு அருள் செய்பவர்; ஊர்கின்ற பாம்பை அணிபவர்; அவர் வாழ்கின்ற ஊர், இந்நிலவுலகில் அடியார்கள் பாடும் தோத்திரம் இடைவிடாது கேட்கும் பாசூரே ஆகும்.

3449. **கையால் தொழுது தலைசாய்த்து உள்ளம் கசிவார்கள்**
மெய்யார் குறையும் துயரும் தீர்க்கும் விகிர்தனார்
நெய்ஆடு தல்அஞ்சு உடையார் நிலாவும் ஊர்போலும்
பைவாய் நாகம் கோடல் ஈனும் பாசூரே (3)

அருஞ்சொற்பொருள்:

மெய் ஆர் குறை - உடம்பில் பொருந்தி உள்ள குறைகள். துயர் - மனத்துயர். அஞ்சு - ஆன்ஐந்து (பால் தயிர் நெய் கோசலம் கோசாணம்). பைவாய் நாகம் - படம் உடைய பாம்பு. கோடல் - வெண்காந்தள் மலர்.

பொழிப்புரை:

தலை தாழ்த்திக் கைகூப்பி உள்ளம் கசிந்து வழிபடுபாரது உடல் குறைகளையும் மனத்துயரங்களையும் போக்கி அருளும் விகிர்தர்; ஆன்ஐந்து கொண்டு திருமஞ்சனம் ஆடுபவர்; அவர் எழுந்தருளி இருக்கும் ஊர், பாம்பின் படம் போல் காந்தள் மலரும் பாசூர் என்னும் தலமே ஆகும்.

3450. **பொங்குஆடு அரவும் புனலும் சடைமேல் பொலிவுஎய்தக்**
கொங்குஆர் கொன்றை சூடிஎன் உள்ளம் குளிர்வித்தார்
தங்கா தலியும் தாமும் வாழும் ஊர்போலும்
பைங்கால் முல்லை பல்அரும்பு ஈனும் பாசூரே (4)

அருஞ்சொற்பொருள்:

பொங்குதல் - சினத்தல். ஆடுதல் - படம் எடுத்து ஆடுதல். புனல் - கங்கை. கொங்கு - தேன். தங்காதலி - உமாதேவி. பைங்கால் - பசிய காம்பு. பல் அரும்பு - பல அரும்புகள்.

பொழிப்புரை:

சினந்து படமெடுத்து ஆடுகின்ற பாம்பு, கங்கை நீர் ஆகியவற்றைச் சடைமேல் பொலிவு பெறச் சூடி இருப்பவர்; தேன் உள்ள கொன்றை மலர்மாலை அணிந்திருப்பவர்; என் உள்ளத்தைக் குளிர்வித்தவர்; அவர் தமது காதலியாகிய உமாதேவியோடு எழுந்தருளி இருக்கும் ஊர், பசிய காம்புகள் உடைய முல்லை பலவாக அரும்பு ஈனும் பாசூரே ஆகும்.

3451. **ஆடல் புரியும் ஐவாய் அரவுஒன்று அரைச்சாத்தும்**
சேடச் செல்வர் சிந்தையுள் என்றும் பிரியாதார்
வாடல் தலையில் பலிதேர் கையார் ஊர்போலும்
பாடல் குயில்கள் பயில்பூஞ் சோலைப் பாசூரே (5)

அருஞ்சொற்பொருள்:

ஐவாய் அரவு - ஐந்து தலைப் பாம்பு. அரைச்சாத்தும் - இடையில் கச்சாகக் கட்டும். சேடச் செல்வர் - ஞானியர். வாடல் தலை - தலைஓடு. பலி - பிச்சை.

பொழிப்புரை:

படம் எடுத்து ஆடுகின்ற ஐந்து தலைப் பாம்பு ஒன்றை இடையில் கச்சாகக் கட்டி இருப்பவர்; ஞானியர்களது சிந்தையை விட்டு எப்பொழுதும் அகலாதவர்; தோல் வற்றிய மண்டை ஓட்டைக் கையில் ஏந்தி பிச்சை ஏற்பவர்; பாடும் குயில்கள் பயில்கின்ற பூஞ்சோலையால் சூழப்பட்ட பாசூரே அவர் எழுந்தருளி இருக்கும் ஊர் ஆகும்.

3452. கால்நின்று அதிரக் கனல்வாய் நாகம் கச்சாகத்
    தோல்ஒன்று உடையார் விடையார் தம்மைத் தொழுவார்கள்
    மால்கொண்டு ஓட மையல் தீர்ப்பார் ஊர்போலும்
    பால்வெண் மதிதோய் மாடம் சூழ்ந்த பாசூரே   (6)

அருஞ்சொற்பொருள்:

கால் நின்று அதிர - திருவடி ஊன்றி நடனம் செய்ய. கனல்வாய் - கனலுகின்ற வாய். விடை - இடபம். மால் - அன்பு. மையல் - மயக்கம்.

பொழிப்புரை:

கால் ஊன்றி நின்று நடனம் ஆடுபவர்; கனலுகின்ற வாய்உடைய பாம்பைக் கச்சாகக் கட்டி இருப்பவர்; புலித்தோல் ஒன்றை இடையில் உடையாக உடுத்தி இருப்பவர்; இடப ஊர்தி உடையவர்; தம்மை வணங்குபவர்கள் அன்பு கொண்டு தன்னிடம் ஓடி வர, அவரது உலக மயக்கத்தை (மாயையை) ஒழிப்பவர்; அவர் எழுந்தருளி இருக்கும் ஊர், பால் போன்ற வெண்மை நிறச் சந்திரன் வந்து தங்கும் உயரிய மாளிகைகள் உடைய பாசூரே ஆகும்.

3453. கண்ணின் அயலே கண்ஒன்று உடையார் கழல்உன்னி
    எண்ணும் தனையும் அடியார் ஏத்த அருள்செய்வார்
    உண்ணின்று உருக உகவை தருவார் ஊர்போலும்
    பண்ணின் மொழியார் பாடல் ஓவாப் பாசூரே   (7)

அருஞ்சொற்பொருள்:

அயல் - அருகில். உன்னி - நினைத்து. உகவை - உவகை என்று பொருள் கொள்க. ஓவா - இடையறாத.

பொழிப்புரை:

இரண்டு கண்களுக்கும் நடுவில் நெற்றிமேல் ஒரு கண் உடையவர்; திருவடியை நினைத்துப் போற்றி அடியார் அன்பு செய்து வழிபடும்

அளவு அருள் செய்பவர்; உள்ளத்தின் உள்ளே அவரைத் தங்க வைத்து உருகும் அளவு உவகை தருபவர்; அவர் எழுந்தருளி இருக்கும் ஊர், இசையோடு கூடிய பாடல்கள் இடைவிடாது கேட்கும் பாசூரே ஆகும்.

3454. **தேசு குன்றாத் தெண்ணீர் இலங்கைக் கோமானைக்**
கூச அடர்த்துக் கூர்வாள் கொடுப்பார் தம்மையே
பேசிப் பிதற்றப் பெருமை தருவார் ஊர்போலும்
பாசித் தடமும் வயலும் சூழ்ந்த பாசூரே (8)

அருஞ்சொற்பொருள்:

தேசு - ஒளி. தெண்ணீர் - தெளிந்த நீர். கூச - நாண. கூர்வாள் - கூரிய (சந்திரகாசம் என்னும்) வாள். பாசித் தடம் - பசுமைக்குக் காரணமாய் விளங்கும் நீர்நிலை.

பொழிப்புரை:

ஒளி குறையாததும், தெளிந்த கடல் நீரால் சூழப்பட்டதும், ஆகிய இலங்கை நாட்டுக்கு அரசனாக விளங்கும் இராவணன் நாணுமாறு நசுக்கிப் பின் அவனுக்குக் கூரிய வாள் ஒன்றைப் பரிசாகத் தந்தவர்; தம் பெருமை குறித்து பேசியும் பிதற்றியும் திரியும் அடியார்களுக்குப் பெருமை சேர்ப்பவர்; அவர் எழுந்தருளி இருக்கும் ஊர், பசுமைக்குக் காரணமாக விளங்கும் நீர்நிலையும் வயலும் சூழ்ந்த பாசூரே ஆகும்.

3455. **நகுவாய் மலர்மேல் அயனும் நாகத்து அணையானும்**
புகுவாய் அறியார் புறம்நின்று ஓரார் போற்றுஓவார்
செகுவாய் உகுபல் தலைசேர் கையார் ஊர்போலும்
பகுவாய் நாரை ஆரல் வாரும் பாசூரே (9)

அருஞ்சொற்பொருள்:

நகு வாய் மலர் - திறந்த வாயினை உடைய தாமரை மலர். நாகத்து அணையான் - பாம்பின் மீது பள்ளி கொண்டிருக்கும் திருமால். புகுவாய் - புகும் இடம். ஓரார் - ஆராய மாட்டார். போற்று ஓவார் - போற்றுதல் ஒழியாதவர். செகுவாய் - அழிந்த. உகுபல் தலை - பல் உதிர்ந்த தலை (மண்டை ஓடு). பகுவாய் - பிளந்த வாய். ஆரல் - மீன் வகை. வாரும் - வாரி உண்ணும்.

பொழிப்புரை:

திறந்த வாயினை உடைய (மலர்ந்த) தாமரை மலர்மேல் அமரும் பிரமனும், பாம்பின்மீது படுத்துக் கிடக்கும் திருமாலும், சேரவேண்டிய

இடம் அறியாதவராய், புறத்தே நின்று தெளியாதவர் ஆயினர்; நகத்தால் கிள்ளிய தலையும், பற்கள் உதிர்ந்த தலையும், ஆகிய மண்டை ஓட்டைக் கையில் ஏந்தி இருப்பவர்; இடைவிடாது போற்றப்படுவதற்கு உரியவர்; அவர் எழுந்தருளி இருக்கும் ஊர் பிளந்த வாய் உடைய நாரை, ஆரல் மீன்களை வாரி உண்ணும் பாசூரே ஆகும்.

3456. **தூய வெயிலில்நின்று உழல்வார் துவர்தோய் ஆடையார்**
நாவில் வெய்ய சொல்லித் திரிவார் நயம்இல்லார்
காவல் வேவக் கணைஒன்று எய்தார் ஊர்போலும்
பாவைக் குரவம் பயில்பூஞ் சோலைப் பாசூரே (10)

அருஞ்சொற்பொருள்:

காவல் - மதில். வேவ - நெருப்பில் வேகுமாறு. கணை - அம்பு. பாவைக் குரவம் - பாவை போன்ற உருவம் உடைய குராமலர்.

பொழிப்புரை:

தூய்மை செய்யும் தொழில் உடைய வெயிலில் சுற்றித் திரியும் சமணரும், காவி நிறம் தோய்ந்த மேலாடை உடையவராகிய பௌத்தரும், தங்கள் நாவினால் கொடுஞ்சொல் பேசித் திரிபவர்; சிறிதளவும் நயம்படப் பேசி அறியாதவர்; அது நிற்க; மும்மதில் வெந்து சாம்பலாகுமாறு அம்பு ஒன்று எய்தவன் எழுந்தருளி இருக்கும் ஊர், பாவை போல் குராமலர் மலர்ந்து மணம்வீசும் சோலை சூழ்ந்த பாசூரே ஆகும்.

3457. **ஞானம் உணர்வான் காழி ஞான சம்பந்தன்**
தேனும் வண்டும் இன்இசை பாடும் திருப்பாசூர்க்
கானம்(ம்) உறைவார் கழல்சேர் பாடல் இவைவல்லார்
ஊனம் இலராய் உம்பர் வானத்து உறைவாரே (11)

அருஞ்சொற்பொருள்:

தேன் - ஒருவகை வண்டு. கானம் - காடு. ஊனம் - குறை. உம்பர் வானம் - தேவர்களது வான உலகம்.

பொழிப்புரை:

ஞானம் உணர்ந்து கொண்ட சீர்காழி நக்ரத்து ஞானசம்பந்தன்; தேன் வண்டும், ஏனைய வண்டுகளும், இனிய இசை பாடும் திருப்பாசூரில் கானகத்தின் நடுவே எழுந்தருளி இருக்கும் இறைவரது திருவடி மீது பாடிய பாடல்கள் ஆகிய இவற்றைப் பாடி, வழிபடும் வல்லமை உடையவர்; குறை ஒன்றும் இல்லாதவராய், தேவர் உலக வாழ்வை மறுமையில் பெறுவர்.

319

திருக்காளத்தி

பதிக வரலாறு:

பாசூர் பாடி வழிபட்டுப் புறப்பட்டு வெண்பாக்கம், காரிகரை முதலிய தலங்களை வணங்கிய புகலி வேந்தர், காளத்தி மலை அருகே வந்தார். தொண்டர்கள் வந்து, எதிர் வழிபாடு செய்ய, இங்குள்ள மலைகளில் கண்ணப்பன் வழிபட்ட காளத்தி எது? என்று வினவ, அவர்கள் "இது" என்று சுட்ட, இப்பதிகத்தை அருளுகின்றார்.

தல வரலாறு:

இது சீகாளத்தி எனவும் வழங்கப்பெறும். (சீ - சிலந்தி, காளம் - பாம்பு, அத்தி - யானை) இவை மூன்றும் வழிபட்டு வீடுபேறு அடைந்த தலம். ஐம்பூதத் தலங்களுள் இது வாயுவுக்கு உரியது. இறைவன் திருமுன்பு எரியும் விளக்கினில் ஒன்று, எப்பொழுதும் அசைந்து கொண்டே இருக்கும் சுடர் உடையதாய் இருப்பதை இன்றளவும் காணலாம். தென் கயிலை என்று போற்றப்படும் பல தலங்களுள் இது முதன்மை உடையது.

திருமால், பிரமன், திருமகள், கலைமகள், திக்கு பாலகர் எனத் தேவர்களும்; அகத்தியர், வசிட்டர் முதலிய முனிவர்களும்; முசுகுந்தச் சக்கரவர்த்தி என்னும் அரசனும்; நக்கீரர் என்னும் புலவரும்; வழிபட்டுப் பேறு பெற்ற தலம். 63 நாயன்மார்களில் ஒருவரான கண்ணப்பர் வழிபட்டு இறைவரது வலப்பக்கத்தில் எப்பொழுதும் நின்று இறைவரைக் காக்கும் பேறு பெற்ற தலம்.

சுவாமி	:	திருக்காளத்தி நாதர், குடுமித்தேவர்
அம்மை	:	ஞானப்பூங்கோதை
தல மரம்	:	கல்லால மரம்
தீர்த்தம்	:	பொன்முகலி ஆறு, பிரம தீர்த்தம், சரசுவதி தீர்த்தம், சூரிய தீர்த்தம்

திருவிராகம்

பண்: சாதாரி

3458. வானவர்கள் தானவர்கள் வாதைபட
வந்ததுஒரு மாகடல் விடம்
தான்அமுது செய்துஅருள் புரிந்தசிவன்
மேவுமலை தன்னை வினவில்
ஏனம்இள மானினொடு கிள்ளைதினை
கொள்ள எழில்ஆர் கவணினால்
கானவர்தம் மாமகளிர் கனகமணி
விலகுகா ளத்தி மலையே (1)

அருஞ்சொற்பொருள்:

தானவர் - அசுரர். வாதை - துன்பம். கடல்விடம் - ஆலகால விடம். ஏனம் - பன்றி. கிள்ளை -கிளி. எழில்ஆர் - அழகு பொருந்திய. கனகம் - பொன். மணி - மணி வகைகள். விலகு - விலகுகின்ற.

பொழிப்புரை:

தேவர்களும் அசுரர்களும் துன்பம் உறுமாறு பெரிய பாற்கடலில் இருந்து வெளிப்பட்ட ஆலகால விடத்தை அமுதமாக உண்டு அருள் செய்த சிவபெருமான் தங்கும் மலை எது? என வினவில், பன்றி, இளைய மான், கிளி ஆகியவை தினை கவர வரும்போது, அழகிய கவணில் பொன், மணி வகைகள் ஆகியவற்றை வைத்து எறிந்து, அவற்றை ஓட்டும் காளத்தி மலையே ஆகும்.

3459. முதுசினவில் அவுணர்புரம் மூன்றும்ஒரு
நொடிவரையில் மூளஎரிசெய்
சதுரர்மதி பொதிசடையர் சங்கரர்
விரும்பும்மலை தன்னைவினவில்
எதிர்எதிர வெதிர்பிணைய எழுபொறிகள்
சிதறஎழில் ஏனம்உழுத
கதிர்மணியின் வளர்ஒளிகள் இருள்அகல
நிலவுகா ளத்திமலையே (2)

அருஞ்சொற்பொருள்:

முதுசின வில் - மிகுந்த கோபமுடன் ஏந்திய வில். நொடி வரை - நொடிப்பொழுது. சதுரர் - சமர்த்தர். மதி - சந்திரன். சங்கரர் - உயிர்களுக்கு இன்பம் செய்பவர். எதிர்எதிர - எதிர் எதிரில் உள்ள. வெதிர் பிணை - இரண்டு மூங்கில்கள். பிணைய - உரச. எழுபொறி - பறக்கும் தீப்பொறி. ஏனம் - பன்றி. உழுத - கிளரிய. கதிர் மணி - மணியில் வெளிப்படும் ஒளி. இருள்அகல - இருள் நீங்க. நிலாவு - விளங்குகின்ற.

பொழிப்புரை:

மிகுந்த கோபத்துடன் வில்லினைக் கையில் ஏந்தி, அசுரர் மூவரது முப்புரத்தை ஒரு நொடிப்பொழுதில் எரிந்து சாம்பலாகுமாறு அழித்தல் செய்தவன்; சமர்த்தன்; சந்திரன் தங்கிய சடை உடையவன்; உயிர்களுக்கு இன்பம் செய்பவன்; அவன் விரும்பித் தங்கும் மலை எது? என்று கேட்பீராயின், அது எதிர்எதிரே இருந்த மூங்கில்கள் இரண்டு ஒன்றோடு ஒன்று உரசியதால் பறக்கும் தீப்பொறிகளின் ஒளியும், பன்றி நிலத்தைக் கீண்ட வெளிப்பட்ட அழகிய மணியின் ஒளியும், ஆகிய இவற்றால் இருள் விலக, இரவிலும் ஒளி உடையதாய் விளங்கும் காளத்தி மலையே ஆகும்.

3460. வல்லைவரு காளியைவ குத்துவலி
யாகிமிகு தாரகனைநீ
கொல்என விடுத்துஅருள் புரிந்தசிவன்
மேவுமலை கூறிவினவில்
பல்பலஇ ருங்கனி பருங்கிமிக
உண்டுஅவை நெருங்கிஇனமாய்க்
கல்அதிர நின்றுகரு மந்திவிளை
யாடுகா ளத்திமலையே (3)

அருஞ்சொற்பொருள்:

வல்லை வரு காளி - விரைந்து வரும் காளி. வலியாகு மிகு தாரகன் - வலிமை மிகுந்த தாரகன். இருங்கனி - பெரிய பழம். பருங்கி - (பருகி) அருந்தி. கருமந்தி - பெண் கருங்குரங்கு.

பொழிப்புரை:

தாரகன் துன்பம் செய்தல் கண்டு விரைந்து வந்த காளியை நோக்கி, 'நீ வலிமை மிகுந்த அந்தத் தாரகனைக் கொன்றுவிடு!' என்று சொல்லி அனுப்பிய சிவபெருமான் தங்கி இருக்கும் மலை எது? என்று கேட்பீராயின்,

அது பல பெரிய பழங்கள், மிகவும் பழுத்துச் சாற்றினை ஒழுகவிட, அதனை அங்குள்ள பெண் குரங்குகள் பருகி, கூட்டமாய் இருந்து, மலை அதிரும்படியாகத் தாவி விளையாடும் காளத்தி மலையே ஆகும்.

3461. வேய்அனைய தோள்உமைஒர் பாகம்அது
வாகவிடை ஏறிசடைமேல்
தூயமதி சூடுகா டில்நடம்
ஆடிமலை தன்னைவினவில்
வாய்கலச மாகவழி பாடுசெய்யும்
வேடன்மல ராகுநயனம்
காய்கணை யினால்நடந்து ஈசன்அடி
கூடுகா ளத்திமலையே (4)

அருஞ்சொற்பொருள்:

வேய் - மூங்கில். சுடுகாடில் - சுடுகாட்டில். வாய் கலசமாக - வாயை நீர் முகந்து செல்லும் கலசமாக்கி. வேடன் - கண்ணப்பன். மலராகு நயனம் - தாமரை மலர்போன்ற கண். காய்கணை - கொடிய அம்பு. இடந்து - தோண்டி.

பொழிப்புரை:

மூங்கில் போன்ற தோள் உடைய உமாதேவியை உடம்பில் ஒரு பாகமாகக் கொண்டு, இடபத்தின் மீது ஏறி, சடையின் மீது தூய பிறைச்சந்திரனைச் சூடி, சுடுகாட்டில் நடனம் ஆடுபவன் தங்கும் மலை எது? என்று கேட்பீராயின், அது வாய் கலசமாக (அதில் முகந்து வந்த நீர் அபிடேக நீராக) வழிபாடு செய்யும் வேடனாகிய கண்ணப்பன், மலர்போன்ற தன் கண்ணைக் கொடிய அம்பு கொண்டு அகழ்ந்து எடுத்துச் சாத்தி, ஈசனது திருவடி அடைந்த காளத்தி மலையே ஆகும்.

3462. மலையின்மிசை தனில்முகில்போல் வருவதுஒரு
மதகரியை மழைபோல்அலறக்
கொலைசெய்துஉமை அஞ்சஉரி போர்த்தசிவன்
மேவுமலை கூறிவினவில்
அலைகொள்புனல் அருவிபல சுனைகள்வழி
இழியவயல் நிலவுமுதுவேய்
கலகலஎன ஒளிகொள்கதிர் முத்தம்அவை
சிந்துகா ளத்திமலையே (5)

அருஞ்சொற்பொருள்:

மிசை - மேலே. முகில் - மேகம். மதகரி - மதயானை. மழை - இடி. உமை - உமையம்மை. உரி - தோல். முதுவேய் - முற்றிய மூங்கில். முத்தம் - முத்து (முத்து பிறக்கும் இடங்களில் மூங்கிலும் ஒன்று).

பொழிப்புரை:

மலைமீது தவழ்ந்து வரும் மேகம்போல் பெரியதும் கரியதும் ஆகிய ஒரு மதயானையை, அது இடிபோல் அலறவும், விடாதுபற்றி உமாதேவி அஞ்சுமாறு, தோலை விரல் நகத்தால் கீறி உரித்துப் போர்த்த சிவபெருமான் தங்கும் மலை எது? என்று கேட்பீராயின், அது அலை வீசும் நீர் அருவியாகப் பாய்ந்து, பல சுனைகளில் தங்கிப் பின்னும் பாய்ந்து வளம் சேர்க்கும் வயல்கள் உடையதும், முற்றிய மூங்கிலில் பிறந்து, கலகல என ஒலிசெய்து, ஒளிவீசும் முத்துக்களைச் சிதற விடுவதும் ஆகிய காளத்தி மலையே ஆகும்.

3463. **பாரகம் விளங்கிய பகீரதன்**
அருந்தவம் முயன்றபணிகண்டு
ஆர்அருள் புரிந்துஅலைகொள் கங்கைசடை
ஏற்றஅரன் மலையைவினவில்
வார்அதர் இருங்குறவர் சேவல்இல்
மடுத்தவர் எரித்தவிறகில்
கார்அகில் இரும்புகை விசும்புகமழ்
கின்றகா ளத்திமலையே (6)

அருஞ்சொற்பொருள்:

பாரகம் - இந்நிலவுலகில். ஆர்அருள் - அரிய அருள். அரன் - பிறப்பை அறுக்கும் பெருமான். வார்அதர் - நீண்ட வழி. சேவல் - காவல். இல் - இல்லம் (வீடு). கார் - கருமை.

பொழிப்புரை:

இந்நிலவுலகில் புகழுடன் விளங்கிய பகீரதன் என்னும் அரசன் தன் முன்னோர்களுக்குப் பிதுர்க்கடன் இயற்ற ஆகாய கங்கையை பூமிக்குக் கொண்டுவரும் பொருட்டு, அரியதவம் செய்தமை கண்டு, அத்தவத்தை மெச்சி அருள் செய்து, 'கங்கை நேரடியாகப் பூமியில் பாய்ந்தால் பூமி தாங்காது' என்று தன் சடையில் ஏற்ற சிவபெருமான் தங்கும் மலை எது? என்று கேட்பீராயின், நீண்ட வழிகள் உடைய காட்டில் வாழும்

குறவர் இனமக்கள் காவல் அமைந்த தங்கள் குடிசையில் உணவு சமைக்கப் பற்ற வைத்த அடுப்பில் கரியநிற அகில் கட்டை கொண்டு எரிக்க, அதன் புகையானது ஆகாயத்தில் பரவி மணக்கின்ற காளத்தி மலையே ஆகும்.

3464. **ஆரும்எதி ராதவலி யாகிய**
சலந்தரனை ஆழிஅதனால்
ஈரும்வகை செய்துஅருள் புரிந்தவன்
இருந்தமலை தன்னைவினவில்
ஊரும்அர வம்(ம்)ஒளிகொள் மாமணி
உமிழ்ந்துஅவை உலாவிவரலால்
கார்இருள் கடிந்துகன கம்(ம்)என
விளங்குகா ளத்திமலையே (7)

அருஞ்சொற்பொருள்:

ஆரும் எதிராத வலி - யாராலும் எதிர்க்க முடியாத வலிமை (வீரம்). ஆழி - சக்கரம். ஈர்தல் - அரிதல். ஊரும்அரவம் - ஊர்ந்து செல்லும் பாம்பு. கார் இருள் - கரிய இருள். கனகம் - பொன்.

பொழிப்புரை:

யாராலும் எதிர்த்து நிற்க முடியாத வலிமை மிக்க சலந்தரன் என்னும் அசுரனை சக்கரப்படை கொண்டு ஏவி, தலையை அரிதல் செய்து, தேவர்களுக்கு அருள்செய்த சிவபெருமான் தங்கும் மலை எது? எனக் கேட்பீராயின், அது ஊர்ந்து செல்லும் பாம்பு, ஒளிஉடைய மாணிக்க மணியைக் கக்கி, அங்கு சுற்றித் திரிவதால், கரிய இருள் நீங்கி, பொன்போல் ஒளிரும் காளத்தி மலையே ஆகும் (பாம்பு மாணிக்கத்தைக் கக்கி, அதன் ஒளியில் இரைதேடும் என்பது இலக்கிய மரபு).

3465. **எரிஅனைய சுரிமயிர் இராவணனை**
ஈடுஅழிய எழில்கொள் விரலால்
பெரியவரை ஊன்றிஅருள் செய்தசிவன்
மேவுமலை பெற்றிவினவில்
வரியசிலை வேடுவர்கள் ஆடவர்கள்
நீடுவரை ஊடுவரலால்
கரியினொடு வரிஉழுவை அரிஇனமும்
வெருவுகா ளத்திமலையே (8)

அருஞ்சொற்பொருள்:

எரிஅனைய - நெருப்புபோல் சிவந்த. சுரிமயிர் - சுருண்ட மயிர். ஈடு - வலிமை. வரிய சிலை - நீண்ட வில். வரை ஊடு - மலையின் வழியாக. கரி - யானை. வரி உழுவை - வரிகள் உடைய புலி. அரிஇனம் - சிங்கக் கூட்டம். வெருவு - அஞ்சு.

பொழிப்புரை:

நெருப்புபோல் சிவந்த சுருண்ட முடி உடைய இராவணனது வலிமை அழியுமாறு, பெரிய கயிலை மலையின் கீழ் இட்டு நசுக்கிப் பின் அவனுக்கு அருளும் செய்த சிவபெருமான் தங்கும் மலையின் தன்மை எப்படிப்பட்டது? என்று கேட்பீராயின், அது நீண்ட வில் ஏந்தி வேடர்குல ஆண்கள், நீண்ட அம்மலையின் இடையே வருவதால், யானை, வரி உடைய புலி, சிங்கக் கூட்டம் முதலிய கொடிய காட்டு விலங்குகளும் அஞ்சும் காளத்தி மலையே ஆகும்.

3466. **இனதுஅளவில் இவனதுஅடி இணையும்முடி**
அறிதும்என இகலும்இருவர்
தனதுஉருவம் அறிவரிய சகலசிவன்
மேவுமலை தன்னை வினவில்
புனவர்புன மயில்அனைய மாதரொடு
மைந்தரும் மணம்புணரும்நாள்
கனகம்என மலர்கள்அணி வேங்கைகள்
நிலாவுகா ளத்திமலையே (9)

அருஞ்சொற்பொருள்:

இனது அளவில் - (இன்னது) கால அளவில். இகலும் - மாறுபடும். சகலசிவன் - சகலமுமாய் (எல்லாமுமாய்) விளங்கும் சிவன். புனவர் - தினை விளையும் நிலத்துக்கு உரியவர். மணம் - திருமணம். கனகம் - பொன். வேங்கை - மர வகை. நிலாவு - விளங்குகின்ற.

பொழிப்புரை:

'இன்ன கால அளவுக்குள், இவனது இணையான (இரண்டு) திருவடிகளையும் திருமுடியையும் அறிவோம்' என்று தங்களுக்குள் மாறுபாடு கொண்டு, திருமாலும் பிரமனும் தேட, தனது உருவம் இவ்வளவு என்று காட்டாத, எல்லாமுமாய் விளங்கும் சிவபெருமான் தங்கும் மலை எது? எனக் கேட்பீராயின், தினைப்புனத்துக்கு உரிமை

உடையவரது, புனத்தில் வாழும் மயில் போன்ற சாயல் உடைய பெண்களும், ஆண்களும் திருமணம் செய்து கொள்ளும் நாட்கள் இவைஎன அறிய, வேங்கை மரமானது பொன்போன்ற நிறத்தில் பூக்கள் பூக்கும் காளத்தி மலையே ஆகும்.

3467. **நின்றுகவ ளம்பலகொள் கையரொடு**
மெய்யில்இடு போர்வைஅவரும்
நன்றிஅறி யாதவகை நின்றசிவன்
மேவுமலை நாடிவினவில்
குன்றின்மலி துன்றுபொழில் நின்றகுளிர்
சந்தின்முறி தின்றுகுலவிக்
கன்றினொடு சென்றுபிடி நின்றுவிளை
யாடுகா ளத்திமலையே (10)

அருஞ்சொற்பொருள்:

கவளம் - சோற்று உருண்டை. கையர் - கை உடையவர். நன்றி - நன்மை (பேரருள்). நாடி - ஆராய்ந்து. துன்று - நெருங்கு. சந்தின்முறி - சந்தன மரத்தின் தளிர். பிடி - பெண் யானை.

பொழிப்புரை:

நின்று கொண்டே சோற்றுருண்டை பலவற்றை வாங்கி உண்ணும் கையை உடைய சமணர்களும், உடம்பில் மேலாடை போர்த்தும் பௌத்தர் களும், ஆகிய இவர்களால் அறியமுடியாத பேரருட் பிழம்பாய் விளங்கும் சிவபெருமான் தங்கும் மலை எது? என்று ஆராய முற்படுவீராயின், அது பெண் யானை தன் குட்டியோடு சேர்ந்து கொண்டு, மலைமீது அடர்ந்து விளங்கும் பொழிலில் குளிர்ச்சி தரும் சந்தன மரங்களின் தளிர்களை ஒடித்து உண்டு, விளையாடும் காளத்தி மலையே ஆகும்.

3468. **காடுஅதுஇட மாகநடம் ஆடுசிவன்**
மேவுகா ளத்திமலையை
மாடமொடு மாளிகைகள் நீடுவளர்
கொச்சைவயம் மன்னுதலைவன்
நாடுபல நீடுபுகழ் ஞானசம்
பந்தன்உரை நல்லதமிழின்
பாடலொடு பாடும்இசை வல்லவர்கள்
நல்லர்பர லோகம்எளிதே (11)

அருஞ்சொற்பொருள்:

காடு - சுடுகாடு. கொச்சைவயம் - சீர்காழிக்கு உரிய பெயர்களுள் ஒன்று. பரலோகம் - மேலான சிவலோகம்.

பொழிப்புரை:

சுடுகாட்டை நடனம் ஆடும் அரங்கமாகக் கொள்ளும் சிவபெருமான் தங்கி இருக்கும் காளத்திமலையை; மாடிவீடுகளும் மாளிகைகளும் நிரம்ப உள்ள கொச்சைவயம் (சீர்காழி) நகரத்துக்கு உரிய தலைவனும், நாடு முழுவதும் பரவிய புகழ் உடையவனும், ஆகிய ஞானசம்பந்தன்; பாடிய நல்ல தமிழ்ப்பாடல்களாகிய இவற்றை; இசையோடு பாடி வழிபட வல்லவர்கள்; நல்லவரே ஆவர்; அவர் சிவலோகம் சேர்தல் மிகவும் எளிதான ஒன்றே!

திருச்சிற்றம்பலம்

320

திருக்கயிலாயம்

பதிக வரலாறு:

காளத்தி மலைகண்டு பதிகம் பாடிக் காழிவேந்தர், திருக்கோயிலை அடைந்து, பலமுறையும் விழுந்து வணங்கி, எழுந்து பதிகம் பல பாடிக் கும்பிட்டு (அவை கிடைத்தில) அடியார்கள் காட்ட, ஒரு திருமடத்தில் தங்கி, நாளும் காளத்தியாரை வணங்கி வரும் நாளில், வடநாட்டுத் தலங்களை, அங்கு இருந்தவாறே பாடி வழிபடுகின்றார். அதனுள் இது ஒன்று.

தல வரலாறு:

இது இமயமலையின் ஒரு சிகரமாய் விளங்குவது. சுந்தரர் இதனை நொடித்தான் மலை என்று குறிப்பிடுவார். (நொடித்தல் - அழித்தல்) அழித்தலைச் செய்யும் உருத்திரன் எழுந்தருளி இருக்கும் பூலோகக் கயிலாயம் இது. இதனை சம்பந்தரும் அரசுகளும் கயிலை மலை என்றே பேசுவர். இராவணன் பெயர்த்தது இம்மலையையே ஆம். சுந்தரமூர்த்தி சுவாமிகளும் சேரமான் பெருமாள் நாயனாரும் முறையே யானையிலும் குதிரையிலுமாக வந்துசேர்ந்தது இந்த கயிலாயமே என்கின்றனர்.

சுவாமி : கயிலை நாதர்

அம்மை : பார்வதி

தீர்த்தம் : கங்கை

திருமுறை 1 - 68 திருஞான - 1026

பண்: தக்கேசி

3469. **பொடிகொள் உருவர் புலியின்**
அதளர் புரிநூல் திகழ்மார்பில்
கடிகொள் கொன்றை கலந்த
நீற்றர் கறைசேர் கண்டத்தர்

இடிய குரலால் இரியும்

மடங்கல் தொடங்கு முனைச்சாரல்

கடிய விடைமேல் கொடிஒன்று

உடையார் கயிலை மலையாரே (1)

அருஞ்சொற்பொருள்:

பொடி - சாம்பல் பொடி. அதள் - தோல். புரிநூல் - முப்புரிநூல் (பூணூல்). கடி - மணம். கறை - விடககறை. இடிய குரல் - இடி போன்ற குரல். இரியும் - ஓடும். மடங்கல் - சிங்கம். தொடங்கு முனை - ஓடத் தொடங்கும் முனைப்பு.

பொழிப்புரை:

இடியின் குரலைக் கேட்டு அஞ்சிச் சிங்கங்கள் ஓட முனையும் சாரலை உடைய கயிலை மலையில் எழுந்தருளி இருக்கும் சிவபெருமான், உடல் முழுதும் சுடுகாட்டுச் சாம்பலைப் பூசி இருப்பவர்; புலியின் தோலை உடையாக உடுத்தி இருப்பவர்; மார்பில் பூணூல் அணிந்திருப்பவர்; மணமுள்ள கொன்றை மலர்மாலை அணிந்திருப்பவர்; அம்மாலை அணிந்த மார்பில் திருநீறும் அணிந்திருப்பவர் (உடல் முழுதும் உத்தூளமாக சாம்பல் பூச்சு உடையவரே ஆயினும் திரிபுண்டரமாக மார்பில் திருநீறு பூசும் வழக்கம் உடையவர் என்பது கருத்து); விடக்கறை பொருந்திய கண்டம் உடையவர்; விரைந்து செல்லும் இடப ஊர்தியும் இடபக் கொடியும் உடையவர்.

3470. புரிகொள் சடையர் அடியர்க்கு

எளியர் கிளிசேர் மொழிமங்கை

தெரிய உருவில் வைத்து

உகந்த தேவர் பெருமானார்

பரிய களிற்றை அரவு

விழுங்கி மழுங்க இருள்கூர்ந்த

கரிய மிடற்றர் செய்ய

மேனிக் கயிலை மலையாரே (2)

அருஞ்சொற்பொருள்:

பரிய களிறு - பெரிய ஆண் யானை. அரவு - பாம்பு. மழுங்க இருள் கூர்ந்த கரிய மிடறு - ஒளி மழுங்க இருள் கவ்வ கரியதாகிய கண்டம்.

பொழிப்புரை:

பெரிய ஆண் யானையை மலைப்பாம்பு விழுங்குகின்ற கயிலை மலையில் எழுந்தருளி இருக்கும் சிவபெருமான், முறுக்கு ஏறிய சடை உடையவர்; அடியவர்களுக்கு மிகவும் எளியவர்; கிளி போன்ற மழலைமொழி பேசும் உமாதேவியை உலகம் அறிய இடப்பாகத்தில் வைத்து மகிழ்ந்தவர்; தேவர்களுக்குப் பெருமானாக விளங்குபவர்; ஒளி மழுங்கவும், இருள் கவ்வவும், ஆன கரிய நிறக் கண்டம் கொண்டவர்; சிவந்த திருமேனி உடையவர்.

3471. மாவின் உரிவை மங்கை
வெருவ மூடி முடிதன்மேல்
மேவு மதியும் நதியும்
வைத்த இறைவர் கழல்உன்னும்
தேவர் தேவர் திரிசூ
லத்தர் திரங்கல் முகவன்சேர்
காவும் பொழிலும் கடுங்கல்
சுனைசூழ் கயிலை மலையாரே (3)

அருஞ்சொற்பொருள்:

மா - விலங்கு (யானை). உரிவை - தோல். வெருவ - அஞ்ச. உன்னும் - நினைக்கும். திரங்கல் - சுருங்கல் உடைய. முகவன் - குரங்கு. கா - சோலை. பொழில் - காடு. கடும் கல் சுனை - கடும் பாறைகளின் இடையே உள்ள நீர்நிலை.

பொழிப்புரை:

தோலில் சுருக்கம் உடைய குரங்குகள் வாழும் சோலையும் பொழிலும் உடையதும் கற்பாறைகளின் நடுவே நீர்தேங்கி நிற்பதும் (சுனைகளை உடையதும்) ஆகிய கயிலை மலையில் எழுந்தருளி இருக்கும் சிவ பெருமான், யானையின் தோலை உமாதேவி அருகில் இருந்து அஞ்ச, உரித்து மேலாடையாகப் போர்த்தவர்; சடாமுடிமீது மதியையும் நதியையும் தங்க வைத்திருப்பவர்; இறைவர்; தமது திருவடியைத் தியானிக்கும் தேவர்களுக்கும் மேலான தேவதேவர்; திரிசூலம் உடையவர்.

3472. முந்நீர் சூழ்ந்த நஞ்சம்
உண்ட முதல்வர் மதனன்தன்
தென்நீர் உருவம் அழியத்
திருக்கண் சிவந்த நுதலினார்

மன்நீர் மடுவும் படுகல்
அறையின் உழுவை சினம்கொண்டு
கல்நீர் வரைமேல் இரைமுன்
தேடும் கயிலை மலையாரே (4)

அருஞ்சொற்பொருள்:

முந்நீர் - கடல். நஞ்சம் - விடம். மதனன் - மன்மதன். தென் - அழகு. நீர் - நீர்மை (தன்மை). மன்நீர் - நிலையான நீர். படு கல்அறை - தானாகத் தோன்றிய குகை. உழுவை - புலி. கல்நீர் - (கல்நீர்மை) கல்லாய் விளங்கும். வரை - மலை. இரை - உணவு.

பொழிப்புரை:

நிலைத்த நீர் மடுவினை உடையதும், இயற்கையாக அமைந்த கல் குகைகளில் புலிகள் தங்குவதும், அந்தப் புலிகள் பசியினால் சினந்து இரையைத் தேடுவதும், ஆகிய கயிலை மலையில் எழுந்தருளி இருக்கும் சிவபெருமான், கடலிலிருந்து வெளிப்பட்ட ஆலகால நஞ்சினை உண்டவர்; யாவர்க்கும் முதன்மை உடையவர்; மன்மதனின் உடல் அழகு கெடுமாறு நெற்றிக்கண் கொண்டு சினந்து நோக்கியவர்.

3473. ஒன்றும் பலவும் ஆய
வேடத்து ஒருவர் கழல்சேர்வார்
நன்று நினைந்து நாடற்கு
உரியார் கூடித் திரண்டுஎங்கும்
தென்றி இருளில் திகைத்த
கரிதண் சாரல் நெறிஓடிக்
கன்றும் பிடியும் அடிவாரம்சேர்
கயிலை மலையாரே (5)

அருஞ்சொற்பொருள்:

தென்றி - இனத்தைப் பிரிந்து. கரி - யானை. தண்சாரல் - குளிர்ந்த மலைச்சாரல். பிடி - பெண் யானை. அடிவாரம் - மலை அடிவாரம்.

பொழிப்புரை:

தன் இனத்தை விட்டுப் பிரிந்த யானை, இருளில் செய்வது அறியாது திகைத்து, குளிர்ந்த மலைச்சாரலில் உள்ள நெறி வழி ஓடி, கன்றும் பெண் யானையும் அடிவாரம் வந்து சேர்கின்ற கயிலை மலையில் எழுந்தருளி இருக்கும் சிவபெருமான், ஒன்றும் பலவுமாய் பலப்பல வேடம் ஏற்கும்

ஒருவர்; நல்லதே நினைத்து, அப்பெருமானை அடையும் தகுதி உடைய அன்பருக்குத் தம் திருவடி நிழலைக் காட்டி அருள்பவர் (யானை அடிவாரம் சேர்ந்ததுபோல அடியார் திருவடி சேர்வர் என்பது உள்ளுறை).

3474. **தாதுஆர் கொன்றை தயங்கு**
முடியர் முயங்கு மடவாளைப்
போதார் பாக மாக
வைத்த புனிதர் பனிமல்கும்
மூதார் உலகின் முனிவர்
உடனாய் அறம்நான்கு அருள்செய்த
காதார் குழையர் வேதத்
திரளர் கயிலை மலையாரே (6)

அருஞ்சொற்பொருள்:

தாது - மகரந்தம். தயங்கும் - விளங்கும். மடவாள் - உமாதேவி. போது - படைக்கும் காலத்து விரிதலும் அழிக்குங் காலத்துக் குவிதலும் செய்தலின், மலர்ந்து குவியும் பூ என்றார் (போது - பூ). பனி - குளிர்ச்சி. மூது ஆர் உலகு - முதுமை உடைய உலகம். முனிவர் - சனகன் முதல் நால்வர். அறம் நான்கு - அறம் முதல் நான்கு.

பொழிப்புரை:

பனி நிறைந்த கயிலை மலையில் எழுந்தருளி இருக்கும் சிவபெருமான், மகரந்தம் நிறைந்த கொன்றை மலர்மாலை விளங்கும் சடாமுடி உடையவர்; மலர்தலும் குவிதலும் (புனர்உற்பவமும் சங்காரமும்) உடைய பூப்போன்ற உமாதேவியை உடம்பில் பாகமாகக் கொண்டவர்; புனிதமானவர் (மலக்குற்றங்கள் இல்லாதவர்); முதிர்ச்சி உடைய இவ்வுலகில் முனிவர் நால்வர்க்கு அறம் முதலிய உறுதிப்பொருள்கள் நான்கினை உபதேசம் செய்தவர்; காதில் குழை அணிந்திருப்பவர்; வேதத்தின் திரண்ட பொருளாய் இருப்பவர்.

★ **(இப்பதிகத்தின் 7-ஆம் பாடல் கிடைக்கவில்லை).**

3475. **தொடுத்தார் புரம்மூன்று எரியச்**
சிலைமேல் எரிஒண் பகழியார்
எடுத்தான் திரள்தோள் முடிகள்
பத்தும் இடிய விரல்வைத்தார்

கொடுத்தார் படைகள் கொண்டார்
ஆளாக் குறுகிவரும் கூற்றைக்
கடுத்து ஆங்குஅவனைக் காலால்
உதைத்தார் கயிலை மலையாரே (8)

அருஞ்சொற்பொருள்:

சிலை - வில். எரிஒண் பகழி - எரியும் ஒளி உடைய நெருப்பு அம்பு. இடிய - பொடிபட. கடுத்து - சினந்து.

பொழிப்புரை:

கயிலை மலையில் எழுந்தருளி இருக்கும் சிவபெருமான், முப்புரம் தீப்பற்றி எரியுமாறு, மேரு மலையை வில்லாக வளைத்து, ஒளி பொருந்திய நெருப்பு அம்பினை ஏவினார்; கயிலை மலையைப் பெயர்த்த இராவணனது திரண்ட இருபது தோள்களும், பத்துத் தலைகளும் நசுங்குமாறு விரலை ஊன்றினார்; பின் அவனுக்காக இரங்கி, வாள் ஒன்றைப் பரிசாகக் கொடுத்தார்; மார்கண்டேய முனிவரைக் கொல்லும் பொருட்டு வந்த இயமனைக் காலால் உதைத்தார்.

3476. ஊணாப் பலிகொண்டு உலகில்
ஏற்றார் இலகு மணிநாகம்
பூண்நாண் ஆர மாகப்
பூண்டார் புகழும் இருவர்தாம்
பேணா ஓடி நேட
எங்கும் பிறங்கும் எரியாகிக்
காணா வண்ணம் உயர்ந்தார்
போலும் கயிலை மலையாரே (9)

அருஞ்சொற்பொருள்:

ஊண் - உணவு. பலி - பிச்சை. இலகு - விளங்குகின்ற. மணிநாகம் - மணி உடைய பாம்பு. பூண்நாண் ஆரமாக - பூணத்தகும் மாலையாக. பேணா - பேணி. நேட - தேட. பிறங்கும் - விளங்கும்.

பொழிப்புரை:

கயிலை மலையில் எழுந்தருளி இருக்கும் சிவபெருமான், உலகில் சுற்றித் திரிந்து உணவினைப் பிச்சையாக ஏற்றவர்; விளங்கும் மாணிக்க மணி உடைய பாம்பினை பூணுகின்ற மாலையாக அணிந்து கொண்டவர்;

திருமாலும் பிரமனும் புகழ்ந்து, கீழும் மேலுமாய்த் தேடி ஓடியும், அடி முடி காட்டாது, பெரிய நெருப்புத் தூணாய் உயர்ந்து, வெளிப்பட நின்றவர்.

3477. விருது பகரும் வெஞ்சொல்
    சமணர் வஞ்சச் சாக்கியர்
    பொருது பகரும் மொழியைக்
    கொள்ளார் புகழ்வார்க்கு அணியராய்
    எருதுஒன்று உகைத்துஇங்கு இடுவார்
    தம்பால் இரந்துஉண்டு இகழ்வார்கள்
    கருதும் வண்ணம் உடையார்
    போலும் கயிலை மலையாரே   (10)

அருஞ்சொற்பொருள்:

விருது - வீண்மொழி (ஆரவாரம்). பொருது பகரும் மொழி - சண்டையிட்டுக் கூறும் சொற்கள். அணியர் - அருகில் இருப்பவர். எருது ஒன்று உகைத்து - ஓர் எருதினைச் செலுத்தி. இடுவார் தம்பால் - பிச்சை இடுவாரிடம். இரந்து - ஏற்று.

பொழிப்புரை:

கயிலை மலையில் எழுந்தருளி இருக்கும் சிவபெருமான், வெற்று ஆரவாரம் உடைய சொற்களைப் பேசும் சமணர், வஞ்ச மனம் படைத்த பௌத்தர், ஆகியோர் சண்டையிட்டுக் கூறும் சொற்களை ஏற்றுக் கொள்ளாதவர்; புகழ்ந்து பேசுபவர் அருகில் இருப்பவர்; ஓர் எருதின்மீது ஏறி அதனைச் செலுத்தி, இங்கு உணவினைப் பிச்சையாக இடுபவரிடம் இரந்து பெற்று, அதனை உண்பவர்; தம்மைப் பழித்துப் பேசுபவரையும் உள்ளூர நினைக்கும்படி செய்பவர்.

3478. போர்ஆர் கடலில் புனல்சூழ்
    காழிப் புகழ்ஆர் சம்பந்தன்
    கார்ஆர் மேகம் குடிகொள்
    சாரல் கயிலை மலையார்மேல்
    தேரா உரைத்த செஞ்சொல்
    மாலை செப்பும் அடியார்மேல்
    வாரா பிணிகள் வானோர்
    உலகின் மருவு மனத்தாரே   (11)

அருஞ்சொற்பொருள்:

போர் ஆர் கடல் - அலையோடு அலை மோதிக்கொண்டே இருக்கும் கடல். கார் ஆர் மேகம் - மழை நீரைச் சுமந்து நிற்கும் மேகம். தேரா - தேரி (தேர்ந்து). வாரா - வராது. மருவும் - பொருந்தும்.

பொழிப்புரை:

எல்லாக் காலங்களிலும் போர் புரியும் அலைகள் உடைய கடல் நீரால் சூழப்பட்ட சீர்காழியில் புகழ் பொருந்த வாழும் சம்பந்தன்; மழைநீரைச் சுமந்து நிற்கும் மேகம் தங்கி இருக்கும் சாரலை உடைய கயிலை மலையில் எழுந்தருளி இருக்கும் சிவபெருமான் மீது; தேர்ந்து உரைசெய்த செம்மையான சொல்மாலையாக விளங்கும் இதனைச் சொல்லும் அடியார்கள் மீது, நோய் வந்து பொருந்தாது; தேவர் உலக வாழ்வைப் பொருந்தும் மனம் உடையவரும் ஆவர்.

திருச்சிற்றம்பலம்

321

திருக்கயிலாயம்

திருமுறை 3 - 326   திருஞான - 1026

திருவிராகம்
பண்: சாதாரி

3479. வாளவரி கோளபுலி கீளதுஉரி
    தாளின்மிசை நாளும்மகிழ்வர்
    ஆளும்அவர் வேள்அநகர் போள்அயில
    கோள களிறு ஆளிவரவில்
    தோள்அமரர் தாளமதர் கூளிஎழ
    மீளிமிளிர் தூளிவளர்பொன்
    காளமுகில் மூளும்இருள் கீளவிரி
    தாளகயி லாயமலையே   (1)

அருஞ்சொற்பொருள்:

வாள - ஒளி உடைய. வரி - கோடு. கோள - கொல்லுதல் உடைய. கீளது - கிழித்தது. உரி - தோல். தாளின்மிசை - திருவடியின்மீது. ஆளும் அவர் - எல்லா உலகங்களையும் ஆளும் அவர். வேள் - விரும்பும். அநகர் - தூயவர். போள் - கிழிக்கும். அயில - கூரிய. கோள - திரண்ட. களிறு - ஆண்யானை. ஆளி - அடக்கி ஆண்டவர். வர வில் - சிறந்த வில். தோள் அமரர் - தோள் உடைய தேவர். மதர் - செருக்கிய. கூளி - கூளிகள். 'தாளம் எழ' - எனக் கூட்டி உரைக்க (தாளமிட). மீளி - வலியர். மிளிர் - ஒளிர்கின்ற. தூளி - நீறு. காளமுகில் - மழைமேகம். மூளும் இருள் - சூழும் இருள். பொன் கீள விரி - பொன் போன்ற ஒளியைப் பரவவிடுகின்ற. தாள - அடிவாரம்.

பொழிப்புரை:

    சிவபெருமான் ஒளியும் வரியும் கொல்லும் தன்மையும் உடைய புலியின் தோலை உடையாக உடுத்துபவர்; தம் திருவடியின் மீது அன்பு

வைத்த அடியார் செய்கை கண்டு, நாள்தோறும் மகிழ்ச்சி அடைபவர்; அவ்வடியார்களை ஆட்கொள்பவர்; எதிர்க்கும் விலங்குகளைக் குத்திக் கிழிக்கும் கூரிய தந்தம் உடைய உருண்டு திரண்ட உடலுடன் கூடிய யானையை அடக்கியவர்; சிறந்த வில் ஏந்திய தோள் உடையவர்; கூளிகள் தாளமிட நடனம் ஆடுபவர்; திருவெண்ணீற்றினை அணிந்திருப்பவர்; அவர் எழுந்தருளி இருக்கும் கயிலை மலை, மழைமேகம் சூழ்ந்து இருள் கவிய, அதனை ஓட்டி பொன்நிற ஒளியைப் பாய்ச்சும் அடிப்பகுதியைக் (அடிவாரத்தைக்) கொண்டது.

3480. புற்றுஅரவு பற்றியகை நெற்றிஅது
    மற்றுஒருகண் ஒற்றைவிடையன்
    செற்றதுஎயில் உற்றதுஉமை அற்றவர்கள்
    நற்றுணைவன் உற்றநகர்தான்
    சுற்றுமணி பெற்றதுஒளி செற்றமொடு
    குற்றம்இலது எற்றுஎனவினாய்க்
    கற்றவர்கள் சொல்தொகையின் முற்றும்ஒளி
    பெற்றகயி லாயமலையே   (2)

அருஞ்சொற்பொருள்:

புற்றுஅரவு - புற்றில் வாழும் பாம்பு. பற்றிய கை - பிடித்த கை. நெற்றியது - நெற்றியில் உள்ளது. மற்றொரு கண் - வேறொரு கண். ஒற்றை விடையன் - ஓர் இடப ஊர்தி மட்டுமே உடையவன். செற்றது எயில் - அழித்தது மும்மதில். உற்றது உமை - கூடி இருப்பது உமையம்மை யோடு. அற்றவர்கள் - பற்றற்றவர்கள். நற்றுணைவன் - (நல் + துணைவன்). உற்ற - தங்கிய. சுற்று மணி - மலையைச் சுற்றிக் கிடக்கும் மணி வகைகள். பெற்றது ஒளி - ஒளி பெற்றிருந்தும். செற்றமொடு குற்றம் இலது எற்று என வினாய் - கோபமுடன் இம்மலை குற்றமற்றது என்று சொல்வது எவ்வாறு பொருந்தும் என வினவி (கயிலை மலையின் ஒளியில் மணியின் ஒளி மங்கியது என்பதால், கயிலை மலை எப்படிக் குற்றமற்றது ஆகும்?). கற்றவர்கள் - ஞானியர். சொல்தொகை - தோத்திரம். முற்றும் ஒளி - மேலும் ஒளி மிகுகின்ற.

பொழிப்புரை:

சிவபெருமான் புற்றில் வாழும் பாம்பைப் பற்றிய கை உடையவன்; நெற்றியில் மூன்றாவது கண் உடையவன்; ஓர் இடப ஊர்தி மட்டும் உடையவன்; மும்மதில்களை அழித்தவன்; உமையோடு பொருந்தி இருப்பவன்; பற்று விட்டவர்க்கு நல்ல துணையாக விளங்குபவன்;

அவன் எழுந்தருளி இருக்கும் நகரம்தான் கயிலை மலை என்பது; அம்மலையில் குவிந்திருக்கும் மணிகளின் ஒளியை இழக்கச் செய்யும் அளவு, அதிக ஒளி உடையதாய் கயிலை இருக்க, அதனைக் குற்றமற்ற மலை என்று கூறுவது எவ்வாறு பொருந்தும்? மேலும் ஞானியர் தோத்திரம் செய்ய அம்மலை ஞான ஒளியையும் பெறுகின்றது.

3481. **சிங்கவரை மங்கையர்கள் தங்களன**
செங்கைநிறை கொங்குமலர்தூய்
எங்கள்வினை சங்கைஅவை இங்குஅகல
அங்கமொழி எங்கும்உளவாய்த்
திங்கள்இருள் நொங்கஒளி விங்கிமிளிர்
தொங்கலொடு தங்கஅயலே
கங்கையொடு பொங்குசடை எங்கள்இறை
தங்குகயி லாயமலையே (3)

அருஞ்சொற்பொருள்:

சிங்க வரை - சிங்கங்கள் வாழும் மலை. மங்கையர்கள் - தேவமகளிர். தங்களன - தங்களுடைய. செங்கை - சிவந்த கை. நிறை - நிறைய. கொங்குமலர் - மணமலர். தூய் - தூவி. எங்கள் வினை - எங்கள் வினைகளும். சங்கைஅவை - துன்பங்களும். இங்கு அகல - இங்கு அகலுவதாக என்று. அங்கம் - ஒரு பகுதியாக. மொழி - சொல்லும் புகழ்மொழிகள். எங்கும் உளவாய் - எல்லா இடங்களிலும் உள்ளவாகி. திங்கள் இருள் நொங்க - சந்திரன் வரவால் இருள் அழிய. ஒளி வீங்கி- ஒளி மிகுந்து (விங்கி - குறுக்கல் விகாரம்). மிளிர் தொங்கல் - ஒளிரும் மாலை. தங்க - தங்கவும். அயலே - பக்கத்தில். கங்கையொடு - கங்கை என்னும் நல்லாளொடு. பொங்கு சடை - பூரித்த சடை. எங்கள் இறை - எங்கள் இறைவன். தங்கு - தங்கி இருக்கின்ற.

பொழிப்புரை:

சிங்கங்கள் வாழ்கின்ற மலையில், தேவமகளிர் தங்களது சிவந்த கைகளில் மணமுள்ள மலர்களை நிறைத்து வந்து தூவி, 'எங்கள் வினைகளும் துன்பங்களும் நீங்க வேண்டும்' என்று வேண்டியும், வழிபாட்டின் ஒரு பகுதியாகத் தோத்திரம் செய்தும், அந்த ஒலி எங்கும் நிறையவும், சந்திரனைச் சடையில் சூடி, அதனால் இருள் நீங்கி ஒளி மிகவும், பக்கத்தில் கொன்றை மலர்மாலை, கங்கை ஆகியவற்றையும் சூடி இருக்கும் சிவபெருமான்; அவன் எங்கள் இறைவன்; அப்பெருமான் தங்கி இருப்பது திருக்கயிலை மலையிலே ஆகும்.

3482. முடியசடை பிடியதுஒரு வடியமழு
உடையர்செடி உடையதலையில்
வெடியவினை கொடியர்கெட விடுசில்பலி
நொடியமகிழ் அடிகள்இடமாம்
கொடியகுரல் உடையவிடை கடியதுடி
அடியினொடும் இடியின்அதிரக்
கடியகுரல் நெடியமுகில் மடியஅதர்
அடிகொள்கயி லாயமலையே (4)

அருஞ்சொற்பொருள்:

முடிய சடை - தலைமயிர்களால் ஆன சடை. பிடியது ஒரு வடிய மழு - கையில் வைத்திருப்பது ஒரு வடிக்கப்பட்ட (கூர்மையாக்கப்பட்ட) மழு. செடி உடைய தலை - புதர் போல் கிடக்கும் சடை உடைய தலை. வெடிய வினை கொடியர் - வெறுக்கத்தக்க கொலைத் தொழில் உடைய கொடியோர் (அசுரர்). கெட - அழிய. சில்பலி - சிலவாகிய பிச்சைக்காக. நொடிய - சில சொற்கள் பேசும். கொடிய குரல் உடைய விடை - கொடிய குரல் கொண்டு முழங்கும் இடபம். கடிய - விரைய. துடியடி - யானைக்கன்று. இடியின் அதிர - இடிபோல் முழங்க. நெடிய முகில் - விரிந்த மேகம். கடிய குரல் மடிய - கொடிய முழக்கம் அழிய. அதர் கொள் - வழி உள்ள.

பொழிப்புரை:

முடிகளால் ஆன சடையும், கையில் பிடித்திருக்கும் வடிக்கப்பட்ட மழுப்படையும் உடையவர்; புதர்போல் முடி மண்டிய தலையும் வெறுக்கத்தக்க கொல்லும் தொழிலும் உடைய அரக்கர்கள் அழியுமாறு அம்பு தொடுத்தவர்; சிறிதளவே பிச்சை பெறும் பொருட்டு, சில சொற்கள் மட்டுமே பேசுபவர்; அவர் மகிழ்ந்து தங்கும் இடம்; விரைந்து செல்லும் இடபம் எழுப்பும் பெரிய முழக்கமும், யானையின் கன்று பிளிறும் முழக்கமும், மேகமானது இடிக்கும் இடியின் முழக்கத்தை அடக்குவதும், நடக்க வழிகள் உடையதும், ஆகிய கயிலைமலையே ஆகும்.

3483. குடங்கையின் நுடங்குஎரி தொடர்ந்துஎழ
விடம்கிளர் படம்கொள் அரவம்
மடங்குஒளி படர்ந்திட நடம்தரு
விடங்கனது இடம்தண் முகில்போய்த்

தடங்கடல் தொடர்ந்துஉடன் நுடங்குவ
இடம்கொளமி டைந்தகுரலால்
கடுங்கலின் முடங்குஅளை நுடங்குஅரவு
ஒடுங்கும்கயி லாயமலையே (5)

அருஞ்சொற்பொருள்:

குடங்கை - உள்ளங்கை. நுடங்கி - அசைந்து எரியும் நெருப்பு. தொடர்ந்து எழ - தொடர்ந்து சுடர்விட்டு எரிய. விடம்கிளர் - விடம் உடைய. படங்கொள் - படம் உடைய. அரவம் - பாம்பு. மடங்கு ஒளி - ஏனைய ஒளிகள் மடங்க (குறைய). படர்ந்திட - பரவ. நடம் தரு - நடனம் ஆடுகின்ற. விடங்கன் - உளிகொண்டு செய்யப்படாதவன். தண்முகில் - குளிர்ந்த மேகம். தடங்கடல் - இடம் அகன்ற கடல். நுடங்குது - தவழ்வன. இடம் கொள மிடைந்த குரல் - எல்லா இடங்களிலும் கேட்கும் இடி ஓசை. கடும்கலின் - (கடும் கல்லின்) வலிய மலையில். முடங்கு அளை - வளைந்த அளை. நுடங்கு அரவு - மெலிந்த பாம்பு. ஒடுங்கு - பதுங்குகின்ற.

பொழிப்புரை:

உள்ளங்கையில் அசைந்து எரியும் சுடர் உடைய நெருப்பை ஏந்துபவர்; விடமும் படமும் உடைய பளபளக்கும் பாம்பின் ஒளிமிகுமாறு, அதனை அணிந்திருப்பவர்; நடனம் ஆடுபவர்; உளிகொண்டு செதுக்கப்படாத சுயம்புவாய்த் தோன்றிய மூர்த்தி; அவர் எழுந்தருளி இருக்கும் இடம்; குளிர்ந்த மேகமானது சென்று, இடம்அகன்ற கடலிலிருந்து எழும் மேகங்களையும், கூட்டிக்கொண்டு வந்து, இடித்து முழக்கும் குரல் கேட்டு, கடினமான பாறைகளின் இடையே இருக்கும் வளைகளில் சென்று பாம்பு தங்கும் கயிலாய மலையே ஆகும்.

3484. ஏதம்இல பூதமொடு கோதைதுணை
ஆதிமுதல் வேதவிகிர்தன்
கீதமொடு நீதிபல ஓதிமற
வாதுபயில் நாதன்நகர்தான்
தாதுபொதி போதுவிட ஊதுசிறை
மீதுதுளி கூதல்நலியக்
காதல்மிகு சோதிகிளர் மாதுபயில்
கோதுகயி லாயமலையே (6)

அருஞ்சொற்பொருள்:

ஏதம் இல பூதம் - குற்றமற்ற பூதகணம். கோதை - அம்பிகை. துணை - துணையாகிய. ஆதிமுதல் - மூலமுதல்வன். வேத விகிர்தன் - வேதம் சொன்னவனும் பல மாறுபாடுகள் உடையவனும் ஆனவன். கீதம் - இசை. நீதி - நியதி (முறைமை). ஓதி - பாடி. மறவாது பயில் நாதன் - தேவர் முனிவர் எனப் பலராலும் மறக்கமுடியாத தலைவன். தாது பொதி போது - மகரந்தம் பொதிந்த மலர். விட - மலர. ஊது சிறை - ஊதுகின்ற இறகுகள் உடைய வண்டு. மீது துளி - தம்மேல் துளிக்கும் தேன் துளி. கூதல் - குளிர். நலிய - வருத்த. காதல் மிகு - அன்பு மிகுகின்ற. சோதிகிளர் - ஒளி கிளரும். கோது - கோதுகின்ற. மாது - பெண்வண்டு.

பொழிப்புரை:

குற்றமற்ற பூதகணங்கள் சூழ இருப்பவன்; உமாதேவியைத் துணையாகக் கொண்டவன்; மூலமுதல்வன்; வேதத்தை உலகுக்குச் சொன்னவன்; பல மாறுபாடுகள் உடையவன்; இசையோடு கூடிய வேதம் ஓதியவன்; அதன்வழி நீதிகளைச் சொன்னவன்; தேவர், முனிவர், அடியார் என்று பலராலும் மறவாது தொழப்படுபவன்; எல்லோருக்குமான தலைவன்; அவன் எழுந்தருளி இருக்கும் நகரம்; மகரந்தம் நிறைந்த மலர்கள் மலர, அதன்மீது அமர்ந்து சிறகுகள் உடைய ஆண்வண்டு ஊத, தேன்துளி சிந்த, அதனால் உண்டாகும் குளிரில் அது நடுங்க, ஒளி உடைய பெண் வண்டுகள் அன்பினை மிகுவித்துத் தானும் வந்து அம்மலர்களைக் கோதுகின்ற கயிலை மலையே ஆகும்.

3485. **சென்றுபல வென்றுஉலவு புன்தலையர்**
துன்றலொடும் ஒன்றிஉடனே
நின்றுஅமரர் என்றும்இறை வன்தன்அடி
சென்றுபணி கின்றநகர்தான்
துன்றுமலர் பொன்திகழ்செய் கொன்றைவிரை
தென்றலொடு சென்றுகமழக்
கன்றுபிடி துன்றுகளிறு என்றுஇவைமுன்
நின்றகயி லாயமலையே (7)

அருஞ்சொற்பொருள்:

சென்று பல வென்று - பல போர்களில் உடன் சென்று பல வெற்றிகள் பெற்ற. புன்தலையர் - இழிந்த தலைமயிர் உடையவர் (பூதகணங்கள்). துன்றல் - நெருங்குதல். ஒன்றிஉடன் - (உடன்ஒன்றி) உடன் சேர்ந்து.

அமரர் - தேவர். என்றும் - எப்பொழுதும். துன்று மலர் - நெருங்கிய மலர். பொன்திகழ்செய் - பொன் போன்ற நிறம் உடையதாய்த் திகழ்தல் உடைய. கொன்றை - கொன்றைமலர். விரை - மணம். தென்றலொடு சென்று - தென்றல் காற்றின் வழி சென்று. கமழ - மணம் பரவ. கன்று பிடி களிறு - கன்று பெண் யானை ஆண் யானை. முன் நின்ற - மலையின் முன்னே நின்ற.

பொழிப்புரை:

பல போர்களிலும் உடன்சென்று வெற்றி பெற்றுத் திரியும் இழிந்த தலைமயிர் உடைய பூதகணங்களுடன் தேவர்களும் எப்பொழுதும் வந்து, இறைவனது திருவடியை வணங்கி வழிபடுகின்ற நகரம்தான்; நெருங்கி இருப்பதும், பொன்போன்ற நிறம் உடையதும், ஆகிய கொன்றை மலரின் மணம் தென்றல் காற்றோடு கலந்து பரவுவதும், ஆண்யானை, பெண்யானை, அவற்றின் கன்று, என இவை அனைத்தும் முன்னே திரிவதும், ஆகிய கயிலாய மலையே ஆகும்.

3486. மருப்பிடை நெருப்புஎழு தருக்கொடு
செருச்செய்த பருத்தகளிற்றின்
பொருப்படை விருப்புற இருக்கையை
ஒருக்குடன் அரக்கன்உணராது
ஒருத்தியை வெறுக்குற வெருட்டலும்
நெருக்கென நிருத்தவிரலால்
கருத்தில ஒருத்தனை எருத்துஇற
நெரித்தகயி லாயமலையே (8)

அருஞ்சொற்பொருள்:

மருப்பு - தந்தம். தருக்கு - செருக்கு. செரு - போர். பருத்த களிறு - பெரிய ஆண் யானை. பொருப்பு - மலை. விருப்பு - விருப்பம். இருக்கை - தங்கும் இடம். ஒருக்கு - ஒருங்கு. அரக்கன் - இராவணன். ஒருத்தி - பார்வதி. வெருக்குற - அச்சம் அடைய. வெருட்டல் - அச்சம் உறச் செய்தல். நிருத்த விரல் - நடனம் ஆடுகின்ற கால்விரல். கருத்தில ஒருத்தன் - கொள்கை இல்லாத ஒருவன் (இராவணன்). எருத்து - கழுத்து. இற - முறிய. நெரித்த - நசுக்கிய.

பொழிப்புரை:

தந்தத்தில் நெருப்புப் பொறி பறக்குமாறு, செருக்கு கொண்டு, உடல் பருத்த ஆண்யானைகள், தம் பகை விலங்குகளோடு போர் செய்யும்

மலையின்மீது, விருப்பம் கொண்டு சிவபெருமான் எழுந்தருளி இருக்கிறான் என்று அரக்கனாகிய இராவணன் உணராது, ஒப்பற்ற உமாதேவி அஞ்சுமாறு, அம்மலையை அசைக்க, நடனம் செய்யும் தன் திருவடி விரல் ஒன்று கொண்டு, அறிவற்ற இராவணனை மலையின் கீழ் சிக்கிக் கொள்ளுமாறு, ஊன்றி நசுக்கி, அவனது கழுத்தை முறித்தது கயிலாய மலையே ஆகும்.

3487. **பரியதிரை எரியபுனல் வரியபுலி**
உரிஅதுஉடை பரிசைஉடையான்
வரியவளை அரியகணி உருவினொடு
புரிவின்அவர் பிரிவில்நகர்தான்
பெரியஎரி உருவம்அது தெரியஉரு
பரிவுதரும் அருமைஅதனால்
கரியவனும் அரியமறை புரியவனும்
மருவுகயி லாயமலையே (9)

அருஞ்சொற்பொருள்:

பரிய திரைபுனல் - பெரிய அலை உடைய நீர் (கங்கை). வரிய புலி உரி - வரிகளுடன் கூடிய புலியின் தோல். எரிய அது - எரி (நெருப்பு) ஆகிய அது. பரிசு - தன்மை. வரிய வளை - வரிவளை (கோடுகளுடன் கூடிய அழகிய வளையல்). அரிய கணி - (அரிய கண்ணி). கண்ணி - கண்கள் உடையவள். உருவினொடு - உடம்பினொடு. புரிவின் அமர் - கலத்தல் உடைய. அவர் - சிவபெருமான். பிரிவுஇல் நகர் - பிரியாது இருக்கும் நகர். பெரிய எரி உருவம் - உயரிய நெருப்புத் தம்பமாய் நின்ற உருவம். பரிவு - இரக்கம். கரியவன் - திருமால். அரிய மறை புரியவன் - அரிய வேதங்களை ஓதி உணர்ந்தவன் (பிரமன்).

பொழிப்புரை:

பெரிய அலைகள் உடைய நீர்ப்பெருக்காக விளங்கும் கங்கை, நெருப்பு, கோடுகள் உடைய புலியின் தோல், முறுக்கேறிய சடை, ஆகிய இவற்றை உடையவன்; வரி பொருந்திய வளையல், அரிய கண்கள் ஆகியன உடைய உமாதேவியை தன்உடம்பில் ஒரு பகுதியாக ஏற்று, அவளை விட்டுப் பிரியாது எழுந்தருளி இருக்கும் நகர்தான்; கரிய நிறத் திருமேனி உடைய திருமாலும், அரிய வேதங்களைக் கற்றுணர்ந்த பிரமனும், ஆகிய இவர்கள் இருவரும் அடிமுடி தேடக் காட்டாது, பெரிய எரி உருவாய் நிமிர்ந்து நின்று, பின் அவர்கள் மீது இரக்கம் காட்டி, இலிங்கத்தில் எழுந்தருளிய பெருமை உடைய கயிலாய மலையே ஆகும்.

3488. அண்டர்தொழு சண்டிபணி கண்டுஅடிமை
கொண்டஇறை துண்டமதியோடு
இண்டைபுனைவு உண்டசடை முண்டதர
சண்டஇருள் கண்டர்இடமாம்
குண்டுஅமண வண்டர்அவர் மண்டைகையில்
உண்டுஉளறி மிண்டுசமயம்
கண்டவர்கள் கொண்டவர்கள் பண்டும்அறி
யாதகயி லாயமலையே (10)

அருஞ்சொற்பொருள்:

அண்டர் - தேவர். சண்டி - சண்டிகேசுவர நாயனார். பணி - செய்கை. அடிமை கொண்ட - ஆட்கொண்ட. இறை - இறைவன். துண்ட மதி - பிறை. இண்டை - தலையில் அணியும் மாலை. புனைவு உண்ட - அலங்கரிக்கப் பட்ட. முண்ட தர - (முண்டதரன்) நகுவெண் தலையை (மண்டை ஓட்டை) உடையவன். சண்ட இருள் - மிகுதியான இருள். கண்டர் - கண்டம் உடையவர். வண்டர் - கீழ்மக்கள். மண்டை - பனை ஓலை கொண்டு செய்யப் பட்ட உண்கலம். உளறி - பிதற்றி. மிண்டு - முரட்டு. பண்டும் - முன்பும்.

பொழிப்புரை:

தேவர்களும் வந்து வணங்கும் விசாரசருமனின் திருப்பணி கண்டு அவனை அடிமை கொண்டு சண்டேசப் பதம் அருளிய இறைவன், பிறைச் சந்திரன், இண்டை மாலை ஆகியவற்றைச் சூடிய சடையும்; மண்டை ஓடு ஏந்திய கையும்; மிகுந்த இருள் கவ்விய கண்டமும் உடையவன்; அவன் எழுந்தருளி இருக்கும் இடம்; உடல் பருத்த குண்டர்களாகிய அமணக் கீழ்மக்களும், மண்டை என்னும் உண்கலனைக் கையில் ஏந்தி பிச்சை ஏற்று உண்டு, உளறித் திரியும் பௌத்தர்களும், ஆகிய இவர்கள் பின்பற்றும் சமயம் முரட்டுச் சமயம்; இந்தச் சமயங்களைக் கண்ணால் கண்டவர்களும் பின்பற்றியவர்களும் முன்னும் (பின்னும்) கண்டு அறிய முடியாத கயிலை மலை ஆகும்.

3489. அம்தண்வரை வந்தபுனல் தந்ததிரை
சந்தனமொடு உந்திஅகிலும்
கந்தமலர் கொந்தினொடு மந்திபல
சிந்துகலி லாயமலைமேல்
எந்தைஅடி வந்துஅணுகு சந்தமொடு
செந்தமிழின் இசைந்தபுகலிப்
பந்தன்உரை சிந்தைசெய வந்தவினை
நைந்துபர லோகம்எளிதே (11)

அருஞ்சொற்பொருள்:

அம் - அழகு. தண் - குளிர்ச்சி. வரை - மலை. திரை - அலை. உந்தி - தள்ளி. கந்தம் - மணம். கொந்து - கொத்து. மந்தி - பெண்குரங்கு. பல - பலாவின் சுளை. எந்தை - எம் தந்தை (இறைவன்). வந்துஅணுகு - வந்து நெருங்கு. சந்தம் - நடை அழகு. செந்தமிழ் - செந்தமிழ்ப் பாடல்கள். புகலி - சீர்காழியின் பல பெயர்களுள் ஒன்று. உரை - உரைத்த (சொன்ன). சிந்தைசெய - நினைக்க. நைந்து - தேய்ந்து. பரலோகம் - சிவலோகம்.

பொழிப்புரை:

அழகியதும், குளிர்ந்ததும், அலைவீசிப் பாய்ந்து வந்த நீரானது சந்தனம், அகில், மணமுள்ள மலர்க்கொத்துகள் ஆகியவற்றை அடித்து வருவதும், பெண் குரங்குகள் பலாவின் இனிய பழங்களைப் பிளந்து, அதன் சுளைகளை உண்டு சிதறவிடுவதும், ஆகிய கயிலாய மலைமீது எழுந்தருளி இருக்கும் எமது தந்தையாகிய சிவபெருமான் மீது; இசையோடு வந்து பொருந்திய செந்தமிழில் பாக்களை சீர்காழி நகரத்து ஞானசம்பந்தன் பாடியிருக்க; அப்பாடல்களைச் சிந்திப்பாரது வினைகள் தேய்ந்து, இறுதியில் அவர் சிவலோகம் சேர்தலும் எளிதாகும்.

திருச்சிற்றம்பலம்

322

திருக்கேதாரம்

பதிக வரலாறு:

திருக்காளத்தியிலிருந்து பாடிய வடநாட்டுத் தலங்களுள் இதுவும் ஒன்று.

தல வரலாறு:

இது பாடல்பெற்ற வடநாட்டுத் தலம். பிருங்கி முனிவருக்காக இறைவி பூசித்து இறைவரின் இடப்பாகம் பெற்ற தலங்களுள் ஒன்று. ஆறுமாத காலம் மனிதர்கள் பூசிக்கின்றனர். ஐப்பசி மாதம் பௌர்ணமி தொடங்கி ஆறுமாதம் தேவர்கள் பூசிக்கின்றனர். அர்ச்சகர் உட்பட மனிதர் யாரும் அங்கு அப்பொழுது இருப்பதில்லை. இப்பொழுது கேதார்நாத் என்று வடவர் கூறுகின்றனர்.

சுவாமி : கேதாரநாதர்

அம்மை : கேதாரகௌரியம்மை

திருமுறை 2 - 250 திருஞான - 1026

பண்: செவ்வழி

3490. **தொண்டர்அஞ்சு களிறும்(ம்) அடக்கிச் சுரும்புஆர்மலர்**
இண்டைகட்டி வழிபாடு செய்யும் இடம்என்பரால்
வண்டுபாட மயில்ஆல மான்கன்று துள்ளவ்வரி
கெண்டைபாயச் சுனைநீல மொட்டுஅலரும் கேதாரமே (1)

அருஞ்சொற்பொருள்:

அஞ்சு களிறும் - ஐம்புலன்களாகிய யானைகளை. சுரும்பு - வண்டு. இண்டை - தலையில் சூடும் மாலை வகை. வரி கெண்டை - வரிகள் உடைய கெண்டை மீன்.

பொழிப்புரை:

தொண்டர்கள் ஐம்புலன்களாகிய ஐந்து யானைகளை அடக்கி, வண்டு மொய்க்கும் மலர்கள் கொண்டு இண்டை என்னும் தலையில் அணியும் மாலை தொடுத்து, வழிபாடு செய்யும் இடம் என்று சொல்லுவர்; அது, வண்டுகள் பாட, மயில்கள் ஆட, மான்கன்றுகள் துள்ள, வரிஉடைய கெண்டை மீன்கள் பாயும் நீர்நிலையில் நீலம் மலர்கின்ற கேதாரம் என்னும் தலமே ஆகும்.

3491. **பாதம்விண்ணோர் பலரும் பரவிப் பணிந்துஏத்தவே**
வேதம்நான்கும் பதினெட்டோடு ஆறும் விரித்தார்க்குஇடம்
தாதுவிண்டுஅம் மதுஉண்டு மிண்டிவரு வண்டினம்
கீதம்பாட(ம்) மடமந்தி கேட்டுஉகளும் கேதாரமே (2)

அருஞ்சொற்பொருள்:

பதினெட்டு - 18 புராணங்கள். ஆறு - ஆறு அங்கங்கள். தாது - மகரந்தம். விண்டு - விரிந்து. மது - தேன். மிண்டி - நெருங்கி. கீதம் - இசை. உகளும் - துள்ளும். மந்தி - பெண்குரங்கு.

பொழிப்புரை:

தேவர்கள் பலரும் திருவடியில் பணிந்து போற்றி வழிபட, நான்கு வேதங்களையும் ஆறு அங்கங்களையும் பதினெட்டு புராணங்களையும் விரித்துச் சொன்ன இறைவர் எழுந்தருளும் இடம்; மலர் மலர, மகரந்தம் உதிர, தேனை அழகிய வண்டுக் கூட்டம் உண்டு, இசை பாட, அது கேட்டு, பெண் குரங்குகள் நடனம் ஆடும் கேதாரம் என்னும் தலமே ஆகும்.

3492. **முந்திவந்து புரோதாயம் மூழ்கி(ம்) முனிகள்பலர்**
எந்தைபெம்மான் எனநின்று இறைஞ்சும்(ம்) இடம் என்பரால்
மந்திபாயச் சரேலச் சொரிந்தும் முரிந்துஉக்கபூக்
கெந்தம்நாறக் கிளரும் சடைஎந்தை கேதாரமே (3)

அருஞ்சொற்பொருள்:

புரோதாயம் - (புர+உதயம்) சூரியன் உதிக்கும் முன்பு. சரேல - 'சரேல் என' என்று இருந்திருத்தல் வேண்டும். முரிந்து உக்க பூ - முரிந்து உதிர்ந்த பூ. கெந்தம் - (கந்தம்) மணம்.

பொழிப்புரை:

முனிவர்கள் பலரும் சூரிய உதயத்துக்கு முன்னமே எழுந்து வந்து நீரில் மூழ்கி, 'எந்தை பெருமான்!' என்று கூறி வணங்கும் இடம் என்று சொல்லுவர்; அது பெண் குரங்கு சரேல் எனப் பாய, ஒடிந்து விழுந்த பூ, தேனினைச் சொரிய, மணம் வீசும், சடாமுடி உடைய எம் தந்தை எழுந்தருளியிருக்கும் கேதாரமே ஆகும்.

3493. **உள்ளமிக்கார் குதிரை(ம்) முகத்தார் ஒருகாலர்கள்**
எள்கல்இல்லா இமையோர்கள் சேரும் இடம்என்பரால்
பிள்ளைதுள்ளிக் கிள்ளைபயில்வ கேட்டுப் பிரியாதுபோய்க்
கிள்ளைஏனல் கதிர்கொணர்ந்து வாய்ப்பெய்யும் கேதாரமே (4)

அருஞ்சொற்பொருள்:

உள்ளம் மிக்கார் - தியான வலிமை மிக உடையவர். குதிரை முகத்தார் - கின்னரர். ஒருகாலர் - ஒரு கால் உடையவர். இமையோர் - தேவர். கிள்ளை - கிளி. ஏனல்கதிர் - செந்தினையின் கதிர். கிள்ளை பிள்ளை - கிளிப்பிள்ளை.

பொழிப்புரை:

தியான வலிமை உடையவர், குதிரை முகமும் மனித உடலும் உடைய கின்னரர் என்னும் தேவசாதியைச் சேர்ந்தவர், ஒரு கால் மட்டும் உடைய தேவசாதியர், இமையோர் (கண் இமைக்காதவர்) என்னும் தேவசாதியர் என அனைவரும் வந்து வணங்கும், எள்குதல் (இகழ்தல்) இல்லாத இடம் என்று சொல்லுவர்; அது, கிளிப்பிள்ளை பசியோடு தம் தாயை அழைப்பது கேட்டு, தாய்க்களி செந்தினைக் கதிரைக் கொய்து வந்து வாயில் ஊட்டும் கேதாரமே ஆகும்.

3494. **ஊழிஊழி உணர்வார்கள் வேதத்தின்ஒண் பொருள்களால்**
வாழிஎந்தை எனவந்து இறைஞ்சும் இடம்என்பரால்
மேழிதாங்கி உழுவார்கள் போலவ்(வ்)இரை தேரிய
கேழல்பூழ்தி கிளைக்க மணிசிந்தும் கேதாரமே (5)

அருஞ்சொற்பொருள்:

ஊழிஊழி உணர்வார்கள் - பல ஊழிகளையும் முன்னமே உணரும் யோகியர். ஒண்பொருள் - ஒள்ளிய பொருள். மேழி - கலப்பை. இரை தேரிய கேழல் - உணவு தேடும் பன்றி. பூழ்தி - புழுதி. கிளைக்க - தோண்ட. மணி சிந்தும் - மணிகள் சிதறும்.

பொழிப்புரை:

பல ஊழிகளையும் முன்கூட்டியே உணரும் யோகியர், வேதத்தின் உயரிய பொருளை அறிந்தவர், என இவர்கள் 'எம் தந்தையே! நீவிர் வாழ்வீராக!' என்று வந்து கூறி வணங்கும் இடம் என்று சொல்லுவர்; அது கலப்பை கொண்டு உழுபவர் போல பன்றி இரை தேடும்போது நிலத்தைக் கிளற, அப்பொழுது மணிவகைகள் சிதறும் கேதாரமே ஆகும்.

3495. **நீறுபூசி நிலத்துஉண்டு நீர்மூழ்கி நீள்வரை தன்மேல்**
தேறுசிந்தை உடையார்கள் சேரும் இடம் என்பரால்
ஏறிமாவின் கனியும் பலாவின் இருஞ்சுளைகளும்
கீறிநாளும் முசுக்கிளையோடு உண்டுஉகளும் கேதாரமே (6)

அருஞ்சொற்பொருள்:

நிலத்து உண்டு - சமதரையில் அமர்ந்து உணவினை உண்டு. தேறு சிந்தை - தெளிந்த உள்ளம். மாவின்கனி - மாம்பழம். பலாவின் சுளை - பலாப்பழத்தின் சுளை. முசு - குரங்கு. கிளை - இனம்.

பொழிப்புரை:

தெளிந்த சிந்தை உடையவர்கள் நீண்ட மலைமீது நீரில் மூழ்கியும் (குளித்தும்), திருநீறு பூசியும், சமதரையில் அமர்ந்து உண்டும், வந்து சேரும் இடம் என்று சொல்லுவார்கள்; அது, குரங்குக்கூட்டம் மாமரத்தில் ஏறி மாங்கனியைப் பறித்தும், பலா மரத்தில் ஏறி, பலாப்பழத்தைப் பிளந்து, அதன் சுளைகளை உண்டு, குதிக்கும் கேதாரம் என்னும் தலமே ஆகும்.

3496. **மடந்தைபாகத்து அடக்கி(ம்) மறைஓதி வானோர்தொழத்**
தொடர்ந்தநம்மேல் வினைதீர்க்க நின்றார்க்கு இடம்என்பரால்
உடைந்தகாற்றுக்கு உயர்வேங்கை பூத்துஉதிரக் கல்லறைகள்மேல்
கிடந்தவேங்கை சினமாமுகம் செய்யும் கேதாரமே (7)

அருஞ்சொற்பொருள்:

மடந்தை - உமையம்மை. உடைந்த காற்று - வீசிய காற்று. கல்லறை - முழை (குகைகளை) உடைய கல்பாறை. வேங்கை - வேங்கை மரம். வேங்கை - வேங்கைப்புலி. சினமா முகம் காட்டும் - சினமுடைய முகத்தைக் காட்டும்.

பொழிப்புரை:

உமாதேவியை உடம்பின் ஒரு பாகத்தில் அடக்கிக் கொண்டு, வேதத்தை ஓதிக்கொண்டு, வானோர்(தேவர்)கள் வணங்க, நமக்கு வரஉள்ள வினைகளை (ஏறுவினை - ஆகாமிய கன்மம்) வராது தடுக்கும் இறைவர் எழுந்தருளி இருக்கும் இடம் என்று சொல்லுவர், வேங்கையின் பூக்கள் காற்றினால் உதிர்ந்து குகைமீது கிடக்க, அதுகண்டு வேங்கைப் புலி ஒன்று படுத்திருக்கிறது என்று நினைத்த மற்றும் ஒரு வேங்கைப்புலி தன்முகத்தைச் சினம் உடையதாகக் காட்டும் கேதாரமே ஆகும்.

3497. **அரவமுந்நீர் அணிஇலங்கைக் கோனைஅரு வரைதனால்**
வெருவஊன்றி விரலால் அடர்த்தார்க்கு இடம்என்பரால்
குரவம்கோங்கம் குளிர்பிண்டி ஞாழல்சுர புன்னைமேல்
கிரமமாக வரிவண்டு பண்செய்யும் கேதாரமே (8)

அருஞ்சொற்பொருள்:

அரவ முந்நீர் - ஒலி உடைய கடல். அருவரை - அரிய (கயிலை) மலை. தனால் - தன்னால். வெருவ - அஞ்ச. குரவம் - குராமரம். பிண்டி - அசோகமரம். கிரமம் - முறை. பண் - இசை.

பொழிப்புரை:

ஒலிக்கின்ற கடலால் சூழப்பட்ட இலங்கைத் தீவுக்கு அரசனாகிய இராவணனை, அரிய கயிலை மலை கொண்டு, அவன் அஞ்சுமாறு விரல் ஊன்றி நசுக்கிய சிவபெருமானுக்கு உரிய இடம் என்று சொல்லுவர்; அது, குரா, கோங்கம், குளிர்ந்த அசோகு, ஞாழல், சுரபுன்னை ஆகியவற்றின்மீது வண்டு முறையாக அமர்ந்து இசை எழுப்பும் கேதாரமே ஆகும்.

3498. **ஆழ்ந்துகாணார் உயர்ந்துஎய்த கில்லார் அலமந்துஅவர்**
தாழ்ந்துதம்தம் முடிசாய நின்றார்க்கு இடம்என்பரால்
வீழ்ந்துசெற்று(ந்) நிழற்குஇறங்கும் வேழத்தின் வெண்மருப்பினைக்
கீழ்ந்துசிங்கம் குருகுஉண்ண முத்துஉதிரும் கேதாரமே (9)

அருஞ்சொற்பொருள்:

ஆழ்ந்து - அகழ்ந்து. உயர்ந்து - பறந்து. எய்தகில்லார் - அடைய முடியாதவர். அலமந்து - துன்பமுற்று. நிழற்கு இறங்கும் வேழம் - நிழலில் தங்கிய யானை. செற்று வீழ்ந்து - சினம் கொண்டு மேலே பாய்ந்து. வெண்மருப்பினைக் கீழ்ந்து - வெண்மையான தந்தத்தைப்

பிளந்து. குருகு - யானையின் மூளை. சிங்கம் உண்ண - சிங்கமானது உண்ண. முத்து உதிரும் - பிளந்த தந்தத்திலிருந்து முத்து உதிர்கின்ற (முத்து பிறக்கும் இடங்களில் யானைத் தந்தமும் ஒன்று).

பொழிப்புரை:

பூமியை அகழ்ந்து சென்று காணாத திருமாலும், மேலே பறந்து சென்று காணாத பிரமனும், என இருவரும் மனம் வருந்தி தத்தம் முடியைத் தாழ்த்தி வணங்க நின்ற சிவபெருமானுக்கு உரிய இடம் என்று சொல்லுவர்; அது, நிழலில் தங்கிஇருந்த யானையின்மீது, சிங்கம் பாய்ந்து, அழித்து, அதன் வெண்மை நிறத் தந்தத்தைப் பிளந்து, அதன் மூளையை உண்ண, தந்தத்திலிருந்து முத்து உதிர்கின்ற கேதாரமே ஆகும்.

3499. **கடுக்கள்தின்று கழிமீன் கவர்வார்கள் மாசுஉடம்பினர்**
இடுக்கண்உய்ப்பார் அவர்எய்த ஒண்ணா இடம்என்பரால்
அடுக்கநின்றுஅவ் அறஉரைகள் கேட்டுஆங்கு அவர்வினைகளைக்
கெடுக்கநின்ற பெருமான் உறைகின்ற கேதாரமே (10)

அருஞ்சொற்பொருள்:

கடுக்கள் - கடுக்காய்கள். கழி மீன் கவர்வார் - பிறரால் ஏற்காது கைவிடப்பட்ட மீன்களைக் கவர்ந்து வந்து (அதனைச் சமைத்து உண்பவர்). மாசு உடம்பு - அழுக்கு ஏறிய உடம்பு. இடுக்கண் - துன்பம். எய்த ஒண்ணா இடம் - சென்று சேரமுடியாத இடம். அடுக்க நின்று - அருகில் நின்று. அறஉரைகள் கேட்டு - சிவபெருமான் கூறும் அறம் பொருள் இன்பம் வீடு குறித்துக் கேட்டு நிற்பவர். அவர் வினைகளை - அவர்களது தீயவினைகளை. கெடுக்கநின்ற - அழித்து நிற்கின்ற.

பொழிப்புரை:

கடுக்காய்களை வாயில் இட்டு மெல்பவரும், பிறர் கழித்த மீனினை உணவாக உண்பவரும், ஆகிய பௌத்தர்களும், குளிக்காமையால் அழுக்கு ஏறிய உடம்பு உடையவர்கள் ஆகிய சமணர்களும், என இவர்கள் மக்களைத் தீயநெறியில் செலுத்துபவர்; ஆதலின் அவர்கள் சென்று சேரமுடியாத இடம் என்று சொல்லுவர்; அது, அருகில் நின்று, அவர் கூறும் அறம் முதலிய நான்கு மறைகளையும் கேட்டு, அதன்படி வாழும் அடியார்கள் மேல்வரும் வினைகளைப் போக்கி அருளுகின்ற சிவபெருமான் எழுந்தருளி இருக்கும் கேதாரமே ஆகும்.

3500. வாய்ந்தசெந்நெல் விளைகழனி மல்கும்வயல் காழியான்
ஏய்ந்தநீர்க்கோட்டு இமையோர் உறைகின்ற கேதாரத்தை
ஆய்ந்துசொன்ன அருந்தமிழ்கள் பத்தும்இசை வல்லவர்
வேந்தராகி உலகுஆண்டு வீடுகதி பெறுவரே (11)

அருஞ்சொற்பொருள்:

நீர்க்கோடு - பனி படர்ந்த மலை உச்சி. இமையோர் - தேவர். ஆய்ந்து சொன்ன - காளத்தியில் இருந்தபடி (நேரில் காணாது) மனத்தால் ஆராய்ந்து சொன்ன. வேந்தர் - அரசர். வீடுகதி - வீடுபேறு.

பொழிப்புரை:

செந்நெல் விளையும் வயல்வளம் உடைய சீர்காழிக்கு உரியவன் (ஞானசம்பந்தன்); பனி படர்ந்த மலை உச்சிகளை உடையதும், தேவர்கள் வந்து தங்கி வழிபடுவதும், ஆகிய கேதார்ரம் என்னும் தலத்தின்மீது; கண்ணால் காணாது, மனத்தால் ஆராய்ந்து பாடிய, அருந்தமிழ்ப் பாடல்கள் பத்தும் கொண்டு; இசையோடு பாடி வழிபட வல்லவர்; உலகை ஆளும் அரசராகிப் பின் வீடுபேறும் பெறுவர்.

திருச்சிற்றம்பலம்

323

திருக்கோகரணம்

பதிக வரலாறு:

கேதாரம் பாடி, காளத்தியில் இருந்தபடியே, கோகரணம் பாடியது.

தல வரலாறு:

இராவணன் இலங்கையில் நிறுவும்பொருட்டு, கயிலை மலையில் சிவபெருமானைக் கண்டு, ஓர் இலிங்கத்தைப் பெற்று, அதனை எடுத்துச் சென்று கொண்டிருந்தான். வழியில் ஒருகாரணம் பற்றி விநாயகர் அந்த இலிங்கத்தைப் பெற்று, இத்தலத்தில் எழுந்தருளுமாறு செய்தார். இராவணன் கூடியமட்டும் இலிங்கத்தைப் பெயர்க்க முற்பட்டான். அப்பொழுது இலிங்கம் பசுவின் காதுபோல குழைந்துபட்டது. அதனால் தலத்தின் பெயர் கோகர்ணம் ஆயிற்று. (கோ - பசு; கர்ணம் - காது).

பெங்களூரில் இருந்து விரைவுப் பேருந்தில் செல்லலாம். சென்னையி லிருந்து ஹுப்ளி வரை இரயிலில் சென்று அங்கிருந்து பேருந்தில் செல்லலாம். ஹுப்ளியிலிருந்து 168 கி.மீ. தொலைவில் உள்ளது.

சுவாமி : மகாபலி நாதர்

அம்மை : கோகர்ண நாயகி

தீர்த்தம் : கோடி தீர்த்தம்

திருமுறை 3 - 337 திருஞான - 1027

திருவிராகம்
பண்: சாதாரி

3501. என்றும்அரி யான்அய லவர்க்குஇயல்
இசைப்பொருள்கள் ஆகிஎனதுஉள்
நன்றும்ஒளி யான்ஒளிசி றந்தபொன்
முடிக்கடவுள் நண்ணும்இடமாம்

    ஒன்றியம னத்துஅடியர் கூடிஇமை
      யோர்பரவு நீடுஅரவம்ஆர்
    குன்றுகள்நெ ருங்கிவிரி தண்டலை
      மிடைந்துவளர் கோகரணமே   (1)

அருஞ்சொற்பொருள்:

பொன்முடி - பொன்போல் ஒளிரும் சடை. நண்ணும் இடம் - பொருந்தும் இடம். அரவம் - ஒலி. தண்டலை - சோலை.

பொழிப்புரை:

அயலவர் (பிற நெறியினர்)க்கு எப்பொழுதும் காண அருமை உடையவன்; இயல்தமிழ் இசைத்தமிழ் ஆகியவற்றின் பொருள்களாகி, எனது உள்ளத்தில் எழுந்தருளிய ஒளிமயமானவன்; பொன் போன்ற நிறத்தில் மிளிரும் நல்ல சடாமுடி உடைய கடவுள்; அவன் எழுந்தருளி இருக்கும் இடம்; குவிந்தமனம் உடைய அடியார்களும் தேவர்களும் கூடிநின்று வழிபடும் ஆரவாரம் மிக்கதும்; குன்றுகள் நெருங்க இருப்பதும்; விரிந்த சோலைகளால் சூழப்பட்டதும்; ஆகிய கோகரணம் என்னும் தலமே ஆகும்.

3502. பேதைமட மங்கைஒரு பங்குஇடம்
    மிகுத்துஇடபம் ஏறிஅமரர்
    வாதைபட வண்கடல் எழுந்தவிடம்
    உண்டசிவன் வாழும்இடமாம்
    மாதரொடும் ஆடவர்கள் வந்துஅடி
    இறைஞ்சிநிறை மாமலர்கள்தூய்க்
    கோதைவரி வண்டுஇசைகொள் கீதம்முரல்
    கின்றவளர் கோகரணமே   (2)

அருஞ்சொற்பொருள்:

பேதை மடமங்கை - பார்வதி. இடம் - இடப்பாகம். அமரர் வாதைபட - தேவர் துன்பப்பட. வண்கடல் - வளமான கடல். விடம் - ஆலகால நஞ்சு. தூய் - தூவி. கோதை - மாலை. கீதம் - இசை. முரல்கின்ற - ஒலிக்கின்ற.

பொழிப்புரை:

பேதைமையும் இளமையும் உடைய பெண்ணாகிய பார்வதிக்கு உடம்பில் ஒருபங்காக இடப்பாகத்தைத் தந்து மகிழ்ந்தவரும், இடபத்தில் ஏறி வருபவரும், தேவர்கள் துன்பப்படுவது கண்டு, வளமான

பாற்கடலில் இருந்து வெளிப்பட்ட ஆலகால நஞ்சினை எடுத்து உண்டவரும், ஆகிய சிவபெருமான் வாழுகின்ற இடமாவது ; ஆடவரும் மகளிரும் வந்து, திருவடியில் விழுந்து வணங்கி நிறைய மலர்கள் கொண்டு தூவி வழிபடுவதும், மலர் மாலைகளில் வரிகளுடன் கூடிய வண்டுகள் இசை முரல்கின்றதும், ஆகிய கோகரணம் என்ற தலமே ஆகும்.

3503. **முறைத்திறம்உ றப்பொருள் தெரிந்துமுனி**
வர்க்குஅருளி ஆலநிழல்வாய்
மறைத்திறம் அறத்தொகுதி கண்டுசம
யங்கள்அவை வகுத்தவன்இடம்
துறைத்துறை மிகுத்துஅருவி தூமலர்
சுமந்துவரை உந்திமதகைக்
குறைத்துஅறை இடக்கரி புரிந்துஇடறு
சாரல்மலி கோகரணமே (3)

அருஞ்சொற்பொருள்:

முனிவர் - சனகன் முதலிய முனிவர் நால்வர். ஆலநிழல் - கல்லால மர நிழல். அறத்தொகுதி - அறம் பொருள் இன்பம் வீடு என்னும் தொகை. வரை - மூங்கில். மதகைக் குறைத்து - மதகின் வழி பாயாது. கரி - யானை. அறையிட - பிளிற. இடறு - மோதும்படியான. சாரல் - மலைச்சாரல்.

பொழிப்புரை:

கல்லால மரநிழலின் கீழ் இருந்து, சனகன் முதலிய முனிவர் நால்வர்க்கு அறம், பொருள், இன்பம், வீடு என்னும் மறைப்பொருளின் தொகுதியை முறையாக உபதேசம் செய்தவர் ; வேதத்தின் நெறியாகிய சரியை, கிரியை, யோகம், ஞானம் என்னும் நான்கு பாதங்களின் பொருள்களையும், அறுவகைச் சமயங்களையும் வகுத்தவர் அவர்; அவர் எழுந்தருளி இருக்கும் தலம், மலையின் பலபக்கங்களில் இருந்தும் அருவிநீர் தூயமலர்களைச் சுமந்து கொண்டு, மூங்கில் மரங்களைத் தள்ளிக் கொண்டு, மதகுகளின் வழி பாயாது பெருகி ஓடவும், யானைகள் பிளிறவும், ஆகிய இவற்றின் ஒலி வந்து மோதும் மலைச்சாரலை உடைய கோகரணம் ஆகும்.

3504. **இலைத்தலை மிகுத்தபடை எண்கரம்**
விளங்களரி வீசிமுடிமேல்
அலைத்துஅலை தொகுத்தபுனல் செஞ்சடையில்
வைத்தஅழ கன்தன்இடமாம்

மலைத்தலை வகுத்தமுழை தோறும்உழை
வாள்அரிகள் கேழல்களிறு
கொலைத்தலை மடப்பிடிகள் கூடிவிளை
யாடிநிகழ் கோகரணமே (4)

அருஞ்சொற்பொருள்:

இலைத்தலை மிகுந்த படை - இலை போன்ற நுனிப்பகுதி உடைய சூலப்படை. எண்கரம் - எட்டு கைகள். அலைத்து அலை தொகுத்த புனல் - மிகுந்த அலைகளை வீசுகின்ற நீர்ப்பெருக்கு (கங்கை). முழை - குகை. உழை - மான். வாள் அரி - பொலிவுடன் விளங்கும் சிங்கம். கேழல் - பன்றி. களிறு - ஆண்யானை. மடப்பிடி - பெண்யானை.

பொழிப்புரை:

சிவபெருமான் இலை போன்ற நுனிப்பகுதி உடைய சூலப்படையை ஏந்தி இருப்பவன்; எட்டு கைகள் உடையவன்; நெருப்பைக் கையில் ஏந்தி, எட்டு தோள்களை வீசி நடனம் ஆடுபவன்; சிவந்த சடையில் மிகுதியும் அலைகள் உடைய நீர்ப்பெருக்கை (கங்கையை) வைத்த அழகன்; அவன் எழுந்தருளி இருக்கும் இடம், மலை உச்சியில் உள்ள குகைகளில் மான்கள், பொலிவு உடைய சிங்கங்கள், பன்றிகள், ஆண் யானைகள், கொல்லும் தன்மை உடைய இளமையுடன் கூடிய பெண் யானைகள், என இவை தத்தம் இனத்தோடு கூடி மகிழ்ந்து விளையாடும் கோகரணம் என்னும் தலமே ஆகும்.

3505. தொடைத்தலை மலைத்துஇதழி துன்னிய
எருக்குஅலரி வன்னிமுடியின்
சடைத்தலை மிலைச்சியத போதனன்எம்
ஆதிபயில் கின்றபதியாம்
படைத்தலை பிடித்துமற வாளரொடு
வேடர்கள் பயின்றுகுழுமிக்
குடைத்தலை நதிப்படிய நின்றுபழி
தீரநல்கு கோகரணமே (5)

அருஞ்சொற்பொருள்:

தொடைத் தலைமலைத்து - தலையில் தலைமாலை அணிந்து. இதழி - கொன்றை மலர். துன்னிய எருக்கு - நெருங்கிய எருக்க மலர். வன்னி - வன்னியின் தளிர். மிலைச்சிய - அணிந்துள்ள. தபோதனன் - தவமாகிய

செல்வம் உடையவன். எம் ஆதி - எமது முதற்பொருள். மறவாளர் - வீரர். குழுமி - ஒன்றுகூடி. நதிபடிய - நதியில் நீராட. பழிதீர - பழியைப் போக்கிக் கொள்ள. நல்கும் - அருள்புரியும்.

பொழிப்புரை:

சிவபெருமான் மண்டைஓட்டு மாலை அணிபவர்; மேலும் கொன்றைமலர், எருக்கமலர், வன்னியின் தளிர் ஆகிய இவைகொண்டு நெருக்கிக் கட்டப்பட்ட மாலைகளையும் தலையிலுள்ள சடையில் அணிபவர்; தவமாகிய செல்வம் உடையவர்; முதற்பொருள்; அவர் உறைகின்ற தலம்; வாள் முதலிய ஆயுதங்களை ஏந்தும் வீரர்களோடு சேர்ந்து வேடர்களும் தங்கள் பழி தீர நதியில் நீராட, அவர்க்கும் அருள்செய்யும் கோகரணமே ஆகும்.

3506. **நீறுதிரு மேனிமிசை ஆடிநிறை**
வார்கழல் சிலம்புஒலிசெய்
ஏறுவிளை யாடவிசை கொண்டிடு
பலிக்குவரும் ஈசன்இடமாம்
ஆறுசம யங்களும்வி ரும்பிஅடி
பேணிஅரன் ஆகமம்மிகக்
கூறுமனம் வேறுஇரதி வந்துஅடியர்
கம்பம்வரு கோகரணமே (6)

அருஞ்சொற்பொருள்:

நிறைவார் கழல் - நிறைவைத் தரும் திருவடி. ஏறு - எருது. விளையாட - விளையாட்டாகச் சிவபெருமானைச் சுமந்து வரும். விசை - வேகம். அடிபேணி - திருவடியைப் போற்றி. அரன் - பிறப்பறுக்கும் பெருமான். ஆகமம் மிகக் கூறும் - ஆகம நெறிகளை பயன்மிகுமாறு பின்பற்றும். மனம் - மனத்தில். வேறு இரதி வந்து - உலக இன்பத்தின் வேறான சிவப்பேரின்பம் விளைய. அடியர் கம்பம் வரு - அடியார்களுக்கு உடல்நடுக்கம் வருகின்ற.

பொழிப்புரை:

சிவபெருமான் திருமேனிமீது திருநீற்றைப் பூசி இருப்பவர்; நிறைவைத் தரும் திருவடியில் சிலம்பு ஒலி செய்ய, இடபத்தின்மீது ஏறி, அது அவரை விளையாட்டாகச் சுமந்து வர, விரைந்து பிச்சை ஏற்க வருபவர்; அவர் எழுந்தருளி இருக்கும் இடம்; அறுசமயத்தவர்கள் விருப்பப்படி பிறப்பறுக்கும் பெருமானாகிய அவர் அருளிய

ஆகமத்தின்படி பூசைகள் நடைபெற, உலக இன்பத்தின் மாறுபட்ட சிவப்பேரின்பத்தில் அடியார்கள் திளைத்து உடல் கம்பித்து நிற்கும் கோகரணம் என்னும் தலமே ஆகும்.

3507. கல்லவட மொந்தைகுழல் தாளம்மலி
    கொக்கரையர் அக்குஅரைமிசை
    பல்லபட நாகம்விரி கோவணவர்
    ஆளும்நகர் என்பர்அயலே
    நல்லமட மாதர்அரன் நாமமும்
    நவிற்றிய திருத்தம்முழுகக்
    கொல்லவிட நோய்அகல் தரப்புகல்கொ
    டுத்துஅருளும் கோகரணமே   (7)

அருஞ்சொற்பொருள்:

கல்லவடம், மொந்தை, குழல், தாளம், கொக்கரை - வாத்திய வகைகள். அக்கு - சங்குமணி. அரைமிசை - இடையில். பல்ல - விடப்பல் உடைய. பட நாகம் - படம் உடைய பாம்பு. நவிற்றிய - சொல்லிய. திருத்தம் - தீர்த்தம். கொல்ல விட நோய் - கொல்லும் தன்மை உடைய விடம் போன்ற நோய். புகல் - அடைக்கலம்.

பொழிப்புரை:

கல்லவடம், மொந்தை, குழல், தாளம், கொக்கரை முதலிய வாத்தியங்கள் உடையவர்; இடையின்மீது சங்குமணி, விடப்பல்லும் படமும் உடைய பாம்பு, விரித்துக் கட்டப்பட்ட கோவணம் ஆகியன உடையவர்; அவர் எழுந்தருளி ஆட்சி செய்கின்ற நகரம் என்று சொல்லுவர்; அது, நல்லவரும் இளமை உடையவருமாகிய மகளிர் சிவபெருமானது திருநாமங்களைச் சொல்லி, அருகில் உள்ள தீர்த்தங்களில் நீராடுவதும், கொல்லும் தன்மை உடைய விடம்போன்ற கொடிய நோய்கள் அகல்வதும், அத்தலத்து இறைவர் அடைக்கலம் தந்து அருளுவதும், ஆகிய கோகரணமே ஆகும்.

3508. வரைத்தலம் நெருக்கிய முருட்டுஇருள்
    நிறத்தவன் வாய்கள்அலற
    விரல்தலை உகிர்ச்சிறிது வைத்தபெரு
    மான்இனிது மேவும்இடமாம்

புரைத்தலை கெடுத்தமுனி வாணர்பொலி
வாகிவினை தீரஅதன்மேல்
குரைத்தலை கழல்பணிய ஓமம்வில
கும்புகைசெய் கோகரணமே (8)

அருஞ்சொற்பொருள்:

வரைத்தலம் - மலை இடம். முருட்டு - முரட்டுத்தனம். இருள்நிறம் - கருமை நிறம். வாய்கள் அலற - பத்து வாய்களாலும் அலறுமாறு. விரல்தலை உகிர் - விரலில் நுனி நகம். புரைத்தலை - குற்றங்களை. கெடுத்த - அழியுமாறு செய்த. முனிவாணர் - முனிவர்கள். பொலிவாகி - பொலிவுடன். குரைத்தலை கழல் - ஒலித்தலைச் செய்கின்ற வீரக்கழல். ஓமம் - ஹோமம் (வேள்வி). விலகும் புகை - வெளிப்படும் புகை.

பொழிப்புரை:

கயிலை மலையால் நெருக்குண்ட முரடனும், கரியநிறம் உடையவனும், ஆகிய இராவணன், தனது பத்து வாய்கள் கொண்டு அலறுமாறு, இடக்கால் பெருவிரலின் நுனி நகத்தைச் சற்றே ஊன்றிய சிவபெருமான், இனிதே எழுந்தருளி இருக்கும் இடம்; குற்றம் கெடுத்த முனிவர்களும், வேத வல்லுநர்களும் வினைகள் தீருமாறு சிவபெருமானின் ஒலிக்கின்ற வீரக்கழல் அணிந்த திருவடிகளைப் பணிய, வேள்விப் புகையானது பரவி நிற்கும் கோகரணம் என்னும் தலமே ஆகும்.

3509. வில்லிமையி னால்விறல் அரக்கன்உயிர்
செற்றவனும் வேதமுதலோன்
இல்லைஉனது என்றுஇகலி நேடஎரி
யாகிஉயர் கின்றபரன்ஊர்
எல்லையில் வரைத்தகடல் வட்டமும்
இறைஞ்சிநிறை வாசம்உருவக்
கொல்லையில் இளம்குறவர் தம்மயிர்
புலர்த்திவளர் கோகரணமே (9)

அருஞ்சொற்பொருள்:

வில்லிமை - வில்தொழில். விறல் அரக்கன் - வலிமை உடைய இராவணன். உயிர்செற்றவன் - (இராமன்) திருமால். இகலி - மாறுபட்டு. நேட - தேட. எல்லையில் வரைத்த கடல் - நிலப்பரப்பை வரையறை செய்யும் கடல். கடல் வட்டம் - உலகம். வாசம் உருவ - மணமானது ஊடுருவ. கொல்லை - புனம். புலர்த்தி - உலர்த்தி.

பொழிப்புரை:

வலிமை உடைய அரக்கனாகிய இராவணனது உயிரைப் போக்கிய (இராமாவதாரத்) திருமாலும், வேதமுதல்வனாய் விளங்கும் பிரமனும், இல்லை என்றும், உண்டு என்றும், தம்முள் மாறுபட்டுத் தேட, எரிஉருவில் உயர்ந்து நின்ற சிவபெருமான் எழுந்தருளி இருக்கும் ஊர்; கடலால் எல்லை வகுக்கப்பட்ட நிலவுலகில் வாழ்வோர் வந்து வழிபட, கொல்லை நிலத்தில் பூக்களின் மணம் ஊடுருவிப் பரவ, இளம்குறவர்கள் தமது தலைமுடியினை உலரவைக்கும் அழகு வளர்கின்ற கோகரணமே ஆகும்.

3510. நேசம்இல் மனச்சமணர் தேரர்கள்
நிரந்தமொழி பொய்கள்அகல்வித்து
ஆசைகொள் மனத்தைஅடி யார்அவர்
தமக்குஅரு ளும்அங்கணன்இடம்
பாசம்அது அறுத்துஅவ னியில்பெயர்கள்
பத்துஉடைய மன்னவனைக்
கூசவகை கண்டுபின் அவர்க்குஅருள்கள்
நல்கவல கோகரணமே (10)

அருஞ்சொற்பொருள்:

நேசம் - அன்பு. நிரந்தமொழி - வரிசைபட கூறிய சொற்கள். பொய்கள் அகல்வித்து - அவை பொய்யானவை என்று அறிந்து நீங்குமாறு செய்து. ஆசைகொள் மனத்தை அடியார் - தம்மீது அன்பு வைக்கும் மனத்தை உடைய அடியார். அங்கணன் - (அம்+கண்ணன்) அழகிய கண்ணை உடையவன் (சிவபெருமான்). பாசம் - பற்று. அவனி - உலகம். பெயர்கள் பத்து உடைய மன்னவன் - அர்ச்சுனன். கூச வகை கண்டு - அவன் நாணும் வகை செய்து கண்டு. பின் அவர்க்கு அருள்கள் நல்க வல (வல்ல) - பாசுபதம் தந்து அருளியது.

பொழிப்புரை:

அன்பில்லாத மனம் உடைய சமணர், பௌத்தர் ஆகியோர் வரிசைபடக் கூறும் சொற்கள் பொய்யானவை; எனவே அதனை ஏற்கவேண்டா; அன்பு வைக்கும் மனம் உடைய அடியார்களுக்கு அருளவல்ல அழகிய கண்கள் உடைய சிவபெருமான் எழுந்தருளி இருக்கும் இடம்; இவ்வுலகில் பத்து பெயர்கள் கொண்ட அரசனாகிய அர்ச்சுனன், உலகப் பற்றுக்களை அறுத்தவனாய் இருந்தும், அவன் நாணுமாறு அவனிடம் போர் செய்து, பின்னர் அவனுக்குப் பாசுபதப்படை தந்து அருளிய திருக்கோகரணமே ஆகும்.

3511. கோடல்அரவு ஈனும்விரி சாரல்முன்
நெருங்கிவளர் கோகரணமே
ஈடம்இனி தாகஉறை வான்அடிகள்
பேணிஅணி காழிநகரான்
நாடிய தமிழ்க்கிளவி இன்இசைசெய்
ஞானசம் பந்தன்மொழிகள்
பாடவல பத்தர்அவர் எத்திசையும்
ஆள்வர்பர லோகம்எளிதே (11)

அருஞ்சொற்பொருள்:

கோடல் - செங்காந்தள். அரவு ஈனும் - பாம்பின் படம் போல் மலர்கின்ற. ஈடமாக - இடமாக. அடிகள் - திருவடிகள். பேணி - போற்றி. அணிகாழி - அழகிய சீர்காழி. நாடிய - ஆராய்ந்து சொன்ன. தமிழ்க் கிளவி - தமிழ்ச் சொற்கள். பத்தர் - அன்பர். பரலோகம் - சிவலோகம்.

பொழிப்புரை:

செங்காந்தள் மலர் பாம்பு போல் மலரும் விரிந்த சாரலின் முன் வளம் பெருகும் கோகரணம் என்னும் தலத்தை இடமாகக் கொண்டு, இனிதே எழுந்தருளி இருக்கும் சிவபெருமானின் திருவடிகளைப் போற்றி; அழகிய சீர்காழி நகரத்தைச் சேர்ந்த ஞானசம்பந்தன்; தமிழ்ச் சொற்கள் கொண்டு பாடிய இன்இசைப் பாடல்களை; பாடி வழிபட வல்ல அன்பர்கள்; எல்லா திசைகளையும் ஆளும் அதிகாரம் பெற்று, இறுதியில் எளிதாக சிவலோகமும் சென்று சேர்வர்.

திருச்சிற்றம்பலம்

324

திருப்பருப்பதம்

பதிக வரலாறு:

காளத்தியிலிருந்து, நினைந்து பாடிய பதிகங்களில் இதுவும் ஒன்று.

தல வரலாறு:

ஆந்திர மாநிலத்தில் உள்ளது. சென்னையிலிருந்து ஸ்ரீசைலம் செல்லும் பேருந்தில் நேரே செல்லலாம். வடமொழியில் ஸ்ரீசைலம், ஸ்ரீபர்வதம், மல்லிகார்ச்சுனம் என்ற பெயர்களால் வழங்கப்படுகிறது. (அர்ச்சுனம் - மருது). மருதமரம் தல மரமாக விளங்கும் மூன்று தலங்களுள் இது முதன்மை உடையது. சிலாத முனிவரது மகன் திருநந்திதேவர் தவம் செய்து இறைவைரத் தாங்குவதற்கு இம்மலை உருவாய் இறைவர் எழுந்தருளி இருக்கிறார் ஆதலின், மலை என்றாலே இத்தலத்தைக் குறிப்பதுபோலப் பெயர் அமைந்துள்ளது. (பர்வதம் - மலை). 12 ஜோதிர்இலிங்கத் தலங்களில் இதுவும் ஒன்று. சக்தி பீடங்கள் 18-னுள் பிரமராம்பாள் பீடம் இங்குள்ள அம்மை சந்நிதி. சிவராத்திரி சிறப்பாகக் கொண்டாடப்படும் தலம். இத்தலத்துக்குச் செல்லும் வழி மிகவும் கடினமானது என சுந்தரர் குறிப்பிடுகிறார்.

சுவாமி	:	பருப்பத நாயகர்
அம்மை	:	பருப்பத நாயகி
தல மரம்	:	மருது
தீர்த்தம்	:	பாலாழி

திருமுறை 1 - 118 திருஞான - 1027

பண்: வியாழக்குறிஞ்சி

3512. சுடுமணி உமிழ்நாகம் சூழ்தர அரைக்குஅசைத்தான்
இடுமணி எழில்ஆனை ஏறலன் எருதுஏறி
விடமணி மிடறுஉடையான் மேவிய நெடுங்கோட்டுப்
படுமணி விடுசுடர்ஆர் பருப்பதம் பரவுதுமே (1)

அருஞ்சொற்பொருள்:

சுடுமணி - ஒளிவிடும் மாணிக்கம். அரை - இடை. அசைத்தல் - கட்டுதல். இடுமணி எழில் ஆனை - மணி கட்டப்பட்ட அழகிய யானை. ஏறலன் - ஏறாதவன். விடம்அணி மிடறு - விடம் தங்கிய கண்டம். நெடுங்கோடு - நீண்ட மலை உச்சிகளை உடைய. விடுசுடர் - வெளிவிடுகின்ற ஒளி.

பொழிப்புரை:

ஒளிவிடும் மாணிக்க மணியைக் கக்கும் பாம்பினை இடுப்பைச் சுற்றி கச்சாகக் கட்டி இருப்பவன்; மணி கட்டப்பட்ட அழகிய யானையின்மீது ஏறிவருதலைத் தவிர்த்து, எருதின்மீது ஏறி வருபவன்; விடம் தங்கிய கண்டம் உடையவன்; அவன் எழுந்தருளி இருப்பது, உயரமான சிகரங்கள் உடையதும், மணி வகைகள் ஒளி உமிழ்வதும், ஆகிய சிறப்புகள் உடைய பருப்பதம் ஆகும்; அத்தலத்தை வழிபட்டு உய்வோமாக!

3513. நோய்புல்கு தோல்திரைய நரைவரு நுகர்உடம்பில்
நீபுல்கு தோற்றம்எல்லாம் நினைஉள்கு மடநெஞ்சே
வாய்புல்கு தோத்திரத்தால் வலம்செய்து தலைவணங்கிப்
பாய்புலித் தோல்உடையான் பருப்பதம் பரவுதுமே (2)

அருஞ்சொற்பொருள்:

நோய்புல்கு - நோய் பொருந்திய. தோல் திரைய - தோலில் சுருக்கம் தோன்ற. நரை வரு - நரை தோன்ற இருக்கின்ற. நுகர் உடம்பு - உலக இன்பங்களை நுகர்கின்ற உடம்பு. நீபுல்கு - நீ பொருந்திய. நினை - நினைத்துப் பார். உள்கு - நினை.

பொழிப்புரை:

அறியாமை உடைய மனமே! உலக இன்பங்களை நுகர்ந்து வாழும் இவ்வுடம்பில் நோய்வந்து தங்கி, நரையும் திரையும் தோன்றி,

வரஇருக்கும் அந்த அவலம் நிறைந்த தோற்றம் குறித்து நினைத்துப் பார்! உடல் நல்ல நிலையில் இருக்கும்போதே, வாயினால் தோத்திரம் பாடி, காலால் வலம் வந்து, தலையால் வணங்கிப், பாயும் புலியின் தோலை உடையாக உடைய சிவபெருமான் எழுந்தருளி இருக்கும் பருப்பதத்தை வழிபட்டு உய்வாயாக!

3514. **துனிஉறு துயர்தீரத் தோன்றிஓர் நல்வினையால்**
இனிஉறு பயன்ஆதல் இரண்டுஉற மனம்வையேல்
கனிஉறு மரம்ஏறிக் கருமுசுக் கழைஉகளும்
பனிஉறு கதிர்மதியான் பருப்பதம் பரவுதுமே (3)

அருஞ்சொற்பொருள்:

துனி - வருத்தம். துயர் - பிறவித்துயர். நல்வினையால் இன்உறு பயன் - நல்வினைப் பயனால் வரும் சொர்க்கம் முதலிய பயன்களை. மனம் வையேல் - மனம் கொள்ளாதே! கருமுசு - கருங்குரங்கு. கழை - மூங்கில். உகளும் - பாயும். பனி - குளிர்ச்சி. கதிர் - ஒளிக்கதிர்.

பொழிப்புரை:

துன்பம் தரும் பிறப்பை அறுக்க, வந்து பிறந்த நீ, புண்ணிய மிகுதியால் தேவர் உலகப் பிறப்பு முதலியவற்றை அடைய நினையாதே! சொர்க்கம், வீடுபேறு என்று இரண்டுபட்ட மனம் வேண்டாம் (வீடுபேறு மட்டுமே குறிக்கோள்). கனிகள் நிறைந்த மரங்களில் ஏறிய கருங்குரங்கு, மூங்கில் மரங்களின் மீது தாவும், திருப்பதம் என்னும் தலத்தில் எழுந்தருளி இருக்கும் குளிர்ச்சியும் ஒளிக்கதிர்களும் உடைய சந்திரனைச் சூடிய சிவபெருமானை வழிபட்டு உய்வோமாக!

3515. **கொங்குஅணி நறுங்கொன்றைத் தொங்கலன் குளிர்சடையான்**
எங்கள்நோய் அகலநின்றான் எனஅருள் ஈசன்இடம்
ஐங்கணை வரிசிலையான் அநங்கனை அழகுஅழித்த
பைங்கண்வெள் ஏறுஉடையான் பருப்பதம் பரவுதுமே (4)

அருஞ்சொற்பொருள்:

கொங்கு - தேன். தொங்கல் - மாலை. ஐங்கணை - ஐந்து வகை மலர் அம்புகள். அநங்கன் - (உடம்பு இல்லாதவன்) மன்மதன்.

பொழிப்புரை:

தேன் நிரம்பிய அழகிய மணமுள்ள கொன்றை மலரால் தொடுக்கப் பட்ட மாலை அணிந்திருப்பவன்; குளிர்ந்த சடாமுடி உடையவன்;

எங்கள் பிறவி நோயைப் போக்க வல்லவன்; அப்படிப்பட்ட அருளைச் செய்யும் ஈசன் எழுந்தருளி இருக்கும் இடம்; ஐந்துவகை மலர் அம்புகள் கொண்ட மன்மதனின் உருவஅழகை அழித்து அவனை உருவம் இல்லாதவனாகச் செய்தவன்; பசிய கண்ணும் வெள்ளை நிறமும் உடைய எருதில் ஏறி வருபவன்; அவன் எழுந்தருளி இருக்கும் பருப்பதம் என்னும் தலத்தை வழிபட்டு உய்வோமாக!

3516. **துறைபல சுனைமூழ்கித் தூமலர் சுமந்துஓடி**
மறைஒலி வாய்மொழியால் வானவர் மகிழ்ந்துஏத்தச்
சிறைஒலி கிளிபயிலும் தேனினம் ஒலிஓவாப்
பறைபடு விளங்குஅருவிப் பருப்பதம் பரவுதுமே (5)

அருஞ்சொற்பொருள்:

துறை பல சுனை - பல துறைகளை உடைய சுனை. சிறை - சிறகு. தேனினம் - வண்டுக்கூட்டம். ஒலிஓவா - ஒலி இடையறாத. பறைபடு - பறைபோல் ஒலிக்கும்.

பொழிப்புரை:

தேவர்கள் துறைகள் பலஉடைய சுனைகளில் நீராடி, தூயமலர்களைச் சுமந்து, விரைந்து சென்று, வாய்மொழியாக வேதங்களை உரக்கப்பாடி, மகிழ்ந்து போற்றுவதால் எழுகின்ற ஒலியும்; இறகுகளுடன் கூடிய கிளிகள் பேசும் ஒலியும்; தேன்வண்டுக் கூட்டம் எழுப்புகின்ற ஒலியும்; பறை ஒலிப்பதுபோல அருவிகள் செய்யும் ஒலியும்; என இவை இடையறாது கேட்கும் தலம் பருப்பதமே ஆகும்; அத்தலத்தை வழிபட்டு உய்வோமாக!

3517. **சீர்கெழு சிறப்புஓவாச் செய்தவ நெறிவேண்டில்**
ஏர்கெழு மடநெஞ்சே இரண்டுஉற மனம்வையேல்
கார்கெழு நறுங்கொன்றைக் கடவுள்அது இடம்வகையால்
பார்கெழு புகழ்ஓவாப் பருப்பதம் பரவுதுமே (6)

அருஞ்சொற்பொருள்:

சீர் - சிறப்பு. சீர்கெழு சிறப்பு - பெருஞ்சிறப்பு. ஓவாத - நீங்காத. ஏர் - எழுச்சி. வையேல் - வைக்காதே. ஓவா - நீங்காத.

பொழிப்புரை:

அறியாமையும் எழுச்சியும் உடைய மனமே! மிகுந்த சிறப்பு நம்மை விட்டு நீங்காதிருக்க உதவும் தவநெறியை நீ வேண்டுவையாயின்,

சொர்க்கம் என்றும், வீடுபேறு என்றும், இரண்டுபட்ட எண்ணம் வேண்டாம். கார்காலத்தில் பூக்கும் மணமுள்ள கொன்றைமலர் மாலையை விரும்பி அணியும் கடவுள் எழுந்தருளி இருக்கும் உலகம் தழுவிய புகழ்உடைய பருப்பதம் என்னும் தலத்தைச் சென்றடைந்து, அத்தலத்து இறைவரை வழிபட்டு உய்வாயாக!

3518. **புடைபுல்கு படர்கமலம் புகையொடு விரைகமழத்**
தொடைபுல்கு நறுமாலை திருமுடி மிசைஏற
விடைபுல்கு கொடிஏந்தி வெந்தவெண் நீறுஅணிவான்
படைபுல்கு மழுவாளன் பருப்பதம் பரவுதுமே (7)

அருஞ்சொற்பொருள்:

புடை - பக்கம். புகை - வேள்விப்புகை. விரை - மணம். தொடைபுல்கு - தொடுக்கப்பட்ட. நறுமாலை - மணமுள்ள மாலை. மிசை - மேலே. விடைபுல்கு கொடி - இடபம் எழுதிய கொடி.

பொழிப்புரை:

பக்கங்களில் உள்ள நீர்நிலைகளில் தாமரைக் கொடி படர்ந்து மலர் மலர்வதும், வேள்விப்புகை எழுவதும், அதன் மணம் பரவுவதும், ஆகிய சிறப்புகள் உடைய பருப்பத மலையில் எழுந்தருளி இருக்கும் இறைவன், இடபம் எழுதிய கொடி ஏந்தி இருப்பவன்; வெந்த வெண் திருநீற்றைப் பூசி இருப்பவன்; மழுப்படையை ஏந்தி இருப்பவன்; அவனைச் சென்று தொழுது, உய்வோமாக!

3519. **நினைப்புஎனும் நெடுங்கிணற்றை நின்றுநின்று அயராதே**
மனத்தினை வலித்துஒழிந்தேன் அவலம்வந்து அடையாமைக்
கனைத்துஎழு திரள்கங்கை கமழ்சடைக் கரந்தான்தன்
பனைத்திரள் பாய்அருவிப் பருப்பதம் பரவுதுமே (8)

அருஞ்சொற்பொருள்:

அயராது - மயங்காது. வலிந்து - இழுத்து (நினைப்பு - ஆழமான கிணறு; மனம் - கயிறு). அவலம் - துன்பம். கரந்தான் - மறைத்தவன். பனைத்திரள் - பனை அளவாகத் திரண்டு.

பொழிப்புரை:

நினைப்பு என்னும் ஆழமான கிணற்றின் அருகே, நெடுநேரம் நின்று, மனமாகிய கயிறு கொண்டு இழுத்துப் பார்த்துச் சோர்வடைந்தேன்;

துன்பமானது வந்து நம்மிடம் சேராது இருக்க வேண்டின், ஆரவாரம் செய்து ஆகாயத்தில் இருந்து பாய்ந்து இறங்கி வந்த கங்கையைச் சடையில் மறைத்து வைத்திருப்பவன் எழுந்தருளி இருக்கும் பனைமரம் அளவு அருவி திரண்டு பாயும் திருப்பருப்பதம் சென்று தொழுவோமாக!

3520. **மருவிய வல்வினைநோய் அவலம்வந்து அடையாமல்**
திருஉரு அமர்ந்தானும் திசைமுகம் உடையானும்
இருவரும் அறியாமை எழுந்ததுஓர் எரிநடுவே
பருவரை உறநிமிர்ந்தான் பருப்பதம் பரவுதுமே (9)

அருஞ்சொற்பொருள்:

வல்வினை நோய் - வலிய வினையின் பயனாய் வரும் பிறவிநோய். அவலம் - துன்பம். திருஉரு - திருமகளைத் தன்மார்பில் கொண்ட. திசைமுகம் உடையவன் - பிரமன். பருவரை - பெரிய மலை.

பொழிப்புரை:

வந்து பொருந்தி இருக்கும் வலிய வினையின் காரணமாக, மேலும் வரவிருக்கும் பிறவி நோயாகிய துன்பம் வந்து அடையாதிருக்க, திருமகளை மார்பில் கொண்டு விளங்கும் திருமாலும், திசைக்கு ஒரு முகம் வீதம் நான்கு முகங்கள் கொண்ட பிரமனும், ஆகிய இருவரும் தேடியும் காணமுடியாதபடி, நடுவே ஒரு பெரிய மலைபோல எரி உருவம் கொண்டு நின்ற சிவபெருமான் எழுந்தருளி இருக்கும் பருப்பத மலையை வணங்கி உய்வோமாக!

3521. **சடம்கொண்ட சாத்திரத்தார் சாக்கியர் சமண்குண்டர்**
மடம்கொண்ட விரும்பியராய் மயங்கிஓர் பேய்த்தேர்ப்பின்
முடம்கொண்டு நீர்க்குச்செல்வார் போதுமின் குஞ்சரத்தின்
படம்கொண்ட போர்வையினான் பருப்பதம் பரவுதுமே (10)

அருஞ்சொற்பொருள்:

சடம் - அறியாமை. மடம் - அறியாமை. விரும்பியர் - விரும்பியவர். பேய்த்தேர் - கானல் நீர். குஞ்சரம் - யானை. படம் - தோல்.

பொழிப்புரை:

அறியாமை நிறைந்த சாத்திரங்களை ஓதும் பௌத்தர்கள், சமணர்களாகிய குண்டர்கள், ஆகிய இருதரப்பினரும் அறியாமை விரும்பிகளாய் இருக்க, மயங்கி அவர்பின் சென்று, கானல்நீரைக்

குடம்கொண்டு பிடிக்கச் செல்வோர் செல்லட்டும்; நாம் யானையின் தோலை உரித்து மேலாடையாகப் போர்த்துக் கொண்ட சிவபெருமான் எழுந்தருளி இருக்கும் பருப்பதம் என்னும் தலத்துக்குச் சென்று வழிபட்டு உய்வோமாக!

3522. வெண்செநெல் விளைகழனி விழவுஒலி கழுமலத்தான்
 பண்செலப் பலபாடல் இசைமுரல் பருப்பதத்தை
 நன்சொலி னால்பரவும் ஞானசம் பந்தன்நல்ல
 ஒண்சொல் இவைமாலை உருஎணத் தவம்ஆமே (11)

அருஞ்சொற்பொருள்:

வெண் செ நெல் - (வெண்செந்நெல்) வெண் நெல்லும் செந்நெல்லும். சொலினால் -சொல்லினால். எண - (எண்ண) நினைக்க.

பொழிப்புரை:

வெண்நெல்லும் செந்நெல்லும் விளைகின்ற வயல்வளமும், திருவிழாக்களின் ஒலி இடையறாது கேட்பதும், ஆகிய சிறப்புகள் உடைய கழுமல நகரைச் சேர்ந்த ஞானசம்பந்தன்; இசையோடு கூடிய பல பாடல்கள், இசையோடு முழங்கும் பருப்பதம் என்னும் தலத்தின் மீது; நல்ல சொற்கள் கொண்டு பாடிய, ஒள்ளிய சொல்மாலைகள் ஆகிய இவற்றை, உருமாறாது எண்ணும் ஆற்றல் உடையவர், நல்ல தவம் உடையவராகவே கருதப்படுவர்.

திருச்சிற்றம்பலம்

325

திருஇந்திரநீலப்பருப்பதம்

பதிக வரலாறு:

காளத்தியில் இருந்து கொண்டு, மனத்தால் நினைந்து பாடிய தலப்பதிகங்களுள் இதுவும் ஒன்று.

தல வரலாறு:

வடநாட்டுத் தலங்களுள் ஒன்று. இந்திரன் பூசித்துப் பேறுபெற்ற தலம். நீலநிற மேகங்களால் சூழப்பட்டிருத்தலின், நீலப்பருப்பதம் ஆயிற்று. (நீலம், கருப்பு, பச்சை ஆகியவற்றை ஒரே நிறமாகக் கருதுவது இலக்கிய வழக்கு)

சுவாமி : நீலாசல நாதர்

அம்மை : நீலாம்பிகை

தீர்த்தம் : இந்திர தீர்த்தம்

திருமுறை 2 - 163 திருஞான - 1027

பண்: இந்தளம்

3523. **குலவு பாரிடம் போற்ற வீற்றிருந்து**
இலகு மான்மழு ஏந்தும் அங்கையர்
நிலவும் இந்திர நீல பர்ப்பதத்து
உலவி னான்அடி உள்க நல்குமே (1)

அருஞ்சொற்பொருள்:

பாரிடம் - பூதகணம். அங்கையர் - அகங்கை உடையவர். பர்ப்பதத்து - மலைமேல். உள்க - நினைக்க. நல்கும் - அருள்செய்யும்.

பொழிப்புரை:

பூதகணங்கள் சூழ, மான் மழு ஆகியவற்றைக் கையில் ஏந்தி, இந்திரநீலப்பருப்பதம் என்னும் தலத்தில் எழுந்தருளி இருக்கும் இறைவனை மனதால் நினைக்க, அவன் திருவருள் செய்வான்.

3524. குறைவி லார்மதி சூடி ஆடல்வண்டு
அறையும் மாமலர்க் கொன்றை சென்னிசேர்
இறைவன் இந்திர நீல பர்ப்பதத்து
உறைவி னான்தனை ஓதி உய்ம்மினே (2)

அருஞ்சொற்பொருள்:

குறைவில் ஆர் மதி - குறை ஒன்றும் இல்லாது சிவன் தலையில் பொருந்தி இருக்கும் சந்திரன். பர்ப்பதம் - (பருப்பதம்) மலை. ஓதி - போற்றி.

பொழிப்புரை:

குறை ஒன்றும் இல்லாத பிறைச்சந்திரனையும், இசையுடன் பாடி ஆடும் வண்டுகள் மொய்க்கும் கொன்றை மலர் மாலையையும் சடையில் சூடி இருக்கும் சிவபெருமான் எழுந்தருளி இருக்கும் இந்திரநீலப் பருப்பதத்தைப் போற்றி உய்யுங்கள்!

3525. என்பொன் என்மணி என்ன ஏத்துவார்
நம்பன் நான்மறை பாடு நாவினான்
இன்பன் இந்திர நீலப் பர்ப்பதத்து
அன்பன் பாதமே அடைந்து வாழ்மினே (3)

அருஞ்சொற்பொருள்:

நம்பன் - விரும்புபவன். பாதமே - திருவடிகளையே.

பொழிப்புரை:

என் பொன்னே என்றும், என் மணியே என்றும், புகழ்ந்து போற்றுவாரை விரும்பி, அவர்க்கு அருள் செய்பவன்; நான்கு மறைகளைப் பாடும் நாவினை உடையவன்; இன்பம் செய்பவன்; இந்திரநீலப் பருப்பதம் என்னும் தலத்தில் எழுந்தருளி இருப்பவன்; அன்பு உடையவன்; அவனது திருவடிகளைச் சென்று சேர்ந்து நல்வாழ்வு பெறுவீராக!

3526. நாசம் ஆம்வினை நன்மை தான்வரும்
தேசம் ஆர்புகழ் ஆயசெம் மைஎம்
ஈசன் இந்திர நீலப் பர்ப்பதம்
கூசி வாழ்த்து துதும்குணம் அதுஆகவே (4)

அருஞ்சொற்பொருள்:

'வினை நாசம்ஆம்' - எனக் கூட்டி உரைக்க. தேசம் - நாடு (உலகம்). கூசி - அவன் பெருமையும் நமது சிறுமையும் நினைந்து கூசி.

பொழிப்புரை:

உலகளாவிய புகழும் செப்பமும் உடைய ஈசனும், இந்திரநீலம் பருப்பதத்தில் எழுந்தருளி இருப்பவனும், ஆகிய சிவபெருமானைக் கூசிநின்று வாழ்த்த, வினைகள் அழியும்; நன்மைகள் விளையும்.

3527. மருவு மான்மட மாதுஓர் பாகமாய்ப்
பரவு வார்வினை தீர்த்த பண்பினான்
இரவன் இந்திர நீல பர்ப்பதத்து
அருவி சூடும் அடிகள் வண்ணமே (5)

அருஞ்சொற்பொருள்:

இரவன் - இரத்தல் செய்பவன் (இரத்தல் - பிச்சை ஏற்றல்). அருவி- கங்கை.

பொழிப்புரை:

கையில் மான் கன்றினையும் உடம்பின் பாகத்தில் உமாதேவியையும் வைத்துள்ளவன்; இந்திரநீலப்பருப்பதத்தில் எழுந்தருளி இருப்பவன்; சடையில் கங்கையைச் சூடிய கடவுள்; அவன், தன்னைப் போற்றி வழிபடுவாரது வினைகளைப் போக்கி அருளும் பண்பு உடையவன்.

3528. வெண்நி லாமதி சூடும் வேணியன்
எண்ணி லார்மதில் எய்த வில்லினன்
அண்ணல் இந்திர நீல பர்ப்பதத்து
உண்ணி லாஉறும் ஒருவன் நல்லனே (6)

அருஞ்சொற்பொருள்:

வேணி - சடை. எண்ணிலார் - பகைவர். அண்ணல் - தலைவன். உண்ணிலா - (உள்+நிலா) தங்கிய.

பொழிப்புரை:

இந்திர நீலப்பருப்பதத்தில் எழுந்தருளி இருக்கும் ஒப்பற்றவனாகிய சிவபெருமான்; வெள்ளை நிறப்பிறைச் சந்திரனைச் சூடும் சடை உடையவன்; பகைவரது மும்மதிலை அம்பு எய்து அழித்த வில்லை ஏந்தி இருப்பவன்; அவன் தலைவன்.

3529. கொடிகொள் ஏற்றினர் கூற்று உதைத்தவர்
பொடிகொள் மேனியில் பூண்ட பாம்பினர்
அடிகள் இந்திர நீலப் பர்ப்பதம்
உடைய வாணர் உகந்த கொள்கையே (7)

அருஞ்சொற்பொருள்:

ஏறு - விடை. கூற்று - இயமன். பொடி - திருநீறு. வாணன் - வாழ்பவன்.

பொழிப்புரை:

இந்திரநீலப்பருப்பதம் என்னும் தலத்தில் வாழும் இறைவன், இடபக்கொடி ஏந்தி வருபவன்; இயமனை உதைத்தவன்; திருநீறு பூசிய திருமேனியில் பாம்புகளை ஆபரணமாகப் பூண்டவன்; அவனது விருப்பம் இவைகள் ஆகும்.

3530. எடுத்த வல்அரக் கன்கரம் புயம்
அடர்த்த தோர்விர லால்அ வனைஆட்
படுத்தன் இந்திர நீலப் பர்ப்பதம்
முடித்த லம்(ம்)உற முயலும் இன்பமே (8)

அருஞ்சொற்பொருள்:

கரம் - கை. புயம் - தோள். அடர்த்தது - நசுக்கியது. ஆட்படுத்தன் - ஆட்படுத்தியவன். முடித்தலம் - உச்சி இடம். உற - அடைய. இன்பம் முயலுமே - இன்பம் வாய்க்கும்.

பொழிப்புரை:

கயிலை மலையைப் பெயர்த்த வலிய அரக்கன் இராவணனது கைகள் தோள்கள் என இவற்றை ஒரு விரலால் ஊன்றி நசுக்கியவன்; பின்னர் அவனை ஆட்கொண்டு அருள்செய்தவன்; அவன் இந்திரநீலப் பருப்பதத்து இறைவன்; அவனை நமது உச்சியில் (சகசிரதளம்) கண்டு வழிபட இன்பம் பெருகும்.

3531. பூவி னானொடு மாலும் போற்றுறும்
தேவன் இந்திர நீலப் பர்ப்பதம்
பாவி யாஎழு வாரைத் தம்வினை
கோவி யாவரும் கொல்லும் கூற்றமே (9)

அருஞ்சொற்பொருள்:

பூவினான் - பிரமன். மால் - திருமால். போற்றுஉறும் தேவன் - போற்றப்படும் தேவதேவன். பாவியா - பாவித்து. கோவியா - கோபித்து.

பொழிப்புரை:

தாமரை மலரில் இருக்கை கொள்ளும் பிரமனும், திருமாலும் கூடிநின்று போற்றுமாறு விளங்கிய தேவதேவன்; இந்திரநீலப் பருப்பதத்தில் எழுந்தருளி இருப்பவன்; அவனைப் பாவித்து வழி படாதவர் மீது, இயமன் கோபமுடன் வந்து அவரைக் கொல்லுதலைச் செய்வன்.

3532. கட்டர் குண்டுஅமண் தேரர் சீர்இலர்
விட்டர் இந்திர நீலப் பர்ப்பதம்
எட்ட னைநினை யாதது என்கொலோ
சிட்ட தாய்உறை ஆதி சீர்களே (10)

அருஞ்சொற்பொருள்:

கட்டர் - உடல் கட்டு உடையவர். சீர் இலர் - சிறப்பு இல்லாதவர். விட்டர் - விட்டுஒழிய நின்றவர். எட்டனை - (எள்+தனை) எள் அளவு. சிட்டதாய் - அறிவுமயமாய். ஆதி - முதல்வன். சீர்கள் - சிறப்புகள்.

பொழிப்புரை:

உடல்கட்டு உடைய பௌத்தர், குண்டர்களாகிய சமணர்கள், என இவர்கள் சிறப்பு இல்லாதவர்கள்; இந்திரநீலப் பருப்பதம் என்னும் தலத்தில் எழுந்தருளி இருக்கும் விடுபட்ட நிலையில் உள்ள சிவபெருமானை எள் அளவும் நினையாதது என்ன காரணம் பற்றியோ? அவன் அறிவுமயக் கடவுள்; முதல்வன்; சிறப்புகள் பலவும் உடையவன்.

3533. கந்தம் ஆர்பொழில் சூழ்ந்த காழியான்
இந்திரன் தொழுநீ லபர்ப் பதத்து
அந்தம் இல்லியை ஏத்து ஞானசம்
பந்தன் பாடல் கொண்டுஓதி வாழ்மினே (11)

அருஞ்சொற்பொருள்:

கந்தம் - மணம். அந்தம் இல்லி - முடிவு இல்லாதவன்.

பொழிப்புரை:

மணமுள்ள சோலைகளால் சூழப்பட்ட சீர்காழி நகரைச் சேர்ந்த ஞானசம்பந்தன்; இந்திரன் வழிபட்ட இந்திரநீலப் பருப்பதம் என்னும் தலத்தில் எழுந்தருளி இருக்கும் முடிவில்லாதவனை; போற்றிப் பாடிய பாடல்களாகிய இவைகொண்டு; போற்றிப் பாடி அதன் பயனாய் நல்வாழ்வு பெறுவீராக!

326

திருஅநேகதங்காவதம்

பதிக வரலாறு:

காளத்தியில் இருந்தபடி பாடிய தலங்களுள் இதுவும் ஒன்றாக இருந்திருத்தல் வேண்டும் (பெரியபுராணத்தில் குறிப்பிட்டு கூறப்படவில்லை).

தல வரலாறு:

வடநாட்டுத் தலங்களுள் ஒன்று. இறைவி 'கௌரி' என்னும் பெயரில் தவம் செய்த தலம். அதனால் கௌரிகுண்டம் என்றும் கூறப்பெறும். இங்கு சூரியனும் சந்திரனும் பூசித்துப் பேறு பெற்றனர்.

சுவாமி : அநேகதங்காவதநாதர்
அம்மை : மனோன்மணி

திருமுறை 2 - 141

பண்: இந்தளம்

3534. நீடல் மேவுநிமிர் புன்சடை மேல்ஓர் நிலாமுளை
சூடல் மேவுமறை யின்முறை யால்ஓர் சுலாஅழல்
ஆடல் மேவும்அவர் மேயஅ நேகதங் காவதம்
பாடல் மேவுமனத் தார்வினை பற்றுஅறுப் பார்களே. (1)

அருஞ்சொற்பொருள்:

நீடல்மேவு - நீடுதல் உடைய. நிமிர்புன் சடை - நிமிர்ந்த மெல்லிய சடை. நிலாமுளை - பிறை. மறையின்முறை - வேதவிதி. சுலா அழல் - சுழலுகின்ற நெருப்பு. அநேகதங்காவதம் - ஒரு மலைத்தலம். பாடல் மேவும் - பாடுதல் உடைய. வினை பற்று - வினையும் அதனால் விளையும் பற்றும்.

வீ.சிவஞானம்

பொழிப்புரை:

நீண்ட நிமிர்ந்த மெல்லிய சடையின்மீது ஒரு பிறைச் சந்திரனைச் சூடி இருப்பவர்; வேதவிதிப்படி வளர்க்கப்பட்ட ஒரு தீயைக் கையில் ஏந்தி சுழன்று நடனம் ஆடுபவர்; அவர் எழுந்தருளி இருக்கும் அநேகதம்காவதம் என்னும் தலத்தைப் பாடல்கள் பாடி வழிபடும் மனம் உடையவர் வினைகளையும் அதனால் விளையும் பற்றுக்களையும் அறுப்பவர் ஆவர்.

3535. **சூலம் உண்டுமழு உண்டுஅவர் தொல்படை சூழ்கடல்**
ஆலம் உண்டபெரு மான்தன் அநேகதம் காவதம்
நீலம் உண்டதடம் கண்உமை பாகம் நிலாயதுஓர்
கோலம் உண்டஅளவு இல்லை குலாவிய கொள்கையே (2)

அருஞ்சொற்பொருள்:

ஆலம் - ஆலகால விடம். நீலம் - நீலமலர். தடம்கண் - பெரிய (மதர்த்த) கண்.

பொழிப்புரை:

கடலிலிருந்து வெளிப்பட்ட ஆலகால விடத்தை உண்ட பெருமான்; அநேகதங்காவதம் என்னும் தலத்தில் எழுந்தருளி இருப்பவன்; நீலமலர் போன்ற கண் உடைய உமாதேவியை உடன்கொண்டு இருப்பவன்; அவனிடம் சூலப்படை உண்டு; மழுப்படை உண்டு; அவன் அழகியனாய் அவ்வம்மையோடு குலாவும் செயல்களுக்கு அளவே இல்லை.

3536. **செம்பின் ஆரும்மதில் மூன்றுஎரி யச்சின வாயதுஓர்**
அம்பி னால்எய்துஅருள் வில்லி அநேகதம் காவதம்
கொம்பின் நேர்இடை யாளொடும் கூடிக்கொல் ஏறுஉடை
நம்பன் நாமம்நவி லாதன நாஎனல் ஆகுமோ (3)

அருஞ்சொற்பொருள்:

செம்பின் ஆரும் மதில் - உலோகங்களால் ஆன மும்மதில். சினவாய் - நெருப்பு முனை. வில்லி - வில்லை உடையவன். கொம்பு - பூங்கொம்பு.

பொழிப்புரை:

இரும்பு வெள்ளி பொன் ஆகிய மூன்று உலோகங்கள் கொண்டு கட்டப்பட்ட மும்மதிலை எரியுமாறு, நெருப்பு அம்பு எய்து அருள் செய்தவன்; வில் ஏந்தியவன்; அநேகதம்காவதம் என்னும் தலத்தில்

பூங்கொம்பு போன்ற மெல்லிய இடை உடைய உமாதேவியோடு கூடிக் கொல்லும் தொழில் உடைய இடபத்தின் மீது ஏறி வருபவன்; கண்டாரால் விரும்பப்படுபவன்; அவனது திருப்பெயர்களை உச்சரிக்காத நாவினை, நா என்று சொல்லலும் ஆகுமோ?

3537. **தந்தத் திந்தத்தடம் என்றுஅரு வித்திரள் பாய்ந்துபோய்ச்**
சிந்த வெந்தகதி ரோனொடு மாசுஅறு திங்கள்ஆர்
அந்தம் இல்லவள வில்ல அநேகதம் காவதம்
எந்தை வெந்தபொடி நீறுஅணி வார்க்கு இடம்ஆவதே (4)

அருஞ்சொற்பொருள்:

தந்த திந்த - ஒலிக்குறிப்பு. வெந்த கதிர் - சூரியன். மாசுஅறு - குற்றமற்ற. திங்கள் - சந்திரன். அந்தம்இல்ல - முடிவு இல்லாத. வளவில்ல - வலிய வில்லை உடைய. பொடி - சாம்பல்.

பொழிப்புரை:

முடிவு இல்லாதவனும், வலிய வில் ஏந்தியவனும், எமது தந்தையும், வெந்த சாம்பலைத் திருநீறாகப் பூசுபவனும், ஆகிய இறைவனுக்கு, அருவியானது தந்த திந்த என்று ஒலிசெய்து பாய்ந்து போய்ப் பரவி ஓடவும், பகலில் சூரியனும், இரவில் சந்திரனும் ஒளி செய்யவும், ஆக விளங்கும் அநேகதம்காவதம் என்பது எழுந்தருளும் தலமாக உள்ளது.

3538. **பிறையும் மாசில்கதி ரோன்அறி யாமைப் பெயர்ந்துபோய்**
உறையும் கோயில் பசும்பொன் அணிஆர் அசும்புஆர்புனல்
அறையும் ஓசை பறைபோலும் அநேகதம் காவதம்
இறைஎம் ஈசன் எம்மான் இடமாக உகந்ததே (5)

அருஞ்சொற்பொருள்:

பிறை - சந்திரப்பிறை. கதிரோன் - சூரியன். பெயர்ந்து போய் - ஒதுங்கிப் போய். அசும்பு - நீர்த்துளி.

பொழிப்புரை:

சந்திரப் பிறையும் குற்றமற்ற சூரியனும் நேரே கடவாது, ஒதுங்கிக் கடந்து செல்லும் உயரிய கோயில் உடையதும், பசும்பொன்னின் துகள்களை அருவி நீரின் துளிகள் அடித்துக் கொண்டு வருவதும், அருவி இழியும் ஒலி பறை முழங்குவது போல் கேட்பதும், ஆகிய அநேகதம்காவதம் என்னும் தலமே எம் இறைவன், விரும்பி எழுந்தருளி இருக்கும் தலம் ஆகும்.

3539. தேனை ஏறுநறு மாமலர் கொண்டுஅடி சேர்த்துவீர்
ஆனை ஏறும்அணி சாரல் அநேகதம் காவதம்
வானை ஏறுநெறி சென்றுஉண ரும்தனை வல்லிரேல்
ஆனை ஏறுமுடி யான்அருள் செய்வதும் வானையே (6)

அருஞ்சொற்பொருள்:

ஆனை - (ஆன் + ஐ) ஆன்ஐந்து. வானை - வான் உலகை.

பொழிப்புரை:

தேன் பொருந்திய நறுமணமுள்ள உயர்ந்த மலர்கள் கொண்டு திருவடிகளில் சேர்த்து வழிபடுவோரே! நீவிர் சிவலோகம் சென்றுசேரும் விருப்பம் கொண்டு, சரியை கிரியை முதலிய நெறிகளில் சென்று, வழிபடும் தன்மை உடையவராயின், யானை ஏறுகின்ற அழகிய மலைச்சாரலை உடைய அநேகதம்காவதம் என்னும் தலத்தில் எழுந்தருளி இருக்கும் ஆன்ஐந்து கொண்டு திருமஞ்சனம் ஆடும் இறைவன் உங்களுக்கு சிவலோகம் தந்து அருளுவான்.

3540. வெருவி வேழம்இரி யக்கதிர் முத்தொடு வெண்பளிங்கு
அருவி வீழ்வயி ரம்கொழி யாஅகில் உந்திவெள்
அருவி பாயும்அணி சாரல்அ நேகதம் காவதம்
மருவி வாழும்பெரு மான்கழல் சேர்வது வாய்மையே (7)

அருஞ்சொற்பொருள்:

'வேழம் வெருவி இரிய' - (எனக் கூட்டி உரைக்க) யானை அஞ்சி ஓடுமாறு. கொழியா - கொழிக்கும்.

பொழிப்புரை:

யானை அஞ்சி ஓடுமாறும், ஒளி உடைய முத்து, வெண்பளிங்கு, வயிரம், அகில் ஆகியவற்றைத் தள்ளிக்கொண்டும், வெள்ளை நிறத்தில் அருவி பாயும், அழகிய மலைச்சாரலை உடைய அநேகதம்காவதம் என்னும் தலத்தில் பொருந்தி வாழும் சிவபெருமானின், திருவடியை அடையப் போவது உண்மையே ஆகும்.

3541. ஈரம் ஏதும்இலன் ஆகி எழுந்த இராவணன்
வீரம் ஏதும்இலன் ஆக விளைத்த விலங்கலான்
ஆரம் பாம்புஅது அணிவான்தன் அநேகதம் காவதம்
வாரம் ஆகிநினை வார்வினை ஆயின ஓயுமே (8)

அருஞ்சொற்பொருள்:

ஈரம் - அன்பு. விலங்கலான் - கயிலை மலைக்கு உரிமை உடைய சிவபெருமான். வாரம் - அன்பு.

பொழிப்புரை:

அன்பு சிறிதும் இல்லாது தன்முனைப்பு கொண்டு மலையைப் பெயர்க்க முயன்ற இராவணனின் வீரம் முழுவதையும் அழித்தவன், கயிலை மலைக்கு உரிமை உடைய சிவபெருமான்; அவனுக்கு மாலை பாம்பு; தங்கும் இடம் அநேகதம்காவதம்; அப்பெருமான்மீது அன்பு வைத்து தியானிப்பாரது, வினைகள் ஆனவை அழியும்.

3542. கண்ணன் வண்ணமல ரானொடும் கூடியோர்க்கு ஐயமாய்
எண்ணும் வண்ணம்அறி யாமை எழுந்ததுஓர் ஆர்அழல்
அண்ணல் நண்ணும்அணி சாரல் அநேகதம் காவதம்
நண்ணும் வண்ணம்உடை யார்வினை யாயின நாசமே (9)

அருஞ்சொற்பொருள்:

கண்ணன் - கண்ணனாக அவதரித்த திருமால். வண்ண மலரான் - அழகிய தாமரை மலர்மேல் எழுந்தருளி இருக்கும் பிரமன். ஐயமாய் - சந்தேகமாய். ஆர் அழல் - பெருநெருப்பு. வினை ஆயின நாசம் - வினைகள் ஆனவை அழியும்.

பொழிப்புரை:

திருமாலும் பிரமனும் கூடித்தேடுமாறு, சந்தேகப்படும்படி, ஒரு பெருநெருப்பாக எழுந்து உயர்ந்து நின்றவரும், அழகிய மலைச்சாரலை உடைய அநேகதம்காவதம் என்னும் தலத்தில் எழுந்தருளி இருக்கும், உயிர்களுக்குத் தலைவனாக விளங்குபவரும், ஆகிய சிவபெருமான், தன்னை நெருங்கி வந்து வழிபடுவாரது, வினைகளைப் போக்கி அருளுபவராக இருக்கிறார்.

3543. மாப தம்(ம்)அறி யாதவர் சாவகர் சாக்கியர்
ஏப தம்பட நின்றுஇறு மாந்துஉழல் வார்கள்தாம்
ஆப தம்(ம்)அறி வீர்உளி ராகில் அநேகதம்
காப தம்(ம்)அமர்ந் தான்கழல் சேர்தல் கருமமே (10)

அருஞ்சொற்பொருள்:

மாபதம் - உயரிய பதவிநிலை முத்தி. சாவகர் - சமணர். சாக்கியர் - பௌத்தர். ஏபதம் - ஏஏ என்று இகழும். இறுமாந்து - செருக்கி. உழல்வார் - திரிபவர். ஆபதம் - அடையத்தக்க சிவபதம். கருமம் - செயல்.

பொழிப்புரை:

உயரிய பதவிநிலை முத்திகள் குறித்து கூட சமணர்களும் பௌத்தர்களும் அறியார்; அவர்கள் ஏஏ என இகழ்ச்சிபட, செருக்கு கொண்டு உழன்று திரிபவர்கள்; எனவே, நீவிர் வீடுபேறு வேண்டு வீராயின், அநேகதங்காவதம் என்னும் தலத்தில் எழுந்தருளி இருக்கும் சிவபெருமானின் திருவடியில் சென்று சேர்தலே நீங்கள் செய்ய வேண்டிய செயலாகும்.

3544. தொல்லைஊ ழிப்பெயர் தோன்றிய தோணிபு ரத்துஇறை
நல்லகேள் வித்தமிழ் ஞானசம் பந்தன்நல் லார்கள்முன்
அல்லல் தீரஉரை செய்த அநேகதம் காவதம்
சொல்ல நல்லஅடை யும்அடை யாசுடு துன்பமே (11)

அருஞ்சொற்பொருள்:

தொல்லை - பழைய. ஊழிப்பெயர் - ஊழியில் மிதந்ததால் பெற்ற பெயர். இறை - தலைவன். கேள்வி - கேள்வி ஞானம் உடைய. அல்லல் - துன்பம். நல்ல - நல்லன. சுடுதுன்பம் - உறுத்தும் துன்பம். அடையா - சேராது.

பொழிப்புரை:

முந்தைய ஊழியில் கடல்நீரில் மிதந்ததால் பெற்ற பெயராக விளங்கும் தோணிபுரம் என்னும் தலத்துக்கு உரிய தலைவனும், நல்ல கேள்வி ஞானம் உடையவனும், தமிழ்ப்புலமை பெற்றவனும், ஆகிய ஞானசம்பந்தன்; நல்லவர்கள் முன்னிலையில் துன்பம் தீர அநேகதம்காவதம் என்னும் தலத்தில் பாடிய; பாடல்களைப் பாட, நல்லன நடக்கும்; உறுத்தும் துன்பங்கள் வந்து அடைய மாட்டாது.

திருச்சிற்றம்பலம்

327

திருக்காளத்தி

பதிக வரலாறு:

காளத்தியில் இருந்தபடியே வடநாட்டுத் தலங்களைப் பாடி வழிபட்டு இருந்த புகலியார், திருஒற்றியூர் செல்ல நினைந்து, காளத்தி இறைவனது திருவடியைத் தம் மனத்தில் பதித்து, இப்பதிகத்தை அருளுகின்றார்.

திருமுறை 3 - 294   திருஞான - 1028

பண்: கொல்லி

3545. சந்தம்ஆர் அகிலொடு சாதிதேக் கம்மரம்
உந்துமா முகலியின் கரையினில் உமையொடும்
மந்தர்ஆர் பொழில்வளர் மல்குவண் காளத்தி
எந்தையார் இணைஅடி என்மனத்து உள்ளவே   (1)

அருஞ்சொற்பொருள்:

சந்தம் - சந்தனமரம். அகில் - அகில் மரம். சாதி - சாதிக்காய் மரம். தேக்கம் - தேக்கு மரம். முகலி - பொன்முகலி ஆறு. மந்தம் - தென்றல். மல்குவண் - வளம் மிகுந்த.

பொழிப்புரை:

சந்தனம், அகில், சாதி, தேக்கு ஆகிய மரங்களை உந்தித் தள்ளிக் கொண்டு வந்து, கரை ஒதுக்கும் பொன்முகலி ஆற்றின் கரையில் உள்ள தென்றல் காற்று உலாவும் சோலை வளம் உடைய திருக்காளத்தி என்னும் தலத்தில், எமது தந்தையாகிய சிவபெருமான் உமாதேவியோடும் கூடி இருப்பதும் அன்றி, அப்பெருமானது இணையான திருவடிகள் என்மனத்தில் பொருந்தி உள்ளனவே.

3546. ஆலம்மா மரவமோடு அமைந்தசீர்ச் சந்தனம்
சாலமா பீலியும் சண்பகம் உந்தியே
காலம்ஆர் முகலிவந்து அணைதரு காளத்தி
நீலம்ஆர் கண்டனை நினையுமா நினைவதே   (2)

அருஞ்சொற்பொருள்:

ஆலம், மா, மரவம், சந்தனம் - மர வகைகள். மரவம் - குங்கும மரம். சால - மிகுதியும். பீலி - மயிற்பீலி. காலம்ஆர் - உரிய காலத்தில். முகலி - பொன்முகலி ஆறு. நீலம் ஆர் கண்டன் - நீலநிறக் கண்டம் உடையவன்.

பொழிப்புரை:

ஆலமரம், மாமரம், குங்கும மரம், சிறப்பு பொருந்திய சந்தன மரம் ஆகியவற்றையும், மேலான மிகுதியான மயிற்பீலி, சண்பக மலர் ஆகியவற்றையும், உரிய காலத்தில் பொன்முகலி ஆறானது தள்ளிக்கொண்டு வந்து, கரைஒதுக்கும் காளத்தியில் எழுந்தருளி இருக்கும், நீலநிறக் கண்டம் கொண்ட சிவபெருமானை, நினைக்க வேண்டிய விதத்தில் நினைப்பது, நமது கடமையாகும்.

3547. **கோங்கமே குரவமே கொன்றைஅம் பாதிரி**
மூங்கில்வந்து அணைதரு முகலியின் கரையினில்
ஆங்குஅமர் காளத்தி அடிகளை அடிதொழ
வீங்குவெம் துயர்கெடும் வீடுஎளி தாகுமே (3)

அருஞ்சொற்பொருள்:

அம் - அழகு. வீங்கு வெம் துயர் - பெருகும் கொடிய துன்பம். கெடும் - அழியும்.

பொழிப்புரை:

கோங்கம், குரவம், கொன்றை, பாதிரி, மூங்கில் ஆகிய மரவகைகளைப் பொன்முகலி ஆறு தள்ளிக்கொண்டு வந்து, கரைஒதுக்கும் காளத்தியில் எழுந்தருளி இருக்கும் இறைவனது திருவடிகளை வணங்கப் பெருகும் கொடிய துன்பங்கள் விலகும்; வீடுபேறு கிடைப்பது எளிதாகும்.

3548. **கரும்புதேன் கட்டியும் கதலியின் கனிகளும்**
அரும்புநீர் முகலியின் கரையினில் அணிமதி
ஒருங்குவார் சடையினன் காளத்தி ஒருவனை
விரும்புவார் அவர்கள்தாம் விண்உலகு ஆள்வரே (4)

அருஞ்சொற்பொருள்:

கரும்பு தேன் கட்டி - கருப்பஞ்சாற்றைக் காய்ச்சக் கிடைக்கும் தேன்போல் இனிக்கும் வெல்லக்கட்டி. கதலி - வாழை. அணிமதி - அழகிய பிறை. ஒருங்கு வார் சடை - பொருந்தும் நீண்ட சடை.

பொழிப்புரை:

தேன்போல் இனிக்கும் வெல்லக்கட்டியும், வாழைப்பழங்களும், மிகுதியும் கிடைக்கும் பொன்முகலி ஆற்றின் கரையில் அமைந்துள்ள காளத்தியில் எழுந்தருளியிருக்கும் அழகிய பிறைச்சந்திரனைச் சூடிய நீண்ட சடை உடையவனும், காளத்திநாதனும், ஆகிய ஒப்பற்ற சிவபெருமானை விரும்பி, வழிபடுபவர்கள் மறுமையில் தேவர்உலகை ஆளும் பிறப்பினைப் பெறுவர்.

3549. வரைதரும் அகிலொடு மாமுத்தம்(ம்) உந்தியே
திரைதரு முகலியின் கரையினில் தேமலர்
விரைதரு சடைமுடிக் காளத்தி விண்ணவன்
நிரைதரு கழல்இணை நித்தலும் நினைமினே   (5)

அருஞ்சொற்பொருள்:

வரை - மலை. அகில் - மரம். மா முத்தம் - மேன்மை உடைய முத்து. திரை - அலை. தேமலர் - தேன் உடைய மலர். நித்தலும் - நாள்தோறும்.

பொழிப்புரை:

மலையில் விளையும் அகில்மரம், மேலான முத்துக்கள் ஆகியவற்றை அலைகளால் உந்தித் தள்ளிக்கொண்டு வந்து, கரைசேர்க்கும் பொன்முகலி ஆற்றின் கரையில், மணமுள்ள சடாமுடி உடைய தேவதேவன் எழுந்தருளி இருக்கிறான்; அவனது இணையான திருவடிகளை நாள்தோறும் நினைத்து வழிபடுவீராக!

★ (இப்பதிகத்தின் 6, 7-ஆம் பாடல்கள் கிடைக்கவில்லை).

3550. முத்துமா மணிகளும் முழுமலர்த் திரள்களும்
எத்துமா முகலியின் கரையினில் எழில்பெறக்
கத்திட அரக்கனைக் கால்விரல் ஊன்றிய
அத்தன்தன் காளத்தி அணைவது கருமமே   (8)

அருஞ்சொற்பொருள்:

கத்திட - கத்துமாறு. அத்தன் - தந்தை. கருமம் - செய்ய வேண்டியது.

பொழிப்புரை:

முத்தும், மேன்மை உடைய மாணிக்கமணியும், பலவகை மலர்களின் திரட்சியும் ஆகிய இவற்றை, பொன்முகலி ஆறு உந்திவந்து, அழகுபெற

ஓதுக்கும் கரையில் அமைந்துள்ள காளத்தியில் எழுந்தருளி இருக்கும் சிவபெருமான், அரக்கனாகிய இராவணன் வாய்விட்டு அலறுமாறு, கால்விரலால் ஊன்றி நசுக்கியவன்; எமது தந்தை; அவனைச் சென்றுஅடைவது நமது கடமை ஆகும்.

3551. மண்ணுமா வேங்கையும் மருதுகள் பீழ்ந்துஉந்தி
நண்ணுமா முகலியின் கரையினில் நன்மைசேர்
வண்ணமா மலரவன் மால்அவன் காண்கிலா
அண்ணலார் காளத்தி ஆங்குஅணைந்து உய்ம்மினே (9)

அருஞ்சொற்பொருள்:

மண் - வண்டல்மண். மா வேங்கை - பெரிய வேங்கை மரம். மருது - மருத மரம். பீழ்ந்து - பிளந்து. நண்ணும் - வந்துசேரும். வண்ண மா மலர் - தாமரை மலர்.

பொழிப்புரை:

வண்டல் மண்ணை தள்ளிக் கொண்டும், பெரிய வேங்கை மரம், மருத மரம் ஆகியவற்றைப் பிளந்து கொண்டும், வரும் பொன்முகலி ஆற்றின் கரையில் உள்ள காளத்தி இறைவனை, முன்பு அழகிய தாமரை மலர்மேல் அமரும் பிரமனும், திருமாலும் தற்போதம் கொண்டு தேடி, காண முடியாதவர் ஆயினர்; எனவே நாம் தற்போதம் இன்றி, அப்பெருமானைச் சென்று அடைந்து, உய்வோமாக!

3552. வீங்கிய உடலினர் விரிதரு துவர்உடைப்
பாங்கிலார் சொலைவிடும் பரமன்அடி பணியுமின்
ஓங்குவண் காளத்தி உள்ளமோடு உணர்தர
வாங்கிடும் வினைகளை வானவர்க்கு ஒருவனே (10)

அருஞ்சொற்பொருள்:

வீங்கிய உடல் - பருத்த உடல். சொலை - சொல்லை. விடும் - விட்டு நீங்குவீராக. பரமன் - மேலான இறைவன் (சிவபெருமான்). ஓங்குவண்-வளம் நிறைந்த. உள்ளமொடு உணர்தர - உள்ளத்தால் உணர. வினைகளை வாங்கிடும் - வினைகளை நீக்கிடும். ஒருவன் - ஒப்பற்றவன்.

பொழிப்புரை:

பருத்த உடல் உடைய சமணர், துவராடையை விரித்துப் போர்த்துக் கொண்ட பௌத்தர், ஆகியோர் கூறும் பக்குவம் இல்லாத சொற்களைக்

கேட்க வேண்டாம்; மாறாக, மேலான இறைவன் சிவபெருமானின் திருவடியில் வந்து பணியுங்கள்! வளத்தால் சிறந்து விளங்கும் காளத்தியில் எழுந்தருளி இருக்கும் இறைவனை, தேவர்களுக்கும் தேவனத்திகள் அணைதரு காளத்தி தேவனாய், ஒப்பற்றவனாய் விளங்கும் ஒருவனை, உள்ளத்தால் உணர்வீராயின், வினைகள் ஆனவை கழியும்.

3553. அட்டமா சித்திகள் அணைதரு காளத்தி

வட்டவார் சடையனை வயல்அணி காழியான்

சிட்டநான் மறைவல ஞானசம் பந்தன்சொல்

இட்டமாப் பாடுவார்க்கு இல்லையாம் பாவமே (11)

அருஞ்சொற்பொருள்:

அட்டமா சித்திகள் - எட்டு வகை சித்துகள். அட்டவார் சடை - வட்டமாக வளைத்துக் கட்டப்பட்ட நீண்ட சடை. சிட்டம் - ஒழுக்கம். இட்டம் - விருப்பம்.

பொழிப்புரை:

அட்டமா சித்திகளை அருள்வல்ல காளத்தியில் எழுந்தருளி இருக்கும், வட்டமாக வளைத்துக் கட்டப்பட்ட நீண்ட சடாமுடி உடைய இறைவனை; வயல்கள் சூழ்ந்து அழகுசெய்யும் காழிநகரத்துக்கு உரிமை உடையவனும், ஒழுக்கம் நிறைந்தவனும், மறைகளில் வல்லமை உடையவனும் ஆகிய ஞானசம்பந்தன் பாடிய இப்பாடல்களை; விருப்பமுடன் பாடி வழிபடுவார்க்குப் பாவம் இல்லையாகும்.

திருச்சிற்றம்பலம்

328

திருவேற்காடு

பதிக வரலாறு:

காளத்தி கும்பிட்ட ஞானம் உண்ட செல்வர், திருவேற்காடு வந்து, கோயிலைச் சென்று அடைந்து, பணிந்து பாடிய திருப்பதிகம் இது.

தல வரலாறு:

சென்னை - ஆவடி இரயில் நிலையத்தில் இருந்து தெற்கே பூவிருந்தவல்லி போகும் வழியில், 6 கி.மீ. சென்று, கிழக்கே உள்ள காடுவெட்டி ஆற்றைக் கடக்க, இத்தலத்தை அடையலாம்.இங்கு வேல் (வேலமரம்) தலமரம் ஆதலின் இப்பெயர் பெற்றது. அகத்தியருக்குச் சிவபெருமான் மணக்கோலம் காட்டிய தலங்கள் சிலலவற்றுள் இதுவும் ஒன்று. முருகப்பெருமான் சூரனைச் சம்காரம் செய்தபிறகு, இத்தலத்துக்கு வந்து வழிபாடு செய்துள்ளார்.

சுவாமி : வேல்காட்டுநாதர்

அம்மை : வேல்கண்ணியம்மை

தல மரம் : வேல்

தீர்த்தம் : வேலாயுத தீர்த்தம்

திருமுறை 1 - 57 | **திருஞான - 1030**

பண்: பழந்தக்கராகம்

3554. **ஒள்ளிது உள்ளக் கதிக்குஆம் இவன்ஒளி**
வெள்ளி யான்உறை வேற்காடு
உள்ளி யார்உயர்ந் தார்இவ் வுலகில்
தெள்ளி யார்அவர் தேவரே (1)

அருஞ்சொற்பொருள்:

ஒள்ளிது உள்ள - உயர்ந்த பொருளை நினைக்க. கதிக்கு ஆம் - அது நற்கதிக்கு வழிவகுக்கும். வெள்ளியான் - வெள்ளையாய் விளங்கும் பெருமான். தெள்ளியார் - தெளிந்த அறிவு உடையவர்.

பொழிப்புரை:

'உயர்ந்த பொருளை நினைக்க உயர்ந்த நிலையை அடையலாம்' என்னும் உலக நியதிக்கு ஏற்ப, ஒளிபொருந்திய வெள்ளை நிறம் உடைய இறைவன் எழுந்தருளி இருக்கும் வேற்காடு என்னும் தலத்தை நினைபவர், இவ்வுலகில் உயர்ந்த நிலையை அடைவர்; தெளிந்த அறிவினைப் பெறுவர்; தேவரும் ஆவர்.

3555. **ஆடல் நாகம் அசைத்துஅளவு இல்லதுஓர்**
வேடம் கொண்டவன் வேற்காடு
பாடி யும்பணிந் தார்இவ் வுலகினில்
சேடர் ஆகிய செல்வரே (2)

அருஞ்சொற்பொருள்:

சேடர் - பெருமை உடையவர்.

பொழிப்புரை:

படம் எடுத்து ஆடுகின்ற பாம்பை இடையில் கச்சாகக் கட்டி, பலப்பல வேடம் ஏற்றவன் வேற்காட்டில் எழுந்தருளி இருக்கும் இறைவன்; அவனைப் பாடியும் பணிந்தும் வழிபடுபவர், இவ்வுலகில் பெருமை பொருந்திய செல்வம் உடையவர் ஆவர்.

3556. **பூதம் பாடப் புறங்காட்டு இடைஆடி**
வேத வித்தகன் வேற்காடு
போதும் சாந்தும் புகையும் கொடுத்தவர்க்கு
ஏதம் எய்துதல் இல்லையே (3)

அருஞ்சொற்பொருள்:

புறங்காடு - சுடுகாடு. போது - மலர். சாந்து - சந்தனம். புகை - தூபம். ஏதம் - துன்பம்.

பொழிப்புரை:

பூதகணங்கள் சூழ்ந்து நின்று பாட, சுடுகாட்டில் நின்று நடனம் ஆடுகின்றவனும், வேதம் சொன்னவனும், வேற்காடு என்னும் தலத்தில் எழுந்தருளி இருப்பவனும், ஆகிய இறைவனை; பூ, சந்தனம், மணப்புகை முதலியன கொண்டு வழிபட்டவர், துன்பம் உறுதல் இல்லை.

3557. ஆழ்க டல்எனக் கங்கை கரந்தவன்
    வீழ்ச டையினன் வேற்காடு
    தாழ்வு உடைமனத் தால்பணிந்து ஏந்திடப்
    பாழ்ப டும்அவர் பாவமே   (4)

அருஞ்சொற்பொருள்:

கரந்தவன் - மறைத்து வைத்திருப்பவன். வீழ்சடை - தொங்கும் சடை. தாழ்வு உடைமனம் - பணிவு உடைய மனம். பாவம் பாழ்படும் - பாவம் அழியும்.

பொழிப்புரை:

ஆழமான கடல் போன்ற கங்கையைச் சடையில் மறைத்து வைத்திருப்பவன்; நீண்டு தொங்கும் சடாமுடி உடையவன்; அவன் எழுந்தருளி இருக்கும் வேற்காட்டைப் பணிவுடைய மனம்கொண்டு போற்றி வழிபட, வழிபட்டவரது பாவமானது அழியும்.

3558. காட்டி னாலும் அயர்த்திடக் காலனை
    வீட்டி னான்உறை வேற்காடு
    பாட்டி னால்பணிந்து ஏத்திட வல்லவர்
    ஓட்டி னார்வினை ஒல்லையே   (5)

அருஞ்சொற்பொருள்:

வீட்டினான் - அழித்தான். ஒல்லை - விரைவு.

பொழிப்புரை:

மார்க்கண்டேயன், 'சிவபெருமானே முழுமுதற்கடவுள்' என்று காட்டிய பிறகும், கேளாத காலனை அழித்த அப்பெருமான் எழுந்தருளி இருக்கும் வேற்காட்டை, பாட்டுப்பாடி, பணிந்து போற்றி, வழிபட வல்லவரது, வினைகள் விரைந்து கழியும்.

3559. தோலி னால்உடை மேவவல் லான்சுடர்
வேலி னான்உறை வேற்காடு
நூலி னால்பணிந்து ஏத்திட வல்லவர்
மாலி னார்வினை மாயுமே (6)

அருஞ்சொற்பொருள்:

நூல் - ஆகமநூல். மாலினார் - மயங்கினவர்.

பொழிப்புரை:

புலித்தோல், மான்தோல், யானைத்தோல் ஆகியவற்றை உடையாக உடுத்த வல்லவன்; ஒளிபொருந்திய வேலை உடையவன்; அவன் எழுந்தருளி இருக்கும் வேற்காட்டை ஆகம விதிப்படி வழிபட வல்லவர், செய்யும் மயக்கம்மிகு வினைகள் அழியும்.

3560. மல்லல் மும்மதில் மாய்தர எய்தழூர்
வில்லி னான்உறை வேற்காடு
சொல்ல வல்ல சுருங்கா மனத்தவர்
செல்ல வல்லவர் தீர்க்கமே (7)

அருஞ்சொற்பொருள்:

மல்லல் - வளம் (செல்வம்). தீர்க்கம் - உறுதி.

பொழிப்புரை:

வளமான மும்மதில்கள் அழியுமாறு அம்பு எய்த வில் ஏந்திய சிவபெருமான் எழுந்தருளி இருக்கும் வேற்காட்டின் பெருமைகளை எடுத்துரைக்கும் பரந்த மனம் உடையவர் நீடுவாழ்வர்; இது உறுதி.

3561. மூரல் வெண்மதி சூடு முடிஉடை
வீரன் மேவிய வேற்காடு
வார மாய்வழி பாடுநி னைந்தவர்
சேர்வர் செய்கழல் திண்ணமே (8)

அருஞ்சொற்பொருள்:

மூரல் - இளமை. வாரம் - அன்பு.

பொழிப்புரை:

இளமை உடைய வெண்பிறைச் சந்திரனைச் சூடும் சடாமுடி உடைய வீரன் எழுந்தருளி இருக்கும் வேற்காட்டை அன்புகொண்டு வழிபாடு செய்ய நினைந்தவர், அவரது சிவந்த திருவடியைச் சென்று சேர்வது உறுதியே ஆகும்.

3562. **பரக்கி னார்படு வெண்தலை யில்பலி**
விரக்கி னான்உறை வேற்காட்டூர்
அரக்கன் ஆண்மை அடரப்பட் டான்இறை
நெருக்கி னானை நினைமினே (9)

அருஞ்சொற்பொருள்:

பரக்கினார் - அலைந்து திரிந்தவர். விரக்கினான் - சாமர்த்தியம் உடையவன். இறை - சிறிதளவு.

பொழிப்புரை:

அலைந்து திரியும் பிரமனின் மண்டை ஓட்டில் பிச்சை ஏற்கும் சாமர்த்தியம் உடையவன் வேற்காட்டில் எழுந்தருளி இருக்கிறான்; அவன் அரக்கனாகிய இராவணனது ஆண்மை அழியுமாறு சிறிதளவு கால் பெருவிரலால் ஊன்றி நசுக்கியவன்; அப்பெருமானை நினைந்து வழிபடுவீராக!

3563. **மாறி லாமல ரானொடு மாலவன்**
வேற லான்உறை வேற்காடு
ஈறி லாமொழி யேமொழி யாஎழில்
கூறி னார்க்குஇல்லை குற்றமே (10)

அருஞ்சொற்பொருள்:

மலரான் - பிரமன். மால் - திருமால். எழில் - அழகு. மாறிலா மலர் - ஒப்பற்ற மலர் (தாமரை). வேறலான் - அவர்களினின்றும் வேறானவன் அல்லன்.

பொழிப்புரை:

தனக்கு ஒப்புமையாக வேறுமலர் இல்லை என்னும்படி சிறப்புடைய தாமரை மலரில் அமரும் பிரமனும், திருமாலும், ஆகிய இருவர்க்கும், வேறுபடாதவனாய் அவர்களாகவும் விளங்கும் திருவேற்காட்டு இறைவன் மீது, முடிந்த முடிபாய் விளங்கும் சொற்கள் கொண்டு,

வழிபடுபவர்க்கு வரஉள்ள குற்றங்கள் இல்லையாகும் (பிரமன், திருமால், உருத்திரன், மகேசன், சதாசிவம், விந்து, நாதம், பரசிவை, பரசிவன் - என ஒன்பது வேறுபாடுகளுடன் கூடியவன் சிவபெருமானே - இதனை நவந்தரு பேதம் என்று சித்தாந்தம் கூறும்).

3564. விண்ட மாம்பொழில் சூழ்திரு வேற்காடு
 கண்டு நம்பன் கழல்பேணிச்
 சண்பை ஞானசம் பந்தன் செந்தமிழ்
 கொண்டு பாடக் குணம்ஆமே (11)

அருஞ்சொற்பொருள்:

விண்ட - மலர்ந்த. மாம்பொழில் - மாஞ்சோலை. நம்பன் - விரும்பப்படுவான்.

பொழிப்புரை:

மலர்ந்த மலர்களை உடைய மாஞ்சோலையால் சூழப்பட்ட திருவேற்காடு என்னும் தலத்தைக் கண்டு, அங்குள்ள நம்பனின் திருவடிகளைப் போற்றிச் சண்பை நகர் ஞானசம்பந்தன் பாடிய செந்தமிழ்ப் பாக்களாகிய இவை கொண்டு, பாடி வழிபட, நன்மைகள் மட்டுமே விளையும்.

திருச்சிற்றம்பலம்

329

திருவலிதாயம்

பதிக வரலாறு:

திருவேற்காடு பாடி வழிபட்டுப் புறப்பட்ட பிள்ளையார், வலிதாயம் வந்து வணங்கி இப்பதிகம் பாடுகின்றார்.

தல வரலாறு:

இத்தலம் 'பாடி' என்று வழங்கப்படுகின்றது. ஆவடி - அம்பத்தூர் செல்லும் பேருந்தில் செல்லலாம். பரத்துவாச மகரிஷி, வியாழன், அனுமன் ஆகியோர் வழிபட்டுப் பேறுபெற்ற தலம்.

சுவாமி	:	வலிதாய நாதர்
அம்மை	:	தாயம்மை
தல மரம்	:	பாதிரி
தீர்த்தம்	:	பரத்துவாசர் தீர்த்தம்

திருமுறை 1 - 3   திருஞான - 1030

பண்: நட்டபாடை

3565. பத்தரோடு பலரும் பொலிய(ம்)
    மலர்அங் கைப்புனல் தூவி
    ஒத்த சொல்லி உலகத்தவர்
    தாம்தொழுது ஏத்த உயர்சென்னி
    மத்தம் வைத்த பெருமான்
    பிரியாது உறைகின்ற வலிதாயம்
    சித்தம் வைத்த அடியார்
    அவர்மேல் அடையாமற்று இடர்நோயே   (1)

அருஞ்சொற்பொருள்:

பத்தர் - அன்பர். பொலிய - விளங்க. அங்கைப் புனல் - அர்க்கியம் கொடுக்க உள்ளங்கையில் ஏற்ற நீர். ஒத்த சொல்லி - ஒரே ஸ்வரத்தில் வேதமந்திரங்களைச் சொல்லி. மத்தம் - ஊமத்த மலர். இடர் - துன்பம்.

பொழிப்புரை:

அன்பர்கள் பலரும் தங்கள் கைகளில் பொலிவுடைய மலர்கள் கொண்டு, ஒரே இசையில் மந்திரம் சொல்லி நீரும் (அர்க்கிய நீரும்) வார்த்து, உலக மக்கள் தொழுது வணங்குமாறு, ஊமத்தம்பூவைச் சடையில் சூடிய சிவபெருமான், விட்டுப்பிரியாது எழுந்தருளி இருக்கும் தலம் திருவலிதாயம்; அத்தலத்து இறைவர்மீது மனம் வைத்து வழிபடுவாரைத் துன்பம் தொடராது; நோய் அண்டாது.

3566. **படைஇலங்கு கரம்எட்டு உடையான்**
படிறா கக்கலன் ஏந்திக்
கடைஇலங்கு மனையில் பலிகொண்டு
உணும்கள் வன்உறை கோயில்
மடைஇலங்கு பொழிலின்(ன்) நிழல்வாய்
மதுவீசும் வலி தாயம்
அடையநின் றவன்அடி யார்க்கு
அடையா வினைஅல்லல் துயர்தானே (2)

அருஞ்சொற்பொருள்:

கரம் - கை. படிறு - பொய். உணும் - உண்ணும். கள்வன் - கள்ளத்தனம் உடையவன். மது - தேன். வீசும் - துளிக்கும். அல்லல் - துன்பம். துயர் - மனத்துயரம். இலங்கு - விளங்குகின்ற.

பொழிப்புரை:

படைகள் விளங்குகின்ற கைகள் எட்டு உடையவன்; பொய்யாக பிச்சைப் பாத்திரத்தைக் கையில் ஏந்தி வீட்டுக் கடைவாயில் தோறும் சென்று நின்று, பிச்சை கேட்டு உண்ணும் கள்ளத்தனம் உடையவன்; அவன் எழுந்தருளி இருக்கும் கோயில் இருக்கும் தலம்; நீர்மடைகளை உடைய சோலையின் நிழலில் தேன் துளிக்கும் திருவலிதாயமே ஆகும்; அத்தலத்து இறைவனது அடி அடைகின்ற அடியார்களுக்கு துன்பமும் மனத்துயரமும் இல்லையாகும்.

3567. ஐயன் நொய்யன்(ன்) அணியன்

பிணிஇல்ல வர்என்றும் தொழுதுஏத்தச்

செய்யன் வெய்யபடை ஏந்தவல்லான்

திருமா தோடுஉறை கோயில்

வையம் வந்துபணி யப்பிணி

தீர்த்து உயர்கின்ற வலிதாயம்

உய்யும் வண்ணம் நினைமின்

நினைத்தால் வினைதீரும் நலம்ஆமே (3)

அருஞ்சொற்பொருள்:

ஐயன் - அழகன். நொய்யன் - நுண்ணிய பொருளிலும் நுண்ணிய பொருளாய் விளங்குபவன். அணியன் - அடியார்களுக்கு அருகில் இருப்பவன். பிணிஇல்லவர் - வினையாகிய பற்று இல்லாதவர். செய்யன் - செம்மையானவன். வெய்யபடை - கொடிய ஆயுதம். மாது - உமை. வையம் - உலகம். பிணி - பிறவியாகிய நோய்.

பொழிப்புரை:

அழகன்; நுண்ணிய பொருள்களில் மேலும் நுண்ணிய பொருளாய் இருப்பவன்; அடியார்களுக்கு அருகில் இருப்பவன்; வினைப்பற்று இல்லாதவர்க்குத் தொழுது வணங்கச் செம்மையானவன்; கொடிய படைகளை ஏந்துவதில் வல்லவன்; அவன் உமாதேவியோடு கூடி எழுந்தருளி இருக்கும் கோயில் இருக்கும் தலம்; உலக மக்கள் வந்து பணிந்து வழிபட அவரது பிறவி நோயை அறுத்து அருளுகின்ற திருவலி தாயமே ஆகும்; எனவே, உய்யவேண்டுமாயின், அத்தலத்து இறைவனை நினையுங்கள்! நினைத்தால், வினை தீரும்; நன்மைகள் நடக்கும்.

3568. ஒற்றை ஏறுஅது உடையான்

நடம்ஆடி ஓர்பூதப் படைசூழப்

புற்றில் நாகம்அரை ஆர்த்துஉழல்

கின்றஎம் பெம்மான் மடவாளோடு

உற்ற கோயில் உலகத்து

ஒளிமல்கிட உள்கும் வலிதாயம்

பற்றி வாழும் அதுவே

சரண்ஆவது பாடும் அடியார்க்கே (4)

அருஞ்சொற்பொருள்:

ஒற்றை ஏறு - ஒரே ஒரு காளை. புற்றில் நாகம் - புற்றில் வாழும் பாம்பு. அரை - இடை. ஆர்த்து - கட்டி. உழல்கின்ற - திரிகின்ற. மடவாள் - உமை. உள்கும் - நினைக்கும். சரண்ஆவது - அடைக்கலம் தருவது.

பொழிப்புரை:

ஒரே ஒரு காளை ஊர்தி உடையவன்; பூதப்படை சூழநிற்க நடனம் ஆடுபவன்; புற்றில் வாழும் பாம்பை இடையில் கச்சாகக் கட்டி சுற்றித் திரிகின்ற எமது பெருமான்; அவன் உமாதேவியோடு கூடி எழுந்தருளி இருக்கும் கோயில் இருக்கும் தலம்; உலகில் ஞானஒளி பரவ அடியார்கள் தியானிக்கும் வலிதாயமே ஆகும். அத்தலத்தைப் பாடிப் பற்றி வாழ நினைக்கும் அடியார்களுக்கு, அதுவே புகலிடம் ஆகும்.

3569. புந்தி ஒன்றி நினைவார்
    வினைஆயின தீரப் பொருள்ஆய
    அந்தி அன்னதுஒரு பேரொளி
    யான்அமர் கோயில் அயல்எங்கும்
    மந்தி வந்து கடுவன்
    னொடும்கூடி வணங்கும் வலிதாயம்
    சிந்தி யாதஅவர் தம்அடும்
    வெந்துயர் தீர்தல் எளிதன்றே   (5)

அருஞ்சொற்பொருள்:

புந்தி - புத்தி. அயல் - பக்கங்களில். மந்தி - பெண்குரங்கு. கடுவன் - ஆண்குரங்கு. அடும் - துன்புறுத்தும்.

பொழிப்புரை:

மனம் ஒன்றி இருந்து தியானிப்பவரது வினை தீர, அதற்குரிய ஒரு பொருளாய், அந்தி வானம் போல் சிவந்து விளங்கும் பேரொளியாய் விளங்குபவன்; அவன் எழுந்தருளி இருக்கும் கோயில் இருக்கும் தலம்; பக்கங்களில் பெண் குரங்குகளோடு கூடி, ஆண்குரங்குகளும் வணங்கும் வலிதாயமே ஆகும்; அந்தத் தலத்து இறைவரைச் சிந்திக்காதவர், தம்மைத் தாக்கும் கொடியவினை தீர்தல் என்பது எளிதான செயல் அன்று.

3570. ஊன்இயன்ற தலையில் பலிகொண்டு

உலகத்து உள்ளவர் ஏத்தக்

கான்இயன்ற கரியின்(ன்) உரிபோர்த்து

உழல்கள் வன்சடை தன்மேல்

வான்இயன்ற பிறைவைத்த எம்ஆதி

மகிழும் வலி தாயம்

தேன்இயன்ற நறுமாமலர் கொண்டு

நின்று ஏத்தத் தெளிவாமே (6)

அருஞ்சொற்பொருள்:

ஊன்இயன்ற - ஊன்கழிந்த. தலை - மண்டைஓடு. கான்இயன்ற கரி - காட்டில் வாழும் யானை. வான்இயன்ற பிறை - வானில் தவழும் பிறை. ஆதி - முதல்வன். தேன்இயன்ற - தேன்தங்கிய.

பொழிப்புரை:

ஊன் கழிந்த மண்டைஓட்டில் பிச்சைஏற்று, உலகத்தவர் போற்றுமாறு, காட்டில் வாழும் யானையின் தோலை உரித்துப் போர்த்துத் திரிகின்ற கள்ளத்தனம் உடையவன்; தன் சடைமீது, வானில் உலவும் சந்திரப் பிறையைச் சூடிய எம் முதல்வன்; அவன் மகிழ்ந்து எழுந்தருளும் கோயில் இருக்கும் தலம்; வலிதாயம் ஆகும். அத்தலத்து இறைவன் முன் சென்று நின்று, தேன்நிரம்பிய மணமலர் கொண்டு தூவி வழிபட, வழிபடுவாரது சித்தத்தில் தெளிவு பிறக்கும்.

3571. கண்நிறைந்த விழியின் அழலால்

வருகா மன்(ன்)உயிர் வீட்டிப்

பெண்நிறைந்த ஒருபால் மகிழ்வு

எய்திய பெம்மான் உறைகோயில்

மண்நிறைந்த புகழ் கொண்ட

அடியார்கள் வணங்கும் வலிதாயம்

துண்நிறைந்த பெருமான் கழல்ஏத்த

நம்உண் மைக்கதி ஆமே (7)

அருஞ்சொற்பொருள்:

விழியின் அழல் - கண்ணிலிருந்து வெளிப்பட்ட நெருப்பு. காமன் - மன்மதன். வீட்டி - போக்கி. ஒருபால் - ஒரு பகுதியில். கழல் - திருவடி. உண்மைக்கதி - சிவகதி (வீடுபேறு).

பொழிப்புரை:

நெற்றிக் கண்ணிலிருந்து வெளிப்பட்ட நெருப்பு கொண்டு, மன்மதனின் உடலை அழித்து, பெண்ணாகிய உமாதேவியை உடம்பின் ஒருபாகத்தில் வைத்து மகிழும் சிவபெருமான் எழுந்தருளி இருக்கும் கோயில் இருக்கும் தலம்; உலகம் முழுவதும் தம்புகழை நிலைநாட்டிய அடியார்கள் வந்து வணங்கும் வலிதாயமே ஆகும்; அத்தலத்தில் எழுந்தருளி இருக்கும் சிவபெருமானின் திருவடிகளைப் போற்றிப் புகழ வீடுபேறு கிடைக்கும்.

3572. **கடலின்நஞ்சு அமுதுஉண்டு இமையோர்**
தொழுது ஏத்த நடம்ஆடி
அடல்இலங்கை அரையன் வலிசெற்று
அருள்அம் மான்அமர் கோயில்
மடல்இலங்கு கமுகின் பலவின்
மதுவிம் மும்வலி தாயம்
உடல்இலங்கும் உயிர்உள் ளவும்தொழ
உள்ளத் துயர் போமே (8)

அருஞ்சொற்பொருள்:

அரையன் - அரசன். செற்று - அழித்து. மடல்இலங்கு கமுகு - மடல் விரியும் பாக்குமரம். பல - பலாமரம். மது - பலாச்சுளையின் சாறு. உடல் இலங்கும் உயிர் - உடலில் தங்கி இருக்கும் உயிர். உள்ளத்துயர் - மனத்துயரம்.

பொழிப்புரை:

கடலிலிருந்து வெளிப்பட்ட ஆலகால விடத்தினை அமுதமாக உண்டு, தேவர்கள் போற்றி வணங்குமாறு, நடனம் ஆடி, வலிமை உடைய இலங்கை அரசன் இராவணனது வலிமையை அழித்து, அருள்செய்யும் அரிய இறைவன் எழுந்தருளும் கோயில் இருக்கும் தலம்; மடல் உடைய கமுகு, பலாச்சுளையின் சாறு என இவை பெருகும் வலிதாயமே ஆகும். உடலில் உயிர் உள்ள மட்டும், அத்தலத்து இறைவனைப் போற்றி வணங்க, மனத்துயரம் இன்றி வாழலாம்.

3573. **பெரியமேரு வரையே சிலையா**
மலைவுஉற் றார்எயில் மூன்றும்
எரியஎய்த ஒருவன்(ன்) இருவர்க்கு
அறிஒண் ணாவடிவு ஆகும்

எரியதா கிஉற ஓங்கியவன்
வலிதாயம் தொழுது ஏத்த
உரியராக உடையார் பெரியார்
எனஉள் கும்உல கோரே (9)

அருஞ்சொற்பொருள்:

வரை - மலை. சிலை - வில். மலைவு - போர். இருவர் - திருமாலும் பிரமனும். அறிஒண்ணா - அறிய முடியாத. உள்கும் - நினைக்கும்.

பொழிப்புரை:

பெரிய மேருமலையை வில்லாக வளைத்து, (போருக்கு வந்த) முப்புரத்து அசுரர்களை விடுத்து, அவரது மூன்று மதில்களையும் அழித்தவன்; திருமாலும் பிரமனும் தேடியும் காணமுடியாதபடி, எரிஉரு தாங்கி உயர்ந்து நின்றவன்; ஒப்பற்றவன்; அவன் வலிதாயத்தில் எழுந்தருளி இருப்பவன்; அவனைப் போற்றி வணங்கும் வாய்ப்பு பெற்றவரைப் பெரியார் என்று உலகம் கொண்டாடும்.

3574. ஆசி அர மொழியார்
அமண்சாக்கியர் அல்லாதவர் கூடி
ஏசி ஈரம் இலராய்மொழி
செய்தவர் சொல்லைப் பொருள்என்னேல்
வாசி தீர அடியார்க்கு
அருள்செய்து வளர்ந்தான் வலிதாயம்
பேசும்(ம்) ஆர்வம் உடையார்
அடியார் எனப்பேணும் பெரியோரே (10)

அருஞ்சொற்பொருள்:

சாக்கியர் - பௌத்தர். ஈரம் - அன்பு. பொருள் என்னேல் - பொருளாகக் கொள்ள வேண்டா. வாசி - குறை. பேசும் - புகழ்ந்து பேசும்.

பொழிப்புரை:

சமணர்களும் பௌத்தர்களும் மனமார வாழ்த்தும் இயல்பு இல்லாதவர்; அவர் இகழ்ந்து அன்பு இன்றிச் சொல்லும் சொல்லை ஒருபொருட்டாக மதிக்க வேண்டா; மாறாக, அடியார்களது குறைகளைப் பொறுத்து அருள்செய்யும் உயர்ந்த இறைவன் எழுந்தருளி இருக்கும் வலிதாயம் தலத்தின் பெருமை பேசும் ஆர்வம் உடையவராய் இருங்கள்! அவ்வாறு இருந்தால், பெரியோர் உம்மையும், அடியார் என்று போற்றுவர்.

3575. வண்டு வைகும் மணம்மல்கிய
      சோலை வளரும் வலிதாயத்து
      அண்ட வாணன் அடிஉள்கு
      தலால்அருள் மாலைத் தமிழாகக்
      கண்டல் வைகுகடல் காழியுள்
      ஞானசம் பந்தன் தமிழ்பத்தும்
      கொண்டு வைகிஇசை பாடவல்
      லார்குளிர் வானத்து உயர்வாரே   (11)

அருஞ்சொற்பொருள்:

வைகும் - தங்கும். அண்டவாணன் - எல்லா உலகங்களிலும் வாழ்பவன். உள்குதல் - நினைத்தல். கண்டல் - தாழை. வானத்து - வானஉலகத்து.

பொழிப்புரை:

வண்டுகள் தங்குவதும், நறுமணம் மிக்கதும், ஆகிய சோலைகள் வளர்கின்ற வலிதாயம் என்னும் தலத்தில் எழுந்தருளி இருக்கும் எல்லா உலகங்களிலும் வாழ்க்கை உடைய சிவபெருமானின் திருவடியைத் தியானித்ததின் பயனாக, தாழை மரங்கள் நிறைந்ததும், கடலின் கரையில் உள்ளதும், ஆகிய சீர்காழி நகரத்து ஞானசம்பந்தன் பாடிய, தமிழ்மாலையாக விளங்கும் இப்பாடல் பத்தினையும், இசையோடுகூட பாடி வழிபட வல்லவர், குளிர்ந்த வானஉலகில் சென்று பிறக்கும் மேன்மையைப் பெறுவர்.

திருச்சிற்றம்பலம்

330

திருஓற்றியூர்

பதிக வரலாறு:

திருமகனார் ஒற்றியூர் நோக்கிவர, தொண்டர்கள் எதிர்வந்து அழைத்துச் செல்ல, ''விடையவன்'' என்று எடுத்து இந்தப் பதிகத்தைப் பாடுகின்றார்.

தல வரலாறு:

சென்னை மாநகரின் வடபகுதியாக விளங்குகிறது. பிரம தேவரது தவத்தில் அவரது யோகத் தீயின் நடுவில் இறைவர் தோன்றி, அந்தத் தீயையே கோயிலாகக் கொண்டு, எழுந்தருளி, ஊழி வெள்ளத்தை மேல் வராது தடுத்தமையின், ஒற்றியூர் என ஊரின் பெயர் வழங்கலா யிற்று. நந்திதேவர் கயிலாயத்தில் பிரதோஷ நடனம் கண்டது போலவே, இங்கு நித்திய நடனம் காணவேண்டும் என்று வேண்டிக் கொள்ள, இறைவர் நடனம் ஆடி அருளிய தலம். இந்நடனத்தை பிரமன், திருமால், உரோமச முனிவர், வான்மீகி முனிவர், வாசுகி, சேடன், சந்திரன், இலவன், தொண்டைமான், ஐந்தருக்கள் முதலியோரும் இங்குப் பூசித்துப் பேறு பெற்றுள்ளனர். அகத்தியர் திருமணக் கோலம் கண்டனர். அது பெருந்திருவிழாவில் 9ஆம் நாளில் கொண்டாடப்படுகிறது.

உபமன்யு முனிவரிடத்துச் சிவதீட்சை பெற்றுத் தம்மை வழிபட்ட வாசுகியைத் தம் திருமேனியில் இணைத்துக் கொண்டதால் சுவாமிக்குப் படம்பக்கநாதர் என்பது ஒரு பெயராயிற்று.

மாந்தாதா என்னும் அரசன் தன் ஆட்சியில் பஞ்சம் வந்ததால் திருக்கோயில்களுக்குக் கொடுத்த நிவந்தங்களைப் பாதியாகக் குறைத்து, அதுகுறித்து எல்லாக் கோயில்களுக்கும் ஓலை அனுப்பினான். இத்தலத்து இறைவர் அந்த ஓலையில் இடைச்செருகலாக 'திருஒற்றியூர் நீங்கலாக' என்று எழுதினார். அதனால் இறைவருக்கு எழுத்தறியும் பெருமான் என்பதும் பெயராயிற்று.

ஏலேலசிங்கருக்கு மாணிக்கம் கொடுத்தமையால் சுவாமி தியாகேசர் என்று ஒரு பெயரும் பெற்றார். ஊருக்கு ஆதிபுரி என்ற பெயரும் இறைவருக்கு ஆதிபுரீசுவரர் என்ற பெயரும் உண்டு. இறைவர் புற்றிடம் கொண்டவர் ஆதலின், புற்றிடம் கொண்டார் என்ற பெயரும் உண்டு.

சுந்தரமூர்த்தி நாயனார் சங்கிலி நாச்சியாரை இக்கோயிலில் உள்ள மகிழ மரத்தின் கீழ்தான் திருமணம் செய்துகொண்டார். அப்பொழுது திருவாரூருக்குச் செல்லமாட்டேன் என்று சத்தியம் செய்தவர், பின்னர் சத்தியம் பிழைத்தார். மாசி மக உற்சவத்தில் ஆறாம் நாள் மகிழடித் திருவிழா சிறப்பாக நடைபெற்று வருகிறது. கலிய நாயனார் திருவிளக்கு எரித்துப் பேறு பெற்ற தலம். பட்டினத்தார் பேறு பெற்ற தலம். கடற்கரையில் அவரது திருக்கோயில் உள்ளது. துர்க்கை 'வட்டப்பாறை அம்மை' என்ற பெயரில் இத்தலத்தில் சிறப்புற விளங்குகின்றார்.

சுவாமி	:	படம் பக்க நாதர், புற்றிடம் கொண்டார், ஆதிபுரீசுவரர், தியாகேசர்
அம்மை	:	வடிவுடை அம்மை
தல மரம்	:	அத்தி
தீர்த்தம்	:	பிரமதீர்த்தம்

திருமுறை 3 - 315   திருஞான - 1031

பண்: பஞ்சமம்

3576. விடையவன் விண்ணும்மண்ணும் தொழ
     நின்றவன் வெண்மழுவாள்
     படையவன் பாய்புலித்தோல் உடை
     கோவணம் பல்கரந்தைச்
     சடையவன் சாமவேதன் சசி
     தங்கிய சங்கவெண்தோடு
     உடையவன் ஊனம்இல்லி உறை
     யும்(ம்)இடம் ஒற்றியூரே   (1)

அருஞ்சொற்பொருள்:

விடை - இடபம். பல்கரந்தை - கரந்தைப் பூவைப் பலவாக. சாமவேதன் - சாமகானப் பிரியன். சசி - சந்திரன். சங்க வெண் தோடு - சங்கு கொண்டு செய்யப்பட்ட வெண்மை நிறத் தோடு. ஊனம் - குறை.

பொழிப்புரை:

இடப ஊர்தி உடையவன்; விண்ணுலகத் தேவர்களும் மண்ணுலக மாந்தர்களும் தொழ நின்றவன்; வெள்ளை நிற மழுப்படையை ஏந்தி இருப்பவன்; பாயும் புலியின் தோலையும் கோணவத்தையும் இடையில் உடையாக அணிந்திருப்பவன்; கரந்தைப் பூவைப் பலவாகச் சடையில் சூடி இருப்பவன்; சாமகானப் பிரியன்; சந்திரப்பிறையைச் சடைமீது வைத்திருப்பவன்; சங்கு கொண்டு செய்யப்பட்ட வெள்ளை நிறக் குழை (காதணி) உடையவன்; எந்தக் குறையும் இல்லாதவன்; அவன் எழுந்தருளி இருக்கும் இடம், ஒற்றியூர் என்னும் தலமே ஆகும்.

3577. பாரிடம் பாணிசெய்யப் பறைக்
கண்செறு பல்கணப்பேய்
சீரொடும் பாடல்ஆடல் இல
யம்சிதை யாதகொள்கைத்
தாரிடும் போர்விடையன் தலை
வன்தலை யேகலனா
ஊரிடும் பிச்சைகொள்வான் உறை
யும்(ம்)இடம் ஒற்றியூரே (2)

அருஞ்சொற்பொருள்:

பாரிடம் - பூதகணம். பாணி - தாளம் இட. பறைக்கண் -பறை போன்ற வட்ட வடிவ கண் உடைய. செறு - கொல்லும் தன்மை உடைய. பலகணப்பேய் - பலவகை பேய்க்கூட்டம். இலயம் சிதையாத -இலயம் கெடாத. தார் இடும் - மாலை அணிந்திருக்கும் (மாலை - மணிமாலை).

பொழிப்புரை:

பூதகணங்கள் இசையோடு பாட, பறை போன்ற பெரிய வட்ட வடிவ கண்கள் கொண்ட பலவகைப் பேய்க்கூட்டங்கள் இலயம் கெடாத வகையில் பார்த்துக் கொள்ள, பாடலுக்கு ஏற்ப நடனம் ஆடுபவன்; மணிமாலை அணிந்த இடப ஊர்தி உடையவன்; எல்லா உயிர்களுக்கும் தலைவன்; மண்டை ஓட்டை உண்கலனாகக் கொண்டு, ஊரார் இடும் பிச்சையை, அதில் ஏற்பவன்; அவன் எழுந்தருளி இருக்கும் இடம் ஒற்றியூர் என்னும் தலமே ஆகும்.

3578. விளிதரு நீரும்மண்ணும் விசும்
போடுஅனல் காலும்ஆகி
அளிதரு பேரருளான் அரன்
ஆகிய ஆதிமூர்த்தி
களிதரு வண்டுபண்செய் கமழ்
கொன்றையி னோடுஅணிந்த
ஒளிதரு வெண்பிறையான் உறை
யும்(ம்)இடம் ஒற்றியூரே (3)

அருஞ்சொற்பொருள்:

விளிதரு நீர் - (பிரளய காலத்தில்) உலகை அழிக்கவல்ல நீர். விசும்பு - ஆகாயம். கால் - காற்று. அளிதரு - (உயிர்களைக்) காப்பாற்றுகின்ற. பேர் அருளாளன் - பெருங்கருணை உடையவன். ஆதிமூர்த்தி - முழுமுதற் கடவுள். களி - மகிழ்ச்சி.

பொழிப்புரை:

உலகை அழிக்கும் வல்லமை உடைய நீர், நிலம், ஆகாயம், நெருப்பு, காற்று என ஐம்பெரும் பூதங்களாகி, உயிர்களைக் காத்து அருளுகின்ற பேரருளானும், பிறப்பை அறுக்கவல்ல அரனும், ஆக விளங்கும் முழுமுதற் கடவுள்; வண்டு தேன் உண்டு இசை எழுப்பி மகிழும் மணமுள்ள கொன்றை மலர் மாலை அணிந்திருப்பவன்; ஒளிவீசுகின்ற வெண்மை நிறப் பிறைச் சந்திரனைச் சூடி இருப்பவன்; அவன் எழுந்தருளி இருக்கும் இடம் திருஒற்றியூர் என்னும் தலம் ஆகும்.

3579. அரவமே கச்சுஅதுஆக அசைத்
தான்அலர் கொன்றைஅம்தார்
விரவிவெண் நூல்கிடந்த விரை
யார்வரை மார்பன்எந்தை
பரவுவார் பாவம்எல்லாம் பறைத்
துப்படர் புன்சடைமேல்
உரவுநீர் ஏற்றபெம்மான் உறை
யும்(ம்)இடம் ஒற்றியூரே (4)

அருஞ்சொற்பொருள்:

அசைத்தான் - கட்டியவன். விரவி - கலந்து. விரை - மணம். வரை - மலை. பறைத்து - அழித்து. புன்சடை - மெல்லிய சடை. உரவுநீர் - உலாவும் நீர்.

31

பொழிப்புரை:

பாம்பை இடையில் கச்சாகக் கட்டி இருப்பவன்; நன்கு மலர்ந்த கொன்றை மலர் மாலையும் பூணூலும் அணிந்துள்ள மணமுள்ளதும் மலை போன்றதும் ஆன மார்பு உடையவன்; எமது தந்தை; வந்து வழிபடுவாரது பாவங்களைப் போக்கி அருளுபவன்; படர்ந்த மெல்லிய சடைமீது உலாவுகின்ற கங்கை நீரை ஏற்றிருக்கும் பெருமான்; அவன் எழுந்தருளி இருக்கும் இடம் ஒற்றியூர் என்னும் தலமே ஆகும்.

3580. விலகினார் வெய்யபாவம் விதி
யால்அருள் செய்துநல்ல
பலகினார் மொந்தை தாளம்
தகுணிச்சமும் பாணியாலே
அலகினால் வீசிநீர்கொண்டு அடி
மேல்அலர் இட்டுமுட்டாது
உலகினார் ஏத்தநின்றான் உறை
யும்(ம்)இடம் ஒற்றியூரே (5)

அருஞ்சொற்பொருள்:

வெய்யபாவம் விலகினார் - கொடிய பாவத்தில் இருந்து விடுபட்ட பக்குவ ஆன்மாக்கள். விதி -வேதவிதி. பலகினார் - பலவாகிய. அலகு - அளவுமுறை. முட்டாது - தடைபடாது.

பொழிப்புரை:

கொடிய பாவங்களிலிருந்து விடுபட்ட பக்குவ ஆன்மாக்களுக்கு, வேதவிதியின்படி அருள் செய்து, மொந்தை தாளம் தகுணிச்சம் முதலிய நல்லபல இசைக்கருவிகள் முழங்க, அதற்கேற்ப இசையோடு கூடிய பாடல்களைப் பாடி, அளவுமுறை மாறாது தோள்களை வீசி நடனம் ஆடுபவர்; திருமேனியை நீர்கொண்டு திருமஞ்சனம் ஆட்டி, திருவடியில் மலர்கள் தூவி, முட்டின்றி உலகத்தார் போற்றி வழிபட, நின்ற இறைவர்; அவர் எழுந்தருளி இருக்கும் இடம் திருஒற்றியூர் என்னும் தலமே ஆகும்.

3581. கமையொடு நின்றசீரான் கழ
லும்சிலம் பும்ஒலிப்பச்
சுமையொடு மேலும்வைத்தான் விரி
கொன்றையும் சோமனையும்

அமையொடு நீண்டதிண்தோள் அழ
காயபொன் தோடுஇலங்க
உமையொடும் கூடிநின்றான் உறை
யும்(ம்)இடம் ஒற்றியூரே (6)

அருஞ்சொற்பொருள்:

கமை - பொறுமை. சுமை - கற்றைச் சடையாகிய பாரம். சோமன் - சந்திரன். அமை - மூங்கில். தோடு - காதணி.

பொழிப்புரை:

பொறுமை உடையவன்; அழகிய வீரக்கழல் வலப்பக்கத் திருவடியிலும், சிலம்பு இடப்பக்கத் திருவடியிலும், ஒலிக்க இருந்தவன்; சடாபாரத்தின் மேல் நன்கு விரிந்த பூக்கள் கொண்டு தொடுக்கப்பட்ட கொன்றை மலரால் ஆன மாலை, பிறைச்சந்திரன் ஆகியவற்றைச் சூடி இருப்பவன்; மூங்கில் போன்ற வடிவ அழகு உடைய இடப்பக்கத் தோளும், வலிமை பொருந்திய வலப்பக்கத் தோளும் உடையவன்; அழகிய பொன்னால் ஆன தோடு அணிந்த காது உடையவன்; அவன் உமாதேவியோடு சேர்ந்து எழுந்தருளி இருக்கும் இடம் திருஒற்றியூர் என்னும் தலமே ஆகும்.

3582. நன்றியால் வாழ்வதுஉள்ளம்(ம்) உல
குக்குஒரு நன்மையாலே
கன்றினார் மும்மதிலும் கரு
மால்வரை யேசிலையாப்
பொன்றினார் வார்சுடலைப் பொடி
நீறுஅணிந்து ஆர்அழல்அம்பு
ஒன்றினால் எய்தபெம்மான் உறை
யும்(ம்)இடம் ஒற்றியூரே (7)

அருஞ்சொற்பொருள்:

உள்ளம் நன்றியால் வாழ்வது - உள்ளமானது ஓர் உபகாரத்தால் வாழ்வது. உலகுக்கு ஒரு நன்மையாலே - உலகம் நன்மை பெறவேண்டும் என்று. கன்றினார் - அழித்தார். கருமால் வரை - கரிய பெரிய மேரு மலை. சிலை - வில். பொன்றினார் - இறந்தவர். சுடலைப் பொடி - சுடுகாட்டுச் சாம்பல். ஆர்அழல் அம்பு ஒன்று - நெருப்போடு பொருந்திய ஓர் அம்பு. எய்த - வீசி அழித்த.

பொழிப்புரை:

'நன்மை செயல்களால்தான் இவ்வுலகம் வாழமுடியும்' என்பதை உலகவர்க்கு உணர்த்தும் பொருட்டு, கரிய பெரிய மேருமலையை வில்லாக வளைத்து, நெருப்போடு பொருந்திய அம்பு ஒன்று கொண்டு, முப்புரத்தை எரித்து அழித்தவன்; இறந்தவரது (சுடுகாட்டுச்) சாம்பலைத் திருநீறாக உடம்பில் பூசி இருப்பவன்; அப்படிப்பட்ட சிவபெருமான் எழுந்தருளி இருக்கும் இடம், திருஒற்றியூர் என்னும் தலமே ஆகும்.

3583. பெற்றியால் பித்தன்ஒப்பான் பெரு
 மான்கரு மான்உரிதோல்
சுற்றியான் சுத்திசூலம் சுடர்க்
 கண்ணுதல் மேல்விளங்கத்
தெற்றியால் செற்றுஅரக்கன் உட
 லைச்செழு மால்வரைக்கீழ்
ஒற்றியான் முற்றும்ஆள்வான் உறை
 யும்(ம்)இடம் ஒற்றியூரே   (8)

அருஞ்சொற்பொருள்:

பெற்றி - தோன்றும் தன்மை. சுற்றியான் - சுற்றி உடுத்தவன். சுத்தி - மண்டை ஓட்டில் இப்பி வடிவில் செய்யப்பட்ட திருநீற்றுக் கலம். தெற்றி - மாறுபட்டு. செற்ற - சினந்த. ஒற்றியான் - அழுத்தியவன். முற்றும் ஆள்வான் - பிரபஞ்சம் முழுவதையும் ஆள்பவன்.

பொழிப்புரை:

தோன்றும் தன்மையில் பித்தனைப் போல் இருப்பவன்; கரிய மானின் தோலை உரித்து உடம்பைச் சுற்றி உடையாக உடுத்தி இருப்பவன்; சுத்தி என்னும் திருநீற்றுக்கலம், சூலம், நெற்றிமேல் ஒரு கண், ஆகிய இவை உடையவன்; மாறுபாடு கொண்டு, சினந்த அரக்கனாகிய இராவணனை செழித்த பெரிய கயிலை மலையின்கீழ் இட்டு நசுக்கியவன்; பிரபஞ்சம் முழுமையும் ஆள்பவன்; அவன் எழுந்தருளி இருக்கும் இடம், ஒற்றியூர் என்னும் தலமே ஆகும்.

3584. திருவின்ஆர் போதினானும் திரு
 மாலும்ஓர் தெய்வம்உன்னித்
தெரிவினால் காணமாட்டார் திகழ்
 சேவடி சிந்தைசெய்து

பரவினார் பாவம்எல்லாம் பறை
யப்படர் பேரொளியோடு
ஒருவனாய் நின்றபெம்மான் உறை
யும்(ம்)இடம் ஒற்றியூரே (9)

அருஞ்சொற்பொருள்:

திரு - அழகு. போது - மலர். தெய்வம் உன்னி - தெய்வத்தை நினைத்து. தெரிவினால் - உயிர் அறிவு கொண்டு. சேவடி - சிவந்த திருவடி. பறைய - அழிய.

பொழிப்புரை:

அழகு மிகுந்த தாமரை மலர்மேல் அமரும் பிரமனும், திருமாலும் ஒப்பற்ற தெய்வத்தை மனத்தால் நினைத்து, தற்போதம் கொண்டு தேடிக் காணமாட்டாதவர் ஆயினர்; ஆனால் அப்பெருமானது சிவந்த திருவடியை மனதில் நிறுத்தித் தியானிப்பவரது பாவம் அனைத்தும் அழியும்; பரந்த உயர்ந்த பேரொளிப் பிழம்பாய் நின்ற அப்பெருமான் எழுந்தருளி இருப்பது திருஒற்றியூர் என்னும் தலத்திலே ஆகும்.

3585. தோகைஅம் பீலிகொள்வார் துவர்க்
கூறைகள் போர்த்துஉழல்வார்
ஆகமசெல் வனாரை அலர்
தூற்றுதல் காரணமாக்
கூகைஅம் மாக்கள்சொல்லைக் குறிக்
கொள்ளேன்மின் ஏழுஉலகும்
ஓகைதந்து ஆளவல்லார் உறை
யும்(ம்)இடம் ஒற்றியூரே (10)

அருஞ்சொற்பொருள்:

ஆகம செல்வனார் - ஆகமமாகிய செல்வம் உடையவர் (சிவபெருமான்). அலர் - பழி. கூகை - கோட்டான். மாக்கள் - விலங்குத் தன்மை உடையோர். ஓகை - உவகை (மகிழ்ச்சி).

பொழிப்புரை:

மயிலின் தோகையாகிய பீலியைக் கையில் கொள்ளும் சமணர்களும், துவர் நிறத்தாலான மேலாடை போர்த்துத் திரியும் பௌத்தர்களும், ஆகிய இவர் இருவரும், ஆகமமாகிய செல்வத்தை உலகுக்குத் தந்து அருளிய சிவபெருமானைப் பழி தூற்றுபவர்கள்; எனவே அவர்கள் கூறும்

உபதேசங்களைக் கேட்க வேண்டா; ஏழு உலகங்களில் உள்ளவர்க்கும் மகிழ்ச்சி தந்து, அவ்வுலககங்களை ஆளும் வல்லமை உடையஅவன் எழுந்தருளி இருக்கும் இடம் ஒற்றியூரே ஆகும்.

3586. **ஒண்பிறை மல்குசென்னி இறை**
வன்(ன்)உறை ஒற்றியூரைச்
சண்பையர் தம்தலைவன் தமிழ்
ஞானசம் பந்தன்சொன்ன
பண்புனை பாடல்பத்தும் பர
விப்பணிந்து ஏத்தவல்லார்
விண்புனை மேல்உலகம் விருப்
புஎய்துவர் வீடுஎளிதே (11)

அருஞ்சொற்பொருள்:

மல்கு - விளங்குகின்ற. பண் - இசை. புனை - புனையப்பட்ட. விண்புனை - வானில் புனையப்பட்ட. மேல்உலகம் - தேவர் உலகம். வீடு - வீடுபேறு.

பொழிப்புரை:

ஒளியுடன் கூடிய பிறைச்சந்திரன் விளங்கும் தலை உடைய இறைவன் எழுந்தருளி இருக்கும் ஒற்றியூர் என்னும் தலத்தை; சண்பையர் தலைவனும், தமிழ்வல்லவனும், ஆகிய ஞானசம்பந்தன்; பாடிய இசையோடு கூடிய இப்பாடல்கள் பத்தினையும், பாடி வழிபட்டுப் போற்ற வல்லவர்; விண்ணில் விளங்குகின்ற தேவர்உலகம் முதலிய வற்றைப் பெற்றுப் பின்னர் வீடுபேறும் எளிதில் அடையப் பெறுவர்.

திருச்சிற்றம்பலம்

331

திருமயிலாப்பூர்

பதிக வரலாறு:

மயிலாப்பூரில் சிவநேசர் என்ற வணிகர் ஒருவர் இருந்தார். அவர் சிவனடியாரிடத்து அன்பு பூண்டவர். மேலும், பரசமயம் பரவு வாரை விரும்பாதவராகவும் இருந்தார். இதற்கிடையில் அவர் சீர்காழியில் பிறந்த பிள்ளையாரது பெருமைகளைக் கேட்டறிந்தார். மகப்பேறு இன்றி இருந்த சிவநேசர் அரன்அடியார்களை மகிழ்வித்த புண்ணியத்தின் பயனாக, ஒருபெண்மகவு பெற்றார். அப்பெண்ணுக்குப் பூம்பாவை என்று பெயரிட்டு வளர்த்து வந்தார். பெண்ணுக்கு ஏழு வயது ஆனபோது, 'இவளை மணப்பவனுக்கே என் செல்வம் முழுவதையும் தருவேன்' என்று அறிவித்தார்.

அந்நாளில் பிள்ளையார் பாண்டி நாட்டில் சமண்அழித்துச் சைவம் பெருக்கிய செயல்கேட்டுத் தன்னுடைய உறவினர்கள் முன்னிலையில், 'என்னையும், என்பெண்ணையும், என் செல்வம் அனைத்தையும், காழிநாடு உடைய பிள்ளைக்குக் கொடுத்தேன்' என்று அறிவித்தார். அந்நாளில் முல்லைமலர் பறிக்கச் சென்ற பூம்பாவையைப் பாம்பு தீண்ட, விடம் தலைக்கு ஏற, எதனாலும் விடம் தீர்க்க முடியாதுபோக, உயிர் நீத்தார். சிவநேசரும் சுற்றமும் துன்புற்றனர். இருப்பினும் அவள் பிள்ளையாருக்கு உரியவள் என்பதால், உடலைத் தீயிட்டு எலும்பையும் சாம்பலையும் ஒரு குடத்துள் இட்டு, கன்னிமாடத்தில் வைத்து விளக்கு, மாலை, சாந்தம், போனகம் என்று உபசாரங்கள் செய்வித்து வந்தார்.

இவ்வாறு நிகழும் நாளில் பிள்ளையார் திருவொற்றியூர் வந்திருக்கும் செய்திகேட்டு, மயிலாப்பூரிலிருந்து ஒற்றியூருக்கு நடைப்பந்தல் அமைத்து, வாழை கமுகு கொண்டு தோரணங்கள் கட்டி, தேவலோகம்போல் அலங்கரித்து, தொண்டர்களுடன் காணச் சென்றார். பிள்ளையாரும் மயிலை நோக்கி வந்து கொண்டிருந்தார். சிவநேசர் பல்லக்கின் முன் வீழ்ந்து வணங்க, பிள்ளையார் பல்லக்கிலிருந்து இறங்கி, இவர் செய்தியெலாம் கேட்டறிந்தார். பின்னர் மயிலாப்பூர் சென்று கபாலீச்சரம் வணங்கி, குடத்தினைக் கோயில்முன் கொண்டு வருமாறு பணிக்க, அவர்களும் கொண்டுவந்து வைத்தனர்.

இச்செய்தி அறிந்த அடியார்களும் ஊரவரும் பரசமயத்தவரும் கூடினர். 'உலகில் பிறந்தார் பெறும் உறுதியாவது: சிவனடியார்களை அமுது செய்விப்பதும், இறைவரது திருவிழாக்களைக் கண்ணாரக் காண்பதுமே' என்பது உண்மையின், உலகர் முன்னே வருவாயாக!' என்று அழைத்து, 'மட்டிட்ட' என்று தொடங்கிப் பதிகம் பாடியருளினார்.

தல வரலாறு:

சென்னை நகரில் உள்ள தலம். உமாதேவியார் மயில் உருவில் இறைவனைப் பூசித்த தலம் ஆதலின், இது இப்பெயர் பெற்றது. வாயிலார் நாயனார் அவதரித்த தலம். பங்குனி மாதத்தில் அறுபான்மும்மை (63) நாயன்மார்களுடைய திருவிழா சிறப்பாக நடைபெற்று வருகின்றது. ஊரின் பெயர் மயிலாப்பூர்; கோயிலின் பெயர் கபாலீச்சரம். இராமன் வழிபட்டு ஐப்பசி திருவோண நாளில் பெருந்திருவிழா (பிரம்மோற்சவம்) நடத்துவித்த தலம்.

சுவாமி : கபாலீசுவரர்

அம்மை : கற்பகவல்லி

தல மரம் : புன்னை

தீர்த்தம் : கபாலி

திருமுறை 2 - 183 திருஞான - 1091

பண்: சீகாமரம்

3587. **மட்டிட்ட புன்னைஅம் கானல் மடமயிலைக்**
கட்டிட்டம் கொண்டான் கபலீச்சரம் அமர்ந்தான்
ஒட்டிட்ட பண்பின் உருத்திர பல்கணத்தார்க்கு
அட்டிட்டல் காணாதே போதியோ பூம்பாவாய் (1)

அருஞ்சொற்பொருள்:

மட்டு - தேன். கானல் - கடற்கரைச் சோலை. மடமயில் - இளம் மயில். இட்டம் - விருப்பம். ஒட்டிட்ட - இரண்டறக் கலந்த. உருத்திர பல்கணத்தவர் - அடியார். அட்டுஇட்டல் - திருவமுது அமைத்துப் பரிமாறுதல். போதியோ - போவாயோ?

பொழிப்புரை:

பூம்பாவையே! தேன் நிறைந்த புன்னையின் மலர்கள் பூத்துக் குலுங்கும் கடற்கரைச் சோலையில் இளமயில்களும் நிறைந்து விளங்கும்

மயிலாப்பூரில் உள்ள கபாலீச்சரம் என்னும் திருக்கோயிலில் எழுந்தருளி இருக்கும் சிவபெருமான், தம்மோடு இரண்டறக் கலக்கும் தகுதிஉடைய தன் அடியார்களுக்கு மகேசுவர பூசையின்போது, உணவு பரிமாறுவதைக் காணாமல் போவாயோ?

3588. **மைப்பயந்த ஒண்கண் மடநல்லார் மாமயிலைக்**
கைப்பயந்த நீற்றான் கபாலீச்சரம் அமர்ந்தான்
ஐப்பசி ஓண விழாவும் அருந்தவர்கள்
துய்ப்பனவும் காணேதே போதியோ பூம்பாவாய் (2)

அருஞ்சொற்பொருள்:

மை - கண் மை. ஒண்கண் - ஒளி உடைய கண். மடநல்லார் - இளம்பெண். கை பயந்த நீறு - கைமேல் பலன்தரும் திருநீறு. துய்ப்பன - உணவு உண்பதாகிய நிகழ்வு.

பொழிப்புரை:

பூம்பாவையே! மை பூசிய ஒளிபொருந்திய கண்கள் உடைய பெண்கள் வாழும் மயிலாப்பூரில், கைமேல் பலன் தரும் திருநீற்றைத் திருமேனி முழுவதும் பூசி இருக்கும் கபாலீச்சரனுக்குக் கொண்டாடப்படும் ஐப்பசி ஓணநாள் விழாவும், அரிய தவம் உடையவர்கள் திருவமுது செய்யும் காட்சியும், ஆகிய இவற்றைக் காணாது செல்வது முறையோ?

3589. **வளைக்கை மடநல்லார் மாமயிலை வண்மறுகில்**
துளக்கில் கபாலீச்சரத் தான்கொல் கார்த்திகைநாள்
தளத்துஏந்து இளமுலையார் தையலார் கொண்டாடும்
விளக்கீடு காணாதே போதியோ பூம்பாவாய் (3)

அருஞ்சொற்பொருள்:

வளை - வளையல். வண்மறுகு - வள்ளல் தன்மை உடையோர் வாழும் தெரு. துளக்கு இல் - வருந்துதல் இல்லாத. தொல் - பழைமை. தளம் - சந்தனச் சாந்து. விளக்கீடு - விளக்கு வைக்கும் நிகழ்வு.

பொழிப்புரை:

பூம்பாவையே! வளையல் அணிந்த கையுடன் கூடிய இளம்பெண்கள் கூடிவாழ்வதும், கொடையாளர் நிறைந்து வாழும் வீதிகளை உடையதும், ஆகிய மயிலாப்பூரில் கபாலீச்சரம் திருக்கோயிலில் எழுந்தருளி இருக்கும் இறைவனுக்குக் காலங்காலமாக கொண்டாடப்பட்டு வரும் கார்த்திகைத்

திங்களில் வரும் கார்த்திகை நாள் விழாவில், சந்தனச் சாந்து பூசிய முலை உடைய இளம்பெண்கள் வைக்கும் விளக்கு வரிசையைக் காணாது செல்லுதல் பொருந்துமோ?

3590. ஊர்திரை வேலை உலாவும் உயர்மயிலைக்
 கூர்தரு வேல்வல்லார் கொற்றங்கொள் சேரிதனில்
 கார்தரு சோலைக் கபாலீச்சரம் அமர்ந்தான்
 ஆர்திரைநாள் காணாதே போதியோ பூம்பாவாய் (4)

அருஞ்சொற்பொருள்:

ஊர் திரை வேலை - ஊர்ந்து வரும் அலைகள் உடைய கடல். உலாவும் - வந்து செல்கின்ற. கூர்தரு வேல் - கூரிய வேல். கொற்றம் - வெற்றி. சேரி - சேர்ந்து வாழும் இடம். கார் -மேகம். ஆர்திரை - திருவாதிரை. நாள் - விண்மீன்.

பொழிப்புரை:

பூம்பாவையே! ஊர்கின்ற கடல் அலைகள் வந்து மீள்கின்றதும், கூரிய வேல்கொண்டு மீனைக் குத்திப் பிடிக்கும் வெற்றிஉடைய மீனவர்கள் கூடி வாழும் இடங்கள் உடையதும், மேகம் தங்கும் உயரிய சோலையால் சூழப்பட்டதும், ஆகிய மயிலாப்பூரில் உள்ள கபாலீச்சரம் கோயிலில் எழுந்தருளி இருக்கும் இறைவனுக்கு நடைபெறும் ஆதிரைநாள் (மார்கழித் திங்கள் திருவாதிரை நாள்) விழாவைக் காணாமல் செல்வது பொருந்துமோ?

3591. மைப்பூசும் ஒண்கண் மடநல்லார் மாமயிலைக்
 கைப்பூசு நீற்றான் கபாலீச் சரம்அமர்ந்தான்
 நெய்ப்பூசும் ஒண்புழுக்கல் நேரிழையார் கொண்டாடும்
 தைப்பூசம் காணாதே போதியோ பூம்பாவாய் (5)

அருஞ்சொற்பொருள்:

நெய்ப்பூசும் ஒண் புழுக்கல் - நெய் கொண்டு சமைக்கப்பட்ட ஒள்ளிய சோறு (பொங்கல்). நேரிழையார் - நேரிய அணிகலன்கள் அணியும் மகளிர். தைப்பூசம் - தைத் திங்களில் வரும் பூச விண்மீன் நாள் விழா.

பொழிப்புரை:

பூம்பாவையே! மை பூசிய ஒளி உடைய கண்களுடன் கூடிய இளமகளிர் நிறைந்து வாழும் மயிலாப்பூரில், கையில் திருநீறு பூசி இருக்கும் சிவபெருமான் கபாலீச்சரம் திருக்கோயிலில் எழுந்தருளி இருக்கிறான்;

அப்பெருமானுக்கு நடைபெறும் தைத்திங்களில் வரும் பூச நாள் விழாவில், மகளிர் நெய் கொண்டு சமைத்த வெண்பொங்கல் வைத்துப் படைப்பர்; அவ்விழாவினைக் காணாது செல்லுதல் முறையோ?

3592. **மடல்ஆர்ந்த தெங்கின் மயிலைஆர் மாசிக்**
கடல்ஆட்டுக் கண்டான் கபாலீச்சரம் அமர்ந்தான்
அடல்ஆன்ஏறு ஊரும் அடிகள் அடிபரவி
நடமாடல் காணாதே போதியோ பூம்பாவாய் (6)

அருஞ்சொற்பொருள்:

தெங்கு - தென்னை. மாசிக் கடல் ஆட்டு - மாசி மாதத்தில் நடைபெறும் கடலாட்டு விழா. அடல் ஆன் ஏறு - வலிமை உள்ள காளை. நடமாடல் - (நடம்+ஆடல்) நடனம் ஆடுதல்.

பொழிப்புரை:

பூம்பாவையே! மடல்களுடன் கூடிய தென்னை மரங்கள் நிறைந்த மயிலாப்பூரில் கபலீச்சரம் திருக்கோயிலில் எழுந்தருளி இருக்கும் இறைவனது, மாசி மாதக் கடலாட்டு விழாவினையும், வலிமை பொருந்திய காளை ஒன்றின்மீது ஏறி வரும் அப்பெருமானின் திருவடிகளைப் போற்றி அவன் ஆடும் நடனத்தையும், காணாமல் போவது சரியாகுமோ?

3593. **மலிவிழா வீதி மடநல்லூர் மாமயிலைக்**
கலிவிழாக் கண்டான் கபாலீச் சரம்அமர்ந்தான்
பலிவிழாப் பாடல்செய் பங்குனி உத்திரநாள்
ஒலிவிழாக் காணாதே போதியோ பூம்பாவாய் (7)

அருஞ்சொற்பொருள்:

'விழா மலி வீதி' - எனக் கூட்டி உரைக்க. கலி விழா - கலியை (வறுமையை)ப் போக்கிக் கொள்ள உதவும் விழா. பலி விழா - உருத்திர பலி என்னும் திசைதோறும்இடும் பலி விழா. ஒலிவிழா - ஆரவாரம் உள்ள விழா.

பொழிப்புரை:

பூம்பாவையே! விழாக்கள் தொடர்ந்து நடைபெறும் வீதிகளை உடையதும், இளமகளிர் நிறைந்து வாழ்வதும் ஆகிய மயிலாப்பூரில் கபாலீச்சரம் திருக்கோயிலில் எழுந்தருளி இருக்கும் இறைவன், உலகில் வறுமை வராதிருக்க மக்கள் கொண்டாடும் விழாக்களை ஏற்பவன்;

திசைதோறும் தரும் உருத்திரப்பலியும் பாடலும் (பாடுதலும்) நடைபெறும் ஆரவாரம் மிகுந்த பங்குனித் திங்களில் நடைபெறும் உத்திரநாள் விழாவினைக் காணாது செல்லுதல் முறையாகுமோ?

3594. **தண்ணா அரக்கன்தோள் சாய்த்துஉகந்த தாளினான்**
கண்ஆர் மயிலைக் கபாலீச் சரம்அமர்ந்தான்
பண்ஆர் பதினெண் கணங்கள்தம்(ம்) அட்டமிநாள்
கண்ஆரக் காணாதே போதியோ பூம்பாவாய் (8)

அருஞ்சொற்பொருள்:

தண்ணா - குளிர்ச்சி செய்யாத. அரக்கன் - இராவணன். தாளினான் - திருவடி உடையவன். கண்ஆர் - கண் ஆர (கண்கள் களிக்க). பதினெண் கணங்கள் - 18 தேவசாதியினர். அட்டமி - சித்திரையில் வரும் அட்டமி திதியில் (தேவசாதியினருக்கு விழா எடுக்கும் வழக்கம் முன்பு இருந்துள்ளது. இப்பொழுது இல்லை).

பொழிப்புரை:

பூம்பாவையே! கோபம் மிகுந்த அரக்கனாகிய இராவணனது தோள்கள் நெரிபட திருவடி ஊன்றி மகிழ்ந்த பெருமான் எழுந்தருளி இருக்கும் மயிலாப்பூர் கபாலீச்சரம் திருக்கோயிலில், 18 தேவ சாதியினருக்கு சித்திரைத் திங்கள் அட்டமி திதியில் நடைபெறும் விழாவினைக் கண்களிக்கக் காணாது போதல் முறையாகுமோ?

3595. **நற்றா மரைமேல் நான்முகனும் நாரணனும்**
உற்றாங்கு உணர்கிலர் மூர்த்தி திருவடியைக்
கற்றார்கள் ஏத்தும் கபாலீச் சரம்அமர்ந்தான்
பொற்றாப்புக் காணாதே போதியோ பூம்பாவாய் (9)

அருஞ்சொற்பொருள்:

நற்றாமரை - (நல்+தாமரை) நல்ல தாமரை மலர். உற்று - தேடல் உற்று. பொற்றாப்பு - (பொன்+தாம்பு) (தாம்பு-கயிறு) பொன் ஊஞ்சல்.

பொழிப்புரை:

பூம்பாவையே! நல்ல தாமரை மலர்மேல் அமரும் பிரமனும், நாராயணனாகிய திருமாலும் தற்போதம் கொண்டு தேடிச் சிவபெருமானின் திருவடியையும் (திருமுடியையும்) காணமுடியாதவர் ஆயினர்; ஞானநூல்களைக் கற்றவர்கள் பணிந்து போற்றும் கபாலீச்சரம் திருக்கோயிலில் வைகாசித் திங்களில் நடைபெறும் பொன்ஊஞ்சல் திருவிழாவைக் காணாமல் போவது முறையோ?

3596. **உரிஞ்சாய வாழ்க்கை அமண்உடையைப் போர்க்கும்**
இருஞ்சாக் கியர்கள் எடுத்துரைப்ப நாட்டில்
கருஞ்சோலை சூழ்ந்த கபாலீச் சரத்தான்தன்
பெருஞ்சாந்தி காணாதே போதியோ பூம்பாவாய் (10)

அருஞ்சொற்பொருள்:

உரிஞ்சாய வாழ்க்கை அமண் - உடை உரிந்த (உடை உடுத்தாத) வாழ்க்கை உடைய சமணர்.இருஞ் சாக்கியர் - உடை உடைய பௌத்தர். கருஞ்சோலை - மரங்கள் அடர்ந்து இருள் சூழ்ந்த சோலை. பெருஞ்சாந்தி - பவித்திர உற்சவம் (ஆனி, ஆவணி மாதங்களில் கொண்டாடப்படுவது).

பொழிப்புரை:

பூம்பாவையே! உடை உடுத்தாத சமணர்களும், உடை உடுத்தும் பௌத்தர்களும், பல்வேறு உபதேசங்களை எடுத்து முன்வைக்க, அது எடுபடாத நிலையில், மரங்கள் அடர்ந்து நிழல் நிரம்பிய சோலைகள் உடைய கபாலீச்சரம் திருக்கோயிலில் நடைபெறும் பெருஞ்சாந்தித் திருவிழாவைக் காணாது போதல் முறையாகுமோ?

3597. **கானம்ஆர் சோலைக் கபாலீச் சரம்அமர்ந்தான்**
தேன்அமர் பூம்பாவைப் பாட்டாகச் செந்தமிழால்
ஞானசம் பந்தன் நலம்புகழ்ந்த பத்தும்வல்லார்
வானசம் பந்தத் தவரொடும் வாழ்வாரே (11)

அருஞ்சொற்பொருள்:

கான் அமர் சோலை - தேன் உடைய பூ. பூம்பாவை - பூப்போன்ற மென்மையும் பாவை போன்ற அழகும் உடைய (சிவநேசரது) மகள். வானசம்பந்தம் - வானஉலகோடு ஏற்படும் சம்பந்தம் (தொடர்பு).

பொழிப்புரை:

சோலையால் சூழப்பட்ட மயிலாப்பூரில் கபாலீச்சரம் திருக்கோயிலில் எழுந்தருளி இருக்கும் சிவபெருமானின் நலமும் புகழும் குறித்து, பூம்பாவை என்னும் பெயருடைய பெண்ணுக்காக செந்தமிழ் வல்ல ஞானசம்பந்தன் பாடிய பாடல் பத்தும் கொண்டு, பாடிவழிபட வல்லவர், வானஉலகில் உள்ள தேவர்களோடு வாழும் சம்பந்தம் பெற்று வாழ்வர்.

திருச்சிற்றம்பலம்

332

திருவான்மியூர்

பதிக வரலாறு:

எலும்பும் சாம்பலுமாய் இருந்த பூம்பாவை, உருவம் கொண்டு, உயிர்பெற்று, 12 வயதுப் பெண்ணாகக் காட்சி காட்ட, கண்டவர் அதிசயித்தனர். சிவநேசர், பூம்பாவையைத் திருமணம் செய்து கொள்ளுமாறு, ஞான சம்பந்தரை வேண்ட, அவர் 'உன்மகள் முன்னமே விடம் தீண்டி இறந்து விட்டாள்; இவள் என் மகள்' என்று கூறி, அந்நகரை விட்டுப் புறப்பட்டு திருவான்மியூர் வந்து கோயிலை வலமாக வந்து, நேர்நின்று கும்பிட்டு இப்பதிகத்தை அருளுகின்றார்.

தல வரலாறு:

மயிலாப்பூருக்குத் தெற்கில் 5 கி.மீ. தொலைவில் உள்ளது. வான்மீக முனிவர் பூசித்துப் பேறு பெற்ற தலம் ஆதலின், இப்பெயர் பெற்றது. இலிங்கத் திருமேனி சற்றே வடப்பக்கம் சாய்ந்து காணப்படுகிறது.

சுவாமி : பால்வண்ணநாதர்

அம்மை : சொக்கநாயகி

தல மரம் : வன்னி

திருமுறை 2 - 140 திருஞான - 1123

வினாவுரை

பண்: இந்தளம்

3598. கரைஉ லாம்கட லில்பொலி சங்கம்வெள் இப்பிவன்
திரைஉ லாம்கழி மீன்உக ளும்திரு வான்மியூர்
உரைஉ லாம்பொரு ளாய்உலகு ஆளுடை யீர்சொலீர்
வரைஉ லாமட மாதுஉடன் ஆகிய மாண்புஅதே (1)

அருஞ்சொற்பொருள்:

சங்கம் - சங்கு. வெள்இப்பி - வெள்ளை நிறமுள்ள இப்பி. திரை - அலை. கழி - உப்பங்கழி. உரை உலாம் பொருள் - சொல்லொடு பொருந்தும் பொருள். வரை உலாம் மட மாது - மலை அரசனது இளம் பெண்.

பொழிப்புரை:

கடலின் கரையில் சங்கும் வெள்ளைநிற இப்பிகளும் காணக்கிடைக் கின்றதும், அலைவீசும் உப்பங்கழிகளில் மீன்கள் புரள்வதும், ஆகிய திருவான்மியூர் என்னும் தலத்தில் எழுந்தருளி இருப்பவரே! எல்லா உலகங் களையும் ஆளுபவரே! (மலையில் வளர்ந்த) இமயமலை அரசனது இளம் பெண்ணை உடன் கொண்டு விளங்குவது என்ன பெருமை குறித்தோ? சொல்வீராக!

3599. **சந்து உயர்ந்துஎழு கார்அகில் தண்புனல் கொண்டுதம்**
சிந்தை செய்துஅடி யார்பர வும்திரு வான்மியூர்ச்
சுந்த ரக்கழல் மேல்சிலம்பு ஆர்க்கவல் லீர்சொலீர்
அந்தி யின்ஒளி யின்நிறம் ஆக்கிய வண்ணமே (2)

அருஞ்சொற்பொருள்:

சந்து - சந்தனம். சுந்தரக் கழல் - அழகிய வீரக்கழல். ஆர்க்க - ஒலிக்க. சொலீர் - சொல்வீர். அந்தியின் நிறம் - மாலை நேரத்து வானத்தின் நிறம்.

பொழிப்புரை:

அடியார்கள் உமது திருவடியைச் சிந்தையில் நிறுத்தி, சந்தனமும் அகிலும் குளிர்ந்த நீரும் கொண்டு போற்றி வணங்கத் திருவான்மியூர் என்னும் தலத்தில் எழுந்தருளி இருப்பவரே! அழகிய திருவடிகளில் ஒன்றில் வீரக்கழலும், மற்றொன்றில் சிலம்பும், ஒலிக்க விளங்குகின்றீர்! உமது மேனியின் நிறம் மாலை நேரத்துச் செவ்வானம் போன்ற நிறமுடையதாக விளங்குகிறது; இதற்குரிய காரணம் யாது? கூறுவீராக!

3600. **கான்அ யங்கிய தண்கழி சூழ்கட லின்புறம்**
தேன்அ யங்கிய பைம்பொழில் சூழ்திரு வான்மியூர்த்
தோல்ந யங்குஅமர் ஆடையி னீர்அடி கேள்சொலீர்
ஆனைஅங் க(வ்)வுரி போர்த்துஅனல் ஆடல் உகந்ததே (3)

அருஞ்சொற்பொருள்:

கான் - காடு. அயங்குதல் - (அசங்குதல்) அசைதல். கழி - உப்பங்கழி. தேன் அயங்கிய - தேன் சொரிந்த. நயங்குஅமர் - (நயக்குஅமர்) விருப்பம் மிகுந்த. ஆனை - யானை. உரி - தோல்.

பொழிப்புரை:

குளிர்ந்த உப்பங்கழி சூழ விளங்கும் அசைகின்ற காடுகளை உடையதும், கடலின் புறத்தே தேன் ஒழுகும் பசிய சோலைகளால் சூழப்பட்டதும், ஆகிய திருவான்மியூர் என்னும் தலத்தில் எழுந்தருளி இருப்பவரே! இடையில் புலித்தோல், மார்பில் மான்தோல், தோளில் யானைத்தோல் எனத் தோலாடையை விரும்பி அணிபவரே! இறைவரே! யானையின் உடம்பில் இருந்த தோலை உரித்து மேலாடையாகப் போர்த்து, நெருப்பைக் கையில் ஏந்தி, ஆடுவது எதற்காக? சொல்வீராக!

3601. **மஞ்சுஉ லாவிய மாடம தில்பொலி மாளிகைச்**
செஞ்சொ லாளர்கள் தாம்பயி லும்திரு வான்மியூர்த்
துஞ்சு வஞ்சிருள் ஆடல் உகக்கவல் லீர்சொலீர்
வஞ்ச நஞ்சுஉண்டு வானவர்க்கு இன்அருள் வைத்ததே (4)

அருஞ்சொற்பொருள்:

மஞ்சு - மேகம். துஞ்சு - துயிலும். வஞ்சிருள் - காரிருள். உகக்க - மகிழ. வஞ்ச நஞ்சு - வஞ்சனை உடைய விடம்.

பொழிப்புரை:

மேகம் தங்கும் மாடிவீடுகள், மதில்கள், மாளிகைகள், என இவை மிகுதியும் உள்ளதும், நல்ல பொருள் பொதிந்த சொற்களைப் பேசும் சான்றோர்கள் நிறைந்து வாழ்வதும், ஆகிய திருவான்மியூரில் எழுந்தருளி இருப்பவரே! கரிய இருளானது சூழ்கின்ற இரவில் நடனம் ஆடுவதில் விருப்பம் உடையவரே! வஞ்சனை பொருந்திய ஆலகால விடத்தை உண்டு, தேவர்களைக் காப்பாற்றியது என்ன காரணம் பற்றியோ? சொல்வீராக!

3602. **மண்ணி னில்புகழ் பெற்றவர் மங்கையர் தாம்பயில்**
திண்ண னப்புரி சைத்தொழி லார்திரு வான்மியூர்த்
துண்ண னத்திரி யும்சரி தைத்தொழி லீர்சொலீர்
விண்ணி னில்பிறை செஞ்சடை வைத்த வியப்புஅதே (5)

அருஞ்சொற்பொருள்:

புகழ் பெற்றவர் - கற்பு முதலியவற்றில் சிறந்து விளங்கி புகழ் பெற்றவர். தொழில் ஆர் புரிசை - வேலைப்பாடு அமைந்த மதில். திண் - வலிமை. சரிதைத் தொழில் - பிச்சை ஏற்கும் தொழில். துண் என - காண்பவர் வியக்குமாறு.

பொழிப்புரை:

இந்நிலவுலகில் கற்பு முதலிய நல்லொழுக்கங்களால் பெயர்பெற்று விளங்கும் மகளிர் வாழ்வதும், வலிமையும் அழகிய வேலைப்பாடும் உடையதும், ஆகிய மதிலால் சூழப்பட்டதும், ஆகிய திருவான்மியூரில் எழுந்தருளி இருப்பவரே! காண்பவர் வியக்கும்படி பிச்சை ஏற்கும் தொழிலை மேற்கொள்பவரே! வானில் உலவும் பிறைச்சந்திரனைப் பிடித்துச் சிவந்த சடையில் சூடி இருப்பது, என்ன காரணம் பற்றியோ? கூறுவீராக!

3603. **போது உலாவிய தண்பொழில் சூழ்புரி சைப்புறம்**
தீதில் அந்தணர் ஓத்துஒழி யாத்திரு வான்மியூர்ச்
சூது உலாவிய கொங்கைஒர் பங்குஉடை யீர்சொலீர்
மூது எயில்ஒரு மூன்றுஎரி ஊட்டிய மொய்ம்புஅதே (6)

அருஞ்சொற்பொருள்:

போது - மலரும்பருவத்து அரும்பு. புரிசை - மதில். ஓத்து ஒழியா - வேத அத்தியயநம் செய்தல் ஒழியாத. சூது - சூதாடு கருவி. மூதுஎயில் - முதுமையுடைய மும்மதில். மொய்ம்பு - வலிமை.

பொழிப்புரை:

மலரும்பருவத்து அரும்புகள் நிரம்பிய குளிர்ந்த சோலை சூழ்ந்த மதிலின் புறத்தே குற்றமற்ற அந்தணர்கள் வேதம் ஓதுவதும், அவ்வொலி இடையறாது கேட்பதும், ஆகிய திருவான்மியூரில் எழுந்தருளி இருப்பவரே! சூதாடு கருவி போன்ற முலை உடைய உமாதேவியை உடம்பில் பாகமாகக் கொண்டுள்ளவரே! பழமை வாய்ந்த மதில்கள் மூன்றினை எரிஊட்டி அழித்த வலிமை, என்ன வலிமையோ? சொல்வீராக!

3604. **வண்டு இரைத்த தடம்பொழி லின்நிழல் கானல்வாய்த்**
தெண்தி ரைக்கடல் ஓதம்மல் கும்திரு வான்மியூர்த்
தொண்டு இரைத்துஎழுந்து ஏத்திய தொல்கழ லீர்சொலீர்
பண்டு இருக்குஒரு நால்வர்க்கு நீர்உரை செய்ததே (7)

அருஞ்சொற்பொருள்:

இரைத்த - ஒலித்த. கானல் - கடற்கரைச் சோலை. திரை - அலை. ஓதம் - நீர். தொண்டு - தொண்டர். இரைத்து - சிவபெருமானை தோத்திரம் செய்து. இருக்கு - இருக்கு முதலிய வேதம். நால்வர் - சனகன் முதலிய முனிவர் நால்வர்.

பொழிப்புரை:

வண்டுகள் இசை எழுப்பும் இடமகன்ற சோலையின் நிழலை உடையதும், கடற்கரைச் சோலையில் தெளிந்த கடல் நீரின் அலையானது வந்து செல்வதும், ஆகிய திருவான்மியூர் என்னும் தலத்தில் எழுந்தருளி இருப்பவரே! தொண்டர்கள் தோத்திரம் செய்து வணங்கி எழுகின்ற பழமையான வீரக்கழல் அணிந்த திருவடி உடையவரே! முன்பு இருக்கு முதலிய வேதங்கள் நான்கினைச் சனகன் முதலிய முனிவர் நால்வர்க்கு நீவிர் உரைத்தது, என்ன காரணம் பற்றியோ? கூறுவீராக!

3605. **தக்கில் வந்த தசக்கிரி வன்தலை பத்துஇறத்**
திக்கில் வந்து அலறவ்(வ்)அடர்த் தீர்திரு வான்மியூர்த்
தொக்க மாதொடும் வீற்றிருந் தீர்அருள் என்சொலீர்
பக்கமே பலபாரிடம் பேய்கள் பயின்றதே (8)

அருஞ்சொற்பொருள்:

தக்கில் - (தகு+இல்) தகுதியற்ற முறையில். தசக்கிரிவன் - பத்து தலை உடைய இராவணன். இற - முறிய. திக்கில் - திசையில். தொக்க மாது - திருமேனியில் இடம் கொண்டுள்ள பெண் (உமை). பாரிடம் - பூதகணம்.

பொழிப்புரை:

தகுதியற்ற முறையில் வந்த பத்து தலைகள் உடைய இராவணனை, அவன் உடலின் பல பக்கங்களும் நெரிபடுமாறும், பத்துத் தலைகளும் சிதறுமாறும், நசுக்கியவரே! உடம்பில் பாகமாக ஒரு பெண்ணாகிய உமாதேவியை உடன்கொண்டு விளங்குபவரே! திருவான்மியூர் என்னும் தலத்தில் எழுந்தருளி இருப்பவரே! பக்கங்களில் பூதகணங்களும் பேய்களும் சூழ, நடனம் முதலியன ஆடுவது, என்ன காரணம் பற்றியோ? கூறுவீராக!

3606. **பொருது வார்கடல் எண்திசை யும்தரு வாரியால்**
திரித ரும்புகழ் செல்வம்மல் கும்திரு வான்மியூர்ச்
சுருதி யார்இரு வர்க்கும் அறிவரி யீர்சொலீர்
எருது மேல்கொடு உழன்றுஉகந்து இல்பலி ஏற்றதே (9)

அருஞ்சொற்பொருள்:

பொருது - அலைகளால் மோதி. வார்கடல் - நீண்ட கடல். வாரி - செல்வம். சுருதியார் இருவர் - வேதம் கற்ற பிரமனும் திருமாலும். உகந்து - மகிழ்ந்து. இல்பலி - வீடுதோறும் ஏற்கும் பிச்சை.

பொழிப்புரை:

கடல் அலையானது வந்து மோதி, எட்டு திசைகளிலும் உள்ள முத்து பவளம் போன்ற கடல்சார் செல்வங்களைக் கொண்டு வந்து குவிக்கவும், புகழால் சிறந்து விளங்கவும், உள்ள திருவான்மியூர் என்னும் தலத்தில் எழுந்தருளி இருப்பவரே! வேதம் கற்ற பிரமன் திருமால் என இருவருக்கும் காண அருமை உடையவர் ஆனவரே! ஓர் எருதின்மீது ஏறிச் சுற்றித் திரிந்து வீடுதோறும் பிச்சை ஏற்று மகிழ்வது, என்ன காரணம் பற்றியோ? கூறுவீராக!

3607. மைத ழைத்துஎழு சோலையின் மாலைசேர் வண்டுஇனம்
செய்த வத்தொழி லார்இசை சேர்திரு வான்மியூர்
மெய்த வப்பொடி பூசிய மேனியி னீர்சொலீர்
கைத வச்சமண் சாக்கியர் கட்டுரைக் கின்றதே (10)

அருஞ்சொற்பொருள்:

மை தழைத்து எழு சோலை - மை போல் இருள் சூழும் சோலை (சோலையின் அடர்த்தி குறித்து). மாலை - மாலை நேரத்து. 'தவத் தொழிலார் செய்த இசை' - என்று கூட்டி உரைக்க. பொடி பூசிய மேனி - பால்வண்ணநாதர் என்னும் தலத்து இறைவரது பெயரை நினைவூட்டுவது. கைதவம் - வஞ்சம்.

பொழிப்புரை:

மரங்கள் அடர்ந்து நிழல் பரவிய சோலையில் மாலை நேரத்தில் வண்டுக் கூட்டமானது, தவத்தை முன்னிட்டு வேதம் ஓதுதல் முதலியன பழகும் தொழிலுடையவர் எழுப்புவது போல் ஒலி எழுப்பும் திருவான்மியூர் என்னும் தலத்தில் எழுந்தருளி இருப்பவரே! மெய்யான தவத்துக்குக் காரணமாக விளங்கும் வெண் திருநீற்றுப்பொடி பூசிய திருமேனி உடையவரே! வஞ்சனை உடைய சமணரும் பௌத்தரும் கட்டிஉரைக்கும் பொய்யான உரைகுறித்து என்ன சொல்ல உள்ளீர்? உரைப்பீராக!

3608. மாதுஓர் கூறுஉடை நற்றவ னைத்திரு வான்மியூர்
ஆதி எம்பெரு மான்அருள் செய்ய வினாஉரை
ஓதி அன்றுஎழு காழியுள் ஞானசம் பந்தன்சொல்
நீதி யால்நினை வார்நெடு வானுலகு ஆள்வரே (11)

அருஞ்சொற்பொருள்:

நற்றவன் (நல்+தவன்) நல்ல தவம் உடையவன். ஆதி - முதல்வன். அன்று எழு காழி - அன்று ஊழியிலும் மிதந்த காழி. நீதியால் - முறைப்படி.

பொழிப்புரை:

உமாதேவியாகிய பெண்ணை உடம்பில் ஒரு பாகமாகக் கொண்டவனும், நல்ல தவம் உடையவனும், திருவான்மியூரில் எழுந்தருளி இருப்பவனும், முதல்வனும், எமது பெருமானும், ஆனவன் அருள்செய்ய வினா உரையாகப் பாடிய, அன்று ஊழி முடிவில் நீரில் மூழ்காது மிதந்த சீர்காழி நகரத்தைச் சேர்ந்த ஞானசம்பந்தனது இப்பதிகத்தை, முறை வழுவாது நினைப்பவர், நீண்ட வானஉலகை ஆளும் தலைமையைப் பெறுவர்

திருச்சிற்றம்பலம்

333

திருவான்மியூர்

பதிக வரலாறு:

திருவான்மியூரில் பாடிய மற்றுமொரு பதிகம் இது.

திருமுறை 3 - 313 திருஞான - 1125

பண்: கௌசிகம்

3609. **விரைஆர் கொன்றையினாய் விடம்உண்ட மிடற்றினனே**
உரைஆர் பல்புகழாய் உமைநங்கைஓர் பங்குஉடையாய்
திரைஆர் தெண்கடல்சூழ் திருவான்மி யூர்உறையும்
அரையா உன்னைஅல்லால் அடையாதுஎனது ஆதரவே (1)

அருஞ்சொற்பொருள்:

விரை - கொன்றை. உரை - பேச்சு. அரையா - அரசனே. ஆதரவு - புகலிடம்.

பொழிப்புரை:

மணமுள்ள கொன்றை மலர்மாலை சூடி இருப்பவனே! விடம் உண்ட கண்டம் உடையவனே! அடியார்கள் புகழ்ந்து பேசும் புகழ்மொழிகளை எல்லாம் ஏற்பவனே! உமாதேவி என்னும் பெண்ணை உடம்பின் ஒரு பங்காகக் கொண்டவனே! அலைவீசும் தெளிந்த கடலால் சூழப்பட்ட திருவான்மியூர் என்னும் தலத்தில் எழுந்தருளி இருக்கும் அரசனே! உன்னைத் தவிர வேறு எவரிடத்தும் எனக்குப் புகலிடம் இல்லை.

3610. **இடிஆர் ஏறுஉடையாய் இமையோர்தம் மணிமுடியாய்**
கொடிஆர் மாமதியோடு அவரம்மலர்க் கொன்றையினாய்
செடிஆர் மாதவிசூழ் திருவான்மி யூர்உறையும்
அடிகேள் உன்னைஅல்லால் அடையாதுஎனது ஆதரவே (2)

அருஞ்சொற்பொருள்:

இடி ஆர் ஏறு - இடி போல் முழங்கும் இடபம். அரவம் - பாம்பு. செடி ஆர் மாதவி - செடியாக விளங்கும் மாதவி.

பொழிப்புரை:

இடிபோல் முழங்கும் இடபஊர்தி உடையவனே! தேவர்களுக்கு அவர்களது மணிமுடி படுமாறு திருவடியைக் காட்டி அருளுபவனே! இடபக்கொடி, பிறைச்சந்திரன், பாம்பு, கொன்றை மலர்மாலை ஆகியவற்றை உடையவனே! மாதவியின் செடிகள் நிறைந்த திருவான்மியூர் என்னும் தலத்தில் எழுந்தருளி இருக்கும் எம்இறையே! உன்னைத் தவிர வேறு எவரும் எனக்குப் புகலிடம் ஆக முடியாது.

3611. கைஆர் வெண்மழுவா கனல்போல்திரு மேனியனே
மைஆர் ஒண்கண்நல்லாள் உமையாள்வளர் மார்பினனே
செய்ஆர் செங்கயல்பாய் திருவான்மி யூர்உறையும்
ஐயா உன்னைஅல்லால் அடையாதுஎனது ஆதரவே (3)

அருஞ்சொற்பொருள்:

வளர் மார்பு - தங்குகின்ற மார்பு. செய் - வயல். ஐயா - தலைவா.

பொழிப்புரை:

கையில் வெண் மழுப்படை ஏந்தி இருப்பவனே! நெருப்பு போல் சிவந்த திருமேனி உடையவனே! மைபூசிய ஒளிபொருந்திய கண்உடைய நல்லாளாகிய உமாதேவி தங்கும் திருமார்பு உடையவனே! வயல்களில் செங்கயல் மீன்கள் துள்ளும் திருவான்மியூரில் எழுந்தருளி இருக்கும் எம் தலைவனே! உன்னைத் தவிர வேறு யாரையும் புகலிடமாக என்மனம் ஏற்காது.

3612. பொன்போ லும்சடைமேல் புனல்தாங்கிய புண்ணியனே
மின்போ லும்புரிநூல் விடைஏறிய வேதியனே
தென்பால் வையம்எலாம் திகழும்திரு வான்மிதன்னில்
அன்பா உன்னைஅல்லால் அடையாதுஎனது ஆதரவே (4)

அருஞ்சொற்பொருள்:

புனல் - கங்கை. புரிநூல் - பூணூல். மின் - மின்னல். தென்பால் - பரத கண்டத்தின் தென்பகுதியில் உள்ள (தமிழ்நாட்டில் உள்ள). வையம் - உலகம்.

பொழிப்புரை:

பொன்போல் ஒளிரும் சடைமீது கங்கை என்னும் நீர்ப்பெருக்கினைத் தாங்கிய புண்ணியமே வடிவாய் விளங்குபவனே! மின்னல் போல் ஒளிவிடும் வெண்மை நிறப் பூணூல் அணிந்து, இடப ஊர்தியில் ஏறிவரும் வேதம் சொன்னவனே! உலகம் முழுமைக்கும் தன் பெயரைப் பரவச் செய்துள்ள தமிழ்நாட்டில் உள்ள திருவான்மியூரில் எழுந்தருளி இருக்கும் உயிர்களிடத்து மாறாத அன்பு உடையவனே! உன்னைத் தவிர எனது மனம் வேறு யாரிடமும் அடைக்கலம் புகச் சம்மதியாது.

3613. கண்ஆ ரும்நுதலாய் கதிர்சூழ்ஒளி மேனியின்மேல்
  எண்ஆர் வெண்பொடிநீறு அணிவாய்எழில் வார்பொழில்சூழ்
  திண்ஆர் வண்புரிசைத் திருவான்மி யூர்உறையும்
  அண்ணா உன்னைஅல்லால் அடையாதுஎன் ஆதரவே (5)

அருஞ்சொற்பொருள்:

எண் ஆர் - பாராட்டுதல் உடைய. எழில் - அழகு. வார் - நீண்ட. திண் ஆர் - வலிமை உடைய. அண்ணா - தந்தையே.

பொழிப்புரை:

கண் பொருந்திய நெற்றி உடையவனே! ஒளிவீசுகின்ற திருமேனிமீது பாராட்டுதலுக்கு உரிய வெண் திருநீறு பூசி இருப்பவனே! அழகிய நீண்ட சோலை சூழ்ந்ததும், வளமான மதிலால் சூழப்பட்டதும், ஆகிய திருவான்மியூர் என்னும் தலத்தில் எழுந்தருளி இருக்கும் தந்தையே! உன்னைத் தவிர வேறு யாரிடமும் புகல் அடைய என்னால் முடியாது.

3614. நீதி நின்னைஅல்லால் நெறியாதும் நினைந்துஅறியேன்
  ஓதீ நான்மறைகள் மறையோன்தலை ஒன்றினையும்
  சேதீ சேதம்இல்லாத் திருவான்மி யூர்உறையும்
  ஆதீ உன்னைஅல்லால் அடையாதுஎனது ஆதரவே (6)

அருஞ்சொற்பொருள்:

சேதித்தல் - அழித்தல். சேதம் இல்லா - குறை ஒன்றும் இல்லாத. ஆதீ - முதல்வனே!

பொழிப்புரை:

நீதியே வடிவாய் விளங்குபவனே! உனது நெறியைத் தவிர வேறு நெறி எதனையும் நினைத்துக்கூடப் பார்க்கமாட்டேன்; நான்கு வேதங்களை உலகுக்குச் சொன்னவனே! வேதம் கற்ற பிரமன் தலைகளில் ஒன்றைச்

சேதித்தவனே! (நகம் கொண்டு கிள்ளி எறிந்தவனே!) சேதம் எதுவும் (எந்தக் குறையும்) இல்லாத திருவான்மியூர் என்னும் தலத்தில் எழுந்தருளி இருக்கும் முதல்வனே! உன்னைத் தவிர வேறு எவரிடமும் அடைக்கலம் புக மாட்டேன்.

3615. **வான்ஆர் மாமதிசேர் சடையாய்வரை போலவரும்**
கான்ஆர் ஆனையின்தோல் உரிந்தாய்கறை மாமிடற்றாய்
தேன்ஆர் சோலைகள்சூழ் திருவான்மி யூர்உறையும்
ஆனா உன்னைஅல்லால் அடையாதுஎனது ஆதரவே (7)

அருஞ்சொற்பொருள்:

வரை - மலை. கான் - காடு. ஆனை - யானை. கறை - விடக்கறை. ஆனா - ஆன் (காளை) மேல் ஏறி வருபவனே!

பொழிப்புரை:

வானில் உலவும் சந்திரனைச் சூடிய சடை உடையவனே! மலைபோல வந்த காட்டு யானையின் தோலை உரித்தவனே! விடக்கறை பொருந்திய கண்டம் கொண்டவனே! தேன் நிரம்பிய சோலை சூழ்ந்த திருவான்மியூரில் எழுந்தருளி இருக்கும் இடபத்தில் ஏறி வருபவனே! உன்னைத் தவிர வேறு எவரிடமும் சரண் அடைய மாட்டேன்.

★ (இப்பதிகத்தின் 8-ஆம் பாடல் கிடைக்கவில்லை).

3616. **பொறிவாய் நாகஅணையா னொடுபூமிசை மேயவனும்**
நெறிஆர் நீள்கழல்மேல் முடிகாண்புஅரிது ஆயவனே
செறிவுஆர் மாமதில்சூழ் திருவான்மி யூர்உறையும்
அறிவே உன்னைஅல்லால் அடையாதுஎனது ஆதரவே (9)

அருஞ்சொற்பொருள்:

பொறி - படப்புள்ளி. நாகம் - பாம்பு. அணை - படுக்கை. பூ - தாமரைப்பூ. நீள்கழல் - நீண்ட திருவடி. மேல்முடி - மேல் உள்ள திருமுடி. செறிவு ஆர் - இங்கு வலிமையைக் குறித்தது. அறிவு - பேரறிவு.

பொழிப்புரை:

படப்புள்ளிகள் உடைய பாம்பின்மீது பள்ளி கொண்டிருக்கும் திருமாலுக்கும், தாமரை மலர் மீது இருக்கை கொண்டுள்ள பிரமனுக்கும், முறையே நீண்ட திருவடியையும், மேல் உள்ள திருமுடியையும் காட்டாத

அருமை உடையவனே! வலிமை மிக்க மதிலால் சூழப்பட்ட திருவான்மியூர் என்னும் தலத்தில் எழுந்தருளி இருக்கும் பேரறிவு உடையவனே! உன்னைத்தவிர வேறு எவரிடமும் புகலடைய என்னால் முடியாது.

3617. **குண்டா டும்சமணர் கொடுஞ்சாக்கியர் என்றுஇவர்கள்**
கண்டார் காரணங்கள் கருதாதவர் பேசநின்றாய்
திண்தேர் வீதிஅதுஆர் திருவான்மி யூர்உறையும்
அண்டா உன்னைஅல்லால் அடையாதுஎனது ஆதரவே (10)

அருஞ்சொற்பொருள்:

குண்டாடும் - விதண்டாவாதம் பேசும். கண்டார் - சிலவற்றைக் கண்டவர்கள். காரணங்கள் கருதாதவர் - (ஆயினும்) காரணம் அறியாதவர். திண்தேர் - வலிமையான தேர். அண்டா - தேவனே.

பொழிப்புரை:

விதண்டாவாதம் பேசும் சமணர்களும், கொடியவர்களாகிய பௌத்தர் களும், என்று இவர்கள் இருவகையினரும், சில உண்மைகளை அறிந்திருந்தும், அதற்கான காரணங்களை ஆராயாதவராய் இருக்கின்றனர்; அதனால் உன்னை அவர் பழித்துப் பேச அதனையும் ஏற்றுக்கொண்டு, வலிய தேர் ஓடும் திருவீதிகள் உடைய திருவான்மியூரில் எழுந்தருளி இருக்கின்றாய்; (எது எப்படி இருப்பினும்) தேவ தேவனே! உன்னைத் தவிர வேறு எவரிடமும் அடைக்கலம் புகுத மாட்டேன்.

3618. **கன்றுஆ ரும்கமுகின் வயல்சூழ்தரு காழிதனில்**
நன்றான புகழான் மிகுஞானசம் பந்தன்உரை
சென்றார் தம்இடர்தீர் திருவான்மி யூரதன்மேல்
குன்றாது ஏத்தவல்லார் கொடுவல்வினை போய்அறுமே (11)

அருஞ்சொற்பொருள்:

கன்று - இளஞ்செடி. கமுகு - பாக்கு மரம். இடர்தீர் - துன்பம் தீரும்.

பொழிப்புரை:

இளம் பாக்கு மரக்கன்றுகள் நிறைந்த வயலால் சூழப்பட்ட சீர்காழி நகரில் தோன்றியவனும், நன்மை விளைவிக்கும் புகழுக்கு உரியவனும், மேலானவனும், ஆகிய ஞானசம்பந்தன்; சென்றவரது துன்பத்தைப் போக்கும் திருவான்மியூர் என்னும் தலத்தின்மீது பாடிய பாடல் கொண்டு, குறைவின்றிப் போற்றி வழிபட வல்லவரது, கொடிய வினைகள் ஆனவை, அவரை விட்டு விலகிப் பின் அழிந்து போகும்.

334

திருஇடைச்சுரம்

பதிக வரலாறு:

திருவான்மியூர் பாடி வழிபட்ட ஆளுடைய பிள்ளையார், அடியார்கள் எதிர்கொள்ள, திருஇடைச்சுரம் வந்து, திருக்கோயிலை வலமாக வந்து, திருமுன் சென்று, நிலமுற விழுந்து வணங்கி எழுந்து, ''இடைச்சுரம் மேவும் இவர்வண்ணம் என்னே'' என்று இவ்வருந்தமிழ் திருப்பதிகம் பாடுகின்றார்.

தல வரலாறு:

சென்னைக்கு அருகில் உள்ள திருப்போரூரிலிருந்து 3 கி.மீ. சென்று, வடக்கில் திரும்பி 1 கி.மீ. செல்ல, இத்தலம் உள்ளது. மலைகளுக்கு நடுவே இருத்தலின், இப்பெயர் பெற்றது. சனற்குமாரர் பூசித்துப் பேறு பெற்ற தலம். மூலலிங்கம் மரகதத்தால் ஆனது.

சுவாமி : இடைச்சுரநாதர்

அம்மை : இமய மடக்கொடி

தல மரம் : வில்வம்

தீர்த்தம் : தாமரைக்குளம்

திருமுறை 1 - 78 திருஞான - 1128

பண்: குறிஞ்சி

3619. வரிவளர் அவிர்ஒளி அரவுஅரை தாழ
வார்சடை முடிமிசை வளர்மதி சூடிக்
கரிவளர் தருகழல் கால்வலன் ஏந்திக்
கனல்எரி ஆடுவர் காடுஅரங் காக
விரிவளர் தருபொழில் இளமயில் ஆல
வெண்ணிறத்து அருவிகள் திண்என வீழும்
எரிவளர் இனமணி புனம்அணி சார
இடைச்சுரம் மேவிய இவர்வணம் என்னே (1)

அருஞ்சொற்பொருள்:

வரிவளர் - வரிகள் உடைய. அவிர்ஒளி - ஒளி விளங்குகின்ற. அரவு - பாம்பு. அரை தாழ - இடையில் தங்க. கரிவளர் தரு கழல் - யானை உருவம் பொறிக்கப்பட்ட வீரக்கழல். வலன் - வலப்பக்கம். மயில் ஆல - மயில் ஆட. திண் என - அடர்ந்த நீர்ப்பெருக்குடன். இனமணி - நல்ல மணி வகைகள். புனம்அணி சார - புனங்களுக்கு அழகு சேர்க்க. வணம் - (வண்ணம்) அழகு.

பொழிப்புரை:

பரந்து விரிந்து உயர்ந்து நிற்கும் சோலைகளில் மயில்கள் நடனம் ஆடுவதும், வெண்மை நிறமுடன் அடர்ந்து அருவிநீர் பாய்வதும், ஒளிவீசும் மணிவகைகள் அங்குள்ள நிலங்களுக்கு அழகு சேர்ப்பதும், ஆக விளங்கும் இடைச்சுரம் என்னும் தலத்தில் எழுந்தருளி இருக்கும் இறைவர், வரிகளுடைய பளபளக்கும் பாம்புகளை இடையில் கச்சாகக் கட்டி இருப்பவர்; நீண்ட சடாமுடியின்மீது சந்திரப்பிறையைச் சூடி இருப்பவர்; யானை உருவம் பொறித்த வீரக்கழலை வலக்காலில் அணிந்திருப்பவர்; சுடுகாட்டை அரங்கமாகக் கொண்டு, நெருப்பைக் கையில் ஏந்தி நடனம் ஆடுபவர்; அவரது அழகு இருந்த விதம் என்னே!

3620. **ஆற்றையும் ஏற்றதுஓர் அவிர்சடை உடையர்**
அழகினை அருளுவர் குழகுஅலது அறியார்
கூற்றுஉயிர் செகுப்பதுஓர் கொடுமையை உடையர்
நடுஇருள் ஆடுவர் கொன்றைஅம் தாரார்
சேற்றுஅயல் மிளிர்வன கயல்இள வாளை
செருச்செய ஓர்ப்பன செம்முக மந்தி
ஏற்றையொடு உழிதரும் எழில்திகழ் சாரல்
இடைச்சுரம் மேவிய இவர்வணம் என்னே (2)

அருஞ்சொற்பொருள்:

ஆறு - கங்கை. குழகு - இளமை. கூற்று - இயமன். செகுப்பது - அழிப்பது. ஓர்ப்பன - கூர்ந்து நோக்குவன. மந்தி - பெண்குரங்கு. ஏற்றை - ஆண்குரங்கு.

பொழிப்புரை:

சேறுகளுடன் கூடிய வயல்களில் கயல்மீனும் வாளைமீனும் சண்டையிட அதனைச் சிவந்த முகமுடைய பெண்குரங்கு, தன் ஆண்குரங்கோடு சேர்ந்துகொண்டு கூர்ந்து நோக்கும் அழகு விளங்கும் மலைச்சாரலை உடைய இடைச்சுரம் என்னும் தலத்தில் எழுந்தருளி இருக்கும் இறைவர்,

கங்கை தங்கிய விரிந்த சடை உடையவர்; எப்பொழுதும் இளமையாய் இருக்கும் அழகு உடையவர்; இயமனது உயிரைப் பறித்த கொடுஞ் செயல் உடையவர்; கொன்றை மலர்மாலை அணிந்திருப்பவர்; நள்ளிருளில் நடனம் ஆடுபவர்; அவரது அழகு இருந்தவாறு என்னே!

3621. கானமும் சுடலையும் கல்படு நிலனும்
காதலர் தீதுஇலர் கனல்மழு வாளர்
வானமும் நிலமையும் இருமையும் ஆனார்
வணங்கவும் இணங்கவும் வாழ்த்தவும் படுவார்
நானமும் புகைஒளி விரையொடு கமழ
நளிர்பொழில் இளமஞ்ஞை மன்னிய பாங்கர்
ஏனமும் பிணையலும் எழில்திகழ் சாரல்
இடைச்சுரம் மேவிய இவர்வணம் என்னே (3)

அருஞ்சொற்பொருள்:

கானம் - காடு. கற்படுநிலன் - மலை. காதலர் - விரும்புபவர். வானம் - மறுமை. நிலமை - இம்மை. நானம் - கத்தூரி (கஸ்தூரி). விரை - மணம். ஏனம் - பன்றி. பிணையல் - பெண்மான்.

பொழிப்புரை:

கத்தூரி முதலிய நறுமணப் பொருள்கள் பூசுவதும், சந்தனம் அகில் முதலியன கொண்டு நறுமணப் புகை போடுவதும், குளிர்ந்த சோலையில் இளம் மயில்களை உடையதும், பன்றி பெண்மான் முதலிய விலங்குகள் திரிவதும், ஆகிய அழகிய மலைச்சாரலை உடைய இடைச்சுரத்தில் எழுந்தருளி இருக்கும் இறைவர், காடு, சுடுகாடு, மலைநிலம், என இவற்றின்மீது விருப்பம் உடையவர்; குற்றமற்றவர்; கனலுகின்ற மழுப்படையை ஏந்தி இருப்பவர்; மறுமை, இம்மை என இருமையுமாய் விளங்குபவர்; வணங்கவும், பழகவும், வாழ்த்தவும், ஆன உரிமை உடையவர்; அவரது அழகு இருந்தவிதம் என்னே!

3622. கடம்அணி மார்பினர் கடல்தனில் உறைவார்
காதலர் தீதுஇலர் கனல்மழு வாளர்
விடம்அணி மிடறினர் மிளிர்வதுஓர் அரவர்
வேறும்ஓர் சரிதையர் வேடமும் உடையர்
வடம்உலை அயல்அன கருங்குருந்து ஏறி
வாழையின் தீங்கனி வார்ந்து தேன்அட்டும்
இடமுலை அரிவையர் எழில்திகழ் சாரல்
இடைச்சுரம் மேவிய இவர்வணம் என்னே (4)

அருஞ்சொற்பொருள்:

கடம் - யானைத்தோல். சரிதை - ஒழுக்கம். வடம் - ஆலமரம். உலைதல் - அசைதல். கருங்குருந்தி - பெரிய குருந்த மரம். வார்ந்து - ஒழுகி. தேன் அட்டும் - தேன் எடுக்கும். இடமுலை - இடங்கொண்டு வளர்ந்த முலை. அரிவையர் - பெண்கள்.

பொழிப்புரை:

அசைகின்ற ஆலமரத்தின் அருகில் உள்ள பெரிய குருந்த மரத்தில் ஏறி, வாழையின் சுவையுள்ள பழங்கள் பழுத்துத் தேன்போன்ற சாற்றினை ஒழுகவிட, அதனை எடுத்துச் செல்கின்ற, இடங்கொண்டு வளர்ந்த முலை உடைய மகளிர் வாழும், அழகிய மலைச்சாரலில் விளங்கும் இடைச்சுரம் என்னும் தலத்தில் எழுந்தருளி இருக்கும் இறைவர், யானைத் தோல் கொண்டு போர்த்திய மார்பு உடையவர்; கடலின் கரையில் உள்ள தலங்களிலும் எழுந்தருளுபவர்; அன்புடையவர்; தீமை இல்லாதவர்; கனலுகின்ற மழுப்படை ஏந்தியவர்; விடம் தாங்கிய கண்டம் உடையவர்; ஒளிரும் படியான பாம்பை அணிந்தவர்; பல்வேறு மாறுபட்ட ஒழுக்கம் உடையவர்; பலப்பல வேடமும் ஏற்பவர்; அவரது அழகு இருந்தவாறு என்னே!

3623. கார்கொண்ட கடிகமழ் விரிமலர்க் கொன்றைக்
    கண்ணியர் வளர்மதி கதிர்விடக் கங்கை
    நீர்கொண்ட சடையினர் விடைஉடை கொடியர்
    நிழல்திகழ் மழுவினர் அழல்திகழ் நிறத்தர்
    சீர்கொண்ட மென்சிறை வண்டுபண் செய்யும்
    செழும்புனல் அனையன செங்குலை வாழை
    ஏர்கொண்ட பலவினொடு எழில்திகழ் சாரல்
    இடைச்சுரம் மேவிய இவர்வணம் என்னே   (5)

அருஞ்சொற்பொருள்:

கார் - கார்காலம். கடி - மணம். நிழல் - ஒளி. பல - பலா.

பொழிப்புரை:

சிறந்த மெல்லிய இறகுகளுடன் கூடிய வண்டுகள் இசை செய்யவும், செழுமைக்கு வழிசெய்யும் நீரைத் தன்னகத்தே கொண்டு (தளதள என) விளங்கும் செங்குலை தள்ளி இருக்கும் வாழை மரங்களும், அழகு விளங்கும் பலா மரங்களும் நிறைந்துள்ள இடைச்சுரம் என்னும் தலத்தில் எழுந்தருளி இருக்கும் இறைவர், கார்காலத்தில் பூக்கும் மணமுள்ள நன்கு மலர்ந்த கொன்றைப் பூவால் ஆன தலைமாலை அணிந்திருப்பவர்;

வளர்கின்ற பிறைமதி ஒளி விட, கங்கையையும் சுமந்த சடை உடையவர்; இடபம் எழுதிய கொடியை ஏந்தி வருபவர்; ஒளிஉடைய மழுப்படையை ஏந்துபவர்; நெருப்புபோல் சிவந்த திருமேனி நிறம் உடையவர்; அவரது அழகு இருந்தவாறு என்னே!

3624. தோடுஅணி குழையினர் சுண்ணவெண் நீற்றர்
சுடலையின் ஆடுவர் தோல்உடை யாகப்
பீடுஉயர் செய்ததுஓர் பெருமையை உடையர்
பேயுடன் ஆடுவர் பெரியவர் பெருமான்
கோடல்கள் ஒழுகுவ முழுகுவ தும்பி
குரவமும் மரவமும் மன்னிய பாங்கர்
ஏடுஅவிழ் புதுமலர் கடிகமழ் சாரல்
இடைச்சுரம் மேவிய இவர்வணம் என்னே (6)

அருஞ்சொற்பொருள்:

குழை - காது. பீடு - பெருமை. கோடல் - செங்காந்தள். தும்பி - வண்டு. ஏடு - இதழ்.

பொழிப்புரை:

செங்காந்தள் பூத்துத் தேன் ஒழுக, வண்டுகள் அதனில் முழுகுவதும், குராமரங்களும் மரா மரங்களும் பக்கங்களில் நிறைந்திருப்பதும், இதழ் விரிந்த புதுமலர்கள் நறுமணம் கமழ்வதும், ஆகிய மலைச்சாரலை உடைய இடைச்சுரம் என்னும் தலத்தில் எழுந்தருளி இருக்கும் தலைவர், தோடு அணிந்த காது உடையவர்; திருநீற்றுப்பொடி பூசி இருப்பவர்; சுடுகாட்டில் நடனம் ஆடுபவர்; யானைத்தோல், புலித்தோல், மான்தோல், ஆகியவற்றை ஆடையாக உடுத்தி இருப்பவர்; பெருமை என்னும் சொல்லுக்குப் பெருமை சேர்க்கும் இயல்பு உடையவர்; பேய்களோடு சேர்ந்து ஆடுபவர்; பெரியோர்க்கெல்லாம் (சிவஞானியர்க்கு எல்லாம்) பெருமானாக விளங்குபவர்; அவரது அழகு இருந்தவாறு என்னே!

3625. கழல்மல்கு காலினர் வேலினர் நூலர்
கவர்தலை அரவொடு கண்டியும் பூண்பர்
அழல்மல்கும் எரியொடும் அணிமழு ஏந்தி
ஆடுவர் பாடுவர் ஆரணங்கு உடையர்
பொழில்மல்கு நீடிய மரவமும் அரவ
மன்னிய கவட்டுஇடைப் புணர்குயில் ஆலும்
எழில்மல்கு சோலையில் வண்டுஇசை பாடும்
இடைச்சுரம் மேவிய இவர்வணம் என்னே (7)

510 திருஞானசம்பந்தர் தேவாரம் - மூன்றாம் பகுதி

அருஞ்சொற்பொருள்:

கழல் - வீரக்கழல். கவர் தலை - பிளவுபட்ட தலை (ஐந்தலை). கண்டி - உருத்திராக்கம். ஆரணங்கு - உமாதேவி. மரவம் - மராமரம். கவடு - கிளை. புணர்குயில் - ஆண்குயிலும் பெண்குயிலும். ஆடும் - பாடும்.

பொழிப்புரை:

சோலைகளில் நிறைந்துள்ள மராமரங்களின் கிளைகளில் ஆண் குயிலும் பெண் குயிலும் பாடுவதும், அழகு நிறைந்த சோலைகளில் வண்டுகள் இசை பாடுவதும், ஆகிய இடைச்சுரம் என்னும் தலத்தில் எழுந்தருளி இருக்கும் இறைவர், வீரக்கழல் அணிந்த திருவடி உடையவர்; வேல் படையை ஏந்தி இருப்பவர்; முப்புரிநூல் அணிந்திருப்பவர்; ஐந்து தலைப் பாம்பொடு உருத்திராக்க மணி மாலை அணிந்திருப்பவர்; எரியும் நெருப்போடு அழகிய மழுப்படை ஏந்தி இருப்பவர்; நடனம் ஆடுபவர்; பாட்டுப் பாடுபவர்; உமாதேவியை உடன்கொண்டு விளங்குபவர்; இவரது அழகு இருந்தவாறு என்னே!

3626. **தேங்கமழ் கொன்றையம் திருமலர் புனைவார்**
திகழ்தரு சடைமிசைத் திங்களும் சூடி
வீந்தவர் சுடலைவெண் நீறுமெய் பூசி
வேறும்ஓர் சரிதையர் வேடமும் உடையவர்
சாந்தமும் அகிலொடு முகில்பொதிந்து அலம்பித்
தவழ்கன மணியொடு மிகுபளிங்கு இடறி
ஏந்துவெள் அருவிகள் எழில்திகழ் சாரல்
இடைச்சுரம் மேவிய இவர்வணம் என்னே (4)

அருஞ்சொற்பொருள்:

வீந்தவர் - இறந்தவர். சாந்தம் - சந்தனம். கனமணி - மணிகளின் குவியல். எழில்திகழ் - அழகு விளங்கும். முகில் பொதிந்து - மேகமானது மழையினைப் பொழிய.

பொழிப்புரை:

மேகமானது மழையினைப் பொழிய சந்தனம், அகில், முதலிய மரங்கள், மணிகளின் குவியல்கள், மிகுதியான பளிங்கு என இவற்றைத் தள்ளிக் கொண்டு, அருவியானது வெள்ளை நிறமுடையதாய்ப் பாய்ந்து இழியும் அழகு விளங்கும் மலைச்சாரலை உடைய இடைச்சுரம் என்னும் தலத்தில் எழுந்தருளி இருக்கும் இறைவர், தேன்மணம் கமழும் கொன்றையின் அழகிய மலரை அணிந்திருப்பவர்; விளங்குகின்ற சடையில் சந்திரனைச்

சூடி இருப்பவர்; இறந்தவரை எரித்த சாம்பலை உடலில் பூசி இருப்பவர்; பல்வேறு திருவிளையாடல்கள் செய்பவர்; பலப்பல வேடம் ஏற்பவர்; அவரது அழகு இருந்தவாறு என்னே!

3627. **பலஇலம் இடுபலி கையில்ஒன்று ஏற்பர்**
பலபுகழ் அல்லது பழியிலர் தாமும்
தலைஇலங்கு அவிர்ஒளி நெடுமுடி அரக்கன்
தடக்கைகள் அடர்த்ததுஓர் தன்மையை உடையர்
மலைஇலங்கு அருவிகள் மணமுழவு அதிர
மழைதவழ் இளமஞ்ஞை மல்கிய சாரல்
இலைஇல வங்கமும் ஏலமும் கமழும்
இடைச்சுரம் மேவிய இவர்வணம் என்னே (9)

அருஞ்சொற்பொருள்:

இலம் - இல்லம் (வீடு). மஞ்ஞை - மயில். இலை இலவங்கம் - இலையோடு கூடிய இலவங்க மரம்.

பொழிப்புரை:

மலையிலிருந்து இழியும் அருவிகள் மணமுழவு போல ஒலிக்க, மேகம் கண்டு நடனம் ஆடும் ஆண்மயில்கள் நிறைய இருப்பதும், இலையோடு கூடிய இலவங்க மரமும் ஏலக்காய் மரங்களும் நிறைந்து இருப்பதும், ஆகிய மலைச்சாரலில் உள்ள இடைச்சுரம் என்னும் தலத்தில் எழுந்தருளி இருக்கும் இறைவர், பல வீடுகளுக்குச் சென்று பிச்சை கேட்டு, அதனைக் கையில் பெறுபவர்; பல புகழ் உடையவர்; மாறாக, பழி ஒன்றும் இல்லாதவர்; ஒளிவிளங்கும் நீண்ட முடிகள் அணிந்த பத்துத் தலைகள் உடைய அரக்கனாகிய இராவணனது பெரிய கைகள் இருபதையும் நசுக்கியவர்; அவரது அழகு இருந்தவாறு என்னே!

3628. **பெருமைகள் தருக்கிஓர் பேதுறு கின்ற**
பெருங்கடல் வண்ணனும் பிரம்மனும் ஓரா
அருமையர் அடிநிழல் பரவிநின்று ஏத்தும்
அன்புடை அடியவர்க்கு அணியரும் ஆவார்
கருமைகொள் வடிவொடு சுனைவளர் குவளைக்
கயல்இனம் வயல்இள வாளைகள் இரிய
எருமைகள் படிதர இளஅனம் ஆலும்
இடைச்சுரம் மேவிய இவர்வணம் என்னே (10)

அருஞ்சொற்பொருள்:

தருக்கி - செருக்கி. பேதுற்று - மயங்கி. ஓரா - அறியமுடியாத. இரிய - விலக. மடிதர - தோய. அனம் - அன்னம். ஆலும் - ஆர்ப்பரிக்கும்.

பொழிப்புரை:

பெருமைகளால் செருக்கு கொண்டு மயங்குகின்ற பெரிய கடலின் நிறம் உடைய திருமாலும், பிரமனும் தேடியும் காணக் கிடைக்காத அருமை உடையவர்; திருவடி நிழலைப் போற்றி வணங்கி நிற்கும் அடியவர்களுக்கு எப்பொழுதும் அருகில் இருப்பவர்; கரிய நிறமும் வடிவ அழகும் உடைய குவளை மலர்கள் சுனைகளில் பூத்திருப்பதும், வயல்களில் கயல்மீன்களும் வாளைமீன்களும் துள்ளுவதும், நீர்நிலைகளில் எருமைகள் குளிக்க, இள அன்னப்பறவைகள் அதுகண்டு ஆர்ப்பரிப்பதும், ஆகிய மலைச்சாரலை உடைய இடைச்சுரம் என்னும் தலத்தில் எழுந்தருளி இருப்பவர்; அவரது அழகு இருந்தவாறு என்னே!

3629. மடைச்சுரம் மறிவன வாளையும் கயலும்
    மருவிய வயல்தனில் வருபுனல் காழிச்
    சடைச்சுரத்து உறைவதுஓர் பிறைஉடை அண்ணல்
    சரிதைகள் பரவிநின்று உருகுசம் பந்தன்
    புடைச்சுரத்து அருவரைப் பூக்கமழ் சாரல்
    புணர்மட நடையவர் புடைஇடை ஆர்ந்த
    இடைச்சுரம் ஏத்திய இசையொடு பாடல்
    இவைசொல வல்லவர் பிணியிலர் தாமே (11)

அருஞ்சொற்பொருள்:

மடைச்சுரம் - நீர்மடைகளின் வழி. சடைச்சுரத்து - சடைக்காட்டில். புடைசுரத்து - மலைப் பக்கங்களில். மட நடையவர் - மகளிர்.

பொழிப்புரை:

நீர்மடைகளில் மடங்கித் துள்ளும் வாளை மீன்களும், கயல் மீன்களும் பொருந்திய வயல் வளம் உடையதும், நீர்வரத்து உடையதும், ஆகிய சீர்காழி நகரத்து ஞானசம்பந்தன்; பக்கங்களில் அரிய மலைகளும், பூக்கள் மணம் கமழும் மலைச்சாரலும், மடநடை உடைய மகளிர் நிறைந்து வாழ்வதும், ஆகிய இடைச்சுரம் என்னும் தலத்தில் எழுந்தருளி இருக்கும் சடைக்காட்டில் ஒரு பிறைச்சந்திரனைத் தங்க வைத்திருக்கும் தலைவனாகிய இறைவனது பெருமைச் சரிதங்களைக் கூறிப்போற்றிய இசையோடு கூடிய பாடல்கள் பத்தும் கொண்டு, சொல்லி வழிபட வல்லவர், நோய் இல்லாதவர் ஆவர்.

வீ.சிவஞானம்

335

திருக்கழுக்குன்றம்

பதிக வரலாறு:

மயிலாப்பூரில் சிவநேசர் என்ற வணிகர் ஒருவர் இருந்தார். அவர் சிவனடியாரிடத்து அன்பு பூண்டவர். மேலும், பரசமயம் பரவுவாரை விரும்பாதவராகவும் இருந்தார். இதற்கிடையில் அவர் சீர்காழியில் பிறந்த பிள்ளையாரது பெருமைகளைக் கேட்டறிந்தார். மகப்பேறு இன்றிஇருந்த சிவநேசர் அரன்அடியார்களை மகிழ்வித்த புண்ணியத்தின் பயனாக, ஒருபெண்மகவு பெற்றார். அப்பெண்ணுக்குப் பூம்பாவை என்று பெயரிட்டு வளர்த்து வந்தார். பெண்ணுக்கு ஏழு வயது ஆனபோது, 'இவளை மணப்பவனுக்கே என் செல்வம் முழுவதையும் தருவேன்' என்று அறிவித்தார்.

அந்நாளில் பிள்ளையார் பாண்டி நாட்டில் சமண்அழித்துச் சைவம் பெருக்கிய செயல்கேட்டுத் தன்னுடைய உறவினர்கள் முன்னிலையில், 'என்னையும், என்பெண்ணையும், என் செல்வம் அனைத்தையும், காழிநாடு உடைய பிள்ளைக்குக் கொடுத்தேன்' என்று அறிவித்தார். அந்நாளில் முல்லைமலர் பறிக்கச் சென்ற பூம்பாவையைப் பாம்பு தீண்ட, விடம் தலைக்கு ஏற, எதனாலும் விடம் தீர்க்க முடியாதுபோக, உயிர் நீத்தார். சிவநேசரும் சுற்றமும் துன்புற்றனர். இருப்பினும் அவள் பிள்ளையாருக்கு உரியவள் என்பதால், உடலைத் தீயிட்டு எலும்பையும் சாம்பலையும் ஒரு குடத்துள் இட்டு, கன்னிமாடத்தில் வைத்து விளக்கு, மாலை, சாந்தம், போனகம் என்று உபசாரங்கள் செய்வித்து வந்தார்.

இவ்வாறு நிகழும் நாளில் பிள்ளையார் திருவொற்றியூர் வந்திருக்கும் செய்திகேட்டு, மயிலாப்பூரிலிருந்து ஒற்றியூருக்கு நடைப்பந்தல் அமைத்து, வாழை கமுகு கொண்டு தோரணங்கள் கட்டி, தேவலோகம்போல் அலங்கரித்து, தொண்டர்களுடன் காணச் சென்றார். பிள்ளையாரும் மயிலை நோக்கி வந்து கொண்டிருந்தார். சிவநேசர் பல்லக்கின் முன் வீழ்ந்து வணங்க, பிள்ளையார் பல்லக்கிலிருந்து இறங்கி, இவர் செய்தியெலாம் கேட்டறிந்தார். பின்னர் மயிலாப்பூர் சென்று கபாலீச்சரம் வணங்கி, குடத்தினைக் கோயில் முன் கொண்டுவருமாறு பணிக்க, அவர்களும் கொண்டுவந்து வைத்தனர்.

இச்செய்தி அறிந்த அடியார்களும் ஊரவரும் பரசமயத்தவரும் கூடினர். 'உலகில் பிறந்தார் பெறும் உறுதியாவது: சிவனடியார்களை அமுது செய்விப்பதும், இறைவரது திருவிழாக்களைக் கண்ணாரக் காண்பதுமே' என்பது உண்மையின், உலகர் முன்னே வருவாயாக!' என்று அழைத்து, 'மட்டிட்ட' என்று தொடங்கிப் பதிகம் பாடியருளினார்.

தல வரலாறு:

செங்கல்பட்டு என்னும் ஊரிலிருந்து தென்கிழக்கில் 14கி.மீ. தொலைவில் உள்ளது. கழுகுகள் பூசித்துப் பேறு பெற்றமையின் கழுக்குன்றம் என்பது பெயராயிற்று. முதல் யுகத்தில் சாபம் பெற்ற சண்டன், பிரசண்டன் என்னும் கழுகுகளும்; இரண்டாம் யுகத்தில் சாபம் பெற்ற சம்பாதி, சடாயு என்னும் கழுகுகளும்; மூன்றாம் யுகத்தில் சாபம் பெற்ற சம்புகுத்தன், மாகுத்தன் என்னும் கழுகுகளும்; நான்காம் யுகத்தில் சம்பு, ஆதி என்னும் கழுகுகளும் முறையே பூசித்துப் பேறு பெற்றன. வேதங்கள் மலை உருவாய்ச் சுவாமியைத் தாங்குதலின் வேதகிரி எனவும் வழங்கப்படுகின்றது. 12 ஆண்டுகளுக்கு ஒருமுறை நீர்இடி விழுந்து இறைவனுக்குத் திருமஞ்சனம் ஆட்டும் செய்தியால் இந்திரன் பூசிப்பது உறுதியாகிறது. மலை அடிவாரத்தில் உள்ள சங்கு தீர்த்தத்தில் 12 ஆண்டுகளுக்கு ஒருமுறை ஒரு வலம்புரிச் சங்கு இன்றளவும் கிடைத்து வருகிறது. மாணிக்க வாசகருக்கு இறைவன் குருவடிவில் காட்சி தந்த தலம். நந்தி, இந்திரன், கோடி உருத்திரர் முதலியோர் பூசித்துப் பேறு பெற்ற தலம். இங்குள்ள தீர்த்தத்தில் முறையாக நீராடி மலையை வலமாக வந்து சுவாமியை வணங்க, நோய்கள் நீங்கி இன்பம் பெறுதல் கண்கூடு.

மலை அடிவாரத்தில்,

சுவாமி	:	பக்தவச்சலர்
அம்மை	:	திரிபுரசுந்தரி
தீர்த்தம்	:	நந்தி தீர்த்தம்

மலை மீது,

சுவாமி	:	வேதகிரீசுவரர்
அம்மை	:	பெண்ணின் நல்லாள்
தல மரம்	:	வாழை
தீர்த்தம்	:	சங்கு தீர்த்தம்

பண்: குறிஞ்சி

3630. **தோடுஉடை யான்ஒரு காதில் குழைதாழ**
ஏடுஉடை யான்தலை கலனாக இரந்துண்ணும்
நாடுஉடை யான்நள் இருள்ஏம நடம்ஆடும்
காடுஉடை யான்காதல் செய்கோயில் கழுக்குன்றே (1)

அருஞ்சொற்பொருள்:

ஏடுஉடையான் - பிரமன். ஏமம் - இன்பம். ஏடு - இதழ்.

பொழிப்புரை:

ஒரு காதில் தோடும் ஒரு காதில் குழையும் தொங்குமாறு அணிந் திருப்பவன்; இதழ்களுடன் கூடிய தாமரை மலரில் அமரும் பிரமனது மண்டை ஓட்டை உண்கலனாகக் கொண்டு பிச்சை ஏற்று உண்ண, இந்த நாட்டை இடமாகப் பெற்றிருப்பவன்; நள்இருளில் மகிழ்ந்து நடனம் ஆட சுடுகாட்டை இடமாகக் கொண்டவன்; அவன் பெரிதும் மகிழ்ந்து எழுந்தருளி இருக்கும் கோயில் இருப்பது கழுக்குன்றமே ஆகும்.

3631. **கேணவல்லான் கேழல் வெண்கொம்பு குறள்ஆமை**
பூணவல்லான் புரிசடை மேல்ஓர் புனல்கொன்றை
பேணவல்லான் பெண்மகள் தன்னை ஒருபாகம்
காணவல்லான் காதல்செய் கோயில் கழுக்குன்றே (2)

அருஞ்சொற்பொருள்:

கேழல் - பன்றி. குறள் ஆமை - சிறிய ஆமை ஓடு. புனல் - கங்கை. கேண - கேண்மை செய்ய (நட்பு பூண).

பொழிப்புரை:

பன்றியின் வெண் கொம்பை நட்புடன் அணிய வல்லவன்; சிறிய ஆமை ஓட்டையும் பூணும் வல்லமை உடையவன்; முறுக்குஏறிய சடையில் கங்கை, கொன்றை மலர்மாலை ஆகியவற்றை வைத்துப் போற்ற வல்லவன்; பெண்மகள் ஆகிய உமாதேவியை உடம்பில் ஒரு பாகத்தில் வைத்து அழகு பார்ப்பவன்; அவன் விரும்பி எழுந்தருளும் கோயில் இருப்பது கழுக்குன்றிலே ஆகும்.

3632. **தேன்அகத்துஆர் வண்டுஅது உண்ட திகழ்கொன்றை**
தான்நகத்தார் தண்மதி சூடித் தலைமேல்ஓர்
வானகத்தார் வையகத் தார்கள் தொழுதுஏத்தும்
கானகத்தான் காதல்செய் கோயில் கழுக்குன்றே (3)

அருஞ்சொற்பொருள்:

அகத்து ஆர் - உள்ளே பொருந்திய. கொன்றை தான் நக - கொன்றை மலர் பூத்துச் சிரிப்பது போல் தோன்ற. கானகம் - சுடுகாடு.

பொழிப்புரை:

பூத்துச் சிரிப்பதுபோல் தோற்றமளிக்கும் கொன்றைப் பூவின் உள்ளே அமர்ந்து வண்டு தேனினை உண்ணவும், அதனைத் தலைமாலையாகக் குளிர்ந்த சந்திரனோடு ஒருசேரத் தலைமேல் சூடி இருப்பவன்; வான உலகத்தவரும் நிலஉலகத்தவரும் தொழுது போற்ற விளங்குபவன்; சுடுகாட்டை இடமாகக் கொண்டவன்; அவன் விரும்பிக் கோயில் கொண்டு எழுந்தருளி இருப்பது கழுக்குன்றம் என்னும் தலத்திலே ஆகும்.

3633. **துணையல்செய்தான் தூயவண்டு யாழ்செய் சுடர்க்கொன்றை**
பிணையல்செய்தான் பெண்ணின் நல்லாளை ஒருபாகம்
இணையல்செய்யா இலங்குஎயில் மூன்றும் எரிஉண்ணக்
கணையல்செய்தான் காதல்செய் கோயில் கழுக்குன்றே (4)

அருஞ்சொற்பொருள்:

துணை(யல்) - மலர்மாலை. பிணை(யல்) - சேர்ந்திருத்தல். இணை(யல்) செய்யா - ஒன்று இணையாத. கணை(யல்) -அம்பால் (நான்கு அடிகளிலும் அல் சாரியை)

பொழிப்புரை:

தூய வண்டானது யாழ்போல் முரல, ஒளி உடைய கொன்றை மலரால் ஆன மாலை அணிபவன்; பெண்களில் மிகவும் நல்லவனாகிய உமா தேவியோடு சேர்ந்து இருப்பவன்; ஒரு நேர்கோட்டில் வராத முப்புரத்தை, ஒரே நேர்கோட்டில் வரச்செய்து, ஓர்அம்பு கொண்டு அழித்தவன்; அவன் அன்புகொண்டு எழுந்தருளி இருக்கும் கோயில் இருப்பது கழுக்குன்றம் என்னும் தலத்திலே ஆகும்.

3634. **பைஉடைய பாம்பொடு நீறு பயில்கின்ற**
மெய்உடையான் வெண்பிறை சூடி விரிகொன்றை
மைஉடைய மாமிடற்று அண்ணல் மறிசேர்ந்த
கைஉடையான் காதல்செய் கோயில் கழுக்குன்றே (5)

அருஞ்சொற்பொருள்:

பை - படம். மை - விடம். மறி - மான்கன்று.

பொழிப்புரை:

படமுடைய பாம்பும் திருநீறும் அணிந்துள்ள திருமேனி உடையவன்; வெண்பிறைச் சந்திரனையும், நன்கு விரிந்த கொன்றைமலர் மாலையையும் சூடி இருப்பவன்; விடம் தங்கிய கண்டம் உடைய தலைவன்; மான்கன்று ஏந்திய கை உடையவன்; அவன் விரும்பி எழுந்தருளி இருக்கும் கோயில் இருப்பது கழுக்குன்றம் என்னும் தலத்திலே ஆகும்.

3635. **வெள்ளம்எல்லாம் விரிசடை மேல்ஓர் விரிகொன்றை**
கொள்ளவல்லான் குறைகழல் ஏத்தும் சிறுத்தொண்டர்
உள்ளம்எல்லாம் உள்கிநின்று ஆங்கே உடன்ஆடும்
கள்ளம்வல்லான் காதல்செய் கோவில் கழுக்குன்றே (6)

அருஞ்சொற்பொருள்:

வெள்ளம் - கங்கை. கள்ளம் வல்லான் - கள்ளத்தனம் செய்பவன்.

பொழிப்புரை:

விரிந்த சடைமீது கங்கை வெள்ளத்தையும் விரிந்த கொன்றை மலரால் ஆன மாலையையும் சூடி இருப்பவன்; ஒலிக்கின்ற வீரக்கழல் அணிந்த அப்பெருமானது திருவடியைப் போற்றிச் சிறுசிறு பணிவிடைகள் செய்யும் அடியார்களது உள்ளத்தில் எழுந்தருளி, அவர்கள் மகிழ்ச்சியால் ஆடத் தானும் உடன்சேர்ந்து ஆடும் கள்ளத்தனம் உடையவன்; அவன் விரும்பி எழுந்தருளி இருக்கும் கோயில் இருப்பது கழுக்குன்றம் என்னும் தலத்திலே ஆகும்.

★ **(இப்பதிகத்தின் 7-ஆம் பாடல் கிடைக்கவில்லை).**

3636. **ஆதல்செய்தான் அரக்கர் தம்கோனை அருவரையின்**
நோதல்செய்தான் நொடிவரை யின்கண் விரல்ஊன்றிப்
பேர்தல்செய்தான் பெண்மகள் தன்னோடு ஒருபாகம்
காதல்செய்தான் காதல்செய் கோயில் கழுக்குன்றமே (8)

அருஞ்சொற்பொருள்:

ஆதல் - ஆக்கம். நோதல் - துன்புறல். நொடிவரை - நொடிப்பொழுதில். பேர்தல் - (ஊன்றிய விரலைப்) பெயர்த்தல்.

பொழிப்புரை:

அரக்கர்களது தலைவனாகிய இராவணனை அரிய கயிலை மலையின்கீழ் இட்டு, ஒரு நொடிப்பொழுது விரல்ஊன்றித் துன்புறுமாறு செய்தவன்; பின்னர் ஊன்றிய விரலைப் பெயர்த்து, அவனுக்குப் பரிசு வழங்கியவன்; உமாதேவிமீது அன்புகொண்டு, அவளுக்கு உடம்பில் ஒரு பாகத்தைத் தந்து அருள்செய்தவன்; அவன் விரும்பி எழுந்தருளி இருப்பது கழுக்குன்றம் என்னும் தலத்திலே ஆகும்.

3637. இடந்தபெம்மான் ஏனம்அது ஆயும் அனம்ஆயும்
   தொடர்ந்தபெம்மான் தூமதி சூடி வரையார்தம்
   மடந்தைபெம்மான் வார்கழல் ஓச்சிக் காலனைக்
   கடந்தபெம்மான் காதல்செய் கோயில் கழுக்குன்றமே   (9)

அருஞ்சொற்பொருள்:

இடந்த - தோண்டிய. ஏனம் - பன்றி. கடந்த - வென்ற. அனம் - அன்னம். வரை - மலை.

பொழிப்புரை:

பன்றி உருக்கொண்டு திருமால் தோண்ட நின்ற பெருமான்; அன்னப் பறவை உருக்கொண்டு பிரமன் பறக்க நின்ற பெருமான்; தூய பிறைச் சந்திரனைச் சூடி இருக்கும் பெருமான்; மலை அரசனது மகளாகிய பார்வதியை உடன்கொண்டு விளங்கும் பெருமான்; நீண்ட திருவடி கொண்டு இயமனை உதைத்து, வெற்றி கண்ட பெருமான்; அவன் விரும்பி எழுந்தருளி இருக்கும் கோயில் இருப்பது கழுக்குன்றம் என்ற தலத்திலே ஆகும்.

3638. தேயநின்றான் திரிபுரம் கங்கை சடைமேல்
   பாயநின்றான் பலர்புகழ்ந்து ஏத்த உலகுஎல்லாம்
   சாயநின்றான் வன்சமண் குண்டர் சாக்கியர்
   காயநின்றான் காதல்செய் கோயில் கழுக்குன்றே   (10)

அருஞ்சொற்பொருள்:

தேய - அழிய. சாய - கெட. காய - சினக்க.

பொழிப்புரை:

முப்புரம் அழியுமாறு செய்தவன்; சடைமீது கங்கையைப் பாய்ந்து தங்குமாறு செய்தவன்; பலரும் புகழ்ந்து பாராட்டுமாறு ஊழியில் உலகம் அழிந்த பின்னரும் தனித்து நின்றவன்; வலிய சமணக் குண்டர்களும்

பௌத்தர்களும் சினக்குமாறு இருந்தவன்; அவன் எழுந்தருளி இருக்கும் கோயில் இருப்பது கழுக்குன்றம் என்ற தலத்திலே ஆகும்.

3639. கண்நுதலான் காதல்செய் கோயில் கழுக்குன்றை
 நண்ணியசீர் ஞானசம் பந்தன் தமிழ்மாலை
 பண்இயல்பால் பாடிய பத்தும் இவைவல்லார்
 புண்ணியராய் விண்ணவ ரோடும் புகுவாரே (11)

அருஞ்சொற்பொருள்:

கண் நுதலான் - நெற்றியில் கண் உடையவன். விண்ணவர் - தேவர்.

பொழிப்புரை:

நெற்றியில் கண்உடைய சிவபெருமான் எழுந்தருளி இருக்கும் கழுக்குன்றத்தை, ஞானசம்பந்தன் பாடிய, சிறப்பு பொருந்திய தமிழ் மாலை பத்தினையும், பண்ணொடு பொருந்தப் பாடும் வலிமை உடையவர், புண்ணியம் உடையவராய், மறுமையில் தேவர் உலகில் பிறந்து, அவர்களோடு கூடி வாழும் சிறப்பினைப் பெறுவர்.

திருச்சிற்றம்பலம்

336

திருஅச்சிறுபாக்கம்

பதிக வரலாறு:

கழுக்குன்றம் வழிபட்ட கவுணியர்கோன், அச்சிறுபாக்கம் வந்து அருளிய பதிகம் இது.

தல வரலாறு:

திருவண்ணாமலை மாவட்டத்தில் உள்ளது. சிவபெருமான் முப்புரத்தை எரிக்கப் புறப்பட்டபோது, தேவர்கள் அமைத்த தேரின் அச்சு முறிந்தது ஆதலின், இத்தலம் இப்பெயர் பெற்றது என்பதும், பாண்டிய மன்னன் ஒருவன் கங்கை மணலை வண்டியில் கொண்டு செல்ல, இவ்வூரின் இடத்து வண்டியின் அச்சு முறிந்தது ஆதலின், இத்தலம் இப்பெயர் பெற்றது என்பதும், ஆக இரண்டு காரணங்கள் சொல்லப்படுகின்றன. கண்ணுவ முனிவர், கௌதமர் ஆகியோர் பூசித்துப் பேறுபெற்ற தலம்.

சுவாமி	:	பாக்கபுரேசுவரர்
அம்மை	:	சுந்தரநாயகி
தல மரம்	:	கொன்றை
தீர்த்தம்	:	வேத தீர்த்தம்

திருமுறை 1 - 77   திருஞான - 1133

பண்: குறிஞ்சி

3640. பொன்திரண்டு அன்ன புரிசடைப் புரளப்
    பொருகடல் பவளமொடு அழல்நிறம் புரையக்
    குன்றுஇரண்டு அன்ன தோள்உடை அகலம்
    குலாயவெண் நூலொடு கொழும்பொடி அணிவர்
    மின்திரண்டு அன்ன நுண்இடை அரிவை
    மெல்லிய லாளைஓர் பாகமாய் பேணி
    அன்றுஇரண்டு உருவம் ஆயஎம் அடிகள்
    அச்சிறு பாக்கம்அது ஆட்சிகொண் டாரே   (1)

அருஞ்சொற்பொருள்:

புரிசடை - முறுக்கேறிய சடை. பொருகடல் - அலை வீசுவதால் ஆரவாரம் உடைய கடல். புரைய - ஒப்ப. அகலம் - மார்பு. மின் - மின்னல்.

பொழிப்புரை:

அச்சிறுபாக்கம் என்னும் தலத்தில் எழுந்தருளி ஆட்சிசெய்யும் எம் இறைவர், பொன் திரண்டது போலத் திரண்ட முறுக்கேறிய சடை புரள்வதும், அலைவீசும் கடலில் கிடைத்த பவளத்தின் நிறம் போன்றதும், நெருப்பின் நிறம் போன்றதும், குன்று போல் விளங்கும் இரண்டு தோள்களை உடையதும், ஆகிய திருமார்பில், வெண்மைநிறமுடைய முப்புரிநூலும், திருநீற்றுப் பூச்சும் உடையவர்; மின்னல் கொடி போன்ற மெல்லிய இடை உடைய உமாதேவியை பாகமாகக் கொண்டு போற்றுபவர்; ஓர் உருவில் இரண்டு உருவம் கொண்டவர்.

3641. **தேனினும் இனியர் பால்அன நீற்றர்**
தீங்கரும்பு அனையர்தம் திருவடி தொழுவார்
ஊன்நயந்து உருக உவகைகள் தருவார்
உச்சிமேல் உறைபவர் ஒன்றுஅலாது ஊரார்
வானகம் இறந்து வையகம் வணங்க
வயங்கொள நிற்பதுஓர் வடிவினை உடையார்
ஆனையின் உரிவை போர்த்தஎம் அடிகள்
அச்சிறு பாக்கம்அது ஆட்சிகொண் டாரே (2)

அருஞ்சொற்பொருள்:

அன - (அன்ன) போன்ற. உச்சி மேல் - சகசிரதளத்தில். ஒன்று அலாது - ஒன்று அல்லாது. வானகம் சிறந்து - வான உலகைக் கடந்து. வயம் - நெற்றி. ஆனை - யானை. உரிவை - தோல்.

பொழிப்புரை:

அச்சிறுபாக்கம் என்னும் தலத்தைத் தம் இருப்பிடமாகக் கொண்டு அங்கு எழுந்தருளி ஆட்சி செய்யும் இறைவர், தேனைவிட இனிமை உடையவர்; பால் போன்ற வெண்மை உடைய திருநீற்றைப் பூசி இருப்பவர்; இனிய கரும்பு போல் தித்திப்பவர்; தமது திருவடியைத் தொழுது வணங்காவரது ஊனினை உருக்கி மகிழ்ச்சி தருபவர்; தலைக்கு மேல் உள்ள சகசிரதளத்தில் (1000 இதழ்த் தாமரையில்) உறைபவர்; ஏறு தவிர

வேறு ஊர்தி இல்லாதவர்; வான உலகைக் கடந்து, பூலோகத்துக்கு வந்து, தம் அடியார்கள் வாழ்வில் வெற்றிகள் பல உண்டாகச் செய்பவர்; யானையின் தோலைப் போர்த்தி இருப்பவர்.

3642. கார்இருள் உருவ மால்வரை புரையக்
களிற்றினது உருவுகொண்டு அரிவைமேல் ஓடி
நீர்உரு மகளை நிமிர்சடைத் தாங்கி
நீறுஅணிந்து ஏறுஉகந்து ஏறிய நிமலர்
பேரரு ளாளர் பிறவியில் சேரார்
பிணிஇலர் கேடுஇலர் பேய்க்கணம் சூழ
ஆர்இருள் மாலை ஆடும்எம் அடிகள்
அச்சிறு பாக்கம்அது ஆட்சிகொண் டாரே (3)

அருஞ்சொற்பொருள்:

கார் இருள் - கரிய இருள். மால் வரை - பெரிய மலை. புரைய - போன்ற. களிறு - ஆண்யானை. நீர் உரு மகள் - நீர் உருவப் பெண் (கங்கை). ஆர் இருள் - இருள் சூழ்கின்ற. மாலை - முன் இரவு.

பொழிப்புரை:

அச்சிறுபாக்கம் என்னும் தலத்தில் எழுந்தருளி ஆட்சி செய்யும் எம் இறைவர், கரிய நிற உருவமுடன் பெரிய மலைபோல் விளங்கும் ஆண் யானையாக உருவம் ஏற்று உமாதேவியாகிய பெண் யானையோடு கூடியவர்; நீர் உருவம் கொண்ட கங்கையை நிமிர்ந்த சடைமீது தாங்கியவர்; திருநீறு அணிந்திருப்பவர்; இடபத்தின் மீது ஏறி வருபவர்; இயல்பாகவே மலமற்றவர்; பேரருள் உடையவர்; பிறப்பில் செல்லாதவர்; பிணியும் (பந்தமும்) கேடும் (இறப்பும்) இல்லாதவர்; பேய்க் கணங்கள் சூழ்ந்து நிற்க, இருள் சூழ்ந்த முன் இரவில் நடனம் ஆடுபவர்.

3643. மைம்மலர்க் கோதை மார்பினர் எனவும்
மலைமகள் அவளொடு மருவினர் எனவும்
செம்மலர்ப் பிறையும் சிறைஅணி புனலும்
சென்னிமேல் உடையர்எம் சென்னிமேல் உறைவார்
தம்மலர் அடிஒன்று அடியவர் பரவத்
தமிழ்சொலும் வடசொலும் தாள்நிழல் சேர
அம்மலர்க் கொன்றை அணிந்தஎம் அடிகள்
அச்சிறு பாக்கம்அது ஆட்சிகொண் டாரே (4)

அருஞ்சொற்பொருள்:

மைம்மலர் - குவளை மலர். செம்மலர் பிறை - செம்மலர் போல் பிறை. சிறை அணி புனல் - அழகிய கரை உடைய நீர் (கங்கை). சொலும் - சொல்லும்.

பொழிப்புரை:

அச்சிறுபாக்கம் என்னும் தலத்தில் எழுந்தருளி ஆட்சிசெய்யும் எம் இறைவர், குவளைமலர் மாலை அணிந்த மார்பினை உடையவர்; மலை அரசனது மகளாகிய பார்வதியோடு பொருந்தி இருப்பவர்; செம்மலர் போன்ற பிறைச்சந்திரனையும், அழகிய கரை உடைய நீர்ப்பெருக்காகிய கங்கையையும் தனது தலைமேல் வைத்திருப்பவர்; எமது தலைக்கு மேலே (12 அங்குல உயரத்தில் உள்ள நிராதாரத்தில்) உறைபவர்; தமது தாமரை மலர்போன்ற திருவடியைத் தமிழ்மொழியால் தோத்தரிக்கவும், வடமொழியால் தோத்தரிக்கவும், அவற்றைத் தம் திருவடி நிழலில் ஏற்பவர்; அழகிய கொன்றை மலர் மாலை அணிந்திருப்பவர்.

3644. விண்உலா மதியம் சூடினர் எனவும்
    விரிசடை உள்ளது வெள்ளநீர் எனவும்
    பண்உலா மறைகள் பாடினர் எனவும்
    பலபுகழ் அல்லது பழிஇலர் எனவும்
    எண்ணல் ஆகாத இமையவர் நாளும்
    ஏத்துஅர வங்களோடு எழில்பெற நின்ற
    அண்ணல்ஆன் ஊர்தி ஏறும்எம் அடிகள்
    அச்சிறு பாக்கம்அது ஆட்சிகொண் டாரே (5)

அருஞ்சொற்பொருள்:

விண் உலா - வானில் உலவும். பண் உலா - இசையோடு கூடிய. அரவம் - ஒலி. ஆன் - பசு இனத்தின் ஆண் (எருது).

பொழிப்புரை:

அச்சிறுபாக்கம் என்னும் தலத்தில் எழுந்தருளி ஆட்சிசெய்யும் எம் இறைவர், வானில் உலவும் சந்திரனைச் சடையில் சூடியவர்; விரிந்த சடையின் உள்ளே வெள்ளநீரை (கங்கை) மறைத்து வைத்திருப்பவர்; இசையோடு கூடிய மறைகளைப் பாடியவர்; பல புகழ்மொழிகளுக்கு உரிமை உடையவர்; பழி இல்லாதவர்; எண்ணற்ற தேவர்கள் நாளும் போற்றி வணங்க, அதனால் எழுகின்ற ஒலியுடன் அழகு விளங்க நின்ற தலைவர்; இடப ஊர்தியில் ஏறி வருபவர்.

3645. நீடுஇரும் சடைமேல் இளம்பிறை துலங்க
நிழல்திகழ் மழுவொடு நீறுமெய் பூசித்
தோடுஒரு காதினில் பெய்து வெய்தாய
சுடலையில் ஆடுவர் தோல்உடை யாகக்
காடுஅரங் காகக் கங்குலும் பகலும்
கழுதொடு பாரிடம் கைதொழுது ஏத்த
ஆடுஅரவு ஆட ஆடும்எம் அடிகள்
அச்சிறு பாக்கம்அது ஆட்சிகொண் டாரே (6)

அருஞ்சொற்பொருள்:

நீடு இரும் சடை - நீண்ட பெரிய சடை. துலங்க - விளங்க. நிழல் - ஒளி. வெய்தாய - வெப்பமுடைய. சுடலை - சுடுகாடு. கங்குல் - இரவு. கழுது - பேய். பாரிடம் - பூதகணம். ஆடுஅரவு - படம் எடுத்து ஆடுகின்ற பாம்பு.

பொழிப்புரை:

அச்சிறுபாக்கம் என்னும் தலத்தில் எழுந்தருளி ஆட்சி செய்யும் எம் இறைவர், நீண்ட பெரிய சடைமீது இளம்பிறைச் சந்திரனை விளக்கமாகச் சூடி இருப்பவர்; ஒளி உடைய மழுப்படையை ஏந்தி இருப்பவர்; திருநீற்றை உடல் முழுதும் பூசி இருப்பவர்; ஒருகாதில் தோடு அணிந்திருப்பவர்; வெப்பம் மிகுந்த சுடுகாட்டில் தங்கி நடனம் ஆடுபவர்; மான்தோல், புலித்தோல், யானைத்தோல் ஆகியவற்றை உடையாக உடுத்துபவர்; சுடுகாட்டை நடனம் ஆடும் அம்பலமாகக் கொண்டு, இரவும் பகலும், பேய்கள், பூதகணங்கள் கைகூப்பி வணங்கப் படம் எடுத்து பாம்பு ஆடத் தானும் நடனம் ஆடுபவர்.

3646. ஏறும்ஒன்று ஏறி நீறுமெய் பூசி
இளம்கிளை அரிவையொடு ஒருங்குஉடன் ஆகிக்
கூறும்ஒன்று அருளிக் கொன்றைஅம் தாரும்
குளிர்இள மதியமும் கூவிள மலரும்
நாறுமல்லி கையும் எருக்கொடு முருக்கும்
மகிழ்இள வன்னியும் இவைநலம் பகர
ஆறும்ஓர் சடைமேல் அணிந்தஎம் அடிகள்
அச்சிறு பாக்கம்அது ஆட்சிகொண் டாரே (7)

அருஞ்சொற்பொருள்:

கிளை - (கிள்ளை) கிளி. கூவிளம் - வில்வம். ‘மலரும் மல்லிகை’ - எனக் கூட்டி உரைக்க.

பொழிப்புரை:

அச்சிறுபாக்கம் என்னும் தலத்தில் எழுந்தருளி ஆட்சி செய்யும் எம் இறைவர், ஓர் எருதின் மீது ஏறி வருபவர்; திருநீற்றை உடல் முழுதும் பூசி இருப்பவர்; இளம்கிளி போன்ற உமாதேவியை உடன்கொண்டு, தான் ஒரு கூறும் அவள் ஒரு கூறுமாய் விளங்குபவர்; கொன்றை மலர்மாலை, குளிர்ச்சி உடைய சந்திரப்பிறை, வில்வம் தளிர், மணமுள்ள மலர்ந்த மல்லிகை மலர், எருக்கு, முருக்கு, மகிழம் ஆகியவற்றின் மலர்கள், வன்னியின் தளிர் என இவை அழகு செய்ய, சடையில் கங்கையையும் அணிந்திருப்பவர்.

3647. கச்சும் ஒள்வாளும் கட்டிய உடையர்
கதிர்முடி சுடர்விடக் கவரியும் குடையும்
பிச்சமும் பிறவும் பெண்அணங்கு ஆய
பிறைநுத லவர்தமைப் பெரியவர் பேணப்
பச்சமும் வலியும் கருதிய அரக்கன்
பருவரை எடுத்ததிண் தோள்களை அடர்வித்து
அச்சமும் அருளும் கொடுத்தஎம் அடிகள்
அச்சிறு பாக்கம்அது ஆட்சிகொண் டாரே (8)

அருஞ்சொற்பொருள்:

பிச்சம் - பீலிக்குஞ்சம். பச்சம் - அன்பு வைத்து செய்த தவம். வலி - அந்தத் தவத்தால் வந்த வலிமை. பருவரை - பெரிய (கயிலை) மலை. பெரியவர் - சிவபெருமான்.

பொழிப்புரை:

அச்சிறுபாக்கம் என்னும் தலத்தில் எழுந்தருளி ஆட்சி செய்யும் எம் இறைவர், இடையில் கச்சு அணிந்து அதில் ஒளிஉடைய வாள்படையை செருகி இருப்பவர்; ஒளி உடைய முடி சுடர்விட கவரி, குடை, பீலிக் குஞ்சம் எனப் பிறவும் உடையவர்; தெய்வத் தன்மையும் பிறை போன்ற நெற்றியும் உடைய கங்கையைப் பெரியவராகிய இவர் பாதுகாப்பவர்; அன்பு வைத்து செய்த தவமும், அத்தவத்தால் கிடைத்த வலிமையும் கொண்டு, அரக்கனாகிய இராவணன் பெரிய கயிலை மலையைப் பெயர்க்க, பெயர்த்த வலிமை உடைய தோள்கள் இருபதையும் நெரித்தவர்; அதனால் அவன் அச்சம் கொள்ளப் பின் அவனுக்கு அருளும் செய்தவர்.

3648. நோற்றலார் ஏனும் வேட்டலார் ஏனும்
நுகர்புகர் சாந்தமொடு ஏந்திய மாலைக்
கூற்றலார் ஏனும் இன்னவாறு என்று
மெய்தல் ஆகாதது ஓர்இயல்பினை உடையார்

தோற்றலார் மாலும் நான்முகம் உடைய
தோன்றலும் அடியொடு முடிஉறத் தங்கள்
ஆற்றலால் காணா ராயஎம் அடிகள்
அச்சிறு பாக்கம்அது ஆட்சிகொண் டாரே (9)

அருஞ்சொற்பொருள்:

நோற்றலர் - நோன்பு நோலாதவர். வேட்டலர் - வேள்வி வேட்காதவர். புகர் - (புகர்வு) உணவு (நைவேத்தியம்). சாந்தம் - சந்தனம். தோற்றலார் மாலும் - பிறத்தலை உடைய திருமால். ஆற்றலால் - வலிமையால்.

பொழிப்புரை:

அச்சிறுபாக்கம் என்னும் தலத்தில் எழுந்தருளி ஆட்சி செய்யும் எம் இறைவர், நோன்பு நோலாதவருக்கும், வேள்வி வேட்காதவருக்கும், நைவேத்தியம், சந்தனம், மாலை முதலியன கொண்டு வழிபாடு செய்யாத வருக்கும், தாம் இப்படிப்பட்ட தன்மை உடையவர் என்பது குறித்து ஒருசிறிதும் காட்டிக் கொள்ளாதவர்; மீண்டும் பிறப்பில் வரஇருக்கும் திருமாலும், நான்கு முகங்கள் உடைய தோன்றல் (ஆண்மகன்) என்று காட்டிக் கொள்ளும் பிரமனும், (அன்பு காட்டாது) ஆற்றலைக் காட்டி, அடிமுடி தேட, அவற்றைக் காட்டாதவர் (எனவே அன்புடையவருக்கு எளியர் என்பது பெறப்பட்டது).

3649. வாதுசெய் சமணும் சாக்கியப் பேய்கள்
நல்வினை நீக்கிய வல்வினை யாளர்
ஓதியும் கேட்டும் உணர்வினை இலாதார்
உள்கல் ஆகாதது ஓர்இயல்பினை உடையார்
வேதமும் வேத நெறிகளும் ஆகி
விமல வேடத்தொடு கமலமா மதிபோல்
ஆதியும் ஈறும் ஆயஎம் அடிகள்
அச்சிறு பாக்கம்அது ஆட்சிகொண் டாரே (10)

அருஞ்சொற்பொருள்:

ஓதியும் கேட்டும் உணர்வினை இலாதார் - பாடம் ஓதியும் கேட்டும் கூட நல்லறிவு பெறாதவர். உள்கல் - தியானித்தல். கமல மாமதியும் போல் - தாமரை மலர் போன்ற பொலிவும் சந்திரன் போன்ற குளிர்ச்சியும். ஆதியும் ஈறும் - முதலும் முடிவும்.

பொழிப்புரை:

வாதம் செய்யும் சமணர்களும் பௌத்தர்களாகிய பேயர்களும் நல்வினையிலிருந்து விலகி வல்வினையின்பால் நிற்பவராய், மனத்தில் இறைவனை நிறுத்தித் தியானிக்கும் இயல்பு இல்லாதவராய் இருக்க; அச்சிறுபாக்கம் என்னும் தலத்தில் எழுந்தருளி ஆட்சி செய்யும் எம் இறைவர், வேதமாகவும், வேதம் காட்டும் நெறிகளாகவும் விளங்குபவர்; மலமற்ற வேடம் ஏற்பவர்; தாமரை மலர் போன்ற அழகும் சந்திரன் போல் குளிர்ந்த தன்மையும் உடையவர்; முதலும் முடிவுமாக விளங்குபவர்.

3650. **மைச்செறி குவளை தவளைவாய் நிறைய**
மதுமலர்ப் பொய்கையில் புதுமலர்க் கிழியப்
பச்சுஇறவு எறிவயல் வெறிகமழ் காழிப்
பதியவர் அதிபதி கவுணியர் பெருமான்
கைச்சிறு மறியவன் கழல்அலால் பேணாக்
கருத்துடை ஞானசம் பந்தன் தமிழ்கொண்டு
அச்சிறு பாக்கத்து அடிகளை ஏத்தும்
அன்புடை அடியவர் அருவினை இலரே (11)

அருஞ்சொற்பொருள்:

மைச்செறி குவளை - கரிய நிறமுடைய குவளை மலர். மது - தேன். கிழிய - பூக்க. பச்சு இறவு - பசிய இறால்மீன். எறிவயல் - துள்ளுகின்ற வயல். வெறி - மணம். மறி - மான்கன்று. அலால் - அல்லாமல். பேணா - பேணாத (போற்றாத).

பொழிப்புரை:

கருமை (நீல) நிறமுடைய குவளை மலர் மலர்ந்து தேனினை ஒழுகவிட, அது தவளையின் வாயில் விழுந்து நிரம்புவதும், பொய்கையில் புது மலர்கள் பூப்பதும், பசிய இறால்மீன்கள் துள்ளும் வயல்களை உடையதும், நறுமணம் கமழ்வதும், ஆகிய சீர்காழி நகருக்கு அதிபதியும் (தலைவனும்), கவுணியர் பெருமகனும், கையில் சிறிய மான்கன்றினை ஏந்தி இருக்கும் சிவபெருமான் அல்லாது, வேறு எவரது திருவடியையும் வணங்காதவனும், ஆகிய ஞானசம்பந்தன், அச்சிறுபாக்கம் இறைவர்மீது பாடிய, தமிழ்ப் பாடல்களாகிய இவை கொண்டு, பாடி வழிபடும் அன்புடைய அடியவர், அருவினை (நீக்குவதற்கு அரிய வினை) இலராவர்.

திருச்சிற்றம்பலம்

337

திருஅரசிலி

பதிக வரலாறு:

அச்சிறுபாக்கம் வழிபட்ட அந்தணச் சிறுவர், அரசிலியை வணங்கிப் பாடிய பதிகம் இது.

தல வரலாறு:

புதுச்சேரி இரயில் நிலையத்திற்கு வடகிழக்கில் 8 கி.மீ. தொலைவில் உள்ள இரும்பை மாகாளத்திற்கு மேற்கில் 3 கி.மீ. தொலைவில் உள்ளது. அரச மரத்தை இறைவன் தமது இல்லமாகக் கொண்டமையின், இப்பெயர் பெற்றது. இப்பொழுது 'ஒழிந்தியாப்பட்டு' என்று வழங்கப்படுகின்றது. வாமதேவ முனிவர் பூசித்துப் பேறு பெற்ற தலம்.

சுவாமி	:	அரசிலிநாதர்
அம்மை	:	பெரிய நாயகி
தல மரம்	:	அரச மரம்
தீர்த்தம்	:	அரசடி தீர்த்தம்

திருமுறை 2 - 231 திருஞான - 1135

பண்: பியந்தைக் காந்தாரம்

3651. பாடல் வண்டுஅறை கொன்றை
    பால்மதி பாய்புனல் கங்கை
    கோடல் கூவிள மாலை
    மத்தமும் செஞ்சடைக் குலாவி
    வாடல் வெண்தலை மாலை
    மருவிட வல்லிஅம் தோள்மேல்
    ஆடல் மாசுணம் அசைத்த
    அடிகளுக்கு இடம்அர சிலியே (1)

அருஞ்சொற்பொருள்:

வண்டு அறை - வண்டு ஒலிக்கின்ற. பால்மதி - பால் போன்ற வெண்மை நிறச் சந்திரன். கோடல் - வெண்காந்தள் மலர். கூவிளம் - வில்வ இலை. மத்தம் - ஊமத்த மலர். வல்லியம் - புலி. மாசுணம் - பாம்பு.

பொழிப்புரை:

வண்டு அமர்ந்து இசைபாடும் கொன்றை மலர்மாலை, பால் போல் வெண்மை நிறம் உடைய சந்திரப்பிறை, பாய்ந்து வந்து தங்கும் கங்கை, வெண்காந்தள் மலர், வில்வ இலை, ஊமத்தம்பூ, ஆகியவை சடையில் விளங்க; மண்டை ஓட்டு மாலை அணிந்து, புலியின் தோலை உடுத்து, தோள்மீது படம் எடுத்து ஆடுகின்ற பாம்பைக் கட்டிஉள்ள இறைவருக்கு எழுந்தருளும் இடமாக இருப்பது, அரசிலி என்னும் தலமாகும்.

3652. **ஏறு பேணிஅது ஏறி**
இளமதக் களிற்றினை எற்றி
வேறு செய்ததன் உரிவை
வெண்புலால் கலக்கமெய் போர்த்த
ஊறு தேன்அவன் உம்பர்க்கு
ஒருவன்நல் ஒளிகொள்ஒண் சுடராம்
ஆறு சேர்தரு சென்னி
அடிகளுக்கு இடம்அர சிலியே (2)

அருஞ்சொற்பொருள்:

களிறு - ஆண்யானை. எற்றி - கொன்று. உரிவை - தோல். 'புலால் கலக்க வெண்மெய் போர்த்த' - எனக் கூட்டி உரைக்க (வெண்மெய் என்றது வெண்திருநீறு பூசிய திருமேனியை என்க). ஊறு தேன் - சிந்தையில் ஊறுகின்ற தேன். உம்பர் - தேவர். ஒருவன் - ஒப்பற்றவன். நல் ஒளிகொள் ஒண் சுடர் - நல்ல ஒளி உடைய ஒள்ளிய சுடர். ஆறு - கங்கை.

பொழிப்புரை:

இடபத்தை விரும்பி, அதன்மீது ஏறி, இளமையும் மதமும் உடைய ஆண் யானையைக் கொன்று, அதன் உடம்பிலிருந்து தோலை உரித்து, அதனில் ஒட்டி இருக்கும் புலால், வெண்நீறு பூசிய திருமேனியில் கலக்குமாறு மேலாடையாகப் போர்த்து, அடியார்களுக்கு உள்ளத்தில் சுரக்கின்ற தேனாகவும், தேவர்களுக்கு ஒப்பற்ற மேலாம் தேவனாகவும், நல்ல ஒளிதரும் ஒள்ளிய சுடராகவும், கங்கை தங்கிய சடை உடையவனாகவும், விளங்கும் இறைவனுக்கு, எழுந்தருளும் இடமாக விளங்குவது, அரசிலி என்னும் தலமே ஆகும்.

3653. கங்கை நீர்சடை மேலே
    கதம்மிகக் கதிர்இள வனமென்
    கொங்கை யாள்ஒரு பாகம்
    மருவிய கொல்லைவெள் ஏற்றன்
    சங்கை யாய்த்திரி யாமே
    தன்அடி யார்க்குஅருள் செய்து
    அங்கை யால்அனல் ஏந்தும்
    அடிகளுக்கு இடம்அர சிலியே   (3)

அருஞ்சொற்பொருள்:

கதம் - வேகம். கொல்லை - முல்லை நிலம். ஏற்றன் - ஏறு உடையவன் (ஏறு - காளை). சங்கை - ஐயம்.

பொழிப்புரை:

சடைமீது விரைந்து பாயும் கங்கை வெள்ளத்தைத் தங்க வைத்திருப்பவன்; ஒளிரும் இளமையும் அழகும் மென்மையும் உடைய முலையுடன் கூடிய உமாதேவியை உடம்பில் பாகமாகக் கொண்டவன்; முல்லை நிலத்து எருது ஒன்றின்மீது ஏறி வருபவன்; 'நம் இறைவன் அருளுவானோ? மாட்டானோ?' என்று ஐயம் கொண்டு திரியாத தன் அடியார்களுக்கு அருள் செய்பவன்; உள்ளங்கையில் அனலை ஏந்தி இருக்கும் இறைவன்; அவன் எழுந்தருளும் இடமாக விளங்குவது, அரசிலி என்னும் தலமே ஆகும்.

3654. மிக்க காலனை வீட்டி
    மெய்கெடக் காமனை விழித்துப்
    புக்க ஊர்இடு பிச்சை
    உண்பது பொன்திகழ் கொன்றை
    தக்க நூல்திகழ் மார்பில்
    தவளவெண் நீறுஅணிந்து ஆமை
    அக்கின் ஆரமும் பூண்ட
    அடிகளுக்கு இடம்அர சிலியே   (4)

அருஞ்சொற்பொருள்:

மிக்க - அறவழியில் நிற்பதில் சிறந்து விளங்கும். காலன் - இயமன். வீட்டி - அழித்து. காமன் - மன்மதன். மெய்கெட - உடல் அழிய. தக்க நூல் - தகுதி உடைய பூணூல். ஆமை - ஆமை ஓடு. அக்கு - எலும்பு.

வீ.சிவஞானம்

பொழிப்புரை:

இன்னார், இனியார் என்று பாராது, உரிய நேரத்தில் உயிரைப் பறிக்கும் தர்மத்தில், மேலானவனாய் விளங்கும் இயமனைக் கொன்றவர்; மன்மதனது உடல் அழியுமாறு நெற்றிக்கண் கொண்டு பார்த்தவர்; ஊரார் இடும் பிச்சை உணவினை உண்டு, பொன் போன்ற நிறமுடைய கொன்றைமலர் மாலை, தகுதி உடைய பூணூல், ஆமைஓடும் எலும்பும் கொண்டு கோக்கப்பட்ட மாலை, ஆகியன விளங்கும் திருமார்பும், திருநீறு பூசிய திருமேனியும், உடைய இறைவர்; அவர் எழுந்தருளும் இடமாக விளங்குவது, அரசிலியே ஆகும்.

3655. மான்அஞ் சும்மட நோக்கி
மலைமகள் பாகமும் மருவித்
தான்அஞ் சாஅரண் மூன்றும்
தழல்எழச் சரம்அது துரந்து
வான்அஞ் சும்பெரு விடத்தை
உண்டவன் மாமறை ஓதி
ஆன்அஞ்சு ஆடிய சென்னி
அடிகளுக்கு இடம்அர சிலியே (5)

அருஞ்சொற்பொருள்:

மான் அஞ்சும் மடநோக்கி - மானும் வெட்குமாறு மருண்ட பார்வை உடைய உமாதேவி. தான் அஞ்சா அரண் - அஞ்சாத அரண்களுக்குரிய அசுரர் மூவர். சரம் - அம்பு. துரந்து - செலுத்தி. வான் - வானில் உள்ள தேவர். பெருவிடம் - ஆலகால விடம். ஆன் ஐந்து - பால், தயிர், நெய், கோசலம், கோசாணம் (பஞ்ச கவ்வியம்).

பொழிப்புரை:

மான் வெட்கப்படும் அளவு மருண்ட பார்வை உடைய பார்வதியை உடம்பில் பாகமாகக் கொண்டவன்; அஞ்சாத அசுரர் மூவரது மதில் மூன்றும் தீப்பற்றி எரியுமாறு அம்பு எய்தவன்; தேவர்கள் கண்டு அஞ்சும் ஆலகால விடத்தை எடுத்து உண்டவன்; மேலான வேதத்தை உலகுக்குச் சொன்னவன்; ஆன் ஐந்து கொண்டு திருமஞ்சனம் ஆடும் தலையை உடையவன்; அப்படிப்பட்ட இறைவன் எழுந்தருளும் இடமாக இருப்பது, அரசிலி என்னும் தலமே ஆகும்.

3656. பரிய மாசுணம் கயிறாப்
பருப்பதம் அதற்கு மத்தாகப்
பெரிய வேலையைக் கலங்கப்
பேணிய வானவர் கடையக்

கரிய நஞ்சுஅது தோன்றக்
கலங்கிய அவர்தமைக் கண்டு
அரிய ஆரமுது ஆக்கும்
அடிகளுக்கு இடம்அர. சிலியே (6)

அருஞ்சொற்பொருள்:

பரிய மாசுணம் - பெரிய பாம்பு (வாசுகி). பருப்பதம் - (மேரு) மலை. பெரிய வேலை - பெரிய (திருப்பால்) கடல். கரிய நஞ்சு - கரிய விடம். ஆரமுது - தெவிட்டாத அமுது.

பொழிப்புரை:

மேருமலையை மத்தாகவும், வாசுகி என்ற பெரிய பாம்பைக் கயிறாகவும் கொண்டு, பெரிய திருப்பாற்கடல் கலங்குமாறு, தேவர்கள் கடைந்தபோது, கரிய ஆலகால நஞ்சு வெளிப்பட, அதுகண்டு தேவர்கள் அஞ்சி நடுங்க, அவரது இயலாமை கண்டு, அந்த விடத்தினை, உண்ணத் தெவிட்டாத அமுதமாக்கி உண்ட சிவபெருமான், விரும்பி எழுந்தருளும் இடமாக விளங்குவது, அரசிலி என்னும் தலமே ஆகும்.

★ **(இப்பதிகத்தின் 7-ஆம் பாடல் கிடைக்கவில்லை).**

3657. **வண்ண மால்வரை தன்னை**
மறித்திடல் உற்றவல் அரக்கன்
கண்ணும் தோளும்நல் வாயும்
நெறிதரக் கால்விரல் ஊன்றிப்
பண்ணின் பாடல்கை நரம்பால்
பாடிய பாடலைக் கேட்டு
அண்ண லாய்அருள் செய்த
அடிகளுக்கு இடம்அர சிலியே (8)

அருஞ்சொற்பொருள்:

வண்ண மால்வரை - அழகிய பெரிய (கயிலை) மலை. மறித்திடல் உற்ற - புரட்டிப் போட.

பொழிப்புரை:

அழகிய பெரிய கயிலை மலையைப் 'புரட்ட வேண்டும்' என்று நினைத்த அசுரனாகிய இராவணனது கண்களும் தோள்களும் வாய்களும் நெரிபடுமாறு, கால்விரல் கொண்டு ஊன்றியவன்; அப்பொழுது அந்த

அசுரன் தன் கை நரம்பினை உருவி யாழ்செய்து, அதனை மீட்டிச் சாமகானம் பாட, அதுகேட்டு மனம் இரங்கி, நாளும் வாளும் தந்து அருள்செய்தவன்; அப்பெருமான் எழுந்தருளும் இடமாக விளங்குவது, அரசிலி என்னும் தலமே ஆகும்.

3658. குறிய மாண்உரு வாகிக்
குவலயம் அளந்தவன் தானும்
வெறிகொள் தாமரை மேலே
விரும்பிய மெய்தவத் தோனும்
செறிஒ ணாவகை எங்கும்
தேடியும் திருவடி காண
அறிஒ ணாஉரு வத்துஎம்
அடிகளுக்கு இடம்அர சிலியே (9)

அருஞ்சொற்பொருள்:

குறுகிய மாண் - வாமனன் (மாண் - பிரமச்சாரி). குவலயம் - உலகம். வெறி - மணம். செறி ஒணா வகை - பொருந்த முடியா வகை. அறிஒணா - அறிய முடியாத. ஒணா - (ஒண்ணா) முடியாத.

பொழிப்புரை:

குள்ள உருவமுடன் பிரமச்சாரியாக வந்து, நெடிய உருவம் கொண்டு உலகை ஓர்அடியால் அளந்த திருமாலும், மணமுள்ள தாமரை மலர்மேல் அமர்ந்திருக்கும் மெய்யான தவம் உடைய பிரமனும்; கீழும் மேலுமாய் எங்கும் தேடியும், நெருங்க முடியாதபடியும், அடிமுடி காணமுடியாதபடியும், அழல் உருக்கொண்டு நின்ற எமது இறைவர், எழுந்தருளும் இடமாக விளங்குவது, அரசிலி என்னும் தலமே ஆகும்.

3659. குருளை எய்திய மடவார்
நிற்பவே குஞ்சியைப் பறித்துத்
திரளை கையில்உண் பவரும்
தேரரும் சொல்லிய தேறேல்
பொருளைப் பொய்இலி மெய்எம்
நாதனைப் பொன்அடி வணங்கும்
அருளை ஆர்தர நல்கும்
அடிகளுக்கு இடம்அர சிலியே (10)

அருஞ்சொற்பொருள்:

குருளை - இளமை. குஞ்சி - தலைமயிர். திரள் - சோற்று உருண்டை. தேரர் - பௌத்தர். தேறேல் - நம்ப வேண்டாம். பொருளை - மெய்ப் பொருளை. பொய் இலி - பொய் இல்லாதவர். ஆர்தர - மிகுதியும்.

பொழிப்புரை:

இளம் பெண்களுக்கு முன்னிலையில் தலைமயிரைப் பறித்துக் கொள்பவரும், உணவு உருண்டையைக் கையில் வாங்கி உண்பவரும், ஆகிய சமணர்களும்; பௌத்தர்களும்; கூறும் சொற்களை (உபதேசங்களை) நம்ப வேண்டா; அடைய வேண்டிய பொருளும், பொய் இலியும், மெய்ப்பொருளுமாய் விளங்கும் எமது தலைவனின் பொன்போன்ற திருவடியை வணங்க, வணங்கும் அடியார்களுக்குத் தமது திருவருளை மிகுதியும் தருகின்ற நமது இறைவர், விரும்பி எழுந்தருளும் தலமாக விளங்குவது, அரசிலி என்னும் தலமே ஆகும்.

3660. **அல்லி நீள்வயல் சூழ்ந்த**
அரசிலி அடிகளைக் காழி
நல்ல ஞானசம் பந்தன்
நற்றமிழ் பத்துஇவை நாளும்
சொல்ல வல்லவர் தம்மைச்
சூழ்ந்துஅம ரர்தொழுது ஏத்த
வல்ல வான்உலகு எய்தி
வைகலும் மகிழ்ந்துஇருப் பாரே (11)

அருஞ்சொற்பொருள்:

அல்லி - ஆம்பல் மலர். அமரர் - தேவர். வைகலும் - நாள்தோறும்.

பொழிப்புரை:

ஆம்பல் மலர் மலரும் நீர்வளம் உடைய வயலால் சூழப்பட்ட அரசிலி என்னும் தலத்தில் எழுந்தருளி இருக்கும் இறைவரை; சீர்காழி நகரத்தைச் சேர்ந்த நல்ல ஞானசம்பந்தன்; பாடிய தமிழ்மாலை பத்து ஆகிய இவை கொண்டு; நாள்தோறும் பாடி வழிபட வல்லவர்; மறுமையில் தேவர்கள் தம்மைச் சூழ்ந்து நின்று போற்றி வணங்குமாறு, மேலான வானஉலகில் சென்று பிறந்து, நாள்தோறும் மகிழ்ச்சி மேலும் பெருகுமாறு வாழும் வாழ்வினைப் பெறுவர்.

திருச்சிற்றம்பலம்

338

திருப்புறவார் பனங்காட்டூர்

பதிக வரலாறு:

அரசிலி வணங்கிப் புறவார் பனங்காடு வந்த புகலியர்கோன் இப்பதிகப் பாமாலையைப் பாடிச் சாத்தி வழிபடுகின்றனர்.

தல வரலாறு:

விழுப்புரம் இரயில் நிலையத்துக்கு வடக்கில் உள்ள முண்டியம் பாக்கம் இரயில் நிலையத்துக்கு வடகிழக்கில் 1.5 கி.மீ. தொலைவில் உள்ளது. புறாவுக்காக தன் தசையை அரிந்து கொடுத்த சிபிச்சக்கர வர்த்திக்கு அருள் செய்ததும், பனை மரத்தைத் தலமரமாகவும் கொண்ட பதி. ஆதலின் புறவார் பனங்காட்டூர் எனப் பெயர் பெற்றது. சூரியன் பூசித்துப் பேறு பெற்ற தலம். சித்திரை 1 முதல் 7 தேதிகள் வரை சூரிய ஒளி, சுவாமி மீதும் அம்மன் மீதும் படுகின்றது.

சுவாமி : பனங்காட்டீசுவரர்

அம்மை : புறவம்மை

தல மரம் : பனை

தீர்த்தம் : பதும தீர்த்தம்

திருமுறை 2 - 189 திருஞான - 1135

பண்: சீகாமரம்

3661. விண்அ மர்ந்தன மும்ம தில்களை
வீழ வெங்கணை யால்எய் தாய்விரி
பண்அமர்ந்து ஒலிசேர் புறவார் பனங்காட்டூர்ப்
பெண்அ மர்ந்துஒரு பாகம் ஆகிய
பிஞ்ஞ காபிறை சேர்நு தலிடைக்
கண்அமர் தவனே கலந்தார்க்கு அருளாயே (1)

அருஞ்சொற்பொருள்:

விண் அமர்ந்தன - ஆகாயத்தில் பொருந்தியனவாகிய. வெங்கணை - கொடிய அம்பு. பிஞ்ஞகன் - கொக்கு இறகு கொண்டு செய்யப்பட்ட தலைக்கோலம் அணிந்தவன். பிறைசேர் நுதல் - பிறை போன்ற நெற்றி. கலந்தார் - அன்பினால் கலந்தவர்க்கு.

பொழிப்புரை:

இசையோடு கூடிய பாடல்களின் ஒலி மிகும் புறவார் பனங்காட்டூர் என்னும் தலத்தில் உமாதேவியை உடம்பில் ஒரு பாகமாகக் கொண்டு எழுந்தருளி இருக்கும் தலைக்கோலம் அணிந்திருப்பவனே! பிறை போன்ற நெற்றியில் கண் உடையவனே! ஆகாயத்தில் உலாவிய மும்மதில்களை ஒரு கொடிய நெருப்பு அம்பு கொண்டு எரித்து வீழ்த்தியவரே! உம்மை அன்பினால் அடைந்தவர்க்கு அருளுவாயாக!

3662. நீடல் கோடல் அலர வெண்முல்லை
நீர்மலர் நிரைத்தா துஅளம் செயப்
பாடல் வண்டுஅறையும் புறவார் பனங்காட்டூர்த்
தோடு இலங்கிய காது அயல்மின்
துளங்க வெண்குழை துள்ள நன்இருள்
ஆடும் சங்கரனே அடைந்தார்க்கு அருளாயே (2)

அருஞ்சொற்பொருள்:

நீடல் - நீளுதலை உடைய. கோடல் - வெண்காந்தள். தாது - மகரந்தம். அளம் செய - உப்பளம் போலக் குவிய. இலங்கிய - விளங்கிய. அயல் - பக்கத்தில். மின் - மின்னல். 'தோடு துளங்க வெண்குழை துள்ள' - எனக் கூட்டி உரைக்க. துளங்குதல் - அசைதல். துள்ளல் - குதித்தல். நள்இருள் - செறிந்த இருள். சங்கரன் - இன்பம் செய்பவன்.

பொழிப்புரை:

நீண்ட வெண்காந்தள் மலர்வதும், வெண்முல்லையும், நீர்ப்பூக்களும் மகரந்தப் பொடியைச் சிந்தவிடுவதும், அம்மகரந்தம் குவிந்து கிடப்பதும், வண்டுகள் இசையுடன் பாடுவதும், ஆகிய புறவார் பனங்காட்டூர் என்னும் தலத்தில் எழுந்தருளி இருப்பவரே! ஒரு காதில் விளங்குகின்ற தோடானது அசையவும், மற்றொரு காதில் குழையானது துள்ளவும், ஆக இருள் செறிந்த இரவில் நடனம் ஆடுகின்ற சங்கரனே! உன்னை வந்து அடைந்தார்க்கு அருளுவாயாக!

3663. வாளை யும்கய லும்மிளிர் பொய்கை
வார்புனல் கரைஅ ருகுஎ லாம்வயல்
பாளை ஒண்கமுகம் புறவார் பனங்காட்டூர்ப்
பூளை யும்நறும் கொன்றை யும்மத
மத்த மும்புனை வாய்க ழலிணைத்
தாளையே பரவும் தவத்தார்க்கு அருளாயே (3)

அருஞ்சொற்பொருள்:

கமுகம் - பாக்குமரம். பூளை - பூளைப்பூ. மத்தம் - ஊமத்தம்பூ. கழலிணை - இரண்டு திருவடி.

பொழிப்புரை:

வாளை மீன்களும் கயல் மீன்களும் விளங்குகின்ற பொய்கையின் நெடிய நீர்ப்பெருக்கின், கரைக்கு அருகில் உள்ள, வயல்களில் பாளை விரியும் ஒள்ளிய பாக்கு மரங்கள் நிறைந்து விளங்கும் புறவார் பனங்காட்டூர் என்னும் தலத்தில் எழுந்தருளி இருப்பவரே! பூளைப்பூ, மணமுள்ள கொன்றைமலர், ஊமத்தம்பூ ஆகியவற்றைச் சூடி இருப்பவரே! உமது வீரக்கழல் (சிலம்பு) அணிந்த இரண்டு திருவடிகளை வணங்கும் தவம் உடையவர்க்கு அருள்வீராக!

3664. மேய்ந்து இளம்செந் நெல்மென் கதிர்கவ்வி
மேற்ப டுதலின் மேதி வைகறை
பாய்ந்த தண்பழனப் புறவார் பனங்காட்டூர்
ஆய்ந்த நான்மறை பாடி ஆடும்
அடிகள் என்றுஎன்று அரற்றி நல்மலர்
சாய்ந்து அடிபரவும் தவத்தார்க்கு அருளாயே (4)

அருஞ்சொற்பொருள்:

மேதி - எருமை. தண்பழனம் - குளிர்ந்த வயல். அரற்றி - புலம்பி. சாய்ந்து - தூவி.

பொழிப்புரை:

விடியற்காலையில் எருமைகள் வயலில் புகுந்து இளம் செந்நெல் பயிர்களை உண்டு, திளைக்கும் புறவார் பனங்காட்டூரில் எழுந்தருளி இருப்பவரே! 'நான்கு மறைகளை ஆராய்ந்து பாடி, ஆடும் அடிகளே!' என்று பலமுறையும் புலம்பி, நல்ல மலர்களைத் திருவடிகளில் சாத்தி உம்மை வழிபடும் தவம் உடையவர்க்கு அருளுவீராக!

3665. செங்க யல்(ல்)லொடு சேல்செ ருச்செயச்
சீறி யாழ்மு ரல்தேன் இனத்தொடு
பங்கயம் மலரும் புறவார் பனங்காட்டூர்க்
கங்கை யும்மதி யும்கமழ் சடைக்
கேண்மை யாளொடும் கூடி மான்மறி
அங்கை ஆடலனே அடியார்க்கு அருளாயே (5)

அருஞ்சொற்பொருள்:

செரு - போர். சீறியாழ் - சிறிய யாழ். தேனினம் - வண்டு. பங்கயம் - தாமரை. கேண்மையாள் - நட்பாய் இருப்பவள் (உமாதேவி). மறி - மான்கன்று. அங்கை - உள்ளங்கை.

பொழிப்புரை:

செங்கயல் மீன்களும், சேல்மீன்களும், தங்களுக்குள் போர் செய்ய, சிறிய யாழ்போல் தேன் வண்டு முரல, தாமரை மலர்ந்துள்ள புறவார் பனங் காட்டூரில் எழுந்தருளி இருக்கும் இறைவரே! கங்கை, சந்திரன் ஆகியன தங்கிய சடை உடையவரே! உமாதேவியை உடன்கொண்டு விளங்குபவரே! மான்கன்று ஏந்திய கை உடையவரே! அடியார்களுக்கு அருளுவீராக!

3666. நீரின் ஆர்வரை கோலி மால்கடல்
நீடிய பொழில் சூழ்ந்து வைகலும்
பாரினார் பிரியாப் புறவார் பனங்காட்டூர்க்
காரி னார்மலர்க் கொன்றை தாங்கு
கடவுள் என்றுகை கூப்பி நாள்தொறும்
சீரினால் வணங்கும் திறத்தார்க்கு அருளாயே (6)

அருஞ்சொற்பொருள்:

வரை - எல்லை. மால்கடல் - பெரிய கடல். வைகலும் - நாள்தோறும். பாரினார் - உலகர். கார் - கார்காலம்.

பொழிப்புரை:

நீரால் எல்லை வகுக்கப்பட்ட (அதாவது கடலால் சூழப்பட்ட) சோலை சூழ்ந்ததும், உலகத்தவரால் நாள்தோறும் வழிபடப்படுவதும், ஆகிய புறவார் பனங்காட்டூரில் எழுந்தருளி இருப்பவரே! 'கார் காலத்து கொன்றை மலரை அணிந்துள்ள கடவுள்' என்று சொல்லி கைகூப்பி நாளும் சிறப்பாக வழிபடுபவர்க்கு அருளுவீராக!

3667. கைஅரி வையர் மெல்விரல்(ல்) அவை
காட்டி அம்மலர்க் காந்த ளங்குறி
பைஅரா விரியும் புறவார் பனங்காட்டூர்
மெய்அ ரிவைஓர் பாகம் ஆகவும்
மேவி னாய்கழல் ஏத்தி நாள்தொறும்
பொய்இலா அடிமை புரிந்தார்க்கு அருளாயே (7)

அருஞ்சொற்பொருள்:

அரிவையர் - மகளிர். கை மெல்விரல் - கையிலுள்ள மெல்லிய விரல். காந்தளங்குறி - காந்தள் மலர் போல். பை அரா - படமுடைய பாம்பு. மெய் - திருமேனி. அரிவை - உமாதேவி.

பொழிப்புரை:

மகளிர் தம் மென்மையான கைவிரல்களை விரித்துக் காட்டியதுபோல பாம்பின் படம் விளங்கவும், அப்பாம்பின் படம்போல் அழகிய காந்தள் மலர் பூத்திருப்பதும், ஆகிய புறவார் பனங்காட்டூரில் எழுந்தருளி இருப்பவரே! உடம்பில் உமாதேவியை ஒரு பாகமாகக் கொண்டவரே! உமது திருவடியைப் போற்றி வணங்கி நாள்தோறும் பொய்யில்லாத அடிமைத் தொண்டு செய்தவர்க்கு அருளுவீராக!

3668. தூவி அம்சிறை மென்நடை அனம்
மல்கிஒல்கிய தூமலர்ப் பொய்கைப்
பாவில் வண்டுஅறையும் புறவார் பனங்காட்டூர்
மேவி அந்நிலை யாய்அரக் கனதோள்
அடர்த்தவன் பாடல் கேட்டு அருள்
ஏவிய பெருமான் என்பவர்க்கு அருளாயே (8)

அருஞ்சொற்பொருள்:

தூவி - அன்னத்தின் சிறகு. அனம் - அன்னம். பாவில் - பரப்பில். ஏவிய - ஏவல் செய்ய.

பொழிப்புரை:

அழகிய இறகுகளும் மென்மையான நடையும் உடைய அன்னப் பறவைகள் பெருகி இருப்பதும், தூய நீர்ப்பூக்கள் நிறைந்து காணப் படுவதும், ஆகிய பொய்கைகளில் பரவிய வண்டுகள் ஒலிசெய்யும் புறவார் பனங்காட்டூரில் எழுந்தருளி இருப்பவரே! ‘அரக்கனாகிய இராவணன் கயிலை மலையிடமாக வந்து, அம்மலையைப் பெயர்க்க முற்பட்டபோது,

அவனது தோள்களை நெரித்தவன்; பின்னர் அவன் பாடிய சாமகானம் கேட்டு அவனுக்கு அருள் செய்த பெருமான்' என்று உம்மைப் பாராட்டு பவர்க்கு அருள் செய்வீராக!

3669. அம்தண் மாதவி புன்னை நல்ல
அசோக மும்அர விந்தம் மல்லிகை
பைந்தண் ஞாழல்கள் புறவார் பனங்காட்டூர்
ஏந்து இளம்முகில் வண்ணன் நான்முகன்
என்று இவர்க்கு அரிதாய் நிமிர்ந்ததுஓர்
சந்தம் ஆயவனே தவத்தார்க்கு அருளாயே (9)

அருஞ்சொற்பொருள்:

அம் - அழகு. தண் - குளிர்ச்சி. அரவிந்தம் - தாமரை. தண் ஞாழல்கள் - குளிர்ந்த ஞாழல் மரம். முகில்வண்ணன் - மேகம் போன்ற நிறம் உடையவன் (திருமால்). சந்தம் - அழகு.

பொழிப்புரை:

அழகிய குளிர்ந்த மாதவி, புன்னை, நல்ல அசோகம், தாமரை, மல்லிகை, பசிய குளிர்ந்த ஞாழல், முதலியவை நிறைந்து விளங்கும் புறவார் பனங்காட்டூரில் எழுந்தருளி இருப்பவரே! மழை நீரை ஏந்தி வரும் இளம் மேகத்தின் நிறமுடைய திருமாலும், நான்முகனும், என்று இவர் இருவர்க்கும் காண அருமை உடையவனாய் நிமர்ந்து நின்ற ஒரு நெருப்பு உருவ அழகனே! உம்மை நோக்கித் தவம் செய்பவர்க்கு அருளுவாயாக!

3670. நீணம் ஆர்முருகு உண்டு வண்டுஇனம்
நீல மாமலர் கவ்வி நேரிசை
பாணில்யாழ் முரலும் புறவார் பனங்காட்டூர்
நாண்அ ழிந்து உழல்வார் சமணரும்
நண்பில் சாக்கி யரும்ந கத்தலை
ஊண்உரி யவனே உகப்பார்க்கு அருளாயே (10)

அருஞ்சொற்பொருள்:

நீணம் - நீளம். முருகு - தேன். பாண் - பாட்டு. தலை ஊண் உரியவனே - மண்டை ஓட்டில் உணவை வாங்கி உண்பவனே. நாண் அழிந்து உழல்வார் - உடை இன்றித் திரிபவர் (சமணர்).

பொழிப்புரை:

வண்டுக் கூட்டமானது பெருகித் தேனினை உண்டு, நீலமலர் மீது அமர்ந்து, அதனை விட்டுப் பிரிந்து செல்லாது, யாழ்போல் இசை எழுப்பும் புறவார் பனங்காட்டூரில் எழுந்தருளி இருப்பவரே! நாணம் அழிந்து (உடையின்றி) திரியும் சமணரும், சிவனடியார்களிடம் எந்தவகையிலும் நட்பு பாராட்ட முடியாத பௌத்தர்களும் எள்ளி நகையாடும்படி, மண்டை ஓட்டில் உணவினை வாங்கி உண்பவரே! உமது இச்செயல் கண்டு உண்மையில் மகிழ்பவர்க்கு அருளுவீராக!

3671. மையின் ஆர்மணி போல்மிடற் றனை
    மாசில் வெண்பொடிப் பூசு மார்பனைப்
    பையதேன் பொழில்சூழ் புறவார் பனங்காட்டூர்
    ஐய னைப்புக ழான காழியுள்
    ஆய்ந்த நான்மறை ஞானசம் பந்தன்
    செய்யுள் பாடவல்லார் சிவலோகம் சேர்வாரே   (11)

அருஞ்சொற்பொருள்:

மையின் ஆர் மணி - மை போன்ற மணி (நீலமணி). மாசில் - (மாசு+இல்) குற்றம் இல்லாத. பைய - பசிய. ஐயனை - தலைவனை. ஆய்ந்த - ஆராய்ந்த.

பொழிப்புரை:

மை போல நீலநிறம் உடைய நீலமணி போன்ற கண்டம் கொண்டவனை, குற்றமற்ற வெண்மைநிறத் திருநீற்றுப் பொடிபூசும் திருமார்பு உடையவனை, பசிய தேன் நிறைந்த சோலை சூழ்ந்த பனங்காட்டூரில் எழுந்தருளி இருப்பவனை, தலைவனை; புகழுக்கு உரிய சீர்காழி நகரத்துக்கு உரியவனும், நான்கு மறைகளையும் ஆராய்ந்து தேர்ந்தவனும், ஆகிய ஞானசம்பந்தன்; பாடிய செய்யுள் கொண்டு, பாடி வழிபட வல்லவர்; சிவலோகம் சென்று சேர்வர்.

திருச்சிற்றம்பலம்

339

திருவேணுபுரம்

பதிக வரலாறு:

புறவார் பனங்காட்டூர் கும்பிட்டுப் பதிகம் பாடி, அங்கிருந்து புறப்பட்டுத் தில்லை வந்த புகலியர்கோன், வடக்குக் கோபுரத்தின் வழி உள்ளே சென்று, பொன்னம்பலம் கும்பிட்டு இருந்தபோது, தந்தையார் சிவபாத இருதயர் சீர்காழி அந்தணர்களுடன் வந்துசேர, சீர்காழி செல்ல நினைந்து புறப்பட்டுச் செல்லும் வழியில் வேணுபுரத்தை (சீர்காழியை) தூரத்தே கண்டு பாடியது.

திருமுறை 1 - 9 திருஞான - 1147

பண்: நட்டபாடை

3672. **வண்டுஆர்குழல் அரிவையொடும் பிரியாவகை பாகம்**
பெண்தான்மிக ஆனான்பிறைச் சென்னிப்பெரு மான்ஊர்
தண்தாமரை மலராள்உறை தவளம்நெடு மாடம்
விண்தாங்குவ போலும்மிகு வேணுபுரம் அதுவே (1)

அருஞ்சொற்பொருள்:

தவளம் - வெண்மை. தாமரை மலராள் - திருமகள்.

பொழிப்புரை:

வண்டு மொய்க்கும் கூந்தல் உடைய உமாதேவியைப் பாகமாகக் கொண்டு, அவளை விட்டுப் பிரியாது, பெண்பாகம் மிக உடையவனாய், பிறைச்சந்திரனைச் சடையில் சூடிய பெருமான் எழுந்தருளி இருக்கும் ஊர்; குளிர்ந்த தாமரை மலரில் உறையும் திருமகள் வாழ்கின்றதும், வெண்மை நிற மாளிகைகள் ஆகாயத்தைத் தாங்குவது போல உயர்ந்து நிற்பதும், ஆகிய வேணுபுரம் என்னும் தலமே ஆகும்.

3673. படைப்பு(ந்)நிலை இறுதிப்பயன் பருமையொடு நேர்மை
கிடைப்பல்கணம் உடையான்கிறி பூதப்படை யான்ஊர்
புடைப்பாளையின் கமுகின்னொடு புன்னைமலர் நாற்றம்
விடைத்தேவரு தென்றல்மிகு வேணுபுரம் அதுவே (2)

அருஞ்சொற்பொருள்:

படைப்பு - படைத்தல். நிலை - காத்தல். இறுதி - அழித்தல். பயன் - வீடுபேறு. பருமை - பெரிய பொருள். நேர்மை - நுண்பொருள். கிடை - வேதம். பல்கணம் - பல கணத்தவர். கிறி - வஞ்சனை. புடை - பக்கங்களில். கமுகு - பாக்குமரம். விடைத்தே - வேறுபடுத்தி.

பொழிப்புரை:

படைத்தல், காத்தல், அழித்தல், வீடுபேறு, அருளுதல், பருப்பொருள், நுண்பொருள் என எல்லாமுமாய் விளங்குபவனும், வேதம் ஓதுகின்ற பலகணத்தவரும், வஞ்சனை நிறைந்த பூதப்படையும் உடையவனும், ஆகிய பெருமான் எழுந்தருளி இருக்கும் ஊர்; பாக்கு மரம் பாளை ஈன, அருகில் புன்னை மரம் பூத்துக் குலுங்க, தென்றல் இரண்டிலும் பட்டு, வேறுபட்ட மணமுடன் உலாவரும் வேணுபுரம் என்னும் தலமே ஆகும்.

3674. கடம்தாங்கிய கரியைஅவர் வெருவஉரி போர்த்துப்
படம்தாங்கிய அரவக்குழைப் பரமேட்டிதன் பழஊர்
நடம்தாங்கிய நடையார்நல பவளத்துவர் வாய்மேல்
விடம்தாங்கிய கண்ணார்பயில் வேணுபுரம் அதுவே (3)

அருஞ்சொற்பொருள்:

கடம் - மதநீர். கரி - யானை. வெருவ - அஞ்ச. உரி - தோல். படம் தாங்கிய அரவம் - படம் உடைய பாம்பு. பழஊர் - ஊழிக்கு முன்னமே இருந்த ஊர். நடம் தாங்கிய நடை - நடனத்துக்கு ஏதுவாகிய நடை. பவளத் துவர் வாய் - பவளம் போன்ற சிவந்த வாய். விடம் தாங்கிய கண் - விடம் போல் தாக்கி அழிக்கும் பார்வை உடைய கண்.

பொழிப்புரை:

மதநீரை ஒழுகவிடும் யானையை ஏவிய தாருகாவனத்து முனிவர்கள் அஞ்சுமாறு, அதன் தோலை உரித்துப் போர்த்துக் கொண்டவரும், படமுடைய பாம்பைக் குழையாக அணிந்திருப்பவரும், ஆகிய மேலான இறைவரது பழைய ஊர்; நடனமிடுவது போன்ற நடையும், நல்ல பவளம் போன்ற சிவந்த வாயும், விடம் போல் தாக்கிக் கொல்லும் பார்வை உடைய கண்ணும், கொண்ட மகளிர், நிறைந்து வாழும் வேணுபுரம் என்னும் தலமே ஆகும்.

3675. **தக்கன்தன் சிரம்ஒன்றினை அரிவித்தவன் தனக்கு**
மிக்க(வ்)வரம் அருள்செய்தஎம் விண்ணோர்பெரு மான்ஊர்
பக்கம்பல மயில்ஆடிட மேகம்முழவு அதிர
மிக்க(ம்)மது வண்டுஆர்பொழில் வேணுபுரம் அதுவே (4)

அருஞ்சொற்பொருள்:

சிரம் - தலை. அரிவித்தவன் - வீரபத்திரனைக் கொண்டு அரியச் செய்தவன். முழவு - மத்தளம். மது - தேன்.

பொழிப்புரை:

தன்னை மதியாது வேள்வி செய்த தக்கனது தலை ஒன்றினை வீர பத்திரரைக் கொண்டு அரியுமாறு செய்தவனும், தவறுணர்ந்து திருந்திய தக்கனுக்கு வரங்கள் பல அருளியவனும், தேவர்கள் தலைவனும், ஆகிய எமது பெருமானது ஊர்; பக்கங்களில் பல மயில்கள் ஆடுவதும், மேகம் முழவு போல் முழங்குவதும், வண்டுகள் தேனை மிகுதியாக உண்ணுவதும், ஆகிய சோலை வளம் உடைய வேணுபுரம் என்னும் தலமே ஆகும்.

3676. **நானாவித உருவான்நமை ஆள்வான்நணு காதார்**
வானார்திரி புரம்மூன்றுஎரி உண்ணச்சிலை தொட்டான்
தேன்ஆர்ந்துஎழு கதலிக்கனி உண்பான்திகழ் மந்தி
மேல்நோக்கிநின்று இறங்கும்பொழில் வேணுபுரம் அதுவே (5)

அருஞ்சொற்பொருள்:

நானாவித - பலவித. நமை - நம்மை. நணுகாதவர் - பகைவர். சிலை தொட்டான் - வில் வளைத்தான். கதலி - வாழை. மந்தி - பெண்குரங்கு.

பொழிப்புரை:

பல மாறுபட்ட உருவங்களில் வந்து நம்மை ஆட்கொள்பவன்; வானில் திரிந்த முப்புரத்து அசுரர்களாகிய பகையை அழிக்க, சிலை வளைத்து அம்பு தொடுத்தவன்; அவன் எழுந்தருளி இருக்கும் ஊர்; தேன்போல் இனிக்கும் வாழையின் கனிகளை உண்ணும் பொருட்டு, பெண்குரங்கு மேல்நோக்கி அண்ணாந்து பார்த்து, வாழை மரத்தில் ஏறமுடியாது ஆகையால், வருந்தும் சோலை சூழ்ந்த வேணுபுரமே ஆகும்.

3677. **மண்ணோர்களும் விண்ணோர்களும் வெருவி(ம்)மிக அஞ்சக்**
கண்ணார்சலம் மூடிக்கடல் ஓங்க(வ்)வுயர்ந் தான்உயர்
தண்ணார்நறும் கமலம்மலர் சாய(வ்)விள வாளை
விண்ணார்குதி கொள்ளும்வியன் வேணுபுரம் அதுவே (6)

அருஞ்சொற்பொருள்:

சலம் மூடி - நீரால் சூழ்ந்து. கடல் ஓங்க - கடல் பெருக. 'சாய இள வாளை' - எனப் பிரிக்க. வாளை - வாளைமீன். வியன் - இடமகன்ற.

பொழிப்புரை:

மண்ணுலக மக்களும், வானுலகத் தேவர்களும், அச்சம் கொண்டு நடுங்க, இடமகன்ற நிலத்தை நீர் விழுங்குமாறு கடலானது உயர்ந்து பரவ, அப்பொழுதும் அதனில் மூழ்காது, உயர்ந்து நின்ற இறைவனது ஊர்; உயர்வும் குளிர்ச்சியும் மணமும் உடைய தாமரை மலரானது சாயுமாறு, இளம் வாளைமீன்கள் குதிக்கும் நீர்நிலைகள் உடைய வேணுபுரமே ஆகும்.

★ (இப்பதிகத்தின் 7-ஆம் பாடல் கிடைக்கவில்லை).

3678. மலையான்மகள் அஞ்ச(வ்)வரை எடுத்த(வ்)வலி அரக்கன்
தலைதோள்அவை நெரியச்சரண் உகிர்வைத்தவன் தன்ஊர்
கலைஆறொடு சுருதித்தொகை கற்றோர்மிகு கூட்டம்
விலைஆயின சொல்தேர்தரு வேணுபுரம் அதுவே (8)

அருஞ்சொற்பொருள்:

வரை - (கயிலை) மலை. வலிஅரக்கன் - உடல் வலிமை உடைய அரக்கன். சரண் - திருவடி. உகிர் - நகம் (இடக்கால் பெருவிரல் நகம்). கலை ஆறு - சிட்சை, கற்பம், வியாகரணம், நிருத்தம், சந்தோபிசிதம், சோதிடம் என வேதத்தின் ஆறு அங்கங்கள். சுருதித் தொகை - வேத மந்திரங் களின் தொகுதி. விலை ஆயின சொல் - விலைப் பெறுமானம் உள்ள சொற்கள். தேர்தரும் - ஆராய்ந்து தேரும்.

பொழிப்புரை:

மலைஅரசனது மகள் பார்வதி அஞ்சுமாறு, கயிலை மலையைப் பெயர்த்த வலிமை உடைய அரக்கனாகிய இராவணன் தலைகளும் தோள்களும் நெரிபடுமாறு, கால் விரல் நகத்தைச் சிறிதளவே ஊன்றிய இறைவன் எழுந்தருளி இருக்கும் ஊர்; நான்கு வேதம், ஆறுஅங்கம் என இவற்றைக் கற்றவர்கள், விலைப்பெறுமானம் உள்ள, ஆராய்ந்து தேர்ந்த சொற்களை மட்டுமே பேசுவோர், என இவர்கள் நிறைந்து வாழும் வேணுபுரம் என்னும் தலமே ஆகும்.

3679. வயம்உண்தவ மாலும்(ம்)அடி காணாதுஅல மாக்கும்
பயன்ஆகிய பிரமன்படு தலைஏந்திய பரன்ஊர்
கயம்மேவிய சங்கம்தரு கழிவிட்டுஉயர் செந்நெல்
வியன்மேவிவந்து உறங்கும்பொழில் வேணுபுரம் அதுவே (9)

அருஞ்சொற்பொருள்:

வயம் உண் தவம் - வெற்றி உடைய தவம். அலமாக்கும் - (அலமரும்) கலங்கும். பயன் ஆகிய பிரமன் - மக்கள் அடையத்தக்க பயன்களில் ஒன்றாகிய பிரமலோகம் தரும் பிரமன். படுதலை - மண்டை ஓடு. கயம் - ஆழமான நீர்நிலை. சங்கம் - சங்கு. கழிவிட்டு - உப்பங்கழியை விட்டு நீங்கி. வியன் - அகன்ற இடம் (இங்கு வயலைக் குறித்தது).

பொழிப்புரை:

வெற்றி பொருந்திய தவம் மிக உடைய திருமாலும் திருவடியைக் காணாது கலக்கமுறச் செய்தவனும், மக்கள் அடைய உள்ள பயன்களில் ஒன்றாகிய பிரம (சத்திய) லோகப் பதவி வழங்கும், பிரமனது ஐந்து தலைகளில் ஒன்றைக் கொய்து, அந்த மண்டை ஓட்டை உண்கலனாகக் கையில் ஏந்தியவனும், ஆகிய மேலான இறைவன் எழுந்தருளி இருக்கும் ஊர்; ஆழமான நீர்நிலையில் தங்கிய சங்கு, உப்பங்கழியை விட்டு, உயர்ந்த செந்நெல் விளையும் வயலில் வந்து உறங்குகின்றதும், சோலையால் சூழப்பட்டதும், ஆகிய வேணுபுரம் என்னும் தலமே ஆகும்.

3680. **மாசுஏறிய உடலார்அமண் குழுக்கள்ளொடு தேரர்**
தேசுஏறிய பாதம்வணங் காமைத்தெரி யான்ஊர்
தூசுஏறிய அல்குல்துடி இடையார்துணை முலையார்
வீசுஏறிய புருவத்தவர் வேணுபுரம் அதுவே (10)

அருஞ்சொற்பொருள்:

தூச ஏறிய - (குளிக்காமையால்) அழுக்கு ஏறிய. தேரர் - பௌத்தர். தேசு ஏறிய - ஒளி கூடிய. பாதம் - திருவடி. தூசு - ஆடை. துடிஇடை - துடியின் நடுப்பகுதி போல சிறுத்த இடை. துணைமுலை - இரண்டு முலை. வீசு ஏறிய புருவம் - ஆடவர்மேல் பார்வையை வீசும்போது ஏறிய புருவம்.

பொழிப்புரை:

குளிக்காமையால் அழுக்கு ஏறிய உடல் உடையவராய் விளங்கும் சமணர் கூட்டத்தினரும், பௌத்தர்களும், ஒளிபொருந்திய தமது திருவடியை வணங்காமையால், அவர்களுக்குத் தன்னை காட்டிக் கொள்ளாத இறைவன் எழுந்தருளி இருக்கும் ஊர்; அழகிய ஆடை கொண்டு மூடப்பட்ட அல்குலும் நடுப்பகுதி சிறுத்த துடிபோன்ற இடையும், இணையான முலைகளும், ஆடவர்மீது பார்வையை வீசுகின்றபோது, உயர்த்திய புருவமும், உடைய மகளிர் நிறைந்து வாழும் வேணுபுரம் என்னும் தலமே ஆகும்.

3681. வேதத்துஒலி யானும்மிகு வேணுபுரம் தன்னைப்
பாதத்தினில் மனம்வைத்துஎழு பந்தன்தன பாடல்
ஏதத்தினை இல்லாஇவை பத்தும்(ம்)இசை வல்லார்
கேதத்தினை இல்லார்சிவ கெதியைப்பெறு வாரே   (11)

அருஞ்சொற்பொருள்:

ஏதம் - குற்றம். கேதம் - துன்பம். சிவகெதி - (சிவகதி) சிவப்பேறு.

பொழிப்புரை:

வேதம் ஓதுவதால் எழுகின்ற ஒலி மிக உடைய வேணுபுரம் என்னும் தலத்தில் எழுந்தருளி இருக்கும் இறைவனது திருவடி மீது; மனம் வைத்துத் தொழுது எழுகின்ற ஞானசம்பந்தன் பாடிய பாடல்களாகிய குற்றமற்ற இவை பத்தும் கொண்டு, இசையோடு பாடிவழிபட வல்லவர்; துன்பம் இல்லாதவர் ஆவர்; இறுதியில் சிவகதியும் பெறுவர்.

திருச்சிற்றம்பலம்

340

திருப்பூந்தராய்

பதிக வரலாறு:

இதுவும் ஊரின் புறத்தே இருந்து பாடிய பதிகமாதல் வேண்டும்.

திருமுறை 3 - 260 திருஞான - 1147

பண்: காந்தார பஞ்சமம்

3682. **பந்து சேர்விர லாள்பவ ளத்துவர்**
வாயி னாள்பனி மாமதி போல்முகத்து
அந்தம்இல் புகழாள்மலை மாதொடும் ஆதிப்பிரான்
வந்து சேர்விடம் வானவர் எத்திசையும்
நிறைந் துவலம் செய்து மாமலர்
புந்திசெய்து இறைஞ்சிப்பொழி பூந்தராய் போற்றுதுமே (1)

அருஞ்சொற்பொருள்:

துவர் - சிவப்பு. ஆதிப்பிரான் - முதற்கடவுள். புந்தி - புத்தி. 'மாமலர் பொழி' - எனக் கூட்டுக.

பொழிப்புரை:

பந்து பொருந்திய விரலை உடையவளும் பவளம் போன்ற சிவந்த வாயினை உடையவளும் குளிர்ந்த சந்திரன் போன்ற ஒளியும் வட்ட வடிவமும் உடைய முகம் உடையவளும் எல்லையற்ற புகழ் உடையவளும் இமயமலை அரசனது மகளும் ஆகிய பார்வதியோடு கூடி, முதற்கடவுளாகிய சிவபெருமான் வந்து சேரும் இடம்; எல்லா திசைகளிலும் இருந்து தேவர்கள் வந்து, நிறைந்து, உடம்பால் வலமாக வந்து, கைகளால் மேலான மலர்களைத் தூவி, மனத்தால் வழிபடும், பூந்தராய் என்னும் தலமாகும்; அத்தலத்தைப் போற்றுவோமாக!

3683. **காவி யங்கருங் கண்ணி னாள்கனித்**
தொண்டை வாய்க்கதிர் முத்தநல் வெண்நகைத்
தூவிஅம் பெடைஅன்ன நடைச்சுரி மென்குழலாள்

தேவி யும்திரு மேனிஓர் பாகமாய்
ஒன்றுஇ ரண்டுஒரு மூன்றொடு சேர்பதி
பூவில்அந் தணன்ஒப்பவர் பூந்தராய் போற்றுதுமே (2)

அருஞ்சொற்பொருள்:

காவி - நீலமலர். தொண்டை - கொவ்வைக்கனி. முத்தம் - முத்து. நகை - பல். தூவி - இறகு. அம் - அழகு. பெடை - பெண். சுரி - சுரிந்த (நெளி உடைய). ஒன்று இரண்டு ஒருமூன்று - (1+2+3=6) ஆறாவது பெயர் (பூந்தராய்). பூவில் அந்தணன் - பிரமன்.

பொழிப்புரை:

நீலமலர் போன்ற கருமை நிறக்கண்கள் உடையவளும், கொவ்வைக்கனி போன்ற சிவந்த வாய் உடையவளும், ஒளிவிடும் முத்துப் போன்ற வெண்பற்கள் உடையவளும், இறகுகளுடன் கூடிய பெண் அன்னம் போன்ற ஒதுங்கி நடக்கும் அழகிய நடை உடையவளும், சுரிந்த மெல்லிய கூந்தல் உடையவளும் ஆகிய உமாதேவியை உடம்பில் ஒரு பாகமாகக் கொண்டு சிவபெருமான் எழுந்தருளி இருக்கும் இடம் சீர்காழிக்கு உரிய 12 பெயர்களுள் 6-வது பெயராக விளங்குவதும், தாமரைப் பூவில் வீற்றிருக்கும் பிரமனுக்கு ஒப்பான அந்தணர்கள் கூடிவாழ்வதும், ஆகிய பூந்தராய் என்னும் நகரமாகும்; அந்நகரைப் போற்றுவோமாக!

3684. பைஅ ராவரும் அல்குல் மெல்இயல்
பஞ்சின் நேர்அடி வஞ்சிகொள் நுண்இடைத்
தையலாள் ஒருபால்உடை எம்இறை சாரும்இடம்
செய்ய லாம்கழு நீர்கம லம்மலர்த்
தேறல் உறலில் சேறுஉல ராதநல்
பொய்இலா மறையோர்பயில் பூந்தராய் போற்றுதுமே (3)

அருஞ்சொற்பொருள்:

பை அரா - படமுடைய பாம்பு. வஞ்சி - வஞ்சிக்கொடி. செய் - வயல். கழுநீர் - செங்கழுநீர். கமலம் - தாமரை. தேறல் - தேன்.

பொழிப்புரை:

பாம்பின் படம் போன்ற அல்குலும், பஞ்சு போன்ற மெல்லிய இயல்புடைய திருவடியும், வஞ்சிக்கொடி போன்ற நுண்ணிய இடையும், உடைய பெண்ணாகிய உமாதேவியை உடம்பின் ஒருபாகத்தில் கொண்டு விளங்கும் எம் இறைவன், எழுந்தருளி இருக்கும் இடம்; வயல்களில்

செங்கழுநீர், தாமரை முதலியன மலர்ந்து, தேனினை ஒழுகவிடுவதும், அதன் சேறு உலராது இருப்பதும், ஆகிய சிறப்புகள் உடைய பூந்தராய் என்னும் தலமாகும்; அத்தலத்தைப் போற்றுவோமாக!

3685. **முள்ளி நான்முகை மொட்டுஇயல் கோங்கின்**
அரும்புதேன் கொள்குரும் பைமூவா மருந்து
உள்இயன்ற பைம்பொன் கலசத்துஇயல் ஒத்தமுலை
வெள்ளி மால்வரை அன்னதுஓர் மேனியின்
மேவி னார்பதி வீமரு தண்பொழில்
புள்இனம் துயில்மல்கிய பூந்தராய் போற்றுதுமே (4)

அருஞ்சொற்பொருள்:

முள்ளி - தாமரை. மூவாமருந்து - அமுதம். கலசம் - கும்பம். வீ - மலர். புள்இனம் - பறவைக் கூட்டம்.

பொழிப்புரை:

அன்று அலர உள்ள தாமரை மொக்கு, தேன் பொருந்திய மலரும் பருவத்து கோங்கின் அரும்பு, தென்னையின் குரும்பை, சாவா மருந்தாகிய அமுதத்தை ஊற்றி வைத்துள்ள கலசம் ஆகிய இவைபோன்ற முலை உடைய உமாதேவியைப் பனிபடர்ந்த பெரிய கயிலை மலை போன்ற திருமேனியில் பாகமாக வைத்த இறைவர் எழுந்தருளி இருக்கும் தலம்; விரிந்த மலர்களின் இதழ்கள் வீழ்ந்து கிடக்கின்றதும், பறவைக் கூட்டம் உறக்கம் கொள்வதும், ஆகிய குளிர்ந்த சோலையால் சூழப்பட்ட பூந்தராய் என்னும் தலம் ஆகும். அதனைப் போற்றுவோமாக!

3686. **பண்இ யன்றுஎழு மென்மொழி யாள்பகர்**
கோதை ஏர்திகழ் பைந்தளிர் மேனிஓர்
பெண்இயன்ற மொய்ம்பில் பெருமாற்குஇடம் பெய்வளையார்
கண்இ யன்றுஎழு காவிச் செழுங்கரு
நீலம் மல்கிய காமரு வாவிநல்
புண்ணியர்உறை யும்பதி பூந்தராய் போற்றுதுமே (5)

அருஞ்சொற்பொருள்:

பண் - இசை. கோதை - கூந்தல். ஏர் - அழகு. பைந்தளிர் மேனி - பசிய தளிர் போன்ற நிறம் உடைய திருமேனி (மாமை நிறம்). மொய்ம்பு - வலிமை. காமரு - விரும்பத்தக்க. வாவி - குளம்.

பொழிப்புரை:

பண் போல் இன்மொழி பேசுபவளும், கூந்தல் அழகு உடையவளும், பசிய தளிர் போன்ற மேனிநிறம் உடையவளும், ஆகிய உமாதேவியை ஒரு பாகமாகக் கொண்ட வலிமை உடைய இறைவர்க்கு, அவர் எழுந்தருளும் இடமாக விளங்குவது; வளையல் அணிந்த கை உடைய மகளிரின் கண்போல நீலமலர் மலர்ந்திருப்பதும், விரும்பத்தகுந்ததும், ஆகிய குளங்கள் உடையதும், புண்ணியம் செய்வோர் கூடிவாழ்வதும், ஆகிய சிறப்புகள் உடைய தலமாக விளங்கும் பூந்தராய் ஆகும்; எனவே, அத்தலத்தைப் போற்றி வழிபடுவோமாக!

3687. வாள்நி லாமதி போல்நுத லாள்மட
மாழை ஒண்க ணாள்வண் தரளம்நகை
பாண்நிலாவிய இன்இசை யார்மொழிப் பாவையொடும்
சேண்நி லாத்திகழ் செஞ்சடை எம்அண்ணல்
சேர்வது சிகரப் பெரும்கோ யில்சூழ்
போள்நிலா நுழையும்பொழில் பூந்தராய் போற்றுதுமே (6)

அருஞ்சொற்பொருள்:

வாள் - ஒளி. மடமாழை - இளம் மாம்பிஞ்சு. தரளம் - முத்து. நகை - பல். பாண் - பண். சேண் - ஆகாயம். போள்நிலா - (போழ்நிலா) பிறை.

பொழிப்புரை:

ஒளிஉடைய பிறைச் சந்திரன் போன்ற நெற்றியும், இளம் மாம்பிஞ்சு போன்ற வடிவ அழகுடைய கண்ணும், நன்கு விளைந்த முத்துப் போன்ற வெண் பற்களும், பண்போல் இன்மொழியும் உடைய பாவை போன்ற உமாதேவியோடும் கூடி, ஆகாயத்தில் உலவும் சந்திரப்பிறையைச் சடையில் சூடிய எம் தலைவன் எழுந்தருளி இருப்பது; சிகரம் போன்ற பெருங்கோயில் இருப்பதும், பிறைச்சந்திரன் நுழைந்து செல்லும் உயரிய சோலை உடையதும், ஆகிய பூந்தராய் என்னும் தலமே ஆகும்; அத்தலத்தைப் போற்றி வழிபடுவோமாக!

3688. கார்உ லாவிய வார்குழ லாள்கயல்
கண்ணி னாள்புயல் கால்ஒளி மின்இடை
வார்உலாவிய மென்முலை யாள்மலை மாதுஉடனாய்
நீர்உ லாவிய சென்னியன் மன்னி
நிகரும் நாமம் முந்நான்கு நிகழ்பதி
போர்உலாஎயில் சூழ்பொழில் பூந்தராய் போற்றுதுமே (7)

அருஞ்சொற்பொருள்:

கார் - மேகம். புயல் - மேகம். வார் - கச்சு. நீர் - கங்கை. முந்நான்கு - (3X4=12) பன்னிரெண்டு. எயில் - மதில்.

பொழிப்புரை:

மேகம் போன்ற கரிய நிறம் உடைய கூந்தலும், கயல்மீன் போன்ற உருவ அழகு உடைய கண்களும், மேகத்தின் இடையே தோன்றும் ஒளியாகிய மின்னல்கொடி போன்ற மெல்லிய இடையும், கச்சு அணிந்த மெல்லிய முலையும் உடையவளும் மலைஅரசனது மகளும் ஆகிய உமாதேவியை உடன்கொண்டு விளங்கும் கங்கையைச் சடையில் தங்க வைத்துள்ளவன், நிலைத்து எழுந்தருளி இருக்கும் தலம்; பன்னிரெண்டு திருப்பெயர்கள் கொண்டு விளங்குவதும், போர்க்காலங்களில் காத்துக் கொள்ள உதவும் மதில் சூழ்ந்ததும், சோலைவளம் உடையதும், ஆகிய பூந்தராய் என்னும் தலமே ஆகும்; எனவே, அதனைப் போற்றி வழிபடுவோமாக!

3689. **காசை சேர்குழ லாள்கயல் ஏர்தடம்**
கண்ணி காம்புஅன தோள்கதிர் மென்முலைத்
தேசுசேர் மலைமாது அமரும்திரு மார்புஅகலத்து
ஈசன் மேவும் இருங்கயி லைஎடுத்
தானை அன்றுஅடர்த் தான்இணைச் சேவடி
பூசைசெய் பவர்சேர்பொழில் பூந்தராய் போற்றுதுமே (8)

அருஞ்சொற்பொருள்:

காசை - காயாம்பூ. ஏர் - அழகு. தடம் - இடமகன்ற. காம்பு - மூங்கில். அன - (அன்ன) போல. தேசு - ஒளி. மார்பு அகலம் - மார்பாகிய விரிந்த இடம். ஈசன் - ஆளுபவன். சேவடி - சிவந்த திருவடி. பூசை - வழிபாடு.

பொழிப்புரை:

காயாம்பூப் போன்ற கரிய கூந்தல் உடையவளும் கயல்மீன் போன்ற உருவ அழகும் மதர்ப்பும் உடைய கண்கள் உடையவளும் மூங்கில் போன்ற வடிவ அழகு உடைய தோள் உடையவளும் ஒளிரும் மெல்லிய முலை உடையவளும் ஒளி உடல் உடைய மலைமகளும் ஆகிய உமாதேவியை உடன்கொண்டு சிவபெருமான் கயிலை மலையில் வீற்றிருந்தபோது, அக்கயிலை மலையைப் பெயர்த்த இராவணனை அடர்த்த அப்பெருமானது இணையான சிவந்த திருவடிகளை வழிபாடு செய்தவர், வந்து வணங்குகின்ற தன்மையில் விளங்குவது, சோலை வளம் உடைய பூந்தராய் என்னும் தலமே ஆகும். எனவே, அத்தலத்தைப் போற்றி வழிபடுவோமாக!

3690. கொங்கு சேர்குழ லாள்நிழல் வெண்நகைக்
கொவ்வை வாய்க்கொடி ஏர்இடை யாள்உமை
பங்குசேர் திருமார்பு உடையார்படர் தீஉருவாய்
மங்குல் வண்ணனும் மாமல ரோனும்
மயங்க நீண்டவர் வான்மிசை வந்துஎழு
பொங்குநீரில் மிதந்தநல் பூந்தராய் போற்றுதுமே (9)

அருஞ்சொற்பொருள்:

கொங்கு - மணம். நிழல் - ஒளி. நகை - பல். ஏர் - அழகு. மங்குல் - மேகம். பொங்குநீர் - ஊழிக்காலத்தில் பெருகிய கடல்நீர்.

பொழிப்புரை:

மணமுள்ள கூந்தல் உடையவளும் ஒளியுடன் கூடிய வெண்பல் உடையவளும் கொவ்வைப்பழம் போன்ற சிவந்த வாய் உடையவளும் பூங்கொடி போன்ற மெல்லிய அழகிய இடை உடையவளும் ஆகிய உமாதேவியை உடம்பில் ஒரு பங்காக உடையவர்; மேக நிறத் திருமாலும், தாமரை மலரில் அமரும் பிரமனும், தேடிய பொழுது, இருவரும் மயங்குமாறு, நெருப்பு உருவாய் வானளாவ உயர்ந்து நின்றவர்; ஊழியில் கடல் நீரானது பெருகி, உலகை மூடியபோதும், மிதந்தது பூந்தராய் என்னும் தலம் மட்டுமே ஆகும்; எனவே அத்தலத்தைப் போற்றி வணங்குவோமாக!

3691. கலவ மாமயி லார்இய லாள்கரும்பு
அன்ன மென்மொழி யாள்கதிர் வாள்நுதல்
குலவுபூங் குழலாள் உமைகூறனை வேறுஉரையால்
அலவை சொல்லுவார் தேர்அமண் ஆதர்கள்
ஆக்கி னான்தனை நண்ணலும் நல்கும்நல்
புலவர்தாம் புகழ்பொற்பதி பூந்தராய் போற்றுதுமே (10)

அருஞ்சொற்பொருள்:

கலவம் - தோகை. நுதல் - நெற்றி. குழல் - கூந்தல். அலவை - (அல்லவை). பொய் ஆதர் - பயனற்றவர். புலவர் - ஞானிகள். பொற்பதி - அழகிய தலம்.

பொழிப்புரை:

தோகை உடைய, பெருமை மிக்க, மயிலின் சாயலை உடையவள், கரும்பு போன்ற இனிமையும் மென்மையும் உடைய சொல் பேசுபவள்; ஒளிவீசும் நெற்றி உடையவள்; விளங்குகின்ற மலர்அணிந்த கூந்தல் உடையவள்; அவள் உமாதேவி என்னும் பெயருடையவள்; அவளை

உடம்பில் ஒரு பாகமாகக் கொண்ட இறைவன் மீது, சமணர்களும் பௌத்தர்களும் ஆகிய பயனற்றவர்கள், நன்மை தராத, உண்மைக்குப் புறம்பான, வேறு சில சொற்களைக் கூறுவர்; அப்பெருமானே அவர்களை அந்நிலையில் வைத்திருக்கிறான்; இருப்பினும் அவர்கள் திருந்தி அணுகுவாரே ஆயின், அவர்களை ஏற்றுக் கொள்பவன்; அவன் எழுந்தருளி இருக்கும் பூந்தராய் என்னும் தலத்தை ஞானிகள் எல்லாம் போற்றுகின்றனர்; அந்த அழகிய தலத்தை நாமும் போற்றுவோமாக!

3692. தேம்பல் நுண்இடை யாள்செழும் சேல்அன
கண்ணி யோடுஅண்ணல் சேர்விடம் தேன்அமர்
பூம்பொழில்திகழ் பொற்பதி பூந்தராய் போற்றுதும்என்று
ஓம்பு தன்மையன் முத்தமிழ் நான்மறை
ஞானசம் பந்தன் ஒண்தமிழ் மாலைகொண்டு
ஆம்படிஇவை ஏத்தவல்லார்க்கு அடையா வினையே (11)

அருஞ்சொற்பொருள்:

தேம்பல் - இளைத்தல். ஆம்படி - பயனாகும்படி.

பொழிப்புரை:

இளைத்த மெல்லிய இடை உடையவளும் செழும் சேல்மீன் போன்ற கண் உடையவளும் ஆகிய உமாதேவியோடு தலைவனாகிய சிவபெருமான் சேர்ந்து இருக்கும் இடம், தேன் பொருந்திய பூக்கள் நிறைந்த சோலை வளம் உடைய அழகிய தலமாகிய பூந்தராயைப் போற்றுவோம் என்று பாடி, அத்தலத்துப் பெருமைகளைப் பேணுபவனும், முத்தமிழும் நான்மறையும் வல்லவனும், ஆகிய ஞானசம்பந்தன், ஒள்ளிய தமிழ்மாலை கொண்டு சாத்தினான்; அதனை அவ்விதமாகவே பாடிச் சாத்தி வழிபட வல்லவர்க்கு, வினைகள் வந்து சேராது.

திருச்சிற்றம்பலம்

341

சீகாழி

பதிக வரலாறு:

புறவநகர் புறத்து வந்த புகலியர்கோன், ''காழிநகர் சேர்மின்'' என்று இப்பதிகத்தைப் பாடிக் கொண்டே ஊரினுள் நுழைந்தார்.

திருமுறை 2 - 233 திருஞான - 1148

திருவிராகம்

பண்: நட்டராகம்

3693. நம்பொருள் நம்மக்கள் என்று நச்சி இச்சை செய்துநீர்
அம்பரம் அடைந்து சால அல்லல் உய்ப்ப தன்முனம்
உம்பர் நாதன் உத்தமன் ஒளிமி குந்த செஞ்சடை
நம்பன் மேவும் நன்நகர் நலம்கொள் காழி சேர்மினே (1)

அருஞ்சொற்பொருள்:

நச்சி - விரும்பி. இச்சை - பற்று. அம்பரம் - ஆதரவற்ற நிலை. சால - மிகுதியும். அல்லல் - துன்பம். முனம் - முன்னம். உம்பர்நாதன் - தேவர் தலைவன். நம்பன் - விரும்பப்படுபவன்.

பொழிப்புரை:

உலகவரே! 'நமது பொருள் இது' என்றும், 'நமது உறவினர் இவர்' என்றும், விரும்பிப் பற்று வைத்து, (உடலைவிட்டு உயிர் நீங்கியபோது) இவை உடன்வராதது கண்டு, 'தனித்து விடப்பட்டோம்' என்று மிகுதியும் துன்பம் உறுவதன் முன்னமே; தேவர் தலைவனும், உத்தம குணங்கள் உடையவனும், ஒளிமிகுந்த சிவந்த சடை உடையவனும் ஆகிய, கண்டாரால் விரும்பப்படும் இறைவன், எழுந்தருளி இருக்கும் நல்ல நகரும், நன்மைகள் செய்யும் நகரும், ஆகிய காழியைச் சென்று அடைவீராக!

3694. பாவம் மேவும் உள்ள மோடு பத்தி இன்றி நித்தலும்
ஏவ மான செய்து சாவ தன்முனம்(ம்) இசைந்துநீர்
தீப மாலை தூப மும்செறிந் தகையர் ஆகிநம்
தேவ தேவன் மன்னும் ஊர்திருந்து காழி சேர்மினே (2)

அருஞ்சொற்பொருள்:

நித்தலும் - நாள்தோறும். ஏவம் - குற்றம். முனம் - முன்னம்.

பொழிப்புரை:

பாவம் வந்து பொருந்துவதற்கு ஏதுவானவற்றை நினைத்து, அன்பு இன்றி, நாளும் குற்றம்உடைய செயல்களையே செய்து, இறந்துபடுவதற்கு முன்பாக, நீவிர் மனம் இசைந்து, மாலை சாத்தி, தீபதூபம் காட்டி, வழிபடும் தன்மை உடையவர் ஆகி, தேவர்களுக்கும் மேலான தேவனாய் விளங்கும் சிவபெருமான் எழுந்தருளி இருக்கும் சீர்காழி நகரைச் சென்று அடைவீராக!

3695. சோறு கூறை இன்றியே துவண்டு தூரமாய் நுமக்கு
ஏறு சுற்றம் எள்கவே இடுக்கண் உய்ப்ப தன்முனம்
ஆறும் ஓர்சடை யினான் ஆதி ஆனை செற்றவன்
நாறு தேன்மலர்ப் பொழில்ந லம்கொள் காழி சேர்மினே (3)

அருஞ்சொற்பொருள்:

கூறை - உடை. எள்க - இகழ. இடுக்கண் - துன்பம். முனம் - முன்னம். ஆறு - கங்கை. ஆதி - ஊழிகளால் உலகம் அழிந்த பின்னும் நிலைத்து நிற்கும் முதல்வன். ஆனை - யானை.

பொழிப்புரை:

உணவு உண்ண முடியாதும், உடை உடுத்த முடியாதும், துவண்டு போவதன் முன்னம், தூரத்து உறவினர்கள் கூடி எள்ளி நகைப்பதன் முன்னம்; அதாவது இறப்பாகிய துன்பம் வந்து சேரும் முன்னம்; கங்கையைச் சடையில் சூடி இருப்பவனும், முதல்வனும், யானையைக் கொன்றவனும், ஆகிய இறைவன் எழுந்தருளி இருக்கும் தேன்மணம் கமழும் பூக்கள் நிறைந்த சோலைவளம் மிக்கதும், நன்மை மிக உடையதும் ஆகிய சீர்காழிக்கு வந்து சேருங்கள்.

3696. நச்சி நீர்பிறன் கடை நடந்து செல்ல நாளையும்
உச்சி வம்எனும் உரை உணர்ந்து கேட்ப தன்முனம்
பிச்சர் நச்சு அரவுஅரைப் பெரிய சோதி பேணுவார்
இச்சை செய்யும் எம்பிரான் எழில்கொள் காழி சேர்மினே (4)

அருஞ்சொற்பொருள்:

நச்சி - விரும்பி. பிறன்கடை - பிறரது வீட்டு வாயில். நாளை உச்சி வம் - நாளை உச்சிப் போதில் வருக. எனும் உரை - என்னும் சொல். முனம் - முன்னம். பிச்சர் - பித்தர். நச்சுஅரவு - விடப்பாம்பு. அரை - இடை.

பொழிப்புரை:

நீவிர் உணவினை விரும்பி பிறர் வீட்டு வாயிலில் சென்று நிற்க, அவர் 'நாளை உச்சிப் பொழுதில் வருக!' என்று சொல்ல, அதன் பொருள் உணர்ந்து, காது கொடுத்துக் கேட்பதற்கு முன்னம்; பித்தரும், விடப் பாம்பை இடையில் கட்டி இருப்பவரும், பெரிய சோதியாய் விளங்குபவரும், அன்பு செய்பவரும், ஆகிய எமது பெருமான் எழுந்தருளி இருக்கும் அழகிய காழி நகரைச் சென்று சேருங்கள்.

3697. **கண்கள் காண்பு ஒழிந்து மேனிகன் றிஒன்று அலாதநோய்**
உண்கி லாமை செய்து நும்மை உய்த்துஅழிப் பதன்முனம்
விண்கு லாவு தேவர் உய்ய வேலைநஞ்சு அமுதுசெய்
கண்கள் மூன்று உடையஎம் கருத்தர் காழி சேர்மினே (5)

அருஞ்சொற்பொருள்:

கன்றி - வாடி. அலாத - அல்லாத. முனம் - முன்னம். வேலை - கடல். கருத்தர் - தலைவர்.

பொழிப்புரை:

கண்கள் காட்சி ஒழிந்து, உடம்பு வாடி, ஒன்றுக்கு மேற்பட்ட நோய்கள் வந்து பொருந்தி, உணவு உண்ண முடியாமல் செய்து, உம்மை முதுமை துன்புறுத்தும் முன்னே, வான்உலகத் தேவர்கள் உய்யும் பொருட்டு, கடல் விடத்தை உண்டவனும், மூன்று கண்கள் கொண்டவனும், தலைவனும், ஆகிய எம் இறைவன் எழுந்தருளி இருக்கும் சீகாழியைச் சென்று சேர்வீராக!

3698. **அல்லல் வாழ்க்கை உய்ப்ப தற்கு அவத்தமே பிறந்துநீர்**
எல்லை இல்பிணக் கினில்கிடந் திடாது எழு(ம்)மினோ
பல்இல் வெண்தலை யினில்ப லிக்குஇ யங்குபான் மையான்
கொல்லை ஏறுஅது ஏறுவான் கோலக் காழி சேர்மினே (6)

அருஞ்சொற்பொருள்:

அல்லல் - துன்பம். அவத்தம் - வீண். பிணக்கு - மாறுபாடு. கொல்லை - முல்லை நிலம். ஏறு - இடபம். கோலம் - அழகு.

பொழிப்புரை:

துன்பமயமான வாழ்க்கை மேற்கொள்வதற்காகவே, வீணிலே பிறந்து, நீவிர் எல்லையற்ற மாறுபாடுகளில் சிக்கிக் கிடந்து தவிப்பதை விட்டு, மேல் எழுவீராக! பல் இல்லாத மண்டை ஓட்டில் பிச்சை ஏற்றுத் திரியும் இயல்பு உடையவனும், முல்லை நிலத்து எருது ஒன்றின்மீது ஏறி வருபவனும், ஆகிய இறைவன் எழுந்தருளி இருக்கும் அழகிய காழி நகரைச் சென்று சேர்வீராக!

★ **(இப்பதிகத்தின் 7-ஆம் பாடல் கிடைக்கவில்லை).**

3699. **பொய்மி குந்த வாயராய்ப் பொறாமை யோடு சொல்லும்நீர்**
ஐமி குந்த கண்டராய் அடுத்து இரைப்ப தன்முனம்
மைமி குந்த மேனி வாள்அரக் கனைநெ ரித்தவன்
பைமி குந்த பாம்புஅரைப் பரமர் காழி சேர்மினே (8)

அருஞ்சொற்பொருள்:

ஐ - கோழை. இரைப்பது - மூச்சு இரைப்பது. முனம் - முன்னம். மை - கருமை. பை - படம்.

பொழிப்புரை:

பொய்மிகுந்த சொல்லும் அச்சொல் பேசும் பொறாமை மிகுந்த மனமும் உடையவராய் வாழ்ந்துவந்த நீவிர், இப்பொழுது கோழை வந்து கண்டத்தில் அடைக்க, இரைப்பு உண்டாவதன் முன்னம்; கருமை நிறமும் வாள் ஏந்தியவனும் அரக்கனும் ஆகிய இராவணனை நெரித்தவனும், படமுடைய பாம்பை இடையில் கச்சாகக் கட்டியவனும், மேலான இறைவனும், ஆகிய பெருமான் எழுந்தருளி இருக்கும் சீர்காழியைச் சென்று சேர்வீராக!

3700. **காலி னோடு கைகளும் தளர்ந்து காம நோய்தனால்**
ஏல வார்குழ லினார் இகழ்ந்து உரைப்ப தன்முனம்
மாலி னோடு நான்முகன் மதித்து அவர்கள் காண்கிலா
நீலம் மேவு கண்டனார் நிகழ்ந்த காழி சேர்மினே (9)

அருஞ்சொற்பொருள்:

ஏலம் - மயிர்ச்சாந்து. வார்குழல் - நீண்ட கூந்தல். முனம் - முன்னம்.

பொழிப்புரை:

காமம் என்னும் நோயின் வசப்பட்டு, கால் கைகள் தளர்ந்து, மயிர்ச்சாந்து பூசிய கூந்தல் உடைய மனைவி இகழ்ந்து பேசுவதற்கு முன்னம்; திருமாலும் பிரமனும் தேடிக் காணமுடியாத நீலகண்டம் உடைய பெருமான் எழுந்தருளி இருக்கும் சீர்காழியைச் சென்று அடைவீராக!

3701. நிலைவெ றுத்த நெஞ்ச மோடு நேசம்இல் புதல்வர்கள்
முலைவெ றுத்த பேர்தொ டங்கியே முனிவ தன்முனம்
தலைப றித்த கையர் தேரர் தாம்தரிப்பு அரியவன்
சிலைபி டித்து எயில்எய் தான்திருந் துகாழி சேர்மினே (10)

அருஞ்சொற்பொருள்:

நிலை - நீண்ட நாட்களாகப் படுக்கையில் கிடக்கும் நிலை. நேசம் - அன்பு. முலை - இங்கு முலை உடைய மனைவி என்க. முனிவது - வெறுப்பது. முனம் - முன்னம்.

பொழிப்புரை:

நீண்ட நாட்களாகப் படுக்கையில் கிடக்க, பணிவிடை செய்து, மனம் வெறுப்படைந்து, பிள்ளைகள் அன்பற்றவர்கள் ஆகவும், மனைவி வெறுக்கவும், தொடங்கும் முன்பே; தலைமயிரைப் பறித்துக் கொள்ளும் சமணர்களுக்கும் பௌத்தர்களுக்கும் தன் இருப்பினைக் காட்டிக் கொள்ளாதவனும், வில்லைக் கையில் ஏந்தி மும்மதிலை எரித்து அழித்தவனும், ஆகிய சிவபெருமான் எழுந்தருளி இருக்கும் சீர்காழியைச் சென்று சேர்வீராக!

3702. தக்க னார்தலை அரிந்த சங்க ரந்த னதுஅரை
அக்கி னோடுஅரவு அசைத்த அந்தி வண்ணர் காழியை
ஒக்க ஞானசம் பந்தன் உரைத்த பாடல் வல்லவர்
மிக்க இன்பம் எய்தி வீற்றிருந்து வாழ்தல் மெய்ம்மையே (11)

அருஞ்சொற்பொருள்:

அரை - இடை. அக்கு - சங்குமணி. அரவு - பாம்பு. அசைத்த - கட்டிய. அந்தி - மாலை.

பொழிப்புரை:

தக்கனது தலையை அரிந்த சங்கரன் தனது இடையில் சங்குமணியும் பாம்புக் கச்சும் அணிந்தவர்; மாலைநேரத்துச் செவ்வானம் போன்ற மேனிநிறம் உடையவர்; அவர் எழுந்தருளி இருக்கும் சீர்காழி மீது; ஞானசம்பந்தன் பாடிய பாடல்களாகிய இவற்றைப் பாடி; வழிபட வல்லவர்; மிகுந்த இன்பம் எய்தி வாழும் வாழ்வினைப் பெறுதல் உறுதியே ஆகும்.

திருச்சிற்றம்பலம்

342

திருப்புகலி

பதிக வரலாறு:

சீகாழி வந்த சிரவையார், இறைவரை வழிபட்டுப் பதிகம் பாடி, வெளியில் வந்து, திருமடத்தில் தங்கி இருந்து, நாளும் திருக்கோயிலுக்குச் சென்று, பதிகம் பல பாடிப் பணிவார் ஆயினர். இதனை வரிசைப்படுத்த முடியாது. எனவே இனிவரும் பதிகங்கள் சீர்காழியில் தங்கி இருந்த காலத்தில் பாடியது எனக் கொள்க.

திருமுறை 1 - 30 திருஞான - 1151

பண்: தக்கராகம்

3703. **விதியாய் விளைவாய் விளைவின் பயனாகிக்**
கொதியா வருகூற் றைஉதைத் தவர்சேரும்
பதியா வதுபங் கயம்நின்று அலரத்தேன்
பொதியார் பொழில்சூழ் புகலி(ந்) நகர்தானே (1)

அருஞ்சொற்பொருள்:

கொதியா வருகூற்று - சினந்து வந்த இயமன்.

பொழிப்புரை:

மார்க்கண்டேயன் உயிர் பிரிய வேண்டும் என்பது விதி; அதன் விளைவு இயமன் வந்தது; அவ்விளைவின் பயன் உயிரை எடுக்க சினமுடைய இமயன் முயன்றது; தன் பக்தனைக் காப்பாற்றும் பொருட்டு விதியை மீறி இயமனை உதைத்த இறைவர் சிவபெருமான்; அவர் எழுந்தருளி இருக்கும் தலமாக விளங்குவது தாமரை மலர, அதனின்றும் தேன் ஒழுகும் சோலையால் சூழப்பட்ட புகலி நகர் ஆகும்.

3704. **ஒன்னார் புரம்மூன்றும் எரித்த ஒருவன்**
மின்ஆர் இடையா ளொடும்கூ டியவேடம்
தன்னால் உறைவா வதுதண் கடல்சூழ்ந்த
பொன்ஆர் வயல்பூம் புகலி(ந்) நகர்தானே (2)

அருஞ்சொற்பொருள்:

ஒன்னார் - பகைவர். மின் - மின்னல். பொன் - அழகு.

பொழிப்புரை:

பகைவரது முப்புரத்தை எரித்து அழித்த ஒருவன்; மின்னல் போன்ற மெல்லிய இடைஉடையவளோடு (உமாதேவியோடு) கூடி இருக்கும் வேடம் உடையவன்; அவன் எழுந்தருளி இருக்கும் தலமாக விளங்குவது, குளிர்ந்த கடலால் சூழப்பட்ட அழகிய வயல் வளம் உடைய அழகிய புகலி நகர் ஆகும்.

3705. வலிஇல் மதிசெஞ் சடைவைத் தமணாளன்
புலியின் அதள்கொண்டு அரைஆர்த்த புனிதன்
மலியும் பதிமா மறையோர் நிறைந்துஈண்டிப்
பொலியும் புனல்பூம் புகலி(ந்) நகர்தானே (3)

அருஞ்சொற்பொருள்:

வலிஇல் மதி - வலிமை இல்லாத இளம் பிறை. அதள் - தோல். அரை ஆர்த்த - இடையில் கட்டிய.

பொழிப்புரை:

வலிமை குன்றிய இளம்பிறைச் சந்திரனைச் சடையில் சூடி இருக்கும் மணவாளன்; புலியின் தோலை இடையில் கட்டிய புனிதன்; அவன் எழுந்தருளி இருக்கும் தலமாக விளங்குவது, மறையவர் நிறைந்து நெருங்கி வாழும் நீர்வளம் உடைய அழகிய புகலி நகரமே ஆகும்.

3706. கயல்ஆர் தடம்கண் ணியொடும் எருதுஏறி
அயலார் கடையில் பலிகொண்ட அழகன்
இயலால் உறையும் இடம்எண் திசையோர்க்கும்
புயல்ஆர் கடல்பும் புகலி(ந்) நகர்தானே (4)

அருஞ்சொற்பொருள்:

அயலார் கடை - அயலவரது வீட்டு முற்றம். பலி - பிச்சை. இயல் - அழகு.

பொழிப்புரை:

கயல் மீன் போன்ற வடிவ அழகும், இடம் அகன்றதும், ஆகிய கண் உடைய உமாதேவியோடு கூடி, எருதின்மீது ஏறி, அயலவர் வீட்டு

முற்றங்களில் சென்று, நின்று, பிச்சை ஏற்கும் அழகன்; அவன் அழகுபட எழுந்தருளி இருக்கும் தலம், எட்டு திசைகளில் வாழ்பவர்களும் வந்து வணங்கும் மேகத்தைப் பரவவிடும் கடல் சூழ்ந்த அழகிய புகலி நகரமே ஆகும்.

**3707. காதுஆர் கனபொன் குழைதோடு அதுஇலங்கத்
தாதுஆர் மலர்தண் சடைஏற முடித்து
நாதான் உறையும்(ம்) இடம்ஆ வதுநாளும்
போதுஆர் பொழில்பூம் புகலி(ந்) நகர்தானே (5)**

அருஞ்சொற்பொருள்:

கன பொன் குழை - கனமான பொன்னால் ஆன குழை. தாது - மகரந்தம். நாதான் - (நாதன்) தலைவன். போது - மலர்.

பொழிப்புரை:

கனமானதும், பொன்னால் ஆனதும், ஆகிய குழை ஒரு காதிலும், தோடு மற்றொரு காதிலும், ஆக விளங்க, மகரந்தம் நிறைந்த மலர்மாலையை குளிர்ந்த சடைமீது தூக்கிக் கட்டிய தலைவன் எழுந்தருளி இருக்கும் தலமாக விளங்குவது, நாள்தோறும் மலர்கள் மலரும் சோலை சூழ்ந்த அழகிய புகலி நகரே ஆகும்.

**3708. வலம்ஆர் படைமான் மழுஏந்திய மைந்தன்
கலம்ஆர் கடல்நஞ்சு அமுதுஉண்ட கருத்தன்
குலம்ஆர் பதிகொன் றைகள்பொன் சொரியத்தேன்
புலம்ஆர் வயல்பூம் புகலி(ந்) நகர்தானே (6)**

அருஞ்சொற்பொருள்:

வலம் - வெற்றி. கலம் - கப்பல். கருத்தன் - தலைவன். குலம் - மனித குலம் (இங்கு அடியார்களைக் குறித்தது). புலம் - இடம்.

பொழிப்புரை:

வெற்றி பொருந்திய மழுப்படை, மான்கன்று, ஆகியவற்றை ஏந்திய மைந்தன் (வலிமை உடையவன்); கப்பல்கள் உலாவும் கடலிலிருந்து வெளிப்பட்ட ஆலகால விடத்தை உண்ட தலைவன்; அவன் எழுந்தருளி இருக்கும் தலம்; அடியார்கள் கூடி வாழ்த்துவதும், பொன் போன்ற நிறம் உள்ள கொன்றைமலர் தேன்சொரிவதும், வயல் வளம் உடையதும், ஆகிய நிலப்பரப்பை உடைய அழகிய புகலி நகரமே ஆகும்.

3709. கறுத்தான் கனலான் மதில்மூன் றையும்வேவச்
செறுத்தான் திகழும் கடல்நஞ்சு அமுதாக
அறுத்தான் அயன்தன் சிரம்ஐந் திலும்ஒன்றைப்
பொறுத்தான் இடம்பூம் புகலி(ந்) நகர்தானே (7)

அருஞ்சொற்பொருள்:

கறுத்தான் - சினந்தான். கனல் - நெருப்பு. செறுத்தான் - அழித்தான். அறுத்தான் - அரிந்தான். அயன் - பிரமன். சிரம் - தலை.

பொழிப்புரை:

மும்மதில்கள் நெருப்புபட்டு அழியுமாறு சினந்தவன்; கடலிலிருந்து வெளிப்பட்ட நஞ்சினை அமுதமாக்கி உண்டவன்; பிரமனது ஐந்து தலைகளில் ஒரு தலையை அரிந்தவன்; அத்தலையைக் கையில் ஏந்தியவன்; அவன் எழுந்தருளி இருக்கும் தலம் அழகிய புகலி என்னும் நகரமே ஆகும்.

3710. தொழிலான் மிகுதொண் டர்கள்தோத் திரம்சொல்ல
எழில்ஆர் வரையால் அன்றுஅரக் கனைச்செற்ற
கழலான் உறையும் இடம்கண் டல்கள்மிண்டிப்
பொழிலான் மலிபூம் புகலி(ந்) நகர்தானே (8)

அருஞ்சொற்பொருள்:

தொழில் - சரியை கிரியைத் தொழில்கள். தோத்திரம் - புகழ்ந்து பாடுதல். வரை - (கயிலை) மலை. செற்ற - அழித்த. கழல் - திருவடி. கண்டல் - தாழை. மிண்டி - நெருங்கி.

பொழிப்புரை:

சரியை கிரியை தொழிலில் சிறந்து விளங்கும் தொண்டர்கள் புகழ்ந்து பாட இருப்பவன்; அழகிய கயிலை மலை கொண்டு, முன்பு இராவணனை அழித்த திருவடி உடையவன்; அவன் எழுந்தருளி இருக்கும் தலம்; தாழைகள் மலிந்து காணப்படுவதும், சோலை உடையதும், ஆகிய அழகிய புகலி நகரே ஆகும்.

3711. மாண்டார் சுடலைப் பொடிபூசி மயானத்து
ஈண்டார் நடம்ஆ டியஏந்தல் தன்மேனி
நீண்டான் இருவருக்கு எரியா அரவுஆரம்
பூண்டான் நகர்பூம் புகலி(ந்) நகர்தானே (9)

அருஞ்சொற்பொருள்:

ஏந்தல் - தலைவன். அரவு ஆரம் பூண்டான் - பாம்பினை மாலையாக அணிந்தவன்.

பொழிப்புரை:

இறந்தவர் பிணத்தை எரித்த சுடுகாட்டுச் சாம்பலை உடலில் பூசிக் கொண்டு, சுடுகாட்டில் நின்று நடனம் ஆடும் தலைவனாகிய சிவபெருமான், திருமாலுக்கும் பிரமனுக்கும் தனது திருமேனியைக் காட்டாது, எரிஉருவில் உயர்ந்து நின்றவன்; பாம்பை மாலையாக அணிந்திருப்பவன்; அவன் எழுந்தருளி இருக்கும் நகரம் புகலியே ஆகும்.

3712. **உடையார் துகில்போர்த்து உழல்வார் சமண்கையர்**
அடையா தனசொல் லுவர்ஆதர் கள்ஓத்தைக்
கிடையா தவன்தன் நகர்நன் மலிபூகம்
புடையார் தருபூம் புகலி(ந்) நகர்தானே (10)

அருஞ்சொற்பொருள்:

துகில் - ஆடை. கையர் - கீழ்மக்கள். ஓத்து - வேதம். கிடையாதவன் - அகப்படாதவன். பூகம் - பாக்குமரம்.

பொழிப்புரை:

உடையாக ஒரு மெல்லிய துணியினைப் போர்த்துத் திரிகின்ற பௌத்தர்களும், சமணர்களும், ஆகிய கீழ்மக்கள் பொருந்தாதவற்றையே கூறுவர்; அவர்கள் வேதம் என்று கூறும் பிடக நூலுக்குக் கட்டுப்படாதவன்; அவன் (சிவபெருமான்) எழுந்தருளி இருக்கும் தலம், பாக்கு மரங்கள் நிறைந்த பூம்புகலி நகரமே ஆகும்.

3713. **இரைக்கும் புனல்செஞ் சடைவைத்த எம்மான்தன்**
புரைக்கும் பொழில்பூம் புகலி(ந்) நகர்தன்மேல்
உரைக்கும் தமிழ்ஞான சம்பந்தன் ஒண்மாலை
வரைக்கும் தொழில்வல் லவர்நல் லவர்தாமே (11)

அருஞ்சொற்பொருள்:

இரைக்கும் - ஆர்ப்பரிக்கும். புரைக்கும் - பெருமை உடைய. வரைக்கும் தொழில் - வரையறுத்துப் பாடும் தொழிலில் வல்லமை உடையவர்.

பொழிப்புரை:

ஆர்ப்பரிக்கும் கங்கையைச் சடையில் சூடி இருக்கும் எம்பெருமான் எழுந்தருளி இருக்கும் பெருமை உடைய அழகிய சோலை சூழ்ந்த புகலி நகர் மீது; தமிழின்பால் விருப்பம் உடைய ஞானசம்பந்தன் பாடிச் சாத்திய ஒண்தமிழ் மாலையை; வரையறை செய்து பாடி வழிபடும் வலிமை உடைய அடியார்கள், மிகவும் நல்லவரே ஆவர்.

343

சீகாழி

திருமுறை 1 - 34

பண்: தக்கராகம்

3714. அடல்ஏறு அமரும் கொடிஅண்ணல்
மடல்ஆர் குழலா ளொடுமன்னும்
கடல்ஆர் புடைசூழ் தருகாழி
தொடர்வார் அவர்தூ நெறியாரே (1)

அருஞ்சொற்பொருள்:

அடல் - வலிமை. மடல் - பூ. குழல் - கூந்தல். தொடர்வார் - தியானிப்பவர்.

பொழிப்புரை:

வலிமை உடைய இடபத்தின்மீது ஏறிவரும் இடபக்கொடி உடைய தலைவனும், பூச்சூடிய கூந்தல் உடைய உமாதேவியை உடன்கொண்டு நிலைத்துத் தங்கி இருப்பவனும், ஆகிய சிவபெருமான் எழுந்தருளி இருக்கும் கடல் சூழ்ந்த காழியைத் தியானிப்பவர், தூய நெறியில் பயணிப்பவரே ஆவர்.

3715. திரைஆர் புனல்சூ டியசெல்வன்
வரைஆர் மகளோடு மகிழ்ந்தான்
கரைஆர் புனல்சூழ் தருகாழி
நிரைஆர் மலர்தூவு மின்இன்றே (2)

அருஞ்சொற்பொருள்:

திரை - அலை. வரை - மலை. நிரை - வரிசை.

பொழிப்புரை:

அலைவீசும் கங்கையைச் சடையில் சூடிய செல்வனும், மலைஅரசனது மகளோடு கூடி மகிழ்ந்தவனும், ஆகிய சிவபெருமான் எழுந்தருளி இருக்கும் கரையோடு கூடிய நீர்நிலைகள் கொண்ட சீகாழியை இன்றே மலர்தூவி வழிபடுவீராக!

3716. இடிஆர் குரல்ஏறு உடைஎந்தை
துடிஆர் இடையா ளொடுதுன்னும்
கடிஆர் பொழில்சூழ் தருகாழி
அடியார் அறியார் அவல(ம்)மே (3)

அருஞ்சொற்பொருள்:

ஏறு - இடபம். துடி - உடுக்கை. துன்னும் - நெருங்கி இருக்கும். கடி - மணம். அவலம் - துன்பம்.

பொழிப்புரை:

இடிபோல் முழங்கும் இடப ஊர்தி உடைய எமது தந்தை, உடுக்கையின் நடுப்பகுதி போன்ற சிறுத்த இடை உடைய உமாதேவியோடு நெருங்கி இருக்கும், மணமுள்ள சோலை சூழ்ந்த சீகாழியை, வழிபடும் அடியவர், தம் வாழ்வில் துன்பம் அடைவது இல்லை.

3717. ஒளிஆர் விடம்உண் டஒருவன்
அளிஆர் குழல்மங் கையொடுஅன்பாய்க்
களிஆர் பொழில்சூழ் தருகாழி
எளிதாம் அதுகண் டவர்இன்பே (4)

அருஞ்சொற்பொருள்:

ஒளி - நீலநிறம். அளி - வண்டு. களி - மகிழ்ச்சி.

பொழிப்புரை:

நீலமணி போல் ஒளிஉடைய விடத்தை உண்டு கண்டத்தில் தேக்கிய ஒருவன், வண்டு மொய்க்கும் கூந்தல் உடைய உமாதேவியை அன்புடன் ஏற்பவன் எழுந்தருளி இருக்கும், களிப்பை மிகுவிக்கும் சோலை சூழ்ந்த சீகாழியை வணங்குபவர்க்கு, இன்பம் எளிதாகக் கிடைக்கும்.

3718. பனிஆர் மலர்ஆர் தருபாதன்
முனிதான் உமையோடு முயங்கிக்
கனிஆர் பொழில்சூழ் தருகாழி
இனிதாம் அதுகண் டவர்ஈடே (5)

அருஞ்சொற்பொருள்:

பனி - குளிர்ச்சி. பாதன் - திருவடி உடையவன். முனி - முனிவன்.

பொழிப்புரை:

குளிர்ந்த மலர்கள் கொண்டு நிறைக்கப்பட்ட திருவடி உடையவன்; உமாதேவியோடு கூடி போகி போல் காணப்பட்டாலும், அவன் யோகியே ஆவன்; அவன் எழுந்தருளி இருக்கும் கனிகள் நிரம்பிய சோலை சூழ்ந்த சீகாழியைக் கண்டு வழிபடுபவர்க்கு இன்பமே மிகுதியாகும்.

3719. **கொலைஆர் தரும்கூற் றம்உதைத்து**
மலையான் மகளொடு மகிழ்ந்தான்
கலையார் தொழுதுஏத் தியகாழி
தலையால் தொழுவார் தலையாரே (6)

அருஞ்சொற்பொருள்:

கலையார் - கலைஞானம் உடையவர்.

பொழிப்புரை:

கொல்லுதலைச் செய்யும் இயமனை உதைத்து, மலைமகளோடு கூடி மகிழுபவன் எழுந்தருளி இருக்கும் கலைஞானம் உடையவர் வணங்கும் காழியை தலைதாழ்த்தி வழிபடுபவர், தலைமை உடையவரே ஆவர்.

3720. **திருவார் சிலையால் எயில்எய்து**
உருவார் உமையோடு உடன்ஆனான்
கருவார் பொழில்சூழ் தருகாழி
மருவா தவர்வான் மருவாரே (7)

அருஞ்சொற்பொருள்:

திருஆர் சிலை - அழகு விளங்கும் வில். எயில் - மதில். உரு - அழகு. கரு - கருமை (நிழல்). மருவாதவர் - பொருந்தாதவர்.

பொழிப்புரை:

அழகிய மேரு மலையாகிய வில்கொண்டு, மும்மதில்களை அழித்து, அழகிய உமாதேவியோடு கூடி மகிழும் சிவபெருமான் எழுந்தருளி இருக்கும் நிழல்மிகுந்த சோலை சூழ்ந்த சீகாழியைச் சென்று சேராதவர், வானஉலகைச் சென்று சேராதவரே ஆவர்.

3721. **அரக்கன் வலிஒல்க அடர்த்து**
வரைக்கும் மகளோடு மகிழ்ந்தான்
சுரக்கும் புனல்சூழ் தருகாழி
நிரக்கும் மலர்தூவு நினைந்தே (8)

அருஞ்சொற்பொருள்:

ஒல்க - சுருங்க. வரைக்கும் மகள் - (வரைமகள்) மலைமகள். நிரக்கும் - ஒழுங்காகும்.

பொழிப்புரை:

அரக்கனாகிய இராவணனது வலிமை கெட நெரித்து, மலைமகளோடு கூடி மகிழ்ந்தவன் எழுந்தருளி இருக்கும், நீர் ஊற்றுப் பெருகும் சீர்காழியை ஒழுங்காக மலர்தூவி, நினைந்து வழிபடுவீராக!

3722. **இருவர்க்கு எரியாகி நிமிர்ந்தான்**
உருவில் பெரியா ளொடுசேரும்
கருநல் பரவை கமழ்காழி
மருவப் பிரியும் வினைமாய்ந்தே (9)

அருஞ்சொற்பொருள்:

இருவர் - திருமாலும் பிரமனும். பெரியாள் - பெரியநாயகி. பரவை - கடல். மருவ - பொருந்த. 'வினை மாய்ந்து பிரியும்' - எனக் கூட்டி உரைக்க.

பொழிப்புரை:

திருமாலுக்கும் பிரமனுக்கும் தம்மைக் காட்டிக் கொள்ளாது, எரி உருவில் நிமிர்ந்து நின்றவன், உருவில் பெரியவளாகிய பெரியநாயகியோடு கூடிஇருக்கும் கரிய நல்ல கடலின் கரையில் உள்ள சீகாழியைப் பொருந்தி வணங்க, வணங்குவாரது வினை அழிந்து, அது அவரைவிட்டு நீங்கும்.

3723. **சமண்சாக் கியர்தாம் அலர்தூற்ற**
அமைந்தான் உமையோடு உடன்அன்பாய்க்
கமழ்ந்தார் பொழில்சூழ் தருகாழி
சுமந்தார் மலர்தூ வுதல்கொண்டே (10)

அருஞ்சொற்பொருள்:

அலர் - பழி. கமழ்ந்தார் பொழில் - மணம் கமழும் சோலை. காழி சுமந்தார் - காழியை மனத்திலே சுமந்தவர் (தியானிப்பவர்).

பொழிப்புரை:

சமணர்களும் பௌத்தர்களும் பழி தூற்ற, உமாதேவியோடு அன்புமிக உடையவனாய், ஒரே இருக்கையில் அமர்ந்திருப்பவன், எழுந்தருளி இருக்கும், மணம் கமழும் சோலை சூழ்ந்த சீகாழியை, மனதால் நினைந்து, மலர்தூவி வழிபடுதல், தொண்டு நெறியே ஆகும்.

3724. நலமா கியஞா னசம்பந்தன்
கலம்ஆர் கடல்சூழ் தருகாழி
நிலையா கநினைந் தவர்பாடல்
வலரா னவர்வான் அடைவாரே (11)

அருஞ்சொற்பொருள்:

கலம் - கப்பல். வலர் - வல்லர். வான் - வான் உலகம்.

பொழிப்புரை:

நன்மைகள் மிக உடைய ஞானசம்பந்தன், கப்பல்கள் நிறைந்த கடலின் கரையில் உள்ள காழியைப் பாடிய பாடல்களை, நிலையாக நினைந்து பாடி வழிபட வல்லவர், வானஉலகை எளிதாக அடைவர்.

திருச்சிற்றம்பலம்

344

திருச்சிரபுரம்

திருமுறை 1 - 47

பண்: பழந்தக்கராகம்

3725. பல்அடைந்த வெண்தலையில் பலிகொள்வது அன்றியும்போய்
வில்அடைந்த புருவநல்லாள் மேனியில் வைத்ததுஎன்னே
சொல்அடைந்த தொல்மறையோடு அங்கம் கலைகள்எல்லாம்
செல்அடைந்த செல்வர்வாழும் சிரபுரம் மேயவனே (1)

அருஞ்சொற்பொருள்:

பல்அடைந்த வெண்தலை - பல்லொடு கூடிய வெள்ளை நிற மண்டைஓடு. வில் அடைந்த புருவம் - வில்போன்ற வளைந்த புருவம்.

பொழிப்புரை:

சொல்லாலும் பொருளாலும் சிறந்து விளங்கும் பழைய மறைகள், அதன் அங்கங்கள், கலைகள் என இவற்றைக் கற்றுணர்ந்த அறிவுச் செல்வம் மிக்கவர் நிறைந்து வாழும் சிவபுரம் என்னும் தலத்தில் எழுந்தருளி இருப்பவரே! பல்லொடு கூடிய வெள்ளைநிற மண்டை ஓட்டில் பிச்சை ஏற்பது மட்டுமின்றி, வில் போன்ற வளைந்த புருவம் உடைய மங்கை நல்லாளை (பார்வதியை) உடம்பின் பாதியில் வைத்திருப்பது எதற்காக?

3726. கொல்லைமுல்லை நகையினாள்ஓர் கூறுஅது அன்றியும்போய்
அல்லல்வாழ்க்கைப் பலிகொண்டுஉண்ணும் ஆதரவு
என்னைகொலாம்
சொல்லநீண்ட பெருமையாளர் தொல்கலை கற்றுவல்லார்
செல்லநீண்ட செல்வம்மல்கு சிரபுரம் மேயவனே (2)

அருஞ்சொற்பொருள்:

நகை - பல். அல்லல் - துன்பம். பலி - பிச்சை. ஆதரவு - விருப்பம்.

பொழிப்புரை:

சொல்ல நீளும் பெருமை உடையவரும், பழங்கலைகளைக் கற்று அதில் வல்லமை பெற்றுத் திகழ்பவரும், மேலும் பெருகுகின்ற செல்வ வளம் மிக்கவரும், கூடிவாழும் சிரபுரம் என்னும் தலத்தில் எழுந்தருளி இருப்பவனே! முல்லை நிலத்தில் முகிழ்க்கும் முல்லைஅரும்பு போன்ற வெள்ளிய கூரிய பற்கள் உடைய உமாதேவியை உடம்பின் ஒரு பாகமாகக் கொண்டது மட்டும் அன்றி, துன்ப வாழ்க்கையின் வெளிப்பாடாகிய பிச்சை ஏற்று உண்பதை விரும்புவது எதனால்?

3727. நீர்அடைந்த சடையின்மேல்ஓர் நிகழ்மதி அன்றியும்போய்
ஊர்அடைந்த ஏறுஅதுஏறி உண்பலி கொள்வதுஎன்னே
கார்அடைந்த சோலைசூழ்ந்து காமரம் வண்டுஇசைப்பச்
சீர்அடைந்த செல்வம்ஓங்கு சிரபுரம் மேயவனே (3)

அருஞ்சொற்பொருள்:

ஊர் அடைந்த - ஊர்ந்து செல்கின்ற. கார் - மேகம். காமரம் - இசை வகை. சீர் அடைந்த - சீரிய வழியில் ஈட்டப்பட்ட.

பொழிப்புரை:

சீகாமரம் என்னும் பண்ணில் வண்டுகள் இசைபாடுவதும், மேகங்கள் தங்குவதும், ஆகிய சோலையால் சூழப்பட்டதும், நேரிய வழியில் ஈட்டிய செல்வம் உடையவர் நிறைந்து வாழ்வதும், ஆகிய சிரபுரம் என்னும் தலத்தில் எழுந்தருளி இருப்பவனே! கங்கை தங்கி உள்ள சடையின்மேல் ஒரு பிறைச்சந்திரனைச் சூடி இருப்பதோடு மட்டுமின்றி, ஓர் இடபத்தின் மீதுஏறி, ஊர்ந்து சென்று, (உண்ணும் பொருட்டு) பிச்சை உணவை ஏற்பது, என்ன காரணம் பற்றியோ?

3728. கைஅடைந்த மானினோடு கார்அரவு அன்றியும்போய்
மெய்அடைந்த வேட்கையோடு மெல்லியல் வைத்தல்என்னே
கைஅடைந்த களைகளாகச் செங்கழு நீர்மலர்கள்
செய்அடைந்த வயல்கள்சூழ்ந்த சிரபுரம் மேயவனே (4)

அருஞ்சொற்பொருள்:

கார்அரவு - கரும்பாம்பு. வேட்கை - விருப்பம். கை - பக்கம். செய் - நேர்த்தி.

பொழிப்புரை:

பக்கங்களில் செங்கழுநீரின் மலர்கள் களைகளாகப் பூத்திருக்கும், (இது நீர்வளம் குறித்தது) நேர்த்தியான வயல்களால் சூழப்பட்ட சிரபுரம் என்னும் தலத்தில் எழுந்தருளி இருப்பவனே! கையில் மான்கன்றும் கரும்பாம்பும் கொண்டு விளங்குவது மட்டுமின்றி, விருப்பமுடன் உடம்பின் ஒரு பாதியில் மெல்இயல்பு உடையவளாகிய உமாதேவியை வைத்திருப்பது, என்ன காரணம் பற்றியோ?

3729. புரம்எரித்த பெற்றியோடும் போர்மத யானைதன்னைக்
 கரம்எடுத்துத் தோல்உரித்த காரணம் ஆவதுஎன்னே
 மரம்உரித்த தோல்உடுத்த மாதவர் தேவரொடும்
 சிரம்எடுத்த கைகள்கூப்பும் சிரபுரம் மேயவனே (5)

அருஞ்சொற்பொருள்:

பெற்றி - தன்மை. கரம் எடுத்து - கையில் எடுத்து (கை நகம் கொண்டு). தோல் உரித்த - கீறி அதன் தோலை உரித்த. மரம் உரித்த தோல் - மரப்பட்டை. மாதவர் - மேலான தவம் உடையவர். சிரம் - தலை.

பொழிப்புரை:

மரப்பட்டையை உடையாக உடுத்துள்ள மேலான தவம் உடையவரும், தேவர்களும், தலைக்குமேல் கைகளைக் கூப்பி வணங்கும் சிரபுரம் என்னும் தலத்தில் எழுந்தருளி இருப்பவனே! முப்புரத்தை எரித்ததும் அன்றி, எதிர்த்துப் போர்செய்ய வந்த மதயானையைக் கையால் தடுத்து, கைநகம் கொண்டு, அதன் தோலை உரித்தது, என்ன காரணம் பற்றியோ?

3730. கண்ணுமூன்றும் உடையதுஅன்றிக் கையினில் வெண்மழுவும்
 பண்ணுமூன்று வீணையோடு பாம்புடன் வைத்தல்என்னே
 எண்ணுமூன்று கனலும்ஓம்பி எழுமையும் விழுமியராய்த்
 திண்ணமூன்று வேள்வியாளர் சிரபுரம் மேயவனே (6)

அருஞ்சொற்பொருள்:

பண்ணு மூன்று - (பண்மூன்று) பண், திறம், திறத்திறம். மூன்று கனல் - ஆகவனீயம், தட்சிணாக்கினி, காருகபத்தியம். மூன்று வேள்வி - தேவ வேள்வி, பிதிர் வேள்வி, இருடி (ரிஷி) வேள்வி. எழுமை - ஏழு பிறப்பு.

பொழிப்புரை:

ஏழுவகைப் பிறப்புகளிலும் தூய உறுதிப்பாடு உடையவராய், மூன்று வகை எரியினைக் காத்து, மூன்றுவகை வேள்வியும் வேட்பவர் நிறைந்து

வாழும் சிரபுரம் என்னும் தலத்தில் எழுந்தருளி இருப்பவனே! மூன்று கண்கள் கொண்டதும் அன்றி, கையில் வெண்மழுவும், மூன்று பண்ணொடு கூடிய வீணையும், பாம்பும் வைத்திருப்பது, என்ன காரணம் பற்றியோ?

3731. **குறைபடாத வேட்கையோடு கோல்வளை யாள்ஒருபால்**
பொறைபடாத இன்பமோடு புணர்தரு மெய்மைஎன்னே
இறைபடாத மென்முலையார் மாளிகை மேல்இருந்து
சிறைபடாத பாடல்ஓங்கும் சிரபுரம் மேயவனே (7)

அருஞ்சொற்பொருள்:

கோல்வளை - திரண்ட வளையல். ஒருபால் - ஒருபக்கம். பொறை படாத - பொறுக்கமுடியாத. மெய்ம்மை - தத்துவம். இறைபடாத - சிறிதளவும் சரியாத. சிறைபடாத - குற்றம் சிறிதும் இல்லாத.

பொழிப்புரை:

சிறிதளவும் தளராத மெல்லிய முலைஉடைய மகளிர், மாளிகையின் மேல்இருந்து, குற்றமற்ற பாடல்களைப் பாடும், சிரபுரம் என்னும் தலத்தில் எழுந்தருளி இருப்பவனே! சற்றும் குறையாத விருப்பத்தோடு திரண்ட வளையல் அணிந்த உமாதேவியை, உடம்பில் ஒரு பாகமாகக் கொண்டு, பொறுத்துக் கொள்ள முடியாத அளவு இன்பம் தந்து, பொருந்தி இருப்பதன் தத்துவம் என்ன?

3732. **மலைஎடுத்த வாள்அரக்கன் அஞ்சஒரு விரலால்**
நிலைஎடுத்த கொள்கையானே நின்மலனே நினைவார்
துலைஎடுத்த சொல்பயில்வார் மேதகு வீதிதோறும்
சிலைஎடுத்த தோளினானே சிரபுரம் மேயவனே (8)

அருஞ்சொற்பொருள்:

துலை எடுத்த சொல் - நீதி என்னும் தராசில் வைக்கத் தகுதி உடைய சொல் (துலை - துலாக்கோல்). சிலை - வில்.

பொழிப்புரை:

தராசில் வைத்து நிறுக்கத் தகுதி உடைய செஞ்சொல் பேசுவார் நிறைந்து வாழும் வீதிகளை உடைய சிரபுரம் என்னும் தலத்தில் எழுந்தருளி இருப்பவனே! வில்லை ஏந்திய தோள் உடையவனே! கயிலை மலையைப் பெயர்த்த வாள்ஏந்திய அரக்கனாகிய இராவணன் அஞ்சுமாறு ஒருவிரல் கொண்டு ஊன்றி நசுக்கிய கொள்கை உடையவனே! இயல்பாகவே மலமற்றவனே! (நீவிர் இவ்வாறெல்லாம் விளங்குவது எவ்வாறு?).

3733. மாலினோடு மலரினானும் வந்தவர் காணாது
சாலும்அஞ்சப் பண்ணிநீண்ட தத்துவம் மேயதுஎன்னே
நாலுவேதம் ஓதலார்கள்நம் துணைஎன்று இறைஞ்சச்
சேலும்மேயும் கழனிசூழ்ந்த சிரபுரம் மேயவனே (9)

அருஞ்சொற்பொருள்:

சாலும் - மிகுதியும். ஓதலார்கள் - ஓதுபவர்கள். சேலும் மேயும் - சேல்மீன்கள் மேயும்.

பொழிப்புரை:

நான்கு வேதங்களை ஓதும் அந்தணர்கள் 'நீவிரே நமக்கு உற்ற துணை!' என்று தாழ்ந்து வணங்க, சேல்மீன்கள் துள்ளுகின்ற வயல்கள் சூழ்ந்த சிரபுரம் என்னும் தலத்தில் எழுந்தருளி இருப்பவனே! திருமாலும், தாமரைமலர் மேல் உறையும் பிரமனும், தேடி வந்தும், காணமுடியாது மிகவும் அஞ்சி நடுங்கும்படி உயர்ந்து நின்றது, என்ன தத்துவம்?

3734. புத்தரோடு சமணர்சொற்கள் புறன்உரை என்றுஇருக்கும்
பத்தர்வந்து பணியவைத்த பான்மையது என்னைகொலாம்
மத்தயானை உரியும்போர்த்து மங்கையோ டும்(ம்)உடனே
சித்தர்வந்து பணியும்செல்வச் சிரபுரம் மேயவனே (10)

அருஞ்சொற்பொருள்:

புறன் உரை - வேத ஆகமங்களோடு பொருந்தாத உரை. பத்தர் - அன்பர். பான்மை - தன்மை. சித்தர் - யோகம் பயின்று சித்தி பெற்றோர்.

பொழிப்புரை:

மதமுள்ள யானையின் தோலை உரித்து மேலாடையாகப் போர்த்து, உமாதேவியோடும் கூடி இருந்து, சித்தர்கள் வந்து வணங்குமாறு, செல்வ வளமுள்ள சிரபுரம் என்னும் தலத்தில் எழுந்தருளி இருப்பவனே! பௌத்தர்களும் சமணர்களும் கூறும் சொற்கள், வேதநீதிக்குப் புறம்பானவை, என்று அறிந்த அன்பர்கள், வந்து பணிந்து வணங்கும் தன்மை, என்ன தன்மையோ?

3735. தெங்குநீண்ட சோலைசூழ்ந்த சிரபுரம் மேயவனை
அங்கம்நீண்ட மறைகள்வல்ல அணிகொள்சம் பந்தன்உரை
பங்கம்நீங்கப் பாடவல்ல பத்தர்கள் பார்இதன்மேல்
சங்கமோடு நீடிவாழ்வர் தன்மையி னால்அவரே (11)

அருஞ்சொற்பொருள்:

தெங்கு - தென்னை மரம். அங்கம் - நீண்ட ஆறு அங்கங்களுடன் கூடிய நான்கு மறைகள். அணி - அழகு. பங்கம் - குறை. பார் - உலகம். சங்கம் - அடியார் கூட்டம்.

பொழிப்புரை:

தென்னை மரங்கள் அடர்ந்த நீண்ட சோலையால் சூழப்பட்ட சிரபுரம் என்னும் தலத்தில் எழுந்தருளி இருப்பவனை; ஆறு அங்கங்களுடன் கூடிய நான்கு மறைகளை ஓதிய ஞானசம்பந்தன்; பாடிய இப்பாடல்களைக் குறைஇன்றிப் பாடவல்ல அன்பர்கள் இந்நிலவுலகில் அடியார் கூட்டத் தோடும் கூடிஇருந்து, நீண்டநாள் வாழும் பேற்றினைப் பெறுவர்.

திருச்சிற்றம்பலம்

345

திருத்தோணிபுரம்

திருமுறை 1 - 60

பண்: பழந்தக்கராகம்

3736. வண்தரங்கப் புனல்கமல மதுமாந்திப் பெடையினொடும்
ஒண்தரங்க இசைபாடும் அளிஅரசே ஒளிமதியத்
துண்டர்அங்கப் பூண்மார்பர் திருத்தோணி புரத்துஉறையும்
பண்டரங்கர்க்கு எந்நிலைமை பரிந்துஒருகால் பகராயே (1)

அருஞ்சொற்பொருள்:

தரங்கம் - அலை. கமல மது - தாமரைப் பூவில் உள்ள தேன். மாந்தி - பருகி. பெடை - பெண்வண்டு. அளிஅரசே - வண்டினத்தின் அரசே! மதியத்துண்டு - பிறை. அங்கப் பூண் - எலும்பு மாலை. பண்டரங்கர் - பண்டரங்கம் என்னும் கூத்து நிகழ்த்துபவர். பரிந்து - இரங்கி. ஒருகால் - ஒருமுறை. பகர் - சொல்வாயாக!

(தலைவனைப் பிரிந்த தலைவி தன்நிலை குறித்துத் தலைவனுக்கு அறிவிக்குமாறு வண்டைத் தூது அனுப்பியது)

பொழிப்புரை:

வளமான அலைகளை உடைய நீரால் நிரம்பிய பொய்கையில் தாமரை மலர்களில் உள்ள தேனினைத் தன்பெண் வண்டோடும் கூடி உண்டு களித்து, அந்நீரின் நடுவே இருந்து இசைசெய்யும் ஆண்வண்டே! ஒளி பொருந்திய சந்திரனின் ஒருதுண்டைச் சூடி இருப்பவரும், எலும்புகளை மாலையாகக் கோத்து மார்பில் அணிந்திருப்பவரும், தோணிபுரம் என்னும் தலத்தில் எழுந்தருளி இருப்பவரும், பண்டரங்கம் என்னும் கூத்து நிகழ்த்துபவரும், ஆகிய எமது தலைவருக்கு, எனது இந்நிலைமை குறித்து ஒருமுறையேனும் எடுத்துக் கூறுவாயாக! (உயிரின் 'பிரிவு ஆற்றாமையை' இறைவனுக்குக் கூறுமாறு வேண்டியது).

3737. எறிசுறவம் கழிக்கானல் இளங்குருகே என்பயலை
அறிவுறாது ஒழிவதுவும் அருவினையேன் பயன்அன்றே
செறிசிறார் பதம்ஓதும் திருத்தோணி புரத்துஉறையும்
வெறிநிறஆர் மலர்க்கண்ணி வேதியர்க்கு விளம்பாயே (2)

அருஞ்சொற்பொருள்:

சுறவம் - சுறாமீன். கழி - உப்பங்கழி. கானல் - கடற்கரைச் சோலை. குருகு - நாரை. பயலை - பசலை (தலைவனைப் பிரிந்த தலைவிக்கு தோலில் உண்டாகும் ஒரு நோய்). செறிசிறார் - நெருங்கி இருக்கும் சிறுவர்கள். பதம் ஓதும் - வேத மந்திரங்களை ஓதும். வெறி நிற ஆர் மலர் - மணமும் நிறமும் பொருந்திய மலர். கண்ணி - தலையில் அணியும் மாலை. விளம்பாய் - சொல்லுவாயாக!

பொழிப்புரை:

எதிர்ப்பட்ட உயிரினங்களைக் கொல்லும் தன்மை உடைய சுறா மீன்களும் உப்பங்கழிகளும் கடற்கரைச் சோலைகளும் நிறைந்துள்ள பகுதியில் வாழ்கின்ற இளம் நாரையே! என்னுடைய பசலைத் துன்பத்தை நீ அறியாது இருப்பதும், நான் செய்த தீவினையின் பயனே அன்றோ? அந்தணச் சிறுவர்கள் நெருங்கி இருந்து, வேத மந்திரங்களை ஓதும், திருத்தோணிபுரத்தில் எழுந்தருளி இருக்கும், மணமும் நிறமும் பொருந்திய மலர்கள் கொண்டு, தொடுக்கப்பட்ட கண்ணி சூடிய வேதியருக்கு (இறைவருக்கு), என்நிலை குறித்து எடுத்துக் கூறுவாயாக!

3738. பண்பழனக் கோட்டகத்து வாட்டம்இலாச் செஞ்சூட்டுக்
கண்பகத்தின் வாரணமே கடுவினையேன் உறுபயலை
செண்பகம்சேர் பொழிழ்புடைசூழ் திருத்தோணி புரத்துஉறையும்
பண்பனுக்குஎன் பரிசுஉரைத்தாய் பழியாமோ மொழியாயே (3)

அருஞ்சொற்பொருள்:

பழனம் - வயல். கோடு - கரை. சூட்டு - உச்சிக்கொண்டை. கண்பு - சம்பங்கோரை. வாரணம் - சேவல். பயலை - பசலை. பண்பன் - நல்ல குணங்கள் உடையவன். பரிசு - தன்மை. பழி ஆமோ - பழி வந்து சேருமோ?

பொழிப்புரை:

பண்படுத்தப்பட்ட வளமான வயல்களில் முளைத்து வளர்ந்துள்ள சம்பங்கோரை என்னும் புல்லின் நடுவே வாட்டம் சிறிதுமின்றி மகிழ்ச்சியுடன் வளரும் சிவந்த உச்சிக்கொண்டை உடைய சேவலே! செண்பக மரங்கள்

நிறைந்து விளங்கும் சோலைவளம் உடைய திருத்தோணிபுரம் என்னும் தலத்தில் எழுந்தருளி இருக்கும் இறைவராகிய சிறந்த பண்புநலன்கள் கொண்ட எம் தலைவரிடம், நான் செய்த தீவினையின் பயனால் அவரைப் பிரிந்து, உடம்பில் பசலை தோன்றும் அளவு துன்பமுறும் என்நிலை குறித்து எடுத்துரைத்தால் உமக்கு பழிவந்து சேருமோ? கூறுவாயாக!

3739. **காண்தகைய செங்கால்ஒண் கழிநாராய் காதலால்**
பூண்தகைய முலைமெலிந்து பொன்பயந்தாள் என்றுவளர்
சேண்தகைய மணிமாடத் திருத்தோணி புரத்துஉறையும்
ஆண்தகையாற்கு இன்றேசென்று அடிஅறிய உணர்த்தாயே (4)

அருஞ்சொற்பொருள்:

காண்தகைய - அழகுமிக்க. கழி - உப்பங்கழி. 'செங்கால் நாரை' - என்று வருவித்தும் கூட்டியும் உரைக்க. பூண்தகைய - அணிகலன்களால் அழகு செய்யப்பட்ட. பொன்பயந்தாள் - பொன் போன்ற நிறமுடைய பசலை உறப்பெற்றாள். சேண் - ஆகாயம். மணிமாடம் - அழகிய மாடி வீடுகள். ஆண்தகை - ஆண்களில் சிறந்தவர் (அவர் ஒருவரே ஆண்). அடி அறிய - அவரது திருவடி அறியுமாறு ('திருவடிக்கு ஒன்று உண்டு விண்ணப்பம்' - என்பது போல).

பொழிப்புரை:

அழகுமிகுந்த சோலைவளமும் உப்பங்கழியும் உள்ள பகுதியில் வாழும் சிவந்த கால்கள் உடைய நாரையே! வானளாவும் அழகிய மாடி வீடுகள் நிறைந்து விளங்கும் திருத்தோணிபுரம் என்னும் தலத்தில் எழுந்தருளி இருக்கும் ஆண்மகனாகிய சிவபெருமானின் திருவடி அறியுமாறு, இன்றே சென்று, ஆபரணங்களால் அழகு செய்யப்பட்ட முலை தளரவும் பசலை தோன்றவும் ஆக, நான்படும் துன்பத்தை எடுத்துரைத்து, அவர் உணருமாறு செய்வீராக!

3740. **பாராரே எனைஒருகால் தொழுகின்றேன் பாங்குஅமைந்த**
கார்ஆரும் செழுநிறத்துப் பவளக்கால் கபோதகங்காள்
தேர்ஆரும் நெடுவீதித் திருத்தோணி புரத்துஉறையும்
நீர்ஆரும் சடையாருக்கு என்நிலைமை நிகழ்த்தீரே (5)

அருஞ்சொற்பொருள்:

பாராரே - பார்க்க மறுக்கிறாரே. எனை - என்னை. ஒருகால் - ஒருமுறை. கார் - கருமை. கபோதகம் - புறா. நீர்ஆரும் சடை - கங்கை தங்கிய சடை.

பொழிப்புரை:

செழுமையும் கருமை நிறமும் பொருந்திய உடலும் பவளம்போல் சிவந்த கால்களும் உடைய புறாக்களே! திருத்தோணி நகரின் அருகில் வாழும் உங்களை நான் வணங்குகின்றேன்! தேர்ஓடும் நீண்ட வீதிகளை உடைய திருத்தோணிபுரம் என்னும் தலத்தில் எழுந்தருளி இருக்கும் கங்கை தங்கிய சடை உடைய சிவபெருமான், என்னை இன்னும் ஒரு முறைகூட பார்க்கவில்லை; எனவே அவரிடம் எனது, 'பிரிவு ஆற்றாமை' குறித்து எடுத்துக் கூறுவீராக!

3741. **சேற்றுஎழுந்த மலர்க்கமலச் செஞ்சாலிக் கதிர்வீச**
வீற்றிருந்த அன்னங்காள் விண்ணோடு பண்மறைகள்
தோற்றுவித்த திருத்தோணி புரத்துஈசன் துளங்காத
கூற்றுஉதைத்த திருவடியே கூடுமா கூறீரே (6)

அருஞ்சொற்பொருள்:

சேற்று எழுந்த - சேற்றில் முளைத்து வளர்ந்துள்ள. கமல மலர் - தாமரை மலர். செஞ்சாலி - நெல்வகை. விண் - ஆகாயம். பண்மறைகள் - இசையோடு கூடிய வேதம். துளங்காத - அசைந்து கொடுக்காத.

பொழிப்புரை:

சேற்றில் முளைத்து வளர்ந்துள்ள தாமரையின் மலர்களில் செஞ்சாலி நெல்லின் கதிர்கள் சாமரம் போல் வீச வீற்றிருக்கும் அன்னப் பறவைகளே! ஆகாயம் முதலாகச் சொல்லப்பட்ட பஞ்சபூதங்களையும் இசையோடு கூடிய வேதங்களையும் தோற்றுவித்த திருத்தோணிபுரத்தில் எழுந்தருளி இருப்பவரும், யாருக்காகவும் அசைந்து கொடுக்காத இயமனை உதைத்தவரும், ஆகிய சிவபெருமானின் திருவடியைச் சென்று சேர்வதற்கான வழி முறைகளைக் கூறுவீராக!

3742. **முன்றில்வாய் மடப்பெண்ணைக் குரம்பைவாழ் முயங்குசிறை**
அன்றில்காள் பிரிவுஉறுநோய் அறியாதீர் மிகவல்லீர்
தென்றலார் புகுந்துஉலவும் திருத்தோணி புரத்துஉறையும்
கொன்றைவார் சடையார்க்குஎன் கூர்பயலை கூறீரே (7)

அருஞ்சொற்பொருள்:

முன்றில் - வீட்டுமுற்றம் (இல்முன்). மடப்பெண்ணை - மடல் விரிந்துள்ள பனைமரம். குரம்பை - கூடு. முயங்கு சிறை - தழுவி இருக்கும் சிறகுகள். கூர்பயலை - மிகுதியான பசலை.

பொழிப்புரை:

வீட்டு முற்றங்களில் வளர்ந்திருக்கும் மடல் விரிந்த பனைமரத்தில் கூடுகட்டி, அதில் வாழ்கின்ற தழுவிய சிறகுகளுடன் கூடிய அன்றில் பறவைகளே! நீங்கள் பிரிவுநோய் குறித்து அறியமாட்டீர் (அன்றில் ஆண்பிரிய வாழாது என்பது வழக்கு). அந்த வலிமை உங்களிடம் உண்டு. எனவே, தென்றல் காற்று வீசுகின்ற திருத்தோணிபுரம் என்னும் தலத்தில் எழுந்தருளி இருக்கும் கொன்றைமாலை சூடியுள்ள சடைஉடைய எம்பெருமானிடம் சென்று, எனக்கு ஏற்பட்டிருக்கும் மிகுதியான பசலை நோய் குறித்து எடுத்துக் கூறுவீராக!

3743. **பால்நாறும் மலர்ச்சூதப் பல்லவங்கள் அவைகோதி**
ஏனோர்க்கும் இனிதாக மொழியும்எழில் இளங்குயிலே
தேன்ஆரும் பொழில்புடைசூழ் திருத்தோணி புரத்துஅமரர்
கோனாரை என்இடைக்கே வரஒருகால் கூவாயே (8)

அருஞ்சொற்பொருள்:

பால்நாறும் சூதமலர் - பால்மணம் கமழும் மாம்பூ. சூதப் பல்லவம் - மாந்தளிர். எழில் - அழகு. கோனார் - தலைவர். என்இடை - என்னிடம். ஒருகால் - ஒருமுறை.

பொழிப்புரை:

பால்மணம் வீசும் பூக்கள் நிரம்பிய மாமரத்தின் இளம்தளிர்களை உண்டு, எல்லோரும் கேட்குமாறு இனிமையாகக் கூவுகின்ற இயல்புடைய அழகிய இளம்குயிலே! தேன்நிரம்பிய சோலை சூழ்ந்த திருத்தோணிபுரம் என்னும் தலத்தில் எழுந்தருளி இருக்கும் தேவர்தலைவனாக விளங்கும் சிவபெருமான் கேட்குமாறு, ஒருமுறையேனும் கூவி அழைத்து, அவரை என்னிடம் வருமாறு செய்வீராக!

3744. **நற்பதங்கள் மிகஅறிவாய் நான்உன்னை வேண்டுகின்றேன்**
பொற்புஅமைந்த வாய்அலகில் பூவைநல்லாய் போற்றுகின்றேன்
சொற்பதம்சேர் மறையாளர் திருத்தோணி புரத்துஉறையும்
வில்பொலிதோள் விகிர்தனுக்குஎன் மெய்ப்பயலை விளம்பாயே (9)

அருஞ்சொற்பொருள்:

நற்பதம் - நல்ல சந்தர்ப்பம். பொற்பு - அழகு. பூவை - நாகணவாய்ப் பறவை. வில் பொலி தோள் - வில் விளங்கும் தோள். விகிர்தன் - பல மாறுபாடுகள் உடையவன். மெய்ப்பயலை - பசலை நோயின் உண்மை நிலையை.

பொழிப்புரை:

அழகிய அலகாகிய வாயினை உடைய நாகணவாய்ப் பறவையே! உன்னைப் பாராட்டுகின்றேன். நல்ல சந்தர்ப்பம் எது என்பது குறித்து நீ நன்கு அறிவாய். அதனால் நான் உன்னிடம் வேண்டுகின்றேன். சொல்லாலும் அதன் பொருளாலும் சிறந்து விளங்கும் வேதத்தை ஓதுகின்ற அந்தணர்கள் நிறைந்து வாழும் திருத்தோணிபுரம் என்னும் தலத்தில் எழுந்தருளி இருப்பவரும், வில் விளங்கும் தோள் உடையவரும், பல மாறுபாடுகள் உடையவரும், ஆகிய எம் இறைவரிடம், எனது பசலையின் உண்மை நிலை குறித்து எடுத்துக் கூறுவாயாக!

3745. சிறைஆரும் மடக்கிளியே இங்கேவா தேனொடுபால்
     முறையாலே உணத்தருவன் மொய்பவளத் தொடுதரளம்
     துறைஆரும் கடல்தோணி புரத்துஈசன் துளங்குஇளம்
     பிறையாளன் திருநாமம் எனக்குஒருகால் பேசாயே   (10)

அருஞ்சொற்பொருள்:

சிறை - இறகு. மடக்கிளி - இளங்கிளி. உண - உண்ண. தரளம் - முத்து. துளங்கும் பிறை - அசையும் பிறைச்சந்திரன்.

பொழிப்புரை:

இறகுகளுடன் கூடிய இளம்கிளியே! இங்கே வருவாயாக! நான் உனக்குத் தேனும் பாலும் மாறிமாறி முறையாக உண்ணத் தருவேன். பவளம், முத்து ஆகியவற்றைக் கடலானது கரைஒதுக்கும் தோணிபுரம் என்னும் தலத்தில் எழுந்தருளி இருக்கும் (கங்கை நீரின் அலையால் அலைக்கழிக்கப்படுதலின்) அசைகின்ற சந்திரப்பிறையைச் சடையில் சூடிஇருக்கும் சிவபெருமானின் திருப்பெயரை, என்காது குளிருமாறு, ஒருமுறையேனும் கூறுவாயாக!

3746. போர்மிகுத்த வயல்தோணி புரத்துஉறையும் புரிசடைஎம்
     கார்மிகுத்த கறைக்கண்டத்து இறையவனை வண்கமலத்
     தார்மிகுத்த வரைமார்பன் சம்பந்தன் உரைசெய்த
     சீர்மிகுத்த தமிழ்வல்லார் சிவலோகம் சேர்வாரே   (11)

அருஞ்சொற்பொருள்:

போர் - வைக்கோல் போர். கார் - கருமை. கறை - விடக்கறை. கமலத் தார் - தாமரை மலர் மாலை. சீர் - சிறப்பு.

பொழிப்புரை:

வைக்கோல் போர்கள் நிறைந்துள்ள வயல் வளம் மிக்க தோணிபுரம் என்னும் தலத்தில் எழுந்தருளி இருக்கும், கருமை நிற விடக்கறை பொருந்திய கண்டமும், முறுக்கு ஏறிய சடையும், உடைய எமது இறைவன்மீது; வளமான தாமரையின் மலர்களால் ஆன மாலை அணிந்த மலைபோன்ற அகன்ற மார்பு உடைய ஞானசம்பந்தன் பாடிய; சிறப்புமிக்க இத்தமிழ்ப் பாடல்களைப் பாடி வழிபட வல்லவர்; சிவலோகம் சென்று சேர்வர்.

திருச்சிற்றம்பலம்

346

திருச்சண்பைநகர்

திருமுறை 1 - 66

பண்: தக்கேசி

3747. பங்கம்ஏறு மதிசேர்சடையார் விடையார் பலவேதம்
அங்கம்ஆறும் மறைநான்குஅவையும் ஆனார் மீன்ஆரும்
வங்கம்மேவு கடல்வாழ்பரதர் மனைக்கே நுனைமூக்கின்
சங்கம்ஏறி முத்தம்ஈனும் சண்பை நகராரே (1)

அருஞ்சொற்பொருள்:

பங்கம் - குறை. வங்கம் - கப்பல். நுனை - நுனி.

பொழிப்புரை:

மீன்களும் கப்பல்களும் நிறைந்து காணப்படும் கடலை நம்பி வாழும் வாழ்க்கை உடைய பரதவர் வீட்டருகே, கூரிய முனை உடைய சங்குகளும் முத்துகளும் கரைஒதுங்கும் சண்பைநகர் என்னும் தலத்தில் எழுந்தருளி இருக்கும் இறைவர், கலைகுறைந்த சந்திரப்பிறையைச் சூடிஇருக்கும் சடைஉடையவர்; ஓர்இடப ஊர்தி உடையவர்; நான்கு வேதங்களும், அதன் ஆறு அங்கங்களுமாக விளங்குபவர்.

3748. சூதகம்சேர் கொங்கையாள்ஓர் பங்கர் சுடர்க்கமலப்
போதகம்சேர் புண்ணியனார் பூத கணநாதர்
மேதகம்சேர் மேகம்அம்தண் சோலையில் விண்ஆர்ந்த
சாதகம்சேர் பாளைநீர்சேர் சண்பை நகராரே (2)

அருஞ்சொற்பொருள்:

சூதகம் - சூதாடு கருவி. கமலப்போது - தாமரை மலர். மேதகம் - மேன்மை. விண் ஆர்ந்த - மேகநீரை உண்ட. சாதகம் - சாதகப் பறவை. பாளை நீர் - தென்னை கமுகு ஆகிய பாளையிலிருந்து சொரியும் தேன்.

பொழிப்புரை:

வானில் திரிந்து வாழும் சாதகப் பறவைகள் உண்ணுமாறு மேகங்கள் மழையினைப் பொழிய, அம்மழை நீரால் வளம்பெற்ற அழகிய குளிர்ந்த சோலை சூழவும், தென்னை கமுகு ஆகியவற்றின் தேன் சொரியவும், ஆக விளங்கும் சண்பை நகரில் எழுந்தருளி இருக்கும் இறைவர், சூதாடு கருவி போன்ற முலை உடைய உமாதேவி பாகர்; ஒளிவிடும் அழகிய தாமரைமலர் மாலை அணிந்திருப்பவர்; புண்ணியப் பொருளாய் விளங்குபவர்; பூதகணங்களுக்குத் தலைவர்.

3749. **மகரத்துஆடு கொடியோன்உடலம் பொடிசெய் தவனுடைய**
நிகர்ஒப்பில்லாத் தேவிக்குஅருள்செய் நீல கண்டனார்
பகரத்தாரா அன்னம்பகன்றில் பாதம் பணிந்துஏத்தத்
தகரப்புன்னை தாழைப்பொழில்சேர் சண்பை நகராரே (3)

அருஞ்சொற்பொருள்:

மகரத்து ஆடு கொடியோன் - மகர மீன் எழுதிய வெற்றி பொருந்திய கொடி உடையவன் (மன்மதன்). உடலம் - உடல். பொடி - சாம்பல் பொடி. தேவி - மன்மதன் மனைவி இரதிதேவி. பகரத் தாரா - மினுக்கும் தாரா என்னும் பறவை. பகன்றில் - அன்றில். தகரம் - ஒருவகை மரம்.

பொழிப்புரை:

மினுக்கும் தாரா, அன்னம், அன்றில் ஆகிய பறவை இனங்களும் திருவடியை வந்து வணங்குவதும், தகரம், புன்னை, தாழை முதலிய மரங்கள் அடர்ந்த சோலை சூழ்ந்ததும், ஆகிய சண்பை நகரில் எழுந்தருளி இருக்கும் இறைவர், மகரமீன் எழுதிய வெற்றி பொருந்திய கொடிஉடைய மன்மதனின் உடல் சாம்பலாகுமாறு எரித்துப் பின் அழகில் தனக்கு ஒப்புமை இல்லாத அவனது மனைவி இரதிதேவிக்கு மட்டும் மன்மதன் உடலுடன் காட்சி நல்குமாறு அருள்புரிந்தவர்; நீலநிறக் கண்டம் கொண்டவர்.

3750. **மொய்வல்அசுரர் தேவர்கடைந்த முழுநஞ்சு அதுஉண்ட**
தெய்வர்செய்ய உருவர்கரிய கண்டர் திகழ்சுத்திக்
கையர்கட்டங் கத்தர்கரியின் உரியர் காதலால்
சைவர்பாசு பதர்கள்வணங்கும் சண்பை நகராரே (4)

அருஞ்சொற்பொருள்:

மொய் - வலிமை. சுத்தி - மழு. கட்டங்கம் - கத்தி.

பொழிப்புரை:

அன்புமிகுதியால் சைவர்களும் பாசுபதர்களும் வந்து வணங்கும் சண்பை நகரில் எழுந்தருளி இருக்கும் இறைவர், வலிமை மிகஉடைய அசுரர்களும் தேவர்களும் திருப்பாற்கடலைக் கடைந்தபோது, வெளிப்பட்ட ஆலகால விடம் முழுவதையும் தான்உண்டு காப்பாற்றிய தெய்வத்தன்மை உடையவர்; சிவந்த திருமேனி உடையவர்; கரிய கண்டம் கொண்டவர்; மழுப்படை ஏந்திய கை உடையவர்; கட்டங்கம் (கத்தி) என்னும் படையை ஏந்தி இருப்பவர்; யானையின் தோலை மேலாடையாகப் போர்த்தி இருப்பவர்.

3751. கலம்ஆர்கடலுள் விடம்உண்டு அமரர்க்குஅமுதம் அருள்செய்த
குலம்ஆர்கயிலைக் குன்றுஅதுஉடையர் கொல்லை எருதுஏறி
நலம்ஆர்வெள்ளை நாளிகேரம் விரியா நறும்பாளை
சலம்ஆர்கரியின் மருப்புக்காட்டும் சண்பை நகராரே   (5)

அருஞ்சொற்பொருள்:

கலம் - கப்பல். கொல்லை - முல்லை நிலம். நாளிகேரம் - தென்னை. விரியா - விரிந்த. சலம் ஆர் கரி - வஞ்சனை உடைய யானை. மருப்பு - தந்தம்.

பொழிப்புரை:

தென்னை மரம் நன்மை மிக உடைய வெண்மை நிற நறுமணம் உள்ள பாளையை வஞ்சனை பொருந்திய யானையின் தந்தம் போல் ஈனும் சோலைவளம் உடைய சண்பை நகரில் எழுந்தருளி இருக்கும் இறைவர், கப்பல்கள் நிறைந்த பாற்கடலிலிருந்து வெளிப்பட்ட விடத்தினைத் தாம் உண்டு, தேவர்களுக்கு அமுதம் தந்து அருள் செய்தவர்; மலைகளில் சிறந்த கயிலைமலையில் எழுந்தருளி இருப்பவர்; முல்லை நிலத்து இடபம் ஒன்றின்மீது ஏறி வருபவர்.

3752. மாகரம்சேர் அத்தியின்தோல் போர்த்து மெய்ம்மாலான்
சூகரம்சேர் எயிறுபூண்ட சோதியன் மேதக்க
ஆகரம்சேர் இப்பிமுத்தை அம்தண் வயலுக்கே
சாகரம்சேர் திரைகள்உந்தும் சண்பை நகராரே   (6)

அருஞ்சொற்பொருள்:

மா கரம் - பெரிய கை. அத்தி - யானை. மாலான் - திருமால். சூகரம் - பன்றி (வராக அவதாரத் திருமால்). எயிறு - கொம்பு. ஆகரம் - கடல். சாகரம் - கடல்.

பொழிப்புரை:

மேன்மை பொருந்திய கடலில் இப்பியிலிருந்து வெளிப்படும் முத்தை, அந்தக் கடலின் அலைகள் உந்தி வந்து, அழகிய குளிர்ந்த வயலிடத்தே ஒதுக்கிச் செல்லும் சண்பை நகரில் எழுந்தருளி இருக்கும் இறைவர், பெரிய கை உடைய யானையின் தோலை மேலாடையாகப் போர்த்து இருப்பவர்; பன்றி அவதாரம் எடுத்த திருமாலின் கொம்பினை ஒடித்து, மார்பில் அணிகலனாகப் பூண்டவர்; பேரொளியாய் விளங்குபவர்.

★ (இப்பதிகத்தின் 7-ஆம் பாடல் கிடைக்கவில்லை).

3753. இருளைப்புரையும் நிறத்தில்அரக்கன் தனைஈடு அழிவித்து
அருளைச்செய்யும் அம்மான்ஏர்ஆர் அம்தண் கந்தத்தின்
மருளைச்சுரும்பு பாடிஅளக்கர் வரைஆர் திரைக்கையால்
தரளத்தோடு பளவம்ஈனும் சண்பை நகராரே (8)

அருஞ்சொற்பொருள்:

இருளைப் புரையும் - இருளை ஒக்கும். ஈடு - பெருமை. ஏர்ஆர் - அழகு பொருந்திய. கந்தம் - நறுமணம். மருளை - மருள் என்னும் இசையை. சுரும்பு - வண்டு. அளக்கர் - கடல். வரை ஆர் திரைக்கை - மலை போல் உயர்ந்த அலையாகிய கை. தரளம் - முத்து.

பொழிப்புரை:

அழகும் குளிர்ச்சியும் மணமும் உள்ள சோலைகளில் வண்டுகள் மருள் என்னும் பண்ணில் பாட, கடலில் எழும் மலைபோன்ற உயரிய அலையானது முத்து, பவளம் ஆகிய மணிவகைகளைக் கரைஒதுக்கும் சண்பை நகரில் எழுந்தருளி இருக்கும் இறைவர், இருள் போன்ற நிறமுடைய அரக்கனாகிய இராவணனது பெருமையை அழித்துப் பின் அவனுக்கு அருளும் செய்த பெருமான் ஆவர்.

3754. மண்தான்முழுதும் உண்டமாலும் மலர்மிசை மேல்அயனும்
எண்தான்அறியா வண்ணம்நின்ற இறைவன் மறைஓதி
தண்டுஆர்குவளைக் கள்அருந்தித் தாமரைத் தாதின்மேல்
பண்தான்கொண்டு வண்டுபாடும் சண்பை நகராரே (9)

அருஞ்சொற்பொருள்:

எண்தான் அறியா - எள் அளவும் அறிய முடியாத. தண்டுஆர் - தண்டில் பொருந்தி உள்ள. கள் - தேன். தாது - மகரந்தம்.

பொழிப்புரை:

தண்டில் மலர்ந்திருக்கும் குவளை மலரில் தேனினை உண்டு, தாமரை மலரில் உள்ள மகரந்தத்தில் புரண்டு, வண்டுகள் இசைபாடும் சண்பை நகரில் எழுந்தருளி இருக்கும் இறைவர், உலகம் முழுவதையும் உண்ட திருமாலும், தாமரை மலர்மேல் இருக்கை கொண்டுள்ள பிரமனும் தேடி, எள்ளளவும் காணமுடியாத வகையில் நின்றவர்; அவர் மறைகளை ஓதியவர்.

3755. போதியாரும் பிண்டியாரும் புகழ்அல சொன்னாலும்
நீதியாகக் கொண்டுஅங்குஅருளும் நிமலன் இருநான்கின்
மாதிசித்தர் மாமறையின் மன்னிய தொன்நூலர்
சாதிகீத வர்த்தமானர் சண்பை நகராரே   (10)

அருஞ்சொற்பொருள்:

போதியார் - அரச மரத்தின் கீழ் இருக்கும் பௌத்தர். பிண்டியார் - அசோக மரத்தின்கீழ் இருக்கும் சமணர். இருநான்கு - (2X4=8) எட்டு. மாதி சித்தர் - அணிமா ஆதி சித்தி செய்பவர். சாதி கீதம் - உயரிய இசை. வர்த்தமானர் - கடவுள்.

பொழிப்புரை:

சண்பை நகரில் எழுந்தருளி இருக்கும் இறைவர், சமணரும் பௌத்தரும் புகழ் அல்லாத சொற்களைப் பேசினாலும், அதனையும் ஏற்று, அவர்க்கும் அருள்புரியும் தன்மை உடையவர்; இயல்பாகவே மலமற்றவர்; எண்வகை சித்துகள் கைவரப் பெற்றவர்; வேதமாகிய பழைய நூலில் உறைபவர்; உயர்ந்த இசையாக விளங்குபவர்; கடவுள்.

3756. வந்தியோடு பூசைஅல்லாப் போழ்தின் மறைபேசிச்
சந்திப்போதில் சமாதிசெய்யும் சண்பை நகர்மேய
அந்திவண்ணன் தன்னைஅழகார் ஞானசம் பந்தன்சொல்
சிந்தைசெய்து பாடவல்லார் சிவகதி சேர்வாரே   (11)

அருஞ்சொற்பொருள்:

வந்தி - வந்தனை செய்வதற்கு உரியவள் (உமாதேவி). மறை பேசி - வேத விசாரணை செய்து. சந்தி - காலை, மாலை. சமாதிசெய்யும் - சமாதி கூடி இருக்கச் செய்யும்.

பொழிப்புரை:

பூசை இல்லாத நேரங்களில் உமாதேவியோடு வேத விசாரணை செய்பவரும், காலை மாலை ஆகிய பூசைக் காலங்களில் சமாதி கூடுபவரும், மாலை நேரத்துச் செவ்வானம் போன்ற மேனிநிறம் உடையவரும், ஆகிய சண்பை நகரில் எழுந்தருளி இருக்கும் இறைவரை; அழகால் சிறந்து விளங்கும் ஞானசம்பந்தன் புகழ்ந்து பாடிய பாடல்களைச் சிந்தையில் தேக்கிப் புகழ்ந்து பாடி வழிபட வல்லவர்; சிவகதி (வீடுபேறு) அடைவர்.

திருச்சிற்றம்பலம்

347

திருவெங்குரு

திருமுறை 1 - 75

பண்: குறிஞ்சி

3757. காலைநன் மாமலர் கொண்டுஅடி பரவிக்
கைதொழு மாணியைக் கறுத்தவெங் காலன்
ஓலம்அது இடமுன் உயிரொடு மாள
உதைத்தவன் உமையவள் விருப்பன் எம்பெருமான்
மாலைவந்து அணுக ஓதம்வந்து உலவி
மறிதிரை சங்கொடு பவளம் முன்உந்தி
வேலைவந்து அணையும் சோலைகள் சூழ்ந்த
வெங்குரு மேவிஉள் வீற்றிருந் தாரே (1)

அருஞ்சொற்பொருள்:

மாணி - பிரமச்சாரி (மார்க்கண்டேயன்). கறுத்த - சினந்த. வெங்காலன் - கொடிய இயமன். மாள - இறக்க. ஓதம் - கடல் அலை. மறிதிரை - மடிந்து விழும் அலை. வேலை - கடல்.

பொழிப்புரை:

வைகறைப் பொழுதில் நல்ல மேலான மலர்களைப் பறித்து வந்து திருவடியில் தூவிப் போற்றி கைகூப்பி வணங்கும் பிரமச்சாரியாகிய மார்க்கண்டேயன் உயிரைப் பறிக்க, சினம் கொண்டு வந்த கொடிய இயமன் ஓலமிட்டு அலறித் துடிக்குமாறு, உதைத்து அவனது உயிரைப் பறித்தவன்; உமாதேவியால் விரும்பப்படுபவன்; எமது பெருமான்; மாலைப் பொழுதானது நெருங்க மடிந்து விழும் கடல் அலையானது வந்து உலாவுவதும், அவ்வாறு வரும் அலை சங்கு பவளம் ஆகிய வற்றைக் கரைஒதுக்குவதும், ஆகிய சோலையால் சூழப்பட்ட வெங்குரு என்னும் பெயருடைய சீர்காழியில் அவன் பொருந்தி எழுந்தருளி இருக்கின்றான்.

3758. பெண்ணினைப் பாகம் அமர்ந்து செஞ்சடைமேல்
 பிறையொடும் அரவினை அணிந்து அழகாகப்
 பண்ணினைப் பாடி ஆடிமுன் பலிகொள்
 பரமர்எம் அடிகளார் பரிசுகள் பேணி
 மண்ணினை மூடிவான் முகடு ஏறி
 மறிதிரை கடல்முகந்து எடுப்பமற்று உயர்ந்து
 விண்அளவு ஓங்கி வந்துஇழி கோயில்
 வெங்குரு மேவிஉள் வீற்றிருந் தாரே (2)

அருஞ்சொற்பொருள்:

பலி - பிச்சை. பரிசு - தன்மை. பேணி - பாதுகாத்து. மறிதிரை - மடிந்து விழும் அலை. விண்அளவு - வானளவு.

பொழிப்புரை:

உமாதேவியைப் பாகமாகக் கொண்டவர்; சிவந்த சடைமீது பிறைச் சந்திரனையும் பாம்பையும் அணிந்திருப்பவர்; வேதத்தை அழகாக இசையுடன் பாடுபவர்; நடனம் ஆடுபவர்; இல்லம்தோறும் சென்று பிச்சை ஏற்கும் மேலானவர்; எமது கடவுள்; கடலின் மடிந்துவிழும் அலையானது வானளாவ உயர்ந்து, நிலத்தை மூழ்கடித்துப் பாய்ந்து பரவும் வெங்குரு என்னும் தலத்தில் உள்ள ஊழியிலும் மிதந்த கோயிலில், மேற்கண்ட தன்மைகளைப் பேணும் பெருமான் எழுந்தருளி இருக்கிறார்.

3759. ஓர்இயல்பு இல்லா உருவம் அதுஆகி
 ஒண்திறல் வேடனது உருவுஅது கொண்டு
 காரிகை காண தனஞ்சயன் தன்னைக்
 கறுத்துஅவற்கு அளித்துஉடன் காதல்செய் பெருமான்
 நேரிசை யாக அறுபதம் முரன்று
 நிரைமலர்த் தாதுகண் மூசவிண்டு உதிர்ந்து
 வேரிகள் எங்கும் விம்மிய சோலை
 வெங்குரு மேவிஉள் வீற்றிருந் தாரே (3)

அருஞ்சொற்பொருள்:

காரிகை - பெண் (உமாதேவி). தனஞ்சயன் - அருச்சுனன். கறுத்து - சினந்து. அளித்து - அருள்செய்து. நேரிசை - ஒரு பண். அறுபதம் - வண்டு. தாது - மகரந்தம். கண்மூச - கண்ணில்படிய. விண்டு - மலர்ந்து. வேரி - தேன்.

வீ.சிவஞானம்

பொழிப்புரை:

குறிப்பிட்டுச் சொல்லும்படியான ஓர் உருவம் இல்லாதவன்; வலிமை உடைய வேடர் உருவம் ஏற்றவன்; உமாதேவி காணுமாறு அர்ச்சுனன் மீது சினம் கொண்டு, அவனோடு போர் செய்தவன்; பின் அவனுக்காக இரங்கி பாசுபதம் அருளியவன்; வரிசைபடப் பூத்திருக்கும் மலர்களில் அமர்ந்து வண்டுகள் தேனை உண்டு, மகரந்தங்களை உடம்பில் பூசிக் கொண்டு, நேரிசை என்னும் பண் அமையப் பாடும் செழிப்புமிக்க சோலை வளம் உடைய வெங்குரு நகரில் அர்ச்சுனனிடம் அன்புகாட்டிய அப்பெருமான் எழுந்தருளி இருக்கிறான்.

3760. வண்டுஅணை கொன்றை வன்னியும் மத்தம்
மருவிய கூவிளம் எருக்கொடு மிக்க
கொண்டுஅணி சடையார் விடையினர் பூதம்
கொடுகொட்டி குடமுழாக் கூடியும் முழவப்
பண்திகழ் வாகப் பாடிஓர் வேதம்
பயில்வர்முன் பாய்புனல் கங்கையைச் சடைமேல்
வெண்பிறை சூடி உமையவ ளோடும்
வெங்குரு மேவிஉள் வீற்றிருந் தாரே (4)

அருஞ்சொற்பொருள்:

கூவிளம் - வில்வம். கொடுகொட்டி, குடமுழா - வாத்திய வகைகள். முழவ - முழங்க. பண்திகழ்வாக - ஒரே சீரான இசையில்.

பொழிப்புரை:

வண்டு மொய்க்கும் கொன்றைமலர், வன்னியின் தளிர், ஊமத்தம்பூ, வில்வந்தளிர், எருக்கமலர், ஆகியவற்றை மிகுதியும் சூடும் சடாமுடி உடையவர்; இடப ஊர்தியில் வருபவர்; கொடுகொட்டி, குடமுழா முதலிய இசைக் கருவிகளைப் பூதங்கள் சூழ்ந்து நின்று முழக்க, வேதத்தை ஒரே சீரான இசைகொண்டு பாடும் வழக்கம் உடையவர்; அவர் ஆகாயத்தி லிருந்து பாய்ந்து இழிந்த கங்கை, வெண்பிறை ஆகியவற்றை சடைமேல் சூடி, உமாதேவியோடும் கூடி எழுந்தருளி இருக்கும் இடம், வெங்குரு என்னும் தலமாகும்.

3761. சடையினர் மேனி நீறுஅது பூசித்
தக்கைகொள் பொக்கணம் இட்டு உடனாகக்
கடைதொறும் வந்து பலிஅது கொண்டு
கண்டவர் மனம்அவை கவர்ந்து அழகாகப்

படைஅது ஏந்திப் பைங்கயல் கண்ணி
உமையவள் பாகமும் அமர்ந்துஅருள் செய்து
விடையொடு பூதம் சூழ்தரச் சென்று
வெங்குரு மேவிஉள் வீற்றிருந் தாரே   (5)

அருஞ்சொற்பொருள்:

தக்கை கொள் பொக்கணம் - தக்கை என்னும் வாத்தியத்தை வைத்துக் கட்டிய மூட்டை. கடை - வீட்டின் கடை. படை - மழுப்படை.

பொழிப்புரை:

சடாமுடி உடையவர்; உடம்பு முழுவதும் திருநீறு பூசி இருப்பவர்; தக்கை என்னும் வாத்தியத்தை வைத்துக் கட்டிய மூட்டையை முதுகுப்புறம் தொங்க விட்டிருப்பவர்; வீட்டு முற்றம்தோறும் சென்று பிச்சை ஏற்பவர்; கண்டாரது மனத்தைக் கவரவல்ல அழகு உடையவர்; மழுப்படையை ஏந்தி இருப்பவர்; பசிய கயல்மீன் போன்ற கண் உடைய உமாதேவியை பாகமாகக் கொண்டு இருப்பவர்; பூதகணங்கள் புடைசூழ இடபத்தில் ஏறிச் சென்று, பலருக்கும் பலவிதத்திலும் அருள்செய்பவர்; அவர் வெங்குரு என்னும் தலத்தில் எழுந்தருளி இருக்கிறார்.

3762. கரைபொரு கடலில் திரைஅது மோதக்
கங்குல்வந்து ஏறிய சங்கமும் இப்பியும்
உரைஉடை முத்தம் மணலிடை வைகி
ஓங்குவான் இருள்அறத் துரப்ப எண்திசையும்
புரைமலி வேதம் போற்று பூசுரர்கள்
புரிந்தவர் நலம்கொள் ஆகுதியினில் நிறைந்த
விரைமலி தூபம் விசும்பினை மறைக்கும்
வெங்குரு மேவிஉள் வீற்றிருந் தாரே   (6)

அருஞ்சொற்பொருள்:

கங்குல் - இரவு. உரை - புகழ். வைகி - தங்கி. புரை - பெருமை. பூசுரர் - அந்தணர். ஆகுதி - வேள்வி. விரை - மணம். தூபம் - புகை. விசும்பு - ஆகாயம்.

பொழிப்புரை:

கடல் அலையானது கரையில் வந்து மோத, இரவு நேரத்தில் கரைஒதுங்கிய சங்கும், இப்பி ஈன்ற புகழ்உடைய முத்தும், கடற்கரை மணலில் வந்து தங்கி, அவை வீசும் ஒளியானது வானைக் கவ்வி

இருக்கும் இருளை விலக்கவும், எட்டு திசைகளிலும் தங்கள் புகழ் பரவுமாறு, பெருமை பொருந்திய வேதத்தை ஓதி, அந்தணர்கள் வேள்வி வேட்க, அதிலிருந்து கிளம்பும் நன்மை மிக்க மணமுள்ள வேள்விப் புகையானது ஆகாயத்தை மறைக்கும் வெங்குரு என்னும் தலத்தில் சிவபெருமான் உமாதேவியோடு எழுந்தருளி இருக்கிறார்.

3763. வல்லிநுண் இடையாள் உமையவள் தன்னை
மறுகிட வருமத களிற்றினை மயங்க
ஒல்லையில் பிடித்துஅங்கு உரித்துஅவள் வெருவல்
கெடுத்தவர் விரிபொழில் மிகுதிரு ஆலில்
நல்அறம் உரைத்து ஞானமொடு இருப்ப
நலிந்திடல் உற்று வந்தஅக் கருப்பு
வில்லியைப் பொடிபட விழித்தவர் விரும்பி
வெங்குரு மேவிஉள் வீற்றிருந் தாரே   (7)

அருஞ்சொற்பொருள்:

வல்லி - கொடி. மறுகிட - மயங்க. ஒல்லை - விரைவு. வெருவல் - அஞ்சல். திருஆல் - கல்ஆல மரம். நலிந்திடல் - வருந்துதல். கருப்பு - கரும்பு. வில்லி - வில்லை உடையவன் (மன்மதன்). பொடி - சாம்பல் பொடி.

பொழிப்புரை:

கொடி போன்ற மெல்லிய இடைஉடைய உமாதேவி மனம் கலங்குமாறு, எதிர்த்து வந்த மதயானையைப் பிடித்து, விரைந்து அதன் தோலை உரித்து, உமாதேவியின் அச்சத்தைப் போக்கியவர்; விரிந்த சோலையில் கல்ஆலமரத்தின் நிழலில் அமர்ந்து, முனிவர் நால்வர்க்கு அறம் முதலிய நான்கினையும் உரைத்து, அவர்களை ஞானத்தில் சிறந்து விளங்குமாறு செய்தவர்; கரும்பு வில்லைக் கையில் ஏந்திய மன்மதன், மற்றவர் தூண்டுதலால் மனதில் கவலையோடு வந்து, அம்பு தொடுக்க, அவனைச் சாம்பலாகுமாறு நெற்றிக்கண் கொண்டு நோக்கியவர்; அவர் உமாதேவி யோடும் கூடி விரும்பி எழுந்தருளி இருக்கும் தலம் வெங்குரு ஆகும்.

3764. பாங்கிலா அரக்கன் கயிலைஅன்று எடுப்ப
பலதலை முடியொடு தோள்அவை நெரிய
ஓங்கிய விரலால் ஊன்றிஅன்று அவர்க்கே
ஒளிதிகழ் வாள்அது கொடுத்து அழகாய

கோங்கொடு செருந்தி கூவிள மத்தம்
கொன்றையும் குலாவிய செஞ்சடைச் செல்வர்
வேங்கைபொன் மலரார் விரைதரு கோயில்
வெங்குரு மேவிஉள் வீற்றிருந் தாரே   (8)

அருஞ்சொற்பொருள்:

பாங்கிலா அரக்கன் - குணமில்லாத இராவணன். வாள் - சந்திரகாசம் என்னும் வாள். விரை - மணம்.

பொழிப்புரை:

நற்குணம் இல்லாத இராவணன் முன்பு ஒரு காலத்தில் கயிலை மலையைப் பெயர்க்க, தனது கால் பெருவிரல் கொண்டு ஊன்றி, அவனது பத்துத் தலைகள், இருபது தோள்கள், ஆகியவற்றை நெரித்து, பின்னர் அவனுக்குச் சந்திரகாசம் என்னும் வாளினைப் பரிசாகக் கொடுத்தவர்; அழகிய கோங்க மலர், செருந்தி மலர், வில்வந்தளிர், ஊமத்தம்பூ, கொன்றைமலர், என இவற்றால் அழகு செய்யப்பட்ட சிவந்த சடாமுடி உடைய செல்வனார்; மணமுள்ள வேங்கையின் பொன் போன்ற நிறமுள்ள மலர்கள் அழகு செய்யும் வெங்குரு என்னும் தலத்தில் அவர் உமாதேவியோடு எழுந்தருளி இருக்கிறார்.

3765. ஆறுஉடைச் சடைஎம் அடிகளைக் காண
அரியொடு பிரமனும் அளப்பதற்கு ஆகிச்
சேறிடைத் திகழ்வா னத்திடை புக்கும்
செலவுஅறத் தவிர்ந்தனர் எழில்உடைத் திகழ்வெண்
நீறுஉடைக் கோல மேனியர் நெற்றிக்
கண்ணினர் விண்ணவர் கைதொழுது ஏத்த
வேறுஎமை ஆள விரும்பிய விகிர்தர்
வெங்குரு மேவிஉள் வீற்றிருந் தாரே   (9)

அருஞ்சொற்பொருள்:

அரி - திருமால். திகழ் சேறிடை - விளங்குகின்ற சேற்றினிடத்தும். திகழ் வானிடை - விளங்குகின்ற ஆகாயத்தினிடத்தும். புக்கும் - புகுந்தும். செலவு அற - செல்லுதல் ஒழிய. எமை - எம்மை. ஆள - அடிமை கொள்ள.

பொழிப்புரை:

கங்கை தங்கிய சடைஉடைய எமது பெருமானைக் காணும் பொருட்டு திருமால் பன்றி உருக்கொண்டு சேற்று நிலத்தை அகழ்ந்து சென்றும்,

பிரமன் அன்னப்பறவையாக வானில் பறந்து சென்றும், தேடிக் காண முடியாது போக, தம் செலவு ஒழிந்தனர்; அது நிற்க; அழகு விளங்க வெண் திருநீற்றைப் பூசிய திருமேனி உடையவர்; நெற்றியில் கண் உடையவர்; தேவர்கள் தொழுது வணங்க இருந்தவர்; எம்மை ஆட்கொள்ள விருப்பம் கொண்டவர்; பல மாறுபாடுகள் உடையவர்; அவர் உமா தேவியோடு கூடி விரும்பி ஏழுந்தருளி இருப்பது வெங்குரு என்னும் தலமே ஆகும்.

3766. பாடுஉடைக் குண்டர் சாக்கியர் சமணர்
பயில்தரும் அறவுரை விட்டு அழகாக
ஏடுஉடை மலராள் பொருட்டு வன்தக்கன்
எல்லைஇல் வேள்வியைத் தகர்த்து அருள்செய்து
காடுஇடைக் கடிநாய் கலந்து உடன்சூழக்
கண்டவர் வெருவுற விளித்து வெய்தாய
வேடுடைக் கோலம் விரும்பிய விகிர்தர்
வெங்குரு மேவிஉள் வீற்றிருந் தாரே (10)

அருஞ்சொற்பொருள்:

பாடு - துன்பம். ஏடு உடை மலராள் - இதழ்களுடன் கூடிய தாமரை மலர். கடிநாய் - காவலுக்காக வரும் நாய். விளித்து - அழைத்து.

பொழிப்புரை:

துன்பப்படுவதே தவம் எனக் கருதும் குண்டர்களாகிய சமணர்களும் பௌத்தர்களும் கூறும் அறவுரை போன்ற சொற்களை கேளாது விட்டு ஒழியுங்கள்; இதழ்களுடன் கூடிய தாமரைமலர் போன்ற அழகுடைய தாட்சாயணியின் பொருட்டு, வலிமை உடைய தக்கன் செய்த பெரிய வேள்வியை அழித்தவன்; பின்னர் அதில் கலந்து கொண்ட தேவர்களுக்கு அருள் செய்தவன்; காவலுக்கு நாய்கள் உடன்வர, கண்டவர் அஞ்சுமாறு வேட்டுவக்கோலம் பூண்டு, காட்டின் இடமாகச் சென்று, விலங்குகளைக் கூவி அழைத்து, அர்ச்சுனனுடன் போர் செய்தவன்; பல மாறுபாடுகள் உடையவன்; அவன் உமாதேவியோடு கூடிய விரும்பி எழுந்தருளி இருக்கும் தலம் வெங்குரு ஆகும்.

3767. விண்ணியல் விமானம் விரும்பிய பெருமான்
வெங்குரு மேவிஉள் வீற்றிருந் தாரை
நண்ணிய நூலன் ஞானசம் பந்தன்
நவின்றஇவ் வாய்மொழி நலமிகு பத்தும்

பண்இயல் பாகப் பத்திமை யாலே
பாடியும் ஆடியும் பயிலவல் லோர்கள்
விண்ணவர் விமானம் கொடுவரவு ஏறி
வியனுக்கு ஆண்டுவீற் றிருப்பவர் தாமே   (11)

அருஞ்சொற்பொருள்:

விமானம் - கருவறையின் மேல்உள்ள கோபுரம். நண்ணிய நூல் - தானாக வந்து பொருந்திய வேதநூல். பத்திமை - அன்புடைமை. கொடு வரவு - கொண்டுவர. வியன்உலகு - இடமகன்ற உலகம் (தேவர் உலகம்). ஆண்டு - ஆட்சி செய்து.

பொழிப்புரை:

வானளாவிய விமானத்தை விரும்பிய சிவபெருமான் வெங்குரு என்னும் தலத்தில் எழுந்தருளி இருக்க, அவ்வாறு எழுந்தருளி இருந்தவரை; ஓதாமல் தானே உணர்ந்த வேதநூல் புலமை உடைய ஞானசம்பந்தன் வாய்மொழியாகப் பாடிய நன்மை மிகுந்த பாடல் பத்தினையும், இசை யோடுகூட அன்பும் கொண்டு பாடியும் ஆடியும் வழிபட வல்லவர்கள்; தேவர்கள் கொண்டுவரும் விமானத்தில் ஏறி, தேவர்உலகம் சென்று, அவ்வுலகை ஆளும் தலைமையை ஏற்று, அங்குத் தங்கி இருக்கும் பேற்றினைப் பெறுவர்.

திருச்சிற்றம்பலம்

348

திருக்கழுமலம்

திருமுறை 1 - 79

பண்: குறிஞ்சி

3768. அயில்உறு படையினர் விடையினர் முடிமேல்
அரவமும் மதியமும் விரவிய அழகர்
மயில்உறு சாயல் வனமுலை ஒருபால்
மகிழ்பவர் வான்இடை முகில்புல்கு மிடறர்
பயில்வுறு சரிதையர் எருதுஉகந்து ஏறிப்
பாடியும் ஆடியும் பலிகொள்வர் வலிசேர்
கயிலையும் பொதியிலும் இடம்என உடையார்
கழுமலம் நினையநம் வினைகரிசு அறுமே   (1)

அருஞ்சொற்பொருள்:

அயில் - கூர்மை. முகில் - மேகம். கரிசு - தீமை.

பொழிப்புரை:

கூர்மையான சூலப்படை உடையவர்; இடப ஊர்தி உடையவர்; சடாமுடியின்மீது பாம்பு, சந்திரன் ஆகியவற்றைப் பொருந்த வைத்திருக்கும் அழகர்; மயில் போன்ற சாயலும், அழகிய முலையும் உடைய உமா தேவியை உடம்பின் ஒருபாகத்தில் வைத்து மகிழ்பவர்; வானில் உலவும் மேகம் போன்ற கரிய நிறம் உடைய கண்டம் கொண்டவர்; பலரும் போற்றும்படியான பல வரலாறுகள் உடையவர்; எருதின்மீது விரும்பி ஏறி வருபவர்; பாட்டுப் பாடியும் நடனம் ஆடியும் பிச்சை ஏற்பவர்; வலிமை மிக உடைய கயிலைமலை, பொதிகைமலை, ஆகிய மலைகளைத் தமது இருப்பிடமாகக் கொண்டவர்; அவர் எழுந்தருளி இருக்கும் கழுமலம் என்னும் தலத்தை நினைக்க, நம்முடைய வினையாகிய துன்பங்கள் அறுபடும்.

3769. கொண்டலும் நீலமும் புரைதிரு மிடறர்
கொடுமுடி உறைபவர் படுதலைக் கையர்
பண்டுஅலர் அயன்சிரம் அரிந்தவர் பொருந்தும்
படர்சடை அடிகளார் பதிஅதன் அயலே
வண்டலும் வங்கமும் சங்கமும் சுறவும்
மறிகடல் திரைகொணர்ந்து எற்றிய கரைமேல்
கண்டலும் கைதையும் நெய்தலும் குலவும்
கழுமலம் நினையநம் வினைக்கரிசு அறுமே (2)

அருஞ்சொற்பொருள்:

கொண்டல் - மேகம். நீலம் - நீலமலர். கொடுமுடி - கயிலாய சிகரம். படுதலை - மண்டைஓடு. பண்டு - முன்பு. அலர் - தாமரைமலர். அயன் - பிரமன். சிரம் - தலை. வண்டல் - வண்டல்மண். வங்கம் - கப்பல். சங்கம் - சங்கு. சுறவம் - சுறாமீன். கண்டல் - நீர்முள்ளி. கைதை - தாழை. நெய்தல் - நெய்தல் மலர்.

பொழிப்புரை:

மேகமும் நீலமலரும் போன்ற கரியநிறக் கண்டம் கொண்டவர்; கயிலைமலையில் இருப்பவர்; மண்டை ஓட்டைக் கையில் ஏந்தி இருப்பவர்; மலர்மேல் உறையும் பிரமனது தலையை முன்பு கொய்தவர்; படர்ந்த சடாமுடி உடையவர்; இறைவர்; அவர் எழுந்தருளி இருக்கும் பதி; வண்டல்மண் வளமும், கப்பலும், சங்கும், சுறாமீனும், நிறைந்து விளங்குவதும், கடலின் மடிந்துவிழும் அலையானது வந்து மோதும் கரையில் நீர்முள்ளி, தாழை, நெய்தல் முதலியன விளங்கும் கழுமலம் என்னும் தலமே ஆகும். அக்கழுமல நகரை நினைக்க, நமது வினையாகிய துன்பங்கள் அறுபடும்.

3770. எண்இடை ஒன்றினர் இரண்டினர் உருவம்
எரிஇடை மூன்றினர் நான்மறை யாளர்
மண்இடை ஐந்தினர் ஆறினர் அங்கம்
வகுத்தனர் ஏழ்இசை எட்டுஇருங் கலைசேர்
பண்இடை ஒன்பதும் உணர்ந்தவர் பத்தர்
பாடிநின்று அடிதொழ மதனனை வெகுண்ட
கண்இடைக் கனலினர் கருதிய கோயில்
கழுமலம் நினையநம் வினைக்கரிசு அறுமே (3)

அருஞ்சொற்பொருள்:

எண் - எண்ணம். ஒன்றினர் - ஒன்றினவர். உருவம் இரண்டு - சிவம், சத்தி. எரியில் மூன்று - தீயில் 'ஓசை, ஊறு, ஒளி' என்னும் தன்மாத்திரை மூன்று. மண்இடை ஐந்து - நிலத்தில், 'ஓசை, ஊறு, ஒளி, சுவை, நாற்றம்' எனத் தன்மாத்திரை ஐந்து. ஏழ் இசை - குரல், கைக்கிளை, துத்தம், இழை, இளி, விளரி, தாரம். கலைத்தொழில் எட்டு - பண்ணல், பரிவட்டணை, ஆராய்தல், தைவரல், செலவு, விளையாட்டு, கையூழ், குறும்போக்கு. பண் இடை ஒன்பது - இசையில் எட்டுடன் கூடி ஒன்பது. மதனன் - மன்மதன். கனல் - நெருப்பு.

பொழிப்புரை:

தியானிப்பவரது எண்ணத்தில் ஒன்றுபவர்; சிவமும் சத்தியும் ஆக இரண்டு உருவம் உடையவர்; நெருப்பில் மூன்று தன்மாத்திரைகளாக விளங்குபவர்; நான்கு வேதமாய் இருப்பவர்; நிலத்தில் ஐந்து தன் மாத்திரைகளாக விளங்குபவர்; வேதத்தின் ஆறு அங்கமாகத் திகழ்பவர்; ஏழு இசையாய் இருப்பவர்; இசையில் கலைகளின் எட்டு தொழிலோடும் கூடி ஒன்பதாய் விளங்குபவர்; இதனை அறிந்து அடியார்கள் அப்பெருமானது திருவடியைத் தொழுது நிற்பர்; மன்மதனை எரிக்க நெற்றிக்கண்ணிலிருந்து நெருப்பை ஏவியவர்; அவர் விரும்பி எழுந்தருளி இருக்கும் கோயில் இருப்பது கழுமலம் என்னும் தலத்தில்; அத்தலத்தை நினைக்க, நமது வினைகளாகிய துன்பம் அறுபடும்.

3771. **எரிஒரு கரத்தினர் இமையவர்க்கு இறைவர்**
ஏறுஉகந்து ஏறுவர் நீறுமெய் பூசித்
திரிதரும் இயல்பினர் அயலவர் புரங்கள்
தீஎழ விழித்தனர் வேய்புரை தோளி
வரிதரு கண்இணை மடவரல் அஞ்ச
மஞ்சுஉற நிமிர்ந்ததுஓர் வடிவொடும் வந்த
கரிஉரி மருவிய அடிகளுக்கு இடமாம்
கழுமலம் நினையநம் வினைக்கரிசு அறுமே (4)

அருஞ்சொற்பொருள்:

எரி - நெருப்பு. அயலவர் - பகைவர். வேய் - மூங்கில். மடவரல் - பெண் (உமாதேவி). மஞ்சு - மேகம். கரி - யானை. உரி - தோல்.

பொழிப்புரை:

ஒருகையில் நெருப்பை ஏந்தி இருப்பவர்; தேவர்களுக்குக் கடவுள்; இடபத்தின் மீது விரும்பி ஏறி ஊர்ந்து வருபவர்; உடம்பு முழுதும்

திருநீற்றைப் பூசிக்கொண்டு சுற்றித் திரியும் இயல்பு உடையவர்; பகைவரது முப்புரம் தீப்பற்றி எரியுமாறு விழித்து நோக்கியவர்; மூங்கில் போன்ற தோளும், செவ்வரி கருவரி படர்ந்த, இரண்டு கண்களும் கொண்ட உமாதேவி அஞ்சுமாறு, வானளாவ நிமிர்ந்த உயரமான உருவம் உடைய யானையின் தோலை உரித்துப் போர்த்துக் கொண்ட இறைவருக்கு உரிய இடமாக விளங்குவது கழுமலம் என்னும் தலமே ஆகும். அத்தலத்தை நினைப்பவரது அரிய வினையாகிய துன்பம் அறுபடும்.

3772. ஊர்எதிர்ந்து இடுபலி தலைகல னாக
உண்பவர் விண்பொலிந்து இலங்கிய உருவர்
பார்எதிர்ந்து அடிதொழ விரைதரு மார்பில்
படஅரவு ஆமைஅக்கு அணிந்தவர்க்கு இடமாம்
நீர்எதிர்ந்து இழிமணி நித்திலம் முத்தம்
நிரைசுரி சங்கமொடு ஒண்மணி வரன்றிக்
கார்எதிர்ந்து ஓதம்வன் திரைகரைக்கு எற்றும்
கழுமலம் நினையநம் வினைக்கரிசு அறுமே (5)

அருஞ்சொற்பொருள்:

தலை - மண்டைஓடு. கலன் - உண்கலன். விரை - மணம். படஅரவு - படமுடைய பாம்பு. ஆமை - (கூர்மாவதார திருமாலின்) ஆமை ஓடு. அக்கு - உருத்திராக்கம். முத்தம் - முத்து. சுரிசங்கம் - சுருண்ட சங்கு. ஒண்மணி - ஒள்ளிய மணிவகைகள். ஓதம் - கடல்.

பொழிப்புரை:

ஊரார் வலிந்து தரும் பிச்சை உணவை, மண்டைஓட்டில் ஏற்று உண்பவர்; ஆகாயத்தில் பொலிந்து தோன்றும் உருவம் உடையவர்; உலகமக்கள் எதிரில் வந்து திருவடியில் விழுந்து வணங்க நின்றவர்; மணமுள்ள மார்பில் படமுடைய பாம்பு, ஆமைஓடு, உருத்திராக்கம் முதலியவற்றை அணிந்திருப்பவர்; அவர் எழுந்தருளி இருக்கும் இடம்; மேகம் போல் கரியநிறம் உடைய கடலின் வலிய அலைகளானவை மணிவகைகள், முத்துக்கள், சுரிந்த சங்குகள் என இவற்றைக் கரைஒதுக்கும் கழுமலம் என்னும் தலமே ஆகும். அத்தலத்தை நினைப்பவரது வினையாகிய துன்பங்கள் அறுபடும்.

3773. முன்உயிர்த் தோற்றமும் இறுதியும் ஆகி
முடிஉடை அமரர்கள் அடிபணிந்து ஏத்தப்
பின்னிய சடைமிசைப் பிறைநிறை வித்த
பேரரு ளாளனார் பேணிய கோயில்

பொன்இயல் நறுமலர் புனலொடு தூபம்

சாந்தமும் ஏந்திய கையின ராகிக்

கன்னியர் நாள்தொறும் வேடமே பரவும்

கழுமலம் நினையநம் வினைக்கரிசு அறுமே (6)

அருஞ்சொற்பொருள்:

பொன் இயல் - பொன் போன்ற (அழகிய). நறுமலர் - மணமலர். புனல் - நீர். தூபம் - புகை.

பொழிப்புரை:

உயிர்களுக்கு உடம்பு கொண்டு பிறக்கும் பிறப்பும், உடம்பை விட்டுப் பிரியும் இறப்பும், என இரண்டையும் தருபவர்; முடிஅணிந்த தேவர்கள் திருவடியில் விழுந்து வணங்குமாறு இருப்பவர்; பின்னிய சடைமீது பிறைச்சந்திரனை அணிந்திருக்கும் பேரருள் உடையவர்; அவர் விரும்பி எழுந்தருளி இருக்கும் கோயில்; அழகிய மணமலர்கள், நீர், புகைக்கு உரிய பொருள்கள், சந்தனம், ஆகியவற்றை ஏந்திய கைஉடைய மகளிர் நாள்தோறும் வந்து வணங்கும் வேடம் உடையவர் எழுந்தருளி இருக்கும் கழுமலம் என்னும் தலமே ஆகும். அத்தலத்தை நினைப்பவரது வினையாகிய துன்பமானது, அறுபடும்.

3774. **கொலைக்கு அணித்தாவரு கூற்றுஉதை செய்தார்**

குரைகழல் பணிந்தவர்க்கு அருளிய பொருளின்

நிலைக்கு அணித்தாவர நினையவல் லார்தம்

நெடுந்துயர் தவிர்த்தஎம் நிமலருக்கு இடமாம்

மலைக்கு அணித்தாவர வன்திரை முரல

மதுவிரி புன்னைகள் முத்துஎன அரும்பக்

கலைக்கணம் கானலின் நீழலில் வாழும்

கழுமலம் நினையநம் வினைக்கரிசு அறுமே (7)

அருஞ்சொற்பொருள்:

கொலைக்கு அணித்தா வரு கூற்று - கொலையை அணியதாக்க வருகின்ற இயமன். குரை கழல் - ஒலிக்கின்ற வீரக்கழல். நிலை - வீட்டின்பம் ஆகிய நிலை. நெடுந்துயர் - நெடிய பிறவியாகிய துன்பம். மலை - தோணியாக விளங்கும் மலை. வன்திரை - வலிய கடல் அலை. முரல - ஒலிக்க. மது - தேன். கலைக்கணம் - மான்கூட்டம். நீழல் - நிழல்.

பொழிப்புரை:

மார்க்கண்டேயனைக் கொல்லும் பொருட்டு, மிக அருகில் வந்த இயமனை உதைத்தவர்; ஒலிக்கின்ற வீரக்கழல் அணிந்த தம் திருவடியைப் பணிகின்றவருக்கு நிலைத்த பேரின்பமாகிய வீடுபேற்றினை அருளி, தொடர்ந்து வரும் பிறவியாகிய நோயினை நீக்கும் மலமற்ற இறைவர்; அவர் எழுந்தருளும் இடம்; வலிய கடலின் அலையானது தோணியாக விளங்கும் மலைக்கு (கோயிலுக்கு) அருகில் வந்து செல்வதும், புன்னையின் மலர்கள் முத்துபோல் பூத்துத் தேன் சொரிவதும், சோலைகளின் நிழலில் மான்கூட்டம் வாழ்வதும், ஆகிய கழுமலம் என்னும் தலமே ஆகும். அத்தலத்தை நினைவாரது வினையாகிய துன்பங்கள் அறுபடும்.

3775. **புயம்பல உடையதென் இலங்கையர் வேந்தன்**
பொருவரை எடுத்தவன் பொன்முடி திண்தோள்
பயம்பல படஅடர்த்து அருளிய பெருமான்
பரிவொடும் இனிதுஉறை கோயில்அது ஆகும்
வியன்பல விண்ணினும் மண்ணினும் எங்கும்
வேறுவேறு யுகங்களில் பெயர்உளது என்னக்
கயம்பல படக்கடல் திரைக்கரைக்கு எற்றும்
கழுமலம் நினையநம் வினைக்கரிசு அறுமே (௪)

அருஞ்சொற்பொருள்:

புயம் - தோள். பயம் - அச்சம்.

பொழிப்புரை:

தோள்கள் பல உடைய தென் இலங்கைக்கு அரசனாகிய இராவணன், கயிலை மலையைப் பெயர்க்க, அவனது பொன்முடி அணிந்த தலைகள், வலிய தோள்கள், எனப் பலவும் நெரிபடுமாறும், பலபட அச்சம் தோன்று மாறும், நெரித்துப் பின் அருள்செய்த சிவபெருமான், மிகவும் விரும்பி இனிதே எழுந்தருளி இருக்கும் கோயில் என்று சொல்ல வேண்டியது, அது இடமகன்ற விண்ணிலும் நிலஉலகிலும் என, வேறு வேறு யுகங்களில் வேறு வேறு பெயர்கள் கொண்டு விளங்கியதும், கடலின் அலையானது உயர்ந்து எழுந்து வந்து எற்றி மீள்வதும், ஆகிய கழுமல வளநகரமே ஆகும். அத்தலத்தை நினைப்பவரது வினையாகிய துன்பம் அறுபடும்.

3776. **விலங்கல்ஒன்று ஏந்திவன் மழைதடுத் தோனும்**
வெறிகமழ்தா மரையோனும் என்று இவர்தம்
பலங்களான் நேடியும் அறிவரி தாய
பரிசினன் மருவிநின்று இனிதுஉறை கோயில்

மலங்கிவன் திரைவரை எனப்பரந்து எங்கும்
மறிகடல் ஓங்கிவெள் இப்பியும் சுமந்து
கலங்கள்தன் சரக்கொடு நிரக்கவந்து ஏறும்
கழுமலம் நினையநம் வினைக்கரிசு அறுமே (9)

அருஞ்சொற்பொருள்:

விலங்கல் - மலை (கோவர்த்தன மலை). வெறி - மணம். பலம் - உடல்பலம். நேடி - தேடி. அறிவு அரிதாய பரிசினன் - அறிய அருமை உடைய தன்மையில் இருப்பவன். மலங்கி - கலங்கி. வரை - மலை. கலம் - கப்பல். நிரக்க - வரிசைபட.

பொழிப்புரை:

கோவர்த்தன மலையைக் குடையாகப் பிடித்து மழையைத் தடுத்த திருமாலும், மணமுள்ள தாமரை மலர்மீது இருக்கை கொண்டுள்ள பிரமனும், என்று இவர் இருவரும் தம் உடல் வலிமை கொண்டு தேடியும், காணக் காட்டாத அரிய தன்மையில் விளங்குபவன்; அவன் விரும்பி இனிதே எழுந்தருளி இருக்கும் கோயில் இருப்பது; கடலின் வலிமை பொருந்திய அலைகள், மலைபோல் எழுந்து, கலங்கி, பரந்து, எங்கும் மடிந்து விழுவதும், அவ்வாறு விழும்போது, வெள்ளை நிற இப்பியைக் கரை ஒதுக்குவதும், கப்பல்கள் சரக்கோடு வந்து வரிசைபட நிற்பதும், ஆகிய கழுமலம் என்னும் தலமே ஆகும். அத்தலத்தை மனதால் நினைந்து வழிபட வல்லவரது, வினையாகிய துன்பங்கள் அறுபடும்.

3777. ஆம்பல தவம்முயன்று அறவுரை சொல்லும்
அறிவிலாச் சமணரும் தேரரும் கணிசேர்
நோம்பல தவம்அறி யாதவர் நொடிந்த
மூதுரை கொள்கிலா முதல்வர் தம்மேனிச்
சாம்பலும் பூசிவெண் தலைகல னாகத்
தையலார் இடுபலி வையகத்து ஏற்றுக்
காம்புஅன தோளியொடு இனிதுஉறை கோயில்
கழுமலம் நினையநம் வினைக்கரிசு அறுமே (10)

அருஞ்சொற்பொருள்:

கணிசேர் - எண்ணத்தக்க. நோம் - (நோகும்) துன்பத்தைத் தரும். நொடிந்த மூதுரை - சொன்ன பழைய வாசகங்கள். காம்பு - மூங்கில்.

பொழிப்புரை:

நன்மை விளையும் என்று பல தவங்கள் செய்ய முயன்றும், அறிவுரை பல சொல்லியும், திரியும் அறிவில்லாத சமணர்களும், பௌத்தர்களும், எண்ணத்தகுந்த நோகும் தவம்பல அறியாதவர் சொல்லும் மூதுரைகளைக் கேளாத (ஏற்காத) முதல்வர்; தமது திருமேனி முழுவதும் சாம்பலைப் பூசிக்கொண்டு, மண்டை ஓட்டை உணவு ஏற்கும் பாத்திரமாகக் கொண்டு, உலகில் பெண்கள் இடும் பிச்சையை ஏற்று, மூங்கில் போன்ற தோள்உடைய உமாதேவியோடு கூடி, இனிதே எழுந்தருளி இருக்கும் கோயில் இருப்பது, கழுமலம் என்னும் தலத்திலே ஆகும். அத்தலத்தை நினைவாரது வினைகளாகிய துன்பம் அறுபடும்.

3778. **கலிகெழு பாரிடை ஊர்என உளதாம்**
கழுமலம் விரும்பிய கோயில் கொண்டவர்மேல்
வலிகெழு மனம்மிக வைத்தவன் மறைசேர்
வரும்கலை ஞானசம் பந்தன் தமிழின்
ஒலிகெழு மாலைஎன்று உரைசெய்த பத்தும்
உண்மையினால் நினைந்து ஏத்தவல் லார்மேல்
மெலிகெழு துயர்அடை யாவினை சிந்தும்
விண்ணவர் ஆற்றலின் மிகப்பெறு வாரே (11)

அருஞ்சொற்பொருள்:

கலிகெழு பார் - ஒலி மிக்க உலகம். வலி கெழு மனம் - உறுதியான மனம். ஒலிகெழு மாலை - இசையோடு கூடிய பாமாலை. மெலிகெழு துயர் - மெலிவு அடையச் செய்யும் துன்பம்.

பொழிப்புரை:

ஆரவாரம் மிகுந்த இந்நிலஉலகில் ஓர்ஊராக விளங்கும் கழுமலம் என்னும் தலத்தில் கோயில் கொண்டு எழுந்தருளி இருக்கும் பெருமான்மீது; வலிமை உடைய மனத்தை (எண்ணத்தை) மிகுதியாக வைத்தவனும், வேதங்களிலும் கலிகளிலும் ஞானம் உடையவனும், ஆகிய சம்பந்தன் பாடிய இசையோடு கூடிய தமிழ்ப்பாமாலை பத்தினையும், உண்மையாக நினைந்து, போற்ற வல்லவர் மீது; அவரை மெலிவடையச் செய்யும் துன்பம் நெருங்காது; வினைகளும் சிதறும்; தேவர்களுக்கு உரிய ஆற்றல் களையும் பெறுவர்.

திருச்சிற்றம்பலம்

349

சீகாழி

திருமுறை 1 - 81

பண்: குறிஞ்சி

3779. நல்லார் தீமேவும் தொழிலார் நால்வேதம்
சொல்லார் கேண்மையார் சுடர்பொன் கழலஏத்த
வில்லால் புரம்செற்றான் மேவும் பதிபோலும்
கல்லார் மதில்சூழ்ந்த காழி(ந்) நகர்தானே (1)

அருஞ்சொற்பொருள்:

தீமேவும் தொழில் - வேள்வி வேட்டல். கல் - மலை.

பொழிப்புரை:

நல்லவர்களும், வேள்வி வேட்கும் தொழில் உடையவர்களும், நான்கு வேதங்களை ஓதுபவர்களும், அன்புடையவர்களும், ஆகிய அந்தணர்கள் கூடிநின்று, ஒளிவிடும் பொன்போன்ற திருவடிகளைப் போற்றி வணங்க இருப்பவன்; மேரு மலையை வில்லாக வளைத்து முப்புரத்தை அழித்தவன்; அவன் எழுந்தருளி இருக்கும் தலம்; மலை போன்ற உயரிய மதிலால் சூழப்பட்ட சீகாழி நகரமே ஆகும்.

3780. துளிவண் தேன்பாயும் இதழி தூமத்தம்
தெளிவெண் திங்கள்மா சுணம்நீர் திகழ்சென்னி
ஒளிவெண் தலைமாலை உகந்தான் ஊர்போலும்
களிவண்டு யாழ்செய்யும் காழி(ந்) நகர்தானே (2)

அருஞ்சொற்பொருள்:

'வண் தேன் துளி பாயும் இதழி' - எனக் கூட்டி உரைக்க. இதழி - கொன்றை மலர். தூமத்தம் - தூய ஊமத்தம்பூ. தெளிவெண் திங்கள் - தெளிந்த வெண்மை நிற ஒளியைப் பரவவிடும் சந்திரன். மாசுணம் - பாம்பு. நீர் - கங்கை. தலை - மண்டைஓடு. களிவண்டு - தேன் உண்டு களித்த வண்டு.

பொழிப்புரை:

வளமான தேன் துளி சிந்துகின்ற கொன்றை மலர், தூய ஊமத்த மலர், தெளிந்த வெண்மை நிற ஒளியைப் பரவவிடும் சந்திரப்பிறை, பாம்பு, கங்கை, ஒளிவிடும் வெண்மை நிற மண்டைஓட்டு மாலை, ஆகியவற்றைச் சடையில் சூடி இருப்பவன் மகிழ்ந்து எழுந்தருளி இருக்கும் தலம், தேன்உண்டு களித்த வண்டுகள், யாழ்போல் இசைஎழுப்பும் சீகாழி நகரமே ஆகும்.

3781. **ஆலக் கோலத்தின் நஞ்சுஉண்டு அமுதத்தைச்**
சாலத் தேவர்க்கு ஈந்துஅளித்தான் தன்மையால்
பாலற் காய்நன்றும் பரிந்து பாதத்தால்
காலற் காய்ந்தான்ஊர் காழி(ந்) நகர்தானே (3)

அருஞ்சொற்பொருள்:

ஆலக் கோலத்தின் நஞ்சு - ஆலகால விடம். சால - மிகுதியாக. ஈந்து - தந்து. அளித்தான் - காப்பாற்றினான். பாலற்காய் - பாலனாகிய மார்க்கண்டேயனுக்காக. பரிந்து - இரக்கம் காட்டி. காலற்காய்ந்தான் - இயமனைத் தண்டித்தான்.

பொழிப்புரை:

ஆலகால விடத்தைத் தான் உண்டு, தேவர்களுக்கு மிகுதியாக அமுதம் தந்து காத்தவன்; மார்க்கண்டேய முனிவனின் தனித்தன்மை கண்டு, அவன்மீது இரக்கம் வைத்து, திருவடி கொண்டு, இயமனை உதைத்து அருள் செய்தவன்; அவன் எழுந்தருளி இருக்கும் ஊர் சீகாழி என்னும் நகரமாகும்.

★ **(இப்பதிகத்தின் 4,5,6,7-ஆம் பாடல்கள் கிடைக்கவில்லை).**

3782. **இரவில் திரிவோர்கட்கு இறைதோள் இணைபத்தும்**
நிரவிக் கரவாளை நேர்ந்தான் இடம்போலும்
பரவித் திரிவோர்க்கும் பால்நீறு அணிவோர்க்கும்
கரவில் தடக்கையார் காழி(ந்) நகர்தானே (8)

அருஞ்சொற்பொருள்:

இரவில் திரிவோர் - அசுரர் (நிசாசரர்). நிரவி - ஒழுங்குபடுத்தி. கரவாள் - கைவாள். கரவில் - (கரவு+இல்) மறைத்தல் இல்லாத. தடக்கை - பெரிய கை.

பொழிப்புரை:

இரவு நேரத்தில் சுற்றித் திரியும் அசுரர்களுக்குத் தலைவனாய் விளங்கும் இராவணனது இருபது (இணைபத்து - 2X10) தோள்களையும் நெரித்து, ஒழுங்குபடுத்திப் பின் அவனுக்குக் கைவாளைப் பரிசாகத் தந்தவன்; தன்னைப் போற்றித் திரிபவர்கட்கும், பால் போன்ற வெண்திருநீறு அணிபவர்கட்கும், மறைத்தல் இல்லாது கொடுக்கும் திருக்கை உடையவன்; அவன் எழுந்தருளி இருப்பது சீகாழி என்னும் நகரிலே ஆகும்.

3783. மாலும் பிரமனும் அறியா மாட்சியான்
 தோலும் புரிநூலும் துதைந்த வரைமார்பன்
 ஏலும் பதிபோலும் இரந்தோர்க்கு எந்நாளும்
 காலம் பகராதார் காழி(ந்) நகர்தானே (9)

அருஞ்சொற்பொருள்:

வரை மார்பு - மலை போன்ற அகன்ற மார்பு. ஏலும் பதி - ஏற்புடைய ஊர். காலம் பகராதார் - (பிச்சை ஏற்பவர்க்கு) காலத்தைச் சுட்டிக்காட்டி கொடுக்க மறுக்காதவர் (எந்நேரமாயினும் பிச்சை இடுபவர்).

பொழிப்புரை:

திருமாலும் பிரமனும் தேடியும் அறிய முடியாத பெருமை உடையவன்; மான்தோலும் பூணூலும் புரளும் மலைபோன்ற அகன்ற மார்பு உடையவன்; அவன் எழுந்தருள ஏற்புடைய தலம், எந்நேரத்தில் பிச்சை கேட்டாலும் காலத்தைக் காரணம் காட்டாது, பிச்சை தருபவர் நிறைந்து வாழும் சீகாழி நகரமே ஆகும்.

3784. தங்கை இடஉண்பார் தாழ்சீ வரத்தார்கள்
 பெங்கை உணராதே பேணித் தொழுமின்கள்
 மங்கை ஒருபாகம் மகிழ்ந்தான் மலர்ச்சென்னிக்
 கங்கை தரித்தான்ஊர் காழி(ந்) நகர்தானே (10)

அருஞ்சொற்பொருள்:

தங்கை - (தம்+ கை) தமது கை. சீவரம் - காவி உடை. பெங்கை - தீய ஒழுக்கம். உணராதே - உணராமல் (ஏற்காமல்).

பொழிப்புரை:

தங்கள் கைகளால் (பிச்சை இடுபவர்) பிச்சை இட, அதனை வாங்கி உண்ணும் சமணர்களும், மஞ்சள் நிறம் கலந்த காவிநிற உடை உடுத்தும்

பௌத்தர்களும், தீய ஒழுக்கம் உடையவர்கள்; எனவே அவர்களை மதிக்க வேண்டாம்; மாறாக, உமாதேவியை உடம்பில் பாகமாகக் கொண்டவனும், கொன்றைமலர் சூடிய சடாமுடி உடையவனும், கங்கையைத் தாங்கி உள்ளவனும், ஆகிய சிவபெருமானைப் போற்றி வணங்குங்கள்; அவன் எழுந்தருளி இருக்கும் ஊர் சீகாழி நகரமே ஆகும்.

3785. வாசம் கமழ்காழி மதிசெஞ் சடைவைத்த
 ஈசன் நகர்தன்னை இணையில் சம்பந்தன்
 பேசும் தமிழ்வல்லோர் பெருநீர் உலகத்துப்
 பாசம் தனைஅற்றுப் பழியில் புகழாரே (11)

அருஞ்சொற்பொருள்:

பெருநீர் - கடல். பாசம் - தளை.

பொழிப்புரை:

சிவந்த சடையில் சந்திரனைச் சூடிஉள்ள ஈசன் எழுந்தருளி இருக்கும் மணமுள்ள சீகாழி நகர் மீது; தனக்கு ஒப்பார் இல்லாத சம்பந்தன், பாடிய தமிழ்ப் பாடலைப் பாடி வழிபட வல்லவர்; கடலால் சூழப்பட்ட இந்நிலவுலகில் தளைகளை அறுத்துக் கொள்வர்; மேலும் பழி சிறிதும் கலவாத தூய புகழைப் பெறுவர்.

திருச்சிற்றம்பலம்

350

திருப்புறவம்

திருமுறை 1 - 97

பண்: குறிஞ்சி

3786. எய்யா வென்றித் தானவர்ஊர் மூன்று எரிசெய்த
     மைஆர் கண்டன் மாதுஉமை வைகும் திருமேனிச்
     செய்யான் வெண்நீறு அணிவான் திகழ்பொன் பதிபோலும்
     பொய்யா நாவின் அந்தணர் வாழும் புறவம்மே   (1)

அருஞ்சொற்பொருள்:

எய்யா - அடையாத. வென்றி - வெற்றி. தானவர் - அசுரர். வைகும் - தங்கும். பொன் - அழகு.

பொழிப்புரை:

வெற்றி பெறாத அசுரர் மூவரது முப்புரத்தை எரித்து அழித்தவன்; கருமைநிறக் கண்டம் கொண்டவன்; உமாதேவி என்னும் பெண்ணை உடன்கொண்டு விளங்குபவன்; சிவந்தநிறத் திருமேனி உடையவன்; வெண்திருநீறு பூசி இருப்பவன்; அவன் விளக்கமாக எழுந்தருளி இருக்கும் தலம், பொய்பேசாத நாவினை உடைய அந்தணர் நிறைந்து வாழும் புறவமே ஆகும்.

3787. மாதுஒரு பாலும் மால்ஒரு பாலும் மகிழ்கின்ற
     நாதன்என்று ஏத்தும் நம்பரன் வைகும் நகர்போலும்
     மாதவி மேய வண்டுஇசை பாட மயில்ஆடப்
     போதுஅலர் செம்பொன் புன்னை கொடுக்கும் புறவம்மே   (2)

அருஞ்சொற்பொருள்:

ஒருபால் - ஒரு பகுதி. வைகும் - தங்கும். செம்பொன் - செம்பொன் போன்ற மகரந்தம்.

பொழிப்புரை:

உமாதேவியை உடம்பின் ஒரு பகுதியிலும், திருமாலை உடம்பின் ஒரு பகுதியிலும், (இரண்டுமே இடப்பாகம் என்பது அறிக). ஆக வைத்து மகிழ்கின்ற தலைவன் என்று புகழப்படும் நமது இறைவன் தங்கி இருக்கும் நகர், குருக்கத்தி மலரில் வண்டு அமர்ந்து இசைபாடுவதும், மயில்கள் நடனம் ஆடுவதும், புன்னையின் மொக்கு மலர்ந்து பொன்துகள்கள் போல மகரந்தப் பொடியை உதிர்ப்பதும், ஆகிய புறவமே ஆகும்.

3788. **வற்றா நதியும் மதியும் பொதியும் சடைமேலே**
புற்றுஆர் அரவின் படம்ஆட அம்இப் புவனிக்குஓர்
பற்றாய் இடுமின் பலிஎன்று அடைவார் பதிபோலும்
பொற்றா மரையின் பொய்கை நிலாவும் புறவம்மே (3)

அருஞ்சொற்பொருள்:

புவனி - உலகம். பலி - பிச்சை. பொற்றாமரை பொய்கை - பிரம தீர்த்தம்.

பொழிப்புரை:

வற்றாத நதியாகிய கங்கை, பிறைச்சந்திரன், ஆகிய இவை தங்கி உள்ள சடையில், புற்றில் வாழ வேண்டிய பாம்பு தங்கிப் படம் எடுத்து ஆடவும்; இவ்வுலகில் நீவிர் வாழும் வாழ்க்கைக்கு ஒருபற்றுக்கோடாய்ப் ‘பிச்சை இடுங்கள்!’ என்று கேட்பவர் (சிவபெருமான்) வாழும் ஊர், பிரமதீர்த்தம் விளங்கும் புறவ நகரே ஆகும்.

3789. **துன்னார் புரமும் பிரமன் சிரமும் துணிசெய்து**
மின்னார் சடைமேல் அரவும் மதியும் விளையாடப்
பன்னாள் இடுமின் பலிஎன்று அடைவார் பதிபோலும்
பொன்னார் புரிநூல் அந்தணர் வாழும் புறவம்மே (4)

அருஞ்சொற்பொருள்:

துன்னார் - பகைவர். சிரம் - தலை. பொன் ஆர் புரிநூல் - பொன்னைப் போல் அழகிய முப்புரிநூல்.

பொழிப்புரை:

பகைவரது முப்புரங்களையும் பிரமனது ஒரு தலையையும் சிதைத்தவன்; மின்னல்போல் ஒளிரும் சடையில் பாம்பும் சந்திரனும் பகை மறந்து விளையாடும்படி ஒருசேரச் சூடி இருப்பவன்; பலநாளும் வந்து, ‘பிச்சை இடுங்கள்!’ என்று கேட்டுப் பெறுபவன்; அவன் எழுந்தருளி இருக்கும் தலம், அழகிய பூணூல் அணிந்த அந்தணர்கள் கூடிவாழும் புறவ நகரே ஆகும்.

3790. தேவா அரனே சரண்என்று இமையோர் திசைதோறும்
காவாய் என்று வந்துஅ டையக்கார் விடம்உண்டு
பாஆர் மறையும் பயில்வோர் உறையும் பதிபோலும்
பூஆர் கோலச் சோலை சுலாவும் புறவம்மே (5)

அருஞ்சொற்பொருள்:

கார்விடம் - கரிய விடம். சுலாவும் - சூழும்.

பொழிப்புரை:

பல திசைகளில் இருந்தும் தேவர்கள் வந்து குழுமி, 'தேவனே, அரனே!' என்று கூவி அழைத்துக் காப்பாற்றுமாறு வேண்ட, கரியநிற விடத்தை உண்டவன்; பல பாடல்களாக விளங்கும் வேதத்தை உலகுக்குச் சொன்னவன்; அவன் எழுந்தருளி இருக்கும் தலம், பூக்கள் நிரம்பிய அழகிய சோலை சூழ்ந்த புறவமே ஆகும்.

3791. கற்றுஅறிவு எய்திக் காமன் முன்னாகும் முகவுஎல்லாம்
அற்றுஅரனே நின்அடி சரண்என் னும்அடி யோர்க்குப்
பற்றுஅது வாய பாசுபதன் சேர்பதி என்பர்
பொற்றிகமழ் மாடத்து ஒளிகள் நிலாவும் புறவம்மே (6)

அருஞ்சொற்பொருள்:

முகவு - முகஒளி. பொற்றிகழ் - (பொன் + திகழ்) பொன் விளங்கும்.

பொழிப்புரை:

ஞான நூல்களைக் கற்று, அதனால் நல்லறிவு பெற்று, மன்மதனை முன்னிலைப்படுத்தும் காம விருப்பங்கள் எல்லாம் அற்று, 'அரனே! நின் அடியில் அடைக்கலம்' என்று கூறும் அடியார்களுக்குப் பற்றுக்கோடாக விளங்கும் பாசுபதம் என்னும் வில் ஏந்தியவன்; அவன் எழுந்தருளி இருக்கும் தலம் என்று சொல்லுவர்; அது பொன் விளங்கும் மாடங்களில் ஒளி விளங்கும் புறவம் நகரே ஆகும்.

3792. எண்திசையோர் அஞ்சிடு வகைகார் சேர்வரை என்னக்
கொண்டுஎழு கோல முகில்பொன் பெரியகரி தன்னைப்
பண்டுஉரி செய்தோன் பாவனை செய்யும் பதிஎன்பர்
புண்டரி கத்தோன் போல்மறை யோர்சேர் புறவம்மே (7)

அருஞ்சொற்பொருள்:

கார் சேர் வரை - மேகம் தங்கும் மலை. பொன் - அழகு. கரி - யானை. பண்டு - முன்பு. உரிசெய்தோன் - உரித்தவன். பாவனை செய்யும் - விரும்பி இருக்கும். புண்டரிகம் - தாமரை மலர்.

பொழிப்புரை:

எட்டு திசைகளிலும் வாழ்பவர் அஞ்சுமாறு, மேகம் தங்கிய மலை போன்ற அழகிய பெரிய யானையின் தோலை முன்பு உரித்தவன்; அவன் விரும்பி எழுந்தருளி இருக்கும் தலம் என்று சொல்லுவர்; அது தாமரை மலரில் எழுந்தருளி இருக்கும் பிரமதேவனைப்போல வேதம் கற்ற அந்தணர்கள் கூடிவாழும் புறவம் என்னும் நகரமே ஆகும்.

3793. பரக்கும் தொல்சீர்த் தேவர்கள் சேனைப் பௌவத்தைத்
    துரக்கும் செந்தீப் போல்அமர் செய்யும் தொழில்மேவும்
    அரக்கன் திண்தோள் அழிவித் தான்அக் காலத்தில்
    புரக்கும் வேந்தன் சேர்தரு மூதூர் புறவம்மே   (8)

அருஞ்சொற்பொருள்:

பௌவம் - கடல். அமர் - போர். புரக்கும் வேந்தன் - காக்கும் கடவுள். மூதூர் - (பல ஊழிகளையும் கடந்து நிற்கும்) பழமையான ஊர்.

பொழிப்புரை:

எங்கும் பரவிய பழம்பெருமை உடைய தேவர்களது படையாகிய கடலை, வற்றச் செய்யும் வடவைத் தீபோல போர்செய்யும் தொழில் உடைய அரக்கனாகிய இராவணனது வலிய தோள்களை முன்ஒரு காலத்தில் நெரித்தவன்; எல்லா உலகங்களையும் காக்கும் அரசனாகிய கடவுள்; அவன் எழுந்தருளி இருக்கும் மிகவும் பழமையான ஊர் எனப்படுவது புறவம் நகரே ஆகும்.

3794. மீத்திகழ் அண்டம் தந்தஅய னோடுமிகு மாலும்
    மூர்த்தியை நாடிக் காண ஒணாதுமுயல் விட்டுஆங்கு
    ஏத்த வெளிப்பாடு எய்தியவன் தன்இடம் என்பர்
    பூத்திகழ் சோலைத் தென்றல் உலாவும் புறவம்மே   (9)

அருஞ்சொற்பொருள்:

மீ - மேலே. திகழ் அண்டம் - திகழும் உலகம். தந்த - படைத்த. அயன் - பிரமன். மிகுமால் - புகழால் சிறந்து விளங்கும் திருமால். மூர்த்தி - சிவமூர்த்தி. நாடி - தேடி. ஒணாது - (ஒண்ணாது) முடியாது போக. முயல் - முயற்சி.

பொழிப்புரை:

மேலே விளங்கும் பல தேவர் உலகங்களைப் படைத்த பிரமனும், புகழால் சிறந்து விளங்கும் திருமாலும் சிவபெருமானின் அடிமுடி தேடிக் காண முடியாது போக, அவர் தேடும் முயற்சியைக் கைவிட்டுப் போற்றி வணங்கியபோது, வெளிப்பட்டு அருள் செய்தவன்; அவன் எழுந்தருளி இருக்கும் இடம் என்று சொல்லுவர், அது பூக்கள் நிறைந்த சோலையில் தென்றல் உலாவரும் புறவம் நகரே ஆகும்.

3795. வையகம் நீர்தீ வாயுவும் விண்ணும் முதல்ஆனான்
மெய்அல தேரர் உண்டுஇலை என்றே நின்றேதம்
கையில் உண்போர் காணஒணா தான்நகர் என்பர்
பொய்அகம் இல்லாப் பூசுரர் வாழும் புறவம்மே (10)

அருஞ்சொற்பொருள்:

வையகம் - நிலம். உண்டு இலை (இல்லை) - அத்தி நாத்தி. பூசுரர் - பூஉலக தேவர் (அந்தணர்).

பொழிப்புரை:

நிலம், நீர், நெருப்பு, காற்று, ஆகாயம் என்னும் ஐம்பெரும் பூதங்களுக்கும் முதல்வனாய் விளங்குபவன்; உண்மை சிறிதும் இல்லாத பௌத்தர்; 'அத்தி நாத்தி' என்னும் கொள்கை உடையவரும், கையில் உணவினை வாங்கி உண்பவரும், ஆகிய சமணர்; என இவர் இருவகையினராலும் காணமுடியாதவன்; அவன் எழுந்தருளி இருக்கும் நகர் என்று சொல்லுவர்; அது மனத்தில் பொய் சிறிதும் இல்லாத அந்தணர் வாழும் புறவமே ஆகும்.

3796. பொன்இயல் மாடப் புரிசை நிலாவும் புறவத்து
மன்னிய ஈசன் சேவடி நாளும் பணிகின்ற
தன்இயல்பு இல்லாச் சண்பையர் கோன்சீர் சம்பந்தன்
இன்இசை ஈர்ஐந்து ஏத்தவல் லோர்கட்கு இடர்போமே (11)

அருஞ்சொற்பொருள்:

தன்இயல்பு இல்லா - தற்போதம் இல்லாத. ஈர்ஐந்து - (2X5=10) பத்து. இடர் - துன்பம். புரிசை - மதில்.

பொழிப்புரை:

மதிலால் சூழப்பட்ட பொன்கொண்டு இழைத்துக் கட்டப்பட்ட மாடி வீடுகள் நிறைந்து விளங்கும் புறவம் நகரில் நிலைத்துத் தங்கி இருக்கும் ஈசனாகிய சிவபெருமானின் திருவடியை, நாள்தோறும் வழிபடுகின்ற தற்போதம் இல்லாத சண்பையர் தலைவன் ஞானசம்பந்தன், பாடிய இனிய இசையோடு கூடிய பாடல் பத்தும் கொண்டு, போற்றி வழிபட வல்லவர்கட்கு, வரஉள்ள துன்பம் இல்லையாகும்.

திருச்சிற்றம்பலம்

351

சீகாழி

திருமுறை 1 - 102

பண்: குறிஞ்சி

3797. **உரவுஆர் கலையின் கவிதைப் புலவர்க்கு ஒருநாளும்**
கரவா வண்கைக் கற்றவர் சேரும் கலிக்காழி
அரவுஆர் அரையா அவுணர் புரம்மூன்று எரிசெய்த
சரவா என்பார் தத்துவ ஞானத் தலையாரே (1)

அருஞ்சொற்பொருள்:

உரவு ஆர் கலை - ஞானம் மிக்க கலை. கரவா - மறைக்காத. சரவா - சரம் (அம்பு) உடையவனே. தத்துவ ஞானம் - மெய்ஞானம்.

பொழிப்புரை:

'ஞானத்துக்கு ஏதுவாக விளங்கும் கலைநயம் உடைய கவிதை புனையும் புலவர்களுக்கு, ஒருநாளும் ஒளிக்காது வழங்கும் வள்ளல் தன்மை உடைய கற்றவர்கள் கூடிவாழும், ஆரவாரம் மிக்க காழி நகரில் எழுந்தருளி இருக்கும், பாம்பைக் கச்சையாகக் கட்டிய இடை உடையவனே! அசுரர் மூவரது முப்புரத்தை எரித்து அழித்த அம்பை ஏந்தியவனே!' என்று அழைத்துப் போற்றி வழிபடுபவர் மெய்ஞ்ஞானத்தில் சிறந்து விளங்குபவரே ஆவர்.

3798. **மொய்சேர் வண்டுஉண் மும்மதம் நால்வாய் முரண்வேழக்**
கைபோல் வாழை காய்குலை ஈனும் கலிக்காழி
மைசேர் கண்டத்து எண்தோள் முக்கண் மறையோனே
ஐயா என்பார்க்கு அல்லல்கள் ஆன அடையாவே (2)

அருஞ்சொற்பொருள்:

மொய்சேர் வண்டு - மொய்க்கும் வண்டு. மும்மதம் - கபோலம், கரடம், கோசம் ஆகிய மூன்று இடத்தும் பொருந்திய மதம். நால்வாய் - தொங்குகின்ற

வாய். முரண்வேழம் - முரண்பட்ட உருவம் உடைய யானை (முரண்பாடு - ஏனைய விலங்குகளுக்கு இல்லாத துதிக்கை உடையது என்னும் முரண்பாடு). கலி - ஆரவாரம். மை - விடம்.

பொழிப்புரை:

'மும்மதமும், தொங்குகின்ற வாயும், உடைய யானையின் துதிக்கை போல் வாழைமரம் குலைதள்ள, அதனில் வண்டுகள் மொய்க்கும், ஆரவாரம் உள்ள காழி நகரில் எழுந்தருளி இருக்கும், விடம் தங்கிய கண்டமும், எட்டு தோள்களும், மூன்று கண்களும், கொண்ட மறை ஓதியவனே! தலைவனே!' என்று கூவி அழைத்து வழிபடுவார்க்கு துன்பங்கள் வந்து சேராது.

3799. **இளகக் கமலத்து ஈன்கள் இயங்கும் கழிசூழக்**
களகப் புரிசைக் கவின்ஆர் சாரும் கலிக்காழி
அளகத் திருநன் நுதலி பங்கா அரனேஎன்று
உள்அகப் பாடும் அடியார்க்கு உறுநோய் அடையாவே (3)

அருஞ்சொற்பொருள்:

கமலம் இளக - தாமரை மலர. கள் - தேன். கழி - உப்பங்கழி. களகப் புரிசை - சுண்ணாம்புச் சாந்து பூசப்பட்ட மதில். கவின் - அழகு. கலி - ஆரவாரம். அளகம் - கூந்தல். நுதல் - நெற்றி. உள் அகப்பாடும் - உள்ளம் பொருந்தப் பாடும்.

பொழிப்புரை:

'தாமரை மலர, அதிலிருந்து தேன் வழியும், உப்பங்கழி சூழ விளங்கும், சுண்ணாம்புச் சாந்து கொண்டு பூசப்பட்ட அழகிய மதில்களுடன் கூடிய மாளிகைகள் விளங்கும், ஆரவாரம் மிகுந்த காழியில் எழுந்தருளி இருக்கும், அழகிய கூந்தலும், நல்ல நெற்றியும், உடைய உமாதேவி பாகனே! அரனே!' என்று உள்ளார்ந்த அன்புகொண்டு கூவி அழைத்துப் பாடி வழிபடும் அடியார்க்கு துன்பங்கள் வந்து பொருந்துவது இல்லை.

3800. **எண்ணார் முத்தம் ஈன்று மரகதம் போல்காய்த்துக்**
கண்ணார் கமுகு பவளம் பழுக்கும் கலிக்காழிப்
பெண்ஓர் பாகா பித்தா பிரானே என்பார்க்கு
நண்ணா வினைகள் நாள்தொறும் இன்பம் நணுகும்மே (4)

அருஞ்சொற்பொருள்:

எண்ணார் - எண்ண அரிய. கண்ணார் கமுகு - அழகிய பாக்குமரம்.

பொழிப்புரை:

'அழகிய பாக்கு மரங்கள் எண்ணிச் சொல்ல அருமை உடைய அளவு முத்து போல் வெண்மை நிறத்தில் பாளை ஈன்று, மரகதமணி போல் பச்சை நிறத்தில் காய்கள் காய்த்து, பவளம் போல் சிவப்பு நிறத்தில் பழங்கள் பழுக்கும், ஆரவாரம் மிக்க காழி நகரில் எழுந்தருளி இருக்கும் பெண் பாகா! பித்தா! பிரானே!' என்று கூறி அழைத்து வழிபடுவார்க்கு வினைகள் நெருங்குவது இல்லை; மாறாக நாள்தோறும் இன்பம் பெருகும்.

3801. **மழைஆர் சாரல் செம்புனல் வந்துஅங்கு அடிவருடக்**
கழைஆர் கரும்பு கண்வளர் சோலை கலிக்காழி
உழைஆர் கரவா உமையாள் கணவா ஒளிர்சங்கக்
குழையா என்று கூறுவல் லார்கள் குணவோரே (5)

அருஞ்சொற்பொருள்:

கழை ஆர் கரும்பு - மூங்கில் போல் வளரும் கரும்பு. கண் வளர்தல் - தூங்குதல். உழை - மான்கன்று. கரவா - கை உடையவனே.

பொழிப்புரை:

'மலையின் சாரலில் மழைபெய்து, புதுவெள்ளம் செந்நிறத்தில் ஓடிவந்து, மூங்கில்போல் வளரும் கரும்பு கண்வளரும் சோலையில் அடிவருட, விளங்கும் ஆரவாரம் மிக்க காழி நகரில் எழுந்தருளி இருக்கும் மான்கன்று ஏந்திய கை உடையவனே! உமாதேவியின் கணவனே! ஒளிர்கின்ற சங்குக் குழை அணிந்திருப்பவனே!' என்று கூறி வழிபட வல்லவர்கள் நல்லகுணம் உடையவரே ஆவர்.

3802. **குறிஆர் திரைகள் வரைகள் நின்றும் கோட்டாறு**
கறிஆர் கழிசம் பிரசம் கொடுக்கும் கலிக்காழி
வெறிஆர் கொன்றைச் சடையா விடையா என்பாரை
அறியா வினைகள் அருநோய் பாவம் அடையாவே (6)

அருஞ்சொற்பொருள்:

குறி - தாளக்குறி. திரை - அலை. வரை - மலை. கோட்டாறு - (கோடு+ஆறு) கரைக்குக் கட்டுப்பட்டு ஓடும் ஆறு. கோடு - கரை. கறி - மிளகு. கழி - உப்பங்கழி. சம்பிரசம் - மிளகுக் கொடி, காய் முதலியவற்றின் சாரம். வெறி - மணம்.

பொழிப்புரை:

'தாளக் குறிப்போடு அலைகள் வீசி, மலையிலிருந்து இறங்கி, ஆற்றின் இரண்டு கரைகளுக்கு நடுவே, மிளகின் சாரத்தைக் கவர்ந்து ஓடிவரும், ஆறு

பாயும் உப்பங்கழியில், ஆரவாரம் மிக்கு விளங்கும், காழி நகரில் எழுந்தருளி இருக்கும், மணமுள்ள கொன்றை மலர் சூடிஇருக்கும் சடை உடையவனே! இடப ஊர்தி உடையவனே!' என்று கூவி அழைத்து வழிபடுவாரை வினைகள் நெருங்காது; அரிய நோய்களும் பாவங்களும் சேராது.

★ (இப்பதிகத்தின் 7-ஆம் பாடல் கிடைக்கவில்லை).

3803. **உலம்கொள் சங்கத்து ஆர்கலி ஓதத்து உதைஉண்டு**
கலங்கள் வந்து கார்வயல் ஏறும் கலிக்காழி
இலங்கை மன்னன் தன்னை இடர்கண்டு அருள்செய்த
சலங்கொள் சென்னி மன்னா என்னத் தவம்ஆமே (8)

அருஞ்சொற்பொருள்:

உலம் - கல். கலி - ஆரவாரம். ஓதம் - கடல் அலை. கலம் - கப்பல். கார் - கருமை (இங்கு பசுமையைக் குறித்தது). சலம் - நீர் (கங்கை).

பொழிப்புரை:

'கல் போல் வலிமை உடைய சங்குகளைத் தன்னகத்தே கொண்ட கடலின் அலையானது கப்பல்களை உந்தித் தள்ளி பசுமையான வயல்களில் கொண்டு வந்து சேர்க்கும் ஆரவாரம் மிகுந்த காழி நகரில் எழுந்தருளி, இலங்கை மன்னனாகிய இராவணனுக்கு முதலில் துன்பமும் முடிவில் அருளும் செய்த கங்கை தங்கிய சடை உடைய மன்னவனே!' என்று கூவி அழைத்து வழிபட, அதுவே தவமாகும்.

3804. **ஆவிக் கமலத்து அன்னம் இயங்கும் கழிசூழக்**
காவிக் கண்ணார் மங்கலம் ஓவாக் கலிக்காழிப்
பூவில் தோன்றும் புத்தேளொடு மாலவன் தானும்
மேவிப் பரவும் அரசே என்ன வினைபோமே (9)

அருஞ்சொற்பொருள்:

ஆவி - வாவி (குளம்). கவி - (காவி) நீலமலர். மங்கலம் ஓவா - மங்கல ஒலி இடைவிடாது. பூ - தாமரைப்பூ. புத்தேள் - பிரமன். மேவி - பொருந்தி.

பொழிப்புரை:

'குளங்களில் தாமரை பூத்திருக்க, அதில் அன்னங்கள் மாறிமாறி அமரும் உப்பங்கழி சூழ இருப்பதும்; நீலமலர் போன்ற கண்களை உடைய மகளிர் எழுப்பும் மங்கல ஒலி இடைவிடாது கேட்பதும், ஆகிய காழி நகரில் எழுந்தருளி, பூவில் தோன்றிய பிரமனும் திருமாலும் தேடிப் பின் கண்டு வணங்கிப் போற்றிய அரசே!' என்று கூவி அழைத்து வழிபட வினைகளானவை அழியும்.

3805. மலைஆர் மாடம் நீடுஉயர் இஞ்சி மஞ்சு ஆரும்
கலைஆர் மதியம் சேர்தரும் அம்தண் கலிக்காழித்
தலைவா சமணர் சாக்கியர்க்கு என்றும் அறிஒண்ணா
நிலையாய் என்னத் தொல்வினை ஆய நில்லாவே (10)

அருஞ்சொற்பொருள்:

இஞ்சி - மதில். மஞ்சு - மேகம். அம் - அழகு. தண் - குளிர்ச்சி. அறிஒண்ணா - அறிய முடியாத. தொல்வினை - சஞ்சித கன்மம்.

பொழிப்புரை:

மலைபோல் உயர்ந்த மாடிவீடுகளும், நெடியதும் உயரியதும் மேகமும் 16 கலைகளோடு கூடிய சந்திரனும் வந்து தங்குவதும் ஆகிய மதிலும், உடைய அழகிய குளிர்ந்த ஆரவாரம் உடைய காழிநகரில் எழுந்தருளி இருக்கும் தலைவா! சமணர்களுக்கும் பௌத்தர்களுக்கும் எப்பொழுதும் தன்னை காட்டிக் கொள்ளாத நிலை உடையாய்!' என்று போற்றி வழிபடத் தொல்வினைகள் ஆனவை நில்லாது ஓடும்.

3806. வடிகொள் வாவிச் செங்கழு நீரில் கொங்குஆடிக்
கடிகொள் தென்றல் முன்றினில் வைகும் கலிக்காழி
அடிகள் தம்மை அந்தம்இல் ஞான சம்பந்தன்
படிகொள் பாடல் வல்லவர் தம்மேல் பழிபோமே (11)

அருஞ்சொற்பொருள்:

'செங்கழுநீரில் வடிகொள் கொங்கு ஆடி கடிகொள் தென்றல்' - எனக் கூட்டி உரைக்க. கொங்கு - தேன். கடி - மணம். வாவி - குளம். அந்தம் - எல்லை. படி - உலகம்.

பொழிப்புரை:

குளத்தில் பூத்திருக்கும் செங்கழுநீர்ப்பூவில் வடியும், தேன்மணத்தைத் தீண்டி வீசுகின்ற தென்றல் காற்று, வீட்டு முற்றங்களில் உலவுகின்ற ஆரவாரம் மிக்க சீர்காழியில் எழுந்தருளி இருக்கும் இறையவரை; எல்லை இல்லாத புகழுடன் விளங்கும் ஞானசம்பந்தன், இந்நிலவுலகில் பாடி வழிபட்ட பாடல்களைப் பாடி வழிபட வல்லவரது, பழியானது போகும்.

திருச்சிற்றம்பலம்

352

திருப்புகலி

திருமுறை 1 - 104

பண்: வியாழக்குறிஞ்சி

3807. ஆடல் அரவுஅசைத்தான் அருமாமறை தான்விரித்தான் கொன்றை
சூடிய செஞ்சடையான் சுடுகாடு அமர்ந்த பிரான்
ஏடுஅவிழ் மாமலையான் ஒருபாகம் அமர்ந்துஅடியார் ஏத்த
ஆடிய எம்இறை ஊர்புகலிப் பதியாமே   (1)

அருஞ்சொற்பொருள்:

ஆடல் அரவு - படம் எடுத்து ஆடுகின்ற பாம்பு. ஏடுஅவிழ் - மலர்கள் இதழ்விரியும் (பூக்கும்). புகலி - சீர்காழியின் பெயர்களுள் ஒன்று.

பொழிப்புரை:

படம் எடுத்து ஆடுகின்ற பாம்பை இடையில் கட்டி இருப்பவனும், அரிய மேலான வேதங்களை உலகுக்கு விரித்துச் சொன்னவனும், கொன்றை மலர் மாலை சூடிய சிவந்த சடை உடையவனும், சுடுகாட்டைத் தம் உறைவிடமாகக் கொண்டவனும், பலவித மலர்கள் மலர்ந்திருக்கும் இமயமலை மன்னனது மகளை ஒரு பாகத்தில் வைத்திருப்பவனும், அடியார்கள் போற்ற நின்றவனும், நடனம் ஆடுபவனும், பெருமானும், எமது இறைவனும் ஆகியவன் எழுந்தருளி இருக்கும் ஊர் புகலி என்னும் பெயருடைய சீகாழியே ஆகும்.

3808. ஏலம் மலிகுழலார் இசைபாடி எழுந்துஅருளால் சென்று
சோலை மலிசுனையில் குடைந்து ஆடித் துதிசெய்ய
ஆலை மலிபுகைபோய் அண்டர்வானத்தை மூடிநின்று நல்ல
மாலை அதுசெய்யும் புகலிப் பதியாமே   (2)

அருஞ்சொற்பொருள்:

ஏலம் - மயிர்ச்சாந்து. ஆலை - கரும்பு ஆலை. மாலை அது செய்யும் - (காலை நேரத்தை) மாலை நேரம்போல் காட்டும்.

பொழிப்புரை:

மயிர்ச்சாந்து பூசிய கூந்தல் உடைய மகளிர் இறைவனது அருளால் துயில்விட்டு எழுந்து, இசைப்பாடல்களைப் பாடிக் கொண்டு போய், சோலையின் இடமாக உள்ள நீர்நிலையில் குடைந்து நீராடி, இறைவனை வணங்கவும்; கருப்பஞ்சாற்றினைக் காய்ச்சும் ஆலையில் எழும் புகையானது தேவர்வாழும் ஆகாயத்தை மூடிநிற்க, நல்ல காலைநேரம்கூட மாலை நேரம் போல் காணப்படும் புகலி என்னும் தலமே, எம் இறைவனுக்கு உரிய பதியாகும்.

3409. ஆறுஅணி செஞ்சடையான் அழகுஆர் புரம்மூன்றும் அன்றுவேவ
நீறுஅணி யாகவைத்த நிமிர்புன் சடைஎம் இறைவன்
பாறுஅணி வெண்தலையில் பகலேபலி என்றுவந்து நின்ற
வேறுஅணி கோலத்தினான் விரும்பும் புகலிஅதே (3)

அருஞ்சொற்பொருள்:

ஆறு - கங்கை. பாறு - பருந்து. வெண்தலை - வெள்ளை நிற மண்டை ஓடு. வேறு - பல்வேறு.

பொழிப்புரை:

கங்கையைத் தரித்த சிவந்த சடை உடையவன்; முன்பு அழகிய முப்புரம் எரிந்து சாம்பலாகுமாறு அழித்தவன்; திருநீற்றை ஓர் அணிகலன் போலப் பூசி இருப்பவன்; நிமிர்ந்த மெல்லிய சடை உடைய எம் இறைவன்; பருந்து மொய்த்த வெள்ளைநிற மண்டைஓட்டில் பலி ஏற்க வந்து நின்றவன்; பலப்பல வேடம் ஏற்பவன்; அவன் விரும்பி எழுந்தருளி இருக்கும் தலம் புகலியே ஆகும்.

3410. வெள்ளம் அதுசடைமேல் கரந்தான் விரவார்புரங்கள் மூன்றும்
கொள்ள எரிமடுத்தான் குறைவின்றி உறைகோயில்
அள்ளல் விளைகழனி அழகார்விரைத் தாமரைமேல் அன்னம்
புள்இனம் வைகிஎழும் புகலிப் பதிதானே (4)

அருஞ்சொற்பொருள்:

வெள்ளம் - கங்கை. விரவார் - பகைவர். அள்ளல் - சேறு. விரை - மணம். வைகி - தங்கி. புள்இனம் - பறவைக் கூட்டம்.

பொழிப்புரை:

கங்கையைச் சடையில் ஒளித்து வைத்திருப்பவன்; பகைவரது முப்புரங்களைத் தீயிட்டுப் பொசுக்கியவன்; அவன் எழுந்தருளி

இருக்கும் கோயில் இருப்பது; விளைச்சல் உடைய சேற்று வயலில் அழகிய மணமுள்ள தாமரை பூத்திருக்க, அப்பூவின் மேல் அன்னமும் வேறு பறவைகளும் கூட்டமாகத் தங்கிப் பின் பறந்து செல்லும் புகலி என்னும் நகரிலே ஆகும்.

3811. **சூடும் மதிச்சடைமேல் சுரும்புஆர்மலர்க் கொன்றைதுன்ற நட்டம்**
ஆடும் அமரர்பிரான் அழகுஆர்உமை யோடும்உடன்
வேடு படநடந்த விகிர்தன் குணம்பரவித் தொண்டர்
பாட இனிதுஉறையும் புகலிப் பதியாமே (5)

அருஞ்சொற்பொருள்:

சுரும்பு - வண்டு. துன்ற - நெருங்க. நட்டம் - நடனம். வேடுபட - வேடனாகி.

பொழிப்புரை:

சடையில் சந்திரனையும், வண்டு மொய்க்கும் நெருக்கிக் கட்டப்பட்ட கொன்றை மலர் மாலையினையும், சூடி நடனம் ஆடுகின்ற தேவர்கள் தலைவன்; அழகிய உமாதேவியை உடன்கொண்டு, வேடர் வேடம் ஏற்று நடந்து சென்றவன்; பல மாறுபாடுகள் உடையவன்; அப்பெருமானது குணச்சிறப்புகளைத் தொண்டர்கள் புகழ்ந்து பாட, அவன் இனிதே எழுந்தருளி இருக்கும் தலம், புகலி நகரமே ஆகும்.

3812. **மைந்துஅணி சோலையின்வாய் மதுப்பாய்வரி**
வண்டுஇனங்கள் வந்து
நந்துஇசை பாடநடம் பயில்கின்ற நம்பன்இடம்
அந்திசெய் மந்திரத்தால் அடியார்கள் பரவிஎழ விரும்பும்
புந்திசெய் நான்மறையோர் புகலிப் பதிதானே (6)

அருஞ்சொற்பொருள்:

மைந்து - விருப்பம். அணி - அழகு. மது - தேன். வரிவண்டு - அழகிய வண்டு. நந்துதல் - வளர்தல். அந்தி செய் மந்திரம் - சந்தியா வந்தன மந்திரம். புந்திசெய் - புத்தியில் நிறுத்தும்.

பொழிப்புரை:

விரும்பத்தக்க அழகிய சோலையில் மலர்கள் மலர்ந்து தேனினைச் சொரிய, அழகிய வண்டுக் கூட்டம் வந்து, அத்தேனினை உண்டு, வளரும் இசைப் பாடல்களைப் பாட, நடனம் ஆடுகின்ற நம்பனாகிய சிவபெருமான்

எழுந்தருளி இருக்கும் இடம்; சந்தியாவந்தன மந்திரம் சொல்லி, அடியார்கள் வணங்கி எழ, அதுகண்டு விருப்பம் மிக, அதனை புத்தியில் நிறுத்திக் கொள்ளும் அந்தணர்கள் கூடிவாழும், புகலி என்னும் தலமே ஆகும்.

3813. **மங்கைஓர் கூறுஉகந்த மழுவாளன் வார்சடைமேல் திங்கள்**
கங்கை தனைக்கரந்த கறைக்கண்டன் கருதும்இடம்
செங்கயல் வார்கழனி திகழும் புகலிதனைச் சென்றுதம்
அங்கையி னால்தொழுவார் அவலம் அறியாரே (7)

அருஞ்சொற்பொருள்:

உகந்த - மகிழ்ந்த. கரந்த - மறைத்த. கறை - விடக்கறை. வார்கழனி - நீண்ட வயல். அவலம் - துன்பம்.

பொழிப்புரை:

உமாதேவியை உடம்பில் ஒரு பாகமாக வைத்து மகிழ்ந்தவன்; மழுப்படையை ஏந்தி இருப்பவன்; நீண்டு வளர்ந்துள்ள சடையில் சந்திரனைச் சூடியும், கங்கையை மறைத்தும் வைத்திருப்பவன்; விடக்கறை பொருந்திய கண்டம் உடையவன்; அவன் விரும்பும் தலம்; சிவந்த கயல்மீன்களை உடைய நீண்ட வயல்களால் சூழப்பட்ட புகலி நகராகும்; அப்புகலி நகருக்குச் சென்று, அங்கு எழுந்தருளி இருக்கும் பெருமானைக் கைகூப்பி வணங்குபவர்க்கு, வரஉள்ள துன்பங்கள் இல்லையாகும்.

3814. **வில்லியல் நுண்இடையாள் உமையாள் விருப்பன்அவன் நண்ணும்**
நல்இடம் என்றுஅறியான் நலியும் விறல்அரக்கன்
பல்லொடு தோள்நெரிய விரல்ஊன்றிப் பாடலுமே கைவாள்
ஒல்லை அருள்புரிந்தான் உறையும் புகலிஅதே (8)

அருஞ்சொற்பொருள்:

வில் - ஒளி. விறல் - வலிமை. ஒல்லை - விரைவு.

பொழிப்புரை:

ஒளிபொருந்திய நுண்ணிய இடைஉடைய உமாதேவியை விரும்புபவன்; அவன் எழுந்தருளி இருக்கும் இடம் கயிலைமலை என்றும்கூட பாராது, பெயர்க்க முயன்ற வலிமை உடைய அரக்கனாகிய இராவணனது பல், தோள் என இவை நெரிபடுமாறு விரல் ஊன்றியவன்; பின் அவன் சாமகானம் பாட, அதுகேட்டு விரைந்து சந்திரகாசம் என்னும் கைவாள் தந்து அருள்புரிந்தவன்; அவன் உறையும் பதி புகலியே ஆகும்.

3815. தாதுஅலர் தாமரைமேல் அயனும் திருமாலும் தேடி
ஓதியும் காண்பரிய உமைகோன் உறையும்இடம்
மாதவி வான்வகுளம் மலர்ந்துஎங்கும் விரைதோய வாய்ந்த
போதுஅலர் சோலைகள்சூழ் புகலிப் பதிதானே (9)

அருஞ்சொற்பொருள்:

தாது - மகரந்தம். ஓதியும் - புகழ்ந்தும். உமைகோன் - உமாதேவியின் கணவன். மாதவி - குருக்கத்தி. வகுளம் - மகிழ மரம். விரை - மணம். போது - மலர்.

பொழிப்புரை:

மகரந்தம் சிந்தும் தாமரை மலர்மேல் வீற்றிருக்கும் பிரமனும் திருமாலும் தேடியும் புகழ்ந்து பாடியும் காணமுடியாத உமாதேவியின் கணவன்; அவன் எழுந்தருளி இருக்கும் இடம்; குருகத்தி, உயரிய மகிழம் ஆகிய வற்றின் மலர்கள் மலர்ந்து, எங்கும் மணம் பரப்பும் சோலைகளால் சூழப்பட்ட புகலி என்னும் பெயர் கொண்ட சீகாழி என்னும் தலமே ஆகும்.

3816. வெந்துவர் மேனியினார் விரிகோவணம் நீத்தார் சொல்லும்
அந்தர ஞானம்எல்லாம் அவைஓர் பொருள்என்னேல்
வந்துஎதி ரும்புரம்மூன்று எரிசெய்தான் உறைகோயில் வாய்ந்த
புந்தியி னார்பயிலும் புகலிப் பதிதானே (10)

அருஞ்சொற்பொருள்:

வெந்துவர் - கடினமான துவர்நிறம் ஏற்றப்பட்ட ஆடை (சாயம் வெளுக்காத துவராடை என்பது பொருள்). நீத்தார் - துறந்தார். அந்தரம் - தீமை. என்னேல் - என்று கொள்ள வேண்டா.

பொழிப்புரை:

சாயம் வெளுக்காத துவராடை போர்த்திய மேனி உடைய பௌத்தர்களும், கோவண உடையையும் துறந்த சமணர்களும், கூறும் தீமைதரும் ஞானஉபதேசத்தை ஒருபொருட்டாக மதித்துக் கேட்க வேண்டா; மாறாக, வந்து எதிர்ந்த முப்புரத்தை எரித்து அழித்த சிவபெருமான் எழுந்தருளி இருக்கும் கோயில் புகலி நகரில் இருக்கிறது; அத்தலத்தை அடியார் பலரும் புத்தியில் வைத்துப் போற்றி வழிபட்டு வருகின்றனர்; அவ்வடியார்கள் நிறைந்து வாழும் புகலி நகரை வழிபட்டு நீவிரும் உய்வீராக!

3817. வேதம்ஓர் கீதம்உணர் வாணர்தொழுது ஏத்த மிகுவாசப்
    போதனைப் போல்மறையோர் பயிலும் புகலிதன்னுள்
    நாதனை ஞானமிகு சம்பந்தன் தமிழ்மாலை நாவில்
    ஓதவல் லார்உலகில் உறுநோய் களைவாரே   (11)

அருஞ்சொற்பொருள்:

கீதம் - இசை. உணர்வாணர் - உணர்ந்து வாழ்பவர். மிகுவாசப் போதன் - மிகுந்த மணமுள்ள தாமரை மலரில் அமர்பவன் (பிரமன்).

பொழிப்புரை:

வேதத்தை இசையோடு பாடி, உணர்ந்து வாழ்பவர் போற்றவும், மிகுந்த மணமுள்ள தாமரை மலர்மேல் அமரும் பிரமனைப் போன்ற அந்தணர்கள் கூடிவாழவும், ஆக விளங்குகின்ற புகலி நகரில் எழுந்தருளி இருக்கும் தலைவனாகிய இறைவன்மீது; சிவஞானம் மிகஉடைய சம்பந்தன் பாடிய தமிழ்மாலையை, நாவினால் ஓதி வழிபட வல்லவர், உலகில் தமக்கு வரஇருந்த நோய்களை விட்டு நீங்கியவர் ஆவர்.

திருச்சிற்றம்பலம்

353

திருச்சிரபுரம்

திருமுறை 1 - 109

பண்: வியாழக்குறிஞ்சி

3818. வார்உறு வனமுலை மங்கைபங்கன்
நீர்உறு சடைமுடி நிமலன்இடம்
கார்உறு கடிபொழில் சூழ்ந்துஅழகார்
சீர்உறு வளவயல் சிரபுரமே   (1)

அருஞ்சொற்பொருள்:

வார் - கச்சு. நீர் - கங்கை. கடி - மணம். கார் - மேகம். சீர் - சிறப்பு.

பொழிப்புரை:

கச்சு அணிந்த அழகிய முலை உடைய பெண்ணாகிய உமாதேவி பாகன்; கங்கை தங்கிய சடை உடையவன்; இயல்பாகவே மலமற்றவன்; அவனுக்கு உரிய இடம்; மேகம் தங்கும் மணமுள்ள சோலையால் சூழப்பட்டதும், அழகிய சிறந்த வளமான வயல்களை உடையதும், ஆகிய சிரபுரமே ஆகும்.

3819. அங்கமொடு அருமறை அருள்புரிந்தான்
திங்களொடு அரவுஅணி திகழ்முடியன்
மங்கையொடு இனிதுஉறை வளநகரம்
செங்கயல் மிளிர்வயல் சிரபுரமே   (2)

அருஞ்சொற்பொருள்:

அங்கம் - வேதஅங்கம். அரவு - பாம்பு.

பொழிப்புரை:

அரிய வேதத்தை, அதன் ஆறு அங்கங்களோடு உலகுக்கு அருளியவன்; சந்திரனும் பாம்பும் தங்கிய சடாமுடி உடையவன்; அவன் உமாதேவியோடு கூடி இனிதே எழுந்தருளி இருக்கும் வளநகரம், சிவந்த கயல்மீன்கள் மிளிரும் வயல்கள் உடைய சிரபுரமே ஆகும்.

3820. பரிந்தவன் பன்முடி அமரர்க்குஆகித்
திரிந்தவர் புரம்அவை தீயின்வேவ
வரிந்தவெம் சிலைபிடித்து அடுசரத்தைத்
தெரிந்தவன் வளநகர் சிரபுரமே (3)

அருஞ்சொற்பொருள்:

பரிந்தவன் - இரக்கம் காட்டியவன். பன்முடி அமரர் - பலவகையான முடிதரித்த தேவர்கள். புரம் - முப்புரம். வரிந்த - இழுத்துக் கட்டிய. வெம்சிலை - கொடிய வில். அடுசரம் - கொல்லும் தன்மை உள்ள அம்பு. தெரிந்தவன் - தேர்ந்தெடுத்தவன்.

பொழிப்புரை:

பலவிதமான முடிஅணிந்துள்ள தேவர்கள் மீது இரக்கம் காட்டி, வானில் திரிந்த முப்புரம் வெந்து அழியுமாறு, இழுத்துக் கட்டப்பட்ட நாண் உடைய கொடிய வில்லைக் கையில் ஏந்தி, கொல்லும் தன்மை உடைய அம்பினைத் தேர்ந்தெடுத்து, எய்து அழித்தவன் எழுந்தருளி இருக்கும் வளநகரம், சிரபுரமே ஆகும்.

3821. நீறுஅணி மேனியன் நீள்மதியோடு
ஆறுஅணி சடையினன் அணிஇழைஓர்
கூறுஅணிந்து இனிதுஉறை குளிர்நகரம்
சேறுஅணி வளவயல் சிரபுரமே (4)

அருஞ்சொற்பொருள்:

இழை - அணிகலன். கூறு - பாகம்.

பொழிப்புரை:

திருநீறு பூசிய திருமேனி உடையவன்; நீண்டு வளைந்த பிறைச் சந்திரனோடு கங்கையையும் சூடிய சடை உடையவன்; அழகிய ஆபரணங்கள் அணிந்துள்ள உமாதேவியை உடம்பின் ஒரு பாகமாகக் கொண்டவன்; அவன் இனிதே எழுந்தருளி இருக்கும் குளிர்ச்சியான நகரம், சேற்று வயல்கள் அழகு செய்யும் சிரபுரமே ஆகும்.

3822. அருந்திறல் அவுணர்கள் அரண்அழியச்
சரம்துரந்து எரிசெய்த சங்கரன்ஊர்
குருந்தொடு கொடிவிடு மாதவிகள்
திருந்திய புறவணி சிரபுரமே (5)

அருஞ்சொற்பொருள்:

அருந்திறல் - அரிய வலிமை உடைய. அவுணர் - அசுரர். அரண் - மும்மதில். சரம் - அம்பு. துரந்து - எய்து. சங்கரன் - இன்பம் செய்பவன். புறவு - காடு.

பொழிப்புரை:

அரிய வலிமை உடைய அசுரர்களது மும்மதில் அழியுமாறு, அம்பு எய்து எரித்த சங்கரன் எழுந்தருளி இருக்கும் ஊர், குருந்த மரமும், மாதவிக் கொடியும், நிறைந்து விளங்கும் (கடல் வளத்தோடு) திருந்திய முல்லை நில வளமும் உடைய சிரபுரம் என்னும் சீகாழியே ஆகும்.

3823. கலையவன் மறையவன் காற்றொடுதீ
மலையவன் விண்ணொடு மண்ணும்அவன்
கொலையவன் கொடிமதில் கூட்டுஅழித்த
சிலையவன் வளநகர் சிரபுரமே   (6)

அருஞ்சொற்பொருள்:

கொடி மதில் - கொடிகள் கட்டப்பட்ட மும்மதில். கூட்டு - மொத்தம். சிலை - வில்.

பொழிப்புரை:

கலைகளாக விளங்குபவன்; வேதங்களாக விளங்குபவன்; காற்று, நெருப்பு, மலை, ஆகாயம், நிலம் எனப் பலவாய் விளங்குபவன்; கொடிகள் பறக்கும் அசுரர் மூவரது மதில்கள் மூன்றையும் மொத்தமாக அழித்த வில்லை ஏந்தி இருப்பவன்; தம்மைப் பகைத்துக் கொண்டவரைக் கொலை செய்பவன்; அவன் எழுந்தருளி இருக்கும் வளமான நகரம், சிரபுரமே ஆகும்.

3824. வான்அமர் மதியொடு மத்தம்சூடித்
தானவர் புரம்எய்த சைவன்இடம்
கான்அமர் மடமயில் பெடைபயிலும்
தேன்அமர் பொழில்அணி சிரபுரமே   (7)

அருஞ்சொற்பொருள்:

வான்அமர் மதி - வானில் உள்ள சந்திரன். மத்தம் - ஊமத்தமலர். தானவர் - அசுரர். கான் - காடு. மடமயில் - இளம் மயில். பெடை - பெண் (மயில்).

பொழிப்புரை:

வானில் உலவும் சந்திரன், ஊமத்தமலர், ஆகியவற்றைச் சடையில் சூடி இருப்பவன்; அசுரர் மூவரது முப்புரத்தை எரித்து அழித்த சைவன்; அவன் எழுந்தருளி இருக்கும் இடம்; காட்டில் வாழும் இளம் ஆண் மயில்களோடு, பெண்மயில்கள் சுற்றித்திரியும், தேன் நிரம்பிய சோலை அழகு உடைய, சிரபுரமே ஆகும்.

3825. மறுத்தவர் திரிபுரம் மாய்ந்துஅழிய
     கறுத்தவன் கார்அரக் கன்முடிதோள்
     இறுத்தவன் இருஞ்சினக் காலனைமுன்
     செறுத்தவன் வளநகர் சிரபுரமே (8)

அருஞ்சொற்பொருள்:

மறுத்தவர் - பகைவர். கறுத்தவன் - சினந்தவன். இருஞ்சினம் - பெருங்கோபம்.

பொழிப்புரை:

பகைவர் மூவரது முப்புரம் அழியுமாறு சினம் கொண்டவன்; கரியநிற அரக்கனாகிய இராவணனது முடிகளையும் தோள்களையும் முறித்தவன்; பெருங்கோபம் கொண்ட இயமனை அழித்தவன்; அவன் எழுந்தருளி இருக்கும் வளமான நகரம் சிரபுரமே ஆகும்.

3826. வண்ணநன் மலர்உறை மறையவனும்
     கண்ணனும் கழல்தொழக் கனல்உருவாய்
     விண்உற ஓங்கிய விமலன்இடம்
     திண்ணநன் மதில்அணி சிரபுரமே (9)

அருஞ்சொற்பொருள்:

வண்ண நன்மலர் - தாமரை மலர். திண்ண நன்மதில் - உறுதியான நல்ல மதில்.

பொழிப்புரை:

அழகிய நல்ல தாமரை மலரில் அமரும் வேதம் கற்ற பிரமனும், கண்ணனாக அவதாரம் கொண்ட திருமாலும், தேடியபோது நெருப்பு உருவாய், வானுற உயர்ந்து நின்றவன்; பின்னர் அவர்கள் திருவடி தொழுமாறு வெளிப்பட்டு அருள்செய்தவன்; இயல்பாக மலக்குற்றங்கள் இல்லாதவன்; அவன் எழுந்தருளி இருப்பது வலிய நல்ல மதிலால் சூழப்பட்ட சிரபுரமே ஆகும்.

3827. வெற்றுஅரை உழல்பவர் விரிதுகிலார்
கற்றிலர் அறவுரை புறன்உரைக்கப்
பற்றலர் திரிபுரம் மூன்றும்வேகச்
செற்றவன் வளநகர் சிரபுரமே (10)

அருஞ்சொற்பொருள்:

அரை - இடை. துகில் - ஆடை. புறன் உரைக்க - அறத்துக்குப் புறம் பானவற்றைச் சொல்ல. பற்றலர் - பகைவர். செற்றவன் - அழித்தவன்.

பொழிப்புரை:

உடையின்றி வெறும் இடுப்பு உடையவராய்த் திரியும் சமணரும், விரித்துப் போர்த்திய துணி உடைய பௌத்தரும், அறவுரை கூறும் அளவு ஞானநூல்களைக் கல்லாதவர்; அவர் கூறுவது அனைத்தும் அறத்துக்குப் புறம்பானவை; அது நிற்க; பகைவரது முப்புரங்களை வெந்து சாம்பலாகுமாறு அழித்த சிவபெருமான் எழுந்தருளி இருக்கும் வளநகரம் சிரபுரமே ஆகும் (அச்சிவபுரம் சென்று வழிபட்டு உய்வீராக!).

3828. அருமறை ஞானசம் பந்தன்அம்தண்
சிரபுர நகர்உறை சிவன்அடியைப்
பரவிய செந்தமிழ் பத்தும்வல்லார்
திருவொடு புகழ்மல்கு தேசினரே (11)

அருஞ்சொற்பொருள்:

திரு - செல்வம். தேசு - ஒளி.

பொழிப்புரை:

அரிய வேதத்தில் புலமை பெற்றுள்ள ஞானசம்பந்தன், அழகிய குளிர்ந்த சிரபுர நகரில் உறையும், சிவபெருமானது திருவடிப் பெருமை குறித்துப் போற்றிப் பாடிய, செந்தமிழ்ப் பாமாலை பத்தும் கொண்டு, பாடி வழிபடும் வல்லமை உடையவர், செல்வம் புகழ் முதலியன பெற்று ஒளி உடையவராய் வாழ்வர்.

திருச்சிற்றம்பலம்

354

திருக்கழுமலம்

திருமுறை 1 - 126

பண்: வியாழக்குறிஞ்சி

3829. பந்தத்தால் வந்துஎப்பால் பயின்றுநின்ற உம்பர்அப்
பாலேசேர்வாய் ஏனோர்கான் பயில்கண முனிவர்களும்
சிந்தித்தே வந்திப்பச் சிலம்பின்மங்கை தன்னோடும்
சேர்வார்நாள்நாள் நீள்கயிலைத் திகழ்தரு பரிசதுஎலாம்
சந்தித்தே இந்தப்பார் சனங்கள்நின்று தம்கணால்
தாமேகாணா வாழ்வாரத் தகவுசெய்த வனதுஇடம்
கந்தத்தால் எண்திக்கும் கமழ்ந்துஇலங்கு சந்தனக்
காடுஆர்பூஆர் சீர்மேவும் கழுமல வளநகரே (1)

அருஞ்சொற்பொருள்:

பந்தம் - வினையாகிய தளை. எப்பால் - எல்லா இடங்களிலும். உம்பர் - தேவர். அப்பாலே சேர்வாய் ஏனோர் - அப்பாலும் அடிசார உள்ள சிவஞானியர். கான்பயில் - காடுகளில் வாழ்கின்ற. முனிவர்கணம் - முனிவர் கூட்டம். வந்திப்ப - வணங்க. சிலம்பு - இமயமலை. மங்கை - உமாதேவி. நாள்நாள் - நாள்தோறும். நீள்கயிலை - நீண்டு விளங்கும் கயிலை மலை. திகழ்தரு பரிசு - விளங்குகின்ற தன்மை (திருவோலக்கச் சிறப்பு). எலாம் - எல்லாம். இந்தப்பார் - இந்த நிலஉலகம். சனங்கள் - மக்கள். கணால் - கண்ணால். தாமே காணா - தாமே கண்டு. வாழ்வுஆர - பொருள் பொதிந்த வாழ்க்கை வாழ. தகவு செய்தவன் - தகுதிப்படுத்தியவன். கந்தம் - மணம். எண்திக்கு - எட்டு திசைகள். சந்தனக் காடுஆர் - சந்தனக்காடு போன்ற. பூஆர் - மணமலர்கள் பொருந்தி உள்ள. சீர் - சிறப்பு.

பொழிப்புரை:

வினையாகிய தளையின் காரணமாக இந்நிலவுலகில் உள்ள பல பக்கங்களிலும் வந்து பிறக்கும் தேவர்களும் (திருமாலுக்கும் பத்து பிறப்பு உண்டு என அறிக) அப்பாலும் அடிசார உள்ள சிவஞானியர்களும்,

காடுகளில் கூட்டமாய் வாழும் முனிவர்களும், சிந்தையில் வைத்து வணங்குமாறு, மலைஅரசனது மகளாகிய பார்வதியோடும் கூடி, நீண்டு விளங்கும் கயிலை மலையில் சிவபெருமான் எழுந்தருளி இருக்க, அவரது திருவோலக்கத்தை இந்நிலவுலக மக்களும் நாள்தோறும் வந்து, தம் கண்களால் கண்டு தரிசிக்க, அத்தரிசனத்தால், அவரது வாழ்வைத் தகுதி உடைய வாழ்வாக மாற்றும் அப்பெருமானுக்கு உரிய இடம் எது எனில், அது சந்தனக்காடு போல பூக்கள் பூத்து, எட்டு திசைகளுக்கும் நறுமணத்தைப் பரவவிடும், சிறப்பு பொருந்திய கழுமல வளநகரமே ஆகும்.

3830. பிச்சைக்கே இச்சித்துப் பிசைந்துஅணிந்த வெண்பொடிப்
பீடுஆர்நீடுஆர் மாடுஆரும் பிறைநுதல் அரிவையோடும்
உச்சந்தான் நச்சிப்போல் தொடர்ந்துஅடர்ந்த வெங்கண்ஏறு
ஊராஊரா நீள்வீதிப் பயில்வொடும் ஒலிசெய்இசை
வச்சத்தால் நச்சுச்சேர் வடம்கொள்கொங்கை மங்கைமார்
வாராநேரே மால்ஆகும் வசிவலவன் அவனதுஇடம்
கச்சத்தால் மெச்சிப்பூக் கலந்துஇலங்கு வண்டுஇனம்
கார்ஆர்கார்ஆர் நீள்சோலைக் கழுமல வளநகரே (2)

அருஞ்சொற்பொருள்:

இச்சித்து - விரும்பி. பீடு - பெருமை. நீடுஆர் - நீளுதல் உடைய. மாடு - (இடப்) பக்கம். பிறைநுதல் - பிறை போன்ற நெற்றி. அரிவை - பெண் (உமாதேவி). உச்சந்தான் நச்சி - உச்சிபோதினனாக விரும்பி. போல் - அசை (பொருளற்ற சொல் என விடுக). தொடர்ந்து அடர்ந்த வெங்கண் ஏறு - தம்மை எதிர்ப்பவரைப் பின்தொடர்ந்து கொல்லும் தறுகண்மை (வீரம்) உடைய காளை. ஊரா - ஊர்ந்து. ஊரா நீள்வீதி - ஊரின் இடமாக உள்ள நீண்ட வீதி. ஒலிசெய் இசை - இசைப்பாடலால் ஒலி எழும். வச்சத்தால் - வைத்ததால். நச்சுச்சேர் கொங்கை - விடத்தன்மை உடைய முலை (உண்டவரை விடம் கொல்வதுபோலக் கண்டவரைக் காமத்தால் கொல்லும் முலை என்க). வடம்கொள் கொங்கை - மணிஆரம் பூண்டிருக்கும் முலை. மங்கைமார் - தாருகாவனத்து முனிவர்களின் மனைவியர் ஆகிய கற்பில் சிறந்த மகளிர். நேரே வாரா - நேரே வர. மால் ஆகும் - காம மயக்கும் உண்டாகும். வசிவலன் - வசீகரம் செய்வதில் வல்லவன். கச்சத்தால் மெச்சி - சிறகடித்து (சிறகுகளை அசைத்து). பூக்கலந்து - பூவில் பொருந்தி. வண்டு இனம் - வண்டுக்கூட்டம். கார்ஆர் - கரியநிறம் உடைய. கார்ஆர் - மேகம் தங்கும். நீள்சோலை - நீண்ட சோலை.

பொழிப்புரை:

பிச்சை ஏற்பதையே மிகவும் விரும்பி, வெண்திருநீற்றைக் குழைத்துத் திருமேனி முழுவதும் பூசிக்கொண்டு, பெருமையும் நீடுபுகழும் உடையவனாய், இடப்பாகத்தில் சந்திரப்பிறை போன்ற நெற்றி உடைய உமாதேவியை உடன்கொண்டு, உச்சிப்பொழுதின்மீது விருப்பம் உடையவனாக, தன்னை எதிர்த்தவரைப் பின்தொடர்ந்து அழிக்கும் வீரம் உடைய காளையின்மீது ஏறி ஊர்ந்து, ஊரில் உள்ள வீதிகள் தோறும் சென்று, இசையோடு பாடல்களைப் பாடி ஒலிசெய்து, அவ்ஒலியைக் கொண்டு செலுத்தும் அதனால், விடம் போல் கொல்லும் தன்மை உடையதும், மணிஆரம் பூண்டதும், ஆகிய முலை உடைய முனிபத்தினிகள் நேரே எதிரில்வர, அவர்களை மயக்கும் வசீகரம் உள்ளவன்; அவன் எழுந்தருளி இருக்கும் இடம்; வண்டுக்கூட்டம் பூக்களின் மீது அமர்ந்து, சிறகுகளால் அடித்து, அப்பூக்களில் பொருந்தி இருந்து, தேனினை உண்டுமகிழ்வதும், கரியநிற மேகங்கள் வந்து தங்குவதும், ஆகிய சோலையால் சூழப்பட்ட கழுமலம் என்னும் வளநகரமே ஆகும்.

3831. திங்கட்கே தும்பைக்கே திகழ்ந்துஇலங்கு மத்தையின்
சேரேசேரே நீராகச் செறிதரு சுரநதியோடு
அங்கைச்சேர்வு இன்றிக்கே அடைந்துஉடைந்த வெண்தலைப்
பாலேமேலே மால்ஏயப் படர்வுறும் அவன்இறகும்
பொங்கப்பேர் நஞ்சைச்சேர் புயங்கமங்கள் கொன்றையின்
கோதுஆர்தாரே தாம்மேவிப் புரிதரு சடையன்இடம்
கங்கைக்கு ஏயும்பொற்பார் கலந்துவந்த பொன்னியின்
காலேவாரா மேலேபாய் கழுமல வளநகரே (3)

அருஞ்சொற்பொருள்:

சேரே சேரே - சேர்ந்து சேர்ந்து. சுரநதி - தேவகங்கை. அங்கைச் சேர்வு இன்றி - உள்ளங்கையில் பொருந்தாது (தலையில் பொருந்தி). உடைந்த வெண்தலை - உடைந்த வெள்ளைநிற மண்டைஓடு (இது தலையில் அணியும் தலைமாலையைக் குறித்தது). பாலே - பக்கத்திலே. மேலே மால்ஏயப் படர்வுறும் அவன் இறகு - மேலே மயக்கம் பொருந்தப் பறந்து செல்லும் பிரமனாகிய அன்னத்தின் இறகு. புயங்கம் - பாம்பு. கொன்றையின் போது ஆர் தார் - கொன்றையின் பூவால் ஆன மாலை. புரிதரு சடை - முறுக்கேறிய சடை. கால் - வாய்க்கால். வாரா - வரும். பொற்பு - அழகு. கங்கைக்கு ஏயும் பொன்னி - கங்கை போன்ற சிறப்புடைய காவிரி.

பொழிப்புரை:

பிறைச்சந்திரன், தும்பை மலர், விளங்கும் ஊமத்தம்பூ என இவற்றோடு, நீரால் நிரம்பிஉள்ள தேவகங்கையும் சேர, அதற்குமேலும் கையில் தங்குதல் இல்லாத உடைந்த வெள்ளைநிற மண்டைஓட்டு மாலையும் பக்கத்தில் சேர்ந்துகொள்ள, மேலும் மேலே பறந்து சென்று முடியைக் காணமுடியாது மயங்கிய பிரமனாகிய அன்னப்பறவையின் இறகும், பொங்கும் சினமும் நஞ்சும் உடைய பாம்புகளும், கொன்றைமலர் கொண்டு தொடுக்கப்பட்ட மாலையும், என இவற்றைச் சூடிய, முறுக்கு ஏறிய சடாமுடி உடையவன்; அவன் எழுந்தருளி இருக்கும் இடம்; கங்கைக்கு நிகரான அழகிய காவிரி ஆறு வாய்க்கால்கள் வழி வந்து பாயும், கழுமல வளநகரமே ஆகும்.

3832. **அண்டத்தால் எண்திக்கும் அமைந்துஅடங்கும் மண்தலத்து**
ஆறேவேறே வான்ஆள்வார் அவர்அவர் இடம்அதுஎலாம்
மண்டிப்போய் வென்றிப்போர் மலைந்துஅலைந்த உம்பரும்
மாறுஏலாதார் தாம்மேவும் வலிமிகு புரம்எரிய
முண்டத்தே வெந்திட்டே முடிந்துஇடிந்த இஞ்சிசூழ்
மூவாமூதூர் மூதூரா முனிவுசெய் தவன்இடம்
கண்டுஇட்டே செஞ்சொல்சேர் கவின்சிறந்த மந்திரக்
காலேஓவா தார்மேவும் கழுமல வளநகரே (4)

அருஞ்சொற்பொருள்:

அண்டம் - அண்டவெளி. எண்திக்கு - எட்டு திசைகள். மண்தலம் - நிலஉலகம். ஆறே - வழியாக. வேறே - தனித்தே. வான்ஆள்வார் - வான உலகங்களை ஆளும் தேவர். அவர்அவர் இடம் அது எலாம் (எல்லாம்) - அவரவர்க்கு உரிய உலகங்களை எல்லாம். மண்டிப்போய் - நெருங்கிச் சென்று. வென்றி - வெற்றி. மலைந்து - புரிந்து. அலைந்த உம்பர் மாறு ஏலாதார் - அலைந்த தேவர்களால் எதிர்க்க முடியாத அசுரர்கள். தாம் மேவும் - அவர்கள் தங்கும். வலிமிகுபுரம் - வலிமை மிகுந்த முப்புரம். முண்டம் - இங்கு நெற்றியைக் குறித்தது. இஞ்சி - மதில். மூவாமூதூர் மூதூரா - மூப்பு அடையாத பழைய ஊர் மேலும் மூப்பு அடையா வகை. முனிவு - கோபம். செஞ்சொல் நேரே பொருள்தரும் சொல். கவின் - அழகு. மந்திரம் - மந்திரச் சொல். கால் - காற்று. ஓவாதார் - இடைவிடாது பயிற்சி செய்பவர். மேவும் - பொருந்தி இருக்கும்.

பொழிப்புரை:

இந்த நிலவுலகில் இருந்து கொண்டு, அண்டவெளியின் எல்லா திசைகளிலும் உள்ள உலகங்களுக்குச் சென்று, அவ்வுலகங்களை

வென்று, வான உலகை ஆளும் தேவர் உலகம் சென்று, அவர்களோடும் போர்செய்து, அத்தேவர்களால் எதிர்க்க இயலாதவர்களாய் விளங்கிய அசுரர் மூவரது, வலிமை மிக உடைய முப்புரம், நெருப்புபட்டு அழியுமாறு, நெற்றிக்கண் நெருப்பு கொண்டு நோக்கியவன்; மதிலால் சூழப்பட்ட, முதுமை அடையாத, மூதூராக விளங்கிய முப்புரத்தை, மூதூர் ஆகுமாறு சினம் கொண்டு அழிவு செய்தவன்; அவன் எழுந்தருளி இருக்கும் இடம்; நேரடியாகப் பொருள் தரக்கூடிய சிவபெருமானுக்குரிய நாமமந்திரங்களில் அழகுடையதாய் விளங்கும் மந்திரச் சொல்லை நெஞ்சில் நிறுத்தி, மூச்சுக்காற்றை முறைப்படுத்தும் யோகிகள் நிறைந்து வாழும், கழுமல வளநகரமே ஆகும்.

3833. **திக்கில்தேவு அற்றுஅற்றே திகழ்ந்துஇலங்கு மண்டலச்**
சீறுஆர்வீறுஆர் போர்ஆர் தாரகன்உடல் அவன்எதிரே
புக்கிட்டே வெட்டிட்டே புகைந்துஎழுந்த சண்டத்தீப்
போலேபூநீர் தீகால்மீப் புணர்தரும் உயிர்கள்திறம்
சொக்கத்தே நிர்த்தத்தே தொடர்ந்தமங்கை செங்கதத்
தோடுஏயாமே மாலோகத் துயர்களை பவனதுஇடம்
கைக்கப்பேர் உக்கத்தே கனன்றுமிண்டு தண்டலைக்
காடேஓடா ஊரேசேர் கழுமல வளநகரே (5)

அருஞ்சொற்பொருள்:

திக்கில் தேவு - திசைக்காவலர்கள். அற்றுஅற்றே - அங்கங்கே. திகழ்ந்து இலங்கு மண்டலம் - விளங்குகின்ற தன்மை உடைய உலகம். சீறுஆர் தாரகன் - கோபித்தைலை உடைய தாரகன். வீறுஆர் தாரகன் - செருக்கு மிகஉடைய தாரகன். போர்ஆர் தாரகன் - போர் செய்தலை விரும்புகின்ற தாரகன். அவன் எதிரே - அவன் எதிரில் (வந்து). புக்கிட்டே - புகுந்து. வெட்டிட்டே - வெட்டி வீழ்த்தி. புகைந்து எழுந்த சண்டத்தீ போல - புகைந்து மேல்எழும்பி எரியும் ஊழித்தீ போல. பூ - நிலம். கால் - காற்று. மீப்புணர்வுதரும் உயிர்கள் திறம் - மேலே சொன்ன ஐம்பூதக் கலப்பால் ஆன உடல் கொண்டு பிறந்த உயிர்களின் வலிமை. சொக்கத்தே நிர்த்தத்தே - சொக்க நிருத்தம் என்னும் நடனம். தொடர்ந்த மங்கை - ஆடிய காளி. செங்கதம் - கோபம். ஏயாமே - பொருந்தாதபடி. மா லோகம் - பெரிய நிலவுலகம். துயர் களைபவன் - எதிர்நடனம் ஆடி துன்பம் போக்கியவன். கைக்க - வெறுக்க. பேர்உக்கத்தே - பேரூழியில். கனன்று - ஊழித்தீயாய் கனன்று. மிண்டு தண்டலை - அழியாது நின்ற சோலை. காடே ஓடா - காடு அகலாத (தன்மையில்).

பொழிப்புரை:

எட்டு திசைக்காவலர்களும் அவரவர் திசையில் இருந்து, இவ்வுலகை அழியாது காத்து வர, சினமும் செருக்கும் போர்செய்யும் குணமும் உடைய தாரகன் என்னும் அசுரன், உலகை அழிக்க வந்தபோது, அவன் எதிரில் சென்று, அவனை வெட்டி வீழ்த்தி, புகைந்து எழும்பிய ஊழித்தீப்போலத் தோன்றி, நிலம் நீர் நெருப்பு காற்று ஆகாயம் என்னும் ஐம்பூதக் கலப்பால் உடல்கொண்டு பிறந்த அனைத்து உயிர்களையும் அழிக்கச் சொக்க நிருத்தம் என்னும் நடனம் ஆடிக் காளி தன் கோபத்தை வெளிப்படுத்த, எதிர் நடனம் ஆடி, பெரிய இந்நிலவுலக உயிர்களுக்கு வரஇருந்த துன்பத்தைப் போக்கியவன்; அவன் எழுந்தருளி இருக்கும் இடம்; அனைவரும் வெறுப்பு அடையுமாறு ஊழித்தீயானது கனன்று எரிந்தபோதும், செறிந்த சோலைகளும் காடுகளும் உடையதாய், அழியாது இருந்த ஊராகிய கழுமல வளநகரமே ஆகும்.

3834. செற்றிட்டே வெற்றிச்சேர் திகழ்ந்ததும்பி மொய்ம்புஉறும்
சேரேவாரா நீள்கோதைத் தெரிஇழை பிடிஅதுவாய்
ஒற்றைச்சேர் முற்றல்கொம்பு உடைத்தடக்கை முக்கண்மிக்கு
ஓவாதேபாய் மாதானத்து உறுபுகர் முகஇறையைப்
பெற்றிட்டே மற்றுஇப்பார் பெருத்துமிக்க துக்கமும்
பேராநோய்தாம் ஏயாமைப் பிரிவுசெய்த வனதுஇடம்
கற்றிட்டே எட்டுஎட்டும் கலைத்துறைக் கரைச்செலக்
காணாதாரே சேராமெய்க் கழுமல வளநகரே   (6)

அருஞ்சொற்பொருள்:

செற்றிட்டே வெற்றிச்சேர் திகழ்ந்த தும்பி - சலந்தரன் முதலாக பல அசுரர்களைக் கொன்று வெற்றிபெற்று சிவபெருமான் ஆண் யானையாக. மொய்ம்பு - வலிமை. சேரேவாரா - வந்து சேர. நீள்கோதை - நீண்ட கூந்தல். தெரிஇழை - ஆராய்ந்து தேர்ந்த ஆபரணம் அணிந்துள்ள உமாதேவி. பிடிஅதுவாய் - பெண் யானையாய். ஒற்றைச்சேர் முற்றல் கொம்பு உடைத்தடக்கை - முற்றிய தந்தமும் ஒற்றைக் கையும் உடைய. முக்கண் - மூன்று கண். மிக்கு ஓவாதே பாய் - மிகுந்து இடைவிடாது பாய்கின்ற. மாதானம் - பெரிய மதநீர். புகர் முக இறை - புள்ளி பொருந்திய யானைமுகக் கடவுள். பெற்றிட்டே - பெற்றுத்தந்து. இப்பார் - இந்நிலவுலகம். பெருத்து மிக்க துக்கம் - மிகப்பெரிய துன்பம். பேரா நோய் தாம் ஏயாமை - நீங்காத நோய்வந்து பொருந்தாதபடி. எட்டுஎட்டு கலை - (8X8=64) அறுபத்து நான்கு கலைகள். கரைசெலக்

கற்றிட்டு - கரைபோகக் கற்றுத் தெளிந்து. காணாதார் - கற்ற கலைஞானத்திற்கு ஏற்ப வாழ்தலைப் பழகாதவர். சேரா - கூடி வாழ முடியாத. மெய்க்கழுமலம் - வளமான நகரம்.

பொழிப்புரை:

சலந்தரன் முதலிய பல அசுரர்களைக் கொன்று, வெற்றி பெற்ற வலிமை உடைய சிவபெருமான், ஆண் யானையாகி வர, நீண்ட கூந்தலும், ஆராய்ந்து தேர்ந்த ஆபரணமும் அணிந்துள்ள உமாதேவி, பெண் யானையாகி வர, (இவ்விரு யானைகள் முயங்கியதில்) முற்றிய தந்தமும், ஒற்றைக் கையும், மூன்று கண்களும், இடைவிடாது சொரியும் பெரிய மதநீரும், புள்ளி பொருந்திய முகமும், உடைய விநாயகப் பெருமான் வெளிப்பட்டார்; அதனால் இந்நிலவுலகம் காப்பாற்றப்பட்டது ; அவ்வாறு காப்பாற்றிய சிவபெருமான் எழுந்தருளி இருக்கும் இடம் ; அறுபத்து நான்கு கலைகளைக் கரைபோகக் கற்று, அதன்படி, ஒழுகுபவர் கூடி வாழ்வதும், அதன்படி ஒழுகாதவர் வாழமுடியாததும், ஆகிய உண்மையி லேயே மலம் கழுவும் ஊராக விளங்கும் கழுமல வளநகரமே ஆகும்.

3835. **பத்திப்பேர் வித்திட்டே பரந்தஐம் புலன்கள்வாய்ப்**
பாலேபோகா மேகாவாப் பகைஅறும் வகைநினையா
முத்திக்கே இக்கத்தே முடிக்கும்முக் குணங்கள்வாய்
மூடாஊடா நால்அந்தக் கரணமும் ஒருநெறியாய்ச்
சித்திக்கே உய்த்திட்டுத் திகழ்ந்தமெய்ப் பரம்பொருள்
சேர்வார்தாமே தானாகச் செயும்அவன் உறையும்இடம்
கத்திட்டோர் சட்டங்கம் கலந்துஇலங்கு நற்பொருள்
காலேஓவா தார்மேவும் கழுமல வளநகரே (7)

அருஞ்சொற்பொருள்:

பத்தி - அன்பு. பேர் - பெயருடைய. வித்துஇட்டு - விதையினை ஊன்றி. ஐம்புலன்கள் - சுவை ஒளி ஊறு ஓசை நாற்றம். பாலே - பக்கமே. போகாமே காவா - போகாமல் காத்து. பகை - (அறுபகை) காமம் குரோதம் லோபம் மோகம் மதம் மாற்சரியம். அறும் வகை நினையா - அறுபடும் வழிவகைகளை ஆராய்ந்து. முத்திக்கே இக்கத்தே - முத்திக்கு இடையூறு. முடிக்கும் முக்குணங்கள் - இடையூறு செய்யும் முக்குணங்கள் (இராட்சதம் தாமசம் சாத்வீகம்). மூடா ஊடா - மூடி ஊடி (வழியை அடைத்து அவற்றோடு பிணங்கி நின்று). நால் அந்தக் கரணம் - மனம் புத்தி சித்தம் அகங்காரம் என்னும் நான்கு அகக்கருவிகள். ஒரு நெறியாய் - ஒருமுகப்பட்டு நிற்க. சித்திக்கே உய்த்திட்டு - சிந்தையில் செலுத்தி. திகழ்ந்த மெய்ப்பொருள்

சேர்வார் - விளங்கும் மெய்ப்பொருளாகிய சிவபெருமானைத் தியானிப்பவர். தாமே தானாகச் செய்யும் அவன் - அவர்களைத் தாமேயாகச் செய்யும் இறைவன் (சீவனைச் சிவன் ஆக்குபவன்). கத்திட்டோர் - கற்றிட்டோர். சட்டங்கம் - ஆறு அங்கம். கலந்துஇலங்கு - கலந்து விளங்குகின்ற. நற்பொருள் - சிவபரம்பொருள். கால் - திருவடி. ஓவாதார் - இடைவிடாது நினைப்பவர். மேவும் - கூடி இருக்கும்.

பொழிப்புரை:

அன்பு என்னும் பெயருடைய விதையை ஊன்றி, பரந்து விரிந்து செல்லும் ஐம்புலன்களின் வழி மனம் போகாதவாறு காத்து, அறுவகைக் குற்றங்களைக் களையும் வகையை ஆராய்ந்து, அவற்றைக் களைந்து, முத்திக்கு இடையூறாக முக்குணங்கள் மாறிமாறி வருவதிலிருந்து விடுபட்டு (சாத்துவீக குணத்தில் நின்று) அகக்கருவிகள் நான்கையும் ஒருமுகப் படுத்தி, சித்தத்தில் மெய்யான பரம்பொருள் நிலைத்துத் தங்குமாறு தவம் செய்ய, அவ்வாறு செய்பவரைச் சிவமாகவே மாற்றும் அப்பெருமான் உறையும் இடம்; வேதத்தின் ஆறு அங்கங்களையும் கற்றுத் தெளிந்து, சதா திருவடியையே நினைத்துக் கொண்டிருக்கும் ஞானிகள் கூடிவாழும் கழுமல வளநகரே ஆகும்.

3836. செம்பைச்சேர் இஞ்சிச்சூழ் செறிந்துஇலங்கு பைம்பொழில்
சேரேவாரா வாரீசத் திரைஎறி நகர்இறைவன்
இம்பர்க்குஏ தம்செய்திட்டு இருந்துஅரன் பயின்றவெற்பு
ஏர்ஆர்பூநேர் ஓர்பாதத்து எழில்விரல் அவண்நிறுவிட்டு
அம்பொன்பூண் வென்றித்தோள் அழிந்துவந்த னம்செய்தாற்கு
ஆர்ஆர்கூர்வாள் வாணாள்அன்று அருள்புரி பவனதுஇடம்
கம்பத்துஆர் தும்பித்திண் கவுள்சொரிந்த மும்மதக்
கார்ஆர்சேறுஆர் மாவீதிக் கழுமல வளநகரே (௪)

அருஞ்சொற்பொருள்:

செம்பைச்சேர் இஞ்சி - செம்பினால் ஆன மதில். பைம்பொழில் - பசிய சோலை. சேரே வாரா - சேர்ந்து வரும். வாரீசம் - கடல். திரை - அலை. இம்பர் - இவ்வுலகம். ஏதம் - துன்பம். அரன் பயின்ற வெற்பு - சிவபெருமான் எழுந்தருளி இருக்கும் கயிலை மலை. ஏர் ஆர் - எழுச்சியுடன் (எடுக்க முற்பட்டபோது). பூநேர் ஓர்பாதம் - தாமரை மலரை ஒத்த ஒரு திருவடி. எழில் விரல் - அழகிய விரல். அவண் - அவ்விடம். நிறுவிட்டு - ஊன்றி. அம்பொன் பூண் - பொன் அணிகள் (அணிந்திருந்த). வென்றி - வெற்றி. வந்தனம் செய்தாற்கு - வணங்கிய

இராவணனுக்கு. ஆர்ஆர் கூர்வாள் - அருமையும் அழகும் கூர்மையும் உடைய வாள். வாணாள் - வாழும் நாள். கம்பத்து ஆர் - கம்பத்தில் கட்டிய. தும்பி - யானை. திண்கவுள் - வலிய கன்னம். மும்மதம் - மூவகை மதம். கார் ஆர் சேறு ஆர் - கரிய நிற சேறு நிரம்பிய. மாவீதி - அகன்று நீண்ட வீதி.

பொழிப்புரை:

செம்பினால் ஆன மதில் சூழ இருப்பதும், அடர்ந்த சோலைவளம் நிரம்ப இருப்பதும், கடல் அலையானது வந்து மோதி மீள்வதும் ஆகிய இத்துணைச் சிறப்புகளுடன் விளங்கும் இலங்கை நகருக்கு அரசனாகிய இராவணன், இவ்வுலக மக்களுக்குப் பலவிதத்திலும் துன்பம் கொடுத்து வந்ததோடு நில்லாமல், சிவபெருமான் எழுந்தருளி இருக்கும் கயிலை மலையைப் பெயர்க்க முற்பட, தாமரை மலர் போன்ற ஒரு திருவடியின் அழகிய விரல் கொண்டு ஊன்றி நெரிக்க, அழகிய பொன்அணிகள் பூண்டிருந்த வெற்றி பொருந்திய தோள்கள் நசுங்க, அச்சம் கொண்டு, வணக்கம் செய்தவனுக்கு (இராவணனுக்கு) அருமையும் அழகும் கூர்மையும் உடைய வாளும், வாழ்நாளும் தந்து அருள்புரிந்தவன் உறையும் இடமாக விளங்குவது, கம்பத்தில் கட்டப்பட்ட யானையின் உறுதியான கன்னம் முதலிய மூன்று இடங்களில் இருந்து ஒழுகும் மதநீர் கரிய சேறாக்கிய நீண்ட வீதிகளை உடைய கழுமல வளநகரமே ஆகும்.

3837. **பன்றிக்கோ லம்கொண்டுஇப் படித்தடம் பயின்றுஇடப்**
பானாம்மால் தான்மேயப் பறவையின் உருவுகொள
ஒன்றிட்டே அம்புச்சேர் உயர்ந்தபங் கயத்தவன்
ஓதான்ஓதான் அஃதுஉணராது உருவினது அடிமுடியும்
சென்றிட்டே வந்திப்பத் திருக்களங்கொள் பைங்கண்நின்று
ஏசால்வேறுஓர் ஆகாரம் தெரிவுசெய் தவனதுஇடம்
கன்றுக்கே முன்றிற்கே கலந்துஇலம் நிறைக்கவும்
காலேவாரா மேலேபாய் கழுமல வளநகரே (9)

அருஞ்சொற்பொருள்:

பன்றிக்கோலம் - பன்றி வடிவம். இப்படித்தடம் - இந்நிலவுலகம். இடப்பானாம் - தோண்டுவானாம். பறவை - அன்னப்பறவை. உருவு கொள - உருவம் கொள்ள. அம்பு - (அப்பு) நீர். பங்கயம் - தாமரைமலர். ஓதான் ஓதான் - வேதம் ஓதுபவன். 'உருவினது அடியும் முடியும் உணராது' - என்று கூட்டி உரைக்க. வந்திப்ப - வணங்க. களம் - நீலகண்டம். பைங்கண் - பசிய கண். ஏசால் - வல்லமையால். ஓர் ஆகாரம் - ஒரு

வடிவம். தெரிவு செய்தவன் - தேர்ந்தெடுத்தவன். கன்று - பசுவின் கன்று. முன்றில் - வீட்டு முற்றம். இலம் - இல்லம் (வீடு). காலே வாரா - வாய்க்கால் வழி நீர் பாயும்.

பொழிப்புரை:

திருமால் பன்றி உருவம் கொண்டு இந்நிலத்தைத் தோண்டிச் செல்லவும், நீரில் வளரும் தாமரையின் மலரில் அமர்ந்திருக்கும் வேதம் ஓதும் பிரமன் அன்னப்பறவை உருவம் கொண்டு ஆகாயத்தில் பறந்து செல்லவும், ஆக இருவராலும் தன் அடியையும் முடியையும் காணமுடியாது, ஒரு நெருப்பு உருவம் கொண்டு உயர்ந்து நிற்க, அதுகண்டு வணங்கி நின்ற இருவரும் தம் பசிய கண்களால் காணுமாறு நீலகண்டனாக வேறொரு உருவில் காட்சி நல்கிய சிவபெருமான் எழுந்தருளி இருக்கும் இடம், வீட்டு முற்றங்களில் பசுவின் கன்றுகள் கட்டப்பட்டிருப்பதும், செல்வ வளத்தால் நிரம்பி இருப்பதும், வாய்க்காலின் வழி ஆற்றுநீர் பாய்ந்து வருவதும், ஆகிய சிறப்புகள் உடைய கழுமல வளநகரே ஆகும்.

3838. **தட்டிட்டே முட்டிக்கைத் தடுக்குஇடுக்கி நின்றுஉணாத்**
தாமேபேணா தேநாளும் சமணோடும் உழல்பவரும்
இட்டத்தால் அத்தம்தான் இதுஅன்றுஅதுஎன்று நின்றவர்க்கு
ஏயாமேவாய் ஏதுச்சொல் இலைமலி மருதம்பூப்
புட்டத்தே அட்டுஇட்டுப் புதைக்கும்மெய்க்கொள் புத்தரும்
போல்வார்தாம்ஓ ராமேபோய்ப் புணர்வுசெய் தவனதுஇடம்
கட்டிக்கால் வெட்டித்தீங் கரும்புதந்த பைம்புனல்
காலேவாரா மேலேபாய் கழுமல வளநகரே (10)

அருஞ்சொற்பொருள்:

தட்டு இட்டை - மண்டை என்னும் தட்டினை ஏந்தி, முட்டிக்கை - முட்டியோடு கூடிய கை. தடுக்குஇடுக்கி - சிறுபாயினைச் சுருட்டிக் கக்கத்தில் இடுக்கிக்கொண்டு. நின்று - நின்றுகொண்டே உணவினை வாங்கி உண்ணும். தாமே பேணாதே - தாம் கொண்ட கொள்கையைத் தாமே காவாது. நாளும் சமணொடு உழல்பவரும் - சமணர் வேடத்தில் நாள்தோறும் சுற்றித் திரிபவரும். இட்டத்தால் - விருப்பப்படி. அத்தம் - (அர்த்தம்) பொருள். இதுஅன்று அது என்று - இதுஅன்று அதுதான் என்று. நின்றவர்க்கு ஏயாமே - கேட்டு நின்றவர்க்கு அவர் ஏற்காத வகையில். வாய் ஏது சொல் - வாயில் வந்தபடி காரணம் சொல்லும் (பௌத்தர்). இலைமலி மருதம் - தழை மண்டிய மருத மரம். பூ அட்டி புட்டத்தே இட்டு - (எனக் கூட்டி உரைக்க) பூவை அரைத்துப் பிழிந்த சாற்றை

உடையின் உட்புறமாகப் பூசிக் காவி ஏற்றி. மெய்க்கொள் புத்தர் - அக்காவி உடையால் உடம்பை மறைக்கும் பௌத்தர். ஓராமே - ஆராய்ந்து அறிய முடியாதபடி. புணர்வு - சூழ்ச்சி. கட்டி - வெல்லக்கட்டி. கால்வெட்டி - கரும்பினை அடிப்பகுதியில் வெட்டி. தீங்கரும்பு தந்த பைம்புனல் - இனிய கரும்பின் அடிக்கட்டையில் இருந்து வெளியேறும் சாறு. காலே வாரா - வாய்க்காலில் வரும்.

பொழிப்புரை:

மண்டை என்னும் தட்டினைக் கையில் ஏந்தியும், முழங்கை முட்டிக்கு மேலே உள்ள கக்கத்தில் சிறுபாயினை இடுக்கியும், நின்றபடியே உணவினை வாங்கி உண்டும், தாம்கொண்ட கொள்கையைத் தாமே காவாதும், சுற்றித் திரியும் சமணர்களும்; எதிரில் நிற்பவர் கேட்கும் கேள்விக்கு விடையாக இதுஅன்று அதுதான் பொருள் என்று வாய்க்கு வந்தவாறு பேசிப் பொருந்தாத காரணங்களை முன்வைத்தும், தழைகள் மண்டிய மருதமரத்தின் பூவினை அரைத்து எடுத்த சாற்றினை வெள்ளைத் துணியின் பின்புறம் பூசிக் காவிஏற்றி, அதுகொண்டு உடலை மறைக்கும் பௌத்தர்களும்; போன்றவர்கள் ஆராய்ந்து காணமுடியாதவகையில் சூழ்ச்சி செய்யும் சிவபெருமான் எழுந்தருளி இருக்கும் இடம், வெல்லம் தரும் கரும்பினை வெட்டவும், அதன் அடிக்கட்டையில் இருந்து சாறு, நீர்போல் பெருக்கெடுத்து, வாய்க்கால் வழி ஓடி, மேலே பாய்வதும், ஆகிய வளமுடைய கழுமல நகரமே ஆகும்.

3839. **கஞ்சத்தேன் உண்டிட்டே களித்துவண்டு சண்பகக்**
கானேதேனே போராரும் கழுமல நகர்இறையைத்
தஞ்சைச்சார் சண்பைக்கோன் சமைத்தநல் கலைத்துறை
தாமேபோல்வார் தேன்நேர்ஆர் தமிழ்விர கனமொழிகள்
எஞ்சத்தேய்வு இன்றிக்கே இமைத்துஇசைத்து அமைத்தகொண்டு
ஏழேஏழே நாலேமூன்று இயல்இசை இசைஇயல்பா
வஞ்சத்தேய்வு இன்றிக்கே மனம்கொளப் பயிற்றுவோர்
மார்பேசேர்வான் வானோர்சீர் மதிநுதல் மடவரலே (11)

அருஞ்சொற்பொருள்:

கஞ்சம் - தாமரைமலர். உண்டிட்டே - உண்டு முடித்து. களித்து - மகிழ்ந்து. சண்பகக் கான் - சண்பக மரக்காடு. தேனே போர் ஆரும் - வண்டுகளோடு போர் செய்யும். தஞ்சைச்சேர் - அடைக்கலம் அடைந்த. சமைத்த - பாடிய. தேன் நேர் - தேன் போன்ற. ஆர் தமிழ் - பொருந்திய தமிழ். எஞ்சத் தேய்வு இன்றி - குறைவின்றி. இசைத்து அமைத்த -

இசைத்துப் பாடிய. ஏழேஏழே நாலே மூன்று - 7+7+4+3 =21) இருப்பத்து ஒன்று. இயல்இசை - நடக்கும் இசை. வஞ்சத்தேய்வு இன்றி - வஞ்சனை இன்றி. மனம் கொள - மனம்கொள்ள. மதிநுதல் மடவரல் - பிறை போன்ற நெற்றி உடைய பெண் (திருமகள்). மார்பே சேர்வாள் - மார்பில் வந்து தங்குவாள்.

பொழிப்புரை:

தாமரை மலரில் உள்ள தேனினைக் குடித்து மகிழ்ந்த வண்டுகள் சண்பக மரச்சோலைக்குச் சென்று, அங்குள்ள வண்டுகளோடு போர் செய்யும் கழுமல வளநகரில் எழுந்தருளி இருக்கும் இறைவனை; திருவடியில் அடைக்கலம் புகுந்த சண்பையர் தலைவனும், தேன் போன்ற இனிய தமிழின்மீது காதல் உடையவனும், ஆகிய ஞானசம்பந்தன்; கலைநயம் மிக்க தானே தனக்கு நிகராகும் அரிய இசையோடு பாடிய பாடல்களை இருப்பத்தொரு வகையான பண்கள் அமைய எந்தக் குறையும் இல்லாமல் வஞ்சனை அற்ற மனத்தில் பொருந்துமாறு வைத்துப் பாடி வழிபடுபவரது மார்பில் வந்து தங்குவாள், மேலான சிறப்பும் பிறைபோன்ற நெற்றியும் கொண்ட அழகிய திருமகள் என்று அறிவீராக!

திருச்சிற்றம்பலம்

355

திருக்கழுமலம்

திருமுறை 1 - 129

பண்: மேகராகக் குறிஞ்சி

3840. சேஉயரும் திண்கொடியான் திருவடியே
சரண்என்று சிறந்தஅன்பால்
நாஇயலும் மங்கையொடு நான்முகன்தான்
வழிபட்ட நலம்கொள்கோயில்
வாவிதொறும் வண்கமலம் முகம்காட்டச்
செங்குமுதம் வாய்கள் காட்டக்
காவிஇரும் கருங்குவளை கருநெய்தல்
கண்காட்டும் கழுமலமே (1)

அருஞ்சொற்பொருள்:

சே - காளை. சரண் - அடைக்கலம். நா இயலும் மங்கை - சரசுவதி. நான்முகன் - பிரமன். வாவி - குளம். கமலம் - தாமரைமலர். குமுதம், குவளை, நெய்தல் - நீர்ப்பூக்களின் வகைகள்.

பொழிப்புரை:

காளை எழுதிய கொடி உடைய சிவபெருமான் திருவடியே அடைக்கலம் என்று அன்புகொண்டு சரண் அடைந்த சரசுவதியோடு நான்முகன் வந்து வழிபட்ட நன்மை மிக்க கோயில் இருப்பது; குளங்கள் தோறும் பூத்துள்ள தாமரை மலர்கள் மகளிரது முகம்போல் விளங்குவதும், செங்குமுத மலர்கள் வாய்கள் போல் விளங்குவதும், காவி, கருங்குவளை, கருநெய்தல் முதலிய மலர்கள் கண்கள் போல் விளங்குவதும் ஆகிய கழுமலமே ஆகும்.

3841. பெருந்தடங்கண் செந்துவர்வாய்ப் பீடுஉடைய
மலைச்செல்வி பிரியாமேனி
அருந்தகைய சுண்ணவெண்நீறு அலங்கரித்தான்
அமரர்தொழ அமரும்கோயில்

தருந்தடக்கை முத்தழலோர் மனைகள்தொறும்
இறைவனது தன்மைபாடிக்
கருந்தடங்கண் ணார்கழல்பந்து அம்மானைப்
பாட்டுஅயரும் கழுமலமே (2)

அருஞ்சொற்பொருள்:

துவர் - பவளம். பீடு - பெருமை. தரும் தடக்கை - வள்ளன்மை உடைய பெரிய கை. முத்தழலோர் - முத்தழல் ஓம்பும் அந்தணர். கழல், பந்து, அம்மானை - மகளிர் விளையாட்டு வகைகள்.

பொழிப்புரை:

பெரிய இடமகன்ற கண்ணும், சிவந்த பவளம் போன்ற வாயும், உடைய பெருமை பொருந்திய மலைமகளை விட்டுப் பிரியாத திருமேனிமீது திருநீற்றுப்பொடியைப் பூசிஇருப்பவன், தேவர்கள் வந்து வணங்குமாறு எழுந்தருளி இருக்கும் கோயில்; வள்ளன்மை உடைய பெரிய கைகளுடன் கூடிய முத்தீ ஓம்பும் அந்தணர்களது வீடுகள்தோறும் உள்ள கரிய பெரிய கண் உடைய பெண்கள், அந்த இறைவனது பெருமைகள் குறித்துப் பாடி, கழல், பந்து, அம்மானை முதலிய விளையாட்டுகளை விளையாடி மகிழும் கழுமலமே ஆகும்.

3842. **அலங்கல்மலி வானவரும் தானவரும்**
மலைகடலைக் கடையப்பூதம்
கலங்கஎழு கடுவிடம்உண்டு இருண்டமணி
கண்டத்தோன் கருதும்கோயில்
விலங்கல்அமர் புயல்மறந்து மீன்சனிபுக்கு
ஊன்சலிக்கும் காலம்தானும்
கலங்கல்இலா மனப்பெருவண் கைஉடைய
மெய்யர்வாழ் கழுமலமே (3)

அருஞ்சொற்பொருள்:

அலங்கல் - மாலை. வானவர் - தேவர். தானவர் - அசுரர். மலை - மந்திரமலை. கடல் - பாற்கடல். பூதம் கலங்க - பூதங்களும் அஞ்சும்படி. கடுவிடம் - கொடிய நஞ்சு (ஆலகால விடம்). இருண்ட - கருத்த. மணி - நீலமணி. விலங்கல் - மலை. புயல் - மேகம். மீன் சனிபுக்கு - மகர ராசியில் சனி புகுந்து. ஊன் சலிக்கும் - உடலை வருத்தும். காலம் தானும் - காலத்திலும். கலங்கல் இலா - கலங்காத. பெருவண் கை உடைய - வள்ளல் தன்மையுடன் கூடிய பெரிய கை உடைய.

பொழிப்புரை:

மாலை அணிந்துள்ள தேவர்களும் அசுரர்களும் மந்திர மாலையை மத்தாக நிறுத்தி பாற்கடலைக் கடைந்தபோது, பூதங்களும் கண்டு நடுங்குமாறு, ஆலகால விடம் வெளிப்பட, அதனை எடுத்து உண்ட அதனால், கண்டம் நீலமணி போல் கரிய நிறம் உடையதாக மாறும்படி இருந்தவன் விரும்பி எழுந்தருளி இருக்கும் கோயில் இருப்பது ; மலையில் மேகங்கள் கூட மறுக்க, மீனராசியில் சனி சஞ்சரிக்கும், பஞ்சகாலத்திலும், கலங்கல் இல்லாத மனம் உடையவராய வள்ளல்கள் நிறைந்து வாழும் ஊர் கழுமலமே ஆகும்.

3843. பார்இதனை நலிந்துஅமரர் பயம்எய்தச்
சயம்எய்தும் பரிசுவெம்மைப்
போர்இசையும் புரம்மூன்றும் பொன்றஒரு
சிலைவளைத்தோன் பொருந்துங்கோயில்
வார்இசைமென் முலைமடவார் மாளிகையின்
சூளிகைமேல் மகப்பாராட்டக்
கார்இசையும் விசும்புஇயங்கும் கணம்கேட்டு
மகிழ்வுஎய்தும் கழுமலமே (4)

அருஞ்சொற்பொருள்:

பார் - நிலவுலகம். நலிந்து - நலியச் செய்து. சயம் - வெற்றி. பரிசு - தன்மை. வெம்மைப் போர் - கொடிய போர். பொன்ற - அழிய. ஒரு சிலை - ஒரு மலையை வில்லாக. வார் - கச்சு. இசை - பொருந்தும். சூளிகை - மாளிகையின் உச்சி ('மொட்டை மாடி' - என்பது இக்கால வழக்கு). மகப்பாராட்ட - குழந்தைகளைத் தாலாட்ட. கார் - மேகம். விசும்பு - ஆகாயம். கணம் - கந்தருவர் கூட்டம்.

பொழிப்புரை:

இந்நில உலக மக்களைத் துன்புறுத்தி, தேவர்களுக்கும் அச்சம் உண்டாக்கி வெற்றிபெறக் கொடும்போர் செய்யும் அசுரர் மூவரது முப்புரத்தை அழிக்க மேருமலையை வில்லாக வளைத்தவன் எழுந்தருளி இருக்கும் கோயில் இருப்பது; கச்சு அணிந்த மென்மையான முலை உடைய மகளிர் மாடிவீட்டின் உச்சியில் குழந்தைக்குத் தாலாட்டுப் பாட, மேகம் இயங்கும் ஆகாய வழியே செல்லும் தேவசாதியினர் கேட்டு மகிழும் கழுமல நகரிலே ஆகும்.

3844. ஊர்கின்ற அரவம்ஒளி விடுதிங்கள்
ளொடுவன்னி மத்தமன்னும்
நீர்நின்ற கங்கைநகு வெண்தலைசேர்
செஞ்சடையான் நிகழும்கோயில்

ஏர்தங்கி மலர்நிலவி இசைவெள்ளி
மலைஎன்ன நிலவிநின்ற
கார்வண்டின் கணங்களால் கவின்பெருகு
சுதைமாடக் கழுமலமே (5)

அருஞ்சொற்பொருள்:

அரவம் - பாம்பு. வன்னி - வன்னியின் தளிர். மத்தம் - ஊமத்தம்பூ. நகுவெண்தலை - சிரிப்பது போன்ற தோற்றம் உடைய வெள்ளை நிற மண்டைஓடு. ஏர் - அழகு. கார்வண்டு - கரிய வண்டு. கணம் - கூட்டம். சுதைமாடம் - சுதையால் ஆன மாடிவீடு.

பொழிப்புரை:

ஊர்ந்து செல்லும் பாம்பு, ஒளிபொருந்திய சந்திரப்பிறை, வன்னியின் தளிர், ஊமத்தையின் மலர், நிலைத்த நீர்ப்பெருக்கு உடைய கங்கை, பல்வெளியில் தெரிய சிரிப்பது போல் தோற்றம் கொண்ட வெண்மைநிற மண்டைஓடு, ஆகிய இவற்றைச் சூடியுள்ள சிவந்த சடாமுடி உடையவன் எழுந்தருளி இருக்கும் கோயில் இருப்பது ; வெள்ளிமலை போல் காட்சி தருவதும், மலர்கொண்டு அலங்கரிக்கப்பட்டதும், அம்மலர்களில் கரியநிற வண்டுக்கூட்டங்கள் மொய்ப்பதும், சுதையால் ஆனதும், அழகுற விளங்குவதும், ஆகிய மாடிவீடுகள் நிறைந்து விளங்கும் கழுமல நகரிலே ஆகும்.

3845. தரும்சரதம் தந்துஅருள்என்று அடிநினைந்து
தழல்அணைந்து தவங்கள்செய்த
பெரும்சதுரர் பெயலர்க்கும் பீடுஆர்தோ
ழமைஅளித்த பெருமான்கோயில்
அரிந்தவயல் அரவிந்தம் மதுஉகப்ப
அதுகுடித்துக் களித்துவாளை
கருஞ்சகடம் இளகவளர் கரும்புஇரிய
அகம்பாயும் கழுமலமே (6)

அருஞ்சொற்பொருள்:

சரதம் - மெய். தழல் - தீ. பெயலர் - பெய்யும் மழையில் நின்று தவம் செய்பவர். பீடு - பெருமை. அரிந்த வயல் - நெல் அறுவடை செய்த வயல். அரவிந்தம் - தாமரை மலர். மது - தேன். களித்து - மகிழ்ந்து. வாளை - வாளைமீன். அகம் பாயும் - துள்ளும். கருஞ்சகடம் - பெரிய வண்டி. இளக - சாய. கரும்பு இரிய - கரும்பு ஒடிய.

பொழிப்புரை:

'மெய்ஞ்ஞானியர்க்குத் தந்துஅருளும் ஞானத்தை எங்களுக்கும் தந்து அருளவேண்டும்' என்று தீயில் நின்று தவம் செய்யும் பெரு வலிமை உடையவரும், பெய்த மழைநீரின் நடுவில் நின்று தவம் செய்தவரும் கேட்க, அவருக்குப் பெருமை பொருந்திய நட்பு பாவம் தந்து அருள் செய்த பெருமான் எழுந்தருளி இருக்கும் கோயில் இருப்பது; நெல் அரிந்த வயலில் முளைத்த தாமரை மலர்ந்து, அது தேனினைச் சொரிய, அத்தேனைக் குடித்து மகிழ்ந்த வாளை மீன், வயலின் கரையில் நின்ற பெரிய வண்டியைத் தள்ளி விடுமாறும், அருகிலிருக்கும் வயலில் விளைந்துள்ள கரும்பு ஒடியுமாறும், துள்ளிக்குதிக்கும் கழுமல நகரிலே ஆகும்.

3846. **புவிமுதல்ஐம் பூதமாய்ப் புலன்ஐந்தாய்**
நிலன்ஐந்தாய்க் கரணம்நான்காய்
அவைஅவைசேர் பயன்உருவாய் அல்லஉரு
வாய்நின்றான் அமரும்கோயில்
தவம்முயல்வோர் மலர்பறிப்பத் தாழவிடு
கொம்புஉதைப்பக் கொக்கின்காய்கள்
கவண்எறிகல் போல்சுனையில் கரைசேரப்
புள்இரியும் கழுமலமே (7)

அருஞ்சொற்பொருள்:

புவிமுதல் ஐம்பூதம் - நிலம், நீர், நெருப்பு, காற்று, ஆகாயம் என்னும் ஐந்து பூதம். புலன்கள் ஐந்து - சுவை, ஒளி, ஊறு, ஓசை, நாற்றம் என்னும் புலன்கள் ஐந்து. நிலன் ஐந்தாய் - அவற்றுக்கு இடமாகிய அறிவுக் கருவிகள் மெய், வாய், கண், மூக்கு, செவி என்னும் ஐந்து (தொழிற்கருவிகள் வாக்கு, கால், கை, எருவாய், கருவாய் என்னும் ஐந்து). கரணம் நான்கு - அந்தக் கரணம் (அகக்கருவி) மனம், புத்தி, சித்தம், அகங்காரம் என்னும் நான்கு. ஆக ஆன்ம தத்துவம் 24. பயன் உருவாய் - இவற்றின் பயன்களாகிய உருவமாகவும். அல்ல உருவாய் - உருவம் அல்லாத அருவமாகவும். நின்றான் - நிற்கும் இறைவன். கொக்கு - மாமரம். புள் இரியும் - பறவைகள் பறந்து ஓடும்.

பொழிப்புரை:

தன்மாத்திரை ஐந்து, பூதம் ஐந்து, அறிவுக் கருவி ஐந்து, தொழிற்கருவி ஐந்து, அகக்கருவிகள் நான்கு என இருபத்து நான்கு ஆன்ம தத்துவமாகவும்

அவற்றின் பயனாகவும், உருவமாகவும், அருவமாகவும், விளங்கும் இறைவன் எழுந்தருளி இருக்கும் கோயில் இருப்பது; தவம் செய்ய முயல்பவர் மலர் பறிக்கும்போது வளைத்துப் பிடித்த பூங்கொம்பைக் கைவிட, அது கவணிலிருந்து கல் விடுபடுவது போல விடுபட்டுச் சென்று, மாங்காயை வீழ்த்த, அது சுனைநீரில் விழ, அதுகண்டு பக்கங்களில் உள்ள மரங்களில் இருந்து பறவைகள் பறந்து செல்லும் கழுமல நகரிலே ஆகும்.

3847. **அடல்வந்த வானவரை அழித்துஉலகு**
தெழித்துஉழலும் அரக்கர்கோமான்
மிடல்வந்த இருபதுதோள் நெரியவிரல்
பணிகொண்டோன் மேவும்கோயில்
நடவந்த உழவுஅரிது நடஒணா
வகைபரல்ஆய்த்து என்றுதுன்று
கடல்வந்த சங்குஈன்ற முத்துவயல்
கரைகுவிக்கும் கழுமலமே (4)

அருஞ்சொற்பொருள்:

அடல் - வலிமை. தெழித்து - அச்சுறுத்தி. உழலும் - திரிகின்ற. மிடல் வந்த - வலிமை உடைய. நடஒணா - (நட ஒண்ணா) நட முடியாத. பரல் ஆய்த்து - பருக்கைக் கல் ஆயிற்று. துன்று - நெருங்கிய. சங்கு ஈன்ற முத்து - சங்கு பெற்ற முத்து (முத்து பிறக்கும் இடங்கள் பலவற்றுள் சங்கும் ஒன்று என அறிக).

பொழிப்புரை:

வலிமையோடு விளங்கிய தேவர்களை அழித்து, உலகவரை அச்சுறுத்திச் சுற்றித்திரிந்த அரக்கர் தலைவனாகிய இராவணனது வலிமை பொருந்திய இருபது தோள்களும் நெரியுமாறு, கால்விரல் ஒன்று கொண்டு ஊன்றி நசுக்கியவன், எழுந்தருளி இருக்கும் கோயில் இருப்பது; நாற்று நடவந்த உழவர், நடமுடியாதபடி, பரல் கற்கள் போல சங்கு ஈன்ற முத்துகள் வயலில் நெருங்கிக் கிடப்ப, அவற்றைப் பொறுக்கிக் கரையில் குவித்து வைக்கும், வளம் உடைய கழுமல நகரிலே ஆகும்.

3848. **பூமகள்தன் கோன்அயனும் புள்ளினொடு**
கேழல்உரு வாகிப்புக்கிட்டு
ஆம்அளவும் சென்றுமுடி அடிகாணா
வகைநின்றான் அமரும்கோயில்
பாமருவும் கலைப்புலவோர் பன்மலர்கள்

கொண்டுஅணிந்து பரிசினாலே
காமனைகள் பூரித்துக் களிகூர்ந்து
நின்றுஏத்தும் கழுமலமே (9)

அருஞ்சொற்பொருள்:

பூமகள் தன்கோன் - திருமகளின் கணவனாகிய திருமால். அயன் - பிரமன். புள் - பறவை (அன்னம்). கேழல் - பன்றி. ஆம்அளவு - முடியும் அளவு. காமனை - விருப்பம். பூரித்து - மகிழ்ந்து. களிகூர்ந்து - அகம் மகிழ்ந்து.

பொழிப்புரை:

திருமகளின் கணவனாகிய திருமால் பன்றி உருக்கொண்டு திருவடியைத் தேடிச் சென்றும், பிரமன் அன்னப்பறவை உருக்கொண்டு திருமுடியைத் தேடிச் சென்றும், இருவரும் முடிந்தவரை தேடியும் காணக் காட்டாத பெருமான் எழுந்தருளி இருக்கும் கோயில் இருப்பது; பலவகைப் பாக்களில் அமைந்துள்ள அருங்கலை உணர்ந்த புலவர்கள் பலமலர்களைக் கொண்டு தூவி வழிபட்டுத் தங்களது தேவைகளை வேண்டிப் பெற்று உள்ளம் மகிழும் கழுமல நகரிலே ஆகும்.

3849. குணம்இன்றிப் புத்தர்களும் பொய்த்தவத்தை
மெய்த்தவமாய் நின்றுகையில்
உணல்மருவும் சமணர்களும் உணராத
வகைநின்றான் உறையும்கோயில்
மணம்மருவும் வதுவைஒலி விழவின்ஒலி
இவைஇசைய மண்மேல்தேவர்
கணம்மருவும் மறையின்ஒலி கீழ்ப்படுக்க
மேற்படுக்கும் கழுமலமே (10)

அருஞ்சொற்பொருள்:

உணல் - உண்ணுதல். வதுவைஒலி - திருமண ஆரவாரம். விழவின் ஒலி - திருவிழாக்களின் ஆரவாரம். மண்மேல் தேவர்கணம் - நிலஉலகத் தேவர் கூட்டமாகிய அந்தணர்கள். மறையின் ஒலி - வேதம் ஓதும் ஒலி. கீழ்ப்படுக்க - அடங்குமாறு செய்யும்.

பொழிப்புரை:

நற்குணம் சிறிதும் இல்லாத பௌத்தர்களும், பொய்த்தவத்தை மெய்த்தவமாய்க் கருதி உணவினை கையில் வாங்கி நின்றபடியே உண்ணுகின்ற சமணர்களும், உணரமுடியாத வகையில் விளங்கும்

பெருமான் எழுந்தருளி இருக்கும் கோயில் இருப்பது; ஆடவரும் பெண்டிரும் திருமணம் செய்துகொள்ள அங்கு எழுகின்ற ஒலியும், கோயிலில் நடைபெறும் திருவிழாக்களில் எழுகின்ற ஒலியும், மிகுதியாகி அவை மேம்பட, பூஉலக தேவர் என்று போற்றப்படும் அந்தணர்கள் ஓதுகின்ற வேதஒலியைக் கீழ்ப்படுத்தும் கழுமல நகரிலே ஆகும்.

3850. கற்றவர்கள் பணிந்துஏத்தும் கழுமலத்துள்
 ஈசன்தன் கழல்மேல்நல்லோர்
நற்றுணையாம் பெருந்தன்மை ஞானசம்
 பந்தன்தான் நயந்துசொன்ன
சொற்றுணையோர் ஐந்தினொடுஐந்து இவைவல்லார்
 தூமலராள் துணைவராகி
முற்றுலகம் அதுஆண்டு முக்கணான்
 அடிசேர முயல்கின்றாரே   (11)

அருஞ்சொற்பொருள்:

சொல் துணை - ஓதுபவர்க்குத் துணையாக விளங்கும் சொல். முற்றுலகம் - உலகம் முழுவதும். தூமலராள் - தூய தாமரை மலரில் இருக்கும் திருமகள். முக்கணான் - மூன்று கண்கள் கொண்ட சிவபெருமான்.

பொழிப்புரை:

ஞானநூல்களைக் கற்றவர்கள் பணிந்து போற்றுகின்ற கழுமலநகர் ஈசன்திருவடி மீது; நல்லோர்களை நல்ல துணையாகக் கொண்டு விளங்கும் பெருந்தகைமை உடைய ஞானசம்பந்தன்; மிகவும் விரும்பிப் பாடிய சொல்லின் துணை கொண்ட பாடல் பத்தினையும், பாடி வழிபட வல்லவர்; தூய தாமரை மலரில் அமர்ந்திருக்கும் திருமகளின் துணைவரால், இவ்வுலகம் முழுவதையும் ஆளும் அதிகாரம் பெற்றுப் பின் மூன்று கண்கள் கொண்ட சிவபெருமான் திருவடியில் சென்று சேரும் முயற்சியை மேற்கொள்பவர் ஆவர்.

திருச்சிற்றம்பலம்

356

திருப்பூந்தராய்

திருமுறை 2 - 137

வினாவுரை
பண்: இந்தளம்

3851. செந்நெல் அம்கழ னிப்பழ னத்துஅய லேசெழும்
புன்னை வெண்கிழி யில்பவ ளம்புரை பூந்தராய்
துன்னி நல்இமை யோர்முடி தோய்கழ லீர்சொலீர்
பின்னு செஞ்சடை யில்பிறை பாம்புடன் வைத்ததே (1)

அருஞ்சொற்பொருள்:

கழனி பழனம் - வயல் என்னும் பொருள் தரும் இரண்டு சொற்கள். அயலே - பக்கங்களில். வெண்கிழி - வெள்ளைத் துணி. பவளம் புரை - பவளம் போல. சொலீர் - சொல்வீராக.

பொழிப்புரை:

செந்நெல் விளையும் அழகிய வயலின் அருகே செழித்து வளர்ந்த புன்னை மரங்களின் பூக்கள் சிதறிக் கிடப்பது வெள்ளைத்துணியில் பவளம் கிடப்பது போன்ற தோற்றம் உடைய பூந்தராய் நகரில் எழுந்தருளி நல்ல தேவசாதியினர் நெருங்கி வந்து தங்கள் முடிதோய வணங்குமாறு வீரக்கழல் அணிந்து இருப்பவரே! பின்னிய சிவந்த சடையில் பிறையும் பாம்பும் ஒன்றுக்கு ஒன்று பகை என்று தெரிந்தும் உடன் வைத்திருப்பது என்ன காரணம் பற்றியோ? விடை கூறுவீராக!

3852. எற்று தெண்திரை ஏறிய சங்கினொடு இப்பிகள்
பொற்றி கழ்கம லப்பழ னம்புகு பூந்தராய்ச்
சுற்றி நல்இமை யோர்தொழு பொற்கழ லீர்சொலீர்
பெற்றம் ஏறுதல் பெற்றிமை யோபெரு மானிரே (2)

அருஞ்சொற்பொருள்:

எற்று - எறிந்த. திரை - அலை. பொற்றிகழ் - (பொன் திகழ்) அழகு விளங்கும். பழனம் - வயல். இமையோர் - தேவர். பொற்கழலீர் - பொன்னால் ஆன வீரக்கழல் அணிந்த திருவடி உடையவரே. சொலீர் - சொல்வீராக. பெற்றம் - எருது. பெற்றிமை - தகுதி.

பொழிப்புரை:

வந்து மோதுகின்ற கடல் அலையின் வழி, கரை ஏறிய சங்குகளும், இப்பிகளும், விளங்குவதும், அழகிய தாமரை மலர் மலர்ந்திருப்பதும், ஆகிய வயல்களை உடைய பூந்தராய் என்னும் தலத்தில், நல்ல தேவசாதியினர் சுற்றிநின்று வணங்க, எழுந்தருளி இருக்கும், பொன்னால் ஆன வீரக்கழல் அணிந்த திருவடி உடையவராய் விளங்குபவரே! (ஐராவணம் முதலிய ஊர்திகள் இருக்க) எருதின்மீது ஏறிவருதல் உமக்குத் தகுதி உடைய செயலாகுமோ? விடை கூறுவீராக!

3853. **சங்கு செம்பவ ளத்திரள் முத்துஅவை தாம்கொடு**
பொங்கு தெண்திரை வந்துஅலைக் கும்புனல் பூந்தராய்த்
துங்க மால்களிற் றின்உரி போர்த்துஉகந் தீர்சொலீர்
மங்கை பங்கமும் அங்கத்தொடு ஒன்றிய மாண்புஅதே (3)

அருஞ்சொற்பொருள்:

பொங்குதல் - உயர்தல். புனல் - நீர். துங்கம் - உயர்ச்சி. மால் - பெருமை. உரி - தோல். உகந்தீர் - மகிழ்ந்தீர். பங்கம் - (பங்கு+அம்) கூறு. அங்கம் - உடம்பு.

பொழிப்புரை:

சங்கு, செம்பவளம், முத்துக் குவியல் என இவற்றை உடன்கொண்டு உயர்ந்து எழும் தெளிந்த கடலின் அலை வந்து மோதும் நீர்வளம் உடைய பூந்தராய் என்னும் தலத்தில் எழுந்தருளி, உயர்ந்த பெரிய ஆண் யானை ஒன்றை உரித்து அதன் தோலைப் போர்த்தி இருப்பவரே! உமாதேவியை உடம்பின் இடப்பாகத்தில் வைத்திருப்பது என்ன மாண்புடைய செயலோ? விடை கூறுவீராக!

3854. **சேம வன்மதில் பொன்அணி மாளிகை சேண்உயர்**
பூம ணம்கம ழும்பொழில் சூழ்தரு பூந்தராய்ச்
சோம னும்அர வும்தொடர் செஞ்சடை யீர்சொலீர்
காமன் வெண்பொடி யாகக் கடைக்கண் சிவந்ததே (4)

அருஞ்சொற்பொருள்:

சேமம் - காவல். சேண் உயர் - வான் உயர். சோமன் - சந்திரன். அரவு - பாம்பு. காமன் - மன்மதன். வெண்பொடி - சாம்பல்.

பொழிப்புரை:

காவல் அமைந்த வலிய மதிலும், பொன்கொண்டு அழகுசெய்யப் பட்ட மாளிகைகளும் பூமணம் கமழும் வானளாவிய சோலைகளும் சூழ விளங்கும் பூந்தராய் நகரில் எழுந்தருளிச் சந்திரன் பாம்பு ஆகியவற்றைச் சிவந்த சடையில் சூடி இருப்பவரே! மன்மதன் வெந்து சாம்பலாகுமாறு சினந்து, கண்சிவந்து கடைக்கண் நோக்கம் செய்து அழித்தது எதற்காக? விடை கூறுவீராக!

3855. **பள்ள மீன்இரை தேர்ந்துஉழ லும்பகு வாயன**
புள்ளும் நாள்தொறும் சேர்பொழில் சூழ்தரு பூந்தராய்த்
துள்ளும் மான்மறி ஏந்திய செங்கையி னீர்சொலீர்
வெள்ள நீர்ஒரு செஞ்சடை வைத்த வியப்புஅதே (5)

அருஞ்சொற்பொருள்:

இரை - உணவு. பகுவாயன புள் - பிளந்த வாயினை உடைய நாரை. மான்மறி - மான்கன்று. வெள்ள நீர் - கங்கை.

பொழிப்புரை:

நீர் தேங்கியுள்ள பள்ளங்களில் வாழும் மீனை இரையாகத் தேர்ந்து உண்ணும் பிளந்த வாயினை உடைய நாரைகள் நாளும் பழகும் சோலை சூழ்ந்த பூந்தராய் என்னும் நகரில் எழுந்தருளித் துள்ளும் மான்கன்று ஒன்று ஏந்திய சிவந்த கை உடையவராய் விளங்குபவரே! கங்கை என்னும் நீர்ப்பெருக்கினைச் சிவந்த சடையில் தாங்கும் வியத்தகு செயலை ஏன் செய்தீர்? விடை கூறுவீராக!

3856. **மாது இலங்கிய மங்கையர் ஆட மருங்குஎலாம்**
போது இலங்குகம லம்மது ஆர்புனல் பூந்தராய்ச்
சோதி அம்சுடர் மேனிவெண் நீறுஅணி வீர்சொலீர்
காது இலங்குகுழை சங்கவெண் தோடுஉடன் வைத்ததே (6)

அருஞ்சொற்பொருள்:

மாது - அழகு. இலங்கிய - விளங்கிய. மருங்கு - பக்கம். எலாம் - எல்லாம். போது - மலரும்பருவத்து அரும்பு. கமலம் - தாமரை. மது ஆர - தேனினை துளிக்க. புனல் - நீர் (வளம்). குழை, தோடு - காதணி வகைகள்.

பொழிப்புரை:

அழகில் சிறந்து விளங்கும் மகளிர் நடனம் ஆடுவதும், பக்கங்களில் உள்ள நீர்நிலைகளில் தாமரை பூத்துத் தேனினை ஒழுகவிடுவதும், நீர்வளம் உடையதும், ஆகிய பூந்தராய் என்னும் தலத்தில் எழுந்தருளி, சுடர்போல் ஒளிவிடும் மேனி, மேலும் ஒளிருமாறு வெண்திருநீற்றைப் பூசி இருப்பவரே! ஒருகாதில் குழையும், மறுகாதில் தோடும், அணிந்திருப்பது என்ன காரணம் பற்றியோ? விடை கூறுவீராக!

★ (இப்பதிகத்தின் 7-ஆம் பாடல் கிடைக்கவில்லை).

3857. வருக்கம் ஆர்தரு வான்கடு வன்னொடு மந்திகள்
தருக்கொள் சோலை தரும்கனி மாந்திய பூந்தராய்த்
துரக்கும் மால்விடை மேல்வரு வீர்அடி கேள்சொலீர்
அரக்கன் ஆற்றல் அழித்துஅருள் ஆக்கிய ஆக்கமே (8)

அருஞ்சொற்பொருள்:

வருக்கம் - இனம். கடுவன் - ஆண்குரங்கு. மந்தி - பெண்குரங்கு. தரு - மரம். மாந்திய - தின்ற. துரக்கும் மால் விடை - செலுத்துதற்குரிய பெரிய இடபம். ஆக்கம் - மேன்மேலும் வளர்தல்.

பொழிப்புரை:

தன் இனத்தோடு கூடிவாழும் ஆண்குரங்குகளும் பெண்குரங்குகளும் மரங்கள் அடர்ந்த சோலையில் பழுத்துள்ள பழங்களைத் தின்று வாழும் பூந்தராய் என்னும் நகரில் எழுந்தருளி, செலுத்தஉரிய பெரிய இடபத்தின் மேல் ஏறி வரும் இறைவரே! அரக்கனாகிய இராவணனது வலிமையை முதலில் அழித்துப் பின்னர் அவனுக்கு அருள்செய்து, 'நாள், வாள்' முதலிய ஆக்கம் தந்தது எதற்காக? சொல்வீராக!

3858. வரிகொள் செங்கயல் பாய்புனல் சூழ்ந்த மருங்குஎலாம்
புரிசை நீடுஉயர் மாடம்நி லாவிய பூந்தராய்ச்
சுருதி பாடிய பாண்இயல் தூமொழி யீர்சொலீர்
கரிய மால்அயன் நேடி உமைக்கண் டிலாமையே (9)

அருஞ்சொற்பொருள்:

எலாம் - எல்லாம். புரிசை - மதில். நீடுஉயர் - நீண்ட உயர்ந்த. சுருதி - வேதம். பாண்இயல் தூமொழி - இன்னிசை போல் இன்பம் செய்யும் இனிய தூய சொல் (பாண் - பண்). நேடி - தேடி.

பொழிப்புரை:

கோடுகள் உடைய சிவந்த கயல்மீன்கள் துள்ளுகின்ற நீர்நிலைகளால் சூழப்பட்டதும், பக்கங்களில் எல்லாம் நீண்டு உயர்ந்த மதிலால் சூழப்பட்ட மாளிகைகள் உடையதும், ஆகிய பூந்தராய் நகரில் எழுந்தருளி, வேதத்தைப் பாடுபவரே! இசைபோல் இன்பம் பயக்கும் தூய இனிய சொல் பேசுபவரே! கரிய திருமாலும் பிரமனும் தேடியும் உம்மைக் காணமுடியாமல் போனது என்ன காரணம் பற்றியோ? சொல்வீராக!

3859. **வண்டல் அம்கழ னிம்மடை வாளைகள் பாய்புனல்**
புண்ட ரீகம் மலர்ந்து மதுத்தரு பூந்தராய்த்
தொண்டர் வந்துஅடி போற்றிசெய் தொல்கழ லீர்சொலீர்
குண்டர் சாக்கியர் கூறிய தாம்குறி இன்மையே (10)

அருஞ்சொற்பொருள்:

வண்டல் - வண்டல் மண். மடை - நீர்மடை. புண்டரீகம் - தாமரை. மது - தேன். தொல்கழல் - தொன்மைத் திருவடி. குண்டர் - உடல் பருத்த சமணர். சாக்கியர் - பௌத்தர். குறி - குறிக்கோள்.

பொழிப்புரை:

வண்டல் மண்ணால் நிரம்பிய அழகிய வயல்களும், நீர்மடைகளில் வாளை மீன்கள் துள்ளுவதும், தாமரை மலர்ந்து தேனினை ஒழுக விடுவதும், ஆகிய சிறப்புகள் உடைய பூந்தராய் என்னும் நகரில் எழுந்தருளி, தொண்டர்கள் வந்து போற்றும் தொன்மையான திருவடி உடையவராய் விளங்குபவரே! குண்டர்களாகிய சமணர்களும் பௌத்தர்களும் ஒரு குறிக்கோள் இல்லாத சொற்களைப் பேசித்திரியவும், அவரை விட்டு வைத்திருப்பது எதற்காக? கூறுவீராக!

3860. **மகர வார்கடல் வந்துஅண வும்மணல் கானல்வாய்ப்**
புகலி ஞானசம் பந்தன் எழில்மிகு பூந்தராய்ப்
பகவ னாரைப் பரவுசொல் மாலைபத் தும்வல்லார்
அகல்வர் தீவினை நல்வினை யோடுஉடன் ஆவரே (11)

அருஞ்சொற்பொருள்:

மகரம் - சுறாமீன். அணவும் - பொருந்தும். கானல் - கடற்கரைச் சோலை. புகலி - சீர்காழி. எழில் - அழகு. பகவன் - திரு முதலிய ஆறு குணங்கள் உடைய இறைவன். பரவுதல் - வாழ்த்துதல். தீவினையை அகல்வர் - தீவினையில் இருந்து விடுபடுவர்.

பொழிப்புரை:

சுறாமீன்களைத் தன்னகத்தே கொண்ட, கடல்நீர் வந்து பொருந்தும், மணல் பரப்புடன் கூடிய கடற்கரைச் சோலைகள் உடைய, அழகிய பூந்தராய் நகரில் எழுந்தருளி இருக்கும், பகவனாகிய சிவபெருமான்மீது; சீகாழி ஞானசம்பந்தன் துதித்துப் பாடிச் சாத்திய பாமாலை பத்தும் பாட வல்லவர்; தீவினையிலிருந்து விடுபடுவர்; நல்வினை வந்து சேரப்பெறுவர்.

திருச்சிற்றம்பலம்

357

சீகாழி

திருமுறை 2 - 147

பண்: இந்தளம்

3861. நல்லானை நால்மறை யோடுஇயல் ஆறுஅங்கம்
வல்லானை வல்லவர் பால்மலிந்து ஓங்கிய
சொல்லானைத் தொன்மதில் காழியே கோயிலாம்
இல்லானை ஏத்தநின் றார்க்குஉளது இன்பமே (1)

அருஞ்சொற்பொருள்:

நல்லான் - மங்களம் உடையவன் (சிவன்). வல்லவர் - வேதம் வல்லவர் (வேதியர்). சொல்லான் - துதி வடிவானவன். கோயிலாம் இல் - கோயிலாகிய வீடு. உளது - உள்ளது.

பொழிப்புரை:

மங்களம் உடையவனை, நான்கு மறைகளாகவும் அதன் அங்கங் களாகவும் விளங்கும் வல்லமை உடையவனை, வேதவல்லமை உடைய வேதியர்களால் புகழ்ந்து போற்றப்படும் சொல்லாக விளங்குபவனை, பழமையான மதிலால் சூழப்பட்ட சீர்காழிக் கோயிலைத் தனது இல்லமாகக் கொண்டிருப்பவனை, போற்றி நிற்பவர்க்கு இன்பம் உண்டாகும்.

3862. நம்மானம் மாற்றி நமக்குஅரு ளாய்நின்ற
பெம்மானைப் பேயுடன் ஆடல்பு ரிந்தானை
அம்மானை அந்தணர் சேரும் அணிகாழி
எம்மானை ஏத்தவல் லார்க்குஇடர் இல்லையே (2)

அருஞ்சொற்பொருள்:

மானம் - குற்றம். மாற்றி - நீக்கி. ஆடல் - ஆடுதல். அணி - அழகு. இடர் - துன்பம்.

பொழிப்புரை:

நம்மிடமுள்ள ஆணவம் கன்மம் மாயை என்னும் மும்மலக் குற்றங்களை நீக்கி, நமக்கு அருள்செய்து நிற்கும் பெருமகனை, பேய்களுடன் கூடி சுடுகாட்டில் நடனம் ஆடுபவனை, அருமகனை, அந்தணர்கள் கூடி வாழும் அழகிய காழி நகரில் எழுந்தருளி இருக்கும் எமது தலைவனாகிய இறைவனைப் போற்றி வழிபட வல்லவர்க்குத் துன்பம் இல்லையாகும்.

3863. **அருந்தானை அன்புசெய்து ஏத்தகில் லார்பால்**
பொருந்தானைப் பொய்அடி மைத்தொழில் செய்வாருள்
விருந்தானை வேதியர் ஓதி மிடைகாழி
இருந்தானை ஏத்துமின் நும்வினை ஏகவே (3)

அருஞ்சொற்பொருள்:

அருந்தான் - உண்ணாதவன். விருந்தான் - புதியவன். ஏகவே - நீங்கவே.

பொழிப்புரை:

அன்புசெய்து போற்றாதவரது படையலை அருந்தாதவன்; பொய்யாகத் தொண்டு செய்வார்போல் நடிப்பவரிடம் சென்று பொருந்தாதவன்; புதுமைக்கும் புதுமையாய் விளங்குபவன்; வேதியர் வேதம் ஓத, அதுகேட்டு சீர்காழியில் எழுந்தருளி இருப்பவன்; நுமது வினை தீர வேண்டுமாயின், அவனைப் போற்றி வழிபடுங்கள்!

3864. **புற்றானைப் புற்றுஅர வம்அரை யின்மிசைச்**
சுற்றானைத் தொண்டுசெய் வார்அவர் தம்மொடும்
அற்றானை அந்தணர் காழி அமர்கோயில்
பற்றானைப் பற்றிநின் றார்க்குஇல்லை பாவமே (4)

அருஞ்சொற்பொருள்:

புற்றான் - புற்றாகவே விளங்குபவன். அரை - இடை. மிசை - மீது. சுற்றான் - சுற்றிக் கட்டி இருப்பவன். அற்றான் - தன் பெருமைகளை காட்டிக் கொள்ளாது எளிமையாகப் பழகுபவன். பற்றான் - பற்றி நிற்பவன்.

பொழிப்புரை:

புற்றாய் விளங்குபவனை, புற்றில் வாழும் பாம்பை இடையின்மீது சுற்றிக் கட்டி இருப்பவனை, தொண்டு செய்யும் அன்பர் தம்மோடு எளிமையுடன் பழகுபவனை, அந்தணர்கள் வாழும் சீர்காழி நகரத்துக் கோயிலைப் பற்றி எழுந்தருளி இருப்பவனை, பற்றி நிற்பவர்க்குப் பாவம் இல்லையாகும்.

3865. நெதியானை நெஞ்சுஇடம் கொள்ளநி னைவார்தம்
விதியானை விண்ணவர் தாம்வியந்து ஏத்திய
கதியானைக் கார்உல வும்பொழில் காழியாம்
பதியானைப் பாடுமின் நும்வினை பாறவே   (5)

அருஞ்சொற்பொருள்:

நெதி - (நிதி) செல்வம். விதி - நெறி. கதி - நெறி. கார் - மேகம். பாற - அழிய.

பொழிப்புரை:

ஞானச் செல்வமாக விளங்குபவனை, தம் மனத்தில் வைத்து நினைப்பவர்க்கு வழிகாட்டுபவனை, விண்ணவர் (தேவர்)கள் வியந்து போற்றும் நெறியை அருளியவனை, மேகம் தங்கும் சோலை சூழ்ந்த சீர்காழியில் கோயில் கொண்டு எழுந்தருளி இருப்பவனை, நுமது வினை அழியுமாறு போற்றிப் பாடி வழிபடுங்கள்!

3866. செப்பான மென்முலை யாளைத் திகழ்மேனி
வைப்பானை வார்கழல் ஏத்தி நினைவார்தம்
ஒப்பானை ஓதம் உலாவு கடற்காழி
மெய்ப்பானை மேவிய மாந்தர் வியந்தாரே   (6)

அருஞ்சொற்பொருள்:

செப்பு - செம்புக்கிண்ணம். வார்கழல் - நீண்ட திருவடி. ஒப்பான் - ஒப்பாக விளங்குபவன். ஓதம் - கடல் அலை. மெய்ப்பான் - மெய்ப் பொருள். வியந்தார் - வியந்து பேசும் புகழுக்கு உரியவர்.

பொழிப்புரை:

கிண்ணம் போன்ற வடிவமும் மென்மையும் உடைய முலைகொண்டு விளங்கும் உமாதேவியை விளங்குகின்ற திருமேனியில் பாதியாக வைத்திருப்பவனை, தமது நீண்ட திருவடியை நினைந்து போற்றி வழிபடு வார்க்குத் தம்மை இணையாகக் காட்டிக் கொள்பவனை, கடல்அலை வந்துமீளும் கடலின் கரையில் உள்ள சீர்காழியில் எழுந்தருளி இருக்கும் மெய்ப்பொருளாய் விளங்கும் இறையவனை, வந்து சேர்ந்தவர், பிறரால் வியந்து பாராட்டப்படும் நிலையைப் பெறுவர்.

3867. **துன்பானைத் துன்பம் அழித்துஅருள் ஆக்கிய**
இன்பானை ஏழுஇசை யின்நிலை பேணுவார்
அன்பானை அணிபொழில் காழி நகர்மேய
நம்பானை நண்ணவல் லார்வினை நாசமே (7)

அருஞ்சொற்பொருள்:

துன்பான் - உயிர்களுக்கு துன்பத்தை ஊட்டி வினையைக் கழிக்க உதவுபவன். இன்பான் - இன்பமாய் விளங்குபவன். அணி - அழகு. நம்பான் - விரும்பபப்படுபவன். நாசம் - அழியும்.

பொழிப்புரை:

துன்பம் தந்து வினையைக் கழிக்க உதவுபவனை, வினை கழிந்த பின் இன்பம் தந்து அருளுபவனை, ஏழுஇசையினைக் கற்றறிந்து அதன்வழிப் பாடித் துதிப்பவர் மீது அன்பு வைப்பவனை, அழகிய காழி நகரில் எழுந்தருளி இருக்கும் விரும்பப்படும் தன்மையில் விளங்குபவனை, நெருங்கி வழிபட வல்லவரது வினைகள் அழியும்.

3868. **குன்றானைக் குன்றுஎடுத் தான்புயம் நால்ஐந்தும்**
வென்றானை மென்மல ரானொடு மால்தேட
நின்றானை நேரிழை யாளொடும் காழியுள்
நன்றானை நம்பெரு மானை நணுகுமே (8)

அருஞ்சொற்பொருள்:

குன்று - கயிலைக் குன்று. புயம் - தோள். நால்ஐந்து (4X5=20) இருபது. நன்றான் - நல்லது உடையவன். நணுகுமே - குறுகுமே.

பொழிப்புரை:

கயிலை என்னும் குன்றை தமது இருப்பிடமாகக் கொண்டு விளங்குபவனை, கயிலைக் குன்றைப் பெயர்க்க முற்பட்ட இராவணனது இருபது தோள்களையும் நசுக்கி வெற்றி கொண்டவனை, மென்மையான தாமரை மலரில் அமர்தல் உடைய பிரமனும் திருமாலும் தேட நின்றவனை, நேரிய அணிகலன்கள் உடைய உமாதேவியோடு சீர்காழியில் எழுந்தருளி இருக்கும் நன்மை உடையவனை, நமது தலைவனாகிய இறைவனை நெருங்கி வழிபடுவீராக!

3869. சாவுஆயும் வாதுசெய் சாவகர் சாக்கியர்
மேவாத சொல்அவை கேட்டு வெகுளேன்மின்
பூவாய கொன்றையி னானைப் புனல்காழிக்
கோவாய கொள்கையி னான்அடி கூறுமே (9)

அருஞ்சொற்பொருள்:

சாவு - இறப்பு. ஆயும் - ஆனபிறகும். சாவகர் - சமணர். சாக்கியர் - பௌத்தர். மேவாத - பொருந்தாத. வெகுளேன்மின் - கோபப்பட வேண்டாம். கோ - தலைவன்.

பொழிப்புரை:

தம் கொள்கைக்கு அழிவு நேர்ந்த பின்னும் வாதம் செய்யும் சமணர்களும் பௌத்தர்களும் கூறும் பொருந்தாத சொற்களைக் கேட்டு, அவர்மீது கோபம் கொள்ள வேண்டா; மாறாக, கொன்றை மலரைச் சூடி இருப்பவனை, நீர்வளம் உடைய காழிநகரில் எழுந்தருளி இருப்பவனை, எல்லோர்க்கும் மேலான தலைமை உடையவனை, அவனது திருவடிப் பெருமையைப் பேசி மகிழுங்கள்!

★ (இப்பதிகத்தின் 10-ஆம் பாடல் கிடைக்கவில்லை).

3870. கழியார்சீர் ஓதம்மல் கும்கடல் காழியுள்
ஒழியாது கோயில்கொண் டானை உகந்துஉள்கித்
தழியார்சொல் ஞானசம் பந்தன் தமிழ்ஆர
மொழிவார்கள் மூவுல கும்பெறு வார்களே (11)

அருஞ்சொற்பொருள்:

ஓதம் - கடல்அலை. ஒழியாது - பிரியாது. உகந்து - மகிழ்ந்து. உள்கி - நினைத்து. தழி - தழுவி. ஆர - நிரம்ப. மூஉலகு - மேல் நடு கீழ் உலகங்கள்.

பொழிப்புரை:

உப்பங்கழியும் கடல் அலையும் பொருந்தி கடலின் கரையில் அமைந்துள்ள காழி நகரை விட்டு ஒருபோதும் பிரிந்து செல்லாது, கோயில் கொண்டு நிரந்தரமாக எழுந்தருளி இருப்பவனை, நினைத்து மகிழ்ந்து, ஞான சம்பந்தன் பொருந்தப் பாடிய, தமிழ்ப் பாடல்களைத் தம்மனம் பொருந்தப் பாடிப் போற்றி வழிபடுபவர்கள்; மேல், நடு, கீழ் என்னும் மூவகை உலகங்களிலும் சென்று பிறக்கும் வாய்ப்பினைப் பெறுவார்கள்.

திருச்சிற்றம்பலம்

358

திருவேணுபுரம்

திருமுறை 2 - 153

பண்: இந்தளம்

3871. நிலவும் புனலும் நிறைவாள் அரவும்
    இலகும் சடையார்க்கு இடமாம் எழில்ஆர்
    உலவும் வயலுக்கு ஒளிஆர் முத்தம்
    விலகும் கடல்ஆர் வேணு புரமே (1)

அருஞ்சொற்பொருள்:

நிலவு - பிறை. புனல் - கங்கை. அரவு - பாம்பு. எழில் - அழகு. முத்தம் - முத்து. விலகும் கடல் - விலகி இருக்கும் கடல்.

பொழிப்புரை:

பிறைச்சந்திரன், கங்கை நீர், ஒளி உடைய பாம்பு, என இவை விளங்கும் சடை உடைய பெருமானுக்கு உரிய இடமாக விளங்குவது; அழகுடன் விளங்கும் வயலில் ஒளிஉடைய முத்து வந்து கரை ஒதுங்குவதும், சற்றே தொலைவில் கடல் இருப்பதும், ஆகிய வேணுபுர நகரமே ஆகும்.

3872. அரவுஆர் கரவன் நமைஆர் திரள்தோள்
    குரவுஆர் குழலாள் ஒருகூ றன்இடம்
    கரவா தகொடைக் கலந்தார் அவர்க்கு
    விரவாக வல்லார் வேணு புரமே (2)

அருஞ்சொற்பொருள்:

கரவன் - கை உடையவன். நமை - மூங்கில். குரவு - குராமலர். கூறன் - பாகமாக உடையவன். கரவாத கொடை - மறைக்காது கொடுக்கும் கொடைத்தன்மை. விரவு ஆக வல்லார் - நட்பாகப் பழக வல்லார்.

பொழிப்புரை:

பாம்பைக் கங்கணமாக அணிந்த கை உடையவன்; மூங்கில் போன்ற திரண்ட தோள் உடைய உமாதேவியை உடம்பின் ஒரு பாகமாகக் கொண்டவன்; அவன் எழுந்தருளி இருக்கும் இடம்; மறைக்காத கொடைத் தன்மை உடையவர்களும், நட்பாகப் பழகும் பெருந்தன்மை உடையவர்களும் கூடிவாழும் வேணுபுரமே ஆகும்.

3873. ஆகம் அழகுஆய வள்தான் வெருவ
    நாகம் உரிபோர்த் தவன்நண் ணும்இடம்
    போகம் தருசீர் வயல்சூழ் பொழில்கண்
    மேகம் தவழும் வேணு புரமே   (3)

அருஞ்சொற்பொருள்:

ஆகம் - திருமேனி. வெருவ - அஞ்ச. நாகம் - யானை. உரி - தோல். போகம் - நுகர்வு (முதல் போகம் இரண்டாம் போகம் என்று கூறுவது இன்றளவும் வழக்கில் உள்ளது).

பொழிப்புரை:

திருமேனி அழகுடைய உமாதேவி அஞ்சுமாறு யானையின் தோலை உரித்துப் போர்த்தவன் எழுந்தருளி இருக்கும் இடம்; அனுபவத்துக்கான பொருள்களைத் தரும் சிறந்த வயல்களால் சூழப்பட்டதும், மேகம் தங்கும் சோலைகளை உடையதும், ஆகிய வேணுபுரம் என்னும் தலமே ஆகும்.

3874. காசுஅக் கடலில் விடம்உண்ட கண்டத்து
    ஈசர்க்கு இடம்ஆ வதுஇன் நறவ
    வாசக் கமலத்து அனம்வன் திரைகள்
    வீசத் துயிலும் வேணு புரமே   (4)

அருஞ்சொற்பொருள்:

காசு - மணிவகைகள். நறவம் - தேன். வாசக் கமலம் - மணமுள்ள தாமரை. அனம் - அன்னப்பறவை. திரை - அலை. வீச - காற்று வீச. துயிலும் - உறங்கும்.

பொழிப்புரை:

முத்து, பவளம் முதலியன கிடைக்கும் கடலில் இருந்து வெளிப்பட்ட விடத்தை உண்டு, தேக்கிய கண்டம் உடைய ஈசன் எழுந்தருளி இருக்கும் தலம்; இனிய தேனின் மணம் கமழும் தாமரை மலர்மேல் அன்னப் பறவைகள் கடல்அலை வீசும் காற்று பட்டு உறங்கும் வேணுபுரமே ஆகும்.

3875. அரைஆர் கலைசேர் அனமென் நடையை
     உரையா உகந்தான் உறையும் இடமாம்
     நிரைஆர் கமுகின் நிகழ்பா ளைஉடை
     விரைஆர் பொழில்சூழ் வேணு புரமே   (5)

அருஞ்சொற்பொருள்:

கலை - ஆடை. அனம் - அன்னம். உரையா - உரைத்து. நிரை - வரிசை. விரை - மணம்.

பொழிப்புரை:

இடையில் அழகிய உடை உடுத்து, அன்னம் போன்ற மெல்லிய நடை உடையவளாய் விளங்கும் பார்வதியைப் புகழ்ந்து பேசி, மகிழ்ந்து உடன் கொண்டு விளங்குபவனது இடம்; வரிசையாக அமைந்துள்ள பாக்கு மரங்களின் பாளை உடைந்து மணம் பரப்பும் சோலை சூழ்ந்த வேணுபுரமே ஆகும்.

3876. ஒளிரும் பிறையும்(ம்) உறுகூ விளவின்
     தளிரும் சடைமேல் உடையான் இடமாம்
     நளிரும் புனலின் நலசெங் கயல்கள்
     மிளிரும் வயல்சூழ் வேணு புரமே   (6)

அருஞ்சொற்பொருள்:

கூவிளம் - வில்வம். நளிர் - குளிர்.

பொழிப்புரை:

ஒளிவிடும் பிறைச்சந்திரனும் வில்வந்தளிரும் சடைமீது சூடி இருப்பவன் எழுந்தருளி இருக்கும் இடம்; குளிர்ந்த நீரில் நல்ல சிவந்த கயல்கள் விளங்கும் வயல்சூழ்ந்த வேணுபுரம் என்னும் நகரமே ஆகும்.

★ (இப்பதிகத்தின் 7-ஆம் பாடல் கிடைக்கவில்லை).

3877. ஏவும் படைவேந் தன்இரா வணனை
     ஆஎன்று அலற அடர்த்தான் இடமாம்
     தாவும் மறிமா னொடுதண் மதியம்
     மேவும் பொழில்சூழ் வேணு புரமே   (8)

அருஞ்சொற்பொருள்:

ஏவும் படை - எய்யும் அம்பை ஆயுதமாகக் கொண்ட. ஆ - ஒலிக்குறிப்பு. மறிமான் - மான்கன்று.

பொழிப்புரை:

ஏவும் படைக்கலங்கள் உடைய இலங்கை அரசன் இராவணனை 'ஆ' என்று அலறுமாறு நெரித்த இறைவன் எழுந்தருளி இருக்கும் இடம்; மான்கன்றுகள் துள்ளிக் குதிப்பதும், குளிர்ந்த சந்திரன் வந்து தங்குவதும், ஆகிய சோலை சூழ்ந்த வேணுபுரம் என்னும் தலமே ஆகும்.

3878. **கண்ணன் கடிமா மலரில் திகழும்**
அண்ணல் இருவர் அறியா இறைஊர்
வண்ணச் சுதைமா ளிகைமேல் கொடிகள்
விண்ணில் திகழும் வேணு புரமே (9)

அருஞ்சொற்பொருள்:

கண்ணன் - திருமால். கடி - மணம். அண்ணல் - பிரமன். இறை - சிவபெருமான். வண்ணம் - அழகு. சுதை - சுண்ணம்.

பொழிப்புரை:

கண்ணனாக அவதரித்த திருமாலும், மணமுள்ள தாமரை மலர்மேல் உறையும் பிரமனும், ஆகிய இருவரும் தேடி அறிய முடியாத இறைவன் எழுந்தருளி இருக்கும் ஊர்; அழகிய சுதை கொண்டு கட்டப்பட்ட மாளிகைகளின் மேல் கொடிகள் விண்ணுற நின்று பறக்கும் வேணுபுரம் என்னும் தலமே ஆகும்.

3879. **போகம்(ம்) அறியார் துவர்போர்த்து உழல்வார்**
ஆகம்(ம்) அறியா அடியார் இறைஊர்
மூகம்(ம்) அறிவார் கலைமுத் தமிழ்நூல்
மீகம்(ம்) அறிவார் வேணு புரமே (10)

அருஞ்சொற்பொருள்:

போகம் - சிவபோகம் (சிவப்பேரின்பம்). துவர் - துவராடை. உழல்வார் - திரிவார். ஆகம் - உடம்பு. மூகம் - மௌனம். மீகம் - (மீ+கம்) மேல் உலகம்.

பொழிப்புரை:

சிவப்பேரின்பம் என ஒன்று உண்டு என்று அறியாத சமணரும், துவராடை போர்த்து உழல்பவராகிய பௌத்தரும், ஆகிய புறச்சமயத்தவர் உருவத்தை, ஏறெடுத்துப் பார்க்காத அடியார்களுக்கு, இறைவனாக விளங்கும் சிவபெருமான் எழுந்தருளி இருக்கும் ஊர்; மௌனமாய் இருக்கக்

கற்றவரும், கலைநயம் மிக்க முத்தமிழ் நூல்களைப் பயின்று மேல் உள்ள உலகங்கள் குறித்துத் தெரிந்து வைத்திருப்பவரும், ஆகிய அறிஞர்கள் வாழும் வேணுபுரமே ஆகும்.

3840.**கலம்ஆர் கடல்போல் வளம்ஆர் தருநல்**
புலம்ஆர் தருவேணு புரத்து இறையை
நலம்ஆர் தருஞான சம்பந்தன் சொன்ன
குலம்ஆர் தமிழ்கூ றுவர்கூர் மையரே (11)

அருஞ்சொற்பொருள்:

கலம் - கப்பல். நற்புலம் - நன்செய். நலம் - நன்மை. குலம் - மேன்மை. கூர்மையர் - கூரிய அறிவு உடையவர்.

பொழிப்புரை:

கப்பல்கள் நிறைந்த கடல்போல் பரவிய வளமான நன்செய் நிலங்கள் நிறைந்து விளங்கும் வேணுபுரம் என்னும் நகரில் எழுந்தருளி இருக்கும் இறைவனாகிய சிவபெருமானை; நலம் மிகஉடைய ஞானசம்பந்தன் சொன்ன, மேன்மை தங்கிய தமிழ்ப் பாமாலையை பாடிச் சாத்தி வழிபடுபவர்; அறிவுக் கூர்மை உடையவராய்த் திகழ்வர்.

திருச்சிற்றம்பலம்

359

திருப்புகலி

திருமுறை 2 - 161

பண்: இந்தளம்

3881. உகலி ஆழ்கடல் ஓங்கு பார்உளீர்
அகலி யாவினை அல்லல் போய்அறும்
இகலி யார்புரம் எய்த வன்(ன்)உறை
புகலி யாம்நகர் போற்றி வாழ்மினே (1)

அருஞ்சொற்பொருள்:

உகலி - (உகளி) தாவி. பார் - உலகம். அகலியா - பெருகா. அல்லல் - துன்பம். இகலியார் - பகைவர். புகலி - சீகாழி.

பொழிப்புரை:

தாவும் அலைகளை உடையதும், ஆழமானதும், ஆகிய கடலால் சூழப்பட்ட நிலஉலகில் வாழ்கின்றவர்களே! பகைவரது முப்புரத்தை அழித்தவன் எழுந்தருளி இருக்கும் புகலி நகருக்குச் சென்று, அவ்விறைவனைப் போற்றி வாழுங்கள்; அப்பொழுது உங்களது வினைகள் விரியாது; துன்பமும் தீர்ந்து போகும்.

3882. பண்ணி ஆள்வது ஓர்ஏற்றர் பால்மதிக்
கண்ணி யார்கமழ் கொன்றை சேர்முடிப்
புண்ணி யன்(ன்)உறை யும்பு கலியை
நண்ணும் இந்நலம் ஆன வேண்டிலே (2)

அருஞ்சொற்பொருள்:

பண்ணி - அலங்காரம் பண்ணி. ஏற்றர் - இடபம் உடையவர். கண்ணி - தலைக்கு அணியும் மாலை.

பொழிப்புரை:

நன்மைகள் பலவும் பெருக வாழ விரும்புவீராயின், அலங்கரிக்கப் பட்ட இடப ஊர்தியும், தலைக்கு அணியும் மாலையாகச் சந்திரனும், மணமுள்ள கொன்றை மலர் மாலையும், உடைய புண்ணியனாகிய சிவபெருமான் எழுந்தருளி இருக்கும் புகலிக்கு விரைந்து செல்லுங்கள்.

3883. வீசு மின்புரை காதன் மேதகு
பாச வல்வினை தீர்த்த பண்பினன்
பூசு நீற்றினன் பூம்பு கலியைப்
பேசு மின்பெரிது இன்பம் ஆகவே (3)

அருஞ்சொற்பொருள்:

மின் - மின்னல். புரை - போல. காதன் - காது உடையவன். மேதகு - பெருமை உடைய. பேசுமின் - புகழ்ந்து பேசுங்கள்.

பொழிப்புரை:

இன்பம் பெரிதாக விளைய வேண்டுமெனில், ஒளிவிடும் மின்னல் போல் அணிகலன் அணிந்துள்ள காது உடையவனும், பாசமாகிய வலிய வினையைப் போக்கி அருளவல்ல மேன்மை தங்கிய பண்பு உடையவனும், திருநீறு பூசி இருப்பவனும், ஆகிய பெருமான் எழுந்தருளி இருக்கும் புகலி நகரின் பெருமை குறித்து விரித்துப் பேசுங்கள்.

3884. கடிகொள் கூவிளம் மத்தம் வைத்தவன்
படிகொள் பாரிடம் பேசும் பான்மையன்
பொடிகொள் மேனி யன்பூம் புகலியுள்
அடிகளை அடைந்து அன்பு செய்யுமே (4)

அருஞ்சொற்பொருள்:

கடி - மணம். கூவிளம் - வில்வம். மத்தம் - ஊமத்தம்பூ. படி - உருவம். பாரிடம் - நிலவுலகம். பொடி - திருநீறு.

பொழிப்புரை:

மணமுள்ள வில்வம் தளிர், ஊமத்தம்பூ, ஆகியவற்றைச் சூடி இருப்பவனும், இடமகன்ற இந்நிலவுலகில் வாழ்வோரால் புகழ்ந்து பேசப் படுபவனும், திருநீறு பூசிய திருமேனி உடையவனும், ஆகிய இறைவன் எழுந்தருளி இருக்கும் அழகிய புகலி நகருக்குச் சென்று, அப்பெருமானிடம் அன்பு செய்து வாருங்கள்.

3885. பாதத்து ஆர்ஒலி பல்சி லம்பினன்
ஓதத்து ஆர்விடம் உண்ட வன்படைப்
பூதத் தான்புக லி(ந்)நகர் தொழ
ஏதத் தார்க்கு இடம்இல்லை என்பரே (5)

அருஞ்சொற்பொருள்:

பாதம் - திருவடி. ஓதம் - கடல். ஏதத்தார் - (ஏதம்) துன்பம்.

பொழிப்புரை:

திருவடியில் பொருந்தி ஒலிக்கும் பல சிலம்புகள் உடையவனும், கடலிலிருந்து வெளிப்பட்ட விடத்தை உண்டவனும், பூதப்படை உடையவனும், ஆகிய சிவபெருமான் எழுந்தருளி இருக்கும் புகலி நகரை வழிபட, 'துன்பம்' என்று பெயர் கொண்ட ஒருவர்க்கு, நம்மிடம் வேலை இல்லையாகும்.

3886. மறையி னான்ஒலி மல்கு வீணையன்
நிறையி னார்நிமிர் புன்சடை யன்எம்
பொறையி னால்உறை யும்பு கலியை
நிறையி னால்தொழ நேசம் ஆகுமே (6)

அருஞ்சொற்பொருள்:

நிறை - கற்பு (சிவனைத் தவிர வேறு தெய்வத்தை வழிபடாத கற்பு). பொறை - பொறுமை. நேசம் - அன்பு.

பொழிப்புரை:

வேதமாய் விளங்குபவனும், இசை எழுப்பும் வீணை உடையவனும், பரிபூரணனும், நிமிர்ந்த மெல்லிய சடை உடையவனும், ஆகிய திருப் புகலியில் எழுந்தருளி இருக்கும் எம் இறைவனை, 'பொறுமை' என்னும் மலர்கொண்டு கற்பு தவறாது, வழிபட்டு வர, அவன் நம்மீது அன்பு வைப்பான்.

3887. கரவு இடைமனத் தாரைக் காண்கிலான்
இரவு இடைப்பலி கொள்ளும் எம்இறை
பொருவி டைஉயர்த் தான்பு கலியைப்
பரவி டப்பயில் பாவம் பாறுமே (7)

அருஞ்சொற்பொருள்:

கரவு - வஞ்சகம். பலி - பிச்சை. பொருவிடை - போர் செய்யும் இடபம். பரவிட - துதிக்க. பாறும் - அழியும்.

பொழிப்புரை:

வஞ்ச நெஞ்சம் உடையவரை ஏறெடுத்துப் பார்க்காதவனும், இரவு நேரத்தில் பிச்சை ஏற்க வருபவனும், எமது இறைவனும், போர் செய்யும் இடபம் எழுதிய கொடியை உயர்த்திப் பிடிப்பவனும், ஆகியவன் எழுந்தருளி இருக்கும் புகலி நகரை வழிபடப் பாவம் அழியும்.

3888. **அருப்பி னார்முலை மங்கை பங்கினன்**
விருப்பி னான்அரக் கன்உரம் செகும்
பொருப்பி னான்பொழில் ஆர்பு கலிஊர்
இருப்பி னான்அடி ஏத்தி வாழ்த்துமே (8)

அருஞ்சொற்பொருள்:

அருப்பு - அரும்பு. உரம் - வலிமை. செகும் - அழிக்கும். பொருப்பு - மலை.

பொழிப்புரை:

அரும்பு போன்ற முலை உடைய உமாதேவியை உடம்பில் பாகமாகக் கொண்டவனும், தன்மீது விருப்பம் உடையவன் ஆயினும் செருக்கு கொண்டமையால் இராவணனது வலிமையை அழித்தவனும், கயிலை மலையை தனதாகக் கொண்டவனும், சோலை சூழ்ந்த புகலி என்னும் ஊரை இருப்பிடமாகக் கொண்டவனும், ஆகிய பெருமானது திருவடியைப் போற்றி வழிபடுங்கள்.

3889. **மாலும் நான்முகன் தானும் வார்கழல்**
சீல மும்முடி தேட நீண்டுஎரி
போலும் மேனி யன்பூம் புகலியுள்
பாலது ஆடிய பண்பன் நல்லனே (9)

அருஞ்சொற்பொருள்:

வார்கழல் - நீண்ட திருவடி. சீலம் - பான்மை. பாலது - (பால்+அது). ஆடிய - திருமஞ்சனம் ஆடிய.

பொழிப்புரை:

திருமாலும் நான்முகனும் நீண்ட திருவடியின் பான்மை குறித்தும் திருமுடி குறித்தும் தெரிந்து கொள்ளும் பொருட்டு, தற்போதம் கொண்டு தேடியபோது, நீண்டு எரியும் நெருப்பு உருவத் திருமேனி கொண்டவன்; அழகிய புகலி நகரில் பால்கொண்டு திருமஞ்சனம் ஆடுபவன்; பண்பு உடையவன்; அவன் நல்லவனே ஆவன்.

3890. நின்று துய்ப்பவர் நீசர் தேரர்சொல்
ஒன்ற தாக வையா உணர்வினுள்
நின்ற வன்நிக ழும்புக லியைச்
சென்று கைதொழச் செல்வம் ஆகுமே (10)

அருஞ்சொற்பொருள்:

துய்ப்பவர் - உண்பவர். நீசர் - கீழ்கள். தேரர் - பௌத்தர். வையா - வைக்க வேண்டா. செல்வம் - வீட்டின்பம் ஆகிய செல்வம்.

பொழிப்புரை:

நின்றபடியே உணவு உண்ணும் சமணர்களும், கீழ்களாகிய பௌத்தர்களும், கூறும் சொற்களை ஒரு பொருளாக மதிக்க வேண்டாம்; மாறாக, அடியார்களது உணர்வில் கலந்து நிற்கும் புகலியில் எழுந்தருளி இருக்கும் இறைவனைச் சென்று கைகூப்பி வணங்க, வீடுபேறு என்னும் செல்வம் கிடைக்கும்.

3891. புல்லம் ஏறி தன்பூம் புகலியை
நல்ல ஞானசம் பந்தன் நாவினால்
சொல்லும் மாலை ஈர்ஐந்து வல்லவர்க்கு
இல்லை யாம்வினை இருநிலத் துஉளே (11)

அருஞ்சொற்பொருள்:

புல்லம் - எருது. ஏறி - ஏறுகின்றவன். ஈர்ஐந்து - (2X5=10) பத்து. இருநிலம் - பெரிய நிலவுலகம்.

பொழிப்புரை:

எருதில் ஏறிவரும் இறைவன் எழுந்தருளி இருக்கும் அழகிய புகலி நகரைப் புகழ்ந்து நல்லவனாகிய ஞானசம்பந்தன் தன்நாவினால் சொன்ன பாடல் பத்தும் கொண்டு, பாடி வழிபட வல்லவர்க்கு, இந்நிலவுலகில் வரஉள்ள வினைகள் இல்லையாகும்.

திருச்சிற்றம்பலம்

360

பொது [திருத்தலக் கோவை]

திருமுறை 2 - 175

பண்: இந்தளம்

3892. ஆரூர் தில்லைஅம்பலம் வல்லம் நல்லம்
வடகச்சியும் அச்சிறுபாக்கம் நல்ல
கூரூர் குடவாயில் குடந்தை வெண்ணி
கடல்சூழ் கழிப்பாலை தென்கோடி பீடுஆர்
நீரூர் வயல்நின்றியூர் குன்றியூரும்
குருகாவையூர் நாரையூர் நீடுகானப்
பேரூர் நன்நீள்வயல் நெய்த்தானமும்
பிதற்றாய் பிறைசூடிதன் பேரிடமே (1)

குறிப்புரை:

சடையில் பிறைச்சந்திரனைச் சூடிஉள்ள சிவபெருமான் எழுந்தருளி இருக்கும் மேற்கூறிய தலங்களின் பெயர்களைப் பலமுறையும் சொல்லிப் பிதற்றிவர பெரும்பயன் விளையும் என்கிறது.

3893. அண்ணாமலை ஈங்கோயும் அத்திமுத்தாறு
அகலா முதுகுன்றம் கொடுங்குன்றமும்
கண்ணார் கழுக்குன்றம் கயிலை கோணம்பயில்
கற்குடி காளத்தி வாட்போக்கியும்
பண்ஆர்மொழி மங்கைஓர் பங்குஉடையான்
பரங்குன்றம் பருப்பதம் பேணிநின்றே
எண்ணாய் இரவும் பகலும்
இடும்பைக் கடலைநீந்தலாம் காரணமே (2)

குறிப்புரை:

மேற்கூறிய தலங்களின் பெயர்களை இரவு பகல் என்று எல்லா நேரங்களிலும் ஓதிவர, துன்பமாகிய கடலை நீந்திக் கரைஏற, அது காரணமாய் விளங்கும் என்கின்றது.

3894. அட்டானம் என்றுஓதிய நால்இரண்டும்
    அழகன்(ன்)உறை காஅனைத்தும் துறைகள்
    எட்டாம்திரு மூர்த்தியின் காடுஒன்பதும்
    குளம்மூன்றும் களம்அஞ்சும் பாடிநான்கும்
    மட்டுஆர் குழலாள்மலை மங்கைபங்கன்
    மதிக்கும் இடம்ஆகிய பாழிமூன்றும்
    சிட்டானவன் பாசூர்என்றே விரும்பாய்
    அரும்பாவங்கள் ஆயின தேய்ந்துஅறவே   (3)

குறிப்புரை:

அட்டானம் - அட்டவீரட்டத் தலங்கள் (8)

திருக்கண்டியூர், திருக்கடவூர், திருப்பறியலூர், திருக்குறுக்கை, திருவிற்குடி, திருவதிகை, திருக்கோவலூர், திருவழுவை (வழுவூர்) என எட்டு.

கா அனைத்தும் : திருக்கோலக்கா, திருகுரக்குக்கா, திருக்கோடிக்கா, திருஆனைக்கா, திருநெல்லிக்கா.

துறைகள் எட்டு: அன்பில் ஆலந்துறை, திருமாந்துறை, திருப்பாற்றுத்துறை, கடம்பந்துறை, திருப்பராய்த்துறை, பேணு பெருந்துறை, வெண்துறை, நெல்வாயில் அரத்துறை.

காடு ஒன்பது : திருச்சாய்க்காடு, திருவெண்காடு, தலைச்சங்காடு, கொள்ளிக்காடு, திருமறைக்காடு, திருநெறிக்காரைக்காடு, திருஆலங்காடு, திருவேற்காடு, திருத்தலையாலங்காடு.

குளம் மூன்று : திருக்கடிக்குளம், வளைகுளம், பாற்குளம்.

களம் அஞ்சு (ஐந்து) : திருவேட்களம், திருநெடுங்களம், திருஅஞ்சைக்களம், (ஏனைய இரண்டு தெரியவில்லை).

பாடி நான்கு : திருஎதிர்கொள்பாடி, திருமழபாடி, திருவாய்ப்பாடி (மற்றொன்று தெரியவில்லை).

பாழி மூன்று : அரதைப் பெரும்பாழி, களப்பாழி (மற்றொன்று தெரியவில்லை).

இவற்றோடு பாசூர் என்ற தலத்தையும் விரும்ப, அரிய பாவங்கள் ஆயின தேயும் என்கின்றது.

3895. அறப்பள்ளி அகத்தியான்பள்ளி வெள்ளைப்
பொடிபூசி ஆறுஅணிவான்அமர் காட்டுப்பள்ளி
சிறப்பள்ளி சிராப்பள்ளி செம்பொன்பள்ளி
திருநனிபள்ளி சீர்மகேந்திரத்துப்
பிறப்புஇல்லவன்பள்ளி வெள்ளைச்சடையான்
விரும்பும்(ம்) இடைப்பள்ளி வண்சக்கரமால்
உறைப்பால் அடிபோற்றக் கொடுத்தபள்ளி
உணராய் மடநெஞ்சமே உன்னிநின்றே (4)

குறிப்புரை:

அறியாமை நிறைந்த மனமே! மேற்கூறிய பள்ளி என முடியும் தலங்களை மனதால் நினைந்து அறிவால் உணர்வாயாக! அது உனக்கு நன்மை செய்யும்.

3896. ஆறை வடமாகறல் அம்பர் ஐயாறு
அணியார் பெருவேளூர் விளமர் தெங்கூர்
சேறை துலைபுகலூர் அகலாது
இவை காதலித்தான் அவன்சேர் பதியே.
.... (5)

குறிப்புரை:

மேலே கூறிய பதிகள் சிவபெருமான் விரும்பும் பதிகள் என்கின்றது (பாடலில் எஞ்சிய பகுதி கிடைக்கவில்லை).

3897. மனவஞ்சர் மற்றுஓட முன்மாதராரும்
மதிகூர் திருக்கூடலில் ஆலவாயும்
இனவம்சொல்இலா இடைமாமருதும்
இரும்பைப்பதி மாகாளம் வெற்றியூரும்
கனம்அம்சின மால்விடையான் விரும்பும்
கருகாவூர் நல்லூர் பெரும்புலியூர்
தனமென்சொலில் தஞ்சம்என்றே நினைமின்
தவம்ஆம் மலம்ஆயின தான்அறுமே (6)

குறிப்புரை:

மேலே கூறிய பதிகளே அடைக்கலம் தரத்தக்கன என்று நினையுங்கள்; அதனால் தவம் கைகூடும்; மும்மலக் குற்றங்கள் அறுபடும்.

3898. மாட்டூர் மடப்பாச்சி லாச்சிராமம்
முண்டீச்சரம் வாதவூர் வாரணாசி
காட்டூர் கடம்பூர் படம்பக்கம் கொட்டும்
கடல்ஒற்றியூர் மற்றுஉறை யூர்அவையும்
கோட்டூர் திருவாமாத்தூர் கோழம்பமும்
கொடுங்கோவலூர் திருக்குண வாயில்
.... (7)

குறிப்புரை:

பாடலின் பிற்பகுதி கிடைக்கவில்லை.

3899. .... குலாவுதிங்கள் சடையான் குளிரும் பருதிநியமம்
போற்றூர் அடியார் வழிபாடு ஒழியாத்தென்
புறம்பயம் பூவணம் பூழியூரும்
காற்றூர் வரைஅன்று எடுத்தான் முடிதோள்
நெரித்தான் உறைகோயில் என்றுஎன்று நீகருதே (8)

குறிப்புரை:

பாடலின் முதல்பகுதி கிடைக்கவில்லை. மேற்கூறிய பதிகள் கயிலை மலையைப் பெயர்த்த இராவணனது தோள்களையும் தலைகளையும் நசுக்கிய சிவபெருமான் உறையும் கோயில் இருக்கும் பதிகள் என்று மனமே! நீ கருதுவாயாக!

3900. நெற்குன்றம் ஓத்தூர் நிறைநீர் மருகல்
நெடுவாயில் குறும்பலா நீடுதிரு
நற்குன்றம் வலம்புரம் நாகேச்சுரம்
நளிர்சோலைஉஞ் சேனைமாகாளம் வாய்மூர்
கற்குன்றம் ஒன்றுஏந்தி மழைதடுத்த
கடல்வண்ணனும் மாமலரோனும் காணாச்
சொற்குஎன்றும் தொலைவுஇலாதான் உறையும்
குடமூக்குஎன்று சொல்லிக் குலாவுமினே (9)

குறிப்புரை:

கோவர்த்தன மலையைக் குடையாகப் பிடித்த திருமாலும் தாமரைமலர் மேல் இருக்கை கொள்ளும் பிரமனும் தேடிக்காண முடியாதவன் என்று சொல்லும் புகழ்மொழிக்கு உரிய சிவபெருமான் எழுந்தருளி இருக்கும் மேற்பாடலில் கண்ட தலங்களின் பெயர்களைச் சொல்லி மகிழ்வீர்களாக!

3901. குத்தங்குடி வேதிகுடி புனல்சூழ்
குருத்தம்குடி தேவன்குடி மருவும்
அத்தங்குடி தண்திரு வண்குடியும்
அலம்பும்சலம் தன்சடை வைத்துஉகந்த
நித்தன் நிமலன் உமையோடும்கூடி
நெடுங்காலம் உறைவிடம் என்று சொல்லாப்
புத்தர் புறம்கூறிய புன்சமணர்
நெடும்பொய்களை விட்டு நினைந்து உய்ம்மினே (10)

குறிப்புரை:

அலைவீசும் கங்கையைச் சடையில் வைத்து மகிழ்ந்த நிலைத்த தன்மை உடையவனும், மலமற்றவனும், ஆகிய சிவபெருமான் உமாதேவியோடு கூடி நெடுங்காலமாக உறையும் தலங்கள், இப்பாடலில் பேசப்பட்ட தலங்கள் ஆகும். பௌத்தர்களும்,, புறங்கூறும் புன்மையரும் ஆகிய சமணர்களும், கூறும் பெரிய பொய்யைக் கைவிட்டு, மேற்கூறிய தலங்களை நினைந்து உய்யுங்கள்.

3902. அம்மானை அருந்தவம் ஆகிநின்ற
அமரர் பெருமான் பதியான உன்னிக்
கொய்ம்மா மலர்ச்சோலை குலாவு கொச்சைக்கு
இறைவன் சிவஞான சம்பந்தன் சொன்ன
இம்மாலை ஈர்ஐந்தும் இருநிலத்தில்
இரவும் பகலும் நினைந்து ஏத்திநின்று
விம்மா வெருவா விரும்பும் அடியார்
விதியார் பிரியார் சிவன்சே வடிக்கே (11)

பொழிப்புரை:

தலைவனும், அரிய தவமாக நின்றவனும், தேவர்களுக்குப் பெருமானும், ஆகிய சிவபெருமான் எழுந்தருளி இருக்கும் தலங்களை நினைவுகூர்ந்து ; கொய்யத்தக்க மணமலர்களால் நிரம்பிய சோலைவளம் உடைய கொச்சைக்கு (சீகாழிக்கு)த் தலைவனாய் விளங்கும் சிவஞானம் கைவரப்பெற்ற சம்பந்தன் பாடிய பாமாலை பத்தும் கொண்டு; இந்த இடமகன்ற நிலவுலகில் இரவு பகல் பாராது எந்நேரமும் போற்றி, விம்மியும் அஞ்சியும் விரும்பும் அடியார்; நல்ஊழின் காரணமாக, மறுமையில் சிவனது சிவந்த திருவடியைப் பிரியாத வாழ்வினைப் பெறுவர்.

திருச்சிற்றம்பலம்

361

திருப்பிரமபுரம்

திருமுறை 2 - 176

பண்: சீகாமரம்

3903. எம்பிரான் எனக்குஅமுதம் ஆவானும் தன்அடைந்தார்
    தம்பிரான் ஆவானும் தழல்ஏந்து கையானும்
    கம்பமா கரிஉரித்த காபாலி கறைக்கண்டன்
    வம்புஉலாம் பொழில்பிரம புரத்துஉறையும் வானவனே   (1)

அருஞ்சொற்பொருள்:

கம்ப மாகரி - அசைதலை உடைய பெரிய யானை. காபாலி - பிரம கபாலம் ஏந்தியவன். கறை - விடக்கறை. வம்பு - மணம். வானவன் - தேவதேவன்.

பொழிப்புரை:

நறுமணம் கமழும் சோலை வளம் உடைய பிரமபுரம் என்னும் தலத்தில் எழுந்தருளி இருக்கும் தேவதேவன், எனக்குப் பிரான்; அமுதம்; தன்னை வந்தடையும் உயிர்கள் தமக்குப் பெருமான்; அனல் ஏந்தும் கை உடையவன்; அசைதலை உடைய யானையின் தோலை உரித்துப் போர்த்தவன்; பிரமகபாலம் ஏந்தியவன்; விடக்கறை பொருந்திய கண்டம் உடையவன்.

3904. தாம்என்றும் மனம்தளராத் தகுதியராய் உலகத்துக்கு
    ஆம்என்று சரண்புகுந்தார் தமைக்காக்கும் கருணையினான்
    ஓம்என்று மறைபயில்வார் பிரமபுரத்து உறைகின்ற
    காமன்தன் உடல்எரியக் கனல்சேர்ந்த கண்ணானே   (2)

அருஞ்சொற்பொருள்:

ஓம் - பிரணவம். காமன் - மன்மதன். கனல் - நெருப்பு.

பொழிப்புரை:

ஓம் என்னும் பிரணவத்தை உச்சரித்து மறைஓதும் அந்தணர்கள் கூடிவாழும் பிரமபுரம் என்னும் தலத்தில் எழுந்தருளி, மன்மதன் உடல் எரிய நெருப்புக்கண் (நெற்றிக்கண்)ணை விழித்து நோக்கிய சிவபெருமான், எப்பொழுதும் மனம் தளராது, தகுதி உடையவராய், 'இறைவன் ஒருவன் உளன்' என்ற நம்பிக்கையுடன் சரண்புகுந்த அடியார்களைக் காப்பாற்றும் மிகப்பெரிய கருணை உடையவன்.

3905. **நன்நெஞ்சே உனைஇரந்தேன் நம்பெருமான் திருவடியே**
உன்னம்செய்து இருகண்டாய் உய்வுஅதனை வேண்டுதியேல்
அன்னம்சேர் பிரமபுரத்து ஆரமுதை எப்போதும்
பன்னம்சீர் வாயதுவே பார்கண்ணே பரிந்திடவே (3)

அருஞ்சொற்பொருள்:

உன்னம் செய்து - (உன்னி) நினைந்து. பன்னம்சீர் - (பன்+அம்+சீர்) அம்சீர் பன் - (என மாற்றி உரைக்க). அழகிய சிறப்பினைப் பன்னிப் பேசுக! பரிந்திட - பரிவுகாட்ட.

பொழிப்புரை:

நல்ல மனமே! நீ உய்ய வேண்டுமாயின், நமது சிவபெருமானின் திருவடிகளையே எப்பொழுதும் நினைத்துக் கொண்டிருப்பாயாக! உன்னிடம் நான் இரந்து வேண்டுவது இதுவேயாகும். வாயே! நீ அன்னப்பறவைகள் வாழும் பிரமபுரத்தில் எழுந்தருளி இருக்கும் தெவிட்டாத அமுதம் போன்றவனின் சிறப்பு குறித்து எப்பொழுதும் பன்னிப்பன்னிப் பேசுவாயாக! கண்ணே! நீ அந்த இறைவனின் திருவருளைப் பெற, அவனையே கண்டுகொண்டு இருப்பாயாக!

3906. **சாநாள்இன்றி(ம்) மனமே சங்கைதனை தவிர்ப்பிக்கும்**
கோநாளும் திருவடிக்கே கொழுமலர்தூ எத்தனையும்
தேன்நாளும் பொழில்பிரம புரத்துஉறையும் தீவணனை
நாநாளும் நன்நியமம் செய்துஅவன்சீர் நவின்றுஏத்தே (4)

அருஞ்சொற்பொருள்:

சா நாள் - இறக்கும் நாள். சங்கை - ஐயம். கோ - தலைவன். தூ - தூவி. எத்தனையும் - எத்தனையேனும். தீவணன் - தீவண்ணன். நியமம் செய்து - நியமம் தவறாது இருந்து. அவன்சீர் - அவனது சிறப்பினை.

பொழிப்புரை:

மனமே! நீ இறப்பினை வெல்லவும், ஐயம் தவிரவும் வேண்டுமாயின், தலைவனாகிய சிவபெருமான் திருவடியில் நாள்தோறும் இயன்ற அளவு மலர்தூவி வழிபடுவாயாக! நாவே! நீ நாளும் நல்ல நியமங்களைக் கடைபிடிப்பதோடு, தேனை நாள்தோறும் சொரியவிடும் சோலை சூழ்ந்த பிரமபுரம் என்னும் தலத்தில் உறையும் தீப்போன்ற சிவந்த மேனிநிறம் கொண்டவனை, அவனது சிறப்பினைப் புகழ்ந்து பேசி வருவாயாக!

3907. **கண்நுதலான் வெண்நீற்றான் கமழ்சடையான் விடைஏறி**
பெண்இதமாம் உருவத்தான் பிஞ்ஞகன்பேர் பலஉடையான்
விண்நுதலாத் தோன்றியசீர்ப் பிரமபுரம் தொழவிரும்பி
எண்ணுதலாம் செல்வத்தை இயல்பாக அறிந்தோமே (5)

அருஞ்சொற்பொருள்:

இதம் - நன்மை. பிஞ்ஞகன் - தலைக்கோலம் அணிந்திருப்பவன். விண் - விண்ணவர். நுதலா - (நுதலும்) கூறும். எண்ணுதல் - தியானித்தல்.

பொழிப்புரை:

நெற்றியில் கண் உடையவன்; வெண்திருநீற்றை உடல்முழுதும் பூசி இருப்பவன்; மணம் கமழும் சடாமுடி உடையவன்; இடபத்தில் ஏறி வருபவன்; பெண்ணை நன்மை செய்யும் பொருட்டு இடப்பாகத்தில் வைத்திருப்பவன்; தலைக்கோலம் அணிந்திருப்பவன்; பல பெயர்கள் உடையவன்; நாமோ, விண்ணவர் போற்றும் சிறப்புடைய பிரமபுரத்தைத் தொழ விரும்பியதால், 'தியானம்' என்னும் செல்வத்தை இயல்பாகவே பெற்றுவிட்டோம்.

3908. **எங்கேனும் யாதாகிப் பிறந்திடினும் தன்அடியார்க்கு**
இங்கேஎன்று அருள்புரியும் எம்பெருமான் எருதுஏறிக்
கொங்குஏயும் மலர்ச்சோலைக் குளிர்பிரம புரத்துஉறையும்
சங்கேஒத்து ஒளிர்மேனிச் சங்கரன்தன் தன்மைகளே (6)

அருஞ்சொற்பொருள்:

எங்கு - எவ்விடம். யாது - எது. எருதுஏறி - காளையின் மீது ஏறி. கொங்கு - மணம். ஏயும் - பொருந்தும். சங்கு - வெண்மை குறித்தது.

பொழிப்புரை:

மணம் கமழும் மலர்கள் நிறைந்த சோலை வளமும், குளிர்ச்சியும், உடைய பிரமபுரத்தில் எழுந்தருளி இருக்கும் சங்குபோல் (திருநீறு பூசி

இருப்பதால்) வெளுத்த திருமேனி உடையவனும், சங்கரனும், ஆகிய இறைவனது தன்மை எதுவாக இருக்கிறது எனில், எங்கே எதுவாகப் பிறந்திருந்தாலும், அவர் தன்அடியார் ஆயின், 'இங்கே' (பிரமபுரத்தில்) என்று சொல்லி எருதின் மீது ஏறிவந்து, அருள்புரியும் தன்மை உடையதாய் இருக்கிறது.

3909. சிலைஅது வெம்சிலையாகத் திரிபுரம்மூன்று எரிசெய்த
இலைநுனைவேல் தடக்கையன் ஏந்துஇழையாள் ஒருகூறன்
அலைபுனல்சூழ் பிரமபுரத்து அருமணியை அடிபணிந்தால்
நிலைஉடைய பெருஞ்செல்வம் நீடுஉலகில் பெறலாமே (7)

அருஞ்சொற்பொருள்:

சிலை - மலை. சிலை - வில். நுனை - நுனி. ஏந்து இழை - ஆபரணம் அணிந்திருப்பவள் (உமாதேவி). நிலை உடைய பெருஞ்செல்வம் - சிவப்பேரின்பம். நீடுஉலகு - சிவன் உலகு.

பொழிப்புரை:

மேருமலையைக் கொடிய வில்லாக வளைத்து, முப்புரத்தை எரித்து அழித்த இலையின் நுனி போல் கூரிய நுனி உடைய அம்பு ஏந்திய பெரிய கை உடையவன்; உமாதேவியை உடம்பில் பாகமாகக் கொண்டவன்; அலைவீசும் கடலின் கரையில் உள்ள பிரமபுரம் என்னும் தலத்தில் எழுந்தருளி இருக்கும் அரிய மாணிக்கமணி போன்ற சிவந்த திருமேனி உடையவன்; அவனது திருவடியைப் பணிந்து வழிபட, சிவன் உலகம் சென்று, பேரின்பம் பெற்றுத் திகழலாம்.

3910. எரித்தமயிர் வாள்அரக்கன் வெற்புஎடுக்கத் தோளொடுதாள்
நெரித்துஅருளும் சிவமூர்த்தி நீறுஅணிந்த மேனியினான்
உரித்தவரித் தோல்உடையான் உறைபிரம புரம்தன்னைத்
தரித்தமனம் எப்போதும் பெறுவார்தாம் தக்காரே (8)

அருஞ்சொற்பொருள்:

எரித்த மயிர் - எரி போன்ற சிவந்த தலைமயிர். தாள் - கால். வரித்தோல் - வரி உடைய புலியின் தோல். தரித்த மனம் - தங்க வைத்துள்ள மனம். தக்கார் - தகுதி உடையவர்.

பொழிப்புரை:

எரிபோல் சிவந்த தலைமயிர் உடைய வாள் ஏந்திய அரக்கனாகிய இராவணன் கயிலை மலையைப் பெயர்க்க, அவனது தோள்களையும்

தாள்களையும் நெரித்து அருள்செய்த சிவபெருமான், திருநீறு பூசிய திருமேனி உடையவன்; புலியின் உரித்த தோலை உடையாக உடுத்தி இருப்பவன்; அவன் எழுந்தருளி இருக்கும் பிரமபுரம் என்னும் தலத்தை மனதில் நிறுத்தித் தியானிப்பவர், எப்பொழுதும் 'தகுதி உடையவர்' என்னும் சிறப்பினைப் பெறுவர்.

3911. **கரியானும் நான்முகனும் காணாமைக் கனல்உருவாய்**
அரியானாம் பரமேட்டி அரவம்சேர் அகலத்தான்
எரியாதான் இருந்துஉறையும் திகழ்பிரம புரம்சேர
உரியார்தாம் ஏழுஉலகும் உடன்ஆள உரியாரே (9)

அருஞ்சொற்பொருள்:

பரமேட்டி - தன்னை விட மேலானவன் இல்லை என்னும்படி மேலானவன். அகலம் - மார்பு. தெரியாதான் - காணுவதற்குத் தெரியாதவன்.

பொழிப்புரை:

கரிய நிறமுடைய திருமாலும் நான்முகனும் காண அருமை உடையவனாய், எரிஉருவில் நின்றவன்; மேலானவர்க்கும் மேலானவன்; பாம்பு தவழும் திருமார்பு உடையவன்; எளிதில் தன்னைக் காணுமாறு காட்டிக் கொள்ளாதவன்; அவன் எழுந்தருளி இருக்கும் பிரமபுரம் என்னும் தலத்தைச் சென்றுசேர, மறுமையில் ஏழு உலகங்களையும் கட்டி ஆளும் உரிமையைப் பெற்றவர் ஆவர்.

3912. **உடைஇலார் சீவரத்தார் தன்பெருமை உணர்வுஅரியான்**
முடையில்ஆர் வெண்தலைக்கை மூர்த்தியாம் திருஉருவன்
பெடையில்ஆர் வண்டுஆடும் பொழில்பிரம புரத்துஉறையும்
சடையில்ஆர் வெண்பிறையான் தாள்பணிவார் தக்காரே (10)

அருஞ்சொற்பொருள்:

உடை இலார் - உடை உடுத்தாதவர் (சமணர்). சீவரம் - துவராடை (பௌத்தர் உடுத்துவது). முடை - முடைநாற்றம். வெண்தலை - மண்டைஓடு. மூர்த்தி - உருவம் உடையவன். பெடை - பெண் வண்டு. ஆடும் - விளையாடும். ஆர் - பொருந்திய.

பொழிப்புரை:

உடை உடுத்தாத சமணர்களும், சீவரம் என்னும் மஞ்சள்நிறம் கலந்த காவி உடுத்தி இருக்கும் பௌத்தர்களும், தன் பெருமையை அறிய முடியாதபடி வைத்திருப்பவன்; புலால் நாற்றம் வீசும் வெண்மைநிற

மண்டை ஓட்டைக் கையில் ஏந்தி இருக்கும் திருஉருவம் உடையவன்; பெண் வண்டோடு ஆண்வண்டு கூடி விளையாடும் சோலையால் சூழப்பட்ட பிரமபுரத்தில் எழுந்தருளி இருப்பவன்; சடையில் வெண்மைநிற சந்திரப் பிறையை சூடிஇருப்பவன்; அவனது திருவடியைப் பணிபவர், தகுதி உடையவரே ஆவர்.

3913. **தன்அடைந்தார்க்கு இன்பங்கள் தருவானைத் தத்துவனைக்**
கல்அடைந்த மதில்பிரம புரத்துஉறையும் காவலனை
முன்அடைந்தான் சம்பந்தன் மொழிபத்தும் இவைவல்லார்
பொன்அடைந்தார் போகங்கள் பலஅடைந்தார் புண்ணியரே (11)

அருஞ்சொற்பொருள்:

தத்துவன் - மெய்ப்பொருள். போகம் - நுகர்வு (சுகபோகம் என்க).

பொழிப்புரை:

தன்னைச் சரண் அடைந்தவர்க்குப் பேரின்பம் தருபவனை, மெய்ப் பொருளை, கல்லால் ஆன மதில் சூழ்ந்த பிரமபுர நகரில் எழுந்தருளி இருக்கும் காவலனை; முன்னமே சென்றடைந்த சம்பந்தன் பாடிய பாடல் பத்தினையும் பாடி வழிபட வல்லவர், பொன் பெறுவர்; சுகபோகங்கள் பெறுவர்; மற்றும் பலவும் பெறுவர்; மேலும் மறுமையில் புண்ணியம் உடையவரும் ஆவர்.

திருச்சிற்றம்பலம்

362

சீகாழி

திருமுறை 2 - 185

பண்: சீகாமரம்

3914. பண்ணின் நேர்மொழி மங்கை மார்பலர்
பாடி ஆடிய ஓசை நாள்தொறும்
கண்ணின் நேர்அயலே பொலியும் கடல்காழிப்
பெண்ணின் நேர்ஒரு பங்கு உடைப்பெரு
மானை எம்பெரு மான்என்று என்றுஉன்னும்
அண்ணலார் அடியார் அருளாலும் குறைவிலரே (1)

அருஞ்சொற்பொருள்:

உன்னும் - நினைக்கும். அண்ணலார் அடியார் - தலைவரது அடியார்கள். அருளாலும் - அருட்செல்வத்தாலும் (பொருட்செல்வத்தாலும்).

பொழிப்புரை:

பண்போல் இனியமொழி பேசும் மகளிர் பலரும் பாடியும் ஆடியும் எழுப்பும் ஒலியை நாள்தோறும் காதால் கேட்டுக் கொண்டிருக்க, கடலின் அருகில் அமைந்துள்ள காழி நகரின் பொலிவைக் கண்ணினால் கண்டு கொண்டிருக்க, உமாதேவி என்னும் பெண்ணைப் பாகமாகக் கொண்டு விளங்கும் பெருமானை, 'எம்பெருமான்' என்று மனதால் நினைத்து, வாயினால் சொல்ல, அவர் அந்த இறைவருக்கு அடியவராகி, பொருட்செல்வமும் அருட்செல்வமும் பெற்றுக் குறைவின்றி வாழும் வாழ்வினைப் பெறுவர்.

3915. மொண்டு அலம்பிய வார்தி ரைக்கடல்
மோதி மீதுஎறி சங்கம் வங்கமும்
கண்டலம் புடைசூழ் வயல்சேர் கழிக்காழி
வண்டு அலம்பிய கொன்றை யான்அடி
வாழ்த்தி ஏத்திய மாந்தர் தம்வினை
விண்டல் அங்குஎளிதாம் அதுநல் விதியாமே (2)

அருஞ்சொற்பொருள்:

மொண்டு - முகந்து. அலம்பிய - ஒலித்த. வார் - நீண்ட. திரை - அலை. சங்கம் - சங்கு. வங்கம் - கப்பல். கண்டலம் - தாழைமரம். விண்டு - விரிந்து (பூத்து). அலம்பிய - ததும்பிய. மாந்தர் - மக்கள். விண்டல் - நீங்குதல். நல்விதி - நல்ஊழ்.

பொழிப்புரை:

நீண்ட கடலானது, அலையால் நீரை முகந்து, ஒலித்து கரையில் வந்து மோதி, கப்பலை அலைக்கழித்தும், முத்துக்களைக் கரைஒதுக்கியும், பெருமை உறச்செய்வதும்; தாழை மரங்கள் சூழ வளர்ந்துள்ள வயல் வளம் உடையதும்; உப்பங்கழியாக விளங்குவதும்; ஆகிய சிறப்புகள் உடைய சீகாழியில் எழுந்தருளி இருக்கும் வண்டு மொய்க்கும் கொன்றைமலர் மாலை சூடிய சிவபெருமானின் திருவடியை வாழ்த்திப் போற்றும் மாந்தரது, வினை ஆயின நீங்கும்; நல் ஊழானது எளிதாக அமையும்.

3916. நாடு எலாம்ஒளி எய்த நல்லவர்
    நன்றும் ஏத்தி வணங்கு வார்பொழில்
    காடு எலாம்மலர் தேன்துளிக்கும் கடல்காழித்
    தோடு உலாவிய காதுஉளாய் சுரிசங்க
    வெண்குழை யான்என்று என்று உன்னும்
    வேடம் கொண்டவர்கள் வினைநீங்கல் உற்றாரே   (3)

அருஞ்சொற்பொருள்:

ஒளி - புகழ். பொழில் - சோலை. எலாம் - எல்லாம். தோடு உலாவிய காது - தோடு அணிந்த காது. சுரி சங்கம் - சுரிந்த சங்கம். வேடம் - சிவவேடம்.

பொழிப்புரை:

நாடு முழுவதும் தம்புகழ் பரவ வாழும் நல்லவர்கள், 'நன்மை நடக்கட்டும்' என்று போற்றி வணங்குவார்கள்; காடுகள் போல் அடர்ந்த சோலைகளில் எல்லாம் மலர்கள் மலர்ந்து தேன்துளிக்கும் கடலின் கரையிலுள்ள காழி நகரில் எழுந்தருளி இருக்கும் இறைவன், தோடு அணிந்த ஒரு காதும், சங்கக் குழை அணிந்த மற்றொரு காதும், உடையவன் என்று பலமுறையும் நினைந்து, தியானிக்கும் சிவவேடம் தரித்தவர்களது, வினையானது நீங்கல் உறும்.

3917. மையி னார்பொழில் சூழ நீழலில்
  வாசம் ஆர்மது மல்க நாள்தொறும்
  கையி னார்மலர் கொண்டுஎழுவார் கலிக்காழி
  ஐயனே அரனே என்றுஆ தரித்து
  ஓதி நீதி யுளேநி னைப்பவர்
  உய்யுமாறு உலகில் உயர்ந்தாரின் உள்ளாரே   (4)

அருஞ்சொற்பொருள்:

மை - மேகம். வாசம் - மணம். மது - தேன். மல்க - பெருக. கலி - ஆரவாரம். ஐயன் - தலைவன். அரன் - பிறப்பை அறுப்பவன். ஆதரித்து - விரும்பி. நீதிஉளே - முறைப்படி. உய்ந்தார் - பிறப்பு இறப்பிலிருந்து உய்ந்தவர்.

பொழிப்புரை:

மேகம் தங்கும் உயரிய சோலை நிழல் சூழ, மணமுள்ள தேனானது பெருக, நாள்தோறும் தங்கள் கையினால் மலர்பறித்து இறைவனுக்குச் சாத்தி வழிபட, அடியார்கள் செல்லும் ஆரவாரம் மிக்க காழி நகரில் எழுந்தருளி இருக்கும் 'தலைவனே!' என்றும், 'பிறப்பை அறுக்க வல்லவனே!' என்றும், விரும்பித் துதித்து முறையாக நினைப்பவர், உய்யும் வழி கிடைக்கப் பெற்று, முன்னமே உய்ந்தாரோடு சென்று சேர்வர்.

3918. மலிக டுந்திரை மேல்நி மிர்ந்துஎதிர்
  வந்து வந்து ஒளிர்நித் திலம்விழக்
  கலிக டிந்தகை யார்மருவும் கலிக்காழி
  வலிய காலனை வீட்டி மாணிதன்
  இன்னு யிர்அளித் தானை வாழ்த்திட
  மெலியும் தீவினைநோய் அவைமேவு வார்வீடே   (5)

அருஞ்சொற்பொருள்:

கடுந்திரை - வலிமையான அலை. நித்திலம் - முத்து. கலி - வறுமை. கடிந்தகையார் - நீக்கும் தகுதி உடைய வள்ளல்கள். மாணி - பிரமச்சாரி. 'தீவினை நோய் மெலியும்' எனக் கூட்டி உரைக்க.

பொழிப்புரை:

வலிமை உடைய அலைகள் மிகுந்து, மேல் எழுந்து, எதிரில் வந்துவந்து, முத்துக்களை ஒதுக்கும் தன்மை உடையதும், வறுமை விலகுமாறு வள்ளல்கள் கொடுத்து உதவும் தன்மை உடையதும், ஆரவாரம் மிக்கதும், ஆகிய

காழி நகரில் எழுந்தருளி இருக்கும் இறைவன், பிரமச்சாரியாகிய மார்க்கண்டேய முனிவரின் இன்னுயிரைக் காப்பாற்றும் பொருட்டு, வலிமை உடைய இயமனை அழித்தவன்; அப்பெருமானை வாழ்த்தி வழிபட, தீவினையால் வரும் பிறவி நோய் தேயும்; அதனால் அவர் எளிதில் வீடு அடைவர்.

3919. **மற்றும் இவ்வுல கத்துஉ ளோர்களும்**
வான்உ ளோர்களும் வந்து வைகலும்
கற்ற சிந்தையராய்க் கருதும் கலிக்காழி
நெற்றி மேல்அமர் கண்ணி னானை
நினைந்து இருந்து இசைபாடு வார்வினை
செற்ற மாந்தர்எனத் தெளிமின்கள் சிந்தையுளே (6)

அருஞ்சொற்பொருள்:

வைகலும் - நாள்தோறும். கற்ற - ஞானநூல்களைக் கற்ற. செற்ற - அழித்த.

பொழிப்புரை:

இந்நில உலகில் உள்ளவர்களும், தேவர் உலகில் உள்ளவர்களும், வந்து நாள்தோறும், ஞானநூல்களைக் கற்று அறிந்துகொண்ட, நியதியின்படி வழிபாடு செய்யும், ஆரவாரம் மிக்க காழி நகரில், எழுந்தருளி இருக்கும், நெற்றிமீதும் ஒரு கண் கொண்டு விளங்கும் பெருமானை, மனதால் நினைந்து, வாயால் பாடி, வழிபடுவாரது வினைகள் அழியும்; எனவே அவர்கள் வினைகழிந்த ஆன்மாக்கள் என்று சிந்தையில் தெளிவாகப் பதிய வைத்திடுங்கள்.

3920. **தான்ந லம்புரை வேதி யரொடு**
தக்க மாதவர் தாம்தொ ழப்பயில்
கானலின் விரைசேர விம்மும் கலிக்காழி
ஊனுள் ஆருயிர் வாழ்க்கை யாய்உற
வாகி நின்ற ஒருவனே என்றுஎன்று
ஆன்நலம் கொடுப்பார் அருள்வேந்தர் ஆவாரே (7)

அருஞ்சொற்பொருள்:

நலம் - நன்மை. புரை - பெருமை. கானல் - கடற்கரைச்சோலை. விரை - மணம். ஆன்நலம் - ஆன்ஐந்து (பஞ்சகவ்வியம்).

பொழிப்புரை:

நன்மையும் பெருமையும் உடைய வேதியர்களும் தகுதி வாய்ந்த நல்ல தவம் உடையவர்களும் கூடிவாழ்வதும், கடற்கரைச் சோலையில் நறுமணம் கமழ்வதும், ஆரவாரம் உடையதும், ஆகிய காழி நகரில் எழுந்தருளி இருக்கும், 'ஊனால் ஆகிய உடம்பினுள் இருக்கும் உயிருக்கு உறவாகி வாழும் வாழ்க்கையாய் விளங்கும் இறைவன் ஒருவன் உளன்' என்று சொல்லி, அவன் திருமஞ்சனம் ஆட, ஆன்ஐந்து கொடுப்பவர், அருள்அரசர் ஆவர்.

3921. **மைத்த வண்டுஎழு சோலை ஆலைகள்**
சாலி சேர்வயல் ஆர வைகலும்
கத்து வார்கடல் சென்றுஉலவும் கலிக்காழி
அத்த னேஅர னேஅ ரக்கனை
அன்று அடர்த்து உகந்தாய் உனகழல்
பத்த ராய்ப்பரவும் பயன்ஈங்கு நல்காயே (8)

அருஞ்சொற்பொருள்:

மை - கருமை. ஆலை - கரும்பு ஆலை. சாலி - நெல்வகை. ஆர - பொருந்த. வைகலும் - நாள்தோறும். 'கத்தும் கடல், வார்கடல்' - என இரண்டிடத்தும் கூட்டுக. உனகழல் - உன் திருவடி. ஈங்கு - இம்மை.

பொழிப்புரை:

கரியநிற வண்டுகள் மொய்க்கும் சோலை, கரும்பு ஆலை, சாலி விளையும் வயல், நாளும் ஒலி எழுப்பும் நீண்ட கடல், என இவைகளோடு கூடிய ஆரவாரம் மிக்க காழி நகரில் எழுந்தருளி இருக்கும் இறைவனைத் 'தந்தையே' என்றும், 'பிறப்பை அறுக்க வல்லவனே' என்றும், 'அன்று அரக்கனாகிய இராவணனை நசுக்கி மகிழ்ந்தவனே' என்றும், கூறி அழைத்து, 'உனது திருவடியை ஒரு பத்தனாய் இருந்து வழிபடும் வாய்ப்பினை இம்மையிலேயே நல்குவாய்' என வேண்டுவீராக!

3922. **பரும ராமொடு தெங்கு பைங்கத**
லிப்ப ருங்கனி உண்ண மந்திகள்
கருவ ரால்உகளும் வயல்சூழ் கலிக்காழித்
திருவின் நாயகன் ஆய மாலொடு
செய்ய மாமலர்ச் செல்வன் ஆகிய
இருவர் காண்புஅரி யான்எனஏத் துதல்இன்பமே (9)

அருஞ்சொற்பொருள்:

பருமரா - பருத்த (பெரிய) மராமரம். தெங்கு - தென்னைமரம். பைங்கதலி - பச்சை வாழை. பருங்கனி - பெரிய பழம். மந்தி - பெண் குரங்கு. கருவரால் - மீன்வகை. உகளும் - துள்ளும். திரு - திருமகள்.

பொழிப்புரை:

பெரிய மராமரம், தென்னைமரம், ஆகியவை செறிந்து விளங்குவதும், பசிய வாழையின் பெரிய பழங்களை பெண்குரங்குகள் உண்ணுவதும், கருவரால் மீன்கள் துள்ளுவதும், ஆகிய வயல்களால் சூழப்பட்டதும், ஆரவாரம் உடையதும், ஆகிய சீகாழியில் எழுந்தருளி இருக்கும் சிவபெருமானை; 'திருமகளின் கணவனாகிய திருமாலும், சிவந்த தாமரை மலர்மேல் உறையும் பிரமனும், ஆகிய இருவரும் தேடியும் காண அருமை உடையவன்' என்று போற்றி வழிபட இன்பம் பெருகும்.

3923. **பிண்டம் உண்டுஉழல் வார்களும் பிரியாது**
வண்துவ ராடை போர்த்தவர்
கண்டு சேரகிலார் அழகார் கலிக்காழித்
தொண்டை வாய்உமை யோடு கூடிய
வேட னேசுட லைப்பொ டிஅணி
அண்ட வாணன்என் பார்க்குஅடையா அல்லல்தானே (10)

அருஞ்சொற்பொருள்:

பிண்டம் - சோற்றுஉருண்டை. வண்துவராடை - சாயம் வெளுக்காத காவி ஆடை. சேர கிலார் - சேர முடியாதவர். தொண்டை - கோவைக்கனி. அண்டவாணன் - அண்டங்களில் வாழ்பவன்.

பொழிப்புரை:

கையில் உணவுக் கவளத்தை வாங்கி உண்ணும் சமணர்களும், சாயம் வெளுக்காத காவித்துணி கொண்டு உடலை மூடும் பௌத்தர்களும், கண்டு சேர முடியாத இறைவன், அழகும் ஆரவாரமும் மிகுந்த காழி நகரில் எழுந்தருளி இருக்கிறான். அவனை, 'கொவ்வைக்கனி போன்ற சிவந்த வாய்உடைய உமாதேவியோடு கூடி வேடர்வேடம் ஏற்றவனே' என்றும், 'அண்டத்தில் வாழ்பவனே' என்றும் கூறிப் போற்றி வணங்கு வார்க்குத் துன்பம் வந்து பொருந்துவது இல்லை.

3924. பெயர்எ னும்இவை பன்னி ரண்டினும்
உண்டு எனப்பெயர் பெற்ற ஊர்திகழ்
கயல்உலாம் வயல்சூழ்ந்து அழகுஆர் கலிக்காழி
நயன்ந டன்கழல் ஏத்தி வாழ்த்திய
ஞானசம் பந்தன் செந்த மிழ்உரை
உயருமா மொழிவார் உலகத்து உயர்ந்தாரே (11)

அருஞ்சொற்பொருள்:

கயல் - மீன்வகை. நயன் - அருள். நடன் - (நடனன்) கூத்தன்.

பொழிப்புரை:

பன்னிரெண்டு பெயர்கள் கொண்டு விளங்குவதும், கயல்மீன்கள் துள்ளுவதும், வயல் சூழ இருப்பதும், அழகும் ஆரவாரமும் மிக்கு விளங்குவதும், ஆகிய காழி நகரில் எழுந்தருளி இருக்கும் அருளாளனும், நடனம் ஆடுபவனும், ஆகிய பெருமானைப் போற்றி வாழ்த்தி ஞான சம்பந்தன் பாடிய, செந்தமிழ்ப் பாடல் பத்தும் கொண்டு, பாடி வழிபட வல்லவர், இந்நிலவுலகில் உயர்ந்த நிலையை அடைவர்.

திருச்சிற்றம்பலம்

363

திருப்புகலி

திருமுறை 2 - 190

பண்: காந்தாரம்

**3925. உருஆர்ந்த மெல்லியல்ஓர் பாகம்உடையீர் அடைவோர்க்குக்
கருஆர்ந்த வான்உலகம் காட்டிக்கொடுத்தல் கருத்தானீர்
பொருஆர்ந்த தெண்கடல்ஒண் சங்கம்திளைக்கும் பூம்புகலித்
திருஆர்ந்த கோயிலே கோயிலாகத் திகழ்ந்தீரே (1)**

அருஞ்சொற்பொருள்:

உரு - உருவஅழகு. கரு - இங்கு, 'அருள் கருக்கொண்டுள்ள' என்னும் பொருளில் வந்தது. பொருதல் - மோதுதல். தெண் - தெளிந்த. ஒண் - ஒள்ளிய. திரு - அழகு.

பொழிப்புரை:

சிவபெருமானே! நீவிர் உருவ அழகுடன் விளங்கும் மென்மையான இயல்புஉடைய உமாதேவியை உடம்பின் ஒரு பாகமாகக் கொண்டு விளங்குகின்றீர்! உம்மை வந்தடைந்தவர்க்கு அருளாகிய கரு பொருந்தி உள்ள வீட்டுலகைக் காட்டிக் கொடுப்பதை கருத்தாகக் கொண்டுள்ளீர்! மோதும் அலைகள் உடைய கடலிலிருந்து ஒளிபொருந்திய முத்து வெளிப் பட்டு வந்து தங்கும், அழகிய புகலி நகரில் அமைந்துள்ள அழகிய கோயிலையே எழுந்தருளும் கோயிலாகக் கொண்டு விளங்குகின்றீர்.

**3926. நீர்ஆர்ந்த செஞ்சடையீர் நிரைஆர்கழல்சேர் பாதத்தீர்
ஊர்ஆர்ந்த சில்பலியீர் உழைமான்உரி தோல்ஆடையீர்
போர்ஆர்ந்த தெண்திரைசென்று அணையும்கானல் பூம்புகலிச்
சீர்ஆர்ந்த கோயிலே கோயிலாகச் சேர்ந்தீரே (2)**

அருஞ்சொற்பொருள்:

நீர் - கங்கை. நிரை ஆர் கழல் - ஒழுங்கு அமைதி உடைய வீரக்கழல். பாதம் - திருவடி. சில்பலி - சிலவாகிய பிச்சை. உழைமான் - மான்களில் ஒரு வகை. போர்ஆர்ந்த - பொருதல் உடைய. கானல் - கடற்கரைச் சோலை. சீர் - சிறப்பு.

பொழிப்புரை:

சிவபெருமானே! நீவிர், கங்கை தங்கிய சிவந்த சடை உடையீர்! ஒழுங்குபட வீரக்கழல் அணிந்த திருவடி உடையீர்! ஊரின் இடமாகச் சென்று சிலவாகப் பிச்சை ஏற்பீர்! உழை என்னும் மானின் தோலை ஆடையாக மேலே போர்த்தி உள்ளீர்! கடலின் தெளிந்த அலையானது வந்து மோதுகின்ற கடற்கரைச் சோலையால் சூழப்பட்ட அழகிய புகலி நகரில் அமைந்துள்ள அழகிய கோயிலையே எழுந்தருளும் கோயிலாகக் கொண்டு அவ்விடம் வந்து சேர்ந்து விட்டீர்!

3927. அழிமல்கு பூம்புனலும் அரவும்சடைமேல் அடைவுஎய்த
மொழிமல்கு மாமறையீர் கறையார்கண்டத்து எண்தோளீர்
பொழில்மல்கு வண்டினங்கள் அறையும்கானல் பூம்புகலி
எழில்மல்கு கோயிலே கோயிலாக இருந்தீரே (3)

அருஞ்சொற்பொருள்:

அழி - அழித்தலைச் செய்தல். பூம்புனல் - அழகிய நீர் (கங்கை). அரவு - பாம்பு. கறை - விடக்கறை. கானல் - கடற்கரைச் சோலை.

பொழிப்புரை:

சிவபெருமானே! நீவிர், மிகுதியாகப் பாய்ந்து அழித்தலும் செய்யவல்ல அழகிய கங்கையையும் பாம்பையும் சடைமேல் அணிந்து, சொற்களால் ஆன வேதத்தை ஓதினீர்! விடக்கறை பொருந்திய கண்டமும் எட்டு தோள்களும் கொண்டு விளங்கினீர்! வண்டுகள் ஒலி செய்யும் கடற்கரைச் சோலை உடைய அழகிய புகலிநகரில் அமைந்துள்ள சிறப்பு பொருந்திய கோயிலையே எழுந்தருளும் கோயிலாகக் கொண்டு, எழுந்தருளி இருந்தீரே!

3928. கையில்ஆர்ந்த வெண்மழுஒன்று உடையீர்கடிய கரியின்தோல்
மயில்ஆர்ந்த சாயல்மட மங்கைவெருவ மெய்போர்த்தீர்
பயில்ஆர்ந்த வேதியர்கள் பதியாய்விளங்கும் பைம்புகலி
எயில்ஆர்ந்த கோயிலே கோயிலாக இசைந்தீரே (4)

அருஞ்சொற்பொருள்:

கரி - யானை. வெருவ - அஞ்ச. எயில் - மதில்.

பொழிப்புரை:

சிவபெருமானே! நீவிர், வெண்மழுப்படை ஒன்றைக் கையில் கொண்டுள்ளீர்! மயில் போன்ற அழகிய சாயல் உடைய இளம்பெண் உமாதேவி அஞ்சுமாறு தடித்த யானையின் தோலை உரித்து உடம்பின்மீது போர்த்திக் கொண்டீர்! வேதம் பயிலும் வேதியர்கள் நிறைந்து வாழும் தலமாக விளங்கும் பசுமை மாறாத புகலி நகரில் உள்ள மதிலால் சூழப்பட்ட கோயிலையே எழுந்தருளும் கோயிலாகக் கொண்டு பொருந்தி இருக்கின்றீரே!

3929. **நாஆர்ந்த பாடலீர் ஆடல்அரவம் அரைக்குஆர்த்தீர்**
பாஆர்ந்த பல்பொருளின் பயன்களானீர் அயன்பேணும்
பூஆர்ந்த பொய்கைகளும் வயலும்சூழ்ந்த பொழில்புகலித்
தேஆர்ந்த கோயிலே கோயிலாகத் திகழ்ந்தீரே (5)

அருஞ்சொற்பொருள்:

நா - நாக்கு. ஆர்த்தல் - கட்டுதல். தே - தெய்வத்தன்மை.

பொழிப்புரை:

சிவபெருமானே! நீவிர், நாவால் பொருந்தப் பாடும் பாடல் உடையீர்! படம் எடுத்து ஆடுகின்ற பாம்பை இடையில் கட்டிஉள்ளீர்! பாடல்களின் பொருள்களாகவும், அதன் பயன்களாகவும், இருக்கின்றீர்! பிரமன் போற்றுகின்ற பூக்கள் மலர்ந்துள்ள பொய்கைகளும் வயல்களும் சோலைகளும் சூழ விளங்கும் புகலி நகரில் உள்ள தெய்வத்தன்மை உடைய கோயிலையே எழுந்தருளும் கோயிலாகக் கொண்டு விளங்குகின்றீர்!

3930. **மண்ஆர்ந்த மண்முழவம் ததும்பமலையான் மகள்என்னும்**
பெண்ஆர்ந்த மெய்மகிழப் பேணிஎரிகொண்டு ஆடினீர்
விண்ஆர்ந்த மதியம்மிடை மாடத்தாரும் வியன்புகலிக்
கண்ஆர்ந்த கோயிலே கோயிலாக் கொண்டீரே (6)

அருஞ்சொற்பொருள்:

மண் - மார்ச்சனை. மிடை - நெருங்கிய. கண்ஆர்ந்த - காண அழகிய.

பொழிப்புரை:

சிவபெருமானே! நீவிர், மார்ச்சனை உடைய முழவம் ஒலிப்ப, இமயமலை அரசனது மகளாகிய உமாதேவியை (பர்வதராசன் மகள் பார்வதியை) உடம்பின் ஒரு பாகமாக வைத்து மகிழ்ந்து, எரியைக் கையில் ஏந்தி நடனம் ஆடினீர்! வானளாவியதும் சந்திரன் வந்து தங்குவதும், ஆகிய பெரிய மாடிவீடுகள் நிறைந்த இடம்அகன்ற புகலி நகரில் உள்ள காண அழகிய கோயிலையே, எழுந்தருளும் கோயிலாகக் கொண்டீரே!

3931. **களிபுல்கு வல்அவுணர் ஊர்மூன்றுஎரியக் கணைதொட்டீர்**
அளிபுல்கு பூமுடியீர் அமரர்ஏத்த அருள்செய்தீர்
தெளிபுல்கு தேனினமும் மலருள்விரைசேர் திண்புகலி
ஒளிபுல்கு கோயிலே கோயிலாக உகந்தீரே (7)

அருஞ்சொற்பொருள்:

களி - களிப்பு. கணை - அம்பு. அளி - வண்டு. அமரர் - தேவர். தெளி - தெளிவு. புல்கு - பொருந்திய. விரை - மணம்.

பொழிப்புரை:

சிவபெருமானே! நீவிர், களிப்பு மிக்க வலிய அசுரர் மூவரது முப்புரம் எரியுமாறு அம்பு தொடுத்தீர்! வண்டு மொய்க்கும் மலர்அணிந்த சடாமுடி உடையவரானீர்! தேவர்கள் வணங்கிப் போற்ற அவர்க்கு அருள்செய்தீர்! வண்டுக் கூட்டம் மணமுள்ள மலரில் அமர்ந்து தெளிந்த தேனினைப் பருகும் வலிய புகலி நகரில் உள்ள ஒளிஉடைய கோயிலையே, நீவிர் விரும்பி எழுந்தருளும் கோயிலாகக் கொண்டு விளங்குகின்றீர்.

3932. **பரந்துஓங்கு பல்புகழ்சேர் அரக்கர்கோனை வரைக்கீழ்இட்டு**
உரம்தோன்றும் பாடல்கேட்டு உவகைஅளித்தீர் உகவாதார்
புரம்தோன்றும் மும்மதிலும் எரியச்செற்றீர் பூம்புகலி
வரம்தோன்றும் கோயிலே கோயிலாக மகிழ்ந்தீரே (8)

அருஞ்சொற்பொருள்:

அரக்கர்கோன் - அரக்கர் தலைவனாகிய இராவணன். வரை - (கயிலை) மலை. உரம் - அறிவு. உவகை - மகிழ்ச்சி. உகவாதார் - பகைவர். வரம் - அருள்நலம்.

பொழிப்புரை:

சிவபெருமானே! நீவிர், பரவிய உயர்ந்த பல புகழுக்கு உரிய அரக்கர் தலைவனாகிய இராவணனை மலையின்கீழ் இட்டு நசுக்கிப் பின் அவன் பாடிய அறிவார்ந்த பாடலைக் கேட்டு, அவன் மகிழுமாறு, அவனுக்கு அருள் புரிந்தீர்! பகைவர்களாகிய முப்புரத்து அசுரர்களது மூன்று மதில்களும் எரிந்து சாம்பலாகுமாறு, சினம் கொண்டீர்! பூம்புகலி நகரிலுள்ள கோயிலையே, நீவிர் எழுந்தருளும் கோயிலாகக் கொண்டு, மகிழ்ந்து இருக்கின்றீர்.

3933. **சலம்தாங்கு தாமரைமேல் அயனும்தரணி அளந்தானும்**
கலந்துஓங்கி வந்துஇழிந்தும் காணாவண்ணம் கனல்ஆனீர்
புலம்தாங்கி ஐம்புலனும் செற்றார்வாழும் பூம்புகலி
நலம்தாங்கு கோயிலே கோயிலாக நயந்தீரே (9)

அருஞ்சொற்பொருள்:

சலம் - நீர். அயன் - பிரமன். தரணி - உலகம். ஓங்கி - மேலே சென்று. இழிந்து - கீழே சென்று. கனல் - நெருப்பு. புலம் - மெய்ஞ்ஞானம். ஐம்புலனும் செற்றார் - ஐம்புல இன்பங்களை விட்டு நீங்கியவர். நலம் - நன்மை. நயந்தீர் - விரும்பினீர்.

பொழிப்புரை:

சிவபெருமானே! நீவிர், நீரில் வாழும் தாமரை மலரில் குடி கொண்டிருக்கும் பிரமனும், உலகை ஓரடியால் அளந்த திருமாலும் சேர்ந்து வந்து, பிரமன் மேலே அன்னமாகப் பறந்து சென்று தேடியும், திருமால் பன்றியாகப் பூமியைத் தோண்டிச் சென்று தேடியும் காணமுடியாத வகையில் நெருப்பு உருவம் கொண்டு உயர்ந்து நின்றீர்! ஐம்புல இன்பங்களை வெறுத்தவர்களாகிய மெய்ஞ்ஞானியர் கூடிவாழும் அழகிய புகலி நகரில் அமைந்துள்ள நன்மை மிக்க கோயிலையே எழுந்தருளும் கோயிலாகக் கொண்டு விரும்பி இருந்தீர்!

3934. **நெடிதாய வன்சமணும் நிறைவுஒன்றுஇல்லாச் சாக்கியரும்**
கடிதாய கட்டுரையால் கழறமேல்ஓர் பொருள்ஆனீர்
பொடிஆரும் மேனியீர் புகலிமறையோர் புரிந்துஏத்த
வடிவாரும் கோயிலே கோயிலாக மகிழ்ந்தீரே (10)

அருஞ்சொற்பொருள்:

நெடிதாய வன்சமண் - நீட்டி முழக்கும் வலிய சமணம். நிறைவுஒன்று இல்லாச் சாக்கியர் - முற்றுப்பெறாத (குறைந்த தத்துவம் உடைய) கொள்கை உடைய பௌத்தர். கழற - (பழித்துப்) பேச. பொடி - திருநீறு. வடிவு - அழகு.

பொழிப்புரை:

சிவபெருமானே! நீவிர், நீட்டி முழக்கும் கொள்கை உடைய வலிய சமணரும், நிறைவு பெறாத தத்துவம் உடைய பௌத்தரும் வன்சொற்கள் கொண்டு பழித்துப் பேச, அதற்கு மேலாய் விளங்கும் மெய்ப்பொருள் ஆனீர்! திருநீறு பூசிய திருமேனி உடையீர்! புகலியில் வாழும் அந்தணர்கள் போற்றி வணங்க, அங்குள்ள அழகிய கோயிலையே, எழுந்தருளும் கோயிலாகக் கொண்டு மகிழ்ந்தீர்!

3835. ஒப்புஅரிய பூம்புகலி ஓங்குகோயில் மேயானை
    அப்பரிசில் பதியான அணிகொள்ஞான சம்பந்தன்
    செப்பரிய தண்தமிழால் தெரிந்தபாடல் இவைவல்லார்
    எப்பரிசில் இடர்நீங்கி இமையோர்உலகத்து இருப்பாரே   (11)

அருஞ்சொற்பொருள்:

ஒப்பு அரிய - ஒப்புமை கூறமுடியாத. அப்பரிசில் - அத்தன்மை. பதி - ஊர். செப்பரிய - சொல்ல அருமை உடைய. தெரிந்த - ஆராய்ந்த. எப்பரிசில் - எவ்வகையிலேனும்.

பொழிப்புரை:

ஒப்புமை கூறமுடியாத அழகிய புகலிநகரில் உயர்ந்த கோயில் கொண்டு எழுந்தருளி இருக்கும் இறைவனை; அதே நகரைச் சேர்ந்த அழகுவிளங்கும் ஞானசம்பந்தன்; சொல்ல அருமை உடைய குளிர்ந்த தமிழால், ஆராய்ந்து சொன்ன பாடல்கள் ஆகிய இவற்றை இசையோடு பாடவல்லவர்; எந்த வகையிலேனும் துன்பம் நீங்கி, தேவர் உலகில் வாழும் வாழ்வினைப் பெறுவர்.

திருச்சிற்றம்பலம்

364

சீகாழி

திருமுறை 2 - 195

பண்: காந்தாரம்

3936. **நலம்கொள் முத்தும் மணியும் அணியும் திரள்ஓதக்**
கலங்கள் தன்னில் கொண்டு கரைசேர் கலிக்காழி
வலங்கொள் மழுஒன்று உடையாய் விடையாய் எனஏத்தி
அலங்கல் சூட்ட வல்லார்க்கு அடையா அருநோயே (1)

அருஞ்சொற்பொருள்:

நலம் - அழகு. ஓதம் - அலைஉடைய கடல். கலம் - கப்பல். வலம் - வெற்றி. அலங்கல் - மாலை.

பொழிப்புரை:

அழகிய முத்து, ஏனைய மணிவகைகள், என இவற்றை ஏற்றிக்கொண்டு, கப்பல்கள் அலைவீசும் கடலில் மிதந்து வந்து, அம்மணி வகைகளைக் கரையில் சேர்க்கும் ஆரவாரம் மிகுந்த காழி நகரில் எழுந்தருளி இருக்கும் வெற்றி பொருந்திய மழு ஒன்றினை ஏந்தி இருப்பவனும், இடப ஊர்தி உடையவனும், ஆகிய பெருமானே! என்று போற்றிப் பூமாலை சாத்தி வழிபட வல்லவர்க்கு அரிய நோய்கள் வந்து பொருந்தாது.

3937. **ஊரார் உவரிச் சங்கம் வங்கம் கொடுவந்து**
சாரார் ஓதம் கரைமேல் உயர்த்தும் கலிக்காழி
நீரார் சடையாய் நெற்றிக் கண்ணா என்றுஎன்று
பேரா யிரமும் பிதற்றத் தீரும் பிணிதானே (2)

அருஞ்சொற்பொருள்:

ஊரார் - (ஊர்+ஆர்) ஊர்தலை உடைய. உவரி - உப்பு உடையது (கடல்). சங்கம் - சங்கு. வங்கம் - கப்பல். கார் - மேகம். ஓதம் - கடல் அலை. கொடுவந்து - கொண்டுவந்து.

பொழிப்புரை:

ஊர்தல் உடைய சங்குகளைக் கப்பல்க்ள் கொண்டு வந்து கரையில் சேர்க்கும் கடல் அலைகளை உடையதும், ஆரவாரம் மிக்கதும், ஆகிய காழியில் எழுந்தருளி இருக்கும் கங்கை தங்கிய சடை உடையவனே! என்றும், நெற்றியில் கண் உடையவனே! என்றும், ஆயிரம் பெயர்கள் சொல்லிப் பிதற்றத் தீராத பிணியாகிய பிறவிப்பிணியும் தீரும்.

3938. **வடிகொள் பொழிலின் மழலை வரிவண்டு இசைசெய்யக்**
கடிகொள் போதில் தென்றல் அணையும் கலிக்காழி
முடிகொள் சடையாய் முதல்வா என்று முயன்றுஏத்தி
அடிகை தொழுவார்க்கு இல்லை அல்லல் அவலமே (3)

அருஞ்சொற்பொருள்:

வடிகொள் - திருத்தமுற அமைந்துள்ள. கடி - மணம். போது - மலரும் பருவத்து அரும்பு. அடி கை தொழுவார் - திருவடியைக் கையால் தொழுபவர்.

பொழிப்புரை:

திருத்தம்உற அமைக்கப்பட்டுள்ள சோலையில் வரிகளுடன் கூடிய வண்டு மழலை மொழி பேசுவது போல் மழலை இசை பாட, மணமுள்ள மலரில் தென்றல் வந்து பொருந்துவதும், ஆரவாரம் மிக்கதும், ஆகிய காழிநகரில் எழுந்தருளி இருக்கும் சடாமுடி உடையவனே! உலகமுதல்வனே! என்று புகழ்ந்து போற்றித் திருவடிகளைக் கைகளால் வணங்குபவர்க்குச் சோர்வும் துன்பமும் இல்லையாகும்.

3939. **மனைக்கே ஏற வளம்செய் பவளம் வளர்முத்தம்**
கனைக்கும் கடலுள் ஓதம் ஏறும் கலிக்காழிப்
பனைக்கை பகட்டீர் உரியாய் பெரியாய் எனப்பேணி
நினைக்க வல்ல அடியார் நெஞ்சில் நல்லாரே (4)

அருஞ்சொற்பொருள்:

மனை - வீடு. கனைக்கும் - ஒலிக்கும். பனைக்கை பகடு - பனைமரம் போன்ற கைஉடைய யானை. உரி - தோல்.

பொழிப்புரை:

அலைவீசி ஆரவாரம் செய்யும் கடல் அலையானது வளமையின் அடையாளமாக விளங்கும் பவளம், முத்து, போன்ற மணிவகைகளைக் கொண்டுவந்து, வீட்டில் சேர்க்கும் காழி நகரில் எழுந்தருளி இருக்கும்,

பனைமரம் போன்ற பெரிய கை உடைய யானையின் தோலை உரித்துப் போர்த்திய பெரியோனே! என்று நினைந்து போற்றும் வல்லமை உடைய அடியார்கள், மனத்தளவிலும் நல்லவரே ஆவர்.

3940. பரிதி இயங்கும் பாரில் சீரார் பணியாலே
    கருதி விண்ணோர் மண்ணோர் விரும்பும் கலிக்காழிச்
    சுருதி மறைநான்கு ஆன செம்மை தருவானைக்
    கருதி எழுமின் வழுவா வண்ணத் துயர்போமே   (5)

அருஞ்சொற்பொருள்:

பரிதி - சூரியன். பார் - உலகம். சுருதி மறை - இசையோடு கூடிய மறை. கருதி - நினைந்து.

பொழிப்புரை:

சூரியனைச் சுற்றிவரும் இந்நில உலகில் தேவர்களும் மக்களும் வந்து வழிபடுவதும், சிறந்த தொண்டு செய்வதும், ஆக விளங்கும் ஆரவாரம் மிக்க காழி நகரில் எழுந்தருளி இருக்கும் இசையோடு கூடிய நான்கு மறைகளை உலகுக்குத் தந்தவனை, நாள்தோறும் நினைத்து எழுவீராக! அவ்வாறு எழ, உங்களது துன்பம் தப்பாமல் விலகும் என்று அறிவீராக!

3941. மந்தம் மருவும் பொழிலில் எழில்ஆர் மதுஉண்டு
    கந்தம் மருவ வரிவண்டு இசைசெய் கலிக்காழிப்
    பந்தம் நீங்க அருளும் பரனே எனஏத்திச்
    சிந்தை செய்வார் செம்மை நீங்காது இருப்பாரே   (6)

அருஞ்சொற்பொருள்:

மந்தம் - தென்றல். மது - தேன். கந்தம் - மணம். பந்தம் - பற்று. செம்மை - திருநின்ற செம்மை.

பொழிப்புரை:

தென்றல் உலவும் சோலையில் அழகிய மலரில் தேனினை உண்டு, மலரின் மணம் தன்னில் பொருந்த இசைபாடும் வண்டுகள் மொய்க்கும் ஆரவாரம் மிக்க காழியில் எழுந்தருளி உலகப் பற்றுக்களில் இருந்து உயிர் விடுபட உதவும் மேலான இறைவனே! என்று போற்றிப் புகழ்பவர், ஞானமாகிய செல்வம் உடையவராய் விளங்குவர்.

3942. புயல்ஆர் பூமி நாமம் ஓதிப் புகழ்மல்கக்
கயல்ஆர் கண்ணார் பண்ணார் ஒலிசெய் கலிக்காழிப்
பயில்வான் தன்னைப் பத்தி ஆரத் தொழுதுஏத்த
முயல்வார் தம்மேல் வெம்மைக் கூற்றம் முடுகாதே (7)

அருஞ்சொற்பொருள்:

புயல் - மேகம். நாமம் - சிவனது திருப்பெயர் (நமச்சிவாய). கயல் ஆர் கண் - கயல் மீன் போன்ற கண். பண் - இசை. பத்தி - அன்பு. முடுகாது - நெருங்காது.

பொழிப்புரை:

மேகத்தால் சூழப்பட்ட இந்நிலஉலகில், புகழ் மேன்மேலும் பெருகுமாறு, சிவபெருமானது திருப்பெயரை, கயல்மீன் போன்ற கண்உடைய மகளிர், இசைபாடுவது போல இனிமை உறச் சொல்லி வழிபடும், ஆரவாரம் மிக்க காழி நகரில் எழுந்தருளி இருப்பவனை, அன்பார வணங்கிப் போற்றும் முயற்சி உடையவர்மீது, கொடுங்கூற்றுவன் நெருங்க மாட்டான்.

3943. அரக்கன் முடிதோள் நெரிய அடர்த்தான் அடியார்க்குக்
கரக்க கில்லாது அருள்செய் பெருமான் கலிக்காழிப்
பரக்கும் புகழான் தன்னை ஏத்திப் பணிவார்மேல்
பெருக்கும் இன்பம் துன்பம் ஆன பிணிஆமே (8)

அருஞ்சொற்பொருள்:

கரக்ககில்லாது - ஒளித்தல் இல்லாது. பரக்கும் புகழ் - நாலா திசைகளிலும் பரவும் புகழ்.

பொழிப்புரை:

அரக்கனாகிய இராவணனது இருபது தோள்களையும், பத்துத் தலைகளையும் நெரித்தவனும், அடியார்களுக்கு வெளிப்பட்டு அருள் பாலிப்பவனும், ஆரவாரம் மிக்க சீர்காழி நகரில் எழுந்தருளி இருப்பவனும், பரவும் புகழ் உடையவனும், ஆகிய சிவபெருமான், தன்னைப் போற்றி வணங்குவார்க்கு, இன்பம் பெருகுமாறும், துன்பம் தரும் பிணி விலகுமாறும், அருளுபவன்.

3944. மாணா உலகம் கொண்ட மாலும் மலரோனும்
காணா வண்ணம் எரியாய் நிமிர்ந்தான் கலிக்காழிப்
பூண்ஆர் முலையாள் பங்கத் தானைப் புகழ்ந்துஏத்திக்
கோணா நெஞ்சம் உடையார்க்கு இல்லைக் குற்றமே (9)

அருஞ்சொற்பொருள்:

மாண் - (மாணி) பிரமச்சாரி (வாமன அவதாரத் திருமால்). பங்கம் - பாகம். கோணா - திருகுதல் இல்லாத.

பொழிப்புரை:

பிரமச்சாரியாய் வந்து, உலகை ஓர்அடியாய் அளந்து, பெற்றுக் கொண்ட திருமாலும், தாமரை மலர்மீது உறையும் பிரமனும், என இவர் இருவரும், காணமுடியாதபடி எரிஉருவாய் நிமர்ந்து நின்றவனும், ஆரவாரம் மிக்க காழி நகரில் எழுந்தருளி இருப்பவனும், ஆபரணம் அணிந்த முலை உடைய உமாதேவியை உடம்பின் இடப்பாகத்தில் வைத்திருப்பவனும், ஆகிய பெருமானைப் போற்றிப் புகழும் குற்றமற்ற மனம் உடையவர்க்கு, வரஉள்ள குற்றமும் இல்லையாகும்.

3945. **அஞ்சி அல்லல் மொழிந்து திரிவார் அமண்ஆதர்**
கஞ்சி காலை உண்பார்க்கு அரியான் கலிக்காழித்
தஞ்சம் ஆய தலைவன் தன்னை நினைவார்கள்
துஞ்சல் இல்லா நல்ல உலகம் பெறுவாரே (10)

அருஞ்சொற்பொருள்:

அஞ்சி - பயந்து. அல்லல் பொழிந்து - துன்பம் தரும் சொற்களைப் பேசி. ஆதர் - அறிவிலிகள். தஞ்சம் ஆய - தஞ்சம் அடையத் தகுதிஉடைய. துஞ்சல் - இறப்பு. நல்ல உலகம் - வீட்டுலகம்.

பொழிப்புரை:

அச்சம் கொண்டு துன்பம் தரும் சொற்களைப் பேசித்திரியும் சமணர்களாகிய அறிவிலிகளுக்கும், காலையில் கஞ்சியை உணவாக உண்ணும் பௌத்தர்களுக்கும் அறிய அருமை உடையவன்; ஆரவாரம் மிக்க காழி நகரில் எழுந்தருளி இருப்பவன்; அடியார்கள் வந்து தஞ்சம் புகத் தகுதி உடைய தலைவன்; அவனை நினைந்து வழிபடுபவர்கள், இறப்பு (பிறப்பு) இல்லாத வீட்டுலகம் சென்று சேர்வர்.

3946. **ஊழி ஆய பாரில் ஓங்கும் உயர்செல்வக்**
காழி ஈசன் கழலே பேணும் சம்பந்தன்
தாழும் மனத்தால் உரைத்த தமிழ்கள் இவைவல்லார்
வாழி நீங்கா வானோர் உலகின் மகிழ்வாரே (11)

அருஞ்சொற்பொருள்:

ஊழி ஆய பார் - யுக முடிவுக்கு உட்படும் உலகம். தாழும் மனம் - பணியும் மனம். வாழிநீங்கா - வாழ்தல் விடுபடாத.

பொழிப்புரை:

ஊழிக்காலத்தில் அழிய இருக்கும் இந்நிலவுலகில், நிலைத்து நிற்கும் தன்மையில் (யுகங்களையும் கடந்து நிற்கும் தன்மையில்) சிறந்து விளங்கும் சீகாழி நகரில், எழுந்தருளி இருக்கும் ஈசனது திருவடியைப் போற்றி வழிபடும் ஞானசம்பந்தன், வணங்கிய மனத்தால் சொன்ன, தமிழ் மாலைகளாகிய இப்பாடல்களைப் பாடி, வழிபட வல்லவர், வாழ்தலில் இருந்து விடுபடாத (நிலைத்து வாழும் தன்மை உடைய) மேல்உலகில் மகிழ்ச்சியுடன் வாழும் வாழ்வினைப் பெறுவர்.

திருச்சிற்றம்பலம்

365

திருப்பிரமபுரம்

திருமுறை 2 - 201

பண்: காந்தாரம்

3947. கறையணி வேலிலர் போலும்
கபாலம் தரித்திலர் போலும்
மறையும் நவின்றிலர் போலும்
மாசுணம் ஆர்த்திலர் போலும்
பறையும் கரத்திலர் போலும்
பாசம் பிடித்திலர் போலும்
பிறையும் சடைக்குஇலர் போலும்
பிரம புரம்அமர்ந் தாரே (1)

அருஞ்சொற்பொருள்:

கறை - இரத்தக்கறை. கபாலம் - மண்டைஓடு. மாசுணம் - பாம்பு. கரத்துஇலர் - கையில் வைத்திராதவர். பாசம் - கயிறு.

பொழிப்புரை:

பிரமபுரம் என்னும் தலத்தில் எழுந்தருளி இருக்கும் சிவபெருமான், சொரூப நிலையில், இரத்தக்கறை படிந்த வேலை ஏந்துவது இல்லை; பிரம கபாலத்தைக் கையில் தாங்கிப் பிடிப்பது இல்லை; வேதம் ஓதுவது இல்லை; பாம்பினை இடையில் கச்சாகக் கட்டிக் கொள்வது இல்லை; கையில் பறையை ஏந்துவது இல்லை; பாசமாகிய கயிறும் கையில் கொள்வது இல்லை; சடையில் பிறை அணிவதும் இல்லை.

3948. கூர்அம்பு அதுஇலர் போலும்
கொக்கின் இறகுஇலர் போலும்
ஆரமும் பூண்டிலர் போலும்
ஆமை அணிந்திலர் போலும்

தாரும் சடைக்குஇலர் போலும்
சண்டிக்கு அருளிலர் போலும்
பேரும் பலஇலர் போலும்
பிரம புரம்அமர்ந் தாரே (2)

அருஞ்சொற்பொருள்:

ஆமை - ஆமைஓடு. தார் - மாலை. சண்டி - சண்டிகேசுவரர்.

பொழிப்புரை:

பிரமபுரம் என்னும் தலத்தில் எழுந்தருளி இருக்கும் சிவபெருமான் சொரூப நிலையில், கூரிய அம்பினைக் கையில் ஏந்தாதவர்; கொக்கு இறகு கொண்டு செய்யப்பட்ட தலைக்கோலம் அணியாதவர்; ஆரமாகப் பாம்பு முதலியவற்றைப் பூணாதவர்; ஆமை ஓட்டினை மார்பில் அணிகலனாக அணியாதவர்; சடையில் கொன்றை மலர் மாலை சூடாதவர்; சண்டிகேசுவரர் என்னும் பதவியை விசாரசருமருக்கு அருளாதவர்; பல பெயர்களும் கொண்டு விளங்காதவர்.

3949. சித்த வடிவுஇலர் போலும்
தேசம் திரிந்திலர் போலும்
கத்தி வரும்கடும் காளி
கதங்கள் தவிர்த்திலர் போலும்
மெய்த்த நயனம் இடந்தார்க்கு
ஆழி அளித்திலர் போலும்
பித்த வடிவுஇலர் போலும்
பிரம புரம்அமர்ந் தாரே (3)

அருஞ்சொற்பொருள்:

தேசம் - நாடு. கதம் - சினம். நயனம் - கண். ஆழி - சக்கரம்.

பொழிப்புரை:

பிரமபுரம் என்னும் தலத்தில் எழுந்தருளி இருக்கும் சிவபெருமான் சொரூப நிலையில், சித்தர் வடிவம் எடுக்காதவர்; பல நாடுகளிலும் சுற்றித் திரியாதவர்; சினம் கொண்டு கூச்சலிட்டுத் தம்முன் காளிவர அவளைத் தடுத்து நிறுத்தாதவர்; தனது உடம்பில் இருந்த ஒரு கண்ணைத் தோண்டி மலராகச் சாத்தி வழிபட்ட திருமாலுக்குச் சக்கரப்படையை அருளாதவர்; பித்தர் வடிவம் ஏற்காதவர்.

3950. நச்சுஅரவு ஆட்டிலர் போலும்
நஞ்ச மிடற்றிலர் போலும்
கச்சுத் தரித்திலர் போலும்
கங்கை தரித்திலர் போலும்
மொய்ச்சவன் பேய்இலர் போலும்
முப்புரம் எய்திலர் போலும்
பிச்சை இரந்திலர் போலும்
பிரம புரம்அமர்ந் தாரே   (4)

அருஞ்சொற்பொருள்:

நச்சு - நஞ்சு. மொய்ச்ச - மொய்த்த. வன்பேய் - வலிய பேய்கள்.

பொழிப்புரை:

பிரமபுரம் என்னும் தலத்தில் எழுந்தருளி இருக்கும் சிவபெருமான் சொரூப நிலையில், விடம்உடைய பாம்பைப் பிடித்து ஆட்டாதவர்; நஞ்சு தங்கிய கண்டம் இல்லாதவர்; இடையில் கச்சாகப் பாம்பைக் கட்டாதவர்; கங்கையைச் சடையில் ஏற்காதவர்; பேய்கள் சூழ்ந்து நிற்க அவற்றின் இடையே விளங்காதவர்; முப்புரத்தை எரித்து அழிக்காதவர்; பிச்சை உணவை யாசித்துப் பெறாதவர்.

3951. தோடு செவிக்குஇலர் போலும்
சூலம் பிடித்திலர் போலும்
ஆடு தடக்கை வலிய
யானை உரித்திலர் போலும்
ஓடு கரத்திலர் போலும்
ஒள்அழல் கையிலர் போலும்
பீடு மிகுத்துஎழு செல்வப்
பிரம புரம்அமர்ந் தாரே   (5)

அருஞ்சொற்பொருள்:

ஆடு தடக்கை - அசைகின்ற பெரிய கை. ஓடு - மண்டைஓடு. அழல் - நெருப்பு. பீடு - பெருமை.

பொழிப்புரை:

பெருமை மிகுந்ததும், செல்வ வளம் உடையதும், ஆகிய பிரமபுரம் என்னும் தலத்தில் எழுந்தருளி இருக்கும் சிவபெருமான் சொரூப நிலையில், செவியில் தோடு அணியாதவர்; சூலப்படையைக் கையில் ஏந்தாதவர்;

அசைகின்ற பெரிய துதிக்கை உடைய யானையின் தோலை உரிக்காதவர்; மண்டைஓட்டைக் கையில் ஏந்தாதவர்; ஒளிவிடும் நெருப்பைக் கையில் ஏந்தாதவர்.

3952. விண்ணவர் கண்டிலர் போலும்
வேள்வி அழித்திலர் போலும்
அண்ணல் அயன்தலை வீழ
அன்றும் அறுத்திலர் போலும்
வண்ண எலும்பினொடு அக்கு
வடங்கள் தரித்திலர் போலும்
பெண்இனம் மொய்த்துஎழு செல்வப்
பிரம புரம்அமர்ந் தாரே (6)

அருஞ்சொற்பொருள்:

விண்ணவர் - தேவர். வேள்வி - தக்கன் செய்த வேள்வி. அயன் - பிரமன். வண்ணம் - அழகு. அக்குவடம் - உருத்திராக்க மாலை. பெண்இனம் - மகளிர் கூட்டம்.

பொழிப்புரை:

மகளிர் நிறைந்து வாழ்வதும், செல்வ வளம் உடையதும், ஆகிய பிரமபுரம் என்னும் தலத்தில் எழுந்தருளி இருக்கும் சிவபெருமான் சொரூப நிலையில், தேவர்களாலும் காண முடியாதவர்; தக்கன் வேள்வியை அழிக்காதவர்; படைத்தல் தொழில் செய்யும் பிரமனது தலையைக் கிள்ளி வீழ்த்த உடன்படாதவர்;அழகிய எலும்பு மாலை உருத்திராக்க மாலை என இவற்றைத் தரித்துக் கொள்ளாதவர்.

3953. பன்றியின் கொம்புஇலர் போலும்
பார்த்தற்கு அருளிலர் போலும்
கன்றிய காலனை வீழக்
கால்கொடு பாய்ந்திலர் போலும்
துன்று பிணம்சுடு காட்டில்
ஆடித் துதைந்திலர் போலும்
பின்றியும் பீடும் பெருகும்
பிரம புரம்அமர்ந் தாரே (7)

அருஞ்சொற்பொருள்:

பார்த்தன் - அர்ச்சுனன். கன்றிய - சினந்த. துன்று - நெருங்கிய. துதைந்திலர் - நெருங்கிலர். பின்றியும் - பின்னும். பீடு - பெருமை.

பொழிப்புரை:

வருங்காலங்களிலும் பெருமை பெருக விளங்கப்போகும் பிரமபுரம் என்னும் தலத்தில் எழுந்தருளி இருக்கும் சிவபெருமான் சொரூப நிலையில், பன்றியின் கொம்பு அணியாதவர்; அர்ச்சுனனுக்கு பாசுபதம் தந்து அருள் செய்யாதவர்; சினந்து வந்த இயமன் வீழுமாறு கால்கொண்டு உதைக்காதவர்; அருகருகே பிணங்கள் எரியும் சுடுகாட்டில் தங்கி நடனம் ஆடுபவரும் அல்லர்.

3954. பரசு தரித்திலர் போலும்
       படுதலை பூண்டிலர் போலும்
       அரசன் இலங்கையர் கோனை
       அன்றும் அடர்த்திலர் போலும்
       புரைசெய் புனத்துஇள மானும்
       புலியின் அதள்இலர் போலும்
       பிரச மலர்ப்பொழில் சூழ்ந்த
       பிரம புரம்அமர்ந் தாரே   (8)

அருஞ்சொற்பொருள்:

பரசு - மழுப்படை. படுதலை - இறந்தவரது மண்டைஓடு. புரை - பரண். அதள் - தோல். பிரசம் - தேன்.

பொழிப்புரை:

தேனொடு கூடிய மலர்கள் நிறைந்த சோலை சூழ்ந்த பிரமபுரத்தில் எழுந்தருளி இருக்கும் சிவபெருமான் சொரூப நிலையில், மழுப்படை ஏந்தாதவர்; மண்டை ஓட்டு மாலை அணியாதவர்; இலங்கை நாட்டுக்கு அரசனாகிய இராவணனது தலையை முன்னமே நசுக்காதவர்; பரண் அமைத்துக் காவல் காக்கும் புனத்தில் வாழும் இளம் மான், புலி ஆகியவற்றின் தோலை உடையாக உடுத்தாதவர்.

3955. அடிமுடி மால்அயன் தேட
       அன்றும் அளப்பிலர் போலும்
       கடிமலர் ஐங்கணை வேளைக்
       கனல விழித்திலர் போலும்
       படிமலர்ப் பாலனுக் காகப்
       பாற்கடல் ஈந்திலர் போலும்
       பிடிநடை மாதர் பெருகும்
       பிரம புரம்அமர்ந் தாரே   (9)

வீ.சிவஞானம்

அருஞ்சொற்பொருள்:

மால் - திருமால். அயன் - பிரமன். கடி - மணம். ஐங்கணை - ஐவகை மலர்அம்புகள். வேள் - மன்மதன். கனல - நெருப்பு பற்றி எரிய. படி - நிலஉலகம். மலர்ப் பாலகன் - மலர் போன்ற மென்மை உடைய இளம் பாலகனாகிய உபமன்யு. பிடி - பெண் யானை.

பொழிப்புரை:

பெண் யானை போன்ற நடைஅழகு உடைய மகளிர் நிறைந்து வாழும் பிரமபுரம் என்னும் தலத்தில் எழுந்தருளி இருக்கும் சிவபெருமான் சொரூப நிலையில், திருமாலும் பிரமனும் அன்று அடிமுடி தேட காட்டிக் கொள்ளாதவர் அல்லர்; மணமுள்ள ஐந்துவகை மலர்களை அம்பாகக் கொண்ட மன்மதனைத் தீப்பற்றி எரியுமாறு நெற்றிக்கண் நெருப்பு கொண்டு எரித்தவர் அல்லர்; இந்நிலவுலகுக்கு வந்து, மலர் போன்ற மென்மை உடைய பாலகன் உபமன்யு பாலுக்கு அழுதபோது பாற்கடலை வரவழைத்தவர் அல்லர்.

3956. வெற்றுஅரைச் சீவரத் தார்க்கு
வெளிப்பட நின்றிலர் போலும்
அற்றவர் ஆல்நிழல் நால்வர்க்கு
அறங்கள் உரைத்திலர் போலும்
உற்றலர் ஒன்றுஇலர் போலும்
ஓடும் முடிக்குஇலர் போலும்
பெற்றமும் ஊர்ந்திலர் போலும்
பிரம புரம்அமர்ந் தாரே   (10)

அருஞ்சொற்பொருள்:

வெற்று அரை - உடை இல்லா இடை. சீவரம் - காவி உடை. அற்றவர் - பற்று அற்றவர். நால்வர் - சனகன் முதலிய முனிவர் நால்வர். அலர் - பழி. ஓடு - மண்டைஓடு. முடி - சடாமுடி. பெற்றம் - எருது.

பொழிப்புரை:

பிரமபுரம் என்னும் தலத்தில் எழுந்தருளி இருக்கும் சிவபெருமான் சொரூப நிலையில், உடை உடுத்தாத இடுப்புகள் கூடிய சமணர்களுக்கும், காவிஉடை உடுத்தும் பௌத்தர்களுக்கும், வெளிப்பட நின்றவர் அல்லர்; கல்லால மரநிழலில் இருந்து பற்றற்ற முனிவர் நால்வர்க்கு அறங்களை எடுத்துச் சொல்லாதவர்; பழி கூற எவரும் இல்லாதவர்; மண்டைஓட்டு மாலையைச் சடாமுடியில் அணியாதவர்; எருதின் மீது ஏறி வராதவர்.

3957. பெண்உரு ஆண்உரு அல்லாப்
பிரம புரநகர் மேய
அண்ணல் செய்யாதன எல்லாம்
அறிந்து வகைவகை யாலே
நண்ணிய ஞானசம் பந்தன்
நவின்றன பத்தும்வல் லார்கள்
விண்ணவ ரோடுஇனி தாக
வீற்றிருப் பார்அவர் தாமே (11)

அருஞ்சொற்பொருள்:

அண்ணல் - தலைவர். நவின்றன - சொல்லியன. விண்ணவர் - தேவர்.

பொழிப்புரை:

பெண் உருவமோ ஆண் உருவமோ கொள்ளாது, பிரமபுர நகரில் எழுந்தருளி இருக்கும் தலைவர் சொரூப நிலையில், செய்யாத செயல்கள் (அதாவது தடத்த நிலையில் செய்த செயல்கள்) இவைஇவை என்று வகைப்படுத்தி ஞானசம்பந்தன் சொன்ன, இப்பத்து பாடல்களைப் பாடி, வழிபட வல்லவர், தேவர்களோடு கூடி, இன்ப வாழ்வு கிடைக்கப் பெற்று இருப்பர்.

திருச்சிற்றம்பலம்

366

சீகாழி

திருமுறை 2 - 211

பண்: காந்தாரம்

3958. விண்இயங்கும் மதிக்கண்ணி யான்விரி யும்சடைப்
பெண்நயம்கொள் திருமேனி யான்பெரு மான்அனல்
கண்நயம்கொள் திருநெற்றி யான்கலிக் காழியுள்
மண்நயம்கொள் மறையாளர் ஏத்துமலர்ப் பாதனே (1)

அருஞ்சொற்பொருள்:

மதி - சந்திரன். கண்ணி - தலையில் சூடும் மாலை. அனல் - நெருப்பு. பாதம் - திருவடி.

பொழிப்புரை:

ஆரவாரம் மிகுந்த காழி நகரில் எழுந்தருளி இருக்கும் சிவபெருமான், ஆகாயத்தில் உலவும் சந்திரப் பிறையை பரந்து விரிந்த சடையில் மாலையாக அணிந்திருப்பவன்; பெண்ணாகிய உமாதேவியை விருப்பமுடன் தன் திருமேனியின் இடப்பாகத்தில் வைத்திருப்பவன்; பெரிய பெருமான்; நெருப்பைத் தன்னகத்தே கொண்டு விளங்கும் கண் பொருந்திய அழகிய நெற்றி உடையவன்; உலகம் நன்மை பெற வேதம் ஓதி வேள்வி வேட்கும் அந்தணர்கள் போற்றிப் புகழும் தாமரை மலர் போன்ற திருவடி உடையவன்.

3959. வலிய காலன்உயிர் வீட்டினான் மடவாளொடும்
பலிவிரும் பியதுஓர் கையினான் பரமேட்டியான்
கலியை வென்ற மறையாளர்தம் கலிக்காழியுள்
நலிய வந்தவினை தீர்த்துஉகந்த என்நம்பனே (2)

அருஞ்சொற்பொருள்:

வீட்டினான் - போக்கினான். பலி - பிச்சை. பரமேட்டி - மேலானவற்றுக்கும் மேலானவன். கலி - வறுமை. நலிய - துன்புற. உகந்த - மகிழ்ந்த. நம்பன் - விரும்பப்படுபவன்.

பொழிப்புரை:

வறுமை வராது காக்கும் அந்தணர்கள் கூடிவாழும் ஆரவாரம் மிக்க காழி நகரில் எழுந்தருளி இருக்கும் அடியார்கள் மேல் வந்து துன்பம் விளைவிக்கும் வலிய வினையைத் தீர்த்து வைக்கும் நம்பனாகிய சிவ பெருமான், மார்க்கண்டேய முனிவனிடத்து வந்த இயமனது உயிரைப் போக்கியவன்; உமாதேவியை உடன்கொண்டு சென்று பிச்சை ஏற்பதில் விருப்பம் உடையவன்; பரமேட்டியாக விளங்குபவன்.

3960. **சுற்றல்ஆம் நல்புலித்தோல் அசைத்துஅயன் வெண்தலை**
துற்றல்ஆயது ஓர்கொள்கை யான்சுடு நீற்றினான்
கற்றல்கேட் டல்உடையார் கள்வாழ் கலிக்காழியுள்
மற்றயங்கு திரள்தோள்எம் மைந்தன் அவன்நல்லனே (3)

அருஞ்சொற்பொருள்:

சுற்றல் - இடுப்பைச் சுற்றிக் கட்டுதல். அயன் - பிரமன். துற்றல் - உண்ணல். சுடுநீறு - வெந்த திருநீறு. மற்றயங்கு - (மல்+தயங்கு) மல் - வலிமை. தயங்கு - விளங்குகின்ற. மைந்தன் - வீரன்.

பொழிப்புரை:

கற்ற அறிவும் கேட்ட அறிவும் நிரம்ப உடையவர்கள் கூடிவாழும் ஆரவாரம் மிக்க காழி நகரில் எழுந்தருளி இருக்கும் சிவபெருமான், இடையைச் சுற்றி உடுத்தி இருப்பது புலியின் தோல். பிரமனது தசை வற்றிய வெள்ளைநிற மண்டை ஓட்டில் உணவினை ஏற்று, அதனை உண்ணும் கொள்கை உடையவன்; சாணம் வெந்த சாம்பலாகிய திருநீறு பூசி இருப்பவன்; அவன் வலிமை மிக்க திரண்ட தோள்கள் உடைய வீரன்.

3961. **பல்அயங்கு தலைஏந்தி னான்படு கான்இடை**
மல்அயங்கு திரள்தோள்கள் ஆரநடம் ஆடியும்
கல்அயங்கு திரைசூழ நீள்கலிக் காழியுள்
தொல்அயங்கு புகழ்பேண நின்றசுடர் வண்ணனே (4)

அருஞ்சொற்பொருள்:

அயங்கு - அசங்கிய (நிலைகுலைந்த - இல்லாத). படு - இறந்துபட்ட. கான் - காடு. மல் - வலிமை. அயங்கு - பொருந்திய. கல் அயங்கு - கற்களும் அசையும். திரை - (கடல்) அலை. தொல்புகழ் - பழம்பெருமை. அயங்கி புகழ் - (எங்கும்) பரவிய புகழ்.

பொழிப்புரை:

கற்களையும் அசைக்கும் (புரட்டிப்போடும்) கடலின் அலையால் சூழப்பட்ட நீண்ட ஆரவாரம் மிக்க காழி நகரில் எழுந்தருளி இருக்கும் சிவபெருமான், பல் இல்லாத மண்டை ஓட்டை உணவு உண்ணும் பாத்திரமாகக் கையில் ஏந்தியவன்; இறந்த உடல்களை எரிக்கும் சுடுகாட்டில் வலிமை உடைய தோள்கள் ஆர நடனம் ஆடுபவன்; பழமையும், எங்கும் பரவியதும், ஆகிய புகழ் உடைய ஒளி நிறத்தினன்.

3962. **தூநயம்கொள் திருமேனி யில்பொடிப் பூசிப்போய்**
நாநயம்கொள் மறைஓதி மாதுஒரு பாகமாக்
காநயம்கொள் புனல்வாசம் ஆர்கலிக் காழியுள்
தேன்நயம்கொள் முடிஆன் ஐந்துஆடிய செல்வனே (5)

அருஞ்சொற்பொருள்:

தூ - தூய. நா நயம் - நா நலம். கா - சோலை. புனல் - நீர். வாசம் - மணம். ஆன்ஐந்து - பால், தயிர், நெய், கோநீர், கோசாணம்.

பொழிப்புரை:

சோலை வளமும் நீர்வளமும் நறுமணமும் ஆரவாரமும் மிகுந்த காழி நகரில் எழுந்தருளி இருக்கும் சிவபெருமான், தூய்மை விளங்கும் திருமேனியில் திருநீற்றுப் பொடியைப் பூசி இருப்பவன்; நாவினால் உலகுக்கு நன்மை விளைவிக்கும் வேதத்தை ஓதியவன்; உமாதேவியை உடம்பில் ஒரு பாகமாகக் கொண்டவன்; தேன், ஆன் ஐந்து (பஞ்ச கவ்வியம்) முதலியன கொண்டு திருமஞ்சனம் ஆடும் செல்வன்.

3963. **சுழிஇலங்கும் புனல்கங்கை யாள்சடை ஆகவே**
மொழிஇலங்கும் மடமங்கை பாகம் உகந்தவன்
கழிஇலங்கும் கடல்சூழ் தண்கலிக் காழியுள்
பழிஇலங்கும் துயர்ஒன்று இலாப்பர மேட்டியே (6)

அருஞ்சொற்பொருள்:

சுழி - நீர்ச்சுழி. கழி - உப்பங்கழி. பழி இலங்கும் துயர் - பழியால் வரும் துன்பம்.

பொழிப்புரை:

உப்பங்கழியும் கடலும் சூழ, குளிர்ச்சியும் ஆரவாரமும் கொண்டு விளங்கும் காழி நகரில் எழுந்தருளி இருக்கும் சிவபெருமான், சுழித்து

ஓடும் நீர்ப்பெருக்கு உடைய கங்கை என்னும் பெண்ணைச் சடையில் சூடிய பின்னும், இனியமொழி பேசும் உமாதேவி என்னும் இளம்பெண்ணை உடம்பில் பாதியாக வைத்திருப்பவன்; பழியால் வரும் துன்பம் ஒன்றும் இல்லாத மேலானவர்க்கு எல்லாம் மேலானவன்.

3964. **முடிஇலங்கும் உயர்சிந்தை யால்முனி வர்தொழ**
வடிஇலங்கும் கழல்ஆர்க் கவேஅனல் ஏந்தியும்
கடிஇலங்கும் பொழில்சூழும் தண்கலிக் காழியுள்
கொடிஇலங்கும் இடையா ளொடும்குடி கொண்டதே (7)

அருஞ்சொற்பொருள்:

முடி உயர் - தலைக்கு மேலே உள்ள (உச்சந்தலைக்கு மேல் 12 அங்குல உயரத்தில் உள்ள ஆயிரம் இதழ்த் தாமரை வடிவில் ஆன நிராதாரம்). வடி - வடிக்கப்பட்ட. ஆர்க்க - ஒலிக்க. கடி - மணம்.

பொழிப்புரை:

மணமுள்ள சோலையால் சூழப்பட்டதும், குளிர்ந்ததும், ஆரவாரம் மிக்கதும், ஆகிய காழி நகரில் பூங்கொடி போன்ற மெல்லிய இடை உடைய உமாதேவியோடு எழுந்தருளி இருக்கும் சிவபெருமான், முனிவர்கள் தங்கள் தலைக்கு மேல் உள்ள நிராதாரத்தில் வைத்து வழிபட அங்கு எழுந்தருளுபவன்; வடித்துச் செய்யப்பட்ட வீரக்கழல் ஆரவாரம் செய்யக் கையில் அனலை ஏந்தி ஆடுபவன்.

3965. **வல்அரக்கன் வரைபேர்க்க வந்தவன் தோள்முடி**
கல்அரக்கி இவ்விறல் வாட்டினான் கலிக்காழியுள்
நல்ஒருக்கி யதுஓர் சிந்தையார் மலர்தூவவே
தொல்இருக்கும் மறைஏத்து உகந்துஉடன் வாழுமே (8)

அருஞ்சொற்பொருள்:

வரை - மலை. கல் - மலை. விறல் - வலிமை. ஒருக்கியது - ஒருமுகப் படுத்தியது. தொல்இருக்கும் - பழமை உடையதாய் இருக்கும். ஏத்து - போற்றுகின்ற.

பொழிப்புரை:

ஆரவாரம் மிக்க காழி நகரில் எழுந்தருளி இருக்கும் சிவபெருமான், வலிமை பொருந்திய அரக்கனாகிய இராவணன், கயிலை மலையைப் பெயர்க்க, வந்தபோது, அவனது தோள்களும் தலைகளும் நெரிபடுமாறு அம்மலை கொண்டே நசுக்கி, அவனது உடல் வலிமையை அழித்தவன்;

மனம் ஒருநிலைப்பட தியானம் செய்பவர் மலர்தூவி வழிபட நின்றவன்; பழம்பெருமை உடைய மறைகளால் புகழ்ந்து போற்றப்படும் தன்மையும், உமாதேவியை உடன்கொண்டு வாழும் தன்மையும் உடையவன்.

3966. **மருவுநான் மறையோனும் மாமணி வண்ணனும்**
இருவர் கூடிஇசைந்து ஏத்தவேஎரி யான்தன்ஊர்
வெருவநின்ற திரைஓதம் வார்வியன் முத்துஅவை
கருவைஆர் வயல்சங்கு சேர்கலிக் காழியே (9)

அருஞ்சொற்பொருள்:

எரியான் - தீப்பிழம்பாக நின்றவன். வெருவ - அஞ்ச. திரைஓதம் - கடல் அலை. வார் - நீண்ட. வியன் - இடம்அகன்ற. கருவை - வரகு வைக்கோல்.

பொழிப்புரை:

நான்கு வேதங்களையும் ஓதி உணர்ந்த நான்முகனும், நீலமணி போன்ற மேனிநிறம் உடைய திருமாலும், என இருவரும் கூடிநின்று போற்ற, எரிஉருவாய் உயர்ந்து நின்ற பெருமான் எழுந்தருளி இருக்கும் ஊர்; நீண்ட இடம்அகன்ற அச்சம் தருகின்ற கடலின் அலையானது முத்துக்களைக் கரை ஒதுக்குவதும், வரகின் வைக்கோல் போர் போடப்பட்டுள்ள வயலில் சங்குகள் உலாவுவதும், ஆரவாரம் மிக்கதும், ஆகிய காழி நகரமே ஆகும்.

3967. **நன்றிஒன்றும் உணராத வன்சமண் சாக்கியர்**
அன்றிஅங்கு அவர்சொன்ன சொல்அவை கொள்கிலான்
கன்றுமேதி இளம்கானல் வாழ்கலிக் காழியுள்
வென்றிசேர் வியன்கோயில் கொண்டவிடை யாளனே (10)

அருஞ்சொற்பொருள்:

நன்றி - நன்மை. வன் சமண் - வலிய சமணம். மேதி - எருமை. கானல் - கடற்கரைச் சோலை. வென்றி - வெற்றி. வியன் - இடமகன்ற. விடை - இடபம்.

பொழிப்புரை:

எருமைகள் அதன் கன்றுகளுடன் கூடிவாழும் கடற்கரைச் சோலையால் சூழப்பட்டதும், ஆரவாரம் உடையதும், ஆகிய சீர்காழி நகரில் வெற்றி பொருந்திய இடம் அகன்ற கோயிலில் எழுந்தருளி இருக்கும் இடப

ஊர்தி உடைய சிவபெருமான், நன்மை என்ற ஒன்றை சிறிதும் அறியாத முரடர்களாகிய சமணர்களும் சாக்கியர்களும் அன்றி, அவர்கள் கூறும் உபதேசம் போன்ற சொற்களையும் ஒப்புக் கொள்ளாதவன்.

3968. கண்ணுமூன்று உடைஆதி வாழ்கலிக் காழியுள்
அண்ணல்அம்தண் அருள்பேணி ஞானசம் பந்தன்சொல்
வண்ணம்மூன்றும் தமிழில் தெரிந்துஇசை பாடுவார்
விண்ணும்மண்ணும் விரிகின்ற தொல்புக ழாளரே   (11)

அருஞ்சொற்பொருள்:

ஆதி - முதல்வன். வண்ணம் மூன்று - மெலிவு, சமன், வலிவு.

பொழிப்புரை:

மூன்று கண்கள் உடைய முதல்வன் வாழும் ஆரவாரம் மிகுந்த காழி நகரில் எழுந்தருளி இருக்கும் தலைவனாகிய சிவபெருமானின் அழகிய குளிர்ந்த அருளை வேண்டி, ஞானசம்பந்தன் சொன்ன பாடல்களாகிய இவற்றை இசை வண்ணம் மூன்றும் பொருந்தப் பாடி வழிபட வல்லவர், நிலவுலகிலும் தேவர்உலகிலும் பரவும் பழம்புகழ் உடையவர் ஆவர்.

திருச்சிற்றம்பலம்

367

திருவேணுபுரம்

திருமுறை 2 - 217

பண்: காந்தாரம்

3969. பூதத்தின் படையினீர் பூங்கொன்றைத் தாரினீர்
ஓதத்தின் ஒலியொடும் உம்பர்வா னவர்புகுந்து
வேதத்தின் இசைபாடி விரைமலர்கள் சொரிந்துஏத்தும்
பாதத்தீர் வேணுபுரம் பதியாகக் கொண்டீரே (1)

அருஞ்சொற்பொருள்:

தார் - மாலை. ஓதம் - கடல்அலை. விரை - மணம். பாதம் - திருவடி. பதி - ஊர். உம்பர் - பார்ப்பார்.

பொழிப்புரை:

பூதப்படை உடையவரே! கொன்றை மலர் மாலை அணிந்திருப்பவரே! அந்தணர்களும் தேவர்களும் கூடி நின்று வேதத்தை இசையோடு பாடி, மணமுள்ள மலர்களைத் தூவிப் போற்றி வழிபடும் திருவடி உடையவரே! நீவிர், கடல் அலையின் ஒலி இடையறாது கேட்கும் வேணுபுரம் என்னும் தலத்தை எழுந்தருளும் பதியாகக் கொண்டீர்.

3970. சுடுகாடு மேவினீர் துன்னம்பெய் கோவணம்தோல்
உடைஆடை அதுகொண்டீர் உமையாளை ஒருபாகம்
அடையாளம் அதுகொண்டீர் அங்கையினில் பரசுஎனும்
படைஆள்வீர் வேணுபுரம் பதியாகக் கொண்டீரே (2)

அருஞ்சொற்பொருள்:

துன்னம் - தைத்தல். தோல் உடை - புலித்தோல் உடை (இடையில் உடுத்துவது). தோல் ஆடை - யானைத்தோல் ஆடை (மேலே போர்த்துவது).

பொழிப்புரை:

சிவபெருமானே! நீவிர், சுடுகாட்டில் தங்குகின்றீர்! கீளோடு இணைத்துத் தைக்கப்பட்ட கோவணம் அணிந்திருக்கிறீர்; புலியின் தோலை இடையில் உடையாக உடுத்தி இருக்கிறீர்; யானையின் தோலை மேலாடையாகப் போர்த்தி இருக்கிறீர்; உமாதேவியை உடம்பின் ஒரு பாகமாகக் கொள்வதையே அடையாளமாகக் கொண்டு விளங்குகின்றீர்! உள்ளங் கையில் பரசு என்னும் ஆயுதத்தை ஏந்தி இருக்கின்றீர்! வேணுபுரம் என்னும் தலத்தில் எழுந்தருளி இருக்கின்றீர்!

3971. **கங்கைசேர் சடைமுடியீர் காலனைமுன் செற்றுஉகந்தீர்**
திங்களோடு இளஅரவம் திகழ்சென்னி வைத்துஉகந்தீர்
மங்கைஓர் கூறுஉடையீர் மறையோர்கள் நிறைந்துஏத்தப்
பங்கயம்சேர் வேணுபுரம் பதியாகக் கொண்டீரே (3)

அருஞ்சொற்பொருள்:

செற்று - அழித்து. அரவம் - பாம்பு. சென்னி - தலை. பங்கயம் - தாமரை.

பொழிப்புரை:

கங்கையைத் தரித்த சடைமுடி உடையவரே! முன்பு காலனை அழித்து மகிழ்ந்தவரே! சந்திரப்பிறை, இளம் பாம்பு, ஆகியவற்றைச் சடையில் சூடி மகிழ்ந்தவரே! உமாதேவியைப் பாகமாகக் கொண்டவரே! நீவிர், அந்தணர்கள் கூடிநின்று போற்றி வழிபட, தாமரை மலர்ந்துள்ள நீர்நிலைகள் உடைய வேணுபுரத்தை உறைவிடமாகக் கொண்டீரே!

3972. **நீர்கொண்ட சடைமுடிமேல் நீள்மதியம் பாம்பினொடும்**
ஏர்கொண்ட கொன்றையினோடு எழில்மத்தம் இலங்கவே
சீர்கொண்ட மாளிகைமேல் சேயிழையார் வாழ்த்துஉரைப்பக்
கார்கொண்ட வேணுபுரம் பதியாகக் கலந்தீரே (4)

அருஞ்சொற்பொருள்:

நீர் - கங்கை (நீர்). மதியம் - சந்திரன். ஏர் - அழகு. எழில் - அழகு. மத்தம் - ஊமத்தம்பூ. இலங்க - விளங்க. சேயிழை - செம்பொன்னால் ஆன அணிகலன். கார் - மேகம்.

பொழிப்புரை:

சிவபெருமானே! நீவிர், கங்கை தங்கிய சடாமுடியில் நீண்ட பிறைச் சந்திரன், பாம்பு, அழகிய கொன்றை மலர்மாலை, அழகிய ஊமத்த மலர்

ஆகியன விளங்க, அழகு விளங்கும் மாளிகையின் மேல் இருந்துகொண்டு, செம்பொன்னால் ஆன அணிகலன் அணிந்துள்ள மகளிர், உமது பெருமைகள் குறித்துப் பலபடப் புகழ்ந்து பேச, மேகம் தங்கும் உயர்ந்த மூங்கில் மரத்தைத் தலமரமாகக் கொண்ட வேணுபுரம் என்னும் தலத்தில் எழுந்தருளினீரே!

3973. ஆலைசேர் தண்கழனி அழகாக நறவுஉண்டு
சோலைசேர் வண்டினங்கள் இசைபாடத் தூமொழியார்
காலையே புகுந்துஇறைஞ்சிக் கைதொழமெய் மாதினொடும்
பாலையாழ் வேணுபுரம் பதியாகக் கொண்டீரே (5)

அருஞ்சொற்பொருள்:

ஆலை - கரும்பு ஆலை. நறவு - தேன். தூ - தூய. மாது - பெண் (உமாதேவி). பாலை - பாலைப்பண்.

பொழிப்புரை:

சிவபெருமானே! நீவிர், கரும்பு ஆலைகளை உடைய குளிர்ந்த வயலால் சூழப்பட்டதும், வண்டுக்கூட்டம் தேனினை உண்டு, அழகிய இசையில் சோலைகளில் பாடுவதும், தூயசொல் பேசும் மகளிர் விடியற்காலையிலே திருக்கோயிலுக்குச் சென்று கைகூப்பி வணங்குவதும், பாலைப் பண்ணில் பாடல்கள் பாடி யாழ் வாசிப்பதும், ஆகிய சிறப்புகள் உடைய வேணுபுரம் என்னும் தலத்தை, வாழும் ஊராகக் கொண்டீரே!

3974. மணிமல்கு மால்வரைமேல் மாதினொடு மகிழ்ந்துஇருந்தீர்
துணிமல்கு கோவணத்தீர் சுடுகாட்டில் ஆட்டுஉகந்தீர்
பணிமல்கு மறையோர்கள் பரிந்துஇறைஞ்ச வேணுபுரத்து
அணிமல்கு கோயிலே கோயிலாக அமர்ந்தீரே (6)

அருஞ்சொற்பொருள்:

மணி - அழகு. மால்வரை - பெரிய மலை (போல அமைந்துள்ள தோணிபுரம்). துணி - துண்டு. ஆட்டு - கூத்து. பரிந்து - அன்புகொண்டு.

பொழிப்புரை:

சிவபெருமானே! நீவிர், அழகிய பெரிய மலை போன்ற தோணியில் உமாதேவியோடு கூடி மகிழ்ச்சியுடன் எழுந்தருளி இருக்கின்றீர்! துண்டுத் துணியால் ஆன கோவணம் உடையீர்! சுடுகாட்டில் கூத்து நிகழ்த்துகின்றீர்! தொண்டு செய்யும் அந்தணர்கள் அன்புகொண்டு பணிய, வேணுபுரம் திருக்கோயிலையே வாழும் கோயிலாகக் கொண்டீரே!

3975. நீலம்சேர் மிடற்றினீர் நீண்டசெஞ் சடையினீர்
கோலம்சேர் விடையினீர் கொடுங்காலன் தனைச்செற்றீர்
ஆலம்சேர் கழனிஅழ கார்வேணு புரம்அமரும்
கோலம்சேர் கோயிலே கோயிலாக் கொண்டீரே (7)

அருஞ்சொற்பொருள்:

கோலம் - அழகு. ஆலம் - நீர்.

பொழிப்புரை:

சிவபெருமானே! நீவிர், நீலநிற விடம் தங்கிய கண்டம் உடையீர்! நீண்ட சிவந்த சடை உடையீர்! அழகிய இடப ஊர்தி உடையீர்! கொடிய இயமனைக் கொன்றீர்! நீர் நிறைந்த வயலால் சூழப்பட்ட அழகிய வேணுபுரத்தில் அமைந்துள்ள அழகிய கோயிலையே எழுந்தருளும் கோயிலாகக் கொண்டீரே!

3976. இரைமண்டிச் சங்குஏறும் கடல்சூழ்தென் இலங்கையர்கோன்
விரைமண்டு முடிநெரிய விரல்வைத்தீர் வரைதன்னில்
கரைமண்டிப் பேரோதம் கலந்துஎற்றும் கடல்கவின்ஆர்
விரைமண்டு வேணுபுர மேஅமர்ந்து மிக்கீரே (8)

அருஞ்சொற்பொருள்:

இரை - உணவு. விரை -மணம். வரை - (கயிலை) மலை. பேரோதம் - பெரிய கடல் அலை. எற்றும் - மோதும். கவின் - அழகு. மிக்கீர் - பெருமையில் சிறந்து விளங்குகின்றீர்.

பொழிப்புரை:

சிவபெருமானே! நீவிர், உணவை மிகுதியாக உண்ட சங்கு, கரை ஒதுங்கும் கடலால் சூழப்பட்ட அழகிய இலங்கை நாட்டு அரசன் இராவணனின் (நறுமணத் தைலம் பூசியதால்) மணம் பொருந்திய தலைகள் பத்தும் நெரிபடுமாறு விரலால் அழுத்தினீர்! பெரிய கடலின் அலையானது வந்து மோதும் அழகிய கடலின் கரையில் தோணிபுரமாக அமைந்துள்ள மலைமீது, அதாவது வேணுபுரம் என்னும் மணம்கமழும் தலத்தில் எழுந்தருளி மிகுந்த பெருமை உடையவராய் இருக்கின்றீரே!

3977. தீஓம்பும் மறைவாணர்க்கு ஆதியாம் திசைமுகன்மால்
போய்ஓங்கி இழிந்தாரும் போற்றஅரிய திருவடியீர்
பாய்ஓங்கு மரக்கலங்கள் படுதிரையால் மொத்துஉண்டு
சேய்ஓங்கு வேணுபுரம் செழும்பதியாத் திகழ்ந்தீரே (9)

அருஞ்சொற்பொருள்:

மறைவாணர் - அந்தணர். ஆதி - முதல். திசைமுகன் - பிரமன். மால் - திருமால். பாய் ஓங்கு மரக்கலம் - பாய்மரக்கப்பல். படுதிரை - வீசும் அலை. மொத்து உண்டு - மோதலை ஏற்கும். சேய் - மூங்கில்.

பொழிப்புரை:

சிவபெருமானே! நீவிர், வேள்வி வேட்கும் அந்தணர்க்கு முதன்மை அந்தணனாக விளங்கும் பிரமனும், திருமாலும், முறையே மேலும் கீழுமாய்த் தேடிச் சென்றும், காணமுடியாத திருமுடியும் திருஅடியும் உடையீர்! பாய்மரக் கப்பல்கள் வீசுகின்ற அலையால் மொத்துண்டு கரைக்கு வருவதும், உயர்ந்த மூங்கில் மரத்தைத் தலமரமாகக் கொண்டதும் ஆகிய வேணுபுரம் என்னும் தலத்தை, நீவிர் எழுந்தருளும் வளமை மிக்க பதியாகக் கொண்டீரே!

3978. நிலைஆர்ந்த உண்டியினர் நெடுங்குண்டர் சாக்கியர்கள்
புலைஆனார் அறவுரையைப் போற்றாதுஉன் பொன்அடியே
நிலையாகப் பேணிநீ சரண்என்றார் தமைஎன்றும்
விலையாக ஆட்கொண்டு வேணுபுரம் விரும்பினையே (10)

அருஞ்சொற்பொருள்:

நிலைஆர்ந்த உண்டியினர் - நின்றுகொண்டே உணவினை உண்ணும் சமணர். புலைஆனார் - இழிந்தோர். விலையாக ஆட்கொண்டு - விலை கொடுத்து அடிமையாகக் கொண்டு.

பொழிப்புரை:

சிவபெருமானே! நீவிர், நின்று கொண்டே உணவினை உண்ணும் நெடிய உடல்பருத்த சமணர்களும், பௌத்தர்களும் ஆகிய இழிந்தவர் கூறும் அறவுரையைக் கேளாது, உமது பொன்போன்ற திருவடிகளையே பேணி நிலையாக அடைக்கலம் என்று சொன்னவர்தம்மை எப்பொழுதும் விலைகொடுத்து ஆட்கொள்ளும் தன்மை உடைய வேணுபுரத்தை விரும்பினீரே!

★ **(இப்பதிகத்தின் 11-ஆம் பாடல் கிடைக்கவில்லை).**

திருச்சிற்றம்பலம்

368

திருகொச்சைவயம்

திருமுறை 2 - 219

பண்: பியந்தைக் காந்தாரம்

3979. நீலநன் மாமிடற்றன் இறைவன் சினத்த
நெடுமா உரித்த நிகர்இல்
சேல்அன கண்ணிவண்ணம் ஒருகூறு உருக்கொள்
திகழ்தேவன் மேவு பதிதான்
வேல்அன கண்ணிமார்கள் விளையாடும் ஓசை
விழவுஓசை வேத ஒலியின்
சாலநல் வேலைஓசை தருமாட வீதி
கொடிஆடு கொச்சை வயமே (1)

அருஞ்சொற்பொருள்:

மா மிடறு - மேலான கண்டம். சினத்த - கோபம் உடைய. மா - விலங்கு (யானை). சேல் - மீன்வகை. அன - (அன்ன) போல. கூறு - பாகம். வேலை - கடல்.

பொழிப்புரை:

நீலநிறமும் மேன்மையும் நன்மையும் உடைய கண்டம் உடையவன்; இறைவன்; கோபமுடன் எதிர்த்து வந்த உயரமான யானையின் தோலை உரித்தவன்; சேல்மீன் போன்ற கண்கள் கொண்ட தனக்கு நிகராக வேறு எவரும் இல்லாத சிறப்புஉடைய உமாதேவியை உடம்பின் ஒரு பாகமாகக் கொண்ட உருவமுடன் விளங்கும் தேவதேவன்; அவன் எழுந்தருளி இருக்கும் தலம்; வேல்போன்ற கண்கள் உடைய மகளிர் விளையாடும் ஓசையும், விழாக்களின் ஓசையும், வேதம் ஓதுவதால் எழுகின்ற ஓசையும், கடல் அலை எழுப்பும் மிகுதியான ஓசையும் எழுவதும், வீதியில் உள்ள மாடி வீடுகளின் மேல் கொடி ஆடுவதும், ஆகிய கொச்சைவயம் என்னும் தலமே ஆகும்.

3980. விடைஉடை அப்பன் ஒப்பில்நடம் ஆடவல்ல
விகிர்தத்து உருக்கொள் விமலன்
சடைஇடை வெள்எருக்கம் மலர்கங்கை திங்கள்
தகவைத்த சோதி பதிதான்
மடைஇடை அன்னம்எங்கும் நிறையப் பரந்து
கமலத்து வைகும் வயல்சூழ்
கொடைஉடை வண்கையாளர் மறையோர்கள் என்றும்
வளர்கின்ற கொச்சை வயமே (2)

அருஞ்சொற்பொருள்:

ஒப்பில் நடம் - ஒப்புமை கூறமுடியாத நடனம். விகிர்தம் - மாறுபாடு. விமலன் - இயல்பாகவே மலம் அற்றவன். தக - தகுதிப்பட. மடை - நீர்மடை. வைகும் - தங்கும். கமலம் - தாமரை.

பொழிப்புரை:

இடப ஊர்தி உடைய எமது தந்தை; ஒப்புமை கூறமுடியாத மேலான நடனம் ஆடுவதில் வல்லமை உடையவன்; பல மாறுபாடுகள் உடையவன்; இயல்பாகவே மலமற்றவன்; சடையில் வெள்ளெருக்கு கொன்றை ஆகிய மலர்வகைகளும், கங்கையும், சந்திரனும், என இவற்றைத் தகுதிப்பட வைத்த ஒளிமயமானவன்; அவன் எழுந்தருளி இருக்கும் தலம்; நீர் மடைகளில் தாமரை பூத்திருக்க அதன்மீது அன்னம் அமர்ந்திருப்பதும், வயல்களால் சூழப்பட்டதும், கொடைத்தன்மை உடைய வள்ளல்கள் நிறைந்து வாழ்வதும், அந்தணர்கள் எப்பொழுதும் நிறைந்து இருப்பதும், ஆகிய கொச்சைவயம் என்னும் தலமே ஆகும்.

3981. படஅரவு ஆடுமுன்கை உடையான் இடும்பை
களைவிக்கும் எங்கள் பரமன்
இடம்உடை வெண்தலைக்கை பலிகொள்ளும் இன்பன்
இடமாய ஏர்கொள் பதிதான்
நடம்இட மஞ்ஞைவண்டு மதுஉண்டு பாடும்
நளிர்சோலை கோலும் கனகக்
குடம்இடு கூடம்ஏறி வளர்பூவை நல்ல
மறைஓது கொச்சை வயமே (3)

அருஞ்சொற்பொருள்:

பட அரவு - படம் உடைய பாம்பு. இடும்பை - துன்பம். ஏர் - அழகு. மஞ்ஞை - மயில். மது - தேன். நளிர் - குளிர். கனகக் குடம் - பொற்கலசம். பூவை - நாகணவாய்ப்பறவை.

பொழிப்புரை:

படம் எடுத்து ஆடும் பாம்பினை முன்கையில் அணிந்திருப்பவன்; துன்பங்களைப் போக்கி அருளும் மேலான கடவுள்; வெள்ளைநிற மண்டை ஓட்டைக் கையில் ஏந்தி பிச்சை ஏற்பதில் மகிழ்பவன்; அவன் எழுந்தருளி இருக்கும் அழகிய தலம்; மயில் நடனம் ஆடுவதும், வண்டு தேன் உண்டு பாடுவதும், ஆகிய குளிர்ந்த சோலையால் சூழப்பட்டதும், கூடத்தில் தங்கக்குடம் இருப்பதும், நாகணவாய்ப் பறவை வேதம் ஓதுவதும், ஆகிய சிறப்புகள் உடைய கொச்சைவயமே ஆகும்.

3982. **எண்திசை பாலர்எங்கும் இகலிப் புகுந்து**
முயல்வுற்ற சிந்தை முடுகிப்
பண்டுஒளி தீபமாலை இடுதூப மோடு
பணிவுற்ற பாதர் பதிதான்
மண்டிய வண்டல்மிண்டி வருநீர பொன்னி
வயல்பாய வாளை குழுமிக்
குண்டுஅகழ் பாயும்ஓசை படைநீடது என்ன
வளர்கின்ற கொச்சை வயமே (4)

அருஞ்சொற்பொருள்:

பாலர் - பாலகர். இகலி - பகைத்து. முயல்வுற்ற சிந்தை - முயற்சி உடைய சிந்தை. முடுகி - எழுச்சி பெற்று. தீப மாலை - விளக்கு வரிசை. பாதர் - திருவடி உடையவர். வண்டல் - மண்வகை. மிண்டி - நெருங்கி. வருநீர - நீர் வரத்து உடைய. பொன்னி - காவிரி. வாளை - மீன்வகை. குண்டு - ஆழம். படைநீடது - பெருகி வரும் படை.

பொழிப்புரை:

எட்டு திசைக்காவலர்கள் எங்கும் சூழ்ந்து, மன எழுச்சியோடு விளக்குகளை வரிசையாக வைப்பதும், தூபம் போடுவதும், ஆசு வந்து பணியும் திருவடிகளை உடையவர் எழுந்தருளி இருக்கும் தலம்; வண்டல் மண் பரவி வளம் செய்வதும், நீர்ப்பெருக்கு உடைய காவிரி பாய்வதும், வயலில் வாளை மீன்கள் துள்ளிக் குதிப்பதும், ஆழமான குழிகளில் நீரானது பாய்ந்து பெருகிச் செல்லும் ஓசையானது, பெரிய படையானது ஆர்ப்பரித்து வருகின்ற ஓசை போல் கேட்பதும், ஆகிய கொச்சை வயமே ஆகும்.

3983. **பனிவளர் மாமலைக்கு மருகன் குபேர**
னொடுதோழ மைக்கொள் பகவன்
இனியன அல்லவற்றை இனிதாக நல்கும்
இறைவன் இடம்கொள் பதிதான்

முனிவர்கள் தொக்குமிக்க மறையோர்கள் ஓமம்
வளர்தூம மோடு அணவிக்
குனிமதி மூடுநீரும் உயர்வான் மறைத்து
நிறைகின்ற கொச்சை வயமே (5)

அருஞ்சொற்பொருள்:

பகவன் - ஆறு குணச் சிறப்பு உடையவன். ஓமம் வளர் தூமம் - வேள்வியில் எழும் புகை. அணவி - தடவி. குனிமதி - வளைந்த சந்திரன்.

பொழிப்புரை:

பனி படர்ந்த இமய மலைக்கு அரசனாகிய பர்வதராசனுக்கு மருமகன்; குபேரனுக்கு நண்பன்; ஆறு சிறப்பு குணங்கள் உடையவன்; இனிமை இல்லாதவற்றையும் இனிமையாக்கும் வல்லமை உடையவன்; இறைவன்; அவன் எழுந்தருளி இருக்கும் தலம்; முனிவர் கூட்டம் மிகுந்து இருப்பதும், அந்தணர்கள் வேட்கும் வேள்விப்புகை வளைந்த சந்திரனையும் வானத்தையும் மறைப்பதும், ஆகிய கொச்சை வயமே ஆகும்.

3984. புலிஅதள் கோவணங்கள் உடைஆடை யாக
உடையான் நினைக்கும் அளவில்
நலிதரு முப்புரங்கள் எரிசெய்த நாதன்
நலமா இருந்த நகர்தான்
கலிகெட அந்தணாளர் கலைமேவு சிந்தை
உடையார் நிறைந்து வளரப்
பொலிதரு மண்டபங்கள் உயர்மாடம் நீடு
வரைமேவு கொச்சை வயமே (6)

அருஞ்சொற்பொருள்:

புலிஅதள் - புலித்தோல். நலிதரும் - துன்பம் தரும். நாதன் - தலைவன். கலி - வறுமை. கலை - வேதம் முதலிய கலைகள். மேவு - பொருந்து. வரை - மலை போன்ற தோணி.

பொழிப்புரை:

புலித்தோல், கோவணம் ஆகியவற்றை முறையாக மேலாடையாகவும், உள் உடையாகவும் உடையவன்; நினைத்த மாத்திரத்தில் துன்பம் தந்துவந்த முப்புரத்தை எரித்து அழித்த தலைவன்; அவன் நலம்பட எழுந்தருளி இருக்கும் நகர்; வறுமை வராதிருக்க அந்தணர்கள் வேள்வி வேட்பதும், வேதம் ஓதுவதும், ஆகிய சிந்தை உடையவராய் நிறைந்து விளங்குவதும்,

அழகு விளங்கும் மண்டபங்கள், உயர்ந்த மாடி வீடுகள், என இவை நிறைந்திருப்பதும், மலைபோல் உயர்ந்த தோணியை உடையதும், ஆகிய கொச்சை வயமே ஆகும்.

★ (இப்பதிகத்தின் 7-ஆம் பாடல் கிடைக்கவில்லை).

3985. **மழைமுகில் போலும்மேனி அடல்வாள் அரக்கன்**
முடியோடு தோள்கள் நெரியப்
பிழைகெட மாமலர்ப்பொன் அடிவைத்த பேயொடு
உடன்ஆடி மேய பதிதான்
இழைவளர் அல்குல்மாதர் இசைபாடி ஆட
விடும்ஊசல் அன்ன கமுகின்
குழைதரு கண்ணிவிண்ணில் வருவார்கள் தங்கள்
அடிதேடு கொச்சை வயமே (8)

அருஞ்சொற்பொருள்:

மழைமுகில் - மழைமேகம். அடல் - வெற்றி. பொன் அடி - அழகிய திருவடி. இழை - அணிகலன். விடும் ஊசல் - ஆட்டி விடப்பட்ட ஊஞ்சல். கமுகு - பாக்கு மரம். குழை - தளிர். கண்ணி - வலை.

பொழிப்புரை:

மழைமேகம் போன்ற கரியநிறம் உடைய வாள் ஏந்திய அரக்கனாகிய இராவணன் முடிகளும் தோள்களும் நெரிபடவும், அவனது தவறு திருத்தப் படவும், ஆக தாமரை மலர்போன்ற அழகிய திருவடியை ஊன்றியவன்; பேய்களோடு கூடி நடனம் ஆடுபவன்; அவன் எழுந்தருளி இருக்கும் தலம்; அணிகலன் அணிந்துள்ள அல்குல் உடைய மகளிர் இன்இசை பாடி ஆடுவதும், ஆட்டிவிட்ட, ஊஞ்சல்போல் ஆடி, பாக்குமரத்தின் தழைகள், ஆகாயத்தில் வரும் தேவர்களின் கால்களைப் பிணிக்கும் வலைகள் போல் விளங்குவதும், ஆகிய சிறப்புகள் உடைய கொச்சைவயமே ஆகும்.

3986. **வண்டுஅமர் பங்கயத்து வளர்வானும் வையம்**
முழுதும் உண்டமாலும் இகலிக்
கண்டிட ஒண்ணும்என்று கிளறிப் பறந்தும்
அறியாத சோதி பதிதான்
நண்டுஉண நாரைசெந்நெல் நடுவே இருந்து
இரைதேர போது மதுவில்
புண்டரிகங் களோடு குமுதம் மலர்ந்து
வயல்மேவு கொச்சை வயமே (9)

அருஞ்சொற்பொருள்:

பங்கயம் - தாமரை மலர். வளர்வான் - அமர்பவன். மால் - திருமால். இகலி - தம்முள் மாறுபட்டு. ஒண்ணும் - முடியும். உண - உண்ண. இரை - உணவு. தேர - ஆராய. புண்டரிகம் - தாமரை. குமுதம் - ஆம்பல். மது - தேன்.

பொழிப்புரை:

வண்டுகள் மொய்க்கும் தாமரை மலர்மேல் அமர்ந்திருக்கும் பிரமனும், உலகம் முழுவதையும் எடுத்து விழுங்கிய திருமாலும், தங்களுக்குள் மாறுபாடு கொண்டு, 'காணமுடியும்' என்று முடியைத் தேடிப் பறந்தும், அடியைத் தேடி பூமியைக் கிளறியும், அறியமுடியாத சோதி வடிவ இறைவன் எழுந்தருளி இருக்கும் தலம்; செந்நெல் பயிரின் நடுவே காத்திருந்து நாரை நண்டைப் பிடித்து உண்ணுவதும், தேன்பொருந்திய தாமரை, ஆம்பல் முதலிய மலர்கள் மலர்ந்து சிறப்பு செய்யும் வளமான வயல்களை உடையதும், ஆகிய கொச்சைவயமே ஆகும்.

3987. கையினில் உண்டுமேனி உதிர்மாசர் குண்டர்
இடுசீ வரத்தின் உடையார்
மெய்உரை யாதவண்ணம் விளையாட வல்ல
விகிர்தத்து உருக்கொள் விமலன்
பைஉடை நாகவாயில் எயிறுஆர மிக்க
குரவம் பயின்று மலரச்
செய்யினில் நீலம்மொட்டு விரியக் கமழ்ந்து
மணம்நாறும் கொச்சை வயமே (10)

அருஞ்சொற்பொருள்:

மேனி உதிர் மாசர் - உடம்பிலிருந்து உதிரும் அழுக்கு உடையவர் (குளிக்காதவர்). சீவரம் - காவி உடை. விகிர்தம் - மாறுபாடு. பை - படம். எயிறு - பல். ஆர - ஒப்ப. செய் - வயல்.

பொழிப்புரை:

கையில் உணவை வாங்கி உண்டு, குளிக்காமையால் அழுக்கு உதிரும் உடம்பு உடையவராய் விளங்கும் உடல்பருத்த சமணர்களும், காவி உடை தரித்த பௌத்தர்களும், உண்மை பேசமுடியாத நிலையில் வைத்து, விளையாடல் செய்யவல்ல பல மாறுபாடுகள் உடைய மலமற்ற இறைவன் எழுந்தருளும் இடம்; படமுடைய பாம்பின் வாயில் உள்ள பல்போல் தோற்றம் உடைய குராமலர் மலரவும், வயலில் நீலம் மொட்டு விரியவும், ஆக மணம் கமழும் கொச்சைவயமே ஆகும்.

3944. இறைவனை ஒப்பிலாத ஒளிமேனி யானை
உலகங்கள் ஏழும் உடனே
மறைதரு வெள்ளம்மேவி வளர்கோயில் மன்னி
இனிதா இருந்த மணியைக்
குறைவில ஞானம்மேவும் குளிர்பந்தன் வைத்த
தமிழ்மாலை பாடும் அவர்போய்
அறைகழல் ஈசன்ஆளும் நகர்மேவி என்றும்
அழகா இருப்பது அறிவே (11)

அருஞ்சொற்பொருள்:

அறைகழல் - ஒலிக்கின்ற வீரக்கழல். ஈசன் - ஆள்பவன். மேவி - பொருந்தி.

பொழிப்புரை:

இறைவனை, ஒளிமேனி உடையவனை, ஏழு உலகங்களையும் ஊழி வெள்ளம் மூடியபோதும் உயர்ந்து நின்ற தோணியில் இனிதாக எழுந்தருளி இருந்த மாணிக்கமணி போன்றவனை, குறைவில்லாத ஞானம்உடைய சம்பந்தன் பாடிய இதம்தரும் தமிழ்ப் பாமாலையாகிய பத்தும் கொண்டு பாடி மகிழ்பவர், ஒலிக்கும் வீரக்கழல் அணிந்த ஈசன் இருந்து ஆளுகின்ற சிவலோகத்தை அடைந்து, எப்பொழுதும் ஞானமயமாய் அழகுற இருப்பர்.

திருச்சிற்றம்பலம்

369

திருகொச்சைவயம்

திருமுறை 2 - 225

பண்: பியந்தைக் காந்தாரம்

3989. அறையும் பூம்புன லோடும்
        ஆடுஅர வச்சடை தன்மேல்
    பிறையும் சூடுவர் மார்பில்
        பெண்ஒரு பாகம் அமர்ந்தார்
    மறையின் ஒல்ஒலி ஓவா
        மந்திர வேள்வி அறாத
    குறைவில் அந்தணர் வாழும்
        கொச்சை வயம்அமர்ந் தாரே   (1)

அருஞ்சொற்பொருள்:

அறையும் - ஒலிக்கும். ஆடுஅரவம் - படம் எடுத்து ஆடுகின்ற பாம்பு. ஒல் ஒலி - 'ஒல்' என்னும் ஒலி. ஓவா - இடையறாத. மந்திர வேள்வி - வேதமந்திரம் சொல்லிச் செய்யும் வேள்வி. அறாத - இடைஅறாத. குறைவில் - (குறைவு+இல்) குறை ஒன்றும் இல்லாத.

பொழிப்புரை:

ஒலிக்கின்ற அழகிய நீர்ப்பெருக்காக விளங்கும் கங்கை, படம் எடுத்து ஆடுகின்ற பாம்பு, சந்திரப்பிறை ஆகியவற்றை சடைமேல் சூடியவர்; மார்பில் உமாதேவியை ஒருபாகமாகக் கொண்டவர்; அவர் மறைஒலியும், மந்திரம் சொல்லி வேள்வி வேட்கும் ஒலியும் இடையறாது கேட்டுக் கொண்டிருப்பதும், குறை ஒன்றும் இல்லாத அந்தணர்கள் கூடிவாழ்வதும், ஆகிய கொச்சைவயம் என்னும் தலத்தில் எழுந்தருளி இருப்பவர்.

3990. சுண்ணத்தர் தோலொடு நூல்சேர்
        மார்பினர் துன்னிய பூதக்
    கண்ணத்தர் வெங்கனல் ஏந்திக்
        கங்குல்நின்று ஆடுவர் கேடுஇல்

எண்ணத்தர் கேள்விநல் வேள்வி
அறாதவர் மால்எரி ஓம்பும்
வண்ணத்த அந்தணர் வாழும்
கொச்சை வயம்அமர்ந் தாரே (2)

அருஞ்சொற்பொருள்:

சுண்ணம் - திருநீற்றுப் பொடி. பூதகண்ணத்தர் - (பூத கணத்தர்) பூதகணம் புடைசூழ இருப்பவர். கங்குல் - இரவு. கேள்வி - சுருதி. மால்எரி - பெருநெருப்பு. வண்ணத்த - அழகிய.

பொழிப்புரை:

வேதம் ஓதி வேள்வி வேட்கும் செயல் இடையறாது நிகழ்வதும், அதனை நிகழ்த்தும் அழகிய அந்தணர்கள் கூடிவாழ்வதும், ஆகிய கொச்சை வயம் என்னும் தலத்தில் எழுந்தருளி இருக்கும் இறைவர், திருநீற்றுப் பொடி பூசி இருப்பவர்; மான்தோலும் முப்புரி நூலும் அணிந்த மார்பு உடையவர்; பூதகணங்கள் புடைசூழ இருப்பவர்; வெப்பம் மிகுந்த நெருப்பைக் கையில் ஏந்தி இரவுநேரத்தில் நடனம் ஆடுபவர்; கெடுதல் இல்லாத எண்ணம் (நல்லெண்ணம்) உடையவர்.

3991. பாலை அன்னவெண் நீறு
பூசுவர் பல்சடை தாழ
மாலை ஆடுவர் கீத
மாமறை பாடுதல் மகிழ்வர்
வேலை மால்கடல் ஓதம்
வெண்திரை கரைமிசை விளங்கும்
கோல மாமணி சிந்தும்
கொச்சை வயம்அமர்ந் தாரே (3)

அருஞ்சொற்பொருள்:

பாலை - (பால்+ஐ). அன்ன - போன்ற. மாலை - மாலைநேரம். வேலை மால் கடல் - வேலை என்னும் பெரிய கடல். ஓதம் - அலை. கோலம் - அழகு.

பொழிப்புரை:

கடலின் வெண்மைநிற அலையானது, அழகிய மணி வகைகளைக் கரையில் கொண்டு வந்து சேர்க்கும் கொச்சைவயம் என்னும் தலத்தில்

எழுந்தருளி இருக்கும் இறைவர், பால் போன்ற வெண்மை நிறம் உடைய திருநீற்றை உடல் முழுவதும் பூசுபவர்; தமது பலவாகப் பிரிந்து தொங்கும் சடை தாழ, மாலை நேரத்தில் நடனம் ஆடுபவர்; வேதப் பாடல்களை இசையோடு பாட, அது கேட்டு மகிழ்பவர்.

3992. கடிகொள் கூவிள மத்தம்
கமழ்சடை நெடுமுடிக்கு அணிவர்
பொடிகள் பூசிய மார்பில்
புனைவர்நன் மங்கைஓர் பங்கர்
கடிகொள் நீடுஒலி சங்கின்
ஒலியொடு கலைஒலி துதைந்து
கொடிகள் ஓங்கிய மாடக்
கொச்சை வயம்அமர்ந் தாரே (4)

அருஞ்சொற்பொருள்:

கடி - நறுமணம். கடி - திருமணம். துதைந்து - நெருங்கி.

பொழிப்புரை:

திருமணங்களின்போது எழுகின்ற ஆரவாரமும், சங்கின் ஒலியும், பல கலைகள் அரங்கேற்றப்படுவதால் உண்டாகும் ஒலியும் எனப் பலவகை ஒலிகளை உடையதும், கொடிகள் கட்டப்பட்ட மாடிவீடுகள் உடையதும், ஆகிய கொச்சைவயம் என்னும் தலத்தில் எழுந்தருளி இருக்கும் இறைவர், மணமுள்ள வில்வந் தளிர், ஊமத்த மலர், ஆகியவற்றை மணம் கமழும் நீண்ட சடாமுடியில் சூடுவர்; திருநீறு பூசிய திருமார்பில் நல்ல பெண்ணாகிய உமாதேவியை ஒரு பாகமாகக் கொண்டு விளங்குபவர்.

3993. ஆடல் மாமதி உடையார்
ஆயின பாரிடம் சூழ
வாடல் வெண்தலை ஏந்தி
வையகம் இடுபலிக்கு உழல்வார்
ஆடல் மாமட மஞ்ஞை
அணிதிகழ் பேடையொடு ஆடிக்
கூடு தண்பொழில் சூழ்ந்த
கொச்சை வயம்அமர்ந் தாரே (5)

அருஞ்சொற்பொருள்:

ஆடல் மாமதி - (வானில்) உலவும் சந்திரன். பாரிடம் - பூதகணம். வாடல் வெண்தலை - தசை வற்றிய வெண்நிறத் தலை (மண்டை ஓடு). வையகம் - உலகம். பலி - பிச்சை. மடமஞ்ஞை - இளம் மயில். பேடை - பெண் (மயில்).

பொழிப்புரை:

நடனம் ஆடுகின்ற இளம் ஆண்மயில், தன் அழகிய பெண்மயிலோடு கூடி விளையாடும் குளிர்ந்த சோலை சூழ்ந்த கொச்சைவயம் என்னும் தலத்தில் எழுந்தருளி இருக்கும் இறைவர், வானில் உலவும் சந்திரனைச் சூடி இருப்பவர்; பூதகணங்கள் புடைசூழ தசை வற்றிய வெள்ளைநிறத் தலை ஓட்டில் பிச்சை ஏற்க உலகம் முழுவதும் சுற்றித் திரிபவர்.

3994. மண்டு கங்கையும் அரவும்
மல்கிய வளர்சடை தன்மேல்
துண்ட வெண்பிறை அணிவர்
தொல்வரை வில்அது வாக
விண்ட தானவர் அரணம்
வெவ்வழல் எரிகொள விடைமேல்
கொண்ட கோலம்அது உடையார்
கொச்சை வயம்அமர்ந் தாரே (6)

அருஞ்சொற்பொருள்:

துண்டம் - துண்டு (ஒரு பகுதி). தொல்வரை - பழமை வாய்ந்த (மேரு) மலை. விண்ட - பகை கொண்ட. தானவர் - அசுரர். அழல் - நெருப்பு.

பொழிப்புரை:

பெருகி வரும் கங்கை, பாம்பு ஆகியவை பொருந்த இருக்கும், வளரும் தன்மை உடைய நீண்ட சடைமீது, பிறைச்சந்திரனை அணிபவரும், பகைத்த அசுரர் மூவரது, மதில்களை தீப்பற்றி எரிந்து அழியுமாறு சினந்தவரும், இடபத்தின்மீது ஏறிவரும் அழகிய காட்சி உடையவரும், ஆகிய சிவபெருமான் எழுந்தருளி இருப்பது கொச்சைவயம் என்னும் தலமே ஆகும்.

★ **(இப்பதிகத்தின் 7-ஆம் பாடல் கிடைக்கவில்லை).**

3995. அன்றுஅவ் ஆல்நிழல் அமர்ந்து
அறவுரை நால்வர்க்கு அருளிப்
பொன்றி னார்தலை ஓட்டில்
உண்பது பொருகடல் இலங்கை

வென்றி வேந்தனை ஒல்க
ஊன்றிய விரலினர் வான்தோய்
குன்றம் அன்னபொன் மாடக்
கொச்சை வயம்அமர்ந் தாரே (8)

அருஞ்சொற்பொருள்:

ஆல் - கல்லால மரம். நால்வர் - சனகர் முதலிய முனிவர் நால்வர். பொன்றினார் - இறந்தவர். வென்றி - வெற்றி. ஒல்க - தளர. பொன் - அழகு.

பொழிப்புரை:

முன்பு கல்லால மரநிழலில் இருந்து சனகன் முதலிய நால்வர்க்கும் அறம் முதலிய உறுதிப் பொருள்கள் நான்கினையும் அருளியவர்; இறந்தவரது மண்டை ஓட்டில் பிச்சை ஏற்று உண்பவர்; அலைவீசும் கடலால் சூழப்பட்ட இலங்கை நாட்டு அரசன் இராவணனை, அவனது வலிமை குன்றுமாறு நசுக்கிய விரல் உடையவர்; அவர் வானளாவிய குன்று போன்ற அழகிய மாடிவீடுகள் நிறைந்த கொச்சைவயம் என்னும் தலத்தில் எழுந்தருளி இருக்கும் இறைவரே ஆவர்.

3996. சீர்கொள் மாமல ரானும்
செங்கண்மால் என்றுஇவர் ஏத்த
ஏர்கொள் வெவ்வழல் ஆகி
எங்கும் உறநிமிர்ந் தாரும்
பார்கொள் விண்அழல் கால்நீர்ப்
பண்பினர் பால்மொழி யோடும்
கூர்கொள் வெல்வலன் ஏந்திக்
கொச்சை வயம்அமர்ந் தாரே (9)

அருஞ்சொற்பொருள்:

சீர் - சிறப்பு. மாமலர் - தாமரை மலர். மால் - திருமால். ஏத்த - போற்ற. ஏர் - அழகு. விண் - ஆகாயம். அழல் - நெருப்பு. கால் - காற்று. பால்மொழி - பால் போலும் இன்சொல் பேசும் உமாதேவி. வலன் - வலப்பக்கம்.

பொழிப்புரை:

பால் போன்ற இன்சொல் பேசும் உமாதேவியோடு கூடி, கூரிய வேல்படையை வலக்கையில் ஏந்தி, சொச்சைவயம் என்னும் தலத்தில் எழுந்தருளி இருக்கும் பெருமான், சிறப்பு பொருந்திய தாமரைமலரில்

அமரும் பிரமனும், சிவந்த கண்உடைய திருமாலும் என்று இவர் இருவரும் புகழ்ந்து போற்ற அழகிய நெருப்பு உருவாய் நிமர்ந்து நின்றவர்; நிலம், நீர், நெருப்பு, காற்று, ஆகாயம் என்னும் ஐம்பூதங்களாய் விளங்குபவர்.

3997. **குண்டர் வண்துவர் ஆடை**
போர்த்தது ஓர்கொள்கை யினார்கள்
மிண்டர் பேசிய பேச்சு
மெய்அல மைஅணி கண்டர்
பண்டை நம்வினை தீர்க்கும்
பண்பினர் ஒண்கொடி யோடும்
கொண்டல் சேர்மணி மாடக்
கொச்சை வயம்அமர்ந் தாரே (10)

அருஞ்சொற்பொருள்:

குண்டர் - உடல் பருத்தவர். மிண்டர் - முரடர். அல - அல்ல. மை - கருமை. அணி - அழகு. கொண்டல் - மேகம்.

பொழிப்புரை:

உடல் பருத்த சமணர்கள், மிகுதியும் துவர் நிறம் உடைய ஆடை போர்த்தும் பௌத்தர்கள், ஆகிய இவர்கள் இருவரும் பேசும் பேச்சில் உண்மையான கொள்கை எதுவும் இல்லை; மாறாக நமது பழைய வினைகளைப் போக்கி அருள, விடம் தங்கிய நீலநிறக் கண்டம் கொண்ட பெருமான் ஒருவன் இருக்கின்றான்; அவன் ஒள்ளிய பூங்கொடி போன்ற உடல்வாகு உடைய உமாதேவியோடும் கூடி, மேகங்கள் தங்கும் உயரிய அழகிய மாடிவீடுகள் நிறைந்து விளங்கும் கொச்சைவயம் என்னும் தலத்தில் எழுந்தருளி இருக்கிறான்.

3998. **கொந்து அணிபொழில் சூழ்ந்த**
கொச்சை வயநகர் மேய
அந்த ணன்அடி ஏத்தும்
அருமறை ஞானசம் பந்தன்
சந்தம் ஆர்ந்துஅழ காய
தண்தமிழ் மாலைவல் லோர்போய்
முந்தி வானவ ரோடும்
புகவலர் முனைகெட வினையே (11)

அருஞ்சொற்பொருள்:

கொந்து - கொத்து. சந்தம் ஆர்ந்து - சந்தநயம் பொருந்த. புக - புகுவதற்கு. வலர் - வல்லவர். முனை - முன்னை.

பொழிப்புரை:

பூங்கொத்துகள் நிறைந்து அழகு செய்யும் சோலையால் சூழப்பட்ட கொச்சைவயம் நகரில் எழுந்தருளி இருக்கும் பெருமானாகிய அந்தணனது திருவடியைப் போற்றி, அரிய வேதங்களை ஓதாது உணர்ந்த ஞானசம்பந்தன், அழகுபட இசையுடன் பாடிய, குளிர்ந்த தமிழ்ப் பாமாலையை, பாடி வழிபட வல்லவர், முன்னை வினைகள் அழிய, வானவர் உலகத்துக்கு முந்திக் கொண்டு செல்லும் வாய்ப்பினைப் பெறுவர்.

திருச்சிற்றம்பலம்

370

சீகாழி

திருமுறை 2 - 232

பண்: பியந்தைக் காந்தாரம்

3999. பொங்கு வெண்புரி வளரும்
பொற்புடை மார்பன்எம் பெருமான்
செங்கண் ஆடுஅரவு ஆட்டும்
செல்வன்எம் சிவன்உறை கோயில்
பங்கம் இல்பல மறைகள்
வல்லவர் பத்தர்கள் பரவும்
தங்கு வெண்திரைக் கானல்
தண்வயல் காழிநன் நகரே   (1)

அருஞ்சொற்பொருள்:

பொற்பு - அழகு. ஆடு அரவு - படம் எடுத்து ஆடுகின்ற பாம்பு. பங்கம் - குறை. பத்தர் - அன்பர். கானல் - கடற்கரைச் சோலை.

பொழிப்புரை:

வெண்மை பொங்கும் முப்புரிநூல் (பூணூல்) அணிந்த அழகிய திருமார்பு உடையவனும், எமது பெருமானும், சிவந்த கண்உடைய படம் எடுத்து ஆடுகின்ற பாம்பைப் பிடித்து ஆட்டுகின்றவனும், செல்வனும், ஆகிய எமது சிவன் எழுந்தருளி இருக்கும் கோயில் இருப்பது; குறைஒன்றும் இல்லாத மறைகளைக் கற்று வல்லவர்களும், அன்பர்களும் போற்றுவதும், வெண்மை நிறத்தில் கடல்அலை வந்து செல்லும் கடற்கரைச் சோலை உடையதும், குளிர்ந்த வயல்வளம் உடையதும், ஆகிய சீகாழி நகரமே ஆகும்.

4000. தேவர் தானவர் பரந்து
திண்வரை மால்கடல் நிறுவி
நாஅ தால்அமிர்து உண்ண
நயந்தவர் இரிந்திடக் கண்டு

ஆவ என்றுஅரு நஞ்சம்
உண்டவன் அமர்தரு மூதூர்
காவல் ஆர்மதில் சூழ்ந்த
கடிபொழில் காழிநன் நகரே   (2)

அருஞ்சொற்பொருள்:

தானவர் - அசுரர். திண்வரை - வலிய (மேரு) மலை. நிறுவி - மத்தாக நிறுத்தி. நா - நாக்கு. நயந்தவர் - விரும்பியவர். இரிந்திட - கலைந்து ஓட. ஆவ - ஆஆ. அருநஞ்சம் - அரிய (ஆலகால) விடம். கடி - மணம்.

பொழிப்புரை:

தேவர்களும் அசுரர்களும் கூடி நின்று, வலிமை மிக உடைய மேரு மலையை மத்தாக நிறுத்தி, பாற்கடலைக் கடைந்து, நாவால் அமுதம் உண்ண விரும்பியர், ஆலகால விடம் வெளிப்படுவது கண்டு, ஆஆ என்று அஞ்சி, கலைந்து ஓட, அந்த அரிய விடத்தை உண்டவன் எழுந்தருளி இருக்கும் பழைமையான ஊர்; காவல் அமைந்த மதில்சூழ்ந்ததும், மணமுள்ள சோலைவளம் உடையதும், ஆகிய சீகாழி என்னும் நல்ல நகரமே ஆகும்.

4001. கரியின் மாமுகம் உடைய
கணபதி தாதைபல் பூதம்
திரிய இல்பலிக்கு ஏகும்
செழுஞ்சுடர் சேர்தரு மூதூர்
சரியின் முனகைநன் மாதர்
சதிபட மாநடம் ஆடி
உரிய நாமங்கள் ஏத்தும்
ஒலிபுனல் காழிநன் நகரே   (3)

அருஞ்சொற்பொருள்:

கரி - யானை. தாதை - தந்தை. இல்பலி - இல்லம்தோறும் ஏற்கும் பிச்சை. ஏகும் - செல்லும். சரி - வளையல். சதிபட - தாளத்துக்கு ஏற்ப. நாமங்கள் - திருப்பெயர்கள்.

பொழிப்புரை:

யானைமுகம் உடைய விநாயகப் பெருமானின் தந்தையும், பூதகணங்கள் புடைசூழ இல்லங்கள் தோறும் பிச்சை ஏற்கச் செல்பவரும், செழுஞ்சுடர் வடிவம் உடையவரும், ஆகிய பெருமான் எழுந்தருளி

இருக்கும் பழம்பெருமை உடைய ஊர் எதுஎனில், அது வளையல் அணிந்த முன்னங்கைகள் உடைய நல்ல மகளிர் தாளத்துக்கு ஏற்ப நடனம் ஆடுவதும், அப்பெருமானுக்குரிய திருப்பெயர்களை உச்சரிப்பதும், அலைவீசி ஒலி செய்யும் நீரால் சூழப்பட்டதும், ஆகிய சீகாழி என்னும் நல்ல நகரமே ஆகும்.

4002. சங்க வெண்குழைச் செவியன்
தண்மதி சூடிய சென்னி
அங்கம் பூண்என உடைய
அப்பனுக்கு அழகிய ஊராம்
துங்க மாளிகை உயர்ந்த
தொகுகொடி வான்இடை மிடைந்து
வங்க வாள்மதி தடவும்
அணிபொழில் காழிநன் நகரே (4)

அருஞ்சொற்பொருள்:

அங்கம் - எலும்பு. பூண் - அணிகலன். துங்கம் - உயர்ச்சி. தொகு கொடி - கொடிகளின் தொகுதி. மிடைந்து - நெருங்கி. வங்கம் - வெள்ளி. வாள் - ஒளி.

பொழிப்புரை:

சங்கால் ஆன வெண்மை நிறக்குழை அணிந்த காது உடையவன்; குளிர்ந்த சந்திரனைச் சூடிய சடை உடையவன்; எலும்புகளைக் கோத்து அணிகலனாக அணிந்திருக்கும் தந்தை; அவன் எழுந்தருளி இருக்கும் அழகிய ஊர் எது எனில், அது மிக உயர்ந்த மாளிகைகள் உடையதும், அம்மாளிகைகளின் மீது பறக்கும் கொடிகளின் தொகுதி வானிடத்து நெருங்கி, வெள்ளி போல் ஒளிரும் சந்திரனைத் தடவுவதும், அழகிய சோலையால் சூழப்பட்டதும், ஆகிய சீகாழி என்னும் நல்ல நகரமே ஆகும்.

4003. மங்கை கூறுஅமர் மெய்யான்
மான்மறி ஏந்திய கையான்
எங்கள் ஈசன்என்று எழுவார்
இடர்வினை கெடுப்பவர்க்கு ஊராம்
சங்கை இன்றிநல் நியமம்
தாம்செய்து தகுதியின் மிக்க
கங்கை நாடுஉயர் கீர்த்தி
மறையவர் காழிநன் நகரே (5)

அருஞ்சொற்பொருள்:

மான்மறி - மான்கன்று. இடர்வினை - துன்பம் தரும் வினை. சங்கை - ஐயம். கங்கை நாடு உயர் கீர்த்தி - கங்கைக் கரையில் உள்ள தேசம் வரை பரவிய புகழ்.

பொழிப்புரை:

உமாதேவியை ஒரு பாகமாகக் கொண்ட திருமேனி உடையவன்; மான்கன்று ஒன்று ஏந்திய கை உடையவன்; 'எங்களை ஆள்பவன்' என்று சொல்லிப் புறப்படுவாரது துன்பம் தரும் வினைகளைக் கெடுப்பவன்; அவன் எழுந்தருளி இருக்கும் ஊர்; ஐயமற நல்ல நியமங்களைக் கடைபிடித்து, தகுதியால் சிறந்து விளங்கும் கங்கைக் கரையில் உள்ள நாடுவரை தங்கள் புகழ் பரவ வாழும் அந்தணர்கள் நிரம்ப இருக்கும் சீகாழி என்னும் நல்ல நகரமே ஆகும்.

4004. நாறு கூவிளம் மத்தம்
    நாகமும் சூடிய நம்பன்
    ஏறும் ஏறிய ஈசன்
    இருந்துஇனிது அமர்தரும் மூதூர்
    நீறு பூசிய உருவர்
    நெஞ்சினுள் வஞ்சம்ஒன்று இன்றித்
    தேறு வார்கள்சென்று ஏத்தும்
    சீர்திகழ் காழிநன் நகரே   (6)

அருஞ்சொற்பொருள்:

நாறு - மணம் நாறும். கூவிளம் - வில்வம் தளிர். மத்தம் - ஊமத்தம்பூ. நாகம் - பாம்பு. நம்பன் - விரும்பப்படுபவன். ஏறு - காளை.

பொழிப்புரை:

மணமுள்ள வில்வம் தளிர், ஊமத்தம்பூ, பாம்பு ஆகியவற்றைச் சூடியுள்ள விருப்பத்திற்கு உரியவன்; ஒரு காளையின் மீது ஏறிவரும் ஈசன்; அவன் இனிதே எழுந்தருளி இருக்கும் தொன்மை உடைய ஊர்; திருநீறு பூசிய உருவம் உடையவராய், நெஞ்சில் வஞ்சனை என்ற ஒன்று இல்லாதவராய், விளங்குபவர்கள் சென்று போற்றி வழிபடும் சிறப்பு உடைய சீகாழி என்னும் நல்ல நகரமே ஆகும்.

4005. நடம்அது ஆடிய நாதன்
நந்திதன் முழவிடைக் காட்டில்
விடம்அ மர்ந்துஒரு காலம்
விரித்துஅறம் உரைத்தவற்கு ஊராம்
இடம்அ தாமறை பயில்வார்
இரும்தவர் திருந்திஅம் போதில்
குடம்அது ஆர்மணி மாடம்
குலாவிய காழிநன் நகரே (7)

அருஞ்சொற்பொருள்:

நடம் - நடனம். நாதன் - தலைவன். முழவு - மத்தளம். விடம் - ஆலகால விடம். அறம் - அறம் முதல் நான்கு. இரும் தவர் - பெரிய தவம் உடையவர். திருந்தி - மனம் திருந்தி. அம்போதில் குடம் - அழகிய தாமரை மொக்கு போன்ற வடிவ அழகு உடைய குடம். ஆர் - பொருந்திய.

பொழிப்புரை:

நந்தி மத்தளம் வாசிக்க, அதற்கேற்ப சுடுகாட்டில் நின்று நடனம் ஆடுகின்ற தலைவன்; முன்ஒரு காலத்தில் ஆலகால விடத்தை எடுத்து உண்டவன்; சனகன் முதலிய முனிவர் நால்வர்க்கு அறம் முதலிய நான்கையும் உரைத்தவன்; அவன் எழுந்தருளி இருக்கும் ஊர்; வேதம் பயிலும் அந்தணர்கள் கூடி வாழ்வதும், மனம் பக்குவப்பட்டு மேலான தவத்தை முன்எடுப்பவர்கள் கூடி வாழ்வதும், தாமரை மொக்கு போன்ற உருவம் உடைய குடங்கள் பொருந்திய அழகிய மாடிவீடுகள் நிறைந்து விளங்குவதும், ஆகிய காழி என்னும் நல்ல நகரமே ஆகும். (நிறைகுடம் வைப்பது மங்களத்தின் வெளிப்பாடு என அறிக).

4006. கார்கொள் மேனிஅவ் அரக்கன்
தன்கடும் திறலினைக் கருதி
ஏர்கொள் மங்கையும் அஞ்ச
எழில்மலை எடுத்தவன் நெரியச்
சீர்கொள் பாதத்துஓர் விரலால்
செறுத்தஎம் சிவன்உறை கோயில்
தார்கொள் வண்டுஇனம் சூழ்ந்த
தண்வயல் காழிநன் நகரே (8)

அருஞ்சொற்பொருள்:

கார் - கருமை. திறல் - வலிமை. ஏர் - அழகு. பாதம் - திருவடி. செறுத்த - அழித்த. தார் - மலர். தண் - குளிர்ச்சி.

பொழிப்புரை:

கரிய மேனி நிறம் உடைய அரக்கனாகிய இராவணன் தனது உடல் வலிமையைக் கருத்தில் கொண்டு, அழகிய உமாதேவி அஞ்சுமாறு, அழகிய கயிலை மலையைப் பெயர்த்தபோது, அவனது உடல் நெரிபடுமாறு, சிறப்பு உடைய தம் திருவடியில் உள்ள ஒரு விரல் கொண்டு ஊன்றி நசுக்கிய எமது சிவபெருமான் எழுந்தருளி இருக்கும் கோயில் இருப்பது ; மலர்களை வண்டுக்கூட்டம் மொய்க்கும் குளிர்ந்த வயலால் சூழப்பட்ட சீகாழி என்னும் நல்ல நகரிலே ஆகும்.

4007. **மாலும் மாமல ரானும்**
மருவிநின்று இகலிய மனத்தால்
பாலும் காண்புஅரி தாய
பரஞ்சுடர் தன்பதி ஆகும்
சேலும் வாளையும் கயலும்
செறிந்துதன் கிளையொடு மேய
ஆலும் சாலிநல் கதிர்கள்
அணிவயல் காழிநன் நகரே (9)

அருஞ்சொற்பொருள்:

இகலிய மனம் - மாறுபட்ட மனம். பால் - இயல்பு. சேல், வாளை, கயல் - மீன் வகைகள்.

பொழிப்புரை:

திருமாலும், தாமரை மலர்மேல் அமரும் பிரமனும், தங்களுக்குள் மாறுபட்ட மனம் உடையவராய், கூடிநின்று தேடியும், காண அருமை உடைய இயல்புடன் விளங்கும், மேலான சுடர் வடிவ இறைவன் எழுந்தருளி இருக்கும் தலம் ; சேல், வாளை, கயல் ஆகிய மீன்கள் தத்தம் இனத்தோடு கூட்டம் கூட்டமாய் மேய்வதும், சாலி என்னும் நெற்பயிர் காற்றில் அசையும் கதிர்களுடன் விளங்கும் அழகிய வயல்வளம் உடையதும், ஆகிய சீகாழி என்னும் நல்ல நகரமே ஆகும்.

4008. **புத்தர் பொய்மிகு சமணர்**
பொலிகழல் அடிஇணை காணும்
சித்தம் அற்றவர்க்கு இலாமைத்
திகழ்ந்தநல் செழுஞ்சுடர்க்கு ஊராம்

சித்த ரோடுநல் அமரர்
செறிந்தநன் மாமலர் கொண்டு
முத்த னேஅருள் என்று
முறைமைசெய் காழிநன் நகரே (10)

அருஞ்சொற்பொருள்:

பொலி கழல் - பொன்போல் ஒளிரும் திருவடி. சித்தம் - அகக் கருவிகளில் ஒன்று. இலாமை - இல்லாமை (காட்டிக் கொள்ளாமை).

பொழிப்புரை:

பௌத்தர், பொய்யினை மிகுதியும் பேசும் சமணர் ஆகிய, பொன்போல் ஒளிரும் திருவடி இணையைக் காணும் எண்ணம் அற்றவர்க்கு, தன்னைக் காட்டிக் கொள்ளாதவனும், நல்ல கொழுவிய சுடராக விளங்குபவனும், ஆகிய இறைவன் எழுந்தருளும் ஊர்எது எனில், சித்தர்களும் தேவர்களும் மேலான மலர்கள் கொண்டு தூவி, 'முத்தனே! அருளுவாயாக!' என்று வேண்டி நிற்கும் சீகாழி என்னும் நல்ல நகரமே ஆகும்.

4009. ஊழி ஆனவை பலவும்
ஒழித்திடும் காலத்தில் ஓங்கு
.... (11)

★ (இப்பாடலின் எஞ்சிய பகுதி கிடைக்கவில்லை).

திருச்சிற்றம்பலம்

371

திருச்சிவபுரம்

திருமுறை 2 - 238

பண்: நட்டராகம்

4010. அன்ன மென்நடை அரிவையோடு
இனிதுஉறை அமரர்தம் பெருமானார்
மின்னு செஞ்சடை வெள்எருக்
கம்மலர் வைத்தவர் வேதாந்தம்
பன்னு நன்பொருள் பயந்தவர்
பருமதில் சிரபுரத் தார்சீர்ஆர்
பொன்னின் மாமலர் அடிதொழும்
அடியவர் வினையொடும் பொருந்தாரே (1)

அருஞ்சொற்பொருள்:

அரிவை - பெண் (உமாதேவி). வேதாந்தம் - வேதமுடிவு (உபநிடதம்). பருமதில் - பருத்த மதில். பொன் - அழகு. மாமலர் - தாமரை மலர்.

பொழிப்புரை:

அன்னம் போன்ற மென்மையான நடை உடைய உமாதேவியோடு இனிதே எழுந்தருளி, உடன் உறையும் தேவர்கள் தலைவனாகிய பெருமானார், மின்னுகின்ற சிவந்த சடையில் வெள்எருக்க மலரைச் சூடி இருப்பவர்; வேதமுடிவாய் விளங்கும் உபநிடதப் பொருளை உலகுக்கு அருளியவர்; பருத்த மதிலால் சூழப்பட்ட சிரபுரத்தில் எழுந்தருளி இருப்பவர்; சிறப்பு பொருந்திய அழகிய தாமரைமலர் போன்ற திருவடியை வணங்கும் அடியவரது வினைகளோடு தாம் பொருந்தாதவர்.

4011. கோல மாகரி உரித்தவர்
அரவொடும் ஏனக்கொம்பு இளஆமை
சாலப் பூண்டு தண்மதி
அதுசூடிய சங்கரனார் தம்மைப்

போலத் தம்அடி யார்க்கும்இன்பு
அளிப்பவர் பெருங்கடல் விடம்உண்ட
நீலத் தார்மிடற்று அண்ணலார்
சிரபுரம் தொழவினை நில்லாவே (2)

அருஞ்சொற்பொருள்:

மாகரி - பெரிய யானை. ஏனக் கொம்பு - பன்றிக் கொம்பு. இளஆமை - இளம் ஆமைஓடு. சால - பெருமைபட. சங்கரன் - இன்பம் செய்பவன். இன்பு - இன்பம். நீலத்து ஆர் மிடறு - நீலநிறம் பொருந்திய கண்டம்.

பொழிப்புரை:

அழகிய பெரிய யானையின் தோலை உரித்தவர்; வராக அவதாரத் திருமாலின் கொம்பு, கூர்ம அவதாரத் திருமாலின் ஓடு ஆகியவற்றை பெருமைபட மார்பில் அணிந்து, குளிர்ந்த சந்திரப்பிறையைச் சடையில் சூடிய சங்கரனார்; தம்மைப் போலவே தம் அடியார்களையும் பேரின்பத்தில் திளைக்கச் செய்பவர்; பெரிய பாற்கடலில் வெளிப்பட்ட விடத்தை உண்டு, கண்டத்தில் தேக்கியதால், கண்டம் நீலநிறம் உடையதாய் இருக்க விளங்கும் தலைவர்; அவர் எழுந்தருளி இருக்கும் சிரபுரத்தைத் தொழுவாரது வினைகள் விலகும்.

4012. **மானத் திண்புய வரிசிலைப்**
பார்த்தனைத் தவம்கெட மதித்துஅன்று
கானத் தேதிரி வேடனாய்
அமர்செயக் கண்டுஅருள் புரிந்தார்பூந்
தேனைத் தேர்ந்துசேர் வண்டுகள்
இரிதரும் சிரபுரத்து உறைஎங்கள்
கோனைக் கும்பிடும் அடியரைக்
கொடுவினை குற்றங்கள் குறுகாவே (3)

அருஞ்சொற்பொருள்:

மானம் - பெருமை. திண்புயம் - வலிய தோள். வரிசிலை - நாண் வரிந்து கட்டப்பட்ட வில். பார்த்தன் - அர்ச்சுனன். கானம் - காடு. அமர் - போர். இரிதரும் - இரிந்து ஓடும்.

பொழிப்புரை:

பெருமையும் வலிமையும் உடைய தோளும் வரிந்து கட்டப்பட்ட வில்லும் கொண்ட அர்ச்சுனன் செய்த தவம் கெடுமாறு, வேடர் வேடம்

ஏற்று காட்டுக்கு வந்து, போர் செய்து, பின் அவனுக்கு அருள்புரிந்தவர்; பூவில் உள்ள நல்ல தேனை ஆராய்ந்து உண்ணும் வண்டுகள் சுற்றித்திரியும் சிரபுரம் என்னும் நகரில் உறையும் எங்கள் கோனை (தலைவனை)க் கும்பிடும் அடியார்க்கு, கொடிய வினைகளும் அவற்றால் வரும் குற்றங்களும் நெருங்குவது இல்லை.

4013. மாணி தன்உயிர் மதித்துஉண
வந்தஅக் காலனை உதைசெய்தார்
பேணி உள்கும் மெய்அடியவர்
பெருந்துயர்ப் பிணக்குஅறுத்து அருள்செய்வார்
வேணி வெண்பிறை உடையவர்
வியன்புகழ்ச் சிரபுரத்து அமர்கின்ற
ஆணிப் பொன்னினை அடிதொழும்
அடியவர்க்கு அருவினை அடையாவே (4)

அருஞ்சொற்பொருள்:

மாணி - பிரமச்சாரி (மார்க்கண்டேயன்). உண - (உண்ண) பிரிக்க. பேணி - போற்றி. உள்கும் - நினைக்கும். துயர்ப்பிணக்கு - துன்பமாகிய மாறுபாடு. வேணி - சடை. வியன்புகழ் - பரவிய புகழ். ஆணி - உரையாணி (மாற்று உரைக்க உதவும் பொன்).

பொழிப்புரை:

பிரமச்சாரியாகிய மார்க்கண்டேய முனிவனின் உயிரைப் பறிக்க வேண்டும் என்று நினைத்து வந்த இயமனை உதைத்தவர்; போற்றித் தியானிக்கும் மெய்யடியார்களது பெரும் துன்பமாகிய மாறுபாட்டினைப் போக்கி அருள்செய்தவர்; சடையில் சந்திரப்பிறையை அணிபவர்; பரவிய புகழ் உடைய சிரபுர நகரில் எழுந்தருளி இருப்பவர்; உரைஆணிப் பொன்போல மாற்று குறையாதவர்; அவரைத் தொழுகின்ற அடியார்களுக்கு அரிய வினைகள் இல்லையாகும்.

4014. பாரும் நீரொடு பல்கதிர்
இரவியும் பனிமதி ஆகாசம்
ஓரும் வாயுவும் ஒண்கனல்
வேள்வியில் தலைவனு மாய்நின்றார்
சேரும் சந்தனம் அகிலொடு
வந்துஇழி செழும்புனல் கோட்டாறு
வாரும் தண்புனல் சூழ்சிர
புரம்தொழும் அடியவர் வருந்தாரே (5)

அருஞ்சொற்பொருள்:

பார் - நிலம். இரவி - சூரியன். பனிமதி - குளிர்ந்த சந்திரன். ஒள் - ஒள்ளிய.

பொழிப்புரை:

நிலம், நீர், பல கதிர்கள் உடைய சூரியன், குளிர்ந்த சந்திரன், ஆகாயம், காற்று, ஒளிபொருந்திய நெருப்பு (உயிர்) என அட்டமூர்த்தமாகவும், வேள்வியின் தலைவனாகவும் நிற்பவன்; அப்பெருமான் எழுந்தருளி இருக்கும், சந்தனமும் அகிலும் ஆகிய இவற்றை உந்தி வந்து கரை ஒதுக்கும் கோட்டாறு பாயும் குளிர்ந்த நீர்வளம் மிக்க சிரபுரம் என்னும் தலத்தை வழிபடும் அடியவர், துன்பம் உறுவது இல்லை.

4015. **ஊழி அந்தத்தில் ஒலிகடல்**
ஓட்டந்துஇவ் வுலகங்கள் அவைமூட
ஆழி எந்தைஎன்று அமரர்கள்
சரண்புக அந்தரத்து உயர்ந்தார்தாம்
யாழின் நேர்மொழி ஏழையோடு
இனிதுஉறை இன்பன்எம் பெருமானார்
வாழி மாநகர்ச் சிரபுரம்
தொழுதுஎழ வல்வினை அடையாவே (6)

அருஞ்சொற்பொருள்:

ஊழி அந்தத்தில் - ஊழி முடிவில். ஓட்டந்து - ஓட்டம் தந்து. ஆழி - (அருளாகிய) கடல். ஏழை - பெண் (உமாதேவி).

பொழிப்புரை:

ஊழி முடிவில் ஒலிக்கின்ற கடல்நீர் ஓட்டம் எடுத்து உலகை மூட, 'அருட்கடலே! எம் தந்தையே!' என்று தேவர்கள் சென்று சரண் அடைய ஆகாயத்தில் உயர்ந்து நின்றவர்; யாழ் இசை போன்ற இன்மொழி பேசும் உமாதேவியோடு கூடி இனிதே உறையும் இன்பம் உடைய பெருமான்; அவர் எழுந்தருளி இருக்கின்ற சிரபுரம் என்னும் நகரைத் தொழுது வணங்கி எழ, வலிய வினைகள் ஆனவை வந்து சேராது.

4016. **பேய்கள் பாடப் பூதங்கள்**
துதிசெயப் பிணம்இடு சுடுகாட்டில்
வேய்கொள் தோளிதான் வெள்கிட
மாநடம் ஆடும்வித் தகனார்ஒண்

சாய்கள் தான்மிக உடையதண்
மறையவர் தகுசிர புரத்தார்தாம்
தாய்கள் ஆயினார் பல்உயிர்க்
கும்தமைத் தொழும்அவர் தளராரே (7)

அருஞ்சொற்பொருள்:

துதிசெய - போற்ற. வேய்கொள் தோளி - மூங்கில் போன்ற தோளை உடையவள் (காளி). வெள்கிட - வெட்கப்பட. வித்தகர் - ஞானமே வடிவானவர். சாய் - புகழ்.

பொழிப்புரை:

பேய்கள் சூழ்ந்து நின்று பாட, பல பூதகணங்கள் போற்றி வழிபட, பிணம் எரிகின்ற சுடுகாட்டில் மூங்கில் போன்ற அழகிய தோளை உடைய காளி நாண, ஐந்தொழில் நடனம் ஆடுகின்ற ஞான வடிவினர்; புகழ் மிக உடைய அந்தணர்கள் வாழும் சிரபுர நகரில் எழுந்தருளி இருக்கும் இறைவர், உலகில் வாழும் உயிர்கள் பலவற்றுக்கும் தாயாக விளங்குபவர்; அவரைத் தொழுது வணங்குபவர் தளர்ச்சி அடையமாட்டார்.

4017. இலங்கு பூண்வரை மார்புஉடை
இராவணன் எழில்கொள்வெற்பு எடுத்துஅன்று
கலங்கச் செய்தலும் கண்டுதம்
கழல்அடி நெரியவைத்து அருள்செய்தார்
புலங்கள் செங்கழு நீர்மலர்த்
தென்றல்மன்று அதன்இடைப் புகுந்தாரும்
குலங்கொள் மாமறை அவர்சிர
புரம்தொழுது எழவினை குறுகாவே (8)

அருஞ்சொற்பொருள்:

வரைமார்பு - மலைபோல் இடமகன்ற மார்பு. எழில் - அழகு. வெற்பு - (கயிலை) மலை. புலங்கள் - வயல்கள்.

பொழிப்புரை:

விளங்குகின்ற ஆபரணங்கள் அணிந்த இடம் அகன்ற மலைபோன்ற மார்பு உடைய இராவணன், அழகிய கயிலை மலையை முன்ஒரு நாளில் பெயர்க்க, அவனைக் கலங்குமாறு செய்யக் கால்விரலை ஊன்றி நெரித்துப் பின் அவனுக்கு அருள்செய்தவர்; வயல்களில் செங்கழுநீர் பூத்திருப்பதும், மன்றங்களில் தென்றல் உலவுவதும், குலப்பெருமை உடைய அந்தணர்கள் கூடி வாழ்வதும், ஆகிய சிரபுரத்தைத் தொழுது எழுவார்க்கு வினைகள் இல்லையாகும்.

4018. வண்டு சென்றுஅணை மலர்மிசை
நான்முகன் மாயன்என்று இவர்அன்று
கண்டு கொள்ளஓர் ஏனமோடு
அன்னமாய்க் கிளறியும் பறந்தும்தாம்
பண்டு கண்டது காணவே
நீண்டஎம் பசுபதி பரமேட்டி
கொண்ட செல்வத்துச் சிரபுரம்
தொழுதுஎழ வினைஅவை கூடாவே (9)

அருஞ்சொற்பொருள்:

மாயன் - மால். ஏனம் - பன்றி. பசுபதி - உயிர்களுக்குத் தலைவன். பரமேட்டி - மேலானவர்க்கும் மேலானவன். கொண்ட செல்வம் - செல்வ வளம் கொண்ட.

பொழிப்புரை:

வண்டுகள் மொய்க்கின்ற தாமரைமலரில் வீற்றிருக்கும் பிரமனும் திருமாலும் என்று இவர் இருவரும் முறையே அன்னமாகப் பறந்து மேலே சென்றும், பன்றியாய்ப் பூமியைக் கிளறிக் கீழே சென்றும், காண முடியாத நிலையில் (அன்னமாகவும் பன்றியாகவும் மாறுவதற்கு முன்பு கண்ட அதே நிலையையே கண்டவராய்) உயர்ந்து நின்ற எமது பசுபதியும் பரமேட்டியும், ஆகிய இறைவன் எழுந்தருளி இருக்கும் செல்வ வளம் உடைய சிரபுரத்தைத் தொழுது வணங்க, வினைகள் ஆனவை வந்து சேராது.

4019. பறித்த புன்தலைக் குண்டிகைச்
சமணரும் பார்மிசைத் துவர்தோய்ந்த
செறித்த சீவரத் தேரரும்
தேர்கிலாத் தேவர்கள் பெருமானார்
முறித்து மேதிகள் கரும்புதின்று
ஆவியின் மூழ்கிட இளவாளை
வெறித்துப் பாய்வயல் சிரபுரம்
தொழவினை விட்டிடும் மிகத்தானே (10)

அருஞ்சொற்பொருள்:

பறித்த - முடிபறித்த. புன்தலை - இழிந்த தலை. குண்டிகை - கமண்டலம் (கலயம்). பார்மிசை - உலகின்மீது. துவர் - துவர்நிறம். சீவரம் - பௌத்தரது உடை. தேரர் - பௌத்தர். தேர்கிலா - ஆராய்ந்து தெளிய முடியாத. மேதி - எருமை. ஆவி - (வாவி) குளம். வெறித்து - கலக்கி.

பொழிப்புரை:

முடிபறிக்கப்பட்ட இழிந்த தலையுடன் குண்டிகை ஏந்தித் திரியும் சமணர்களும், துவராடை உடுத்து இவ்வுலகில் சுற்றித் திரியும் பௌத்தர்களும், ஆகிய இவர்கள் இருவகையினரும் ஆராய்ந்து காணமுடியாத தன்மையில் விளங்கும் தேவர்கள் தலைவன்; எருமைகள் கரும்பினை ஒடித்துத் தின்று மேய்ந்து, குளங்களில் இறங்கிக் குளிக்க, அங்குள்ள இளம் வாளை மீன்கள் துள்ளி வயல்களில் பாயும் சிரபுரம் என்னும் தலத்தில் எழுந்தருளி இருக்கும் சிவபெருமானைத் தொழுவாரது மிகுதியான வினைகள், அவரை விட்டு நீங்கும் என்பதை அறிவீராக!

4020. பரசு பாணியைப் பத்தர்கள்
     அத்தனைப் பைஅர வோடுஅக்கு
     நிரைசெய் பூண்திரு மார்புடை
     நிமலனை நித்திலப் பெருந்தொத்தை
     விரைசெய் பூம்பொழில் சிரபுரத்து
     அண்ணலை விண்ணவர் பெருமானைப்
     பரவு சம்பந்தன் செந்தமிழ்
     வல்லவர் பரமனைப் பணிவாரே   (11)

அருஞ்சொற்பொருள்:

பரசு பாணி - மழு ஏந்திய கை. அத்தன் - தந்தை. பைஅரவு - படமுடைய பாம்பு. அக்கு - உருத்திராக்கம். நிரை - வரிசை. தொத்து - கொத்து. நித்திலம் - முத்து.

பொழிப்புரை:

மழு ஏந்திய கை உடையவனை, அன்பர்களது தலைவனை, படமுடைய பாம்பு, உருத்திராக்க மாலை ஆகியவற்றை அழகுற அணிந்த திருமார்பு உடையவனை, மலமற்றவனை, முத்தால் ஆன பெருங்கொத்தை, மணமுள்ள சோலையால் சூழப்பட்ட சிரபுர நகரில் எழுந்தருளி இருக்கும் தலைவனை, தேவர்கள் பெருமானைப் புகழ்ந்து பாடும் ஞானசம்பந்தனது, செந்தமிழ்ப் பாடலைப் பாடி, வழிபட வல்லவர், மேலான அவ்விறைவனைப் பணிபவரே ஆவர்.

திருச்சிற்றம்பலம்

372

சீகாழி

திருமுறை 2 - 249

பண்: செவ்வழி

4021. பொடிஇலங்கும் திருமேனி யாளர் புலிஅதளினர்
அடிஇலங்கும் கழல்ஆர்க்க ஆடும் அடிகள்(ள்)இடம்
இடிஇலங்கும் குரல்ஓதம் மல்கஅவ் எறிவார்திரைக்
கடிஇலங்கும் புனல்முத்து அலைக்கும்கடல் காழியே (1)

அருஞ்சொற்பொருள்:

இலங்கும் - விளங்கும். அதள் - தோல். ஓதம் - கடல்அலை. எறி - எறிகின்ற. வார் - நீண்ட.

பொழிப்புரை:

திருநீறு பூசிய திருமேனி உடையவர்; புலித்தோலை உடையாக உடுத்தி இருப்பவர்; திருவடியில் அணிந்திருக்கும் வீரக்கழல் ஆரவாரம் செய்ய நடனம் ஆடும் அடிகள்; அவர் எழுந்தருளி இருக்கும் இடம்; இடிபோல் கடல் அலை முழங்குவதும், எறிகின்ற நீண்ட கடல் அலையானது முத்துக்களை கரைஒதுக்குவதும், ஆகிய கடலின் கரையில் உள்ள காழி நகரே ஆகும்.

4022. மயல்இலங்கும் துயர்மாசு அறுப்பான் அரும்தொண்டர்கள்
அயல்இலங்கப் பணிசெய்ய நின்ற அடிகள்(ள்)இடம்
புயல்இலங்கும் கொடையாளர் வேதத்துஒலி பொலியவே
கயல்இலங்கும் வயல்கழனி சூழும்கடல் காழியே (2)

அருஞ்சொற்பொருள்:

மயம் - மயக்கம். துயர் மாசு - பிறவித் துன்பமாகிய குற்றம். அயல் - அயலே. புயல் - மேகம் (மழை). கயல் - மீன் வகை.

பொழிப்புரை:

மயக்கம் தரும் பிறவியாகிய துன்பம் தீருமாறு, அரிய தொண்டர்கள் கோயிலின் அருகே தொண்டு செய்ய, அமர்ந்து அருளும் அடிகளது இடம்; மழைபோன்ற வள்ளல்தன்மை உடையவர் நிறைந்து வாழ்வதும், வேதஒலி இடையறாது கேட்பதும், கயல் மீன்கள் துள்ளும் வயல்வளம் உடையதும், கடலின் கரையில் உள்ளதும், ஆகிய காழியே ஆகும்.

4023. கூர்விளங்கும் திரிசூல வேலர் குழைக்காதினர்
மார்வுஇலங்கும் புரிநூல் உகந்த மணவாளன்ஊர்
நேர்விலங்கல்(ல்) அனதிரைகள் மோத(ந்)நெடும் தாரைவாய்க்
கார்விலங்கல்(ல்) எனக்கலந்து ஒழுகும் கடற்காழியே (3)

அருஞ்சொற்பொருள்:

மார்வு - மார்பு. விலங்கல் - மலை. தாரை - நீர்ப்பெருக்கு. கார் - மேகம். விலங்கல் என - மலை போல. ஒழுகும் - பொழியும்.

பொழிப்புரை:

கூர்மை உடைய முத்தலைச் சூலம் ஏந்தி இருப்பவர்; குழைஅணிந்த காது உடையவர்; மார்பில் பூணூல் விளங்க மகிழ்ந்த மணவாளர்; அவர் எழுந்தருளி இருக்கும் ஊர்; மலைபோல் அலைகள் எழுந்து மோதிப் பின் உள்வாங்குவதும், மலைபோல் மழைமேகம் கூடிநின்று மழையினைப் பொழிவதும், ஆகிய கடலின் கரையில் உள்ள சீர்காழியே ஆகும்.

4024. குற்றம்இல்லார் குறைபாடு செய்வார் பழிதீர்ப்பவர்
பெற்றநல்ல கொடிமுன் உயர்த்த பெருமான்இடம்
மற்றுநல்லார் மனத்தால் இனியார் மறைகலைஎலாம்
கற்றுநல்லார் பிழைதெரிந்து அளிக்கும்கடல் காழியே (4)

அருஞ்சொற்பொருள்:

பெற்றம் - காளை. அளிக்கும் - கருணை காட்டும்.

பொழிப்புரை:

இயல்பாகவே மும்மலக் குற்றம் இல்லாதவர்; குறைபாடு உடையவரது பழியைப் போக்கி அருளுபவர்; எருது எழுதிய கொடியினை உயர்த்திப் பிடிப்பவர்; அப்பெருமான் எழுந்தருளும் இடம்; மிகவும் நல்லவர்களும், மனத்தால் இனிமை உடையவரும், மறை முழுவதும் கற்று நல்லவர்களாய் விளங்குபவரும், பிழை தெரிந்து திருத்தி கருணை காட்டுபவரும், நிறைந்து வாழும் கடலின் கரையில் உள்ள காழி நகரே ஆகும்.

4025. விருதுஇலங்கும் சரிதைத் தொழிலார் விரிசடையினார்
 எருதுஇலங்கப் பொலிந்துஏறும் எந்தைக்கு இடம்ஆவது
 பெரிதுஇலங்கும் மறைகிளைஞர் ஓதப்பிழை கேட்டலால்
 கருதுகிள்ளைக் குலம்தெரிந்து தீர்க்கும்கடல் காழியே   (5)

அருஞ்சொற்பொருள்:

சரிதை - ஒழுக்கம். விருது - வெற்றி. மறைகிளைஞர் - வேதியர். பிழை கேட்டலால் - பிழைபடக் கூறக் கேட்டாலும். கிள்ளைக்குலம் - கிளிக்கூட்டம். தெரிந்து தீர்க்கும் - முன்பு சொன்ன பழக்கத்தினால் பிழை நீக்கி ஓதும்.

பொழிப்புரை:

வெற்றி பொருந்திய பல வரலாறுகள் உடையவர்; விரிந்த சடாமுடி உடையவர்; எருதின்மீது ஏறிவரும் எம் தந்தை; அவர் விரும்பி எழுந்தருளி இருக்கும் இடம்; மறைஓதும் வேதியர்கள் நிறைந்து, மறையினைப் பிழைபட ஓதினாலும், கிளிக்கூட்டங்கள் முன்பு சொன்ன பழக்கத்தால் அப்பிழை நீக்கி ஓதும் சிறப்பினை உடைய கடலின் கரையிலுள்ள காழி நகரே ஆகும்.

4026. தோடுஇலங்கும் குழைக்காதர் வேதர்சுரும்பு ஆர்மலர்ப்
 பீடுஇலங்கும் சடைப்பெருமை யாளர்க்கு இடமாவது
 கோடுஇலங்கும் பெரும்பொழில்கள் மல்கப்பெரும் செந்நெலின்
 காடுஇலங்கும் வயல்பயிலும் அம்தண்கடல் காழியே   (6)

அருஞ்சொற்பொருள்:

வேதர் - வேதம் சொன்னவர். சுரும்பு - வண்டு. பீடு - பெருமை. கோடு - மரக்கிளை.

பொழிப்புரை:

தோடும் குழையும் விளங்கும் காதுகளை உடையவர்; வேதத்தை உலகுக்குச் சொன்னவர்; வண்டு மொய்க்கும் மலர் சூடிய பெருமை பொருந்திய சடை உடையவர்; அவர் எழுந்தருளும் இடமாக விளங்குவது; கிளைகளுடன் கூடிய மரங்கள் நிறைந்து விளங்கும் பெரிய சோலைகளால் சூழப்பட்டதும், செந்நெல் விளைகின்ற வயல்வளம் உடையதும், கடற்காடுகள் உடையதும், அழகிய குளிர்ந்த கடலின் கரையில் இருப்பதும், ஆகிய காழி நகரே ஆகும்.

4027. மலைஇலங்கும் சிலையாக வேகம்மதில் மூன்றுஎரித்து
அலைஇலங்கும் புனல்கங்கை வைத்தஅடி கட்குஇடம்
இலைஇலங்கும் மலர்க்கைதை கண்டல்வெறி விரவலால்
கலைஇலங்கும் கணத்துஇனம் பொலியும்கடல் காழியே   (7)

அருஞ்சொற்பொருள்:

மலை - மேருமலை. சிலை - வில். வேகம் - வலிமை. கைதை - தாழை. கண்டல் - நீர்முள்ளி. வெறி - மணம். கலை - வேதம். கணம் - கூட்டம்.

பொழிப்புரை:

மேருமலையை வில்லாக வளைத்து, வலிமை உடைய மதில்கள் மூன்றையும் எரித்தவர்; அலைவீசும் நீர்ப்பெருக்கு உடைய கங்கையைச் சடையில் தரித்தவர்; அப்படிப்பட்ட அடிகள் எழுந்தருளும் இடம்; இலைகளோடு கூடிய மடலையே மலராகக் கொண்ட தாழை, நீர்முள்ளி முதலியன மணம் பரப்ப, வேதம் ஓதும் அந்தணர் கூட்டம் கூடிவாழும், கடலின் கரையில் உள்ள காழி நகரமே ஆகும்.

4028. முழுதுஇலங்கும் பெரும்பொருள் வாழும்முரண் இலங்கைக்கோன்
அழுதுஇரங்கச் சிரம்உரம் ஒடுங்க(வ்) அடர்த்துஆங்குஅவன்
தொழுதுஇரங்கத் துயர்தீர்த்து உகந்தார்க்கு இடமாவது
கழுதும்புள்ளும் மதில்புறம்அது ஆரும்கடல் காழியே   (8)

அருஞ்சொற்பொருள்:

முரண் - வலிமை. சிரம் - தலை. உரம் - வலிமை. கழுது - வண்டு. புள் - பறவை.

பொழிப்புரை:

விளங்கும் இலங்கை நாடு முழுவதையும் ஆளும், ஒரு பெரும் பொருளாக பேசப்படும் வாழ்க்கையும், உடல் வலிமையும், உடைய அரக்கனாகிய இராவணன், அழுது வருந்துமாறும், அவனது தலைகளின் வலிமை குறையுமாறும், நசுக்க, அதனைப் பொறுக்க முடியாது, அவன் மனம் நெகிழ்ந்து போற்றிப்பாட, அவனை விடுவித்துத் துன்பம் போக்கி மகிழ்ந்த இறைவர்க்கு இடமாக விளங்குவது; மதிலின் புறத்தே வண்டுகளும் பறவைகளும் திரியும் கடலின் கரையில் உள்ள காழி நகரே ஆகும்.

4029. பூவினானும் விரிபோதில் மல்கும்திரு மகள்தனை
மேவினானும் வியந்துஏத்த நீண்டார்அழ லாய்நிறைந்து
ஓவிஅங்கே அவர்க்குஅருள் புரிந்த(வ்) ஒருவர்க்குஇடம்
காவிஅம்கண் மடமங்கை யர்சேர்கடல் காழியே (9)

அருஞ்சொற்பொருள்:

பூவினான் - பிரமன். விரிபோது - மலர்ந்த தாமரை மலர். அழல் - நெருப்பு. ஓவி - நீங்கி. காவி - நீலமலர்.

பொழிப்புரை:

தாமரைப் பூவில் அமரும் பிரமனும், தாமரைப் பூவில் அமரும் திருமகளின் கணவனாகிய திருமாலும், வியந்து போற்ற உயர்ந்து எரிஉருவாய் நிறைந்து நின்றவர்; பின்னர் அவர்களது வேண்டுகோளை ஏற்று, அவர்க்கு அருளும் செய்தவர்; ஒப்பற்ற இறைவராகிய அவர் எழுந்தருளி இருக்கும் இடமாக விளங்குவது; நீலமலர் போன்ற அழகிய கண்கள் கொண்ட இளம்பெண்கள் கூடிவாழும் கடலின் கரையில்உள்ள காழி நகரே ஆகும்.

4030. உடைநவின்றார் உடைவிட்டு உழல்வார் இரும்தவத்தார்
முடைநவின்ற(ம்) மொழிஒழித்து உகந்த(ம்) முதல்வன்(ன்)இடம்
மடைநவின்ற புனல்கெண்டை பாயும்வயல் மலிதரக்
கடைநவின்ற(ந்) நெடுமாடம் ஓங்கும் கடல்காழியே (10)

அருஞ்சொற்பொருள்:

முடை - புலால் நாற்றம். மடை - நீர்மடை. கெண்டை - மீன்வகை. கடை - வீட்டின் கடை.

பொழிப்புரை:

உடை உடுத்தும் பௌத்தர், உடை உடுத்தாது திரியும் சமணர், ஆகிய இருவகையினரும் பெரும் தவம் உடையவர் போல (பல் துலக்காமையால்) துர்நாற்றம் வீசும் வாயினைத் திறந்து பேசும் உபதேசம் போன்ற சொற்களைக் கேளாதுவிட்டு, மகிழ்ந்த சிவபெருமான் எழுந்தருளும் இடம்; நீர்மடுவில் துள்ளும் கெண்டை மீன்கள், நீரோடு சேர்ந்து வயல்களில் பாய்வதும், முற்றங்களுடன் கூடிய நெடிய மாளிகைகள் உடையதும், ஆகிய கடலின் கரையில் உள்ள காழி நகரமே ஆகும்.

4031. கருகுமுந்நீர் திரைஓதம் ஆரும் கடற்காழியுள்
உரகம்ஆரும் சடைஅடிகள் தம்பால் உணர்ந்துஉறுதலால்
பெருகமல்கும் புகழ்பேணும் தொண்டர்க்கு இசையார்தமிழ்
விரகன்சொன்ன இவைபாடி ஆடக்கெடும் வினைகளே (11)

அருஞ்சொற்பொருள்:

முந்நீர் - கடல். ஓதம் - கடல்அலை. உரகம் - பாம்பு. தமிழ் விரகன் - தமிழ் வல்லவன்.

பொழிப்புரை:

கருமை நிறம் உடையதும், அலைவீசுவதும், ஆகிய கடலின் கரையில் உள்ள காழி நகரில், பாம்பைச் சூடிய சடை உடைய அடிகள் இடத்து காணப்படும் அருளை உணர்ந்து, அவரிடம் சென்று அடைந்து, தமிழ் வல்லவனாகிய ஞானசம்பந்தன் பாடிய, தொண்டர்கள் மிகவும் விரும்பிப் போற்றிப் பாடும் பாடல் பத்தும் கொண்டு, பாடி ஆடி வழிபட, வினைகள் ஆனவை கெடும்.

திருச்சிற்றம்பலம்

373

திருப்புகலி

திருமுறை 2 - 258

பண்: செவ்வழி

4032. விடைஅது ஏறிவெறி அக்குஅரவு ஆர்த்த விமலனார்
      படைஅது ஆகப்பரசு தரித்தார்க்கு இடம்ஆவது
      கொடையில் ஓவார் குலமும் உயர்ந்த(ம்) மறையோர்கள்தாம்
      புடைகொள் வேள்விப் புகைஉம்பர் உலாவும் புகலியே   (1)

அருஞ்சொற்பொருள்:

வெறிஅக்கு - புலால் மணம் கமழும் எலும்பு. அரவு - பாம்பு. ஆர்த்த - கட்டிய. பரசு - மழு. ஓவார் - சளைக்காதவர். உம்பர் - வான்.

பொழிப்புரை:

இடபத்தின் மீது ஏறிக்கொண்டு வருபவரும், புலால் நாற்றம் வீசும் எலும்பைக் கோத்து மாலையாகவும், பாம்பைக் கச்சாகவும் கட்டிய மல மற்றவரும், மழுவைப் படையாக ஏந்துபவரும், ஆகிய இறைவர்க்கு எழுந்தருளும் இடமாக விளங்குவது; சலிக்காமல் கொடை கொடுப்பவரும், குலத்தால் உயர்ந்தவரும், அந்தணர்களும், நிறைந்து வாழ்வதும், வேள்விப் புகை வானில் உலவுவதும், ஆகிய புகலி நகரமே ஆகும்.

4033. வேலைதன்னில் மிகுநஞ்சினை உண்டுஇருள் கண்டனார்
      ஞாலம்எங்கும் பலிகொண்டு உழல்வார் நகர்ஆவது
      சாலநல்லார் பயிலும் மறைகேட்டுப் பதங்களைச்
      சோலைமேவும் கிளித்தான் சொல்பயிலும் புகலியே   (2)

அருஞ்சொற்பொருள்:

வேலை - கடல். ஞாலம் - உலகம். உழல்வார் - திரிபவர். சால - மிகுதியும். பதம் - சொல்.

பொழிப்புரை:

பாற்கடலில் இருந்து வெளிப்பட்ட ஆலகால விடத்தினை எடுத்து விழுங்கிக் கண்டத்தில் நிறுத்தி, அதனால் கண்டம் கருத்தவர்; உலகம் முழுவதும் சுற்றித் திரிந்து பிச்சை ஏற்பவர்; அவர் எழுந்தருளும் நகராக விளங்குவது; நல்லவர்கள் மிகுதியாக ஓதுகின்ற மறையின் ஓசையினைக் கேட்டு, அதனை அப்படியே திருப்பிச் சொல்லும் கிளிகள் நிறைந்த சோலை சூழ்ந்த புகலி நகரமே ஆகும்.

4034. **வண்டுவாழும் குழல்மங்கை ஓர்கூறு உகந்தார்மதித்**
துண்டம்மேவும் சுடர்த்தொல் சடையார்க்கு இடம்ஆவது
கெண்டைபாய மடுவில் உயர்கேதகை மாதவி
புண்டரீகம் மலர்ப்பொய்கை நிலாவும் புகலியே (3)

அருஞ்சொற்பொருள்:

மதித்துண்டம் - சந்திரப்பிறை. மடு - நீர்மடு. கேதகை - தாழை. மாதவி - குருக்கத்தி. புண்டரீகம் - தாமரை.

பொழிப்புரை:

வண்டு மொய்க்கும் மலர்ச்சூடிய கூந்தல் உடைய உமாதேவியை உடம்பில் ஒரு பாகமாகக் கொண்டவர்; சந்திரப் பிறை பொருந்தி ஒளிரும் பழமையான சடை உடையவர்; அவர் எழுந்தருளி இருக்கும் இடமாக விளங்குவது; மடுவில் கெண்டை மீன் துள்ளுவதும், உயர்வான தாழை குருக்கத்தி முதலியன மலர்ந்து மணம் பரப்புவதும், தாமரை பூத்த குளங்கள் உடையதும், ஆகிய புகலியே ஆகும்.

4035. **திரியும்மூன்று புரமும் எரித்துத் திகழ்வானவர்க்கு**
அரியபெம்மான் அரவக் குழையார்க்கு இடமாவது
பெரியமாடத்து உயரும் கொடியின் மிடைவால்வெயில்
புரிவிலாத தடம்பூம் பொழில்சூழ் தண்புகலியே (4)

அருஞ்சொற்பொருள்:

அரவக் குழை - பாம்புக்குழை. மிடை வால் - நெருக்கத்தால். எயில் - மதில். வெயில் புரிவிலாத - வெயில் புகமுடியாத. தடம் - பெரிய.

பொழிப்புரை:

வானில் திரிந்து கொண்டிருந்த முப்புரத்தை எரித்து, தேவர்களுக்கு அருள்செய்த அரிய பெருமான்; பாம்புக்குழை அணிந்திருப்பவர்;

அவர் எழுந்தருளி இருக்கும் இடம்; பெரிய மாளிகைகளில் உயர்ந்த கம்பத்தில் கட்டப்பட்டுள்ள கொடிகளின் நெருக்கத்தால் வெயில் உள்ளே நுழைய முடியாததும், பெரியதும், பூக்கள் நிறைந்ததும், ஆகிய சோலை வளம் உடைய குளிர்ந்த புகலி நகரமே ஆகும்.

4036. **ஏவிலாரும் சிலைப்பார்த் தனுக்குஇன் அருள்செய்தவர்**
நாவினாள்மூக்கு அரிவித்த நம்பர்க்கு இடம்ஆவது
மாவில்ஆரும் கனிவார் கிடங்கில் விழவாளைபோய்ப்
பூவில்ஆரும் புனல்பொய்கை யில்வைகும் புகலியே (5)

அருஞ்சொற்பொருள்:

ஏ - அம்பு. சிலை - வில். பார்த்தன் - அருச்சுனன். நாவினாள் - கலைமகள். மூக்கு அரிவித்த - வீரபத்திரரைக் கொண்டு மூக்கை அரிவித்தவர். மா - மாமரம். வார்கிடங்கு - நீண்ட அகழி. வாளை - மீன்வகை.

பொழிப்புரை:

அம்பொடு பொருந்திய வில்லைக் கையில் ஏந்தி இருந்த அர்ச்சுனனுக்கு அருள்செய்தவர்; கலைமகளின் மூக்கை வீரபத்திரர் மூலம் அரிந்தவர்; விரும்பப்படும் தன்மை உடையவர்; அவர் எழுந்தருளி இருக்கும் இடமாக விளங்குவது; மாமரத்தில் பழுத்த பழம் நீண்ட அகழியில் விழ, அங்கிருந்த வாளைமீன் பூக்கள் நிறைந்த நீரால் நிரம்பிய பொய்கையில் சென்று தங்கும் புகலி நகரமே ஆகும்.

4037. **தக்கன்வேள்வி தகர்த்த தலைவன் தையலாளொடும்**
ஒக்கவேஎம் உரவோன் உறையும் இடமாவது
கொக்குவாழை பலவின் கொழுந்தண் கனிகொன்றைகள்
புக்கவாசப் புன்னை பொன்திரள் காட்டும்புகலியே (6)

அருஞ்சொற்பொருள்:

உரவோன் - வலிமை உடையவன். கொக்கு - மாமரம். பல - பலாமரம். திரள் - திரட்சி.

பொழிப்புரை:

தன்னை மதியாது தக்கன் செய்த வேள்வியை அழித்த தலைவன்; உமாதேவியோடும் கூடி உடன் எழுந்தருளி இருப்பவன்; வலிமை உடையவன்; அவன் உறையும் இடமாக விளங்குவது, மா, வாழை, பலா முதலியவற்றின் செழிப்பும் குளிர்ச்சியும் உடைய பழங்கள், கொன்றை

புன்னை ஆகியவற்றின் மலர்களில் இருந்து வெளிப்படும் நறுமணம், பொன் போல் திரளும் மகரந்தம் என இவற்றைக் காட்டி நிற்கும் புகலியே ஆகும்.

★ (இப்பதிகத்தின் 7-ஆம் பாடல் கிடைக்கவில்லை).

4038. தொலைவுஇலாத அரக்கன்(ன்) உரத்தைத் தொலைவித்தவன்
 தலையும்தோளும் நெரித்த சதுரர்க்கு இடம்ஆவது
 கலையின்மேவும் மனத்தோர் இரப்போர்க்குக் கரப்புஇலார்
 பொலியும்அம்தண் பொழில்சூழ்ந்து அழகாரும் புகலியே (8)

அருஞ்சொற்பொருள்:

தொலைவு - தோல்வி. உரம் - வலிமை. சதுரர் - சமர்த்தர். கலை - வேதம் முதலிய கலைகள். கரப்பு - மறைப்பு.

பொழிப்புரை:

தோல்வியே கண்டறியாத அரக்கனாகிய இராவணனது வலிமையை அழித்தவன்; அவனது தலைகள், தோள்கள் அனைத்தையும் நெரித்தவன்; அப்படிப்பட்ட சாமர்த்தியம் உடையவன் எழுந்தருளும் இடமாக விளங்குவது; வேதம் முதலிய கலைகளைப் பயின்ற மனம் உடையவரும், யாசிப்பவர்க்கு ஒளிக்காது உதவுபவரும், நிறைந்து வாழும் அழகிய குளிர்ந்த சோலை சூழ்ந்த அழகுவிளங்கும் புகலி நகரமே ஆகும்.

4039. கீண்டுபுக்கார் பறந்தே உயர்ந்தார் கேழல்அன்னமாய்க்
 காண்டும்என்றார் கழல்பணிய நின்றார்க்கு இடமாவது
 நீண்டநாரை இரைஆரல் வாரநிறை செறுவினில்
 பூண்டுமிக்கு வயல்காட்டும் அம்தண் புகலிஅதே (9)

அருஞ்சொற்பொருள்:

கீண்டு - தோண்டு. கேழல் - பன்றி. காண்டும் - காண்போம். கழல் - திருவடி. இரை - உணவு. ஆரல் - மீன்வகை. செறு - சேறு.

பொழிப்புரை:

நிலத்தைத் தோண்டிப் பன்றியாய்ச் சென்ற திருமாலும், ஆகாயத்தில் பறந்து அன்னமாய்ச் சென்ற பிரமனும், ஆகிய இருவரும், 'நாங்கள் அடிமுடி காண்போம்' என்று சொல்லிக் காணமுடியாது, திருவடியில் பணிந்து நின்ற திருவடி உடைய இறைவர் எழுந்தருளும் இடமாக விளங்குவது; மூக்கு (அலகு) நீண்ட நாரை இரையாக ஆரல் மீனை வாரி உண்ணும், சேறு நிறைந்த நீர்வளத்தோடு கூடிய வயல்வளம் உடைய அழகிய குளிர்ந்த புகலியே ஆகும்.

4040. தடுக்குஉடுத்து தலையைப் பறிப்பாரொடு சாக்கியர்
இடுக்கண்உய்ப்பார் இறைஞ்சாத எம்மாற்கு இடமாவது
மடுப்புஅடுக்கும் சுருதிப்பொருள் வல்லவர் வான்உளோர்
அடுத்துஅடுத்து புகுந்துஈண்டும் அம்தண் புகலியே (10)

அருஞ்சொற்பொருள்:

தடுக்கு - சிறிய பாய். இடுக்கண் - துன்பம். உய்ப்பார் - தருவார். மடுப்புஅடுக்கும் - உட்கொள்ளும்.

பொழிப்புரை:

சிறிய பாயினை உடையாக உடுத்தித் தலை மயிரைப் பறித்துக் கொள்ளும் சமணர்களும், பௌத்தர்களும், பிறருக்குத் துன்பம் செய்பவர்; அவர்களால் வணங்கப்படாத எம்பெருமான் எழுந்தருளும் இடமாக விளங்குவது; வேதப்பொருளின் நுட்பம் உணர்ந்து அதனை உள்வாங்குபவரும், வானில் உள்ள தேவர்களும், அடுத்து அடுத்து (ஒருவர் பின் ஒருவராக) வந்து குழுமி வணங்கும் அழகிய குளிர்ந்த புகலியே ஆகும்.

4041. எய்தஒண்ணா இறைவன்(ன்) உறைகின்ற புகலியைக்
கைதவம்இல்லாக் கவுணியன் ஞானசம் பந்தன்சீர்
செய்தபத்தும் இவைசெப்ப வல்லார்சிவ லோகத்தில்
எய்திநல்ல இமையோர்கள் ஏத்த இருப்பார்களே (11)

அருஞ்சொற்பொருள்:

எய்தஒண்ணா - சென்றுஅடைய முடியாத. கைதவம் - வஞ்சனை. எய்தி - அடைந்து.

பொழிப்புரை:

சென்று அடைய முடியாத இறைவன் எழுந்தருளி இருக்கும் புகலியை, வஞ்சனை சிறிதும் இல்லாத கவுணியர்குல ஞானசம்பந்தன், புகழ்ந்து பாடிய பாடல்கள் பத்தும் கொண்டு, பாடி வழிபட வல்லவர், சிவலோகம் சென்று தேவர்கள் வணங்க, அங்கு இருக்கும் பேற்றினைப் பெறுவர் (சாலோகம் என்னும் பதமுத்தி அடைவர் என்பது கருத்து).

திருச்சிற்றம்பலம்

374

திருப்புகலி

திருமுறை 3 - 265

பண்: காந்தார பஞ்சமம்

4042. கண்ணுத லானும்வெண் நீற்றினா
னும்கழல் ஆர்க்கவே
பண்இசை பாடநின்று ஆடினா
னும்பரம் சோதியும்
புண்ணிய நான்மறை யோர்கள்ஏத்
தும்புக லிந்நகர்ப்
பெண்ணின்நல் லாளொடும் வீற்றிருந்
தபெரு மான்அன்றே (1)

அருஞ்சொற்பொருள்:

நுதல் - நெற்றி. ஆர்க்க - ஒலிக்க. பரம்சோதி - மேலான சுடர். பெண்ணின் நல்லாள் - உமை.

பொழிப்புரை:

நெற்றியில் கண் உடையவனும், வெண்திருநீறு பூசி இருப்பவனும், திருவடியில் அணிந்துள்ள வீரக்கழல் ஆரவாரம் செய்ய, சுற்றி நிற்பவர் இசையுடன் பாடல்களைப் பாட, அதற்கேற்ப நடனம் ஆடுபவனும், மேலான சோதியாய் விளங்குபவனும், ஆகிய பெருமான்; புண்ணியம் செய்தோரும், நான்கு மறைகளையும் ஓதுகின்றவர்களும், புகழ்ந்து போற்றும் புகலி நகரில், பெண்களில் நல்லவளாகிய உமாதேவியோடு கூடி எழுந்தருளி இருக்கும் இறைவர் அல்லரோ?

4043. சாம்பலோ டும்தழல் ஆடினா
னும்சடை யின்மிசைப்
பாம்பினோ டும்மதி சூடினா
னும்பசு ஏறியும்

பூம்படு கல்இள வாளைபா
யும்புக லிந்நகர்க்
காம்புஅன தோளியோ டும்இருந்
தகட வுள்அன்றே (2)

அருஞ்சொற்பொருள்:

மிசை - மேலே. பசு - பசுவின் ஆண் இனமாகிய எருது. பூம்படுகல் - மலர்ப் பொய்கை. இளவாளை - இளம் வாளைமீன். காம்பு - மூங்கில். அன - (அன்ன) போன்ற.

பொழிப்புரை:

சாம்பலுடன் கூடிய நெருப்பின் நடுவில் நின்று நடனம் ஆடுபவனும்; சடைமீது பாம்பு, பிறைச்சந்திரன் ஆகியவற்றைச் சூடிஇருப்பவனும்; எருதின்மீது ஏறி வருபவனும்; ஆகிய கடவுள், மூங்கில் போன்ற வடிவ அழகு உடைய தோளினை உடைய உமாதேவியோடும் கூடி எழுந்தருளி இருக்கும் தலம்; தாமரை முதலிய நீர்ப்பூக்கள் பூத்துள்ள பொய்கைகளில், இளம் வாளை மீன்கள் துள்ளிக்குதிக்கும், புகலி என்னும் பெயருடைய சீர்காழியே ஆகும்.

4044. **கருப்புநல் வார்சிலைக் காமன்வே**
வக்கடைக் கண்டானும்
மருப்புநல் ஆனையின் ஈர்உரி
போர்த்தம ணாளனும்
பொருப்புஅன மாமணி மாடம்ஓங்
கும்புக லிந்நகர்
விருப்பின்நல் லாளொடும் வீற்றிருந்
தவிம லன்அன்றே (3)

அருஞ்சொற்பொருள்:

கருப்பு - கரும்பு. வார்சிலை - நீண்ட வில். காமன் - மன்மதன். வேவ - வெந்து சாம்பலாக. கடை - கடைக்கண்ணால். மருப்பு - தந்தம். ஈர்உரி - உரித்த ஈரம் உலராத தோல். பொருப்பு - மலை. அன - (அன்ன) போன்ற.

பொழிப்புரை:

கரும்பினால் ஆன நெடிய வில்லினை ஏந்திய மன்மதன் உடல் வெந்து சாம்பலாகுமாறு கடைக்கண்ணால் நோக்கியவனும், தந்தம் உடைய நல்ல யானை ஒன்றின் தோலை உரித்து, அந்த ஈரம் உலரும் முன்பே, அதனை மேலாடையாகப் போர்த்துக் கொண்டவனும்; மணவாளனும்; ஆகிய

மலமற்ற இறைவன், விருப்பம் மிக்க நல்ல பெண்ணாகிய உமா தேவியோடு கூடி எழுந்தருளி இருக்கும் தலம்; மலைபோல் உயர்ந்ததும், மணிகள் பதித்துக் கட்டப்பட்டதும், ஆகிய மாடிவீடுகள் நிறைந்து விளங்கும் புகலி நகரமே ஆகும்.

4045. **அங்கையிலங் குகழல் ஏந்தினா**
னும்அழகு ஆகவே
கங்கையைச் செஞ்சடை சூடினா
னும்கட லின்(ன்)இடைப்
பொங்கிய நஞ்சுஅமுது உண்டவ
னும்புக லிந்நகர்
மங்கைநல் லாளொடும் வீற்றிருந்
தமண வாளனே (4)

அருஞ்சொற்பொருள்:

அங்கை - உள்ளங்கை. இலங்குகழல் - விளங்கும் நெருப்பு. மணவாளன் - சிவபெருமானுக்கு உரிய பெயர்களுள் ஒன்று.

பொழிப்புரை:

உள்ளங்கையில் விளங்கும் நெருப்பை ஏந்தியவனும், அழகுபடக் கங்கையைச் சிவந்த சடைமீது சூடி இருப்பவனும், பாற்கடலில் இருந்து வெளிப்பட்ட ஆலகால நஞ்சினை அமுதம்போல் உண்டவனும், ஆகிய மணவாளன், பெண்களில் சிறந்த உமாதேவியோடு கூடி, எழுந்தருளி இருக்கும் தலம், புகலி என்னும் நகரமே ஆகும்.

4046. **சாமநல் வேதனும் தக்கன்தன்**
வேள்வித கர்த்தானும்
நாமம்நூறு ஆயிரம் சொல்லிவா
னோர்தொழு நாதனும்
பூமல்கு தண்பொழில் மன்னும்அம்
தண்புக லிந்நகர்க்
கோமள மாதொடும் வீற்றிருந்
தகுழ கன்அன்றே (5)

அருஞ்சொற்பொருள்:

சாம நல்வேதம் - நல்ல சாமவேதம். தகர்த்தான் - அழித்தான். நாமம் - திருப்பெயர். நூறுஆயிரம் - இலட்சம். கோமள மாது - அழகிய இளம்பெண். குழகன் - எப்பொழுதும் இளமையோடு இருப்பவன்.

பொழிப்புரை:

நல்ல சாமவேதத்தை விரும்பிக் கேட்பவனும், தன்னை மதியாது தக்கன் செய்த வேள்வியை அழித்தவனும், இலட்சம் திருப்பெயர்களைச் சொல்லித் தேவர்கள் போற்ற நின்ற தலைவனும், ஆகிய குழகனாகிய சிவபெருமான், கோமளவல்லியாகிய உமாதேவியோடு கூடி எழுந்தருளி இருக்கும் தலம், பூக்கள் நிறைந்த குளிர்ந்த சோலைவளம் உடைய புகலி நகரமே ஆகும்.

4047. **இரவிடை ஒள்ளெரி ஆடினா**
னும்இமை யோர்தொழச்
செருவிடை முப்புரம் தீஎரித்
தசிவ லோகனும்
பொருவிடை ஒன்றுஉகந்து ஏறினா
னும்புக லிந்நகர்
அரவுஇடை மாதொடும் வீற்றிருந்
தஅழ கன்அன்றே (6)

அருஞ்சொற்பொருள்:

இரவு - மகா சங்கார காலம். இமையோர் - தேவர். செரு - போர். பொருவிடை - போர்க்குணம் உடைய இடபம். அரவு இடை - பாம்பை உடைய இடை (பாம்பைக் கச்சாகக் கட்டி இருப்பவர் சிவபெருமான் ஆதலின் அது உமையின் இடைக்கு உரியதாயிற்று - பாம்பு போன்ற இடை என்று கூறும் உரை, பொருந்தா உரை என அறிக).

பொழிப்புரை:

சங்கார காலத்து இருளில் ஒளிவிடும் நெருப்பின் நடுவில் நின்று நடனம் ஆடுபவனும், தேவர்கள் போற்றி வணங்குமாறு போரில் முப்புரத்தைத் தீயிட்டுப் பொசுக்கியவனும், சிவலோகத்துக்கு உரிமை உடையவனும், போர்க்குணம் உடைய எருது ஒன்றின்மீது ஏறி வருபவனும், பாம்பைக் கச்சாக அணிந்த தமது இடையை உமாதேவியின் இடையாகக் கொண்ட அழகன், எழுந்தருளி இருக்கும் நகரம் புகலியே ஆகும்.

4048. **சேர்ப்பது திண்சிலை மேவினா**
னும்திகழ் பாலன்மேல்
வேர்ப்பது செய்தவெங் கூற்றுஉதைத்
தானும்வேள் விப்புகை

போர்ப்பது செய்துஅணி மாடம்ஓங்
  கும்புக லிந்நகர்ப்
பார்ப்பதி யோடுஉடன் வீற்றிருந்
  தபர மன்அன்றே   (7)

அருஞ்சொற்பொருள்:

சேர்ப்பது - சேர்ந்து இருப்பது. திண்சிலை - வலிய (கயிலை) மலை. பாலன் - மார்க்கண்டேய முனிவன் என்னும் சிறுவன். வேர்த்தல் - கோபித்தல். கூற்று - இயமன். பார்ப்பதி - பார்வதி.

பொழிப்புரை:

வலிமை பொருந்திய கயிலை மலையைத் தமது இருப்பிடமாகக் கொண்டவனும், மார்க்கண்டேய முனிவன் என்னும் சிறுவன் மீது கோபம் கொண்ட கொடிய இயமனை உதைத்தவனும், ஆகிய மேலான இறைவன், வேள்வியின் புகையால் மூடப்பட்டதும், மாடிவீடுகள் உயர்ந்து நிற்பதும், ஆகிய புகலி நகரில், பார்வதியோடும் கூடி எழுந்தருளி இருக்கிறான்.

4049. கல்நெடு மால்வரைக் கீழ்அரக்
  கன்இடர் கண்டானும்
வில்நெடும் போர்விறல் வேடனா
  கிவிச யற்குஒரு
பொன்நெடும் கோல்கொடுத் தானும்அம்
  தண்புக லிந்நகர்
அன்னம்அன் ன(ந்)நடை மங்கையொ
  டும்அமர்ந் தான்அன்றே   (8)

அருஞ்சொற்பொருள்:

மால் வரை - பெரிய (கயிலை) மலை. இடர் - துன்பம். விறல் - வீரம். விசயன் - அர்ச்சுனன். பொன் நெடுங்கோல் - பொன்மயமான பாசுபதம் என்னும் அம்பு. அன்ன - போன்ற.

பொழிப்புரை:

கல்லால் இயன்ற பெரிய கயிலை மலையின்கீழ் அரக்கனாகிய இராவணனை நெரித்து, அவன் துன்பப்படக் கண்டவனும்; வில்ஏந்திய வீரம் உடைய போர் செய்யும் வேடனாக வேடம் ஏற்று, அர்ச்சுனனுக்குப் பொன்மயமான நீண்ட பாசுபதம் என்னும் அம்பு கொடுத்தவனும்;

அன்னம் போன்ற அழகிய நடைஉடைய உமாதேவியை உடன் கொண்டு எழுந்தருளி இருப்பவனும்; ஆகிய இறைவனது நகர், அழகிய குளிர்ந்த புகலியே ஆகும்.

4050. பொன்நிற நான்முகன் பச்சையான்
என்றுஇவர் புக்குழித்
தன்னைஇன் னான்எனக் காண்புஅரி
யதழல் சோதியும்
புன்னைபொன் தாதுஉதிர் மல்கும்அம்
தண்புக லிந்நகர்
மின்இடை மாதொடும் வீற்றிருந்
தவிம லன்அன்றே (9)

அருஞ்சொற்பொருள்:

பச்சையான் - பச்சை நிறம் உடைய திருமால் (பச்சை, நீலம், கருப்பு ஆகிய மூன்றையும் ஒன்றுபோலக் கருதுவது இலக்கிய வழக்கு). தாது - மகரந்தம். மின் - மின்னல்.

பொழிப்புரை:

பொன்னின் நிறம் போன்ற மேனிநிறம் உடைய பிரமனும், கருமை நிற மேனி உடைய திருமாலும், என இவர்கள் இருவரும், தேடித் திரிந்த போது, தன்னை இன்னான் என்று காட்டிக் கொள்ளாது, காண அருமை உடைய நெருப்பு உருவில் சுடராக நின்றவனும்; மின்னல் போன்ற மெல்லிய இடைஉடைய உமாதேவியோடு கூடி உடன் எழுந்தருளி இருப்பவனும்; ஆகிய பெருமானது தலம்; புன்னை மலர்ந்து, மகரந்தப் பொடிகளை, பொன்துகள்கள் போலச் சிந்தும், அழகிய குளிர்ந்த புகலி நகரே ஆகும்.

4051. பிண்டியும் போதியும் பேணுவார்
பேச்சினைப் பேணாததுஓர்
தொண்டரும் காதல்செய் சோதியா
யசுடர்ச் சோதியான்
புண்டரீ கம்மலர்ப் பொய்கைசூழ்ந்
தபுக லிந்நகர்
வண்டுஅமர் கோதையோ டும்இருந்
தமண வாளனே (10)

அருஞ்சொற்பொருள்:

பிண்டி - அசோகமரம். போதி - அரசமரம். புண்டரீகம் - தாமரை.

பொழிப்புரை:

அசோகமரத்தைப் போற்றும் சமணரும், அரசமரத்தைப் போற்றும் பௌத்தரும், ஆகிய இவர்கள் பேசும் பேச்சினைப் போற்றாத ஒருவரும், தொண்டர்களால் அன்பு செய்யப்படும் சுடர்ச் சோதியாய் விளங்குபவரும், வண்டு மொய்க்கும் மலர் சூடிய கூந்தல் உடைய உமாதேவியை உடன் கொண்டு எழுந்தருளி இருப்பவரும், ஆகிய சிவபெருமான் உறையும் தலம்; தாமரை மலர் மலர்ந்துள்ள பொய்கையால் சூழப்பட்ட புகலி நகரமே ஆகும்.

4052. பூங்கமழ் கோதையோ டும்இருந்
        தான்புக லிந்நகர்ப்
    பாங்கனை ஞானசம் பந்தன்சொன்
        னதமிழ் பத்துஇவை
    ஆங்குஅமர்வு எய்திய ஆதியா
        கஇசை வல்லவர்
    ஓங்குஅம ராவதி யோர்தொழச்
        செல்வதும் உண்மையே   (11)

அருஞ்சொற்பொருள்:

ஆங்கு - அவ்விடத்தில். அமர்வு எய்திய - எழுந்தருளிய. ஆதி - முதல்வன். அமராவதி - இந்திரனது நகரம்.

பொழிப்புரை:

பூமணம் கமழும் கூந்தல் உடைய உமாதேவியோடும் கூடி புகலி நகரில் எழுந்தருளி இருந்த சிவபெருமானை; ஞானசம்பந்தன் போற்றிப் பாடிய தமிழ்ப் பாடல் பத்தும் கொண்டு; அங்கு எழுந்தருளி இருக்கும் முதல்வன் முன்னிலையில் இசையுடன் பாடி, வழிபட வல்லவர்; மேலானவர் என்று போற்றப்படும் தேவர்கள் கூடி வாழும் அமராவதி நகரம் சென்று சேர்வதுடன், அங்குள்ளோரால் போற்றவும் படுவர்; இது உண்மையே ஆகும்.

திருச்சிற்றம்பலம்

375

திருப்பூந்தராய்

திருமுறை 3 - 271

பண்: காந்தார பஞ்சமம்

4053. மின்அன எயிறுஉடை விரவ லோர்கள்தம்
துன்னிய புரம்உகச் சுளிந்த தொன்மையர்
புன்னைஅம் பொழில்அணி பூந்த ராய்நகர்
அன்னம்அன் ன(ந்)நடை அரிவை பங்கரே (1)

அருஞ்சொற்பொருள்:

மின் அன எயிறு - மின்னல் போன்ற பல். விரவலோர் - பகைவர் (முப்புரத்து அசுரர்). துன்னிய - நெருங்கிய. உக - அழிய. சுளிந்த - சினந்த.

பொழிப்புரை:

புன்னை மரங்கள் நிறைந்த அழகிய சோலை சூழ்ந்த அழகிய பூந்தராய் நகரில், அன்னம் போன்ற அழகிய நடை உடைய பெண்ணாகிய உமாதேவி பாகராக எழுந்தருளி இருக்கும் இறைவர்; மின்னல் போன்ற வெள்ளிய கூரிய பற்கள் உடைய அசுரர் மூவரது முப்புரம் எரிந்து சாம்பலாகுமாறு கோபம் கொண்ட தொன்மை உடையவர்.

4054. மூதுஅணி முப்புரத்து எண்ணி லோர்களை
வேதுஅணி சரத்தினால் வீட்டி னார்அவர்
போதுஅணி பொழில்அமர் பூந்த ராய்நகர்த்
தாதுஅணி குழல்உமை தலைவர் காண்மினே (2)

அருஞ்சொற்பொருள்:

மூது - பழமை. வேது - வெப்பம். சரம் - அம்பு. வீட்டினார் - அழித்தார். போது - மலர். தாது - மகரந்தம். குழல் - கூந்தல்.

பொழிப்புரை:

பழமை வாய்ந்ததும், அணிவகுத்து நின்றதும், ஆகிய முப்புரத்தில் இருந்த எண்ணற்ற அசுரர்களை வெப்பம் மிகுந்த நெருப்பு அம்பு கொண்டு

அழித்தவர்; அவர் மலர்கள் அழகுசெய்யும் சோலைவளம் உடைய பூந்தராய் நகரில் எழுந்தருளி இருக்கும், மகரந்தம் சிந்திய கூந்தல் உடைய உமாதேவியின் கணவர் என்பதை அறிவீராக!

4055. தருக்கிய திரிபுரத் தவர்கள் தாம்உகப்
    பெருக்கிய சிலைதனைப் பிடித்த பெற்றியர்
    பொருக்கடல் புடைதரு பூந்த ராய்நகர்க்
    கருக்கிய குழல்உமை கணவர் காண்மினே (3)

அருஞ்சொற்பொருள்:

தருக்கிய - செருக்கு கொண்ட. உக - அழிய. சிலை - வில். பொருதல் - மோதுதல். கருக்கிய - கரியநிறம் உடைய.

பொழிப்புரை:

செருக்கு கொண்டு விண்ணில் திரிந்த முப்புரத்து அசுரர் மூவரும், அம்முப்புரத்தை விட்டு ஏகுமாறு, பெரிய மேருமலையை வில்லாக்கிக் கையில் பிடித்த தன்மை உடையவர்; அவர் அலைவீசும் கடலின் அருகிலுள்ள பூந்தராய் நகரில் எழுந்தருளி இருக்கும் கரிய கூந்தல் உடைய உமாதேவியின் கணவர் என்பதை அறிவீராக!

4056. நாகமும் வரையுமே நாணும் வில்லுமா
    மாகம்ஆர் புரங்களை மறித்த மாண்பினர்
    பூகம்ஆர் பொழில்அணி பூந்த ராய்நகர்ப்
    பாகுஅமர் மொழிஉமை பங்கர் காண்மினே (4)

அருஞ்சொற்பொருள்:

நாகம் - பாம்பு. வரை - மலை. மாகம் - ஆகாயம். பூகம் - கமுகு. பாகு - வெல்லப்பாகு.

பொழிப்புரை:

வாசுகி என்னும் பாம்பை நாணாகவும், மேருமலையை வில்லாகவும், கொண்டு ஆகாயத்தில் திரிந்த முப்புரங்களை இடைமறித்து, அழித்த பெருமை உடையவர்; அவர் பாக்குமரங்கள் நிறைந்த சோலை அழகு உடைய பூந்தராய் நகரில் எழுந்தருளி இருக்கும், வெல்லப்பாகு போன்ற இன்மொழி பேசும் உமாதேவி பாகர் என்பதை அறிவீராக!

4057. வெள்(ள்)எயிறு உடையஅவ் விரவ லார்கள்ஊர்
    ஒள்(ள்)எரி ஊட்டிய ஒருவ னார்ஒளிர்
    புள்(ள்)அணி புறவினில் பூந்த ராய்நகர்க்
    கள்(ள்)அணி குழல்உமை கணவர் காண்மினே (5)

அருஞ்சொற்பொருள்:

எயிறு - பல். விரவலார் - பகைவர். புள் - பறவை. புறவு - காடு. கள் - தேன்.

பொழிப்புரை:

வெள்ளை நிறப்பற்கள் உடைய அந்தப் பகைவர் மூவரது ஊர்களை எரியூட்டிய ஒருவர்; அவர் பறவைகள் அழகு சேர்க்கும் கடற்கரைக் காடுகளை உடைய பூந்தராய் நகரில் எழுந்தருளி இருக்கும், தேன்உள்ள மலர்கள் சூடிய கூந்தல் உடைய உமாதேவியின் கணவர் என்பதை அறிவீராக!

4058. **துங்கியல் தானவர் தோற்றம் மாநகர்**
அங்கியில் வீழ்தர வாய்ந்த அம்பினர்
பொங்கிய கடல்அணி பூந்த ராய்நகர்
அம்கயல் அனகணி அரிவை பங்கரே (6)

அருஞ்சொற்பொருள்:

துங்கியல் (துங்கு+இயல்) உயர்ந்த தன்மை. தானவர் - அசுரர். அங்கி - நெருப்பு. அம்கயல் - அழகிய கயல்மீன். அன - (அன்ன) போன்ற. கணி - (கண்ணி) கண்ணை உடையவள்.

பொழிப்புரை:

அசுரர் மூவருடைய தோற்றத்துக்கும், உயர்வுக்கும், காரணமாக, பெரிய நகர்களாக விளங்கிய முப்புரத்தை நெருப்பில் வீழ்த்திய அம்பினை உடையவர்; அவர் கடல் பொங்கி வந்து அழகு சேர்க்கும் பூந்தராய் நகரில் எழுந்தருளி இருக்கும், அழகிய கயல்மீன் போன்ற கண்கள் உடைய பெண் ஆகிய உமாதேவியைப் பாகமாக உடையவர் என்பதை அறிவீராக!

4059. **அண்டர்கள் உய்ந்திட அவுணர் மாய்தரக்**
கண்டவர் கடல்விடம் உண்ட கண்டனார்
புண்டரீ கவயல் பூந்த ராய்நகர்
வண்டுஅமர் குழலிதன் மணாளர் காண்மினே (7)

அருஞ்சொற்பொருள்:

அண்டர் - தேவர். உய்ந்திட - உய்ய. அவுணர் - அசுரர். மாய்தர - அழிய. புண்டரீகம் - தாமரை மலர்.

பொழிப்புரை:

தேவர்கள் உய்யவும், அசுரர்கள் அழியவும், ஆகக் கடலில் வெளிப்பட்ட ஆலகால விடத்தை உண்டு, தேக்கிய கண்டம் உடையவர்; அவர் தாமரை மலர்ந்துள்ள வயல்வளம் உடைய பூந்தராய் நகரில் எழுந்தருளி இருக்கும் வண்டு மொய்க்கும் கூந்தல் உடைய உமாதேவியின் கணவர் என்பதை அறிவீராக!

4060. **மாசின அரக்கனை வரையில் வாட்டிய**
காய்சின எயில்களைக் கறுத்த கண்டனார்
பூசுரர் பொலிதரு பூந்த ராய்நகர்க்
காசைசெய் குழல்உமை கணவர் காண்மினே (8)

அருஞ்சொற்பொருள்:

மாசினம் - பெருங்கோபம். வரை - மலை. வாட்டிய - துன்புறுத்திய. காய்சினம் - காய்தலாகிய கோபம். எயில் - மதில். கறுத்த - சினந்த. கண்டனார் - நீலகண்டம் உடையவர். பூசுரர் - அந்தணர். காசை - காயாம்பூ. குழல் - கூந்தல்.

பொழிப்புரை:

மிகுந்த கோபம் கொண்ட அரக்கனாகிய இராவணனை கயிலை மலையின் கீழ்இட்டு நசுக்கித் துன்புறுத்தியவர்; தேவர்கள்மீது சினம்கொண்டு, அவர்களைத் துன்புறுத்தி வந்த அசுரர் மூவரது மும்மதில்களைச் சினம் கொண்டு அழித்தவர்; நீலநிறக் கண்டம் கொண்டவர்; அவர் அந்தணர்கள் கூடிவாழும் பூந்தராய் நகரில் எழுந்தருளி இருக்கும், காயாம்பூ போன்ற நிறம் உடைய கூந்தலுடன் கூடிய உமாதேவியின் கணவர் என்பதை அறிவீராக!

4061. **தாம்முகம் ஆக்கிய அசுரர் தம்பதி**
வேமுகம் ஆக்கிய விகிர்தர் கண்ணனும்
பூமகன் அறிகிலாப் பூந்த ராய்நகர்க்
கோமகன் எழில்பெறும் அரிவை கூறரே (9)

அருஞ்சொற்பொருள்:

தாம் - தங்கள். முகம் ஆக்கிய - முகம்போல் செய்தமைத்த. வேமுகம் - வெந்து சாம்பலாகும்படி. விகிர்தர் - பலமாறுபாடுகள் உடையவர் (சிவபெருமான்). பூமகன் - பிரமன். கண்ணன் - திருமால். கோமகன் - தலைவன்.

பொழிப்புரை:

அசுரர் மூவரும், தம்முகம் போல் கருதி அழகுபட செய்தமைத்த ஊர்மூன்றையும், வெந்து சாம்பலாகுமாறு, அழித்த விகிர்தனார்; திருமாலும் பிரமனும் தேடியும் காணமுடியாதவர்; பூந்தராய் நகரில் எழுந்தருளி இருக்கும் தலைவர்; அவர் அழகிய உமாதேவியை உடம்பில் பாகமாகக் கொண்டவரும் ஆவர்.

4062. முத்தர அசுரர்கள் மொய்த்த முப்புரம்
அத்தரும் அழல்இடை வீட்டி னார்அமண்
புத்தரும் அறிஒணாப் பூந்த ராய்நகர்க்
கொத்துஅணி குழல்உமை கூறர் காண்மினே (10)

அருஞ்சொற்பொருள்:

முத்தரம் - மூன்று தரம். வீட்டினார் - அழித்தார். கொத்து - பூங்கொத்து.

பொழிப்புரை:

மூன்று தரத்தினராகிய மூன்று அசுரர்களது முப்புரத்தை அழிக்கத் தகும் நெருப்பு கொண்டு அழித்தவர்; சமணர்களும் பௌத்தர்களும் அறிந்து கொள்ள முடியாத தகுதி உடையவர்; அவர் பூந்தராய் நகரில் கொத்தாகப் பூவினைச் சூடிய கூந்தல் உடைய உமாதேவியை உடம்பின் பாகமாகக் கொண்டவர் என்பதை அறிவீராக!

4063. புரம்எரி செய்தவர் பூந்த ராய்நகர்ப்
பரமலி குழல்உமை நங்கை பங்கரைப்
பரவிய பந்தன்மெய்ப் பாடல் வல்லவர்
சிரமலி சிவகதி சேர்தல் திண்ணமே (11)

அருஞ்சொற்பொருள்:

பரம் - பாரம். பரமலிகுழல் - அளகபாரம் என்பது இலக்கிய வழக்கு. சிரம்மலி - உயரிய. சிவகதி - சிவப்பேரின்பம்.

பொழிப்புரை:

முப்புரத்தை எரித்தவர்; பூந்தராய் நகரில் அடர்ந்த கூந்தல் உடைய உமாதேவி பாகராக விளங்குபவர்; அவரைப் போற்றி ஞானசம்பந்தன் பாடிய பாடல்களாகிய இவற்றைப் பாடி வழிபட வல்லவர், மேலான சிவகதி அடைதல் உறுதியே ஆகும்.

திருச்சிற்றம்பலம்

376

திருப்பிரமபுரம்

திருமுறை 3 - 295

பண்: கொல்லி

4064. கரம்முன மலரால் புனல்மலர்
தூவியே கலந்து ஏத்துமின்
பரமன்ஊர் பலபேரி னால்பொலி
பத்தர் சித்தர்கள் தாம்பலி
வரம்உன்னஅவ் அருள்செய்ய வல்லஎம்
ஐய நாள்தொறும் மேயசீர்ப்
பிரமன்ஊர் பிரமா புரத்துஉறை
பிஞ்ஞு கன்(ன்)அருள் பேணியே (1)

அருஞ்சொற்பொருள்:

முனகரம் - (என மாற்றுக) முன் கையால். கரமலர் - கை ஆகிய மலரால். புனல்மலர் - நீர்ப்பூக்கள். ஐய - தலைவ! பிஞ்ஞுகன் - கொக்கு இறகால் செய்யப்பட்ட தலைக்கோலம் அணிந்திருப்பவன்.

பொழிப்புரை:

மேலான சிவபெருமான் எழுந்தருளி இருக்கும் ஊர் பலபெயர்கள் கொண்டது; அதனில் ஒரு பெயர் பிரமபுரம் என்பது. அவ்வூரில் எழுந்தருளி இருக்கும் பிஞ்ஞுகம் அணிந்த பெருமானின் அருளை வேண்டி, தாமரைமலர் போன்ற உங்களது உள்ளங்கைகளில் நீர்ப்பூக்களாகிய தாமரைமலர் முதலியவற்றைச் சுமந்து சென்று திருவடிகளில் தூவி போற்றி வழிபடுங்கள்; பத்தர்களும் சித்தர்களும் நாள்தோறும் வந்து வணங்கி வரம்வேண்ட, அவர்க்கு வேண்டும் வரங்களை அவன் வழங்கி வருகிறான்.

4065. விண்ணில்ஆர் மதிசூடி னான்விரும்
பும்மறை யவன் தன்தலை
உண்ணநல் பலிபேணி னான்உல
கத்துள் ஊன்உயி ரான்மலைப்
பெண்ணின்ஆர் திருமேனி யான்பிர
மாபுரத்து உறை கோயிலுள்
அண்ணலார் அருளாள னாய்அமர்
கின்றஎம் உடை ஆதியே (2)

அருஞ்சொற்பொருள்:

மறையவன் தன் தலை - பிரமனது மண்டைஓடு. பலி - பிச்சை. ஊன் - உடம்பு. மலைப்பெண் - மலைமகள் (பார்வதி). ஆதி - முதல்வன்.

பொழிப்புரை:

வானில் உலவும் சந்திரனைச் சடையில் சூடி இருப்பவன்; தன்னால் விரும்பப்படும் மறைகளை ஓதும் பிரமனது மண்டைஓட்டில் பிச்சை ஏற்பதில் விருப்பம் உடையவன்; உலகில் உள்ள உடல்களாகவும் அவ்வுடம்புகளில் உள்ள உயிர்களாகவும் விளங்குபவன்; மலைமகளைப் பாதியாகக் கொண்ட திருமேனி உடையவன்; பிரமபுரம் கோயிலுள் எழுந்தருளி இருக்கும் தலைவன்; அருளாளன்; அவன் எமக்கு முதல்வன் ஆவான்.

4066. எல்லைஇல் புகழாள னும்இமை
யோர்கணத் துடன் கூடியும்
பல்லைஆர் தலையில் பலிஅது
கொண்டு உகந்த படிறனும்
தொல்லை வையகத்து ஏறுதொண்டர்கள்
தூமலர் சொரிந்து ஏத்தவே
மல்லைஅம் பொழில்தேன் பில்கும்பிர
மாபுரத்து உறை மைந்தனே (3)

அருஞ்சொற்பொருள்:

பல்லை ஆர் தலை - பல்லுடன் கூடிய மண்டை ஓடு. படிறன் - வஞ்சகன். ஏறு - வினைகளைக் கடந்து கரை ஏறுகின்ற. மல்லை - (மல்லல்) வளம். பில்கும் - சொரியும்.

பொழிப்புரை:

எல்லையற்ற புகழ் உடையவன்; தேவர் கூட்டத்தோடு கூடி இருப்பவன்; பல்லொடு கூடிய மண்டைஓட்டில் பிச்சை ஏற்று உண்ணும் சூழ்ச்சி உடையவன்; பழமையான இந்நிலவுலகில் வினைகளிலிருந்து கரைஏறும் தொண்டர்கள் தூயமலர்களைத் தூவி வழிபட நின்றவன்; அவன் வளமான அழகிய சோலைகளில் மலர்ந்துள்ள மலர்களில் தேன்ஒழுகும் பிரமபுரம் என்னும் தலத்தில் எழுந்தருளி இருக்கும் எல்லா வல்லமையும் உடைய சிவபெருமானே ஆவன்.

4067. அடையலார் புரம்சீறி அந்தணர்
ஏத்த மாமட மாதொடும்
பெடைஎலாம் கடல்கானல் புல்கும்பிர
மாபுரத்து உறை கோயிலான்
தொடையல்ஆர் நறும்கொன்றை யான்தொழி
லேபரவி நின்று ஏத்தினால்
இடைஇலார் சிவலோகம் எய்துதற்கு
ஈது காரணம் காண்மினே (4)

அருஞ்சொற்பொருள்:

அடையலார் - பகைவர். பெடை - பெண் பறவைகள். புல்கும் - தழுவும். தொடையல் - மாலை. இடை - காலம். ஈது - இது.

பொழிப்புரை:

பகைவரது முப்புரத்தைச் சினந்து அழித்தவன்; அந்தணர்கள் போற்ற இருப்பவன்; இளம் பெண்ணாகிய உமாதேவியோடு கூடி இருப்பவன்; பெண் பறவைகள் எல்லாம் தன் ஆண் பறவைகளோடு கூடி வாழும் கடற்கரைச் சோலை உடைய பிரமபுரம் என்னும் தலத்தில் கோயில் கொண்டு எழுந்தருளி இருப்பவன்; கொன்றைமலரால் ஆன மணமுள்ள மாலை சூடி இருப்பவன்; அவனை வணங்குவதையே தொழிலாகக் கொண்டு, போற்றி வழிபடும் அடியவர் சிவலோக பதவி அடைவர்; அதற்குரிய காரணம் இது என்று அறிவீராக!

4068. வாய்இடை(ம்) மறைஓதி மங்கையர்
வந்திடப் பலிகொண்டு போய்ப்
போய்இடம்(ம்) எரிகான் இடைப்புரி
நாடகம்(ம்) இனிது ஆடினான்

பேயொடும் குடிவாழ் வினான்பிர
மபுரத்து உறை பிஞ்ஞகன்
தாய்இடைப் பொருள்தந்தை ஆகும்என்று
ஓதுவார்க்கு அருள் தன்மையே (5)

அருஞ்சொற்பொருள்:

எரி கான் - பிணம் எரியும் சுடுகாடு. போய்ப்போய் - பலமுறை சென்று. இடைப்பொருள் - பிறப்புக்கும் இறப்புக்கும் இடையில் வந்து செல்லும் பொருட்செல்வம்.

பொழிப்புரை:

தனது வாயினால் மறையை ஓதியவன்; தாருகாவனத்து முனிவர்களின் மனைவிமார்கள் வந்து பிச்சை இட, பலமுறையும் சென்று சென்று பிச்சை ஏற்பவன்; பிணம் எரியும் சுடுகாட்டில் இனிதே நடனம் ஆடுபவன்; பேயோடு கூடிவாழும் வாழ்க்கை உடையவன்; பிரமபுரம் என்னும் தலத்தில் எழுந்தருளி இருக்கும் தலைக்கோலம் அணிபவன்; தாய் என்றும், தந்தை என்றும், இடைப்பட்ட காலத்தில் வந்துபோகும் செல்வம் என்றும், இவை நிலைஇல்லாதன என்றும் உணர்ந்து ஓதுபவர்க்கு எப்பொழுதும் அருளும் தன்மை உடையவன்.

4069. **ஊடினால் இனிஆவது என்உயிர்**
நெஞ்சமே உறுவல் வினைக்கு
ஓடிநீ உழல்கின்றது என்அழல்
அன்றுதன் கையில் ஏந்தினான்
பீடுநேர்ந்தது கொள்கை யான்பிர
மாபுரத்து உறை வேதியன்
ஏடுநேர் மதியோடு அராஅணி
எந்தை ஒன்றுநின்று ஏத்திடே (6)

அருஞ்சொற்பொருள்:

உறு வல்வினை - வந்து சேர்கின்ற தீவினை. அழல் - நெருப்பு. அன்று - முன்பு. பீடு - பெருமை. ஏடு - இதழ். அரா - (அரவு) பாம்பு.

பொழிப்புரை:

உயிருக்கு உயிராய் விளங்கும் மனமே! என்னுடன் பிணங்குவதால் உனக்கு ஆகப்போவது என்ன உள்ளது? வந்துசேரும் வலிய தீவினைகளைக் கண்டு அஞ்சி ஓடி உழன்று திரிவதால் என்ன பயன்?

நெருப்பைக் கையில் ஏந்தியவனும், பெருமை பொருந்திய மேலான கொள்கை உடையவனும், பிரமபுரம் என்னும் தலத்தில் எழுந்தருளி இருக்கும் வேதியனும், தாமரை இதழ் போன்ற சந்திரப்பிறையும் பாம்பும் சூடிய சடை உடையவனும், எமது தந்தையும், ஆகிய இறைவனோடு ஒன்றி நின்று வழிபடுவாயாக!

4070. செய்யன் வெள்ளியன் ஒள்ளியார்சிலர்
என்றும் ஏத்தி நினைந்திட
ஐயன் ஆண்தகை அந்தணன்அரு
மாமறைப் பொருள் ஆயினான்
பெய்யும் மாமழை ஆனவன்பிர
மாபுரம் இடம் பேணிய
வெய்ய வெண்மழு ஏந்தியை(ந்)நினைந்து
ஏத்துமின் வினை வீடவே (7)

அருஞ்சொற்பொருள்:

செய்யன் - இயல்பாக சிவந்த திருமேனி உடையவன். வெள்ளியன் - திருநீறு பூசி இருப்பதால் வெளுத்து காணப்படுபவன். ஒள்ளியார் - ஞான ஒளி உடையவர். என்றும் - எப்பொழுதும். வெய்ய - கொடிய. வீட - அழிய.

பொழிப்புரை:

இயல்பாக சிவந்த திருமேனி உடையவன்; திருநீறு பூசி இருப்பதால் மேனி வெளுத்து விளங்குபவன்; ஞான ஒளி உடையவன்; (சிவஞானியர்) எப்பொழுதும் போற்றி நினைக்க விளங்கும் தலைவன்; பேராற்றலும் பேரருளும் உடையவன்; அரிய பெரிய வேதப் பொருளாய் விளங்குபவன்; பெய்கின்ற மழையாக இருப்பவன்; பிரமாபுரம் என்னும் தலத்தில் எழுந்தருளி இருப்பவன்; கொடிய வெள்ளைநிற மழுப்படை ஏந்தி இருப்பவன்; அவனை நினைந்து போற்றுங்கள்; அப்பொழுது, வர இருக்கும், வினைகள் ஆனவை, வராது அழியும்.

4071. கன்றுஒருக் கையில்ஏந்தி நல்விள
வின்கனி பட நூறியும்
சென்றுஒருக் கியமா மறைப்பொருள்
தேர்ந்த செம்மல ரோனுமாய்

அன்றுஅரக் கனைச்செற் றவன்அடி
யும்முடி அவை காண்கிலார்
பின்தருக் கியதண் பொழில்பிர
மாபுரத்து அரன் பெற்றியே (8)

அருஞ்சொற்பொருள்:

ஒருக்கையில் - ஒரு கையில். நூறி - அழித்து. பட - விழ. அரக்கன் - இராவணன். செற்றவன் - சினந்தவன். தருக்கிய - அருளும் ஆற்றலும் கொண்டு செருக்கிய.

பொழிப்புரை:

ஒரு கையில் கன்றுக்குட்டியை ஏந்தி வீசி விளங்கனியை வீழ்த்திய திருமாலும், ஒருப்பட்ட மனத்துடன் வேதம் ஓதித் தேர்ச்சி பெற்ற தாமரை மலர்மேல் இருக்கை கொள்ளும் பிரமனும், ஆக இருவரும் தேடி, முன்பு இராவணனை நசுக்கிய திருவடி, திருமுடி என இவற்றைக் காணார் ஆயினர். குளிர்ந்த சோலை சூழ்ந்த பிரமபுரத்தில் எழுந்தருளி இருக்கும் இறைவர், அருளும் ஆற்றலும் உடையவர்; பிறப்பை அறுக்கும் தன்மை உடையவர்.

4072. உண்டுஉடுக்கை விட்டார் களும்உயர்
கஞ்சி மண்டைகொள் தேரரும்
பண்டுஅடக்கு சொல்பேசும் அப்பரிவு
ஒன்றுஇலார் கள்சொல் கொள்ளன்மின்
தண்டொடுஅக்கு வன்சூல மும்தழல்
மாமழுப் படைதன் கையில்
கொண்டுஒடுக் கியமைந்தன் எம்பிர
மாபுரத்து உறை கூத்தனே (9)

அருஞ்சொற்பொருள்:

மண்டை - ஒருவகைப் பாத்திரம். பண்டு - பழமை. அடக்குசொல் - வேதஆகம சொற்களை மறுக்கும் சொல். பரிவு - இரக்கம். இலார் - இல்லார். அக்கு - உருத்திராக்கம்.

பொழிப்புரை:

அமர்ந்து உணவு உண்ணுதலையும் உடை உடுத்துதலையும் கைவிட்ட சமணர்களும், மண்டை என்னும் பாத்திரத்தில் கஞ்சியை வாங்கி உண்ணும் பௌத்தர்களும், வேதஆகமங்களுக்குப் புறம்பாகப் பேசும் பேச்சு உடைய இரக்கம் சிறிதும் இல்லாதவர்; எனவே, அவர்கள் கூறும் சொற்களைக்

கேட்க வேண்டாம்; மாறாக, தண்டு (யோக தண்டம்) உருத்திராக்க மாலை, சூலம், நெருப்பு, மழுப்படை ஆகியவற்றைத் தன் கையில் ஏந்தி இருக்கும் வலிமை உடையவனும், பிரமாபுரத்தில் எழுந்தருளி இருப்பவனும், ஆகிய கூத்தனை வழிபடுங்கள்.

★ (இப்பதிகத்தின் 10-ஆம் பாடல் கிடைக்கவில்லை).

4073. பித்தனைப் பிரமா புரத்துஉறை
பிஞ்ஞகன் கழல் பேணியே
மெய்த்தவத்து நின்றோர் களுக்குஉரை
செய்து நன்பொருள் மேவிட
வைத்தசிந்தை யுள்ஞான சம்பந்தன்
வாய்நவின்று எழு மாலைகள்
பொய்த்தவம் பொறிநீங்க இன்இசை
போற்றி செய்யும்மெய் மாந்தரே (11)

அருஞ்சொற்பொருள்:

நன்பொருள் - வீடுபேறு. மேவிட - பொருந்திட. நவின்று - சொல்லி. பொறி - ஐம்பொறிகள் வழி செல்லும் செலவு.

பொழிப்புரை:

பித்தனும் (உயிர்கள் மீது அதிகமான அன்பு உடையவனும்) பிரமாபுரம் என்னும் தலத்தில் எழுந்தருளி இருப்பவனும், கொக்கு இறகு கொண்டு செய்யப்பட்ட தலைக்கோலம் அணிந்திருப்பவனும், ஆகிய சிவபெருமானின் திருவடியை வணங்கி, மெய்யான தவம் உடையவர் உணரும் பொருட்டும், அவர் வீடுபேறு என்னும் நற்பொருளை அடையும் பொருட்டும், சிந்தையில் வைத்து, வாயினால் சொல்லிய தமிழ்மாலையாக விளங்கும் இப்பதிகத்தை ஞானசம்பந்தன் ஆகிய நான் பாடினேன்; பொறிவழி மனம் செல்லும் பொய்யான தவம் நீங்க, இனிய இசையோடு கூடிய இப்பாடல்கள் கொண்டு, உலக மக்களே! நீவிர் போற்றி வழிபடுவீராக!

திருச்சிற்றம்பலம்

377

சீகாழி

திருமுறை 3 - 301

பண்: கௌசிகம்

4074. சந்தம் ஆர்முலை யாள்தன கூறனார்
    வெந்த வெண்பொடி ஆடிய மெய்யனார்
    கந்தம் ஆர்பொழில் சூழ்தரு காழியுள்
    எந்தை யார்அடி என்மனத்து உள்ளவே   (1)

அருஞ்சொற்பொருள்:

சந்தம் - சந்தனம். கந்தம் - மணம். எந்தை - எம் தந்தை.

பொழிப்புரை:

சந்தனம் பூசிய முலை உடைய உமாதேவியைப் பாகமாக உடையவர்; சாணம் வெந்த திருநீற்று வெண்பொடி பூசிய திருமேனி உடையவர்; மணமலர்கள் நிறைந்த சோலையால் சூழப்பட்ட சீர்காழி என்னும் தலத்தில் எழுந்தருளி இருக்கும் எமது தந்தையார்; அவரது திருவடியை என் மனத்தில் வைத்துள்ளேன்.

4075. மான்இ டம்உடை யார்வளர் செஞ்சடைத்
    தேன்இ டம்கொளும் கொன்றைஅம் தாரினார்
    கான்இ டம்கொளும் தண்வயல் காழியார்
    ஊன்இ டம்கொண்டு என்உச்சியில் நிற்பரே   (2)

அருஞ்சொற்பொருள்:

இடம் - இடப்பக்கம். கொளும் - கொள்ளும். தார் - மாலை. உச்சி - நிராதாரம் (சகசிரதளம்).

பொழிப்புரை:

மான்கன்றை இடக்கையில் ஏந்துபவர்; வளர்கின்ற சிவந்த சடைமீது தேனொடு கூடிய கொன்றை மலரால் ஆன மாலை சூடுபவர்; சோலை வளமும் வயல்வளமும் உடைய காழி நகரில் எழுந்தருளி இருப்பவர்; அவர் என் உடம்பை இடமாகக் கொண்ட உச்சித்தானத்தில் உறைபவர்.

4076. மைகொள் கண்டத்தர் வான்மதிச் சென்னியர்
பைகொள் வாள்அரவு ஆட்டும் படிறனார்
கைகொள் மான்மதி யார்கடல் காழியுள்
ஐயன் அந்தணர் போற்ற இருக்குமே (3)

அருஞ்சொற்பொருள்:

மை - கருமை. சென்னி - தலை. பை - படம். படிறர் - வஞ்சனை உடையவர். மான் மறி - மான்கன்று. ஐயன் - தலைவன்.

பொழிப்புரை:

கரியநிறக் கண்டம் கொண்டவர்; வானில் உலவும் சந்திரனைச் சூடிய சடை உடையவர்; படம் உடைய பாம்பைப் பிடித்து ஆட்டும் வஞ்சம் உடையவர்; மான்கன்று ஏந்திய கை உடையவர்; கடலின் கரையில் உள்ள காழி நகரில் எழுந்தருளி இருக்கும் தலைவர்; அவர் அங்கு அந்தணர்கள் போற்ற விளங்குகின்றார்.

4077. புற்றில் நாகமும் பூளையும் வன்னியும்
கற்றை வார்சடை வைத்தவர் காழியுள்
பொற்றொ டியோடு இருந்தவர் பொற்கழல்
உற்ற போதுஉடன் ஏத்தி உணருமே (4)

அருஞ்சொற்பொருள்:

பூளை - பூளைப்பூ. வன்னி - வன்னியின் தளிர். பொற்றொடி - பொன்னால் ஆன தோள் வளையல். உற்றபோது - சமயம் வாய்த்தபோது.

பொழிப்புரை:

புற்றில் வாழும் பாம்பு, பூளைப்பூ, வன்னியின் தளிர், ஆகியவற்றைச் சடைக்கற்றையில் சூடி இருப்பவர்; சீர்காழி நகரில் பொன்னால் ஆன தோள் வளையல் அணிந்த உமாதேவியோடு கூடி எழுந்தருளி இருப்பவர்; அவரது பொன் போன்ற திருவடியைச் சமயம் வாய்க்கும் போது, வழிபட்டு உணர வேண்டும்.

4078. நலியும் குற்றமும் நம்உடல் நோய்வினை
மெலியு மாறுஅது வேண்டுதி ரேல்வெய்ய
கலிக டிந்தகை யார்கடல் காழியுள்
அலைகொள் செஞ்சடை யார்அடி போற்றுமே (5)

அருஞ்சொற்பொருள்:

நலியும் - வருத்தம் தரும். கலி - வறுமை. கடிதல் - நீக்குதல். அலை - அலை உடைய கங்கை.

பொழிப்புரை:

துன்புறுத்துகின்ற குற்றம், உடல்நோய், வினைகள், என இவை வலிகுன்றுமாறு செய்யவேண்டும் என விரும்புவீரேயாயின், கொடிய வறுமையைப் போக்க வேள்வி வேட்கும் அந்தணர்கள் நிறைந்து வாழும் சீர்காழியில் எழுந்தருளி இருக்கும் அலைவீசும் கங்கையைச் சடையில் சூடிஇருக்கும் சிவபெருமானது திருவடியைப் போற்றுவீராக!

4079. பெண்ஓர் கூறினர் பேயுடன் ஆடுவர்
பண்ணும் ஏத்துஇசை பாடிய வேடத்தர்
கண்ணும் மூன்றுஉடை யார்கடல் காழியுள்
அண்ணல் ஆடிய அடிகள் சரிதையே (6)

அருஞ்சொற்பொருள்:

அடிகள் - இறைவர். சரிதை - புகழ்.

பொழிப்புரை:

உமாதேவியை உடம்பின் ஒரு பாகமாகக் கொண்டவர்; பேயோடு சேர்ந்து நடனம் ஆடுபவர்; இசையோடு பாடல்களைப் பாடும் வேடம் உடையவர்; மூன்று கண்கள் கொண்டவர்; கடலின் கரையில் உள்ள சீர்காழியில் எழுந்தருளி இருக்கும் தலைவர்; இவை அந்தச் சிவபெருமானது புகழ்மொழிகள் ஆகும்.

4080. பற்று மானும் மழுவும் அழகுஉற
முற்றும் ஊர்திரிந் துபலி முன்னுவர்
கற்ற மாநன் மறையவர் காழியுள்
பெற்றம் ஏறுஅது உகந்தார் பெருமையே (7)

அருஞ்சொற்பொருள்:

பலி முன்னுவர் - பிச்சைக்கு முந்துவர். பெற்றம்ஏறு - பசுவின் ஆண் (காளை).

பொழிப்புரை:

மான்கன்றையும் மழுப்படையையும் அழகுறக் கையில் பற்றி இருப்பவர்; ஊர் முழுதும் சுற்றித் திரிந்து பலி ஏற்பவர்; வேதம் கற்ற மறையவர் நிறைந்து வாழும் காழிநகரில் எழுந்தருளி இருப்பவர்; பசுவின் இனமாகிய காளையில் ஏறிவரும் சிவபெருமானது பெருமைகள் இவை ஆகும்.

4081. **எடுத்த வல்அரக் கன்முடி தோள்இற**
அடர்த்து உகந்துஅருள் செய்தவர் காழியுள்
கொடித்த யங்குநல் கோயிலுள் இன்புஉற
இடத்து மாதொடு தாமும் இருப்பரே (8)

அருஞ்சொற்பொருள்:

கொடி - பதாகை. தயங்கும் - விளங்கும். இடத்து - இடப்பக்கத்து.

பொழிப்புரை:

கயிலை மலையைப் பெயர்த்த வலிய அரக்கனாகிய இராவணனது தலைகளும் தோள்களும் முறிய நசுக்கிப் பின் பாடிய சாமகானம் கேட்டு மகிழ்ந்து, அவனுக்கு அருள்செய்தவர்; அவர் சீர்காழி நகரில் பதாகைகள் விளங்கும் கோயிலில் இடப்பக்கத்தில் உமாதேவி இருக்கத் தாமும் இனிதே எழுந்தருளி இருக்கிறார்.

4082. **காலன் தன்உயிர் வீட்டு கழல்அடி**
மாலும் நான்முகன் தானும் வனப்புஉற
ஓலம் இட்டுமுன் தேடி உணர்கிலாச்
சீலம் கொண்டவன் ஊர்திகழ் காழியே (9)

அருஞ்சொற்பொருள்:

வீட்டு - போக்கு. சீலம் - ஒழுக்கம்.

பொழிப்புரை:

இயமனை உயிர்பறிக்க உதைத்த திருவடியைத் திருமாலும், திருமுடியைப் பிரமனும், அழகுபட ஓலமிட்டுத் தேடியும் காணமுடியாத உயர் ஒழுக்கம் உடையவன்; அப்பெருமான் எழுந்தருளி இருக்கும் ஊர் சீர்காழியே ஆகும்.

4083. உருவம் நீத்தவர் தாமும் உறுதுவர்
    தருவல் ஆடையி னாரும் தகவிலர்
    கருமம் வேண்டுதி ரேல்கடல் காழியுள்
    ஒருவன் சேவடி யேஅடைந்து உய்ம்மினே   (10)

அருஞ்சொற்பொருள்:

உருவம் நீத்தவர் - உண்மை உருவத்தைக் கைவிட்டவர் (முடிபறித்தல் முதலிய காரணங்களால் என்க). தகவு இலர் - தகுதி இல்லாதவர். கருமம் - நற்கருமம். ஒருவன் - ஒப்பற்றவன்.

பொழிப்புரை:

முடிபறித்தல் வெயிலில் சுற்றித் திரிதல் முதலிய காரணங்களால் உருமாற்றம் பெற்ற சமணர்கள், துவர் ஏற்றிய ஆடையுடன் திரியும் பௌத்தர்கள், ஆக இவர்கள் தகுதி இல்லாதவர்; நற்செயல் நிகழவேண்டும் என்று விரும்புவீராயின், கடலின் கரையில் உள்ள காழி நகரில் எழுந்தருளி இருக்கும் ஒப்பற்ற சிவபெருமானது சிவந்த திருவடிகளைச் சென்று சேர்ந்து உய்வீராக!

4084. கானல் வந்துஉல வும்கடல் காழியுள்
    ஈனம் இல்லி இணைஅடி ஏத்திடும்
    ஞான சம்பந்தன் சொல்லிய நற்றமிழ்
    மானம் ஆக்கும் மகிழ்ந்துஉரை செய்யவே   (11)

அருஞ்சொற்பொருள்:

கானல் - கடற்கரைச் சோலை. உலவும் - மணம் உலவும். ஈனம் இல்லி - குறைஒன்றும் இல்லாதவன் (சிவபெருமான்). மானம் - பெருமை.

பொழிப்புரை:

கடற்கரைச் சோலையில் இருந்து நறுமணம் பரவும் கடலின் கரையில் உள்ள காழி நகரில் எழுந்தருளி இருக்கும் குறைஒன்றும் இல்லாத சிவபெருமானது இணையான திருவடிகளைப் போற்றி, ஞானசம்பந்தன் பாடிய, நல்லதமிழ்ப் பதிகமாகிய இதனைப் பாடி மகிழ, அது பெருமையைத் தரும்.

திருச்சிற்றம்பலம்

378

திருப்பிரமபுரம்

திருமுறை 3 - 314

பண்: கௌசிகம்

4085. இறையவன் ஈசன்எந்தை இமை
யோர்தொழுது ஏத்தநின்ற
கறைஅணி கண்டன்வெண்தோடு அணி
காதினன் காலத்துஅன்று
மறைமொழி வாய்மையினான் மலை
யாளொடும் மன்றுசென்னிப்
பிறைஅணி செஞ்சடையான் பிர
மாபுரம் பேணுமினே (1)

அருஞ்சொற்பொருள்:

இமையோர் - தேவர். கறை - விடக்கறை. காலத்து அன்று - முன்ஒரு காலத்து. சென்னி - தலை (சடை).

பொழிப்புரை:

அடியார்கள் மனதில் தங்குபவன்; எல்லா உலகங்களையும் ஆளுபவன்; எமது தந்தை; தேவர்கள் போற்றி வணங்க இருப்பவன்; விடக்கறை பொருந்திய கண்டம் உடையவன்; வெண்மைநிறத் தோடு அணிந்த காது உடையவன்; முன்ஒரு காலத்தில் வேதத்தை விரித்து உலகுக்குச் சொன்னவன்; சிவந்த சடையில் பிறைச்சந்திரனைச் சூடி இருப்பவன்; அவன் உமாதேவியோடு கூடி எழுந்தருளி இருக்கும் பிரமாபுரத்தைப் போற்றி வழிபடுங்கள்.

4086. சடையினன் சாமவேதன் சரி
கோவண வன்மழுவாள்
படையினன் பாய்புலித்தோல் உடை
யான்மறை பல்கலைநூல்

உடையவன் ஊனமில்லி உட
 னாய்உமை நங்கைஎன்னும்
பெடையோடும் பேணும்இடம் பிர
 மாபுரம் பேணுமினே (2)

அருஞ்சொற்பொருள்:

சாமவேதன் - சாமவேதப் பிரியன். மறை - வேதம். ஊனம் - குறை. இல்லி - இல்லாதவன். பெடை - பெண்.

பொழிப்புரை:

சடாமுடி உடையவன்; சாமவேதத்தின் மீது விருப்பம் மிக உடையவன்; சரிந்த கோவண உடை உடையவன்; வலிய மழுப்படை ஏந்தியவன்; பாயும் தொழில்உடைய புலியின் தோல் உடை உடையவன்; வேதமாகவும் பலகலை நூல்களாகவும் விளங்குபவன்; குறை என்பதே இல்லாதவன்; உமாதேவி என்னும் பெண்ணை தன் உடம்பில் பாதியாக வைத்துப் போற்றுபவன்; அவன் எழுந்தருளி இருக்கும் இடம் பிரமாபுரம் என்னும் தலம்; அத்தலத்தைப் போற்றி வழிபடுங்கள்.

4087. மாணியை நாடுகாலன் உயிர்
 மாய்தரச் செற்றுக்காளி
காணிய ஆடல்கொண்டான் கலந்
 துஊர்வழி சென்றுபிச்சை
ஊண்இயல் பாகக்கொண்டு உட
 னேஉமை நங்கையொடும்
பேணிய கோயில்மன்னும் பிர
 மாபுரம் பேணுமினே (3)

அருஞ்சொற்பொருள்:

மாணி - பிரமச்சாரி (மார்க்கண்டேயன்). காலன் - இயமன். காணிய - காணுமாறு. ஊர்வழி - ஊரின்இடை. பேணிய - விரும்பிய.

பொழிப்புரை:

பிரமச்சாரியாகிய மார்க்கண்டேயனை நெருங்கிய இயமனது உயிரைப் பிரித்தவன்; சினந்து காளியோடு உலகம் காண நடனம் ஆடியவன்; ஊரின் இடையே சென்று பிச்சை ஏற்று, அந்த உணவை விரும்பி உண்பவன்; அவன் உமாதேவி என்னும் பெண்ணோடு கூடி எழுந்தருளி இருக்கும் தலம் பிரமாபுரம் ஆகும்; அங்கு சென்று போற்றி வழிபாடு செய்யுங்கள்.

4088. பாரிடம் விண்ணும்எங்கும் பயில்
நஞ்சு பரந்துமிண்டப்
பேர்இடர்த் தேவர்கணம் பெரு
மான்இது காஎனலும்
ஓர்இடத்தே கரந்துஅங்கு உமை
நங்கையொ டும்உடனே
பேரிட மாகக்கொண்ட பிர
மாபுரம் பேணுமினே (4)

அருஞ்சொற்பொருள்:

பார் - நிலஉலகம். விண் - மேல்உலகம். மிண்ட - மிக. கா - காப்பாற்று. எனலும் - என்று கூறுதலும். கரந்து - கண்டத்தில் ஒளித்து. பேரிடம் - பெருமை மிகும் இடம்.

பொழிப்புரை:

நிலஉலகம் தேவர்உலகம் என எல்லா இடங்களிலும் விடம் பரவி மிகுதியாக, அதுகண்டு தேவர்கூட்டம் பெரும் துன்பமுற்று அஞ்சி, 'பெருமானே! இத்துன்பத்திலிருந்து எங்களைக் காப்பாற்றுவாயாக!' என்று வேண்ட, அந்த விடத்தை எடுத்து விழுங்கி கண்டத்தில் மறைத்து வைத்துக் கொண்டவன்; அவன் உமாதேவியோடு கூடி எழுந்தருளி இருக்கும் தலம் பிரமபுரம் ஆகும்; அதனைப் போற்றி வழிபடுவீராக!

4089. நச்சுஅர வச்சடைமேல் நளிர்
திங்களும் ஒன்றவைத்துஅங்கு
அச்சம் எழவிடைமேல் அழ
குஆர்மழு ஏந்திநல்ல
இச்சை பகர்ந்துமிக இடு
மின்பலி என்றுநாளும்
பிச்சைகொள் அண்ணல்நண்ணும் பிர
மாபுரம் பேணுமினே (5)

அருஞ்சொற்பொருள்:

நச்சு - விடம். அரவம் - பாம்பு. நளிர் - குளிர்ச்சி. இச்சை - விருப்பம். இடுமின் - கொடுங்கள். அண்ணல் - தலைவன்.

பொழிப்புரை:

விடப்பாம்பு தங்கிய சடைமீது (அதற்குப் பகையாகிய) குளிர்ந்த சந்திரனையும் ஒருசேர வைத்து, ஒன்று மற்றொன்றைப் பார்த்து அச்சப் படுமாறு சூடி இருப்பவன்; இடபத்தின் மீது ஏறி வருபவன்; அழகிய மழுப்படையை ஏந்தி இருப்பவன்; பிச்சை ஏற்பதில் விருப்பம் கொண்டு, 'பிச்சை இடுங்கள்' என்று கேட்டு, நாள்தோறும் பிச்சை ஏற்கும் பெருமான்; அவன் எழுந்தருளி இருக்கும் பிரமாபுரம் சென்று, போற்றி வழிபடுங்கள்.

4090. பெற்றவன் முப்புரங்கள் பிழை
யாவண்ணம் வாளியினால்
செற்றவன் செஞ்சடையில் திகழ்
கங்கை தனைத்தரித்திட்டு
ஒற்றை விடையினனாய் உமை
நங்கையோ டும்உடனே
பெற்றிமை யால்இருந்தான் பிர
மாபுரம் பேணுமினே   (6)

அருஞ்சொற்பொருள்:

வாளி - அம்பு. தரித்திட்டு - சூடிக்கொண்டு. பெற்றிமை - சிறப்புத் தன்மை. பெற்றவன் - 'வன் (வலிமை) பெற்ற' - என மாற்றுக.

பொழிப்புரை:

வலிமை உடைய முப்புரங்கள் தப்பிக்காவகை, ஓர் அம்பு கொண்டு அழித்தவன்; சிவந்த சடைமீது, விளங்கும் கங்கை என்னும் பெண்ணை மறைத்து வைத்திருப்பவன்; ஓர்இடப ஊர்தி உடையவன்; அவன் உமாதேவியோடு கூடி, சிறந்த தன்மையில் எழுந்தருளி இருக்கும் இடம் பிரமாபுரம் என்னும் தலம் ஆகும். உலகவரே! அத்தலத்துக்குச் சென்று அப்பெருமானைப் போற்றி வழிபடுங்கள்.

4091. வேதம் மலிந்தஒலி விழ
வின்ஒலி வீணைஒலி
கீதம் மலிந்துஉடனே கிள
ரத்திகழ் பௌவம்அறை

ஓதம் மலிந்துஉயர்வான் முக
டுஏறஒண் மால்வரையான்
பேதையொ டும்இருந்தான் பிர
மாபுரம் பேணுமினே (7)

அருஞ்சொற்பொருள்:

பௌவம் - கடல். முகடு - அண்ட முகடு. மால்வரை - பெரிய மலைபோன்ற தோணி.

பொழிப்புரை:

அந்தணர்கள் வேதம் ஓதுவதால் எழுகின்ற ஒலி, திருவிழாக்களின்போது எழுகின்ற ஒலி, வீணை வாசிப்பதால் உண்டாகும் ஒலி, இசைப்பாடல்கள் பாடுவதால் உண்டாகும் ஒலி, என இவற்றால் எழும் ஒலியானது, கடலில் அலைவீசுவதால் எழும் ஒலியையும் அடக்கும் தன்மை உடையது; அது உயர்ந்த அண்ட முகட்டைத் தொடும் அளவு ஒள்ளிய பெரிய மலை போன்ற தோணியை உடையது; அத்தலம் பிரமாபுரம் என்னும் பெயருடையது; அத்தலத்தில் உமாதேவியோடு கூடி எழுந்தருளி இருக்கும் இறைவனைச் சென்று போற்றி வழிபடுங்கள்.

4092. இமையவர் அஞ்சிஓட எதிர்
வார்அவர் தன்மைஇன்றி
அமைதரு வல்அரக்கன் அடர்த்
தும்மலை அன்றுஎடுப்பக்
குமைஅது செய்துபாடக் கொற்ற
வாளொடு நாள்கொடுத்திட்டு
உமையொடு இருந்தபிரான் பிர
மாபுரம் உன்னுமினே (8)

அருஞ்சொற்பொருள்:

அடர்த்து - எரித்து. குமை - துன்பம். கொற்ற - வெற்றி பொருந்திய. உன்னுமின் - நினைமின் (நினைவீராக).

பொழிப்புரை:

தேவர்கள் அஞ்சி ஓடி விட்டபடியால், தன்னை எதிர்க்க யாரும் இல்லாத நிலையில், வலிமை பொருந்திய அரக்கனாகிய இராவணன், முன்பு கயிலைமலையைப் பெயர்க்க, அவன் துன்பம் உறுமாறு, அம்மலை கொண்டு நசுக்கியவன்; பின்னர் அந்த அசுரன், சாமகானம் பாடி

மகிழ்விக்க, அவனுக்குச் சந்திரகாசம் என்னும் வாளும், வாழ்நாளும் தந்து அருள்செய்த பெருமான், உமாதேவியோடும் கூடி, எழுந்தருளி இருக்கும் பிரமாபுரம் என்னும் தலத்தை நினைந்து வழிபடுவீராக!

4093. ஞாலம் அளித்தவனும்(ம்) அரி
யும்(ம்)அடி யோடுமுடி
காலம் பலசெலவும் கண்டி
லாமையி னால்கதறி
ஓலம் இடஅருளி உமை
நங்கையொ டும்உடனாய்
ஏல இருந்தபிரான் பிர
மாபுரம் ஏத்துமினே (9)

அருஞ்சொற்பொருள்:

ஞாலம் - பூமி. அளித்தவன் - படைத்தவன். அரி - திருமால். செலவும் - செல்லவும். ஏல - பொருந்த.

பொழிப்புரை:

உலகைப் படைத்த பிரமனும் திருமாலும் முறையே முடியையும் அடியையும் தேடுவதற்குப் பலகாலம் செலவு செய்தும், தேடிக் காண முடியாத நிலையில், கதறி ஓலமிட்டு அழைத்திடப் பின் அவர்களுக்கு அருள்செய்த பெருமான்; அவன் உமாதேவியோடு கூடி மிகவும் பொருந்துமாறு எழுந்தருளி இருக்கும் தலம் பிரமபுரம் ஆகும்; அத்தலத்தைப் போற்றி வழிபட முனைவீராக!

4094. துவர்உறும் ஆடையினார் தொக்க
பீலியர் நக்குஅரையர்
அவரவர் தன்மைகள்கண்டு அணு
கேன்மின்(ன்) அருள்பெறுவீர்
கவர்உறு சிந்தைஒன்றிக் கழி
காலம்எல் லாம்படைத்த
இவர்இவர் என்றுஇறைஞ்சிப் பிர
மாபுரம் ஏத்துமினே (10)

அருஞ்சொற்பொருள்:

தொக்க பீலி - பீலிக்கத்தை. நக்கு அரை - உடையில்லாத இடை. அணுகேண்மின் - அணுகாதீர்கள். கழிகாலம் - இறந்த காலம். கவர் - கிளை.

பொழிப்புரை:

துவர் ஏற்றப்பட்ட ஆடைஉடைய பௌத்தர்களும், மயிற்பீலியின் கத்தையைக் கையில் ஏந்தி, இடையில் உடைஉடுத்தாது திரியும் சமணர்களும், ஆகிய இவர் இருவகையினரது, தன்மைகளைத் தனித்தனியே கண்டு, அவரோடு சேராது இருங்கள்; அருள்பெற விரும்பும் அடியார்களே! கிளைக்கும் எண்ணம் உடைய மனத்தை ஒருமுகப்படுத்தி, கழிந்த காலங்களை எல்லாம் படைத்த இறைவன் இவன்; இவன் எழுந்தருளி இருப்பது பிரமாபுரத்தில் என்று அறிந்து, போற்றி வழிபடுவீராக!

4095. **உரைதரு நான்மறையோர் புகழ்ந்**
துஏத்தஒண் மாதினொடும்
வரைஎன வீற்றிருந்தான் மலி
கின்ற பிரமபுரத்து
அரசினை ஏத்தவல்ல அணி
சம்பந்தன் பத்தும்வல்லார்
விரைதரு விண்உலகம் எதிர்
கொள்ள விரும்புவரே (11)

அருஞ்சொற்பொருள்:

உரை - புகழ். ஒண்மாது - ஒள்ளிய பெண். வரை - மலை போன்ற தோணி. அரசு - அரசன். விரை - மணம். விரும்புவர் - விரும்பி அழைத்துச் செல்வர்.

பொழிப்புரை:

புகழ் மிகஉடைய நான்கு மறைகளையும் ஓதி உணர்ந்த அந்தணர்கள் புகழ்ந்து போற்ற, ஒளிரும் உமாதேவியோடு மலைபோன்ற தோணியில் பிரமபுரநகரில் எழுந்தருளி அரசாட்சி செய்யும் சிவபெருமானைப் போற்றிப் பாடும் வல்லமை உடைய அழகிய ஞானசம்பந்தன், பாடிய பாடல் பத்தும் கொண்டு, பாடி வழிபட வல்லவர், மணமுள்ள விண்உலகத்துத் தேவர்கள் விரும்பி எதிர்கொள்ள அவ்வுலகைச் சென்றடைவர்.

திருச்சிற்றம்பலம்

379

திருக்கொச்சைவயம்

திருமுறை 3 - 347

பண்: சாதாரி

4096. திருந்துமா களிற்றுஇள மருப்பொடு
 திரள்மணிச் சந்தம்உந்திக்
 குருந்துமா குரவமும் குடசமும்
 பீலியும் சுமந்துகொண்டு
 நிரந்துமா வயல்புகு நீடுகோட்
 டாறுசூழ் கொச்சைமேவிப்
 பொருந்தினார் திருந்தடி போற்றிவாழ்
 நெஞ்சமே புகலதாமே (1)

அருஞ்சொற்பொருள்:

களிறு – ஆண்யானை. இளமருப்பு – இளம் தந்தம். சந்தம் – சந்தனம். குடசம் – மலை மல்லிகை. புகல் – அடைக்கலம்.

பொழிப்புரை:

மனமே! அழகிய இளம் ஆண்யானையின் தந்தம், மணியின் திரள், சந்தனம், குருந்து, குரவம், மலைமல்லிகை, மயிற்பீலி, ஆகியவற்றைத் தமது அலையால் உந்தி தள்ளிக்கொண்டும், சுமந்து கொண்டும் வந்து, வயல்களில் நெடிய கோட்டாறு பாய்கின்ற கொச்சைவயம் (சீர்காழி) என்னும் தலத்தில் எழுந்தருளி இருக்கும் இறைவரது அழகிய திருவடியைப் போற்றி வாழ்வாயாக! அதுவே உனக்கு அடைக்கலம் தரும் இடம் என்பதை அறிவாயாக!

4097. ஏலம்ஆர் இலவமோடு இனமலர்த்
 தொகுதியாய் எங்கும்நுந்திக்
 கோலமா மிளகொடு கொழுங்கனி
 கொன்றையும் கொண்டுகோட்டாறு

ஆலியா வயல்புகும் அணிதரு
கொச்சையே நச்சிமேவும்
நீலம்ஆர் கண்டனை நினைமட
நெஞ்சமே அஞ்சல்நீயே (2)

அருஞ்சொற்பொருள்:

இலவம் - இலவங்கம். நுந்தி - தள்ளிக்கொண்டு. கோலம்ஆம் - அழகுஆகிய. ஆலியா - (ஆலித்து) ஆரவாரம் செய்து. நச்சி - விரும்பி. அஞ்சல் - பயப்படேல்.

பொழிப்புரை:

அறியாமை நிறைந்த மனமே! ஏலம் இலவங்கம் முதலியவற்றோடு மணமுள்ள மலர்கள், அழகான மிளகு, நன்கு கொழுத்து விளங்கும் பழங்கள், கொன்றை மலர், ஆகியவற்றையும் தள்ளிக்கொண்டு, அலைவீசி ஆரவாரம் செய்து, வந்து வயலில் புகும் கோட்டாறு பாயும் கொச்சைவயம் நகரில் விரும்பி எழுந்தருளி இருக்கும் நீலநிறக் கண்டம் கொண்டவனை நினைப்பாயாக! மேலும் எதுகுறித்தும் அஞ்ச வேண்டாம்.

4098. பொன்னும்மா மணிகொழித்து எறிபுனல்
கரைகள்வாய் நுரைகள்உந்திக்
கன்னிமார் முலைநலம் கவரவந்து
ஏறுகோட் டாறுசூழ
மன்னினார் மாதொடும் மருவிடம்
கொச்சையே மருவிநாளும்
முன்னைநோய் தொடருமாறு இல்லைகாண்
நெஞ்சமே அஞ்சல்நீயே (3)

அருஞ்சொற்பொருள்:

முன்னை நோய் - பழைய வினை. அஞ்சல் - அஞ்சாதே.

பொழிப்புரை:

மனமே! பொன், நல்ல மணிவகைகள், மகளிர் மார்பில் அணிந்திருக்கும் சந்தனம் முதலிய மணப்பொருள்கள், என இவற்றை நுரைபொங்கும் அலைகளால் உந்திக் கொண்டு வந்து கரைஒதுங்கும் கோட்டாறு சூழ விளங்கும் கொச்சைவயம் என்னும் தலத்தில் உமாதேவியோடு கூடி எழுந்தருளி இருக்கும் இறைவரைப் பொருந்தி வாழ்வாயாக! அதனால் பழைய வினைகள் வந்து பற்றாது! மேலும் எதுகுறித்தும் அஞ்சவேண்டாம்.

4099. கந்தம்ஆர் கேதகைச் சந்தனக்
    காடுசூழ் கதலிமாடே
  வந்துமா வள்ளையின் பவர்அளிக்
    குவளையைச் சாடிஓடக்
  கொந்துவார் குழலினார் குதிகொள்கோட்
    டாறுசூழ் கொச்சைமேய
  எந்தையார் அடிநினைந்து உய்யலாம்
    நெஞ்சமே அஞ்சல்நீயே   (4)

அருஞ்சொற்பொருள்:

கந்தம் - மணம். கேதகை - தாழை. கதலி - வாழை. மாடே - அயலே. மா - மாமரம். வள்ளையின் பவர் - வள்ளைக் கொடி (பவர் - கொடி). அளி - வண்டு. கொந்து - கொத்து. வார்குழல் - நீண்ட கூந்தல்.

பொழிப்புரை:

மணமுள்ள தாழை, சந்தன மரக்காடு, வாழைத்தோப்பு, மாந்தோப்பு, வள்ளைக்கொடி, வண்டு மொய்க்கும் குவளைமலர், என இவற்றை மோதி ஓடிவருவதும், கொத்தாக மலர்களைச் சூடி இருக்கும் நீண்ட கூந்தல் உடைய மகளிர் குதித்து விளையாடுவதும், ஆகிய கோட்டாற்றின் கரையில் உள்ள கொச்சைவயம் என்னும் தலத்தில் எழுந்தருளி இருக்கும் எமது தந்தையாகிய இறைவனின் திருவடியை நினைந்து, மனமே! நீ உய்யலாம்; எனவே எதற்கும் அஞ்ச வேண்டாம்.

4100. மறைகொளும் திறலினார் ஆகுதிப்
    புகைகள்வான் அண்டமிண்டிச்
  சிறைகொளும் புனல்அணி செழும்பதி
    திகழ்மதில் கொச்சை தன்பால்
  உறைவிடம் எனமனம் அதுகொளும்
    பிரமனார் சிரம்அறுத்த
  இறைவனது அடியிணை இறைஞ்சிவாழ்
    நெஞ்சமே அஞ்சல்நீயே   (5)

அருஞ்சொற்பொருள்:

மறை கொளும் திறல் - வேதம் ஓதுவதால் உண்டாகும் வலிமை (கொளும் - கொள்ளும்). வான் அண்டமிண்டி - வானில் நெருங்கிச் சூழும். சிறை - கரை. சிரம் - தலை.

பொழிப்புரை:

வேதம் ஓதியதால் பெற்ற வலிமை உடைய அந்தணர்கள், வேட்டும் வேள்வியின் புகையானது, வானில் சூழ்ந்து நிற்கவும், கரைகளுடைய ஆற்றில் நீர்ப்பெருக்கு உடையதும், மதிலால் சூழப்பட்டதும், அழகும் வளமும் உடையதும், ஆகிய கொச்சைவயம் என்னும் தலமே தமது உறைவிடம் எனத் தன் மனத்தில் நினைக்கும் பிரமனது ஒரு தலையைக் கிள்ளிய இறைவனது இரண்டு திருவடிகளை வணங்கி, மனமே! நீ வாழ்வாயாக! மேலும் எதற்காகவும் இனி அஞ்ச வேண்டாம்.

4101. சுற்றமும் மக்களும் தொக்கஅத்
தக்கனைச் சாடிஅன்றே
உற்றமால் வரைஉமை நங்கையைப்
பங்கமா உள்கினான்ஓர்
குற்றமில் அடியவர் குழுமிய
வீதிசூழ் கொச்சைமேவி
நற்றவம் அருள்புரி நம்பனை
நம்பிடாய் நாளும் நெஞ்சே (6)

அருஞ்சொற்பொருள்:

சாடி - தண்டித்து. மால்வரை - பெரிய (இமய) மலை. பங்கமா - பங்காக. உள்கினான் - நினைத்தான். நம்பன் - விரும்பப்படுபவன். நம்பிடாய் - நம்புவாயாக!

பொழிப்புரை:

தன்னை மதியாது தக்கன் வேள்வி செய்ய அவ்வேள்வியில் கலந்து கொண்ட சுற்றத்தார் மக்கள் என அனைவரையும் தண்டித்து, அவன் மகள் தாட்சாயணி உடம்பை விட்டு, இமயமலை அரசனுக்கு மகளாகி வளர, அவளைத் தன் உடம்பில் ஒரு பாகமாக ஏற்க நினைத்தவன்; குற்றம் சிறிதும் இல்லாத அடியார்கள் குழுமி இருக்கும் வீதிகளை உடைய கொச்சைவயம் என்னும் தலத்தில் எழுந்தருளி இருப்பவன்; நல்ல தவம் உடையவர்க்கு அருள்செய்யும் நம்பன்; அவனை, மனமே! நாளும் நம்புவாயாக!

4102. கொண்டலார் வந்திடக் கோலவார்
பொழில்களில் கூடிமந்தி
கண்டவார் கழைபிடித்து ஏறிமா
முகில்தனைக் கதுவும்கொச்சை

4099. கந்தம்ஆர் கேதகைச் சந்தனக்
 காடுசூழ் கதலிமாடே
 வந்துமா வள்ளையின் பவர்அளிக்
 குவளையைச் சாடிஓடக்
 கொந்துவார் குழலினார் குதிகொள்கோட்
 டாறுசூழ் கொச்சைமேய
 எந்தையார் அடிநினைந்து உய்யலாம்
 நெஞ்சமே அஞ்சல்நீயே   (4)

அருஞ்சொற்பொருள்:

கந்தம் - மணம். கேதகை - தாழை. கதலி - வாழை. மாடே - அயலே. மா - மாமரம். வள்ளையின் பவர் - வள்ளைக் கொடி (பவர் - கொடி). அளி - வண்டு. கொந்து - கொத்து. வார்குழல் - நீண்ட கூந்தல்.

பொழிப்புரை:

மணமுள்ள தாழை, சந்தன மரக்காடு, வாழைத்தோப்பு, மாந்தோப்பு, வள்ளைக்கொடி, வண்டு மொய்க்கும் குவளைமலர், என இவற்றை மோதி ஓடிவருவதும், கொத்தாக மலர்களைச் சூடி இருக்கும் நீண்ட கூந்தல் உடைய மகளிர் குதித்து விளையாடுவதும், ஆகிய கோட்டாற்றின் கரையில் உள்ள கொச்சைவயம் என்னும் தலத்தில் எழுந்தருளி இருக்கும் எமது தந்தையாகிய இறைவனின் திருவடியை நினைந்து, மனமே! நீ உய்யலாம்; எனவே எதற்கும் அஞ்ச வேண்டாம்.

4100. மறைகொளும் திறலினார் ஆகுதிப்
 புகைகள்வான் அண்டமிண்டிச்
 சிறைகொளும் புனல்அணி செழும்பதி
 திகழ்மதில் கொச்சை தன்பால்
 உறைவிடம் எனமனம் அதுகொளும்
 பிரமனார் சிரம்அறுத்த
 இறைவனது அடியிணை இறைஞ்சிவாழ்
 நெஞ்சமே அஞ்சல்நீயே   (5)

அருஞ்சொற்பொருள்:

மறை கொளும் திறல் - வேதம் ஓதுவதால் உண்டாகும் வலிமை (கொளும் - கொள்ளும்). வான் அண்டமிண்டி - வானில் நெருங்கிச் சூழும். சிறை - கரை. சிரம் - தலை.

பொழிப்புரை:

வேதம் ஓதியதால் பெற்ற வலிமை உடைய அந்தணர்கள், வேட்டும் வேள்வியின் புகையானது, வானில் சூழ்ந்து நிற்கவும், கரைகளுடைய ஆற்றில் நீர்ப்பெருக்கு உடையதும், மதிலால் சூழப்பட்டதும், அழகும் வளமும் உடையதும், ஆகிய கொச்சைவயம் என்னும் தலமே தமது உறைவிடம் எனத் தன் மனத்தில் நினைக்கும் பிரமனது ஒரு தலையைக் கிள்ளிய இறைவனது இரண்டு திருவடிகளை வணங்கி, மனமே! நீ வாழ்வாயாக! மேலும் எதற்காகவும் இனி அஞ்ச வேண்டாம்.

4101. சுற்றமும் மக்களும் தொக்கஅத்
தக்கனைச் சாடிஅன்றே
உற்றமால் வரைஉமை நங்கையைப்
பங்கமா உள்கினான்ஓர்
குற்றமில் அடியவர் குழுமிய
வீதிசூழ் கொச்சைமேவி
நற்றவம் அருள்புரி நம்பனை
நம்பிடாய் நாளும் நெஞ்சே (6)

அருஞ்சொற்பொருள்:

சாடி - தண்டித்து. மால்வரை - பெரிய (இமய) மலை. பங்கமா - பங்காக. உள்கினான் - நினைத்தான். நம்பன் - விரும்பப்படுபவன். நம்பிடாய் - நம்புவாயாக!

பொழிப்புரை:

தன்னை மதியாது தக்கன் வேள்வி செய்ய அவ்வேள்வியில் கலந்து கொண்ட சுற்றத்தார் மக்கள் என அனைவரையும் தண்டித்து, அவன் மகள் தாட்சாயணி உடம்பை விட்டு, இமயமலை அரசனுக்கு மகளாகி வளர, அவளைத் தன் உடம்பில் ஒரு பாகமாக ஏற்க நினைத்தவன்; குற்றம் சிறிதும் இல்லாத அடியார்கள் குழுமி இருக்கும் வீதிகளை உடைய கொச்சைவயம் என்னும் தலத்தில் எழுந்தருளி இருப்பவன்; நல்ல தவம் உடையவர்க்கு அருள்செய்யும் நம்பன்; அவனை, மனமே! நாளும் நம்புவாயாக!

4102. கொண்டலார் வந்திடக் கோலவார்
பொழில்களில் கூடிமந்தி
கண்டவார் கழைபிடித்து ஏறிமா
முகில்தனைக் கதுவும்கொச்சை

அண்டவா னவர்களும் அமரரும்
முனிவரும் பணியஆலம்
உண்டமா கண்டனார் தம்மையே
உள்குநீ அஞ்சல்நெஞ்சே   (7)

அருஞ்சொற்பொருள்:

கொண்டல் - மேகம். கோலம் - அழகு. வார் - நீண்ட. மந்தி - பெண்குரங்கு. வார்கழை - உயர்ந்து வளர்ந்துள்ள மூங்கில். முகில் - மேகம். கதுவும் - கையால் பிடிக்கின்ற. ஆலம் - விடம். உள்கு - நினை.

பொழிப்புரை:

நீண்ட அழகிய சோலைகளின் மீது மேகம் தவழ்ந்து செல்ல, அங்கு உயர்ந்து வளர்ந்துள்ள மூங்கில் மரத்தில் பெண் குரங்கு ஏறி, மேகத்தைக் கையால் பிடிக்கும் கொச்சைவயம் என்னும் தலத்தில், மேல் உள்ள உலகங்களில் வாழும் பல தேவசாதியினரும் முனிவர்களும் வந்து வணங்க, எழுந்தருளி இருக்கும் ஆலகால விடத்தை உண்டு தேக்கிய கண்டம் உடையவர் தம்மை, மனமே! நீ நினைவாயாக! அதற்கு மேலும் எதுகுறித்தும் நீ அஞ்சத் தேவையில்லை.

4103. அடல்எயிற்று அரக்கனார் நெருக்கிமா
மலைஎடுத்து ஆர்த்தவாய்கள்
உடல்கெடத் திருவிரல் ஊன்றினார்
உறைவிடம் ஒளிகொள்வெள்ளி
மடலிடைப் பவளமும் முத்தமும்
தொத்துவண் புன்னைமாடே
பெடையொடும் குருகுஇனம் பெருகுதண்
கொச்சையே பேணுநெஞ்சே   (8)

அருஞ்சொற்பொருள்:

அடல் எயிறு - வலிய பல். அரக்கன் - இராவணன். ஆர்த்த - ஆரவாரம் செய்த. வாய்கள் உடல் கெட - வாய்களும் உடலும் அழிய. வெள்ளி மடல் - வெள்ளி போன்ற இதழ். பவளமும் முத்தமும் தொத்து புன்னை - புன்னையின் மலர் முத்துபோல் வெண்மையும் ஒருசிறுபகுதி பவளம்போல் சிவப்பு நிறமும் உடையது. மாடே - அருகே. குருகு - பறவை.

பொழிப்புரை:

வலிமையான பற்கள் உடைய அரக்கனாகிய இராவணன் கயிலை மலையைப் பெயர்க்க, அப்பொழுது ஆரவாரம் செய்த அவனது வாய்களும் உடலும் நெரிபட திருவிரல் ஒன்றினால் ஊன்றியவர்; அவர் உறையும் இடம்; ஒளிஉடைய வெள்ளைநிற மடலின் இடையே பவளம் போல் சிவப்பும் சிறிதளவு உடைய மொத்தத்தில் முத்துபோல் விளங்கும் வளமான புன்னையின் மலர்கள் பூத்திருக்க, அதன் அருகே பறவை இனங்கள் கூடிவாழும் குளிர்ந்த கொச்சைவயமே ஆகும்; எனவே, மனமே! அத்தலத்தைப் போற்றி வழிபடுவாயாக!

4104. **அரவினில் துயில்தரும் அரியும்நல்**
பிரமனும் அன்றுஅயர்ந்து
குரைகழல் திருமுடி அளவிட
அரியவர் கொங்குசெம்பொன்
விரிபொழில் இடைமிகு மலைமகள்
மகிழ்தர வீற்றிருந்த
கரியநன் மிடறுஉடைக் கடவுளார்
கொச்சையே கருதுநஞ்சே (9)

அருஞ்சொற்பொருள்:

அரவினில் துயில்தரும் அரி - பாம்பின்மீது உறங்கும் திருமால். அயர்ந்து - சோர்ந்து. குரைகழல் - ஒலிக்கின்ற வீரக்கழல் அணிந்த திருவடி. அளவிட அரியவர் - அளவிட முடியாதவர். கொங்கு செம்பொன் - செம்பொன் துகள் போன்ற மகரந்தப் பொடி.

பொழிப்புரை:

ஆதிசேடன் என்னும் பாம்பணையின்மீது பள்ளிகொள்ளும் திருமாலும், நல்ல பிரமனும், முன்பு தேடிச் சோர்ந்து, ஒலிக்கின்ற வீரக்கழல் அணிந்த திருவடியையும் திருமுடியையும் காணமுடியாதவர் ஆயினர்; செம்பொன் துகள் போல மகரந்தம் சிந்தும் சோலை சூழ்ந்த கொச்சைவயம் என்னும் தலத்தில் எழுந்தருளி இருக்கும் கரியநிறக் கண்டம் உடைய கடவுளும் மலைமகளை உடன்கொண்டு திகழ்பவரும் ஆகிய இறைவரை, மனமே! நீ நினைவாயாக!

4105. கடுமலி உடல்உடை அமணரும்
 கஞ்சிஉண் சாக்கியரும்
 இடும்அற வுரைதனை இகழ்பவர்
 கருதுநம் ஈசர்வானோர்
 நடுஉறை நம்பனை நான்மறை
 யவர்பணிந்து ஏத்தஞாலம்
 உடையவன் கொச்சையே உள்கிவாழ்
 நெஞ்சமே அஞ்சல்நீயே   (10)

அருஞ்சொற்பொருள்:

கடு - கடுக்காய். இடும் அறவுரை - கூறுகின்ற அறவுரை. ஞாலம் உடையவன் - உலகைத் தமது உடைமையாகப் பெற்றவன்.

பொழிப்புரை:

கடுக்காய் மெல்லும் வாய் உடைய உடல்கொண்டு விளங்கும் சமணர்களும், கஞ்சியை உணவாக உண்ணுகின்ற பௌத்தர்களும், கூறும் அறவுரைகளை இகழ்பவர்; நம்மால் நினைக்கப்படும் ஈசனார்; தேவர்கள் சூழ்ந்து நின்று வழிபட நடுவில் நிற்கும் நம்பன்; நான்கு வேதங்களையும் ஓதிஉணர்ந்த வேதியர் பணிந்து போற்ற நிற்பவர்; உலகம் முழுமையும் தமது உடைமையாகக் கொண்டவர்; அவர் எழுந்தருளி இருக்கும் கொச்சைவயம் என்னும் தலத்தை மனமே! நீ நினைத்து வாழ்வாயாக! இனி எதற்காகவும் நீ அஞ்சவேண்டாம்.

4106. காய்ந்துதம் காலினால் காலனைச்
 செற்றவர் கடிகொள் கொச்சை
 ஆய்ந்துகொண்டு இடம்என இருந்தநல்
 அடிகளை ஆதரித்தே
 ஏய்ந்ததொல் புகழ்மிகும் எழில்மறை
 ஞானசம் பந்தன்சொன்ன
 வாய்ந்தஇம் மாலைகள் வல்லவர்
 நல்லவர்வான் உலகின்மேலே   (11)

அருஞ்சொற்பொருள்:

ஆய்ந்து - ஆராய்ந்து. கடி - காவல். இடம்என - உரிய இடம்என. ஆதரித்து - போற்றி. ஏய்ந்த - பொருந்திய.

பொழிப்புரை:

இயமன்மீது கோபம் கொண்டு, தன் காலினால் உதைத்து தண்டித்தவர், தாம் எழுந்தருளத் தகுதி உடைய தலம் என்று ஆராய்ந்து தேர்ந்தது கொச்சைவயம் ஆகும். அவ்வாறு அங்கு எழுந்தருளி இருக்கின்ற இறைவரைப் போற்றி, பொருந்திய பழம்புகழ் உடைய அழகிய மறை வல்லமை உடைய ஞானசம்பந்தன், பாடிய வாய்ப்புடைய பாமாலை பத்தும் கொண்டு, பாடி வழிபட வல்லவர், வானஉலகம் செல்வர்; சென்று அங்கு நல்லவராய் வாழ்வர்.

திருச்சிற்றம்பலம்

380

திருத்தோணிபுரம்

திருமுறை 3 - 358

பண்: பழம்பஞ்சுரம்

4107. கரும்புஅமர் வில்லியைக் காய்ந்து
காதல் காரிகை மாட்டுஅருளி
அரும்புஅமர் கொங்கை ஓர்பால்
மகிழ்ந்த அற்புதம் செப்பஅரிதால்
பெரும்பக லேவந்துஎன் பெண்மை
கொண்டு பேர்த்தவர் சேர்ந்தஇடம்
சுரும்புஅமர் சோலைகள் சூழ்ந்த
செம்மைத் தோணி புரம்தானே (1)

அருஞ்சொற்பொருள்:

கரும்பு அமர் வில்லி - கரும்பை வில்லாக உடைய மன்மதன். காதல் காரிகை - அன்பு மனைவி இரதி. அரும்பு அமர் கொங்கை - அரும்பு போன்ற முலை உடைய உமாதேவி. பேர்த்தவர் - பறித்தவர். சுரும்பு - வண்டு. செம்மை - செம்பொருள் (இது தலைவி கூற்று).

பொழிப்புரை:

கரும்பு வில்லைக் கையில் ஏந்திய மன்மதன் மீது சினம்கொண்டு அழித்து, அவன் உடல், அவனது அன்பு மனைவி இரதிக்கு மட்டும் தெரியுமாறு அருள்செய்தவர்; தாமரை அரும்பு போன்ற முலை உடைய உமாதேவியை உடம்பின் ஒரு பாகத்தில் வைத்து மகிழ்ந்தவர்; இவ்வாறு அவர் செய்த அற்புதங்கள் குறித்து எடுத்துரைக்க முடியாது; அவர் ஒரு பகல்நேரத்தில் வந்து, எனது பெண்மை நலத்தைக் கவர்ந்து கொண்டு சென்றுவிட்டார்; அவ்வாறு அவர் சென்று சேர்ந்த இடம், வண்டுகள் மொய்க்கும் சோலை சூழ்ந்த தோணிபுரமே ஆகும். அதுவே செம்பொருளாகிய சிவம் எழுந்தருளும் இடம் என அறிக.

4108. கொங்குஇயல் பூங்குழல் கொவ்வைச்
 செவ்வாய்க் கோமள மாதுஉமையாள்
 பங்குஇயலும் திருமேனி எங்கும்
 பால்வெள்ளை நீறு அணிந்து
 சங்குஇயல் வெள்வளை சோர
 வந்துஎன் சாயல்கொண் டார்தமதுஊர்
 துங்குஇயல் மாளிகை சூழ்ந்த
 செம்மைத் தோணி புரம்தானே   (2)

அருஞ்சொற்பொருள்:

கொங்கு - மணம். கொவ்வை - கோவைப்பழம். கோமளம் - இளமை. உமை மாது - உமாதேவி என்னும் பெண். சங்குஇயல் - சங்கால் ஆன. சோர - கழன்றுவீழ. சாயல் - அழகு. துங்கம் - உயர்ச்சி.

பொழிப்புரை:

தேன் பொருந்திய பூச்சூடிய கூந்தலும், கொவ்வைப்பழம் போன்ற சிவந்த வாயும் உடைய இளம்பெண்ணாகிய உமாதேவியை, உடம்பில் பாகமாகக் கொண்டு, அவ்வுடம்பு முழுவதும் பால்போன்ற வெள்ளை நிறம் உடைய திருநீறு பூசியுள்ள சிவபெருமான், என்னிடம் வந்து, சங்கால் செய்யப்பட்ட வெள்ளை நிற வளையல் கழன்று விழ, எனது அழகினைக் கவர்ந்து சென்றுவிட்டார்; அவரது ஊர் உயர்ந்த மாளிகைகள் நிறைந்த தோணிபுரமே ஆகும்; அதுவே செம்பொருளாகிய சிவபெருமானின் இருப்பிடம் என்பதை அறிவீராக!

4109. மத்தக் களிற்றுஉரி போர்க்கக்
 கண்டு மாதுஉமை பேதுறலும்
 சித்தம் தெளியநின்று ஆடி
 ஏறுஊர் தீவண்ணர் சில்பலிக்குஎன்று
 ஒத்தபடி வந்துஎன் உள்ளம்
 கொண்ட ஒருவர்க்கு இடம்போலும்
 துத்தநல் இன்இசை வண்டு
 பாடும் தோணி புரம்தானே   (3)

அருஞ்சொற்பொருள்:

மத்தம் - மதம். உரி - தோல். பேதுறல் - அஞ்சுதல். சித்தம் - உமாதேவியின் சித்தம். ஏறு - இடபம். சில்பலி - சிலவாகிய பிச்சை. ஒத்தபடி - அதற்கு ஏற்றபடி. துத்தம் - ஏழு இசை வகைகளுள் ஒன்று.

பொழிப்புரை:

மதமுள்ள ஆண்யானை ஒன்றின் தோலை உரித்து, அதனை மேலாடையாகப் போர்த்துக் கொள்ள, அதுகண்டு அஞ்சிய உமாதேவியின் சிந்தையில் தெளிவு உண்டாகுமாறு, சுடுகாட்டில் நின்று நடனம் ஆடியவர்; ஓர் இடபத்தின்மீது ஏறி வருபவர்; தீப்போன்ற சிவந்த திருமேனி உடையவர்; சிறிய அளவில் பிச்சை பெற அதற்கேற்ற பிச்சாடனர் வேடம்ஏற்று வந்து, என் உள்ளத்தைக் கொள்கை கொண்டவர்; அப்படிப்பட்ட ஒப்பற்றவர் எழுந்தருளி இருக்கும் இடம், துத்தம் என்னும் நல்ல இனிய இசையில் வண்டு பாடும் தோணிபுரம் என்னும் தலமே ஆகும்.

★ (இப்பதிகத்தின் 4,5,6,7-ஆம் பாடல்கள் கிடைக்கவில்லை).

4110. **வள்ளல் இருந்த மலைஅத**
னைவலம் செய்தல் வாய்மைஎன
உள்ளம் கொள்ளாது கொதித்து
எழுந்துஅன்று எடுத்தான் உரம்நெரிய
மெள்ள விரல்வைத்துஎன் உள்ளம்
கொண்டார் மேவும் இடம்போலும்
துள்ஒலி வெள்ளத் தின்மேல்
மிதந்த தோணி புரம்தானே (8)

அருஞ்சொற்பொருள்:

வள்ளல் - கேட்டவர்க்குக் கேட்டதைக் கேட்டபடி கொடுக்கும் வள்ளல். வலம்செய்தல் - வலமாகச் சுற்றி வருதல். கொதித்து - கோபித்து. உரம் - வலிமை. என்உள்ளம் கொண்டார் - என் உள்ளத்தைக் கவர்ந்து கொண்டவர். துள்ஒலி - ஊழிக்காலத்து துள்ளி மேலெழுந்து ஆரவாரம் செய்யும் ஒலி. வெள்ளம் - நீர்ப்பெருக்கு.

பொழிப்புரை:

'வள்ளலாகிய சிவபெருமான் எழுந்தருளி இருந்த கயிலை மலையை வலமாக வருவதே வாய்மை நெறி' என்பதை விடுத்து, கோபம்கொண்டு

முன்பு மலை எடுத்த இராவணனது, வலிமை அழியுமாறு விரல்ஊன்றி நசுக்கியவன்; என் உள்ளத்தைக் கொள்ளை கொண்டவன்; அவன் எழுந்தருளி இருக்கும் இடம்; துள்ளிப் பாயும் ஆரவாரம் மிக்க ஊழி வெள்ளத்தில் மூழ்காது மிதந்த தோணிபுரமே ஆகும்.

4111. வெல்பற வைக்கொடி மாலும்
    மற்றை விரைமலர் மேல்அயனும்
    பலபற வைப்படி யாய்உயர்ந்தும்
    பன்றிஅ தாய்ப்ப ணிந்தும்
    செல்வுஅற நீண்டுஎம் சிந்தை
    கொண்ட செல்வர் இடம்போலும்
    தொல்பற வைச்சுமந்து ஓங்கு
    செம்மைத் தோணி புரம்தானே (9)

அருஞ்சொற்பொருள்:

வெல் - வெல்ல வல்ல. பறவை - கருடன். விரைமலர் - மணமுள்ள (தாமரை) மலர். பல்பறவைப்படி - பல பறவைகளும் ஓர்உருக் கொண்டது போல அன்னப்பறவை உருவம் கொண்டு. செல்வு அற - சென்று சேரமுடியாத. தொல் பறவை - பழமையான பறவை வடிவ தேவர்கள். சுமந்து ஓங்கும் - சுமக்க உயர்ந்து நிற்கும்.

பொழிப்புரை:

வெற்றி பொருந்திய கருடன் என்னும் பறவை எழுதிய கொடி உடைய திருமாலும், மணமுள்ள தாமரை மலர்மேல் இருக்கை கொள்ளும் பிரமனும், முறையே பன்றியாய்ப் பணிந்து கீழ்நோக்கியும், அன்னமாய்ப் பறந்து மேல்நோக்கியும் சென்று தேடியும், காணமுடியாது உயர்ந்து நின்றவர்; எமது சிந்தையைக் கொள்ளை கொண்ட செல்வனார்; இருபது பறவைகளாகத் தேவர்கள் தாங்கிப் பிடிக்கத் தோணியில் மிதந்தவர்; செம்பொருளாகிய சிவபெருமானுக்கு அதுவே எழுந்தருளும் இடம் என அறிக!

4112. குண்டிகை பீலி தட்டோடு
    நின்று கோசரம் கொள்ளியரும்
    மண்டைகை ஏந்தி மனம்கொள்
    கஞ்சி ஊணரும் வாய்மடிய

இண்டை புனைந்து எருதுஏறி
வந்துஎன் எழில்கவர்ந்தார் இடமாம்
தொண்டுஇசை பாடல் அறாத
தொன்மைத் தோணி புரம்தானே (10)

அருஞ்சொற்பொருள்:

குண்டிகை - கமண்டலம். பீலி - மயிற்பீலி. தட்டு - தடுக்கு. கோசரம் - துறவு. கொள்ளியர் - கொண்டவர். மண்டை - ஒருவகை உண்கலம். ஊணர் - உணவாக உடையவர். வாய்மடிய - பேசும் சொல் அழிய. இண்டை - தலையில் சூடும் மாலை. எழில் - அழகு. தொண்டு - தொண்டர். அறாத - இடை அறாத.

பொழிப்புரை:

கமண்டலம், மயிற்பீலி, தடுக்கு முதலியவற்றைக் கையில் ஏந்தித் துறவு நெறியில் நிற்கும் சமணர்களும், மண்டை என்னும் உண்கலனைக் கையில் ஏந்திக் கஞ்சியை உணவாக விரும்பி உண்ணும் பௌத்தர்களும், கூறும் போதனைகளைக் கேளாது கைவிடச் செய்தவர்; தலையில் இண்டை அணிந்து எருதின்மீது ஏறிவந்து என் அழகைக் கவர்ந்து சென்றவர்; அவர் எழுந்தருளும் இடம், தொண்டர்கள் பாடும் இசைப்பாடல்கள் இடையறாது கேட்கும், பழஞ்சிறப்புடைய தோணிபுரமே ஆகும்.

4113. தூமரு மாளிகை மாடம்
நீடு தோணிபுரத்து இறையை
மாமறை நான்கினொடு அங்கம்
ஆறும் வல்லவன் வாய்மையினால்
நாமரு கேள்வி நலம்திகழும்
ஞான சம்பந்தன் சொன்ன
பாமரு பாடல்கள் பத்தும்
வல்லார் பார்முழுது ஆள்பவரே (11)

அருஞ்சொற்பொருள்:

தூமருவு - தூய்மை பொருந்திய. நாமரு - நாவில் பொருந்தி. பாமரு பாடல் - இலக்கணங்களுடன் கூடிய பாடல். பார் - உலகம்.

பொழிப்புரை:

தூய்மை உடைய வெண்மைநிற மாளிகைகளும் மாடிவீடுகளும், நிறைந்து காணப்படும் தோணிபுரம் என்னும் தலத்தில் எழுந்தருளி இருக்கும் இறைவனை, உயரிய நான்குவேதம், ஆறுஅங்கம், ஆகியவற்றை நன்கு ஆராய்ந்து தேர்ந்த வலிமை உடையவனும், ஞானப்பால் உண்டு மெய்ஞ்ஞானம் பெற்று, அதனை நமக்கு போதிப்பவனும், உலகில் நலம் பெருக வாழ்பவனும், ஆகிய ஞானசம்பந்தன்; பாடிய இலக்கணம் அமைந்த பாடல்கள் இவை பத்தினையும், பாடி வழிபட வல்லவர், இந்நிலவுலகம் முழுவதையும் கட்டிஆளும் சிறப்பினைப் பெறுவர்.

திருச்சிற்றம்பலம்

381

திருக்கழுமலம்

திருமுறை 3 - 376

பண்: புறநீர்மை

4114. மடல்மலி கொன்றை துன்றுவாள் எருக்கும்
வன்னியும் மத்தமும் சடைமேல்
படல்ஒலி திரைகள் மோதிய கங்கைத்
தலைவனார் தம்இடம் பகரில்
விடல்ஒலி பரந்த வெண்திரை முத்தம்
இப்பிகள் கொணர்ந்து வெள்அருவிக்
கடல்ஒலி ஓதம் மோதவந்து அலைக்கும்
கழுமல நகர்எனல் ஆமே (1)

அருஞ்சொற்பொருள்:

மடல் - இதழ். துன்று - நெருங்கு. வாள் - ஒளி. படல் ஒலி - ஒலி உடைய. திரை - அலை. பகரில் - சொல்லில். விடல் - வீசுதல். ஓதம் - கடல் அலை.

பொழிப்புரை:

பல இதழ்களுடன் கூடிய கொன்றைமலர், நெருங்கியதும் ஒளி உடையதும் ஆகிய எருக்கமலர், வன்னியின் தளிர், ஊமத்தம்பூ, ஒலி உண்டாக அலைவீசும் கங்கை, ஆகிய இவற்றைச் சடைமேல் சூடிய தலைவர்க்கு, உரிய இடம் குறித்து சொல்லப்புகின், அது வெண்மை நிறத்தில் கடல் அலையானது ஆரவாரம் செய்து, கரையில் மோதி, இப்பிகள் முத்தினைக் கொண்டு வந்து சேர்க்கும், கடலின் கரையில் உள்ள, கழுமலநகர் என்றுதான் சொல்ல வேண்டும்.

4115. மின்னிய அரவும் வெறிமலர் பலவும்
விரும்பிய திங்களும் தங்கு
சென்னிஅது உடையான் தேவர்தம் பெருமான்
சேயிழை யொடும்உறை விடமாம்

பொன்இயல் மணியும் முரிகரி மருப்பும்
சந்தமும் உந்துவன் திரைகள்
கன்னியர் ஆடக் கடல்ஒலி மலியும்
கழுமல நகர்எனல் ஆமே (2)

அருஞ்சொற்பொருள்:

வெறி - மணம். சேயிழை - செம்மையான அணிகலன்கள் உடைய உமாதேவி. முரி - வளைந்த. மருப்பு - தந்தம். சந்தம் - சந்தனம். திரை - அலை.

பொழிப்புரை:

மின்னுகின்ற பாம்பு, மணமுள்ள பலவகை மலர்கள், சந்திரப்பிறை, ஆகியவற்றை விரும்பி அணியும் சடாமுடி உடையவன்; தேவர்கள் வணங்கும் பெருமான்; அவன் செப்பமான அணிகலன்கள் அணிந்துள்ள உமாதேவியோடு கூடி எழுந்தருளி இருக்கும் இடமாவது; பொன், மணி, வளைந்த யானைத் தந்தம், சந்தனம் ஆகியவற்றை தள்ளிக் கொண்டு வரும் அலைகளை உடையதும், கன்னிப்பெண்கள் நீராடுவதும், ஆகிய கோட்டாற்றின் கரையில் உள்ள கடலின் அலைஓசையால் நிரம்பிய கழுமலநகர் என்று சொல்லலாம்.

4116. சீர்உறு தொண்டர் கொண்டுஅடி போற்றச்
செழுமலர் புனலொடு தூபம்
தார்உறு கொன்றை தம்முடி வைத்த
சைவனார் தங்குஇடம் எங்கும்
ஊர்உறு பதிகள் உலகுடன் பொங்கி
ஒலிபுனல் கொளஉடன் மிதந்த
கார்உரு செம்மை நன்மையான் மிக்க
கழுமல நகர்எனல் ஆமே (3)

அருஞ்சொற்பொருள்:

சீர் - சிறப்பு. தூபம் - புகை. புனல் - நீர். தார் - மாலை. 'ஒலிபுனல் பொங்கி ஊர் உறு பதிகள்' - எனக் கூட்டி உரைக்க. கார் - மழை.

பொழிப்புரை:

சிறப்பு உடைய தொண்டர்கள் திருவடியைத் தலைமேல் கொண்டு போற்றவும், கொழுத்த மலர், நீர் (கங்கை), நறுமணப் புகை மாலைபோல் விளங்கும் கொன்றை மலர்க் கொத்து, என இவற்றைச் சடையில் சூடிய சைவனார் தங்கி இருக்கும் இடம்; ஊழியில் கடல் நீரானது உலகில்

உள்ள ஊர்முழுவதும் மூழ்குமாறு பொங்கி எழுந்தபோதும், மூழ்காது மிதந்ததும், மழைபோல் வரையாது வழங்கும் வள்ளல்தன்மை உடைய நன்மை மிக்க சிவபெருமான் எழுந்தருளி இருப்பதும், ஆகிய கழுமலநகர் என்று சொல்லலாம்.

4117. மண்ணினார் ஏத்த வான்உளார் பரச
அந்தரத்து அமரர்கள் போற்றப்
பண்ணினார் எல்லாம் பலபல வேடம்
உடையவர் பயில்விடம் எங்கும்
எண்ணினால் மிக்கார் இயன்பினான் நிறைந்தார்
ஏந்திழை அவரொடும் மைந்தர்
கண்ணினால் இன்பம் கண்டுஒளி பரக்கும்
கழுமல நகர்எனல் ஆமே   (4)

அருஞ்சொற்பொருள்:

பரச - துதிக்க. அமரர் - தேவர். பலபல வேடம் - பலவாகிய வேடம். எண்ணினால் - எண்ணத்தால். ஏந்திழை - அணிந்த ஆபரணம். மைந்தர் - வலிமை உடைய ஆடவர். ஒளி பரக்கும் - திருவருளாகிய ஒளியைப் பரவ விடுகின்ற.

பொழிப்புரை:

மண்உலகில் உள்ளவர் போற்றவும், வான உலகில் உள்ளவர் துதிக்கவும், மற்றுமுள்ள மேல்உலகங்களில் வாழும் ஏனைய தேவசாதியினர் பலரும் போற்றவும், ஆகப் பலப்பல வேடம் ஏற்பவர்; அவர் எழுந்தருளி இருக்கும் இடம்; எல்லா இடத்திலும் எண்ணத்தால் சிறந்து விளங்குபவர்களும், திருவடி மறவாத இயல்பு உடையவரும், அணிகலன்கள் அணிந்துள்ள மகளிரும், வலிமை மிகஉடைய ஆடவரும் கண்டு, இன்பம் கொண்டு, திருவருளாகிய ஒளிபரவ விளங்கும் கழுமல நகர் என்று சொல்லலாம்.

4118. சுருதியான் தலையும் நாமகள் மூக்கும்
சுடரவன் கரமும்முன்(ன்) இயங்கு
பரிதியான் பல்லும் இறுத்துஅவர்க்கு அருளும்
பரமனார் பயின்றுஇனிது இருக்கை
விருதின்நான் மறையும் அங்கம்ஓர் ஆறும்
வேள்வியும் வேட்டவர் ஞானம்
கருதினார் உலகில் கருத்துஉடை யார்சேர்
கழுமல நகர்எனல் ஆமே   (5)

அருஞ்சொற்பொருள்:

சுருதியான் - பிரமன். சுடரவன் - அக்கினிதேவன். கரம் - கை. பரிதி - சூரியன். விருது - வெற்றி. ஞானம் கருதினார் - ஞானம் பெற விரும்புவோர். உலகில் கருத்து உடையார் - உலகில் பிறந்ததன் பயனை அடைய விரும்புவோர்.

பொழிப்புரை:

வேதம் ஓதுகின்ற பிரமனது தலை, நாமகளது மூக்கு, அக்கினி தேவனின் கைகள், முன்நோக்கிப் பயணிக்கின்ற சூரியனின் பற்கள், ஆகியவற்றைத் தக்கன் வேள்வியில் கலந்து கொண்டமைக்காகப் பறித்துப் பின் அருள் செய்தவர்; அவர் விரும்பி இருக்கை கொண்டிருக்கும் இடம்; வெற்றி உடைய வேதம் நான்கும், அவற்றின் அங்கம் ஆறும், ஓதுபவரும், வேள்வி வேட்பவரும், மெய்ஞ்ஞானம் பெற விரும்புபவரும், உலகில் வந்து பிறந்ததன் பயனை அடைய விரும்புபவரும், ஆகியோர் கூடிவாழும் கழுமல நகர் என்று சொல்லலாம்.

4119. புற்றில்வாள் அரவும் ஆமையும் பூண்ட
புனிதனார் பனிமலர்க் கொன்றை
பற்றிவான் மதியம் சடைஇடை வைத்த
படிறனார் பயின்றுஇனிது இருக்கை
செற்றுவன் திரைகள் ஒன்றொடுஒன்று ஓடிச்
செயித்துவண் சங்கொடு வங்கம்
கற்றுறை வரைகள் கரைக்குவந்து உரைக்கும்
கழுமல நகர்எனல் ஆமே (6)

அருஞ்சொற்பொருள்:

படிறனார் - வஞ்சகர். செயிர்த்து - மோதி. வங்கம் - கப்பல். கற்றுறை - (கல்+துறை). வரைகள் - மலைகள்.

பொழிப்புரை:

புற்றில் வாழும் பளபளக்கும் பாம்பு, ஆமை ஓடு, ஆகியவற்றைப் பூண்ட புனிதர்; குளிர்ந்த கொன்றைமலர், வானில் உலவும் சந்திரப்பிறை, ஆகியவற்றைச் சடையில் சூடியுள்ள வஞ்சகர்; அவர் இனிதே இருக்கை கொண்டுள்ள தலம்; அலைகள் ஒன்றோடு ஒன்று பகைத்து மோதி வளமான சங்கு, கப்பல் ஆகியவற்றைக் கரைஒதுக்கும் கல்லால் ஆன மலை போன்ற அலையின் ஆரவாரம் மிகுந்த கழுமல நகர் என்று சொல்லலாம்.

4120. அலைபுனல் கங்கை தங்கிய சடையார்
    அடல்நெடு மதில்ஒரு மூன்று
கொலைஇடைச் செந்தீ வெந்துஅறக் கண்ட
    குழகனார் கோயில்அது என்பர்
மலையின்மிக்கு உயர்ந்த மரக்கலம் சரக்கு
    மற்றுமற்று இடைஇடை எங்கும்
கலைகளித்து ஏறிக் கானலில் வாழும்
    கழுமல நகர்எனல் ஆமே   (7)

அருஞ்சொற்பொருள்:

அடல் - வலிமை. கொலை இடை - கொலை நிகழ்வதாகிய போர். கலை - ஆண்குரங்கு. கானல் - கடற்கரைச் சோலை.

பொழிப்புரை:

அலைவீசும் கங்கைநீர் தங்கிய சடை உடையவர்; வலிமை உடைய மும்மதிலைச் சிவந்த தீப்பட்டு எரியுமாறு அம்பு எய்த இளைஞர்; அவர் எழுந்தருளி இருக்கும் கோயில் என்று சொல்லுவர்; அது மலையைவிட உயரமான கப்பல், அக்கப்பல் நிறைய சரக்கு, ஆண்குரங்குகள் மகிழ்ந்து மரங்களில் ஏறும் கடற்கரைச் சோலை, எனப் பலப்பல சிறப்புகள் உடைய கழுமல நகரே ஆகும்.

4121. ஒருக்கமுன் நினையாத் தக்கன்தன் வேள்வி
    உடைதர உழறிய படையார்
அரக்கனை வரையால் ஆற்றல்அன்று அழித்த
    அழகனார் அமர்ந்துஉறை கோயில்
பரக்கும்வண் புகழார் பழிஅவை பார்த்துப்
    பலபல அறங்களே பயிற்றிக்
கரக்குமாறு அறியா வண்மையார் வாழும்
    கழுமல நகர்எனல் ஆமே   (8)

அருஞ்சொற்பொருள்:

ஒருக்க - ஒருமுகப்பட. உடைதர - அழிய. உழறிய - கலங்கச் செய்த. வரை - மலை. பரக்கும் - பரவும். பழி பார்த்து - பழி வராமல் பார்த்து. கரத்தல் - மறைத்தல்.

பொழிப்புரை:

தக்கன் ஒருமுகப்பட்டு, தன்னை நினையாது செய்த வேள்வி அழியுமாறு, கலங்கச் செய்த படை உடையவர்; அரக்கனாகிய இராவணனது வலிமையை, மலைகொண்டு நசுக்கி அழித்த அழகர்; அவர் எழுந்தருளி இருக்கும் கோயில் இருப்பது; பரவும் வளப்பம் மிக்க புகழ் உடையவரும், பழி வராது இருக்கப் பலப்பல அறங்களைச் செய்யும் பழக்கம் உடையவரும், செல்வத்தை மறைத்து வைத்துக்கொண்டு கேட்பவர்க்கு 'இல்லை' என்று சொல்லி அறியாத வள்ளல்தன்மை உடையவரும், கூடிவாழும் கழுமல நகர் என்று சொல்லலாம்.

4122. அருவரை பொறுத்த ஆற்றலி னானும்
அணிகிளர் தாமரை யானும்
இருவரும் ஏத்த எரிஉரு வான
இறைவனார் உறைவிடம் வினவில்
ஒருவர்இவ் உலகில் வாழ்கிலா வண்ணம்
ஒலிபுனல் வெள்ளம்முன் பரப்பக்
கருவரை சூழ்ந்த கடலிடை மிதக்கும்
கழுமல நகர்எனல் ஆமே   (9)

அருஞ்சொற்பொருள்:

அருவரை - அரிய கோவர்த்தன மலை. பொறுத்த - தாங்கிய. அணிகிளர் - அழகு விளங்கும். ஒலிபுனல் - ஆர்ப்பரிக்கும் (கடல்) நீர். கருவரை - கரிய மலை.

பொழிப்புரை:

அரிய கோவர்த்தன மலையைக் குடையாகப் பிடித்த ஆற்றல் உடைய திருமாலும், அழகு விளங்கும் தாமரை மலரில் எழுந்தருளி இருக்கும் பிரமனும், ஆகிய இருவரும் சூழ்ந்து நின்று, போற்றி வழிபடுமாறு நெருப்பு உருவாய் உயர்ந்து நின்ற இறைவன் உறையும் இடம் எது? எனக் கேட்பீராயின், அது, ஒருவரும் இவ்வுலகில் வாழமுடியாதபடி ஊழியில் கடல் வெள்ளம் ஆரவாரம் செய்து பரவ, அப்பொழுதும் கரிய மலைபோல் கடலின் நடுவே தோணியாய் மிதந்த கழுமல நகர் என்று சொல்லலாம்.

4123. உரிந்துஉயர் உருவில் உடைதவிர்ந் தாரும்
அத்துகில் போர்த்து உழல்வாரும்
தெரிந்துபுன் மொழிகள் செப்பின கேளாச்
செம்மையார் நன்மையால் உறைவாங்கு

குருந்துஉயர் கோங்கு கொடிவிடு முல்லை
மல்லிகை சண்பகம் வேங்கை
கருந்தடம் கண்ணின் மங்கைமார் கொய்யும்
கழுமல நகர்எனல் ஆமே (10)

அருஞ்சொற்பொருள்:

உரிந்து - உடை உரிந்து. துகில் - துணி. உழல்வார் - திரிபவர். புன்மொழி - இழிசொல். கேளா - கேட்காத.

பொழிப்புரை:

உயர்ந்த உருவம் உடையவராய், உடை உடுத்தாது திரியும் சமணரும், ஆடை போர்த்துத் திரியும் பௌத்தரும், பேசும் இழிசொற்களைக் கேட்காத செம்மைநலம் உடையவர் வாழும் இடம்; குருந்து, கோங்கு, கொடியாகப் படரும் முல்லை, மல்லிகை, சண்பகம், வேங்கை என இவற்றின் மலர்களைக் கரிய இடமகன்ற கண்உடைய மகளிர் கொய்யும் கழுமல நகர் என்று சொல்லலாம்.

4124. கானல்அம் கழனி ஓதம்வந்து உலவும்
கழுமல நகர்உறை வார்மேல்
ஞானசம் பந்தன் நற்றமிழ் மாலை
நன்மையால் உறைசெய்து நவில்வார்
ஊனசம் பந்தத்து உறுபிணி நீங்கி
உள்ளமும் ஒருவழிக் கொண்டு
வான்இடை வாழ்வர் மண்மிசைப் பிறவார்
மற்றுஇதற்கு ஆணையும் நமதே (11)

அருஞ்சொற்பொருள்:

கானல் - கடற்கரைச் சோலை. அம்கழனி - அழகிய வயல். ஓதம் - கடல் அலை. நவில்வார் - சொல்லுவார். ஊனம் - குறை. உறுபிணி - வந்து சேர்கின்ற பிறவிப்பிணி. ஆணை - சத்தியம்.

பொழிப்புரை:

கடற்கரைச் சோலைகளும் வயலும் உடைய கடலின் கரையில் கடல் அலை வந்து செல்லும் கழுமல நகரில் வாழும் இறைவர்மீது; ஞானசம்பந்தன் பாடிய நல்ல தமிழ்ப் பாமாலை கொண்டு, பாடி மகிழ்பவர், மீண்டும் பிறத்தலாகிய குறைநீங்கி, மனம் ஒருமுகப்பட்டு, சிவன்உலகில் வாழும் வாழ்வினைப் பெறுவர்; நிலவுலகின்மீது வந்து பிறவார்; இது சத்தியம்.

382

திருநல்லூர்ப் பெருமணம்

பதிக வரலாறு:

அந்நாளில், முருகநாயனார், திருநீலநக்கநாயனார் போன்றோர் சீர்காழி வந்து சேர்ந்தனர். அவர்களோடு சேர்ந்து பிள்ளையார் நாளும் தோணியப்பர் பாதம் பணிந்தார். சிவபாத இருதயரும் சுற்றத்தாரும், 'திருஞான சம்பந்தருக்கு இது திருமணப் பருவம்' என்று எண்ணினார். அதனால், 'மறைநூல் வழி வேள்வி புரிய ஒரு கன்னியை மணம் புணர வேண்டும்' என சம்பந்தருக்கு அறிவித்தனர். அவர் 'அது என்பால் கூடாது' என மறுக்கவே, மறையவர் ஒன்றுகூடி, 'இவ்வுலகில் மறைஒழுக்கம் பின்பற்றும் நீவிர் திருமணம் செய்தருள வேண்டியது கடமை' என வலியுறுத்தினர். வேதநெறி தழைக்கவும் வேதியர் ஒழுக்கம் நிலைக்கவுமாக பிள்ளையார் உடன்பட்டார்.

திருநல்லூர்ப்பெருமணம் என்ற ஊரைச் சேர்ந்த நம்பாண்டார் நம்பி என்பவரது மகளை மணம்பேசி முடிவுசெய்தனர். நாள் குறித்து, ஓலைஅனுப்பி, நகரை அலங்கரித்து, மாளிகையைத் தூய்மையாக்கி, பந்தல் அமைத்துத், தோரணங்கள் தொங்கவிட்டு, பாலிகை நாற்றுவிட்டு, மணநாளுக்கு முந்தையநாள் மணமகனுக்கு காப்புநாண் கட்டினர்.

மணநாளன்று நல்லூர்ப் பெருமணம் வந்து, இறைவரை வணங்கி, ஒரு மடத்தில் சென்று, வாசநீராடி, வெண்பட்டு உடையும், உத்தரியமும் தரித்து, கலவைச் சாந்தம் பூசி, அடி முதல் முடிவரை முத்துகளால்ஆகிய அணிகலன்கள் அணிந்து, மணமாலை பூண்டு, திருநீற்றை ஐந்தெழுத்து ஓதிப்பூசி, சிவபெருமானை மனம் கொண்டு, வாத்திய வகைகளும் சங்கும் முழங்க, சிவிகை ஏறி, மணப்பந்தல் வந்து சேர்ந்தார்.

மணமகளையும் அவ்வாறே அலங்காரம் செய்து மணப்பந்தலில் மணமகனின் வலப்புறம் அமரவைத்தனர். திருநீலநக்க நாயனார் வேதவிதிப்படி மணச்சடங்குகள் இயற்றினார். மறைஒலியும் வாழ்த்தொலியும் பெருகியது. மந்திர வேள்வித் தீயினை வலமாக

வருவதற்குப் பெண்ணின் கையைப் பற்றும் பிள்ளையார், 'நாம் விரும்பும் எரி சிவபெருமானே' என்று மனம் கொண்டு, 'இந்த இல்வாழ்க்கை வந்து சூழ்ந்து விட்டதே; இவளோடும் சிவன் திருவடி சேர்வன்' என்ற ஆசை மனதுள் எழ, திருக்கோயில் சென்றார்; உறவினர்களும் தொண்டர்களும் தொடர்ந்தனர். 'முன்பே என்னை ஆண்டுகொண்ட முறைப்படி, இப்பொழுதும் என்னைத் திருவடியில் சேர்த்து அருளும்' என்று வேண்டிப் பதிகம் பாடினார்.

தல வரலாறு:

இப்பொழுது இத்தலம் 'ஆச்சாபுரம்' என்று வழங்கப்படுகின்றது. சிதம்பரம் - மயிலாடுதுறை இரயில் பாதையில் கொள்ளிடம் நிலையத்துக்குக் கிழக்கில் 5 கி.மீ. தொலைவில் உள்ளது. பிரமன் சீர்காழிக்குத் தேவர்களோடு புறப்பட்டு வந்தபோது, இத்தலத்தின் பெருமை அறிந்து, நல்லூர் என்று கூறிமையால் நல்லூர் என்றும், ஞானசம்பந்தரது திருமணத்தால் நல்லூர் பெருமணம் என்றும் பெயர் பெற்றது. தருமபுர ஆதீனம் கோயிலை நிர்வகித்து வருகிறது.

சுவாமி : சிவலோகத் தியாகர்

அம்மை : திருவெண்ணீற்று உமையம்மை

தல மரம் : மா

தீர்த்தம் : பஞ்சாக்கரத் தீர்த்தம்

திருமுறை 3 - 383 **திருஞான** - 1245

பண்: அந்தாளிக் குறிஞ்சி

4125. **கல்லூர்ப் பெருமணம் வேண்டா கழுமலம்**
பல்லூர்ப் பெருமணம் பாட்டுமெய் ஆய்த்தில
சொல்லூர்ப் பெருமணம் சூடல ரேதொண்டர்
நல்லூர் பெருமணம் மேய நம்பானே (1)

அருஞ்சொற்பொருள்:

கல்ஊர்ப் பெருமணம் - அம்மிக்கல்லின் மீது கால்மிதித்துச் செய்யும் திருமணம். கழுமலம் பல்ஊர்ப் பெருமணம் - கழுமலம் முதலிய பல தலங்களிலும் பெருமணம் (வேண்டும் என்று கேட்டு). பாட்டு மெய் ஆய்த்தில - பாடிய பாடல்கள் மெய்யாகவில்லையா?. சொல் ஊர்ப் பெருமணம் - மிகுந்த மணம் உடைய பாடல்களாகிய மலர்கள். சூடலரே - சூடுதலை உடையீர். நம்பான் - கண்டரால் விரும்பப்படுபவன்.

பொழிப்புரை:

தொண்டர்கள் சூழ நல்லூர்ப்பெருமணம் என்னும் தலத்தில் எழுந்தருளி இருக்கும் கண்டாரால் விரும்பப்படும் இறைவரே! மிகுந்த மணமுள்ள பொருள் பொதிந்த பாடல்களாகிய மாலைகளைச் சூடுதலை உடையவரே! அம்மி (கல்) மிதித்துச் செய்யும் சடங்குகள் பலஉடைய உலகியல் திருமணம் எனக்கு வேண்டாம். கழுமலம் முதலிய தலங்களில் பாடிய பாடல்களில் நான் திருமணம் வேண்டும் என்று கேட்டது உண்டா?

4126. தருமணல் ஓதம்சேர் தண்கடல் நித்திலம்
பருமண லாக்கொண்டு பாவைநல் லார்கள்
வருமணம் கூட்டி மணம்செயும் நல்லூர்ப்
பெருமணத் தான்பெண்ஓர் பாகம் கொண்டானே (2)

அருஞ்சொற்பொருள்:

ஓதம் - கடல்அலை. நித்திலம் - முத்து. பருமணல் - பெருமணல். பாவைநல்லார் - பாவை போன்ற அழகுடைய சிறுமியர். வரும் மணம் கூட்டி - பொருந்திய மணமுள்ள மலர் முதலியவற்றைக் கூட்டி வைத்துக் கொண்டு. மணம் செயும் - மணம் செய்து விளையாடும்.

பொழிப்புரை:

மணல்கள் குவிந்துள்ள கடலின் கரையில் அலைகள் வந்து வீச, அவ்வலை முத்துக்களைக் கொண்டுவந்து சேர்க்க, அதனைப் பெருமணலாகக் கொண்டு பாவை போன்ற அழகுடைய பெண் சிறுமிகள் பாவைக்குத் திருமணம் செய்துவைத்து விளையாடும் நல்லூர்ப் பெருமணம் என்னும் தலத்தில் எழுந்தருளி இருக்கும் சிவபெருமான், உமாதேவியை உடம்பில் ஒரு பாகமாகக் கொண்டுள்ளான்.

4127. அன்புஉறு சிந்தையர் ஆகி அடியவர்
நன்புஉறு நல்லூர்ப் பெருமணம் மேவிநின்று
இன்புறும் எந்தை இணையடி ஏத்துவார்
துன்புறு வார்அல்லர் தொண்டுசெய் வாரே (3)

அருஞ்சொற்பொருள்:

நன்பு உறு - நன்மை வந்து சேரும். ஏத்துவார் - போற்றிப் புகழ்வார். துன்புறுவார் அல்லர் - துன்பம் உறுதல் இல்லை.

பொழிப்புரை:

அன்பு நிறைந்த சிந்தை உடைய அடியார்கள், நன்மை விளங்கும் நல்லூர்ப் பெருமணம் என்னும் தலத்துக்கு வந்து, நின்று இன்பம் உடைய எமது தந்தையாகிய சிவபெருமானின் இணையான திருவடிகளைப் போற்றிப் புகழ்வர்; அதனால் அவர்கள் துன்பம் உறுவது இல்லை; மேலும் அவர்கள் இறைவருக்கும் அடியார்களுக்கும் தொண்டு செய்பவரே ஆவர்.

4128. **வல்லியம் தோல்உடை ஆர்ப்பது போர்ப்பது**
சொல்இயல் வேழத்து உரிவிரி கோவணம்
நல்லிய லார்தொழு நல்லூர்ப் பெருமணம்
புல்கிய வாழ்க்கைஎம் புண்ணிய னார்க்கே (4)

அருஞ்சொற்பொருள்:

வல்லியம் தோல் - புலித்தோல். கொல் இயல் - கொல்லும் தன்மை உடைய. வேழம் - யானை. உரி - தோல். நல்லியலார் - நல்ல இயல்புடைய அடியார். புல்கிய - தழுவிய.

பொழிப்புரை:

வலிய புலியின் தோலை இடையில் உடையாகக் கட்டி இருப்பவர்; கொல்லும் தன்மை உடைய யானையின் தோலை மேலாடையாகப் போர்த்து இருப்பவர்; விரித்துக் கட்டப்பட்ட கோவணம் உடையவர்; நல்ல இயல்பு உடைய அடியார்கள் வந்து வணங்குமாறு நல்லூர்ப்பெருமணம் என்னும் தலத்தில் பொருந்தி வாழும் ஒரு வாழ்க்கை உடையவர்; அவர் எமது புண்ணியர் என்க.

4129. **ஏறுஉகந் தீர்இடு காட்டுஎரி ஆடிவெண்**
நீறுஉகந் தீர்நிரை யார்விரி தேன்கொன்றை
நாறுஉகந் தீர்திரு நல்லூர்ப் பெருமணம்
வேறுஉகந் தீர்உமை கூறுஉகந் தீரே (5)

அருஞ்சொற்பொருள்:

ஏறு - காளை. நிரை - வரிசை. நாறு - மணம். வேறு உகந்தீர் - வேறாக விரும்பினீர்.

பொழிப்புரை:

திருநல்லூர்ப் பெருமணம் என்னும் தலத்தை விரும்பி, உமாதேவி கூறாக எழுந்தருளி இருப்பவரே! நீவிர் இடபத்தை விரும்பி, அதன்மீது

ஏறி வருகிறீர்! சுடுகாட்டில் நெருப்பின் நடுவில் நின்று நடனம் ஆடுகின்றீர்! வெண்திருநீற்றை விரும்பி உடல் முழுவதும் பூசி இருக்கின்றீர்! வரிசைபடப் பூத்திருக்கும் தேன் நிரம்பிய கொன்றை மலரின் நறுமணத்தை விரும்புகின்றீர்!

4130. **சிட்டப்பட் டார்க்குஎளி யான்செங்கண் வேட்டுவப்**
பட்டம்கட் டும்சென்னி யான்பதி யாவது
நட்டக்கொட்டு ஆட்டுஅறா நல்லூர்ப் பெருமணத்து
இட்டப்பட் டால்ஒத்தி ரால்எம் பிரானிரே (6)

அருஞ்சொற்பொருள்:

சிட்டப்பட்டார் - நியமம் தவறாது வழிபடுவார். வேட்டுவப் பட்டம் கட்டும் - வேட்டுவக் கோலத்தில் நெற்றிப்பட்டம் கட்டிக் கொள்ளும். சென்னி - தலை. நட்டம் - நடனம். கொட்டு - வாத்தியக் கொட்டு. ஆட்டு - திருவிழா முதலிய கொண்டாட்டம். அறா - இடையறாத. இட்டப்பட்டால் ஒத்திரால் - வேறு தலங்களிலும் விருப்பம் உடையவர் போலக் காணப்படுகின்றீர். எம்பிரான் நீர் - எமது தலைவராகிய நீவிர்.

பொழிப்புரை:

நியமம் தவறாது வழிபடுவார்க்கு மிகவும் எளிமை உடையவன்; வேட்டுவக் கோலத்தில் நெற்றிப்பட்டம் கட்டிய தலை உடையவன்; அவன் எழுந்தருளி இருக்கும் தலமாக விளங்குவது; நடனமும், அதற்கேற்ற வாத்திய முழக்கமும், திருவிழா முதலிய கொண்டாட்டங்களும், இடைவிடாது நிகழும் நல்லூர்ப் பெருமணம் என்னும் தலமே ஆகும்; அங்கு எழுந்தருளி இருக்கும் எமது தலைவரே! நீவிர் வேறு தலங்களின்மீதும் விருப்பம் உடையவர் போல காணப்படுகிறீரே!

4131. **மேகத்த கண்டன்எண் தோளன்வெண் நீற்றுஉமை**
பாகத்தன் பாய்புலித் தோலொடு பந்தித்த
நாகத்தன் நல்லூர்ப் பெருமணத் தான்நல்ல
போகத்தன் யோகத்தை யேபுரிந் தானே (7)

அருஞ்சொற்பொருள்:

மேகத்த - மேகம் போன்ற. பந்தித்த - கட்டிய. போகத்தன் - உயிர்கள் போகம் துய்க்கும் பொருட்டு போகியாக இருக்கிறான்.

பொழிப்புரை:

மேகம் போன்ற கரியநிறக் கண்டம் கொண்டவன்; எட்டு தோள்கள் உடையவன்; வெண்ணீறு பூசி இருப்பவன்; உமாதேவியைப் பாகமாக வைத்திருப்பவன்; பாயும் தொழில் உடைய புலியின் தோலை இடையில் உடையாக உடுத்தி இருப்பவன்; அதன்மீது பாம்பைக் கச்சாகக் கட்டி இருப்பவன்; நல்லூர்ப் பெருமணம் என்னும் தலத்தில் எழுந்தருளி இருப்பவன்; உயிர்கள் இன்பம் நுகரும் பொருட்டு போகியாக இருப்பவன்; ஆனாலும் அவன் யோகத்தையே விரும்பிச் செய்பவன்.

4132. **தக்குஇருந் தீர்அன்று தாளால் அரக்கனை**
உக்குஇருந்து ஒல்க உயர்வரைக் கீழ்இட்டு
நக்குஇருந் தீர்இன்று நல்லூர்ப் பெருமணம்
புக்குஇருந் தீர்எமைப் போக்கு அருளுனீரே (8)

அருஞ்சொற்பொருள்:

தக்கு - தக. தாளால் - திருவடியால். உக்கு இருந்து ஒல்க - உடல் நொறுங்கிக் குழைய. உயர்வரை - உயர்ந்த (கயிலை) மலை. நக்கு இருந்தீர் - சிரித்துக் கொண்டிருந்தீர். புக்கு - புகுந்து. போக்கு - திருவடியில் சேர்வதற்கு.

பொழிப்புரை:

நல்லூர்ப் பெருமணம் என்னும் தலத்தில் நுழைந்து எழுந்தருளி இருப்பவரே! எப்பொழுதும் நீவிர் தகுதி உடையவராகவே இருக்கின்றீர்! அன்று அரக்கனாகிய இராவணனை, கயிலை மலையின்கீழ் இட்டு நசுக்கிச் சிரித்து மகிழ்ந்தீர்! உமது திருவடியில் வந்துசேர எமக்கு அருளுவீராக!

4133. **ஏலும்தண் தாமரை யானும் இயல்புடை**
மாலும்தம் மாண்புஅறி கின்றிலர் மாமறை
நாலும்தம் பாட்டுஎன்பர் நல்லூர்ப் பெருமணம்
போலும்தம் கோயில் புரிசடை யார்க்கே (9)

அருஞ்சொற்பொருள்:

ஏலும் - (பொய்) பொருந்தும். புரிசடை - முறுக்கேறிய சடை.

பொழிப்புரை:

குளிர்ந்த தாமரை மலரில் வீற்றிருக்கும் பொய் பொருந்திய பிரமனும், (திருவடியைக் காண முடியவில்லை என்று உண்மையை ஒப்புக்கொண்ட) இயல்பு உடைய திருமாலும், ஆகிய இருவரும்

சிவபெருமானது பெருமையை அறிந்திருக்கவில்லை; அவர் முறுக்கேறிய சடை உடையவர்; நான்கு வேதங்களையும் பாடியவர்; நல்லூர்ப் பெருமணம் என்னும் தலத்தில் கோயில் கொண்டு எழுந்தருளி இருப்பவர்.

4134. ஆதர் அமணொடு சாக்கியர் தாம்சொல்லும்
பேதமை கேட்டுப் பிணக்குறுவீர் வம்மின்
நாதனை நல்லூர்ப் பெருமணம் மேவிய
வேதன் தாள்தொழ வீடுஎளிது ஆமே (10)

அருஞ்சொற்பொருள்:

ஆதர் - அறிவிலிகள். பேதமை - அறியாமை. பிணக்கு - மாறுபாடு. வேதன் - வேதம் சொன்னவன்.

பொழிப்புரை:

அறிவிலிகளாகிய சமணர், பௌத்தர் ஆகியோர் கூறும் அறிவற்ற உபதேசம் கேட்டு மாறுபடும் கொள்கை உடையோரே! வாருங்கள்! தலைவனும், நல்லூர்ப்பெருமணம் என்னும் தலத்தில் எழுந்தருளி உலகுக்கு வேதம் சொன்னவனுமாய் விளங்கும் சிவபெருமானது திருவடியைத் தொழுவோம்! அவ்வாறு தொழ, வீடுபேறு அடைதல் எளிதாக முடியும்.

4135. நறும்பொழில் காழியுள் ஞானசம் பந்தன்
பெறும்பத நல்லூர்ப் பெருமணத் தானை
உறும்பொரு ளால்சொன்ன ஒண்தமிழ் வல்லார்க்கு
அறும்பழி பாவம் அவலம் இலரே (11)

அருஞ்சொற்பொருள்:

நறும் பொழில் - நறுமணமுள்ள சோலை. பெறும் பதம் - பெறுவதற்கு உரிய பதவி. உறும் பொருள் - திருவடியில் கலக்கும் கருத்து அமைய. 'பழிபாவம் அறும்' - எனக் கூட்டி உரைக்க. அவலம் - துன்பம்.

பொழிப்புரை:

நறுமணமுள்ள சோலை சூழ்ந்த சீர்காழி நகரத்து ஞானசம்பந்தன், பெறுதற்கு உரிய பதவியை நல்கும் நல்லூர்ப் பெருமணத்து இறைவனை, திருவடியில் இரண்டறக் கலக்கும் கருத்து அமையச் சொன்ன ஒண்தமிழ்ப் பாடல்களாகிய இவற்றைப் பாடி, வழிபட வல்லவர்க்கு, பழிபாவம் நீங்கும்; துன்பமும் இலராவர்.

திருச்சிற்றம்பலம்

383

பொது

பதிக வரலாறு:

முந்தைய பதிகத்தில் 'உலகியல் திருமணம் வேண்டாம்' என்று ஞானசம்பந்தர் வேண்ட, இறைவர், 'நீயும் உன்மனைவியும் இப்புண்ணியத் திருமணத்திற்கு வந்தார் யாவரும் சோதியுள் வந்து எய்துங்கள்!' என்று அருளி, திருக்கோயில் முழுவதும் ஒரு சோதியாய் எழுந்து தோன்ற, அதனுள் ஒரு வாயிலும் காட்டினார். அதுகண்ட பிள்ளையார், 'எவர்க்கும் ஞானநெறியாக விளங்குவது, நமச்சிவாய என்ற திருஐந்தெழுத்தே' என்று இப்பதிகத்தைப் பாடி அருளுகின்றார்.

திருமுறை 3 - 307 **திருஞான - 1247**

பண்: கௌசிகம்

4136. **காத லாகிக் கசிந்துகண் ணீர்மல்கி**
ஓது வார்தமை நன்நெறிக்கு உய்ப்பது
வேதம் நான்கினும் மெய்ப்பொருள் ஆவது
நாதன் நாமம் நமச்சி வாயவே (1)

அருஞ்சொற்பொருள்:

காதல் - அன்பு. மல்கி - மிகுந்து. ஓதுவார் - செபிப்பார்.

பொழிப்புரை:

உள்ளத்தில் அன்புகொண்டு, மனம் கசிந்து, கண்களில் நீர் பெருகிச் செபிப்பவரை நல்ல வீட்டு நெறியில் செலுத்தவல்லது; வேதம் நான்குக்கும் மெய்ப்பொருளாக விளங்குவது; அது தலைவனாகிய சிவபெருமானின் திருப்பெயராக விளங்கும் 'நமச்சிவாய' என்பதே ஆகும்.

4137. **நம்பு வார்அவர் நாவின் நவிற்றினால்**
வம்பு நாள்மலர் வார்மது ஒப்பது
செம்பொன் ஆர்தில கம்(ம்)உல குக்குஎலாம்
நம்பன் நாமம் நமச்சி வாயவே (2)

அருஞ்சொற்பொருள்:

நம்புவார் - விரும்புவார். வம்பு நாள்மலர் - வாசனை உடைய அன்றலர்ந்த மலர். எலாம் - எல்லாம். நம்பன் - சிவபெருமான்.

பொழிப்புரை:

விரும்புவார் எவரோ, அவர் தன் நாவினால் சொல்ல, அன்றலர்ந்த மணமுள்ள பூவில் சொரியும் தேன்போல் இனிப்பது ; உலகங்களுக்கு எல்லாம் பொன்னால் ஆன திலகம் போல் விளங்குவது; அது சிவபெருமானது திருப்பெயர்களில் ஒன்றாக விளங்கும் 'நமச்சிவாய' என்பதே ஆகும்.

4138. **நெக்குஉள் ஆர்வம் மிகப்பெரு கி(ந்)நினைந்து**
அக்கு மாலைகொடு அங்கையில் எண்ணுவார்
தக்க வானவ ராத்தகு விப்பது
நக்கன் நாமம் நமச்சி வாயவே (3)

அருஞ்சொற்பொருள்:

உள் நெக்கு - உள்ளம் நெகிழ்ந்து. ஆர்வம் - ஆசை. அக்குமாலை - உருத்திராக்க மாலை. கொடு - கொண்டு. அங்கையில் - விரலிடை வைத்து. எண்ணுவார் - எண்ணிச் சொல்பவர். தகுவிப்பது - தகுதிப்படுத்துவது. நக்கன் - உடையில்லாதவன் (சிவபெருமான்).

பொழிப்புரை:

உள்ளம் நெகிழ்ந்து ஆர்வம் மிகவும் பெருக, உருத்திராக்க மாலையைக் கையில் ஏந்தி, எண்ணி, அதனை உருட்டுபவர், தகுதி இல்லாதவராயினும் அவருக்கு வானவராகும் தகுதியைத் தருவது, சிவபெருமானுக்குரிய திருப்பெயர்களுள் ஒன்றாக விளங்கும் 'நமச்சிவாய' என்பதே ஆகும்.

4139. **இயமன் தூதரும் அஞ்சுவர் இன்சொலால்**
நயம்வந்து ஓதவல் லார்தமை நண்ணினால்
நியமத் தால்நினை வார்க்குஇனி யான்நெற்றி
நயனன் நாமம் நமச்சி வாயவே (4)

அருஞ்சொற்பொருள்:

இன்சொலால் - இன்சொல்லால். தமை - தம்மை. நண்ணினால் - நெருங்கி இருந்தால். நியமம் - முறை. இனியான் - இன்பம் செய்பவன். நயனம் - கண்.

பொழிப்புரை:

முறையாக நினைந்து வழிபடுவார்க்கு இன்பம் செய்பவன்; நெற்றியில் மூன்றாவதாக ஒரு கண் உடையவன்; அவனது திருப்பெயர்களில் ஒன்றாக விளங்கும் 'நமச்சிவாய' என்னும் மந்திரத்தை நயம்பட ஓதும் வலிமை உடையவரை, நெருங்கி இருப்பவர் எவராயினும், அவரையும் நெருங்க இயமதூதுவன் அஞ்சுவான்.

4140. கொல்வா ரேனும் குணம்பல நன்மைகள்
 இல்லா ரேனும் இயம்புவர் ஆயிடின்
 எல்லாத் தீங்கையும் நீக்குவர் என்பரால்
 நல்லார் நாமம் நமச்சி வாயவே (5)

அருஞ்சொற்பொருள்:

கொல்வார் - கொலை செய்பவர். குணம் - நல்லகுணம். நல்லார் - நல்லவராகிய சிவபெருமான்.

பொழிப்புரை:

கொலை செய்பவராயினும், நல்ல பலகுணச் சிறப்புகள் இல்லாதவராயினும், நல்லவராகிய சிவபெருமானுக்கு உரிய திருப்பெயராகிய 'நமச்சிவாய' சொல்ல வல்லவர் ஆயிடின், அவர் படும் எல்லாத் துன்பங்களையும் போக்கி அருளுவார் என்று பெரியோர் கூறுவர்.

4141. மந்த ரம்(ம்)அன பாவங்கள் மேவிய
 பந்த னையவர் தாமும் பகர்வரேல்
 சிந்தும் வல்வினை செல்வமும் மல்குமால்
 நந்தி நாமம் நமச்சி வாயவே (6)

அருஞ்சொற்பொருள்:

மந்தரம் - மந்தர மலை. அன - (அன்ன) போன்ற. பந்தனை - பாசக்கட்டு. நந்தி - சிவபெருமான்.

பொழிப்புரை:

மந்திரமலை அளவு பெரும்பாவம் செய்த தளைகளை உடையவராயினும், சிவபெருமானது திருப்பெயராக விளங்கும் 'நமச்சிவாய' சொல்லுவாராயின், அவரது வினைப் பாவங்கள் சிதறும்; சிவஞானம் ஆகிய செல்வமும் பெருகும்.

4142. **நரகம் ஏழ்புக நாடினர் ஆயினும்**
உரைசெய் வாயினர் ஆயின் உருத்திரர்
விரவி யேபுகு வித்திடும் என்பரால்
வரதன் நாமம் நமச்சி வாயவே (7)

அருஞ்சொற்பொருள்:

நாடினர் - நாடி செல்ல இருப்பவர். உரைசெய் - சொல்லும். வாயினர் - வாய் உடையவர். வரதன் - வரம் கொடுப்பவன்.

பொழிப்புரை:

ஏழு நரகங்களுக்கும் சென்று துன்பம் உற வேண்டியவர் ஆயினும், வரம் அருளும் சிவபெருமானின் திருப்பெயராகிய 'நமச்சிவாய' சொல்லுவாராயின், உருத்திரர்கள் வாழும் உருத்திர புவனங்களில் சென்று பிறக்கும் உயரிய நிலையைப் பெறுவர்.

4143. **இலங்கை மன்னன் எடுத்த அடுக்கல்மேல்**
தலங்கொள் கால்விரல் சங்கரன் ஊன்றலும்
மலங்கி வாய்மொழி செய்தவன் உய்வகை
நலம்கொள் நாமம் நமச்சி வாயவே (8)

அருஞ்சொற்பொருள்:

அடுக்கல் - (கயிலை) மலை. தலம் - உள்ளங்கால். மலங்கி - கலங்கி. நலம்கொள் - நன்மை உடைய.

பொழிப்புரை:

இலங்கை அரசனாகிய இராவணன் கயிலை மலையைப் பெயர்க்க, சங்கரனாகிய சிவபெருமான் காலின் ஒருவிரல் நுனிகொண்டு ஊன்ற, கலங்கி வாய்விட்டு அலறியவன், உய்யுமாறு வகைசெய்வது, அப்பெருமானது திருப்பெயராகிய நமச்சிவாயமே ஆகும்.

4144. **போதன் போதுஅன கண்ணனும் அண்ணல்தன்**
பாதந் தான்முடி நேடிய பணபராய்
யாதும் காண்புஅரி தாகி அலந்தவர்
ஓதும் நாமம் நமச்சி வாயவே (9)

அருஞ்சொற்பொருள்:

போதன் - தாமரை பூவில் அமரும் பிரமன். போது அன கண்ணன் - தாமரை மலர்போன்ற கண்ணை உடையவன் (திருமால்). நேடிய - தேடிய. அலந்தவர் - வருந்தியவர்.

பொழிப்புரை:

தாமரைமலர் மேல் இருக்கை கொள்ளும் பிரமனும், தாமரை மலர் போன்ற கண்உடைய திருமாலும், தலைவனாகிய சிவபெருமானை முடி அடி தேடிய பண்பு உடையவராய், யாதும் ஒன்றும் காணமுடியாது துன்பம் உற்றனர்; அவர்களும் சொல்ல வேண்டிய திருப்பெயராக விளங்குவது நமச்சிவாயம் ஆகும்.

4145. கஞ்சி மண்டையர் கையில்உண் கையர்கள்
வெஞ்சொல் மிண்டர் விரவிலர் என்பரால்
விஞ்சை அண்டர்கள் வேண்ட அமுதுசெய்
நஞ்சுஉண் கண்டன் நமச்சி வாயவே (10)

அருஞ்சொற்பொருள்:

மண்டை - ஒருவகை உண்கலம். கையர் - கீழ்மக்கள். விரவிலர் - பொருந்திலர். அண்டர் - தேவர். விஞ்ஞை - (வித்தை) அறிவு.

பொழிப்புரை:

அறிவில் சிறந்த தேவர்கள் வேண்டிக்கொள்ள, ஆலகால விடத்தையே, அமுதம் ஆக்கி, உண்டு தேக்கிய, கண்டம் உடைய சிவபெருமானது திருப்பெயராக விளங்குவது 'நமச்சிவாய' ஆகும்; மண்டையில் கஞ்சி வாங்கி உண்ணும் பௌத்தரும், கையில் வாங்கி உண்ணும் சமணரும், கொடுஞ்சொல் பேசுவரே அன்றி, அந்த திருப்பெயரை உச்சரிக்கும் பேறு பெறாதவரே ஆவர்.

4146. நந்தி நாமம் நமச்சிவா யஎனும்
சந்தை யால்தமிழ் ஞானசம் பந்தன்சொல்
சிந்தை யால்மகிழ்ந்து ஏத்தவல் லார்எலாம்
பந்த பாசம் அறுக்கவல் லார்களே (11)

அருஞ்சொற்பொருள்:

நந்தி - சிவபெருமான். சந்தை - இசை. எலாம் - எல்லாம். பந்த பாசம் - தளையாகிய வினைகள்.

பொழிப்புரை:

சிவபெருமானது திருப்பெயராக விளங்கும் நமச்சிவாயத்தைப் புகழ்ந்து, இசையோடு கூடிய பாடல் கொண்டு போற்றிய தமிழ்விரகன்

ஞானசம்பந்தன் சொன்ன இப்பதிகத்தை, மனத்தால் நினைத்து, வாயால் பாடி வழிபட வல்லவர், மீண்டும் பிணித்துப் பிறவியில் தள்ளவல்ல வினைகளில் இருந்து விடுபடுவர்.

வரலாறு நிறைவு பெறுதல்

பதிகத்தை நிறைசெய்த சம்பந்தர், 'வந்தோர் யாவரும் பிறவிதீரப் புகுக!' என்று அருள்செய்தார். அதன்படி திருநீலநக்கர், திருமுருகர், சிவபாத இருதயர், திருநீலகண்ட யாழ்ப்பாணர், மணமகளின் தந்தை நம்பாண்டார் நம்பி போன்றோர் தத்தம் மனைவியருடன் சோதியுள் புகுந்தனர்.

மேலும் உறவினர்கள், பல்லக்கு சுமந்தோர், மாலை தொடுக்கும் மகளிர், அடியவர்கள், வேறு திருவருளால் வந்தவர், கும்பிட வந்தவர், என அனைவரும் சோதியுள் புகுந்தனர். அதன்பின்னர் ஞானசம்பந்தர் தன் காதலியின் கையைப் பற்றி, அச்சோதியை வலம்வந்து, அதனுள் புக்கு ஒன்றி உடன் ஆனார். சோதியும் மறைந்தது, கோயில் மீண்டும் தன்நிலை பெற்றது.

திருஞானசம்பந்த நாயனார் அருளிய

திருக்கடைக்காப்பு பதிகம் 383-க்குப் பாடல்கள் 4146-க்கு

மூலமும் உரையும் முற்றிற்று.

திருச்சிற்றம்பலம்

பிற்சேர்க்கை

திருமுறைகளைத் தொகுத்தபோது கிடைக்காத இரண்டு பதிகங்கள் பின்நாளில் கிடைத்துள்ளன. அவை 1. திருஇடைவாய் 2. திருக்கிளியன்னவூர் என்னும் தலங்களுக்கு உரிய பதிகங்கள். அவற்றைப் பிற்சேர்க்கையாகத் தருகிறோம்.

1. திருஇடைவாய்

பதிக வரலாறு:

இப்பதிகம் அத்தலத்துக் கோயிலின் தென்திருச்சுற்று மண்டபத்தின் சுவற்றில் கல்வெட்டாக உள்ளது. கி.பி. 1917-ஆம் ஆண்டு இக்கல்வெட்டு, அரசாங்கத்தாரால் படி எடுக்கப்பட்டது. இப்பதிகம் இந்தளம் என்னும் பண்ணில் அமைந்துள்ளது.

தல வரலாறு:

தஞ்சை மாவட்டம் கொரடாச்சேரியில் இருந்து கூத்தநல்லூர் செல்லும் வழியில் இத்தலம் உள்ளது.

சுவாமி : புண்ணியகோடி நாதர்

அம்மை : அபிராமி அம்மை

தீர்த்தம் : புண்ணியகோடி தீர்த்தம்

பண்: இந்தளம்

1. **மறியார் கரத்துஎந்தை அம்மாது உமையோடும்**
பிறியாத பெம்மான் உறையும் இடம்என்பர்
பொறிவாய் வரிவண்டு தன்பூம் பெடைபுல்கி
வெறிஆர் மலரில் துயிலும் இடைவாயே (1)

அருஞ்சொற்பொருள்:

மறி - மான்கன்று. பிறியாத - பிரியாத. பொறி - புள்ளி. வரி - கோடு. பெடை - பெண் வண்டு. புல்கி - தழுவி. வெறிஆர் மலர் - மணம் உள்ள மலர்.

பொழிப்புரை:

மான்கன்றினைக் கையில் ஏந்திஉள்ள எமது தந்தை, உமாதேவி என்னும் பெண்ணோடு கூடிப் பிரியாது இருக்கும் தலம் என்று சொல்லுவர்; அது புள்ளிகளும் கோடுகளும் உடைய வண்டு தன் பெண்வண்டோடு கூடி மணமுள்ள மலரில் அமர்ந்து உறங்கும் திருஇடைவாய் என்னும் தலமே ஆகும்.

2. ஒவ்வாத என்பே இழையா ஒளிமௌலிச்
   செவ்வான் மதிவைத் தவர்சேர் இடம்என்பர்
   எவ்வா யிலும்ஏடு அலர்கோ டலம்போது
   வெவ்வாய் அரவம் மலரும் இடைவாயே   (2)

அருஞ்சொற்பொருள்:

என்பு - எலும்பு. இழை - அணிகலன். மௌலி - சடை. கோடலம் - காந்தள். போது - மலர். வெவ்வாய் - கொடியவாய். அரவம் மலரும் - பாம்பின் படம்போல் மலரும்.

பொழிப்புரை:

யாரும் அணிய மறுக்கும் எலும்பை அணிகலனாக அணிந்து கொண்டு, ஒளி பொருந்திய சடையில் செவ்வானத்தில் உலவ வேண்டிய மாலை நேரத்துச் சந்திரனைச் சூடியவர் எழுந்தருளி இருக்கும் இடம் என்று சொல்லுவர்; அது, எல்லா இடங்களிலும் கொடிய வாயினை உடைய பாம்பின் படம் போலப் பூத்திருக்கும் காந்தள் மலர்களை உடைய திருஇடைவாய் என்னும் தலமே ஆகும்.

3. கரைஆர் கடல்நஞ்சு அமுதுஉண் டவர்கங்கைத்
   திரைஆர் சடைத்தீ வண்ணர்சேர் இடம்என்பர்
   குரைஆர் மணியும் குளிர்சந் தனமும்கொண்டு
   விரைஆர் புனல்வந்து இழியும் இடைவாயே   (3)

அருஞ்சொற்பொருள்:

கரைஆர் கடல் - கரை உடைய கடல். திரை - அலை. குரைஆர் மணி - ஒலிக்கும் மணி வகைகள். சந்தம் - சந்தனம். விரை - மணம்.

பொழிப்புரை:

கரைஉடைய கடலிலிருந்து வெளிப்பட்ட விடத்தை அமுதமாக உண்டு மகிழ்ந்தவர்; அலைவீசும் கங்கை தங்கிய சடை உடையவர்; தீப்போல மேனி நிறம் சிவந்து காணப்படுபவர்; அவர் எழுந்தருளி இருக்கும் இடம் என்று சொல்லுவர்; அது, ஒலிக்கின்ற மணிவகைகள், சந்தனம் ஆகியவற்றைக் கரைஒதுக்கி ஓடும் ஆற்றின் கரையில் உள்ள இடைவாய் என்னும் தலமே ஆகும்.

4. **கூசத் தழல்போல் விழியா வருகூற்றைப்**
பாசத் தொடும்வீ ழஉதைத் தவர்பற்றாம்
வாசக் கதிர்ச்சாலி வெண்சா மரையேபோல்
வீசக் களிஅன்னம் மல்கும் இடைவாயே (4)

அருஞ்சொற்பொருள்:

விழியா - விழித்து. பாசம் - பாசக்கயிறு. வீழ - விழ. பற்று - பற்றி நிற்கும் தலம். களி - மகிழ்ச்சி.

பொழிப்புரை:

கண்டவர் கூசுமாறு நெருப்புப் போன்ற கண்ணை விழித்து நோக்கி வந்த இயமனை, அவனது பாசக்கயிறோடும் சேர்த்து வீழ்த்தியவர் எழுந்தருளி இருக்கும் தலம்; மணமுள்ள நெற்கதிர் சாமரம் போல் வீச, அன்னப்பறவை மகிழ்ச்சியோடு வீற்றிருக்கும் இடைவாய் ஆகும்.

5. **திரியும் புரம்மூன் றையும்செந் தழல்உண்ண**
எரிஅம்பு எய்தகுன் றவில்லி இடம்என்பர்
கிரியும் தருமாளி கைச்சூளி கைதன்மேல்
விரியும் கொடிவான் விளிசெய் இடைவாயே (5)

அருஞ்சொற்பொருள்:

செந்தழல் - சிவந்த தீ. எரி அம்பு - நெருப்பு அம்பு. குன்றவில் - மேருமலையாகிய வில். கிரியும் தரும் மாளிகை - மலைபோல் உயர்ந்த மாளிகை. சூளிகை - மொட்டைமாடி. வான் விளிசெய் - தேவர்களை அழைக்கின்ற.

பொழிப்புரை:

வானில் சுற்றித்திரிந்த முப்புரத்தைச் சிவந்த தீப்பற்றி எரியுமாறு, நெருப்புஅம்பு கொண்டு, மேருமலையை வில்லாக்கி எய்த சிவபெருமான், எழுந்தருளி இருக்கும் இடம் என்று சொல்லுவர்; அது மலைபோல் உயர்ந்த மாளிகையின் மொட்டை மாடியில் பறக்கும் கொடிகள் அசைந்து, வானில் உள்ள தேவர்களை அழைக்கும் இடைவாயே ஆகும்.

6. **கிள்ளை மொழியாளை இகழ்ந்தவன் முத்தீத்**
தள்ளித் தலைதக் கனைக்கொண் டவர்சார்பாம்
வள்ளி மருங்குல் நெருங்கும் முலைச்செவ்வாய்
வெள்ளை(ந்) நகையார் நடம்செய் இடைவாயே (6)

அருஞ்சொற்பொருள்:

கிள்ளை மொழி - கிளியின் மொழி போன்ற மொழி. முத்தீ - வேள்வி. 'தக்கன் தலையைக் கொண்டவர்' - என மாற்றி உரைக்க. வள்ளி மருங்குல் - வள்ளிக்கொடி போன்ற மெல்லிய இடை.

பொழிப்புரை:

கிளி போல் இன்மொழி பேசும் தாட்சாயணியை இகழ்ந்து புறம் தள்ளிவிட்டு தக்கன் வேள்வி செய்ய, அவனது தலையைக் கொய்தவர் எழுந்தருளி இருக்கும் இடம்; வள்ளிக்கொடி போன்ற மெல்லிய இடையும், நெருங்கி நிற்கும் முலைகளும், சிவந்த வாயும், வெள்ளை நிறப் பற்களும் உடைய மகளிர், நடனம் ஆடி மகிழும், இடைவாய் என்னும் தலமே ஆகும்.

7. **பாதத்து ஒலிபா ரிடம்பாட நடம்செய்**
நாதத்து ஒலியர் நவிலும் இடம்என்பர்
கீதத்து ஒலியும் கெழுமும் முழவொடு
வேதத்து ஒலியும் பயிலும் இடைவாயே (7)

அருஞ்சொற்பொருள்:

பாதத்து ஒலி - திருவடிப்புகழ். பாரிடம் - பூதகணம். நாதத்து ஒலியர் - நாத தத்துவமாக விளங்கும் சிவபெருமான். கீதம் - இசைப்பாடல். கெழுமும் - இசையும் (பொருந்தும்).

பொழிப்புரை:

திருவடிப் பெருமையைப் பூதகணங்கள் குழுமி நின்று பாட, நடனம் செய்கின்ற நாத தத்துவமாக விளங்குகின்ற சிவபெருமான் எழுந்தருளி இருக்கும் இடம் என்று சொல்லுவர்; அது இசைப்பாடலின் ஒலியும், முழவின் ஒலியும், வேதம் ஓதும் ஒலியும், சேர்ந்து கேட்கும் இடைவாய் என்னும் தலமே ஆகும்.

8. எண்ணா தஅரக் கன்உரத் தைநெரித்துப்
   பண்ணார் தருபா டல்உகந் தவர்பற்றாம்
   கண்ணார் விழவில் கடிவீ திகள்தொறும்
   விண்ணோர் களும்வந்து இறைஞ்சும் இடைவாயே   (8)

அருஞ்சொற்பொருள்:

உரம் - வலிமை. பாடல் - சாமகானப் பாடல். கடிவீதி - காவல் அமைந்த வீதி. விண்ணோர் - தேவர்.

பொழிப்புரை:

(கயிலை மலை என்று கேள்விப்பட்ட பிறகும்) மதிக்காத அரக்கனாகிய இராவணனது வலிமையை நெரித்து அழித்துப் பின் அவன் பாடிய சாமகானம் கேட்டு மகிழ்ந்த சிவபெருமான் எழுந்தருளி இருக்கும் தலம்; இடமகன்ற வீதிகளில் நடைபெறும் திருவிழாக்களின்போது தேவர்களும் வந்து வணங்கிச் செல்லும் இடைவாய் என்னும் தலமே ஆகும்.

9. புள்வாய் பிளந்தான் அயன்பூ முடிபாதம்
   ஒள்வான் நிலம்தே டும்ஒரு வர்க்குஇடமாம்
   தெள்வார் புனல்செங் கழுநீர் முகைதன்னில்
   விள்வாய் நறவுஉண்டு வண்டுஆர் இடைவாயே   (9)

அருஞ்சொற்பொருள்:

புள்வாய் பிளந்தான் - பறவையின் வாயைக் கிழித்தவன் (திருமால்). அயன் - பிரமன். பூமுடி - பூச்சூடிய முடி. பாதம் - அடி. ஒள்வான் - ஒளி உடைய வானம். நிலம் - பூமி. முகை - மலரும் பருவத்து அரும்பு. நறவு - தேன்.

பொழிப்புரை:

பறவையின் வாயைக் கிழித்த திருமாலும், பிரமனும் நிலத்தைத் தோண்டியும், ஒளி உள்ள ஆகாயத்தில் பறந்தும், தேடக் கிடைக்காத

ஒருவர் (சிவபெருமான்) எழுந்தருளி இருக்கும் இடம்; தெளிந்த நீண்ட நீர்ஓடைகளில் செங்கழுநீர் மலர, அதனில் வடியும் தேனினை வண்டுகள் உண்ணும் இடைவாய் என்னும் தலமே ஆகும்.

10. **உடைஏ தும்இலார் துவராடை உடுப்போர்**
கிடையா நெறியான் கெழுமும் இடம்என்பர்
அடையார் புரம்வே வமூவர்க்கு அருள்செய்த
விடையார் கொடியான் அழகார் இடைவாயே (10)

அருஞ்சொற்பொருள்:

இலார் - இல்லார். கிடையா - கிடைக்காத. கெழுமும் - உறையும். அடையார் - பகைவர்.

பொழிப்புரை:

உடை ஒன்றும் உடுத்தாத சமணரும், துவர்ஆடை உடுத்தும் பௌத்தரும், ஆகிய இருவகையினருக்கும், காணக் கிடைக்காத நெறி உடையவன் விரும்பி எழுந்தருளி இருக்கும் இடம் என்று சொல்லுவர்; அது பகைவரது முப்புரம் வெந்து சாம்பலாகுமாறும், அசுரர் மூவரும் சிவகணத்தவர் ஆகுமாறும், அருள்செய்தவன்; இடபம் எழுதிய கொடி உடையவன்; அவன் எழுந்தருளி இருப்பது திருஇடைவாய் என்னும் தலமே ஆகும்.

11. **ஆறும் மதியும் பொதிவே ணியான்ஊராம்**
மாறில் பெருஞ்செல் வம்மலி இடைவாயை
நாறும் பொழில்கா ழியர்ஞா னசம்பந்தன்
கூறும் தமிழ்வல் லவர்குற்றம் அற்றோரே (11)

அருஞ்சொற்பொருள்:

வேணி - சடை. மாறில் - (மாறு+இல்) மாற்றம் இல்லாத.

பொழிப்புரை:

கங்கை நதியையும் பிறைச்சந்திரனையும் சூடி இருக்கும் சடாமுடி உடைய சிவபெருமான் எழுந்தருளி இருக்கும் தொலையாத பெரும்செல்வம் உடைய இடைவாய் என்னும் தலத்தை; மணமுள்ள சோலை சூழ்ந்த காழிநகரத்து ஞானசம்பந்தன்; பாடிய பாடல் இவை கொண்டு; பாடி வழிபட வல்லவர்; குற்றம் அற்றவர் ஆவர்.

திருச்சிற்றம்பலம்

2. திருக்கிளியன்னவூர்

பதிக வரலாறு:

புதுச்சேரி இந்தாலஜி நிறுவனத்தார் 1984இல் வெளியிட்ட திருஞானசம்பந்தர் தேவாரம் பண்முறை தொகுதி 1 இல் பக்கம் 405இல் இப்பதிகம் இருப்பதாகக் கூறுகின்றனர்.

தல வரலாறு:

பாண்டிச்சேரியிலுள்ள திருஅரசிலி (ஒழிந்தியாப்பட்டு) என்னும் பாடல்பெற்ற தலத்துக்கு அண்மையில் இத்தலம் இருக்கின்றது என்பர்.

குறிப்பு:

திருஞானசம்பந்தர் தேவாரம் முழுமைக்கும் உரை எழுதிய எனது அனுபவம் கொண்டு பார்க்கும்போது, இது ஞானசம்பந்தர் பாடி இருக்க வாய்ப்பில்லை - இடைச்செருகலாக இருக்க வேண்டும் என்றே தோன்றுகிறது. பாடலில் பயின்றுவரும் சொல்லாடல்கள், பொருள் செய்வதில் உள்ள நெருடல்கள் என இவைகொண்டு இம்முடிவிற்கு வரவேண்டியதாயிற்று இருப்பினும் மூலத்தை மட்டும் இங்கே தருகிறேன். ஏனெனில் உரை எழுத மனம் எழவில்லை.

திருமுறை 1 - 64   திருஞான - 886

12. தார்சிறக் கும்சடைக் குஅணி வள்ளலின்
 சீர்சிறக் கும்துணைப் பதம்உன் னுவோர்
 பேர்சிறக் கும்பெரும் மொழி உய்வகை
 ஏர்சிறக் கும்கிளி யன்ன வூரனே   (1)

13. வன்மை செய்யும் வறுமை வந்தாலுமே
 தன்மை இல்லவர் சார்பு இருந்தாலுமே
 புன்மைக் கன்னியர் பூசல் உற்றாலுமே
 நன்மை உற்ற கிளியன்ன வூரனே   (2)

14. பன்னி நின்ற பனுவல் அகத்தியன்
உன்னி நின்று உறுத்தும் சுகத்தவன்
மன்னி நாகம் முகத்தவர் ஓதலும்
முன்னில் நின்ற கிளியன்ன வூரனே (3)

15. அன்பர் வேண்டும் அவைஒளி சோதியான்
வன்பர் நெஞ்சில் மருவல் இல்லாமுதல்
துன்பம் தீர்த்துச் சுகம்கொடு கண்ணுதல்
இன்பம் தேக்கும் கிளியன் னவூரனே (4)

16. செய்யும் வண்ணம் சிரித்துப் புரம்மிசை
பெய்யும் வண்ணப் பெருந்தகை யானதோர்
உய்யும் வண்ணம் இங்குஉன்அருள் நோக்கிட
மெய்யும் வண்ணக் கிளியன்ன வூரனே (5)

17. எண்பெறா வினைக்கு ஏதுசெய் நின்னருள்
நண்பு உருப்பவும் இயற்றிடில் அந்நெறி
மண்பொ ருமுழுச் செல்வமும் மல்குமால்
புண்பொ ருதகிளி யன்ன வூரனே (6)

18. மூவர் ஆயினும் முக்கண்ண நின்அருள்
மேவு றாது விலக்கிடற் பாலரோ
தாஉறாது உனதுஐந் தெழுத்து உன்னிட
தேவர் ஆக்கும் கிளியன்ன வூரனே (7)

19. திரம்மி குத்த சடைமுடி யான்வரை
உரம்மி குத்த இராவணன் கீண்டலும்
நிரம்மி குத்து நெரித்துஅவன் ஓதலால்
வரம்மி குத்த கிளியன்ன வூரனே (8)

20. நீதி உற்றிடும் நான்முகன் நாரணன்
பேதம் உற்றுப் பிரிந்துஅழ லாய்நிமிர்
நாதன் உற்றன நல்மரபாய் இருக்க
கீதம் ஏற்ற கிளியன்ன வூரனே (9)

21. மங்கை யர்க்கு அரசியொடு குலச்சிறை
பொங்கு அழல்சுரம் போக்குஎன பூழியன்
சங்கை மாற்றிச் சமணரைத் தாழ்த்தவும்
இங்கு உரைத்த கிளியன்ன வூரனே (10)

22. நிறைய வாழ்கிள யன்னவூர் ஈசனை
உறையும் ஞானசம் பந்தன்சொல் சீரினை
அறைய நின்றன பத்தும்வல் லார்க்குமே
குறையி லாது கொடுமை தவிர்வரே (11)

திருச்சிற்றம்பலம்

உ

சிவமயம்

பாட்டு முதற்குறிப்பு அகரவரிசை

	பாடல் எண்
அ	
அக்கு	2965
அங்கமு	3048
அங்கமொரு	2872
அங்கமொடு	3819
அங்கையி	4045
அஞ்சி	3945
அடல்ஏறு	3714
அடல்வந்த	3847
அடலெயிற்று	4103
அடிமுடி	3955
அடையலார்	4067
அடைவிலோம்	2864
அட்டகாலன்	3197
அட்டமா	3553
அட்டானம்	3894
அணையலை	2975
அண்டர்	3488
அண்டர்கள்	4059
அண்டத்தால்	3832
அண்ணாமலை	3893
அந்தண்	3320
அந்தண்	2892
அந்தமில்	3383
அந்தணல்லார்	3166
அந்தண்வரை	3489
அந்தண்மாதவி	3669
அம்மானை	3902
அம்பனை	3147
அயர்வு	2863
அயிலுடை	2877
அயில்உறு	3768
அரசு	3370
அரக்கன்	3943
அரக்கன்	3721
அரக்கனார்	2867
அரவம்	3198
அரவார்	3872
அரவினில்	4104
அரவின்	2956
அரவின்	2945
அரவுமுந்	3497
அரவமே	3579
அருத்தானை	3863
அருந்திறல்	3822
அருப்பினார்	3888
அரும்பும்	3201
அருமறை	3828

834 திருஞானசம்பந்தர் தேவாரம் – மூன்றாம் பகுதி

	பாடல் எண்		பாடல் எண்
அருவரா	2998	ஆடல்	3232
அருவரை	4122	ஆடல்	3202
அரையாடு	3209	ஆடல்	3807
அரையார்	3875	ஆடலான்	3425
அலங்கல்	3842	ஆடல்மாமதி	3993
அலைபுனல்	4120	ஆதர்	4134
அலையார்	2913	ஆதல்செய்	3636
அலைவலர்	2982	ஆம்பலதவம்	3777
அலைவளர்	2970	ஆரும்	3464
அல்லிநீள்	3660	ஆரூர்	3892
அல்லல்	3698	ஆலக்கோலத்	3781
அல்லாடு	3276	ஆலநீழல்	2849
அழிமல்கு	3927	ஆலமா	3546
அறப்பள்ளி	3895	ஆலைசேர்	3973
அறையும்	3989	ஆவிக்	3804
அறையார்	2904	ஆழ்கடல்	3557
அன்பர்வே	பி- 15	ஆழ்ந்து	3498
அன்புடை	3077	ஆரணி	3809
அன்புறு	4127	ஆறுடைச்	3765
அன்றவ்ஆல்	3995	ஆறுபட்ட	3241
அன்றாலின்	3357	ஆறும்மதியும்	பி. 11
அன்றிய	3392	ஆறைவட	3896
அன்ன	4010	ஆறுவந்து	3062
அன்னம்	3164	ஆற்றையும்	3620
ஆ		இ	
ஆகநல்லார்	3160	இகழ்ந்துஅரு	3390
ஆகம்மழ	3873	இங்குகதிர்	3291
ஆச்சியப்	3433	இசைவிளங்கும்	2897
ஆசியார	3574	இடந்தபெம்	3637
ஆடல்	3451	இடிஆர்	3716
ஆடல்	3555	இடியார்	3610

	பாடல் எண்		பாடல் எண்
இடையீர்	3278	ஈர்க்கும்	3439
இமையவர்	4092	ஈனஞானிகள்	2859
இயமன்	4139	**உ**	
இயலும்	2888	உகலியாழ்	3881
இரக்க	3118	உடன்பயில்	3126
இரவிடை	4047	உடைநவின்றார்	4030
இரவில்	3782	உடையிலார்	3912
இரும்பு	3326	உடையார்	3712
இருவர்	3371	உடையேது	பி-10
இருவர்க்கு	3722	உண்டு	4072
இருளைப்	3753	உண்ணாமுலை	3255
இரைக்கும்	3713	உண்டானும்	3361
இரைமண்	3976	உதிரும்	3258
இலங்கு	4017	உந்திவரு	3155
இலங்கை	4143	உமையாள்	3093
இலங்கை	3339	உரவார்	3797
இலங்கை	3131	உரிஞ்சன	3403
இலங்கை	3074	உரிஞ்சாய	3596
இலங்கையர்	3185	உரிந்தகூறை	3165
இலைத்தலை	3504	உரிந்துயர்	4123
இலையினார்	3245	உருவ	4083
இழைத்த	3269	உருவார்ந்த	3925
இளகக்	3799	உருவில்	3270
இறைஆர்	3303	உருவினார்	3405
இறையவன்	4085	உரைதரும்	4095
இறைவனை	3988	உரையா	3369
இனதளவில்	3466	உரையுண	2973
ஈ		உரையும்	3239
ஈண்டு	3129	உலங்கொள்	3803
ஈரம்	3541	உளங்கொள்	3237
		உளங்கொள்	3397

	பாடல் எண்		பாடல் எண்
உள்ள	3493	எண்திசை	3792
உள்ளத்தீரே	3235	எண்திசை	3419
உள்வேர்	3279	எண்பெரிய	3151
உறித்தலை	2985	எண்பெறா	பி-17
உற்றுமை	3122	எந்தை	3199
ஊ		எம்பிரான்	3903
ஊடினால்	4069	எய்தவொண்ணா	4041
ஊணாப்	3476	எய்யாவென்றிந்	3786
ஊரார்	3937	எரிஒரு	3771
ஊர்எதிர்ந்	3772	எரித்தமயிர்	3910
ஊர்கின்ற	3844	எரித்தவன்	3384
ஊர்திரை	3590	எரியனைய	3465
ஊழியந்	4015	எல்லையில்	4066
ஊழியாய	3946	எறிகறவம்	3737
ஊழியான	4009	எற்று	3852
ஊழிபுழி	3494	எனைத்து	3271
ஊறிஆர்	3364	என்பினார்	3246
ஊறுடை	2974	என்பொன்	3525
ஊன்இயன்	3570	என்றான்	3284
எ		என்றும்	3501
		என்னுமோர்	2960
எங்கேனும்	3908	**ஏ**	
எடுத்த	4081		
எடுத்த	3530	ஏதமிக்க	3240
எடுத்தவன்	2997	ஏதமில	3484
எண்ணமது	3152	ஏந்து	2955
எண்ணாத	பி-8	ஏரினார்	3352
எண்ணார்	3203	ஏலமார்	4097
எண்ணார்	3426	ஏலமலி	3808
எண்ணார்	3800	ஏலும்தண்	4133
எண்ணிடை	3770	ஏவிலாரும்	4036
எண்டிசை	3982	ஏவும்படை	3877

வீ.சிவஞானம்

	பாடல் எண்		பாடல் எண்
ஏழ்கடல்	3360	**க**	
ஏறுகந்	4129	கங்கைசேர்	3971
ஏறுபேணி	3652	கங்கைநீர்	3653
ஏறும்ஒன்று	3646	கச்சும்	3647
ஏனமருப்	3417	கஞ்சத்தேன்	3839
ஏனப்பூண்	2930	கஞ்சிமண்டை	4145
ஏனவெண்	3182	கடமணி	3622
ஏனவெண்	2963	கடம் தாங்கிய	3674
ஐ		கடலின்	3572
ஐயன்	3407	கடிகொள்	3992
ஐயன்நொய்யன்	3567	கடிகொள்	3884
ஒ		கடிதென	2992
ஒண்பிறை	3586	கடியார்	2907
ஒப்பரிய	3935	கடுக்கள்	3499
ஒருக்கமுன்	4121	கடுமலி	4105
ஒவ்வாத	பி-2	கடைகொள்	3298
ஒளிஆர்	3717	கடைநெடு	2876
ஒளிரும்	3876	கட்டர்	3532
ஒளிறு	3262	கட்டுவடம்	3113
ஒள்ளிது	3554	கணைபிணை	2985
ஒற்றை	3568	கணையும்	3442
ஒன்றும்	3473	கண்ணமர்	3050
ஒன்னார்	3704	கண்கள்காண்	3697
ஓ		கண்ணன்	3542
ஓடம்	3061	கண்ணன்	2890
ஓடும்	2887	கண்ணன் கடி	3878
ஓதியாரணம்	3216	கண்ணாரும்	3363
ஓருடம்	3330	கண்ணாரும்	3613
ஓர் இயல்பு	3759	கண்ணின்	3453
ஓர்வரு	3128	கண்ணி	3132
		கண்ணுதலான்	3639

	பாடல் எண்		பாடல் எண்
கண்ணுதலானும்	4042	கரையார்	பி-3
கண்ணுதலான்	3907	கரையுலாங்	3598
கண்ணுமூன்றும்	3730	கலமார்	3880
கண்ணும்மூன்று	3968	கலம்ஆர்	3751
கந்தமர	3112	கலவமாமயி	3691
கந்தமார்	4099	கலிகெழு	3778
கந்தமார்பொழில்	3533	கலிபடு	3027
கந்தமார்	4099	கலியார்	3334
கந்தம்	3437	கலைஆர்	3089
கந்தனை	3404	கலையவன்	3823
கண்நிறைந்த	3571	கலையார்	3099
கமையொடு	3581	கலையின்	3289
கயல்ஆர்	3706	கல்லார்	3207
கரமுனம்	4064	கல்ஆர்	3309
கரவலாளர்	3234	கல்நெடு	4049
கரவிடை	3887	கல்லவட	3507
கரிகாலன்	3261	கல்லூர்ப்	4125
கரிபுன்	3204	கவிழமலை	3443
கரியானும்	3911	கழல்மல்கு	3625
கரியின்	4001	கழியார்	3870
கரியின்	3338	கழியுலாங்	3254
கருக்கம்	2900	கழியொடு	3243
கருகு	4031	கழுவார்	3308
கருக்கு	2889	களிபுல்கு	3931
கருந்தடங்	2870	கறுத்த	3420
கருப்பு	4044	கறுத்தான்	3709
கரும்பமர்	4107	கறையணி	3178
கரும்பு தேன்	3548	கறையணி	3947
கருவார்	3332	கற்றவர்	3393
கருவுடை	3376	கற்றவர்கள்	3850
கரைபொரு	3762	கற்றுஅறி	3791

வீ.சிவஞானம்

	பாடல் எண்		பாடல் எண்
கனைகொள்	3236	காலையொடு	3290
கன்றா	3618	கால்நின்று	3452
கன்றொரு	4071	காவியங்க	3683
கா		கானமார்	3597
காசக்கட	3874	கானமும்	3621
காசைசேர்	3689	கானயங்கிய	3600
காடது	3468	கானலங்	4124
காடுநீட	2851	கானல்	4084
காட்டகத்து	2936	கான்அணவும்	3184
காட்டினாலும்	3558	**கி**	
காண்தகைய	3739	கிளர்	3402
காண்தகு	2962	கிள்ளைமொ	பி-6
காதம்	3124	**கீ**	
காதலாகிக்	4136	கீண்டுபுக்கார்	4039
காதார்	3707	கீர்த்தி மிக்	3101
காமனை	3186	**கு**	
காய்ந்ததும்	4106	குடங்கை	3483
காரிருள்	3642	குணமின்றி	3849
காருலாம்	3081	குண்டர்	3997
காருலாவிய	3688	குண்டாடி	3362
காரூறும்	3354	குண்டாடும்	3617
கார்அமண்	3286	குண்டாய்	2880
கார்கொண்ட	3623	குண்டிகை	4112
கார்கொள்	4006	குண்டு	3351
கார்மலி	3183	குண்டை	3200
காலன்	4082	குத்தங்குடி	3901
காலின்	3297	குரக்கினம்	3063
காலினோடு	3700	குரவம்	2883
காலெடுத்த	3086	குருந்தவன்	3374
காலைநன்	3757	குருந்தொடு	2919
காலையில்	3054		

	பாடல் எண்		பாடல் எண்
குரும்பை	3287	**கை**	
குருளை	3658	கைஅடைந்த	3728
குலவு	3523	கைம்மாவின்	3223
குலாவு	3899	கையரிவையர்	3667
குலையினார்	3058	கையார்	3611
குவளை	3059	கையால்	3449
குழியார்	3281	கையில்	3928
குளித்து	3382	கையினில்	3987
குறிகொள்	3242	**கொ**	
குறியமாணு	3568	கொக்கின்	3091
குறியார்	3802	கொங்கியல்	4108
குறைவதாய	3194	கொங்கு	3162
குறைபடாத	3731	கொங்கு அணி	3515
குறைவளை	2866	கொங்குசேர்	3690
குறைவிலார்	3254	கொச்சை	3342
குற்றம்	3000	கொடிகொள்	3529
குற்றம்	4024	கொட்ட	3056
குன்றவார்	3211	கொண்ட	4102
குன்றானை	3868	கொண்டலும்	3769
குன்றேய்க்கு	3313	கொத்தி	3085
கூ		கொந்து	3998
கூசத்தழல்	பி-4	கொம்பார்	2958
கூரம்பது	3948	கொய்தவம்	3387
கூரார்	2908	கொய்ய	3016
கூர்விள	4023	கொலைஆர்	3179
கூறு	3355	கொலைக்கு	3774
கூறைபோர்	2902	கொல்லை	3726
கே		கொல்வாரேனும்	4140
கேடுமூப்பு	3238	கொள்ளிநக்க	3157
கேடும்	3436	கொன்நவி	3139
கேணவல்லான்	3631	கொன்றை	3066
		கொன்றை	3060

வீ.சிவஞானம்

	பாடல் எண்		பாடல் எண்
கோ		**சா**	
கோங்கமே	3547	சாகம்	3348
கோடுடுத்த	3084	சாக்கியர்	2978
கோடலா	3511	சாநாளின்றி	3906
கோடல்	3414	சாந்தம்	3446
கோடல் இரும்	3423	சாமநல்	4046
கோட்ட	3057	சாமவரை	3227
கோணாகப்	3225	சாம்பலோ	4043
கோலமாக	4011	சாவாயும்	3869
கோவண	3073	சார்ந்தவர்க்கு	3388
கோவலன்	2988	சாலமாமலர்	3367
ச		**சி**	
சங்கக்	3097	சிங்கவரை	3481
சங்கவெண்	4002	சிட்டப்பட்டார்க்கு	4130
சங்கு	3853	சித்த	3949
சங்குவெண்	3026	சிந்தை	3447
சடங்கொண்ட	3521	சிலையது	3909
சடையணிந்த	3322	சிலையினால்	2934
சடையானை	3314	சிறைகொண்ட	3092
சடையினன்	4086	சிறையாரு	3745
சடையினர்	3761	சிற்றிடை	3406
சதிமிக	3123	**சீ**	
சந்தமார்	3545	சீர்கெழு	3517
சந்தமார்	4074	சீர்கொள்	3996
சந்தம்	3175	சீர்மை	3413
சந்திரசேகரனே	3180	சீருறு	4116
சந்துயர்	3599	**சு**	
சமண்	3723	சுடுகாடு	3970
சலந்தாங்கு	3933	சுடுகூர்	3167
சனி	2976	சுடுமணி	3512

	பாடல் எண்		பாடல் எண்
சுண்ண	3015	**சே**	
சுண்ணத்தர்	3990	சேமவன்மதில்	3854
சுருதியான்	4118	சேர்ப்பது	4048
சுழியிலங்கும்	3963	சேலினேரவு	3214
சுற்றமும்	4101	சேவுயரும்	3840
சுற்றுலா	3960	சேற்றெழுந்த	3741
சூ		**சோ**	
சூடு	3811	சோறுகூறை	3695
சூடும்இள	3169	சோதிமிகு	3146
சூதகம்	3748	சோலைமிக்க	3144
சூலப்	3301	**ஞா**	
சூலம்	3535	ஞாலம்	4093
சூலமோடு	2984	ஞாழல்	3210
செ		ஞானத்திர	3268
செங்கயலொடு	3665	ஞானம்	3457
செந்நெல்	3851	**த**	
செப்பான	3866	தகரம்	2886
செம்பி	3536	தக்கனார்	3702
செம்பைச்சேர்	3836	தக்கன்றன்	3675
செம்பொன்	3071	தக்கனார்	3251
செய்ய	2891	தக்கன்	4037
செய்ய	3219	தக்கிருந்	4132
செய்யதண்	3381	தக்கில்	3605
செய்யன்	4070	தடக்குடை	3076
செய்யும்வண்	பி-16	தடமலி	2881
செல்வமல்கு	2939	தடுக்குடுத்	4040
செற்றிட்டே	3834	தட்டிட்டே	3838
சென்றுபல	3485	தட்டை	3275
சென்று	2853	தண்உறு	3069
		தண்ணா	3594

வீ.சிவஞானம்   843

	பாடல் எண்		பாடல் எண்
தண்புன	3188	திங்கட்கே	3831
தந்தத்	3537	திண்ணார்	2914
தம்கை	3784	திரம்மிகுந்த	பி - 19
தருக்கிய	4055	திரிதரு	3412
தரும் சரதம்	3845	திரிபுரம்	பி-5
தருமணல்	4126	திரிமூன்று	4035
தலையவன்	3377	திருதரு	2980
தலையில்	3094	திருத்திகழ்	3111
தலைவான்	2952	திருநீல	3431
தவள	3083	திருந்த	2948
தளரும்	3172	திருந்துமா	4096
தன்னடை	3913	திருமலர்	3395
தா		திருமால்	3176
தாதலர்	3815	திருவளர்	3031
தாதார்	3474	திருவார்	3720
தாதுஆர்	3283	திருவினார்	3584
தாமரைமே	3053	திரைஆர்	3715
தாமுக	4061	**தீ**	
தாம் என்று	3904		
தாயவன்	3385	தீதிலா	3380
தாயினும்	2995	தீயராய	3136
தாருறு	2869	தீயினார்	3248
தார்சிறக்கும்	பி-12	தீயோம்பு	3977
தாளால்	3229	**து**	
தானலம்	3920		
தி		துங்கியல்	4058
		துஞ்சவரு	3435
திகழ்கைய	3127	துஞ்சு	3292
திசை	3434	துணியார்	3171
திக்கிற்றே	2883	துணையல்	3633
திக்குலாம்	3088	துலங்கு	3018
திங்கள்	3068	துவரும்	3170

	பாடல் எண்		பாடல் எண்
துவருறும்	4094	தேயநின்	3638
துவருறு	2968	தேரரோடு	2858
துவர்ஆடை	3098	தேவர்	4000
துளங்கும்	3205	தேவா	3790
துளிவண்	3780	தேவியை	2971
துறைபல	3516	தேவியை	2990
துறையவன்	3378	தேனகத்தார்	3632
துனியுறு	3514	தேனினும்	3641
துன்பானை	3867	தேனுமாய்	3398
துன்னுகுழல்	3117	தேனை	3539
துன்னம்	3222	தேன்கமழ்	3626
துன்னார்	3789	**தொ**	
தூ		தொகுத்தவன்	3410
தூசு	3372	தொடைஆர்	3365
தூசுதுகில்	3295	தொடைத்தலை	3505
தூணியான	3329	தொடுத்தார்	3475
தூநயங்	3692	தொண்டர்	3490
தூமரு	4113	தொண்டர்	3215
தூயவிரி	3296	தொண்டனை	2862
தூயவெயில்	3456	தொலைவிலாத	4038
தூயானை	3317	தொல்லையூழி	3544
தூவியஞ்சிறை	3668	தொழிலால்	3210
தெ		**தோ**	
தெங்குநீண்ட	3735	தோகையம்	3585
தென்னிலங்	3008	தோடணிம்	3347
தே		தோடுஅணி	3624
தேசுகுன்றா	3454	தோடுஇலங்கும்	4026
தேடிக்கானார்	3274	தோடுசெவி	3951
தேம்பல்	3692	தோடுடையான்	3630
தேம்மாங்கனி	3256	தோட்டி	3280

	பாடல் எண்		பாடல் எண்
தோலினால்	3559	நன்றா	3285
தோளும் நாலும்	3346	நன்றியால்	3582
தோள்கள்	2856	நன்றியொன்	3967
ந		நன்று	2909
நகுவாய்	3455	நன்னெஞ்சே	3905
நக்கம்	2854	**நா**	
நச்சரவச்	4089	நாகமும்	4056
நச்சரவு	3950	நாகமும்	3047
நச்சிநீர்	3696	நாகம்பூண்	3318
நஞ்சு	3192	நாசமாம்	3526
நடமது	4005	நாடெலா	3916
நட்டத்தோடு	3196	நாட்பல	2949
நண்ணியொர்	3114	நாவார்ந்த	3929
நந்திநாமம்	4146	நாறவிண்ட	2896
நம்புவார்	4137	நாறுகூவிள	4004
நம்பொருள்	3693	நாற்ற	3138
நம்மானை	3862	நானாவித	3676
நரகம்ஏழ்	4142	**நி**	
நலங்கொள்	3936	நித்தநிய	3148
நலமலி	3110	நிரைகழல்	2991
நலமாகிய	3724	நிலவும்	3871
நலமார்	3337	நிலையார்ந்த	3978
நலனாய	3429	நிலைவெறுத்த	3701
நலியுங்	4078	நிறையவாழ்	பி-22
நல்கேள்வி	2903	நிறையுடை	2929
நல்லர்	3005	நினைப்பெனு	3519
நல்லார்	3779	நின்மணி	3130
நல்லானை	3861	நின்றடர்த்தி	3218
நறும்பொழிற்	4135	நின்று கவளம்	3467
நற்பதங்கள்	3744	நின்று துய்ப்பவர்	3890
நற்றா	3595	நின்றுணும்	2999

	பாடல் எண்		பாடல் எண்
நீ		**நெ**	
நீடல் கோடல்	3662	நெக்குள்	4138
நீடலர் சோதி	2871	நெடிதாய	3934
நீடலர்	3046	நெடியர்	3173
நீடல்	3534	நெடியான்	3208
நீடுஇரும்	3645	நெடியவன்	2868
நீணமார்	3620	நெதியானை	3865
நீண்டவார்	3213	நெய்தல்	2899
நீதிஉற்றிடும்	பி-20	நெய்யணி	3181
நீதி நின்னை	3614	நெய்யணி	3418
நீரகக்	3065	நெற்குன்றம்	3900
நீரார்ந்த	3926	**நே**	
நீரிடம்	2873	நேசமில்	3510
நீரினார்	2986	நேடுமய	3153
நீரினார்	3666	**நொ**	
நீரின்	3421	நொச்சியே	3311
நீர் அடைந்த	3727	**நோ**	
நீர்உளான்	3400	நோய்புல்கு	3513
நீர்கொண்ட	3972	நோற்றலா	3648
நீர்மல்கு	2923	**ப**	
நீலஞ்சேர்	3975	பகலவன்	2979
நீலநன்	3979	பகலும்	3444
நீலநெய்தல்	2943	பதைத்தெழு	3389
நீறுஅணி	3821	பக்கம்	2940
நீறுதிரு	3506	பக்கநுந்	3082
நீறுபூசி	3495	பங்கம்ஏறு	3747
நீற்றே	2953	பங்கயத்	2857
நு		படஅரவாடு	3981
நுணங்கு	3441	படமார்	3336
நுண்ணிடை	2927		

வீ.சிவஞானம்   847

	பாடல் எண்		பாடல் எண்
படிநோன்பு	3177	பருவரால்	3064
படைஇலங்கு	3566	பருமதில்	3133
படைகொள்	3233	பலஇலம்	3627
படைப்புந்	3673	பலவும்	3304
பணிந்தவர்	3100	பல்லயங்கு	3961
பணியுடை	3075	பல்இல்	3137
பண்டயன்	2852	பல்லடைந்த	3725
பண்டரக்கன்	3328	பழித்தி	2994
பண்டு	3007	பள்ளமீனி	3855
பண்ணியன்	3686	பள்ளமே	2931
பண்ணியாள்வதோர்	3882	பறித்த	4019
பண்ணினேர்	3914	பறியாத்தேரர்	3341
பண்பழன	3738	பறைமல்கு	2921
பத்தரோடு	3565	பறையும்	3440
பத்திப்பேர்	3835	பற்றுமானும்	4080
பந்தத்தால்	3829	பனிஆர்	3718
பந்துசேர்	3682	பனித்து	2993
பரக்கினார்	3562	பனிவளர்	3983
பரக்கும்	3793	பன்மலர்கள்	3358
பரசு த	3954	பன்மலர்வைகு	3055
பரசு	4020	பன்றிக்கோ	3837
பரந்தோங்கு	3932	பன்றியின்	3953
பரவி	3212	பன்னிநின்ற	பி-14
பரிதி இயங்கும்	3940	பா	
பரித்தவன்	3820	பாகமும்	3072
பரிந்து	2996	பாக்கியமது	3120
பரிய	3487	பாங்கு	2895
பரியமாசு	3656	பாங்கிலா	3764
பன்னிநின்ற	பி -14	பாடக	3067
பருத்துவ	3119	பாடல்வண்	3651
பருமரா	3922	பாடல்வீ	3002

திருஞானசம்பந்தர் தேவாரம் – மூன்றாம் பகுதி

	பாடல் எண்		பாடல் எண்
பாடநெறி	3226	பிண்டம்	3923
பாடுடைக்	3766	பிண்டியும்	4051
பாதத்தார்	3885	பித்தனைப்	4073
பாதத்தொலி	பி- 7	பிரமனும்	3350
பாதம்	3206	பிறைநவின்ற	3427
பாதம் விண்ணோர்	3491	பிறையு	3174
பாதியா	2850	பிறையு	3538
பாம்பரை	3224	பின்னொடு	2989
பாயுமால்	3321	**பீ**	
பாய்ந்தவன்	3179	பீடினாற்	3244
பாரதம்	3463	பீலிம்மயில்	3257
பாராரு	3312		
பாராரே	3740	**பு**	
பாரிடம்	4088	புடைபுல்கு	3518
பாரிடம்	3577	புண்ணியர்	2825
பாரிதானை	3843	புத்தராய்	3010
பாரும்	4014	புத்தரோடு	3143
பார்த்தவன்	3386	புத்தரோடு	3734
பாலமதி	3438	புத்தர்	2220
பாலனாம்	3396	புத்தர்	4008
பாலும்	3168	புந்தி	3569
பாலையன்ன	3991	புயம்பல	3775
பால்வெண்	2951	புயலார்	3942
பாவமேவும்	3694	புரிகொள்	3470
பாறணி	3375	புரமெரி	4063
பானாறு	3743	புரம்எரித்த	3729
பி		புலியதள்	3984
பிச்சை	3231	புல்லம்மேறி	3891
பிச்சைக்கே	3830	புவிமுதல்	3846
பிடியெலாம்	2926	புள்வாய்	பி-9
பிணியும்	2825	புள்ளும்	3230
		புற்றரவு	3480

வீ.சிவஞானம் 849

	பாடல் எண்		பாடல் எண்
புற்றானை	3864	பெருந்தண்	2969
புற்றிடைவாள்	3359	பெருந்தண்	2946
புற்றின்	4077	பெருமைகள்	3628
புற்றில்வாள்	4119	பெருவரை	2977
பூ		பெற்றவன்	4090
பூங்கமழ்	4052	பெற்றியால்	3583
பூசுமாகில்	3193	**பே**	
பூதத்தின்	3969	பேதைமட	3502
பூதமொடு	3116	பேய்கள்	4016
பூதம்பாடப்	3556	பேய்பல	3049
பூத்தேர்ந்து	3277	பேரும்	3448
பூமகள்	3848	பேழை	3006
பூவலர்ந்தன	3078	**பை**	
பூவார்	3266	பைஆரும்	3366
பூவினா	3531	பைங்கண்	2967
பூவினானும்	4029	பையுடைய	3634
பூவினில்	3070	பையரா	3684
பூவுளானும்	3009	பைவாய்	2910
பெ		**பொ**	
பெண்ணினால்	3379	பொங்கா	3450
பெண்ணினைப்	3758	பொங்கு	3195
பெண்ணுரு	3957	பொங்கு	3999
பெண்ணொார்	3003	பொடிகொள்	3469
பெண்ணொார்	4079	பொடிகள்	2938
பெயரெனும்	3924	பொடிகொள்	3004
பெரியமேரு	3573	பொடியார்	3430
பெரியவன்	3391	பொடியிலங்கு	4021
பெருங்	3029	பொய்மிகுந்த	3699
பெருகும்	3260	பொய்யா	2912
பெருந்தடங்	3841	பொருதுவார்	3606

	பாடல் எண்		பாடல் எண்
பொறிகிளர்	2981	மங்கைகூற	4003
பொறிகிளர்	2961	மங்கைகூறி	3014
பொறிவாய்	3616	மங்கையர்க்கு	பி-21
பொற்றொடி	3033	மங்கையோர்	3813
பொன்திரண்ட	3640	மங்கைவாள்	3217
பொன்திகழ்	2987	மஞ்சை	3267
பொன்தொத்த	2954	மஞ்சுலாவிய	3601
பொன்போலுஞ்	3612	மடந்தை	3496
பொன்னியல்	3796	மடலார்ந்த	3592
பொன்னியல்	3422	மடல்மலி	4114
பொன்னியல்	2875	மடைச்சுர	3629
பொன்னிற	4050	மட்டிப்ட	3587
பொன்னி	3145	மணிமல்கு	3974
பொன்னுமா	4098	மண்டை	2924
போ		மண்டு	3189
போகம்மறி	3879	மண்டுகங்கையும்	3994
போதன்	4144	மண்ணார்ந்த	3930
போதியாரும்	3755	மண்ணினார்	4117
போதியார்	3319	மண்ணினிற்	3602
போதியெ	3032	மண்ணில்	2860
போதினாலும்	3159	மண்ணுமா	3551
போதும்	2944	மண்ணோர்களும்	3677
போதுலாவிய	3603	மண்தான்	3754
போதையார்	2861	மதிஒன்றிய	3090
போரார்	2906	மதியமொய்த்த	3161
போர்ஆர்	3478	மதியார்	3333
போர்மிகு	3746	மத்தக்களிற்று	4109
போழம்	3445	மத்தமத	3416
ம		மந்தமலர்	3150
மகரத்து	3749	மந்தமருவும்	3941
மகரவார்	3860	மந்தரம் அன	4141

வீ.சிவஞானம் 851

	பாடல் எண்		பாடல் எண்
மந்திரந்தரு	3087	மறையினான்	3886
மயல்	4022	மறையோன்	3340
மரவம்	3259	மறைவலா	3020
மருந்தவை	2959	மற்று	3919
மருட்பிடை	3486	மற்றொரு	2865
மருவார்	2905	மனவஞ்சர்	3897
மருவி	2901	மனம்உலாம்	3399
மருவிய	3520	மனமிகு	3030
மருவுநான்	3966	மனைக்கே	3939
மருவுமான்	3527	மன்னி	3373
மருளினல்	3158	மன்னு	3293
மருளுடை	3109	**மா**	
மலிக	3918	மாகரம்சேர்	3752
மலிவிழா	3593	மாசின்	3149
மலைஆர்	2941	மாசின	4060
மலைஇலங்கும்	4027	மாசுஏறிய	3680
மலையெடுத்த	3732	மாடவீதி	2947
மலையார்	3805	மாடவீதி	2911
மலையான் மகள்	3678	மாடெலா	3011
மலையின்	3462	மாடுஆர்	3305
மலையினார்	3394	மாட்டூர்	3898
மல்கிய	3052	மாணா	3944
மல்லல்	3560	மாணி	4013
மழுவாளோடு	3315	மாணியை	4087
மழலைஆர்	3801	மாண்டார்	3711
மழைமுகில்	3985	மாதமர்	2915
மறந்தான்	3273	மாதன	2983
மறியார்	பி-1	மாதுஇலங்கிய	3856
மறுத்தவர்	3825	மாதொரு	3787
மறைகொளும்	4100	மாதொர்	3608
மறையானை	3310	மாதோர்	3012

	பாடல் எண்		பாடல் எண்
மாபதம்	3543	முத்தர	4062
மாயனும்	3021	முத்துமா	3550
மாலினொடு	3733	முந்தி	2879
மாலும்நான்	3889	முந்திமா	2966
மாலும்	3783	முந்திவந்து	3492
மாலும்	4007	முந்தினான்	3409
மாவின்	3471	முந்நீர்	3472
மாறாத	3228	முருகு	2884
மாறிலா	3368	முழுதிலங்	4028
மாறிலா	3563	முள்ளிநாள்	3685
மாறில்	3415	முள்ளின்மேல்	3424
மானஞ்	3655	முறைத்திறம்	3503
மானத்திண்	4012	முற்றலாமை	3324
மானமா	2932	முற்றும்	2882
மானன	2972	முன்பனை	3105
மானிடம்	4075	முன்றில்	3742
மி		முன்னநின்ற	3156
மிக்க	3654	முன்னுயிர்த்	3773
மிக்கார்	3282	**மூ**	
மின்னன	4053	மூடிய	2957
மின்னிய	4115	மூடிய	3187
மின்னியல்	3045	மூதணி	4054
மின்னியல்	3023	மூரல்	3561
மீ		மூவர்ஆயினும்	பி-18
மீத்திகழ்	3794	**மே**	
மு		மேகத்த	4131
முடியசடை	3482	மேய்ந்திளஞ்	3664
முடியிலங்கும்	3964	**மை**	
முதிர	3327	மைகொள்	4076
முதுசினவில்	3459	மைச்செறி	3650

வீ.சிவஞானம்

	பாடல் எண்		பாடல் எண்
மைதழைத்	3607	வண்ணநன்	3826
மைத்த	3921	வந்தியோடு	3756
மைத்தகு	2878	வந்திருக்கும்	3272
மைத்திகழ்	3125	வம்படுத்த	3080
மைந்து	3812	வம்பார்	2937
மைப்பயந்த	3588	வயம்உண்	3679
மைப்பூசும்	3591	வரம்ஒன்	3095
மைம்மலர்	3643	வரம்திகழும்	3344
மைம்மா	2942	வரமார்	3335
மையார்	3306	வரிகொள்	3858
மையினார்	3671	வரிந்தவெஞ்	3102
மையினார்	3917	வரியாய	3432
மொ		வரிவளர்	3619
மொட்டை	3154	வருக்கமார்	3857
மொண்ட	3915	வரைஒன்	3096
மொய்சேர்	3798	வரைதரும்	3549
மொய்வல்ல	3750	வரைதனை	2922
வ		வரைத்தல	3508
வடிகொள்	3938	வலம்ஆர்	3708
வடிகொள்	3806	வலிய	3959
வண்டார்குழல்	3672	வலியின்	3705
வண்டல்	3859	வல்லரக்கன்	3965
வண்டமர்	3986	வல்லி	3763
வண்டிரைத்த	3604	வல்லியம்	4128
வண்டு	4034	வல்லை	3460
வண்டு	3575	வளர்பூ	2874
வண்டு	4018	வளக்கை	3589
வண்டுஅணை	3760	வள்ளல்	4110
வண்ண	3345	வற்றா	3788
வண்ணமால்	3657	வன்திறல்	3106
வண்தரங்க	3736	வன்மைசெய்யும்	பி-13

	பாடல் எண்		பாடல் எண்
வா		விடங்கொள்	3142
வாக்கியம்	3253	விடைசேர்	3300
வாசநன்	2918	விடைத்தவல்	3107
வாசமலி	3121	விடையதேறி	4032
வாசம் கமழ	3785	விடையவன்	3576
வாடா	3302	விடையுடை	3980
வாடல்	3221	விடையுடை	3025
வாடல்	3013	விண்டமாம்	3564
வாடல்	2950	விண்டலர்	3051
வாணிலா	3349	விண்டவர்	3024
வாணிலா	3687	விண்ணவர்	3108
வாதுசெய்	3649	விண்ணவர்	3952
வாயிடம்	4068	விண்ணமர்ந்தன	3661
வாய்ந்த	3500	விண்ணியல்	3767
வாய்ந்த	3103	விண்ணியங்கு	3958
வாரணவு	3353	விண்ணிலார்	4065
வாருறு	3818	விண்ணுலா	3644
வாருறு	3028	விண்ணுளார்	3316
வாவிவாய்	2928	விதியாய்	3703
வாளவரி	3479	விதைத்தவன்	3408
வாளினாள்	2933	விரவுநீறு	3247
வாளையும்	3663	விரித்தவன்	3411
வானணி	2916	விருதுஇலங்கும்	4025
வானமர்	3104	விருதுகுன்றமா	3001
வானமர்	3824	விருதுபகரும்	3477
வானவர்கள்	3458	விரையாலும்	3428
வானார்	3615	விரையார்	3609
வான்இள	3017	விரையினார்	3249
வி		விலகினார்	3580
விங்குவிளை	3288	விலங்கல்	3776
விடைஅமர்ந்து	3135	விலங்கல்	3141

	பாடல் எண்		பாடல் எண்
வில்லி	3509	வெய்ய	3252
வில்லிய	3814	வெய்யவன்	2855
விழுநீர்	3299	வெருவி	3540
விளிதரு	3578	வெல்பறவை	4111
விளைக்கும்	3079	வெள்ளமெல்	3635
விளைவார்	3263	வெள்ளம்	3810
வீ		வெள்ளெயிறு	4
வீக்கமெழும்	3163	வெள்ளெருக்	3323
வீங்கிய	3552	வெறிஆர்	3307
வீசுமின்	3883	வெறிகமழ்	2920
வீடினார்	3022	வெற்றரை	3956
வீரமாகிய	3250	வெற்று	3827
வெ		வென்றிமிகு	3115
வெங்கள்	2893	**வே**	
வெங்கண்	3134	வேதனாகி	3325
வெடிதரு	2964	வேதத்தோலி	3681
வெண்செ	3522	வேதமலி	4091
வெண்ணிலா	3528	வேதமோர்	3817
வெண்ணி	2898	வேதவித்தாய்	3190
வெந்தநீறணி	3019	வேய்	3461
வெந்தநீறும்	3191	வேருலாம்	3401
வெந்தவெண்	3343	வேர்வந்துற	3264
வெந்துயர்	2917	வேலை	4033
வெந்துவர்	3816	வேனல்	2894
வெம்பு	3265	**வை**	
வெய்ய	3294	வையகநீர்	3795